வீரபாண்டியன் மனைவி

மூன்றாம் பாகம்

அரு. ராமநாதன்

பிரேமா™ பிரசுரம்
59, ஆற்காடு சாலை,
கோடம்பாக்கம்,
சென்னை – 600 024.

☎: 044- 24800325 : 9486000325.

e-mail : aruram@premapirasuram.com
website: www.premapirasuram.com

பிரேமா பிரசுரம் – 400

முதற் பதிப்பு	:	பிப்ரவரி	2012
இரண்டாம் பதிப்பு	:	ஜூன்	2016
மூன்றாம் பதிப்பு	:	மார்ச்	2021
நான்காம் பதிப்பு	:	டிசம்பர்	2024

© சகல உரிமைகளும் பெற்றது

அரு. ராமநாதன் (1924–74)

- **1944 ல் எழுதப்பட்ட இராஜ ராஜ சோழன் நாடகம் 1955 ல் அரங்கேற்றப்பட்டு ஆயிரம் முறைகளுக்கும் மேல் தமிழகம் மற்றும் வெளிநாடுகளில் நடிக்கப்பெற்றது.**
- **1967 ல் சிறந்த தமிழ் நாடக ஆசிரியருக்கான கலைமாமணி விருது அன்றைய முதல்வர் அறிஞர் அண்ணாதுரை அவர்களால் வழங்கப்பட்டது.**
- **1947-1974: காதல், கலைமணி, மர்மக்கதை ஆகிய இதழ்களின் ஆசிரியர்.**
- **1952-1974: பிரேமா பிரசுரத்தின் 315 நூல்களுக்கு பதிப்பாசிரியர்.**
- **மற்றும் இராஜ ராஜ சோழன், தங்கப்பதுமை, பூலோக ரம்பை, கற்புக்கரசி ஆகிய திரைப் படங்களுக்கு கதை வசனம் எழுதி உள்ளார்.**

விலை ரூ. 420/-

கணிப்பொறி

வடிவமைப்பு : ஏ.ஆர். எண்டர்பிரைசஸ், சென்னை - 24.

அச்சிட்டோர் : பத்மாவதி ஆப்செட், செ-32

பதிப்புரை......

தமிழகம், ஆந்திரம், கர்நாடகம், கேரளம் மற்றும் இலங்கை சார்ந்த வரலாறுகளை அடிப்படையாகக் கொண்ட இந்த மாபெரும் சரித்திரக்கதை பதினொன்றாம் நூற்றாண்டின் அரசியல் பின்புலத்தில் எழுதப்பட்ட ஒரு காதல் கதையாகும். உணர்வுக்கும் அறிவுக்கும் ஏற்படுகின்ற போராட்டங்களை கதா பாத்திரங்களின் வாயிலாகப் புலப்படுத்தி கதையுடனேயே ஒன்றும்படிச் செய்து இருக்கின்றார் ஆசிரியர் அரு. ராமநாதன்.

1953 லிருந்து 1959 வரை காதல் இதழ்களில் தொடர்கதையாக வந்த இக்கதை பின்னர் மூன்று பாகங்கள் கொண்ட மூன்று புத்தகங்களாய் வெளி வந்தது. வாசகர்களின் விருப்பத்திற்கு ஏற்ப இப்பொழுது முதல் மற்றும் இரண்டாம் பாகம் ஒரு நூலாகவும், மூன்றாம் பாகம் மற்றொரு நூலாகவும் வெளி வருகின்றது. வாசகர்களின் ஆதரவைப் பெற அன்புடன் விழைகின்றோம்.

நன்றி,

பிரேமா பிரசுரம்.

மூன்றாம் பாகம்

பால காண்டம்

"உயிரில்லா எனத் தோன்றும்
உலகத்தே ஒருத்தி!"

— கம்ப ராமாயணம்

அத்தியாயம் 69

மதுரை மீனாட்சி அம்மன்கோயிலில் உதய காலமணி அடித்தது!

தேவாரம் பாடுவோரும் பால் வண்ணத் திருநீர் அணிந்த பாமரரும், அம்மனின் அருள் பிரசாதம் வாங்கச் செல்வோரும் தெருவில் போய்க் கொண்டிருந்தனர். நெஞ்சை உருக்கும் பண் இசைகளும், குளித்து முழுகி குங்குமப் பொட்டிட்டுச் செல்லும் வனிதையரின் வளையல் ஒலிகளும், மெட்டி ஓசைகளும், பாலகுமாரர்களின் மழலை மொழிகளும், பால் கறப்போரின் கூச்சல்களும் ஆடு மாடுகளின் ''ஜல் ஜல்'' என்ற சதங்கை ஒலிகளும், தெருவின் நாநாவித சப்தங்களோடு கலந்து வந்தன.

பொழுது விடிந்ததும் உலகமே உற்சாகத்துடன் உயிர் பெற்று எழுந்து கொண்டிருந்தது! எங்கும் அருணோதயத்தின் புத்துயிரும், நறுமணமும் கமழ்ந்தது!

ஊர்மிளா இன்னும் பஞ்சணையை விட்டு எழுந்திராமல் விழித்துக் கொண்டே படுத்திருந்தாள். அவள் வழக்கம்போல் முந்தைய இரவிலும் சரியாகக் கண்ணுறங்கவில்லை. எதற்காக உறங்க வேண்டும்? எதற்காக விழித்தெழ வேண்டும்? அவளுக்குச் சதா கட்டிலில் படுத்திருப்பதைத் தவிர வேறெதிலும் மனம் செல்லவில்லை!

வீரசேகரனை அவள் சந்தித்துப் பல நாட்கள் ஆகிவிட்டன. அவனைச் சந்திக்காமலிருப்பதில் ஏதோ ஒரு பெரிய பளு நீங்கியது போலவும் தோன்றியது. உறங்கும்போது காணும் எத்தனையோ கனமான கனவுகளைக் கண்விழித்து எழும்போது மறந்துவிடுவதில்லையா? அதுபோல் வீரசேகரனையும் ஒரு கனவாக மறந்துவிடலாம்! இப்போது அவனை வெகு சுலபமாகவும் அவளால் மறந்துவிட முடியும்! அவனை மறக்க முயற்சிப்பதில் இப்போது அவள் முன்போல் அவ்வளவாக அவஸ்தைப்படுவதும் இல்லை! இன்னும் சொல்லப் போனால் இப்போது அவளுடைய மனதில் அவன் ஒருவித உயிர்ப்பும் இல்லாத மண்ணுருவமாகவே தோன்றினான்!

வீரசேகரனைச் சந்திக்க வேண்டுமென இப்போதெல்லாம் அவள் ஆசைப்படுவதே இல்லை. அவனைச் சந்திக்காமல் இருப்பதில் அவளுக்கு நிம்மதி ஏற்பட்டிருப்பதாகவும் மனதில் இருந்து ஒரு பெரியபாரம் நீங்கிவிட்டதாகவுமே அவள் நம்பினாள். ஆனால் இன்னொருபுறம் எதையோ ஒன்றை இழந்துவிட்டது போல இருந்தது. ஆனால் அது எது என்பது அவளுக்கே தெரியவில்லை. அவள் அதைத் தெரிந்து கொள்ளவும் விரும்ப வில்லை! இதயம் என்று ஒன்று இருந்தால் அல்லவா அவளுக்கு நினைப்பு முதலானவையெல்லாம்? வீரசேகரனை மறந்துவிடும் சக்தி பெற்றதில் அவளுடைய இருதயமே அறுந்துபோய் விட்டது! ஆமாம்; அவள் தன் ஜீவனையே இழந்துவிட்டாள்!

இப்போதெல்லாம் ஊர்மிளாவிற்கு வாழ்வில் எந்தவித ருசியும் இருப்பதில்லை! உடலிலும் உள்ளத்திலும் ஊர்மிளா எவ்வளவோ மாறிவிட்டாள். அவளுடைய உற்சாகம், துள்ளல், குறும்புச் சிரிப்பு, சாகஸப் பேச்சு எல்லாம் எங்கோ பறந்து போய்விட்டன! அவள் முகத்தில் இருந்த குறுகுறுப்பும் களையும் மங்கி மறைந்து போய் விட்டன. அவளிடமிருந்த ஜீவன் வற்றிப்போய், அவள் அதிகமாக மெலிந்தும் போயிருந்தாள்.

அவளுக்கு இப்போது வாழ்வின்மீது விருப்புமில்லை, வெறுப்புமில்லை! அவள் யந்திரம்போல் தன் தினசரிக் கடமைகளைச் செய்து கொண்டு போனாள். உயிரற்ற பாவை போல் சதா வீட்டிற்குள்ளேயே நடமாடிக் கொண்டிருந்தாள்.

பெரும்பகுதியான நேரம் கட்டிலிலேயே படுத்திருந்து சதா வீட்டிற்குள்ளேயே அடைந்து கிடந்தாள். இப்போதெல்லாம் அவளுக்கு வெளியுலகில் சஞ்சரிப்பதற்கே பிடிப்பதில்லை. அவளுக்கு இந்த உலகத்தில் ஒன்றுமே இல்லை! அவளே ஒன்றுமில்லை!

வீரசேகரனை மறந்துவிட்ட பிறகு அவளுக்கு உலகின் உயிர்ப்பே அஸ்தமித்து விட்டதாகத் தோன்றியது. வீரசேகரன் தன் மனதில் குடியிருந்த சுவடே தெரியாமல் அழித்துக் கொண்டதில் அவளுக்குத் தன் கடமையைச் செய்துவிட்டதாக ஒரு பெருமை உணர்ச்சியும் சில சமயங்களில் ஏற்படும். ஆனால் உண்மையாகவே அதில் பெருமைப் படக்கூடிய அம்சம் ஏதாவது உண்டா? இல்லை! அவள் அவ்வாறு தன்னைத்தானே ஏமாற்றிக் கொண்டு வந்தாள். அது அவளுக்கே தெரிந்தும் இருந்தது. அப்படி தன்னைத்தானே ஏமாற்றிக்கொண்டு பெருமைப்பட்டுக் கொள்வதில் ஏதோ கொஞ்சம் இதம் இருப்பதாகவும் தோன்றியது!

அன்றையத் தினம் ஊர்மிளா வெகு நேரமாகப் படுத்தவாறு ஆடாமல் அசையாமல் கிடந்தாள். அவள் எதைப்பற்றியும் சிந்திக்கவில்லை. சிந்திக்க வேண்டுமென்ற உணர்வே அவளிடமில்லை! அவளுடைய தலைக்கு மேலே உத்திரத்தில் இரண்டு குருவிகள் கூடுகட்டிக் கொண்டிருந்தன. அவை ஒன்றோடு ஒன்று சரசமாடும் விதமாக அங்குமிங்கும் உற்சாகமாகப் பறந்துகொண்டே "கீச் கீச்"சென்று கத்திக் கொண்டிருந்தன. அக்குருவிகள் கூடு கட்டுவதை உணர்வற்ற விழிகளால் ஊர்மிளா வெறுமனே பார்த்துக் கொண்டே இருந்தாள். வெளியே தெருக் கதவின்முன் பிச்சைக்காரர்களும், பஜனைக்கோஷ்டிகளும், மேளக்காரர்களும் வெறுமனே கூவிக் கூவிப் பார்த்துவிட்டுப் போய்க் கொண்டே இருந்தார்கள். ஊர்மிளா தன் கட்டிலைவிட்டுச் சிறிதும் அசையவே இல்லை!

சிறிது நேரங்கழித்துத் தெருக்கதவை யாரோ அவசரமாகவும் பலமாகவும் "படபட"வென்று தட்டும் சப்தம் கேட்டது.

ஊர்மிளா மெல்ல எழுந்துபோய்த் தெருக் கதவைத் திறந்துவிட்டாள்.

வீரசேகரன் சிரித்த முகத்துடன் உள்ளே பாய்ந்து வந்து கதவை உட்புறம் தாளிட்டுக் கொண்டு நின்றான்.

ஊர்மிளா அவனை நிமிர்ந்து பார்த்தாள்.

வீரசேகரன் முகத்தில் புதியதொரு களையும், பெருமை உணர்ச்சியும் ஒளி வீசியது. அவனுடைய பார்வையிலும்

அசைவிலும் புதியதொரு உற்சாகம் பொங்கி வழிந்தது. ஏதோ யாரும் செய்ய முடியாத காரியத்தைச் செய்துவிட்டவன் போலவே அவன் துள்ளிக் கொண்டிருந்தான். அவனிடம் பொங்கி எழும் பெருமை உணர்ச்சியின் வெள்ளத்திற்கு வடிகால் தேவை! அதற்காகவே அவன் ஊர்மிளாவிடம் அபாயகரமான நிலைமையையும் மறந்து ஓடோடியும் வந்தான்.

ஆனால் ஊர்மிளாவிடம் உற்சாகத்தின் எதிரொலி எதுவும் தட்டுப்படவில்லை! அவளுடைய முகத்தில் பழைய சவக்களையே தோய்ந்திருந்தது. ஏன் வந்தாய் என்றுகூட அவள் கேட்கவில்லை!

வீரசேகரன் முகம் சட்டென வாடிவிட்டது. ''சுந்தர ஜோஸியர் இங்கு வந்தாரா?'' என்று அவன் கேட்டான்... முகத்தைத் திருப்பிக் கொண்டு.

''இல்லை!'' என்று மட்டும் ஊர்மிளா சொன்னாள்.

''அசோகவனக் கோட்டைக்குள் உன் சுந்தர ஜோஸியர் நடத்திய அட்டூழியமெல்லாம் தெரியுமா?''

''தெரியாது!''

அசோகவனக் கோட்டையில் சுந்தர உபாத்தியாயர் தங்கியிருந்த பிள்ளையார் கோயிலுக்கும், தேவியின் சிறைக்கூடத்திற்கும் இரகசியமாக ஒரு சுரங்க வழி இருந்ததைக் கண்டுபிடித்தது முதல், சுந்தரஜோஸியர் அங்கிருந்து முந்தைய இரவு தப்பிச் சென்றது வரை, அங்கு நடந்த சகலவிதமான வர்த்தமானங்களையும் வீரசேகரன் ஒருவாறு சுருக்கமாக சொல்லி முடித்தான்.

அவற்றையெல்லாம் ஊர்மிளா மௌனமாகக் கேட்டு கொண்டு வந்தாளே தவிர ஒருவிதமான பதிலும் சொல்லவில்லை.

''அசோகவனக் கோட்டையிலிருந்து சுந்தர ஜோஸியரை நேற்றிரவு வெளியே விட்ட குற்றத்திற்காக இன்று அஞ்சு கோட்டையான்மீது விசாரணை நடக்கப்போகிறது. அவ்வாறு அஞ்சுகோட்டையான் அவரை வெளியே விடும்படியான சூழ்நிலையை ஜனநாதன் தான் உண்டாக்கினான்! எனக்காகத்தான் ஜனநாதன் அவ்வாறு சூழ்ச்சி செய்தான். சுந்தர ஜோஸியர் யார் கையிலும் மாட்டிக் கொள்ளாமல் தப்பிச் செல்ல வேண்டுமென நான்தான் விரும்பினேன்!'' என்று வீரசேகரன் உற்சாகமாய்த் துள்ளினான்.

ஊர்மிளா ஒரு பதிலும் சொல்லவில்லை.

''அந்த ஜோஸியர்மீது எனக்கு வரும் ஆத்திரத்திற்கு அவரை என் வீரவாளால் வெட்டிப் புதைத்திருக்க வேண்டும்.

அவரை நானே அதிகாரிகளிடம் பிடித்துக் கொடுத்து தண்டனைக்கு ஆளாக்கியிருக்க வேண்டும்! அதற்காக எனக்கு வீர சன்மானங்கள் கிடைத்திருக்கும். கடமை வீரன் என்று கண்டவர்களெல்லாம் வாழ்த்தியிருப்பார்கள்! ஆனால் நான் அப்படியெல்லாம் செய்யவில்லை. அவர் தப்பிப் போவதை நான் கண்ணிருந்தும் பார்த்துக் கொண்டே இருந்தேன்! அவரை மறைமுகமாக நான்தான் தப்பிப் போகவிட்டு விட்டேன்! ஆனால் எதற்காக? யாருக்காக?'' என்று வீரசேகரன் ஆவலோடும் அலாதியான ஆனந்தப் பரவசத்தோடும் கேட்டான்.

ஊர்மிளா ஒரு பதிலும் சொல்லவில்லை!

"சொல்லேன்! சுந்தர ஜோஸியரை யாருக்காகச் சும்மா விட்டேன்!''

"எனக்காக!''

ஊர்மிளாவின் அந்த ஒரு சொல்லே வீரசேகரனுக்கு அளவில்லாத ஆனந்தத்தை உண்டாக்கிற்று.

"ஆமாம்! உனக்காகத்தான் நான் அவரைச் சும்மா விட்டேன்?'' அவர் பிடிபட்டுத் தண்டனைக்கு ஆளாகியிருந்தால் நான்தான் அவர் மீதுள்ள பொறாமையினால் அவரைத் தீர்த்துக் கட்டினேன் என்று நீ நினைப்பாய்! அப்புறம் என்மீது உனக்குள்ள வாஞ்சை குறைந்துவிடும்!...

அவனுடைய வெகுளித்தனத்தைக் கண்டு ஊர்மிளாவிற்கு இலேசாகச் சிரிப்பு வந்தது. ஆனால் அந்தச் சிரிப்பிலும் உயிர்ப்பு இல்லை!

"சுந்தர ஜோஸியரைச் சதிகாரர் என்று சொல்ல முடியாது! குமாரனுக்குத் தேவியைக் காண வேண்டுமென்று ஆசை ஏற்பட்டிருக்கும்! அதற்காகக் குமாரனை தேவியிடம் சுரங்க வழியாக அழைத்துப் போக முயன்றிருப்பார். அவ்வளவுதான். உண்மையிலேயே அவர் வீரபாண்டியன் கட்சியைச் சேர்ந்த சதிகாரராய் இருந்திருந்தால் என் கடமைப்படி அவரை நானே பிடித்துக் கொடுத்துவிட்டு நானும் தற்கொலை செய்து கொண்டு செத்துப் போயிருப்பேன்! அப்போது நீ என்மீது அருவருப்புக் கொள்ள மாட்டாய்!''

ஊர்மிளா மௌனம் சாதித்தாள்.

"ஊர்மிளா! உன் சுந்தர ஜோஸியர் கண்மூடித்தனமான ஒரு காரியத்தைச் செய்துவிட்டார்! தேவியிடம் அவர் தகாத முறையில் நடந்து கொண்டார்! தேவி இப்போது கருப்பவதி!''

அதைக் கேட்டதும் ஊர்மிளா விசித்திரமாகப் பார்த்தாள். உதட்டைக் கடித்துக் கொண்டாள்.

ஊர்மிளாவின் அந்தச் செய்கைக்கு, தேவி மீதுள்ள பொறாமையினால் ஆத்திரம் கொள்ளுகிறாள் என்று வீரசேகரன் அர்த்தம் கற்பித்துக் கொண்டான்.

ஊர்மிளா சிறிது நேரம் மௌனமாக இருந்துவிட்டு, ''தேவி தன் நிதானத்தை இழந்திருக்கக்கூடாது!'' என்று கடுமையான குரலில் சொன்னாள்.

இவ்வளவு சொல்லியும் சுந்தர ஜோஸியர்மீது ஊர்மிளா அருவருப்புக் கொள்ளவில்லையே என்று வீரசேகரனுக்கு வருத்தம் ஏற்பட்டது. காதல் கொண்டவர் எவ்வளவு பெரிய தவறு செய்தாலும் அதைச் சாதாரணமாக நினைப்பது பெண்மையின் இயல்போ என்று வீரசேகரன் எண்ணமிட்டான்.

''ஊர்மிளா! ஒரு பெண்மீது ஒருவன் காதல் கொண்டு விட்டால் வேறு எந்தப் பெண்ணையும் ஏறெடுத்துப் பார்க்கக் கூடாது! அவ்வாறு ஏறெடுத்துப் பார்ப்பவன் வெறும் மோகாந்தகாரனே தான்!'' என்று வீரசேகரன் வேறொருபுறம் முகத்தைத் திருப்பிக் கொண்டு சொன்னான்.

ஊர்மிளா மறுபடியும் மௌனம் சாதித்தாள்.

வீரசேகரனின் உற்சாகமெல்லாம் குறைந்து விட்டது. ஊர்மிளாவின் அபிமானத்திற்காகத்தான் எவ்வளவோ பெரிய காரியத்தைச் செய்துவிட்டு உற்சாகமாய் அவளிடம் சொல்லும்போது, அவள் ஒருவித உணர்ச்சியுமின்றி கேட்டுக் கொண்டிருக்கிறாளே, உபசாரமாக ஒரு வார்த்தைகூடப் பாராட்டிச் சொல்லவில்லையே என்ற கோபம் வீரசேகரனுக்கு!

''சுந்தர ஜோஸியரைப் பிடித்துக் கொடுக்கும் பொறுப்பு எனக்கு இல்லையென்றாலும், அவர் விசாரணைக்கு ஆளாகாமல் தப்பிச் செல்வதை கண்ணிருந்தும் பார்த்துக் கொண்டிருப்பது ஒரு கடமை வீரன் செய்யக்கூடிய காரியமல்ல. ஆனால் நான் எதற்காக அப்படிச் செய்தேன்? எதற்காகச் செய்தேன்?'' என்று வீரசேகரன் பொருமினான்.

''வீரசேகரா! இப்போதெல்லாம் நீ மிகவும் மாறிப்போய் விட்டாய்!'' என்றாள் ஊர்மிளா.

''நீயுங்கூடத்தான்!'' என்றான் வீரசேகரன்.

''ஆனால் அது யாரால்?'' என்று கேட்ட ஊர்மிளா சட்டெனத் தன் உதட்டைக் கடித்துக் கொண்டாள். அனாவசியமாக

அப்படிச் சொல்லி அவன் மனதில் வீணாக ஏன் இன்னும் ஆசைச் செடியை வளர்த்து வரவேண்டுமென நினைத்தாளோ என்னவோ!

வீரசேகரனுக்கு மறுபடியும் உடலெங்கும் புத்துயிரின் வெள்ளம் பரவிவிட்டது.

''ஊர்மிளா!'' என்று அவன் ஆர்வம் ததும்பும் விழிகளால் அவளை ஏறிட்டு நோக்கினான்.

''வீரசேகரா! என்னை நீ மறந்துவிட முடியாதா?'' என்று ஊர்மிளா அவன்மீது பரிதாபமாகச் சொன்னாள்.

''என்ன கேட்டாய்?''

''என்னை நீ மறந்துவிட முடியாதா?''

''உன்னால் சுந்தர ஜோஸியரை மறந்துவிட முடியுமா?''

ஊர்மிளா ஒன்றும் பதில் சொல்லவில்லை.

''சுந்தர ஜோஸியர் இன்னும் இங்கே வந்து சேரவில்லையா?''

''இல்லை!''

இனிமேல் வருவாரல்லவா?

இனி இங்கே வரமாட்டார்! வந்தாலும் அவரை இனிமேல் இந்த வீட்டில் நான் வைத்துக் கொள்ளப் போவதில்லை!

''நிஜமாகவா?''

''ஆமாம்! உனக்குத் திருப்திதானே?''

திருப்தியை வீரசேகரன் தன் வாயால் சொல்லவில்லை. தூவானம் விட்ட ஆகாயத்தைப் போல அவனுடைய கண்களே அதைச் சொல்லிவிட்டன.

சிறிது நேரம் இருவரும் மௌனமாகவே நின்று கொண்டிருந்தார்கள்.

அவனை ''இரு'' என்றும் ஊர்மிளா சொல்லவில்லை. ''போ'' என்றும் சொல்லவில்லை.

''நான் நேரே அசோகவனக் கோட்டைக்குப் போக வேண்டும்! அங்கே அஞ்சுகோட்டையான் மீது விசாரணை நடக்கும்போது நானும் பிரசன்னமாயிருக்க வேண்டும். அதற்கு முன்னதாக ஜனநாதனை வேறு சந்திக்க வேண்டும். நேரமாகிவிட்டது. எங்கள் விசாரணை சபைத்தலைவர் ஏகவாசகர் நிரம்பவும் கோபித்துக் கொள்வார்'' என்று வீரசேகரன் அவசரப் பட்டுக்கொண்டே

ஊர்மிளாவிடம் விடை பெற்றுக்கொண்டு தெருவில் போய் மறைந்தான்.

அவன் போன திசையைக்கூட ஊர்மிளா உற்றுப் பார்க்கவில்லை.

மறுபடியும் அவள் தன் கட்டிலுக்கு வந்து படுத்துக்கொண்டு முகட்டைப் பார்க்க ஆரம்பித்தாள். உத்திரத்தில் குருவிகள் கூடு கட்டுவதை ஒருவித உணர்ச்சியுமற்ற விழிகளால் வெறுமனே பார்த்துக் கொண்டேயிருந்தாள்.

சிறிது நேரங்கழித்து காத்தவராயன் அவசரமாகத் தன் வீட்டிற்கு வந்து சேர்ந்தான். அவன் முகத்தில் சவக்களை தட்டியிருந்தது.

கூந்தலில் சூடுவதற்காக வைத்திருந்த மல்லிகைப் பூவைக் கையில் எடுத்துக்கொண்டே ஊர்மிளா அவனை ஏறிட்டு நோக்கினாள்.

"வீரபாண்டியச் சக்கரவர்த்திகள் நேரே எங்கே போனாராம்? கோட்டையை விட்டு வெளியேறியவர் நேரே எங்கே போயிருப்பார்?" என்று கேட்டாள் ஊர்மிளா.

"எல்லாம் உனக்குத் தெரியுமா?" என்று கேட்டான் காத்தவராயன்.

"எல்லாம் வீரசேகரன் சொன்னான்!"

"வீரசேகரன் எப்போது வந்தான்?"

"சற்றுமுன்தான் வந்துவிட்டுப் போனான்!"

"இங்கே எதற்காக வீரசேகரன் வந்தான்?"

ஊர்மிளா இலேசாக ஏளனத்துடன் சிரித்தாளே தவிர பதில் சொல்லவில்லை.

"இத்தனை நாளும் இந்தப் பக்கமே தலை நீட்டிப் பார்க்காதவன் இப்போது மட்டும் எதற்காக வந்தான்?"

அதற்கு ஊர்மிளா பதில் சொல்ல விரும்பாதது போலவே மௌனம் சாதித்தாள்.

"வீரசேகரனை யாராவது தெருவில் பின்பற்றி வந்தார்களா?" என்று கலவரத்துடன் காத்தவராயன் கேட்டான்.

"அவனை யாராவது பின்பற்றி வந்திருந்தால் நம் வீட்டின் பக்கமே அவன் வந்திருக்க மாட்டான்!" என்று ஊர்மிளா உறுதியான குரலில் அழுத்திச் சொன்னாள்.

காத்தவராயனின் முகத்தில் அசடு வழிந்தது. வீரபாண்டியச் "சக்கரவர்த்திகள் வேறு எங்கே போயிருப்பார்!" என்று மீண்டும் கேட்டாள் ஊர்மிளா.

"சுந்தர ஜோஸியரா? சிறைக் கோட்டையை விட்டு வெளியே அவர் வந்ததும் நேரே நம் வீட்டிற்கு வருவது அபாயம் என்று உணர்ந்து வேறு எங்காவது போயிருப்பார்! நம் கட்சியாள் எவர் வீட்டிலாவதுதான் பத்திரமாகத் தங்கியிருப்பார்!" என்றான் காத்தவராயன்.

ஊர்மிளா முகட்டைப் பார்த்தாள். உத்திரத்தில் குருவிகள் கட்டிய கூட்டிலிருந்து வைக்கோல்கள் ஒவ்வொன்றாக உதிர்ந்து விழுந்து, கூடு பிரிந்து கொண்டிருப்பதை ஊர்மிளா ஒருவித உணர்ச்சியுமில்லாமல் வெறுமனே பார்த்துக் கொண்டிருந்தாள்.

"வீரசேகரன் ஏதாவது சொன்னானா?" என்று கேட்டான் காத்தவராயன்.

"சுந்தர ஜோஸியர் இங்கு வந்தாரா என்று அவன் விசாரித்தான்!"

"நீ என்ன சொன்னாய்?"

"வரவில்லை என்றேன்!"

"சுந்தர ஜோஸியரைச் சிறைக்கோட்டையிலிருந்து நேற்றிரவு வெளியே விட்ட குற்றத்திற்காக இன்று அஞ்சுகோட்டையான்மீது விசாரணை நடத்தப் போகிறார்களாம். எல்லாம் ஆச்சரியமாய் இருக்கிறது!" என்றான் காத்தவராயன்.

"எல்லாம் ஜனநாதனின் சூழ்ச்சிதானாம். சுந்தர ஜோஸியரை வெளியே விடுவதற்கு வீரசேகரன்தான் மறைமுகமாக உதவி செய்தானாம்! அதை என்னிடம் சொல்லிப் பெருமையடித்துக் கொண்டான்."

"கடமை தவறாத வீரசேகரனா?" என்று காத்தவராயன் வியப்புடன் கேட்டான்.

"ஆமாம்! வீரசேகரன் அப்படிச் செய்வான் என்பது எனக்குத் தெரியும்; அவனால் சுந்தர ஜோஸியருக்கு எந்தவிதமான அபாயமும் ஏற்படாது என்பதை உணர்ந்ததால்தான் அவரை உபாத்தியாயராகத் துணிந்து சிறைக் கோட்டைக்கு அனுப்பச் சம்மதித்தேன்!"

"விசாரணைக்கு ஆளாக வேண்டியவரை வீரசேகரன் எதற்காக வெளியே விட்டான்?"

"எனக்காக! வீரசேகரன் எனக்காக எதுவும் செய்வான்!" என்று ஊர்மிளா அழுத்தலான குரலில் சொன்னாள்.

காத்தவராயன் முகம் குப்பென்று வியர்த்து அதிகமாகச் சவக்களை தட்டியது. அவன் சட்டென்று தலை குனிந்து கொண்டான்!

ஊர்மிளா தன் கையிலிருந்த மல்லிகைப் பூவை அலட்சியமாக உற்றுப் பார்த்துக் கொண்டிருந்தாள்.

சிறிது நேரங்கழித்துக் காத்தவராயன் மெய்சிலிர்த்துக் கொண்டு தலை நிமிர்ந்தான்.

''சுந்தரஜோஸியர் செய்திருக்கிற காரியத்தைப் பார்த்தாயா? தேவியைச் சிறை மீட்க அவரை மாறு வேஷத்தில் சிறைக் கோட்டைக்கு அனுப்பினோம். அவர் தேவிக்குத் தீராப் பழியைச் சுமத்திவிட்டு வந்திருக்கிறார். போகிற காரியத்தை விட்டு மனசின் உணர்ச்சிகளுக்கு இரையாகி இருக்கலாமா? பொறுப்புள்ளவர் தம் மனசைக் கட்டுப்படுத்திக் கொண்டிருக்க வேண்டும்!'' என்று உறுமினான் காத்தவராயன்.

''தேவிதான் தன் நிதானத்தை இழந்திருக்கக்கூடாது!'' என்றாள் ஊர்மிளா.

''தேவி என்ன செய்வாள்? பெண் பேதை; எளிதில் உணர்ச்சி வசமாகக்கூடியவள், பிராணபதியின் ஆசைக்காகத் தன்னுடைய எதையும் பலியிடத் தயாராய் இருந்திருப்பாள்! சிறைக்கோட்டைக்கு வெளியே காவலர்கள் பேசிக் கொள்வதைக் காது கொடுத்துக் கேட்க முடியவில்லை. நம் தேவியிடம் ஜனிக்கப் போகும் குமாரன் யாருடைய குமாரனோ என்று சிறிதும் வாய் கூசாமல் கூறுகிறார்கள்.''

ஊர்மிளா ஒரு பதிலும் சொல்லவில்லை. ''அந்தக் கொடூரமொழிகள் தேவியின் காதுகளில் விழுந்தால் தேவி பிராணத்தியாகம்கூடச் செய்துகொண்டு விடுவாள். அதற்குள் அவளைச் சிறை மீட்டாக வேண்டும்!'' என்றான் காத்தவராயன்.

''தேவி அப்படியொன்றும் பிராணத்தியாகம் செய்துகொண்டு விடமாட்டாள்!'' என்றாள் ஊர்மிளா.

''உலக அபவாதம் பொல்லாதது! அதை எப்படி அந்தப் புனிதவதி சகிப்பாள்?''

''சீதைக்குக்கூடத்தான் உலக அபவாதம் ஏற்பட்டது! பரிசுத்தம் என்பது மனச்சாட்சியில் இருக்கிறதே தவிர உலக அபவாதத்தில்லை!'' என்று சொன்ன ஊர்மிளா, சட்டெனத் தன் உதட்டைக் கடித்துக் கொண்டாள். அவளுடைய மனச்சாட்சியில் ஏதோ ஒன்று பொசுக்கெனச் சுட்டது. அவளுடைய மெல்லிய

தேகம்கூட ஒரு முறை இலேசாக நடுங்கியது. பிறகு அந்த நடுக்கமெல்லாம் கோபம் கோபமாக மாறி நாயகனை அவள் ஏளனத்துடன் பார்த்தாள்.

''சுந்தர ஜோஸியருக்குப் பதில் சிறைக் கோட்டைக்குள் போகும் சந்தர்ப்பம் எனக்குக் கிடைத்திருந்தால் வெற்றிகரமாகக் காரியத்தை முடித்துக் கொண்டு வந்திருப்பேன்! குமாரனுக்கு உபாத்தியாயராக நான் போகிறேன் என்றேன்; நீ தான் அவரை அனுப்பி வைத்தாய்!'' என்று உறுமினான் காத்தவராயன்.

''நீங்களாக இருந்திருந்தால் உங்களை உபாத்தியாயர் வேஷத்தில் அழைத்துப்போக வீரசேகரன் ஒருபோதும் சம்மதித் திருக்கவே மாட்டான்! அவராக இருந்ததால்தான் வீரசேகரன் வலிய வந்து அழைத்துப் போனான்!''

''ஏன் அப்படி? இத்தனைக்கும் வீரசேகரனுக்கு என்மீது தானே அபிமானம் அதிகம்? சுந்தர ஜோஸியரை மட்டும்...?''

''நம் வீட்டிலிருந்து அவரைப் பிரித்து வைப்பதில்தான் வீரசேகரனுக்கு விருப்பம் அதிகம்!''

''ஏன்? ஏன்?''

ஊர்மிளா ஒன்றும் பதில் சொல்லவில்லை.

''சுந்தர ஜோஸியரைப் பற்றி வேறு எதுவும் வீரசேகரன் கேட்டானா?''

''ஆமாம்! அவர் இனிமேல் நம் வீட்டிற்கு வருவாரா என்று கேட்டான்!''

''நீ என்ன சொன்னாய்?''

''வரமாட்டார்! வந்தாலும் இனிமேல் அவரை என் வீட்டில் வைத்துக்கொள்ள மாட்டேன் என்றேன். வீரசேகரன் அளவில்லாத திருப்தி அடைந்தான்!''

''திருப்தி அடைந்தானா?''

''ஆமாம்! அவனுக்கு அவர்மீது பொறாமை!'' என்று தன் வாய்க்குள்ளாக மெல்லச் சிரித்துக் கொண்டாள் ஊர்மிளா.

காத்தவராயனோ முகத்தை வேறுபுறம் திருப்பிக் கொண்டான். ''இனிமேல் சுந்தர ஜோஸியரை நம் வீட்டில் வைத்துக் கொள்ளக் கூடாது. ஒற்றர்கள் இனிமேல் நம் வீட்டைத் தேடியலைவார்கள். சுந்தர ஜோஸியர் நம் வீட்டில் இருந்தால் உயிருக்கு அபாயம்! அவர் நம்மோடு இருப்பது இடைஞ்சல்!

அவரை என்னோடு சேர்த்துக் கொண்டு செய்கிற முயற்சிகளெல்லாம் எப்படியோ படுதோல்வி அடைந்து விடுகின்றன. இனிமேல் தேவியைச் சிறைமீட்க நான் தனியாகத்தான் முயற்சி செய்ய வேண்டும்!'' என்று காத்தவராயன் முணுமுணுத்தான்.

ஊர்மிளா உத்திரத்திலுள்ள குருவிக் கூட்டைப் பார்த்தாள்.

"நாமும்கூட எந்த க்ஷணமும் இந்த வீட்டைக் காலி செய்து கொண்டு ஓடி மறையத் தயாராய் இருக்க வேண்டும்!'' என்றான் காத்தவராயன்.

ஊர்மிளா பதில் சொல்லவில்லை.

"என்ன, நான் சொல்வது காதில் விழுந்ததா?''

"எனக்கொன்றும் இந்த வீட்டிலேயே இருக்க வேண்டுமென்கிற ஆசையில்லை. எப்போது எங்கே கூப்பிடுகிறீர்களோ அங்கே நான் புறப்பட்டு வரத் தயார்!'' என்றாள் ஊர்மிளா.

"அப்படி நாம் போகிறதாயிருந்தால் அது யாருக்கும் தெரியக்கூடாது!'' என்றான் காத்தவராயன்.

"யாருக்கும் தெரியாது!'' என்று ஊர்மிளா யாருக்கும் என்பதை அழுத்திச் சொன்னாள்.

"வீரசேகரன் உன்னிடம் வேறு என்னென்ன பேசினான்? அவ்வளவையும் ஒன்று விடாமல் சொல்!'' என்றான் காத்தவராயன்.

அவனை ஊர்மிளா விசித்திரமாகப் பார்த்தாளே தவிர மௌனமாகவே இருந்தாள்.

"சொல்! சொல்! அவன் சொன்னதையெல்லாம் சொல்!'' என்று காத்தவராயன் உக்கிரங்கொண்ட புலிபோல் உறுமினான்.

"என்னை அவனால் மறந்துவிட முடியாது என்று சொன்னான்!'' என்று ஊர்மிளா தலைநிமிர்ந்து சொன்னாள். அவளுடைய கண்களில் கூர்மையான வாள் முனை போன்ற சிரிப்பு வந்தது.

அந்தச் சிரிப்பின் ஏளனம் தெறித்து விழுவதற்குள் காத்தவராயன் தன் முகத்தை வேறுபுறம் திருப்பிக் கொண்டான். அவனுக்குத் தன்னுடைய நிலையைச் சமாளித்துக் கொள்ள வெகு நேரம் பிடித்தது.

அதுவரை ஊர்மிளா மௌனமாகவே நின்று அவனை நன்றாக உற்றுப் பார்த்துக் கொண்டிருந்தாள்.

காத்தவராயன் தலை நிமிராமலேயே, ''வீரசேகரன் இனிமேல் நம் வீட்டிற்கு வருவானா?'' என்று கேட்டான்.

''தெரியாது! ஒருவேளை அவன் வந்தால் என் வீட்டின் பக்கமே வராதே என்று விரட்டி விடட்டுமா?'' என்று கேட்டாள் ஊர்மிளா.

''வேண்டாம்! இப்போது வீரசேகரனை நாம் விரோதித்துக் கொள்ளக்கூடாது! அபாயம் நேரிடும்!''

''வீரசேகரனை விரோதித்துக் கொண்டால்கூட நமக்கு அபாயம் நேரிடாது! அவன் தலையை வெட்டினால்கூட என் குடும்பத்தின்மீது அவன் பழி தீர்த்துக் கொள்ளமாட்டான்!'' என்று ஊர்மிளா உறுதியான குரலில் மமதையோடு சொன்னாள்.

''இருந்தாலும்...'' என்று இழுத்தான் காத்தவராயன்.

அதைப் புரிந்துகொண்டவள்போல, ''சரி'' என்றாள் ஊர்மிளா, சிறிதும் உயிரில்லாத குரலில்.

அறையின் குறுக்கும் நெடுக்கும் காத்தவராயன் நடந்தான். அவனை ஊர்மிளா மௌனமாக வெறுமனே பார்த்துக் கொண்டிருந்தாள்.

''தேவியை நான் சிறைமீட்டால் உடனே வீரசேகரன் தலைக்கு மரண தண்டனை காத்திருக்கும்! அது உனக்குத் தெரியுமல்லவா?''

''தெரியும்!''

''அவன் மரணமடைய நேரிட்டால் நீ துக்கப்படுவாயா?''

''ஆமாம்!''

காத்தவராயன் கைகளைப் பிசைந்தான்; தலையைக் கெட்டியாகப் பிடித்துக்கொண்டான். ஆனால் ஊர்மிளாவை அவனால் ஒன்றும் செய்யமுடியவில்லை! அவனிடம் ஊர்மிளா முன்போல் பயந்து வார்த்தைகளை விழுங்குவதுமில்லை. எந்தக் கேள்விக்கும் தலைநிமிர்ந்தே பதில் சொல்வாள். காத்தவராயனோ எந்தக் கேள்வியையும் தலைகுனிந்து கொண்டே கேட்க வேண்டிய நிலை ஏற்பட்டுவிட்டது. இருவரும் வெவ்வேறான இரண்டு உலகத்தைச் சேர்ந்தவர்கள் போலவே வீட்டிற்குள் நடமாடினார்கள். இருவருக்குமிடையே கணவன் மனைவி பந்தம் வெகுநாளுக்கு முன்பே அறுந்து போக ஆரம்பித்துவிட்டது என்பதைக் காத்தவராயன் உணர்ந்திருந்தான். வெறும் உயிர்ப்பிடிப்பற்ற கடமை ஒன்றுதான் அவர்கள் இருவரையும் இறுகப்பிணைத்து வைத்திருந்தது.

''ஊர்மிளா...''

''என்ன?''

கையிலுள்ள மல்லிகைப் பூவைத் தலையில் இன்னும் சூடாமல் அதை ஊர்மிளா வெறுமனே பார்த்துக் கொண்டிருந்தாள்.

''தேவியைச் சிறைமீட்பது ஒன்றுதான் என் வாழ்வின் லட்சியம்!'' என்று காத்தவராயன் தலைகுனிந்தவாறே உறுதியான குரலில் சொன்னான்.

''சுந்தர ஜோஸியர் என்ன ஆனாரோ தெரியவில்லை! சக்கரவர்த்திகள் எங்கிருந்தாலும் பத்திரமாய் இருக்க வேண்டும். அவர்தான் எனக்கு முக்கியம்!'' என்றாள் ஊர்மிளா இன்னும் உறுதியான குரலில். காத்தவராயன் ஏதோ யோசனையில் ஆழ்ந்தான். ''சுந்தர ஜோஸியரை வெளியே விட்ட குற்றத்திற்காக இன்று அஞ்சுக்கோட்டையான்மீது விசாரணை நடத்தப் போகிறார்களாம். அதிலிருந்து என்னென்ன விவகாரங்கள் புறப்படுமோ தெரியவில்லை! ஏனெனில் அசோகவனக் கோட்டைக்கு வெளியே பொதுமக்கள் முன் பகிரங்க விசாரணையாம்! ஜனநாதன்தான் உடனடியாக அப்படி விசாரணை செய்ய வேண்டுமென வற்புறுத்தினானாம். சுந்தர ஜோஸியரை நச்சுப் பாம்பான அஞ்சுக்கோட்டையான் எதற்காக அவ்வளவு சுலபமாக வெளியே விட்டான்?'' என்று குழம்பினான் காத்தவராயன்.

''அஞ்சுகோட்டையானுக்கு அப்படிப்பட்ட சூழ்நிலையை ஜனநாதன் உண்டாக்கினானாம்! ஜனநாதனின் சூழ்ச்சி வீரசேகரனுக்கு உதவியது!''

''ஜனநாதனை நம்பமுடியாது! அவனுடைய உதவி என்பது அடுத்த சூழ்ச்சிக்கு அஸ்திவாரம் என்றுதான் பொருள்படும்! நம் வீட்டு விவகாரம் வீரசேகரனுக்கு மட்டும் தெரிந்திருந்தால் பரவாயில்லை; இப்போது ஜனநாதனுக்கும் எட்டியிருக்கும்! இனிமேல் நாம் எந்த க்ஷணமும் ஜாக்கிரதையாக இருக்கவேண்டும்!''

''ஆமாம்; ஜாக்கிரதையாக இருக்க வேண்டும்!..... முதலில் சுந்தர ஜோசியர் எங்கிருக்கிறார் எனத் தேடிப் பார்த்துவிட்டு வாருங்கள்!'' என்றாள் ஊர்மிளா.

''சரி; போகிறேன்! வீட்டைப் பார்த்துக் கொள். வீட்டில் நீ தனியாக இருக்கிறாய். யார் வந்து தெருக் கதவை தட்டினாலும் திறக்காதே!''

''வீரசேகரன் வந்து தட்டினால்?''

மிதியுண்ட பூனைபோல் காத்தவராயன் தவித்தான்; விரல் நகங்களால் தன் நெற்றியைப் பிறாண்டிக் கொண்டான்.

ஊர்மிளா கண்ணிமை கொட்டாமல் பார்த்துக் கொண்டிருந்தாள்.

காத்தவராயன் தன் துண்டை எடுத்து தோளின்மேல் போட்டுக்கொண்டு வெளியே கிளம்பினான்.

''திறந்துவிடு'' என்று காத்தவராயன் பல்லைக் கடித்துக் கொண்டு அடித்தொண்டையில் சொல்லிவிட்டு வெளியே பாய்ந்து சென்றான்.

ஊர்மிளா தன் கையிலிருந்த மல்லிகைப் பூவை இதழ் இதழாகப் பிய்த்தாள். அவை, வெளியே செல்லும் காத்தவராயன் மனத்திரையில் இதழ் இதழாக உதிர்ந்து ''டங்டங்'' என்று விழுந்து கொண்டிருந்தன!

அத்தியாயம் 70

கனவு மாய்ந்தது!

"விடிதலோடு
துயில்கெடக் கனவு மாய்ந்தால்
ஒத்தது சூழ்ந்த மாயம்-"

– கம்ப ராமாயணம்

துரை சொக்கநாதரைத் தரிசித்து விட்டுக் கோயிலிலிருந்து ஏகவாசகர் சைவப் பழம்போல் வெளிப்பட்டார்!

கண்டிப்பான போர்வழியென்று பிரசித்தி பெற்ற அந்தக் கிழவரின் மனதில்கூட அன்று பெரியதொரு கலக்கம் ஏற்பட்டிருந்தது. அன்று அஞ்சுகோட்டையான்மீது நடைபெறப்போகும் விசாரணை ஜனநாதனின் தலையீட்டினால் எப்படியெல்லாம் திரும்பப் போகிறதோ குலோத்துங்கச் சோழ சக்கரவர்த்திகள் விசேஷ அபிமானத்திற்கு உரியவரான ஆடையூர் நாடாள்வாருக்கு அஞ்சுகோட்டையான் மிகவும் வேண்டியவன். ஆடையூர் நாடாள்வாரோ ஏகவாசகருக்கு மிகவும் வேண்டியவர்!

சிறைக்கோட்டையிலிருந்து சுந்தர உபாத்தியாயரை வெளியே விட்டதன் மூலம் அஞ்சுகோட்டையான் செய்திருப்பதோ மிகப் பெரியகுற்றம்! ஏகவாசகரோ யாரையும் தயை தாட்சண்யமின்றித் தண்டிக்கக் கடமைப்பட்டவர்! அஞ்சுகோட்டையான் மீது உடனடியாக பகிரங்க விசாரணை நடத்தித் தண்டிக்க வேண்டுமென ஆர்ப்பாட்டம் செய்தவனோ ஜனநாதன்! அவனோ ஆடையூர் நாடாள்வாருக்குப் பரம விரோதி. ஆடையூராரை அரசியல் செல்வாக்கிலிருந்து ஒழித்துக் கட்டிவிட சந்தர்ப்பத்தை எதிர் நோக்கிக் கொண்டிருந்தவன் ஜனநாதன்! அஞ்சு கோட்டையானை இரகசியமாக விசாரித்து தண்டித்து விடலாம் என்று ஆடையூரார் அபிப்பிராயப்பட்ட போது முன் வீரசேகரனை விசாரித்தது போலவே அஞ்சு கோட்டை யானையும் பொது மக்கள் முன் பகிரங்க விசாரணை நடத்தித்தான் தீரவேண்டுமென ஜனநாதன் பிடிவாதம் செய்தான்! அதில் பழிக்குப்பழி என்பது போன்ற வெறி தொனிக்கும்படி ஜனநாதன் காட்டிக் கொண்டாலும் ''பகிரங்க விசாரணை'' என்பதில் ஜனநாதனுக்கு உள்ளூர வேறொரு சூழ்ச்சித் திட்டமும் கலந்திருக்கும். அன்றைய விசாரணை சபையில் ஜனநாதன் ஏதோ ஒரு பகிரங்க நாடகம் நடத்தி அஞ்சுக்கோட்டையானோடு சேர்ந்து எவரோ ஒரு சோழமண்டல அதிகாரிக்கும் குழிபறிக்கப் போகிறான் என்பதும் புலப்பட்டது! ஆனால் ஜனநாதனின் போக்கைவிட அஞ்சுக்கோட்டையானின் விசித்திர செய்கைதான் ஏகவாசகருக்கு அதிக மர்மமுள்ளதாக தோன்றியது. இத்தனை காலமும் சுந்தர குருவை வெறுத்து வந்தவன்போல் தோன்றிய அஞ்சுகோட்டையான் திடீரென முந்தைய இரவு அவருக்கு ஏன் உதவி செய்தான்? அதில் நிச்சயம் ஏதோ ஒரு மர்மம் அடங்கி இருக்க வேண்டும்.....

இவற்றையெல்லாம் ஆலோசிக்க ஆலோசிக்க அஞ்சா நெஞ்சரான ஏகவாசகருக்கே அடி நெஞ்சில் பீதி உண்டாகத் தலைப்பட்டது. தர்மசங்கடமான அந்த விசாரணை சபைக்குத் தலைமைப் பதவி வகிக்காமல் மெல்ல நழுவி விட்டால்கூடத் தேவலை என்று பட்டது. ஆனால் சிறைக்கோட்டையின் காவல் சம்பந்தப்பட்ட விஷயமாக இருப்பதாலும், காவற்படையதிகாரியான அவருக்கு நேரிடையான பொறுப்பு இருப்பதாலும், அவரே தலைமை வகித்துத் தீர்ப்பும் தண்டனையும் கூறித்தான் ஆகவேண்டும்! ஜனநாதனும் அவரை விடமாட்டான் போலிருந்தது!

ஏகவாசகர் மெல்ல அசைந்தாடி வந்து சேர்வதற்குள் அசோகவனக் கோட்டையின் முன்னுள்ள மைதானத்தில் ஏராளமான ஜனத்திரள் குவிந்திருப்பதையும் குறித்த நேரத்திற்கு முன்பாகவே விசாரணை அதிகாரிகள் அனைவரும் அங்கே பிரசன்னமாகித் தலைவரின் வருகைக்காக காத்திருப்பதையும்

அஞ்சுகோட்டையான் விலங்கிடப்பட்டுத் தயாராக நிறுத்தப் பட்டிருப்பதையும் வீரசேகரனோடு சேர்ந்துகொண்டு ஜனநாதன் பிரமாதமாக அட்டகாசம் செய்து கொண்டிருப்பதையும் அவர் கண்டார்! இது போன்ற சபைகளுக்கு யாராவது அதிகாரி ஒரு நொடிப் பொழுதேனும் தாமதித்து வந்தால்கூடக் கடுமையாக கோபித்துக் கொள்ளக்கூடிய தலைவரே இப்போது நேரம் கழித்து வருகிறார் என்று எண்ணும்படியானதொரு சூழ்நிலையை அங்கு ஜனநாதன் ஏற்படுத்தியிருந்தான். அதுமட்டுமல்ல! இவ்வளவு சுருங்கிய நேரத்திற்குள் ஊரெங்கும் பறைசாற்றி ஜனத்திரளைக் குவித்திருப்பது அவனாலன்றி வேறொருவராலும் ஆகக்கூடிய காரியமுமன்று!

சபைக்குள் ஏகவாசகர் நுழைந்ததும் கப்சிப்பென்று எங்கும் நிசப்தம் படர்ந்தது. ஜனநாதன் மட்டும் விஷமப் புன்னகையுடன் அவரை வரவேற்றுத் தலைவர் பீடத்திற்கு அழைத்துச் சென்றான். அவன்மீது ஏகவாசகருக்கு எரிச்சல் வந்தது. ஆனால் அதை வெளியே காட்டிக் கொண்டால் ஜனநாதன் அலட்சியப் படுத்திவிடுவான் என்று ஏகவாசகர் ஓர் அலட்சிய புன்னகையை வழியவிட்டார்.

விசாரணை ஆரம்பமாவதற்கு முன் எங்கே ஆடையூர் நாடாள்வார் அருகில் இருக்கிறாரோ என்று தலைவர் தம் விழிகளால் சுற்று முற்றும் தடவிப் பார்த்தார்.

ஆடையூராரோ அஞ்சு கோட்டையானின் விஷநாக்கிற்கு எட்டாத தூரத்தில் அதிகாரிகளின் தலைப்பாகைகளுக்கு மத்தியில் ஒளிந்து கொண்டிருந்தார்.

மலைப்பூதம் விலங்கிடப்பட்டது போல் நின்று கொண்டிருந்த அஞ்சுகோட்டையானோ சர்வ அலட்சியமாக நின்று கொண்டி ருந்தான். விசாரணை சபையை அவன் மதிப்பவனாகவே தெரியவில்லை! அதுதான் எல்லாவற்றிலும் பெரிய மர்மமாக ஏகவாசகருக்குத் தோன்றியது.

விசாரணை சபையின் சம்பிரதாயங்கள் நடந்தேறியதும் ஏகவாசகர் ஒருமுறை கனைத்துக் கொண்டார். அதற்குக் கண்டிப்பின் த்வனி என்று அர்த்தம்!

அவர் சபையை நோக்கிப் பேசத் தொடங்குமுன் ஜனநாதன் எழுந்து நின்று விஷமச் சிரிப்புடன் சபையை நோக்கி, ''என் அருமை சோழமண்டலத்து அரசியல் சகாக்களே! பாண்டி மண்டலத்துப் பொதுமக்களே! இன்று மிகவும் விசித்திரமான பயங்கர வழக்கு! எங்கள் முன் இராஜ விசுவாச பிரமாணம் எடுத்துக்கொண்டு எங்கள் சோழ மண்டலத்தின் நம்பிக்கைக்குப்

பாத்திரமாக விளங்கிய அஞ்சுகோட்டையான்மீது சதிக்குற்றம் சாட்டப்பட்டுள்ளது! உங்கள் அஞ்சுகோட்டையான் எங்கள் ஆடையூர் நாடாள்வாருக்கு வலதுகை போன்றவன்! ஆடையூர் நாடாள்வாரோ இங்கு வீற்றிருக்கும் நீதித் தலைவரான ஏகவாசக வாணகோவரசருக்கு மிகவும் நெருங்கிய நண்பர் என்று நம்பிக் கொண்டிருந்தவர்! ஆனால் ஏகவாசகரோ, வழக்கம் போலவே தயாதாட்சண்யமற்று தீர்ப்பளிக்கப் போகிறார்! கடமையின் முன்னும் நீதியின் முன்னும் அவர் எவனையும் பொருட்படுத்தப் போவதில்லையென்று என்னிடம் குறிப்பிட்டிருந்தாலும் அதில் ஆச்சரியமொன்றுமில்லை!'' என்றான்.

உண்மையில் ஏகவாசகர் அப்படியொன்றும் ஜனநாதனிடம் சொன்னதில்லை! ஆனால் ''ஏன் புளுகினாய்'' என்று அவனைக் கேட்டால் அவருடைய கௌரவத்தையும் சோழ மண்டலத்தின் நீதி கௌரவத்தையும் பாண்டி மக்களின் முன்னிலையில் பெருமைப்படுத்துவதின் அவசியத்தை முன்னிட்டு அவ்வாறு புளுகினதாகச் சொல்லிவிடுவான்! அதனால் ஏகவாசகர் ஆத்திரத்தோடு பல்லைக் கடித்துக்கொண்டு ஜனநாதனின் அறிவிப்பை ஆமோதிப்பவர் போல் மௌனமாக வீற்றிருந்தார். ''நான் ஆரம்பத்தில் அறிவிக்க வேண்டியதை அறிவித்துவிட்டேன்! இனி விசாரணையை நடத்தித் தீர்ப்பு வழங்க வேண்டிய பொறுப்பு தலைவரைச் சேர்ந்தது!'' என்று கூறினான் ஜனநாதன்.

''அஞ்சுகோட்டையா! உன்மீது சாட்டப்பட்டுள்ள குற்றம் என்ன என்பது தெரியுமல்லவா? நேற்றைய இரவு சிறைக்கோட்டையிலிருந்து உன் சிறு வாசல் வழியாக வெளியே போக யாரையும் அனுமதிக்க கூடாது என்று நான் கடுமையாகக் கட்டளை பிறப்பித்தேனல்லவா? என் கட்டளையை மீறி யாரையாவது போக அனுமதித்தால் அனுமதித்த அதிகாரி மரண தண்டனைக்கு ஆளாக நேரிடும் என்றும் எச்சரித்தேனல்லவா! எப்பேர்ப்பட்ட அதிகாரியையும் எந்தவித முகாந்திரத்தை முன்னிட்டும் நேற்றிரவு வெளியே விடக்கூடாது என்றும் தெளிவாகச் சொன்னேனல்லவா?'' என்று ஏகவாசகர் பல வாசகங்களில் கேட்டார்.

''ஆமாம்!'' என்று சர்வ அலட்சியமாக அஞ்சுகோட்டையான் ஒப்புக் கொண்டான்.

ஜனநாதன் சட்டெனக் குறுக்கிட்டு, ''எந்த இடத்திலும் எந்த நேரத்திலும் நுழையும் உரிமையுள்ள ஒற்றுபடைத் தலைவனான ஜனநாதனைக்கூட நேற்றிரவு உன் சிறு வாசல் வழியாக வெளியேவிடமாட்டாய் என்று கொக்கரித்தாயல்லவா?'' என்று ஆத்திரத்துடன் கேட்டான்.

''ஆமாம்! ஜனநாதக் கச்சிராயரைப் படைத்த கடவுளே வந்திருந்தாலும் கூட வெளியே விட்டிருக்க மாட்டேன்!''

''ஆனால் சுந்தர குருவை மட்டும் நீயாகவே கூட்டிக்கொண்டு போய் வெளியே விட்டுவிட்டு வந்தாய்!'' என்று ஏளனமாகக் கேட்டான் ஜனநாதன்.

''ஆமாம்!''

ஏகவாசகர் சட்டெனக் குறுக்கிட்டு ஜனநாதனை நோக்கி ''ஜனநாதா! இந்த விசாரணை சபைக்கு தலைவர் நானா, நீயா?'' என்று கேட்டார்.

சந்தேகமில்லாமல் நீங்கள்தான்! நேற்று இரவு ஒரு பாண்டிய நாட்டான் ஒரு சோழ மண்டல அதிகாரியை இளக்காரமாகப் பேசியதைக்கூடப் பொறுத்துக் கொண்டிருந்தேன், அவன் தன் கடமையைதான் செய்வான் என்பதனால்! அந்த அஞ்சுகோட்டையான் எனக்கும் வீரசேகரனுக்கும் பரம விரோதி! சுந்தர குருவை வெளியேற்றிய சதித் திட்டத்தில் அவனோடு நாங்களும் சேர்ந்திருந்ததாகக் கூறி எங்களையும் அவனுடைய கூட்டாளியாக்கிக் கொள்ள நினைக்கலாம்! அதற்கு முன்னதாக அவனிடம் நான் சில கேள்விகள் கேட்க வேண்டும் என்றான் ஜனநாதன்.

''எனக்கு கூட்டாளிகள் யாரும் இல்லை! சுந்தர குருமகானை நான் ஒருவனாகத்தான் வெளியேற்றினேன்! அந்த மகான் விஷயத்தில் வீரசேகரனுக்கு எந்தவித சம்பந்தமும் இல்லை!'' என்றான் அஞ்சுகோட்டையான்.

''ஒருவேளை நேற்றிரவு சிறைக் கோட்டையின் சிறு வாசலில் உனக்குப் பதில் வீரசேகரன் காவல் இருந்திருந்தால் சுந்தரரை விட்டிருப்பானா?''

''ஒருபோதும் விட்டிருக்க மாட்டான்! அவரைப் பிடித்துக் கொடுத்து அவரை அழியா அவமானத்திற்கு ஆளாக்கியிருப்பான்!''

''அதாவது வீரசேகரன் தன் கடமையைச் செய்திருப்பான்!''

''ஆமாம்''

''நீ கடமையை மீறி சுந்தரரை வெளியே விட்டாய்?''

''ஆமாம்!''

''கடமையை மீறினால் என்ன தண்டனை கிடைக்கும் என்பது நன்றாகத் தெரிந்திருந்தும் சிறிதும் பயப்படாமல் சுந்தரரின் வெளியேற்றுப் படலத்தை நடத்தினாய்?''

''ஆமாம்!''

''சுந்தர குருஸ்வாமி தங்கியிருந்த பிள்ளையார் கோவிலுக்கும் தேவியின் சிறைக்கூடத்திற்கும் சுரங்க வழியிருந்ததை வீரசேகரன் கண்டுபிடிக்காமல் இருந்திருந்தால், சுந்தரரை யாரும் சந்தேகித்திருக்கவே முடியாது. இல்லையா? இதற்கு சன்மானமாக வீரசேகரனுக்கு எவ்வளவு கொடுத்தாலும் தகும், இல்லையா?''

''ஆமாம்! ஆனால் சுந்தரமகானை அந்நிலைக்கு ஆளாக்கியதற்கு பிரதியாக உங்கள் சக்கரவர்த்திகளிடமிருந்து வீரசேகரனின் தலைக்கு என்ன கூலி கிடைக்கப்போகிறது என்பதை என்னால் சொல்ல முடியாது!''

''சுந்தர உபாத்தியாயர் விஷயத்தில் வீரசேகரன் சிறிதும் தயாதாட்சண்யமின்றிக் கடமையுடன் நடந்து கொள்வான் இல்லையா?''

''ஆமாம்! சுந்தரர் யார் என்பது தெரிந்திருந்தால்கூட அவரை அவன் இலேசில் விட்டிருக்க மாட்டான்! அழியாப் பழியை உண்டாக்கியிருப்பான்!''

''அப்படியானால் சுந்தரர் யார் என்பது வீரசேகரனுக்குத் தெரியாது; இல்லையா?''

''ஆமாம்!''

''ஆனால் குமாரனுக்கு உபாத்தியாயராக சுந்தரரைக் கொண்டு வந்து சேர்த்தவன் வீரசேகரன் தானே?''

''ஆமாம் யாரையாவது ஒருவரைக் குமாரனுக்குக் குருவாக நியமிக்க வேண்டிய அவசரமும் பொறுப்பும் வீரசேகரனுக்குத்தான் கொடுக்கப்பட்டிருந்தது! சுந்தரர் அவன் கண்ணில் தட்டுப்பட்டதும் அவர் யாரெனச் சரியாகத் தெரிந்து கொள்ளாமலே கொண்டு வந்து சேர்த்திருப்பான்! அல்லது யாராவது ஒரு அதிகாரியின் பரிந்துரையினால் அவரைத் தேர்ந்தெடுத்திருப்பான்!''

''யார் அந்த அதிகாரி?''

''யார் என்பதை என்னால் நிரூபிக்க முடியாது! என் யூகத்தையோ சொல்லக்கூடாது!''

''அப்படியானால் சுந்தர குருஸ்வாமி யார் என்பது உனக்கு நன்றாகத் தெரியும்?''

''ஆமாம்!''

''யார் அவர்?''

"என்னைக் கொன்றாலும் அதைச் சொல்ல மாட்டேன்!"

"என் கேள்விகள் முடிந்துவிட்டன! இந்தச் சதிக்குற்ற வழக்கில் எங்கள் பொறுப்பைக் கழித்துக் கொண்டோம்! இனி குற்றவாளிக்கு விசாரணைச் சபைத் தலைவர் மரண தண்டனை விதித்தாலும் சரி மாலை போட்டு உட்கார வைத்தாலும் சரி; எனக்கு ஆக்ஷேபணை இல்லை!" என்று ஜனநாதன் சொல்லி விட்டுத் தன் இடத்தில் போய் உட்கார்ந்தான்.

ஏகவாசகருக்குத் தலை சுற்றியது!

அவர் அஞ்சுகோட்டையானை நோக்கிக் கடுமையான குரலில், "அஞ்சுகோட்டையா! உனக்கென்ன பைத்தியமா பிடித்துவிட்டது?" என்று கர்ஜித்தார்.

"இல்லை! சுந்தரரை வெளியேற்றுவதில் நான் ஒருவன் தான் சம்பந்தப்பட்டவன் என்பதைச் சுய புத்தியுடன் ஒப்புக் கொள்கிறேன்!" இதை நீங்கள் குற்றம் என்று கருதினால் குற்றத்திற்குரிய தண்டனையைச் சிறிது காலத்திற்கு நீங்கள் ஒத்திபோட வேண்டும்! என்றான் அஞ்சுகோட்டை மமதையோடு.

"மரணத்தைச் சிறிது காலம் ஒத்திப்போடுவதால் என்ன பிரயோஜனம் அதற்குள் பயத்தால் பலதடவைகள் செத்துச் செத்துபோக நேரிடும்!" என்று இடி இடியென நகைத்தான் ஜனநாதன்.

"நானொன்றும் தண்டனையை அனுபவிக்கப் போவதில்லை! என்னை யாரும் தண்டனைக்கு ஆளாக்கிவிட முடியாது!" என்றான் அஞ்சுக்கோட்டையான் ஆங்காரத்தோடு.

"ஏன், எங்கள் குலோத்துங்கசோழ சக்கரவர்த்திகளிடமிருந்து உனக்கு மன்னிப்புக் கிடைக்குமென நம்பிக்கொண்டிருக்கிறாயா?" என்று பரிகாசமாகக் கேட்டான் ஜனநாதன்.

"ஆமாம்!"

"எங்கள் சக்கரவர்த்திகள் உன்னை எதற்காக மன்னிக்கவேண்டும்? சுந்தரரை நீ வெளியேற்றிய சதிப் படலத்திற்கும் எங்கள் சக்கரவர்த்திகளுக்கும் என்ன சம்பந்தம்?" என்று விஷமமாகக் கேட்டான் ஜனநாதன்.

"அதெல்லாம் நான் சொல்ல முடியாது. சக்கரவர்த்திகளிடம் விண்ணப்பித்துக் கொள்ள எனக்கு அவகாசம் கொடுங்கள், சக்கரவர்த்திகளுக்குத் தெரியாமல் என்னை யாராவது தண்டித்துத் தீர்த்து விட நினைத்தால் அதற்குத் தகுந்த பலன் அனுபவிக்க நேரிடும்!" என்றான் அஞ்சுக்கோட்டையான் திமிரோடு.

அதன் பின்னர் அஞ்சுக்கோட்டையான் கோரிய பிரகாரமே விசாரணை சபை தள்ளி வைக்கப்பட்டு அவனுக்கு அவகாசம் கொடுக்கப்பட்டது. ஆனால் சோழமண்டலத் தலைநகரிலிருந்து ஏகவாசகருக்கு வந்த சக்கரவர்த்திகளின் லிகிதத்தைக் கண்ட போது அஞ்சுகோட்டையானுக்கு தூக்கிவாரிப் போட்டது.

சக்கரவர்த்திகளின் திருமுகத்திலுள்ள சாராம்சம் பின்வரும் தொனியில் காணப்பட்டது.

"இராசாக்கள் நாயகரான உடையார் ஸ்ரீ குலோத்துங்க சோழர் திருவாய் மலர்ந்தருளியதாவது: பாண்டி மண்டலத்து நடைமுறை இராசகாரியம் சம்பந்தப்பட்டதாகும், அஞ்சு கோட்டையான் மீதுள்ள சதிக் குற்றம். அந்த வியவகாரம் பற்றிச் சக்கரவர்த்திகளின் அபிப்பிராயத்திற்கு அநாவசியமாக லிகிதம் விடுத்திருக்க வேண்டியதில்லை. அஞ்சுக்கோட்டையானை யாரென நாம் அறியோம். சதிக்காரனுக்கு நாம் மன்னிப்புக் கொடுக்க வேண்டிய அவசியம் எதுவுமில்லை. அஞ்சுகோட்டையானுக்கு அங்கு விசாரணை சபை என்ன தண்டனை விதிக்க வேண்டுமோ அதைக் காலதாமதமின்றி நிறைவேற்றி விடவும் எழுதினான் திருமந்திர ஓலை..."

மேற்படி திருமுகத்தின் வாசகங்களைப் படித்துப் பார்த்த அஞ்சுகோட்டையான் பேயறைந்தவன் போலாகிவிட்டான். சுந்தர குருவிற்குச் செய்த உதவி குலோத்துங்க சோழ மன்னருக்கே செய்த உதவியாகும் என்று அவன் பரிபூரணமாக நம்பியிருந்தான். அந்த உதவிக்கு பரிசாக என்னென்ன பதவிகள் கிடைக்குமென்று அவன் எத்தனையோ கனவுகள் கண்டு கொண்டிருந்தான். ஆனால் அத்தனை கனவுகளும் இருந்த சுவடே தெரியாமல் மாய்ந்து விட்டன! பொழுது விடிந்து துயில் நீங்கியதும் கனவுகள் மாய்ந்து விடுகின்றனவே, அது போன்றதொரு மாயம் இப்போது அஞ்சுகோட்டையானைச் சூழ்ந்து கொண்டு விட்டது, அதுமட்டுமல்ல; அவனுடைய உயிரே ஊசலாட ஆரம்பித்து விட்டது! அதை நினைக்கும்போது அவனுக்குப் பயம் கவ்விக்கொண்டது. சக்கரவர்த்திகளின் புறக்கணிப்பை நினைக்க நினைக்க அவனுக்கு ஆத்திரமும் பீறிக்கொண்டு வந்தது.

இராச காரியமாகத்தான் சிறை விதியை அவன் மீறினதாகவும் இந்தச் சந்தர்ப்பத்தில் தன்னைச் சக்கரவர்த்திகள் காப்பாற்றாவிட்டால் பல விபரீதமான விஷயங்களைத் தான் வெளியிட நேரிடும் என எச்சரிக்கும்படியும் ஆடையூர் நாடாள்வாரை அவன் அவசரமாக சக்கரவர்த்திகளிடம் தூது அனுப்பினான்.

ஆடையூரார் சில நாட்களில் திரும்பி வந்து ''சிறைச்சாலையில் அஞ்சுகோட்டையானைச் சந்தித்து

அஞ்சுகோட்டையா! நானென்ன செய்வது? நீ யாரென்பதே சக்கரவர்த்திகளுக்குத் தெரியாதெனவும் அவரை யாருங் காப்பாற்றும்படியான சந்தர்ப்பம் நேரவில்லை எனவும் திருவாய்க் கேள்வியினர் சொல்லுகிறார்கள். இந்த நிலையில் நீ சொன்னதையெல்லாம் போய் சக்கரவர்த்திகளிடம் சொன்னால் நானும் உன்னோடு சேர்ந்துக் கொண்டு மிரட்டுகிறேன் என்று நினைத்துக் கொள்வார். அவருடைய தரிசனத்திற்காக நான் வீணாகக் காத்திருந்துவிட்டு வெறுமனே திரும்பி வந்துவிட்டேன்'' என்று சொல்லிவிட்டு மெல்ல நழுவிவிட்டார்.

வெறிபிடித்தவன் போல் நின்று கொண்டிருந்த அஞ்சு கோட்டையானிடம் ஜனநாதன் வந்து, ''அஞ்சுதலையா! நீ சஞ்சரிப்பது அரசியல்துறை! நீ யார் யாரை நம்பிக் கொண்டிருக்கிறாயோ அவர்களெல்லாம் நெருக்கடியான நேரத்திலே உன்னைக் கைவிட்டு விடுவார்கள்! அதுமட்டுமல்ல. உன் உயிரின் கடைசித் துளி பிரியும் வரை நீ நம்பிக் கொண்டே இருக்கும்படியான சூழ்நிலையையும் உண்டாக்கிக் கொண்டே இருப்பார்கள்!'' என்றான்.

''சக்கரவர்த்திகளிடம் விஷயத்தை ஆடையூர் நாடாள்வார் எடுத்துச் சொல்லவே இல்லை!'' என்று உறுமினான் அஞ்சுகோட்டையான்.

''அவர் சொல்லியும் இருக்கலாம்! ஆனால் அதைத் தம்மிடம் சொன்னதாகக் காட்டிக்கொள்ள வேண்டாம் எனவும் அரசர்பிரான் சொல்லியிருக்கலாம். உன்னைப்போன்ற அடாபிடிகளை மதித்துப் பதில் சொல்லியனுப்புவதே இராஜ அந்தஸ்துக்குக் குறைவு என்று எவரும் நினைக்கக்கூடியதுதான்'' என்றான் ஜனநாதன்.

''உங்கள் அரசருக்கு நான் உதவி செய்யப் போகத்தான் என் உயிர் அபாயத்தில் மாட்டிக் கொண்டது!'' என்று அஞ்சுகோட்டையான் பொறுமினான்.

''உன்னைப்போன்ற அற்பனிடம் எங்கள் சோழ மண்டலாதிபதி என்ன உதவியை எதிர்பார்த்திருக்க முடியும்? நான் அதை நம்பவில்லை! அப்படியே உதவி செய்திருந்தாலும் அற்பன் செய்த உதவியை எந்த அரசர்பிரானும் வெளிக்காட்டி கொள்ள விரும்பமாட்டார்!''

''அந்த அற்பனிடம் அரசர்பிரானின் இரகசியம் ஒன்று சிக்கியிருந்தால்?''

''அந்த அற்பனோடு அந்த இரகசியமும் புதையுண்டு போய்விட வேண்டுமென விரும்புவார்!''

‘‘அரசருக்கு உதவி செய்ததற்குப் பரிசு மரணமா?’’

‘‘வெளியே சொல்லிக் கொள்ள முடியாத உதவியாய் இருந்தால் மரணத்தைத் தவிர வேறு வழியில்லை! இராச ரகசியத்தைச் சுமப்பவன் எந்தக் கணமும் பிணமாகிவிடத் தயாராக இருக்க வேண்டும். அதுதான் இருவருக்கும் நல்லது!’’

‘‘பிணம் வாய்திறந்து பேச ஆரம்பித்துவிட்டால்?’’

‘‘அற்பனால் வாயை மூடிக்கொண்டு சாக முடியாவிட்டால் விசாரணைக்கு வரும் முன்பே அவன் ஊமையாக்கப்பட்டு விடுவான் வாயை மூடிக்கொண்டு செத்துப் போனால் அற்பனுடைய சந்ததியினருக்கு நிலபுலன்கள் என்று ஏதாவது மறைமுகமாகப் பரிசுகள் கிடைக்கும். அரசர்களின் நன்றியறிதல் என்பதை ஓர் அற்பன் தன் சந்ததியினர் மூலந்தான் அடையமுடியும்! அதாவது அவன் வாயை மூடிக்கொண்டு சாகத் தயாராயிருந்தால்!’’

‘‘உதவி செய்தவனுக்கு மரணம்! அவன் உயிரைப் பலி யிட்ட பிறகு பரிசுகளா! ‘‘ஹா ஹா ஹா!’’ என்று பயங்கரமாக உறுமினான் அஞ்சுகோட்டையான்.

‘‘அஞ்சு தலையா! நீ இப்படியெல்லாம் உறுமுவது காதிலாவது விழுந்தால் உன் உயிருக்கே அபாயம்! மிரட்டித் தப்பிக்கலாம் என்ற முட்டாள்தனமான ஆசையால் நீ எதையாவது புளுகிவிடுவாயோ என்று நினைத்து, இராஜ கௌரவத்தைக் காப்பாற்றுவதற்காக, உன்னை விசாரணைக்குக் கொண்டு வராமலே உன் உயிரை யாராவது தீர்த்துவிடக் கூடும்!’’ என்றான் ஜனநாதன்.

‘‘நன்றி கெட்ட உலகம்!’’ என்று உறுமினான் அஞ்சுகோட்டையான்.

‘‘அஞ்சுதலையா! யாரை நன்றி கெட்டவன் என்கிறாய்?’’

‘‘எல்லோரையுந்தான்! நான் நம்பியிருந்த ஆடையூர் நாடாள்வார்கூட என்னைச் சமயத்தில் கைவிட்டு விட்டார்! நம்பிக்கைத் துரோகிகளை என்ன செய்கிறேன் பார்!’’ என்று அஞ்சுகோட்டையான் தன் விஷ நாக்கைக் கடித்துக் கொண்டான்.

‘‘மூடாத்மாவே! ஒருவன் எதை விதைக்கிறானோ அதன் விளைச்சலைத்தான் அறுவடை செய்கிறான் என்று ஒரு நீதி வாக்கியம் உண்டு! முதலில் நீ வீரபாண்டியனுக்கு நம்பிக்கைத் துரோகம் செய்து அவனைக் கைவிட்டாய்!

பிறகு எங்களிடம் இராச விசுவாசப் பிரமாணம் எடுத்துக் கொண்டு எங்களிடமே உன்னுடைய இராஜத் துரோகத்தை

காட்டிவிட்டாய்! துரோகிகளுக்குத் துரோகந்தானே பரிசாகக் கிடைக்கும்?'' என்று நையாண்டி செய்தான் ஜனநாதன்.

''நானொன்றும் உங்கள் இராஜாவுக்குத் துரோகி அல்ல! உங்கள் இராஜாதான் நன்றி மறந்தவர்!''

''அஞ்சுதலையா! நான் பொதுவான இராஜ தர்மத்தைப் பற்றித் தான் இவ்வளவு நேரம் உன்னிடம் பேசிக் கொண்டிருந்தேனே தவிர எந்தத் தனிப்பட்ட இராஜாவைப் பற்றியும் நான் ஒன்றும் சொல்லவில்லை என்பதை ஞாபகத்தில் வைத்துக்கொள்! ஒருவேளை உனக்கு மரணதண்டனை விதிக்கப்பட்டு உன் கழுத்தில் சுருக்குக் கயிறு மாட்டப்படும்போது எங்கள் மன்னரின் கருணை கிடைத்தாலும் கிடைக்கலாம்!''

''அப்போதும் கருணை கிடைக்காவிட்டால்?''

''விதிப்படியே எல்லாம் முடியட்டுமென நீ புன்னகையுடன் சாக வேண்டியதுதான்! அப்போதுதான் உன் சந்ததியினரின் வாழ்வு நல்வாழ்வாயிருக்கும்! அதாவது நீ ஏதாவது புளுக ஆரம்பிக்காமல் கடைசி கணம் வரை வாயை மூடிக்கொண்டு சாகத் தயாராக இருந்தால் ஏதாவது நல்ல பலன் கிடைக்குமென நம்பிக் கொண்டிருக்க வேண்டும்?''

''அதை நான் நம்பாவிட்டால்?''

''நீ அதை நம்புவதாகச் சொல்லும்வரை ஓர் உத்தம அதிகாரி உன்னை இலேசில் விட்டுவிட்டுப் போகமுடியாது!'' என்று ஜனநாதன் விஷம புன்னகையுடன் தன் உடைவாளின் கைப்பிடிமீது கைவைத்தான்.

அஞ்சுக்கோட்டையானுக்கு கலவரத்தால் தொண்டைக்குள் எச்சில் அடைத்தது ''நீ சொல்வதை நம்புகிறேன் நம்புகிறேன்!'' என்று அஞ்சுகோட்டையான் பொய்யாக முணுகினான் வேண்டா வெறுப்போடு.

அவன் பொய்யாக முணுகுவதைக் கேட்டு ஏமாந்து விட்டவனைப்போல் ஜனநாதன் நடித்துக்கொண்டே, ''அஞ்சுகோட்டையா! அதுதான் புத்திசாலித்தனம், விசாரணை சபையில் உன்னை எது கேட்டாலும் வாயை மூடிக் கொண்டிரு!'' என்று சொல்லிவிட்டு அங்கிருந்து நழுவிச் சென்றான்.

அவன் சென்றதும், ''எல்லாப் பயல்களையும் பழிவாங்காமல் சாகமாட்டேன்!'' என்று அஞ்சுகோட்டையான் மனதிற்குள் கறுவிக் கொண்டான்.

அந்தப் பக்கம் சிறையறைகளை ஏகவாசகர் பார்வையிட வந்தபோது, ''ஓய்! ஏகவாசகரே, ஏகவாசகரே!'' என்று அஞ்சு

கோட்டையான் கத்திக் கூப்பிட்டான். ஆச்சரியத்துடன் திரும்பிப் பார்த்த ஏகவாசகர், ''என்ன அஞ்சு கோட்டையா!'' என்று சொல்லிக்கொண்டே அவன் அடைபட்டிருந்த சிறையருகில் வந்தார்.

''நீர் வழிபடும் திருநீலகண்டத்தின்மீது ஆணை! என்னை மறுபடி விசாரணைக்குக் கொண்டுபோகும் முன்னே என்னைக் கொன்று விடுவார்கள் போலிருக்கிறது!'' என்று அவன் பரிதாபகரமாகக் கத்தினான்.

''என் மேற்பார்வையிலிருக்கும் சிறைச்சாலைக்குள் யார் உட்புகுந்து உன்னைக் கொன்றுவிட முடியுமெனப் பீதியடைகிறாய்?'' என்று கேட்டார் ஏகவாசகர்.

''ஜனநாதன் என்னைக் கொன்றுவிடுவான்! விசாரணை சபையில் நான் சில விஷயங்களை வெளியிடக் கூடாதென அவன் விரும்புகிறான்!''

''ஜனநாதன் உன் அருகில் வரக்கூடாதென உத்தரவிட்டு விடுகிறேன்!

நீ மறுபடி பகிரங்கமாக விசாரிக்கப்பட்டுப் பகிரங்கமாகவே மரணதண்டனை விதிக்கப்பட்டு பகிரங்கமாகவே யானைக்காலால் மிதிக்கப்பட்டுச் சாவாயே தவிர, உன்னை யாரும் இரகசியமாகக் கொன்றுவிட மாட்டார்கள். இது சத்தியம்! திருநீலகண்டத்தின் மீது ஆணை!'' என்று ஏகவாசகர் சொல்லிவிட்டுப் போனார்.

''ஹா! ஹா! ஹா!'' என்ற அஞ்சுகோட்டையானின் சிரிப்பு அவருடைய காதில் வந்து விழுந்து கொண்டேயிருந்தது, அது மரண பீதியின் பயங்கரச் சிரிப்பு என்று ஏகவாசகர் எண்ணிக் கொண்டே போனார்!

அத்தியாயம் 71

மகரக் கண்ணன் வதை

“மகரக்கண் மழையேறு என்னும்
திண்டிறல் அரக்கன்.”

– கம்ப ராமாயணம்

மறு விசாரணைக்காக அஞ்சுகோட்டையானைக் கொண்டு வந்து நிறுத்திய போது, உலகத்தையே பழிதீர்க்க வேண்டும் என்பது போன்ற வெறியுடன் தன் விழிகளை அவன் உருட்டி விழித்துக் கொண்டிருந்தான். அன்று அவனுடைய தலை உருளப்போகும் வேடிக்கையைக் காண்பதற்காக மதுரைமா ஜனங்கள் பெருவாரியாய் திரண்டு வந்து அசோகவனக் கோட்டையின்முன் மொய்த்திருந்தார்கள்.

தேவியின் கற்பைச் சூறையாடிய சுந்தரகுரு யாரென்பதைத் தெரிந்து கொள்ளவேண்டும் என்கிற ஆவலும் ஆத்திரமும் ஜனங்களுக்கும் அதிகாரிகளுக்கும் ஒருங்கே அதிகரித்திருந்தன. அஞ்சுகோட்டையானைச் சித்திரவதை செய்தாவது அவன் வாயிலிருந்து அந்த இரகசியத்தை வரவழைத்தால் என்ன என்கிற ஜுரவேகமும் அவர்களுக்கு உண்டாகியிருந்தது.

முன்பு மதுரையைச் சோழர்கள் முற்றுகையிட்ட நெருக்கடியான சந்தர்ப்பத்தில் அஞ்சுகோட்டையான் பதவிப் பித்தின் காரணமாக வீரபாண்டியனுக்குத் துரோகம் புரிந்து கோட்டைக் கதவைப் பகைவருக்கு திறந்துவிட்டவன் என்கிற அருவருப்பும், சோழர்களுக்கு அஞ்சுகோட்டையான் அடிமையாகிவிட்டதோடு பாண்டிய நாட்டையும் அடிமைப் படுத்துகிறான் என்கிற ஏளனமும் பாண்டியமா ஜனங்களிடையே ஏற்கனவே இருந்து வந்தன; இப்போது அவர்களின் பெருமதிப்புக்குப் பாத்திரமான தேவியின் கற்பைச் சூறையாடிய சுந்தர உபாத்தியாயருக்கும் அஞ்சு கோட்டையான் கையாளாக மாறி அவரைத் தப்பிச்செல்ல அனுமதித்து விட்டானே என்கிற வெறுப்பும் சேர்ந்துகொண்டது. அதை அங்கு குழுமியிருக்கும் ஜனங்களின் பார்வையிலிருந்து அஞ்சுக்கோட்டையானும் புரிந்து கொண்டு விட்டான்.

பரம்பரை வழியாக அவன் அஞ்சுகோட்டைகளுக்குத் தலைவனாக விளங்கி, ஜனங்களிடையே ஓரளவு செல்வாக்கும் ஒரு காலத்தில் பெற்றிருந்தவன். சோழப் படையெடுப்பைத் தந்திரமாகப் பயன்படுத்தி வீரபாண்டியன் கட்சியை அழித்துவிட்டு பாண்டிய சிம்மாசனத்தில் விக்கிரம பாண்டியனைப் பொம்மை அரசனாக முடிசூட்டி பெயரளவில் உட்கார வைத்துவிட்டால், அஞ்சு கோட்டையானே பிரதம மந்திரியாகி, தன்னுடைய அஞ்சு கோட்டைகளையும் ஐம்பது கோட்டைகளாக்கிக் கொள்வதோடு பாண்டிய நாட்டின் மகரக் கொடிக்கும் ஏகப் பிரதிநிதியாக அரசியல் உலகெங்கும் செல்வாக்குப் பெறமுடியுமென்றும் அவன் கனவு கண்டிருந்தான். அதனாலேயே அவன் மகரக் கண்ணன் என்று ஜனநாதனால் புனைப்பெயர் சூட்டப்பட்டு அடிக்கடி பரிகாசப் பொருளாக்கப்படும் போதெல்லாம் அவன் உறுமிக்கொண்டே இருந்தான். இப்போது அதே ஜனநாதனின் விஷமச் சிரிப்பின் முன்னிலையில் சங்கிலியால் கட்டிய காட்டு மிருகத்தைப்போல் தன்னை நிறுத்தியிருப்பதை அஞ்சுகோட்டையானால் சகிக்கவே முடியவில்லை.

அந்தச் சமயம் வீரசேகரனும் தேவியை வேறு சிறைக்கூடத்திற்கு மாற்றியிருக்கும் ஏற்பாடுகளைக் கவனித்துவிட்டு வந்து ஜனநாதனுடன் சேர்ந்து கொண்டான். அஞ்சுகோட்டையானின் பரமவைரிகள் இருவர் அதனைப் பரிகாசமாகப் பார்ப்பதையும், அவன் உயிருக்கு தவிப்பதையும் பொறுக்க முடியவில்லை!

எந்தச் சோழருக்காக அவன் தன் பாண்டிய நாட்டிற்குத் துரோகம் புரிந்தானோ, அதே சோழரால் துரோகியெனக் குற்றம் சாட்டப்பட்டு உயிருக்கு ஊசலாடும் விதிவந்துவிட்டது! குலோத்துங்க சோழச் சக்கரவாத்திகள் தான் சுந்தரகுரு என்று அவன் பரிபூரணமாக நம்பி, அவரை அவமானத்திற்கு ஆளாக்காமல் சிறைக் கோட்டையிலிருந்து வெளியே அனுப்பிய பிறகு மகத்தான பரிசுகளும் பதவிகளும் கிடைக்கும் என்று இறுமாந்திருந்ததற்கு மாறாக சக்கரவர்த்திகளின் இரகசியத்தோடு அவனது உடலையும் புதைத்து விடக்கூடிய துரோகந்தான் அவனுக்குப் பரிசாகக் கிடைத்தது! துரோகத்தை விதைத்தவனின் வாழ்வு வரிசையாகத் துரோகங்களையே அறுவடை செய்து வந்தது. இந்தவிதியை நினைக்கும்போது அஞ்சுகோட்டையானால் அழமுடியவில்லை, ஆத்திரப்படத்தான் முடிந்தது! அவன் முன்பு வாழ்ந்த வாழ்வும், அதன் பிறகு சோழிய அதிகாரிகளிடம் எடுப்பார் கைப்பிள்ளையாகிவிட்ட கதையும், அவன் சாகப்போகிற சாவும் அவன் கண்முன் வந்து அவனுடைய மகர விழிகளைச் சிவப்பேற்றின.

இரத்தச் சகதியில் அகப்பட்டுக் கொண்ட மீன்கள் உயிருக்காகத் துள்ளுவது போலவே அவனுடைய விழிகள் பிதுங்கிக் கொண்டிருந்தன.

அவனுடைய உயிர் துடிப்பையும் ஆத்திரத்தையும் அதிகமாகக் கிளறி விடுபவன் போல் ஜனநாதன் அவன் முன் வந்து, அவனை ஒருமுறை ஏளனச் சிரிப்புடன் பார்த்துவிட்டுச் சபைத் தலைவரை நோக்கித் திருப்பிப் பேசலானான்:

''நாம் ஏன் அஞ்சுகோட்டையானை அநாவசியமாக மறு விசாரணை செய்ய வேண்டும்? அவனுக்கு மரணதண்டனையைச் சீக்கிரம் நிறைவேற்றிவிட்டால் நாமும் ஜனங்களும் வேறு வேலைகளைக் கவனிக்க போகலாம்!'' என்று ஆரம்பித்தான் ஜனநாதன்.

''என்னை விசாரிக்காமல் தண்டித்தால் உங்கள் சோழ நீதி முறையின் மீது பாண்டிய மக்கள் காறி உமிழ்வார்கள்!'' என்று கர்ஜித்தான் அஞ்சுகோட்டையான்.

''அஞ்சுகோட்டையான் மறு விசாரணையில் சொல்வதற்கு ஏதாவது புதிய விஷயங்கள் இருக்கலாம்! அவன் ஏன் துரோகியாக மாறினான் என்பது இன்னும் இந்தச் சபைக்குப் பிடிபடவில்லை!'' என்றார் சபைத் தலைவரான ஏகவாசகர்.

முன்பு இவன் வீரபாண்டியனுக்குத் துரோகம் செய்துவிட்டு நம்மோடு சேர்ந்துக் கொண்டான். ''துரோகியை நம்பி எந்தப் பொறுப்பும் கொடுக்கும் வழக்கமும் நம்மிடமில்லை. நமக்கு அவன் துரோகம் செய்து விட்டான்! பாண்டிய நாட்டின் மகரக் கொடிக்கு அவன் ஏகப் பிரதிநிதியாக வேண்டுமென்கிற கனவு நிறைவேற முடியாத போதெல்லாம் அவன் துரோகியாகி விடுவான்! அவனுக்கு எப்போதும் அத்தகைய மகரக்கொடியின் மீதுதான் கண் உண்டு! அவனுக்கு மகரக் கண்ணன் என்று நான் ஒரு புனைப்பெயரைக் கம்ப ராமாயணத்திலிருந்து எடுத்துச் சூட்டியிருப்பது அவனுக்கே தெரியும்!'' என்று சிரித்தான் ஜனநாதன்.

''இராஜ விசுவாசத்திற்குப் பரிகாசந்தான் பரிசா?'' என்றான் அஞ்சுகோட்டையான்.

அவனை நோக்கி ஜனநாதன், ''அடே மகரக்கண்ணா! பெண்களுக்கு இருக்க வேண்டிய மீன் விழிகள் உனக்கு இருக்கின்றன! பெண்களின் சாகசம் எதுவும் எங்களிடம் பலிக்காது! ஏதாவது அர்த்தமில்லாமல் வாயாடி எங்களுடைய நேரத்தை வீணாக்க ஆரம்பித்தால், உன் வாயையும் உன் மகரக் கண்களையும் பிடுங்கிவிட்டுத்தான் உன்னை எமனுக்குத் தானம் கொடுப்போம்!'' என்றான்.

அஞ்சுகோட்டையானுக்கோ அப்போது மரண பீதி அதிகரித்திருந்தாலும், தான் சாகும்போது சும்மா சாகக்கூடாது என்கிற க்ஷாத்திரப் புத்தியும் சூடேறிக் கொண்டிருந்தது. அவனுடைய பார்வைக்கு அகப்படாமல் ஆடையூர் நாடாள்வார் அதிகாரிகளின் மத்தியில் ஒளிந்துகொள்ள முயன்றாலும், அந்தக் கிழவரை அஞ்சுகோட்டையான் விடவில்லை!

''ஓய்! ஆடையூராரே! இங்கே வாரும்! உங்கள் சக்கரவர்த்திகளிடமிருந்து இன்னும் தூதன் யாரும் வரவில்லையா?'' என்று உறுமினான் அஞ்சுகோட்டையான்.

அதற்கு ஆடையூர்க் கிழவர் மௌனமாகத் தலைகுனிந்து நின்றது அவனுக்குப் பெரிதும் ஏமாற்றத்தையும் கோபத்தையும் உண்டாக்கியது.

அப்போது இடி இடி என்ற சிரிப்புடன் ஜனநாதன் வெளிப்பட்டு, என்ன அஞ்சுதலையா! எங்கள் சக்கரவர்த்திகளிடமிருந்து உனக்கு மன்னிப்பு ஓலை வருமென்று எதிர்பார்த்துக் கொண்டிருக்கிறாயா? எமனிடமிருந்துதான் உனக்கு மரண ஓலை வந்திருக்கிறது!'' என்றான்.

''எனக்கு எப்படி மரண தண்டனை நிறைவேற்றுவீர்கள்?'' என்று கர்ஜித்தான் அஞ்சுகோட்டையான்.

''அது வெகு சுலபம்! உன் கழுத்தளவு குழி தோண்டி அதிலே உன்னைப் புதைத்து வைத்துவிட்டு எங்களுடைய முரட்டு யானை ஒன்றைக் கூப்பிடுவோம்! நீ முக்கியமான அதிகாரி எனவும் இறுமாந்திருப்பவனாகையால் எங்களுடைய யானைப் படை அதிகாரி அத்திமல்லர் சம்புவராயரே அந்த முரட்டுயானை மீது ஏறி அமர்ந்து அதை உன் முன் ஓட்டி வருவார். அந்த முரட்டுயானை தன் தும்பிக்கையை நீட்டி உன் தலையைத் தடவி அடையாளம் பார்த்துவிட்டு, தன் காலைத் தூக்கி உன் தலையைப் பூப்பந்து போல் உதைத்து தள்ளும்! உன் தலை எவ்வளவு தூரத்தில் உருண்டோடி விழுகிறது. உன் மகரக் கண்கள் எவ்வளவு வேகமாகப் பிய்த்துக்கொண்டு பறக்கும் என்பதெல்லாம், அந்த யானைக்காலின் பலத்தையும் அதற்கு எங்கள் சம்புவராயர் அளித்திருக்கும் பயிற்சியையும் பொறுத்திருக்கிறது! அஞ்சுதலையா! அது இங்குள்ள ஜனங்கள் அனைவருக்கும் எவ்வளவு வேடிக்கையான காட்சியாய் இருக்கும் தெரியுமா? ஆஹா!'' என்று சிரித்தான் ஜனநாதன்.

அந்த வர்ணிப்பைக் கேட்கும் போதே அஞ்சு கோட்டையானுக்குப் பாதிப் பிராணன் மிதிப்பட்டு விட்டது மாதிரி, அவனுடைய பூதாகாரமான உடலை உலுக்கி எடுத்தது.

அவனுடைய சிவந்த மீன் விழிகள் அதிகமாகத் துடித்தன, அவன் பேய்த்தனமான பார்வையுடன் குபீரென ஆடையூர்க் கிழவரை நோக்கித் திரும்பினான்.

"ஓய்! உம் சக்கரவர்த்திகள் கிடக்கட்டும்! அவர் சார்பில் நீராவது என்னைக் காப்பாற்றப் போகிறீரா, இல்லையா?" என்று அதட்டினான் அஞ்சுகோட்டையான்.

நான் என்ன செய்வது அஞ்சுகோட்டையா? நீ எனக்கு வலது கைப்போல் விளங்கியவன் என்பது உண்மைதான்! நீ போய்விட்டால் நான் மிகவும் துக்கப்படுவேன் என்பதும் உண்மைதான்! ஆனால் இராச காரியம் என்று வந்துவிட்டால் எல்லாம் அதனதன் விதிப்படி நடக்க வேண்டியதுதானே என்றார் ஆடையூரார்.

"சுந்தரகுருவின் கௌரவத்தைக் காப்பாற்றுவதற்காக என் தலையைப் பலிகொடுக்க வேண்டுமென்று எனக்கென்ன தலைவிதியா?" என்று உறுமினான் அஞ்சுகோட்டையான்.

"அந்த சுந்தரகுரு யாரென்பதையும் அவரை ஏன் நீ வெளியே போக அனுமதித்தாய் என்பதையும் சொல்லிவிடு! ஒருவேளை இந்தச் சபை உன் தண்டனை விஷயத்தில் புனராலோசனை செய்யக்கூடும்!" என்றார் ஆடையூரார்.

"அப்படியானால் அந்த இரகசியத்தை இவ்வளவு பெரிய கூட்டத்துக்கு மத்தியில் வெளியிட வேண்டியதுதான்; இல்லையா?" என்று அஞ்சுகோட்டையான் ஏளனத்துடனும் வன்மத்துடனும் கேட்டான்.

"ஆமாம்!"

"ஆடையூராரே! நீர் சொன்னப்படி வெளியிட்டு விடுகிறேன்! அதனால் ஏற்படும் விளைவுகள் உம்மைச் சாருமே தவிர, என்னைச் சேராது!" என்றான் அஞ்சுகோட்டையான்.

ஜனநாதன் சட்டென்று குறுக்கிட்டு, "அஞ்சுகோட்டையான் ஏதோ மிரட்டித் தண்டனையிலிருந்து தப்பித்துக் கொள்ளப் பார்க்கிறான். சாகப்போகிற வெறியில் அவன் எதையாவது உளறி அனாவசியமான குழப்பத்தை உண்டாக்கிவிடக் கூடும்!" என்றான்.

"ஹா! ஹா! ஹா! நான் சொல்லப்போவது உளறலோ? நான் இங்கு சில இரகசியங்களை வெளியிடுவதை ஜனநாதன் விரும்பவில்லை! அவற்றை நான் வெளியிட்டால் என்னைக் கொன்று விடுவதாக ஜனநாதன் என்னை மிரட்டினான்!" என்று சீறினான் அஞ்சுகோட்டையான்.

‘‘அஞ்சுகோட்டையானை இங்கு பேசவிடக்கூடாது! உடனே அவன் வாயை ஊமையாக்கி, உடனே யானையை வரவழைத்து மரண தண்டனையை நிறைவேற்றிவிட வேண்டும்!’’ என்றான் அழுத்தந்திருத்தமான குரலில் ஜனநாதன்.

‘‘என்னை ஊமையாக்கி விடவேண்டுமென்று சொல்லுகிற வாயைக் கிழித்து விடுவேன்! என் தண்டனைக்கு யார் காரணமானவர்களோ அவர்கள் கௌரவமாக வாழவும் நான் வாயை மூடிக்கொண்டு சாகவும் வேண்டுமோ?’’ என்று உக்கிரமாகக் கூவினான் அஞ்சுகோட்டையான்.

அவ்விருவருக்குமிடையே வாக்குவாதம் முற்றுவதை அனுமதிக்க விரும்பாதவராகச் சபைத் தலைவரான ஏகவாசகர் சட்டென எழுந்து நின்று, ‘‘ஜனநாதா! மரண தண்டனைக்கு ஆளாகப் போகும் குற்றவாளி இந்த விசாரணை சபைமுன் எதையும் சொல்ல உரிமை உண்டு என்பது மட்டுமல்ல; சுந்தரகுரு யார் என்பது இந்த சபைக்குத் தெரிந்தாக வேண்டும்! இராஜ விசுவாசப் பிரமாணம் எடுத்துக்கொண்ட அஞ்சுகோட்டையான் திடீரென சுந்தர உபாத்தியாயர் விஷயத்தில் துரோகியாக மாறி மரண தண்டனைக்குள்ளாகிறான் என்றால் அதற்குத் தகுந்த காரணம் இருக்கும் என்றும், மேல் நடவடிக்கைகளுக்கு அந்தக் காரணத்தைத் தெரிந்து கொள்வது அவசியம் என்றும் இந்த விசாரணை சபை கருதுகிறது!’’ என்றார் கடுமையான குரலில்.

‘‘நம் குலோத்துங்கச் சோழ சக்கரவர்த்திகளின் சார்பாக நான் அதை ஆட்சேபிக்கிறேன். அஞ்சுகோட்டையானை இனி இங்கு ஒரு வார்த்தையும் பேசவிடக்கூடாது! அவன் வாயைத் திறந்தால் அம்பெய்து அவனுடைய மார்பைத் துளைத்துவிட வேண்டும்!’’ என்றான் ஜனநாதன் தன் குரலில் திடத்தை வரவழைத்துக் கொண்டு.

‘‘உன்னுடைய ஆட்சேபணையை சக்கரவர்த்திகள்கூட அனுமதிக்கமாட்டார்! இனி நீ இது சம்பந்தமாக ஒரு வார்த்தைகூடப் பேசக்கூடாதெனச் சபைத்தலைவா் என்கிற முறையில் நான் கட்டளையிடுகிறேன்!’’ என்றார் ஏகவாசகர்.

‘‘அந்த அற்பனின் வாயை மூடச்சொன்னால் ஜனநாதனின் வாயை மூடச்சொல்கிறீர்கள்! அதனால் ஏற்படக்கூடிய விபரீதங்களை இந்தச் சபையில் ஒரு புத்திமானாவது உணரவில்லை!’’ என்று சலித்துக் கொண்டான் ஜனநாதன்.

ஜனநாதனுக்கு ஏற்பட்ட தலைகுனிவைக் கண்டு ஆடையூர் நாடாள்வாருக்கோ உற்சாகம் தாங்கவில்லை. அஞ்சுகோட்டையான்

வெளியிடப்போகும் இரகசியங்களில் ஏதாவது ஜனநாதன் அகப்பட்டுக் கொள்ளக்கூடிய விஷயங்கள் இருக்கும் என்று எண்ணிய அந்தக் கிழவர், அஞ்சுகோட்டையானை அதிகமாகத் தூண்டி, "சொல்! சொல்! சுந்தரகுரு யார்? பாண்டிமா தேவியைப் பழிப்புக்கு ஆளாக்கிய நீசன் யார்? அந்த ஒழுக்கம் கெட்டவனை நீ பிடித்துக் கொடுக்காமல் ஏன் சிறைக் கோட்டையிலிருந்து வெளியே விட்டாய்?" என்று கேட்டார்.

"ஆடையூர் நாடாள்வாரே! அஞ்சுகோட்டையான் உம்முடைய கையாள் என்பதை எப்படி மறுக்கவில்லையோ அது போலவே இப்போது அந்தப் பேயனைப் பேசும்படித் தூண்டிவிடுவது நீர்தான் என்பதை மறந்து விடாதீர்! அதற்கு நீர்தான் பொறுப்பு!" என்றான் ஜனநாதன்.

"அவனைப் பேசவைத்த பெருமை என்னையே சேரட்டும், ஜனநாதா!" என்றார் ஆடையூரார்.

"ஓய்! என்னை "வாள் நிலைகண்டான் ஜனநாதக் கச்சிராயரே" என்று மரியாதையாகக் கூப்பிடும்! இல்லாவிடில் உம்மை வெறும் ஆடையா என்று நான் கூப்பிட நேரிடும். என்னைவிட உமக்கு வயது அதிகமே தவிர, புத்தியில் நானொன்றும் உமக்குக் குறைந்தவனல்ல! பேச்சில்கூட எதிராளிக்கு விட்டுக் கொடுப்பவன் நானல்ல!" என்று ஜனநாதன் சொல்லி விட்டு ஒருபுறமாகப் போய்த் தன் ஆசனத்தில் அமர்ந்தான்.

"நீங்கள் சிறையில் அடைத்திருக்கும் அகல்யாவை உடனே இந்த விசாரணை சபைக்கு வரவழையுங்கள்! அவளை நான் விசாரிக்க வேண்டும்!" என்றான் அஞ்சுகோட்டையான்.

"அகல்யா இங்கே எதற்கு?" என்று ஜனநாதன் மறுபடி துள்ளியெழுந்தான்.

"அவள் இங்கே வந்தால் பல இரகசியங்கள் ஆதாரபூர்வமாக வெளிப்படும்! தேங்காய்களுக்குள் சதி ஓலைகளை மறைத்து வைத்து அவற்றைத் தெருவில் சென்ற வீரசேகரனிடம் அகல்யா நயவஞ்சகமாக விற்றாள் எனவும், பிரசாத தேங்காய்களின் வழியாக வந்த ஓலைகளைப் பாண்டிமாதேவி விழுங்கிவிட்டாள் எனவும் கருதி அகல்யாவைச் சிறையிலடைத்து வைத்திருக் கிறீர்கள். அந்த ஓலைகளில் என்ன விஷயம் எழுதப்பட்டிருந்தது என்பதை அன்றைய விசாரணையில் அகல்யா சொல்ல மறுத்தாள். அவளைச் சித்திரவதை செய்தாவது அதைச் சொல்ல வைப்பதற்கும் ஜனநாதன் விடவில்லை! நீங்களும் இதுவரை அதைக் கண்டு பிடிக்கவில்லை!" என்றான் அஞ்சுகோட்டையான்.

‘‘நீ அதைக் கண்டுபிடித்து விட்டாயோ?’’ என்றான் ஜனநாதன் ஏளனத்துடன்.

‘‘ஆமாம்! தேங்காய்களுக்குள் மறைத்து வைத்துச் சிறையிலுள்ள தேவியிடம் அனுப்பப்பட்டவை அவ்வளவும் காதல் ஓலைகள்! சுந்தரகுரு திட்டமிட்டுத் தேவிக்கு எழுதியவை! அவரிடம் இரகசியமாகக் கற்பை பலி கொடுக்கத் தேவி சம்மதித்தால் தேவிக்கு விடுதலை, தேவியின் குமாரனுக்குப் பட்டம், பதவி! பாண்டியநாட்டிற்குச் சுதந்திரம் என்றெல்லாம் ஆசைகாட்டிச் சுந்தர உபாத்தியாயர் எழுதிய காதல் ஓலைகள்! என்னைப் போலவே தேவியும் அந்த சுந்தரகுருவை நம்பி ஏமாந்து போனாள்!’’ என்றான் அஞ்சுகோட்டையான்.

‘‘இந்தக் கதையெல்லாம் எங்களுடைய ஆராய்ச்சிக்கும் ஊர் வம்புக்கும் சுவாரசியமாக இருக்குமே தவிர, உன் தலையைக் காப்பாற்றி விடாது!’’ என்று நையாண்டி செய்யலானான் ஜனநாதன்.

‘‘அஞ்சு கோட்டையா! அப்படிப்பட்ட அயோக்கியரான சுந்தரகுருவை ஏன் சிறைக் கோட்டையை விட்டுத் தப்பியோட நீ அனுமதித்தாய்? அதுதான் கேள்வி!’’ என்றார் சபைத் தலைவரான ஏகவாசகர்.

‘‘அகல்யாதான் அதற்கு மூலகாரணம்!’’ என்றான் அஞ்சுகோட்டையான்.

‘‘சிறையில் அடைபட்டிருக்கும் அகல்யா அன்றிரவு உன்னிடம் மாயமாக வந்து சுந்தரகுருவை விட்டுவிடும்படி உனக்கு கட்டளையிட்டாளா? எங்கள் காவற்படை அதிகாரியை நீ அதிகமாக அவமானப்படுத்துகிறாய்!’’ என்று சிரித்தான் ஜனநாதன்.

‘‘நேரில் என்னிடம் அகல்யா வந்து சொல்லவில்லை! சுந்தர குருவை எந்தச் சமயமும் அவமானம் நேரிடாமல் வெளியேவிட வேண்டும் என்று அகல்யா ஒரு ஓலை எழுதி அதைச் சுந்தரகுருவிடமே கொடுத்து வைத்திருந்தாள். அதை அவர் என்னிடம் காட்டினார். நான் உடனே அவரை வெளியே கொண்டுபோய் பத்திரமாய் விட்டு விட்டு வந்தேன்!’’ என்றான் அஞ்சுகோட்டையான்.

‘‘என் கட்டளையை மீறியா?’’ என்று கேட்டார் ஆத்திரத்துடன் ஏகவாசகர்.

‘‘ஆமாம்! வேஷதாரி சுந்தர உபாத்தியாயர் யார் என்பதை அறிந்திருந்தால் எப்பேர்பட்ட அதிகாரியும் எவருடைய

கட்டளையையும் மீறி அவரை வெளியே விடத்தான் வேண்டியிருக்கும்!'' என்று அஞ்சுகோட்டையான் ஆணித்தரமான குரலில் சொன்னான்.

"அந்தக் கபட சந்நியாசி யார்?" என்று ஆடையூரார் கேட்டார். அதையே ஏகவாசகரும் ஆத்திரத்துடன் அதிகாரத் தொனியில் திருப்பிக் கேட்டார்.

"அந்த இராவண சந்நியாசி யார்? எங்கள் பாண்டிமா தேவியை ஏமாற்றிக் கெடுத்த நீசன் யார்?" என்று ஜன சமுத்திரம் முழுவதும் அஞ்சுகோட்டையானை நோக்கி ஆத்திரத்துடன் கூவியது.

"சுந்தரகுரு யாரென்பது என்னைவிட அகல்யாவுக்குத்தான் வெகு நன்றாய் தெரியும்! அவளை இந்த விசாரணை சபைக்குக் கொண்டுவந்து நிறுத்தினால் பல இரகசியங்களையும் நான் ஆதார பூர்வமாக அம்பலமாக்கி விடுவேன்!" என்று வற்புறுத்தினான் அஞ்சுகோட்டையான்.

அதன் பிறகு சபைத் தலைவர் அனுப்பிய உத்தரவின் பிரகாரம் சிறையிலிருந்து அகல்யா சேவகர்களால் கொண்டு வரப்பட்டு விசாரணை சபைமுன் நிறுத்தப்பட்டாள். அவள் எப்போதும் போலவே சிரித்துக் கொண்டிருந்தாள். கூட்டத்தில் யாருடைய முகத்தையும் அவள் ஏறெடுத்துப் பார்க்கவில்லை. ஜனநாதனை மட்டும் ஒருமுறை கடைக்கண்ணால் பார்த்து அர்த்தபுஷ்டியோடு இலேசாக ஒரு புன்னகை செய்துவிட்டு,

அவள் தன் முகத்தைச் சட்டென வேறுபுறம் திருப்பிக் கொண்டாள். ''ஐயோ அகல்யா!

என் அருமைத் தங்கை! அவளைக் கொல்லப் போகிறார்களே!'' என்று புலம்பிக்கொண்டு வரும் சிவகாமியின் குரலைக்கூட அகல்யா பொருட்படுத்தவில்லை!

அவளை வஞ்சினத்துடன் பார்த்த அஞ்சுகோட்டையான் தன் பூதாகாரமான உடலைக் குலுக்கிக் கொண்டு, ''அகல்யா நீ இந்த விசாரணை சபைமுன் எந்த விஷயத்தையும் மறைக்காமல் சொல்வாயா? நீ அவ்வாறு சொல்லாவிட்டால் அநியாயமாக ஓர் உயிர் உன்னால் சாக நேரிடும் என்பதை உத்தேசித்தாவது உண்மையைச் சொல்ல வேண்டும்!'' என்றான்.

''சொல்கிறேன்!'' என்றாள் அகல்யா.

''நீ சுந்தரகுருவின் கையாள்தானே? அவர் கட்டளைப்படி தானே நீ சில ஓலைகளைத் தேங்காய்க்குள் வைத்துத் தந்திரமாகத் தேவியிடம் அனுப்பினாய்? அவையெல்லாம் சுந்தரகுரு எழுதிய காதல் ஓலைகள் தானே? சுந்தர குருவிடம் தேவி தன் கற்பை இழக்கச் சம்மதித்தால் தேவியின் இலட்சியங்களெல்லாம் நிறைவேறும்; தேவிக்கு மறுபடியும் பாண்டிய நாட்டு உரிமை கிடைக்கும் என்றெல்லாம் அவர் ஆசை காட்டி அந்த ஓலைகளில் எழுதியிருந்தாரல்லவா?'' என்று கேட்டான் அஞ்சுகோட்டையான்.

''ஆமாம்! அப்படிப்பட்ட விஷயங்கள்தான் குறிப்பாக அந்த இரகசிய ஓலைகளில் காணப்பட்டன! தேவி கருப்பவதி ஆனாள் என்று கேள்விப்பட்டதுமே சுந்தரகுருவின் ஆசைக்கு அவள் இணங்கி விட்டாள் என்று நான் மிகவும் சந்தோஷப்பட்டேன்!'' என்றாள் அகல்யா.

''ஏன் சந்தோஷப்பட்டாய்? உடனே உனக்குக் குலோத்துங்க சோழச் சக்கரவர்த்திகளிடமிருந்து மன்னிப்பு வரும் என்று எண்ணித்தானே சந்தோஷப்பட்டாய்? சுந்தர குருவாக வேஷந்தரித்து வந்து இரகசியமாகத் தேவியின் கற்பைக் களவாடியது யார்? அந்தக் கபடசந்நியாசி குலோத்துங்க சோழச் சக்கரவர்த்திகள்தானே?'' என்று ஏளனத்துடன் ஆக்ரோஷமாகக் கேட்டான் அஞ்சு கோட்டையான்.

அதை ஒப்புக்கொள்வதா வேண்டாமா என்று திகைப்பவள் போல அகல்யா மௌனமாகத் தலை குனிந்து நின்றாள்.

''சுந்தரகுரு என்பவர் உங்கள் குலோத்துங்க சோழச் சக்கரவர்த்திகள்தான்'' என்று அஞ்சுகோட்டையான் சபையை நோக்கி இடிஇடியென்று ஏளனத்தோடு சிரித்தான். சபை நெடுகிலும் திகைப்பும் புல்லரிப்பும் உண்டாகிப் பயங்கரமான நிசப்தம் நிலவியது ஜன சமுத்திரமோ அளவற்ற அருவருப்பு உணர்ச்சியில் ஆழ்ந்து போயிற்று. அதிகாரிகள் பலருக்குத் தேகம் வெட வெடவென்று நடுங்கின. ஆடையூர் நாடாள்வாருக்கு ஒரு கணம் மூச்சே நின்றுவிடும் போலிருந்தது.

அங்கிருந்த அதிகாரிகளில் ஜனநாதன் ஒருவன்தான் சிறிதும் உணர்ச்சி வசப்படாமல் வழக்கம்போல் விஷமச் சிரிப்புடன் காணப்பட்டான்.

திகைப்பால் மூர்ச்சித்துக் கிடந்த சபையிலிருந்து இடி இடியென்ற சிரிப்புடன் ஜனநாதன் வெளிப்பட்டு ''அஞ்சுகோட்டையான் மிகமிகப் புத்திசாலி! இப்படி எதிர்பாராத ஒன்றைச் சொல்லி உங்களையெல்லாம் திணறடிப்பான் என்று நான் எதிர்பார்த்ததுதான்! நம்முடைய குலோத்துங்க சோழச் சக்கரவர்த்திகள்தான் சுந்தரகுரு என்று அவன் கூசாமல் கூறிவிட்டால் அவனைத் தண்டிக்க முடியாமல் இந்தச் சபை தர்ம சங்கடமான நிலையில் ஆழ்ந்துவிடுமல்லவா? கொம்பேறி மூர்க்கனுக்கும் மகா முரடனுக்கும் இவ்வளவு புத்திசாலித்தனம் இருப்பது மகா அதிசயம் யாரோ ஓர் அறிவாளி சொல்லிக் கொடுத்த தந்திரமாகத் தான் இது இருக்கும்!'' என்று சொல்லி விட்டு ஆடையூராரின் பக்கம் தன் பார்வையைத் திருப்பினான். அவருக்கு அடிவயிற்றில் புளியைக் கரைத்த மாதிரி இருந்தது.

''நான் கூசாமல் கூறவில்லை உங்கள் குலோத்துங்க சோழச் சக்கரவர்த்திகள்தான் சிறிதும் கூசாமல் செய்து விட்டார். உலகமே பழிக்கக்கூடிய ஒரு காரியத்தை, அந்த அவமானத்தை மறைத்துவிட முயன்றால் ஏதாவது பட்டம் பதவி கிடைக்கும் என்ற ஆசை ஜனநாதனுக்கு இருக்கிறது! அதனால்தான் என்னை இங்கே பேசவிடாமல் தடுக்கவும், நான் அந்த இரகசியத்தைச் சொன்ன பிறகு அதைக் கூசாமல் புளுகு என்று சொல்லவும் ஜனநாதனின் மனம் துணிந்தது. நானும் அப்படித் துணிந்துதான் சக்கரவர்த்திகளைக் காட்டிக் கொடுக்காமல் அவரைக் கோட்டையைவிட்டு வெளியேற்றினேன்! ஆனால் அதே சக்கரவர்த்திகளால் என் தலை பறிபோகும் நிலைமை வந்து விட்ட பிறகு அவருடைய அவமானகரமான இரகசியத்தை இன்னும் என்னால் மறைத்து வைக்க முடியாது! உங்கள் சக்கரவர்த்திகளின் ஆசைக்காகத்தான் தேவியை ஜனநாதனும் வீரசேகரனும் திட்டமிட்டுச் சிறைபிடித்து வந்தார்கள்! தேவியை எப்படியாவது ஏமாற்றி அவளுடைய கற்பைச் சிறைக்குள்ளேயே சூறையாட வேண்டுமென்பதுதான் உங்கள் சக்கரவர்த்திகளின் திட்டம்! தேவியிடம் ஜனிக்கப்போகும் சிசு உங்கள் சக்கரவர்த்திகளின் நயவஞ்சகத்தால் உண்டானது! அவருடைய ஆசை நிறைவேறி விட்டது! இனி யாருடைய தலை பலியானால் அவருக்கென்ன?'' என்று அஞ்சுகோட்டையான் அருவருப்பான விஷயங்களை அடுக்கிக்கொண்டே போனான்.

''அஞ்சுதலையா! ஜாக்கிரதை! எங்கள் சக்கரவர்த்திகளை அவமானப்படுத்தும் விஷயம் எதையாவது நீ சொன்னால் உன் நாக்கை என் வீரவாளால் அறுத்து விடுவேன்!'' என்று ஜனநாதன் ஆவேஷப்பட்டவன் போல் நடித்தான்.

''நான் புளுகியிருந்தால்தான் என் நாக்கை நீங்கள் அறுக்க முடியும்! நான் சொன்னது அனைத்தையும் நிரூபிக்கிறேன், பாருங்கள்!'' என்று உறுமிய அஞ்சுகோட்டையான் சிவகாமி நின்ற திசையை நோக்கித் திரும்பி, ''சிவகாமி! நான் சுந்தர குருவைச் சிறைக்கோட்டையிலிருந்து வெளியேற்றிய அன்று இரவு அவரிடம் நீ இரகசியமாக வந்து என்ன கெஞ்சிக் கொண்டிருந்தாய்? அவர் சக்கரவர்த்திகள் என்பது உனக்கு வெகு நன்றாகத் தெரிந்திருந்ததால்தானே உன் தங்கை அகல்யாவை மன்னிக்க வேண்டுமென அவரிடம் கெஞ்சினாய்? தேவியை முன்னிட்டுத்தான் உன் தங்கை சிறையில் பரிதவித்துக் கொண்டிருக்கிறாள் என்றும், அவளை மன்னித்தேன் என்றும் ஒரு வார்த்தை சொல்ல வேண்டுமென்றும் அவரிடம் கெஞ்சினாயல்லவா? சுந்தர குருவைச் சக்கரவர்த்திகளே என்றும் கூப்பிட்டாய் அல்லவா? அவரும் அதை ஆமோதிப்பவர் போல் இருந்தார் அல்லவா? சொல்! சொல்!'' என்று கூவினான் அஞ்சுகோட்டையான்.

''சிறையிலிருந்து தப்ப முடியும் என்றால் எந்த வேஷதாரியும் சக்கரவர்த்திகளைப்போல் நடிப்பதற்குத் தயங்கியிருக்கமாட்டான்! சிவகாமியோ எவரைக் கண்டாலும் தன் தங்கையை மன்னிக்கும்படி பிதற்றக்கூடியவள்! அகல்யாவை கொல்லாமல் சோழிய அரசாங்கம் விடாது என்பதினால் அவளுக்கு பித்துப் பிடித்துவிட்டது!'' என்றான் ஜனநாதன்.

''சிவகாமிக்குப் பித்து பிடித்துவிட்டது என்று ஜனநாதன் புளுகினால் உடனே இங்குள்ள ஜனங்களும் நம்பிவிடுவார்களோ? ஹா, ஹா, ஹா!... சிவகாமி சுயநினைவோடு சுயமூளையோடு தான் அதோ நின்று கொண்டிருக்கிறாள்! அவளுக்குப் பைத்தியம் என்று மழுப்புகிறவன்தான் பைத்தியக்காரன்!'' என்று அஞ்சுகோட்டையான் பயங்கரமாய் ஏளனத்துடன் சிரித்தான்.

சிவகாமியும் அஞ்சுகோட்டையானை ஆதரிப்பவள் போல் பேசலானாள். தன் தங்கை அகல்யாவைக் காப்பாற்றவில்லையே என்ற ஆத்திரம் அவளுக்கும் இருந்தது.

''குலோத்துங்கச் சோழச் சக்கரவர்த்திகள்தான் சுந்தர குருவாக வேஷமிட்டு இரகசியமாகச் சிறைக்கோட்டையில் வந்து தங்கியிருந்தார் என்பதில் சிறிதளவும் சந்தேகமில்லை! அவர் நம் சக்கரவர்த்திகள் என்பதினால்தான் அவருடைய ஆசைக்குத் தேவி உடன்பட்டிருப்பாள்! தேவி வீரபாண்டியனை மணக்கும் முன்பே தேவியை அடைய நம் சக்கரவர்த்திகள் ஆசைப்பட்டிருந்தார் என்பது உலகறிந்த விஷயம்! வீரபாண்டியன்மீது அவர் யுத்தம் தொடுத்ததே தேவியை அடைவதற்குத்தான்! தன் பிராணபதியான வீரபாண்டியன் எதிர் கால நன்மையை உத்தேசித்துத்தான் சக்கரவர்த்திகளிடம் தேவி தன் கற்பையும் பலி கொடுத்திருப்பாள்! சக்கரவர்த்திகள் யாருக்கு ஆசை காட்டி மோசம் செய்திருந்தாலும் என் தங்கையை இந்தக்கதிக்கு ஆளாக்கியது மகா அநியாயம்! அவருடைய கட்டளைப்படி தேங்காய்களுக்குள் காதல் ஓலைகளை வைத்து தேவியிடம் அனுப்பியதற்கு அவரை முன்னிட்டே என் தங்கைக்குத் தண்டனையா?'' என்று சிவகாமி வெறி பிடித்தவள் போல் புலம்பினாள்.

''தங்கை சாகப் போகிறாள் என்ற வெறிதான் இவ்வாறு சிவகாமியைப் பேசச் சொல்கிறது! சக்கரவர்த்திகளுக்கு நன்மை செய்தால் கடைசியில் கெடுதல் தான் விளையுமென்று சிவகாமி வாதாடவும் முயலுவாள்!'' என்றான் ஜனநாதன்.

''சிவகாமி கிடக்கட்டும்! அகல்யா ஓர் ஓலை எழுதி சுந்தரகுருவிடம் கொடுத்திருந்தாள் என்று சொன்னேனல்லவா? அந்த ஓலையைச் சுந்தரகுரு என்னிடம் காட்டியதால் தான் அவரை நான் வெளியே விட்டேன் என்றும் சொன்னேன் அல்லவா? அந்த

ஓலையை இங்கே நான் வாசித்தால் எல்லா விஷயங்களும் நிரூபணமாகிவிடும்! உங்கள் சக்கரவர்த்திகளுக்கு உதவி செய்யப்போக என் தலை எப்படி அபாயத்தில் மாட்டிக் கொண்டது என்பதும் விளங்கிவிடும்!'' என்று கொக்கரித்த அஞ்சுகோட்டையான் தன் இடுப்பிலிருந்த ஓலையை எடுத்து அதிலிருந்த வாசகங்களைப் பின்வருமாறு வாசித்தான்.

''இராச காரியமாக எழுதப்பட்ட இரகசிய ஓலை, சிறைக்கோட்டத்தில் சுந்தரகுரு ஸ்வாமியாக மாறுவேடம் புனைந்து ஒரு காரியத்தின் நிமித்தம் தங்கியிருப்பவர் குலோத்துங்க சோழச் சக்கரவர்த்திகளே ஆவார்! இது இரகசியம். இந்த ஓலையைப் படிப்பவரைத் தவிர வேறு யாருக்கும் இந்த இரகசியம் எட்டக்கூடாது! கோட்டையை விட்டுக் குருஸ்வாமி எப்போதாவது தம்மை இன்னாரெனக் காட்டிக் கொள்ளாமலேயே வெளியேறும்படியான தேவை ஏற்படலாம்! அப்போது இந்த ஓலையும் சக்கரவர்த்திகளின் முத்திரை மோதிரமும் எந்த அதிகாரியின் கையிலாவது கொடுக்கப்பட்டால் அந்த அதிகாரி உடனே குருஸ்வாமியை இரகசியமாக வெளியேற்றச் சகலவிதமான பிரயாசைகளும் எடுத்துக்கொள்ள வேண்டியது. நெருக்கடியான நேரத்தில் இந்த ஓலையைப் பொருட்படுத்தா விட்டால் சம்பந்தப்பட்ட அதிகாரிக்குப் பிற்பாடு என்ன நேரிடுமெனச் சொல்லத் தேவையில்லை. இதில் சம்பந்தப்படுகிற அதிகாரி சிறை விதிகளை மீறுவதினால் தற்காலிகமாகத் தண்டனைகள் அனுபவிக்க நேர்ந்தாலும் பிற்பாடு அவருக்குச் சக்கரவர்த்திகளிடமிருந்து நேர்முகமாகச் சம்பிரதாய மன்னிப்பு வருவதோடு மறைமுகமான பல அனுகூலங்களும் கிடைக்கும்!...

எழுதினாள் அகல்யா.''

அந்த ஓலையை அஞ்சுகோட்டையான் வாசித்து முடித்ததும் ஜனத்திரள் நெடுகிலும் விவரிக்க முடியாத ஓர் அருவருப்பும் ஆத்திரமும் அதிகரித்துப் பொங்கின.

''அகல்யா! இந்த ஓலையைத்தானே உன் கைப்பட எழுதி சுந்தர குருவிடம் கொடுத்து வைத்திருந்தாய்? உண்மையை ஒப்புக் கொண்டுவிடு! இனியும் நீ சக்கரவர்த்திகளை நம்பியிருந்தால் எனக்கு ஏற்பட்ட கதிதான் உனக்கும் ஏற்படும்! அவரைக் காட்டிக் கொடுத்தால்தான் நம்முடைய தலைகளைக் காப்பாற்றிக் கொள்ள முடியும்!'' என்றான் அஞ்சுகோட்டையான்.

''ஆமாம்! நான்தான் அந்த ஓலையை எழுதிக் கொடுத்தேன்! அவரை உபாத்தியாயராக சிறைக் கோட்டைக்குள் வீரசேகரன் கொண்டுபோய்ச் சேர்ப்பதற்கு முன்பே அந்த ஓலையை அவரிடம்

எழுதிக் கொடுத்திருந்தேன்! எப்போதாவது நெருக்கடியான நேரத்தில் அவருடைய மாறுவேஷம் வெளிப்படாமலே அவர் வெளியேறுவதற்கு அந்த ஓலை உபயோகப்படுமென்று நினைத்தேன்!'' என்றாள் அகல்யா.

''அகல்யா சதிகாரியென நம்மால் குற்றம் சாட்டப்பட்டுச் சிறையில் அடைக்கப்பட்டவள்! சுந்தரகுரு தப்புவதற்குத் தேவைப்பட்டால் உபயோகப்படக் கூடுமென்று அவள் ஏதாவது தந்திரமாக எழுதிக் கொடுத்திருக்கலாம்!'' என்றான் ஜனநாதன்.

''ஜனநாதக் கச்சிராயரே! முன்பு நீர்தான் அகல்யாவைப் பாம்பாட்டிச் சித்தரிடமிருந்து பிடித்துவந்து, அவளை விசாரணை சபையிடம் ஒப்படைப்பதில் அதிருப்தியும் அடைந்தீர்! பிறகு அவள் உம்மிடம் சில வாக்குறுதிகள் கொடுத்திருக்கிறாள் என்றும், அதற்குப் பிரதியுபகாரமாக அவளுக்குச் சிறைக்கூடத்தில் சொர்க்கபோகம் போல் சகலவிதமான வசதிகளும் செய்து கொடுக்க வேண்டுமெனவும் நீர்தான் வற்புறுத்தினீர்!'' என்று ஆடையூரார் ஏளனத்துடன் விஷயத்தை வேறுபுறம் திருப்ப முயன்றார்.

ஆனால் ஜனநாதன் அதற்கு வழி விடவில்லை!

''அகல்யா, இப்படி ஏதாவது உளறிக் கொட்டாமல் இருக்க வேண்டுமே என்பதற்காகத்தான் அவளுடைய மனதைச் சந்தோஷப்படுத்தி உண்மையைக் கிரகிக்க முயன்றேன். பகிரங்க விசாரணை சபையில் கூடிய வரையில் அவள் ஊமையாக இருக்க விடுவதே நல்லது என்றும் வற்புறுத்தினேன்! சிறைக்கூடத்தில் அவள் அடைப்பட்டிருக்கும்போது எந்த அதிகாரியும் எனக்குத் தெரியாமல் அவளிடம் எதுவும் பேச முயலக்கூடாது என்றும் எச்சரித்தேன்! அவளிடம் நான் மிகவும் இரக்கம் கொண்டாடுபவன் போல் சாதுரியமாக நடித்ததால் பகிரங்க விசாரணையின் போது நம் சக்கரவர்த்திகளைப் பற்றி எதுவும் தூஷணை சொல்லுவதில்லை என்று அகல்யா எனக்கு வாக்குக் கொடுத்திருந்தாள்! இப்போது அந்த வாக்குறுதிகளையெல்லாம் மீறிவிடும் அளவிற்குப் பேதை அகல்யா இப்படியெல்லாம் பேசியிருக்கிறாள் என்றால் அவளுடைய சிறைவாசத்தின் போது என்னுடைய எச்சரிக்கையையும் மீறி யாரோ அவளிடம் சென்று நயமாகவோ பயமாகவோ என்னென்னவோ பேசியிருக்க வேண்டும்! ஒருசமயம் நம் ஆடையூர் நாடாள்வார்தான் எனக்கும் ஏகவாசகருக்குங்கூடத் தெரியாமல் சிறைகூடத்திற்குச் சென்று தனிமையில் அகல்யாவைச் சந்தித்துப் பேசினார் என்று கேள்விப்பட்டேன்!'' என்றான் ஜனநாதன்.

''தேங்காய்களுக்குள் மறைத்து வைக்கப்பட்டிருந்த சதி ஓலைகளில் என்ன விஷயம் எழுதப்பட்டிருந்தது என்பதை நானாவது சாதுரியமாக அறிந்து கொள்ள முடியுமா என்று தான் அகல்யாவிடம் தனியாகப் பேசிப் பார்த்தேன்! சிறை அதிகாரிகளின் தலைவருக்குத் தெரியாமல் அகல்யாவிடம் நான் பேசிவிட்டது தவறே தவிர, தேச நலத்தைக் கருதிய என் நோக்கத்தில் தவறு எதுவும் கற்பிக்க முடியாது!'' என்றார் ஆடையூரார் ஹீனஸ்வரத்தில்.

''கடைசியில் நம் சக்கரவர்த்திகளின் மீது தீராப் பழி கற்பிப்பதற்குத்தான் அது காரணமாகிவிட்டது!'' என்றான் ஜனநாதன் விடாப்பிடியாக.

''சதிகாரியான அகல்யா பகை நோக்கோடு நம் சக்கரவர்த்தியைப் பழி தூற்றினாலும், சந்தர்ப்பத் துரோகியான அஞ்சுகோட்டையான் தப்பித்துக் கொள்வதற்காக அதை முகாந்திரமாக்கினாலும், உலகம் ஒரு போதும் அதை நம்பிவிடாது!'' என்றார் ஏகவாசகர்.

''நானா சந்தர்ப்பத் துரோகி? சுந்தரகுரு காட்டிய ஓலையைப் பரிபூரணமாக நம்பித்தான் அவரை வெளியே விட்டேன்?'' என்று பொறுமினான் அஞ்சுகோட்டையான்.

''மகரக்கண்ணா! உன் சொந்தக் கண் குருடாகி விட்டதா? உன்னால் அதை எப்படி நம்ப முடிந்தது?'' என்று கேட்டான் விஷமப் புன்னகையுடன் ஜனநாதன் எதையோ கிள்ளி விடுபவன் போல.

''எப்படி நம்பினேனா? ஹா ஹா ஹா! இந்த ஓலையோடு உங்கள் சக்கரவர்த்திகளின் முத்திரை மோதிரத்தையும் சுந்தரகுரு என்னிடம் காட்டினார்! அதனால்தான் அவரைச் சக்கரவர்த்திகள் என்று பரிபூரணமாய் நம்பி அவரை வெளியே விட்டேன்!'' என்று சொன்ன அஞ்சுகோட்டையான் தன் இடுப்பிலிருந்த முத்திரை மோதிரத்தை எடுத்துக் காட்டினான்.

அதை வாங்கிப் பார்த்த ஜனநாதன் எல்லோரிடமும் அதைக் காட்டிவிட்டு ''இது நம் குலோத்துங்க சோழச் சக்கரவர்த்திகளின் முத்திரை மோதிரந்தான் என்பதில் எள்ளளவும் சந்தேகமில்லை! ஆனால் இந்த மோதிரத்தை நம் சக்கரவர்த்திகள் நம் ஆடையூர் நாடாள்வார் ஒருவரைத்தானே நம்பிக் கொடுத்திருந்தார். இந்த மோதிரத்தைச் சம்பவ இரவன்று அஞ்சுகோட்டையான் என்னிடம் காட்டியபோதே இது எப்படி அவன் கைக்குப் போயிற்று என்று சந்தேகப்பட்டேன். ஒருவேளை ஆடையூராருக்கு அஞ்சு கோட்டையான் வலது கைபோல் விளங்கியவனாதலால் வலது

கையின் தேவைக்காகத் தம் இடது கையிலிருந்து கழற்றிக் கொடுத்திருப்பாரோ என்று நினைத்தேன்! ஆடையூராரே இந்த முத்திரை மோதிரத்தைக் கொடுத்திருக்க வேண்டும்; அல்லது அவரிடமிருந்து அஞ்சு கோட்டையான் திருடியிருக்க வேண்டும்!'' என்றான்.

ஆடையூர்க் கிழவருக்குத் தேகமெல்லாம் கிடுகிடுவென்று நடுங்கியது; முகமெல்லாம் வியர்த்துக் கொட்டியது. ''இந்த மோதிரத்தைச் சில காலத்திற்கு முன்பு யாரோ என்னிடமிருந்து எப்படியோ திருடிக்கொண்டு விட்டார்கள்!'' என்றார் ஆடையூரார் ஹீனஸ்வரத்தில்.

ஜனநாதன் ''இடி இடி''யென்று விஷமமாகச் சிரித்தான்.

''முன்பே இந்த முத்திரை மோதிரம் திருடப்பட்டிருந்தால் முன்பே சக்கரவர்த்திகளிடம் ஆடையூரார் சொல்லியிருக்க வேண்டும். இது போன்ற சர்வ வல்லமை படைத்த முத்திரை மோதிரம் யாருடைய கைக்காவது மாறிவிட்டால் அபாயம் விளையும் என்பதை ஆடையூரார் வெகு நன்றாக உணர்ந்திருப்பார். கழுகுப் பார்வை படைத்த அரசியல் கிழவர் என்றும் சக்கரவர்த்திகளின் நம்பிக்கைக்கு அதி பாத்திரமானவர் என்றும் போற்றிப் புகழப்படும் நம் ஆடையூரார் இந்த முத்திரை மோதிர விஷயத்தில் எப்படி கவனக் குறைவாய் இருந்தார் என்று எனக்குப் புரியவில்லை அவருடைய விரலுக்கு இந்த மோதிரம் பொருத்தமாகச் சேராததால் எவர் கையிலோ நழுவி விழுந்திருக்கும் என்று நான் எண்ணிக் கொள்வதைத் தவிர எனக்கு வேறு வழியில்லை! அஞ்சு கோட்டையானைப் பற்றிய இந்த வியவகாரத்தில் ஆடையூராரிடமிருந்த சக்கரவர்த்திகளின் முத்திரை மோதிரமும் சம்பந்தப் பட்டிருப் பதால் இனிமேல் இந்த விஷயத்தில் நான் தலையிட்டு என்னுடைய எந்த அபிப்பிராயத்தையும் சொல்ல விரும்பவில்லை. ஏனெனில், எனக்கும் ஆடையூராருக்கும் நடந்துவரும் ஒரு நிலத் தகராறில் நம் சக்கரவர்த்திகள் நியாயவிரோதமாக ஆடையூராரின் பக்கம் தீர்ப்புச் சொல்ல வேண்டும் என்று ஆடையூரார் வற்புறுத்தி வந்தது இங்கே பலருக்குத் தெரிந்திருக்கும். ஆனால் அதற்காகச் சக்கரவர்த்திகளின் மீது ஆடையூரார் மனஸ்தாபங்கொண்டு இப்படித் தம் கையாளான அஞ்சுகோட்டையானை இப்படி நாடகமாடத் தூண்டிவிட்டிருப்பார் என்றோ, தனக்கு வலது கை போன்றவனான அஞ்சுகோட்டையான் எப்படியாவது உயிர்தப்ப வேண்டும் என்பதற்காக இப்படி ஒரு தந்திரம் சொல்லிக் கொடுத்திருப்பார் என்றோ நான் அபிப்பிராயம் சொன்னால், அது மிகவும் முட்டாள் தனமாகும்! ஏனெனில் கேவலம் ஒரு சிறு நிலத்திற்காகவோ ஓர் அற்பனின் உயிருக்காகவோ இவ்வளவு

பெரிய அவமானத்தைச் சக்கரவர்த்திகளுக்கு உண்டாக்க ஆடையூரார் துணிந்திருக்கமாட்டார். அவருடைய இராஜபக்தி என்னுடைய இராஜ பக்திக்குச் சமதையாகப் பல போர்க்களங்களிலும் அரசியல் நெருக்கடிகளிலும் பிரகாசித்திருப்பதை இந்தச் சபை பல சமயங்களிலும் கண்டிருக்கிறது!'' என்று ஜனநாதன் சொல்மாரி பொழிந்துவிட்டு முத்திரை மோதிரத்தை ஆடையூராரிடமே கொடுத்து விட்டான்.

''ஆஹ்! ஜனநாதா! ஜனநாதா!'' என்று ஆடையூரார் ஆத்திரத்தோடு கூவினாரே தவிர அதற்குமேல் அவரால் ஒன்றும் பேச முடியவில்லை.

''அந்த முத்திரை மோதிரத்தை ஆடையூர் நாடாள்வாரிடமிருந்து நான் திருடவும் இல்லை, அவர் கொடுக்கவும் இல்லை! உங்கள் சக்கரவர்த்திகள்தான் சுந்தர குருவாக மாய சந்நியாசி வேஷம் போட்டு எங்கள் பாண்டிமா தேவியின் கற்பைத் திருடிவிட்டு அவமானப்படாமல் சிறையை விட்டு வெளியேறத் திண்டாடிய போது, என்னிடம் இந்த முத்திரை மோதிரத்தைக் கொடுத்துத் தலை குனிந்து நின்றார். அதற்குப் பிரதியுபகாரம் செய்யாவிட்டாலும் பரவாயில்லை! என் தலையை வேறா பறி கொடுக்கவேண்டும்? முடியாது!'' என்று கூச்சலிட்டான் அஞ்சுகோட்டையான்.

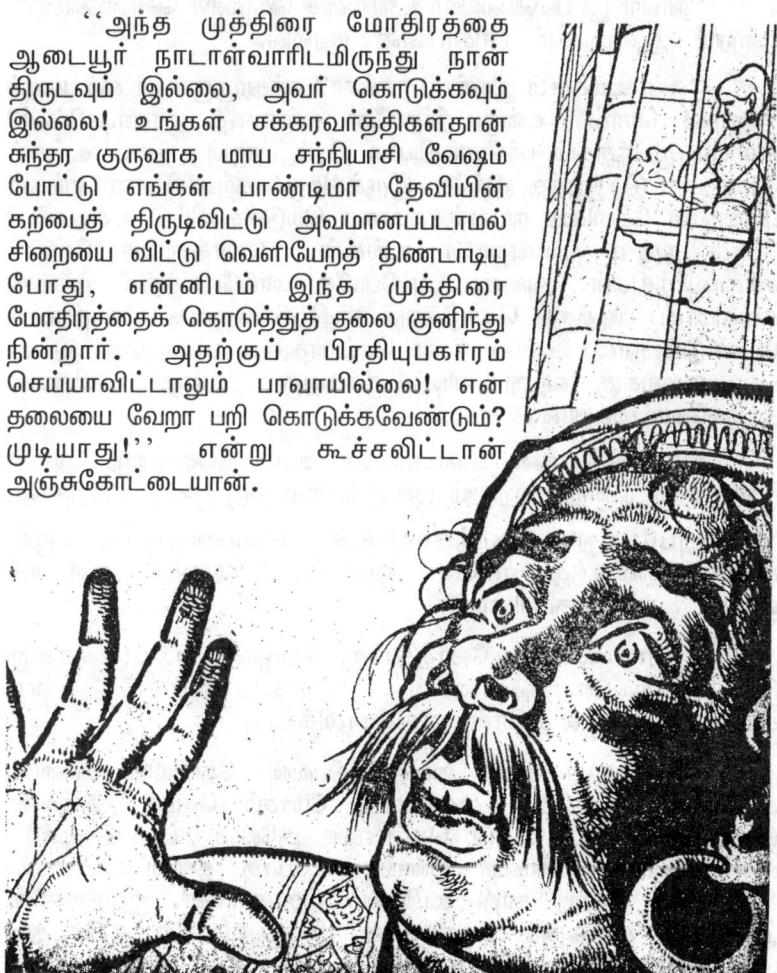

''அஞ்சுகோட்டையா! உன்னிடம் நான் மிகவும் கெஞ்சிக் கேட்டுக் கொள்கிறேன். சக்கரவர்த்திகளைப் பற்றி எதுவும் சொல்லாதே!'' என்றார் ஆடையூரார் கதி கலங்கிப்போன குரலில். அவர் சமயத்தில் தன்னைக் காப்பாற்றாமல் கைவிட்டு விட்டாரே என்கிற ஆத்திரமும் அவரைப் பழிதீர்க்க வேண்டும் என்கிற வெறியும் அஞ்சுகோட்டையானுக்கு அதிகரித்துவிட்டது.

''ஓய்! ஆடையூராரே! இந்த உண்மைகளையெல்லாம் இந்தச் சபையில் நான் வெளியிட்டால் என் இராஜ விசுவாசத்திற்காக மன்னிப்பு கிடைக்கும் என்று நீர்தானே சொன்னீர்?'' என்றான் அஞ்சுகோட்டையான்.

''நானா இப்படியெல்லாம் உன்னைச் சொல்லச் சொன்னேன்?'' என்றார் ஆடையூரார் பரிதாபமான குரலில்.

''ஓய்! உமக்கும் இரண்டு நாக்கா? சுந்தரகுரு யார் என்பதைச் ''சொல்! சொல்'' என்று நீர்தானே என்னைத் தூண்டிவிட்டீர்? காரியம் முடிந்ததும் பச்சோந்தியாக நிறம் மாறும் குணம் உங்கள் சோழ நாட்டு இரத்தத்திற்கே இருக்கிறது! கற்பரசியான எங்கள் பாண்டிமா தேவியை நயவஞ்சகமாகக் கெடுத்துவிட்டு உத்தமசீலர் போல் நழுவ முயன்றாரே உங்கள் குலோத்துங்க சோழச் சக்கரவர்த்திகள், அவரை அப்போதே மாயவேடத்தில் கையுங் களவுமாகப் பிடித்துக் கொடுத்துச் சந்தி சிரிக்கும்படி செய்திருக்க வேண்டும் நான்! அப்படி நான் செய்யாததின் பாவந்தான் இப்படி என் தலைக்கு வந்து விடிந்திருக்கிறது'' என்று கூவினான் அஞ்சுகோட்டையான்.

ஜனநாதன் தன் உடைவாளை உருவிக்கொண்டு அவன் முன் வந்து நின்று சுற்றிலும் ஜனகும்பலை ஒரு முறை பார்த்தான்.

அப்போது கொந்தளித்துக் கொண்டிருந்த ஜன சமுத்திரத்திலிருந்து எவனோ ஒருவன், ''இராவண சந்நியாசி ஒழிக!'' என்று கூவினான்.

''இராவணன் குலோத்துங்க சோழன் ஒழிக!'' என்று இன்னொருவன் கூவினான். ''ஒழிக! ஒழிக!'' என்ற சப்தங்களை ஜனத்திரள் எதிரொலித்தது.

''தேவியைச் சிறை வைத்த தீயவன்! தேவியின் கற்பைக் களவாடிய கயவன்! ஆசைக்காட்டி மோசம் செய்த அரக்கன்! இராவணனைவிடக் கேடு கெட்டவன் குலோத்துங்க சோழன்!'' என்றெல்லாம் பாண்டிமா ஜனங்கள் பேசத் தலைப்பட்டார்கள்; ''தூ தூ'' என்று காறி உமிழவும் செய்தார்கள். ஜனங்களின் ஆத்திரம் தனக்குச் சாதகமாக திரும்புவதைக் கண்டதும் அஞ்சுகோட்டையானுக்கு உற்சாகம் அதிகரித்து விட்டது.

"குலோத்துங்க சோழச் சக்கரவர்த்திகள் உட்பட சோழ நாட்டு அதிகாரிகள் அனைவரும் நம்பிக்கைத் துரோகிகள், நயவஞ்சகர்கள், ஆசைக்காட்டி மோசம் செய்பவர்கள்! அயலான் மனைவிமீது ஆசை வைத்துக் கெடுப்பவர்கள்! இன்னும் சோழ அதிகாரி ஒவ்வொருவரின் அயோக்கிய தனத்தையும் இங்கேயே அம்பலமாக்கி விடுகிறேன் நான் சாகுமுன் எவ்வளவு சொல்ல முடியுமோ அவ்வளவையும் சொல்லித் தீர்த்துவிட்டுதான் சாவேன்! பிறத்தியான் மனைவியைக் கெடுக்கிற விஷயத்தில் மட்டும் ஒரு சோழ அதிகாரி இன்னொரு அதிகாரிக்கு எவ்வளவோ உதவி செய்வான்! ஊர்மிளா என்ற பாண்டிய நாட்டான் மனைவி ஒருத்தி இருக்கிறாள். இங்கே நிற்கிறாளே அகல்யா, இவள் பாம்பாட்டிச் சித்தரின் மனைவி! இவ்விருவரையும்...." என்று அஞ்சு கோட்டையான் சொல்லி முடிப்பதற்குள் ஜனநாதன் சட்டெனத் தாவிப் பறந்து வந்து தன் கையிலிருந்த வாளை வீசி அஞ்சு கோட்டையானின் கழுத்தை வெட்டி விட்டான். வெட்டிய வேகத்தில் அஞ்சுகோட்டையானின் தலை இரத்தமாரி பொழிந்து கொண்டு தரையில் உருண்டோடி விழுந்தது.

சபை நெடுகிலும், "ஹா!" என்ற எதிர்பாராத அதிர்ச்சி பாய்ந்தது.

"ஜனநாதா! உனக்கென்ன பித்துப் பிடித்துவிட்டதா? விசாரணை நடந்து கொண்டிருக்கும்போதே நீ எப்படி ஒருவனின் தலையை வெட்டலாம்?" என்று கண்டித்தார் சபைத் தலைவரான ஏகவாசகர்.

"அவன் பேசுவதை என்னால் சகிக்க முடியவில்லை! வாள் நிலை கண்டான் ஜனநாதக் கச்சிராயன் என்று பிரசித்தி பெற்றவன் நான்! அந்தக் கிறுக்கனின் வாய்க்கு என் வாள் நிலைதான் சரியான பதில் என்று நினைத்தேன்" என்றான் ஜனநாதன்.

"ஊர்மிளா என்பவளைப் பற்றியும், அகல்யாவைப் பற்றியும் அவன் உளறிக் கொட்டுவதிலிருந்து இந்தச் சபை ஏதாவது யூகிக்க முடிந்திருக்கும்! அதற்குள் நீ அவனைத் தீர்த்துவிட்டாய்!"

"அவன் உளறிக் கொட்டுவதிலிருந்து நாம் யூகிக்க முடிவதை விட ஜனங்கள்தான் அதிகமாக யூகித்துக் கொள்ள முயல்வார்கள். அயலான் மனைவியான தேவியைக் கெடுத்தது மட்டுமல்லாமல் ஊர்மிளா, அகல்யா விஷயத்தில் நம் சக்கரவர்த்திகளுக்கு ஏதாவது சம்பந்தம் இருக்கும் என்றுகூட அந்த வெறியன் சிறிதும் கூசாமல் சொல்லியிருப்பான்!"

"அவன் சொல்லப் போவதை நீ சொல்ல முடியாது!"

''ஆனால் அதை நான் யூகிக்க முடியும்! அவனை இவ்வளவு பெரிய ஜனத்திரளுக்கு மத்தியில் பேசவிடக்கூடாது என்று ஆரம்பித்திலேயே நான் எச்சரித்தேன். அவனைப் பேசும்படி ஆடையூரார்தான் தூண்டி விட்டார்! இந்தச் சபை அதை ஆமோதித்ததோடு மட்டுமல்லாமல் என்னையும் அலட்சியம் செய்து நான் தலையிடாதபடியும் தடுத்து விட்டது! அதனால் விளைந்த விபரீதத்தைப் பார்த்தீர்களா? திருபுவனத்திலும் புகழ் பரப்பிய நம் சக்கரவர்த்திகளுக்குத் தீராப்பழி உண்டாக்கிவிட்டான், அந்தக் கிராதகன்! நம்முடைய மாபெரும் சோழ சாம்ராஜ்யத்திற்கு இதைவிட மானக்கேடு வேறு உண்டா? நானும் பொறுத்துப் பார்த்தேன்! என்னால் இனி பொறுக்க முடியாது என்கிற நிலை ஏற்பட்டபோதுதான் அவன் கழுத்தை வெட்டி எறிந்தேன்!''

''அவன் வாயை நீ கிழித்திருக்கலாம்! அவன் கழுத்தை நீ வெட்டி எறிந்திருக்க வேண்டியதில்லை! ஒருவேளை அந்தக் கிராதகனைச் சக்கரவர்த்திகள் நேரில் விசாரிக்க விரும்பக்கூடும் என்பதை நீ யோசித்திருக்க வேண்டும்!'' என்றார் சபைத் தலைவர்.

''நம் சக்கரவர்த்திகளை தூற்றுகிறவனை அந்த இடத்திலேயே வெட்டியெறிய வேண்டுமென்கிற ஆத்திரம் என்னைப் போன்ற ஓர் இராஜ விசுவாசிக்கு ஏற்பட்டதில் அதிசயமில்லை! நான் ஓரளவு வாலிபம் உள்ளவன் வயதான கிழவர்களைப்போல அவ்வளவு தூரம் எனக்கு நிதானம் கிடையாது!'' என்றான் ஜனநாதன்.

''அஞ்சுகோட்டையானைப் பாண்டிமா ஜனங்களுக்கு மத்தியில் விசாரணை செய்ய வேண்டுமென நீதான் பிடிவாதம் செய்தாய் என்பதை மறந்துவிடாதே!'' என்றார் ஏகவாசகர்.

''நம் ஆடையூராருக்கு வலதுகை போன்றவன் என்றும் பாண்டிநாட்டு மகரக் கொடிக்குப் பிரதிநிதி என்றும் பகிரங்கமாக கொட்டமடித்துத் திரிந்த அந்த மீனக் கண்ணனைப் பகிரங்கமாகத் தண்டித்தால் மற்றவர்களுக்கு எச்சரிக்கையாக இருக்குமென்று சொன்னேனே தவிர, அவனை இப்படியெல்லாம் பகிரங்கமாகப் பேசவிட வேண்டுமென்று நான் சொல்லவில்லை! நீங்களும் ஆடையூராரும்தான் அந்தப் பேயனுக்குப் பேச்சுரிமையை வழங்கினீர்கள், நான் ஆட்சேபித்ததையும் அலட்சியம் செய்து, இப்போது அந்த மோசக்காரனின் தலையை வெட்டியதற்கு என்னைப் பாராட்டாமல், கேள்வி கேட்கிறீர்கள்!'' என்றான் ஜனநாதன் மிகவும் வருத்தப்பட்டவனைப் போல.

''ஜனநாதா! சக்கரவர்த்திகள்மீது பழி தூற்றிய துன்மார்க்கனைப் பற்றிச் சக்கரவர்த்திகளுக்கும் அறிவித்துவிட்டு, அவனுக்குக் கோரமான மரண தண்டனை விதித்திருக்கலாம் என்று தான் குறிப்பிட்டேன்!'' என்று ஏகவாசகர் சொல்லிவிட்டு,

தண்டனை நிறைவேற்றும் அதிகாரியை நோக்கி, இந்த மகா பாவி அஞ்சு கோட்டையானுக்கு ஈமக்கிரியை செய்வதற்குக்கூட அவனுடைய உடல் அவன் உறவினரிடம் கொடுக்கப்படமாட்டாது!'' என்று அறிவித்தார்.

"ஆமாம்! அதோ அசோகவனக் கோட்டைமீது பதித்திருக்கும் ஈட்டிகளில் வரிசையாகத் துரோகிகளின் தலைகள் ஈமக்கிரியை செய்யப்படாமல் சொருகப்பட்டிருக்கின்றன. அவற்றில் எஞ்சியிருக்கும் ஈட்டியில் அஞ்சுகோட்டையானின் தலையையும் சொருகி வைப்போம்! அவனுடைய அஞ்சுகோட்டைகளிலும் பறக்கும் மகரக் கொடிகளைக் கொண்டே அவனுடைய தலையற்ற முண்டத்தைக் கட்டியிழுத்து மதுரைமா நகரெங்கும் ஊர்வலம் விடுவோம்! அது பழி தூற்றும் துரோகிகளுக்கு எச்சரிக்கையாக இருக்கும்!'' என்றான் ஜனநாதன். இதுவரை புயலுக்கு அறிகுறியாகக் குமுறிக் கொண்டிருந்த ஜன சமுத்திரம் கொந்தளித்து எழுந்து விட்டது. ஜனங்களிடையே ஆக்ரோஷமும் அருவருப்பான கூச்சல்களும், துவேஷக் கோஷங்களும் அதிகரித்துவிடவே உடனே சபை கலைந்துவிட்டது.

"இராவண சந்நியாசி ஒழிக! குலோத்துங்க சோழர் ஒழிக! ஜனநாதன் ஒழிக! வீரசேகரன் ஒழிக! அஞ்சுகோட்டையான் வஞ்சம் தீர்க!'' என்ற நானாவிதமான கோஷங்களும் விண்ணை முட்டும்படிக் கிளம்பி விட்டன. சோழிய வீரர்களும், குதிரைப் படைகளும், யானைப் படைகளும் வந்து ஜனத்திரளை அடித்து விரட்டும்படியான அவசியமும் நேரிட்டது. அகல்யாவை ஜனங்களின் கையில் சிக்காதபடி மிகவும் சிரமப்பட்டுச் சேவகர்கள் ஏராளமான பாதுகாப்புடன் மறுபடி சிறைக்கு இழுத்துச் சென்றார்கள்.

அஞ்சுகோட்டையானின் உடலையும் தலையையும் சிறைக்காவலர் மிகவும் பத்திரமாகத் தூக்கிச் சென்றார்கள். ஜனநாதன் தன் உடைவாளை ஒரு சேவகனிடம் கொடுத்து அதை நன்றாகக் கழுவித் தன் மாளிகைக்குக் கொண்டு வரும்படிக் கட்டளை பிறப்பித்து விட்டுத் தன் குதிரைமீது ஏறினான். வீரசேகரனும் தன் குதிரைமீது ஏறி ஜனநாதனைப் பின் தொடர்ந்தான்.

"தம்பி! உன் விரோதியான மகரக் கண்ணனின் வதை முடிந்தது! அடுத்தபடியாக நம் இராவண சந்நியாசியைப் பற்றிப் பேசுவோம் வா!'' என்று மெல்லிய குரலில் சொன்ன ஜனநாதன் விஷமமாகச் சிரித்துக்கொண்டே வீரசேகரனையும் தன்னோடு தனியாக வரும்படி ஜாடை காட்டினான்.

இரு நண்பர்களின் குதிரைகளும் பெரிய வீதியை நோக்கிப் பறந்தன.

அத்தியாயம் 72

இராவண சந்நியாசி

"புரம் பற்றிய
போர்விடையோன் அருளால்,
வரம் பெற்றவும்,
மற்றுள்ள விஞ்சைகளும்,
உரம் பெற்றன
ஆவன, - உண்மை யன்னான்
சரம் பற்றிய
சாபம் விடுந்தனையே!"

— கம்ப ராமாயணம்

மக்கள் கூட்டம் சோழியப்படை வீரர்களால் அடித்து விரட்டப்பட்டு மிதியுண்ட நாக சர்ப்பங்கள் போல் சீறிய வண்ணம் தெருக்களில் ஓடிக் கொண்டிருந்தன. அந்தக் காட்சியை வேடிக்கை பார்த்துக் கொண்டே வீரசேகரனும் ஜனநாதனும் குதிரைகள்மீது ஜம் ஜம் என்று ஊர்வலம் சென்றார்கள்

''சோழிய அரக்கர்கள் ஒழிக! இராவண சந்நியாசி ஒழிக! குலோத்துங்க சோழன் ஒழிக!'' என்ற கூச்சல்கள் மதுரை மாநகரெங்கும் எதிரொலித்துக் கொண்டிருந்தன.

''தம்பி! நம்முடைய இராவண சந்நியாசியை இனி இந்தப் பாண்டிமா ஜனங்கள் ஒருபோதும் மறக்கமாட்டார்கள்! நம்முடைய இராவணேஸ்வரா தம்முடைய சாம்ராஜயத்தோடு அழியும் வரை மறக்கவே மாட்டார்கள். உலகத்தின் பழிச்சொல் ஒருவரின் குலத்தைச் சுடுவது போல் வேறு எதுவும் கூடாது!'' என்று சிரித்தான் ஜனநாதன்.

''நம்முடைய குலோத்துங்க சோழச் சக்கரவர்த்திகளைத் தானா இராவண சந்நியாசி என்று உலகம் பழிக்கவேண்டும்? இது தர்மமா?'' என்று கேட்டான் வீரசேகரன்.

''பிறன் மனைவியை இச்சிப்பது மட்டும் தர்மமோ?''

''தேவியின்மீது நம்முடைய சக்கரவர்த்திகளுக்கு ஆசை இருந்திருக்கலாம்! ஆனால் தேவி காப்பவதியாகி பழிப்பிற

கிடமானதற்குக் காரணம் நம்முடைய சக்கரவர்த்திகள்தான் என்பதை நானும் நம்பமுடியாது!'' என்றான் வீரசேகரன்.

''நானுந்தான் நம்பவில்லை! சுந்தரகுரு நம்முடைய சக்கரவர்த்திகள் அல்ல என்பது எனக்கும் வெகு நன்றாகத் தெரியும்!'' என்றான் ஜனநாதன் அலட்சியமாக.

''தண்டனையிலிருந்து தப்புவதற்காக அஞ்சுகோட்டையான் அப்படி சாதித்ததில் அதிசயம் ஒன்றுமில்லை! ஆனால் சிவகாமியும் எப்படி அதை நம்பினாள்?''

அவளுக்குத் தன் தங்கை அகல்யா சிறையில் மாட்டிக் கொண்டாளே என்கிற துக்கம்! அந்த நிலையில் என்னைப்போன்ற புத்திசாலி எவனாவது மாயா ரூபம் எடுத்துச் சிவகாமியிடம் சென்று சுந்தர குருதான் நம்முடைய சக்கரவர்த்திகள் என்றும் அவருக்கும் தேவிக்கும் இடையேயுள்ள இரகசியமான சகவாசத்தை வெளி உலகிற்குக் காட்டிக் கொடுக்ககூடாதென்றும், அவரோ தேவியோ மனது வைத்தால் அகல்யாவை மன்னித்து விடுதலை செய்ய முடியும் என்றும் கூறினால் பேதை சிவகாமி, அதை பரிபூரணமாய் நம்பித்தானே இருப்பாள்?

''விசாரணையின்போது சக்கரவர்த்திகள்தான் சுந்தர குரு என்று அகல்யாவும் தைரியமாக புளுகினாளே? அதை நிரூபிக்கும் விதமாக முன்கூட்டியே ஓர் ஓலையும் எழுதிக் கொடுத்து வைத்திருந்தாளே? சாகிறபோது சக்கரவர்த்திகளையும் பழிதீர்த்து விடலாம் என்று புத்திசாலித்தனமாகத் திட்டமிட்டாளோ?'' என்று கேட்டான் வீரசேகரன்.

''தம்பி, அவளுக்கு அவ்வளவு புத்திசாலித்தனம் கிடையாது! அகல்யா மிக மிக அசட்டுப் பெண்; யாராவது சொல்லிக் கொடுத்தபடிதான் அவள் நாடகமாடியிருப்பாள்!'' என்றான் ஜனநாதன்.

''இதெல்லாம் யாருடைய வேலை?''

''தம்பி! இப்படிப்பட்ட வேலையை மிகவும் முன்யோசனையுள்ள மகாபுத்திசாலி ஒருவனால்தான் செய்திருக்க முடியும்! அப்படிப்பட்ட மகாபுத்திசாலி யாராக இருக்க முடியும் என்பதை இன்னும் உன்னால் யூகிக்க முடியவில்லையா?'' என்று சிரித்தான் ஜனநாதன்.

''ஆமாம்; நீ தான் செய்திருப்பாய்! அகல்யா உன்னிடம் சில வாக்குறுதிகள் கொடுத்தாள் என்றாயே. இப்படியெல்லாம் புளுகுவதாகத்தான் வாக்குறுதிகள் கொடுத்திருப்பாள்!''

''காதலனுடைய இலட்சியங்கள் நிறைவேறுவதற்காக எந்த மாபாவத்தையும் செய்யக்கூடிய அசட்டுப் பெண்தான் அகல்யா!''

''ஆமாம்! நீதான் அவளுடைய காதலன்! நீ சொல்லிக் கொடுத்தபடியெல்லாம் விசாரணை சபையில் அவள் சொல்லி இருக்கிறாள்! ஓலையில் அவள் எழுதியுள்ள வாசகங்கள் எல்லாம் நீ கற்றுக்கொடுத்த வாசகங்கள்! சிவகாமியிடமும் நீதான் மாய வடிவத்தில் சென்று அவளை ஏமாற்றி நம்ப வைத்திருக்கிறாய்! ஆனால் ஆடையூராரின் கையிலிருந்த முத்திரை மோதிரம் எப்படிச் சுந்தர குருவின் கைக்கு மாறியது? யார் அதை அவரிடம் கொடுத்தது?'' என்று கேட்டான் வீரசேகரன்.

''அது உன் சுந்தரருக்கே தெரியாது! உருவந்தெரியாத இருட்டில் நான்தான் அனுமார் போல் தோன்றி அவரிடம் கணையாழியைக் கொடுத்தேன்! இராமாயணக் கதையில் நம்முடைய கவிச்சக்கரவர்த்தி கம்பர் கணையாழியைக் கையாண்டிருப்பதை விட நான் வெகு நன்றாகக் கணையாழியை உபயோகப்படுத்தியிருக்கிறேன்! உயிரில்லா வஸ்துக்களைக்கூடப் பிரமாதமாக உபயோகப்படுத்தும் ஆற்றல் ஜனநாதன் ஒருவனுக்குத்தான் உண்டு!'' என்று சிரித்தான் ஜனநாதன்.

''சக்கரவர்த்திகள் ஆடையூராருக்குக் கொடுத்த மோதிரம் உன்னுடைய கைக்கு எப்படி வந்தது? உயிர் போனாலும் அதை அந்தக் கிழவர் யாரிடமும் கொடுக்கமாட்டாரே? அதை நீ அவரிடமிருந்து திருடிக் கொண்டாயா?''

''தம்பி! எந்த திருட்டு வேலையையும் ஜனநாதன் நேரில் சென்று நடத்துவதில்லை! மோதிரம் போன்ற நகைகளைத் திருடக்கூடிய சாமர்த்தியம் பெண்களுக்குதான் உண்டு!''

''உனக்காக அகல்யா ஆடையூரார் வீட்டிற்குச் சென்று அவரிடமிருந்து மோதிரத்தை திருடி வந்தாளா?''

''ஆடையூரார் குறட்டை விட்டு உறங்கும்போது அவருடைய உயிரைத் திருடினாலும் அந்தக் கிழவருக்கு ஒன்றும் தெரியாது! என்னிடம் சக்கரவர்த்திகள் கொடுத்திருக்க வேண்டிய மதிப்பிற்குரிய முத்திரை மோதிரத்தை என் விரோதியான ஆடையூராருக்குக் கொடுத்தாரே என்கிற பொறாமை எந்தப் புத்திசாலிக்கும் இருக்கத்தான் செய்யும்! அதற்குச் சரியாக அவமானப்பட வேண்டாமா? அதற்குத்தான் கணையாழியை வைத்துக்கொண்டு பகிரங்கமாக மகோன்னதமான நாடகத்தை நடத்திவிட்டேன்!''

''செய்ததெல்லாம் நீ! ஆனால் ஆடையூராரின் மீதுதான் அவ்வளவு பழியும்!''

‘‘எதிராளியின் அரசியல் செல்வாக்கைக் குறைக்க அதுதான் சரியான வழி!’’

‘‘அதோடு நம் சக்கரவர்த்திகளுக்கும் அழியாத பழியை உண்டாக்கிவிட்டாய் என்பதை நீ சிறிதும் யோசிக்கவில்லை, ஜனநாதா!’’

‘‘தம்பி! நம்முடைய சக்கரவர்த்திகள்தான் இராவண சந்நியாசி என்று சித்தரித்துக் காட்டியதில் பல நன்மைகள் உண்டு!’’

‘‘என்ன நன்மைகள்?’’

‘‘முதலில் உன்னை எடுத்துக்கொள்! நம் சக்கரவர்த்திகள்தான் சுந்தரகுரு என்று நம்பும்படியான சூழ்நிலையை நான் உண்டாக்கியிருக்காவிட்டால் உன் சுந்தர உபாத்தியாயரைச் சிறைக் கோட்டையிலிருந்து தப்பிச் செல்ல அஞ்சுகோட்டையான் அநுமதிக்கவே மாட்டான்! அவரை நீதான் உபாத்தியாயராகக் கொண்டு வந்து சேர்த்தாய் என்கிற விஷயத்தில் உன்னை யாரும் அதிகமாகச் சந்தேகப்படவும் மாட்டார்கள்! சக்கரவர்த்திகளுக்காகப் பிறன் மனைவியைச் சிறைபிடித்து வந்தவன் என்று உலகமும் உன் இராஜ விசுவாசத்தைப் பாராட்டும்!’’

‘‘எல்லாம் என்னுடைய நன்மைக்காகத்தான் செய்தேன் என்று சொல்லப் போகிறாயா?’’

‘‘என்னையறியாமல் சக்கரவர்த்திகளுக்குக்கூட சில நன்மைகள் செய்திருக்கிறேன்!’’

என்ன அவருக்கே நன்மையா?

‘‘ஆமாம்! அவருக்கு அழியாத பழி உண்டாக்கிவிட்ட பிறகு இனி உலகத்தின் முகத்திலேயே விழிக்காமல் சதா அந்தப்புரத்திற்குள்ளே அடைபட்டுக் கிடப்பார்! தாம பத்தினிகள் தயவை அதிகமாக எதிர்பார்க்க வேண்டிய அவசியமும் ஏற்படும். அவருடைய குடும்ப வாழ்வு செழித்தோங்கும்!’’

‘‘ஆனால் அவருடைய அரசியல் கௌரவம்?’’

‘‘தம்பி! இனி நம் சக்கரவர்த்திகளின் ஆணவமும், அவருடைய அரசாங்க அதிகாரத்தின் ஆணவமும் அழிந்துவிடும்! ஆட்சியாளரின் ஆணவம் அழிய அழிய ஜனங்களுக்குச் செல்வாக்கும் மதிப்பும் நன்மையும் பெருகும்! ஏனெனில் நன்மை செய்து ஜனங்களின் நன்மதிப்பை பெறவேண்டிய அவசியம் ஆட்சி பீடத்திற்கு ஏற்படுமல்லவா?’’

''ஆனால் நம் சோழ சாம்ராஜ்யத்தின் செல்வாக்கும் மதிப்பும்?''

''உலகெங்கும் குறைந்துவிடும்! ஜனங்களிடையே நம் ஏகாதிபத்திய முறை ஆட்சியும் அடிவலு குன்றிவிடும்!''

''ஜனநாதா! உனக்கு இராஜபக்திதான் இல்லையென்றால், தேசபக்தி கூடவா இராது?''

''தம்பி! தேசம் என்ன என்பது தெரிந்தால்தான் சரியான பக்தி செலுத்த முடியும்! தேசம் என்பது என்ன? மண்பரப்பா, மரமா, கல்லா, தேசக் கொடியா? அந்நாட்டிலுள்ள மக்களின் நல்வாழ்வின் மீதும் உரிமைகளின் மீதும் மொழி வழிக் கலாச்சாரத்தின்மீதும் கருத்துச் செலுத்துவதுதான் தேச பக்தியாகும். அந்த முறையில் பார்த்தால் சாம்ராஜ்யச் சக்தியும் ஆட்சி பீடத்தின் அதிகாரப் பெருக்கும் எவ்வளவு குறைகிறதோ அவ்வளவு ஜனங்களின் உரிமைகளும் மொழிவழிக் கலாசார முன்னேற்றமும் செழித்தோங்கும்! தம்பி! உன்னைப் போன்றவர்களின் மூடத்தனமான தேசபக்தியானது ஏகாதிபத்திய வெறியர்களையும் கொடுங்கோலையுந்தான் உண்டாக்கும். யாராலும் அசைக்க முடியாத அரசாங்கம் ஒன்றை அமைக்க இடம் கொடுத்துவிட்டால் மக்கள் அனைவரும் அடிமைச் செக்குமாடுகளாகிவிடுவார்கள். ஏகாதிபத்தியத்தை ஆட்டிப் படைக்கும் சர்வாதிகாரி என்பவன் எந்தக் காலத்திலும் தன் சுயநலத்திற்காகப் பாடுபட்டது உண்டே தவிர ஜனங்களுக்காகப் பாடுபட்டதாக எந்த நாட்டுச் சரித்திரமும் கிடையாது!''

''நீ ஏகாதிபத்தியம் என்பதே கூடாது என்கிறாயா?''

''தம்பி! ஏகாதிபத்திய முறை அரசியல் நம் நாட்டிற்கு எந்தவிதத்திலும் ஏற்றதல்ல! ஏகாதிபத்தியம் என்பது அடிமைப் பிரஜைகளைத்தான் உற்பத்தி செய்து என்றாவது ஒருநாள் அந்நிய ஆதிக்கத்தின் வருகைக்கு அழிவுப் பாதை போடும் அதுதான் பல்லாண்டுகளாகப் பாரத தேசத்தின் சரித்திரமாகவும் இருந்து வந்திருக்கிறது கிராம சுய ஆட்சியின் மூலம் ஜனங்களின் உரிமைகளும் தனி மனிதனின் சுதந்திரமும் நல்வாழ்வும் பெருக வேண்டுமானால் ஏகாதிபத்திய முறை அரசியல் ஒழிக்கப்படவேண்டும்! உதாரணமாக ஒரு கிராமத்தை எடுத்துக்கொள். அந்தக் கிராமத்தின் நிர்வாகத்திலும் சுய ஆட்சியிலும் பங்கு கொள்ளும் அந்தக் கிராம மக்கள் அனைவரும் சம உரிமைகளின் செல்வாக்கோடு உற்சாகத்துடன் கிராமப் பொதுநல முன்னேற்றத்துக்காகப் பாடுபடுவார்கள்! அந்தக் கிராம ஆட்சியின் சபைக்குத் தலைவனாகத் தேர்ந்தெடுக்கப்படுபவனும்

அக்கிராம மக்களின் நன்மையையும் நன்மதிப்பையும் மதித்து நடக்கவேண்டிய அவசியமும் ஏற்படும்! ஆனால் சர்வ சக்தி வாய்ந்த ஒரு சாம்ராஜ்யாதிபதி தன்னுடைய பிரதிநிதியாக எவனையாவது ஒருவனை அனுப்பி, அந்தக் கிராம ஆட்சியை நேரிடையாக யதேச்சாதிகாரத்துடன் நடத்துவானாகில், அந்த இராஜப் பிரதிநிதிக்குக் கிராம மக்களிடம் வரி வசூல் செய்வது ஒன்றுதான் குறியாக இருக்குமே தவிர, அவர்களின் முன்னேற்றத்தைப் பற்றிக் கவலை இராது! அந்த கிராமத்து ஜனங்களின் உரிமைகளையோ, நன்மைகளையோ, கொள்கை களையோ, சுதந்திரக் குரல்களையோ மதித்து நடக்க வேண்டிய அவசியமும் ஏகாதிபத்தியத்திற்கு இராது! உரிமைக் குரல் எழும்போதெல்லாம் வலுவான புறக்கணிப்பு ஒன்றுதான் ஜனங்கள் பெறும் தலைவிதியாக விடும்!

தம்பி! சாம்ராஜ்யம் சர்வ சக்தி வாய்ந்ததாகப் பெருகப் பெருக, ஆட்சியாளரிடம் சர்வ அதிகாரங்கள் குவியக் குவிய, ஜனங்களின் உரிமை வாழ்வும் செல்வாக்கும் பறிபோய் விடும்! ஆட்சி பீடத்திலுள்ள தனி ஒருவனிடமோ அல்லது ஒரு சிலரிடமோ அதிகமான அதிகாரங்களையெல்லாம் குவித்து வைக்காமல், எவ்வளவுக்கெவ்வளவு பல கிராமங்களில் பல பேரின் கைகளிலும் அதிகாரங்கள் குறைவான அளவில் பிரித்து வைக்கப்படுகிறதோ, அவ்வளவுக்கவ்வளவு சமமான உரிமைகளோடு நாடெங்கும் சுபிட்ச வாழ்வு பெருகும்; ஒருவரையொருவர் அனுசரித்து மதித்து நடக்கவேண்டிய அவசியமும் ஏற்படும்!

நாட்டின் எந்த மூலையிலும் எந்தவிதமான துறையிலும் ஏகாதிபத்தியத்தின் நியமன அதிகாரிகள் ஏற்படாமல் மக்களால் தேர்ந்தெடுக்கப்பட்டு மக்களை மதித்து நடக்க வேண்டிய அதிகாரிகளே உத்தியோகங்களுக்கு வருவார்கள்! இல்லையெனில் ஒரு சிலர் ஏறி மேய்ப்பவர்களாகவும், அவர்களுக்குப் பலர் அடி வருடுவதாகவும் ஆகிவிடும்!''

''ஜனநாதா! நம்முடைய ஏகாதிபத்தியத் தலைநகரில் இருந்து வரும் மத்திய அரசின் அதிகாரங்களைக் குறைத்துக் கிராம ஆட்சியின் அதிகாரங்களைப் பெருக்கவேண்டும் என்கிறாயா?''

''தம்பி! இன்னும் சொல்லப்போனால், நம்முடைய மத்திய அரசு என்பது பல கிராம சபைகளின் பிரதிநிதிகளைக் கொண்ட வெறும் ஐக்கிய சபையாக மாறி பொதுப் பாதுகாப்பிற்கும், பொதுக் காரியங்களின் கவனிப்புக்கும் மட்டுமே தேவைப்படும் போதெல்லாம் கூடி வரவேண்டும்; கிராம சுய ஆட்சியின் தனிப்பட்ட உரிமை வாழ்விலோ கலாசாரத்திலோ நேரிடையாகத் தலையிடும் சர்வாதிகாரம் மத்திய அரசுக்கு இருக்கக்கூடாது!''

''ஜனநாதா! விஸ்தாரணமான நாடெங்கும் பொது நன்மைக்காக விரைவில் ஒரு சீர்திருத்தத்தையோ காரியத்தையோ வலுவுடன் செய்ய வேண்டுமானால் அதற்கு ஓர் ஏகாதிபத்தியமும் சர்வாதிகார சக்தியும் இருக்க வேண்டியதுதான்!''

''தம்பி! சர்வாதிகார சக்தி என்பது கூர்மையான ஒரு கத்தி. அதைத் தெரியாத்தனமாக ஒரு குழந்தையிடம் கொடுத்துவிடுகிறாய் என்று வைத்துக்கொள்! குழந்தை அந்தக் கூர்மையான கத்தியைக் கைப்பற்றிக் கொண்டு பழத்தை அறுத்துப் பங்கிட்டுக் கொடுக்குமா அல்லது எதிரில் உள்ளவரையெல்லாம் அறுத்துவிடுமா, அல்லது தன்னையே அறுத்துக்கொண்டு சாகுமா என்று சொல்லமுடியாது! சர்வாதிகாரி என்பவன் முன்போ பின்போ சுயநல இச்சைகள் ஏற்படும் போது அடம்பிடிக்கும் குழந்தையாகி விடுகிறான்! தம்பி! எந்த க்ஷணமும் கொடுங்கோன்மையாக மாறக்கூடிய சர்வாதிகார அரசியலை விட, சக்தியற்ற மந்தமான அரசியல் எவ்வளவோ மேலானது! ஏனெனில் முன்னதைவிடப் பின்னதில் தீமைகள் குறைவாகத்தான் ஏற்பட முடியும்!''

''ஆனால் ஜனநாதா, எதற்கும் ஊர்கூடிச் செக்குத் தள்ளினால்தான் எண்ணெய் உண்டு என்று காத்திருக்க முடியுமா?''

''தம்பி! ஒரு வாணியன் எண்ணெய் எடுத்து ஒரு சிலரின் வீட்டைப் பிரகாசிக்கச் செய்வதற்காக ஊர் மக்கள் அத்தனை பேரும் செக்குமாடுகளாகிவிட வேண்டும் என்கிறாயா? அப்படி எடுக்கப்படும் எண்ணெய் எவளோ ஒரு பணக்காரியின் கூந்தலில் தடவப்படப் போகுமே தவிர, செக்குமாடுகளின் வியர்வையைக் கழுவுவதற்காவது அந்த எண்ணெய் பயன்படுவதுண்டா? தம்பி! எண்ணெய் வாணியனாவது தனக்காக உழைத்திருக்கும் செக்கு மாடுகளுக்கு எப்போதாவது தீவனம் வைப்பான், அவை செத்து விடக்கூடாதே என்பதற்காக! ஆனால் சர்வாதிகாரியோ தீனி காட்டாமலேயே செக்குமாடுகளைத் தனக்காக உழைத்துச் சாகச் சொல்வான்! சர்வாதிகார அரசியலால் தெருவெங்கும் அனாதைப் பிணங்களும் பசிபட்டினிகளும் கிடப்பதைத்தான் நீ காண்பாய்!''

''ஒரே தேசம், ஒரே சாம்ராஜ்யம், ஒரே சக்கரவர்த்தி, ஒரே கொடி, ஒரே இனம், ஒரே கொள்கை, ஒரே மொழி! இதுதான் நான் கண்டு வந்த அரசியல் கனவு''

''தம்பி அப்படிப்பட்ட கனவு எந்தக்காலத்திலும் நிறைவேறாது! மிருக பலத்தினால் நிறைவேற்றினாலும் நிலைத்திராது! நிலைத்திருந்தாலும் நாட்டுக்கு நல்வாழ்வு தராது!–தம்பி! பல ஜாதிகளும், பல மதங்களும், பல கொள்கைகளும் உள்ள ஒரு

நாட்டில் ஏகாதிபத்தியமுறை அரசியல் இருக்கவே கூடாது! ஏகாதிபத்தியத்தின் ஆட்சியாளன் தன் ஜாதி, தன் மதம், தன் ஊர், தன் கொள்கைகளுக்காக மற்றவர்களின் உரிமைகளை மறைமுகமாகவோ நேர்முகமாகவோ நசுக்கிவிடுவான்! மிதிபடுபவர்களின் உரிமைக்குரலைக் குறுகிய மனப்பான்மை யென்றுகூடக் கூசாமல் கூறிவிடுவான்! தம்பி! இன்னும் ஓர் உதாரணம் சொல்கிறேன் கேள்! அப்படிப்பட்ட ஏகாதிபத்திய வெறியன் ஒருவனுக்குப் பிரியமான தாசி ஒருத்தி இருக்கிறாள் என்று வைத்துக்கொள்; அவளுடைய ஒரு சிற்றூரைக் குபேரபுரியாக்கு வதற்காக எண்ணற்ற பட்டினங்கள் பஞ்சைப் பிரதேசங்களாகி விடும்! சர்வாதிகாரி ஒருவனின் குறுகிய நோக்கத்திற்காக நாட்டின் சக்தியெல்லாம் நிர்மூலமாகி விடும்! உரிமைக் குரல் நசுக்கப்படும்; தேச மக்கள் அனைவரும் நாளடைவில் அறிந்தோ அறியாமலோ தேசத் துரோகிகளாக மாறி, அந்நியப் படையெடுப்புகளை அறைகூவி அழைப்பதைத் தவிர வேறு வழியில்லை! கடைசியில் அந்த ஏகாதிபத்தியம் தானாகவோ அந்நியப் படையெடுப்புகளின் முன்போ அடியோடு துடைப்புண்டு போகும்! இதுதான் ஏகாதிபத்தியக் கதையின் கடைசி விளைவு; இதுதான் பல்லாண்டு பல்லாண்டுகளாகப் பாரத தேசத்தின் வடக்கு சரித்திரம் நமக்குக் கற்றுக் கொடுத்து வரும் பாடம்!''

"ஜனநாதா! நம் சோழ சாம்ராஜ்யத்தின் புலிக்கொடி நம் தாய்மொழியான தமிழை உலகெங்கும் ஒளிவீசி வளரச் செய்யும் என்று நம்புகிறேன்!''

"தம்பி! ஆட்சியாளனுக்குச் சர்வாதிகார வெறி ஏற ஏற சாம்ராஜ்யத்தின் விஸ்தீரணம் அதிகரிக்க அதிகரிக்க, பல மொழி ராஜ்யங்களையும் கட்டியாள ஆள, அவனுக்குத் தாய்மொழிப் பற்றுக்கூடப் போய்விடும்; அவனுடைய பதவி அதிகாரப் பித்துக்கு அடிமைகள் மட்டுமே தேவைப்படும்! மக்களை உணர்ச்சியற்ற அடிமைகளாகவும் பதில் பேசா ஊமைகளாகவும் ஆக்க வேண்டு மென்றால் அவர்களின் மொழியுணர்ச்சியைத்தான் முதலில் அழிக்க முயல்வான்! நம் நாட்டில் தேசபக்தி என்பதே உண்மையில் மொழியு ணர்ச்சியே ஆகும்! மொழியுணர்ச்சியை அழிப்பதின் மூலம் தேச பக்தியை அழிக்கிறோம் என்பது நன்றாகத் தெரிந்திருந்தும் அந்தக் காரியத்தைச் செய்வான்! அப்படிச் செய்யும்போது ஏதோ பிரமாதமான பொது நன்மையின் மாற்றத்திற்குத்தான் அப்படி வலுக்கட்டாயமாகச் செய்வதாகவும் பாசாங்கு காட்டுவான். மொழி யுணர்ச்சியின் காரணமாக மிதிபடுபவர்கள் யாராவது உரிமைக் குரல் எழுப்பினால் காட்டுமிராண்டித்தனம் என்று அதற்கு உருவம் கொடுத்து உதைத்துத் தள்ள முயல்வான்! தம்பி, இப்படி

சர்வாதிகார வெறியர் ஒரு சிலருக்காக மொழியுணர்ச்சி அழிக்கப்பட்டுப் பாரத தேசத்தின் ஜீவனே போய்விடும் தம்பி, இப்படிப்பட்ட கதை நம் தமிழகத்தில் நடக்கவிடக்கூடாது என்பதற்காகத்தான் ஏகாதிபத்திய அரசியல் முறையே ஒழிந்துவிட வேண்டுமென விரும்புகிறேன்!''

''தமிழ்வாணர் தெய்வக் கவியாபரணன் என்று புகழப்படும் நம் குலோத்துங்கச் சோழச் சக்கரவர்த்திகளும் மொழிப்பற்றை மறந்து விடுவார் என்பதை என்னால் ஒப்புக் கொள்ள முடியாது!'' என்றான் வீரசேகரன் உறுதியான குரலில்.

''தம்பி! சமீபத்தில் அவர் வெளியிடும் சிலாசாஸனங்களில் உள்ள தமிழ் வாசகங்களை ஊடுருவிப் பார்! அத்தகைய கல்வெட்டுகளில் வேண்டுமென்றே பல மொழிச் சொற்கள், முக்கியமாக வடமொழிச் சொற்கள் கலக்கப்படுகின்றன. தமிழின் தனித்தன்மையையும், சக்தியையும் மறைமுகமாகக் குறைத்து, நாளடைவில் மொழியுணர்ச்சியையும் அழித்துவிட்டுச் சர்வாதி காரத்திற்குத் தேவையான அடிமைகளைத் தயாரிக்க வேண்டு மென்பதே அதன் உட்பொருளாகும்! அந்த நாசவேலை தெரியாமல் இருப்பதற்குத்தான் கண்துடைப்பு வியாபாரமாக இரண்டொரு புலவர்களின் புகழ் மாலைகளைச் சூடிக் காட்டிக் கொண்டு வேஷம் போடுகிறார். எல்லாவிதத்திலும் அவர் இராவண சந்நியாசியைவிடப் பெரிய வேஷதாரிதான்!''

''ஜனநாதா! சேர சோழ பாண்டியர்கள் என்று மூன்று இனங்களாகவும் மூன்று நாடுகளாகவும், பிரிந்து கிடப்பதினால் வீணாக எத்தனை யுத்தங்கள் ஏற்பட்டு எத்தனைபேர் அழிகிறார்கள் என்பதை யோசித்துப் பார்!''

''தம்பி! ஒரே ஏகாதிபத்தியம் என்கிற வெறிதான் யுத்தங்கள் ஏற்படுவதற்குக் காரணம்! இரண்டு கிராம சுய ஆட்சிகள் அவ்வாறு யுத்தம் செய்யா!'' தங்களின் நல்வாழ்விற்குத்தான் அதிகாரங்களைப் பயன்படுத்தும்.

''ஜனநாதா, தேசமெங்கும் ஒருமையுணர்ச்சியை உண்டாக்குவதற்கு மாறாக, பிளவு சக்திகளை அதிகரிக்கவேண்டும் என்று விரும்புகிறாயா?''

''தம்பி! நீயும் நானும் ஒரே சோழ இனம், ஒரே தமிழ்மொழியினர் என்று நினைக்கும் போது நம்மிடையே ஒருமையுணர்ச்சி ஏற்படுகிறது! ஆனால் என்னுடைய சிவமதம் என்று வரும்போது உன்னுடைய வைஷ்ணவ மதத்திற்கு விட்டுக் கொடுக்கும் அளவிற்கு என்னுடைய மதத்தை அடிமை நிலைக்கு இறக்கிக் கொள்ள முடியுமா? நானும் நம் அத்திமல்லர்

சம்புவராயரும் ஒரே சிவமதத்தினர் என்று நினைக்கும்போது எங்களிடையே ஒருமையுணர்ச்சி ஏற்படலாம்! ஆனால் அவர் கிழவர் நான் வாலிபன் என்று நினைக்கும்போது எங்களிடையே ஒருமையுணர்ச்சி ஏற்படுமா? தம்பி! நானும் நம் ஆடையூராரும் ஒரே சோழ தேசத்தினர் என்று நினைக்கும் போது நாங்களிருவரும் பகைமை உணர்ச்சி கொள்ளாமல் ஒருமை உணர்ச்சிக் கொள்ள வேண்டியது அவசியந்தான். ஆனால் நம் சக்கரவர்த்திகள் என்னை நம்பி என்னிடம் முத்திரை மோதிரம் கொடுக்காமல் நம் ஆடையூராரிடம் கொடுத்தார் என்று நினைக்கும்போது எங்களிடையே ஒருமையுணர்ச்சி ஏற்பட முடியுமா? தம்பி ஒருமையுணர்ச்சி என்பதை ஒரு சில விஷயங்களில்தான் வற்புறுத்த முடியும்! இயற்கைக்குப் புறம்பான விஷயங்களிலெல்லாம் அதை வற்புறுத்த ஆரம்பித்தால் விபரீதங்கள்தான் விளையும்! தம்பி, உதாரணமாக உன்னைப் போன்ற ஒருமையுணர்ச்சிப் பித்துள்ள ஒரு மன்னரின் சரித்திரத்தை நம் சோழ வம்சாவளியிலிருந்து எடுத்துக் காட்டுகிறேன், பார்! அவருடைய பெயரும் குலோத்துங்க சோழர்தான்! அவருக்குச் சைவ மதத்தின் மீது இருந்தது அபாரமான பற்று! அதுவே நாடெங்கும் ஒருமை உணர்ச்சியாக வேண்டும் என்கிற இலட்சிய வெறியாக மாறியது. அது இரத்த வெறியாகவும் உருவெடுப்பதற்கு அவருடைய ஏகாதிபத்திய அரசியல் முறையே இடங்கொடுத்து விட்டது. சைவ மதமே அரசாங்க மதம் என்றும், அதுவே தேசத்தின் பொது மதம் என்றும் ஆக்கிவிட முனைந்த அவர், வைஷ்ணவ மதத்தவரின் உரிமைக் குரலையெல்லாம் நசுக்கிவிட ஆயத்தமாகித் தம்முடைய சர்வாதிகாரத்தையும் அதற்கேற்ப பயன்படுத்தினார். தில்லைச் சிவபெருமான் கோயிலின் மண்டபத்தில் இருந்த வைஷ்ணவமதக் கோவிந்தரின் விக்கிரகத்தைத் தூக்கிக் கடலில் எறிந்தார். நாட்டிலுள்ள வைஷ்ணவ மதத்தவரையெல்லாம் வேட்டையாடிப் பிடித்துவந்து தம் சிவமதத்தைப் பொது மதமென ஒப்புக்கொள்ள வேண்டுமென பயமுறுத்தினார். அதன் விளைவாகக் கிருமி கண்டசோழர் என்று சாபம் பெற்று உடம்பெல்லாம் அழுகியே அழிந்து போனாராம்! அவரோடு சோழ சாம்ராஜ்யத்தின் சர்வாதிகாரப் பீடமும் அழுகி அழிந்து விடும் அபாயம் வந்துவிட்ட பிறகு இராஜ தந்திரிகள் வெளிப்பட்டு அரசாங்கத்திற்கு எந்த மதமும் கிடையாது; தேசத்திற்குப் பொதுமதம் என்று ஒன்று வேண்டும் என்பதெல்லாம் அனாவசியமான தலைவலி; எம்மதமும் சம்மதமே என்றெல்லாம் சொல்லிப் பழையபடி உரிமைகளை வழங்கி நம் சோழ சாம்ராஜ்யத்தை அழுகி விடாமல் காப்பாற்றி வைத்தார்கள்! இப்போது நம்முடைய குலோத்துங்க சோழ சக்கரவர்த்திகளோ நம் கம்ப நாட்டாழ்வாரை ஆதரிப்பதின் மூலம் உன்னுடைய

வைஷ்ணவ மதத்திற்கே அதிகச் சலுகைகள் கொடுத்து என்னுடைய சைவ மதத்தை மறைமுகமாகப் புறக்கணிக்க ஆரம்பித்துவிட்டார் என்கிற பேச்சு நாடெங்கும் பரவுகிறது! அதன் காரணமாக ஒற்றுப்படை அதிகாரியான என்னையும் காவற்படை அதிகாரியான ஏகவாசகரையும், யானைப் படை அதிகாரியான அத்திமல்லர் சம்புவராயரையும் போன்ற சிவ மதத்தினருக்கு மறைமுகமாக வளர்ந்து வரும் கசப்பு, என்றாவது ஒருநாள் தேவையான நேரத்தில் வடிகட்டின இராஜத்துரோகமாக வெளிப்பட்டாலும் ஆச்சரியப்படுவதற்கு ஒன்றும் இல்லை!'' என்று சிரித்தான் ஜனநாதன்.

நீ விபீஷண ஆழ்வாராக உருமாறு வதற்குத்தான் நம் சக்கரவர்த்திகளையே இராவணேஸ்வரனாக உருவகப் படுத்தினாயா?

"தம்பி! இதுவரை நான் சொல்லிவந்த அரசியல் விஷயங்களுக்கும் பொதுவாக இராவணேஸ்வரனுக்கும் என்ன சம்பந்தம் என்பதை முதலில் சொல்லிவிடுகிறேன் கேள்! நம்முடைய கம்பராமாயணத்தில் சிருஷ்டிக்கப்பட்டிருக்கும் இராவணேஸ்வரன் ஓர் ஏகாதிபத்தியவாதி! சிறந்த சிவபக்தன்! கைலயங்கிரியைத் தூக்க முயலும் அளவிற்குப் பலமும் யதேச்சைக் குணமும் உள்ளவன். திரிபுவனாதிகளும் கண்டு நடுநடுங்கும்படியான ஒரு சாம்ராஜ்யத்தைப் படைத்தவன்! நம் சோழச் சக்கரவர்த்திகள் வைத்துக் கொண்டிருப்பது போல் ஒரு மந்திராலோசனை சபை அந்த இராவணேஸ்வரனுக்கும் இருந்தது! பிறன் மனைவியான சீதையை அவன் சந்நியாசி வேஷம் போட்டுத் தூக்கிக்கொண்டு வந்து தன்னுடைய சாம்ராஜ்யத்தின் அசோகவனத்தில் சிறை வைத்துக் கொண்டான். தேவியை விட்டிடு அல்லது ஆவியை விட்டிடு என்பதான தர்மப்போர் அறை கூவியது. அது அவனுடைய தனிப்பட்ட விஷயந்தான் என்றாலும், அவன் சர்வாதிகாரி ஆனபடியாலே அதை நாட்டின் பொதுப்பிரச்சனையாக்கி விட்டான், மந்திராலோசனை சபையில் கும்பகர்ணன் முதலாக அவனுடைய தம்பிகளும் சொந்த மகனும் உட்பட அனைவரும் இராவணேஸ்வரனின் செயலைக் கண்டித்தார்கள்! ஆனால் அது வெறும் ஆலோசனை சபையாக இருந்ததே தவிர அதிகாரமெல்லாம் இராவணேஸ்வரனின் கையிலே இருந்தபடியால், எல்லோர் பேச்சையும் தட்டிப் பேசிவிட்டு, தேசம் முழுவதையும் போர் முனையில் இறக்கி விட்டான். அவனுடைய சாம்ராஜ்யமும் அவனுடைய உயிரும் அழிந்து போகும்வரை அவனுடைய ஆணவத்தை யாராலும் தடுக்க முடியவில்லை! தம்பி! ஏகாதிபத்திய அரசியல் முறை இப்படிப்பட்ட ஆணவக்காரர்

களைத்தான் உண்டாக்கும்! தம்பி! சீதையைத் தூக்கி வந்தவன் ஒரு சர்வாதிகாரியாக இராமல், ஒரு கிராம சபைத் தலைவனாக இருந்திருந்தால், அவனைக் கிராம ஜனங்களே தூக்கிக் கடலில் விட்டெறிந்திருப்பார்கள். அந்தக் கிராமம் தனிப்பட்ட ஒருவனின் துராசை காரணமாக அழிந்து போகவும் நேரிடாது. தம்பி! ஏகாதிபத்திய முறை அரசியல் எந்த நாட்டிற்கும் ஏற்றதல்ல என்பதுதான் நம்முடைய கம்ப ராமாயணம் கற்றுக்கொடுக்கும் பாடம்!''

''ஜனநாதா! நீ விபீஷண ஆழ்வாராக மாறினாலும் நம்முடைய சோழ சாம்ராஜ்யத்தை அழித்துவிட முடியாது!''

''ஆமாம், தம்பி! இராவணேஸ்வரனின் சாம்ராஜ்யத்தைக்கூட யாராலும் அழித்துவிட முடியாது என்றுதான் நம்பியிருந்தார்கள். தன்னைப் படைத்த கடவுள்கூடத் தன்னை அழிக்க முடியாது என்னும் படியான வரசித்திகளையெல்லாம் பெற்றிருக்கிறோம் என்று இராவணேஸ்வரனும் இறுமாந்திருந்தான்! ஜானகி என்ற நஞ்சைக் கொண்டு வந்து வைத்துக்கொண்ட பிறகும் தன்னுடைய எதிர்காலம் தேவாமிர்தமாகவே இருக்கும் என்றுதான் அவனும் ஆணவத்தோடு இருந்தான்! ஆனால் பிறன் மனைவியைக் கவர்ந்தவன் என்கிற பழிச்சொல் ஏற்பட்ட பிறகு, நாடோடிகளான இரண்டு அற்ப மானுடர்கள் சில காட்டுக் குரங்குகளுடன் வந்து இராவணேஸ்வரரின் பிரும்மாண்டமான சாம்ராஜ்யத்தை வெகு சுலபமாக அழித்துவிட்டார்கள்! தம்பி! வீரபாண்டியன் தேவியைச் சீதையாக மாற்றி, நம் குலோத்துங்கச் சோழச் சக்கரவர்த்திகளை இராவண சந்நியாசியாக்கிப் பழிச் சொல்லையும் உண்டாக்கி விட்டேன்! இனிமேல் நடக்கப்போவதையெல்லாம் பார்!''

''ஜனநாதா! உள்ளூர இவ்வளவு இராஜத்துரோகம் உள்ளவன் இன்று விசாரணை சபையில் எவ்வளவு பெரிய இராஜ விசுவாசியாக நடித்தாய்?''

''தம்பி எதிராளிக்கு உதவி செய்யும் ஏமாளியாக என்னை எண்ணிக்கொள்ள வேண்டும் என்பதுபோல் நடித்துக்கொண்டே அதேசமயம் அதே உதவியைப் படுகுழியாக்கி விடும் வித்தை அலாதியானதாகும்! துரோகத்திற்கும் பரிசு பெறும்படியாக வேலை செய்வதுதான் என்னைப் போன்ற அரசியல் தந்திரிகளின் மேதா விலாசமாகும்!''

''ஜனநாதா! நீ எந்தக் காரியத்தைச் செய்தாலும் அதில் ஒரு சுயநலமும் கலந்திருக்குமே?'' என்றான் வீரசேகரன்.

''தம்பி! இன்றைய விசாரணை சபையில் நான் நடித்த

இராஜவிசுவாச நாடகத்தை நம் சக்கரவர்த்திகள் உள்ளூர நம்பினாலும் நம்பாவிட்டாலும், வெளிப்படையாக என் இராஜவிசுவாசத்திற்கு ஏதாவது சலுகைகள் காட்டித்தான் தீரவேண்டும்! என் எதிராளியான ஆடையூரார் இராஜத் துரோகம் நினைத்திருக்க மாட்டார் என்று சக்கரவர்த்திகள் உள்ளூர நம்பினாலும், ஆடையூரார்மீது வெளிப்படையாக ஏதாவது கண்டிப்போ பராமுகமோ காட்டியே தீரவேண்டும்! இப்போது எனக்கும் ஆடையூராருக்கும் நடந்து வரும் நிலத் தகராறு பற்றிய வழக்கில், ஆடையூராரின் பக்கமே நியாயம் இருந்தாலுங்கூட எனக்குச் சாதகமாகவே சக்கரவர்த்திகள் தீர்ப்புக் கூறிவிடுவார். இப்படிப்பட்ட சூழ்நிலை ஏற்பட்டு விட்ட பிறகு ஆடையூராருக்குச் சாதகமாகத் தீர்ப்புக் கூறினால் அவருடைய இராஜத் துரோகத்திற்குப் பயந்து அவருடைய மனதைக் குளிர்விப்பதற்குத் தான் அவருக்குச் சாதகமாகத் தீர்ப்புக் கூறப்பட்டதோ என்று ஏனைய அதிகாரிகள் எண்ணிவிடக் கூடாதே என்றும் சக்கரவர்த்திகள் யோசிப்பார்!"

"ஜனநாதா! உன்னுடைய மாபெரும் இராஜத் துரோக சிந்தனை நம் சக்கரவர்த்திகளுக்குத் தெரிந்துவிட்டால் நீ என்ன செய்வாய்?"

"தம்பி! நீயே போய்ச் சொன்னாலும் அதை சக்கரவர்த்திகள் வெளிப்படையாக ஒப்புக் கொள்ளமாட்டார்! இராவணேஸ்வரரின் சகாக்களையெல்லாம் வெளிப்படையான விபீஷணர்களாக்கித் தீவிரமான நடவடிக்கை எடுத்துக்கொள்ள வேண்டிய தலைவேதனையைக் கொண்டு வருகிறாய் என்று உன்மீதுதான் சக்கரவர்த்திகள் கோபப்படுவார்! நான் அவரிடம் விசுவாசம் உள்ளவன் போலவும் அவர் என்னிடம் விசுவாசம் உள்ளவர் போலவும் பரஸ்பரம் நடித்துக் கொண்டே பரஸ்பரம் ஏதாவது உதவிகளும் சலுகைகளும் பெற்றுக் காலத்தைத் தள்ளிக்கொண்டு போவதைத்தான் அவர் விரும்புவார்! கைதேர்ந்த துரோகிகளின் பொதுநலக் கூட்டணிதான் அரசியல் துறை என்பது அவருக்கு வெகு நன்றாகத் தெரியும்! யானை இருந்தாலும் ஆயிரம் பொன், இறந்தாலும் ஆயிரம் பொன், என்கிற பழமொழி போல், ஜனநாதன் இருந்தாலும் ஆயிரம் தீமைகள், இறந்தாலும் ஆயிரம் தீமைகள் என்னும் படியான சூழ்நிலையை உண்டாக்கி வைத்திருப்பேன் என்பது அவருக்குத் தெரியும்!"

"ஜனநாதா! அஞ்சுகோட்டையானைத் திடீரென்று நீ ஏன் கழுத்தை வெட்டி எறிந்தாய்? என்னுடைய ஊர்மிளா விஷயத்தையும் உன்னுடைய அகல்யா விஷயத்தையும் அவன் வெளிப்படுத்தி விடக்கூடாதே என்றா?"

‘‘அதோடு என் அரசியல் இலட்சியத்திற்குத் தேவையான ஒரு நன்மையும் கலந்திருக்கிறது! நம் குலோத்துங்க சோழ சக்கரவர்த்திகள்தான் இராவணேஸ்வரன் என்கிற பழிச்சொல்லை உலகம் நம்ப வேண்டுமென்றால், அதற்கு ஏதாவது உயிர் பலி கொடுத்தாக வேண்டும்! அவன் விளக்கமாகச் சொல்லுவதற்குள். அவனைச் சோழர்கள் கொன்று போட்டார்கள் என்கிற வதந்திதான் அந்த பழிச் சொல்லுக்குக் கண் காது மூக்கு வைத்து வளர்க்கும்! அஞ்சுகோட்டையானைத் தியாகி என்று பாண்டிமா ஜனங்கள் வாழ்த்தினால்தான் அந்தப் பழிச்சொல் சக்தி வாய்ந்ததாகப் பரிணமிக்கும்! அஞ்சுக்கோட்டையானைக் கோரமான முறையில் அநியாயம் என்று தோன்றும்படி கொன்றால்தான் அவனைப் பாண்டிமா ஜனங்கள் வாழ்த்துவார்கள்! தம்பி! ஒரு துரோகியைத் தியாகி என்று ஆக்கிவிட்டேன், என் விரோதி என்றுகூட நினைக்காமல், பொது லட்சியத்தை முன்னிட்டு!’’

‘‘ஜனநாதா! நீ மிகவும் பயங்கரமானவன்!’’

‘‘அதனால்தான் எவரும் என்னோடு நெருங்கிப் பழகப் பயப்படுகிறார்கள்! நீ ஒருவன்தான் என் நண்பன் என்று சொல்லிக் கொள்வதில் சிறிதும் பயப்படுவதில்லை!’’

‘‘ஜனநாதா! நான் மனசாட்சி ஒன்றையே மதித்து நடப்பவன். எந்தத் தருணத்திலும் உயிரைவிடச் சித்தமாக உள்ளவன்! நான் யாரைக் கண்டும் பயப்பட வேண்டியதில்லை! உன்னுடைய வாக்கு வன்மையால் என்னுடைய கொள்கைகளையும் நீ மாற்றி விடமுடியாது. எனக்கு என்ன நேர்ந்தாலும் எந்தச் சமயத்திலும் என்னுடைய இராஜ விசுவாசத்தையும், தேசபக்தியையும் இழந்து விடமாட்டேன்!’’ என்றான் வீரசேகரன் உறுதியான குரலில்.

‘‘தம்பி! இப்படிப்பட்ட இலட்சியப் பித்தர்களும் மூடத்தனமான அரசாங்க தாசர்களும் அரசியல் முன்னேற்றத்திற்குத் தடைகளாக விளங்கும் முட்டுக்கட்டைகள்! தம்பி, என் மனோரதத்திற்குத் தடையாக விளங்கும் ஒரு முட்டுகட்டை எனக்கு மிகவும் பிரியமான மரத்தால் செய்யப்பட்ட முட்டுக் கட்டை என்பதற்காக அதை என்னுடைய வழியிலிருந்து அப்புறப்படுத்தாமலிருக்க முடியாது!’’ என்று ஜனநாதன் விஷமமாகச் சிரித்துக்கொண்டே அவனைப் பிரிந்து வேகமாகப் போய்விட்டான்.

அத்தியாயம் 73

கொடு மனக் கூனி

இன்னல் செய் இராவணன் இழைத்த தீமை போல்
துன் அருங் கொடு மனக் கூனி

கம்ப ராமாயணம்

மதயானை போன்ற மகா மூர்க்கனான அஞ்சுகோட்டையானின் கோரமான மரணத்திற்குப் பிறகு மதுரை மாநகரம் முழுவதும் சோழர்களுக்கெதிராகப் பாண்டிய ஜனங்களிடையே புதுவிதமான எதிர்ப்பு உணர்ச்சி பெருகிவிட்டது. சோழர்களை அரக்கர்கள் என்றும் குலோத்துங்க சோழச் சக்கரவர்த்திகளை இராவணன் என்றும் பாண்டிய மக்கள் பரிகசிப்பது நானா திசைகளிலும் எதிரொலித்தது. ஆங்காங்கே ஜனப் புரட்சிக்குரிய அறிகுறிகளும் கனன்றின. தேவி சிறை வைக்கப்பட்டிருந்த கோட்டையைச் சிலர் தாக்கவும் தலைபட்டுச் சோழியர்களிடம் பிடியுண்டு மதயானைகளின் காலடிகளில் தலைகள் மிதியுண்டு போயினர்.

சோழ பூபதிமீது பொறிக்கப்பட்ட அபவாதம் உலகெங்கும் கூடத் திக்விஜயம் செய்யத் தொடங்கியது. அந்நிய தேசங்களிலிருந்து வரும் இராஜாங்கத் தூதர்களுக்கும் யாத்ரீகர்களுக்கும் அந்த அபவாதந்தான் பிரதம விஷயமாகத் தோன்றியது. வெறும் வதந்திக்கு இவ்வளவு தூரம் விஷவேகம் இருக்குமா என்று திகைத்த சோழ ராஜ தந்தரிகளுக்கோ, பிற இனத்தவரின் முகங்களில் விழிக்கவே மனங் கூசலாயிற்று. சக்கரவர்த்திகளின் மீதுள்ள பழிச்சொல்லை எப்படித் துடைப்பது என்று அவர்களுக்குப் புலப்படவில்லை. அவசரப்பட்டு எந்தவிதமான நடவடிக்கை எடுக்கத் தொடங்கினாலும் அது அபவாதத்தை ஊர்ஜிதம் செய்வது போலவே நேர்மாறான பலனை உண்டாக்கி விடக்கூடும்.

அஞ்சுகோட்டையான் விசாரணைபற்றிய தகவல்கள் அனைத்தும் சோழர்களின் தலைநகரான ஆயிரத்தனியிலுள்ள இராச தேவரின் அரண்மனைக்கு அனுப்பப்பட்டபோது குலோத்துங்க சோழச் சக்கரவர்த்திகள் எந்தவிதமான அபிப்பிராயமும் வெளியிடவில்லை; முகத்தில் எந்தவிதமான உணர்ச்சியையும் வெளிக்காட்டிக்

கொள்ளவும் இல்லை. அவருடைய அந்தப்புர மாதர்களின் முகத்தாமரைகள்தாம் மிகவும் வாட்டமுற்றன. சோழிய ராஜ தந்திரிகளால் கைவிடப்பட்ட குழந்தைபோலவே சக்கரவர்த்திகள் ஆகிவிட்டார் என்றுதான் அவருடைய ராஜகுல மாதர்கள் மனம் கசிந்தார்கள்.

"மேற்கொண்டு என்ன விதமான நடவடிக்கை எடுத்துக்கொள்ளலாம்?" என்று மன்னர்பிரானிடம் கேட்கப்பட்ட போது, "மதுரையிலுள்ள சோழிய மந்திராலோசனை சபைக்கு எது உசிதம் எனத் தோன்றுகிறதோ அதன்படியே எல்லாக் காரியங்களையும் நடத்திவிடலாம்" என்று அவர் தம் திருவாய்க் கேள்வியினர் மூலம் வாய் மொழியாகவே சோழிய அதிகாரிகளுக்கு விடை அனுப்பிவிட்டார். அதற்குமேல் அந்த அபவாதத்தைப் பற்றி பேசுவதைக்கூட சக்கரவர்த்திகள் விரும்பவில்லை என்று தெரிந்தது.

அதனால் மதுரையிலுள்ள காவற்படை அதிகாரியான ஏகவாசகருக்குத்தான் நிலைமை மிகவும் தர்ம சங்கடமாகிவிட்டது. அபவாதத்தை நேர்முகமாகவோ மறைமுகமாகவோ கிளம்பியவர்களின் மீது எந்தவிதமான நடவடிக்கை எடுத்துக் கொள்வதும் அவருக்கு உசிதமாகப் படவில்லை. விசாரணை சபையில் இராசாக்கள் நாயகரைப்பற்றிப் பகிரங்கமாக உளறிய சிவகாமியை அவரால் தண்டிக்கவும் முடியாது! தங்கையைப் பறிகொடுக்கப் போகிறோம் என்கிற சித்தப் பிரமையால்தான் அவள் அவ்வாறு உளறினாள் என்றும், "பித்தர் சொன்னதையும் பேதையர் சொன்னதையும் பத்தர் சொன்னதையும் பொருட்படுத்துவதுண்டோ இந்த புவனத்தில்?" என்று கம்ப ராமாயணத்திலிருந்து மேற்கோள் எடுத்துக் காட்டி ஜனநாதன் தன்னுடைய ஆலோசனையை வலிய வெளியிட்டான்.

சிவகாமிமீது ஏதாவது நடவடிக்கை எடுத்துக்கொண்டால் ஆடையூர் நாடாள்வார் மீதும் நடவடிக்கை எடுத்துக்கொள்ள நேரிடுமென அவன் வற்புறுத்துவான் போலவும் தோன்றியது. தேவியைக் காவல் புரியும் வேலையிலிருந்து சிவகாமியை நீக்குவதும் உசிதமாகப் படவில்லை. தங்கையைப் பறிகொடுக்கப் போகிறோம் என்கிற ஆத்திரத்தில் தேவியைப் பழிதீர்த்துக் கொள்ள வேண்டும் என்னும் படியான வெறியுடன் சிவகாமி அதிகவனமாக தேவியைக் காவல் புரிவாள் என்றும் ஜனநாதன் வாதாடினான். தேவியைச் சிவகாமி ஏசுவதும் பேசுவதும் அதனை நிரூபிப்பதாகவே தோன்றின. சிவகாமி வழக்கம் போலவே சிறைக்கோட்டையினுள் காவல் வேலையிலிருந்து வரலாம் எனவும் ஆனால் பைத்தியக்காரியின் போக்கைப் பூரணமாக நம்பிவிட

முடியாதாகையால் இரவுக் காவற்காரியாக இன்னொருத்தியை அமர்த்தலாம் எனவும் சிவகாமி இஷ்டப்பட்டால் எந்த நேரத்திலும் சிறைக் கோட்டைக்குள் வந்து வேட்டை நாய்போல் எதை வேண்டுமானாலும் மோப்பம் பிடித்துக் கொண்டு திரியலாமெனவும் ஏகவாசகர் முடிவு கட்டிவிட்டார். சிவகாமியைப் பற்றிக் கவலைப்பட்டுக் கொண்டிருந்த வீரசேகரனுக்கு நிம்மதியான பெருமூச்சு வந்தது. அவன் தன் நன்றியுணர்ச்சியைத் தெரிவிப்பதற்காக ஜனநாதனை தனிமையில் சந்தித்த போது அவனை முட்டாள் என்று வழக்கம்போல ஜனநாதன் பரிகசித்தான்.

"ஜனநாதா! எனக்காக இல்லையென்றால் வேறு யாருக்காகச் சிவகாமியைச் சிறைக் கோட்டையினுள் காவல் வேலையில் நிலைக்க வைக்க இவ்வளவு பிரயாசை எடுத்துக் கொண்டாய்?" என்று வீரசேகரன் கேட்டான்.

"எனக்காகத்தான் நான் ஆடும் விநோதமான சதுரங்கத்தில் ஒரு காயை வெட்ட வேண்டும் என்றால் இன்னொரு காயைக் கொண்டு தான் வெட்ட வேண்டும்! ஒரு காய் சிவகாமி!"

"இன்னொரு காய் நானா? ஜனநாதா! சிவகாமி தன் மாங்கல்யத்தை, தனத்தைக் காக்கும் பூதம்போல் பாதுகாப்பவள்! அவளை நீ புரிந்துக் கொள்ளவில்லை"

"இல்லை தம்பி! உன்னைவிட நான்தான் உன் மனைக்கிழத்தியை வெகு நன்றாகப் புரிந்து கொண்டிருக்கிறேன்! நினைத்தபடியெல்லாம் லகுவாக வளைக்கக்கூடிய பாத்திரம் அவள்! என்னுடைய ராமாயணத்தில் அவள் முக்கியமான பாத்திரம்! சுலபமாக மூலையில் தள்ளி விடக்கூடாது!"

"அவள் என்ன பாத்திரம்?"

"கூனி!"

"என்ன? கூனியா சிவகாமி?"

"ஆமாம்! கூனி என்றால் முதுகு கூனலாய் இருக்கவேண்டும் என்கிற அவசியமில்லை! மனசின் கூனல் விரைவில் புறமுதுகிலும் தென்பட்டுவிடும்! தம்பி, கம்ப ராமாயணத்தில் வரும் கூனி அற்ப விஷயத்திற்காக மனம் கூனிப்போய் மாபெரும் சூழ்ச்சிக்காரியாய் மாறியவள்! அந்த ரகத்தைச் சேர்ந்தவள்தான் உன் சிவகாமியும்! இராவணன் இழைத்த தீமைபோல் கொடுமனக் கூனி அவள்!"

"சதிகாரியான தங்கையைப் பறிகொடுக்கப் போகிறோம் என்கிற பாசவெறியில் அவளுடைய மனசு கூனிவிட்டது எனக் குறிப்பிடுகிறாயா?"

''தம்பி! உன் சிவகாமிக்குத் தலைப்புமுதலே வாழ்வு கோணல்! அவளுடைய வசந்தகாலமோ கூனல்! அவளை யாரும் கூனி என்றே கூப்பிடுவார்கள்! அவ்வாறு இந்த மதுரை மாநகரெங்கும் என் ஒற்றுப்படையினர் மூலம் அவளுடைய பாத்திரத்தை உருவகப்படுத்தி விட்டேன்!''

''இராவணனுக்கும் கூனிக்கும் என்ன சம்பந்தம்?''

''சீதாதேவி, ஊர்மிளா தேவிக்குங்கூடச் சம்பந்தமுண்டு! ஏனெனில் ராமலக்ஷமணர்களைக் காட்டிற்கு ஓட்டியதற்கு ஆதி காரணமானவள் கூனிதான்!''

''லக்ஷமணன் யார்?''

''தம்பி, லக்ஷமணா! அவசரப்படாதே! அதை உன் வனவாசத்தின் போதுதான் பரிபூரணமாய் அறிவாய்!''

''ஜனநாதா! என்னை அரசியல் துறையிலிருந்து வனவாசத்திற்கு அனுப்பிவிட முடியாது! சிறைக்கோட்டையில் காவல் வேலையில் சிவகாமி அறியாமல் செய்யும் தவறுகள் என் தலையில் வந்து விழுந்து விடாது!'' என்று வீரசேகரன் சொல்லி விட்டுப் போய்விட்டான்.

சிவகாமியின் விஷயத்தில் ஜனநாதன் சிரத்தை எடுத்துக் கொண்டதுபோல் சிறைக்குள் சிரிக்கும் அகல்யா விஷயத்திலும் அவன் அனுதாபம் காட்டிவிடக்கூடாதே என்கிற யோசனை காவற்படை அதிகாரியான ஏகவாசகருக்கு வந்து விட்டது. அவர் அகல்யாவை இலேசில் விட விரும்பவில்லை! சக்கரவர்த்திகள்மீது பழிச் சொல் ஏற்பட்டதில் அகல்யா முக்கியப் பங்கு வகித்தவள். பாண்டிய மக்களில் ஒரு சாரார் அவளை எப்படியாவது சிறையில் இருந்து விடுவித்து அவள் வாயிலிருந்து விஷயமனைத்தையும் கிரகிக்க முயல்வதாயும் தெரிந்தது. இந்நிலையில் அவளுக்குரிய மரண தண்டனையை விரைவில் நிறைவேற்றிவிட வேண்டுமென ஏகவாசகர் நிச்சயித்தார்: ''பழி பாவத்திற்கு அஞ்சாத சதிகாரியான அகல்யாவின் தலை, வரும் வெள்ளிக்கிழமை அதிகாலையில் யானைக் காலால் இடறப்படும்!'' என்று ஏகவாசகர் தீர்மானமாகக் கூறி அதை ஊரெங்கும் பறைசாற்றி விட்டார்.

அகல்யாவிற்கு நேரிடப்போகும் அகோரமான சாவைப்பற்றிக் கேள்விப்பட்டதும் சிவகாமிக்குத் தன் தங்கைமீதுள்ள பாசம் அளவுகடந்த வெள்ளமாகக் குமுறி பெரும் பித்தாகவும் மாறிவிட்டது. தங்கையின் முகத்தை ஒரு முறை பார்த்துவிட வேண்டுமென அவளுக்கு வெறியும் பிடித்துவிட்டது. தங்கையின் மரண தண்டனைக்குத்தான் தான் காரணம் என்கிற உணர்ச்சியும் அவள் நெஞ்சைச் சுட்டது.

அகல்யாவை அடைத்து வைத்திருக்கும் சிறைச்சாலைக்கு சிவகாமி ஓடினாள். அங்கிருந்த காவலர்கள் ஏகவாசகரின் கட்டளைப் பிரகாரம் அவளை உள்ளே அனுமதிக்கவில்லை. அவர்களை வாயாற வைது விட்டு ஏகவாசகரிடம் அவள் ஓடிச்சென்று அவருடைய காலில் விழுந்து பலவாறாகக் கெஞ்சிக் கதறினாள். ஆனால் அகல்யாவை அவள் சந்திப்பதற்கு ஏகவாசகர் அனுமதி கொடுக்கப் பிடிவாதமாக மறுத்துவிட்டார். ''தங்கையின் தலை யானைக் காலால் உதைத்துத் தள்ளப்படும்போது தங்கையின் முகத்தை அவள் தூரத்திலிருந்து பார்த்துக் கொள்ளலாம்'' என்று அவர் சமாதானம் கூறி அனுப்பிவிட்டார். அது அவளுடைய கூனிய மனசை மேலும் கூன் அடித்துவிட்ட வில்லம்பு போலவே ஆயிற்று.

சிவகாமி நெஞ்சு துடித்தாள். நினைத்தவர் மீதெல்லாம் கோபப் பட்டாள். வாய்க்கு வந்தவரையெல்லாம் வைதாள். மனம் போனபடியெல்லாம் பிதற்றினாள். நீர் விழிகள் நெருப்புண்ண விழித்தாள். அவளுக்கு என்ன செய்வதென்றே புரியவில்லை! மூன்று உலகையும் எரித்துவிடும்படியாக எல்லோருக்கும் இடையூறு செய்ய வேண்டும் என்கிற துவேஷ வெறி மட்டும் அவளிடம் மிகுந்து நின்றது.

ஏகவாசகரின் வாசஸ்தலத்தை விட்டு சிவகாமி வெளியே வந்த சமயம் உலகமே இருட்டி விட்டதுமின்றி, அது சூன்யமாகிவிட்டது போன்ற உணர்ச்சியும் அவளுக்கு ஏற்பட்டது.

நிர்க்கதியான நிலையில் சிறிது நேரம் தெருவிலே நின்றுகொண்டிருந்த சிவகாமி மெல்லத் தன் தலையைத் தூக்கிச் சுற்றிலும் இருளை தன் வறட்சியான விழிகளால் வெறித்துப் பார்த்தாள். அங்கு அவள் தனியாக நிற்கும் உணர்வு ஏற்பட்டதும் அவளுக்கு என்னவோ ஒருவிதமான சித்தப்பிரமை உண்டாக்கிவிட்டது. தன் தங்கையின் தலை யானைக் காலால் இடறப்பட்டு அவளுடைய கால்களில் வந்து விழுவது போன்றதொரு கற்பனை அவளுடைய பிரமையில் சீறிக் கொண்டு கிளம்பியது. அவள் கிரீச்சிட்டு அலறிக்கொண்டு பின்புறம் திரும்பி அகல்யாவின் சிறைச்சாலையை நோக்கி ஓடலானாள். அவளைப் பின்பற்றி இருளில் காலடி ஓசைகள் கிளம்பி அவளைத் தாண்டிக்கொண்டு திடீரென எங்கோ நின்று விட்டன. அவளுக்கு எதிரே தென்பட்ட வீதியிலுள்ள பட்டி மண்டபத்தின் அருகே எரிந்து கொண்டிருந்த சித்திரக் கற்றூண் விளக்கின் தீ நாக்குகள் குபீரென அணைந்துவிட்டன. பட்டி மண்டபத்தைச் சுற்றிலும் இருள் பாவாடை விழுந்தது. மண்டபத் தூண்களிலுள்ள விளக்குப் பாவைகளின் சிறு தீபங்கள் மட்டும் நட்சத்திரங்கள் போல் மினுக் மினுக்கென்று ஒளி சிந்திக்கொண்டிருந்தன. தூரத்தில் தெரியும்

உயரமான கல் ஸ்தம்பத்தின் தீச்சட்டி கலங்கரை விளக்கம் போல் மதுரை மாநகரைச் சுற்றியுள்ள ஜனசமுத்திரத்திற்கு ஒளி வீசிக்கொண்டிருந்தது. பட்டி மண்டபத்தின்மீது நாட்டப்பட்டுள்ள மகரத்வஜம் வான வீதியில் சஞ்சரிக்கும் பிறை நிலாக் காற்றோடு பிணங்குவதுபோல் இருள் காற்றில் சலசலத்தது.

அவள் பட்டி மண்டபத்தின் அருகே ஒரு முச்சந்தியில் திரும்பியபோது, சட்டென்று மண்டபத்தின் இருண்ட நிழல் சரிவில் இருந்து வௌவாலைப் போல் ஒருவன் வெளிப்பட்டு சிவகாமியின் முன் பாய்ந்து வந்து, அவளை வழி மறித்துக்கொண்டு நந்திபோல் நின்றான். அவன் தன் முக அடையாளம் தெரியாதபடி தன் தலைப்பாகையின் சரிவால் தன் கருநிறத் தாடி மீசைகளையும் சேர்த்து மறைத்துக் கொண்டதோடு மட்டுமல்லாமல், பகல் வேஷக்காரன் போலவும் உருவங்கொண்டிருந்தான். அவனுடைய இடுப்பில் கோணங்கிக்காரனின் உடுக்குப் பறையும்; இன்னொருபுறம் சங்கும், குத்துவாளும், மார்புப் பட்டையினால் கட்டப்பட்டுத் தொங்கின. அவனுடைய கால் சட்டையில் வினோதமான ஜரிகை வேலைப்பாடுகள் செய்யப்பட்டிருந்தன. அழகர் கோயில் மாடு ஓட்டுபவனா, கோணங்கிக்காரனா, கூத்தாடியா என்பது சட்டென விளங்காதபடி அவனுடைய வேஷம் கலப்படமாக இருந்தது. இரவில் பகல் வேஷக்காரன் சப்தமின்றி சலங்கைகளின்றிச் சஞ்சரிப்பது சந்தேகத்திற்கு இடமானதாகவும் இருந்தது!

''பழிகாரி! உன் சொந்தத் தங்கையை நீ கொலை செய்யப்போகிறாய்! உனக்கு அளவில்லாத ஆத்ம சாந்தி உண்டாகிவிட்டதா?'' என்று அந்தப் பகல் வேஷக்காரனின் குரல் துயரக் கீறலுடன் சிவகாமியின் காதுக்குள் ஒலித்தது.

''நானா? என் தங்கையை நானா கொல்கிறேன்? இல்லை! இல்லை! இல்லவே இல்லை!'' என்று கிரீச்சிட்டாள் சிவகாமி.

''எவளோ என்று நினைத்து அவசரப்பட்டு நீதான் ஒருத்திக்கு மரண தண்டனை விதித்தாய்! அந்த ஒருத்தியை உன் தங்கையாக்கி விட்டது விதி!'' என்று சிரித்தது வேதனையுடன் அந்தக் குரல்.

அந்தக் குரலை அதற்கு முன்பு வேறு எங்கோ கேட்டது போலிருந்தது சிவகாமிக்கு! ஏதோ ஜன்மாந்திர வாசனை போலவும் தேய்ந்து போன கனவின் சிறு நெறிஞ்சி முள் போலவும் அந்தக் குரலின் கம்பீர கவர்ச்சி அவளுடைய நெஞ்சை உறுத்தவும் செய்தது. ஆனால் அதை அவளால் இனம் புரிந்து கொள்ள முடியவில்லை. அப்போது அவளுக்குச் சித்தப்பிரமை இல்லாமல் புத்தி தெளிவாக இருந்திருக்குமேயாகில் அந்தக் குரலுக்கு

உரியவர் சுந்தரகுரு வென்பதையும், அவர்தான் பகல் வேஷக்காரராக சிவகாமியை வழி மறைத்துக் கொண்டு இருளோடு இருளாகப் பதுங்கி நிற்கிறார் என்பதையும் சிவகாமி ஒருவேளை யூகித்துக் கொண்டிருப்பாள். இன்னும் சற்று ஆழமாகத் தன் நினைவுகளைக் கிளறிப் பழைய கனவிற்கு உயிரூட்டி எதிரே நிற்பவனின் விழிகளை உற்றுப் பார்த்திருப்பாளேயானால், அவன்தான் அவளுடைய யெளவன காலத்திய ஆசாபங்கத்திற்குக் காரணமான வீரபாண்டியன் என்பதையும் கண்டுகொண்டிருப்பாள். ஆனால் அவள்தான் தன்னையே மறந்த நிலையில் சித்தம் குழம்பி நின்று கொண்டிருந்தாளே!

வீரபாண்டியன் எப்படிக் கூத்தாடியாக மாறினான் என்பதே ஒரு சுவையான கதையாகும். சுந்தர குருவாகத் தேவியின் சிறைக் கோட்டைக்குள் சஞ்சரித்து வந்த அவன், நெருக்கடியான நேரத்திலே அஞ்சுகோட்டையானால் வெளியேற்றப்பட்டதும், யார் கண்ணிலும் தட்டுப்படாமல் இருக்கச் சிறைக்கோட்டையை அடுத்து வயற்புறமுள்ள ஒரு குடிசையினுள் ஓடி ஒளிய வேண்டிய அவசியம் நேரிட்டது. அது பகல் வேஷக்காரனின் குடிசை! ஒரு காலத்தில் வீரபாண்டிய சக்கரவர்த்திகள் முன் கூத்தாடி அரசரின் ஆசீர்வாதமும் அரும் பரிசுகளும் பெற்று இராஜன் அன்பிற்கு அடிமை பூண்டவன். வீரபாண்டியனோ, இனி ஊர்மிளாவின் வீட்டிற்குச் செல்வது உசிதமல்ல என்னும்படியான நிலை ஏற்பட்டுவிடவே, பகல் வேஷக்காரனின் குடிசையை தன் மறைவிடமாக்கிக் கொண்டான். தேவைப்படும்போது அவனும் ஈழவராயனும் ஓரிடத்தில் சந்திப்பதெனவும் அவர்கள் ஏற்பாடு செய்து கொண்டிருந்தார்கள்.

சிறைக் கோட்டையிலிருந்து தேவியைச் சிறை மீட்கும் படலத்திற்குத் தந்திரமாக உபயோகப்படுத்த வீரசேகரன்மீது காத்தவராயன் குறி வைத்திருந்தது போலவே, சிவகாமியின்மீது வீரபாண்டியன் குறி வைத்திருந்தான். சிவகாமியின் குணாதி சயங்களையும், நடவடிக்கைகளையும், தற்போதைய நிர்க்கதியான நிலையையும் வீரபாண்டியன் அறிந்துகொண்டு அவளைக் கருவியாகப் பயன்படுத்த மறைமுகமாகப் பின் தொடர்ந்து கொண்டிருந்தான். சிவகாமியின் குணாதிசயங்களில் முக்கியமானது என்னவென்றால் அவள் எதன் மீதாவது எண்ணம் வைத்துவிட்டால், அதைச் சாதித்துக் கொள்வதற்காக எந்தப் பாதகமான வழியையும் கைப்பற்றிக் கொள்ளத் தயாராகிவிடுவாள். சிவகாமியின் தீயுண்ட குரூரமான விழிகள் இருளில் அனல் கக்குவதைப் பகல் வேஷக்காரனான வீரபாண்டியன் உற்று நோக்கிக் கொண்டேயிருந்தான்.

“நீ யார்?” என்று கேட்டாள் சிவகாமி.

‘‘ஒரு பரிசுத்த ஜீவன்மீது உன்னைப் போல் அளவற்ற பாசம் வைத்துவிட்ட பித்தன் நான்!’’ என்றது அந்தக் குரல் அளவற்ற துக்கத்துடன்.

‘‘என்னை ஏன் வழிமறைத்துக் கொண்டு நிற்கிறாய்? நான் சீக்கிரம் போகவேண்டும்!’’ என்று சிவகாமி கூவினாள்.

‘‘எங்கே போகிறாய்? பொற்றாமரைக் குளத்தில் விழுந்து தற்கொலை செய்து கொள்ளவா?’’

‘‘என் தங்கையை அடைத்து வைத்திருக்கும் சிறைச்சாலைக்குப் போகிறேன்.’’

‘‘அங்கே போய் உன்னால் என்ன செய்ய முடியும்?’’

‘‘அகல்யாவின் முகத்தை ஒருமுறை பார்ப்பேன்! அவளோடு ஒருவார்த்தை பேசுவேன்!’’ என்று புலம்பினாள் சிவகாமி.

‘‘உன்னைக் காவலர்கள் உள்ளே விட மாட்டார்கள்!’’

‘‘சிறைக் கூடத்தின் வெளிவாசலிலாவது என்னைப்படுத்துக் கிடக்க விடுவார்களல்லவா? ஆமாம்! அந்த வாசலிலே நான் படுத்துக் கிடப்பேன்! அவள் வெளியே தலைகாட்டியதும் அவளைக் கட்டிக் கொண்டு அழுவேன்!’’

‘‘அவள் வெளியே வரும் சமயம் உன்னை வாசலில் இருந்து விரட்டி விடுவார்கள்!’’

‘‘அவர்களையெல்லாம் சபிப்பேன்! அழிப்பேன் அழுவேன்! ஊரெல்லாம் திரண்டு வந்து சிறைக்கோட்டத்தை உடைக்கும்படி கதறுவேன்!’’ என்று ஜன்னி கண்டவள்போல் சிவகாமி உளறலானாள்.

‘‘உன் தங்கையின் மீதுள்ள பாசத்தால் நீ துரோகியாகவும் மாறிவிடுவாயோ என்று சோழிய காவலர்கள் அஞ்சுவார்கள்!’’

‘‘துரோகம் செய்தவர்களுக்குத் துரோகம் செய்தால் என்ன? என்னைக் கெடுப்பவர்கள் யாராயிருந்தாலும் விடமாட்டேன்!’’ என்று சிவகாமி வஞ்சினம் கூறினாள்.

‘‘உன் தங்கைக்காகச் சோழிய அதிகாரிகள் யாரிடமும் நீ போய்க் கெஞ்சினாலும், பயமுறுத்தினாலும் உன் எண்ணம் பலிக்காது! உன் தங்கையை காப்பாற்றக் உன்னால் முடியவே முடியாது!’’

‘‘என் தங்கையைக் காப்பாற்ற முடியவில்லையே! காப்பாற்ற முடியவில்லையே!’’ என்று சிவகாமி தன் கைகளால் தலையில் அடித்துக் கொண்டாள்.

‘‘அவளுடைய தலையை யானைக் காலால் இடறும்போது கூட அவளுடைய முகத்தை உன்னால் பார்க்க முடியுமா என்பது

சந்தேகம்தான்! அகல்யாவின் தலையைக் கூடையில் பொறுக்கிப்போடும் போதோ அல்லது சிறைக் கோட்டையின் மீதுள்ள ஈட்டி முனையில் தலையைச் சொருகும்போதோ வேண்டுமானால் அவளுடைய முகத்தை நீ பார்க்க முடியும்! ஈமக்கிரியை செய்வதற்குக்கூட உன் தங்கையின் உடலைத் தரமாட்டார்கள் கிராதகர்கள்!"

"ஐயோ! ஐயோ!" என்று புலம்பலானாள் சிவகாமி.

"உன் தங்கையைக் காப்பாற்றி உன்னிடம் சேர்ப்பிக்க முயலுவதாக யாராவது வாக்குறுதி கொடுத்தால் நீ குதூகலப்படுவாய்; இல்லையா?"

"இந்த உலகத்தில் யாரால் அப்படி வாக்குறுதி கொடுக்க முடியும்?" என்றாள் சிவகாமி பாதி ஆவலுடனும் பாதி நிராசையுடனும்.

"அதற்கு வல்லமையுள்ள ஒருவன் வாக்குறுதி கொடுக்கிறான் என்று வைத்துக் கொள். உன் தங்கையை உன்னிடம் சேர்ப்பிப்பதற்குப் பிரதியாக அவன் விரும்புகிற ஒன்றை நீ செய்வாயா?"

"என் அகல்யாவிற்காக எதுவும் செய்வேனே!" என்று சிவகாமி உணர்ச்சி வசமாகிக் கூவினாள். அவளுடைய விழிகளில் கண்ணீர் அடை மழைபோல் பொழிந்து கொண்டிருந்தது.

"பாவம்! மிகவும் துன்பப்பட்டு போயிருக்கிறாய்! ஆனால் இன்னொரு ஜீவனுக்கு நீ செய்த துன்பங்களின் விளைவுதான் இவ்வளவு பெரிய துன்பமாக உனக்கு வந்து விடிந்திருக்கிறது. இன்னொரு ஜீவனை நீ அழவைத்ததால்தான் ஆண்டவன் உன்னை அழ வைக்கிறான். வினை விதைத்தவர்கள் வினைதான் அறுப்பார்கள்!"

"நீ! என்ன சொல்கிறாய்? நான் யாருக்கு என்ன துன்பங்கள் செய்தேன்?" என்று திமிறும் குரலில் சிவகாமி கேட்டாள்.

"சிறைக் கோட்டையிலுள்ள தேவியின் மனதை நீ மிகவும் துன்புறுத்தினாய்! உன்னுடைய ஏச்சும் பேச்சும் அந்தப் புண்ணியவதியை அழவைத்தது. அதன் பலன்தான் உன் தங்கையின் உயிருக்குத் துன்பமும் உனக்கு அழுகையும் சம்பவித்திருக்கிறது.

உலகத்தில் ஒருவருக்கு எதன்மீது அதிகப் பிரியமிருக்கிறதோ அதைத் துன்பப்படுத்திச் சோதிப்பதுதான் ஆண்டவனுடைய வழக்கம்?" என்றான் பகல்வேஷம் தரித்திருந்த வீரபாண்டியன்.

"அந்தப் பேச்செல்லாம் இப்போது எதற்கு? என் தங்கையைக் காப்பாற்றக்கூடிய ஓர் ஆள் இருக்கிறார் என்று சொன்னாயே, அது உண்மைதானா? அந்த ஆள் எங்கே? நான் என்ன செய்ய வேண்டுமென அவன் விரும்புகிறான்?" என்று பரபரப்புடன் கேட்டாள் சிவகாமி.

"தேவியின் மனதை நீ புண்படுத்தியதற்கெல்லாம் நீ பிராயச்சித்தம் செய்ய வேண்டும். அவளை நீ ஏசிப் பேசியதற்கெல்லாம் தேவியிடம் மன்னிப்புக் கேட்க வேண்டும்! எந்தத் தருணமும் தேவியிடமும் தேவியின் குமாரனிடமும் நீ கனிவுடனும் கருணையுடனும் நடந்துகொள்ள வேண்டும். தேவி உன்னைவிட அதிகமாகக் கண்ணீர் வடித்திருக்கிறாள். அவளுடைய கண்ணீரெல்லாம் ஆனந்தக் கண்ணீராக மாறுவதற்கு நீ சகலவிதமான உதவிகளும் செய்யவேண்டும். தேவி சிறை தப்பிச் செல்லும் சமயத்தில் நீ உன்னால் முடிந்த அளவு துணைபுரிய வேண்டும். இவை பொதுவான விஷயங்கள், நீ இதற்கெல்லாம் சம்மதிப்பதாகச் சத்தியம் செய்தால் நீ உடனே என்ன காரியம் செய்ய வேண்டும் என்பதைக் குறிப்பிட்டுக் கூறுகிறேன்."

"நீ தான் அந்த ஆளா?"

"அப்படியே வைத்துக்கொள்!"

"நீ பகல் வேஷக்காரன்தானே?"

"ஆமாம்! பகல் முழுவதும் உன் நடவடிக்கைகளை இரகசியமாகக் கவனித்து வந்தேன்!"

"ஒரு கூத்தாடியா என் தங்கையைக் காப்பாற்ற முடியும்?"

"அகிலத்தையும் ஆக்கவும் அழிக்கவும் வல்ல நம் ஆலவாய் பெருமான்கூட ஒரு கூத்தாடிதான்!"

"அப்படியானால் நீ ஒரு வேஷதாரி! வீரபாண்டியன் மனைவியைப்பற்றி உனக்கென்ன கவலை!" என்று கேட்டாள் சிவகாமி.

"அவள் எங்கள் பாண்டிய நாட்டு ஜீவன்!" என்று கம்பீரமான பதில் வந்தது.

"அப்படியானால் நீ எதிராளி கூட்டத்தைச் சேர்ந்தவன் உன் கையில் நிறைய ஆட்களும் இருப்பார்கள்; இல்லையா?"

"அதையெல்லாம் பற்றி நீ தெரிந்து கொள்ள வேண்டிய அவசியமில்லை!"

''எனக்கு வேண்டியது என் தங்கைதான்! அவளை எப்படியும் காப்பாற்றுவதாகச் சத்தியம் செய்வாயா?''

அதற்குப் பகல் வேஷக்காரனிடமிருந்து பதிலில்லை.

''என்ன? ஆணையிட்டுச் சொல்வாயா, அப்படி?'' என்று சிவகாமி வற்புறுத்திக் கேட்டாள்.

''உன் தங்கையைக் காப்பாற்றுவதற்கு என்னால் எவ்வளவு முடியுமோ அவ்வளவு பிரயாசையும் எடுத்துக் கொள்வேன்!''

''முடிந்த அளவு என்றால் முடியாது என்றுதான் அர்த்தம்! உன்னால் என் தங்கையைக் காப்பாற்றவே முடியாது. காப்பாற்றுவதாகச் சொல்லி என்னை ஏமாற்றப் பார்க்கிறாய்!'' என்று சந்தேகத்துடன் சீறினாள் சிவகாமி.

''சிறைக் கோட்டையிலுள்ள எங்கள் தேவிக்கு உன்னால் முடிந்த அளவு உதவியை நீ செய்! யானைக் காலில் மிதிபடப்போகும் உன் தங்கைக்கு என்னால் முடிந்தளவு உதவியை நான் செய்கிறேன்!'' என்று பதில் நிதானமாக வந்தது.

தேவியைப்பற்றி எனக்கென்ன கவலை? அந்த நீலியை முன்னிட்டுதான் என் தங்கை இந்தக் கதிக்கு ஆளானாள். வேண்டுமானால் என் தலையை யானைக் காலால் இடறட்டும். என் தங்கையை உயிரோடு விட்டுவிடட்டும்! என் தங்கையைக் கொல்வார்களா? ''ஹா! ஹா! நான் அந்த முரட்டு யானையைக் கொன்று விடுவேன்!'' என்று உறுமிய சிவகாமி, சட்டென்று தன் உறுமலை நிறுத்திக்கொண்டு, இருளின் சூன்யத்தை வெறித்து நோக்கினாள். அவளுக்கு பைத்தியம் முற்றிவிட்டது என்று எண்ணிய பகல் வேஷக்காரன் என்ன செய்வது என்று விளங்காமல் தன் வழியே செல்லத் திரும்பினான்.

''என்ன! என்னை நிர்க்கதியாய் விட்டுவிட்டுப் போவாயா? என் தங்கையைக் காப்பாற்றுவதாக ஆசை காட்டிவிட்டுப் போவது நீதியா? முறையா?'' என்று கூத்தாடியின் தலைப்பாகையைப் பிடித்து அவனை நிறுத்த முயன்றாள் சிவகாமி.

கூத்தாடியோ தன் தலைப்பாகை அவிழ்ந்து விடாதபடி அதைக் கெட்டியாகப் பிடித்துக்கொண்டு நின்றான்.

''என்ன? என் தங்கையை நீ காப்பாற்றுவாயா, மாட்டாயா?'' என்று சிவகாமி பரிதாபகரமான குரலில் கண்ணீர் வடியக் கேட்டாள்.

''அதுதான் சொன்னேனே! மனதில் வஞ்சகமில்லாமல் சகலவிதமான முயற்சிகளும் எடுத்துக் கொள்வேன், உன் தங்கையைக் காப்பாற்ற!''

"எப்போது என் அகல்யாவைக் காப்பாற்றுவாய்?"

"அவளைச் சிறைக்கூடத்திலிருந்து மரண தண்டனை நிறைவேற்ற அழைத்துச் செல்லும்போது வழியில்! அதாவது வெள்ளிக்கிழமை அதிகாலையில்!"

"அவ்வளவு நாள் ஏன் கால தாமதம் செய்கிறாய்? இன்றிரவே இப்போதே இந்தக் கணமே நீ போய் அவளை ஏன் காப்பாற்றக் கூடாது?"

"ஏனென்றால் இப்போது என்னால் முடியாது."

"எப்போதுமே உன்னால் முடியாது!"

"இல்லை! சமயம் வாய்க்கும்போதுதான் நான் சர்வசக்தி படைத்தவனாவேன். மரண தண்டனை நிறைவேற்றுவதற்காக அகல்யாவை சிறைக் கூடத்திலிருந்து வெளியே அழைத்துச் செல்லும் போது அவளுக்குப் பாதுகாப்பு அதிகமிராது. அவளைச் சுற்றிலும் குறைவான வீரர்களே வருவார்கள். சீக்கிரம் தீர்ந்து விடப்போகிற ஜீவன் என்பதினால் அவர்கள் பாதுகாப்பு விஷயத்தில் அசிரத்தையாகவும் இருப்பார்கள். அந்தச் சமயம் நான் அவளைக் காப்பாற்ற முயல்வேன். மந்திர சக்திபோல் ஒரு வார்த்தை நான் சொன்னால் ஆயிரக்கணக்கான ஆட்கள் பிரும்மாண்டமான சைன்யமாகத் திரண்டெழுவார்கள்!"

"இப்போதே ஆயிரக்கணக்கான ஆட்களைக் கூட்டிக் கொண்டு போய் ஏன் அகல்யாவின் சிறைச்சாலையைத் தாக்கக்கூடாது? ஏனென்றால் உன்னால் எதுவும் செய்ய முடியாது! ஆனால் நான் நினைத்தால் எதுவும் செய்ய முடியும்."

"நீ என்ன செய்ய முடியும்?"

"தேவியின் நடவடிக்கைகளைக் கண்காணிப்பேன்! அவளுடைய ஒவ்வொரு சிறு அசைவையும் நான் கூர்ந்து கவனிப்பேன். இரவோ பகலோ எந்த நேரமாயிருந்தாலும் தேவியின் சிறைக் கோட்டைக்குள் நான் போய்வர முடியும்! எனக்குத் தெரியாமல் தேவி அங்கிருந்து தப்பிச் சென்றுவிட முடியாது. என் தங்கையை நீ காப்பாற்றவில்லை என்றால் தேவி எப்படித் தப்பிவிடுவாள் என்று பார்த்துவிடுகிறேன்! என் தங்கை பலியானால் தேவியும் பலியாகியே தீர வேண்டும்! ஹா ஹா ஹா!" என்று சிவகாமி பயமுறுத்தும் விதமாகப் பேச்சைத் திருப்பினாள்.

"அப்படியே ஆகட்டும்!" என்று பெருமூச்சுவிட்ட அந்தக் கூத்தாடி சிவகாமியை நோக்கி "தேவிக்கு நீ மனப்பூர்வமாக உதவி செய்! உன் தங்கைக்கு நான் மனப்பூர்வமாக உதவி செய்கிறேன்!" என்றான்.

''அதை ஆணையிட்டுக் கூறு!''

''எதன் மீது வேண்டுமானாலும் ஆணையிடுகிறேன்!''

''உனக்கும் ஒரு தங்கை இருக்கிறாளா?''

''இருக்கிறாள்!'' என்று ஒரு பெருமூச்சு விட்டான் கூத்தாடி.

''உன் தங்கையின்மீது ஆணையிட வேண்டாம். புருஷர்களுக்குத் தங்கைமீது பிரியம் இருக்காது, உனக்கு ஆசைக் காதலி இருக்கிறாளா? அவள்மீது உனக்குக் கொள்ளைப் பாசம் உண்டா?'' என்று கேட்டாள் சிவகாமி.

''எனக்கு ஒரு பத்தினி இருக்கிறாள் என் வாழ்வின் ஜீவனே அவள்தான். அவளுக்காக என் உயிரைத் தியாகம் செய்வதில் கூட அளவில்லாத ஆனந்தம் அடைவேன்!'' என்று கூத்தாடி கரகரக்கும் குரலில் கூறியபோது அவனுடைய விழிகளுக்குக் கண்ணீர் திரையிட்டது.

''அவளுடைய மாங்கல்யத்தின்மீது ஆணையிட்டுச் சொல்.''

''உன் தங்கையைக் காப்பாற்ற நான் மனப்பூர்வமாகச் சகலவிதமான முயற்சிகளும் எடுத்துக் கொள்வேன்! என்னை வாழ்விக்க வந்த தெய்வமான என் மனைவியின் மாங்கல்யத்தின்மீது ஆணை!'' என்று ஆணையிட்டான் கூத்தாடி.

''வெள்ளிக்கிழமை அதிகாலையில் நீ என் தங்கையைக் காப்பாற்றாவிட்டால் என்ன நடக்கும் தெரியுமா? என் தங்கையின் உயிர் பலியானால் தேவியை நான் பழி தீர்த்துக் கொள்வேன். அந்தத் தேவியை முன்னிட்டுதான் என் தங்கை இந்தக் கதிக்கு ஆளானாள்! எங்கள் குலோத்துங்க சோழச் சக்கரவர்த்திகளிடம் உங்கள் தேவி தன் கற்பையும் பறிகொடுத்துப் பார்த்து விட்டாள் அப்படியிருந்தும் அவள் சிறையை விட்டு மீளவோ தன் கணவனோடு ராஜபோகத்தில் வாழவோ முடியவில்லை!

அவள் சிறையில் இருந்து தப்புவது உங்களாலா முடியப் போகிறது? மானத்தைப் பறிகொடுத்து உலகத்தின் பழிச் சொல்லைத் தேடிக்கொண்டவள் இனிச் சிறையை விட்டுத் தப்பி வந்தாலென்ன சிறைக்குள்ளே தீர்ந்துபோனால் என்ன?'' என்று சிவகாமி கூறிய வார்த்தைகள் கூர்மையான வாள்முனைகள் போல் கூத்தாடியின் நெஞ்சை அறுத்தன.

அந்தக் கொடுஞ் சொற்களைத் தாங்க முடியாமல் கூத்தாடி தன் இரு காதுகளையும் இரு கைகளாலும் பொத்திக்கொண்டு தலை குனிந்தவாறு ''மகா பாபி, மகா பாபி!'' என்று முனகினான்.

''அந்த மகா பாபிக்குத்தானே என் தங்கையின் உயிரை ஈடுவைக்கிறாய்? முதலில் என் தங்கையை நீ காப்பாற்ற வேண்டும் பிறகுதான் தேவி சிறையிலிருந்து தப்பவேண்டும்: வெள்ளிக்கிழமை காலை என் தங்கைக்கு ஏதாவது நேர்ந்துவிட்டால் என் க்ஷாத்திரத்தையெல்லாம் தேவியின் மீது தீர்த்துக்கொள்ளாமல் விடமாட்டேன் ஹா ஹா ஹா!'' என்று சிவகாமி வெறிபிடித்தவள் போல் உரத்த குரலில் பயங்கரமாகச் சிரித்தாள்.

வீரபாண்டியனுக்கு மெய்சிலிர்த்தது.

''ஏதாவது நீ நம்பிக்கை துரோகம் செய்தால் என்ன என்னவெல்லாம் செய்வேன் தெரியுமா? தேவியின் மூச்சுக்கூட சிறைக்கோட்டையைவிட்டு வெளியேற விடாமல் செய்வேன்! ஹா ஹா ஹா!'' என்று சிவகாமி பலவாறாக உரத்த குரலில் சொன்னாள்.

தூரத்தில் தெரு முனைகளில் கலைந்து கொண்டிருந்த சில வழிப்போக்கர்களும் காவலர்களும் சிவகாமியின் பயங்கர சிரிப்பைக் கேட்டு ஏதோ கலவரம் நடக்கிறது என்று நினைத்து சிவகாமி நின்ற முச்சந்தியை நோக்கி ஓடி வரலானார்கள்.

கூத்தாடிக்கு என்ன செய்வதென்று ஒன்றும் விளங்கவில்லை.

அந்தச் சமயம் முச்சந்தி மண்டபத்தின் இருள் சரிவில் இருந்து கருத்த உருவமுள்ள இன்னோர் ஆள் வெளிப்பட்டு வந்து சட்டென்று கூத்தாடியின் கையைப் பிடித்துப் பின்னுக்கிழுத்தான். இருட்டில் அவனுடைய முகம் சரியாகத் தெரியவில்லை. தெரிந்தாலும் கூட அவன் காத்தவராயன் என்னும் ஈழவராயன் என்பதைச் சிவகாமி அறிந்து கொண்டிருக்க முடியாது!

காத்தவராயன் முகத்தைச் சுளித்துக் கொண்டு கூத்தாடியின் காதுக்குள், ''இதென்ன பைத்தியக்காரத்தனம்! அவளுக்குப் பித்துப் பிடித்து விட்டது. அவளோடு பேசுவது வீண்!!'' என்று கூறிவிட்டு அவனைப் பின்புறமுள்ள ஒரு சந்துமுனைக்கு இழுத்துக் கொண்டு போனான்.

எதிரே வழிபோக்கர்கள் ஓடி வருவதைக் கண்டதும் சிவகாமிக்குச் சுரீரென்று கோபம் வந்தது!

''உங்களை யார் கூப்பிட்டது. இங்கே வேடிக்கை ஒன்றும் நடக்கவில்லை. வேலையற்ற சோம்பேறிகள்!'' என்று சிவகாமி அவர்களைப் பலவாறாகவும் வைது விரட்டினாள்.

அந்தச் சமயம் சந்துமுனையின் இருள் திரைக்குள் காத்தவராயன் அவநம்பிக்கை நிறைந்த குரலில் கூத்தாடியின்

காதுக்குள், ''சிவகாமியிடம் உதவி கேட்பது நமக்கு அநாவசியமான அபாயத்தைத்தான் உண்டாக்கும்! நீங்கள் எப்போதுமே வெளுத்ததெல்லாம் பால் என்று நம்பிவிடுகிறீர்கள்'' என்றான்.

''வெள்ளிக்கிழமையன்று தேவியைச் சிறை மீட்க நாம் திட்டம் வகுத்திருக்கிறோம். அந்தத் திட்டமுள்ள ஓலையைத் தேவியிடம் சேர்ப்பிப்பதற்குச் சிவகாமியை விட்டால் நமக்கு வேறு ஆள் வசதியில்லை!'' என்றான் கூத்தாடி.

''மூளை குழம்பியவளை நம்பியா நாம் அபாயகரமான திட்டத்தைக் கொடுத்தனுப்புவது!'' என்றான் காத்தவராயன் தயக்கத்துடன்.

''சிவகாமிக்குத் தங்கைப் பாசம் அதிகமிருக்கிறது! எவளும் தன் தவறுதலால் தன் தங்கை சாவதைப் பொறுக்க மாட்டாள்!'' என்றான் கூத்தாடி.

''இருக்கலாம்! ஆனால் தேவி சிறையை விட்டுத் தப்பினால் வீரசேகரன் தலைக்கு மரண தண்டனை காத்திருக்கும் என்பதையோ தன் மாங்கல்யத்தை இழக்க நேரிடும் என்பதையோ அவள் இன்னும் சிந்தித்துப் பார்க்கவில்லை. அதை அவள் சிந்திக்கும் போது, அவளுடைய உதவியை நம்பியிருக்கும் நமக்கு அவளே பெருந்தடையாக மாறிவிடுவாள்!'' என்றான் காத்தவராயன்.

''அவளைப் பூரணமாக நம்முடைய அபாயகரமான திட்டத்தில் ஈடுபடுத்தப் போவதில்லை. ஓரளவு நாம் அவளை உபயோகப்படுத்திக் கொள்ளலாம். தேவியிடம் இரகசிய ஓலையைச் சேர்ப்பிப்பதற்கு மட்டும் அவளைப் பயன்படுத்திக் கொள்ளலாம். அவளைவிட்டால் நமக்கு வேறு வழியில்லை!'' என்றான் கூத்தாடி.

வழிப்போக்கர்களை விரட்டிவிட்டு சிவகாமி அவர்கள் நின்ற இடத்திற்கு வந்து சேர்ந்தாள்.

அவ்விருவரும் மெல்லிய குரலில் குசுகுசுவென்று தர்க்கம்செய்து கொண்டிருந்ததை மௌனமாகக் கவனித்துக் கொண்டிருந்த சிவகாமி அவ்விருவரும் இருளைக் கிழித்துக் கொண்டு வேகமாக நடப்பதைக் கண்டதும் மிகவும் பதறிப் போய் விட்டாள்.

''எங்கே போகிறீர்கள்?'' என்று அவர்கள் பின்னாலேயே சிவகாமி ஓடிவந்த வண்ணம், ''என் தங்கையைக் காப்பாற்றப் போகிறீர்களா? என்ன ஒன்றும் பதில் சொல்லாமல் போகிறீர்கள்? ஐயோ! கொஞ்சம் நில்லுங்கள், நானும் வருகிறேன்!'' என்று பரிதாபமான குரலில் புலம்பினாள்.

‘‘நீ என் எதிரில் நிற்காதே! தேவியைப் பழித்த உன் நாக்கை நான் அறுத்தெறியாமல் விட்டதே மகாப்பாவம்! நீ உளறுவதையெல்லாம் அருகிலுள்ளவர்கள் கவனித்தால் உனக்கும் அபாயம் எங்களுக்கும் அபாயம்! நான் சொன்னதைக் கேட்காமல் வீணாக இவர் உன்னிடம் பேச்சுக் கொடுத்துவிட்டார்!'' என்றான் முரட்டுத்தனமான காத்தவராயன்.

‘‘பாவம்! அந்தப் பேதையின் மனதைப் புண்படுத்தாதே!'' என்றான் கூத்தாடி.

‘‘விழித்திருக்கும்போதே வாய் உளறுகிற பைத்தியகாரி! கையாலாகாதவள்!'' என்றான் காத்தவராயன் அலட்சியமாக.

‘‘நீ யார்? அவர் மனதை ஏன் கெடுக்கிறாய்?'' என்றாள் சிவகாமி எரிச்சலுடன்.

‘‘நீ வாயை மூடிக்கொண்டு உன் வழியே போ! நாங்கள் எங்கள் வழியே போகிறோம்!'' என்றான் காத்தவராயன்.

‘‘அப்படியானால் என் தங்கையைக் காப்பாற்ற முடியாதா?''

‘‘என் கூட்டாளி சொன்ன பிரகாரம் வெள்ளிக்கிழமையன்று அதிகாலையில் உன் தங்கையைக் காப்பாற்றிவிட முடியும். ஆனால் அதற்காக நாங்களும் எங்கள் கூட்டத்தினரும் மிகவும் கஷ்டப்படவேண்டும். உயிர்களைப் பலி கொடுக்கவும் நேரிடலாம்!'' என்றான் காத்தவராயன்.

‘‘ஐயோ! அப்படியானால் என் தங்கையை நீங்கள் காப்பாற்றப்போவதில்லையா? ஏன் ஆசை காட்டி மோசம் செய்கிறீர்கள்? இது நியாயமா?'' என்று ‘‘ஓ''வென அழத் தொடங்கினாள் சிவகாமி.

‘‘உன் தங்கையைக் காப்பாற்ற நாங்கள் எடுத்துக்கொள்ளும் அபாயகரமான பிரயாசைக்குத் தகுந்தபடி உன்னிடமிருந்து எங்களுக்குப் பிரதி பிரயோஜனம் கிடைக்காது! நீ எங்களுக்குத் தேவையானபடி உதவி செய்ய முடியாது!'' என்றான் காத்தவராயன்.

‘‘என் தங்கைக்காக எதுவும் செய்வேனே!'' என்று சிவகாமி உயிருக்குத் துடிப்பவள்போல் பதறினாள்.

‘‘அதை நாங்கள் எப்படி நம்புவது? எங்களுக்குத் தேவையானபடி நீ உதவி செய்யக் கூடியவளா என்பதை நாங்கள் பரீட்சித்துப் பார்க்காமல் எப்படி நம்புவது?'' என்று விநயமாகக் கேட்டான் காத்தவராயன்.

‘‘ஏதாவது ஒரு காரியத்தைச் சொல்லிச் செய்கிறேனா இல்லையா என்று பரீட்சித்துப் பாருங்கள்.''

"முதலில் ஒரு சிறு காரியம் சொல்லுகிறோம். அதில் உன் சாமர்த்தியத்தைக் காட்டுவாயா?" என்றான் காத்தவராயன்.

"சொல்லுங்கள் செய்கிறேன்" என்றாள் சிவகாமி, மறுபடி ஜீவன் துளிர்விடும் குரலில்.

"இராமாயணத்தின் உத்திர காண்டமுள்ள சுவடி ஒன்றை சந்தனக் கவிராயரிடமிருந்து வீரசேகரன் வாங்கினான் அல்லவா?" என்று கேட்டான் கூத்தாடி.

"ஆமாம்! உத்திர ராமாயணம் படிக்க வேண்டுமெனத் தேவி கேட்டாளாம். அந்தக் கடைசி காண்டத்தையும் படித்து முடித்த பிறகு தன் ஆவியை விட்டுவிடப் போவதாகச் சொன்னாளாம். அந்தச் சுவடி நாளைதான் தேவியிடம் போய்ச் சேரும். இப்போது அந்தச் சுவடி எங்கள் வீட்டில்தான் இருக்கிறது! அதை நான் திருடிக் கொண்டு வரவேண்டுமா?" என்று பரபரப்புடன் கேட்டாள் சிவகாமி.

"அதை நீ திருடிக்கொண்டு வந்துவிட்டால் தேவியின் ஆவி நிலைத்துவிடுமா என்ன?" என்று ஏளனமாய்ச் சொன்ன காத்தவராயன், "அந்தச் சுவடியை வீரசேகரனே நேரில் கொண்டு போய்த் தேவியிடம் கொடுத்தால் அந்தச் சுவடியை யாரும் சந்தேகித்துப் பரிசோதிக்க மாட்டார்கள் அல்லவா?" என்று கேட்டான்.

"ஆமாம்?" என்றாள் சிவகாமி தயக்கத்துடன்.

"நாங்கள் தரும் ஓர் ஓலை ஒன்றையும் அந்தச் சுவடிக் கட்டுக்குள் யாருக்கும் தெரியாமல் சேர்த்து வைத்துவிட வேண்டும். வீரசேகரனுக்குக்கூட அது இருப்பது தெரியக் கூடாது. ஆனால் தேவி மட்டும் அதைக் கவனித்துப் படிக்கும்படி செய்யவேண்டும்!" என்றான் கூத்தாடி.

"அது என்னவிதமான ஓலை? அதில் என்ன எழுதியிருக்கும்?" என்று சிவகாமி கேட்டாள்.

"அதில் அபாயகரமானது ஒன்றும் எழுதியிருக்காது. உன் கண் முன்பாகவே ஓர் ஓலை எழுதித் தருகிறேன். அதை நீயே படித்துக்கொள்!" என்று கூத்தாடி சொல்லிவிட்டு, தன் மடியில் தயாராய் வைத்திருந்த ஓர் ஓலையை எடுத்து அதில் சில வாசகங்களை அவசரமாக எழுதி அந்த ஓலையைச் சிவகாமியிடம் கொடுத்தான்.

அதை வாங்கிப் படித்த சிவகாமி திருதிருவென விழித்தாள்?

உயிர் எழுத்துக்களுக்கும் பதில் எண்களை உபயோகப்படுத்தும் சங்கேத பாஷையின் அதன் வாசகங்கள்

எழுதப்பட்டிருந்ததால் அதன் உட்பொருளைத் தேவி புரிந்து கொள்வாளே தவிர, சிவகாமிக்கு ஒன்றுமே விளங்கவில்லை.

''இதில் என்ன எழுதியிருக்கிறது?'' என்று சிவகாமி வியப்பு மேலிடத் திணறும் குரலில் கேட்டாள்.

''இது வெறும் சித்திரக் கவிதான்! இதற்கு ஒரே அர்த்தம் தான் உண்டு!'' என்றான் காத்தவராயன்.

''அதென்ன அர்த்தம்?'' என்று ஆவலுடன் கேட்டாள் சிவகாமி.

''நான் உண்மையான ஓர் ஓலை எழுதிக் கொடுத்தால் அது தேவியின் கைக்குப் போய்ச் சேருமா இல்லையா என்பதை இதன் மூலம் பரீட்சிக்க விரும்புகிறோம்! அதுதான் இப்படி ஏதோ கைக்கு வந்தபடி எழுதி ஓலை கொடுத்திருப்பதின் ஒரே அர்த்தம்!'' என்றான் காத்தவராயன்.

''இந்தச் சோதனை ஓலை தேவியின் கைக்குச் சேர்ந்து விட்டதா இல்லையா என்பதை எப்படி நீங்கள் அறிந்து கொள்வீர்கள்?'' என்று சிவகாமி கேட்டாள்.

''அதை நாங்கள் தெரிந்து கொள்ள முடியும்! உன் உதவியைப் புறக்கணிக்கவும் துணிந்து நாங்கள் சற்று முன் சென்றபோது, எங்களுக்கு உதவி செய்யக்கூடிய இன்னொரு பேர்வழி சிறைக் கோட்டைக்குள் இருக்கலாம் என்பதை நீ யூகித்துக் கொள்ளவில்லையா?'' என்றான் காத்தவராயன்.

''என்னைவிட வேறு யாரும் அதிகமாக உங்களுக்கு உதவி செய்து விட முடியாது!'' என்றாள் சிவகாமி மமதையுடன் அழுத்தந்திருத்தமான குரலில்.

''அதை இந்த ஓலை மூலம் நாங்கள் சோதித்துப் பார்த்த பிறகுதான் நம்பமுடியும்!'' என்றான் காத்தவராயன் அதே அழுத்தந்திருத்தமான குரலில்.

''வீரசேகரன் வைத்திருக்கும் உத்திர ராமாயணச் சுவடிக்குள் இந்த ஓலையையும் சேர்த்துக் கட்டிவைப்பது உன் சாமார்த்தியத்தைப் பொறுத்தது.

ராமாயண சுவடியைத் தேவியிடம் வீரசேகரன் எப்போது போய்க் கொடுத்தான் என்பதையும், அதிலுள்ள இந்த ஓலையைத் தேவி இரகசியமாகப் படித்துப் பார்த்தாளா என்பதையும் நீ கவனித்து வந்து எங்களிடம் சொல்லவேண்டும்.

இந்தப் பரிசோதனை எங்களுக்குத் திருப்திகரமாக அமையுமானால் மேற்கொண்டு உன் உதவி பெறுவதை நாங்கள்

நம்புவோம். மறுபடி உண்மையான ஓர் ஓலை எழுதிக் கொடுத்து, அதைத் தேவியிடம் எப்படிச் சேர்ப்பிப்பது என்கிற தந்திரத்தையும் உனக்குக் கற்றுக் கொடுப்போம்!'' என்றான் கூத்தாடி.

''தேவியிடம் ஓலை பரிமாறுவதைத் தவிர நான் வேறெந்த விதமான உதவியும் செய்ய வேண்டியதில்லையா?''

''இல்லை, தேவியின் சிறை மீட்சிக்கு நீ தடையாக இராமல் ஒதுங்கியிருந்தாலே போதும்! அதாவது நீ பகிரங்கமாக இராஜத்துரோகம் செய்ய வேண்டியதில்லை!'' என்றான் கூத்தாடி.

''அதோடு மற்றொரு விஷயம்! எங்களுக்குத் தெய்வமான தேவியை நீ மிகவும் பழித்துப் புண்படுத்திவிட்டாய்! அதற்கெல்லாம் நீ தேவியிடம் மன்னிப்புக் கேட்டுக் கொள்ள வேண்டும்! மன்னித்தேன் என்று தேவி மனமாறச் சொன்னால்தான் உன்மீதுள்ள பாவமெல்லாம் நீங்கும்!'' என்றான் காத்தவராயன் கண்டிப்பான குரலில்.

''இதில் என் சாமார்த்தியத்தைப் பாருங்கள். ஆனால் ஓர் எச்சரிக்கை! வெள்ளிக்கிழமையன்று என் தங்கையைக் காப்பாற்றும் விஷயத்தில் நீங்கள் கவனக்குறைவாக இருந்தால் உங்கள் காரியங்கள் எல்லாம் கெட்டுப் போகும்!'' என்றாள் வன்மத்துடன் சிவகாமி.

''அது எங்கள் கவனத்தில் நன்றாகப் பதிந்திருக்கும்! ஆனால் உனக்கும் ஓர் எச்சரிக்கை செய்கிறோம்! உனக்கு இஷ்டமில்லை என்றால் எங்கள் முன்னிலையிலேயே மறுத்துவிட்டு இந்த ஓலை விஷயத்தையே நீ மறந்துவிட வேண்டும். இல்லையெனில் உன் உயிருக்கு அபாயம் நேரிடுவதோடு உனக்குப் பிரியமான ஜீவன்கள் அனைத்தும் பலியாக நேரிடும். நீ எப்படிப் பழி தீர்த்துக் கொள்வாயோ அதைவிடப் பன்மடங்கு ஆக்ரோஷத்துடன் நாங்களும் பழி தீர்த்துக் கொள்ள முடியும்!'' என்றான் காத்தவராயன் கடுமையான குரலில்.

ஓலையை வாங்கித் தன் புடவைக்குள் மறைத்து வைத்துக் கொண்ட சிவகாமி, ''பரஸ்பர உதவி! உங்களை இந்த ஓலை விஷயத்தில் ஒருபோதும் நான் காட்டிக் கொடுக்கமாட்டேன்! நாளை மத்தியானத்திற்குள் தேவியின் கைக்குச் சேர்ந்துவிடும். நாளை அந்தி நேரத்தில் அந்தப் பட்டி மண்டபத்தின் சமீபமாக உங்களை நான் மறுபடி சந்திக்கிறேன். அப்போது நீங்கள் உண்மையான ஓலை எழுதி எடுத்துக் கொண்டு வாருங்கள். ஏனென்றால் வெள்ளிக்கிழமை தினம் நெருங்குகிறது'' என்றாள் சிவகாமி.

அதன் பிறகு ஓலையை வேறு யாரும் சந்தேகிக்காத வண்ணம் தேவி படித்துப் பார்க்கும் விதமாக என்னென்ன

சாமர்த்தியங்களைக் கையாளலாம் என்பதைச் சிவகாமிக்குப் போதித்துவிட்டு, காத்தவராயனும் கூத்தாடியான வீரபாண்டியனும் அவளைப் பிரிந்து இருளில் சென்றார்கள்.

ஊர்மிளா வீட்டின் சந்து முனையிலுள்ள தெருவை அவர்கள் அடைந்ததும், இருவரும் சிறிது நேரம் ஏதோதோ தாழ்ந்த குரலில் பேசிக் கொண்டிருந்தார்கள். அதன் பின்னர் கூத்தாடியை நோக்கிக் காத்தவராயன், "நீங்கள் நம் வீட்டின் தெருப்பக்கம் சஞ்சரிப்பது ஒருவேளை அபாயத்திற்கு இடமாகும். வீடு வெளியே பூட்டப்பட்டு இருக்கும்போதுதான் நீங்கள் வீட்டினுள் தங்கி ஊர்மிளாவோடு பேசலாம்" என்று நினைவுறுத்தவே கூத்தாடியான வீரபாண்டியன் வேறு திசையில் பிரிந்து செல்லலானான்.

"உங்களுக்குத் துணையாக நானும் வரட்டுமா?" என்று காத்தவராயன் கேட்டதற்கு, "வேண்டியதில்லை! நீ அவசரமாகச் செய்ய வேண்டிய காரியங்கள் பல காத்திருக்கின்றன" என்று கூத்தாடி சொல்லிவிட்டு இருளில் வேகமாக மறைந்துவிட்டான்.

காத்தவராயன் தன் வீட்டிற்கு வந்து ஊர்மிளாவிடம் சற்று முன் நடந்த விஷயங்களையெல்லாம் விவரித்துவிட்டு, "சிவகாமி வாக்களித்தபடி இந்த ஓலை தேவியின் கைக்குப்போய்ச் சேருமேயானால் வரும் வெள்ளிக் கிழமையன்றே தேவி நிச்சயம் சிறையிலிருந்து தப்பி வந்து விட முடியும். உடனே இந்த வீட்டை நாம் துறந்து சென்றுவிட நீ எல்லாவற்றையும் சித்தமாக வைத்திருக்க வேண்டும்!" என்றான்.

அதைக் கேட்டதும் ஊர்மிளா உற்சாகம் அடைந்தவளாய் தோன்றவில்லை.

"காரியம் கைகூடுமென நீ நம்பவில்லையா?" என்று கேட்டான் காத்தவராயன் வண்மையான குரலில்.

"சிவகாமியைத்தான் நான் நம்பவில்லை. அவளால் நன்மையைவிடத் தீமைதான் அதிகம் உண்டாகுமென என் மனதில் என்னவோ ஒன்று சொல்கிறது!" என்றாள் ஊர்மிளா.

"சிவகாமியைப் பற்றி உனக்கென்ன தெரியும்?" என்று காத்தவராயன் கோபமாக கேட்டான்.

"எவ்வளவோ தெரியும்! அவளைப் பற்றி வீரசேகரன் எவ்வளவோ சொல்லியிருக்கிறான்! தனம் காத்த பூதம்போல் வீரசேகரனை அவள் கண்காணிக்கிறாள். அவள் ஒருபோதும் தன் மாங்கல்யத்தை இழக்கச் சம்மதிக்கமாட்டாள். ஒருத்திக்குத் தன் காதலனைவிடத் தன் தங்கையோ வேறு யாரோ பெரிதல்ல!" என்றாள் ஊர்மிளா மிகவும் நிதானமாக.

''அப்படியானால் சிவகாமி இரண்டகம் செய்வாளா?'' என்றான் காத்தவராயன் கோபமாக.

''செய்யலாம்! சூழ்ச்சி செய்வதில் அவள் கைதேர்ந்த கூனியாம்!''

''அது யாருடைய அபிப்பிராயம்?''

''ஜனநாதனின் அபிப்பிராயம்!''

''ஜனநாதன் அபிப்பிராயம் உனக்கு எப்படித் தெரிந்தது?''

''அது வீரசேகரனுக்குத் தெரியும்! சற்றுமுன்தான் வீரசேகரன் இங்கே வந்துவிட்டுப் போனான்! விளையாட்டாக அதைச் சொன்னான்'' என்றாள் ஊர்மிளா.

''வீரசேகரன் எதற்காக இங்கே வந்தான்?''

''அதை நான் கேட்கவில்லை! இனிமேல் நீங்கள் கேட்கச் சொன்னால் கேட்கிறேன்!'' என்றாள் ஊர்மிளா திடமான குரலில்.

''கேட்க வேண்டியதில்லை! அதை நீ யூகித்துக் கொண்டாயா?''

ஊர்மிளா இலேசாகச் சிரித்தாள்.

காத்தவராயனின் கறுத்த முகம் அவமானத்தால் சிவந்தது.

''தேவி சிறை தப்பினால் வீரசேகரன் தலைக்கு மரண தண்டனை காத்திருக்கும்! அதனால்தான் இந்த முயற்சியாவது கைகூடும் என்பதை நீ நம்பவில்லை! அப்படித்தானே?'' என்று உறுமினான் காத்தவராயன்.

அதற்கு ஊர்மிளா ஒருவிதமான பதிலும் சொல்லவில்லை.

உறுமியவனின் முகத்தை அவள் நன்றாக ஒருமுறை நிமிர்ந்து பார்த்துவிட்டு விர்ரென்று உள்ளே போய்விட்டாள்.

தலை குனிந்த காத்தவராயன் அவளுடைய புடவையின் சலசலப்பு மறைந்ததும் ஆத்திரத்துடன் தன் கைகளைப் பிசைந்து கொண்டு படக்கெனத் தெருக் கதவைச் சாத்திக்கொண்டு வெளியே சென்றான்!

அத்தியாயம் 74

துயர்க் கடல்

அரசரில் பிறந்து பின் அரசினில் வளர்ந்து
அரசரில் புகுந்து பேரரசியான நீ
கரை செயற்கு அரும் துயர்க் கடலில் வீழ்கின்றாய்!

– கம்ப ராமாயணம்

மழை முகமாய் உதய வானம் இருண்டு கிடந்தது. கருமையான அதன் ஒளியைக் கூடக் காணக் கொடுத்து வைக்காதவளாய் தேவி புதிய சிறைக்குள் அடைபட்டு மனம் சாம்பிக் கிடந்தாள்.

அவளுடைய கற்பின்மீது அழியாத பழிச்சொல் ஏற்பட்டது என்பதற்காகக் கூட அவள் கவலைப்படவில்லை. கருப்பவதியான அவளைச் சிறைக் காவலர்கள்கூட ஏளனத்துடன் பார்ப்பதை எண்ணிக்கூட கவலைப்பட வில்லை. அவளைத் தாயைப்போல் கனவுடன் நோக்கிவந்த வீரசேகரன் அருவருப்புடன் நோக்குவதை நினைத்துக்கூட அவள் கவலைப்பட வில்லை. நாதன் முகத்தை இனி காண முடியும் என்னும்படியான நம்பிக்கை அடியோடு வறண்டு போனதுதான் அவளுடைய நெஞ்சை உயிரற்றதாக்கிவிட்டது.

வேறொரு சிறையில் அடைக்கப்பட்டிருந்த குமாரன் வீரகேரளன் தன் தந்தையைக் காணவேண்டும் என்ற ஏக்கத்தின் காரணமாக ஜன்னி ஜுரம் கண்டு சில தினங்களாக அவதிப்பட்டுக் கொண்டிருந்தான். அவனுக்கு விசேஷ இராஜ வைத்தியம் செய்ததினால் ஜுரம் இறங்கிவிட்டதென பீமசேனனைப் போன்ற ஒரு முரட்டுக் காவலன் வந்து சொன்னபோதுகூட அந்தச் செய்தியினால் தேவிக்கு உற்சாகம் பிறக்கவில்லை. சிறையை விட்டுத் தன் குமாரனோடு தப்பிச் செல்ல ஏதாவது மார்க்கம் கிடைக்கும் என்கிற நம்பிக்கையே அவளுடைய நெஞ்சிலிருந்து நழுவி விட்டது போல் தோன்றியது. துயரக் கடலில் மூழ்கி அவள் உணர்வற்றுப் போய்விட்டாள்!

''தேவி! என்ன சிந்தனை? சிறை மீட்சிப் படலத்தைப் பற்றியா? வையம் இரண்டாகப் பிளந்து சீதாதேவி விழுங்கப்பட்ட கதையைப் பற்றியா?'' என்று ஜனநாதன் விஷமச் சிரிப்புடன்

வினவிய வண்ணம் தேவியின் சிறைக் கூடத்தின் முன் வந்து நின்றான்.

தேவி நிமிர்ந்து பார்த்தபோது, ஐயனாரைப் போன்ற பெரிய விழிகளுடனும், கையில் அரிவாளுடனும் இரண்டு முரட்டுக் காவலர்கள் சிறைக் கூடத்தின் இரும்புக் கதவுகளைத் திறந்து வழிவிட, ஜனநாதனோடு வீரசேகரனும் உள்ளே வந்து கொண்டிருந்தான். வீரசேகரனுக்குப் பின்புறம் மௌனச் சிலைபோல் சிவகாமி நடந்து வந்தாள். அவளுடைய வளைக்கரங்களால் வெள்ளித்தட்டு ஒன்றைத் தூக்கி வந்தாள். அதன் ஓரங்களில் கோர்க்கப்பட்டிருந்த சிறு தங்க மணிகள் கலகலவென இன்னோசை செய்தன. அந்தத் தட்டில் புஷ்பங்களின் நறுமணத்தோடு சுவடிக்கட்டு ஒன்று கண்ணைப் பறித்தது.

நெற்றியில் பட்டையாக விபூதி பூசிக் குங்குமப் பொட்டிட்டுத் திலகவதியாரைப் போலச் சிவகாமி காட்சியளித்தாலும், அவளுடைய முகத்தில் ஒருவிதமான பேய்க்களையே குடிக்கொண்டிருந்தது. இடையிடையே அவள் விடும் பெருமூச்சுகளில் அதிகமான பரபரப்பும் காணப்பட்டது.

சிவகாமி தூக்கிவந்த சுவடிக்கட்டு ஒரு பட்டுத் துணிக்குள் வைத்துக் கட்டப்பட்டுச் சந்தனக் காப்பிடப் பட்டிருந்தது.

தேவி எந்தவிதமான உணர்ச்சியையும் காண்பிக்காமல் சிந்திக்கவும் சுவாதீனமற்று இருந்தாள். சிவகாமி பலவந்தமான கனிவுடன் வெள்ளித் தட்டிலிருந்து எடுத்துக் கொடுத்த புஷ்பங்களை மட்டும் வாங்கித் தன் கண்ணீர்த் துளிகளில் நனைத்துத் தன் கூந்தலில் சூடிக் கொண்டாள்.

இராஜகுலச் சின்னங்கள் எதையும் தேவி விருப்புடன் அணிந்திருக்கவில்லை. துறவிற்குச் சித்தமாகிவிட்ட சோகப் பதுமையாகவே அந்தப் பட்டமகிஷி காணப்பட்டாள்.

‘‘தேவி அரச குடும்பத்தில் பிறந்து அரசியலில் வளர்ந்து அரச குடும்பத்தில் புகுந்து பேரரசியான நீங்கள் சிறைப்பட்டுச் சிந்தனைப் பறவையாகி விட்டீர்கள்! இராஜ போகத்தைப் பற்றிக் கனவுகூடக் காணமுடியாத அளவு துயர்க்கடலில் சறுக்கி விழுகிறீர்கள்! இனித் துயர்க் கடலிலிருந்து கரை சேருவதற்கு ஒரு துரும்புகூடக் கைக்கு அகப்படாதா எனக் கவலைப்படுகிறீர்கள்!’’ என்றான் ஜனநாதன் பரிகாசமாக.

‘‘எமனின் கருணைகூட எனக்குக் கிடைக்கவில்லை! அந்தச் சிறு துரும்புகூட எனக்குக் கிடைக்காதபடி உங்கள் வீரசேகரன் பாண்டிமா தேவியிடம் பிரதிக்ஞை வாங்கிக்கொண்டு விட்டான்!’’

என்றாள் தேவி. அவளுடைய துயர்க் கடலில் கூட கம்பீரத்வனி அலையோசை செய்தது.

தேவியின் முகத்தை ஏறிட்டு நோக்க விரும்பாமல் வீரசேகரன் புருவத்தைச் சுளித்துக்கொண்டு தன் முகத்தை வேறுபுறம் திருப்பிக் கொண்டிருந்தான்.

''தேவி! வீரசேகரன் மனப்பூர்வமாக விரும்புகிறானோ இல்லையோ, தன் கடமையைச் செய்வதில் கர்ம வீரனேயாவான்! உங்களுக்காக உத்திர ராமாயணச் சுவடிக்கட்டை அவன் மிகுந்த பிரயாசையின் பேரில் வாங்கிக் கொண்டு வந்திருக்கிறான். உத்தர காண்டத்தையும் நீங்கள் முடித்துவிட்டால் சம்பூர்ண ராமாயணம் பூர்த்தியாகிவிடும்!'' என்று ஜனநாதன் சிரித்தான்.

சுவடியின்மீது கட்டியிருந்த பட்டுத் துணியை அவிழ்க்காமலே சிவகாமி அதைத் தேவியின் கையில் வைத்து அழுத்திவிட்டு, தேவியின் காதுக்குள் மிகவும் இரகசியமான குரலில், ''இப்போது இதை அவிழ்த்துப் பார்க்க வேண்டாம்! தனிமையாகச் சென்று சுவடிக் கட்டைப் பிரித்தால் அதன் அடியில் ஒரு சித்திரக்கவியும் சேர்த்திருப்பது தெரியும். அது உங்கள் கையில் சேர்ந்தால் என் தங்கைக்குக்கூட விமோசனம் கிடைக்குமென கூத்தாடி ஒருவர் சொன்னார்! பத்திரம்! யாருக்கும் தெரியக்கூடாது!'' என்று குசுகுசுவெனக் கூறினாள்.

அவ்விருவரையும் விசித்திரமாக நோக்கிய ஜனநாதன் சட்டென, ''சிவகாமி! தேவியின் காதுக்குள் என்ன ரகசியம் பேசுகிறாய்'' என்று கேட்டான்.

''அதெல்லாம் ஆண் பிள்ளைகளிடம் சொல்ல கூடியதில்லை.'' என்று வெடுக்கென சொல்லிய சிவகாமி, ''தேவி பாலகாண்டம் படிக்கலாமே என்று அபிப்பிராயம் சொன்னேன். நாளைமுதல் தேவிக்குப் பாலில் குங்குமப்பூ கலந்து கொடுக்கச் சொல்ல வேண்டும்!'' என்றாள் புன்முறுவலுடன்.

அவளை நோக்கிப் புருவத்தை நெறித்த ஜனநாதன், ''சிவகாமி! பூவோடு சேர்ந்த நாரும் மணக்கும் என்பது போல் என்னோடு சேர்ந்த வீரசேகரன்தான் புத்திசாலியாகிக் கொண்டு வருகிறான் என்று நினைத்தேன்! நீயுங்கூட வரவரப் புத்திசாலியாகிக் கொண்டு வருகிறாய்! இனிமேல் என்னைப் போன்றவர்கள் கவனமாய் இருக்க வேண்டியதுதான்!'' என்று சிரித்தான்.

தேவியிடம் சிவகாமிக்கு எப்படித் திடீரென இவ்வளவு கருணை பிறந்தது என்று வியப்பு மேலிடுவதுபோல வீரசேகரன் ஆச்சர்யத்தோடு சிவகாமியைப் பார்த்துக் கொண்டிருந்தான்.

''தம்பி! ஒருத்தி கர்ப்பவதியாகிவிட்டால் இராக்ஷஸிக்குக் கூடக் கருணை பிறந்துவிடும்!'' என்று ஜனநாதன் சிரிக்கவே, சிவகாமி ஆதங்கத்துடன் முகத்தைச் சுளித்துக்கொண்டாள்.

''இதுபோன்ற சமயங்களில் தேவிக்கு உதவிசெய்ய என்னை விட்டால் வேறு யார்தான் பெண் பிள்ளைகள் உண்டு?'' என்றாள் சிவகாமி மனஸ்தாபமடைந்த குரலில்.

பேய் பிடித்து ஒருத்தி மந்திரவாதியின் பிரம்பிற்குக் கட்டுப்பட்டு அமைதியாக அடங்கி நடப்பது போலவே சிவகாமி நடந்து கொண்டாள்.

சிவகாமியின் பேச்சும் போக்கும் தேவிக்கு விசித்திரமாகத் தோன்றியது. அந்தப் பெண் ஜன்மத்தின் குரலில் ஏதோ பேய்க்களையுடன் கலவரமும் கலந்திருப்பதாகவே தேவியின் உள்ளுணர்வு சொல்லியது.

சுவடிக்கட்டைத் தேவி பெற்றுக் கொண்டதும் வீரசேகரனும் ஜனநாதனும் சிறைக்கூடத்தை விட்டு வெளியேறினார்கள். தேவியின் சிறைக்கூடத்து இரும்புக் கதவு மறுபடி கிரீச்சென்ற பயங்கர ஒலியுடன் மூடப்பட்டது. அதன் பிருமாண்டமான பூட்டை இழுத்துப் பார்த்து பரிசோதித்து விட்டு வீரசேகரன் நடந்து சென்றான். அவனோடு ஜனநாதனும் தலைமறையும் வரை கவனித்தவாறு பரபரப்புடன் நின்று கொண்டிருந்த சிவகாமி, சட்டெனக் கதவின் இரும்புக் கம்பிகள் வழியே சிறையின் உட்புறம் நோக்கினாள். உள்ளே ஒரு மாட விளக்கின் வெளிச்சத்தில் உத்திர ராமாயணச் சுவடிக்கட்டைத் தேவி திக்பிரமையுடன் யாருக்கும் சந்தேகமுண்டாகாதபடி பிரித்துப் பார்க்கத் தொடங்குவதைச் சிவகாமி கவனித்தாள். சுவடிகளைச் சுற்றியுள்ள கயிற்றைத் தேவி அவிழ்த்ததும் அதனடியில் சொருகப்பட்டிருந்த ஓர் ஓலை அந்தக் கட்டிலிருந்து நழுவி தேவியின் காலடியில் விழுந்தது. அதை எடுத்துப் பார்த்த தேவியின் முகம் கோடி சூரியப் பிரகாசமாய் ஜொலிப்பதைச் சிவகாமி மறைவிலிருந்து கவனித்ததும் சித்திரக் கவியுள்ள ஓலை தேவியின் கைக்குச் சேர்ந்து விட்டது என்று எண்ணியவளாய், குதூகலத்துடன் துள்ளிக் கொண்டு வெளியே ஓடி மறைந்தாள்.

அன்று இரவு தேவி உறங்கச் செல்லுமுன் சங்கேத பாஷையில் எழுதப்பட்ட இரகசிய ஓலையை அவள் மற்றொரு முறைப் படித்துப் பார்க்கலானாள். கரை காணாத் துயர்க்கடலில் வீழ்ந்துவிட்ட அவளுக்கு அந்த ஓலை அவளுடைய நாதனின் கையெழுத்துள்ள ஜீவியப் படகு போலவே தோன்றியது. ஓலையில் மிகவும் பொடியான எழுத்துக்களில் எழுதப்பட்டிருந்த பின்வரும் வாசகங்களைத் தேவி தன் கண்களில் நீர் மல்குவதை அடிக்கடி

துடைத்துக் கொண்டு கவனமாகத் தன் மனத்திற்குள் படித்துக் கொண்டாள்.

''பாண்டிய இராஜகுல மாதர்கள் ஆண்டுதோறும் தென்னவர் தம் குலதெய்வமான தென்குமரி கன்னி பகவதியைப் பூஜை செய்யக் குமரிமுனை சென்று ஏழைகளுக்குத் தங்கள் கையாலேயே வடித்துப் போடுவது பன்னெடுங் காலமாய் இருந்து வரும் சம்பிரதாயமாகும்! சோழர்களோ எதிரிகளின் மத சம்பிரதாயங்களுக்கும் மதிப்பு கொடுக்கக் கூடியவர்கள். கன்னி பகவதியை நீ வணங்கி ஏழைகளுக்கு வடித்துப் போட வேண்டிய பூஜைதினம் அதிர்ஷ்ட வசமாக வெள்ளிக்கிழமை வருகிறது. சம்பிரதாயத்தைக் கைவிடாமல் அன்றையத் தினம் நீ கன்னி பகவதியைப் பூஜை செய்யவேண்டுமெனக் கோரிக்கை அனுப்பு. சிறையதிகாரிகள் அதை மறுக்கமாட்டார்கள்.

ஆனால் நீ சிறைக்கோட்டையை விட்டுத் தென் குமாரிக்குச் செல்வது உசிதமானதாகப் படாதாகையால் மதுரைமா நகருக்குள்ளேயே ஏதாவது கன்னி பகவதியின் விக்கிரகத்தை வணங்கி பூஜை நடத்தலாமெனச் சோழிய அதிகாரிகள் கருதுவார்கள். சிறைக்கோட்டையை அடுத்துள்ள சிறைக்காவலர் களின் விடுதிக்குள் ஒரு பூஜையறையில் கன்னி பகவதியின் விக்கிரகம் ஒன்று இருப்பதால் அந்த விடுதிக்குள்ளேயே நீ பூஜை நடத்தலாமென அனுமதித்து அதற்கு வேண்டிய ஏற்பாடுகளையும் செய்வார்கள்.

சிறைக்கோட்டையையொட்டியே விடுதி அமைந்திருந்தாலும், அன்று உன்னை அங்கு அழைத்துச் செல்லும்போது உன்னைச் சுற்றிலும் அதிகப்படியான படைவரிசைகளை அணிவகுத்து நிறுத்திப் பலத்த பாதுகாப்பும் செய்வார்கள். ஆனால் அதைப்பற்றி நீ கவலைப்பட வேண்டியதில்லை. ஏழைகளுக்கு வடித்துப் போடுவதற்கு உன் கையால் முதல் அரிசி எடுக்க வேண்டுமெனச் சொல்லி உக்கிராண அறைக்குள் நுழைந்து சடேலென அதன் கதவை உட்புறம் தாளிட்டுக் கொண்டுவிடு. உக்கிராண அறையின் தரையில் ஒரு சிறு பிள்ளையார் இருக்கிறது. அந்தப் பிள்ளையாருக்கு அடியில் ஒரு சுரங்கம் இருக்கும். ராயர் வீட்டிலிருந்து பூமிக்கடியில் எங்கள் கைகளால் தோண்டப்பட்ட சுரங்கமானது உக்கிராண அறையிலுள்ள சுரங்கத்தோடு இணைக்கப்பட்டிருக்கிறது. நீ பிள்ளையாரின் பீடத்தை அசைத்ததும் திடீரெனத் தரையில் சுரங்கம் உனக்கு வழிவிடும்! நீ அதற்குள் குதித்துவிடு. நாங்கள் கையில் சிறு விளக்குகளுடன் எந்தக்கணமும் சித்தமாகச் சுரங்கத்தினுள் பதுங்கியிருப்போம்! நமக்கெல்லாம் விமோசனம் கிடைத்துவிடும்...''

அந்த ஓலையிலுள்ள வாசகங்களைத் தேவி மற்றொரு முறை படித்து ஓர் எழுத்துக்கூட விடாமல் அவ்வளவையும் மனப்பாடம் செய்து கொண்ட பிறகு, ஓலையைப் பொடிப் பொடியாகக் கிழித்துக் கொண்டிருந்தாள்.

அந்தச் சமயம் சிறைக் கூடத்திற்கு வெளியே துரிதமான காலடி ஓசைகள் கேட்டன.

ஜனநாதன் பின்தொடர வீரசேகரன் வேகமாக தேவியின் சிறைக்கோட்டத்தை நோக்கி வந்து கொண்டிருந்தான்.

''ஹரி ஓம்'' எனத் தொடங்கும் முதல் ஏடு முதல் கடைசி ஏட்டின் கடைசி வரிவரை நானே சுவடிகள் முழுவதையும் என் கண்களாலேயே படித்துப் பரிசோதித்து விட்டேன்! சிவகாமியே தன் கைகளால் அந்தச் சுவடிகளைக் கட்டி சந்தனக் காப்பிட்டுக் கொடுத்தாள். அதன் பின்னர் வேறு எவரும் அந்தச் சுவடிக்கட்டை தொட்டதுகூட இல்லை. அவற்றினுள் ஏதாவது இரகசியமாக மறைத்து வைக்கப்பட்டிருக்கும் என்றா நீ சந்தேகப்படுகிறாய்? நான் சொல்வதை நீ நம்பவில்லையா?'' என்று வீரசேகரன் பதறியவாறு திருப்பித் திருப்பிக் கேட்டுக்கொண்டே வந்தான்.

''சிவகாமியைத்தான் நம்பிவிட முடியாது! பெண்ணை நம்பாதே என்பது நம்முடைய சாஸ்திர விதி!'' என்று சிரித்துக் கொண்டே வந்தான் ஜனநாதன்.

அவ்விருவரும் தேவியின் சிறைக்கூடத்தை அடைந்ததும் ''தேவி! இவ்வளவு நேரமாகியும் நீங்கள் படுத்துறங்க வில்லையா?'' என்று ஜனநாதன் கேட்டான்.

''நானே கட்டளையிட்டாலும் மீளா நித்திரைகூட எனக்கு சித்திப்பது இல்லை!'' என்றாள் தேவி கம்பீரமான குரலில்.

அந்தச் சமயம் வீரசேகரன், ''சிவகாமி கொடுத்த உத்திர ராமாயணச் சுவடிக் கட்டு எங்கே?'' என்று கடுமையான குரலில் கேட்டான்.

அந்தச் சுவடிக்கட்டு வைக்கப்பட்டிருந்த இடத்தைத் தேவி சுட்டிக்காட்டினாள். சுவடிக் கட்டின் மீதுள்ள பட்டுத் துணியை அவள் பிரித்துப் பார்த்ததுகூடத் தெரியாதபடி அதைச் சாமர்த்தியமாகத் தேவி மறுபடியும் கட்டி வைத்திருந்தாள்.

''தேவி! இந்தச் சுவடி வேண்டுமென மிகவும் ஆவலுடன் வீரசேகரனிடம் கேட்டீர்கள். இது உங்களுக்குக் கிடைத்ததும் இதை நீங்கள் பிரித்துக்கூட பார்க்கவில்லை போலிருக்கிறதே?'' என்று ஜனநாதன் கேட்டான். ''இதை உடனே படிப்பதால் எனக்குப் பதியோ விமோசனமோ கிடைத்துவிடப் போகிறதா? இதைப்

பிரித்துப் பார்ப்பதற்குக்கூட எனக்கு மனமில்லை! இரண்டு நாளாக ஜன்னி ஜுரத்தினால் அவஸ்தைப்பட்ட என் குமாரனுக்கு மறுபடியும் ஜுரம் கண்டு விடுமோ என்பது ஒன்றுதான் இப்போது என்னுடைய கவலை!'' என்றாள் தேவி.

வீரசேகரன் அந்தச் சுவடிக்கட்டை அவசரமாகப் பிரித்துப் பார்த்தான். அதற்குள் இரகசியம் எதுவும் மறைத்து வைக்கப்பட்டிருந்த அறிகுறியே தென்படவில்லை.

வீரசேகரனின் முகம் பிரகாசமடைந்தது.

''உலகில் ஆண்களுக்குத் தன்மீதே சில சமயங்களில் சந்தேகம் வந்து விடுவது உண்டு போலும்! கோரமான சிறைக்கூடங்கள் அவ்வாறு மனித இதயங்களை மாற்றி விடுகின்றன!'' என்று தேவி வேதனையும் ஏளனமும் நிறைந்த குரலில் முகத்தை வேறுபுறம் திருப்பிக்கொண்டு சொன்னாள்.

''ஜனநாதா! நாம் சந்தேகப்பட்டது போல் ஒன்றுமில்லை. வா; போகலாம்!'' என்று வீரசேகரன் நிம்மதியுடன் ஜனநாதனின் கரத்தைப் பிடித்து இழுத்துக் கொண்டு கிளம்பினான்.

ஆனால் ஜனநாதனோ தன் குற்றச்சாட்டை விட்டுக் கொடுக்க விரும்பியவனாகத் தெரியவில்லை.

''தேவியைச் சுற்றிலும் இனி கண்காணிப்பை அதிகரிக்கவேண்டும்!'' என்று ஜனநாதன் சொல்லிக்கொண்டே அவனுடன் கிளம்பிச் சென்றான்.

தேவியின் முகத்தில் ஒரு கணம் கருமை படர்ந்தது. ஆனால் மறுகணமே அது சிறிது சிறிதாகக் கண்ணீர்த் துளிகளோடு கரைந்துவிட முயன்றது.

விளக்கை ஊதி அணைத்துவிட்டுச் சிறைக் கூடத்தினுள் படுத்த தேவிக்கு அன்று இரவு முழுவதும் உறக்கம் வரவில்லை.

மறுநாள் பொழுது விடிந்ததும் அவள் சிறைக் காவலர்களைக் கூப்பிட்டுக் காவற்படை அதிகாரியான ஏகவாசகருக்குத் தன் கோரிக்கை ஒன்றைச் சொல்லியனுப்ப வேண்டுமெனக் கேட்டுக் கொண்டாள்.

''வேறொரு சிறையில் அடைக்கப்பட்டிருக்கும் குமாரன் வீரகேரளனுக்கு ஜன்னி சுரம் வந்துவிடுமோ என்று கவலைப்படுகிறேன். எங்கள் குலதெய்வமான கன்னி பகவதியாருக்கு நான் ஆண்டுதோறும் நடத்த வேண்டிய பூஜை தினம் வெள்ளிக்கிழமையன்று வருகிறது. எந்த விதமான குற்றம் சுமத்தப்பட்டு நானும் குமாரனும் அடைக்கப்பட்டிருந்தாலும் நான் இராஜகுலமாதானபடியால் மத சம்பந்தப்பட்ட என் குடும்ப சம்பிரதாயங்களை அனுஷ்டிக்க நீங்கள் அனுமதி கொடுக்க

வேண்டும். அதை நான் அனுஷ்டிக்கா விட்டால் அதுவே எனக்கொரு பெருங் குறையாகி என் குமாரனையும் அவஸ்தைப்படுத்துமென ஏதோ ஓர் உள்ளுணர்வு சொல்லுகிறது. வரும் வெள்ளிக் கிழமையன்று நானும் என் குமாரனும் கன்னி பகவதியார் விக்கிரகத்தைத் தொழவும், பகவதியின் சந்நிதியிலேயே ஏழைகளுக்கு வடித்துப் போடும் பூஜையை நடத்தவும் நீங்கள் அனுமதி யளிக்க மறுக்க மாட்டீர்கள் என்று நம்புகிறேன்'' என்பது போன்ற சாராம்சம்தான் தேவியின் கோரிக்கையின் ஜீவத் துடிப்பாக அடங்கியிருந்தது.

சைவப் பழமான ஏகவாசகர் சில அதிகாரிகளுடன் கலந்தாலோசித்து விட்டு தேவியின் கோரிக்கையை அதிகமான ஆட்சேபணைக்கு இடமின்றி ஏற்றுக்கொண்டார். தேவி நினைத்த பிரகாரமே சிறைக் கோட்டையை அடுத்துள்ள சிறைக் காவலர்களின் விடுதிக்குள் தேவி தன் குமாரனோடு கன்னி பகவதியின் சிறு விக்கிரகத்தை வழிபடலாமெனவும், அங்கேயே பகவதியின் சந்நிதியின்முன் ஏழைகளுக்குத் தன் கையாலேயே வடித்துப் போடும் பூஜையை நடத்தலாமெனவும், அந்தச் சமயம் அவளைச் சுற்றிலும் பிரும்மாண்டமானதொரு படை யுத்த சன்னத்தமாய் அவளைப் பாதுகாக்க வேண்டிய அவசியம் நேருமெனவும் ஏகவாசகர் குறிப்பிட்டு அதற்குத் தேவையான ஏற்பாடுகளையெல்லாம் செய்யும்படி கட்டளையும் பிறப்பித்தார்.

அதன் பின்னர் தேவி எப்போது வெள்ளிக்கிழமை வருமென நெஞ்சு துடிக்கலானாள்.

அந்தத் துடிப்பு, கூண்டுகிளி தன் ஆத்ம சுதந்திரத்திற்காக இறக்கைகளைப் படபடவென அடித்துக் கொள்ளும் ஜீவத் துடிப்பாகவே பெருகியது!

அத்தியாயம் 75

புரந்தரன் பூனையானான்

நிரந்தரம் உலகினிற்கு
நெடும்பழி பூண்டாள், நின்றாள்!
புரந்தரன் நடுங்கி ஆங்கோர்
பூசையாய்ப் போக லுற்றான்.

— கம்ப ராமாயணம்

மரண மூச்சில் உலகம் உணர்விழந்து கிடக்கும் நடுநிசி நேரத்தில் மதுரை மாநகரம் முழுவதும் நித்திராதேவியின் இறுகிய அணைப்பில் ஐம்புலன்களும் ஒடுங்கித் தன்னை மறந்து கொண்டிருந்தது. வியாழக்கிழமை இரவு பொழுது விடியத் தொடங்கி விட்டால் எத்தனையோ அதிசயமான சம்பவங்களிலும் வேதனையான நிகழ்ச்சிகளிலும் அது விழிக்க நேரிடும்!

வீதியிலுள்ள பட்டி மண்டபத்தில் மட்டும் மூன்று ஜீவன்கள் கண் உறங்காமல் விழித்துக்கொண்டிருந்தன, மண்டபத்தின் ஒரு தூண் அருகே பாம்பாட்டிச் சித்தர் உற்சாகமாகப் பாடிக்கொண்டு குந்தியிருந்தார். மற்றொரு மூலையில் காத்தவராயனும் கூத்தாடியும் உட்கார்ந்திருந்தார்கள். கூத்தாடி வேடமிட்டு வீதியில் அலையும் விதி ஏற்பட்டுவிட்ட வீரபாண்டியன் வெகுநேரம் வரை தன் கண் முன்னே உள்ள இருளையும் வானத்து நிலவையும் உற்றுப் பார்த்துக் கொண்டிருந்தான். நீலம் பாய்ந்த வானத்தில் நட்சத்திரங்கள் மினுக் மினுக்கென்று ஒளி சிந்தின. பூமியின் மீது பனித் திவலைகளோடு நல்ல நிலவு பெய்தது என்றாலும், சந்திரிகை பிரேதகார்களை தட்ட உணர்ச்சியற்றதாகவே காணப்பட்டது. மானுஷ்ய அரவம் அடங்கிய அந்த நேரத்தில், இரவின் ஓலங்கள் புலந்தன.

பாம்பாட்டிச் சித்தர் கணீரென்ற குரலில் பாடும் பின்வரும் பாடல் மங்கிய நிலாவொளியில் புலம்பல் இசையாகவே வெளிப்பட்டுக் கொண்டிருந்தது.

சாதிப் பிரிவிலே
  தீ மூட்டுவோம்
சந்த வெளியினில்
  கோல் நாட்டுவோம்

வீதிப் பிரிவினில்
விளையாட்டு வோம்
வேண்டா மதனியில்
உறவு செய்வோம்
சுகமான பெண்ணையே
சுகித்திருப் போம்
ஆதிப் பிரமாக்கள்
ஐந்து பேரும்
அறியார்கள் இதைஎன்று
ஆடாய் பாம்பே!

"பாவம்! பாம்பாட்டிச் சித்தர் உலகத்தையே மறந்து பாடுகிறார். பொழுது விடிவதற்குள் அவர் மனைவி அகல்யாவின் தலையை யானைக்காலின் கீழ் வைத்து நசுக்கிவிடுவார்கள் சோழிய அரக்கர்கள்!" என்றான் மெல்லியக் குரலில் காத்தவராயன்.

"அகல்யாவை எப்படியும் நான் காப்பாற்ற வேண்டும்! அவ்வாறு சிவகாமிக்கு வாக்குக் கொடுத்திருக்கிறோம்!" என்றான் கூத்தாடி.

"அவளுடைய தங்கையைக் காப்பாற்றாவிட்டால், தேவி சிறை தப்ப முடியாது என்றுகூடத்தான் சிவகாமி மிரட்டினாள்! ஆனால் நாளை சிறையை அடுத்துள்ள காவலர் விடுதிக்கு தேவி வந்து கன்னி பகவதியம்மனுக்குப் பூஜை நடத்தும்போது, தேவியை விடுவிக்க நாம் மாபெரும் திட்டம் தீட்டியிருக்கிறோமே, அதில் துளி விஷயத்தைக்கூட சிவகாமியால் யூகிக்க முடியாது!"

"சற்றுமுன் சிவகாமி பதறிக் கொண்டு ஓடி வந்தாளே, அவளுக்கு என்ன சமாதானம் சொல்லியனுப்பினாய்?"

"அவளுடைய தங்கையை நாம் காப்பாற்றுவதற்குப் பிரதியாக அவள் இன்னும் என்னவெல்லாம் செய்ய வேண்டுமென்று கேட்டாள்! தேவியின் காலில் விழுந்து இன்னும் அவள் மன்னிப்புக் கேட்கவில்லையே என்று நான் உறுமி அவளை விரட்டினேன்! இப்போது அவள் தேவியைச் சந்திக்க ஓடினால், மறுபடி நாளை பூஜை முடியும் வரை அவள் வெளியே வர முடியாது! சிறைக் கோட்டையையும் பூஜை நடக்கப்போகும் காவலர் விடுதியையும் சுற்றி ஒரு பெரிய பாதுகாப்புப் படையே அணிவகுத்து நிறுத்தப்படுகிறது. பூஜை முடிந்து தேவி பத்திரமாகச் சிறைக் கோட்டைக்குத் திரும்பும் வரை அன்னப் பரதேசிகளோ அரசாங்க ஊழியர்களோ யாராயிருந்தாலும் வெளியே விடக்கூடாது என்று பாதுகாப்புப் படையினருக்குக் கடுமையான உத்திரவிடப்

பட்டிருக்கிறதாம். தேவி பூஜைக்கு வரும் சமயம்தான் தேவியைச் சிவகாமி சந்திக்க முடியும். அதன் பிறகு நாளை மாலை பூஜை முடியும்வரை அந்தப் பைத்தியக்காரி வெளியே வர முடியாது! ஒருவேளை அகல்யாவின் தலையைக் காப்பாற்ற முடியாவிட்டால் அந்தத் தலை யானைக்காலின் கீழ் நசுங்குவதைச் சிவகாமி தன் கண்ணாலேயே காணவேண்டாம் என்பதற்குத்தான் இவ்வாறு அந்தப் பிச்சியை விரட்டினேன்!'' என்று காத்தவராயன் வினயமாகச் சிரித்தான்.

''நாம் சிவகாமியை ஏமாற்றக் கூடாது! எதிரியாக இருந்தாலும் யாரையும் வஞ்சிப்பது நல்லதல்ல. வஞ்சனை வஞ்சனையைத்தான் விளைவிக்கும். மேலும் அகல்யா நம் கட்சிக்காரி. வெகுளிப் பெண். ஊர்மிளாவிற்குப் பிராண சிநேகிதி. அகல்யாவின் பிராணனைக் காப்பாற்றுவது நம் கடமை!'' என்றான் கூத்தாடி.

''பாண்டிய ஜனங்களின் மதிப்புக்குரிய பாம்பாட்டிச் சித்தரின் தெய்வீகப் பத்தினியாக அகல்யா விளங்குகிறபடியால் பாண்டிய மக்கள் அவளைக் காப்பாற்ற ஆத்திரப்படுவார்களோவெனச் சோழியர்கள் அஞ்சுகிறார்கள்! பூஜை நடக்கும் காவலர் விடுதியைச் சுற்றியே அதிகமாகப் பாதுகாப்புப் படையினர் நிறுத்தப்பட்டிருப்பதால் அகல்யாவின் விஷயமாக அவர்கள் குறைவான வீரர்களையே அனுப்புவார்கள். அதை முன்னிட்டுத்தான் பொழுது விடிந்து ஜனக்கும்பல் சேருவதற்குள் அகல்யாவைச் சிறைக் கூடத்திலிருந்து மரணப் பொட்டலுக்கு அழைத்துச் செல்லத் திட்டமிட்டிருக் கிறார்கள். ஆனால் அவளை வீதியில் அழைத்து வரும்போது நடுவழியிலேயே ஜனங்கள் ஆத்திரங்கொண்டு அவளைக் காப்பாற்றிவிட முயல்வார்கள்! ஜனநாதனும் ஏதாவது தந்திரம் செய்யக்கூடும்!''

''அதற்காக நம்முடைய கடமையைச் செய்யாமல் விட்டு விடுவதா? வீரபாண்டியச் சக்கரவர்த்திகள் திடீரென ஒரு குரல்கொடுத்தால் ஜனக் கும்பலிலிருந்து பல நூறு பாண்டிய வீரர்கள் புறப்பட்டு வீரமுரசு கொட்டி அகல்யாவை விடுவித்தே தீர்வார்கள்!'' என்றான் கூத்தாடி கம்பீரமான குரலில்.

''அவ்வாறு வீரபாண்டியச் சக்கரவர்த்திகள் வெளிப்படுவது தெரிந்துவிட்டால் எதிரிகள் எச்சரிக்கை அடைவார்கள். தேவியின் பூஜை தடைபடக்கூடும். அல்லது அபாயம் நேரிடக்கூடும்! நாளை தேவியை விடுவிப்பது ஒன்றுதான் பாண்டிய நாட்டின் மகோன்னத லட்சியம்! அதற்குப் பாதகம் ஏற்படும் முறையில் நாம் எந்தவித அற்ப ஜீவனையும் பொருட்படுத்துவது புத்திசாலிதனமல்ல!'' என்றான் காத்தவராயன் முகத்தைச் சுளித்துக்கொண்டு.

"அகல்யா அற்ப ஜீவனல்ல!" என்றான் கூத்தாடி.

"பதித் துரோகம் புரியக்கூடியவள் அற்ப ஜீவன்தான்! இனி எதற்காக அவள் உயிர் வாழவேண்டும்?" என்றான் காத்தவராயன் அருவருப்புடன்.

சற்றுநேரம் மௌனமாக சிந்தனையில் வீரபாண்டியன் ஆழ்ந்திருந்துவிட்டு, "எதற்கும் பொழுது விடியும் தருணத்தில் அகல்யாவின் விஷயத்தை நாம் கவனிப்போம். அதன் பிறகுதானே தேவி ஏழைகளுக்கு வடித்துப் போடும் பூஜை நடக்கப்போகிறது! உதய காலம் முடிந்த பிறகுதானே தேவி முதல் அரிசி எடுப்பதற்காக உக்கிராண அறைக்குள் வருவாள்? நான் உன் வீட்டை அடுத்துள்ள இரும்புக் கிடங்கிற்கு ஓடி அங்குள்ள சுரங்கத்தின் வழியாக உக்கிராண அறைக்குப் போய்ச் சேர எனக்குப் போதிய நேரம் இருக்கும்! ஆனால் குமாரனோடு தேவி உக்கிராண அறைக்குள் நுழைந்ததும் சட்டென உட்புறம் கதவைத் தாளிட்டுக் கொள்வாளேயானால் வெளியேயுள்ள சோழிய வீரர்கள் குமுறி எழுந்து கதவை உடைக்க முயல்வார்கள்..."

"அதை அன்னப் பரதேசிகள் தடுப்பார்கள்! தேவியிடம் அன்னப்பிச்சை வாங்க ஆயிரம் பரதேசிகள் நாளைக் காவலர் விடுதிக்குள் புகுவார்கள். அவர்களில் பெரும்பாலானோர் ஏற்கனவே தேவியின் அன்னத்தால் பிராணனை வளர்த்த நம் பாண்டிய வீரர்கள்தான். தேவிக்காகத் தங்கள் பிராணனை பூஜை விடுதியிலேயே விடவும் தயங்க மாட்டார்கள்! நாளை கன்னியம்மனுக்கு ரத்த பூஜை நடந்தாலும் அது கண்கொள்ளாக் காட்சியாகவே இருக்கும்!" என்றான் காத்தவராயன்.

சற்று நேரம் கூத்தாடி எதையோ சிந்தித்துவிட்டு, "வீரசேகரனை என்ன செய்யப் போகிறாய்?" என்று கேட்டான்.

"அன்று விசாரணை சபையில் நம் அகல்யா தலைகாட்டாது இருந்திருப்பாளேயானால் வீரசேகரனின் தலை பறிபோயிருக்கும். அந்த நன்றி உணர்ச்சி அந்த சோழியனுக்கு இருக்கிறது! மரண தண்டனைக்கு அகல்யா அழைத்துச் செல்லப்படும் சமயம் வீரசேகரன் அவளை வழியில் சந்தித்து தன் நன்றியுணர்ச்சியைக் காட்டி விட்டுத்தான் தேவியின் பூஜையைக் கண்காணிக்கச் செல்வான்! பூஜை சமயத்தில் வீரசேகரனும் இருப்பானேயாகில் கண்கொத்திப் பாம்பு போல் தேவியை கவனித்துக் கொண்டிருப்பான். தேவி தனியாக உக்கிராண அறைக்குள் நுழையும் போது, அவளோடு தனியாக நுழையவும் உரிமை உடையவனாக இருப்பான்! அவனால் தேவிக்குச் சிரமம் ஏற்படலாம்!"

"அதனால் அவனைக் கொன்றுவிடப் போகிறாயா?"

"ஆமாம்! இனி வீரசேகரன் உதவி நமக்கெதற்கு? தேவியைச் சிறைப் பிடித்த பாவி, தேவியின் சிறை மீட்சியோடு தீர்ந்து விடட்டும்! அகல்யா அழைத்துச் செல்லப்படும் தருணம் வழியில் அவளைச் சந்திக்க வீரசேகரன் வருவானல்லவா? வைகறைக்கு முன்னுள்ள இருட்டில் அவன் தன்னந்தனியாக வரும்போது வீதியிலுள்ள நம் ஜனங்கள் அவன்மீது ஆத்திரங்கொண்டு பாய்வார்கள்!''

''அந்த சமயம்...காத்தவராயா... நீயும் ஜனக் கும்பலோடு ஒருவனாக வீரசேகரன் மீது பாய்ந்து விழுந்து பலகாலமாக நீ தீட்டி வைத்திருக்கும் குத்து வாளால் அவனுடைய நெஞ்சைக் கிழித்து இருதயத்தைத் துண்டாக வெளியே எடுத்து, அவனுடைய இரு கண்களையும் தோண்டி எறியப் போகிறாயா? அப்படியெல்லாம் செய்யப் போவதாக ஊர்மிளாவிடம் சொன்னாயாமே?''

''ஊர்மிளா உங்களிடம் ஏன் சொன்னாள்? ஏன் சொன்னாள்?'' என்று ஆங்காரத்துடன் பொருமினான் காத்தவராயன்.

''வீரசேகரனின் உயிருக்கு நாம் ஹானி விளைவிப்பது மகா பாவம்! அந்த வெகுளியை வஞ்சித்து எத்தனையோ விஷயங்களுக்குக் கருவியாக உபயோகப்படுத்திக்கொள்ள முயன்றிருக்கிறாய். அவனும் நம்மை பரிசுத்தமான நண்பர்கள் என்றே நம்பியிருக்கிறான்!'' என்றான் கூத்தாடி கம்பீரமும் உறுதியும் கலந்த தொனியில்.

''எதிரிகள் தேவி விஷயத்தில் சிறிதும் இரக்கம் காட்டவில்லை. அந்த அரக்கர்களிடம் கருணை காட்டுவதைப் பற்றி நீங்கள்தான் பெரிதாகப் பேசுகிறீர்கள். இப்படிப்பட்ட உங்களின் பச்சாதாப உணர்ச்சியினால் பல சமயங்களில் நம்முடைய லட்சியங்களெல்லாம் தவிடு பொடியாகப் போயிருக்கின்றன. வீரசேகரனின் உயிரை நீங்கள் இப்போது காப்பாற்ற நினைத்தால் நாளை நம் முயற்சிக்குக் குந்தகம் விளையும்! நாளை தேவியைச் சிறை மீட்கும் திட்டம் தோல்வியடையுமேயானால் அதன் பிறகு நீங்களும் நானும் சேர்ந்து வேலை செய்ய முடியுமென்பதே இராது!'' என்று உறுமினான் காத்தவராயன்.

''எது நேரிடினும் சரி! இன்று பொழுது விடியும் சமயம் வீரசேகரன் உயிருக்கு ஹானி நேரிடாமல் பாதுகாப்பதற்காக வீரபாண்டியனின் குரல் மட்டுமல்ல, வீரவாளும்கூட வெளிப்பட நேரிடலாம்!'' என்றான் கூத்தாடி கம்பீரமாக.

''என்னைவிட வீரசேகரன் உங்களுக்குப் பெரிதாகத் தோன்றுகிறானா?'' என்றான் காத்தவராயன் மனஸ்தாபமடைந்த குரலில்.

"நீ வீரசேகரனை எப்படியெல்லாம் கிழித்தெறியப் போவதாக வர்ணித்தாயோ, அவ்வர்ணனைகளைக்கூட ஊர்மிளாவால் பொறுக்க முடியவில்லை! நீ வெளியே போனதும் என்னிடம் பொருமிப் பொருமி அழுதாள். வீரசேகரனின் உயிரைக் காப்பாற்ற வேண்டுமென என்னிடம் கண்ணீர் வடித்தாள். வீரசேகரன் உயிரை வதைப்பது ஊர்மிளாவைச் சித்திரவதை செய்வதற்குச் சமானதாகும்!" என்றான் கூத்தாடி.

அதைக் கேட்ட மாத்திரத்தில் பேயறைந்தது போல் காத்தவராயன் முகம் விகாரமடைந்தது. அவனுக்கு ஆத்திரத்தின் நடுவே என்னவோ ஓவென அழவேண்டும் போலவும், வாய்விட்டு இடி இடி என்று சிரிக்க வேண்டும் போலவும், ஒருவித வெறி ஏறியது. ஆனால் அவ்வளவையும் காத்தவராயன் அடக்கிக் கொண்டு முகத்தை வேறுபுறம் திருப்பிக்கொண்டு தலை குனிந்திருந்தான்.

அப்போது பூரண நிலா வானத்துக் கருமேக சகதிக்குள் சிக்கிக் கொள்ளவே, கனத்த இருள் பாவாடை பூமியின்மீது கவிழ்ந்து கிடந்தது. அந்த இருட்டில் காத்தவராயனின் கொடூரமான விழிகளில் துளிர்க்கும் கண்ணீர்த் திவலைகள் அவனுடைய நெஞ்சுச் சூட்டில் ஆவியாக உலர்ந்து கொண்டிருப்பதைக் கூத்தாடி கவனித்திருக்க முடியாது. கவனித்திருப்பானேயானால் காத்தவராயன் நிலைக்காகக் கூத்தாடியும் கண்ணீர் சிந்தியிருப்பான்!

சிறிது நேரம் கழித்துக் காத்தவராயன் தன்னுடைய பூதாகாரமான உடலைக் குலுக்கிக் கொண்டவனாய் தலை நிமிர்ந்து "வீரசேகரன் உயிரை நான் கொல்ல வேண்டுமென்பதில்லை! தேவி சிறை தப்பிச் செல்ல முடிந்தால் அந்த அரக்கனின் தலையைச் சோழிய அரக்கர்களே யானைக் காலின் கீழ் வைத்து நசுக்கிவிடுவார்கள்!" என்றான்.

"அத்தகைய வீரமரணத்தை வீரசேகரன்கூட விரும்பி ஏற்றுக் கொள்வான்! ஊர்மிளாவும் விம்மி அழமாட்டாள்! கொலை செய்வதுதான் கொடூரமானதே தவிர, வீரமரணம் கொடூரமானதல்ல" என்றான் கூத்தாடி.

அதன் பின்னர் அவ்விருவரும் தேவியின் சிறை மீட்சி சம்பந்தமான ஏற்பாடுகளையெல்லாம் பற்றிப் பேசிவிட்டுப் பட்டிமண்டபத்தை விட்டு எழுந்து இருளில் பிரிந்து செல்லும்போது கூத்தாடி, காத்தவராயனை நோக்கி, "என் வேலைகளையெல்லாம் முடித்துக்கொண்டு ஆவணி மூலவீதியருகிலுள்ள கண்ணகி கோவிலில் உனக்காகக் காத்திருக்கிறேன்! நீ வரும்போது ஒரு குதிரை கொண்டுவா, நம்முடைய மீனக் கொடியும் என்னுடைய

முத்திரை மோதிரமும், என் ராஜ வாளுங்கூடத் தேவைப்படலாம்!'' என்று சொல்லிவிட்டுப் போனான்.

பொழுது விடிவதற்குரிய கடைசிச் சாமம் வெகு வேகமாகக் கரைந்து கொண்டிருந்தது.

சிறிது நேரத்திற்குள் ஆங்காங்கே கோழிகள் கூவத் தலைப்பட்டன.

வைகறைக்கு முன்னுள்ள இருட்டில் பஜனை பாடுவோரும், பதநீர் விற்போரும், தொழிலாளரும், முக்காடிட்டுத் தலைகுனிந்து செல்லும் இரவு ராணிகளும் தெருக்களில் தென்படலானார்கள்!

மதுரை நகரத்தின் வீதிகளிலுள்ள கற்றூண் விளக்குகள் எண்ணெய் தீர்ந்து அணையத் தொடங்கினாலும், இருண்டு கிடந்த மாட மாளிகைகளில் பளிச்சென்று மாட விளக்குகள் எரியத் தொடங்கின. வழக்கமாக விழிக்கும் நேரத்திற்கு முன்பாகவே மதுரை மாநகரம் அன்று விழித்து எழுந்து விட்டது. பாண்டிய ஜனங்களில் பெரும் பகுதியினர் ஆவணி மூலவீதியை நோக்கியும், யானை மைதானத்தை நோக்கியும் திரண்டு செல்லலானார்கள். சித்தரின் தெய்வீகப் பத்தினியான அகல்யா சிறையிலிருந்து சோழியர்களால் ஊர்வலமாய் ஆவணி மூலவீதி வழியாய் அழைத்து வரப்பட்டு யானை மைதானத்தில் அவளுடைய தலை பகிரங்கமாக யானைக் காலின் கீழ் வைத்து நசுக்கப்படும் என்கிற செய்தியானது எப்படியோ காட்டுத் தீப்போல் மதுரை மாநகரெங்கும் பரவியிருந்தது. அகல்யாவின் பால் வடியும் வதனத்தை வெகு அருகிலிருந்து பார்ப்பதற்கும், முடியுமானால் அவளைச் சோழியர்களிடமிருந்து காப்பாற்றுவதற்கும் ஆவணி மூலவீதிதான் பலருக்கும் சௌகரியமாகத் தோன்றியது. ஏனென்றால் வீதியை நோக்கித் தாழ்ந்து கப்புகள் விரிக்கும் அடர்த்தியான மரங்கள் ஆவணி மூலவீதியில்தான் அதிகம் இருந்தன. அந்த வீதியிலுள்ள கண்ணகி கோவில் அருகேதான் புதுத் திருப்பணிக்குரிய தளவரிசைக் கற்களும் நிறைய குவித்து வைக்கப்பட்டிருந்தன!

ஜனங்கள் தெருக்களில் ஊர்ந்து கொண்டிருந்த சமயம் ஜனநாதன் மாளிகையிலிருந்து ஜனநாதனும் வீரசேகரனும் இரு குதிரைகளில் ஆரோகணித்தவாறு கிளம்பிக் கொண்டிருந்தார்கள்.

ஜனநாதன் வழக்கம் போலவே விஷமச் சிரிப்புடன் காணப்பட்டாலும் அந்தச் சிரிப்பிற்கு அடியில் ஒருவிதத் துயரம் கனிந்திருப்பதாகவே வீரசேகரன் கற்பனை செய்து கொண்டான்.

அன்று ஏனோ வீரசேகரன் மனமெங்கும் ஒருவிதச் சோகம் படிந்து அவனுடைய அழகிய முகம் வாடிப்போயிருந்தது.

அவ்வப்போது அவனுடைய நெஞ்சில் மூளும் உணர்ச்சிகளோடு கடமை அறிவும் போராடிக் கொண்டிருக்கிறது என்பதையும் அவனுடைய சுவையான விழிகள் எடுத்துக் காட்டிக் கொண்டிருந்தன.

''பாவம், அகல்யா!'' என்று பெருமூச்சு விட்டான் வீரசேகரன்.

''பாவம் அகல்யா என்று நீ சொல்வது இதோடு இருபத்தி ஏழாவது தடவை! அவளுக்காக நீ ஏன் பரிதாபப்படுகிறாய் என்பது தான் எனக்கு வேடிக்கையாக இருக்கிறது!'' என்று சிரித்தான் ஜனநாதன்.

''துக்கத்தைச் சிரித்துக் கரைத்துவிட முயல்கிறாய் நீ! என்னால் அது முடியவில்லை! அன்று விசாரணை சபையில் அவள் பிரசன்னமாகாதிருந்தால் நான் சதிகாரனெனப் பழி சாட்டப்பெற்று அவமானகரமான முறையில் என் தலை யானைக்காலின் கீழ் வைத்து நசுக்கப்பட்டிருக்கும்! என்னைக் காப்பாற்றிய அவளுடைய தலை இப்போது யானைக் காலின் கீழ் நசுங்கப் போகிறது!'' என்றான் வீரசேகரன்.

''அவளுக்கு உன்னைக் காப்பாற்ற வேண்டும் என்று என்ன அக்கறை? ஒரு பெண் தன் தலையைக் கொடுத்து இன்னொருவனின் தலையைக் காப்பாற்றுகிறாள் என்றால் அவளுடைய மனதில் அளப்பருங் காதல் இருந்தால்தான் முடியும்!''

''ஜனநாதா! வெகுளிப் பெண்போல் தோன்றும் அவள் இந்த இளம் வயதில் கோரமான முறையில் சாவதென்றால் — அதை கற்பனை செய்து பார்த்தால்கூட எனக்கு அழுகை வந்து விடும் போலிருக்கிறது.''

''அழுது விடாதே, தம்பி, சித்தரின் தெய்வீகப் பத்தினியைத் திண்டாட வைத்த காதலன் நீதான் என்று ஜனங்கள் நம்பிக் கொண்டிருப்பதை உன் கண்ணீர்த் துளிகளே நிரூபித்துவிடும்! அந்தக் கண்ணீர்த் துளிகளோடு நீ ஜனங்களின்முன் சென்றால் உன் உடம்பெல்லாம் ரத்தத் துளிகளாக மாறிவிடும்!'' என்றான் ஜனநாதன்.

''ஜனநாதா! அகல்யா உன்னுடைய உண்மையான காதலி தானே?''

''அகல்யாதான் என்மீது உயிருக்குயிரான அன்பு வைத்திருந்தாள். அன்பை அநாவசியமாகப் புறக்கணிக்கும் வழக்கம் என்னிடம் கிடையாது! அத்தகைய அன்பு எனக்குப் பாரமாகவோ பாதகமாகவோ படாத வரையில் அதை ஏற்றுக் கொண்டிருப்பேன்!'' என்று ஜனநாதன் அலட்சியமாகச் சிரித்தான்.

"காதலியா, நண்பனா? இவ்விருவரில் யாருடைய தலையைக் காப்பாற்றுவது என்கிற பிரச்சனை உனக்கு ஏற்பட்டிருக்கும்! நீ நண்பனைக் காப்பாற்றவே விரும்பியிருக்கிறாய்!"

"ஏனென்றால் நீ உயிரோடு இருக்கும் பட்சத்தில் எனக்கு ஏதாவது பிரதிப் பிரயோஜனங்கள் கிடைக்கலாம். அகல்யாவால் இனி எனக்குப் பிரயோஜனங்கள் இல்லை! உபயோகமில்லாத சரக்குகளை உடனே மறந்து விடுவதுதான் என் ஞான மார்க்கமாகும்!"

"காதலியை மறக்க முடியுமா ஜனநாதா?"

"மறக்க முடியாத விஷயம் இந்த உலகத்தில் எதுவுமில்லை! அன்றன்றைய தீய நடப்புகளை அன்றன்றே மறந்து விடுவதற்குத் தான் ஆண்டவன் நமக்குத் தினந்தோறும் தூக்கத்தை ஒத்திகைகளாகக் கொடுத்து வருகிறார்!"

"ஜனநாதா! அகல்யா மரணப் பொட்டலுக்கு அழைத்துச் செல்லப்படும்போது வழியில் அவளைச் சந்திப்பேன்! என் நன்றியை அவளுக்குத் தெரிவிப்பதற்கு அறிகுறியாக என் கண்ணீர்த் துளிகளைக் காணியாக்குவேன்! இன்னொருவரின் வாழ்விற்காகச் சாகிறோம் என்கிற பெருமிதம் அவளுக்கு ஏற்பட்டால் அகோரமான சாவுக்கூட அவளுக்கு ஆனந்தம் தரும்! நான் அவளுக்குச் செய்யக்கூடிய கைமாறு இது ஒன்றுதான்!" என்றான் வீரசேகரன் கண்களில் நீர் வடிய.

"தம்பி! சதிகாரிக்காக கடமை வீரன் கண்ணீர் சிந்துவதை நம் சோழிய வீரர்கள் கண்டால் உன்னையும் சதிகாரன் என்று சித்தரிக்கத் தயங்கமாட்டார்கள்! அன்று விசாரணை சபையில் அகல்யா உனக்காகப் பிரசன்னமானதால் நீ குற்றச்சாட்டிலிருந்து விடுபட்டாயே தவிர, உன்மீதுள்ள சந்தேகம் நீங்கவில்லை. உனக்கும் அவளுக்கும் என்ன சம்பந்தம் இருந்திருக்கும் என்பதைப் பற்றி சோழ ராஜதந்திரிகள் இன்னும் முடிவு காணமுடியாமல் ஆலோசித்துக் கொண்டே இருக்கிறார்கள். இந்தச் சந்தர்ப்பத்தில் நீ அவளை வழியில் சந்தித்து அநாவசியமாகக் கண்ணீர் வடித்தால் அசட்டுத்தனமான உன்மீது சந்தேகத்தைத் தூக்கிப் போட்டுக் கொள்வதாக முடிந்துவிடும்.

பாம்பாட்டிச் சித்தரின் பத்தினியை இந்தக் கதிக்கு ஆளாக்கின பாவியென உன்மீது அருவருப்பு அடைந்திருக்கும் ஜனங்கள் வழியில் உன்னைக் கண்டால், அகல்யாவைக் காப்பாற்றுவதில் காட்ட வேண்டிய ஆத்திரத்தையெல்லாம் உன்னை அடித்து நொறுக்குவதில் தீர்த்துக் கொள்வார்கள்!" என்றான் ஜனநாதன்.

‘‘என்னுடைய நன்றி உணர்ச்சியை என் கண்ணீரின் மூலம் அவள் முன்னிலையில் ஒருமுறை நான் காட்டிக் கொள்ளாவிட்டால் என் கண்ணீரே என் வாழ்வைத் தின்றுவிடும்! என்னை நன்றி கெட்டவன் என்று அவளுடைய அகோரமான பிரேதம் என் கனவுகளில் தோன்றி இடைவிடாது திட்டிக்கொண்டே இருக்கும்!’’ என்றான் வீரசேகரன்.

‘‘அவளை நீ காப்பாற்றக்கூட ஆசைப்படுவாய், இல்லையா?’’

‘‘இல்லை! அவள் சதிகாரி என்பதில் சந்தேகமில்லை. சதிகாரி சாகத்தான் வேண்டும். ஆனால் அவள் சாவதற்குமுன் என் நன்றி உணர்ச்சியையும் அவளுக்குக் காண்பித்து விடவேண்டும்.’’

‘‘தம்பி! வேண்டாம், போகாதே! புத்திசாலி சொல்லுகிற புத்திமதியைக் கேள்’’

‘‘இதென்ன ஜனநாதா, நீ என்னுடன் வரப்போவதில்லையா? சாவதற்கு முன் வழியில் ஒருமுறை அகல்யாவின் முகத்தை நீ காணப்போவதில்லையா?’’ உன்னுடைய துயரமான முகத்தை அவள் பார்த்துவிட்டால் பிறகு அவளுக்குச் சாவுகூட இனிக்குமே!’’ என்று கேட்டான் வீரசேகரன்.

‘‘தம்பி! நான் என்ன சாமர்த்தியம் செய்தாலும் எனக்குக் கண்ணீர்த் துளிகள் விடத் தெரியாது. நான் பிறக்கும்போதுகூட கண்ணீர் விட்டு அழுததில்லையாம்! நான் வாழ்வில் ஒரு முறைகூட கண்ணீர் விட்டதில்லை. ஜனநாதனால் இந்த உலகத்தில் முடியாத காரியம் ஒன்று உண்டென்றால் அது கண்ணீர் விடுவதுதான்!’’

‘‘அப்படியானால் ஜனநாதா, நீ எங்கே புறப்பட்டாய்? வேறு யார் மூலமாவது அகல்யாவைக் காப்பாற்றத் தந்திரம் செய்யப் போகிறாய்?’’

‘‘தம்பி! இதென்ன அசட்டுத்தனமான கேள்வி? பதித்துரோகம் புரிந்தவளைக் காப்பாற்றித் தன் வீட்டில் வைத்துக் கொண்டிருப்பவன் பாழும் நரகத்தில் தள்ளப்படுவான் என்று நம் தர்ம சாஸ்திரங்கள் கூறுகின்றன. அகல்யாவைக் காப்பாற்றி அவளை பகிரங்கமாக என் வீட்டில் வைத்து ஆதரித்துக் கொண்டிருப்பதால் அரசியல் வட்டாரம் என்னை என்னுடைய கிராமத்திற்கே தள்ளிவிடும்! தம்பி, இந்த உலகில் நிரந்தரமாக நெடும் பழி பூண்டு நிற்பவள் அகல்யா!’’

‘‘இனி அவளுடைய கதியை எண்ணிப் பார்!’’

‘‘என்னைப் பொறுத்தவரை அகல்யா கல்லுக்குச் சமமானவளே’’

''அவள் என்ன கதியானாலும் ஆகட்டுமென்று, அவளுடைய முகத்தை ஒருமுறை ஏறிட்டுப் பார்க்கக்கூட நீ துணியவில்லையா?''

''தம்பி! கள்ளக் காதல் வெளிப்பட்டுவிடும் என்கிற நெருக்கடியான நிலை வந்தபோது, தேவேந்திரன் என்ன செய்தான்? புரந்திரன் பூனைபோல் நழுவ முயன்றான். நம் கம்பராமாயணப்படி தேவேந்திரன் செய்யவேண்டிய காரியம் அதுதான். ஆனால் துரதிருஷ்டவசமாகத் தேவேந்திரனுக்குக் கிடைக்கவேண்டிய சாபத்தையும் ஆயிரம் புண்களையும் ஏற்றுக் கொள்ளப் போகிறேன்.''

''காதலில் கூடவா உனக்குக் கல் மனசு? இதில்கூடவா உன் சுயநலம்?''

''அரசியல் வட்டாரத்தில் உலவும் எனக்குத் தேவேந்திர பதவிதான் முக்கியம் என்று ஆரம்பத்திலே உனக்குச் சொல்லி இருக்கிறேன்!''

''பின் எங்கே அவசரமாய் புறப்படுகிறாய்?''

''அகல்யாவின் தலை நசுங்கப்போகும் மைதானத்திற்குப் பாம்பாட்டிச் சித்தரைத் தேடிக் கண்டுபிடித்து அனுப்புவதற்குத் தான்!''

''ஏன்? அகல்யாவின் சவத்திற்குத் தகனக் கிரியை செய்வதற்கா?''

''தம்பி! அகல்யாவிற்குப் பாதுகாப்பாக அனுப்பப்படும் சோழிய வீரர்கள் அனைவரும் என் எதிரியான ஆடையூர் நாடாள்வாரின் படையைச் சேர்ந்தவர்கள். அகல்யா கொல்லப்படும் சமயம் மகான் பாம்பாட்டிச் சித்தர் அங்கு பிரசன்னமாய் இருப்பாரேயாகில், பாண்டிய ஜனங்கள் அளவற்ற ஆத்திரம் அடைந்து ஆடையூராரின் போர்வீரர்கள் பலரைக் கொன்று குவித்து விடுவார்கள்! ஆடையூராரின் படைபலத்தைக் குறைப்பது அவருடைய பல்லைப் பிடுங்குவதற்குச் சமானம்'' என்று ஜனநாதன் சொல்லிவிட்டு வேகமாகக் குதிரையோடு சென்று இருளில் மறைந்தான்.

வீரசேகரன் ஒரு பெருமூச்செறிந்து விட்டு ஆவணி மூல வீதிக்குத் தன் குதிரையைச் செலுத்தினான். அந்த வீதியில் கண்ணகி கோயிலருகே ஏராளமான ஜனக் கும்பல்களும் கூச்சல்களும் நிறைந்திருந்தன. அந்தக் கோயிலை அடுத்துள்ள ஒரு மரத்தின் அடியே ராஜகளை பொருந்திய குதிரை ஒன்று கம்பீரமாக நின்றுகொண்டிருந்தது. அந்தக் கோவிலின்மீதும், அந்த வீதியிலுள்ள வீடுகள் மீதும், அடர்த்தியான மரங்களின் மீதும் பாண்டிய ஜனங்கள் வானரங்களைப் போல் தொற்றிக் கொண்டிருந் தார்கள்.

வீதியில் ''உர்ர்'' என்று வந்து விழும் ஜனங்களைச் சோழிய வீரர்கள் அரக்கர்களைப்போல் காஜித்தவாறு விரட்டியடித்துக் கொண்டிருந்தார்கள்.

சிறைச்சாலையிலிருந்து அகல்யா அழைத்து வரப்படும் ஊர்வலம் அந்த வீதியினுள் நுழைந்தபோது அந்த வீதிமூலையில் ஆத்திரமான கூச்சல்கள் வெகு வேகமாகப் பாய்ந்து பரவி வந்தன.

ஊர்வலத்தின் முன்னால் ஒரு சோழிய வீரன் புலிக்கொடி ஏந்தி கம்பீர நடை போட்டு வந்தான். ''சதிகாரி அகல்யா! சதிகாரி அகல்யா!'' என்று ஒரு சேவகன் தப்புக் கொட்டிக் கொண்டு வந்தான். அதற்கு எதிராக, ''சித்தரின் சம்சாரம் அகல்யா! சித்தரின் சம்சாரம் அகல்யா!'' என்ற கூப்பாடுகள் பாண்டிய ஜனங்களிடையே பெருகின.

தெருவில் குப்பைகளை அள்ளுவதற்காக உபயோகப்படுத்தப் படும் அருவருப்பான மொட்டை வண்டி ஒன்றில் அகல்யா சங்கிலிகளால் பிணைத்து நிறுத்தப் பட்டிருந்தாள். அந்த மொட்டை வண்டியை இரண்டு குதிரைகள் இழுத்து வந்தன. அவளைச் சுற்றிலும் எமகிங்கரர்களைப் போலக் காவலர்கள் வந்து கொண்டிருந்தார்கள். பாதுகாப்பிற்காக வண்டியின் இருமருங்கும் ஈட்டியேந்திய சோழியப் படையினர் குதிரைகளின்மீது ஆரோகணித்து வந்தார்கள். வண்டியினுள் அகல்யாவின் பசுமையான விழிகள் ஜனக்கும்பலில் யாருடைய முகத்தையோ துடிதுடிப்புடன் தேடிக்கொண்டிருந்தன. அதைப் பிராணாபயம் தேடுகிறாள் பாம்பாட்டிச் சித்தரின் பத்தினி என்று எண்ணிக் கொண்ட பாண்டிய ஜனங்கள் அதிகமான அளவில் ஆக்ரோஷங் கொண்டு சீறினார்கள். விடியற்சாம இருளில் அவ்வளவு பெரிய ஜனத்திரளை எதிர் பார்த்திராத சோழிய வீரரும் மிரண்டுபோய் மிகவும் எச்சரிப்புடன் ஊர்வலத்தை நடத்தி வந்தனர்.

அகல்யாவின் வண்டி கண்ணகி கோயிலை நெருங்கும்போது என்னவோ நடக்கப்போகிறது என்றெண்ணும் படியான அறிகுறிகள் தென்படலாயின.

அந்தக் கோயிலருகே குழுமியிருந்த ஜனத்திரளில் பெரும் பகுதியினர் விவசாயிகள் போலவும் தொழிலாளிகள் போலவும் தோற்றமளித்ததால் அவர்களின் கைகளில் மண் வெட்டிகள், அரிவாளிகள், சுத்தியல்கள் முதலான கருவிகள் காணப்பட்டன. கோயிலருகே திருப்பணிக்காக குவிக்கப்பட்டிருந்த தளவரிசைக் கற்களின்மீது சிலரின் கவனமும் கண்களும் அனாவசியமாகச் சென்று கொண்டிருந்தன. ஆனால் ராக்ஷஸர்களைப் போன்ற சோழிய வீரர்களின்மீது பாய்ந்து, அகல்யாவைக் காப்பாற்ற வேண்டும் என்று ஜனங்கள் ஆத்திரப்பட்டாலும் அதற்குத் தலைமை

தாங்கி வழி காட்ட ஒரு தலைவன் தென்படாமல் போனபடியால், கொந்தளிக்கும் கடலில் மாலுமியில்லாத மரக்கலம் போல ஜனத்திரள் தத்தளித்துக் கொண்டிருந்தது. அகல்யாவின் விஷயத்தில் காட்டமுடியாத ஆத்திரத்தை வேறு யார் மீதாவது தீர்த்துக் கொள்ள வேண்டும் என்கிற வெறியும் ஜனங்களுக்கு வெகு தீவிரமாக ஏறிக் கொண்டிருந்தது.

அந்தச் சமயம் வீரசேகரன் கண்களில் கண்ணீருடன் குதிரைமீது அந்தப் பக்கம் வரவே, ஜனங்கள் சிலரின் கவனம் அவன்மீது சடக்கெனத் திரும்பியது.

"அதோ! சித்தரின் பத்தினியை இந்தக் கதிக்கு ஆளாக்கிய அரக்கன்!" என்று கும்பலில் ஒருவன் கூவியதைத் தொடர்ந்து ஜனங்கள் குபீரென வீரசேகரனை நோக்கிப் பாய்ந்தார்கள். வீரசேகரன் அமர்ந்திருக்கும் குதிரையின் காலை முரடன் ஒருவன் தன் கையிலுள்ள மண்வெட்டியால் அடிக்கவே குதிரை பயங்கரமாகக் கனைத்து வலி பொறுக்க முடியாமல் தன் முன்னங்கால்கள் இரண்டையும் மேலே தூக்கித் தத்தளித்து, அந்த அதிர்ச்சியில் வீரசேகரன் துள்ளிக் கீழே விழுவதையும் கவனிக்காமல் ஜனத்திரளைக் கிழித்துக் கொண்டு அந்தக் குதிரை மின்னலைப்போல் பாய்ந்தோடி மறைந்தது.

தரையில் விழுந்த வீரசேகரனுக்கு உடம்பெல்லாம் ஊமைக்காயங்களும் ரத்தக் கீறல்களும் விழுந்த தோடல்லாமல், அவனது வலது கையின் மணிக்கட்டு ஒரு குத்துக் கல்லின்மீது அடிபட்டு ரத்தம் பீறிட்டுக் கொண்டிருந்தது.

அந்த நிலையில் வீரசேகரனைக் கண்ட ஜனங்கள் ஆத்திரம் பன்மடங்கு அதிகரிக்கப் பெற்றவர்களாய் மண்வெட்டி, அரிவாள் முதலிய கருவிகளை ஓங்கிப் பிடித்துக்கொண்டே அவனை நோக்கிப் பாய்ந்து வந்தார்கள். அவர்கள் வந்த வேகம் ஆளுக்கு ஒரு துண்டாக அவனை வெட்டி அங்கேயே புதைத்து விடுவார்கள் என்றே தோன்றியது. ஆனால் கையில் வாளில்லாமல் மரண தேவதையை அணைத்துக் கொள்ளக்கூடாது என்று எண்ணிய வீரசேகரன், தன் இடது கையால் உடைவாளை உருவி எடுத்துக்கொண்டு, பின்னெகிறி கண்ணகி கோயிலின் மூடிய கதவின்மீது சாய்ந்துகொண்டு, நின்றான்.

அவன் கண்ணெதிரே சாவு நெருங்கிவரும் தருணத்தில் அவனுடைய கடைசி நினைப்பு ஊர்மிளாவின் மீதே சென்றது. ஊர்மிளாவின் வாஞ்சையான முகத்திலிருந்து ஒரு கண்ணீர் துளியைக்கூட பரிசாகப் பெறாமலும் அவளிடம் விடை பெற்றுக் கொள்ளாமலும் சாகப் போகிறோமே என்கிற துக்கம் ஒன்றுதான் வீரசேகரனின் நெஞ்சை மூட்டியது.

அந்தச் சமயம் மூடியிருந்த கதவு திடீரென்று திறந்து கொண்டது. அதனுள் மறைந்திருந்த கூத்தாடி வெளிப்பட்டு வீரசேகரனை பிடித்துக் கோயினுள் தள்ளிக்கொண்டே, "நீ உள்ளே போய்க் கதவை சாற்றிக்கொள்!" என்று கத்தினான்.

அந்தக் கூத்தாடியின் கணீரென்ற இனிமையான குரலை எங்கோ பல தடவைகள் தான் பல தடவை கேட்டிருப்பது போன்ற பிரமை வீரசேகரனுக்கு உண்டாயிற்று: ஆனால் எங்கே என்று நிதானமாக யூகித்துப் பார்க்கக்கூடிய நிலையில் அவனுக்கு சுவாதீனமோ, அவகாசமோ இல்லை!

வயிரமணிகள் பொதித்த ராஜவாள் ஒன்று அந்தக் கூத்தாடியின் கையில் துடிதுடிப்பதைக் கண்ட வீரசேகரன், "எனக்குப் பதிலாக நீ போராடி அந்த முரடர்களிடம் உயிரைப் பலி கொடுக்கப் போகிறாய்! உன்னைத் தனியாகச் சாகவிட்டு நான் உயிர்வாழப் பதுங்கமாட்டேன்!" என்று பிடிவாதமாக நின்றான்.

"என்னைப் பற்றி நீ கவலைப்படாதே! நான் பாண்டிய நாட்டான்! உன் வாளால் தடுத்து நிறுத்த முடியாத ஜனங்களை என் வார்த்தை ஒன்றே தடுத்து நிறுத்திவிடும்!"

வியப்படைந்த வீரசேகரனுக்கு ஒன்றிற்கு மேல் ஒன்றான அதிர்ச்சிகளாலும், ரத்த காயங்களாலும் பலஹீனம் ஏற்பட்டு மயக்கத்தை சமாளிக்கத் தத்தளித்துத் தடுமாறிக்கொண்டிருந்தான், அவனுடைய நிலையைப் புரிந்துகொண்ட கூத்தாடி, "உன் வலது மணிக்கட்டில் இன்னும் ரத்தம் பீறிடுகிறது. நீ வாள் வீரன். உனக்குக் கை முக்கியம்! அங்கே எலும்பு ஏதாவது முறிந்திருக்கலாம்! உடனே வைத்தியரிடம் ஓடிச் சிகிச்சை செய்துகொள்!... அதோ என் குதிரை... அகல்யாவைக் காப்பாற்றுவதற்காக அந்தக் குதிரையைக் கொண்டு வந்தேன்!.... அதன்மீது ஏறிக்கொண்டு வேகமாகப் போ"... என்று சொல்லிக் கொண்டே வீரசேகரனைப் பிடித்துத் தள்ளிக் கொண்டுபோய் குதிரைமீது ஏற்றி அனுப்பிவிட்டு, கண்ணகி கோயிலின் முன் வந்து அதன் கதவை இழுத்து வெளிப்புறம் சாற்றிக்கொண்டு நின்றான்.

வீரசேகரனைக் காப்பாற்றிக் குதிரையையும் கொடுத்தனுப்பிவிட்டானே என்று கூத்தாடியின்மீது ஜனங்கள் துவேஷம் கொண்டார்கள். ராஜவாளை உயரத் தூக்கிப் பிடித்துக் கொண்டு நிற்கும் அந்தக் கூத்தாடி முன் ஜனங்கள் இன்னும் பன்மடங்கு ஆத்திரத்தோடு பாய்ந்து வந்தார்கள்.

அப்போது மரத்தின் கிளையொன்றிலிருந்து கீழே குதித்த காத்தவராயன், தன் கையில் சுற்றி மறைத்து

வைத்துக்கொண்டிருந்த மீனக் கொடியை விரித்து உயரத் தூக்கிப்பிடித்துக் கொண்டு கூத்தாடியின் கையிலுள்ள முத்திரை மோதிரம் ஒன்றையும் சுட்டிக் காட்டிய வண்ணம். ''அவர் வெறும் கூத்தாடியல்ல, வீரபாண்டியச் சக்கரவர்த்தி!'' என்று கூவினான்.

''அதைக் கேட்ட மாத்திரத்திலே மந்திர சக்தியால் கட்டுண்டது போல் ஜனத்திரள் ஒரு கணம் மெய்மறந்து நின்றது. அடுத்த கணம் அந்தக் கூத்தாடியை அங்கு நின்ற ஜனங்கள் சிரம் சாய்த்து வணங்கினார்கள்! வீரபாண்டியச் சக்கரவர்த்திகள் வாழ்க! வாழ்க'' என்று வாழ்த்தொலிகள் விண்ணை முட்டும் வீரகோஷங்களாகப் பெருகி நானா திசைகளிலும் பரவுவதற்குள் காத்தவராயன், ''உஷ்'' என்று தன் விரலை வாயில் வைத்து மௌனமாக இருக்கும்படி ஜாடை காட்டி எல்லோர் வாயையும் அடக்கி விட்டான்.

இந்த நிகழ்ச்சிகள் துவங்கி முடிவதற்குள், ஜனத்திரளின் கவனம் வீரசேகரன் மீது பாய்ந்த சமயத்திலேயே, அகல்யாவின் ஊர்வலம் கண்ணகி கோயிலைக் கடந்து போய்விட்டது.

''இனி நம் அகல்யாவைக் காப்பாற்றுவோம்!'' என்று கூவிக் கொண்டே கூத்தாடி பாய்ந்தோடிய திசையில் ஜனக் கும்பலும் பாய்ந்தோடிச் சென்றது.

ஊர்வலத்தின் பின்னால் புயல் காற்று போல் மக்கள் படை மரணத்திற்கும் துணிந்து பாய்ந்து வருவதைக் கண்ட சோழிய வீரர்கள் கதி கலங்கினார்கள். ஏராளமான பாதுகாப்புப் படைகள் நிறுத்தப்பட்டிருக்கும் மரணப் பொட்டலுக்கு அகல்யாவின் வண்டியைப் பத்திரமாக கொண்டுபோய்ச் சேர்த்துவிட்டால் அதன் பிறகு அகல்யாவை ஈஸ்வரனால்கூடக் காப்பாற்ற முடியாது! இந்த எண்ணமானது அகல்யாவின் வண்டியை ஓட்டும் சாரதிக்குப் பளிச்சென்று தோன்றவே அவன் சட்டென்று குதிரைகளைத்

தட்டிவிட்டு சாட்டைகளால் அவற்றை சுழற்றுச் சுழற்றி அடித்தான். வேதனையால் வெறி கொண்ட குதிரைகள் நாலுக்கால் பாய்ச்சலில் தவ்விய வண்ணம் வண்டியை இழுத்துச் சென்றன. வண்டி மின்னலைப்போல் வெகு தூரத்தில் மறைந்து மரணப் பொட்டலை அடைந்திருக்கும் என்கிற எண்ணத்தையும் உண்டாக்கியது. அந்த வண்டிக்குப் பாதுகாப்பாய் வந்த சோழிய வீரர்களுக்கும் பாண்டிய வீரர்களுக்கும் ஏற்பட்ட கை கலப்பானது இருதரப்பிலும் பல உயிர்களைப் பலி கொள்ளும் வீண் கதையாகவே முடிந்து விட்டது.

சற்று நேரத்திற்குப் பின்னர் கண்ணகி கோயிலை நோக்கிக் கூத்தாடியும், காத்தவராயனும் ரத்தம் தோய்ந்த வாள்களுடன் திரும்பி ஓடி வந்தனர்.

''இனி அகல்யாவின் ஆத்மா சாந்தியடைய வேண்டுமென ஆண்டவனைப் பிரார்த்திப்பதைத் தவிர நமக்கு வேறுவழியில்லை! இது அனாவசியமான வேலை என ஆரம்பத்திலேயே நான் சொன்னேன். நீங்கள் ஏதாவது ஒரு முயற்சி செய்தால் அதனால் எதிரிகளுக்குத்தான் பலன்கள் உண்டாவதாக முடிந்துவிடுகிறது!'' என்றான் காத்தவராயன் மனஸ்தாபமடைந்த குரலில்.

''இது ஒரு பெரிய சாபக்கேடு! தேவியின் லட்சியத்திற்காகப் பாடுபடும் ஒவ்வொரு ஜீவனும் ஒன்றன் பின் ஒன்றாகச் சாகின்றன!'' என்றான் கூத்தாடி துயரத்துடன்.

''தேவியை ஒன்றும் சொல்ல வேண்டாம். நீங்கள் தொட்டதெல்லாம்தான் தோல்வியில் முடிகின்றன! துரதிருஷ்டம் உங்களுக்கே தவிர, தேவிக்கு அல்ல!'' என்றான் எரிச்சலுடன் காத்தவராயன். கூத்தாடி ஒரு பெருமூச்சு விட்டுத் தன் கையிலிருந்த ராஜவாளை காத்தவராயனிடம் கொடுத்தான். பொழுது பலபல வென்று விடியத் தொடங்கியது. ஆனால் கூத்தாடியின் நெஞ்சிலும் முகத்திலும் இருந்த இருள் அகலவில்லை.

''இன்று சிறை மீட்சி கிடைக்கும் என்ற பரிபூரண நம்பிக்கையுடன் தேவி அங்கே காவலர் விடுதிக்குக் கன்னியம்மா பூஜை நடத்த வருவாள். நான் அன்னப் பரதேசியாக அங்கே சென்று கவனிக்கிறேன். நீங்கள் சுரங்கத்தின் வழியாகச் சென்று உக்கிராண அறைக்கு அடியில் தேவிக்காகக் காத்திருங்கள். இந்த முயற்சியும் தோற்றால் அதன் பிறகு நாம் இருவரும் சேர்ந்து வேலை செய்வதென்பதே இராது! அதை நன்றாக ஞாபகம் வைத்துக் கொண்டு வழியில் எவனாவது எதிரிக்குக் கருணை காட்டாமல் செல்லுங்கள்!'' என்றான் காத்தவராயன்.

அதன் பிறகு இருவரும் கருக்கல் நேரத்தில் இரு திசைகளில் தலை தெறிக்க ஓடினார்கள்.

அத்தியாயம் 76

வேதனைக் கூனி!

வேதனைக் கூனி பின்
வெகுண்டு நோக்கியே,
'பேதை நீ பேதின்றிப்
பிறந்த சேயோடு
மாதுயர் படுக'
என்றாள்.

— கம்ப ராமாயணம்

மலராத செந்தாமரை மொட்டு போல் கீழ்த் திசை வானத்தில் வைகறை தோன்றியது. தேவி ஸ்நானபானாதிகளை முடித்துக் கொண்டு மலர்ந்த செந்தாமரை போல் பரபரப்புடன் காத்திருந்தாள்.

பொழுது எப்பொழுது விடியும், கன்னியம்மன் பூஜை எப்போது ஆரம்பமாகும், காவலா் விடுதிக்கு எப்போது தன்னையும் தன் குமாரனையும் அழைத்துச் செல்வார்கள். அங்கே உக்கிராண அறையிலுள்ள சுரங்கத் துவாரத்தில் எப்போது தன் பிராண நாதரின் முகம் தென்படும் என்றெல்லாம் இரவு முழுவதும் துயில் கொள்ளாமல் சிந்தித்துக் கொண்டிருந்த தேவிக்குப் பொழுது விடிந்ததின் ஒலிகள் எழும்பியதுமே குதூகலம் பொங்கியெழுந்தது. ஆனால் இன்னொரு புறம் நெஞ்சில் இன்னதென்று விவரிக்க முடியாத பீதியும் உண்டாயிற்று. சிறை தப்பும் இந்த முயற்சியும் கைகூடாவிட்டால் தன் பிராண நாதரும் அகப்பட்டுக் கொள்ள நேரிடுமே என்கிற பீதிதான் அவளுடைய நெஞ்சிலே அதிகமாக நெளிந்தது. கருப்பவதியான அவளை வழி நெடுகிலும் உள்ள காவலர்களும் விடுதியிலுள்ள ஏழைப் பரதேசிகளும் ஏளனப் பார்வைகளோடு வரவேற்பார்களோ என்கிற துக்கமும் தேவிக்கு உண்டாயிற்று. பூஜைக்குப் போகாமல் சிறைக்குள்ளே இறந்துவிடலாமா என்றுகூடத் தேவி எண்ணமிட்டாள். ஆனால் தன் வயிற்றில் ஜனிக்கப்போகும் குமாரன் பாண்டியர்களின் புராதனமான ராஜமாளிகையில்தான் ஜனிக்க வேண்டும் என்ற ஆவல் மேலோங்கி அவளுக்கு ஒரு புத்துணர்ச்சியைத் தருவது போலிருந்தது. தப்பிச் செல்லப்போகிறோம் என்ற பரபரப்பையும் பீதியையும் ஆவலையும்

தன்னுடைய முகபாவம் காட்டிக் கொடுத்து விடுமோ என்று எண்ணமிட்ட தேவி கூடியவரையில் தலை குனிந்தே செல்ல வேண்டுமெனத் திட்டமிட்டுக் கொண்டாள்.

சிறைக்கூடத்தின் வெளியே ''அம்மா!'' என்று குமாரனின் குரல் கேட்டது. அந்தக் குரலில்தான் எவ்வளவு ஏக்கம், எவ்வளவு துயரம்!

''கண்ணே வீரகேரளா!'' என்று தேவி ஆவலுடன் கூவிக்கொண்டு வந்து சிறைக் கம்பிகளின் வழியாகத் தன் கைகளை நீட்டிப் பச்சிளம் முகத்தை அன்புடன் தடவிக் கொடுத்தாள்.

குமாரன் வீரகேரளனை வேறொரு சிறையிலிருந்து காவற்படையதிகாரியான ஏகவாசகரே அங்கு அழைத்து வந்திருந்தார். ஈட்டியேந்திய இருபது முரட்டுக் காவலர்களும் அவரோடு வந்திருந்தார்கள்.

தேவி பூட்டப்பட்டுள்ள சிறைக்கூடத்தின் சாவியை ஏகவாசகரிடமே கொடுத்துவிட்டுப் போயிருந்தான் வீரசேகரன். அன்று அதிகாலையில் மரண தண்டனைக்கு ஆளாகப் போகும் அகல்யாவை இடை வழியில் சந்தித்து அவளுக்கு ஆத்ம திருப்தியாகத் தன் கண்ணீரை ஒரு முறையாவது காட்ட வேண்டும் என்கிற நன்றியுணர்ச்சிதான் வீரசேகரனுக்கு அன்று மேலோங்கியிருந்தது.

கண்டிப்புப் பேர்வழியான ஏகவாசகரிடம் அதைச் சொல்லி அவனால் அனுமதி பெற முடியாது! அதனால் அவனுக்குத் திடீரென்று ஜுரம் வந்திருப்பதாகவும், கன்னியம்மன் பூஜையின்போது தேவிக்குப் பாதுகாவலாகத் தான் வரவேண்டிய அவசியமில்லையென்றும் அவன் ஏகவாசகரிடம் கூறிவிட்டுப் போயிருந்தான். அவ்வாறு சொல்லும் போது தன்னுடைய நற்பண்புகளில் ஏதோ ஒன்றை இழப்பது போன்ற உணர்ச்சியும் அவனுக்கு ஏற்படத்தான் செய்தது.

சிறைக் கூடத்தின் கதவை ஏகவாசகர் திறந்ததும் குமாரன் ஓடிச்சென்று தேவியை அணைத்துக் கொண்டான். அவனை வாரியெடுத்துத் தேவி முத்தமிட்டாள். அப்போது அவளுடைய கரு விழிகளில் துளிர்த்த நீர் ஆனந்தக் கண்ணீரா, துயரக் கண்ணீரா என்பதை நிதானிக்க முடியாமலிருந்தது. அந்த உருக்கமான காட்சி அங்கு நின்ற காவலர்களின் கல் மனதைச் சிறிதும் உருக்க முடியவில்லை. கிழவர் ஏகவாசகர் நெஞ்சையும் அது நெகிழச் செய்யவில்லை. ஏகவாசகரின் எண்ணமெல்லாம் வேறு எங்கோ இருந்தது!

கன்னியம்மன் பூஜை நடத்துவதற்காகக் காவலர் விடுதிக்குத் தேவியையும் குமாரனையும் அழைத்துச் செல்லச் சித்தமானதும் காவலர்களின் தலைவனாக விளங்கிய முத்தரையன் தன் கழுத்தில் மாட்டுக் கொம்புபோல் தொங்கும் குழலை எடுத்துப் ''பூம் பூம்'' என்று ஊதினான். அதற்குப் பிரதி உத்தாரமாக ''நாங்களும் எச்சரிக்கையாக இருக்கிறோம்'' என்பதற்கு அறிகுறி போல், ஆங்காங்கே வழி நெடுக அணி வகுத்து நிற்கும் படை வீரர்களிடமிருந்தும், பூஜை விடுதியிலுள்ள காவலர்களிடமிருந்தும் அறிவிப்பு முரசங்கள் கேட்டன.

இருபுறமும் ஈட்டியேந்திய காவலர்கள் அணிவகுத்து வர அதன் நடுவே தேவியும் குமாரனும் நடந்து செல்லலானார்கள்.

சிறைக்கூட மாளிகையிலிருந்து அவர்கள் வெளிப்பட்டதும் வாசலில் அவர்களை அழைத்துச் செல்ல மற்றொரு மூர்க்கமான படை அணிவகுத்துக் காத்திருந்தது.

''முத்தரையா! இவர்களைப் பூஜை விடுதிக்கு நீயே அழைத்துச் செல்! பத்திரம்!'' என்று ஏகவாசகர் சொல்லிவிட்டு வேறொரு புறம் சென்றார். தேவியின் பாதுகாப்பை நேரில் கவனிப்பதைவிட அவருக்கு முக்கியமான வேலை வேறொன்று இருந்தது.

அகல்யாவிற்கு மரண தண்டனையையும், தேவியின் பூஜையையும் ஏறத்தாழ ஒரே சமயத்தில் நடக்கும்படி செய்தால் அவர்களைக் காப்பாற்ற முயலும் எதிரிகள் பலம் இரு பகுதிகளாகப் பிரிந்து சின்னாபின்னமாகிவிடும் என்பது கிழவரின் ராஜ தந்திரமாகும். அகல்யாவைக் காப்பாற்ற ஜனநாதன் ஏதாவது சூழ்ச்சி செய்வானோ என்கிற பயமும் அவருக்கு இருந்தபடியால் தேவியின் பூஜை விடுதியைப் பாதுகாக்க ஜனநாதனின் படைவீரர்களையே நிறுத்தும்படி உத்திரவிட்டிருந்தார். அகல்யாவின் மரண தண்டனையைப் பாதுகாக்க ஜனநாதனின் பரம வைரியான ஆடையூர் நாடாள்வாரின் படை வீரர்களை அவர் அனுப்பியிருந்தார்.

பொழுது விடியும் சமயத்தில் பூஜை விடுதியைச் சுற்றி ஜனநாதனின் படைவீரர்கள் தூங்கி விழுந்தவாறு அணிவகுத்து நின்றார்களே தவிர, ஜனநாதன் அங்கு வரும் அறிகுறியே தென்படவில்லை. இந்தச் செய்தியை அறிந்ததும் கிழவரின் சந்தேகம் அதிகரித்து விட்டது. அகல்யாவிற்குப் பாதுகாப்பாக அனுப்பப்பட்ட படை வீரர்களின் எண்ணிக்கையைக் குறைக்க ஜனநான் ஏதாவது மறைமுகமான சூழ்ச்சி செய்வான் என்று ஆடையூராரும் முணுமுணுத்துக் கொண்டிருந்தார். அவ்வாறு அவருடைய படை வீரர்களின் எண்ணிக்கையைக் குறைக்க வேண்டுமென்றால் அவ்வீரர்களுக்கும் ஜனங்களுக்கு மிடையே கைகலப்பு ஏற்படும்படி

ஜனநாதன் எதையாவது கிளப்பிவிடக்கூடும். அத்தகைய நெருக்கடியான சமயங்களில் தம்மைத் தவிர வேறு யாருக்கும் ஜனநாதன் அடங்கமாட்டான் என்கிற அபிப்பிராயம் வேறு இருந்தது. இவற்றையெல்லாம் யோசிக்கும்போது நேரே மரணதண்டனைப் பொட்டலை நோக்கிப் புறப்படுவதுதான் உசிதமென அவருக்குத் தோன்றியது.

பூஜை விடுதிக்கு அவர் போகாமலிருப்பதற்கு வேறொரு காரணமும் இருந்தது. அவர் கண்டிப்பும் நேர்மையும் உள்ள போவழி என்றாலும் பெண்கள் விஷயத்தில் அவ்வளவு கட்டுப்பாடு உடையவர் அல்ல! ஸ்நானபானாதிகளை முடித்துக்கொண்டு அவர் அசோகவனக் கோட்டைக்குப் புறப்படுகிற சமயம் சோழ தேசத்திலிருந்து அவருடைய பிரியநாயகி ஒருத்தி வந்திருந்தாள்; அவளிடம் சிறிது நேரமாவது கொஞ்சிப் பேசாமல் அனுப்பினால் முகம் சுளித்து விடுவாள்; பூர்வாசிரமத்தில் தீண்டக்கூடாத ஜாதியைச் சேர்ந்தவள் அந்த ஆசை நாயகி! அவளுடன் இருந்த தீட்டோடு பூஜை விடுதிக்குள் செல்ல அவருடைய மனோதர்மம் இடந்தரவில்லை!

ஏகவாசகரின் தலை மறைந்ததும், தேவியையும் குமாரனையும் அழைத்துச் செல்லும் முத்தரையனின் முரட்டுத்

தனமும் அதிகாரமும் அதிகரித்தது. அஞ்சுகோட்டையான் மாய்ந்த பிறகு அவனுடைய ஸ்தானத்தைத் தான் வகிக்க வேண்டும் என்ற லட்சியம் படைத்தவன் முத்தரையன், அஞ்சு கோட்டையானுக்கு ஒரு வகையில் உறவினன், மாய்ந்தவனை விட மகா மூர்க்கன்.

"ஹஹ்ஹா! என்னிடமிருந்தா தப்பமுடியும்?....அங்கே என்ன பார்வை இங்கே என்ன பார்வை யார் உங்களைக் காப்பாற்ற முடியும்?... கையில் என்ன, கொண்டையில் என்ன?"...... குத்துவாள் ஏதாவது இருந்தால் மரியாதையாகக் கீழே போட்டுவிட வேண்டும்" என்றெல்லாம் முத்தரையன் பலவாறாகத் தேவியை நோக்கி உறுமிக் கொண்டே தன் அதிகார முக்கியத்துவத்தை வழி நெடுக நின்ற காவலர்களின் கண்களில் நிலை நிறுத்திக் கொண்டே வந்தான். அவ்வளவிற்கும் தேவி சிறிதுகூட நெஞ்சு பொறுமாதபடி மௌனமாகவே நடந்து வந்தாள். இத்தகைய நரகவேதனை இன்னும் சிறிது நேரத்திற்குதானே என்கிற நினைப்பினால் அவளுக்குக் கண்ணீர் கூடவரவில்லை. குமாரனின்

கையைக் கெட்டியாகப் பிடித்துக் கொண்டு தேவி தன் முகத்தின் பரபரப்புத் தெரியாதபடி தலைகுனிந்தவாறு காவலர்களின் மத்தியில் நடந்து சென்றாள். காவலர் விடுதிக்குச் செல்ல கோட்டையின் ஒருபக்க மதிற்சுவரில் ஒரு சிறு வாசல் இருந்தது.

அந்த வாசலருகே தேவியும் குமாரனும் நெருங்கிய போது மதிற் சுவருக்கு வெளியே காவலர் விடுதியைச் சுற்றிக் குழுமி நிற்கும் அன்னப் பரதேசிகளின் ''சம்போ சங்கரா!'' என்ற கூச்சல்களும் காவலாளிகளின் அதட்டல்களும் பெரிதாகக் கேட்டன.

வாசற் கதவைத் திறப்பதற்கு முன்னால் அங்கே நின்ற ஒரு கட்டியக்காரன் கடகடவென்று முரசடித்தான். அதைத் தொடர்ந்து மதிற் சுவருக்கு வெளியே பேரிகைகள் முழங்கின.

வாசற்கதவு கிரீச் என்ற சப்தத்துடன் திறந்தது.

வெளியே கூச்சல் போட்டுக் கொண்டிருந்த பரதேசிகளெல்லாம் தேவியையும் குமாரனையும் கண்டதும், ''ஓம் நமச்சிவாயம்! நாதன் தாள் வாழ்க! நம் பிராட்டியார் வாழ்க!'' என்ற வாழ்த்தொலிகளுடன் வரவேற்றார்கள். காவலாளிகள் தேவியை வழி நடத்திச் செல்வதற்காகப் பரதேசிகளை அதட்டித் தள்ளினார்கள்.

தேவிக்கு வழி விட்டு வரிசையாக அணி வகுத்து நிற்கும் பரதேசிகளின் மத்தியில், காவலாளிகளின் புடை சூழ தேவி நடந்து செல்லும்போது அவள் நெஞ்சு ''திக்திக்'' கென்று அடித்துக்கொண்டது. இத்தனை காலச் சிறைவாசத்திற்குப் பிறகு வெளி உலகத்தையும் வெளி முகங்களையும் காணும் குமாரனுக்கோ குதூகலம் உண்டாயிற்று. ஆகாயத்தில் சிட்டுக்குருவிகள் பறப்பதும் பரதேசிகளின் பலவித வேஷங்களும் அவனுடைய பச்சிளம் உள்ளத்திற்கு வேடிக்கையாகத் தோன்றின.

பரதேசிகளின் வரிசையில் தாடி மீசைகளுடன் அன்னக் காவடியைச் சுமந்தவாறு சென்ற ஒரு சாமியாரைக் கண்டதும் தேவிக்கு மெய்சிலிர்த்தது!

அந்த அன்னக்காவடிச் சாமியாரின் பார்வையிலிருந்து அவர் ஈழவராயன்தான் (காத்தவராயன்தான்) என்பதைத் தேவி யூகித்துக் கொண்டாள். அவனுடைய ராஜவிசுவாசத்தை நினைத்ததும் பாண்டிமா தேவியின் கருவிழிகளில் நீர் துளிர்த்தது.

அங்கு நின்ற பரதேசிகளின் வாழ்த்தொலிகளிலிருந்தும் புத்துணர்ச்சி ததும்பும் பார்வைகளிலிருந்தும் அவர்களில் பெரும் பகுதியினர் தன் பிராணநாதரின் ஆட்களாயிருக்கும் என்று தேவி எண்ணமிட்டாள்.

ஏழைகளுக்கு ராஜபத்தினி தன் கையாலேயே வடித்துப் போடுவதற்கு முதல் அரிசி எடுக்க உக்கிராண அறைக்குள் நுழையும்போது, அவளோடு இராஜ குடும்பத்தைச் சேராத எவரும் போகக்கூடாது என்பது பாண்டியர் அனுசரித்து வந்த சம்பிரதாயமாகும்.

அதனால் தேவி வருவதற்கு முன்பே உக்கிராண அறை முழுவதையும் காவலாளிகளில் சிலர் நன்றாகப் பரிசோதித்துப் பார்த்துவிட்டு வெளியே காவல் இருந்தார்கள். தேவி சடக்கென்று உக்கிராண அறைக் கதவை மூடி உட்புறம் தாளிட்டுக் கொண்டு அங்கு ஒருபுறம் பிள்ளையார் பீடத்தின் அடியிலுள்ள சுரங்கத்தின் வழியாகத் தன் குமாரனோடு தப்பிச் செல்லும்போது வெளியே உள்ள காவலாளிகள் திடுக்கிட்டுக் கதவை உடைக்க முயல்வார்கள்;

அதைத் தடுப்பதற்காகவே ஈழவராயனின் ஆட்கள் அங்கு பரதேசிக் கோலம் பூண்டு வந்திருக்கிறார்கள் என்பதையும் தேவி ஓரளவு யூகித்துக் கொண்டாள்.

அன்னக்காவடிச் சாமியார், ''ஓம் நமச்சிவாயம் போற்றி! நாதன் தாள் போற்றி'' என்று திருமந்திரத்தை உச்சரித்துக் கொண்டே தம் காவி வஸ்திரத்தில் முடித்திருந்த விபூதிப் பையிலிருந்து கொஞ்சம் திருநீரும் குங்குமமும் எடுத்துத் தேவியை நோக்கி ஊதி, ''நம் தர்மம் தழைக்க அவதரித்த மாதாவிற்கு அர்ப்பணம்! கன்னி பகவதியம்மன் காப்பாளாக! நல்லறம் போற்றி நாதன் அடிகளைச் சேர்க!'' என்று ஆசீர்வதித்தார்.

தேவியின் சிறை மீட்சியை முன்னிட்டு அன்று எத்தனை விவசாயிகளின் சடலங்கள் குங்கும ரத்தத்தில் நனைந்து திருநீறாகப் போகிறதோ? தன் ஒருத்திக்காக அத்தனை உயிர்கள் மாய்வதா? திரும்பிப் போய்விடலாமா என்றுகூடத் தேவி ஒரு கணம் யோசித்தாள்.

ஆனால் பாண்டிய நாட்டின் சுதந்திர ஜீவனை தேவியின் ரூபமாக வழிபடுபவர்கள் அவளை முன்னிறுத்தியே அங்கு இலட்சியப் போராட்டத்தைத் தொடங்க வந்திருக்கிறார்கள் என்று தேவி தன் மனத்தைச் சமாதானப்படுத்திக் கொண்டு மேலே நடந்தாள்.

காவலர் விடுதியை அடைந்ததும் உக்கிராண அறையை எப்போது அணுகப் போகிறோம் என்று தேவி ஆவலுற்றாள். ஆனால் அந்தப் பரபரப்பைப் பக்கத்தில் வரும் முத்தரையன் சந்தேகிக்காதபடி மெல்லவே தன் குமாரனின் கையைப் பிடித்துக் கொண்டு நடந்தாள்.

உக்கிராண அறையைத் தேவி அடைந்தபோது அதன் வாசற்படியில் ஒருத்தி சவம் போல் மறித்துக் கொண்டு உட்கார்ந்தாள்.

அவள்தான் சிவகாமி!

வேதனையால் அவள் உடலெல்லாம் கூனிக் குறுகிப் போயிருந்தது. அவளுடைய முகம் பிரேதக் களையுடன் வெளுத்திருந்தது. அழுது அழுது அவளுடைய கண்கள் இரண்டும் சிவந்து போயிருந்தன.

''சிவகாமி! நீயா?'' என்றாள் வியப்புடன் தேவி. அவள் முன் சிவகாமி காலில் விழுந்து கெஞ்சியவளாய், ''நீங்கள் என்னை மன்னிக்க வேண்டும்! உங்கள் காலில் விழுந்து மன்னிப்புக் கேட்கும்படி அவர் சொன்னார்?'' என்று புலம்பினாள்.

''அவர் என்றால் யார்?''

''கூத்தாடி!''

அதைக் கேட்டதும் தேவி வியப்புடன் சிவகாமியை உற்று நோக்கினாள். தேவிக்கு ஒன்றுமே விளங்கவில்லை.

அகல்யாவின் தலை யானைக்காலின் கீழ் நசுங்குவதைப் பார்த்தால் சிவகாமியின் துக்கம் வெறியாக மாறிவிடும் என்று கருதிய ஏகவாசகா் அவளை வெளியே செல்ல அனுமதிக்க வேண்டாம் என்று காவலா்களுக்கு உத்தரவிட்டிருந்தாா். தேவிக்கு ஏதாவது தீங்கிழைத்து விடுவாள் என்று கருதிய சிறைக்கூடக் காவலரும் சிவகாமியை சிறைக் கூடத்தினுள் அனுமதிக்க மறுத்து விட்டனர்.

இந்த நிலையில் இன்னது செய்வதெனத் தெரியாமல் துடி துடித்துவிட்ட சிவகாமிக்கு பைத்தியமே பிடித்துவிடும் போலி ருந்தது. தலைமயிரைப் பிய்த்துக் கொண்டு அவள் யோசித்து யோசித்துப் பார்த்தாள். மூளை குழம்பியதுதான் அவள் கண்ட பலன்! தங்கை காப்பாற்றப்பட வேண்டுமென்றால் கூத்தாடியின் ஆள் கூறியபடி தேவியின் காலில் விழுந்து மன்னிப்பு பெற்றே தீரவேண்டும்; அதற்காகவே அவள் உக்கிராண அறைக்கு வந்து அதன் வாசற்படியில் தலைவிரிக் கோலமாகக் காத்துக்கிடந்தாள்.

''வழியை அடைத்துக் கொள்ளாமல் தள்ளி நில்! நேரமாகிறது!'' என்று பல்லைக் கடித்துக் கொண்டு சொன்னான் முத்தரையன்.

"நீ யாரடா என்னைப்போகச் சொல்லுகிறது?" என்று அவனை நோக்கிக் கிரீச்சிட்டாள் சிவகாமி.

அப்போது முத்தரையனுக்கு வந்த ஆத்திரத்திற்கு அவளைத் தூக்கி விட்டெறிந்திருப்பான்; ஆனால் அவள் வீரசேகரனின் பத்தினியானபடியால் அவளை அவனால் ஒன்றும் செய்ய முடியவில்லை.

"அந்த அம்மாவுக்குப் பைத்தியம்! தெருவிலே விடக் கூடாதென்று உத்தரவு போட்டிருக்கிறார்கள். பத்திரம்! பைத்தியம் கடித்துவிடும்!" என்றான் ஒரு சேவகன்.

சிவகாமி "ஹா ஹா ஹா" என்று சிரித்து, "எனக்கா பைத்தியம்? முட்டாள்களே! என் தங்கையைக் கொல்லப் போகிற நீங்கள்தான் பைத்தியம்! அவள் உடம்பில் ஒரு துளி ரத்தம் சிந்தினால் உங்கள் விழிகளையெல்லாம் ரத்தம் ரத்தமாய்த் தோண்டி எடுத்து விடுவேன்!" என்று கண்களில் கனல் கக்கக் குமுறினாள் சிவகாமி.

"அண்ணே! அது பெரிய கூனியாச்சே! ஏதாவது வத்திவச்சுடும். அதுக்கிட்டே வாய் கொடுக்காதே!" என்றான் இன்னொரு சேவகன்.

சிவகாமியை அந்த வேதனையான நிலையில் காணும்போது தேவிக்கு உண்மையிலேயே பரிவு உண்டாயிற்று. "சிவகாமி! உனக்கென்ன துயரம் வந்துவிட்டது?" என்று தேவி குரல் தழதழக்கக் கேட்டாள்.

"உங்களுக்குத் தெரியாதா? உங்களை முன்னிட்டுதான் என் தங்கை அகல்யாவை சதிகாரியென குற்றம் சாட்டிக் கொல்லப் போகிறார்கள்!" என்று புலம்பினாள் சிவகாமி.

"அகல்யா உன் உயிருக்குயிரான தங்கையா? அவள் நல்லவளாயிற்றே? அவள் என்ன சதிக் குற்றம் செய்தாள்?"

"சதி ஓலைகள் உள்ள தேங்காய்களை அவள் விற்றாளாம்! தெருவிலே கூவி விற்கிற கூடைக்காரியின் கதி என் தங்கைக்கு இல்லை! எல்லாம் உங்களுக்காகத்தான்! உங்களுக்காகத்தான்!" என்று சிவகாமி ஆத்திரமும் அழுகையும் கலந்த குரலில் பொருமினாள்.

தேவிக்குத் தேகமெங்கும் புல்லரித்தது. ஒருபுறம் துயரமும் இன்னொரு புறம் பீதியும் உண்டாயிற்று. தப்பிச் செல்லப்போகும் நெருக்கடியான நேரத்தில் சிவகாமி ஒரு தடையாய் வழிமறித்துக் கொண்டு நிற்கிறாளே என்று தேவி மனம் பதை பதைத்தாள்.

''சிவகாமி உன் துயரக் கதையையெல்லாம் இன்னொரு சமயம் கேட்கிறேன்! இப்போது எனக்கு வழியைவிடு! நேரமாகிறது! எல்லோரும் காத்திருப்பார்கள்!'' என்று தேவி பரபரப்புடன் கூறினாள்.

''இல்லை, இல்லை! இப்போதே நான் எல்லாவற்றையும் சொல்ல வேண்டும்! நீங்கள் தப்பிச் செல்ல நான் உதவி செய்யவேண்டும். அப்போதுதான் என் தங்கையை அந்தக் கூத்தாடி காப்பாற்றுவாராம்! இல்லையெனில் என் தங்கையின் தலை யானைக்காலின் கீழ் மிதிபட்டுப் போகும்.'' என்று சிவகாமி பரபரத்தாள்.

தேவிக்கு ஒருகணம் சப்தநாடியும் ஒடுங்கிவிட்டது போல் முகம் வெளுத்தது. அவள் முத்தரையனை நோக்கித் திரும்பி ''இவளை அழைத்துப்போகச் சொல்! இவள் பைத்தியத்தால் ஏதேதோ உளறுகிறாள்!'' என்றாள்.

''என்னை மன்னித்தாலன்றி உங்கள் காலை விடமாட்டேன்! உங்களை உள்ளே போக விடமாட்டேன்'' என்று சிவகாமி குபீரெனத் தேவியின் கால்களை கெட்டியாகப் பிடித்துக் கொண்டாள்.

தேவி யோசித்தாள்; சிவகாமிக்கு ஆறுதலாகச் சில வார்த்தைகள் சொல்லிவிட்டுதான் போகவேண்டுமெனத் தீர்மானித்தாள்.

சிவகாமியைப் பரிவுடன் தேவி தூக்கி நிறுத்தி அவளுடைய கண்ணீரைத் துடைத்த வண்ணம், ''என்னை என்ன செய்யச் சொல்கிறாய், சிவகாமி?'' என்று கனிவுடன் கேட்டாள்.

''என்னை மன்னித்ததாக ஒரு வார்த்தை சொல்ல வேண்டும். சிறைவாசத்தின் போது உங்களை எவ்வளவு கஷ்டப்படுத்தி யிருந்தாலும், உங்களைப்பற்றி எவ்வளவு ஏளனமாகப் பேசியிருந்தாலும், அவ்வளவையும் மன்னித்துவிட்டதாகச் சொல்லவேண்டும்! என் தங்கையைக் காப்பாற்றும்படி கூத்தாடியிடம் நீங்கள் ஒரு வார்த்தை சொல்லவேண்டும்! நீங்கள் எது கேட்டாலும் கூத்தாடி செய்வாராம்! கூத்தாடியின் ஆள் சொன்னார்''.

''சிவகாமி கூத்தாடி யார் என்பதை இதுவரை நான் தெரிந்து கொள்ளவில்லை. ஆனால் உன் தங்கைக்காக கூத்தப்பெருமானிடம் என் பிரார்த்தனையை செலுத்துவேன். நீ விரும்புவதெல்லாம் மன்னிப்பு ஒன்றுதானென்றால் நான் மனப்பூர்வமாக மன்னிக்கிறேன். அதுபோல் நான் யாருக்காவது பிழை செய்திருந்தாலும் அவர்களும் என்னை மன்னித்து விடட்டும்!'' என்று சொன்ன தேவி தன் கண்களில் துளிர்த்த நீரைத் தன் புடவைத் தலைப்பால் துடைத்துக் கொண்டு குமாரனோடு உக்கிராண அறைக்குள் நுழைந்தாள்.

அந்தச் சமயம் சிவகாமி, "எனக்கு மன்னிப்பு கிடைத்து விட்டது! கூத்தாடி என் தங்கையைக் காப்பாற்றுவார்! என் தங்கையை உயிரோடு காண்பேன். பிள்ளையாரே! உமக்கு நூறு தேங்காய்கள் உடைக்கிறேன்!" என்று சிவகாமி உற்சாகமாகக் கூவிக்கொண்டே உக்கிராண அறைக்குள் ஓடி அங்கு ஒருபுறம் தரையிலிருந்த பிள்ளையார் விக்கிரகத்தைக் கட்டிக் கொண்டு அதற்குத் தன் ஆனந்த கண்ணீரால் அபிஷேகம் செய்ய முயன்றாள்.

அதைச் சிறிதும் எதிர்பாராத தேவி திடுக்கிட்டு, உக்கிராண அறைக் கதவை உட்புறம் சாத்திக்கொள்ள முடியாத நிலை ஏற்பட்டு விட்டதே என்று திணறினாள்.

"சிவகாமியை அழைத்துச் செல்லுங்கள். நான் முதல் அரிசி எடுக்குமுன் இங்குள்ள பண்டங்களை இராஜகுல மாதரின்றி வேறு எவரும் தீண்டலாகாது!" என்று தேவி சட்டென முத்தரையனை நோக்கிச் சொன்னாள்.

அந்தக் காவற் தலைவன் கண்ஜாடைக் காட்டவே, வெளியே நின்ற முரட்டுக் காவற்காரி ஒருத்தி உக்கிராண அறைக்குள் ஓடிவந்து சிவகாமியைப் பிடித்து பரபரவென்று இழுத்தாள். அப்போது சிவகாமியின் பிடியில் அகப்பட்டுக் கொண்டிருந்த பிள்ளையாரின் விக்கிரகம் பீடத்தோடு சிறிது அசைந்து கொடுத்தது.

அதைக் கண்டதும் தேவிக்கு மேலும் தூக்கிவாரிப் போட்டது.

அவளுடைய பிராணகாந்தன் அனுப்பிய இரகசிய ஓலையின் பிரகாரம், பிள்ளையார் பீடத்தை அசைத்துச் சமிக்ஞை காட்டியதும் அதனடியில் உள்ள சிறு சுரங்கக் கதவு திறக்கக்கூடும்; அபாயகரமான நிலையில் பிராணநாதர் சுரங்கத்திலிருந்து வெளிப்பட்டுவிடக்கூடும்; அதற்குள் உக்கிராண அறைக் கதவை மூடிவிட வேண்டும் என்று தேவி பின் வாங்கி ஓடினாள். ஆனால்...

வாசற்படியில் பழியாய் சிவகாமி நின்று கொண்டிருந்தாள்.

"உங்களைக் கையெடுத்துக் கும்பிடுகிறேன்! சொல்லுங்கள், கூத்தாடியை எப்போது சந்திப்பீர்கள்? என் தங்கைக்கு இன்று தான் மரணதண்டனையாம்! நிச்சயம் கூத்தாடியைச் சந்தித்து என் தங்கையைக் காப்பாற்றும்படி சொல்வீர்களா?... கூத்தாடியை நம்பலாமா?.... ஆமாம் மறந்து விட்டேனே! கூத்தாடியை நீங்கள் எப்படிச் சந்திக்க முடியும்? இத்தனை ராட்சஸ நாய்கள் உங்களைக் காவல் காக்கிறபோது?" என்று சிவகாமி பாதி புத்தியும் பாதி புத்தியற்ற நிலையிலும் உளறலானாள்.

"அவளுக்கு என்ன சமாதானம் கூறுவதென்றே தேவிக்கு ஒன்றும் பிடிபடவில்லை!"

அந்தச் சமயம் வெளியே ஒரு கூக்குரல் கேட்டது.

''சதிகாரி அகல்யாவின் தலையை யானைக் காலின் கீழ் வைத்து நசுக்கிவிட்டார்கள். பாம்பாட்டிச் சித்தர் அங்கே வந்துவிட்டார். அந்தச் சதிக்காரிக்காக பரிந்துகொண்டு பாண்டிய ஜனங்கள் கலகம் செய்கிறார்கள். படைவீரர்களெல்லாம் நாசமாகிறார்கள். பெருங்கலகம் கலகம்!'' என்று பலவாறாகவும் கூவிக்கொண்டே ஐந்து போர்வீரர்கள் உடல்களில் ரத்தம் சொட்ட, ஒடிந்த வாளுடன் ஓடிவந்தார்கள்.

அதைக் கேட்டதும், ''ஐயோ!'' எனக் கிரீச்சிட்ட சிவகாமிக்கு ஒருகணம் உயிரே போய்விட்ட மாதிரி இருந்தது. அடுத்த கணம் அவளுடைய முகம் பயங்கரமாக மாறியது. அவள் குபீரெனத் தாவி உடும்புப் பிடிபோல் தேவியைக் கெட்டியாக பிடித்துக் கொண்டாள்.

''ஐயோ! என் தங்கை செத்துவிட்டாள்; என் தங்கையைச் சதிகாரியெனக் கொன்று விட்டார்கள். இந்த சதிகாரிக்காக கூத்தாடி என்னை ஏமாற்றிவிட்டான் வஞ்சித்துவிட்டான்!'' என்று சிவகாமி ஓலமிட்டாள்.

அவளுடைய பிடியிலிருந்து விடுபடமுடியாமல் திணறிய தேவி கல்லுமுருகச் சிவகாமியை நோக்கி ''உன் தங்கைக்காக நான் பரிதாபப்படுகிறேன். அவளுக்காக இன்னும் நான் எவ்வளவோ இரத்தக் கண்ணீர் வடிக்கப் போகிறேன்'' என்று கண்ணீர் விட்டாள்.

''நீயா பரிதாபப்படுகிறாய்? நீலி முதலைக் கண்ணீர் வடிக்கிறாய் என் தங்கையைக் கொன்றுவிட்டாயே'' என்று கூவிய சிவகாமியின் விழிகள் தீயை உமிழ்ந்தன.

''சிவகாமி! உண்மையாகவே சொல்லுகிறேன். எந்த ஜீவனுக்கும் தீங்கிழைக்க வேண்டுமென்று நான் மனதாலும் நினைத்தவளல்ல. உன் தங்கை என் தங்கைக்குச் சமானம், அவளுடைய இரத்தம் வாழ்நாள் முழுதும் என் நெஞ்சிலே உறைந்திருக்கும் நீ துயரத்தால் எவ்வளவு திட்டினாலும் பொறுத்துக் கொள்கிறேன். ஆனால் இப்போது என்னை விட்டுவிடு. தர்மமான காரியத்தைக் கெடுக்காதே''.

''உன்னை விட்டு விடுவதா? ஹா ஹா ஹா! தர்ம காரியமா? இல்லை இல்லை! நீ தப்பிப் போகிற சூழ்ச்சி! சதிகாரிகள் என் தங்கையையும் சதிகாரியாக்கிவிட்டார்கள்! முடியாது முடியாது! உன்னைவிடமாட்டேன்! அந்தக் கூத்தாடி வாக்குறுதி சொன்னான் அதை நம்பித்தான் உனக்கு உதவி செய்ய வந்தேன். என் தங்கையை அந்தக் கூத்தாடி காப்பாற்றவில்லை!'' அதனால் உன்னைத் தப்பித்துப் போக விடமாட்டேன்.

தேவியோ பரிதாபகரமாக அங்கு நின்ற காவலாளிகளை நோக்கி, ''பாவம்! இந்தப் பைத்தியக்காரியை அழைத்துப் போங்கள், இவள் பழி சுமப்பதை என்னால் பொறுக்க முடியவில்லை!'' என்று பதறினாள்.

''எனக்கா பைத்தியம்? ஹா ஹா ஹா! எல்லோரையும் பைத்தியமாக்கிவிட்டு இங்கிருந்து தப்பியோட பார்க்கிறாய்! நீ ஒரு பெண்ணா? சிறைக்குள் கருப்பவதியானாயே, உலகம் உன்னைப் பார்த்துச் சிரிக்கிறதே. இன்னும் நீ நாக்கைப் பிடுங்கிக் கொண்டு சாகவில்லையே? தினசரி சுரங்கத்தின் வழியாகச் சென்று எங்கள் குலோத்துங்கச் சோழச் சக்கரவர்த்திகளோடு கொஞ்சினாய்! என் தங்கையின் தலையைக் காப்பாற்றும்படி அவரிடம் ஒரு வார்த்தையாவது சொன்னாயா? அவருடைய காதல் ஓலைகளைத் தேங்காய்களுக்குள் வைத்துக் கொண்டு போக என் அப்பாவித் தங்கைதானா அகப்பட்டாள்? அந்த நீசத்தனம் அம்பலமாகாமலி ருக்க என் தங்கையை சதிகாரியெனக் குற்றம் சாட்டிக் கொன்று விட்டார்களே பாவிகளா! நீ என் தங்கையை ஏமாற்றினாய்! உன்னை எங்கள் சக்கரவர்த்திகள் ஏமாற்றி விட்டார். உனக்காகத்தான் என் தங்கை பலியானாள்: உன்னை தப்பித்துப் போகவிடவேமாட்டேன்! நீயும் உன் குமாரனும் சிறையிலே கிடந்து சித்திரவதைப்படுங்கள் சிறையிலேயே உருகி உருகி செத்தொழியுங்கள்!'' என்று சிவகாமி நஞ்சைவிடக் கொடிய வார்த்தைகளையெல்லாம் மடைதிறந்த வெள்ளம்போல் கொட்டிக் கொண்டேயிருந்தாள்.

அச்சுடு சொற்களைவிட சுரங்கத்தில் தன் நாதன் வெளிப்பட்டு அகப்பட்டுக் கொள்வாரே என்கிற பீதிதான் தேவியின் நெஞ்சை அதிகமாகச் சுட்டது.

''தெய்வமே! எனக்குத் துணை யாருமில்லையா?'' என்று குமுறிய தேவி, தன்னருகில் நின்ற காவலாளிகளை நோக்கி ''இவளை அழைத்துப் போங்கள்! இல்லையெனில் என்னையாவது திரும்பி அழைத்துப் போய்விடுங்கள்! இவளுடைய வசவுகளை என்னால் பொறுக்க முடியவில்லை!'' என்று விம்மினாள்.

''அழுகிறாயா, நீலி? நன்றாக அழு! உனக்கு உதவி செய்ய வருகிறவர்களெல்லாம் சாகிறார்கள்! சாவே நீ தான்! நீ செத்துவிட்டால் அப்புறம் யாரும் சாகமாட்டார்கள்!'' என்று சிவகாமி சீறிய வண்ணம் தேவியைப் பிடித்து உலுக்கினாள். அவளுடைய பிடியை உதறி தேவி தன்னை விடுவித்துக் கொண்டு உக்கிராண அறைக்குள் சென்று கதவைப் படீரென மூடிக் கொள்ள முயன்றாள். ஆனால் அதற்குள் சிவகாமி உள்ளே பாய்ந்து விழுந்து தேவியின் காலை ஒரு கையாலும், முந்தானையை ஒரு கையாலும் பிடித்து இழுத்துக்கொண்டே தப்பி ஓடவா பார்க்கிறாய்? என்று வெறி பிடித்தவள் போல் சிரித்தாள்.

உடனே காவற்காரிகள் பதறி உக்கிராண அறைக்குள் பாய்ந்து தேவியை சூழ்ந்து கொண்டார்கள்.

அந்தச் சமயம் உக்கிராண அறையிலுள்ள பிள்ளையார் பீடம் பாதி அகன்று அதனடிப்புறம் தரையிலுள்ள சுரங்கத் துவாரத்தினுள் கூத்தாடி வேஷம் கலைந்துபோன வீரபாண்டியன் முகம் தென்பட்டது.

அந்த முகத்தைக் கண்டதும், ''அப்பா! அப்பா!'' என்று உற்சாகத்துடன் குமாரன் வீரகேரளன் கூவினான். அவன் ஓடிச் சென்று தன் தந்தையை அணைத்துக்கொள்ளக் காலடி எடுத்து வைப்பதற்குள் அருகில் நின்ற காவற்காரி ஒருத்தி வெடுக்கென்று அவனைப் பிடித்துக்கொண்டு, ''சுரங்கத்திலே ஆள்! ஆள்! அது வீரபாண்டியன்!'' என்று கத்தினாள்.

முத்தரையன் முதலான முரட்டுக் காவலர்களெல்லாம் ஓடிவந்து, ''வீரபாண்டியன்! வீரபாண்டியன்'' என்று கூக்குரலிட்ட வண்ணம் ஈட்டி, வாள் முதலானவற்றை ஓங்கிக் கொண்டு சுரங்கத்தை நோக்கி ஓடலானார்கள். அதற்குள் அந்த சுரங்கத்தின் துவாரத்தைக் கதவு போன்ற கருங்கல் ஒன்று மூடிக்கொண்டது. அந்தக் கதவோடு விசையில் பிணைக்கப்பட்டிருந்த பிள்ளையார் பீடம் மறுபடி நகர்ந்து தன் யதாஸ்தானத்தை அடைந்தது.

''வீரபாண்டியன் சுரங்கத்தினுள் மறைந்து விட்டான்! சுரங்கத்தை உடையுங்கள்! எல்லோரும் சுரங்கத்தின் உள்ளே குதித்து அவனைப் பிடியுங்கள்!'' என்று முத்தரையன் தன் இடி போன்ற குரலில் சப்தமிட்டான்.

அதைத் தொடர்ந்து நானாபுறமும் கூச்சல்கள் கிளம்பின. அபாய முரசங்களெல்லாம் அலறின. சிவகாமி! ''ஹா! ஹா! ஹா!'' என வெறிப்பிடித்தவள் போல சீறிக் கொண்டு தேவியை வழி மறித்துக் கொண்டிருந்தாள்.

தேவியையும் குமாரனையும் பிடித்துக் கொண்டிருந்த முரட்டுக் காவற்காரிகள் அவ்விருவரையும் மீண்டும் சிறைக்கூடத்தை நோக்கி இழுத்து சென்றார்கள். அவர்களுக்குப் பாதுகாப்பாகப் பெரும் பகுதியான வீரர்களையும் சூழ்ந்து கொண்டு போகும்படி முத்தரையன் உத்தரவிட்டான்.

இந்த அமளியிடையே பரதேசிப் படைகளெல்லாம் காவலர் விடுதியை நோக்கித் திரண்டு ஓடிவரத் தொடங்கின. சில பரதேசிகள் அங்கு கைக்கு அகப்பட்ட ஆயுதங்களையெல்லாம் எடுத்துக் கொண்டு போர்க்களத்தில் குதிப்பவர்கள் போல் ''வீரபாண்டிய சக்கரவர்த்திகள் வாழ்க!'' என்ற கோஷங்களுடன் உக்கிராண அறையை நோக்கி ஓடினார்கள்.

சில பரதேசிகள், ''தேவி வாழ்க! என்று கூவிக்கொண்டே தேவியை இழுத்துச் செல்லும் பாதுகாப்புப் படையினரோடு பொருதி ஈட்டி முனைகளில் குத்துண்டு குங்கும ரத்தத்தில் ஸ்நானம் செய்த வண்ணம் ஒவ்வொருவராய் விழுந்து கொண்டிருந்தார்கள்''.

காத்தவராயனோ தன் அன்னக் காவடியைச் சுற்றிச் சுழற்றி வீசிப் பல சோழியர்களின் மண்டபங்களை உடைத்துத் தேவியை விடுவிக்கப் பெரிதும் பாடுபட்டான். ஆனால் அவனுடைய முயற்சிகள் எதுவும் பலனளிக்கவில்லை.

அசோகவனக் கோட்டையின் மதிற்சுவரிலுள்ள சிறுவாசல் வழியாக தேவியும் குமாரனும் உள்ளே தள்ளப்பட்டு விட்டார்கள்.

கதவு குபீரென மூடப்பட்ட சமயம், ''காத்தவராயன்! சக்கரவர்த்திகளைக் காப்பாற்று!'' என்று தேவி கூவினாள். ஆனால் அந்த முறையீடு காத்தவராயன் காதில் விழுந்ததா இல்லையா என்பதே தெரியவில்லை.

நிராசையில் உச்ச நிலையில் ''ஹா! ஹா! ஹா!'' என்று சிரிக்கும் காத்தவராயனின் வெறிக் குரல்தான் அவளுக்குக் கேட்டது.

உக்கிரான அறைக்குள்ளோ பிள்ளையாரின் பீடத்தை அகற்றும் திருப்பணியில் முத்தரையன் முதலான காவலர் சிலர் மும்முரமாக ஈடுபட்டிருந்தனர். சுரங்கத்தின் விசைகளால் பிள்ளையாரின் பீடம் இழுத்துப் பிடிக்கப்பட்டிருந்ததால், பீடம் சிறிது அசைந்து கொடுத்ததே தவிர, அதை அடியோடு நகாத்தி வைக்க முடியவில்லை!

முத்தரையன் வைணவ மதத்தினனானபடியால் பிள்ளையார் விஷயத்தில் கருணை காட்ட வேண்டிய தர்மம் எதுவும் அவனுக்கு இல்லை! கடப்பாறையால் கெல்லி எடுத்தாவது பிள்ளையார் பீடத்தை அப்புறப்படுத்துமாறு முத்தரையன் உத்தரவிட்டான். இரண்டு காவலர்கள் கடப்பாறை, உளி சுத்தியல் முதலான கருவிகள் எடுத்துவர வெளியே ஓடினார்கள். சிலர் தங்கள் வாள் முனைகளாலும் ஈட்டி முனைகளாலும் பிள்ளையார் பீடத்தைக் கிளப்ப முயன்றார்கள்.

அறைக்கு வெளியே சில பரதேசிகளுக்கும் சேவகர்களுக்குமிடையே உக்கிரமாக மரணப் போராட்டம் நடந்து கொண்டிருந்தது. குத்துண்டு விழும் சோழிய வீரர்களெல்லாம் ஏகவாசகரின் படையைச் சேர்ந்தவர்களாயிருந்தார்கள். வாள் நிலை கண்டான் ஜனநாதனின் படையைச் சேர்ந்த ஒரு போர் வீரன்கூட அந்தப் பக்கம் எட்டிப்பார்க்கவில்லை!

அன்னக்காவடி சாமியாரான காத்தவராயன் அங்குவந்து இனிச்சண்டை செய்வதினால் பலனுமில்லை அவசியமுமில்லை என்பதை உணர்த்தவே, உயிர் எஞ்சிய பரதேசிகளெல்லாம் போரிட்டுக் கொண்டே பின்வாங்கி நானா திசைகளிலும் ஓடலானார்கள்.

விடுதிக்குள் இவ்வளவு ஆர்பாட்டங்கள் நடந்து கொண்டிருக்கும்போது விடுதியைச் சுற்றிலும் பிரும்மாண்டமாக அணிவகுத்து நிறுத்தப்பட்டிருந்த ஜனநாதனின் பிரசித்தி பெற்ற படைவீரர்களோ தூங்கி வழிந்த வண்ணம் கற்சிலைகள் போல் அசையாமல் நின்று கொண்டிருந்தார்கள்.

''நீங்களும் உதவிக்கு உள்ளே போய் வீரப் போரிட்டால் என்ன?'' என்று உள்ளிருந்து இரத்தம் சிந்திக் கொண்டே ஓடிவந்த ஒரு சேவகன் அறைகூவிக் கூப்பிட்டான்.

''அதிகாரியின் உத்தரவு இல்லாமல் நாங்கள் ஓர் இம்மியளவுகூட அசையமாட்டோம்! அது அணிவகுப்பு விதிகளை மீறுவதாகும்! எங்களைத் தாண்டித் தேவி தப்பிச் செல்லாதபடி பாதுகாக்க வேண்டும் என்பது ஒன்றுதான் எங்களுக்கு இடப்பட்ட கட்டளை! உன் பேச்சைக் கேட்டுக்கொண்டு நாங்களும் உள்ளே வந்து அனாவசியமாக உயிரை விட்டால் எங்கள் தலைவருக்குப் பதில் சொல்லுவது யார்?'' என்று கேட்டார்கள் ஜனநாதனின் படைவீரர்கள்.

இதற்குள் உக்கிரான அறையில் முத்தரையன் வெகு சிரமப்பட்டுக் கடப்பாறையின் உதவியால் பிள்ளையார் பீடத்தைக் கெல்லி நகர்த்தினான்.

அந்தப் பீடம் இருந்த இடத்தில் ஓர் ஆள் நுழையக்கூடிய அளவிற்கு சுரங்கவாசல் இருக்குமென அவனுக்குத் தோன்றியது அந்த வாசலைக் கருங்கல் கதவொன்று அடைத்துக் கொண்டிருந்தது.

முத்தரையனின் ஆட்கள் தங்கள் பலம் முழுவதையும் காட்டி அந்தக் கருங்கல் கதவைத் தூக்கியும் அழுத்தியும் திறக்க முயன்றார்கள். பெருமூச்சு வாங்கியதுதான் அவர்கள் கண்ட பலன்!

''சதிகாரர்கள் சுரங்கத்தினடியில் கதவைத் தூக்கிப் பிடித்துக் கொண்டு நிற்கிறார்கள் போலிருக்கிறது!'' என்றான் ஒரு சேவகன்.

அந்தக் கருங்கல் கதவின்மீது கடப்பாறையால் ஒரு முரடன் டங்கென்று தட்டிப் பார்த்துவிட்டு, ''உள்ளே இரும்பு உருளைகளைக் கொடுத்து கருங்கல் கதவு தூக்கி நிறுத்தப்பட்டிருக்கும்!'' என்றான்.

''சுரங்க வாசலைச் சுற்றிலும் பூமியைத் தோண்டுங்கள் கருங்கல் கதவைப் பொடிப்பொடியாய் உடைத்தெறியுங்கள். இரும்பு

உருளைகளோடு கதவு உள்ளே விழுந்து விடும்! வீரபாண்டியனும் சதிகாரர்களும் பாதாளத்திற்குள் போய் ஒளிந்தாலும் அவர்களைப் பிடிக்காமல் விடக்கூடாது!'' என்று வஞ்சினம் கூறினான் முத்தரையன்.

அதன் பின்னர் இருபது சேவகர்கள் மண்வெட்டி கோடாலி களுடன் வந்து மிகவும் பிரயாசைப்பட்டுச் சுரங்க வாசலைச் சுற்றிலும் தரையைத் தோண்டி பூமியைக் குடைந்து, கருங்கல் கதவைக் கடப்பாறையால் இடித்து தள்ளினார்கள்.

இரும்பு உருளைகள், கனமான இரும்புப் பாளங்கள், வார்ப்படங்கள், கனமான உலோக தகடுகள் முதலானவற்றுடன் கருங்கல் கதவு உடைந்து சுரங்க வாசலினுள் விழுந்தது.

அப்போதும் அந்தச் சிறிய சுரங்க வழி அடைபட்டே கிடந்தது.

முத்தரையன் ஒரு தீப்பந்தத்தைக் கொளுத்தி, இரும்புப் பாளங்களின் இடுக்கு ஒன்றின் வழியாக உள்ளே வீசினான்.

அந்த வெளிச்சத்தில் உள்ளே சிறு குகை போல சூன்யமான சுரங்க வழியொன்று செல்வது தென்பட்டது.

இரும்புப் பாளங்கள் உருளைகள் முதலானவற்றைத் தூக்கி வெளியே எறிய செய்துவிட்டு முத்தரையன் உடைவாளை ஒரு கையிலும் தீப்பந்தத்தை ஒரு கையிலும் பிடித்துக்கொண்டு சுரங்கத்தினுள் இறங்கினான்.

அவனைப் பின் தொடர்ந்து ஐம்பது போர்வீரர்கள் வாள், ஈட்டி, கட்டாரி முதலான ஆயுதங்களுடன் ஒருவர் பின் ஒருவராகச் சுரங்கத்தினுள் குதித்து எறும்புச் சாரைபோல் வரிசையாக அணிவகுத்துச் சென்றார்கள்.

அந்தச் சுரங்கப் பாதை பாம்புபோல் நெளிந்து நெளிந்து சென்றது. சில இடங்களில் பாம்புப் புற்றுகள் போல் மண் பெயர்ந்து பொல பொலவெனக் காணப்பட்டது. ஒவ்வொரு திருப்பத்தின் போதும் முத்தரையனின் ஆட்கள் அதிகவனத்துடனே சென்றார்கள்.

சதிகாரர்கள் எங்காவது சுரங்கத்தினுள் எமகிங்கரர் களைப் போல் பதுங்கியிருப்பார்கள் என்றெண்ணும்படியான அரவம் எதுவுமே தட்டுப்படவில்லை!

சில இடங்களில் பதிந்திருக்கும் காலடிச் சுவடுகளில் இருந்து வீரபாண்டியன் ஒருவன் மட்டும் அவ்வழியாகத் தப்பி ஓடியிருப்பான் என்று முத்தரையனுக்குத் தோன்றியது. அவன் சிறிது நிம்மதி பெருமூச்சு விட்டான். ஆனால் வாளெடுத்தால் வீரபாண்டியன் ஒருவனே ஐம்பது போர்வீரர்களுக்குச் சமமானவன் என்று மற்றவர்கள் நினைத்தார்கள்!

அவர்கள் அந்தச் சூன்ய பாதையில் சிறிது தூரம் நடந்து சென்றதும் அதில் கிளை வழிகள் போல் மூன்று சுரங்கங்கள் பிரிந்து சென்றன. ஒன்று சித்திர மண்டபத்தை நோக்கி வழி நடத்தக்கூடிய சுரங்கம்; இன்னொன்று மீனாட்சியம்மன் கோயிலுக்குச் செல்லக் கூடியது; மூன்றாவது சுரங்கமோ விக்கிரம பாண்டியனின் அரண்மனையிலுள்ள அந்தப்புரத்தில் போய் முடியக் கூடியது. அம்மூன்று வாசல்களும் கருங்கற்சுவர் எழுப்பி மூடப்பட்டிருந்தன. அவை பழமையானவையாகத் தோன்றியதால் அவற்றில் எந்த வாசல் வழியாகவும் வீரபாண்டியன் தப்பி ஓடியிருக்க முடியாது! அப்படியானால் அந்த அசகாய சூரன் சுரங்கத்தினுள் எப்படி மாயமாய் மறைந்து போயிருக்க முடியும்?

தீவிரமாகச் சிந்தித்த முத்தரையனின் கழுகுப் பார்வையில் அங்கு ஒருபுறம் குவியலாகக் கொட்டிக்கிடந்த உருண்டைக் கற்கள் குத்தின. ஏறத்தாழ ஒரே அளவுள்ள அவ்வுருண்டைக் கற்கள் பாசியும் புற்றும் பிடித்துப் பழமையானவையாகத் தோன்றினாலும் அவை அப்பொழுது தான் குபீரெனக் கீழே விழுந்து உடைந்து சிதறியது போல வெண்ணிறச்சில்கள் தெறித்துக் கிடந்தன.

''எதிரி தப்பியோடிய வழியைக் கண்டுபிடித்து விட்டேன்.'' என்று கூவினான் முத்தரையன்.

காத்தவராயன் வீட்டை அடுத்துள்ள இரும்புப் பட்டறையிலிருந்து காத்தவராயனும் வீரபாண்டியனும் வெட்டிய சுரங்க வழி அக் கற்குவியலுக்குப் பின்னால்தான் இருந்தது.

தேவியைச் சிறை மீட்டுவரும் சந்தர்ப்பம் கிடைக்கும் போது பகைவர் பின்தொடர்ந்து வரும் அபாயம் ஏற்பட்டால் அவர்களுக்கு வழியை அடைத்துவிடவேண்டும் என்பதற்காக, வீரபாண்டியன் முன்னெச்சரிக்கையுடன் ஒரு யுத்தி செய்திருந்தான். சுரங்க வழியின் மேற்புறம் கயிறு வளைகளின் பிணைப்புகளில் கற்களைக் குவித்து வைத்துக் கயிறின் மூல முடிச்சுகளை வெட்டிவிட்டு ஓடியதும் அவ்வளவு கற்களும் அவனுக்குப் பின்னால் விழுந்து சுரங்கத் துவாரத்தை மூடி மறைத்து விடும்படி அமைத்திருந்தான்.

''வழியை அடைத்துக் கொண்டிருக்கும் கற்களையெல்லாம் தூக்கிக் கொண்டுபோய்க் குகைப் பிதுக்கங்களிலும், பொந்துகளிலும் விட்டெறியுங்கள்!'' என்று முத்தரையன் கட்டளை பிறப்பித்தான். அது ஒற்றையடிப் பாதைபோல் ஓர் ஆள் நடக்கக்கூடிய அளவே உள்ள சுரங்க வழியாகும்! அதனால் முன்னே நின்ற முத்தரையனே தன் தீப்பந்தத்தையும் வாளையும் ஒருபுறம் நட்டுவிட்டு ஒவ்வொரு கல்லாகப் பொறுக்கித் தன் பின்னால் நிற்பவனிடம் கொடுத்தான். அக்கற்களையெல்லாம் அவனுக்குப் பின்னால் வரிசையாக

அணிவகுத்து நின்றவர்கள் கைமாற்றியனுப்பி, தாங்கள் வந்த வழியிலுள்ள சந்து பொந்துகளை மிகப் பிரயாசைப்பட்டுக் கண்டுபிடித்து, அக்கற்களைப் போட்டுவிட்டு வந்தார்கள். இவ்வாறு கற்களையெல்லாம் பொறுக்கிச் சுரங்க வாசலில் வழியை உண்டாக்க வெகு நேரம் பிடித்தது.

முத்தரையன் தன் நெற்றி வியர்வையை வழித்தெறிந்து விட்டு வாளையும் தீப்பந்தத்தையும் எடுத்துக்கொண்டு சேவகர்கள் பின் தொடர அந்தப் புதுச் சுரங்கவழியில் சிறிது தூரம் நடந்து சென்றான்.

ஓரிடத்தில் கணுக்கால் அளவு சகதியில் அவன் கால்கள் சதக்கென்று இறங்கின. அந்தப் பக்கம் எங்கோ ஊற்று நீரோ குளக்கரையோ மழைநீர் வடிகாலோ இருக்க வேண்டுமென்று முத்தரையன் யூகித்துக் கொண்டான். சிறிது தூரம் சென்ற சகதியில் வீரபாண்டியன் ஓடிய பாதச் சுவடுகள் பதிந்திருந்தன.

முத்தரையன் உற்சாகமடைந்தான். அந்தச் சுரங்க வழி எங்குபோய் முடிகிறதோ அந்த இடத்தில் வீரபாண்டியனைப் பிடித்து விடலாம்; அல்லது அந்தச் சுரங்கம் எந்தச் சதிகாரன் வீட்டில் போய் முடிவடைகிறது என்பதையாவது கண்டு பிடித்து விடலாம்!

முத்தரையன் தன் அணிவகுப்பு வீரர்களோடு மேலும் சிறிது தூரம் சென்றதும் அவனுக்கு எதிரே சாக்கடை நாற்றம் வரவேற்றது. மேலே செல்லச் செல்ல சாக்கடை நாற்றம் அபரிமிதமாகவும் சகிக்க முடியாததாகவும் பெருகி, சாக்கடை ஜலமும் சீறிவரும் பாம்பு போலப் பாய்ந்தோடி வந்தது. இன்னும் சிறிது நேரம் சென்றால் சாக்கடை பெரு வெள்ளமாகப் பெருகி அவர்களை அடிச்துத் தள்ளிவிடும் போல் தோன்றியது.

அப்போதுதான் முத்தரையன் முகத்தில் முதன் முதலாகப் பீதி உண்டாயிற்று.

''இந்த சுரங்க வழிக்கு மேலே ஏதோ ஒரு வீதியின் அடியிலுள்ள சாக்கடை வடிகாலின் தளவரிசை அமைந்திருக்க வேண்டும். அதை நோக்கி ஏற்கனவே ஒரு துவாரமிட்டிருப்பான் வீரபாண்டியன். இப்போது அந்தத் துவார அடைப்பையும் உடைத்தெறிந்து சாக்கடை ஜலம் இந்தச் சுரங்கத்தினுள் கொட்டும்படி செய்துவிட்டு ஓடியிருக்கிறான். சுரங்கவழியும் இன்னும் வெகு நீளம் இருக்கும் போலிருக்கிறது!'' என்றான் முத்தரையன்.

''இராஜ வீதியின் சாக்கடையாய் இருந்தால் வைகை ஆற்று வெள்ளத்தைவிடப் பொங்கி புரண்டு வரும்! ஒரே மூச்சில் அடித்துத் தள்ளிவிடும்!'' என்று வாய் குமுறினான் பயப்பிராந்தியோடு ஒரு சேவகன்.

அங்கு நின்ற அணிவகுப்பு வீரர்கள் அனைவரும் சாக்கடையில் புண்ணியஸ்நானம் செய்யவோ சமாதி அடையவோ, எதிர்நீச்சு அடிக்கவோ தயாராக இல்லை! பின்வாங்கி ஓடத் தலைவனின் உத்தரவை எதிர்பார்க்கலாமா வேண்டாமா என்றுகூட யோசிக்கிற நிலைக்கு தயாராகி விட்டார்கள்!

அந்த நிலைமையைப் புரிந்துகொண்ட முத்தரையனும் புத்திசாலித்தனமாக அவர்களை நோக்கி, ''இனி நாம் தொடர்ந்து செல்வதினால் ஒருவிதப் பிரயோசனமும் ஏற்படப் போவதில்லை· சாக்கடையின் மூல ஸ்தானத்தை கண்டுபிடித்து அடைந்தால் தான் இந்தச் சுரங்கவழி எங்கே போய் முடிகிறதென்பதை நாம் கண்டுபிடிக்க முடியும். வாருங்கள் திரும்பிப் போவோம்'' என்றான் முத்தரையன்.

அதைக் கேட்ட மாத்திரத்தில் அங்கு நின்ற அணிவகுப்பு வீரர்களெல்லாம் படுவேகமாக வந்த வழியே திரும்பித் தட்டுத் தடுமாறிக் கொண்டு ஓடலானார்கள்.

ஏனெனில் அவர்களுக்குப் பின்னால் ராஜ வீதியின் சாக்கடை வெள்ளமே பேய்த்தனமாகச் சடசடவென்று பெருகித் துரத்திக் கொண்டு வந்தது!

அத்தியாயம் 77

எமதூதர்!

"தென்திசைக் கிழவன் தூதர்
தேடினர், திரிவர்."

– கம்ப ராமாயணம்

மண்டையிலும் வலது மணிகட்டிலும் கட்டுக் காயங்களுடன் விளங்கிய வீரசேகரன் பிரக்ஞையற்றவனாய் பாசறையிலுள்ள படுக்கை ஒன்றில் கிடந்தான்.

அவனுக்குச் சங்கில் மருந்து புகட்டிய வைத்தியர், ''இன்னும் சிறிது நேரத்தில் சுய நினைவு வந்துவிடும்!'' என்று தன்னருகில் நிற்கும் ஜனநாதனை நோக்கிச் சொன்னார்.

''ஆனால் சுயசிந்தனையும், சுயநலனும் அவனுக்கு ஒருபோதும் வராதே!'' என்று சிரித்தான் ஜனநாதன்.

சிறிது நேரத்தில் வீரசேகரன் மெல்ல அசைந்து புரண்டவனாய், ''ஊர்மிளா! ஊர்மிளா!'' என்று உதடுகள் முணுமுணுக்க மெல்லக் கண்விழித்துப் பார்த்தான்.

எதிரே ஜனநாதனின் விஷமச் சிரிப்பைக் கண்டதும் அவனுக்கு வெட்கம் வந்துவிட்டது. இன்னொருபுறம் இனம் புரியாத ஒரு பீதியும் உண்டாயிற்று. ஜனநாதனின் புத்திமதியைக் கேளாமல் அகல்யாவிற்குக் கண்ணீரைக் காட்டப்போனது, ஊர்வலத் தெருவில் ஊர்ஜனங்களால் அவன் தாக்கப்பட்டது, கூத்தாடி ஒருவன் அவனைக் காப்பாற்றிக் குதிரை கொடுத்து வைத்தியத்திற்கு அனுப்பியது, பாசறைக்கு வந்து பிரக்ஞையற்று விழுந்தது அனைத்தும் கனவின் நிகழ்ச்சிகள் போல வீரசேகரனுக்கு நினைவில் வந்தன.

''வீரசேகரா! வீரவாளேந்தும் உன் வலது கை மணிக்கட்டு இன்னும் முறிந்து விடவில்லையாம்! இலேசான காயம் தானாம். வைத்தியர் சொல்லுகிறார். கவலைப் படாதே! இப்போது நினைத்தால் கூட வீரபாண்டியனோடு நீ வாள் யுத்தம் புரியலாம். பாவம், உன் துரதிருஷ்டம்: நம் தேச சேவைக்காக உன் வீரக் கையை ஆண்டவன் இன்னும் முறிக்காமல் விட்டு வைத்திருக்கிறார்!'' என்று ஜனநாதன் பரிகாசம் செய்யலானான்.

''ஜனநாதா! நீ எப்படி இங்கே வந்தாய்?'' என்று கேட்டான் வீரசேகரன்.

''நான் ஒற்றுப் படைத் தலைவன், உன்னைப் பற்றிய தகவல் உடனே என் காதுக்கு எட்டி விட்டது. உன்னிடம் உயிர் இன்னும் ஒட்டிக் கொண்டிருப்பதாகக் கேள்விப் பட்டதால், உன் சிநேகிதத்தை அனாவசியமாக விடக்கூடாதென நினைத்து உடனே பாசறைக்கு ஓடிவந்தேன். உன் வலதுகை மணிக்கட்டாவது ஒடிந்து போயிருக்கு மென்று எதிர்பார்த்தேன். யாருடைய துரதிருஷ்டமோ அது ஒடியவில்லை!'' என்றான் ஜனநாதன்.

''அகல்யாவின் மரணப் பொட்டலுக்குப் போயிருந்தாயா?'' என்று கலவரத்துடன் கேட்டான் வீரசேகரன்.

''இப்போது அது பலரின் மயானப் பொட்டலாகி விட்டது! பாம்பாட்டிச் சித்தர் அங்கு வந்ததுதான் தாமதம்; அவருடைய மகிமையால் ஜனங்கள் புத்துணர்ச்சி பெற்று சோழர்களின் மீது பாயத் தயாராகி விட்டார்கள்!''

''பாம்பாட்டிச் சித்தரை மரணப் பொட்டலுக்கு அழைத்து வந்தது உன் கைங்கரியந்தானே?''

''அதனால் எனக்கு எவ்வளவோ பலன்! சுடுகாட்டில் இருந்து பாம்பாட்டிச் சித்தரைக் கிளப்பிக்கொண்டு வர நான் மிகவும் பிரயாசைப்பட்டேன். ஆனால் அந்தப் பிரயாசைக்கெல்லாம் தகுந்த கூலி எனக்குக் கிடைத்து விட்டது! மகான் மனைவியின் தலையை மதயானையின் காலின் கீழ்வைத்து நசுக்கினால் பாண்டிய ஜனங்கள் சும்மா இருப்பார்களா? நான் எதிர்பார்த்தபடி நம் ஆடையூராரின் படைவீரர்களில் பெரும்பகுதியினருக்கு உயிர்ச்சேதம்! தலைதப்பி ஓடினவர்களுக்கு ஏதாவது ஓர் அங்க சேதம்! இனி அந்தக் கிழவரின் நாடி விழுந்துவிடும்! என் கைமேலோங்கிவிடும்!'' என்று உற்சாகத்துடன் ஜனநாதன் சொன்னான்.

அந்தச் சமயம் அடுத்த தெருவில், ''சோழிய அரக்கர்கள் ஒழிக! அநீதியாக அரியணையேறிய விக்கிரம பாண்டியன் அழிக! எங்கள் வீரபாண்டிய சக்கரவர்த்திகள் வெல்க'' என்று பாண்டிய ஜனங்கள் போடுகிற கோஷங்கள் பாசறையில் எதிரொலித்தன.

''அடுத்த தெருவில் நம் அதிகாரி ஒருவரின் படைவீரர்களுக்கும் பாண்டிய ஜனங்களுக்கும் சச்சரவு நடக்கிறது. ஊரெங்கும் ஒரே கலவரம்! கண்ணில் அகப்பட்ட நம் அதிகாரிகளின் படைவீரர்களையெல்லாம் பாண்டிய ஜனங்கள் கொன்று குவிக்கத் துடித்தெழுகிறார்கள்'' என்றான் ஜனநாதன்.

''ஆனால் உன்னுடைய படைவீரர்கள் மட்டும் சிறைக்கோட்டைக்குள் பத்திரமாக இருக்கிறார்கள் இல்லையா?'' என்று ஆத்திரத்துடன் கேட்டான் வீரசேகரன்.

''ஆமாம்; பத்திரமாக நின்றுகொண்டே தூங்குவதில் என் படைவீரர்கள் மகா நிபுணர்கள்! உடம்பிலோ மனதிலோ காயம் படாமல் பார்த்துக்கொள்வதில் அசகாய சூரர்கள்!'' என்று சிரித்தான் ஜனநாதன்.

கடைசியாக வீரசேகரன் பல்லைக் கடித்துக்கொண்டு ''அகல்யாவின் விஷயம் என்ன ஆயிற்று?'' என்று கேட்டான்.

''தீர்ந்துபோய்விட்டது! இனிமேல் அகல்யாவை வைத்துக் கொண்டு இந்த உலகத்தில் யாரும் என்னை மிரட்ட முடியாது!'' என்றான் ஜனநாதன் அலட்சியமாக.

வீரசேகரன் அழுகையை அடக்கிக்கொண்டு, ''யானைக் காலால் தலை மிதிபடும்போது அகல்யா அலறினாளா?'' என்று கேட்டான்.

''இல்லை! யானை தன் காலைத் தூக்குவதற்கு முன்பாகவே அவள் பீதியால் இறந்து போய்விட்டாள்! ஆனாலும்

நம் அத்திமல்லர் சம்புவராயர் அந்த தண்டனையை நிறைவேற்றாமல் விடவில்லை!'' என்றான் ஜனநாதன்.

வீரசேகரனுக்குக் கண்ணில் நீர் துளித்தது. காதலியைப் பறிகொடுத்த துக்கம் சிறிதும் இல்லாமல் ஜனநாதன் சிரிக்கிறானே என்று நினைக்கும்போதுதான் வீரசேகரனுக்கு அதிகமாகக் கண்கள் கலங்கின.

''ஜனநாதா நீ மனித இருதயமே இல்லாதவன்!'' என்றான் வீரசேகரன் ஆத்திரமாக.

''இருதயம் உள்ளவன் துயரத்தைத்தான் அனுபவிப்பான் அதனால்தான் நம் பகவத் கீதை கூறுகிறது, இருதயத்தையும் உணர்ச்சியையும் அறுத்தெறிந்துவிட்டு, அறிவு ஒன்றால் காரியசித்தி பெறுவதிலேயே குறியாக இரு என்று!''

''உணர்ச்சி இல்லாதவன் மனிதனல்ல!'' என்று வீரசேகரன் சொல்லிவிட்டு பாசறைக்கு வெளியே வந்து அங்கு ஒருபுறம் நின்ற கூத்தாடியின் குதிரைமீது ஏறி அமர்ந்தான்.

அவனைப் பின் தொடர்ந்து வந்த ஜனநாதன், ''எங்கே போகிறாய் வீரசேகரா?'' என்று கேட்டான்.

''கூத்தாடியைக் கண்டுபிடித்து இந்தக் குதிரையைத் திரும்பிக் கொடுக்கவேண்டும். என் உயிரைக் காப்பாற்றியதற்கு நன்றியறிதலும் தெரிவிக்கவேண்டும்!''

''மறுபடி நீ கூத்தாடியைச் சந்தித்தால் யார் யாரைக் காப்பாற்றுவதென்று தெரியாமல் போய்விடலாம்! கூத்தாடியை நானே கண்டுபிடித்துத் தகுந்த பாதுகாப்புடன் உன்னை அழைத்துப் போகிறேன்! அப்போது எதிரியின் குதிரையை மட்டுமல்ல; உயிரைக் கூடப் பறிக்கலாமா என்றுகூடத் தோன்றும்!'' என்று சொன்ன ஜனநாதன் தன் குதிரைமீது ஏறி அமர்ந்தான்.

''உன்னைப்போல் உணர்ச்சியற்ற ஜடமல்ல நான். எதிரியைக் கொல்வதாயிருந்தாலும் என் இருதயத்தின் நன்றியுணர்ச்சியை என்னால் காட்டாமலிருக்க முடியாது.'' என்றான் வீரசேகரன்.

''தம்பி! எதிரிக்கு நன்றி செலுத்துகிறாய்! சதிகாரிக்குப் பரிதாபப்படுகிறாய்! உன்னையும் சதிகாரனாக்கப் பலர் காத்திருக்கிறார்கள் என்பதையும் மறந்துவிடாதே!''

''நான் மனசாட்சியின்படியும் மனிதத்தன்மையின் படியும் நடப்பவன்! என்னை எவரும் துரோகியாக்கி விடமுடியாது!''

''தம்பி! நீ எடுப்பார் கைப்பிள்ளை! உணர்ச்சியாளர்களே எப்போதும் அப்படித்தான் இருப்பார்கள்!'' என்றான் ஜனநாதன்.

அந்தச் சமயம் வீரசேகரனின் சேவகன் பதறிய வண்ணம் ஓடிவந்து "சதி! சதி! தேவியைக் கடத்திச் செல்லும் மற்றொரு சதி!" என்று கூவினான்.

"ப்பூ! இவ்வளவுதானே! தேவியைச் சிறைமீட்கச் சதிகள் நடப்பதாக அடிக்கடி எல்லோருந்தான் சொல்லுகிறார்கள். ஆனால் சதிகாரர்களின் முயற்சி எதுவும் நம்மிடம்பலித்து விடாது!" என்றான் வீரசேகரன்.

"இப்போது சதிகாரர்கள் மாபெரும் தந்திரத்தைக் கையாண்டிருக்கிறார்கள். காவலர் விடுதியில் கன்னியம்மன் பூஜை செய்வதற்காகத் தேவி வந்ததே ஒரு சதித் திட்டந்தான். தேவியிடம் அன்னம் வாங்க வந்த அன்னக்காவடிகள் அனைவரும் சதிகாரர்கள்!" என்றான் சேவகன்.

"வெறும் மனப்பிரமை?" என்று வீரசேகரன் சொன்னானே தவிர சேவகன் கூறியதைக் கூர்ந்து கவனிக்கவே அவன் விரும்பினான்.

"நல்லவேளை! ஒரு கணம் தவறியிருந்தால் தேவி தப்பியோடியிருப்பாள். சதிகாரர்களால் உருவாக்கப்பட்டது ஒரு மாபெரும் சதித்திட்டம். அது இரகசியமாக தேவிக்கும் அறிவிக்கப்பட்டதாம், இன்று மரண தண்டனைக்கு ஆளான அகல்யாவின் மூலம்!" என்றான் சேவகன்.

"அகல்யாவால் எப்படி தேவிக்கு அறிவிக்க முடிந்தது?" என்று கேட்டான் வீரசேகரன்.

"சதித் திட்டங்கள் உள்ள ஓலைகளெல்லாம் தேங்காய்களுக்குள் வைத்து அகல்யாவின் மூலம் தேவிக்கு அனுப்பப்பட்டதாம்!"

"யார் அனுப்பியது?" என்று நெற்றி வேர்வையைத் துடைத்துக் கொண்டே கலவரத்துடன் கேட்டான் வீரசேகரன்.

"வீரபாண்டியன்தான் சதித்திட்டங்களையெல்லாம் அனுப்பினான்!"

"வீரபாண்டியனா?"

"ஆமாம்!" என்றான் சேவகன்

"ஒருபோதும் இருக்காது? மதுரைக்குள் சதிகாரர்கள் இருக்கலாமே தவிர, வீரபாண்டியனின் நிழல்கூட மதுரைக் கோட்டைக்குள் நுழைந்திருக்க முடியாது! வீரபாண்டியன்தான் இங்கு இருந்து கொண்டு எல்லா சதிதிட்டங்களையும் நடத்துகிறான் என்று எண்ணுவது வெறும் கற்பனை?" என்றான் வீரசேகரன் உறுதியான குரலில்.

"தம்பி, அப்படிச் சொல்லாதே! முழுப் பூசணிக்காயைச் சோற்றில் வைத்து மறைக்கிற கதையாக முடிந்துவிடும்!" என்றான் ஜனநாதன்.

"வீரபாண்டியன் இந்த மதுரையில் இருந்திருந்தால் இந்நேரம் வெளிப்பட்டு என் வாள் முனையில் முன் சிக்கியிருப்பான்" என்றான் வீரசேகரன்.

"தம்பி! அந்தச் சந்தர்ப்பம் உனக்கு வெகு விரைவில் கிடைக்க ஆண்டவன் அருள் புரிவானாக!" என்றான் பரிகாசமாக ஜனநாதன்.

"முன்பு தேவியின் சிறைக்கூடத்திற்கும் பாதாளக் கிடங்கிற்கும் ஒரு சுரங்கவழி இருந்ததல்லவா? இப்போது காவலர் விடுதியிலுள்ள உக்கிராண அறையில் ஒரு இரகசியச் சுரங்கத்தைக் கண்டுபிடித்திருக்கிறார்கள். அங்குள்ள பிள்ளையார் பீடத்தின் அடியில் அந்தச் சுரங்க வழி இருக்கிறதாம். வீரபாண்டியனும் அவனுடைய சதிகாரர்களுந்தான் அந்தச் சுரங்கத்தைத் தோண்டி வைத்திருக்கிறார்களாம்!" என்றான் சேவகன்.

"இது யார் கட்டிவிட்ட கதை?" என்று கேட்டான் வீரசேகரன்.

"கதையல்ல! சிறைக் கோட்டையிலிருந்து வந்த ஒற்றன் ஒருவன் சொன்னான். முதல் அரிசி எடுப்பதற்காக உக்கிராண அறைக்குள் நுழைந்த தேவி தன் குமாரனோடு அந்தச் சுரங்கத்தின் வழியாகத் தப்பியோட முயன்றாளாம். நல்லவேளை நம் சிவகாமி அம்மையார் குறுக்கே பாய்ந்து தேவியைப் பிடித்துக் கொண்டாராம். தேவியையும் குமாரனையும் மறுபடி சிறைக்கோட்டைக்கு அனுப்பிவிட்டு முத்தரையனும் அவனுடைய ஆட்களும் சுரங்கத்தினுள் இறங்கிப் பரிசோதித்துப் பார்க்கப் போயிருக் கிறார்களாம். அநேகமாக வீரபாண்டியனையும் அவனுடைய சதிகாரர்களையும் நம் முத்தரையர் பிடித்துக் கொண்டு வந்து விடுவார் என்று சொல்லிக்கொள்கிறார்கள்" என்றான் சேவகன்.

"வீரசேகரா! அந்தப் பாக்கியம் உனக்குத்தான் கிடைக்கவேண்டும்!" என்றான் ஜனநாதன்.

அந்தச் சமயம் மதுரை அரண்மனைக்கு எட்டும்படி படை முரசுகளும், தகரா, தப்பட்டை எக்காளங்களும் ஏககாலத்தில் மதுரை மாநகரெங்கும் முழங்கின.

"ஊர் அடங்கியதற்காக அறிவிப்பு ஒலிகள்!" என்று விளக்கம் கொடுத்தான் ஜனநாதன்.

வீரபாண்டியனை முன்னிட்டு புரட்சிக் கனலும், பரபரப்பும் நகர் முழுவதும் உண்டாகியிருக்கிறதென வீரசேகரன்

மனதிற்குப்பட்டது. அன்று அதிகாலையில் அவன் ஜனங்களால் தாக்கப்பட்டு வைத்திய சிகிச்சை பெற்று சுயநினைவு அடைவதற்குள் பல பிரமிப்பூட்டும் காரியங்கள் நடந்துவிட்டன. கன்னியம்மன் பூஜை நடக்கவிருந்த காவலர் விடுதியில் கலவரமும், அகல்யாவின் மரணப் பொட்டலில் ஜனங்களின் தாக்குதலும் ஏற்பட்டதைக் கண்ட சோழிய அதிகாரிகள் அளவில்லாத ஆத்திரம் அடைந்தார்கள். தேவியைக் கடத்திச் செல்ல வீரபாண்டியன் மின்னலென உக்கிராண அறையில் தோன்றி மறைந்தான் என்ற செய்தியும் மரண ஊர்வலத்தின் போது அகல்யாவைக் காப்பாற்ற வீரபாண்டியனின் வீரவாளும் மீனக்கொடியும் வீணாகப் பிரகாசித்து மறைந்தன என்கிற செய்தியும் காட்டுத் தீ போல நகரெங்கும் பரவவே, வீரபாண்டியன் என்கிற பெயர் மந்திரச் சொல்போல் ஒவ்வொருவரின் உதடுகளிலும் எதிரொலித்து மாபெரும் பரபரப்பை உண்டாக்கியிருந்தது! ஜனப்புரட்சி புத்துணர்ச்சியாகத் தலைத்தூக்க முயன்றது. அதை முளையிலேயே கிள்ளிவிட விரும்பிய சோழிய அதிகாரிகளும் விக்கிரம பாண்டிய அரசாங்கத்தினரும் உடனடியாக மிகக் கடுமையான நடவடிக்கைகள் எடுத்துக் கொண்டார்கள். வீரபாண்டியனைப் பிடிக்கவும் ஜனங்களை அடக்கவும் தங்கள் படைவீரர்களை வேட்டை நாய்களாகத் தெருவெங்கும் அவிழ்த்து விட்டார்கள். மறு உத்தரவு பிறக்கும் வரை ஜனங்களெல்லாம் தங்கள் வீடுகளுக்குள்ளேயே அடைந்து கிடக்க வேண்டுமெனவும், அரசாங்க அதிகாரிகளையும் போர்வீரர்களையும் தவிர வேறு எவரும் தெருவில் தலைக் காட்டக்கூடாதெனவும் உத்தரவு பிறப்பித்து நகரெங்கும் பறை சாற்றப்பட்டிருந்தது. அந்த உத்தரவைக் காப்பாற்றுவதற்காக விக்கிரம பாண்டியனின் பாதுகாப்புப் படையினர் எமதூதரைப் போல் ஒவ்வொரு தெருவிலும் அணிவகுத்துப் போய்க் கொண்டிருந்தனர். உத்திரவை மீறி சில தெருக்களில் கும்பல் கூட முயன்றவர்களையும், புரட்சி கோஷங்கள் எழுப்ப முயன்றவர்களையும் பாதுகாப்புப் படையினர் தாக்கி அடித்து உதைத்துச் சிதைத்தனர். உயிரோடு கைக்கு அகப்பட்டவர்களை யெல்லாம் சதிகாரர்களெனச் சிறைப்பிடித்து சென்றனர். அரசாங்கத்தின் மூர்க்கத்தனமான அடக்கு முறைகளாலும், மிருகத்தனமான தாக்குதல்களாலும் ஒவ்வொரு தெருவாக ஜீவன் ஒடுங்கி ஊர் அடங்கிக் கொண்டிருந்தது. பல தெருக்கள் ஜன சந்தடியில்லாமல் சூன்யமாகி விட்டன. ஆங்காங்கே பிணங்கள் நாதியற்றுக் கிடந்தன. பெரும் போர் நடந்த அமர்க்களம் போன்ற காட்சியும், பெருமழை பெய்து ஓய்ந்துவிட்டது போன்ற உணர்ச்சியுமே பல தெருக்களில் காணப்பட்டது. ஒவ்வொரு தெருவின் முனையிலும் கணகுத்திப் பாம்புகள் போலவும், கழுகுகள்

போலவும் சில போர்வீரர்கள் காவலுக்கு நிறுத்தப்பட்டிருந்தனர். அன்று அழகிய மதுரைமாநகரம் களையிழந்து விதவைக் கோலம் பூண்டதுபோலவே காணப்பட்டது. பல உயிர்கள் எமனுக்கு விருந்தாகக் காத்திருந்தன.

"நான் உடனே சிறைக் கோட்டைக்குப் போகவேண்டும்" என்று வீரசேகரன் குதிரையில் கிளம்பினான்.

"உன்னைச் சந்திக்க நம் காவற்படையதிகாரி ஏகவாசகரான கோவரசர் மிகவும் பிரியப்படுவார்! உனக்குத் துணையாக நானும் வருகிறேன்!" என்றான் ஜனநாதன்.

இருவரும் குதிரைகளில் சூரிய சந்திரர்களைப்போலத் தெருவில் செல்லும்போது எதிரே ஒரு சேவகன், "இராஜ வீதியில் சாக்கடை ஓடுகிறது!" என்று கூவிக்கொண்டே ஓடினான்.

அதென்ன அதிசயம் என்று வியப்படைந்தவர்களாய் இருவரும் விக்கிரம பாண்டியன் அரண்மனை இருக்கும் ராஜவீதியை நோக்கி குதிரைகளைச் செலுத்தினார்கள்.

உண்மையில் அந்த இராஜவீதியில் கணுக்கால் அளவு சாக்கடை ஜலம் சலசலவென ஓடிக்கொண்டிருந்தது!

முத்தரையனும் அவனுடைய ஆட்களும் சாக்கடையின் மூலஸ்தானத்தைக் கண்டுபிடித்து அதன் கால்வாயை அடைத்துச் சாக்கடை ஜலத்தைத் தெருவில் திருப்பி விட்டிருந்தார்கள்.

"இனி சுரங்கத்தினுள் சாக்கடை ஜலம் கொட்டாது. சுரங்க வழி எந்த வீட்டினுள் போய் முடிகிறதென்பதை நாம் சிறிது சிரமப்பட்டால் கண்டுபிடித்துவிடலாம்!" என்று முத்தரையன் உற்சாகமாகத் தன் ஆட்களிடம் சொல்லிக் கொண்டே வந்தான்.

எதிரே இராஜகுமாரனைப் போல வீரசேகரன் வருவதைக் கண்டதும் முத்தரையன் பற்களை நறநறவென்று கடித்து, "அதோ துரோகி! ஆடம்பரமாகச் சதிகாரன் குதிரையில் வருகிறான்! சதிகாரிகளோடு சம்பந்தப்பட்டான் அன்று! சோழியன் என்பதால் அன்று விடுதலை பெற்றான். உண்மை ஊழியனான அஞ்சுகோட்டையான் செத்தபிறகு அந்தத் துரோகி உயிர் வாழ்வதா?" என்று வசைமாரிகளைப் பொழிந்தான்.

அளவுமீறி ஆத்திரமடைந்த வீரசேகரனோ, "அடே முத்தரையா! என்னைத் துரோகியென்று கூறியவனின் நாக்கை அறுத்தெறியாமல் விடமாட்டேன்! நீ அஞ்சுகோட்டையான் இனம் என்பதால் அவனுக்கு ஏற்பட்ட கதிதான் உனக்கும் காத்திருக்கிறது!" என்று குமுறிய வண்ணம் தன் உடைவாளை உருவினான்.

ஜனநாதன் விஷமப் புன்னகையுடன் அவனைத் தடுத்து, "தம்பி அவசரப்படாதே! அவன் நம் அதிகாரிகளால் முக்கியமான வேலைக்கு நியமிக்கப்பட்டிருப்பவன்! இந்த அற்பனைக் கொல்லுவது எவ்வளவுதான் நியாயம் என்றாலும் அதற்காக அனாவசியமாக உன்மீது விசாரணை நடத்துவார் நம் ஏகவாசகர். அவனைத் தீர்த்துக்கட்ட வேண்டுமென்றால் அதை தரும பூர்வமாக நடத்துவதுதான் புத்திசாலித்தனம்!" என்றான்.

"ஏகவாசகரிடமே போய் முறையிடுகிறேன்! நேர்மையான ஒரு சோழ மாவீரனைச் சதிகாரன் என்று பழித்ததாகக் குற்றம் சாட்டித் தண்டிக்கச் செய்கிறேன்!" என்று குமுறினான் வீரசேகரன்.

"போ! போ! அங்கே போனால்தான் அதன் நடப்புத் தெரியும்!" என்று முத்தரையன் அலட்சியமாகச் சொல்லிவிட்டுப் போனான்.

வியப்பும் ஆத்திரமும் மேலிட்டவனாய் வீரசேகரன் நேரே அசோகவன சிறைக்கோட்டைக்குச் சென்று ஏகவாசகரைச் சந்தித்து முத்தரையன்மீது குற்றம் சாட்டினான்.

ஆனால் அந்தக் கிழவரோ அவனுடைய குற்றசாட்டைக் காது கொடுத்துக்கூடக் கேட்கவில்லை.

"முத்தரையனைக் கண்டிக்கக்கூட மாட்டீர்களா? நடுத்தெருவில் என்னைத் துரோகி என்று சொன்னதைப் பொறுத்துக் கொள்ள வேண்டுமென்கிறீர்களா?" என்று ஆத்திரத்துடன் வீரசேகரன் கண்களில் நீர் துளிர்க்கக் கேட்டான்.

ஜனநாதன் அவனுக்காகப் பரிந்துகொண்டு பேசுபவன் போல "இந்நேரம் வேறொருவனாய் இருந்தால் அவமானத்தால் செத்திருப்பான்! அல்லது சதிகாரன் எனப் பகிரங்கமாய் பழிக்கப்படுவதைவிட சதிகாரனாக மாறிவிடுவதுகூட மேலென்று கருதியிருப்பான்! ஆகவே முத்தரையனைக் கூப்பிட்டு அவனுடைய நாக்கை அறுக்காவிட்டாலும் குறைந்தபட்சம் ஒருவார சிறைத் தண்டனையாவது கொடுப்பதுதான் புத்திசாலித்தனமாகும்!" என்றான். ஏகவாசகரோ ஜனநாதனைப் பொருட்படுத்தாதவர் போல் பாவனை செய்துவிட்டு வீரசேகரனைக் கடுவன் பூனைபோல் ஒருமுறை கூர்ந்து கவனித்துவிட்டு, தொண்டையைக் கனைத்துக் கொண்டு, "வீரசேகரா! முத்தரையன் உன்னைவிடக் கீழான அதிகாரியாக இருக்கலாம்! நீ மாபெரும் சோழ மாவீரனாகவும் இருக்கலாம். ஆனால் இந்தச் சமயத்தில் முத்தரையன் தன் சக்திக்கும் வரம்பிற்கும் மிஞ்சிய அளவில் மாபெரும் சேவை ஒன்று செய்திருக்கிறான்! தேவியைச் சிறை தப்பாமல் காப்பாற்றியதன் மூலம் உன் தலையையும் காப்பாற்றி இருக்கிறான். வீரபாண்டியனை உயிரோடோ பிணமாகவோ பிடித்து வருவதாகக் கங்கணம் பூண்டு அதற்குத் தேவையான காரியங்களில் மும்முரமாக

இறங்கியிருக்கிறான்! நீயோ வீரபாண்டியனைப் பிடிக்கும் விஷயத்தில் அசிரத்தைக் காட்டுகிறாய்! சதிகளைக் கண்டுபிடிக்க உற்சாகம் காட்டவேண்டியவன் எதிரிகளோடும் சதிகாரர்களோடும் தொடர்பு வைத்துக் கொண்டிருக்கிறாய்?'' என்றார் கடுமையான குரலில்.

''நானா?'' என்று திடுக்கிட்ட வீரசேகரன், ''சொல்லுங்கள்; எந்தச் சதிகாரனோடு தொடர்பு வைத்துக் கொண்டிருக்கிறேன்'' என்று ஆத்திரத்தோடு கத்தினான்.

''வீரபாண்டியனோடு!'' என்று நிதானமான குரலில் சொன்னார் ஏகவாசகர்.

''நானா? நான் வீரபாண்டியனைப் பார்த்ததுகூட இல்லை!''

''அவனுடன் நீ பேசியிருக்கிறாய்!''

''நானா!''

''வீரபாண்டியனிடமிருந்து நீ உதவிகளும் பெற்றிருக்கிறாய்! அவனுக்குக் கடமைப்பட்டிருப்பதாகவும் கருதுவாய்!''

''எதற்காக! எங்கே? எப்போது? என்று கேள்விகளை அடுக்கிய வீரசேகரன். எல்லாம் முழுப்பொய்! முத்தரையனுக்காக! உங்களைப் போன்ற பெரியவர்கள் இவ்வாறு பொய் சொல்லுவது அழகல்ல!'' என்று கூவினான்.

''தம்பி! ஆத்திரப்படாதே நிதானமாக யோசித்துப் பார்! நான் எதையும் தீர ஆலோசிக்காமலும் ஆதாரமில்லாமலும் சொல்ல மாட்டேன்! இதோ உன்மீது குற்றம் சுமற்றி வந்திருக்கும் ஓலைகளைப் பார்!'' என்றார் ஏகவாசகர்.

''நான் எதையும் பார்க்கவேண்டிய தேவையில்லை! என் மனச்சாட்சி சொல்வதொன்றே எனக்குப் போதுமானது'' என்றான் வீரசேகரன்.

ஜனநாதன் குறுக்கிட்டு, ''மனச்சாட்சி என்பது அடிக்கடி பச்சோந்திபோல் நிறம் மாறக்கூடியது! எந்தப் பக்கம் நியாயம் இருப்பதாகப் படுகிறதோ அந்தப் பக்கமே திரும்பக் கூடியது. நியாய அநியாயங்களைப் பாராத அரசியல் துறைக்கு அப்படிப்பட்ட மனச்சாட்சிகள் அபாயகரமானவை! இந்த அபிப்பிராயந்தான் நம் வாணகோவரசரின் ஏகவாசகமாக இருக்கும் என்று கருதுகிறேன்!'' என்றான்.

''வீரசேகரா! வீணாக யார் பேச்சையும் கேட்டுக் கெட்டுப் போகாதே. நீ எடுப்பார் கைப் பிள்ளையாக இருப்பதுதான் எனக்கு வருத்தமாயிருக்கிறது'' என்றார் ஏகவாசகர்.

"என் நேர்மையை நீங்கள் சந்தேகிக்கிறீர்களா?" என்று அழாத குறையாய்க் கேட்டான் வீரசேகரன்.

"சந்தேகிப்பது வேறு விஷயம்! நீ எவருக்கும் கைக் கருவியாகப் பயன்படுகிறாயோ என்பதுதான் என் சந்தேகம்!" என்று சொன்ன ஏகவாசகர் தம் கடுமையான போக்கையும் மீறிக் கனிவுடன் வீரசேகரன் தோள்மீது கைவைத்து, "தம்பி! நீ சிறுபிள்ளை; நெஞ்சில் மட்டும் பரிசுத்தம் இருந்தால் போதாது நடைமுறையிலும் அதை நிரூபித்தாக வேண்டும். நீ சதிகாரர்களோடு, முக்கியமாக வீரபாண்டியனோடு அறிந்தோ அறியாமலோ தொடர்பு கொண்டிருந்தாய் என்பதை இனி மறைக்க முடியாது! நீ நேர்மையானவன் என்று நீ எவ்வளவுதான் வாதாடினாலும் உன் மீதுள்ள சந்தேகம் வலுப்பட்டுவிட்டால் அப்புறம் உன் தலையை யாரும் காப்பாற்ற முடியாது! அகல்யாவின் தலை யானைக் காலுக்குப் பலியானது போல உன் கதியும் இந்த மதுரைக்குள்ளேயே முடிவடைய நேர்ந்தால், உனக்காக நான் வருத்தப்படுவேனே தவிர, வேறு ஒன்றும் செய்ய முடியாது! இதை நினைவில் வைத்துக்கொண்டு இனிமேலாவது எவருடனும் பத்திரமாகப் பழகு!" என்றார்.

ஜனநாதன் அப்போது அனாவசியமாகச் சிரித்தான்!

"வீரபாண்டியன் என்பவனே இந்த மதுரையில் இல்லை! இதுதான் என் நம்பிக்கை! அவ்வளவும் அனாவசியமான புரளி!" என்று கூவினான் வீரசேகரன்.

"வீரசேகரா! மதுரையில் சதிகாரர்கள் இருக்கிறார்கள் என்பதையாவது நம்புகிறாயா இல்லையா? இன்று மரண தண்டனைக்கு ஆளான அகல்யா உன்னிடம் விற்ற தேங்காய்களுக்குள் சதி ஓலைகள் வைத்திருந்தாள் என்பதைக் கூடவா நீ நம்பவில்லை?"

வீரசேகரனுக்கு இலேசாக உடல் ஆடியது; தலைகுனிந்தான்.

"முன்பு தேவியின் சிறைக்கூடத்திற்கு ஒரு சுரங்க வழி இருந்ததைக் கண்டு பிடித்தோமா இல்லையா?"

"ஆமாம்!"

"இப்போது காவலர் விடுதியிலுள்ள உக்கிராண அறைக்கு ஒரு சுரங்கம் வெட்டப்பட்டிருக்கிறது. அந்தச் சுரங்க வழி எந்த வீட்டில் போய் முடிவடைகிறது என்பதை முத்தரையன் கண்டுபிடித்து வீரபாண்டியனையும் சிறைப்பிடித்து வந்துவிடுவான்! அவ்வாறு வீரபாண்டியனை உயிரோடோ பிணமாகவோ கொண்டு வருபவர்களுக்கு இருபதினாயிரம் பொன்னும் ஏராளமான கிராமங்களும் பரிசளிப்பதாக விக்கிரமபாண்டியனின் அரசாங்கம் பறைசாற்றியிருக்கிறது"

"வேண்டுமானால் மதுரைக்குள் வேறு சதிகாரர்கள் நிறையப் பேர்கூட இருக்கலாம்! வீரபாண்டியன் இங்கிருப்பதாக வெறும் பிரமையூட்டி புத்துணர்ச்சி எழுப்ப முயல்கிறார்கள் புரட்சிக்காரர்கள் என்றுதான் நான் கருதுகிறேன்!" என்றான் வீரசேகரன்.

"வீரபாண்டியன் பலவித மாறு வேஷங்களிலும் மதுரையில் நடமாடி வருகிறான் என்பதில் சிறிதளவும் சந்தேகமில்லை! இன்று உக்கிராண அறை சுரங்கத் துவாரத்தினுள் விசித்திரமான தலை ஒன்று எட்டிப்பார்த்ததை முத்தரையனே நேரில் அறிந்திருக்கிறான்!"

"அது வீரபாண்டியன் தலையாகத்தான் இருக்குமென்பது என்ன நிச்சயம் என்று ஒருவேளை வீரசேகரன் கேட்கலாம்!" என்றான் ஜனநாதன்.

அவனைக் கடுமையாக ஏகவாசகர் பார்த்துவிட்டு வீரசேகரன் பக்கம் திரும்பி, "தேவியைக் காப்பாற்றுவதற்காக உக்கிராண அறை சுரங்கத்தில் மாறு வேஷக்காரனின் தலை தோன்றியபோது, தேவியின் கூடவே இருந்த குமாரன், ''அப்பா'' என்று கூவிவிட்டான். குழந்தையின் வாக்கு சத்திய வாக்கு அது ஒன்றே போதுமான ஆதாரமாகப் படவில்லையா; வீரசேகரா?" என்று கேட்டார்.

"வீரபாண்டியன் இங்கு மதுரையில்தான் எங்கோ ஒரு வீட்டில் மறைந்திருக்கிறான் என்பதை நான் ஒப்புக் கொள்கிறேன்!" என்றான் வீரசேகரன்.

"பல இடங்களில் பலவிதமான சதி வேலைகளில் வீரபாண்டியன் சம்பந்தப்பட்டிருக்கிறான் என்று எனக்குத் தகவல்கள் கிடைத்திருக்கின்றன!" என்று சொன்னார் ஏகவாசகர்.

சிந்தனையில் ஆழ்ந்த வீரசேகரன், "வீரபாண்டியன் எப்படியிருப்பான்?" என்று ஏகவாசகரைக் கேட்டான்.

"வீரபாண்டியனின் அங்க அடையாளங்கள் ஊரெங்கும் பறைசாற்றப்பட்டிருக்கிறது. கம்பீரமான தோற்றம், பிரகாசமான நெற்றி, விசாலமான வலது புஜத்தில் வெண்ணிறமான ஒரு கத்திவடு, மயக்கும் கனிவான குரல் வசீகரமான விழிகள்..!" என்று ஏகவாசகர் சொல்லிக் கொண்டு வரும்போதே, "ஆ! கூத்தாடியா வீரபாண்டியன்?" என்று வியப்புடன் கூவினான் வீரசேகரன்.

"ஆமாம்! நீ ஏறி வந்திருப்பது கூட எதிரியின் குதிரைதான்!" என்றார் ஏகவாசகர்.

ஜனநாதன் விஷமச் சிரிப்புடன், "வீரசேகரா! உன் உயிரை ஜனங்களிடமிருந்து காப்பாற்றி, குதிரையும் கொடுத்து, வைத்திய

சிகிச்சைக்கு அனுப்பியவன் நம்முடைய பரம வைரி! பரஸ்பர உதவியும் இருந்திருக்கும் என்பது உன் போட்டிக்காரர்கள் செய்யக்கூடிய வாதம்!'' என்றான்.

ஜனநாதன் மீது ஆத்திரமடைந்த ஏகவாசகர் அவனை நோக்கித் திரும்பி தொண்டையைக் கனைத்துக்கொண்டே, ''வீரபாண்டியன் மறைந்திருக்கும் வீட்டைக் கண்டுபிடிப்பது ஒற்றுப்படையின் வேலை என்றாலும் இப்போது அந்த வேலையையும் என் காவற்படையினரே செய்து விடுவார்கள்!'' என்றார் ஏளனமாக.

''ரகசியங்களைக் கண்டுபிடித்துச் சொல்கிறவன் ஒருவனாகவும் அதனால் கிடைக்கும் புகழையும் பலன்களையும் அனுபவிக்கிறவன் இன்னொருவனாகவும் இருக்கும்போது எங்களுக்கு எப்படி அதில் சிரத்தை இருக்கும்?'' என்று சிரித்தான் ஜனநாதன்.

''ஜனநாதா! நீயே வீரபாண்டியன் மறைந்திருக்கும் இடத்தைக் கண்டுபிடித்து வீரபாண்டியனைச் சிறைப்படுத்தி வருவதில் எனக்கு ஆட்சேபணையொன்றுமில்லை! இருபதினாயிரம் பொன்னும் ஏழுகிராமங்களும் பரிசளிப்பதாகப் பறைசாற்றியிருப்பது முக்கியமாக உன்னை உத்தேசித்தே என்று கருதுகிறேன்!'' என்றார் ஏகவாசகர்.

''அப்படியானால் வீரசேகரன் வருத்தப்படுவதைக்கூட நான் பொருட்படுத்தத் தேவையில்லை!'' என்று ஜனநாதன் சொல்லி விட்டு விருட்டென்று சென்றான்.

வீரசேகரன் ஒன்றும் விளங்காமல் திருதிருவென விழித்துக் கொண்டிருந்தான்.

அவனை நோக்கி ஏகவாசகர், ''தம்பி! இந்தக் காலத்தில் சந்தேகமென்பது சாவுக்குச் சமானம்! அதை நிவர்த்தித்துக் கொள்ளும் மார்க்கத்தைத் தேடு! சந்தேகத்திற்கு இடமில்லாமல் நடந்துகொள்! இதற்கு மேல் நான் ஒன்றும் சொல்ல விரும்பவில்லை!'' என்று எச்சரித்து அனுப்பினார்.

சிறைக் கோட்டையைவிட்டு வெளி வந்த வீரசேகரன் பெருமூச்சு விட்டான். ''அரசியல் துறையில் நேர்மைக்கு மதிப்பில்லையா?'' என்று அவன் முணுமுணுத்தான். அரசியல் என்பதே சதா சந்தேகங்களும் அபாயங்களும் நிறைந்த பித்தலாட்டமா என்று அவன் பொருமினான். அவன் மனது மிகவும் குழம்பிப் போயிருந்தது. சந்தேகத்திற்குச் சிறிதும் இடமில்லாமல் அமைதியும் ஆறுதலும் ஆனந்தமும் தரக்கூடிய இடத்திற்குப் போக வேண்டுமென்று நினைத்து அவன் ஊர்மிளாவின் வீட்டை நோக்கிக் குதிரையைச் செலுத்தினான்.

அத்தியாயம் 78

தடுமாற்றம்!

'வண்டு வாழ் குழலாள்
முக நோக்கி, ஓர்
தண்டு போல் புயத்தான்
தடுமாறினான்!'

— கம்ப ராமாயணம்

மனதிற்கு அமைதியும் ஆறுதலும் பெற விரும்பிய வீரசேகரன், ஆவலோடு ஊர்மிளாவின் வீட்டிற்கு வந்தபோது, அங்கே ஒருவிதச் சோகக்களையும் விசித்திரமும் குடி கொண்டிருப்பதைக் கண்டான்.

வீட்டின் தெரு வாசற் கதவு சாத்தப்பட்டுக் கிடந்தது. ஊர்மிளாவின் மேன்மாடத்து அறை ஜன்னலும், இதர சாளரங்களும் மூடப்பட்டிருந்தன.

வீரசேகரன் வரும் வழியின் மீது விழி வைத்துத் தெருவையே ஊர்மிளா பார்த்துக் கொண்டிருப்பாள் என்று அவன் கற்பனை செய்து வந்த உற்சாகமெல்லாம் சாம்பலாகி அந்தி நேரத்துப் பனியோடு உறைந்து போயின.

விளக்கு ஏற்றும் அந்த நேரத்தில் தெருவின் சூன்ய உணர்ச்சி ஊர்மிளாவின் வீட்டிலும் பிரதிபலிப்பது வீரசேகரனுக்கு மிகவும் வேதனையாயிருந்தது ஒருவேளை ஊர்மிளா ஊரை விட்டே போயிருப்பாளோ?....

வீரசேகரன் மிகவும் பரபரப்போடு தெருக் கதவைப் படபட வென்று தட்டினான்.

கதவு திறக்கப்படவில்லை. ஆனால் உள்ளிருந்தவாறு ஒரு புதிய குரல், "யாரது?" என்று முரட்டுத்தனமாகக் கேட்டது. அந்தக் குரலில் ஒருவிதப் பரபரப்பும் பீதியும் கலந்திருப்பதாகத் தோன்றியது.

"நான்தான் வீரசேகரன்! வீட்டில் காத்தவராயர் இருக்கிறாரா?" என்று வினவினான் வீரசேகரன்.

கதவின் சாவித் துவாரத்து வழியாக ஒரு சிவப்பு விழி கூர்ந்து பார்ப்பது போன்ற பிரமை வீரசேகரனுக்கு ஒரு கணம்

உண்டாயிற்று. சிறிது நேரம் கழித்துக் கதவைத் திறந்துகொண்டு மூர்க்கமான கொல்லன் ஒருவன் வெளிப்பட்டான். அவனுடைய முகத்தில் ஒருவித மரணக்களை திரண்டிருந்தது.

வீரசேகரனை அவன் உள்ளே அனுமதிக்காமல், வழியை மறித்துக்கொண்டு நின்றவாறு, ''ஐயா வருவார்கள்! நீங்கள் இங்கேயே நில்லுங்கள்!'' என்றான்.

அந்தப் பதில் வீரசேகரன் முகத்தில் அடித்தது போல் இருந்தது; மதியாதார் வீட்டில் மிதித்து விட்டோமே என்கிற எண்ணமும் அவனுக்கு உண்டாயிற்று. ஆனால் ஊர்மிளாவின் முகத்தைக் காண்பதற்காக அவன் எந்தவித அவமானத்தையும் சகித்துக் கொள்ளத் தயாராகவே நின்றான்.

திருதிருவென விழித்தவாறு வீட்டினுள் அவன் கூர்ந்து பார்த்தான். ஊர்மிளாவின் உருவம் எங்கும் தட்டுப்படவில்லை. அவளுடைய மெல்லிய குரலோ, மெட்டி ஓசையோ, வளையல் ஒலிகளோ எதுவும் கேட்கவில்லை. விளக்குகளும் ஏற்றப்படவில்லை. ஜீவன் செத்த அந்தி ஒளியும் புதிய இருளும் வீட்டினுள் கலந்து மருவிக் கொண்டிருந்தன; ஆங்காங்கே சில தொழிலாளிகள் தலை குனிந்தபடி நின்று கொண்டிருந்தார்கள். பக்கத்து இரும்புக் கிடங்கில் வேலை செய்யாமலும் தங்கள் வீடுவாசல்களுக்குப் போகாமலும் அங்கே தொழிலாளிகள் கூடி நிற்பதும், அவர்களின் முகங்களில் சவக்களை தட்டியிருப்பதும் வீரசேகரனுக்கு மிகவும் விசித்திரமாகப்பட்டது. அன்று ஊர்மிளாவின் இல்லம் யாரையோ பறிகொடுக்கும் இழவு வீடு போலவே துயரத்தை ஊட்டிக் கொண்டிருந்தது. ஏதோ விபரீதம் நடந்திருக்கிறது என்பதை மட்டுந்தான் வீரசேகரனால் யூகித்துக் கொள்ள முடிந்தது. யாருக்கு என்ன விபரீதம்...?

அந்தச் சமயம் காத்தவராயன் விகாரமான முகத்துடன் மேன் மாடத்திலிருந்து படிக்கட்டில் தடதடவெனக் கீழே இறங்கி வந்தான். அவனுடைய இடுப்பில் சொருகியிருந்த அருவாளில் இரத்தம் உறைந்திருந்தது.

அருவாளால் ஊர்மிளாவைக் காத்தவராயன் வெட்டிப் புதைத்து விட்டானா?... ஏன் அந்த எண்ணம் வீரசேகரனுக்கு உண்டாயிற்று என்பதே புரியவில்லை. இனந்தெரியாத ஒரு பீதி அவன் நெஞ்சை அடைத்தது.

''வீரசேகரா, வா! நல்ல சமயத்தில்தான் வந்தாய்'' என்று காத்தவராயன் வரவேற்றான். அந்தக்குரலில் ஏதோ ஏளனம் கலந்த கடுமையொன்று மறைந்திருப்பதாகவே தோன்றியது. வீரசேகரனின் தலையில் அடிபட்டிருந்த காயக் கட்டுகளின் சரித்திரத்தை யெல்லாம் சுருக்கமாகக் காத்தவராயன் விசாரித்துத்

தெரிந்துகொண்டு...ம்! உயிர் தப்பி விட்டாயா? என்று தன் விழிகளை உருட்டிச் சிரித்தான்.

வீரசேகரனோ ஊர்மிளா எங்கேயெனக் கேட்க வேண்டுமெனத் துடிதுடித்தான். ஆனால் ஏனோ காத்தவராயனிடம் அதைக் கேட்க முடியாமல் அந்த வேட்கையைத் தன் விழிகளுக்குள்ளேயே அடக்கிக் கொண்டான்.

அவனை உற்று நோக்கிய காத்தவராயன், முகத்தை வேறுபுறம் திருப்பிக் கொண்டு, ''ஊர்மிளா மேன்மாடத்தில் படுத்திருக்கிறாள். பேச்சு மூச்சில்லை! அவளுடைய உடம்புக்கு அசௌகரியம்!'' என்று மிகச் சிரமப்பட்டுச் சொன்னான்.

''உயிருக்கு அபாயம் இல்லையே?'' என்று சட்டெனக் கூவிய வீரசேகரன், தன் நெஞ்சின் உணர்ச்சிகளை அமுக்கி மறைக்க முடியாமல் திணறினான்.

காத்தவராயன் தன் பற்களைக் கடித்துக்கொண்டான். அழுகையை அடக்க முயல்கிறானா அல்லது ஆத்திரத்தை அடக்க முயல்கிறானா என்பதே தெரியவில்லை.

''அநேகமாக உயிர் பிழைத்து விடுவாள்! காளியாத்தாளுக்கு முப்பது ஆடுகள் வெட்டியிருக்கிறேன்!'' என்று ஏளனமாகச் சொல்லியவாறு தன் அருவாளில் உறைந்திருந்த இரத்தத்தைச் சுட்டிக் காட்டினான். முப்பது ஆடுகள் என்பது உண்மையில் முப்பது சோழிய வீரர்களதாம் என்று எண்ணும்போது காத்தவராயனுக்குக் குரூரமான சிரிப்பொன்று வெடித்தது.

மேன் மாடத்தில் ஒருத்தி சாகக் கிடக்கும்போது அந்த மூர்க்கன் சிரிக்கிறானேயென்று வீரசேகரனுக்கு ஆத்திரம் பீறிட்டது. மேன்மாடத்துப் படிகளில் அவன் தடதடவென்று ஏறினான்.

அவனுடைய வேகம் அவனைப் பின்தொடர்ந்த காத்தவராயனுக்கு எரிச்சலை மூட்டியதென்றாலும் அதை வெளிக்குக் காண்பித்துக் கொள்ளவில்லை.

மேன்மாடத்தில் கிளி விளக்கிலிருந்து மங்கிய வெளிச்சம் வந்து கொண்டிருந்தது. அங்கு ஒருபுறம் கிடந்த கட்டிலில் ஊர்மிளா சவம் போல் பிரக்ஞையற்றுக் கிடந்தாள். வைத்தியர் கொடுத்த தைலத்தைச் சுந்தர ஜோசியர் மிகவும் மிருதுவாக ஊர்மிளாவின் நெற்றியில் தடவிக் கொண்டிருந்தார்.

அவருடைய வசீகரமான விழிகளில் பாசப் புனலாய் கண்ணீர் வடிந்து ஊர்மிளாவின் கண்ணிமைகளை நனைத்தது.

அதைக் கண்டதும் வீரசேகரனுக்குப் பொறாமை உண்டாகி ஏதோ நெஞ்சில் சம்மட்டி கொண்டு அடிப்பது போலிருந்தது.

"இப்போது ஊர்மிளா எப்படியிருக்கிறாள்?" என்று கேட்டுக் கொண்டே வந்தான் காத்தவராயன்.

"முன்போலவேதான் இருக்கிறாள்! இன்னும் சிறிது நேரத்தில் பிரக்ஞை வந்து விடலாம்!" என்றார் சுந்தர ஜோசியர்.

"ஏன் இவள் இப்படி மூர்ச்சித்துக் கிடக்கிறாள்?" என்று வீரசேகரன் குரல் விம்மக் காத்தவராயனைக் கேட்டான்.

"இவளுக்குத் திடீர் திடீரென மூர்ச்சை வருகிறது! பெண்ணின் மனசுக்குள் என்னதான் இருக்குமோ? புரிந்துகொள்ள முடியாது!" என்றான் காத்தவராயன்.

அந்தச் சமயம் கட்டிலில் கிடந்த ஊர்மிளா சிறிது அசைந்தவளாய் ஏதோ புலம்பலானாள்.

அவளுடைய பற்கள் கெட்டித்துப் போயிருந்தன; உதடுகள் வெளுத்திருந்தன; கண்ணிமைகள் மூடிக்கிடந்தன.

"வீரசேகரன்!... வீரசேகரன்..." என்று ஊர்மிளாவின் உதடுகள் முணுமுணுத்தன.

அதை உற்றுக் கேட்டதும் வீரசேகரனுக்கு எங்கோ ஒரு கணம் ஆகாயத்தில் பறப்பதுபோல் இதயம் பூரித்தது. அவனைப் போலவே மூர்ச்சையிலும் ஊர்மிளா தன் காதலைப் பற்றியே நினைக்கிறாள் என்று அவன் எண்ணும்போது, ஐம்புலன்களையும் தாண்டி அவளுக்கும் தனக்குமிடையே ஏதோ தெய்வீகமானதொரு தொடர்பு இருப்பதாகவே கருதலானான். ஆனால் காத்தவராயனின் விகாரமான முகத்தைக் கவனித்ததும் வீரசேகரன் தன் உற்சாகத்தையெல்லாம் தன் மனதிற்குள்ளேயே முறித்துக் கொண்டு விட்டான்.

"ஆ! வீரசேகரன்...! வீரசேகரனைக் கொன்று விடுவார்களே!... காப்பாற்றுங்கள்! காப்பாற்றுங்கள்!" என்று ஊர்மிளா மீண்டும் பிதற்றினாள்.

"காப்பாற்றி ஆயிற்று!... கண்களை விழித்து என்னைப் பார் ஊர்மிளா!" என்று சுந்தர ஜோசியர் உருக்கமான குரலில் தேற்ற முயன்றார்.

"தேவியை... மறந்து விடுங்கள்!....வீரபாண்டிய சக்கரவர்த்திகளே!... போய்விடுங்கள்" என்று ஊர்மிளா, கண்ணிமைகள் படபடக்கக் கூவி மறுபடியும் மூர்ச்சையாகி விட்டாள்.

வீரசேகரனுக்குத் தூக்கிவாரிப் போட்டது!

அவனுக்குச் சந்தேகம் தட்டாதபடி சட்டென்று காத்தவராயன் விளக்கம் கொடுக்கலானான்.

"ஊர்மிளா ஏதோ உளறுகிறாள்! தேவி சிறை தப்பினால் உன் தலை யானைக் காலில் மிதிபட்டு விடுமல்லவா? அதனால் தான் தேவியை மறந்துவிட்டு வீரபாண்டியச் சக்கரவர்த்திகள் போய்விட வேண்டுமென ஊர்மிளா கருதுகிறாள்!" என்றான் காத்தவராயன்.

"வீரபாண்டியனை இவள் எப்போதாவது சந்தித்திருக் கிறாளா?" என்று கேட்டான் வீரசேகரன்.

"இல்லை! வீரபாண்டியர் வீரபாண்டியர் என்று மதுரை மாநகர் முழுதும் எதிரொலிக்கும் அதிர்ச்சி இவளுடைய மனதைத் தாக்கியிருக்கிறது! அதனால்தான் இந்த மானசீகமான கோரிக்கை" என்றான் காத்தவராயன்.

"உஷ்!.... மறுபடி அவள் ஏதோ முனகுகிறாள்" என்று வீரசேகரன் அவளை உற்றுக் கவனிக்கலானான்.

"ஆ!...ஐயோ அகல்யா!... அகல்யா!" என்று ஊர்மிளா முணுமுணுத்தாள்.

"அகல்யாவா?" என்று வீரசேகரன் திடுக்கிட்டான்.

"ஆமாம்!" என்று சட்டெனக் கூறிய காத்தவராயன், "இன்று அகல்யாவின் தலை யானைக் காலில் மிதிபடுவதை ஊர்மிளா பார்த்தாள். அந்த அதிர்ச்சி பெண் மனதைத் தாக்கியிருக்கிறது. அதிலிருந்து இவள் அடிக்கடி மூர்ச்சித்து விடுகிறாள். இது ஒருவகை மூர்ச்சை சோகமென வைத்தியர் கூறுகிறார்! சம்பந்தா சம்பந்தமில்லாமல் இன்னும் என்னென்ன பிதற்றுவாளோ தெரியாது!" என்று காத்தவராயன் சொல்லிவிட்டு மூர்க்கத் தனமாக ஊர்மிளாவைப் பிடித்து உலுக்கி எழுப்பினான்.

அவள், "ஆ!" என்று ஒரு மெல்லிய கூவலுடன் மூர்ச்சை தெளிந்து கண்விழித்துப் பார்த்தாள்.

"ஊர்மிளா! பயப்படாதே! நாங்களெல்லாம் இருக்கிறோம்! எல்லாம் குணமாகி விடும்" என்ற சுந்தர ஜோஸியரின் கருணைமயமான முகத்திலே அவளுடைய பார்வை லயித்திருந்ததே தவிர அருகில் நிற்கும் வீரசேகரன் மீது அவளுடைய கவனம் ஈடுபடவில்லை. அது வீரசேகரனின் மனதில் சுருக்கென்று தைத்தது. அவன் தலையிலுள்ள கட்டுக் காயங்களைப் பற்றிக்கூட அவள் விசாரிக்கவில்லையே என்று வீரசேகரன் ஆத்திரப்பட்டான். சுந்தர ஜோசியரை இனித் தன் வீட்டிற்குள் வைத்திருப்ப தில்லையென்று உறுதி கூறியதையும் மீறி இப்போது ஊர்மிளா அவரை வீட்டுக்குள் வைத்துக் கொண்டிருக்கிறாளே, தன்னை அலட்சியப்படுத்தி விட்டுத் தன் கண் முன்பாகவே அவரைப் பாசப்

பரிவோடு பார்க்கிறாளே என்றெல்லாம் எண்ணி வீரசேகரன் மனம் பொருமினான். பெண்மை என்பதே பொய்மையின் பெட்டகந்தானா என்று அவன் நெஞ்சு சீறியது.

வண்டு மருவும் செந்தாமரை போல் கூந்தலுக்கு மத்தியில் கிடக்கும் அவளுடைய முகத்தை நோக்கி வஜ்ரக் கைகள் துடிதுடிக்க வீரசேகரன் தடுமாறிக் கொண்டிருந்தான்.

''ஊர்மிளா! மூர்ச்சித்துக் கிடக்கும்போது நீ என்னென்னவோ உளறினாய்!'' என்று கடுகடுத்தான் காத்தவராயன்.

''இனி நீ வீரபாண்டியன் பெயரைக் கனவில் கூட உச்சரிக்காதே! வீரபாண்டியச் சக்கரவர்த்திகள் என்று கூவுகிறவர்களையெல்லாம் துரோகிகள் என்று விக்கிரம பாண்டிய அரசாங்கம் சிறைப் பிடித்துப் போய் விடும்!'' என்று எச்சரித்தான் வீரசேகரன்.

''நான் எதற்காக வீரபாண்டியர் பெயரை உச்சரித்தேன்!'' என்று ஊர்மிளா திடுக்கிட்டுக் கேட்டாள்.

''அதன் காரணத்தை நான் சொல்லிவிட்டேன்!'' என்று காத்தவராயன் தன் முகத்தை வேறுபுறம் திருப்பிக் கொண்டு துயரத்தோடு சொல்லவே ஊர்மிளா தலை குனிந்து கொண்டாள். சிறிது நேரங் கழித்து அவள் சுந்தர ஜோசியரை நோக்கி, ''தேவியை மறந்து விட்டு வீரபாண்டியச் சக்கரவர்த்திகள் போய் விடுவாரா?'' என்று ஆவலோடு மெல்லிய குரலில் கேட்டாள்.

''சுடுகாட்டிற்கே போய் விடுவான்! இனி அவன் தனியாகத் தான் எந்த முயற்சியும் செய்ய முடியுமே தவிர, தன் ஆட்களின் கையை எதிர்பார்க்க முடியாது!'' என்றார் சுந்தர ஜோசியர்.

''தேவியைச் சிறைமீட்க வீரபாண்டியர் செய்யும் எந்த முயற்சியும் பலிப்பதில்லை! அவரைத் துரதிருஷ்டசாலி என்று கருதி அவருடைய ஆட்களெல்லாம் பிரிந்து போய் விடுவார்கள்! அவ்வளவு தூரத்திற்கு விஷயம் முற்றிவிட்டது!'' என்றான் ஏளனமான குரலில் காத்தவராயன். வீரசேகரனோ ஊர்மிளாவை நோக்கி, ''ஊர்மிளா! நீ வீரபாண்டியனைப் பற்றி இனிக் கவலைப்படாதே! இன்று பொழுது போவதற்குள் அவன் உயிரோடோ பிணமாகவோ பிடிபட்டுவிடுவான்! அவனை வேட்டையாடிப் பிடிக்க விக்கிரம பாண்டிய அரசாங்கம் தன் படை வீரர்களைத் தெருவெங்கும் அவிழ்த்து விட்டிருக்கிறது. எங்கள் சோழிய அரசாங்கமோ போர் வீரர்களை ஏவி மதுரையிலுள்ள ஒவ்வொரு வீட்டையும் பரிசோதித்து வருகிறது. கடைசியாக இந்தக் கம்மியர் சேரி வட்டாரத்திலுள்ள வீடுகளையும் பரிசோதிக்க ஒரு படை அணிவகுப்பு திடீரென வரும்'' என்றான்.

"எப்போது வரும்?" என்று ஊர்மிளா கலவரத்துடன் கேட்டாள்.

"இன்று நடுச் சாமத்திற்குப் பிறகு வரக்கூடும்!" என்று சொன்ன வீரசேகரன் மெல்ல சுந்தர ஜோசியரைக் கடைக்கண்ணால் நோக்கி விட்டு, "இன்னொரு விஷயம்; முன்பு ஓடிப்போன சுந்தர உபாத்தியாயர் மீதும் எங்கள் சோழிய அரசாங்கம் ஒரு கண் வைத்திருக்கிறது!" என்றான்.

அதைக்கேட்டதும் ஊர்மிளாவின் முகம் வெளுத்தது; மறுபடியும் மூர்ச்சித்து விடுபவள் போல் தடுமாறினாள். அவளுடைய முகம் நோக்கிய வீரசேகரனும் மனம் தடுமாறினான்.

"ஊர்மிளா, மனதை அலட்டிக் கொள்ளாதே! மறுபடியும் மூர்ச்சை ரோகம் வந்துவிடப் போகிறது. நன்றாகத் தூங்கு; எல்லாம் சரியாகப் போய்விடும்!" என்று காத்தவராயன் சொல்லி விட்டு, மற்றவர்களை நோக்கி, "வாருங்கள் போகலாம்!" என்றான்.

அதற்குமேல் அந்த வீட்டில் இருப்பது முறையாகாது என்று கருதிய வீரசேகரன் எல்லோரிடமும் விடை பெற்றுக் கொண்டு குதிரைமீது ஏறிச் சென்றான்.

ஊர்மிளாவின் வீட்டை விட்டு அவன் புறப்பட்டபோது அவனுக்கு வாழ்க்கையில் வறட்சியும் விரக்தியும் உண்டாகியிருந்தது.

வாழ்வுத் துறையின் ஒவ்வொரு அம்சத்திலும் அவனுக்குத் தடுமாற்றம் ஏற்படுவதாகவே தோன்றியது. தெருவின் சூன்ய இருளைக் கிழித்துக் கொண்டு அவன் எங்கோ கானல்நீர் போன்ற சூன்யத்தை நோக்கியே போய்க் கொண்டிருந்தான்.

அவன் போனதும் காத்தவராயன் தன் வீட்டிலிருந்து தொழிலாளிகளையெல்லாம் அனுப்பிவிட்டு, ஊர்மிளாவிடம் வந்தான்.

"வீரபாண்டியச் சக்கரவர்த்திகளை நீங்கள் எப்படியும் காப்பாற்றியே தீரவேண்டும்!" என்றாள் ஊர்மிளா உறுதியான குரலில்.

"ஊர்மிளா! நீயும் புறப்படத் தயாராயிரு! எல்லா ஏற்பாடுகளும் செய்துவிட்டு வருகிறேன்!" என்று காத்தவராயன் சொல்லிவிட்டு, ஒரு மூட்டைக்குள் மறைத்து வைத்திருந்த சில உடுப்புகளை எடுத்தான். அவை அவனால் கொல்லப்பட்ட சோழிய வீரனொருவனிடமிருந்து எடுத்த உடுப்புகள். அவற்றை அணிந்து கொண்டு காத்தவராயன் வேகமாக வீட்டை விட்டு வெளியேறிச் சென்றான்.

கதவை உட்புறம் தாளிட்டுக் கொண்டு, வீட்டுக்குள் சுந்தர ஜோஸியரோடு தனி ஒருத்தியாக நின்ற ஊர்மிளா ஒவ்வொரு கணமும் ஏதோ ஒன்றை எதிர்நோக்கித் திகிலடைந்து கொண்டிருந்தாள்!

அத்தியாயம் 79

உறுபொருள் உணர்த்தல்!

'நஞ்சு தீர்கினும் தீர்கிலாது
நலிந்தென்ன
தஞ்சமே உனக்கு உறுபொருள்
உணர்த்துகை தளரேன்!'

— கம்ப ராமாயணம்

மகிழ மரத்தோப்பு ஒன்று மதுரையின் கம்மியர் சேரி அருகில் அப்சரஸ்களின் நட்சத்திர மாளிகை போல் விளங்கி வந்தது.

அத் தோப்பில் சிந்திக் கிடக்கும் மகிழம் பூக்களும், சிந்துபாடும் இளந்தென்றலும் வீதியில் செல்வோரை மயக்கி இழுத்து மகிழ்விக்கும். அங்குள்ள சுனைநீரைப் பருகிப் பூக்களின் மீது படுத்துறங்கினால் மனதிற்கு வெகு உல்லாசம் தரும். ஆனால் இருட்டிய பிறகு மனிதர் யாரும் அத்தோப்பின் பக்கங்கூடத் தலை வைத்துப் படுக்க மாட்டார்கள்.

காதலி ஒருத்தியால் கானகத்து இருளில் கைவிடப்பட்ட காளை ஒருவன் நேரே அந்தத் தோப்பிற்கு வந்து மகிழ மரத்தின் மீதேறித் தூக்குப் போட்டுக்கொண்டு மடிந்து போனான் என்கிற கதை, அந்தக் காலத்தில் வெகு பிரசித்தமாயிருந்தது! மாய்ந்த காதலனின் ஆவி தன்னைப் போன்றவர்களையெல்லாம் மகிழ மரத்தோப்பிற்குக் கூவியழைப்பதாகப் பலர் நம்பினார்கள். அதனால் தற்கொலை செய்து கொள்ள விரும்புகிற இளைஞர்களே இரவு நேரத்தில் அத்தோப்பிற்குப் போவார்கள். பெரும்பாலும் திரும்பி வரவும் மாட்டார்கள்.

ஊர்மிளாவின் வீட்டிலிருந்து புறப்பட்ட வீரசேகரனோ மனதில் வறட்சியுடன் கூத்தாடியின் குதிரைமீது அமர்ந்தவாறு சூன்ய

இருள் பாய்ந்துள்ள பல தெருக்களிலும் அலைந்துவிட்டுக் கடைசியாக அந்த மகிழ மரத் தோப்பிற்கு வந்து சேர்ந்தான்.

மரத்தின் மீதேறித் தூக்குப் போட்டுக் கொள்ளலாமா என்று அவனுக்குத் தோன்றியது! அன்று ஊர்மிளா அவனோடு சரியாக முகங் கொடுத்துப் பேசாதது, அவ்வளவு தூரம் அவன் மனதில் விரக்தியை உண்டாக்கியிருந்தது!

ஊர்மிளா தனக்குக் கிடைக்க மாட்டாளோ என்று எண்ணுகிற போதெல்லாம் தற்கொலை செய்து கொள்ள வேண்டும் என்கிற உணர்ச்சி அவனுக்கு அடிக்கடி உண்டாகும். ஆனால் சாக நேரிடினும், அவள் தன்னை மனப்பூர்வமாகக் காதலிக்கிறாளா இல்லையா என்பதைத் தெரிந்துகொண்டுதான் சாகவேண்டும் என்கிற ஆசையும் அவனுக்கு இன்னொரு புறம் அடித்துக் கொள்ளும். முதன் முதலாகக் காதல் வயப்படுகிற இளம் உள்ளங்கள் இவ்வாறு தவிப்பது இயற்கையே ஆகும்.

வீரசேகரனுக்குத்தான் சிவகாமி என்றொருத்தி நாயகியாக இருக்கிறாளே என்றாலும், சிவகாமியிடம் அவன் உயிருக்குயிரான காதலைக் கண்டவனல்ல! அனாதையான வீரசேகரனை ஆதரித்து வளர்த்தவள் சிவகாமி. அவனுடைய உயர்விற்காக அவள் எவ்வளவோ பாடுபட்டாள் என்பதையும் மறுக்க முடியாது. ஆனால் கொழு கொழுவென நன்கு வளர்த்த ஆட்டைத் தன் நாவின் சுவைக்காகப் பலி கொள்வது போல் வீரசேகரனைச் சிவகாமி தன் புருஷனாக்கிக் கொண்டு விட்டாள். அந்தத் தாம்பீக பந்தத்தில் வீரசேகரனுக்கு அருவருப்பும் விரக்தியுந்தான் வளர்ந்து வந்ததே தவிர காதலின் சுவடே அதில் காணப்படவில்லை! அவனுடைய இதயத்திலே யௌவனம் புஷ்பித்த நாள் முதலாக எவளாவது ஒருத்தியை உயிருக்குயிராகக் காதலித்து அவளுக்காகவே வாழ வேண்டுமெனக் கனவு கண்டு வந்தவன் ஊர்மிளாவைக் கண்டதுமே அவன் காதல் கொண்டு விட்டான். அந்தக் காதலில் ஜன்மாந்திர வாசனை இருப்பதாகவும் கருதினான். அதுவே அவனுடைய முதற் காதலும் முடிவான காதலும் ஆகும்.

ஊர்மிளா காத்தவராயனுக்குக் கட்டுபட்டவள் என்பதை அறிந்தபோது வீரசேகரனின் நெஞ்சு புலம்பியது! விதியை எதிர்க்க முடியாமல் திணறியது! அதை முன்னிட்டுத்தான் பெண்மையின் கண்யம்மிக்க ஊர்மிளா தன் உணர்ச்சிகளை வெளிக்காட்டாமல் மறைத்துக்கொள்ள முயல்கிறாள் என்று அவன் நினைத்துத் தன் உணர்ச்சிகளையும் கட்டுப்படுத்திக் கொள்ள முயன்று வந்தான். அவ்வாறு தன்னை அடக்கிக் கொள்ளும் வேதனையில் ஒருவித உன்னதச் சுவை இருப்பதாகவும் எண்ணினான்.

இந்த நிலையில் சுந்தர ஜோசியருக்கும் ஊர்மிளாவிற்கு மிடையில் இருந்துவரும் பந்தம் எந்தவிதமானது என்கிற வியவகாரந்தான் வீரசேகரனுக்குப் பெரும் வேதனையைத் தந்தது. அன்றைய தினம் தன் கண் முன்பாகவே ஜோசியரை ஊர்மிளா அன்புடன் பார்த்ததும் அவருடைய ஸ்பரிசத்தைச் சகஜமாக நினைக்குமளவிற்கு அவள் நெருங்கிப் பழகுவதும் காத்தவராயன் முன்னிலையில் கூடச் சிறிதும் கூசாமல் அவர் தொட்டுப் பழகும் அளவிற்கு அவள் இடமளித்து வருவதும் வீரசேகரனின் மனக் கண்முன் சதா வந்து நின்று சித்திரவதை செய்தன. அவனுடைய யௌவன உள்ளம் பொறாமைத் தீயால் வெந்து கொண்டேயிருந்தது...

ஆனால் சுந்தர ஜோசியரைத்தான் ஊர்மிளா உண்மையாக நேசிக்கிறாள் என்றால் அவளுடைய வீட்டிற்கு வீரசேகரன் வரும் போதெல்லாம் அவள் அலாதியான ஆனந்தமடைவது ஏன்? அவனுடைய ஆசைப் பார்வைகளையும், காதல் ததும்பும் மழலை மொழிகளையும் அவள் கண்ணீருடன் வரவேற்பது ஏன்.... அவனைக் கண்டதுமே கட்டுமீறியெழும் உவகை உணர்ச்சிகளையெல்லாம் அடக்கிக் கொள்ள அவள் அரும்பாடுபடுவது ஏன்?.... பெண்மையின் பண்புகள் நிறைந்த ஒருத்தி இரு ஆடவரைக் காதலிப்பாளா? காதலிக்க முடியுமா?...

இவ்விதம் பலவாறாகவும் எண்ணமிட்டுக் கொண்டிருந்த வீரசேகரன், கீழே கிடந்த ஒரு மகிழம் பூவை எடுத்து அதன் இதழ்களைப் பிய்த்துக் கசக்கிய வண்ணம் எதிரே கவிந்திருக்கும் முன்னிருளை ஊடுருவிப் பார்த்தான்.

எதிரே அவனை நோக்கித் தெருவின் பக்கம் படை வீரர்கள் பைசாசத் திட்டுகள் போல் இருளில் மெல்ல அணி வகுத்து வரும் மெல்லிய ஓசைகள் கேட்டன!

ஒரு கையில் புலிக்கொடியும் இன்னொரு கையில் உருவிய வாளும் ஏந்திய வண்ணம் ஜனநாதன்தான் படை அணிவகுப்பை நடத்திக் கொண்டு குதிரைமீது வந்தான்.

''ஜனநாதா! நீயா?'' என்று வீரசேகரன் கூவிக் கொண்டே ஜனநாதனை! நோக்கி ஓடி வந்தான்.

''ஆமாம்! முயல் பிடிக்க வந்தேன்! அதற்கு முன்னால் என் படையிலுள்ள புலிகளுக்குத் தண்ணீர் காட்டவும் தோப்பிற்கு வந்தேன்!'' என்று வழக்கம் போல் விஷமப் புன்னகையுடன் சொன்ன ஜனநாதன் தன் படை வீரர்களை நோக்கி, ''இங்கே சற்று இளைப்பாருங்கள்! ஆனால் தூங்கி விடாதீர்கள்! இன்னும் அதிகமாக இருட்டிய பிறகு நம் காரியத்தை சாவகாசமாகக்

கவனிக்கலாம்!'' என்று சொல்லி விட்டுக் குதிரையிலிருந்து இறங்கி வீரசேகரனைத் தனியாக ஒருபுறம் அந்தத் தோப்பிலுள்ள ஒரு பெரிய நந்தி மேடையின் மறைவிற்கு மெல்ல அழைத்துச் சென்றான். அவனை வியப்புடன் நோக்கிய வீரசேகரன், ''இதென்ன ஜனநாதா? வழக்கத்திற்கு விரோதமாக கையில் உருவிய வாளுடனும் விசேஷச் சின்னங்களுடனும் நீயே படைவீரர்களை நடத்திக்கொண்டு வருகிறாய்?'' என்று கேட்டான்.

''இன்றிரவு நான் விசேஷமாக அனுப்பப்பட்ட கடமை வீரன் என்பதை நிலைநாட்டப் போகிறேன்! அதற்கு இந்த விசேஷத் தோரணைகளெல்லாம் தேவைதான்!'' என்று சிரித்த ஜனநாதன் விஷமமாக வீரசேகரனை உற்று நோக்கி விட்டு, ''தம்பி! உன்னை வீட்டிலும் பாசறையிலும் தேடினேன். விசேஷ அதிகாரிகள்கூட உன்னைத் தேடியிருக்கலாம்! ஆள் அகப்படவில்லை! ஆனால் நீ எங்கு போயிருப்பாய் என்பதை நான் வழக்கம் போல ஓரளவு யூகித்துக் கொண்டேன்! வருகிற வழியில் நீ இந்த மகிழ மரத்தோப்பிற்கு வந்ததாக என் ஒற்றாள்கள் மூலம் கேள்விப்பட்டேன்! இந்த நேரத்தில் உனக்கு இங்கே என்ன வேலை என்பதை ஆராய்வது ஒற்றுப் படைத்தலைவன் என்கிற முறையில் என் கடமையாகும்!'' என்றான்.

''ஜனநாதா! எனக்கு வாழ்வே வெறுத்து விட்டது!'' என்று வீரசேகரன் விரக்தியுடன் துயரக் குரலில் சொன்னான்.

''நீ ஒரு முட்டாள்! உணர்ச்சியாளர்களே எப்போதும் முட்டாள்கள்தான்! அற்ப விஷயங்களுக்கெல்லாம் சாகத் துணிந்து விடுவார்கள்!'' என்று சிரித்த ஜனநாதன் ஒரு கணம் வீரசேகரனைப் பரிதாபமாக நோக்கி விட்டு, ''தம்பி! இப்போது நான் சொல்லப்போகும் விஷயத்தைக் கேட்டால் நீ எப்படித் தாங்கிக் கொள்ளப் போகிறாயோ?'' என்று பெருமூச்சு விட்டான்.

''என்ன விஷயம்?'' என்று வீரசேகரன் சுவாரஸ்யம் இல்லாமல் கேட்டான்.

''தம்பி! உன்னை அரசியல் துறையிலிருந்து எப்படியாவது விலக்கிவிடப் பலர் அரும்பாடு பட்டு வருகிறார்கள் என்பது உனக்குத் தெரியுமல்லவா?'' என்று விஷமமாக ஆரம்பித்தான் ஜனநாதன்.

''அதில் என் அருமை நண்பனும் ஒருவனென நினைக்கும் போதுதான் எனக்கு வருத்தமுண்டாகிறது!'' என்றான் வெடுக்கென வீரசேகரன்.

''உன்னை அரசியலிலிருந்து அப்புறப்படுத்தும் விஷயத்தில் உன் நண்பர்களும் விரோதிகளும் ஒரே மாதிரியான நோக்கமுள்ளவர்களாயிருக்கிறார்கள்! என்னைப் பொறுத்தவரை

நீ அரசியலை விட்டு விலகி விடுவதுதான் உனக்கும் நல்லது, அரசியலுக்கும் நல்லது எனப் பலமுறை நான் வற்புறுத்தி வந்தேன். ஏனெனில் நேர்மை உணர்ச்சி படைத்த இளைஞர்களுக்கு அரசியலில் நல்ல இடம் இல்லை! அறிவு முதிர்ந்த சுயநலமி களுக்கும் துரோகிகளுக்குந்தான் அரசியலில் சௌகரியமான இடம் கிடைக்கும்!'' என்றான் ஜனநாதன்.

''இதெல்லாம் பழைய விஷயங்கள்தான்! புதிய விஷயம் என்ன?'' என்று சலிப்புடன் வீரசேகரன் கேட்டான்.

''அரசியலில் சந்தேகத்திற்கு ஆளாகும் பேர்வழி செத்தவனுக்குச் சமானமாவான் தம்பி, உன்மீது சந்தேகம் நாளொரு மேனியும் பொழுதொரு வண்ணமுமாக வலுத்துவிட்டது! சோழர்களின் பரம வைரியான வீரபாண்டியனோடும் சதிகாரர்களோடும் அறிந்தோ அறியாமலோ நீ தொடர்புள்ளவன் என்று நம் அதிகாரிகள் வலுக்கட்டாயமாக நம்புகிறார்கள்! செவிடரைப்போல் நடிக்கக்கூடிய நம் சக்கரவர்த்திகளின் காதுவரைகூட இது எட்டியிருக்கிறதாம்! தம்பி! கூடியவிரைவில் நம் ராஜதந்திரிகள் மந்திராலோசனை சபை கூடி உன்னை விசாரித்து உன் பதவியையும் அந்தஸ்தையும் குறைத்து அவமானப்படுத்தினால்கூட ஆச்சாயப் படுவதற்கு ஒன்றுமில்லை! அப்போது நீ மானமுள்ள வீரனாயிருந்தால் அந்தச் சபையிலே நாக்கைப் பிடுங்கிக் கொண்டு செத்துப்போவாய்!'' என்றான் ஜனநாதன்.

''இதெல்லாம் அந்த முத்தரையன் நாக்கில் நரம்பில்லாமல் கிளப்பிவிட்ட வதந்தி'' என்று வீரசேகரன் சீறினான்.

''தம்பி! இப்போது முத்தரையன் உன்மீது குற்றம் சாட்டி மேலிடத்தாருக்கு அனுப்பியிருப்பதைப் படித்துப் பார்த்தால் அடுத்த கணமே உன்மீது விசாரணை நடத்தத் தூண்டும்! நீ துரோகிதான் என்பதை ஆணித்தரமாக அவன் அலசி ஆராய்ந்திருக்கிறானாம்! அவை ஆதார பூர்வமாக நிரூபிக்கப்படுமேயானால் நீ யாராக இருந்தாலும் நீ செய்த சேவைகளையெல்லாம் வெகு சுலபமாக மறந்து விட்டு நம் ராஜதந்திரிகள் சிறிதும் தயவு தாட்சண்யமின்றி உனக்கு நிச்சயம் மரண தண்டனை விதித்துவிடுவார்கள்! உன் மனச்சாட்சியின்படி நீ நல்லவனா கெட்டவனா என்பதை ஆராய வேண்டிய தர்ம உணர்ச்சி எதுவும் நம் நீதி சபைகளுக்குக் கிடையாது. விசாரணையின் முடிவில் கிரமப்படி உன் தலைக்குச் செய்யவேண்டிய விதியை நிறைவேற்றி விடவேண்டிய நிர்பந்தம் நம் நீதி சபைக்கு ஏற்படும்! துரோகிகளின் விஷயத்தில் மன்னர் மன்னிப்பாரென எதிர்பார்ப்பதும் சம்பிரதாய விரோதமாகும்!'' என்றான் ஜனநாதன்.

''உண்மையான ராஜ விசுவாசத்திற்கும் தேசாபிமானத் திற்கும் இதுதான் பரிசா?'' என்று புலம்பினான் வீரசேகரன்.

‘‘தம்பி! விசுவாசமோ அபிமானமோ எதன் மீதும் ஓரளவு தான் இருக்க வேண்டும்! அவை மூட பக்தியாக மாறும் அளவிற்கு அவற்றிற்கு லட்சிய உருவம் கொடுத்தால், நன்மையை விடத் துன்பமும் சோதனைகளுந்தான் அதிகமாகப் பெருகும்! தேவைப்பட்டால் தேசத்தை மண் என்றும், வாழ்வை மாயை என்றும், பந்தபாசங்களை வெறும் கை விலங்குகள் என்றும் எண்ணும்படியான அளவு மனோ பக்குவம் பெறவேண்டும்! இதுபோன்ற ஒரு போதனைதான் பூர்வத்தில் நம் தத்துவ ஞானிகள் ஆராய்ந்த அனுபவ சித்தாந்தங்கள்! இந்த ஞான மார்க்கத்தை நம் நடைமுறைக்குக் கொண்டு வந்துதான் நம் கரும காண்டங்களை நடத்திச் செல்லவேண்டும்! அப்படிப்பட்டவனுக்குத்தான் எப்போதும் வெற்றியும் காரிய சித்தியும் கிடைக்கும்!’’

‘‘இப்படிப்பட்ட உபதேசங்கள் எனக்குத் தேவையில்லை!’’ என்று வெடுக்கெனக் கூறிய வீரசேகரன் நன்றாக நிமிர்ந்து நோக்கிய வண்ணம், ‘‘ஜனநாதா! இந்த நேரத்தில் என்னைத் தேடிக்கொண்டு படை வீரர்களோடு இந்தத் தோப்பிற்கு ஏன் வந்தாய்? என்னை விசாரணைக்காகச் சிறைப்பிடித்துச் செல்லவா?’’ என்று கேட்டான்.

‘‘தம்பி! அப்படிப்பட்ட சந்தர்ப்பம் எனக்குக் கிடைக்குமேயானால், கடமை தவறாமல் நண்பனையும் சிறை பிடித்து வந்த காம வீரன் என்று என்னைச் சோழ பரம்பரை முழுதும் வாழ்த்தும்; என் பரம்பரைக்கும் அரசியல் அந்தஸ்து உயர்ந்து விடும்! இதற்கு முன்னால் நான் ஏதாவது மறைமுகமாக ராஜத் துரோகச் சதிகள் செய்திருந்தால் அதைப் பற்றிக் குசு குசுவெனப் பேசக்கூட என் சகாக்களுக்கு நாக்கில் நரம்பு இராது!’’ என்று சிரித்தான் ஜனநாதன்.

‘‘அப்படியானால் கடமைப்படி நீயே என்னைக் கொன்றுவிடு! எனக்கு வீட்டிலும் நிம்மதியில்லை; அரசியலிலும் நிம்மதியில்லை; எந்தப் பக்கம் திரும்பினாலும் துன்பம்! இனி சாவு ஒன்றுதான் எனக்கு இனிக்கும்!’’ என்றான் வீரசேகரன் அழாத குரலில்.

‘‘இல்லை தம்பி! நண்பனைவிடக் காதலியால் ஏற்படும் சாவுதான் ஒரு வாலிபனின் ஆத்மாவிற்கு இனிக்கும்! வான் புகழ் படைத்த ஒருவனுடைய வீழ்ச்சிக்கு மூலகாரணம் பெண்ணாசை அல்லது மண்ணாசை இரண்டிலொன்றைத் தவிர வேறு என்னவாக இருக்க முடியும்?’’ என்று கூறிய ஜனநாதன் வெடுக்கென வீரசேகரனின் முகத்தை நிமிர்த்தி, அந்த முகத்தின் வசீகரமான விழிகளில் திரண்ட கண்ணீரைத் துடைத்து விட்டு, ‘‘வீரசேகரா! உன் மீதுள்ள சந்தேகத்தை நிவர்த்தித்துக் கொள்ள உனக்கு ஓர் அருமையான சந்தர்ப்பம் கொடுக்கப் போகிறேன்! இன்றிரவு

வீரபாண்டியனை எப்படியும் சிறைப்பிடித்து விடலாம்! அவன் இந்தக் கம்மியர் சேரியிலுள்ள ஒரு வீட்டில்தான் தலைமறைவாகப் பதுங்கியிருக்கிறான்! வா போகலாம்!'' என்றான்.

வீரசேகரனுக்குத் தூக்கிவாரிப் போட்டது. அவனுடைய வீரக்கரங்கள் துள்ளினாலும் அவனுடைய நெஞ்சு அவனைப் பிடித்து நிறுத்தியது. கம்மியர் சேரியைச் சோதனை போடுவதென்றால் அந்த வட்டாரத்திலுள்ள ஊர்மிளாவின் வீட்டிற்குள்ளும் படை வீரர்களோடு புக நேரிடலாம். அப்போது அங்கு வீரர்கள் செய்யும் அட்டகாசங்களையெல்லாம் ஊர்மிளாவோ அவனோ கண்கொண்டு சகிக்க முடியாது! ஒருவரையொருவர் பார்த்து மனம் குமுற நேரிடும். தன் கண்களும் கண்ணீருங்கூட ஏதாவது காட்டிக் கொடுத்து விடலாம்.

அந்தச் சமயம் ஒருவேளை சுந்தர ஜோஸியரும் அங்கு இருப்பாரேயானால், அவர்தான் முன்பு அசோகவனக் கோட்டையிலிருந்து ஓடிப்போன சுந்தர வாத்தியார் என்பதை யாராவது கண்டு பிடித்து விட்டால் ஜோஸியர் அகப்பட்டுக் கொள்வார், அதை அவனுடைய பொறாமையுணர்ச்சி விரும்பினாலும், அவன்தான் காட்டிக் கொடுத்து விட்டதாக ஊர்மிளா நினைத்து விடுவாளே?.....

''நான் வர மாட்டேன், ஜனநாதா! வீரபாண்டியனைச் சிறைப்பிடிக்கும் பெருமையை நீயே அடைந்து கொள்! இந்தக் கம்மியர் சேரியிலுள்ள எந்த வீட்டையும் சோதனையிட நான் வர முடியாது!'' என்றான் வீரசேகரன் உறுதியான குரலில்.

''உன்னையும் அழைத்துப் போவதாக நம் காவற்படை அதிகாரி ஏகவாசகரிடம் நிச்சயமாகச் சொல்லிவிட்டு வந்தேனே!'' என்றான் ஜனநாதன்.

''என்னைத் தேடிப் பார்த்ததாகவும், சந்திக்க முடிய வில்லையென்றும் சொல்லிவிடு!'' என்றான் வீரசேகரன்.

''இத்தனை படை வீரர்களையும் நான் அனாவசியமாகப் பொய் சொல்ல வைப்பதில்லை!''

''நீ என்னைக் கூப்பிட்டதாகவும், எனக்கு இஷ்டம் இல்லாததால் நான் உன்னோடு வர மறுத்து விட்டதாகவும் சொல்லி விடு!''

''அப்படிச் சொன்னால், நீ எதற்கும் துணிந்து விட்ட பிடிவாதமான சதிகாரன் என்று சந்தேகம் புது உருவெடுத்து விடும்!''

''என் மனச்சாட்சியின்படி நான் சுத்தமானவன், என் மனச்சாட்சியை மதிக்காதவர்களை நானும் மதிக்க வேண்டியதில்லை''

"தம்பி! வீரபாண்டியன் பதுங்கியுள்ள இந்தக் கம்மியர் சேரி வட்டாரத்தில் நீ அனாவசியமாக அடிக்கடி சஞ்சரிப்பவன்! என்று முத்தரையன் மேலிடத்தில் கோள் சொல்லியிருக்கிறான். இப்போது நீ என்னோடு வர மறுப்பது அனாவசியமாக முத்தரையனை அரிச்சந்திர பூபதியாக்கி விடும்!" என்றான் ஜனநாதன் விஷமப் புன்னகையுடன்.

வீரசேகரன் ஆத்திரத்தோடு பற்களை நறநறவெனக் கடித்தான்

"தம்பி! வீரபாண்டியனோடு நேருக்கு நேர் நின்று வாட்போர் புரிய வேண்டுமென இத்தனை காலமும் நீ வீரம் பேசி வந்தாய்! இப்போது வெகு சுலபமாக வீரபாண்டியனைச் சிறைப் பிடிக்கும் அருமையான சந்தர்ப்பத்தை நீ பிடிவாதமாக மறுப்பதற்குக் காரணம் என்ன?"

வீரசேகரனோ பதில் சொல்லாமல் மௌனம் சாதித்தான்.

"தம்பி! கூத்தாடி வேஷத்தில் வீரபாண்டியன் இன்று அதிகாலையில் ஜனங்களின் தாக்குதல்களிலிருந்து உன் உயிரைக் காப்பாற்றினான்! அதற்குப் பிரதியாக அவனைச் சிறைப்பிடித்து, அவன் உயிரை அபாயத்தில் மாட்டி வைத்து அதற்குப் பரிசும் பெருமையும் அடைவது மிகவும் கீழ்த்தரமானதெனக் கருதுகிறாயா?" இந்த நானிலத்தில் நாம் படும் கடன்களிலெல்லாம் பெரிது நன்றிக் கடன் என நம்புகிறாயா? நன்றி மறப்பது நன்றன்று என்கிற மூதுரையை நடைமுறைக்குக் கொண்டு வர முயல்கிறாயா? நன்றி செலுத்துவது மனித தர்மமென்றும் தேச தர்மத்தைவிட மனித தர்மம் உயர்ந்தது என்றும் எண்ணுகிறாயா? நன்றி கொன்ற பாவம் கீழ் ஏழு நரகத்திலும் தள்ளும் எனக் கலங்குகிறாயா? என்று ஜனநாதன் நன்றி என்கிற பதத்தை அனாவசியமாக அடிக்கடி அழுத்திச் சொன்னான்.

"வீரபாண்டியனிடம் நன்றி பாராட்ட வேண்டியதில்லை! அவன் என் தேசத்தின் எதிரி!" என்று சீறினான் வீரசேகரன்.

"தம்பி! போர்க்களத்தில்தான் வீரபாண்டியன் உன் எதிரி! மற்றப்படி அவன் சாதாரண மனிதன்தான்!"

"அவன் நம் சோழ ஏகாதிபத்தியத்தை எதிர்க்கும் கலகக்காரன். அவனை எதிர்த்துக் கொன்றொழிப்பது வீர தர்மத்தைச் சேர்ந்ததுதான்!" என்றான் வீரசேகரன்.

"தம்பி! அவனுக்கு அறை கூவல் கொடுத்து யுத்த பூமியில் வீர சங்கநாதம் செய்து கொண்டே போரிட்டு அவனைக் கொல்வது வீர தர்மத்தை சேர்ந்ததுதான். ஆனால் நம்மிடம் புறமுதுகிட்டோடி சுண்டெலி போல் ஒரு வீட்டின் பொந்தில் பதுங்கியிருப்பவனை வேட்டையாடிக் கொல்வது எந்த வீர தர்மத்தைச் சேர்ந்தது

என்பதற்கு நீதான் புதிதாக ஒரு யுத்த சாஸ்திரம் எழுதவேண்டும்! புறமுதுகு காட்டி ஓடுபவர் முதுகிலே வேல் எறியாத வீர பரம்பரை என்கிற தமிழரின் தனிப் பண்பையும் நீ தூக்கி எறிந்துவிட வேண்டும்!'' என்று ஏளனம் செய்தான் ஜனநாதன்.

''அந்த வீரபாண்டியனோ பதுங்கியிருந்து வேலை செய்யும் நரி போன்ற சதிகாரன்!'' என்றான் வீரசேகரன்.

''தம்பி! அவனுடைய தலைநகரான மதுரையை நம்மிடமிருந்து அவன் மீட்கச் சதி செய்தாலோ, நம் சோழ குலத்தைப் பூண்டோடு ஒழிக்க அவன் ரசகியமாகப் படை திரட்டினாலோ அந்தச் சதிகார நரியை நாம் வலியே தேடிப் போய் நம் வலையில் சிக்க வைப்பது சரியான தர்மந்தான்! ஆனால் அவனுக்குச் சொந்தக் கவலைதான் அதிகமாயிருக்கிறதே தவிர, அரசியல் கவலை இருப்பதாகத் தெரியவில்லை, நாம் இங்கு ஸ்தாபித்திருக்கும் பொம்மை அரசாங்கத்தைக் கவிழ்க்க அவன் எவ்விதமான சதித்திட்டங்களில் ஈடுபட்டிருப்பதாகவும் தெரியவில்லை!''

''தேவியைச் சிறைமீட்க அவன் சதா சதி செய்கிறான். அந்தச் சதிகாரன் விஷயத்தில் நாம் பாவ புண்ணியம் பார்க்க வேண்டியதில்லை!''

''தம்பி அவனுடைய மனைவியை தந்திரமாகத் தூக்கிவந்து கர்ப்பவதியான நிலையிலும் அவளை விடாப்பிடியாகச் சிறை வைத்திருக்கும் புண்ணிய மூர்த்திகள் நாம்! இப்போது நம்மிடமிருந்து தன் மனைவியைச் சிறை மீட்க முயலும் வீரபாண்டியனை வேட்டையாடிப் பிடித்துக் கொல்வது மகா புண்ணியம் என்றுதான் இராவணதாஸர்களாகிய நாம் கூறுவோம்! தர்ம பத்தினியைச் சிறை மீட்பதுதான் மனித தர்மம் என்று காட்டிய ஸ்ரீராமச்சந்திர மூர்த்தியையும் சதிகாரர் என்று சொல்லவும் நாம் தயங்க மாட்டோம்! தம்பி! ராமாயணத்தைத் தலைகீழாக மாற்றும் இந்த ராவணாயணத்திற்குப் புதிதாக ஒரு மகா இதிகாசந்தான் எழுதவேண்டும். அதற்கு நம் கம்பநாட்டாழ்வார் பொருத்தமல்ல வீரசேகர ஆழ்வாராகிய நீதான் பொருத்தமானவன்!''

சிந்தனையில் ஆழ்ந்த வீரசேகரன், ''இது தர்ம சங்கடமான விஷயந்தான்!'' என்றான்.

''தம்பி! பதுங்கியிருக்கும் வீரபாண்டியனை வேட்டையாடிக் கொன்றால் நன்றி விசுவாசத்திற்கும் மனித தர்மத்திற்கும் விரோதமாகும். அவனைச் சிறைப் பிடிக்க மறுத்தாலோ உன் ராஜ விசுவாசத்திற்கும் தேச தர்மத்திற்கும் விரோதமாகும்! மனசாட்சியுள்ளவர்களுக்கு இது மிகவும் தர்மசங்கடமான விஷயந்தான்! ஆனால் மனச்சாட்சி என்பதே இல்லாத

அறிவாளிகளுக்கு இது வெகு சுலபமான விஷயம்! உன் ஸ்தானத்தில் நானாக இருந்தால்...''

''நீயாக இருந்தால்?''

''மனச்சாட்சியைப் போட்டுக் குழப்பிக் கொள்ளமாட்டேன்! சந்தர்ப்பத்திற்கும் சமயோசிதப் புத்திக்கும் எது சௌகரியப்படு கிறதோ, அதைச் சிறிதும் கூசாமல் செய்து விடுவேன்! அதாவது கூடியவரையில் இரு சாராருக்கும் நல்ல பிள்ளைபோல் திருப்தி ஏற்படும்படித் தந்திரமாக நடந்து கொள்வேன்! அதை இருதரப்பினரும் சந்தேகிக்காதபடியும் கவனித்துக் கொள்வேன்!''

''அப்படியென்றால்...?''

''தம்பி வீரபாண்டியனை உயிரோடோ பிணமாகவோ சிறைப் பிடித்தால் ஏராளமான கிராமங்களும் இருபதினாயிரம் பொன்னும் பரிசு கிடைக்குமென நம் காவற்படை அதிகாரியான ஏகவாசகர் எல்லோருக்கும் ஒரே வாசகமாக ஆசை காட்டினார்! ஆனால் அதைவிட அதிகமான பரிசோ ஊதியமோ நன்மையோ திருப்தியோ கிடைக்குமென்றால், வீரபாண்டியன் என் கண் முன்பாகத் தப்பிச் செல்வதைத் தடுக்கவும் மாட்டேன்!''

''அந்தத் துரோகச் செயல் அம்பலமாகிவிட்டால்?''

''இலங்கைக்கோ கடாரத்திற்கோ வெகு சுலபமாகத் தலை மறைந்து விடலாம்! கூடவே ஒரு காதலியையும் கூட்டிக் கொண்டு ஓடினால் அங்கே ஆயுள் முழுவதும் ஆனந்தமாகவும் வாழலாம்!''

''அதற்காக நீ துரோகியாகத் துணிவாயா?''

''இல்லை, தம்பி; துரோகத்திற்குக் கூடப் பாராட்டும் பரிசும் எதிர்பார்ப்பவன் நான்! உதாரணமாக ஒன்று சொல்கிறேன் கேள்! வீரபாண்டியனைச் சிறைபடுத்தி வருவதாக வீராவேசப் பேச்சுக்களைப் பொழிந்து தள்ளிவிட்டு வந்து பாண்டியன் பதுங்கியிருக்கும் வீட்டை வெகு உக்கிரமாக முற்றுகை இடுவேன். ஆனால் பாண்டியன் யாருக்கும் தெரியாமல் தப்பிச் செல்வதை நான் கவனிக்காதவன் போல் நடித்து விடுவேன்! ஆனால் இப்போது அப்படித்தான் செய்யப்போகிறேன் என்று நீ எதிர்பார்க்க வேண்டாம்! ஏனெனில் வீரபாண்டியனை வெட்டினால்தான் எனக்கு நிறைய ஊதியம் கிடைக்குமே தவிர, அவன் தப்பிச் செல்ல அனுமதிப்பதற்கு என்ன பிரதியுபகாரம் கிடைக்குமென இதுவரை நான் எதிரிகளிடம் பேரம் நடத்தியதில்லை! வேண்டுமானால் உனக்கு அந்தச் சந்தர்ப்பத்தைத் தருகிறேன்!'' என்று கூறிய ஜனநாதன், கூர்மையாக வீரசேகரனின் முகத்தை நோக்கி, ''தம்பி! இந்தத் தர்மசங்கடமான நிலையில் நீயாக இருந்தால் என்ன செய்வாய்?'' என்று கேட்டான்.

‘‘என்ன செய்வேனா? வீரபாண்டியன் கையில் என்னுடைய வீரவாளை விட பலமான ஓர் ஆயுதத்தைக் கொடுத்து என்னோடு போரிடு என்பேன்! இரண்டு பேரில் ஒருவர் அந்த இடத்திலேயே வீரமரணமடைந்து விடவேண்டுமெனச் சொல்வேன்!’’ என்றான் வீரசேகரன் தீர்மானமான குரலில்.

‘‘ஓ! நான் வேறு மாதிரியாக எதிர்பார்த்தேன்! அதாவது வீர வைஷ்ணவனான நீ உன் வீர புருஷரான ஸ்ரீராமபிரானாகப்பட்டவர் சிறந்த சிவபக்தனான இராவணஸ்வரனிடம் நடந்து கொண்டது போல கண்ணியமாக நடந்து கொள்வாய் என்று எதிர்பார்த்தேன்!’’

‘‘ஸ்ரீராமபிரான் எப்படி கண்ணியமாக நடந்து கொண்டார்?’’

‘‘யுத்த களத்தில் சகலத்தையும் இழந்து தனியொருவனாகத் தோற்று நிற்கும் இராவணனை நோக்கி, ‘‘இன்றுபோய் நாளை வா’’ என்றார் ஸ்ரீராமபிரான். அதுபோல் நீயும் வீரபாண்டியனை நோக்கி, ‘‘இன்று தப்பிப்போய் நாளை யுத்த சன்னத்தனாய் வா!’’ எனச் சொல்வாயோவென்று எதிர்பார்த்தேன்! ஆனால் இராம அவதாரத்தின் கண்ணியத்தைச் சாதாரண மனிதப் பிறவிகளிடம் நான் எதிர்பார்த்திருக்கக் கூடாது!’’ என்று ஜனநாதன் ஏளனமாய்ச் சிரித்தான்.

‘‘ஜனநாதா என் மனதைக் குழப்பாதே! என் தீர்மானப்படியே தான் நடப்பேன்!’’

‘‘சரி, நட! வா, வீரபாண்டியன் பதுங்கியிருக்கும் வீட்டை வேட்டையாடலாம்!’’

‘‘கம்மியர் சேரிக்கா? நான் வரமுடியாது!’’ என்று தலையாட்டினான் வீரசேகரன்.

‘‘தம்பி, மறுக்காதே! உன்மீது முத்தரையன் சுமத்திய குற்றச்சாட்டு உண்மையாகி உனக்கு மரணக்குழி பறித்து விடும்!’’

‘‘முத்தரையன் புதிதாக என்மீது என்ன குற்றம் சாட்டினான்?’’

‘‘வீரபாண்டியன் தலை மறைந்திருக்கும் இந்தக் கம்மியர் சேரியில் உன் தலை அடிக்கடி தட்டுப்படுகிறதாம்! இந்த வட்டாரத்தில் சந்தேகிக்கும்படியான முறையில் உனக்கு ஏதோ இரகசியமான தொடர்பு இருக்குமாம். இப்போது உனக்கு வெகு பரிச்சயமான இந்தக் கம்மியர் சேரியில் என்னோடு நீ சோதனையிட வர மறுத்தால், அது விபரீத அர்த்தத்தைக் கொடுத்து, உன்னை நாசமாக்கிவிடும்! அதன் பிறகு நீ எங்காவது இலங்கைக்கோ சாலவாகத் தீவிற்கோ தலை மறைந்து ஓட நேரிடும்!’’ என்று எச்சரித்தான் ஜனநாதன்.

''இந்தக் கம்மியர் சேரியில்தான் வீரபாண்டியன் ஒளிந்து கொண்டிருப்பான் என்பது என்ன நிச்சயம்? இராஜ போகமாய் வாழ்ந்த அந்தச் சக்கரவர்த்திகள் இந்த விசாலமான மதுரையில் எத்தனையோ கட்சிக்காரர்களின் மாளிகையை விட்டுவிட்டுக் கேவலம் பொந்துக்கள் போல் வீடுகளுள்ள இந்தக் கம்மியர்சேரியில் தான் தலை பதுங்கியிருப்பாரா?'' என்று ஆத்திரத்துடன் கேட்டான் வீரசேகரன்.

''தம்பி! தேவி சிறை வைக்கப்பட்டிருக்கும் அசோகவனக் கோட்டையை அடுத்துள்ள நம் காவலர் விடுதியின் உக்கிராண அறையில் ஒரு சுரங்கமிருப்பதை நம் முத்தரையன் இன்று காலையில் கண்டுபிடித்தானல்லவா? கன்னியம்மன் பூஜைக்காகத் தேவி அந்த அறைக்குள் நுழைந்தபோது, சுரங்கத் துவாரத்தில் வீரபாண்டியனின் தலை எட்டிப் பார்த்து மறைந்ததல்லவா?'' என்று கூறிய ஜனநாதன், அந்தச் சுரங்க வழியில் முத்தரையன் ஆராய்ந்த சுவாரசியமான வரலாற்றைச் சுருக்கமாகச் சொல்லலானான். அந்தச் சுரங்க வழியில் முத்தரையன் ஆட்கள் சிறிது தூரம் சென்றதும் பல கிளை வழிகள் பிரிந்ததையும், வீரபாண்டியனின் மறைவிடத்திற்குரிய கிளை வழியோ கற்குவியல்களால் மூடி மறைக்கப்பட்டிருந்ததையும், அக்கற்களை யெல்லாம் அப்புறப்படுத்திவிட்டுச் சுரங்கத்தினுள் செல்லும் போது முத்தரையனுக்கு எதிரே இராஜ வீதியின் சாக்கடைத் தீர்த்தம் வெள்ளமாய் திரண்டு வந்ததையும், அந்தத் தீர்த்தத்தின் மூலஸ்தானத்தைக் கண்டுபிடித்து அடைத்து விட்டு முத்தரையனின் ஆட்கள் மீண்டும் சுரங்க வழியில் சென்றபோது அது ஒரு கட்டிடத்தில் முடிவடைந்ததையும் ஜனநாதன் விளக்கினான்.

''தம்பி! அந்தச் சுரங்க வழி அந்தக் கம்மியர் சேரியிலுள்ள ஒரு கட்டிடத்தில்தான் முடிவடைகிறது! அங்குதான் வீரபாண்டியன் முடிவும் இருக்கிறது!'' என்றான் ஜனநாதன்.

''அந்தக் கட்டிடத்தில் குடியிருப்பவர்களை அப்போதே சிறைப்பிடித்திருக்கலாமே? என்று வெடுக்கெனக் கேட்டான்'' வீரசேகரன்.

''அந்தக் கட்டிடத்தில் பேய்கள்தான் குடியிருக்கின்றன. மனித ஜந்துக்களையே காணோம்! பாழடைந்த அந்தக் கட்டிடம் சமீப காலமாகப் பூட்டப்பட்டுக் கிடக்கிறதாம். அண்டை அயலவர்களை விசாரித்ததில் அதைப்பற்றி விசித்திரமான தகவல்களெல்லாம் சொல்லுகிறார்கள். இருளடைந்த அந்தக் கட்டிடத்திற்குள்ளிருந்து இரவு நேரங்களிலும் பகல் நேரத்திலும் சில குறிப்பிட்ட நாழிகைகளில் விசித்திரமான சப்தங்கள்

வந்தனவாம்! அதாவது தரையை இடிப்பது, பூமியைக் குடைவது, இரும்புச் சாமான்களை உருட்டுவது போன்ற சப்தங்கள், அப்படிச் சொன்ன அண்டை அயலவர்களில் பேய் நம்பிக்கையில்லாத சிலரும் இருந்தார்கள், அவர்களெல்லாம் அந்தக் கட்டிடத்திற்குள் திருடர் வாசம் இருப்பதாக நம்பிப் பேசாமல் இருந்து விட்டார்களாம்.''

''அந்தக் கட்டிடத்திற்கு எவனாவது சொந்தக்காரன் இருப்பானே?''

''அது பல சொந்தக்காரர்களிடம் கைமாறியிருக்கிறது!''

''கடைசியாக அதை விலைக்கு வாங்கியவனின் பெயரும் விலாசமும் ஆவணக்களரியில் காப்பிடப்பட்ட விலையோலையில் பதிவாயிருக்குமே?''

''அதையும் பார்த்து விட்டோம்! அந்தக் கட்டிடத்திற்குக் கடைசி சொந்தக்காரன் ஓர் இலங்கை வாசி! அவன் தற்போது எந்தத் தேசத்திற்கு வனவாசம் செய்யச் சென்றிருக்கிறான் என்பது தெரியவில்லை! ஆனால் அவனுடைய தம்பி என்று சொல்லிக் கொண்டு சில காலத்திற்கு முன்பு ஒருவன் வந்து அங்கே இரும்புத் தொழில் நடத்தினானாம்.

இப்போது அந்த இரும்புக் கிடங்கிற்குப் பக்கத்து வீட்டில் குடியிருப்பவன் அவனாகத்தான் இருக்க வேண்டும் மேலும் பூட்டப்பட்ட அந்தக் கிடங்கிற்கும் பக்கத்து வீட்டிற்கும் ஏதாவது ஒரு ரகசியக் கதவும் இருக்கலாம்!''

''இரும்புக் கிடங்கா?'' என்று திடுக்கிட்டு கேட்ட வீரசேகரன், ''அதன் பக்கத்து வீட்டில் யார் குடியிருக்கிறார்கள்?'' என்று கேட்டான்.

''சில காலத்திற்கு முன்பு அந்த வீட்டில் ஒரு ஜோசியர் குடியிருந்தாராம். பிறகு அவர் திடீரெனத் தலைமறைந்து எங்கோ அஞ்ஞாத வாசம் போய் விட்டாராம்! தற்போது அந்த வீட்டில் ஓர் ஆணும் பெண்ணும் இருக்கிறார்கள்! ஆண் மகா முரடன் பெண மிக அழகானவள்! இப்போது நாம் அந்த வீட்டைத்தான் முற்றுகையிடப் போகிறோம்; அந்த வீட்டிற்குள்தான் வீரபாண்டியன் பதுங்கியிருக்கிறான்!'' என்று விஷமப் புன்னகை செய்தான் ஜனநாதன்.

வீரசேகரனுக்கோ முகம் வியர்த்துக் கொட்டியது உடம்பெல்லாம் வெட வெடவென ஆடியது.

''அந்த வீடு எந்தத் தெருவில் இருக்கிறது?'' என்று பல்லைக் கடித்துக் கொண்டு வீரசேகரன் தயங்கித் தயங்கிக் கேட்டான்.

"நீ அடிக்கடி சஞ்சரிக்கும் தெருவில்தான்!" என்று ஜனநாதன் அந்தத் தெருவின் பெயரைச் சொன்னதுமே வீரசேகரனின் முகம் விகாரமடைந்து விட்டது.

ஊர்மிளா குடியிருக்கும் அந்தத் தெருவில் காத்தவராயனின் இரும்புக் கிடங்கைத் தவிர வேறு தொழிற்சாலைக் கட்டிடம் எதுவும் கிடையாது! வீரசேகரன் சட்டென வேறு புறம் திரும்பி இருளில் தன் முகத்தைக் கைகளுக்குள் புதைத்துக் கொண்டான். எதிர்பாராத அதிர்ச்சி அவனைத் திணறச் செய்து அவனுடைய நெஞ்சிலுள்ள உணர்ச்சிகளையெல்லாம் கசக்கிப் பிழிந்தது.

அவனுக்குப் பளிச்சென்று எல்லாம் தெளிவாக விளங்கத் தொடங்கின! சூதுவாதில்லாத சொர்க்க பூமி என்றும் ஆனந்தமான அன்பு மாளிகை என்றும் நினைத்து அவன் ஆவலுடன் அடிக்கடி போய் வந்தவர்களின் வீடு சதிகாரர்களின் கிடங்கா? அந்த வீட்டில் அவனுக்கு அவர்கள் செய்த உபசாரமெல்லாம் வெறும் வெளி வேஷமா? ஊர்மிளா அவனுக்கு அன்பு காட்டியதெல்லாம் வெறும் நடிப்பா? அவள் சிந்திய ஆசைப் பார்வையெல்லாம், அவள் வடித்த கண்ணீரின் பெருமூச்செல்லாம் வெறும் சாகசந்தானா? அவனைக் காதலிப்பது போல் கடைக்கண்ணால் பார்த்து, ஆசைகாட்டி ஆசைகாட்டி, அவனை அணு அணுவாக ஏங்க வைத்துச் சித்திரவதை செய்ததெல்லாம் அவனைச் சதிக்குக் கைக் கருவியாகப் பயன்படுத்துவதற்குத்தானா? கைப்பொருளை விரும்பும் கணிகைகூட இவ்வளவு கேவலமாக நடந்துகொள்ள மாட்டாளே?

வீரசேகரனுக்கு அழுகையும், ஆத்திரமும் கட்டுமீறி எழுந்தது. அடுத்த கணமே அவன் துள்ளித் தலை நிமிர்ந்தான்.

"ஜனநாதா! எனக்கு அந்த வீட்டைத்தெரியும்! அங்குள்ள ஒவ்வொரு சிறு பொருளையும் தெரியும். நானும் உன்கூட வருகிறேன்! புறப்படு!" என்று வீரசேகரன் துள்ளித் தவ்விக் கூத்தாடியின் குதிரைமீது ஏறி அமர்ந்தான்.

ஜனநாதனும் தன் குதிரைமீது ஏறி அமர்ந்து, "வீரசேகரா! உன் கையில் உன் வீரவாள் இருக்கிறதா?" என்று விஷமப் புன்னகையுடன் கேட்டான்.

"இருக்கிறது! இன்னொரு வீரவாளும் தேவைப்படலாம்!" என்றான் வீரசேகரன்.

"இதோ வீரப் பிரசித்திபெற்ற என் வைடூரிய வாள்! இதை வாங்கிக் கொள்!" என்று ஜனநாதன் தன் உடைவாளைக் கழற்றி வீரசேகரனிடம் கொடுத்தான்.

"உனக்கு?"

''புத்தியுள்ளவன் கத்தியை உபயோகப்படுத்துவதில்லை! நீயும் இன்றிரவாவது புத்தியுள்ளவனாக மாறினால் எவ்வளவோ நல்லது!'' என்று சிரித்தான் ஜனநாதன்.

அதன் பின்னர், இருளில் படைவீரர்கள் ஓசைப்படாமல் பின்தொடர, இருவரும் ஊர்மிளாவின் தெருவை நோக்கிக் குதிரைகளைச் செலுத்தினார்கள்.

அத்தியாயம் 80

வருணனை வழி வேண்டல்!

'பழி எனக்கு ஆகும் என்று
பாதகர் பரவை என்னும்
குழியினைக் கருதிச் செய்த
குமண்டையைக் குறைத்து நீக்கி
வழியினைத் தருதி என்றான்
வருணனை நோக்கி வள்ளல்'

— கம்ப ராமாயணம்

மனக் குதிரை உணர்ச்சி வெள்ளத்தில் விழுந்து தத்தளிக்க வீரசேகரனின் குதிரை ஊர்மிளாவின் வீடுள்ள தெருக்கோடியை அடைந்ததும் சட்டென நின்றது.

அந்தத் தெரு இருளில் சூன்யமாகக் காணப்பட்ட போதிலும் ஆங்காங்கே வீடுகளின் நிழல் சரிவுகளிலும் பிதுக்கங்களிலும் சந்துமுனைகளிலும் சோழிய வீரர்களும் ஒற்றர்களும் பலவிதமான மாறுவேஷங்களில் ஆயுதங்களுடன் தலைமறைவாகப் பதுங்கியிருந்தனர். அந்தத் தெருவில் சம்பந்தப்படும் பல பாதைகளும் சந்துகளும் அந்தக் கம்மியர் சேரியின் வட்டாரம் முழுவதுமே... ஆயுதம் தாங்கிய படை வீரர்கள் தயாராய் நிறுத்தப்பட்டிருந்தனர். அவர்களில் பெரும்பாலோர் ஆடையூர் நாடாள்வாரின் ஆட்களேயாவார்கள்!

ஊர்மிளாவின் வீட்டையும் அதை அடுத்துள்ள இரும்புக் கிடங்கையும் சுற்றிலும் இருளில் பல ஆட்கள் வில்லில் பூட்டிய அம்புகளுடன் தயாராய்ப் பதுங்கி வளைத்துக் கொண்டிருந்தனர். அவர்களெல்லாம் முத்தரையனின் ஆட்கள்!

அந்தத் தெருவின் வழியாக எந்த வீட்டிலிருந்தும் ஒரு சிட்டுக்குருவி கூட வெளியே தப்பிப் பறந்துவிட முடியாது. அப்படிப்பட்ட பலமான காவல் முறை அங்கே இருந்தது.

ஆனால் வீட்டைத் தாக்கி உள்ளே புகும் பொறுப்பு ஜனநாதன் ஒருவனிடமே ஒப்படைக்கப்பட்டிருந்தது. பரிசு பெறும் பாக்கியமுள்ள அந்தப் பொறுப்பை ஜனநாதனிடம் ஒப்படைக்காவிட்டால், மற்ற சக அதிகாரிகளைக் கவிழ்க்க அவன் ஏதாவது சூழ்ச்சி செய்வான் என்று எண்ணி காவற்படை அதிகாரியான ஏகவாசகர் அவ்வாறு திட்டம் செய்திருந்தார்.

வீரசேகரனும் ஜனநாதனும் அந்தத் தெருவில் குதிரைகளைச் செலுத்திய போது எதிரே இருட்பிதுக்கத்தில் இருந்து திடீரென இரு உருவங்கள் வெளிப்பட்டு வந்தன.

ஓர் உருவம் மண் வெட்டியுடன் கூடிய கூலியாள்! மற்றொரு உருவம் கையில் அரிவாள் ஏந்திய பூசாரி!

அவர்களை வீரசேகரன் பார்த்து விட்டான்!

கூலியாள் போல் மாறு வேஷம் தரித்தவர் ஆடையூர் நாடாள்வார் என்பதையும் பூசாரி வேடம் புனைந்தவன் முத்தரையன் என்பதையும் அவர்களின் குரோதப் பார்வையிலிருந்து வீரசேகரன் வெகு சுலபமாகக் கண்டு பிடித்து விட்டான்.

அவனை நோக்கி முத்தரையன் பற்களைக் கடித்துக் கொண்டு என்னவோ முணுமுணுத்தான். ஆடையூராரோ குரோதத்துடன் ஜனநாதனை நோக்கித் தம் மீசையை முறுக்கிக்கொண்டு கனைத்தார்.

அவரை நோக்கி ஜனநாதன் நையாண்டியாக, ''உமக்குப் பொருத்தமான வேஷம் போடவில்லையே? என்ன ஆடையூராரே! அசல் கூலியாள் இப்படி விலையுயர்ந்த ஆடைகள் அணிந்த சரித்திரமே இருந்ததில்லையே?'' என்றான்.

ஆடையூராரும் பதிலுக்குப் பதில் சூடு கொடுப்பவர் போல ''என்ன ஜனநாதரே? உம் படை வீரர்களுடன் நீர் வந்து சேர்வதற்குள் வீரபாண்டியன் அந்த வீட்டிலிருந்து தப்பிப் பறந்து விடுவான் போலிருக்கிறதே!'' என்றார் ஏளனமாக.

''வீரபாண்டியன் தப்பிப் பறப்பது என்னாலல்ல!'' என்றான் ஜனநாதன் விஷமமாக.

''பின் யாரால்?'' என்று கேட்ட முத்தரையன், ''மோசக்காரர்களைத் துணைக்குக் கூட்டி வந்தால் வீரபாண்டியன் தப்பிதான் போய் விடுவான்!'' என்று முணுமுணுத்தான்.

''அடே, முத்தரையா! மோசம் போவது யாரென்பது வெகு சீக்கிரம் தெரிந்து விடும்! இனி நான் கேள்வி கேட்டாலொழிய வாயைத் திறவாதே! பாண்டிய நாட்டு அற்பனோடு நாங்கள் சரிசமதையாகப் பழகுவதில்லை!'' என்று அதட்டி விட்டு ஜனநாதன் ஏளனமாக ஆடையூராரைப் பார்த்தான்.

அவருக்கோ மீசை ஆத்திரத்தால் படபடவெனத் துடித்தது.

ஊர்மிளாவின் வீட்டை அவர்கள் நெருங்கியபோது வீரசேகரனுக்கு மூர்ச்சை வந்து விடும் போலிருந்தது. அவனுடைய ஆசைக் கனவுகளுக்கு உற்பத்தி ஸ்தானமான அந்த வீடு அன்றைய இரவில் சதிக்கிடங்காய் மாறி வேட்டைக் காடாகப் போகிறது!... ஐயோ, தெய்வமே! இதுவா உன் சோதனை?...

அப்போது ஊர்மிளாவின் வீடு விசித்திரமாகத் தோன்றியது. அதன் தெருவாசற் கதவு வெளியே பூட்டிக் கிடந்தது, வீட்டின் ஜன்னல்களெல்லாம் இறுக மூடப்பட்டிருந்தன.

''வீடு பூட்டிக்கிடக்கிறதே? உள்ளே குடியிருந்தவர்களெல்லாம் என்ன ஆனார்கள்?'' என்று வீரசேகரன் பரபரப்போடு கேட்டான்.

''வீடுதான் வெளியே பூட்டிக் கிடக்கிறதே தவிர, உள்ளே மனித நடமாட்டம் இருக்கிறது!'' என்றார் ஆடையூரார்.

''முத்தரையா, அந்த வீட்டிலிருந்து யாராவது வெளியே போனார்களா?'' என்று ஜனநாதன் விஷமப் புன்னகையுடன் கேட்டான்.

''முதலில் சில இரும்புத் தொழிலாளிகள் வெளியே போனார்களாம்! அவர்களெல்லாம் வீரபாண்டியனின் கட்சியினராக இருப்பார்கள்! அதன் பிறகு கருப்பண்ண சுவாமி போல் மீசையும் உக்கிரமான தோற்றமுமுள்ள ஒரு முரடன் சோழிய வீரனைப்போல் மாறு வேஷம் தரித்து வீட்டிலிருந்து வந்து தெருக்கதவைப் பூட்டிக் கொண்டு வெளியே போனவன் இன்னும் திரும்பி வந்து பூட்டைத் திறக்கவில்லை!'' என்றான் முத்தரையன்.

அந்த முரடன் காத்தவராயனாகத்தானிருப்பான் என்று யூகித்துக்கொண்ட வீரசேகரன், ''அந்த முரடனோடு ஒரு பெண்ணும் போனாளா?'' என்று பரபரப்போடு கேட்டான்.

''இல்லை! அந்தப் பெண் வீட்டுக்குள்தான் நிச்சயம் இருப்பாள்! ஏனெனில் வீட்டிற்குள்ளிருந்து சமையல் வாசனையும் புகையும் வந்ததாம்!'' என்றார் ஆடையூரார்.

அதைக் கேட்டதும், வீரசேகரனின் முகம் சவக்களையுடன் வெளிறியது.

ஜனநாதனோ ஏதோ ஒரு திட்டத்தை யோசிப்பவன்போல் விஷமப் புன்னகையுடன், ''அந்த வீட்டில் வீரபாண்டியன் தனியாகவோ, தன் ஆட்களோடு போராட்டத்திற்குத் தயாராகவோ பதுங்கியிருப்பான்! அல்லது தூங்க முயன்று கொண்டிருப்பான்; இல்லையா?'' என்றான்.

ஆடையூரார் சட்டென்று, ''ஆமாம் ஜனநாதக் கச்சிராயரே! வீட்டுக் கதவை உடைத்துக்கொண்டு, உம் படை வீரர்களோடு நீர் உள்ளே புகுந்தால் வெகு சுலபமாக...'' என்று சொல்லி முடிப்பதற்குள், ஜனநாதன் வெடுக்கெனக் குறுக்கிட்டு, ''உள்ளே புகுந்தால் வெகு சுலபமாக என் வீரர்கள் பலர் சாவார்கள்! என் படைவீரர்களின் எண்ணிக்கையைக் குறைக்க இது ஒரு சந்தர்ப்பமெனச் சந்தோஷப்படுகிறீரா?'' என்றான் விஷமச் சிரிப்புடன்.

''பின் என்ன செய்வது? வீட்டிற்குள் பதுங்கியிருப்பவர்கள் பசி தாகத்தால் செத்தொழியும் காலம்வரை நாம் வெளியே காத்திருந்து தவம் கிடப்பதா? வீட்டுக் கதவை உடைக்கும் பொறுப்பு உம்மிடம்தானே ஒப்படைக்கப் பட்டிருக்கிறது!'' என்றார் ஆடையூரார் எரிச்சலுடன்.

''ஆடையூராரே, ஆத்திரப்படாதீர்! நம்மிடையே உள்ள சில்லறை மனஸ்தாபங்களைச் சிறிது நேரமாவது தள்ளிவைத்து விட்டு, வீரபாண்டியனை வேட்டையாடும் பொது விஷயத்தில் நாம் நால்வரும் சரிசமமாக ஈடுபடுவோம்! அதனால் கிடைக்கும் லாப நஷ்டங்களைச் சமயோசிதம் போல் சரி சமமாகப் பகிர்ந்து கொள்வோம்!'' என்று ஜனநாதன் சொல்லிவிட்டு, வீரசேகரனை நோக்கித் திரும்பி, ''தம்பி! சரித்திரப் பிரசித்தி பெறப்போகும் இந்த வேட்டையில் உனக்கும் பங்கு இருக்கவேண்டும் என்பதற்காகத்தான் உன்னைக் கேட்காமலே உன் சார்பாக உன் படைவீரர்களுக்கு ஓர் உத்தரவிட்டிருக்கிறேன்! உன் சேவகர்கள் உசிதம்போல் பலவிதமான மாறு வேஷங்களில் புறப்பட்டுக் காவலர் விடுதியிலுள்ள சுரங்கத்தின் வழியாக அந்த இரும்புக் கிடங்குக்குள் இந்நேரம் வந்திருப்பார்கள்!'' என்றான்.

''என் சேவகர்கள் வீர மரணத்திற்குச் சிறிதும் அஞ்சமாட்டார்கள்'' என்றான் வீரசேகரன்.

ஜனநாதன் சட்டென்று, ''தம்பி, நமக்கு வீரமரணம் முக்கியமல்ல! காரியந்தான் முக்கியம்!'' என்று சொல்லிவிட்டுத் தன் ஆலோசனைகளை அடுக்கலானான்; ''மகாக் கோழைகளான என் படைவீரர்கள் மரணத்திற்குத் துணிந்து அந்த வீட்டை முற்றுகையிடுகிறார்கள் என்று வைத்துக் கொள்வோம்! கதவை

உடைத்துக் கொண்டு உள்ளே நுழையச் சிறிது நேரமாவது பிடிக்கும். அதற்குள் வீரபாண்டியன் எச்சரிக்கை அடைந்து விடுவான். அவனுடைய ஆட்களும் போராடித் தப்பிச் செல்லத் தயாராகிவிடுவார்கள்! அதனால், அனாவசியமான போராட்டமும், என் படைவீரர்களுக்கு அதிகப்படியான உயிர்ச்சேதமும் ஏற்படும்! இப்போது வீட்டினுள்ளே வீரபாண்டியன் என்ன விதமான சதித் திட்டங்களில் ஈடுபட்டிருக்கிறான் என்பதும் நமக்கு வெளிப்படாமல் போய்விடும்! வீரபாண்டியன் பிடிபட்ட பிறகுகூட முளைக்கக்கூடிய புரட்சித் திட்டங்கள் பற்றிய விவரங்களும், சதிகாரர்களைப்பற்றிய ரகசிய ஓலைகளும் குறிப்புகளும் அடுப்பின் நெருப்பிலிடப்பட்டு அக்னி பகவானுக்கு ஆகுதியாகி விடும்! சுரங்கத் தொழிலில் மகா நிபுணர்களான எதிரிகளைத் திடீரெனப் பூமாதேவி வாய் பிளந்து நமக்குத் தெரியாதபடி விழுங்கி விடவும் கூடும்.

ஆடையூராரோ எரிச்சலுடன், ''அதற்கு நாம்தான் என்ன செய்வது?'' என்றார்.

''கொஞ்சம் மூளையை உபயோகப்படுத்தி ஒரு வழி கண்டுபிடிக்க வேண்டும்!....நம்மில் யாராவது ஒரு நபர் அந்த வீட்டிற்குள் திருட்டுத்தனமாகவும் ரகசியமாகவும் நுழைய முடியும் என்றால்...? இப்போது வீரபாண்டியனும் அவன் ஆட்களும் என்ன செயலில் ஈடுபட்டிருக்கிறார்கள் என்பதை அந்த நபர் கவனிக்க முடிந்தால்? தக்க சமயம் பார்த்து அவர்களைத் திடீரென வளைத்துப் பிடிக்க சமிக்ஞைக் கொம்போ அபாயச் சங்கோ ஊதமுடியும் என்றால்? வீட்டினுள் இருந்தவாறு அந்த நபர் நமக்கு வெகு சுலபமாக வீட்டின் கொல்லைப்புறக் கதவைத் திறந்து வழிவிட முடிந்தால்?'' என்று ஜனநாதன் அடுக்கிக் கொண்டே போனான்.

ஆடையூரார் இடைமறித்து, ''நம் நால்வரில் எந்த நபர் உள்ளே போவது?'' என்று கேட்டார்.

''எதிரிகளின் அற்பமான பொந்திற்குப் பரிவார ஆடம்பரங்கள் இல்லாமல் தனியாகச் செல்வது என் கௌரவத்திற்கு ஒத்துவராது! ஆடையூராருக்கோ சுவரேறிக் குதிக்கும்படியான வயதோ பழக்கமோ இராது! முத்தரையனுக்கோ கொஞ்சம் மூளை இருக்கிறதே தவிர, வீரபாண்டியனோடு போர் புரியும்படியான வீரவாளோ சோழப் பரம்பரையின் இரத்தமோ இல்லை!''

வீரசேகரன் சட்டெனக் குறுக்கிட்டு, ''நான் போகிறேன்! என் ஆட்கள் இந்நேரம் அந்த இரும்புக் கிடங்கிற்குச் சுரங்க வழியாக வந்திருப்பார்கள்! அந்தக் கிடங்கிற்குப் பின்புறமாக ஒரு புகை போக்கி இருக்கிறது! அதன்மீது நான் சீக்கிரமாக ஏறி அதன் துவாரத்தின் வழியாக உள்ளே இறங்கிக் குதித்து விடுவேன்!'' என்றான்.

‘‘இரும்புக் கிடங்கிற்குள் நீ குதிப்பதால் என்ன பிரயோசனம்? அந்தக் கட்டிடத்திற்குப் பக்கத்து வீட்டிலல்லவா வீரபாண்டியன் பதுங்கியிருக்கிறான்?’’ என்றார் ஆடையூரார்.

‘‘இரண்டுக்கும் நடுவிலுள்ள சுவரில் ஒரு ரகசியக் கதவு இருக்கிறது! அதன் வழியாக இரும்புக் கிடங்கிலிருந்து பக்கத்து வீட்டுக்குள் போக முடியும்! அந்தக் கதவை ஓசைப்படாமல் திறப்பதும் வெகு சுலபம்!’’ என்றான் வீரசேகரன்.

‘‘இரும்புக் கிடங்கில் அப்படியொரு இரகசியக் கதவு இருப்பதாகவே நான் பார்த்ததில்லையே?’’ என்று முத்தரையன் திடுக்கிட்டுக் கேட்டான்.

‘‘யாரும் சந்தேகிக்க முடியாத இடத்தில் அந்த இரகசியக் கதவு இருக்கிறது! அதை நிச்சயம் நான் பார்த்திருக்கிறேன்’’ என்றான் வீரசேகரன்.

‘‘எப்படிப் பார்த்தாய்?’’ என்று முத்தரையன் வெடுக்கெனக் கேட்டான்.

ஜனநாதன் சட்டெனக் குறுக்கிட்டு, ‘‘அதையெல்லாம் விசாரிக்க வேண்டிய அந்தஸ்து உனக்கு இல்லை! ஏதோ ஒன்றைப் பார்த்ததாக ஒரு சோழிய மாவீரன் சொன்னால் அதை அப்படியே ஒப்புக்கொண்டு மேலே உன் காரியத்தைக் கவனிப்பதுதான் உன் கடமை!’’ என்றான்.

வீரசேகரன் தொடர்ந்து தன் திட்டத்தை விவரிக்கலானான்: ‘‘நான் அந்தக் கதவின் வழியாகப் பக்கத்து வீட்டிற்குள் ஓசைப்படாமல் புகுந்து அங்கே நடப்பதையெல்லாம் இரகசியமாகக் கவனிக்கிறேன். இரும்புக் கிடங்கிலுள்ள சுரங்க வாசலில் என் ஆட்கள் காத்திருப்பார்கள்! அவர்களில் ஒரு பகுதியினரை என் பின்னால் வரச்செய்து, திடீரென வீரபாண்டியன் கோஷ்டியினரை வளைத்துக் கொள்ளத் தயாராய் ஆங்காங்கே வீட்டினுள் பதுக்கி வைக்கிறேன்! வீட்டின கொல்லைப்புற வாசலில் முத்தரையன் ஆட்களில் ஒரு பகுதியினர் அம்பு பூட்டிய விற்களுடன் காத்திருக்கட்டும்! நான் தக்க சமயம் பார்த்து வீட்டினுள்ளிருந்தவாறு பூம்பூம் எனச் சமிக்ஞை சங்கு ஊதுகிறேன். உடனே ஜனநாதனின் படை வீரர்கள் முன் வாசல் கதவை உடைத்துக் கொண்டு உள்ளே புகட்டும்! வீரபாண்டியன் கோஷ்டியினர் திடீரென வளைக்கப்பட்டு எந்த வழியிலும் தப்பிச் செல்ல முடியாமல், நாலாபுறமும் துரத்தப்பட்டு அகப்பட்டுக் கொள்வார்கள்! ஒருவேளை உள்ளே நடக்கும் போராட்டத்தின் நடுவே வீரபாண்டியனின் கோஷ்டியினரில் சிலர் எந்த வழியிலாவது வீட்டிலிருந்து வெளிக்கிளம்பினால் வீட்டைச் சுற்றிக் காவல் புரியும் முத்தரையனின் ஆட்கள் சரமாரியாக அம்புகள்

எய்து கொன்று விடுவார்கள். அந்த அம்புகளுக்கும் எதிரிகளில் சிலர் தப்பித் தெருக்களில் பாய்ந்தோடினால், தெருக்களைக் காவல் புரியும் ஆடையூராரின் படைவீரர்கள், அவ்வெதிரிகளைச் சுலபமாகச் சிறைப்பிடித்து விடுவார்கள்!''

ஜனநாதன் கலகலவெனச் சிரித்து, அவனை நோக்கி உற்சாகமாக ''வீரசேகரா! பிரமாதம்! நான் ஆலோசித்த அருமையான திட்டந்தான் அது! ஆனால் நீ சொன்னதில் ஒரு சிறு அபாயமும் இருக்கிறது! இருட்டில் நடக்கப்போகும் யுத்தம் அது! வீட்டினுள்ளிருக்கும் வீரபாண்டியன் கோஷ்டியினர் அநேக மாறு வேஷங்கள் தரித்திருக்கக்கூடும் என்பதுபோல, உள்ளே அவர்களை வளைத்து மடக்கவரும் உன் சேவகர்களும் அநேக மாறுவேஷங்கள் தரித்திருப்பார்கள்! நம் நால்வர் படைகளிலும் தெருக்களிலும் உள்ள ஒற்றர் காவலர்கள் கூட நானாவிதமான மாறு வேஷங்கள் தரித்திருப்பார்கள்! அப்படை அணிவகுப்பினரோ ஒருவருக்கொருவர் பரிச்சியமில்லாத முறையிலே வளர்க்கப்பட்ட யந்திரக் கணங்கள்! இந்த நிலையில் முன்வாசற் கதவையுடைத்துக்கொண்டு நான் உள்ளே நுழைந்தால், உள்ளே போராடும் உன் ஆட்களை என் படைவீரர்கள் சந்தேகித்துத் துரத்திக் கொன்று விடுவார்கள்! உன் படையில் எஞ்சியவர்கள் கொல்லைப் புறத்தில் அலைபாயும் முத்தரையன் ஆட்களைத் துரத்திக் கொன்று விடுவார்கள். நம் மூவர் படையில் எஞ்சியவர்களெல்லாம் வீரபாண்டியனைத் துரத்திக் கொண்டு தெருக்களில் ஓடும்போது அங்கு அலைந்து திரியும் ஆடையூராரின் ஆட்களில் ஒரு சிலரையாவது கொன்று விடுவார்கள்! இப்போது நம் நால்வர் படையும் ஒருவரையொருவர் சந்தேகித்து நாலாபுறமும் துரத்தி இராத்திரி முழுவதும் கொன்று குவித்துக் கொண்டேயிருப்பார்கள்! அந்நியரை வெல்வதைவிட நமக்குள்ளே சகாக்களை ஒழித்துக் கட்டுவதில்தான் நாம் எப்போதும் கை தேர்ந்தவர்கள்! அது போகட்டும்! வழியெங்குமுள்ள நம் காவலரோ மேலதிகாரிகளின் உத்தரவுச் சீட்டும் அதிகாரச் சின்னங்களும் இல்லாவிடில் யாரையும் சந்தேகித்துச் சிறைப்பிடிக்காமல் விடமாட்டார்கள். வீரபாண்டியனைத் துரத்திப் பிடிக்க நம் ஆட்களில் எவராவது ஒரு சிலர் வேகமாய் ஓடுகிறார்கள் என்று வைத்துக் கொள்வோம்! ஆங்காங்கே உள்ள நம் காவலர்கள் நம் ஆட்களையே தடுத்து நிறுத்திச் சந்தேகித்துச் சிறைப் பிடித்துவிட்டால் என்ன செய்வது? கடைசியில் நமக்கு மிச்சம் என்ன தெரியுமா? நம்மில் பலருக்கு வீர மரணம்! சிலருக்குச் சிறைவாசம்! வீரபாண்டியனுக்கோ வெற்றிகரமான வனவாசம்! பொழுது விடிந்தால் நாடெல்லாமுள்ள நையாண்டிப் புலவர்களுக்கு அற்புதமான சரித்திரம்!'' என்றான்.

ஜனநாதன் மிகைப்படக் கூறுகிறான் என்றாலும் அந்தத் திட்டத்திலுள்ள ஒரு குறைபாடு எல்லோருக்கும் தெரிந்தது. ஆனால் அதற்கு வழி...

''நான் ஒரு சங்கேத வாக்கியம் சொல்லுகிறேன்! அந்த வாக்கியத்தைத் திருப்பிச் சொல்லாதவர்களையெல்லாம் எதிரிகளென கருதலாம்!'' என்றான் வீரசேகரன்.

''அதென்ன சங்கேத வாக்கியம்?'' என்று ஜனநாதன் உற்சாகமாகக் கேட்டான்.

''புலி வாயில் மீன்! இதுதான் சங்கேத வாக்கியம்! இதையே நம்மவரின் அடையாளச் சின்னமாகவும் உத்தரவுச் சீட்டாகவும் கருதவேண்டியது; இந்த வாக்கியத்தைச் சொல்கிற எவரையும் வழியிலுள்ள காவலர் விட்டுவிட வேண்டும்! இதைத் திருப்பிச் சொல்லாதவர்களையெல்லாம் தடுத்து நிறுத்தலாம்; தேவைப்பட்டால் கொல்லலாம்'' என்றான் வீரசேகரன்.

அதன் பின்னர், ஜனநாதனின் மார்பில் மாட்டுக் கொம்பு போல் தொங்கும் ஒரு சமிக்ஞை ஊது குழலை வாங்கி வீரசேகரன் தன் கழுத்தில் தொங்க விட்டுக் கொண்டான்.

''இந்த வீட்டிலிருந்து பூம் பூம் என்று மூன்று முறை ஊதுவேன்! அந்த சமிக்ஞை ஒலி வந்த பிறகுதான் முற்றுகை ஆரம்பம்! அதன் பிறகுதான் ஜனநாதனின் படைவீரர்கள் வீட்டுக் கதவை உடைத்துக்கொண்டு உள்ளே வரவேண்டும்!''

அவ்வாறு வீரசேகரன் சொல்லிவிட்டு, அங்கு நின்ற ஜனநாதனின் படை வீரர்களில் சிலரின் தலைப்பாகைகளை வாங்கி ஒரு மூட்டையாகக் கட்டித் தன் தோளில் தொங்கவிட்டுக் கொண்டு, இரும்புக் கிடங்குள்ள கட்டிடத்தின் பின்புறம் குதிரையைச் செலுத்தினான்.

அந்தப் பழங் கட்டிடத்தின் செங்கற் சுவர் மிகவும் உயரமானதாகவும், சாந்துக்கல் உதிர்ந்தும் தோன்றியது. ஆனால் இரண்டரை ஆள் உயரத்தில் புறாக்களுக்குரிய மாடக்குழி ஒன்று இருந்தது. அதைத் தொத்திப் பிடித்துவிட்டால், அதற்கு மேலே சற்றுத் தள்ளி வரிசைக் கிரமமாகவுள்ள புறாமாடக் குழிகளைக் கைப்பிடிகள் போல் உபயோகித்து தொற்றி ஏறி முகட்டிலுள்ள புகைபோக்கியை எட்டிப் பிடித்துக்கொண்டு விடலாம். ஆனால் மரணத்திற்குத் துணிந்தவன்தான் அந்த அபாயகரமான வேலையில் ஈடுபடுவான்!

உடனே வீரசேகரன், தான் அமர்ந்து வந்த கூத்தாடியின் குதிரையைச் சுவரின் ஓரமாக நிற்கவைத்து, அதன்மீது எழுந்து

நின்று எழும்பித் தவ்வித் தவ்வி, முதலாவது மாடக் குழியை பிடித்துக்கொண்டு விட்டான். அதன் பிறகு வேகமாக மாடக் குழிகளில் தொற்றி ஏறிக் கொண்டே போனான்.

வீரசேகரனின் அபாயகரமான ஏற்றத்தைக் கீழே நின்று பார்த்துக்கொண்டிருந்த முத்தரையனோ, எங்காவது கைவழுக்கித் தன் வைரி மரணப் படுகுழியில் விழுவான் என்று எதிர்பார்த்து கொண்டிருந்தான். ஏதாவது மாடக்குழியிலோ சுவரின் செங்கற் பிடிகளிலோ மழை நீரின் பாசி பிடித்திருக்கக்கூடாதா என்று அவன் தவம் செய்து கொண்டிருந்தான் என்று சொன்னாலும் தவறாகாது!

வீரசேகரன் கடைசி மாடக் குழியை அடைந்தபோது அங்கே பறவைகள் கட்டியிருந்த வைக்கோல் கூடு கலைந்து சிதைந்து விட்டது. அது போலத்தானே ஊர்மிளாவின் குடும்பத்தையும் இருதயத்தையும் கூண்டோடு கலைக்கப் போகிறோம் என்ற எண்ணம் தோன்றி அவன் மனசை என்னவோ செய்தது. ஆனால் இன்னொருபுறம் வேறு விதமான ஆத்திரமும் தோன்றியது. அதற்கு மேலும் அவன் அதைப்பற்றி எதுவும் சிந்திக்காமலே வேகமாகத் தொற்றி எவ்விபுகை போக்கியைக் கைகளால் வளைத்துப் பிடித்துக் கொண்டு, முகட்டின் மீது ஏறிவிட்டான். அதன் பின்னர், மூட்டையிலுள்ள தலைப்பாகைத் துணிகளைப் பிரித்து, ஒன்றின் முனையோடு ஒன்றை இறுக்கி முடிந்து ஓரளவு நீளமான கயிறுபோல் ஆக்கினான். அதைப் புகை போக்கியில் கட்டிப் புகைத் துவாரத்திற்குள் தொங்கவிட்டு அதைப் பிடித்துக்கொண்டு சரசரவெனச் சாரைப் பாம்பு போல் உள்ளே இறங்கினான்.

துணிக் கயிற்றின் முடிச்சு ஏதாவது அவிழ்ந்து விழுந்து விட்டால் உயிருக்கு அபாயம் என்பதையோ, அது பூமியை எட்டுமளவு நீளமுடையதல்ல என்பதையோ, வீரசேகரன் சிறிதும் பொருட்படுத்தவில்லை! புகைபோக்கிக்கு நேர் கீழேயுள்ள பிரும்மாண்டமான எண்ணெய்க் கொப்பரையின் மேல் விளிம்பு வரையாவது தன் கால் விரல் எட்டாதா என்பது ஒன்றுதான் அவனுடைய கவலையாக இருந்தது!

அத்தியாயம் 81

துணையிலேன்

பாழிய பணைத்தோள் வீர
துணையிலேன்!
பரிவு தீர்த்த வாழிய வள்ளலே!
யான் மறுவிலா மனத்தேன்!

– கம்ப ராமாயணம்

மரணத்திற்குத் துணிந்தவனால் இம்மாநிலத்தில் சாதிக்க முடியாதது எதுவுமில்லை என்று வீரசேகரன் தன் மனதிற்குள் சொல்லிக் கொண்டு இரும்புக் கிடங்கின் புகைபோக்கி வழியாகச் சரசரவென்று கீழே இறங்கினான்.

கயிறுபோல் பிடித்துக்கொண்டு அவன் இறங்கிய துணியின் கடைசி முடிச்சை அடைந்ததும் அதைப் பிடித்துத் தொங்கியவாறு அங்குமிங்கும் ஊஞ்சல் போல் ஆடி புகைபோக்கிக்கு நேர் கீழேயுள்ள பிரும்மாண்டமான எண்ணெய்க் கொப்பரையின் காது வளையங்களில் காலூன்றிக் கீழே தரையில் குதித்தான். அப்போது தரையில் கிடந்த ஒரு முள்ளாணி அவனுடைய குதிகாலில் குத்திக் கிழித்தது. சட்டென்று அவன் சப்தமிடாமல் வலியையெல்லாம் தன் வாய்க்குள்ளேயே விழுங்கிக்கொண்டு ஆணியைப் பிடுங்கி யெறிந்தான்.

அந்த இரும்புக் கிடங்கினுள் கரும் கும் என்று ஒரே இருள் மண்டியிருந்தது அவன் அடுத்த அடி எடுத்து வைத்தபோது, ஒருபுறம் சுருட்டிக்கிடந்த நீளமான நூலேணியின் கயிறுகளில் அவனுடைய கால்கள் சிக்கிக்கொண்டன, அவன் வெகு சிரமப்பட்டுத் தன் கால்களை விடுவித்துக்கொண்டு மிகவும் கவனமாக இருளை ஊடுருவி நடந்தான். தரையிலுள்ள படித்துவாரத்தில் பலரின் பெருமூச்சுகள் கேட்டன. அவர்களெல்லாம் சுரங்கத்தின் வழியாகப் பலவித மாறு வேஷங்களில் வந்துள்ள தன் படைவீரர்கள்தாம் என்பதை அறிந்து கொண்ட வீரசேகரன் அவர்களைப் பல பகுதிகளாகப் பிரித்து இரகசியமான குரலில் அவர்களுக்குப் பல கட்டளைகள் பிறப்பித்து ஆங்காங்கே இருளில் பதுங்கியிருக்கும்படி செய்தான். அதன்

பின்னர் அவன் தன் உடைவாளை உருவித் தன் ஒரு கையில் பிடித்துக் கொண்டு அங்கு ஒருபுறமுள்ள இரகசியக் கதவைத் திறந்து, அக்கட்டிடத்திற்கு அடுத்துள்ள ஊர்மிளாவின் வீட்டினுள் தன்னந்தனியாக ஓசைப்படாமல் புகுந்தான்.

அந்தச் சமயம் ஊர்மிளாவின் வீட்டில் கீழ்த் தளத்தில் ஆள் அரவம் எதுவும் வீரசேகரனுக்குத் தட்டுப்படவில்லை. மாடத்துக் கிளி விளக்கு, மானிற மங்கையர்களின் கன்னக் கதுப்புப் போல மெல்லிய வெளிச்சத்தைச் சிந்திக் கொண்டிருந்தது. வீட்டை அவசரமாகக் காலி செய்து கொண்டு புறப்படுவதற்கு அறிகுறியாக ஒருபுறம் முக்கியமான சாமான்களெல்லாம் தயாராகக் கட்டி வைக்கப்பட்டிருந்தன. வழிப் பிரயாணத்திற்குத் தேவையான கட்டுச் சாதமும் இலைச் சுருள்களும் காணப்பட்டன. சமீபத்தில்தான் சமைத்தது என்பதைக் குறிப்பதுபோல், கட்டுச்சாத மூட்டையிலுள்ள புளியஞ்சோற்றின் வாசனையும் பழந் தயிரமுதில் பொரித்துக் கொட்டப்பட்ட தாளிப்பு சாமான்களின் வாசனையும் கம கமவென்று வந்தது. அங்குள்ள மூட்டை முடிச்சுகளின் இடையே காத்தவராயனின் அரிவாளும், சுந்தர ஜோசியரின் ஏட்டுச் சுவடிகளும் ஊர்மிளாவின் மகர யாழும் காணப்பட்டன. அந்த மூட்டைகள் ஒன்றின்மீது ஊர்மிளா கடைசியாகக் கொண்டு வந்து வைத்தாளோ என்று நினைக்கும்படியாக அழகான ஒரு சிறு தந்தப்பேழை வீரசேகரனின் கண்களைப் பறித்தது. அந்தப் பேழையைப் பார்த்ததும் வீரசேகரனுக்குப் பழைய சம்பவமொன்று ஞாபகம் வந்தது. அந்தச் சிறு தந்தப் பேழைக்குள் புதுவிதக் காதணிகளான சோனகச் சிடுக்கின் கூடு என்னும் தொங்கட்டான்கள் அழகுற வைக்கப்பட்டிருக்கும் என்பது வீரசேகரனுக்குத் தெரியும். அவை சோனக நாட்டு வர்த்தகர்களிடமிருந்து கப்பலில் வந்திறங்கி சோழ நாட்டுக் கடை வீதிகளில் அமோகமாக விற்பனையாகி, சோழிய மாதர்களால் புது நாகரிகமெனக் கருதப்பட்டு வந்த காது ஆபரணங்களாகும். அவற்றில் ஒரு ஜோடி தொங்கட்டான்கள் ஊர்மிளாவின் காதுகளில் குலுங்கினால் அவற்றின் ஒளி எவ்வளவு இனிமையாக இருக்கும் என்று கற்பனை செய்த வீரசேகரன் ஒரு ஜோடி தொங்கட்டான்களைச் சோழ நாட்டிலிருந்து தருவித்து, அவற்றை வைத்துக் கொடுக்க ஒரு அழகான தந்தப்பேழையைச் சேர நாட்டிலிருந்து வரவழைத்து, சிவகாமியின் கண்களில் படாமல் வெகுநாள் தன் பாசறையிலே வைத்திருந்து ஒருநாள் ஊர்மிளாவின் வீட்டிற்குக் கொண்டு வந்து தயங்கித் தயங்கி ஆசையோடு அதைத் தன் அன்புக் காணிக்கையாக ஊர்மிளாவிடம் கொடுத்தான். அன்றைய தினம் ஊர்மிளாவின் சோக முகமும் ஆனந்தத்தால் மலர்ந்ததைப் போல வேறு என்றுமே

பிரகாசித்ததில்லை என்றும் அவன் குதூகலப்பட்டான். ஆனால் என்ன காரணத்தாலோ அவள் அத் தொங்கட்டான்களை எடுத்து எந்நாளும் அணிந்து கொண்டதே இல்லை. அது வீரசேகரனின் மனதை என்னவோ செய்தது!

அப்போது வீரசேகரனின் எண்ணங்கள் ஒவ்வொன்றும், ஊர்மிளா அவனை ஒவ்வொரு சிறு விஷயத்திலும் புறக்கணிக்கிறாள் என்கிற துவேஷத்தைத்தான் மூட்டிக் கொண்டிருந்தது. வீரசேகரன் தன் வீர புஜங்களைக் குலுக்கி மெய்சிலிர்த்துத் தன் பழைய உணர்ச்சிகளையெல்லாம் உதிர்த்து விட்டு இனி கடமையைத் தவிர வேறு எதையும் சிந்திப்பதுகூட இல்லை என்று தன் மனதிற்குள் திடசங்கற்பம் செய்து கொண்டான்.

மேன்மாடத்தில் ஊர்மிளாவின் வளையல் ஒலிகள் கேட்டன.

வீரசேகரன் படிக்கட்டின் மேலேறி மேன்மாடத்தில் உள்ள ஒரு நிலா முற்றத்தையடைந்தான். அவனுடைய ஒரு கையில் உருவிய வாளும், அவனுடைய மார்பில் தொங்கும் மாட்டுக் கொம்பின் ஊதுகுழலும் சந்தர்ப்பத்தை எதிர் நோக்கித் துடிதுடித்துக் கொண்டிருந்தன.

அவன் இருளில் பதுங்கிப் பதுங்கி நடந்தவனாய் ஊர்மிளாவின் படுக்கையறை வாசலை அடைந்தான். அதன் கதவு மூடப்பட்டிருந்ததே தவிர உட்புறம் தாளிடப்படவில்லை!

கதவிடுக்கின் வழியாக வீரசேகரன் உள்ளே கூர்ந்து கவனித்தான்.

உள்ளே ஊர்மிளா வெகு துரிதமாக நாட்டியக் காரியைப் போல மாறு வேஷம் அணிந்து கொண்டிருந்தாள்.

ஒருபுறம் ஒரு தீச்சட்டியில் முக்கியமான ஓலைகள் எரித்து நாசமாக்கப்பட்டதின் புகை நாற்றம் அடித்தது. ஊர்மிளாவின் படுக்கையறையை அடுத்துள்ள ஒரு சிறு பூஜையறையைத் திறந்து கொண்டு விசித்திரமான ஓர் ஆள் ஊர்மிளாவை நோக்கி வந்தான். அவன் நட்டுவனாரைப் போல வேஷந்தரித்து இடுப்பில் தாளங்களையும் சொருகிக் கொண்டு வந்தான்; அந்த நட்டுவனார் தன் முக அடையாளம் தெரியாதபடி அணிந்து கொள்வதற்காகக் கூத்தர்களின் கறுநிறத் தாடி மீசைகளையும் தன் கையில் வைத்திருந்தான்.

அந்த நட்டுவனாரின் காலடி ஓசைகள் கேட்டதும் திரும்பிப் பார்த்த ஊர்மிளா வேகமாக அவனை நோக்கி ஓடி, அவனுடைய கையைப் பற்றிக்கொண்டு கண்ணீருடன் அவனை நிமிர்ந்து

பார்த்தாள். அவ்விருவரும் அளவுமீறி ஆழ்ந்த உணர்ச்சியுடன் ஒருவர் முகத்தை ஒருவர் உற்றுப் பார்த்துக் கொண்டே நின்றனர். அவ்விருவரின் இதயங்களையும் நெருங்கிப் பிணைக்கும்படியான ஒரு பாந்தவ்ய உணர்ச்சி அவ்விருவரின் கலங்கிய கண்களிலும் ஒளி வீசியது. அவ்விருவரிடையே நிலவிய அந்த அந்நியோன்னியக் காட்சியைக் கதவிடுக்கு வழியாகப் பார்த்துக் கொண்டிருந்த வீரசேகரனுக்குத் தேகமெல்லாம் ''குபீரெ''னப் பற்றியெரிவது போல் நெஞ்சில் தகித்தது. அவனுடைய மூளையெல்லாம் கொதிப்படைந்து தலை சுற்றியது. அறைக்குள் குபீரெனப் பாய்ந்து அவ்விருவரின் தலைகளையும் ஒன்றாக வெட்டியெறிந்து விடலாமா என்பதுபோல் வீரசேகரனின் கையிலுள்ள கொடுவாள் குறுகுறுத்தது.

அந்தச் சமயம் படுக்கையறைக்குள் அவர்களுடைய பேச்சுக் குரல்கள் கேட்டன. அவை மிகவும் மெல்லிய குரல்களாக இருந்தமையால் அவ்விருவரும் என்ன பேசுகிறார்கள் என்பது வீரசேகரனுக்குத் தெளிவாக விளங்கவில்லை. ஆனால் அவ்விருவரும் இரகசியமாக வீட்டிலிருந்து வெளியேறுவதற்கு இன்னும் காத்தவராயன் ஏன் மூடு வண்டி கொண்டு வரவில்லை என்று மதி குழம்புகிறார்கள் என்பதை மட்டுந்தான் வீரசேகரனால் ஓரளவு யூகித்துக்கொள்ள முடிந்தது.

நட்டுவனாரைப் போல் வேஷந் தரித்திருந்த ஆள் பார்வைக்கு மிகவும் கம்பீரமானவனாக முகத்தில் இராஜகளையுடன் விளங்கினான். ஊர்மிளா அங்கு மாடத்தில் இருந்து ஒரு சிறு அகல் விளக்கை எடுத்து வந்து அதன் மெல்லிய வெளிச்சத்தில் அந்தக் கம்பீரப் புருஷனின் மாறு வேஷங்களைப் பரிசோதித்த வண்ணம் விளக்கைத் தூக்கிப் பிடித்து அவனுடைய முகத்தையும் பார்வையிடலானாள். அந்த வெளிச்சத்தின் உதவியால் நிருத்தகனைக் கதவிடுக்கின் வழியாகக் கூர்ந்து நோக்கிய வீரசேகரனுக்குப் பளிச்சென்று வீரபாண்டியனின் கற்பனை உருவம் உதயமாயிற்று.

வீரபாண்டியனைப் பற்றி வர்ணிக்கப்பட்ட அங்க அடையாளங்களெல்லாம் வீரசேகரன் கண்முன் தோன்றின. கம்பீரமான தோற்றம்; பிரகாசமான நெற்றி: விசாலமான வலது புஜத்தில் வெண்ணிறமான கத்தி வடு; மயக்கும் கனிவான குரல்; வசீகரமான விழிகள்! ஆமாம் அன்று அதிகாலையில் வீரசேகரன் உயிரை ஜனங்களிடமிருந்து காப்பாற்றிய கூத்தாடியும் அவனேதான்! தன் கண்முன் ஊர்மிளாவோடு உணர்ச்சிப் பரவசமாகி நிற்கும் நட்டுவனாரும் அவனேதான்!—ஆம், எதிரே தென்படும் கபடவேஷதாரி வீரபாண்டியன்தான்! இவ்வாறெல்லாம் சிந்தித்த வீரசேகரன் ஆக்ரோஷமாகத் தன் கையிலுள்ள வெற்றிகரமான வாளை ஓங்கிப் பிடித்துக் கொண்டான்.

படுக்கையறைக்குள் ஊர்மிளா அந்த நட்டுவனாரை நோக்கி, ''நான் சொன்னதையெல்லாம் மறந்துவிடாதீர்கள். நீங்கள்தான் எனக்குச் சகலமும்! உங்கள் உயிர்தான் என் உயிர். உங்கள்மீது அன்பு செலுத்தத்தான் நான் உயிரை வைத்துக் கொண்டிருக் கிறேன். உங்களுக்காக நான் எதுவும் செய்வேன்!'' என்று தழதழக்கும் குரலில் சொல்லிக் கண்ணீர் வடித்தாள். அவளிடம் கனிவான குரலில் பேசிக் கொண்டிருந்த நிருத்தகன் அவளுடைய முகத்தைத் தன் கையால் வாஞ்சையோடு நிமிர்த்தி வாடிய தாமரை போன்ற அவளுடைய முகத்தைத் தன்னுடைய வசீகரமான விழிகளால் குறுகுறுவென்று பார்த்தான்.

''ஊர்மிளா கவலைப்படாதே!'' என்று அந்த நிருத்தக வேஷதாரி தழதழக்கும் குரலில் சொல்லிவிட்டு, ஊர்மிளாவின் அஞ்சன விழிகளில் நிறைந்திருந்த கண்ணீரை மிருதுவாகத் துடைத்த வண்ணம், ''ஊர்மிளா! விதி நம்மைச் சோதிக்கப் போகிறது! காத்தவராயன் இன்னும் வண்டியுடன் வந்து சேரவில்லையே? இனி அவன் வரமாட்டான் என்றுதான் நினைக்கிறேன்!'' என்றான்.

ஊர்மிளா அப்படியே அந்த நிருத்தகன் மார்பில் முகம் புதைத்து விம்மி விம்மி அழலானாள். வேஷதாரியோ ஆறுதலாக அவளுடைய கூந்தலை வாஞ்சையுடன் வருடிக் கொண்டிருந்தான். அந்தக் காட்சியைக் கதவிடுக்கின் வழியாக வெளியே நின்று கவனித்துக் கொண்டிருந்த வீரசேகரனால் சகிக்க முடியவில்லை. வீரசேகரன் ஆசையோடு நெருங்கும் போதெல்லாம் தன்னைத் தொடக்கூடாது என்று விலகிச் செல்லும் பண்புள்ள ஊர்மிளா, என்ன காரணத்தாலோ சுந்தர ஜோசியரின் அன்பை ஏற்றுக் கொண்டது போதாதென்று, இப்போது வீரபாண்டியனை வலியச் சென்று அவனுடைய மார்பில் முகம் புதைத்துப் புலம்புகிறாளே? கைதேர்ந்த கணிகையைவிட அவள் மிகவும் கேவலமானவளா? அத்தகைய ஒரு நீசப் பெண்ணின் மீதா இத்தனை காலமும் அன்பு வைத்து ஏங்கி ஏங்கிச் சித்திரவதைப் பட்டு வந்தோம்...? என்றெல்லாம் மனம் குமுறிய வீரசேகரன் ஆத்திரத்தால் பற்களை நறநறவென்று கடித்துக் கொண்டான்.

அந்தச் சமயம் படுக்கையறையிலிருந்து நிருத்தகனின் கம்பீரமான குரல் வந்தது. ''ஊர்மிளா! வீணாக மனதை அலட்டிக் கொள்ளாதே. இனி எது நேர்ந்தாலும், என்ன மான அவமானங்கள் நேரிட்டாலும் பொருட்படுத்த மாட்டேன்! உனக்காகவே நான் நிச்சயம் உயிர் வாழ்வேன்! என் அன்பிற்கு இந்த உலகில் எஞ்சியிருக்கும் உறவு நீ ஒருத்திதான்! உனக்காக நான் கோழையாகவும் தர்மங்களைப் புறக்கணித்த அற்பனாகவுங்கூட வாழ்வேன்! ஊராரின் பழிசொற்களையும் பொருட்படுத்தமாட்டேன்!

நான் நிச்சயம் உயிர் வாழ்வேன், ஊர்மிளா! உன் ஆனந்தம் ஒன்றிற்காகவே உயிர் வாழ்வேன்!" என்று தழதழக்கும் குரலில், ஆனால் சிறிதும் கம்பீரம் குறையாத தொனியில் நிருத்தகன் பொருமினான்.

அதற்கு மேலும் கதவிடுக்கு வழியாகக் கவனித்துக் கொண்டிருந்த வீரசேகரனுக்குப் பொறுக்க முடியவில்லை. முறிந்து போன அளவற்ற காதல்; அவநம்பிக்கை, மிதமிஞ்சிய பொறாமை, காதலின் வஞ்சனை அதற்குப் பழி தீர்த்துக்கொள்ள வேண்டும் என்கிற ஆத்திரம், எல்லாம் ஒருங்கே அவன் நெஞ்சில் தலைதூக்கி தார்க்குச்சிகள் போல் அவனைக் குத்திக் கிளப்பின. அவன் எமகிங்கரனைப்போல் உருவியவாளுடன் துள்ளிப் படீரென்று கதவைத் திறந்துக்கொண்டு படுக்கையறைக்குள் குதித்தான்.

அதற்குள் கதவு திறக்கப்படும் சப்தம் கேட்டவுடனே நிருத்தக வேஷதாரி சட்டென்று அருகில் சுவரின்மீது தொங்கிய வில்லை எடுத்து அதில் அம்பு பூட்டி வீரசேகரனின் மார்புக்கு நேரே குறி பார்த்துக்கொண்டு நின்றான்.

வாளோங்கிய வீரசேகரன், வாள்முனை வீரபாண்டியனை எட்ட முடியாத தூரத்திலேயே நின்று விட்டான்.

"வீரசேகரா! அங்கேயே நில், அருகில் வராதே! உன் கையிலுள்ள வாளைக் கீழே போடு. இல்லையெனில் இந்த அம்பு உன் மார்பைத் துளைத்துவிடும்!" என்றான் நிருத்தகன் உறுதியான குரலில்.

எதிர்பாராதவிதமாக வீரசேகரனை அங்கே பார்த்த ஊர்மிளாவோ அப்படியே பேச்சுமூச்சற்றவளாய் சிலைபோல் நின்றுவிட்டாள்.

வீரசேகரன் பல்லைக் கடித்துக்கொண்டு நிருத்தகனை உற்று நோக்கி, "நீர்தானே வீரபாண்டியர்?" என்றான்.

"நான் யாராய் இருந்தால் உனக்கென்ன? இன்று அதிகாலையில் உன் உயிரை ஜனங்களிடமிருந்து காப்பாற்றிய கூத்தாடி நான்! இப்போதும் உனக்கு உயிரளிக்கிறேன். அந்த நன்றியை நினைத்தாவது என் விவகாரங்களில் தலையிடாமல் விலகி இரு" என்றான் நிருத்தகனான வீரபாண்டியன்.

"நான் சோழநாட்டு மாவீரன்! நீரோ எங்கள் நாட்டின் பரம வைரி, மகா வீரரான வீரபாண்டியரோடு வாட்போரிட வேண்டுமென என் வீரப் புஜங்கள் துடிதுடித்த நாட்கள் பலவுண்டு! எங்கள் சோழியப் படையெடுப்பில் இம்மதுரை நகரை முற்றுகையிடும் போது, வீரபாண்டியனோடு வீரசேகரன் நேருக்கு நேர் போரிடும் சரித்திரம் ஏற்படுமென இறுமாப்பு அடைந்திருந்தேன்! ஆனால் அப்போது நீர்

தலைநகரை எங்களிடம் பறிகொடுத்துவிட்டுத் தலைமறைந்து ஓடினீர். பின்னர் நீர் பதுங்கியுள்ள நெட்டூர் கோட்டையைக் கைப்பற்றும் போதாவது உம்மோடு வாள் யுத்தம் புரியும் பாக்கியம் கிடைக்குமென எதிர்பார்த்தேன்! ஆனால் உம் தேவியைப் பறிகொடுத்துவிட்டு அங்கிருந்தும் தலைமறைந்து ஓடிவிட்டீர். இப்போது அருமையான சந்தர்ப்பம் கிடைத்திருக்கிறது. நீர்தான் வீரபாண்டியர் என்பதை இன்னும் அறிந்து கொள்ள முடியாத குருடனல்ல நான்! வீரபாண்டியர் ஒரு மகாவீரர் என்பது உண்மை யானால் என்னோடு வாட்போரிடட்டும்! உம் வீரவாளை எடுத்துக் கொள்ளும். உம்மிடம் வாள் இல்லையெனில் இதோ எங்கள் வாள் நிலைகண்டான் ஜனநாதக்கச்சிராயரின் சரித்திரப் பிரசித்திபெற்ற வைடூரிய வாள்'' என்று வீரசேகரன் ஆவேசங் கொண்டவனாகத் தன்னிடம் தயாராக இருந்த இன்னொரு வாளை எடுத்து வீரபாண்டியன் முன் விட்டெறிந்தான்.

அந்த வாள் ''டங்''கென்று விழுந்த கம்பீர ஒலி வீரபாண்டியனின் ஏளனச் சிரிப்பில்தான் கலந்து ஒடுங்கியது.

''வீரசேகரா இது போர்க்களமல்ல! உன்னிடம் வாட்போரிட்டு பலப்பரீட்சை பார்க்க இப்போது எனக்கு அவகாசமோ விருப்பமோ இல்லை. வீரபாண்டியன் பிணத்தைக்கூட ஒரு சோழிய வீரன் சிறைப்பிடித்துச் செல்ல முடியாது! இன்று அதிகாலையில் நான் காப்பாற்றிய உயிரை இன்றிரவே என் அம்பிற்கு இரையாக்க நேரிடும் விதியை எண்ணித்தான் நான் மனம் நொந்து கொள்ள நேரிடும்!'' என்றான் வீரபாண்டியன்.

''வீரபாண்டியரே! நீர் என்னை இப்போது கொன்று விடலாம்! ஆனால் அபாயச் சங்கு ஊதாமல் என் உயிர் என்னை விட்டுப் பிரியாது! சாளரங்களெல்லாம் சாத்தப்பட்டுள்ள இவ்வறையிலிருந்து எவ்வளவு கூவினாலும் வெளியில் உள்ளவர்களுக்குக் கேட்காது என்று எண்ண வேண்டாம். அம்பு துளைத்த மார்போடு நான் கூவிக்கொண்டே ஓடி, நிலா முற்றத்திலிருந்து குதித்துப் பிணமாகி விடுவேன். நான் அப்போது அங்கிருந்து சப்தமிட்டால் வெளியே சூழ்ந்திருக்கும் எங்களுடைய எண்ணற்ற சோழியப் படை வீரர்கள் இந்த வீட்டை முற்றுகையிடுவார்கள். இவ்வீட்டைத் தீ வைத்துக் கொளுத்திச் சாம்பலாக்குவார்கள். உம்மால் உயிர் இழந்த என்னுடைய உடலுக்கும், உயிரோடு உம் உடலுக்கும் இந்த வீடே சிதைத் தீயாகிவிடும்! நான் சப்தமிடுவதற்குள் நீர் என்னைக் கொன்று விட்டாலும் இந்த வீட்டிலிருந்து நீர் தப்பிச் செல்ல முடியாது! இன்னும் சிறிது நேரம் சென்றால், என்னிடமிருந்து எந்தவித ஊது குழல் சப்தமும் கேட்கவில்லையென்றால், வெளியிலுள்ள ஜனநாதனின் படையினர் சந்தேகப்பட்டு இந்த வீட்டின் முன்வாசற் கதவை உடைத்துக் கொண்டு உள்ளே

பிரவேசித்து விடுவார்கள். கொல்லைப்புறவாசலிலும் முத்தரையனின் ஆட்கள் வில்லம்புகளுடன் காத்திருக்கிறார்கள்'' என்றான்.

''இங்கிருந்து தப்பிச் செல்வதற்கு வேறு மார்க்கமிருக்கிறது வீரசேகரா!'' என்றான் வீரபாண்டியன்.

''இல்லை, வீரபாண்டியரே! நீர் பக்கத்து இரும்புக்கிடங்கில் தோண்டி வைத்த சுரங்க வழியில் என்னுடைய படையாட்கள் வேட்டை நாய்கள் போல வந்து குவிந்திருக்கிறார்கள். நான் மரணத்திற்குத் துணிந்து இரும்புக் கிடங்கின் புகை போக்கி வழியாகத் துணிந்து உள்ளே குதித்து ஓசைப்படாமல் இந்த வீட்டிற்குள் வந்தேன்; நான் அப்போது பாடுபட்ட சிரமமெல்லாம் ஒருபோதும் வீண்போகாது!'' என்ற வீரசேகரன் தான் அவ்வீட்டினுள் பிரவேசித்த சிரமத்தையெல்லாம் சுருக்கமாக விவரித்து விட்டு, ''வாயு தேவன் கூட இந்த வீட்டிலிருந்து வெளியேற முடியாது!'' என்றான்.

அதைக் கேட்ட வீரபாண்டியன் சிறிதும் கலவரமடையாமல், ''நான் தப்ப நினைத்தால் நிச்சயம் மார்க்கம் உண்டு! நூலேணியும் இருக்கிறது!'' என்றான்.

''என் உடம்பில் உயிர் இருக்கும் வரை நீர் தப்பிச் செல்லவிடமாட்டேன் என்பது உமக்கே தெரியும்! நீர் என்னைக் கொன்று விட்டுத் தப்பிச்செல்ல முடிவு செய்தால் என்னுடைய கோரிக்கை ஒன்றை நீர் அனுமதிக்க வேண்டும். வீரபாண்டியரே! நான் சாவதற்கு முன்னால் அந்தப் புண்ணியவதியிடம் சில வார்த்தைகள் பேச விரும்புகிறேன்'' என்றான் வீரசேகரன்.

''ஊர்மிளாவிடமா?'' என்று கேட்டான் வீரபாண்டியன்.

''என்னிடமா?'' என்று ஜீவனற்ற குரலில் விம்மினாள் ஊர்மிளா.

''ஆமாம் ஊர்மிளா! உன்னிடம்தான் பேசவேண்டும்! சாவதற்கு முன்னால் உன்னிடம் என் மனதிலுள்ள உணர்ச்சிகளை யெல்லாம் கொட்டித் தீர்க்காவிட்டால் சிதைத் தீயில்கூட என் நெஞ்சுவேகாது! வீரசொர்க்கத்தில்கூட என் மனம் நிம்மதி அடையாது!''

சிலைபோல் சமைந்து நின்ற ஊர்மிளாவின் விழிகளில் நீர் ததும்பியது. வீரசேகரன் அவளை நோக்கிக் கத்தினான்.

''ஊர்மிளா, வீணாகக் கண்ணீர்விடாதே! என் இருதயத்தின் பிரளயத் தீயை அணைக்க இனி அந்தக் கண்ணீருக்குச் சக்தியில்லை! உன் சாகசக் கண்ணீரையும் சிரிப்பையும் காட்டி என்னைக் கபோதியாகவும் கைப்பொம்மையாகவும் விளையாடிய

காலமெல்லாம் கடந்து விட்டது! ஊர்மிளா! உன் அன்பைக் காட்டி என் கண்ணைக் குருடாக்கி உன் அரசியல் சதிகளுக்கெல்லாம் என்னைக் கைக்கருவியாகப் பயன்படுத்தி வந்தாய்! கள்ளங்கபடற்ற கடமை வீரனான என்னைக் கண்டோர் நகைக்கும் காட்சிப் பொருளாக்கினாய்! துரோகத்தைப் பற்றிக் கனவிலும் சிந்தித்தறியாத என்னைக் கண் கட்டுவித்தை காட்டித் துரோகப் பாதையில் இழுத்து வந்து என் உற்றார் மற்றார் எல்லாம் என்னையும் துரோகியென தூஷிக்கும்படி செய்தாய்! துரோகமும் சதியுமே உருவானவள் நீ! நீ செய்த கீழ்த்தரமான காரியத்தை இந்த உலகத்தில் எந்தப் பெண்ணும் செய்யமாட்டாள்! உன்னால் நான் பட்ட துன்பங்கள் கொஞ்சநஞ்சமல்ல! சொர்க்கம் என்று நான் நம்பிவந்த வீட்டில் நன்றாக நரகவேதனை அனுபவித்து விட்டேன்! இந்த வீடு சொர்க்கமல்ல! சதிக்கிடங்கு! என் சாவின் சமாதி என் சிங்கார நரகம்!'' என்று தாரை தாரையாகக் கண்ணீர் விட்ட வீரசேகரன், ''என் கண்ணீரெல்லாம் வீண் போகாது! நீ செய்ததற்கெல்லாம் தகுந்த தண்டனை அனுபவிக்கத்தான் போகிறாய்! இதோ உன் வீரபாண்டியர் உன் கண்முன்னாலேயே என்னை அம்பெய்து கொன்று விடுவார்! என் நெஞ்சில் எந்த மாய உருவம் எஞ்சியிருக்கிறது என்று பிய்த்துப் பார்ப்பது போல் அவர் எய்யும் அம்புகள் என் மார்பைச் சல்லடைக் கண்களாகத் துளைத்துவிடும்! அந்தக் காட்சியை உன் கண்ணாலேயே நன்றாகப் பார்! பிறகு சிறிது நேரங்கழித்து எங்கள் சோழியப்படை இந்த வீட்டை முற்றுகையிட்டுப் போரிடும் போது உன் வீரபாண்டியரின் சவமும் உன் காலடியில் கிடக்கும் காட்சியையோ அல்லது தூக்குமரத்தில் தொங்கும் காட்சியையோ பார்ப்பாய்! இருவரையும் இழந்துவிட்டு நீ படப்போகும் வேதனை, நரகத்தை விடக் கொடுமையாக இருக்கும். ஊர்மிளா!'' என்று வீரசேகரன் உணர்ச்சி வசப்பட்டவனாய் கூவினான்.

''வீரபாண்டியச் சக்கரவர்த்திகள் தூக்குமேடையிலா? கூடாது, கூடாது!'' என்று பொருமிய ஊர்மிளா வீரசேகரன் நிற்கும் திசை நோக்கிக் கும்பிட்டு, ''வீரசேகரா! வீரபாண்டிய சக்கரவர்த்திகள்தான் என் வாழ்வின் ஜீவன்! அவருக்காக என் உயிரையும் கொடுப்பேன். அவருக்கு ஹானி நேர்ந்தால் நானும் இறந்து விடுவேன்!'' என்று கிரீச்சிட்டாள்.

''அப்படிச் சொன்னால் அவரை விட்டுவிடுவேன் என்று இன்னுமா எதிர்பார்க்கிறாய்? நீ சிதைத்திருந்த என் இருதயத்தில் இன்னுமா இரக்கம் எஞ்சியிருக்கும் என்று எண்ணுகிறாய்? எந்த வாஞ்சையைக் காட்டி இத்தனை நாளும் என்னை வஞ்சித்து வந்தாயோ இப்போதும் அதே வாஞ்சையைப் பணயம் வைத்தா அவரைக் காப்பாற்ற நினைக்கிறாய்?'' என்று பொருமிய வீரசேகரன்,

''சே! பெண்மை என்பதே எவ்வளவு பேதமையும் தந்திரமும் பொருந்தியது!'' என்று முனகினான்.

ஊர்மிளாவின் முகம் சவம்போல் வெளிறியது. உயிரற்றவள் போல மனமும் உடலும் ஒடுங்கி நின்றாள். ஆயிரமாயிரம் ஈட்டிகள் அவளுடைய நெஞ்சைத் துளைக்கும் வேதனை மட்டும் அவளுடைய விழிகளில் நெளிந்தது.

''வீரசேகரா! ஊர்மிளாவின் நெஞ்சைப் புண்படுத்தாதே! அவள் ஏதாவது வஞ்சனை செய்திருந்தால் அவ்வளவிற்கும் மூலகாரணமான துர்ப்பாக்கியவான் நான்தான்!'' என்றான்! வீரபாண்டியன்.

''வீரபாண்டியரே! இப்போதே அம்பு எய்து என்னைக் கொன்றொழித்து விடும்! அல்லது வாட்போரிட்டு வீரமரணத்தைத் தழுவிக் கொள்ளும்! என் சாவு அல்லது உம்முடைய சாவு! இவ்விரண்டில் ஒன்று நடந்தே தீரவேண்டும்!'' என்றான் வீரசேகரன் உறுதியான குரலில்.

''ஏன் சாக வேண்டும்?'' என்று கேட்டான் வீரபாண்டியன்.

''நீர் என்னைக் கொல்லாவிடில் என் கடமைப்படி உம்மைச் சிறை செய்து பிடித்துச் செல்வேன். அந்த அவமானத்தை நீர் விரும்பாவிடில் இப்போது வாள் யுத்தம் புரிவதைத் தவிர வேறு வழியில்லை! மரண தேவதையின் குங்கும முத்தத்தை நம்மிருவரில் யார் அடையப் போகிறோம் என்பதை உம்முடைய தீர்மானத்திற்கே விட்டு விடுகிறேன்!'' என்றான் வீரசேகரன் கம்பீரமான குரலில்.

வீரபாண்டியன் யோசனையில் ஆழ்ந்தவனாய் ஊர்மிளா நிற்கும் திசையை நோக்கினான். இக்கரையா அக்கரையா என்பது புலப்படாமல் நடு ஆற்றின் வெள்ளத்தில் தத்தளிப்பவளைப் போல ஊர்மிளாவின் கண்ணீர் முகம் பரிதாபகரமாக விளங்கியது.

வீரசேகரன் கம்பீரமாகத் தன் வாளை ஓங்கிச் சுழற்றி விட்டு, ''வீரபாண்டியரே! உமக்கு அவ்வாறு தீர்மானிக்க இஷ்டமில்லை என்றால், அதை மரணதேவதையின் தீர்மானத்திற்கே விட்டுவிடுவோம்! அவள் நம்மிருவரில் யாரை வேண்டுமானாலும் தன் காதலனாக அழைத்துச் செல்லட்டும்! வென்றவருக்கு இவ்வையகத்து வாழ்வு; வீழ்ந்தவருக்கு வீரசொர்க்கம். இதுதான் வழி வழி வீரப்பரம்பரையினர் அனுஷ்டித்து வரும் விதி! ஒருவேளை உம் வாள்முனையில் என் வீர மார்பு கிழிப்புண்டு நான் மடிந்து விழ நேரிடினும் வாய்விட்டு அபயம் என்று கூவமாட்டேன்! வெளியிலிருந்து யாரையும் உதவிக்கு அறைகூவி அழைக்கமாட்டேன்! என் இருதயமே துண்டு துண்டாக அறுப்புண்டு என் கண்முன் விழுந்தாலும், பிராணாவஸ்தையில்

ஒரு சிறு முனகல் கூட என்னிடமிருந்து வெளிப்படாது! இது சத்தியம்! உம்மோடு வாட்போரிடும் சந்தர்ப்பத்தை தருவதற்காக உமக்கு இந்த வாக்குறுதி தருகிறேன்! வீரபாண்டியரே! இந்த வீட்டில் இத்தனை காலமும் நீங்களெல்லோரும் உறவாடியே என்னை வஞ்சித்து வந்திருந்துங்கூட, நான் இந்தக் கடைசிக் காலத்திலும் கண்ணியமாகவே நடந்து கொள்கிறேன்! நீரும் கண்ணியமுள்ள ஒரு மாவீரர்தான் என்றால் எடும் வாளை! போரிடும் என்னோடு!'' என்று முழங்கினான்.

''என் உயிருக்காக உன்னோடு நான் போரிடமாட்டேன்!'' என்று வீரபாண்டியன் சொல்லிவிட்டுப் படீரென்று தன் கையிலுள்ள அம்பையும் வில்லையும் கீழே தரைமீது விட்டெறிந்தான்.

''ஏன் போரிட மாட்டீர்? உம் கையில் வீரம் இல்லையா? நெஞ்சில் உரம் இல்லையா? வாள் வீச்சுகளின் வலி வேதனைகளைத் தாங்குமளவு உம் உடம்பில் விழுப்புண்கள் வீரத் தழும்புகளாய் விழுந்ததில்லையா?''

''உன்னைக் கொல்லும் மனந்தான் எனக்கு இல்லை! ஊர்மிளாவின் அன்பிற்குப் பாத்திரமான ஓர் அற்பப் பொருளைக் கூட நான் அழித்ததில்லை'' என்று வீரபாண்டியன் சொல்லி விட்டு ஊர்மிளாவை நோக்கினான்.

அப்போது ஊர்மிளாவின் சோகமும் இன்னதென்று விவரிக்க முடியாத ஓர் உணர்ச்சியால் மலர்ந்து பிரகாசித்தது. அவளுடைய கண்ணீர் மயமான விழிகளும் கனன்று ஒளிவீசின.

ஊர்மிளா உதடுகள் துடிதுடிக்க, ''வீரபாண்டியச் சக்கரவர்த்திகளே! நீங்கள் எப்போதுமே கண்ணியமுள்ளவர்! கருணையுள்ளவர்! என்மீது அளவில்லாத அன்புள்ளவர்! நான் பூர்வத்தில் பண்ணிய புண்ணியந்தான் உங்களுடைய இத்தகைய அன்பு இந்த அபலைக்குக் கிடைத்திருக்கிறது!'' என்று தன்னை மீறிய உணர்ச்சியுடன் பக்திப் பரவசமாகி வாய் பொங்கினாள். ஆனால் மறுகணமே பல்லைக் கடித்துக் கொண்டு விம்மி விம்மி அழலானாள்.

வீரபாண்டியன் தழதழக்கும் குரலில் வீரசேகரனை நோக்கி, ''நான் அடுத்துள்ள பூஜையறைக்குச் சென்று எங்கள் பாண்டியரின் குலதெய்வமான கன்னி பகவதிக்கு என் கடைசி பிரார்த்தனையைச் செலுத்துகிறேன்! அந்த அறையில் நான் தப்பிச் செல்ல எந்த மார்க்கமுமில்லை! தேவியைச் சிறை மீட்கும் நம்பிக்கை குன்றிய பிறகு உடலில் வீணே உயிரைத் தரித்திருக்கும் விருப்பமும் எனக்குக் குறைந்து விட்டது!'' என்று சொல்லிவிட்டு, ஊர்மிளாவை நோக்கித் திரும்பி, ''என்னுடைய அன்பிற்கு இந்த

உலகில் எஞ்சியிருக்கும் உறவெல்லாம் நீ ஒருத்திதான்! இனி உன் மனோபீஷ்டந்தான் என் முடிவு! நீ என்ன முடிவுடன் வருகிறாயோ அதன் பிரகாரமே நடப்பேன். அடுத்த பூஜையறையில் உனக்காகக் காத்திருக்கிறேன்! உனக்கு எப்போது உசிதமாகப்படுகிறதோ அப்போது வந்து கதவைத் தட்டினால் உன் வாயிலிருந்து வரும் எந்த விதியையும் ஏற்றுக் கொள்ளச் சித்தமாயிருப்பேன்! நீங்கள் இருவரும் இங்கு பேசுவது எதையும் நான் காது கொடுத்துக் கேட்கவும் மாட்டேன்!'' என்று வீரபாண்டியன் சொல்லிவிட்டு வேகமாக அடுத்த பூஜையறைக்குள் சென்று அதன் கதவைச் சாற்றிக் கொண்டான். அழுது அழுது முகம் சிவந்து போயிருந்த ஊர்மிளா நிமிர்ந்து வீரசேகரனின் முகத்தைப் பார்த்தாள் ''வீரசேகரா!'' என்று புலம்பிய வண்ணம் அவனை நோக்கி வேகமாக ஓடிவந்து அவன் பாதங்களில் விழுந்து, ஆறுதலுக்காக அவனுடைய கையைப் பற்றித் தன் கண்களில் ஒற்றிக் கொண்டாள்.

அவளை வீரசேகரன் உதறித்தள்ளி விலகிப் பின்வாங்கி நின்றான்.

''ஊர்மிளா! அருகில் வராதே! உன் முகத்தையும் கண்ணீரையும் காட்டி மறுபடியும் என்னை மயக்க வராதே! என்னோடு போரிடாமல் அம்பு எய்து என்னைக் கொல்ல வீரபாண்டியருக்குக் கைகள் கூசும்! ஆம்; வாளேந்தும் அவ்வீரர் தம் கையாலே என்னைக் கொல்ல மனங் கூசுகிறார்! அதனால் என்னை மயக்கிக் கொல்ல உன்னை அனுப்பியிருக்கிறார்!'' என்று சீறிய வீரசேகரன் சட்டெனத் தாரை தாரையாகக் கண்ணீர் வடித்தவண்ணம், ''ஊர்மிளா! என் சாவை நீ விரும்பினால் என்னை மயக்கிக் கொல்லாதே! அதோ அந்த வில்லையும் அம்பையும் எடுத்துக்கொண்டு வா! என் மரணத்தை வாய் திறந்து கேள்! என் மார்பைத் திறந்து காட்டுகிறேன்! வஞ்சகமே உருவான உன் உருவத்தை எந்த இருதயம் வாஞ்சையின் சிகரமாக உருவாக்கிக் காட்டியதோ, அந்த இருதயத்தை அம்பெய்து நீயே துண்டித்து விடு! என் உறுதியான நெஞ்சைக் கிழித்தெடுக்கும் சக்தி உன் மெல்லிய கைகளுக்கு இல்லையென்றால் உன் கையைப் பிடித்து நானே என் இருதயத்தைக் கிழித்தெடுத்துத் தருகிறேன்! அதில் தோய்ந்திருக்கும் உன் உருவத்தையும், வேதனைகளையும் நீ சாறாகப் பிழிந்தெடுத்து துடைத்தெறிந்துவிடு! ஊர்மிளா! நான் பிறந்தது முதல் வாழ்வெல்லாம் வஞ்சனையையே கண்டவன்! என் உயிர் பிரியும் கடைசித் தருணத்திலும் வஞ்சனையை நான் காண வேண்டாம்! ஊர்மிளா! நீ என்னதான் என்னை வஞ்சித்திருந்தாலும், நீ இல்லாமல் நான் வாழவே முடியாது என்பது உண்மையானால் உன் கையாலேயே எனக்கு மரணம் சித்திப்பதுதான் ஆனந்தமான அமைதியாகும்!'' என்றான்.

''ஆ என் கையாலேயே உன்னைக் கொல்வதா? வீரசேகரா! அந்த வார்த்தை சொல்ல வேண்டாம்! அதைவிட உன் கையிலுள்ள கொடுவாளால் என்னை வெட்டியெறிந்து விடு! உன்னை வஞ்சித்தது எந்த நாக்கோ, எந்த கண்களோ, எந்த அங்கங்களோ அவைகளையெல்லாம் உன் ஆத்திரம் தீர வெட்டியெறிந்து விடு! நீ உயிர் துறந்த பிறகு என்னால் உயிர் சுமந்து கொண்டிருக்க முடியாது! வீரபாண்டிய சக்கரவர்த்திகளையும் இழக்க நான் சம்மதிக்க மாட்டேன்!

உங்களிருவரில் ஒருவர் மரணமடைய வேண்டுமென்றால் முன்னதாகவே என் உயிர் முடிந்து விடட்டும்! உன்கையைப் பற்றிக் கொண்டு மடிவதிலாவது என் மனதிற்குச் சாந்தி கிடைக்கட்டும்!'' என்றாள் ஊர்மிளா.

''உன் உயிருக்கும் மேலானவராக வீரபாண்டியரை நீ விரும்புகிறாயா, ஊர்மிளா?'' என்று பொருமினான் வீரசேகரன்.

''ஆமாம் நீ என் மீது செலுத்தும் அன்பு காதலென்றால் நான் அவர்மீது செலுத்தும் அன்பு அதைவிட உன்னதமான பக்திக்குச் சமானமாகும். அவருக்குச் சிறு துன்பம் நேரிடுவதையும் நான் பொறுக்கமாட்டேன். நம்மிருவரிடையே உள்ள அன்பு உண்மையானதென்றால் உன்னால் அவருக்கு எந்தவிதக் கேடும் விளையக் கூடாது!''

''ஊர்மிளா! இன்னுமா என்மீது அன்பு செலுத்துவதாகச் சொல்கிறாய்? அதை இன்னுமா நான் நம்ப வேண்டுமென்கிறாய்? இந்த உலகத்தில் ஒருவனை நீ காதலிக்க முடியும் என்றால் அது என்னைத் தவிர வேறு யாராகவும் இருக்க முடியாது என்று என்னை நம்பும்படி செய்து வந்தாய். நீ ஒரு கணிகை அல்ல என்றும், உன் பெண்மைக்குக் களங்கமோ பழிச் சொல்லோ ஏற்படக் கூடாதென்றும் நம்மிருவருக்குமிடையே உள்ள அன்பு மாசு மருவற்ற தூய அன்பாய் விளங்க வேண்டுமென்றும் உயர்ந்த பண்புகளை வற்புறுத்தி வந்தாய்! ஆனால் நான் கண்டதென்ன....?''

''வீரசேகரா, ஆத்திரத்தால் வார்த்தைகளைக் கொட்டிவிடாதே! நான் சொல்வதைக் கேள்!'' என்று கிரீச்சிட்டாள் ஊர்மிளா.

''இனி கேட்கமாட்டேன், ஊர்மிளா! இனியும் நீ என்னை ஏமாற்ற முடியாது! நம்மிருவர் இதயங்களையும் பிணைத்திருந்த அன்பின் முடிச்சுகளையெல்லாம் நீ அறுத்தெறிந்து விட்டாய்! நான் சுந்தர ஜோசியர்மீது பொறாமை கொண்டபோது அவரிடம் உனக்குள்ள அன்பு காதலல்ல என்று உணர்த்தினாய். ஆனால் வீரபாண்டிய சக்கரவர்த்திகளையே உன் காதல் வலையில் சிக்க வைத்திருக்கிறாய் என்று நீ சொல்லவில்லை!''

''வீரசேகரா! வாயை மூடு!'' என்று சீறிய ஊர்மிளா, ''வீரபாண்டியச் சக்கரவர்த்திகள் என் தமையனாருக்குச் சமமானவர்! சுந்தர ஜோசியர் என்பதும் அவருடைய மாறுவேஷந்தான்! ஒரே தாய் வயிற்றில் பிறக்காவிட்டாலும் உயிருக்குயிரான சகோதர பாசம் எனக்கு உண்டு!''

''சகோதர பாசமா? இப்படித்தான் எந்தப் பெண்ணும் நிலைமையைச் சமாளிக்கப் பார்ப்பாள்!'' என்று ஏளனமாகப் பொருமிய வீரசேகரன் அதிகமாக ஆத்திரமடைந்தான். ''நீங்கள் என்னை நன்றாக ஏமாற்றிவிட்டீர்கள். ஆனால் அதற்கெல்லாம் ஏற்ற தண்டனை இப்போதே கிடைக்காமல் போகாது! நான் அறிவிப்புக் குழல் ஊதாவிட்டாலும் வெளியே காத்திருக்கும் ஜனநாதனின் படைகள் வெறுமனே இருக்கமாட்டார்கள். உள்ளே போனவன் செய்தி தெரியவில்லை என்று சந்தேகப்பட்டுத் தெருக்கதவையுடைத்துக் கொண்டு உள்ளே பிரவேசித்து விடுவார்கள்! உன் வீரபாண்டியச் சக்கரவர்த்திகளை உயிரோடோ, பிணமாகவோ சிறைப்பிடித்துச் செல்லும் காட்சியை என் உயிர் காண முடியாவிட்டாலும் உன் கண்களால் காணத்தான் போகிறாய்! அதுதான் நீ என்னை வஞ்சித்ததற்கெல்லாம் சரியான தண்டனை!''

ஊர்மிளா ஓவென அழுது தன் கண்ணீர்த் துளிகளால் வீரசேகரனின் பாதங்களை நனைத்தவண்ணம் கெஞ்சிக் கதறலானாள். ''என்னைமன்னித்து விடு, வீரசேகரா! நான் உனக்குச் செய்த தீமைகளையெல்லாம், என்னுடைய வஞ்சனைகளையெல்லாம் மன்னித்துவிடு! என் கண்ணீரையும் வாழ்வெல்லாம் நான் பட்ட வேதனைகளையும் நினைத்தாவது மன்னித்துவிடு! உன்னை நான் சந்தித்த பிறகு என் மனம் அனுபவித்து வந்த துயரங்கள் கொஞ்ச நஞ்சமல்ல! நான் எத்தனையோ இரவுகள் உறங்காமல் அழுததெல்லாம் உனக்குத் தெரியாது! உனக்குத் தெரிந்தால் நீயும் வேதனைப்படுவாய் என்று சிரித்த முகத்தைக் காட்டி வந்தேனே தவிர, ஒவ்வொரு கணமும் உன் உருவம் என் நெஞ்சை வேதனைப்படுத்தி வந்ததை நான் உனக்குச் சொல்லவில்லை! வீரசேகரா, உன்மீது, நான் கொண்டுள்ள அன்பை அணுவளவேனும் சந்தேகிக்காதே! நான் மறுவில்லாத மனமுள்ளவள்தான்! ஆனால் அபலை! யாருமற்ற அனாதை! இந்த நெருக்கடியான நேரத்தில்

என் வீட்டுக்காரரும் என்னைக் கைவிட்டுப் போய்விட்டார்! வீரசேகரா! என்னைப் பார்! நான் துணையற்றவள் துன்புறுபவள்! எனக்குப் பரிவு காட்ட யாருமற்றவள்! வீரசேகரா! அழுகையையே வாழ்வாகக் கொண்ட இந்தத் துர்ப்பாக்கியவதிக்கு இந்த உலகில் ஆறுதலாக எஞ்சியிருக்கும் ஒரே ஜீவன் வீரபாண்டியச் சக்கரவர்த்திகள்தான்! அவரையும் நீ ஒழித்துவிடக் கங்கணம் கட்டிக் கொண்டிருக்கிறாய்! அதைத் தாங்கமாட்டேன் வீரசேகரா, தாங்கமாட்டேன்! என்னை நீ மன்னித்து விடு! வீரசேகரா, மன்னித்து விடு! இல்லையென்றால் உன் காலடியிலேயே உயிர் நீத்து விடுவேன். வீரசேகரா!'' என்று வீரசேகரனின் பாதங்களில் முகம் புதைத்துப் பொருமிப் பொருமி அழுதாள்.

அத்தியாயம் 82

தன்னையும் துறத்தல்

நல்நுதல் ஒருத்தி தன் பால்
அகத் துள நாளும் நீத்தாள்!
உன்னரும் துறவுபூண்ட
உரன் உடை ஒருவனே போல்,
தன்னையும் துறக்கும் தன்மை
காமத்தே தங்கிற்றன்றோ?

— கம்ப ராமாயணம்

மட்டற்ற அன்பிற்குப் பாத்திரமான ஒருத்தி தன் காலடியில் மண் புழுப்போல் துடித்துப் பரிதவிக்கும் காட்சியை வீரசேகரனால் சகிக்க முடியவில்லை. ஊர்மிளாவின் பரிதாபகரமான முகத்தைக் காணும்போது வீரசேகரனுக்கு மனம் கசிந்தது.

''ஊர்மிளா!'' என்று தழதழக்கும் குரலில் கூறியவனாக அவளைத் தூக்கி நிறுத்தினான்.

''ஊர்மிளா! உன் வீரபாண்டியர் தம் உயிரைப் பணயம் வைத்துச் சதித் திட்டங்களில் ஈடுபட்டார்!'' எல்லாம் வல்ல எங்கள் சோழ சாம்ராஜ்யத்தைப் பகைத்துக் கொண்டார்! தோல்வியுண்டார்! அதனால் கிரமப்படி அவர் — உயிரோடோ பிணமாகவோ — சிறைப்பட வேண்டியதுதான்! என்றான் வீரசேகரன்.

''அவர் மடியத்தான் வேண்டுமென்று நீயே வன்மம் பாராட்டுகிறாயா? அதை நீயே என்னிடம் சொல்லத் துணிகிறாயா?''

''நான் சொல்லவில்லை, ஊர்மிளா! அது அவருடைய தலைவிதி!''

''இல்லை வீரசேகரா! இப்போது வீரபாண்டியரின் விதி உன்கையில்தான் இருக்கிறது. இப்போது நினைத்தால் எந்த விதியையும் நீ கிழித்தெறிந்து அவரைக் காப்பாற்றமுடியும். நிச்சயம் நீ காப்பாற்ற முடியும்!''

''என் கட்சியினருக்கு நான் துரோகம் செய்ய வேண்டுமென்கிறாயா? வாழ்வெல்லாம் நேர்மை ஒன்றையே கடைப்பிடித்து வந்தவனை நன்றி விசுவாசமற்ற ராஜத் துரோகியாகச் சொல்லுகிறாயா?''

''வீரசேகரா! இங்கு நடப்பது எதையும் நீ பாராதவனைப்போல் கண்ணை மூடிக்கொண்டிருந்தால் போதும், என் ஆயுள் முழுவதும் உனக்கு நன்றியுள்ளவளாக இருப்பேன்!''

''இங்கே நான் கண்ணை மூடிக்கொண்டிருந்தால் வீட்டிற்கு வெளியே காத்திருக்கும் ஜனநாதனும் படைவீரர்களும் கண் குருடாகி விடுவார்களா? இந்தக் கம்மியர் சேரியின் ஒவ்வொரு தெருவிலும் வேட்டை நாய்கள் போல் காவல் புரியும் எங்கள் சோழிய வீரர்கள் வெறுமனே இருந்து விடுவார்களா? குறிப்பாக ஒரு சங்கேத வார்த்தையைச் சொல்லாமல் இந்த வீட்டிலிருந்து யாரும் நழுவிச் செல்வதை எங்கள் படைவீரர்கள் அனுமதிக்க மாட்டார்கள். எந்தத் தெருவில் எந்த மாறு வேஷத்தில் எவர் சென்றாலும் அங்கே காவல் புரியும் எங்கள் வீரர்கள் தடுத்து நிறுத்தி விடுவார்கள். சங்கேத வார்த்தைகளைச் சொல்லா விட்டாலோ அனுமதி இலச்சினைகளைக் காட்டா விட்டாலோ சிறைபிடித்து விடுவார்கள். என்னைப் போன்ற சோழ அதிகாரியாக இருந்தாலும்கூட அந்தச் சங்கேத வார்த்தையைச் சொல்லாவிட்டால் படைவீரர்கள் சந்தேகப்பட்டுச் சிறைப்பிடித்து விடுவார்கள்!''

''அப்படியானால் அந்தச் சங்கேத வார்த்தை உனக்கும் தெரியும், இல்லையா வீரசேகரா?''

''ஆமாம்! அந்தச் சங்கேத வார்த்தையை ஜனநாதன் படையினரிடம் குறிப்பிட்டுவிட்டு வந்தவனே நான்தான்! அந்த சங்கேத வார்த்தையைச் சொல்லாத எவரையும் சந்தேகப்பட்டுச் சிறை பிடிக்கலாம் என்றும், தேவைப்பட்டால் அந்த இடத்திலேயே கொல்லலாம் என்றும், உத்திரவு கொடுத்துவிட்டு வந்தவனும் நான்தான்!''

"அந்தச் சங்கேத வார்த்தை என்ன? அதை என்னிடம் சொல்ல மாட்டாயா வீரசேகரா?"

"ஊர்மிளா அப்படி நீ என்னிடம் கேட்பதற்கு உனக்கு என்ன உரிமை இருக்கிறது?"

"என்மீது உனக்கிருக்கும் அன்பின் உரிமையினால்தான் கேட்கிறேன்."

"...ம்! உன்மீது நான் கொண்ட அன்பிற்காக என்னை நயவஞ்சகனாகவும் துரோகியாகவும் மாறச் சொல்லுகிறாயா? என் கண்ணியம், கௌரவம் நேர்மை, நிதானம், என் தேசம், என் ராஜ விசுவாசம், என் கட்சி, என் கடமை, என் லட்சியம், என் கொள்கைகள் அனைத்தையும் இழந்துவிடச் சொல்கிறாயா? இவற்றையெல்லாம் நான் இழந்து விடுவதற்குப் பிரதியாக உன்னிடமிருந்து எனக்கு என்ன கிடைக்கும்?" என்றான் ஆதங்கத்துடன் வீரசேகரன்.

"உன் வாழ்வின் கனவு உனக்குக் கிடைக்கும். நானே உனக்குக் கிடைப்பேன், வீரசேகரா! வீரபாண்டியச் சக்கரவர்த்தி களை இப்போது நீ காப்பாற்றினால் நான் உன் ஒருவனுக்கே உரியவளாகி விடுவேன்!" என்றாள் ஊர்மிளா கம்பீரமான குரலில் வீரசேகரனை நிமிர்ந்து நோக்கியவளாய்.

அதைக் கேட்டதும் வீரசேகரன் ஒரு கணம் ஸ்தம்பித்துப் போனான். அடுத்த கணம் தேகமெல்லாம் அவனுக்கு புல்லரித்தது.

ஊர்மிளாவின் கண்ணீர் நனைந்த விழிகளிலோ வன்மையான ஒரு புத்தொளி பிரகாசித்தது.

அவளை வியப்புடனும், விசித்திரத்துடனும் உற்று நோக்கித் தடுமாறிய வீரசேகரன், "உன்னை அடைய வேண்டும் என்பது தான் என் பிறவிப் பயனென்று நான் ஆசைப்பட்டு வந்த கனவு! ஆனால் கர்ம வீரனுக்குரிய நற்பண்புகளையும் என் சுய தர்மங்களையும் என் மனிதத் தன்மையையுமே இழந்துதான் உன்னை நான் அடைய வேண்டுமா! ஊர்மிளா, நீ பெரும் நிபந்தனை விதிக்கிறாய்!"

வீரசேகரா! நீ வீரபாண்டியச் சக்கரவர்த்திகளைக் காப்பாற்றினால், என் வீடு, வாசல் என் சாதி சம்பிரதாயங்கள், என் குடும்பம் என் சதி தர்மம் அனைத்தையும் இழந்துவிட்டு உன்னிடம் வரத் தயாராக இருக்கிறேன். ஒரு வீரன் தன் ராஜ தர்மத்தையும் பண்பையும் இழப்பதைவிட ஒரு பெண் தன் குலதர்மத்தையும் பண்பையும் இழப்பதுதான் பெரிது வீரசேகரா! நீ தாங்கிக் கொள்ளும் பழிச்சொல்லைவிட நான் தாங்கிக் கொள்ளப்போகும் பழிச்சொல்தான் பெரிதாக இருக்கும்! இந்தச்

சந்தர்ப்பத்தில் நீ எனக்காகச் செய்யும் உதவிக்கும், தியாகத்திற்கும் பிரதியாக ஒரு பெண் செய்யும் சர்வ பரித்தியாகந்தான் மிகப் பெரிது என்பதை நீ சிந்தித்துப் பார்!" என்றாள் ஊர்மிளா. அவள் பேசிய தோரணை சகலத்தையும் துறந்து குடும்பத்திலிருந்து சந்நியாசியாக வெளிக் கிளம்பும் ஒரு ஞானியின் வைராக்கியத்தைப் போலவே ஒலித்தது.

நல்ல பண்புள்ள பெண்ணொருத்தி தன் மனதிலுள்ள நாணத்தையும் துறந்து விட்டவளாகவே தோன்றினாள். வீரசேகரனோ அவளுக்காக தன் தன்மைகள் அனைத்தையுமே தவிர்த்துவிடச் சித்தமாயிருந்தான். தன்னையே துறந்துவிடும் சக்தி உண்மையான காதலுக்கு உண்டன்றோ?

"ஊர்மிளா! இது நிஜந்தானா?" என்று வீரசேகரன் பரபரப்புடன் கேட்டான்.

"நிஜந்தான், வீரசேகரா!" என்று தலையசைத்தாள் ஊர்மிளா மிகவும் உறுதியாக.

வீரசேகரனோ உணர்ச்சிப் பரவசனாகி, "ஊர்மிளா! ஊர்மிளா!" என்று நாக் குழறத் தடுமாறினான்.

"வீரசேகரா! இப்போது முதலில் வீரபாண்டியச் சக்கரவர்த்திகளைக் காப்பாற்று! அப்புறம் என்னை உன் உரிமைப் பொருள் ஆக்கிக் கொள்!"

அவளை நோக்கி வீரசேகரன் தழதழத்த குரலில் "ஊர்மிளா நான் நேர்மையானவனாக இருந்தபோதே துரோகியெனப் பழிப்புக்கு ஆளானேன். எப்படியாவது என்னைச் சதிகாரனாக்கி என்னை அரசியலிலிருந்து அப்புறப்படுத்தவும் என் சகாக்கள் முயல்கிறார்கள்; என்னை அறியாமலேயே சதிப்பாதையில் காலடி எடுத்து வைத்துவிட்டேன்! இனி நான் உண்மையிலேயே ஒரு துரோகியாகி விடவேண்டுமென்றால், எனக்கு உன்னைப் பற்றிய ஒரு விஷயம் தெரியவேண்டும்!" என்றான்.

"என்ன அது?" என்று கேட்டாள் ஊர்மிளா.

"வீரபாண்டியருக்காக உன் சதித்தர்மத்தையும் தியாகம் செய்ய முன்வந்திருக்கிறாயே? உனக்கு அவர்மீது அவ்வளவு அன்பா? அவருக்கும் உன்மீது அவ்வளவு அன்பு உண்டா?"

"ஆமாம், வீரசேகரா! அந்த அன்பு இந்த உலகிலேயே மிகவும் உன்னதமானது! அவருடைய உயிரைக் காப்பாற்றுவதற்காக நான் எதுவும் செய்யக் கடமைப்பட்டவள்!"

"இப்போது நான் அவரைக் காப்பாற்றி அனுப்பினால் நீ எனக்கு உரியவளாகி அவரை அடியோடு மறந்து விடுவாயா?"

''அது மட்டும் என்னால் ஒருபோதும் முடியாது, வீரசேகரா! நீ அவரை மறக்கச் சொல்வதும் சிறிதும் நியாயமல்ல. எங்களிடையே உள்ள அன்பைக் கண்டு நீ ஏன் அசூயைப்படவேண்டும்?''

''ஊர்மிளா! வீரபாண்டியர் சிறிதுங் கூச்சமின்றித் தன் கையாலேயே உன் முகத்தை நிமிர்த்தி உன் கண்ணீரைத் துடைத்து வாஞ்சையுடன் கூந்தலையும் வருடினார். அந்தக் காட்சியைக் கதவிடுக்கின் வழியாகப் பார்த்த எவனும் அசூயைப்படாமல் இருக்க மாட்டான். அத்தகைய நெருக்கமான அன்பை எத்தகைய விசுவாசப் பாசம் என்று என்னால் புரிந்து கொள்ளவும் முடியவில்லை!''

''வீரசேகரா, அது ரத்த பாசம்! வீரபாண்டியச் சக்கரவர்த்திகளுக்கு நான் தங்கை உறவுள்ளவள்! அவர் என் உயிருக்குயிரான ஒரே சகோதரர்!''

''வீரபாண்டியரின் குலச் சரித்திரத்தில் இப்படி ஒரு தங்கை இருப்பதாகக் கேள்விப்படவில்லையே?''

''ஆமாம், சரித்திரத்தில் இடம் பெறக்கூடிய உறவல்ல, அது! வீரபாண்டியரை எடுத்து வளர்த்தாள் ஒரு செவிலித்தாய். அந்த அரண்மனைத் தாதியிடம் பிறந்த தங்கைதான் நான். காலமான பெரிய சக்கரவர்த்திகளின் அபிமான ஸ்திரீ என்ற அளவில்கூட அங்கீகரிக்கப்பட முடியாத துர்ப்பாக்கியவதிதான் என் தாய்! நானும் வீரபாண்டியரும் ஒரு தாய் வயிற்றில் பிறக்காவிட்டாலும் உயிருக்குயிரான அண்ணன் தங்கை என்ற பாசம் எங்களிடையே இருந்து வருகிறது. ஆனால் இதை வெளியுலகம் அறியாதவாறு இரகசியமாக மறைத்து வைத்திருக்க வேண்டிய நிர்ப்பந்தமும் எங்களுக்கு ஏற்பட்டிருக்கிறது! அந்தக் கதையையெல்லாம் பின்பொரு சந்தர்ப்பத்தில் சொல்லுகிறேன். வீரசேகரா!'' என்றாள் ஊர்மிளா.

''அன்பே! உன் தமையரை இப்போது நான் காப்பாற்றி அனுப்பினால் நீ மனப்பூர்வமாக, உயிருக்குயிராக என்னைக் காதலிப்பாயா?''

''காதலிப்பேன்; வீரசேகரா, காதலிப்பேன்!''

''உன் கோரிக்கையை நான் நிறைவேற்றினால் நீ உன் சம்பந்தப்பட்ட அனைவரையும், அனைத்தையுமே புறக்கணித்து விட்டு எதையும் பொருட்படுத்தாதவளாக என்னிடம் வந்துவிடுவாயா ஊர்மிளா? நான் துரோகியாகி இந்தப் பாரத தேசத்தை விட்டே எங்காவது கண்காணாத் தீவிற்குத் தலைமறைந்து ஓட நேரிட்டால் நீயும் என்னுடன் வருவாயா? என்னோடு வாழ்வதில் உனக்கு எத்தனை துன்பங்கள் நேரிட்டாலும்

நீ அவற்றையெல்லாம் சகித்துக் கொள்வாயா? எனக்கு என்ன நேர்ந்தாலும் நான் துன்புற்று அவதியுறும் போது நீ சிறிதும் மனங்கோணாமல் ஆனந்தமும் ஆறுதலும் அளிப்பாயா? என்ன ஊர்மிளா? எப்படியெல்லாமோ கஷ்டப்பட நீ என்னோடு எங்கு வேண்டுமானாலும் வருவாயா?''

''ஆ! வீரசேகரா! வீரசேகரா!'' என்று உணர்ச்சிவசமாய் ஊர்மிளா தடுமாறினாள்.

''நீ தயங்குகிறாய்! ஆமாம், நீ தயங்குகிறாய்!'' என்று வீரசேகரன் பொருமிப் பின் வாங்கினான்.

ஊர்மிளா சட்டென அவனுடைய கைகளைப் பிடித்துக் கொண்டாள். உணர்ச்சிப் பரவசத்துடன் ஜொலிக்கும் விழிகளால், ஆசையும் நன்றியும் ஒருங்கே பீறிடும் வசீகரமான குரலில், ''ஆம் வீரசேகரா!'' என்று கூவி, ''வீரசேகரா! என் பரிவு தீர்த்த நீ எனக்காக எவ்வளவோ செய்கிறாய். என் அண்ணன் உயிரைக் காப்பாற்றப் போகிறாய்! நீ என்னென்ன எதிர்பார்க்கிறாயோ அதன்படியெல்லாம் செய்வதாக நான் சத்தியம் செய்து கொடுக்கிறேன். கேள், வீரசேகரா கேள்; என்ன வாக்குறுதி வேண்டும்?''

''ஊர்மிளா, ஊர்மிளா! என் ஆசைப்படி நீ நிச்சயம் எனக்கே உரியவளாகி விடுவாயா?''

''ஆகிவிடுவேன் வீரசேகரா! அதில் உனக்குச் சந்தேகம் வேண்டாம். நான் சத்தியம் வேண்டுமானாலும் செய்கிறேன்!''

''எதன்மீது சத்தியம் செய்வாய்?''

''எங்கும் நிறைந்த சர்வேஸ்வரன் சாட்சியாக என் பெண்மை மீது சத்தியம் செய்கிறேன்!'' என்று ஊர்மிளா சொல்லிவிட்டு பூஜையறை இருந்த திக்கின் பக்கம் திரும்பி, ''என்னைப் படைத்த தெய்வமே! பாபிகளையும் மன்னித்தருளும் பரமாத்மாவே; என்னையும் மன்னித்துக் கொள். உன் சாட்சியாக இந்த உலக தர்மத்திற்குப் புறம்பாக ஒரு சத்தியத்தைச் செய்கிறேன். தெய்வமே என்னை மன்னித்தருள்!'' என்று ஊர்மிளா ஈனஸ்வரத்தில் முனகினாள். நிர்மலமான அவளுடைய கண்களிலிருந்து நீர் சுரந்து களங்கமற்ற அவளுடைய கன்னக் கதுப்புகளில் வழிந்து அவளுடைய பாதங்களைக் கழுவின.

''ஊர்மிளா! நீ செய்வது பாவம் என்கிற நினைப்பு உன் மனதில் இருக்கிறது! அப்படி இருந்தால் நீ ஒருபோதும் என்னுடையவளாக மாட்டாய்!'' என்றான் வீரசேகரன்.

''இல்லை, வீரசேகரா! இந்தக் கண்ணீரோடு பழைய ஊர்மிளா இறந்தவளுக்குச் சமானமாகிவிடுவாள். நீ வீரபாண்டியச்

சக்கரவர்த்திகளைக் காப்பாற்றியவுடன் நான் புது ஊர்மிளாவாகப் புனர்ஜென்மம் அடைந்து விடுவேன்'' என்று கூறிய ஊர்மிளா பரிவோடு வீரசேகரனின் கையைப் பற்றி, ''வீரசேகரா! இதோ நீ விரும்பிய சத்தியத்தைச் செய்து கொடுக்கிறேன். எல்லாம் வல்ல சர்வேஸ்வரா! என் அண்ணாவும் என்னை ஆதரித்தவரும் என் உயிருக்குயிரானவருமான வீரபாண்டிய சக்கரவர்த்திகளை இப்போது வீரசேகரன் காப்பாற்றினால் நான் அவனுக்கே உரியவளாவேன். என்னைப் படைத்த தெய்வமே! உன் சாட்சியாக என் வாழ்வை வீரசேகரன் ஒருவனுக்கே அர்ப்பணிப்பேன்! என் மனோவாக்கு காயம் அனைத்தையும் அவனுக்குச் சொந்தமாக்குவேன், என்ன துன்பம் நேர்ந்தாலும் வீரசேகரனிடம் மனங்கோணாமல் வாழ ஓடி வருவேன்! தேவைப்பட்டால் வீரசேகரனுக்காக மடிவதிலும் மட்டற்ற ஆனந்தம் கொள்வேன், இது சத்தியம்!'' என்றாள்.

உடனே வீரசேகரன், ''ஊர்மிளா! இனி கவலைப்படாதே! கண்ணீரைத் துடைத்துக்கொள்! இப்போது உன் தமையர் காப்பாற்றப்பட்டுத் தப்பி செல்வார்! உன் புடவை துணிகள் சிலவற்றை எடுத்துக்கொண்டு என் பின்னால் வா!'' என்று சொல்லி விட்டு வீரசேகரன் அந்தப் படுக்கையறையிலிருந்து கிளம்பி மாடிப் படிக் கட்டுகளை அடைந்தான்.

ஊர்மிளா சில புடவை துணிகளை எடுத்துக்கொண்டு பதுமைபோல் அவன் பின்னால் வந்து நின்றாள்.

படிக்கட்டின் கைப் பிடியிலுள்ள ஒரு கம்பத்தை உற்று நோக்கிக் கொண்டிருந்த வீரசேகரன் ஆழ்ந்த ஒரு பெருமூச்சுடன் தன் உடைவாளையும் அதிகாரச் சின்னங்களையும் மார்புக் கவசங்களையும் தலைப் பாகையையும் எடுத்துக் கீழே வைத்துவிட்டு, ஊர்மிளாவை நோக்கிச் சோகத்துடன் கூடிய ஒரு புன்முறுவல் செய்தான்.

''ஊர்மிளா! நீ கொண்டுவந்த துணிகளால் என் கால் கைகளைப் பின்புறமாக வைத்து இந்தக் கம்பத்தில் என்னை கட்டிப்போடு! என் கண்களையும் கட்டி என் வாயில் துணியை வைத்து அடைத்து விடு. என்னுடைய உடுப்புகளையும் அதிகாரச் சின்னங்களையும் எடுத்து உன் தமையர் அணிந்து கொண்டு என்னைப்போல் வேஷந்தரித்து இருட்டில் தப்பிச் செல்வது சுலபமாகிவிடும். புலிவாயில் மீன் என்கிற சங்கேத வார்த்தையைச் சொன்னால் வழியில் யாரும் அவரைத் தடுத்து நிறுத்தமாட்டார்கள்! என் மார்புக் கவசத்தின் உட்புறம் ஒரு சிறு பையில் புலி இலச்சினை பொறித்த ஒரு சிறு அனுமதிப் பட்டயம் இருக்கிறது. அதையும் உன் தமையர் உபயோகப்படுத்திக் கொள்ளலாம்!'' என்றான் வீரசேகரன்.

“ஆ! வீரசேகரா! உன் அன்பின் சக்தியை இன்றுதான் பரிபூரணமாகக் கண்டேன்!” என்று உணர்ச்சிப் பிரவாகத்துடன் கூறிய ஊர்மிளா அப்படியே அவனுடைய கையை பற்றிக்கொண்டு நன்றியறிதலுடன் அவனுடைய முகத்தைப் பார்த்தாள்.

“ஊர்மிளா! நேரம் நெருங்குகிறது; சீக்கிரம் என்னைக் கட்டிப் போடு. அதோடு நீ இன்னொரு காரியமும் செய்யவேண்டும்! அதைச் செய்ய நீ சிறிதும் மனம் கூசக்கூடாது!”

“அது என்ன காரியம்?”

“என் உடைவாளின் கைப்பிடியை ஓங்கி நான் மூர்ச்சித்து விழும்படி என் மண்டையில் அடித்துவிடு! கண்ணை மூடிக்கொண்டு உன் பலத்தையெல்லாம் உன் கைகளில் திரட்டிக் கொள்!”

அதைக் கேட்டதும் ஊர்மிளா அழுதே விட்டாள்.

“ம்! சீக்கிரம்! தயங்காதே!”

ஊர்மிளா கண்ணை மூடிக்கொண்டு எந்தப் பெண்ணும் செய்யாத ஒரு காரியத்தைச் செய்தாள்.

மறுகணம் மண்டையில் அடிபட்ட வீரசேகரன் மூர்ச்சித்து விழுந்தான்!

அத்தியாயம் 83

லங்கா தகனம்

சுட்டது குரங்கெரி சூறையாடிட

– கம்ப ராமாயணம்

மறுபடி வீரசேகரனுக்கு மூர்ச்சை தெளிந்து சுய நினைவை அடைந்தபோது, அவன் ஒரு விசித்திரத்தைக் கண்டான். அவன் எதிரே விஷமப் புன்னகையுடன் ஜனநாதனும், கழுகுப் பார்வையுடன் ஆடையூர் நாடாள்வாரும் சில வீரர்களும் நின்று கொண்டிருந்தார்கள். வீட்டின் கதவை உடைத்துக் கொண்டு உள்ளே வந்திருக்கிறார்கள் என்பதற்கு அறிகுறியாகச் சில வீரர்களின் கைகளில் கோடாரி, கடப்பாரை, முதலிய கருவிகளும் காணப்பட்டன.

"வீரசேகரா! நான் இப்படி நடக்குமென எதிர்பார்த்ததுதான்!" என்றான் விஷமப் புன்னகையுடன் ஜனநாதன்.

"எதிரிகள் தப்பிவிட்டார்களா?" என்று ஆத்திரத்துடன் வீரசேகரனைக் கேட்டார் ஆடையூரார்.

"அது எனக்குத் தெரியாது!" என்று கலவரத்துடன் சொன்ன வீரசேகரன் அந்த வீட்டின் மேன்மாடத்தை நோக்கித் திருதிருவென விழித்த வண்ணம், "நான் இந்தப் படிக்கட்டில் ஏற முயன்றபோது யாரோ இருட்டில் என் தலையில் அடித்தது மட்டும்தான் ஞாபகமிருக்கிறது!" என்று நிலைமையைச் சமாளிக்க முயன்றான்.

"ஆடையூராரோ ஒரு கனைப்புடன், "நாங்கள் கதவை உடைத்துக் கொண்டு இங்கே வரும்போது அந்த மாடத்துக் கிளி விளக்கு எரிந்து கொண்டுதான் இருந்தது!" என்றார்.

"நம்முடைய வீரசேகரனின் மண்டையில் அடித்து வீரப்பிரதாபம் நம் கண்ணில் படுவதற்காக எதிரிகள் அந்த விளக்கை ஏற்றி வைத்திருக்கலாம்!" என்று விஷமப் புன்னகையுடன் கூறிய ஜனநாதன் மெல்ல வீரசேகரனின் கண்களில் பாயும் நன்றியறிதலைக் கவனித்தான்.

"வீரசேகரா! உன் தலையிலடித்து உன்னை மூர்ச்சிக்கச் செய்தது யார்? வீரபாண்டியனா?" என்று கேட்டார் ஆடையூரார்.

"வீரபாண்டியன் அடித்திருந்தால் நம் வீரசேகரனின் மண்டை துண்டுகளை நாம் பொறுக்கியெடுக்க வேண்டிய சிரமம் ஏற்பட்டிருக்கும்! இவன் தலையில் அடித்தது, மெல்லிய மங்கை ஒருத்தியாகத்தான் இருக்க வேண்டும். ஏனென்றால் இவன் மண்டை உச்சியில் ரத்தத்திற்கு பதிலாகக் கண்ணீர்தான் சிந்தியிருக்கிறது. இவனைச் சுற்றி உடைந்த வளையல்களும் இவன்மீது மல்லிகை பூக்களும் அர்ச்சிக்கப் பட்டிருக்கின்றன. தலையில் அடிபடும்போது கூட நம் வீரசேகரன் தனிப்பெரும் பாக்கியசாலிதான் ஆடையூராரே!" என்றான் ஜனநாதன்.

"எனக்கு ஒன்றுமே விளங்கவில்லை. இப்போது நாம் என்ன செய்வது?" என்று வீரசேகரன் உணர்ச்சி முறிபடும் குரலில் பரபரப்புடன் கேட்டான்.

"என்ன செய்வதா? வீரபாண்டியன் இந்த வீட்டிலிருந்து தப்பியிருக்க முடியாது! அவன் படுத்துறங்கும் அறை எங்கு இருக்கிறது?" என்று கேட்டார் ஆடையூரார்.

"மேன்மாடத்தில் ஒருபுறம் இருக்கிறது!" என்று தயக்கத்துடன் சொன்னான் வீரசேகரன்.

''இவ்வளவு அமளி துமளிக்கிடையினும் வீரபாண்டியன் இன்னும் படுத்துறங்கிக் கொண்டிருப்பான் என்றா எதிர்பார்க்கிறீர், ஆடையூராரே? அவ்வளவு பெரிய கும்பகர்ணனை நம் கம்பரால் தான் கற்பனை செய்ய முடியும்! அவ்வளவு கற்பனா சக்தி உமக்கும் இருப்பது ஆச்சரியம்தான் ஆடையூராரே!'' என்று சிரித்தான் ஜனநாதன்.

''அவன் படுக்கையறையில் ஏதாவது ஒரு மாறு வேஷத்தில் ஒளிந்து கொண்டிருப்பான் என்றுதான் நான் யூகித்தேன். அவன் இங்கிருந்து தப்பி ஓடியிருப்பானென்றா நீர் எதிர்பார்க்கிறீர் ஜனநாதக் கச்சிராயரே?'' என்றார் ஆடையூரார்.

''தெருக்களிலெல்லாம் நம் படை வீரர்கள் வேட்டை நாய்கள் போல் காவல் புரிவார்கள் இல்லையா?'' என்று வீரசேகரன் பதறிய குரலில் கேட்டான்.

அவனுடைய அந்தப் பதற்றமான உண்மையில் வீரபாண்டியன் அந்த வீட்டிலிருந்து தப்பிச் சென்றிருந்தால் தெருக்களில் பிடிபடாமல் இருக்கவேண்டுமே என்கிற கவலையைக் குறிப்பதாக ஜனநாதன் ஒருவனுக்கே தோன்றியதே தவிர மற்றவர்களுக் கெல்லாம் அப்படித் தோன்றியிராது.

''தெருக்கள், சந்துகள் அனைத்தையும் என்னுடைய படைவீரர்களும் முத்தரையன் ஆட்களும் காவல் புரிகிறார்கள். சங்கேத வார்த்தை சொல்லாமல் ஒரு சிட்டுக் குருவிகூட எந்தத் தெருவின் வழியாகவும் தப்பிப் போக முடியாது!'' என்று மமதையோடு கூறினார் ஆடையூரார்.

அதைக் கேட்டதும் வீரசேகரனின் உடம்பு வெடவெடவென நடுங்கியது. அவ்வளவு பாதுகாப்பான தெருக்களில் வீரபாண்டியன் இந்நேரம் பிடிபட்டுவிட்டால் தான் துரோகத்திற்குத் துணிந்து பிரயாசைப்பட்டதெல்லாம் வீணாகி விடுமே? இவ்வாறு நினைத்த வீரசேகரனின் முகம் இருளடைந்தது.

''வீரபாண்டியன் நிச்சயம் இந்த வீட்டில்தான் எங்கோ ஒளிந்து கொண்டிருப்பான். வாசல்களையும் தெருக்களையும் நம் வீரர்கள் பத்திரமாகப் பாதுகாத்துக் கொண்டிருக்கட்டும். நாம் ஒரு சிலர் மட்டும் மேன்மாடத்திற்குச் சென்று அங்குள்ள ஒவ்வொரு பொந்தையும் கலைத்துப் பார்த்து விடுவோம்! வீரபாண்டியன் மேலே நம் கைகளுக்குப் பிடிபடாமல் கீழே தப்பி வந்தால் கீழேயிருக்கும் நம் வீரர்கள் அவனை மடக்கிக் கொள்ளட்டும் ஜனநாதரே! இப்போது நாம் எத்தனை வீரர்களை அழைத்துக் கொண்டு மேன்மாடத்துக்குப் போகலாம்?'' என்று கேட்டார் ஆடையூரார்.

''நானும் வீரசேகரனும் மட்டும் போதும் இல்லையா வீரசேகரா?'' என்று விசித்திரமாகப் புன்னகை செய்தான் ஜனநாதன்.

'' ஆமாம்; ஆமாம்! நீங்கள் எல்லோரும் கீழே இருக்கலாம். நானும் ஜனநாதனும் மட்டும் மேலே போனால் போதுமானது!''

''இல்லை! உங்களோடு நானும் வருகிறேன். இன்னும் சில வீரர்களை அழைத்துக்கொண்டு மேலே போவோம். ஒருவேளை போராட்டம் நேரிடலாம். படுக்கையறையில்கூட வீரபாண்டியன் ஒரு கத்தியை வைத்துக்கொண்டு தூங்கக்கூடியவனாம்!'' என்றார் ஆடையூரார்.

''இப்போது என்னிடமும் வீரசேகரனிடமும் கத்திகள் இல்லை. வாள்நிலை கண்டான் ஜனநாதக் கச்சிராயர் என்று பிரசித்தி பெற்ற நான் என்னுடைய வைடூரிய வாளைத்தவிர வேறு எந்த வாளாலும் சண்டை போடுவதில்லை. அந்தப் பிரசித்தி பெற்ற வாளை வீரபாண்டியனோடு சண்டை செய்வதற்காக வாங்கிக்கொண்டு வந்த வீரசேகரன், அதையும் இனந்தெரியாத எதிரிகளிடம் பறிகொடுத்து விட்டான்! ஆகவே ஆடையூராரே, வாளெடுத்துச் சண்டை போடுகிற வேலையை நீர் செய்யும், அவனை இந்த வீட்டில் கண்டுபிடித்துக் கொடுக்கும் வேலையை நாங்கள் செய்கிறோம்'' என்றான் ஜனநாதன்.

''நமக்குத் துணையாக இன்னும் பல வாளேந்திய வீரர்களையும் அழைத்துக்கொண்டு மேலே போவோம். முதலில் வீரபாண்டியனின் படுக்கையறைக்குள் பிரவேசித்து அதைப் பரிசோதிப்போம். அங்கே வீரபாண்டியன் சரணடைந்தால் அவனுடைய தலையை நம்முடைய அத்திமல்லரின் யானைக் காலுக்குக் காப்பாற்றி வைப்போம்! அவன் நம்மை எதிர்த்துப் போராடுவானேயாகில், அவன் தலையை அந்த இடத்திலேயே துண்டித்துவிடுவோம்!'' என்றார் ஆடையூரார்.

''தலை விஷயம் பிரமாதந்தான்! ஆனால் இந்நேரம் வீரபாண்டியன் இந்த வீட்டிலிருந்து தலை தப்பியிருந்தால் நம்மில் யாருடைய தலைக்கு உலை வைப்பது?'' என்று கூறிய ஜனநாதன் கடைக்கண்ணால் வீரசேகரனைக் கவனித்தான்.

அப்போது வீரசேகரனுக்குத் தேகமெல்லாம் புல்லரித்தது.

''ம்! வீரசேகரா! இந்த வீட்டின் அமைப்பும் இங்குள்ள ஒவ்வொரு சிறு பொருளும் உனக்கு நன்றாகத் தெரியுமே? எங்களுக்குச் சுலபமாக வழி காட்டுவாயாக!'' என்றான் ஜனநாதன்.

வீரசேகரன் வழிகாட்ட ஜனநாதனும், ஆடையூராரும் சில வீரர்களும் படிக்கட்டைத் தாண்டி மேன்மாடத்தை அடைந்தார்கள்.

வீரசேகரன் தன் கையில் ஒரு விளக்கேந்தியவனாய் வழிகாட்டிச் செல்லும்போது அவ்வீட்டிலுள்ள ஒவ்வொரு அணுவையும் கலவரத்துடன் கூர்ந்து நோக்கிக்கொண்டே போனான். எங்காவது ஒரு மூலையில் எதன் பின்புறமாவது வீரபாண்டியன் பிராணாபாயகரமான நிலையில் ஒளிந்து கொண்டிருப்பானோ என்ற கவலைதான் வீரசேகரனுக்கு அதிகக் குழப்பத்தை உண்டாக்கியது. ஊர்மிளா இந்த நேரம் அந்த வீட்டின் பீதியால் எப்படி உயிரை வைத்துக்கொண்டு, எங்கு என்ன செய்துகொண்டிருக்கிறாளோ என்ற எண்ணம் வேறு அவன் நெஞ்சைத் துளைத்த வண்ணமிருந்தது.

மேன்மாடத்தையடைந்ததும் வீரசேகரனின் கால்கள் பசையால் ஒட்டிக் கொண்டவை போல் ஒரு கணம் தயங்கி நின்றன. ஊர்மிளாவின் படுக்கையறை இருந்த திசைப் பக்கம் கடைக் கண்ணால் கவனிப்பதற்குக்கூட அவன் கதிகலங்கினான். அவன் வேறு பக்கம் எல்லோரையும் அழைத்துக் கொண்டு ஓர் அறையின் முன் வந்து நின்றான்.

மூடியிருந்த அந்தக் கதவைச் சுட்டிக் காண்பித்து, ''இதுதான் சுந்தர ஜோசியர் என்கிற ஒருவர் வழக்கமாகப் படுத்துறங்கும் அறை. அந்த ஜோசியர்தான் வீரபாண்டியனாக இருக்கக்கூடும்!'' என்று வீரசேகரன் மூச்சைப் பிடித்துக் கொண்டு ஈனஸ்வரத்தில் சொன்னான்.

கதவு உட்புறம் தாளிடப்பட்டிருந்தது.

''அந்தச் சதிகாரன் உட்புறம் கதவைத் தாளிட்டுக் கொண்டு உள்ளேதான் பதுங்கியிருப்பான்! கதவை உடைத்து உள்ளே பிரவேசிப்போம்; சீக்கிரம் கதவை உடைத்துத் திறவுங்கள்!'' என்று ஆடையூரார் தம் வீரர்களுக்கு உத்தரவிட்டார்.

கதவு உடைபட்டுக் கீழே விழுந்த சமயம் வீரசேகரனுக்கு ஒரு கணம் உயிரே போய்விடும் போலிருந்தது.

''வீரபாண்டியா! எங்களிடம் சரணடைந்து விடு! இல்லையென்றால் பிணமாகி விடுவாய்!'' என்று ஆடையூரார் வாளை ஓங்கிய வண்ணம், அறையில் குவிந்திருக்கும் இருட்டை நோக்கிக் கர்ஜித்தார்.

ஆனால் உள்ளிருந்து ஒருவிதப் பதிலுமில்லை.

கையில் விளக்குடன் உள்ளே நுழைந்து வீரசேகரன் பரிசோதித்த போது அந்த அறையினுள் ஒரு பிராணியையும் காணவில்லை! ஆனால் அந்த அறையின் ஒரு புறமிருந்த வேறொரு சிறு கதவு மற்ற பரிசோதகர்களின் கண்களை உறுத்தியது.

உட்புறம் தாளிடப்பட்டுள்ள அந்தக் கதவையும் உடைத்துக் கொண்டுபோனால் அது பூஜையறைக்குள் கொண்டுபோய்விடும் என்பது வீரசேகரனுக்குத் தெரியும்.

வீரசேகரன் கலவரத்தோடு தயங்கித் தயங்கி அந்தப் பூஜையறைக்குள் போய்ப் பார்த்தான். அப் பூஜையறையிலுள்ள சிறு சிறு சாமான்களை ஆடையூரார் உருட்டிப் பார்த்துங்கூட, அவரது வாளுக்கு வீரபாண்டியனின் தலை அகப்படவே இல்லை, ஆனால் அந்தப் பூஜையறையின் ஒருபுறமிருந்த ஒரு சிறு கதவு அவருடைய கழுகுக் கணகளுக்கு அகப்பட்டு விட்டது.

அந்தக் கதவும் உட்புறம் தாளிடப்பட்டிருந்தது. அதையும் உடைத்துக் கொண்டு உள்ளே போனால் ஊர்மிளாவின் படுக்கையறையைத்தான் மிதிக்க நேரும் என்று வீரசேகரனுக்குத் தெரியும். அந்தச் சமயம் வீரசேகரனுக்குச் சர்வாங்கமும் நெருப்பில் எரிவதைப் போல் கொதித்தது.

''அந்தப் பூஜையறையிலும் வீரபாண்டியன் தட்டுப்படவே இல்லை! அவன் தப்பித்தான் போயிருக்க வேண்டும்!'' என்று கிரீச்சிட்டான் வீரசேகரன்.

''இல்லை! தப்பியிருக்க முடியாது. அந்தச் சிறு கதவு தாளிடப்பட்டிருக்கிறது. அதையும் உடைத்துப் பார்த்து அடுத்த அறையையும் பரிசோதித்து விடுவோம்!'' என்றார் ஆடையூரார்.

''அது குல மங்கை ஒருத்தியின் படுக்கையறை! நாம் கண்ணியக் குறைவாக நடந்து கொள்ளக்கூடாது!'' என்றான் வீரசேகரன் பரிதாபமான குரலில்.

''ஓ! பெண்மணிகளைக் கௌரவிப்பதில் நம் சோழர்கள் எப்போதுமே கைதேர்ந்தவர்கள்! எதிர்தரப்புப் பெண்களைத் தூக்கிக் கொண்டு போய்ச் சிறைவைக்க நேர்ந்தாலும், அதிலும் ஒரு கண்ணியத்தையும் மாபெரும் லட்சியத்தையும்தான் சித்தரித்துக் காட்டுவோம். உதாரணமாக இராஜஇராஜ சோழரின் திக் விஜயத்தின் போது நம் சோழியப்படை வீரர்கள் எதிரி நாட்டுப் பெண்கள் பலரைத் தூக்கி வந்து விட்டார்கள். உடனே சோழ மன்னர் அவர்களை யெல்லாம் கௌரவமாகத் தஞ்சைக் கோவிலுக்குத் தேவதாஸிகளாகச் சிலாசாஸனம் செய்து வைத்துவிட்டார்!'' என்றான் ஜனநாதன்.

''படுக்கையறையில் உறங்கும் ஒரு பெண்ணிற்கு எந்தவிதத்தில் அகௌரவம் நேரிடுவதையும் நான் அநுமதிக்க முடியாது!'' என்று வீரிட்டான் வீரசேகரன்.

''அந்த அறையில்தான் வீரபாண்டியன் ஒளிந்து கொண்டிருப்பான்! அந்தப் படுக்கையறையை இப்போதே நாம் பரிசோதித்துத்தான் ஆகவேண்டும்!'' என்றார் ஆடையூரார்.

"அங்கு வீரபாண்டியன் ஒளிந்திருந்தால் அவனைச் சிறைப்பிடிப்போம். பிறகு அங்குள்ள பெண்ணை நம் வீரசேகரன் எப்படிக் கௌரவமாக நடத்த வேண்டுமென்று விரும்புகிறானோ அப்படியே நடத்துவோம்!" என்றான் ஜனநாதன்.

"அந்தப் பெண்ணையும் நாம் சிறைப்பிடிக்க வேண்டும். வீரபாண்டியன் ஒளிந்து கொள்வதற்கு இடங் கொடுத்து அவனுடைய திட்டங்களுக்கெல்லாம் துணைபுரியும் சதிகாரி அவள்! அவளையும் நீர் சிறை பிடிக்கத்தான் வேண்டும், ஜனநாதரே!" என்றார் ஆடையூரார்.

"வீரப்பிரசித்தி பெற்ற ஜனநாதக் கச்சிராயன், கேவலம் பெண்களைச் சிறை பிடிப்பதில்லை! அந்த விஷயத்தில் கைதேர்ந்தவன் நம் வீரசேகரன்தான்! அவனுக்கே அந்தக் கைங்கரியத்தைச் செய்யும் பொறுப்பைக் கொடுப்போம்!" என்றான் ஜனநாதன்.

இதற்கிடையில் அந்தச் சிறு கதவு உடைக்கப்பட்டு ஊர்மிளாவின் படுக்கையறையின் ஒரு பகுதி வீரசேகரனின் கண்களில் தென்பட்டது.

அப்போது அவன் முகம் வியர்த்துக் கொட்டியது.

அந்த அறையின் மாடத்துக் கிளிவிளக்கு அணையும் தருவாயில் எரிந்து கொண்டிருந்தது.

ஒருபுறம் படுக்கையை மறைப்பதாய்க் கொசுவலை யொன்று மூடிக் கொண்டிருந்தது.

அந்தக் கொசுவலைக்குள்ளோ, பஞ்சணைக் கட்டிலின் அடியிலோ வீரபாண்டியன் ஒளிந்து கொண்டிருப்பான் என்ற சந்தேகம் எல்லோருக்கும் உண்டாயிற்று.

"வீரபாண்டியா! அந்தப் படுக்கையைவிட்டு வெளியே வா! இல்லையெனில் சரமாரியாக அம்புகளும், ஈட்டிகளும் அந்தப்படுக்கையைச் சல்லடைக் கண்களாக்கி விடும்" என்று முழக்கமிட்டார் ஆடையூரார். வீரசேகரன் சட்டென்று துள்ளி, "கொஞ்சம் பொறுங்கள். கொசுவலையை நீக்கிக் கட்டிலையும், கட்டிலுக்கடியிலும் நான் பரிசோதித்துப் பார்க்கிறேன்!" என்று சொல்லிவிட்டு வேகமாகச் சென்று அந்தக் கொசுவலையின் முன் தயங்கித் தயங்கி நின்று பிறகு கண்ணை மூடிக்கொண்டு கொசுவலையை அகற்றினான். அவன் கைகளுக்கு ஒன்றும் புலப்படவில்லை! மெல்ல வீரசேகரன் கண்களைத் திறந்து எதிரே பார்த்தான். கட்டிலிலோ கட்டிலுக்கடியிலோ ஒருவரையும் காணோம்! ஊர்மிளாவும் இல்லை! வீரபாண்டியனும் இல்லை!

"இங்கு ஒருவரையும் காணோம்!" என்று வீரசேகரன் தன்னை மறந்து உற்சாகத்துடன் கத்தினான்.

ஜனநாதனோ அந்த அறையிலுள்ள பெட்டிகள், சாமான் கிடங்குகள், மற்றும் மனிதர்கள் எவரும் மறைந்து கொண்டிருக்க முடியாத பொருள்கள் எல்லாவற்றையும் பரிசோதித்துப் பார்த்துவிட்டு, தன் பங்கிற்குரிய கடமையையும் செய்து விட்டதாகத் திருப்தியடைந்தான்.

"இங்கு இல்லை என்றால் அவர்கள் வேறு எங்கு ஒளிந்து கொண்டிருப்பார்கள்?" என்று ஆத்திரமுற்ற ஆடையூரார், வேகமாக வீரசேகரன் முதலானவர்களோடு அந்த வீட்டிலுள்ள ஒவ்வொரு அறையையும் ஒவ்வொரு மறைவிடத்தையும் இரும்புக் கிடங்கையும் கூட நுணுக்கமாகப் பரிசோதித்துப் பார்த்துவிட்டு, "ஒருவரையும் காணவில்லையே?" என்று குழம்பினார்.

"அப்படியானால் அவள் எங்கிருப்பாள்?" என்று வீரசேகரன் தன்னையறியாமல் மெல்ல முனகினான்.

அதைக் கவனித்த ஜனநாதன் விஷமமாக வீரசேகரனின் முகத்தைக் கூர்ந்து நோக்கினான். வீரசேகரனோ தலைகுனிந்து கொண்டான்.

"வீரசேகரா! இந்த வீட்டின் கொல்லைப்புறக் கதவு உட்புறம் தாளிட்டபடியே இருக்கிறது. தெருவாசலில் நம் வீரர்கள் காவல் புரிகிறார்கள். இரும்புக் கிடங்கிலுள்ள சுரங்கத் துவாரத்தின் வழியாக ஈ எறும்புகூடத் தப்பிப் போகவில்லை என்று உன் படையாட்கள் சொல்லுகிறார்கள்! வீரபாண்டியன் எப்படி இந்த வீட்டிலிருந்து தப்பியிருக்க முடியும்?" என்று வியப்புற்ற ஆடையூர் நாடாள்வார். "ம்! இரும்புக் கிடங்கை இன்னும் நன்றாகச் சோதித்துப் பார்த்துவிட்டு வருவோம்!" என்று சொல்லிவிட்டு வீரர்களுடன் கிளம்பினார்.

ஊர்மிளாவின் படுக்கையறையிலிருந்து அவர்கள் தலை மறைந்ததும் வீரசேகரன் வேகமாக ஊர்மிளாவின் பஞ்சணையருகில் ஓடிச்சென்று, "ஊர்மிளா! ஊர்மிளா!" என்று மெல்லிய குரலில் இரகசியமாகக் கூப்பிட்ட வண்ணம், பஞ்சணையை மெல்லத் தூக்கி அதனடியில் சோதித்துப் பார்த்தான். அங்கும் ஊர்மிளா தட்டுப்படவில்லை உடனே வீரசேகரன் பைத்தியம் பிடித்தவன் போல், அவ்வீட்டினுள் அங்குமிங்கும் ஓடி ஒவ்வொரு சிறு மறைவிடத்தையும் பரிசோதிக்கலானான். ஊர்மிளா அந்த வீட்டினுள் எங்காவது மறைந்திருப்பாள் என்கிற சுவடே தட்டுப்படவில்லை. ஒருவேளை அவனுக்கு அவள் ஏதாவது இரகசியமாகக் குறிப்பு வைத்து விட்டுப் போயிருக்கிறாளா என்று பார்ப்பதற்காக மண்டையில் அடிபட்ட படிக்கட்டினருகே ஓடிச்சென்று,

அவ்விடத்திலுள்ள ஒவ்வொரு சிறு துரும்பையும் ஆராயலானான். ஊர்மிளா அவனுக்கு எந்தவிதக் குறிப்பும் வைத்துவிட்டுப் போகவில்லை!

வீரசேகரன் அந்தப் படிக்கட்டின் மீதே அயர்ந்து உட்கார்ந்து தன் தலையில் கை வைத்துப் பைத்தியக் காரனைப் போல் நெற்றியைப் பிசைந்து கொண்டான், ''ஆ! நீ எங்கிருக்கிறாய்? நீயும் போய் விட்டாயா? எல்லாவற்றையும் இழந்தேன்! கடைசியில் உன்னையும் இழந்து விட்டேனோ?'' என்று அவன் முனகினான்.

அச்சமயம் அவன் பின்னால் வந்து நின்ற ஜனநாதன், ''வீரசேகரா! பாவம்! உன் நிலை சிந்தனைக்குரியதுதான்!'' என்று அனுதாபம் தொனிக்கும் குரலில் பேச்சை ஆரம்பித்து,''ம்! இந்த வீட்டில் நம் கண்களுக்குத் தெரியாமல் ரகசியமாக ஒளிந்து கொள்ளக்கூடிய சுரங்க அறை எதுவும் இல்லையே? உனக்கு நிச்சயமாகத் தெரியுமா?'' என்று கேட்டான்.

''நிச்சயமாகத் தெரியும்! எனக்குத் தெரியாத எந்த இரகசிய அறையும் இந்த வீட்டில் இருக்க முடியாது! எப்படி மின்னலென மறைந்தார்கள்! எல்லாம் ஒரே மாய மந்திரமாய் இருக்கிறதே'' என்று வீரசேகரன் மெல்லிய குரலில் புலம்பினான்.

அவ்வமயம் ஆடையூர் நாடாள்வார் தம் உதடுகளைப் பிதுக்கிய வண்ணம் வீரசேகரனின் படையாட்களில் சிலரையும் தம் கூடவே அழைத்துக்கொண்டு, இரும்புக் கிடங்கிலிருந்து திரும்பி வந்து சேர்ந்தார்.

திடீரென்று தெருவாசற்புறம் பேரொலிகள் கேட்டன. அங்கு காவல் புரியும் ஆட்களிடம் இரைச்சல்கள் உண்டாயின. ஆயுத பாணிகளான படையாட்களில் ஒரு பகுதியினர், ''புலிவாயில் மீன்'' என்கிற சங்கேத வார்த்தையைப் பரிமாறிக் கொண்டு உள்ளே அனுமதிக்கப்பட்டு, வீட்டினுள் குவிந்தனர். அந்த ஆரவாரக் கும்பலுக்குத் தலைமையதிகாரியாக வந்த முத்தரையனின் கொடூர முகத்தில் மிகவும் பரபரப்புக் காணப்பட்டது!

''சதிகாரர்கள் எங்கே? வீரபாண்டியனைப் பிடித்து விட்டீர்களா?'' என்று முத்தரையன் கேட்டான்.

''அதே கேள்வியை உன்னிடம் கேட்க வேண்டுமென்று நினைத்தேன், முத்தரையா!'' என்று குறுக்கிட்ட ஜனநாதன். ''இந்த வீட்டையும் இரும்புக் கிடங்கையும் சுற்றி வெளியே காத்திருந்த உன் படையாட்கள் ஒழுங்காகக் காவல் புரிந்திருந்தால் வீரபாண்டியன் உன் கையில் பிடிபட்டிருப்பான், முத்தரையா!'' என்றான் ஜனநாதன்.

"என்னது? வீரபாண்டியன் இப்போது இந்த வீட்டில் இல்லையா? அவனை வீட்டினுள் பிடித்து விடுவதாக வீரம் பேசி வந்தீர்களே! உங்கள் கைக்கு அகப்படவே இல்லையா?" என்று வீரிட்டான் முத்தரையன்.

"நாங்கள் நேர்வாசல் வழியாக இந்த வீட்டினுள் வந்தபோது, வீரபாண்டியன் எந்த வழியாக ஓடினான் என்கிற சுவடு கூட எங்கள் கண்களுக்கு அகப்படவில்லை! இனிமேல் இந்த வீட்டினுள் வீரபாண்டியனைத் தரிசிக்கும் பாக்கியம் கிடைக்கும் என்கிற நம்பிக்கையும் எங்களுக்கு இல்லை! ஒருவேளை வெளியே காவல் புரிந்த உன் சூராதி சூரர்களுக்குக் கண்கள் பொட்டை இல்லையென்றால் நிச்சயம் வீரபாண்டியனைத் தரிசிக்கும் பாக்கியம் கிடைத்திருக்கும்!" என்று ஜனநாதன் ஏளனமாகச் சிரித்தான்.

"என்னது? வீரபாண்டியன் இந்த வீட்டிலிருந்து தப்பி ஓடும்படி விட்டு விட்டீர்களா?" என்று முத்தரையன் ஆத்திரத்துடன் வீரசேகரனை நோக்கிக் கேட்டான்.

அதற்குப் பதில் சொல்ல முடியாமல் வீரசேகரன் கலவரத்துடன் திருதிருவென விழிக்கவே ஜனநாதன் அவனுக்காக பரிந்து கொண்டு பேசுபவனைப் போல, "முத்தரையா! இங்கே வீரபாண்டியனை நாங்கள் தரிசித்திருந்தாலல்லவா, அந்த ஈனமான காரியத்தைச் செய்திருக்க முடியும்?" என்றான்.

"கொல்லைப்புறக் கதவும் தெருக் கதவும் உட்புறம் தாளிடப்பட்டிருந்தன! அப்படியிருக்கும்போது நீங்கள் கதவையுடைத்துக் கொண்டு உள்ளே பிரவேசித்த சமயம் ஒரு விசித்திரத்தையும் பார்க்கவில்லையா?" என்று கேட்டான் முத்தரையன்.

"ஓ! விசித்திரமா? இரும்புக் கிடங்கின் ஒரு புகைபோக்கி வழியாக இவ்வீட்டினுள் துணிச்சலாகப் பிரவேசித்த எங்கள் வீரசேகரன் மண்டையில் அடிபட்டு இதே படிக்கட்டினருகில் மூர்ச்சித்துக் கிடந்த விசித்திரத்தைத்தான் தரிசித்தோம். பிரக்ஞை இழந்து கிடந்தவனிடம் எதையும் துருவித் துருவி விசாரிப்பதில் ஒரு புண்ணியமுமில்லை என்று விட்டுவிட்டோம்!"

"என்னது? வீரசேகரன் இங்கே மூர்ச்சித்துக் கிடந்தானா? என்னால் அதை நம்பமுடியவில்லையே? வீரசேகரன் சிறிது நேரத்திற்கு முன்புதான் அதே புகைபோக்கியின் வழியாகத் திரும்பி வந்து வெளியேறினான். அப்போது ஒரு நூலேணியின் உதவியுடன் தன் கூடப் புதிதாக ஒரு பெண்ணையும் ரகசியமாகக் கூட்டிக் கொண்டு வருகிறானே என்று சந்தேகப்பட்டேன்!" அவன் கீழே சுவரருகில் தயாராய் நிறுத்தி வைத்திருந்த குதிரைமீது அவ்விருவரும் ஏறிக் கொண்டு விசித்திரமாகக் காற்றெனப் பறந்து விட்டார்கள்.

"அந்த மாறுவேஷதாரிதான் வீரபாண்டியனாக இருக்க வேண்டும்! வீரசேகரனின் உடுப்புகளையும் சின்னங்களையும் திருடிக்கொண்டு போன காரணமும் இப்போதுதான் புரிகிறது!" என்று விளக்கம் கூறிய ஜனநாதன் ஏளனப் புன்னகையுடன் முத்தரையனை நோக்கி, "வீரபாண்டியன் ஒரு பெண்ணுடன் குதிரையில் தப்பிச் செல்வதை நீ மௌனமாக ரசித்துக் கொண்டிருந்தாயா?, நீ ஏன் அவர்களைத் தடுத்து நிறுத்தவில்லை? நம் வீரசேகரனுக்கும் வேற்றானுக்குமுள்ள வித்தியாசம் உனக்குத் தெரிய வில்லையா? அவ்வளவு தூரம் இருட்டில் உன் கண் பார்வை கோளாறு உடையதா?" என்று கேட்டான்.

"நான் இருட்டில் சரியாகக் கவனிக்கவில்லை! வீரசேகரனின் முகத்தை ஏறிட்டுப் பார்க்கக்கூட எனக்குப் பிடிக்காது என்பது உங்களுக்குத் தெரியும். அதனால் முணுமுணுத்தவண்ணம் அவர்களுக்கு வழிவிட்டு ஒதுங்கி நின்றேனே தவிர, சோழிய மாவீரனை வழிமறிக்கக்கூடிய அதிகாரம் எனக்கு இல்லையே?" என்றான் முத்தரையன்.

"அவன்கூட ஒரு பெண்ணும் வெளிப்பட்டு வந்ததைச் சந்தேகித்ததாகச் சொன்னாயே?"

"ஆமாம்! இரும்புக் கிடங்கிலுள்ள சுரங்கத்தின் வழியாக வந்த வீரசேகரனின் படையாட்களில் அவளும் ஒருத்தியாகவும், ஒற்றுப் பெண்ணாகவும் இருக்கலாம் என்றும் சந்தேகித்தேன். ஒருவேளை வீரசேகரனின் மனைவியான சிவகாமியாகவும் இருக்கலாம் என்று மனதைச் சமாதானப்படுத்திக் கொண்டேன்! ஏனெனில் அந்தப் பெண் முக்காடிட்டிருந்ததாலும் நெற்றியில் விபூதிப் பூச்சோடு ஜரிகைப்பொடி, மின்னுவதாகவும் எனக்கு இருட்டில் ஒரு பிரமை உண்டாயிற்று," என்றான் முத்தரையன்!

அவ்வமயம் போராட்டத்திற்குச் சித்தமான தோற்றத்துடன் போர்க்கருவிகள் ஏந்திய பெரும் படைவீரர்களை அழைத்துக் கொண்டு வீரகோஷங்கள் எதிரொலிக்க., ஒரு சோழிய அதிகாரி உள்ளே பிரவேசித்தார். வெகு தூரத்திலிருந்து ஓடி வந்ததற்கு அடையாளமாக அவருக்குப் பெருமூச்சுகள் இரைந்தன.

அந்த அதிகாரியைக் கண்டதும் திடுக்கிட்டுப்போன ஆடையூரார், "மலையப்பா! நான் குறிப்பிட்ட அத்தெருவின் காவலைப் புறக்கணித்துவிட்டு நீ ஏன் இங்கே நகர்ந்து வந்தாய்!" என்று அதட்டினார்.

"உங்களிடமிருந்து ஒரு தூதன் வந்து சொன்னான்... இங்கே வீட்டினுள் ஒரு பெரிய யுத்தம் நடப்பதாகச் சொன்னான். நம் ஜனநாதக் கச்சிராயரின் படையினர் இந்த வீட்டினுள் பிரவேசித்த

போது வீரபாண்டியன் கட்சியினரோடு சண்டை ஏற்பட்டதாகவும் உங்களுக்கு அவசரமாகப் படை உதவி தேவையென்றும் அந்தத் தூதன் சொன்னான்!'' என்றார் மலையப்பர் என்ற அந்தச் சோழிய அதிகாரி.

''இதென்ன மலைப்புகளாய் இருக்கிறது? நாம் ஒரு தூதனையும் மலையப்பருக்கு அனுப்பவில்லையே; ஆடையூராரே!'' என்றான் ஜனநாதன்.

''வழியில் போகிற எவனோ ஏதோ சொன்னால் அதையெல்லாம் எப்படி நம்பிக்கொண்டு நீ இங்கே வரலாம்?'' என்று கேட்டார் ஆடையூர் நாடாள்வார்.

''அந்த ஆள் புலி இலச்சினை பொறித்த ஒரு பட்டயத்தையும் காட்டினான்! அதனால் அவனை ஓர் அவசரத் தூதன் என்று நம்பினேன்!'' என்று மலையப்பர் முணுமுணுத்தார்.

''புலி இலச்சினை பொறித்த பட்டயமா? அது நம் வீரசேகர ஆழ்வாரிடமிருந்து எதிரிகள் திருடிக் கொண்ட அபூர்வமான சரக்குகளில் ஒன்றாகத்தானிருக்கும்!'' என்று விளக்கிய ஜனநாதன் ''ம்! அதைப்பற்றி அப்புறம் ஆராய்வோம்! மலையப்பரே! தூதன் என்று நீர் குறிப்பிடும் கபட வேஷதாரி ஒரு சோழிய அதிகாரிக்குரிய உடுப்புகளுடன் குதிரையொன்றின் மீது வேகமாய் வந்தானா?'' என்று கேட்டான்.

''ஆமாம்!'' என்றார் மலையப்பர்.

''அவனுடன் குதிரைமீது முக்காடிட்ட அழகான பெண்ணொருத்தியும் இருந்தாளா?''

''இருந்தாள்!''

''அப்படியானால் வீரபாண்டியனைத் தரிசித்த பலன் நம் முத்தரையனுக்கு மட்டுமல்ல, நம் ஆடையூர் நாடாள்வாரின் அதிகாரிக்கும் கிடைத்திருக்கிறது!'' என்றான் ஜனநாதன்.

''நானும் அவர்களைப் பார்த்தேன்!'' என்று சொல்லிக் கொண்டே மலையப்பருக்குப் பின்னால் வேகமாக உள்ளே பிரவேசித்த ஒரு சோழிய அதிகாரி, ''ஆமாம்! நான் காவல் புரிந்த தெருவழியாக அந்தக் குதிரை வந்தது! நான் அவர்களைத் தடுத்து நிறுத்தினேன்!'' என்றார்.

''பிடித்து விட்டீர்களா?'' என்று ஆடையூரார் ஆவலுடனும், வீரசேகரன் கலவரத்துடனும், ஏகக்காலத்தில் கேட்டனர்.

''இல்லை! அவர்களைச் சந்தேகிக்கும் எண்ணமே எனக்கு உதிக்கவில்லை! இன்று வீரசேகரன் உபயோகித்த குதிரைமீது அமர்ந்திருந்தவனை யாரோ நம் அதிகாரி ஒருவர் என்றே

எண்ணினேன். அவர் கூடவே அவருடைய சம்சாரமும் குதிரைமீது இருப்பதாக நினைத்ததால், அவர் அருகில் சென்று மார்பில் உள்ள அதிகாரச் சின்னங்களை ஆராய்ந்து அவர் எந்தப் பிரிவைச் சேர்ந்த அதிகாரி என்பதை நிச்சயிப்பது எனக்கு உசிதமாகப்படவில்லை!''

''அதை எங்களிடம் வந்து கேட்டு நிச்சயித்துக் கொள்வதுதான் உனக்கு உசிதமாகப்பட்டதோ?'' என்று ஆடையூரார் ஆத்திரத்துடன் கேட்டார்.

''இங்கே வீரசேகரன் மண்டையில் அடிபட்டு மூர்ச்சித்துக் கிடப்பதாகவும் அவசரமாக வைத்திய உதவி தேவை என்றும் அந்த முக்காடிட்ட பெண் சொன்னாள். நான் காவல் புரிந்த தெருவிலுள்ள ஒரு வைத்தியரை அவர் வீட்டிலிருந்து அவசரமாக எழுப்பிக் கூட்டிக்கொண்டு இங்கே ஓடி வந்தேன்!'' என்று அந்தச் சோழிய அதிகாரி தம் பின்னால் தூங்கி வழியும் ஒரு கிழ வைத்தியரை முன்னுக்குத் தள்ளினார்.

''முட்டாள்கள்'' என்று முனகினார் ஆடையூரார்.

''தெருக்களில் காவல் புரிகிறவர்கள் முட்டாள்களாக இருக்கும் போது வீரபாண்டியன் வெகு சுலபமாய் குதிரைமீது தப்பிப் பறந்து இந்தக் கம்மியர் சேரியை விட்டே இந்நேரம் குதிரையோடு மாயமாய் மறைந்திருப்பான்! அவனையும் அந்தப் பெண்ணையும் இனி நாம் விரட்டிப் பிடிக்க முடியும் என்கிற அல்ப நம்பிக்கைகூட எனக்கு அனாவசியமாக இல்லை!'' என்ற ஜனநாதன், அச்சொற்கள் காதில் விழுந்ததும் பெருமூச்சுவிடும் வீரசேகரனின் முகபாவத்தைக் கவனித்ததும் சட்டென்று எல்லோரையும் ஒரு முறை பார்த்துவிட்டு, ''நாமெல்லோரும் ஒரு முக்கியமான விஷயத்தை மறந்து விட்டோமே!'' ''புலி வாயில் மீன்'' என்கிற ஒரு சங்கேத வார்த்தையை நம்மிடம் குறிப்பிட்டு நம் வீரசேகரன் இந்த வீட்டினுள் நுழைந்தான். அந்த சங்கேத வார்த்தையைச் சொல்லாத எவரையும் சந்தேகித்துத் தடுத்து நிறுத்திச் சிறை பிடிக்கலாம் என்றும் தேவைப்பட்டால் எந்த இடத்திலும் கொல்லலாம் என்றும் எல்லோருக்கும் உத்தரவிட்டிருந்தோமே? என்று கூறிய வண்ணம் அங்கு நின்ற மலையப்பத் தேவரை நோக்கி, ''அதையும் மீறி குதிரையிலுள்ள வேஷதாரிகளை எப்படிச் சந்தேகிக்காமல் மேலே செல்ல அனுமதித்தீர்கள்?'' என்று கேட்டான்.

''அந்தக் குதிரை ஆள் நம்முடைய சங்கேத வார்த்தையைச் சொன்னான்! அதனால் அனுமதித்தோம்!'' என்றார் மலையப்பர். அவ்வாறே மற்ற அதிகாரிகளும் முத்தரையனும் கூடச் சொன்னார்கள்.

"ம்: புலிவாயில் மீன் என்கிற சங்கேத வார்த்தை வீரபாண்டியனுக்குத் தெரிந்திருக்கிறது! அதுதான் நம் புலிவாயிலிருந்து அந்த மீன் வெகு சுலபமாக நழுவித் தப்பிவிட்டது!" என்று சிரித்தான் ஜனநாதன்.

"எதிராளிக்கு எப்படி நம்முடைய ரகசியமான சங்கேத வார்த்தை தெரிந்தது?" என்று ஆத்திரத்துடன் கேட்டான் முத்தரையன்.

"இதென்ன அசட்டுத்தனமான கேள்வி, நம் தரப்பு ஆட்களில் எவனோ ஒருவன்தான் நம்முடைய பரம எதிரிக்கு நம்முடைய சங்கேத வார்த்தையைச் சொல்லிக் கொடுத்திருப்பான்! நமக்குள் நிச்சயம் ஒரு துரோகி இருக்கிறான்!" என்று சொன்ன ஜனநாதன் சட்டென வீரசேகரனைக் கடைக்கண்ணால் கவனித்தான்.

வீரசேகரனின் முகம் பேயடித்தது போல் விகாரமடைந்தது.

"இராவணனை விட மாயா மகேந்திர ஜாலம் படைத்தவன் தான் வீரபாண்டியன்!" என்று சொன்ன ஆடையூர் நாடாள்வார் "அடுத்தபடியாக நாம் என்ன செய்வது, ஜனநாதக் கச்சிராயரே?" என்று கேட்டார்.

"இந்த வீட்டில் ஏதாவது கம்ப ராமாயணச் சுவடி அகப்பட்டால் இங்கேயே கதாகாலக்ஷேபம் செய்து கொண்டு மீதமுள்ள இரவையும் கழித்து விடலாம்! பொழுது விடிந்ததும் உம்முடைய பெருமாள் கோவிலுக்குச் சென்று உம்முடைய மண்டபப் படியில் எல்லோரும் பிரசாதம் வாங்கிச் சாப்பிடலாம்! உம் பெருமாள் கோவில் புளியோதரை என்றால் என் படை வீரர்கள் நிரம்பவும் வெறுக்கமாட்டார்கள்!" என்றான் ஜனநாதன்.

"உம் வானரப் படைக்கு எப்போதும் சாப்பிடுவதிலும் களியாட்டங்களிலுந்தான் விருப்பம் அதிகம்! அதன் தலைவரான நீரோ மரத்திற்கு மரம் தாவும் அனுமாரைப் போல ஒரு விஷயத்திலிருந்து இன்னொரு விஷயத்திற்குத் தாவி விடுவீர்!" என்று முணுமுணுத்த ஆடையூரார், "நாம் வீண் கதை பேசிக் கொண்டிராமல் வெளியே சென்று வேட்டையாடினாலாவது ஒருவேளை வீரபாண்டியன் பிடிபடக்கூடும்!" என்றார்.

"உம்முடைய வெட்டி ஆட்களுக்கும் ஏதாவது வேட்டை என்று வேலை கொடுக்க வேண்டியதுதான்! அனுமார் வால்போல் நீளமாக நான் அணிவகுத்து மிகச் சிரமப்பட்டு அழைத்து வந்த என் வானரப் படைகளுக்கு இன்றிரவு நான் உருப்படியான ஒருவேலை கொடுத்துத்தானாக வேண்டும்!" என்றான் ஜனநாதன்.

"முதலில் இந்த வீட்டை என்ன செய்வது? அதைச் சொல்லும்!" என்றார் ஆடையூரார்.

''இலங்கை வாசியன் வீட்டை லங்காதகனம் செய்துவிட வேண்டியதுதான், கம்ப ராமாயணத்தில் லங்கா தகனக் காட்சியைப் பார்க்கும்போதெல்லாம் நானும் அப்படி ஒரு தகனம் செய்து பார்க்க வேண்டுமென ஆசைப்படுவதுண்டு! அதற்கு இப்போது ஒரு சந்தர்ப்பம் வாய்த்திருக்கிறது!'' என்று சிரித்த ஜனநாதன் ஒரு தீப்பந்தத்தைக் கொளுத்தி வீட்டினுள் வீசினான். அவனைப் பின் தொடர்ந்து அவனுடைய படைவீரர்களெல்லாம் ஆரவாரத்துடன் தீப்பந்தங்களைக் கொளுத்தி வீசி, ஊர்மிளாவின் வீட்டை தீக்கிரையாக்கலானார்கள்.

அத்தியாயம் 84

வஞ்சனையின் வேடம்

வஞ்சனை மனத்தினை! பிறப்பு மாறினை
நஞ்சினை யுடன்கொடு வாழ்தல் நன்மையோ?

— கம்ப ராமாயணம்

மயானத் தீ போல் ஊர்மிளாவின் வீட்டில் இருந்து கிளம்பிய அக்னி ஜ்வாலைகள் ஆதிசேஷனின் ஆயிரம் நாக்குகள் போல் அருகிலுள்ள வீடுகளுக்கெல்லாம் பரவி தெருவெல்லாம் அமளிதுமளிப்பட்டது.

நடுநிசியில் வீடுகள் தீப்பிடித்துக் கொண்டதும் உறங்கிக் கொண்டிருந்த பாண்டிய ஜனங்கள் பதறித் துடித்தனர். எங்கும் பலவிதமான கூச்சல்களும் ஊளைகளும் பெண்களின் புலம்பல்களும் குழந்தைகளின் அழுகைகளும் பெருகின. அழிவு வேலை நடத்திய ஜனநாதனின் வானரப்படையினரும் இதர சோழியப் படையினருமோ வெற்றி கீதம் பாடியவாறு களியாட்டங்களுடன் சென்றனர். எதிர்ப்பட்ட பாண்டிய ஜனங்களின் ஆத்திர ஓலங்களையும் சாபங்களையும் பொருட்படுத்தாமல் எதிர்த்தவர்களின் வீடுகளையெல்லாம் சூறையாடிக் கைக்குக் கிடைத்த பொருள்களையெல்லாம் கவர்ந்து சென்றனர். வானரப் படையினருக்கு அன்று நல்ல வேட்டை கிடைத்தது.

வீரசேகரனின் விழிகள் மட்டும் ஊர்மிளாவின் வீட்டின் மீதே பதிந்திருந்தன. அவன் ஏக்கத்துடன் தாரை தாரையாகக்

கண்ணீர் வடிப்பதையும் ஏழை பாண்டிய ஜனங்கள் படும் துன்பங்களைக் கண்டு பொறுக்க முடியாமல் மனம் பதறுவதையும், அவனருகில் குதிரைமீது வந்து கொண்டிருந்த ஜனநாதன் ஓரக்கண்ணால் கவனித்துவிட்டு விஷமமாகப் புன்னகை செய்தான்.

''பார்த்தாயா தம்பி! என் கைகளால் நடத்திய லங்காதகனத்தின் மகிமையை? வீடுகளை அக்னி தேவனுக்கு இரை கொடுக்கும் பாண்டிய ஜனங்கள் இனி என்ன செய்வார்கள் தெரியுமா? அட்டூழியமே உருவான நம் சோழ ஆதிக்கத்தை இந்த நாட்டைவிட்டே அடித்து விரட்ட வேண்டுமென ஆத்திரம் கொள்வார்கள். இதற்குப் பழிக்குப் பழியாக நம் குலோத்துங்க சோழ சக்கரவர்த்திகளின் தலை நகரைத் தீக்கிரையாக்க வேண்டுமென வீரப் பிரதிக்ஞை செய்து கொள்வார்கள்; அது என்றாவது ஒருநாள் நடந்தே தீரும். தம்பி! என்னுடைய இந்த மாபெரும் கைங்கரியத்திற்காக நம் சோழிய அரசாங்கம் என் கைகளுக்கு வீரக்கங்கணங்கள் பரிசளிக்கும்!'' என்று சிரித்தான் ஜனநாதன்.

''இப்போது தீயை அணைக்காவிட்டால் இந்த அழகிய மதுரை மாநகரமெங்கும் அது பரவி மாட மாளிகைகளை யெல்லாம் நாசமாக்கிப் பாண்டியர்களின் தலைநகரே அழிந்து போகும்!'' என்றான் வீரசேகரன் துக்கத்துடன்.

''தம்பீ! குரங்கெரி சூறையாடிடக் கெட்டது கொடி நகர் என்று இலங்கை வேந்தன் இதயம் குமுறினான். ஆனால் அழிந்துபோன இலங்கையைவிட பன்மடங்கு அழகான இலங்கையை சிருஷ்டித்துவிட்டான் மயன் என்னும் சிற்பி. அதுபோல் அக்னியால் அண்டமுடியாத புதிய தலைநகரைச் சிருஷ்டிக்க பாண்டிய மன்னன் ஒருவன் தோன்றுவான். நான் இங்கு இட்ட தீ பாண்டியரின் நெஞ்சங்களிலே பழித் தீயாகப் பல காலத்திற்கும் கொழுந்து விட்டெரிந்து கொண்டிருக்கும்'' என்றான் ஜனநாதன்.

அந்தச் சமயம் ஊர்மிளாவின் வீட்டில் அடிப்பாகத்தில் எரிந்து கொண்டிருந்த தீயின் நாக்குகள் மேன் மாடியை எட்டித் துழாவின.

அதைச் சுட்டிக் காண்பித்து வீரசேகரன் உடலெல்லாம் நடுங்கியவனாய் ஜனநாதனிடம் ''அதோ தீ! தீ! ஊர்மிளாவின் மேன்மாடம் எரியப் போகிறதே! அவள் எனக்காக அங்கே காத்திருந்தால் அவளும் தீயில் எரிந்து போவாளே?'' என்று பதறினான்.

''ஊர்மிளா யார்? காத்தவராயனின் தர்ம பத்தினி இல்லையா'' என்று கேட்டான் ஜனநாதன் விஷமமாக.

''இனி அந்தப் பந்தம் அவளுக்குக் கிடையாது! எப்போது அவளுடைய வீட்டில் அவளும் அவளுடைய தமையனும் சிக்கிக்

கொண்டிருக்கும்போது அவளுக்கு உதவி செய்யாமல் காத்தவராயன் காற்றாய் பறந்து விட்டானோ, எப்போது ராஜசேவை என்னும் தர்மத்தைப் புறக்கணித்து விட்டு அவன் தன்னுயிரைக் காப்பாற்றிக் கொள்ளும் கோழையாகி விட்டானோ, எப்போது தன் தர்ம பத்தினியை எதிரிகளிடமிருந்து காப்பாற்ற வேண்டுமென்ற தர்மத்தை மறந்து விட்டானோ, அப்போதே அவனுக்கும் அவளுக்குமுள்ள தார்மீகப் பந்தம் அறுந்துவிட்டது. அதை ஊர்மிளாவே தன் வாயால் சொன்னாள்!'' என்றான் வீரசேகரன்.

''ஓ! மனசாட்சிக்குப் பொருத்தமான தார்மீக விளக்கந்தான்! சரி; அவளுடைய தமையன் என்பது யார்? வீரபாண்டியனா?'' என்று கேட்டான் ஜனநாதன்.

வீரசேகரன் குழம்பினான்.

''தம்பீ! ஒற்றுப் படைத் தலைவனான இந்த ஜனநாதனிடமிருந்து ஆதி சிவனால்கூடத் தன் ரகசியங்களை மறைக்க முடியாது. தம்பி, புலிவாயில் மீன் என்கிற நம்முடைய ரகசியமான சங்கேதவார்த்தையை வீரபாண்டியன் திருப்பிச் சொல்லாமல் இருந்திருந்தால் ஒருபோதும் அவன் நம் கையில் இருந்து தப்பிச் சென்றிருக்க முடியாது. அந்தச் சங்கேத வார்த்தையை அவனிடம் சொன்ன துரோகி உன்னைத் தவிர வேறு யாராகவும் இருந்திருக்க முடியாது. வீரபாண்டியன் ஊர்மிளாவின் தமையனாக இருந்திராவிட்டால் அவனை ஒரு போதும் அந்த வீட்டிலிருந்து தப்பிச் செல்வதற்கு நீ அனுமதித்திருக் கமாட்டாய். அது கிடக்கட்டும். தம்பி, கடமை வீரனான நீ செய்த மகத்தான இராஜத் துரோகத்திற்குப் பிரதியாக அந்த உத்தமி உனக்கு என்ன தியாகம் செய்வதாக வாக்குறுதி அளித்தாள்?'' என்று கேட்டான் ஜனநாதன்.

''ஜனநாதா! அவள் தன் தர்மம், உற்றார் உறவினர், குடும்பம் அனைத்தையும் துறந்து என்னோடு வாழ வந்து விடுவதாக சத்தியம் செய்தாள். அவள் அந்த எரியும் வீட்டில் எனக்காகக் காத்துக் கொண்டிருப்பாள்!''

''நிச்சயம் அந்த வீட்டில் இருக்கமாட்டாள்! எந்தத் தமையனுக்காக அவ்வளவு பெரிய தியாகத்திற்குத் துணிந்து உன்னிடம் சத்தியம் செய்து கொடுத்தாளோ அந்தத் தமையனை வழியனுப்பி அவன் பத்திரமாகத் தப்பிச் சென்றதைத் தன் கண்ணால் பார்த்துத் திருப்தி அடையும்வரை அவள் திரும்பி வரவேமாட்டாள்!''

''இந்நேரம் அவள் வீரபாண்டியனை வழியனுப்பி விட்டு, என்னை எதிர்நோக்கி அந்த வீட்டிற்குத் திரும்பி வந்திருந்தால்

தீயில் அகப்பட்டுக் கொண்டிருப்பாளே, ஜனநாதா?'' என்று பதறினான் வீரசேகரன்.

''இல்லை அவள் அந்த உத்தேசத்துடன் போயிருக்க மாட்டாள்? இனி அந்த வீட்டில் அவள் காலடிகூட எடுத்து வைக்கமாட்டாள்! தன் தர்மத்தை நினைவூட்டும் இந்த வீட்டை அவள் இனி திரும்பிக் கூட பார்க்க விரும்பமாட்டாள்!''

''என்னை ஊர்மிளா ஏமாற்றிவிட்டு வீரபாண்டியனோடு ஓடிப்போயிருப்பாள் என்று சொல்கிறாய்? இராது, ஜனநாதா; இராது! அவள் என்னிடம் சத்தியம் செய்தபோது அவள் கண்களிலே ஜொலித்த பார்வை, அவள் சொல்வதெல்லாம் அவள் இதயத்திலிருந்து வரும் வாசகம் என்று எனக்கு உணர்த்தியது. என் ஊர்மிளா என்னை ஒருபோதும் ஏமாற்றமாட்டாள்; ஏமாற்றவே மாட்டாள்!''

''தம்பி! அவ்வாறு நீ நம்பினால் இனி அவளைப் பற்றிக் கவலைப்படாதே. ஒரு பெண் உனக்காக ஒரு காரியம் செய்யத் துணிந்துவிட்டால் தானாகவே வழி தேடிக் கொள்ளும்படியான சாமர்த்தியம் அவளுக்கு ஏற்பட்டுவிடும்!''

''இல்லை ஜனநாதா! எனக்குக் கொடுத்த வாக்கை மீறமுடியாமல் தீயில் எரிந்து போய்விட அந்த வீட்டிற்குத் திரும்பி வந்திருந்தால் என்ன செய்வது? நீ ஏன் அந்த வீட்டைத் தகனம் செய்தாய்? எனக்கும் அதே வீட்டில் தகனக் கிரியை செய்யவா?'' என்று பொருமினான் வீரசேகரன்.

''தம்பி! லங்கா தகனத்தின் தாத்பரியத்தைச் சொல்கிறேன் கேள்! அனுமார் வாலால் சுட்ட தீயினால் இலங்கை மாநகரம் அழிந்ததென இலங்கை வேந்தன் இதயம் குமுறினான் என்றும் ஆனால் அதைவிடப் புதியதான இலங்கையை மயன் சிருஷ்டித்துத் தந்தான் என்றும் சொன்னேன் அல்லவா? ஒன்று அடியோடு அழிந்து போனால்தான் அதிலிருந்து முற்றிலும் புதுமையான வேறொன்று உதயமாகும். ஒரு ஜீவனின் உடம்பு அழியும்போது தான் தன் பழைய பந்தங்களையெல்லாம் மறந்துவிட்டு முற்றிலும் புதியதாக மறு ஜன்மம் எடுக்கிறது. இந்தத் தாத்பரியம் உன் ஊர்மிளாவின் வீட்டிற்கும் பொருந்தும். அவளுடைய பழைய தர்மத்தை நினைவூட்டும் அந்த வீடு அடியோடு அழிந்து சாம்பலான பிறகுதான் அவள் புனர்ஜன்மம் அடைந்தவள் போல் முற்றிலும் புதுமையான ஒரு வீட்டில் உன்னோடு புதிய குடும்பம் நடத்துவாள். அது மட்டுமல்ல! எரியும் அந்த வீட்டில் உன்னையும் அவளையும் தொடர்புப்படுத்தி உன்னைச் சதிகாரன் எனக்காட்டும் காதல் சின்னங்களோ, வேறு எதிரிகளின் வீட்டிற்கு ரகசியமாக வழி நடத்தும் சுரங்கங்களோ, அந்த வீட்டில் இருக்குமானால், அவை நம் அதிகாரிகளின் கண்களில் தட்டுப்படாமல் மறைந்துவிட

வேண்டுமென்றால், அந்த வீட்டைத் தீ வைத்துக் கொளுத்தி விடுவதுதானே உற்ற நண்பனின் புத்திசாலித்தனமாகும்?'' என்றான் ஜனநாதன்.

''அப்படியானால் எனக்காகத்தான் ஊர்மிளாவின் வீட்டைக் கொளுத்தினாயா?''

''இல்லை, தம்பி! நாளை உன் விவகாரம் விசாரணைக்கு வந்து உன்னோடு சம்பந்தப்பட்டவன் என்று என்னை நிலை நிறுத்தாமலிருப்பதற்கு நான் அந்த வீட்டைத் தீயிலெரித்த காட்சியே போதுமான சாட்சியாக விளங்கும்!''

''ஜனநாதா! கள்ளர்களும் காமாந்தர்களும் தெருவெல்லாம் வட்டமிடும் இந்த நிசி நேரத்தில் ஊர்மிளா என்னை எதிர்பார்த்து நிர்க்கதியாய் எங்கெல்லாம் அலைவாளோ? அவள் முடிவு என்னவாகுமோ? அவளை எப்படியாவது கண்டுபிடிக்க வேண்டும்!''

''அது வெகு சுலபம், தம்பி! அவளே உன்னைக் கண்டு பிடித்துக் கொள்வாள். எங்காவது தனக்குத் தெரிந்தவர்கள் வீட்டிற்குப் போய்த் தங்கியிருப்பாள். பொழுது விடிவதற்குள் தன் பெயரைத் தாரா என்றோ அகல்யா என்றோ மாற்றி வைத்துக் கொண்டுவிடுவாள். நாளைப் பொழுது விடிந்ததும் உனக்கு வினோதமான ஓர் அழைப்பு வரும். அங்கு அவளை விசித்திரமான முறையில் சந்திக்கும்படி!'' என்றான் ஜனநாதன்.

''இல்லை, ஜனநாதா! ஊர்மிளாவிற்கு இந்த மதுரையில் தெரிந்தவர்கள் வீடு எதுவுமில்லை. சுய தர்மத்திற்குப் புறம்பாக என்னோடு வாழத் துணிந்துவிட்ட பிறகு அவள் தனக்குத் தெரிந்தவர் யார் முகத்திலும் விழிக்கவும் மாட்டாள். அவளுக்கு வேறு புகலிடமே கிடையாது!'' ஊர்மிளாவை நான் கண்டுபிடிக்கவே முடியாது'' என்று புலம்பினான் வீரசேகரன்.

''தம்பி! நீ அவளைக் கண்டுபிடிக்காத வரையில் உனக்கும் நல்லது; அவளுக்கும் நல்லது! அவளோடு நீ வாழ நினைப்பது மரணத்திற்குச் சமமானது!''

''இல்லை, ஜனநாதா! அவள் இல்லாமல் நான் உயிர் வாழவே மாட்டேன். இப்போதே இறந்துவிடுவேன்.''

''தம்பி! ஊர்மிளாவின் காதல்தான் உன்னைக் கொல்கிறது!''

''அது என்னைக் கொல்லட்டும். ஆனால் அந்த மரணத் துடிப்புக்கூட, எனக்கு இனிக்கும்; ஆமாம்! சாவு ஒன்றுதான் எனக்கு நிம்மதி தரக்கூடியது! நான் பிறந்தது முதலே சாவை நோக்கியே ஓடிக் கொண்டிருப்பதாக உணர்கிறேன்.''

"தம்பி! மனிதனுக்குத் துக்கமோ காதலோ அதிகரிக்கும் போதுதான் தத்துவ சிந்தனைகள் உதயமாகின்றன. ஆனால் எனக்கோ உன் நிலையைப் பார்த்ததும் நாளை நடக்கப்போகும் அரசியல் வேலைகள்தான் உதயமாகின்றன."

"நாளை என்ன நடக்கப் போகிறது?"

"தம்பி! நீ காதலால் பித்துப் பிடித்தவன் போல் நாசப் பாதையை நோக்கி ஓடிக்கொண்டிருக்கிறாய்! இனி நீ சர்வ நாசத்தைத்தான் காணப்போகிறாய். அரசியல் என்னும் உச்சி மலையிலிருந்து ஒரு துரும்பின்மீது கொண்ட காதலுக்காக அதள பாதாளத்தில் சறுக்கி விழுந்துவிட்டாய்!"

"இனி நான் அரசியல் அந்தஸ்தை இழந்துவிடுவேனோ?"

"அது மட்டுமல்ல, தம்பி!" நம் சோழியரின் எதிரிகளோடு தொடர்பு வைத்துக்கொள்வது இராஜத் துரோகமாகும் என்று நம் அரசாங்கம் ஒரு விதி வகுத்திருக்கிறதே, உனக்குத் தெரியுமல்லவா?"

"தெரியும்!"

நீ நம்முடைய பரமவைரியான வீரபாண்டியனோடு தொடர்பு வைத்துக் கொண்டிருந்தாயென்பதை பலமாக நிரூபிக்க முடியும். தம்பி அந்த அளவிலேயே நீ துரோகியாகிவிட்டாய். இன்றிரவோ நீ மாபெரும் குற்றம் ஒன்றைச் செய்திருக்கிறாய், தம்பி நாளை அவசரமாக நம் சோழிய சபை கூடும். வீரபாண்டியனுக்கு "புலி வாயில் மீன் என்ற நம்முடைய சங்கேத வார்த்தையைச் சொல்லி அவனை ஏன் தப்பிச் செல்ல அனுமதித்தாய் என்று நம் சபை உன்மீது சரமாரியான கேள்விகளை அள்ளி வீசும்."

"ஜனநாதா! நமக்கு வீரபாண்டியன் விரோதி என்பதை மறந்து விடவில்லை. ஆனால் அவன் யுத்தக் களத்தில்தான் எனக்கு எதிரி! நிராயுதபாணியாக ஒரு வீட்டில் பதுங்கியிருக்கும் ஒரு மாவீரனைக் கோழைபோல் பதுங்கிச் சிறைபிடிக்க நான் விரும்பவில்லை. சிங்கம் சிங்கத்தோடு மோதி போரிடுமே தவிர குயுக்தியான முறையில் வலை விரித்துப் பிடிக்கும் நரி வேலை செய்யாது!" "இன்று போய் நாளை போர்க்களத்திற்கு வா" என்றுதான் வீரபாண்டியனுக்கு அறைகூவினேன்!

"தம்பி! அவ்வளவு பெரிய வீரத்தையும் கண்ணியத்தையும் நம் சோழிய இராஜ தந்திரிகள் ஏற்றுக்கொள்ள மாட்டார்கள். வீரபாண்டியன் அந்த வீட்டிலிருந்து தப்பிச் செல்லும்போது நீ கண்கொண்டு பார்க்க முடியாமல் தலையில் அடிபட்டு மூர்ச்சித்துக் கிடந்த சம்பவத்தை நான் நம்பினாலும் முத்தரையன் ஒருபோதும் அதை நம்ப விடமாட்டான். பிறன் மனைவிமீது கொண்ட

இச்சைக்காக அவளுடைய அண்ணனைத் தப்பியோட விட்ட துரோகி என்றுதான் நீ பழி தூற்றப்படுவாய், தம்பி! நாளை நீ குற்றம் சாட்டப்பட்டுத் தண்டிக்கப்படுவாய்''.

"என்மீது நாளை யார் குற்றம் சாட்டப்போவது? முத்தரையனா?"

"இல்லை! அந்தப் பெருமையும் அதற்குரிய பரிசுகளும் அவனுக்குக் கிடைக்க விடமாட்டேன்! அவனை நான் முந்திக்கொண்டு விடுவேன். நாளையே ஆயுத பாணிகளான மாபெரும் காவலர்களுடன் உன்னைச் சிறைபிடிக்க நானே வந்தாலுங்கூட நீ ஆச்சரியப்படுவதற்கு ஒன்றுமிராது. கடமைக்காக தன் நண்பனையும் சிறைப்பிடித்தான் ஒரு கர்ம வீரன் என்று கல்வெட்டுகள் என்னைப் புகழும்!"

"ஜனநாதா! என்னை அரசியலிலிருந்து நீக்கிவிட வேண்டுமென நீ ஆதி முதலே கங்கணம் கட்டிக் கொண்டிருந்தாய். இப்போது உனக்கு அருமையான சந்தர்ப்பம் கிடைத்திருக்கிறது. இப்போதே வேண்டுமானாலும் என்னைச் சிறைபிடித்துச் செல்.

விசாரணையின்போது நான் வாயைத் திறக்கப் போவதில்லை. எல்லோரும் சேர்ந்து என்னைக் கொன்றுவிடட்டும்!

காதலால் பித்துப் பிடித்ததாக நீ சொன்ன என் தலையை யானைக் காலில் மிதிக்கும்படி மரண தண்டனை விதிக்கட்டும். இனி மரணம் ஒன்றுதான் எனக்கு நிம்மதி!"

"தம்பி! நீ அடையப் போவது பலர் பாராட்டும் வீர மரணமல்ல! பிறன் மனைவியை இச்சித்த புன்மகன், பித்த வெறியனாய் பிறந்த பொன்னாட்டிற்கு இராஜத் துரோகம் புரிந்த பேயன் என்றெல்லாம் பழித் தூற்றப்பட்டு மரணத்தோடு மிதிக்கப்படுவாய்!"

"ஜனநாதா போதும்; அந்தச் சாவை எனக்குப் பயங்கரமாக்கிக் காட்டாதே! ஒரு பெண் தன் சுயதர்மத்தையும் எனக்காகத் துறந்துவிடத் துணிந்து விட்டதாகச் சொன்ன பிறகு நான் எந்தவித மானாபிமானங்களையும் துறந்துவிடச் சித்தமாகி விட்டேன். இனி எத்தகைய பழியோடுக் கூடிய மரணத்தையும் நான் பரம ஆனந்தத்தோடு ஏற்றுக் கொள்வேன். ஊர்மிளாவிற்காக நான் நரகத்திற்குக் கூடப் போக முன்வந்து விட்டேன், ஜனநாதா, முன் வந்து விட்டேன்!"

"வீரசேகரா! உன்னைத் துரோகியெனப் பலர் தூற்றும்படியான நிலைமை ஏற்பட்டால் உன் அருமை நண்பன் என்ன செய்வான் தெரியுமா?"

‘‘என்ன செய்வாய்? என்னைப் புறக்கணித்து விடுவாயா? என் முகத்திலே விழிக்காமல் போய் விடுவாயா? உன் கையாலேயே கத்தியெடுத்து என் கழுத்தை வெட்டியெறிந்து விடுவாயா?’’

‘‘இல்லை தம்பி, உன்னைக் கொண்டுபோய் இரகசியமாக ஒரு கிடங்கிற்குள் பதுக்கிவைப்பேன்! பிறகு காணாமற்போன சரக்கெனக்கூறி உன்னைத் தேடிக்கண்டு பிடிக்கும்படி ஊரெங்கும் பறைசாற்றுவேன். வீரபாண்டியனை அவனுடைய கூட்டத்தாரோடு சேர்த்து பிடிப்பதற்காகத்தான் அவனை நீ தப்பியோட அனுமதித்திருக்கக்கூடும் என்றும், அதைத் தெரிந்துகொண்ட எதிரிகள் உன்னைத் தூக்கிக் கொண்டு போய்ச் சித்திரவதை செய்து பசியாலும் பட்டினியாலும் உன்னை அணுஅணுவாகச் சாகடித்து விடக்கூடும் என்றும் நான் புது விளக்கம் கொடுப்பேன்.

பிறகு நானே என் சூரத்தனத்தையெல்லாம் காட்டி உன்னைத் தேடிக் கண்டு பிடித்துச் சிறைமீட்டு வந்ததைப் போல உன்னைக் கொண்டுவந்து நம் அரசாங்கத்திடம் சேர்ப்பிப்பேன். உன்னைச் சிறந்த தேசபக்தன் என்று சோழிய அரசாங்கம் புகழும். உன்னை மீட்டு வந்ததற்காக எனக்கு மேலும் பரிசுகள் கிடைக்கும்! ஆனால் தம்பி சதிகாரி எனக் கருதப்படும் ஊர்மிளாவோடு நீ வாழ வேண்டுமென்று நினைத்தால் இதெல்லாம் நடைபெற முடியாது! உனக்கு அரசியல் வேண்டுமென்றால் உன் காதலியை மறந்துவிட வேண்டும். காதல் வேண்டுமென்றால் அரசியலை மறந்துவிட வேண்டும். இப்போது உன் தலைவிதியைத் தேர்ந்தெடுத்துக் கொள்ள வேண்டிய பொறுப்பை உனக்குக் கொடுக்கிறேன்!’’

‘‘இல்லை, ஜனநாதா! ஊர்மிளா இல்லாத எந்த வாழ்வையும் நான் விரும்பவில்லை. அவளுக்காக என் அரசியல் அந்தஸ்தை இழந்து அழிவுப் பாதையை நோக்கித் தலைதெறிக்க ஓடுகிறேன் என்று வேண்டுமானாலும் நினைத்துக்கொள்!’’ ஆனால் அந்தப் பாதையில்தான் விதி என்னைச் செலுத்துகிறது. அது ஒன்றுதான் எனக்கு இந்த உலகில் ஜீவன் உள்ளதாகவும் தோன்றுகிறது.

‘‘வீரசேகரா! இது நான் உனக்களிக்கும் கடைசி சந்தர்ப்பம்!’’

‘‘வேண்டாம் ஜனநாதா! அரசியலுக்காக என் காதலை இழக்க மாட்டேன்! சத்தியத்திற்குக் கட்டுப்பட்டு ஊர்மிளா எனக்காகச் சகலத்தையும் துறந்துவிட்டு வரும்போது அந்த அபலைக்கு ‘‘அஞ்சாதே அஞ்சாதே’’ என்று நான் புகலிடம் கொடுக்காவிட்டால், அந்த ஆண்மையற்றவனாகி விட்டால், அரசியல் அந்தஸ்திற்காக அவளைப் புறக்கணிப்பேனேயானால், அவள் ஏமாறி ஏங்கி நிர்க்கதியாய் மடிவாளேயானால், அதைவிடக் கீழ்த்தரமான காரியம் இந்த உலகத்தில் நான் செய்யக் கூடியது எதுவுமில்லை!’’

''வீரசேகரா உனக்குக் காதலியின் பித்தவெறி முற்றிவிட்டது. இனி அதற்கு வைத்தியம் கிடையாது!''

''ஆமாம், ஜனநாதா! இனிமையான அந்தப் பித்தவெறி தன் ஆயுள் பரியந்தம் இருக்க வேண்டுமென நோயாளி நினைக்கும் போது அதைக் குணப்படுத்த வைத்தியன் யாருமில்லை! நீ போய் வா!''

''வீரசேகரா! நீ எங்கே போகிறாய்? தீப்பிடித்தெறியும் அந்த வீட்டிற்கா? மறுபடி சூன்யமான அந்த மாயவலையின் கூண்டிற்கா?''

''ஆமாம்! அங்கே எனக்காக ஊர்மிளா காத்திருக்கிறாளா என்று பார்க்கப் போகிறேன். ஊர்மிளா.. ஊர்மிளா! நீ என்னை ஏமாற்றி ஓடியிருக்க மாட்டாய்! அப்படி வஞ்சிக்கக்கூடிய சுபாவம் உன்னிடம் இருக்கும் என்று நம்ப மாட்டேன். ஒருபோதும் நம்ப மாட்டேன்!'' என்று வீரசேகரன் நீண்ட பெருமூச்சு விட்டு வேகமாக நடந்தான்.

''நில் வீரசேகரா! நானும் உன் கூடத் துணைக்கு வருகிறேன் அந்த வீட்டின் தீயில் எரிந்து கிடக்கும் ஏதாவது தந்தப் பதுமையைப் பார்த்துவிட்டு ஊர்மிளா என்று அதை நினைத்துக் கொண்டு நீயும் தீயில் எரிந்து விடுவாய். நீ சாகத்தான் வேண்டுமென்றால் அது சரியானதாகவும் யாருக்காவது பிரயோஜனபடக் கூடியதாகவும் இருக்க வேண்டும்!'' என்று ஜனநாதன் சொல்லிக் கொண்டே குதிரையிலிருந்து கீழே குதித்து வீரசேகரனைப் பின் தொடர்ந்தான்.

அவ்விருவரும் ஊர்மிளாவின் வீட்டை நெருங்கும் போது அதன் பல பாகங்கள் தீயில் எரிந்து கருகிக் கொண்டிருந்தன. மர உத்திரங்களும், சில சுவர்களும் முறிந்து விழுந்து கொண்டிருந்தன. வீட்டிலுள்ள பல கூடங்களும் மாடங்களும் தீப்பொறிகளோடு கூடிய மேகப்படலங்களைப் போலப் புகைகளைக் கக்கிக் கொண்டிருந்தன. அந்த வீட்டைச் சுற்றித் தெருவிலுள்ள வீடுகளிலெல்லாம் தீப் படலங்களும் தீ ஜ்வாலைகளும் நிராதரவான ஜனங்களின் கூக்குரல்களும் வானை முட்டுமளவு பெருத்த அளவில் பொங்கிக் கொண்டிருந்தன.

வீரசேகரன் தன் முகமெல்லாம் வியர்த்துக் கொட்ட வெறி பிடித்தவன் போல் அந்த வீட்டை நோக்கி ஓடினான்.

''ஐயோ! அந்த வீட்டிலுள்ள ஏதாவது ஒரு அறையில் ஊர்மிளா காத்திருப்பாளேயானால்? தீப்பிழம்புகளால் சூழப்பட்டு என்னைக் கூப்பிட்ட வண்ணமே கீழே மூர்ச்சித்து விழுந்திருப்பாளேயானால் அவள் கதி என்னாகும்? அவள் எரிந்து

போவதற்குள் காப்பாற்ற வேண்டும்! இல்லையெனில் அவளுடைய அழகான உடல் தீயில் கருகுவதற்கு முன்பே அவளைச் சேர்த்தணைத்துக் கொண்டு நானும் இறந்துவிட வேண்டும்!'' இப்படியெல்லாம் வீரசேகரன் முணுமுணுத்த படியே துயரத்தாலும் ஆசையாலும் தன்னையே மறந்து அந்த வீட்டின் கதவை நோக்கிப் பாய்ந்தான். அந்தக் கதவு தீயில் எரிந்து கீழே விழுந்து அதன் பிரளயத் தீ வாசலை அடைத்துக் கொண்டிருந்தது.

வீரசேகரன் அதைப் பொருட்படுத்தாமல் தீக்குள் பாய்ந்து அந்த வீட்டினுள் ஓடினான். உடலெங்கும் இரும்பினாலான கவசங்கள் அணிந்திருந்த ஜனநாதனும் தீக்குள் பாய்ந்து வீட்டினுள் ஓடினான். கீழ் வீட்டில் மர உத்திரங்களில் சில தீப்பிடித்து எந்தக் கணமும் முறிந்து விழுந்து விடுவதைப்போல எரிந்து கொண்டிருந்தன. ஊர்மிளாவின் படுக்கையறையுள்ள மேன் மாடத்திற்கு வழி நடத்தும் படிக்கட்டுகளில், பின்னால் ஓடிவரும் ஜனநாதனின் எச்சரிக்கையையும் பொருட்படுத்தாமல் வீரசேகரன் பாய்ந்தேறினான். ''ஊர்மிளா! ஊர்மிளா! எங்கிருக்கிறாய்?'' என்று வீரசேகரன் கூவிக் கொண்டே அந்த வீட்டினுள் சகல அறைகளையும், சந்து பொந்துகளையும் ஓடிப் பார்த்தான்.

அந்த வீட்டில் எவரும் தென்படவில்லை. எங்கு திரும்பினாலும் தீம் பிழம்புகளும் முறிந்து விழும் மரப்பலகைகளும் உத்திரங்களுமே எதிர்ப்பட்டன.

''வீரசேகரா! இந்த வீட்டில் இப்போது தேளும் அரணைகளுமே பகிரங்கமாக வசிக்கின்றன. ஊர்மிளா நிச்சயம் இந்த வீட்டில் இருக்கமாட்டாள்! இனி அவள் இங்கே வரவும்மாட்டாள். அவளை முன்னிட்டாவது உன் உடலைத் தீயில் பொசுக்கிக் கொள்ளாமல் வா. வெளியே போய் விசாரிப்போம். வீரபாண்டியனோடு அவள் தப்பியோடும்போது கம்மியர் சேரியிலுள்ள தெருக்களில் அவளை யாராவது கவனித்திருக்கக்கூடும்'' என்றான் ஜனநாதன்.

அந்த அற்ப நம்பிக்கையால் கவர்ந்திழுக்கப்பட்ட வீரசேகரன் ஜனநாதனைப் பின் தொடர்ந்து கம்மியர் சேரியிலுள்ள தெருக்களில் போனவர் வந்தவர்களையெல்லாம் விசாரித்தான். தெருக்களிலுள்ள குறுக்கு சந்துகள், வீடுகளின் இடைவெளிகள் முதலானவற்றை யெல்லாம் ஆராய்ந்து பார்த்தான். அதனால் ஒரு பலனுமில்லை. ஊர்மிளா போன சுவடே தெரியவில்லை! வீரசேகரன் சோர்ந்து போய் பெருமூச்சு விட்டான். மறுபடி ஊர்மிளாவின் வீட்டருகே வந்தான். அந்த வீடு நெருப்பில் சாம்பலாகிக்கொண்டிருந்தது. அதோடு ஊர்மிளாவைப் பற்றிய அவனுடைய நம்பிக்கையும் ஏன் அவனுடைய சகலமுமே சாம்பலாகிவிடும் போலிருந்தது!

"வீரசேகரா! மனித யத்தனத்தினால் முடிந்த அளவு உன் ஊர்மிளாவை எங்கும் தேடி பார்த்து விட்டோம். இனி கடவுள் யத்தனம் இருந்தால்தான் அவளைக் கண்டுபிடிக்க முடியும். ஆனால் பெண்ணை நம்பினாலும் கடவுளின் உதவியை ஒருபோதும் நம்ப முடியாது!" என்றான் ஜனநாதன்.

"அப்படியானால் ஊர்மிளா அகப்படவேமாட்டாளா? என்னை ஏமாற்றிவிட்டு வீரபாண்டியனோடு தப்பி என் கண்ணில் தட்டுப்படாதபடி எங்காவது ஓடி மறைந்திருப்பாளா? வீரபாண்டியன் இன்றிரவு இந்த வீட்டிலிருந்து தப்புவதற்கு நான் உதவி செய்தால் அவள் சகலத்தையும் துறந்துவிட்டு என்னோடு வாழ வருவதாக எத்தனையோ தடவை சொல்லாலும் பார்வையாலும் சத்தியம் செய்தாளே! அந்தச் சத்தியமெல்லாம் பொய்தானா?

அவளுக்கு இந்த உதவி செய்வதால் நாளை என் கதி என்ன ஆகும் என்று அவளுக்கு நன்றாகத் தெரியுமே; தெரிந்திருந்தும் என்னை வஞ்சிப்பாளா? வஞ்சிக்கும் இருதயம், அவளுக்கு இருக்குமா? அண்ணன் உயிரைக் கொல்ல வந்தவனே, உன்னிடம் பொய்ச் சத்தியம் கொடுத்து விட்டு அண்ணனுடன் தப்பி ஓடிவிட்டேன். உன்னை நன்றாக ஏமாற்றி விட்டேன்" என்று ஏசிக் காட்டக்கூட என் ஊர்மிளா வரமாட்டாளா?

"அண்ணன் உயிரைக் காப்பாற்றுவதற்குப் பிரதியாக என் பெண்மையைப் பலி கேட்டவனே. உன் முகத்தில் இனி விழிக்கவே மாட்டேன்" என்று போயிருப்பாளா? அப்படிப் போயிருந்தால் என்னை ஏன் அந்த வீட்டிலேயே கொன்று விட்டுப் போகவில்லை? நான் அணு அணுவாக ஏங்கிச் சாக வேண்டுமென்று நினைத்தாளா? அவளை முன்னிட்டு நான் துரோகியாகி, மரண தண்டனை விதிக்கப்பட்டுப் பழிபட நான் சாகும்போதுகூட அவள் தன்னுடைய ஒரு கண்ணீர்த் துளியையாவது காட்ட என் முன் வரமாட்டாளா? என்று வீரசேகரன் நம்பிக்கையற்ற குரலில் பலவாறாகப் புலம்பலானான்.

"முட்டாளே, வீணாகப் புலம்புவதால் என்ன பயன்?" என்றான் ஜனநாதன்.

"ஆமாம்! அவள் என்னை முட்டாளாக்கி விட்டாள்! காதலைக் காட்டி என்னை ஏமாற்றி விட்டாள்! ஆயிரம் சத்தியம் கூறி அடியோடு வஞ்சித்து விட்டாள். அவள் இனி என் கண்ணில் தட்டுப்படமாட்டாள். என்னோடு வாழ வரமாட்டாள்; அவளுக்காக நான் ஏங்கிச் சாவதைக் காண வரமாட்டாள். என் கையிலிருந்து தப்புவதற்காகவே நய வஞ்சகமாக அவள் ஒரு நாடகம் நடத்திவிட்டாள்!" என்று வீரசேகரன் பொருமினான்.

''தம்பி, வீணாக மனதைக் குழப்பிக் கொள்ளாதே. கடல் ஆழம் கண்டாலும் காரிகைகளின் நெஞ்சாழம் காணமுடியாது என்று ஒரு வசனம் உண்டு. பொழுது விடிவதற்குள் நீ எதையும் தீர்மானம் செய்து விட முடியாது. நீ நேரே உன் பாசறைக்குப் போய் உன் படைவீரர்களின் முகங்களையெல்லாம் கடைசி முறையாகப் பார்த்துவிட்டு உனக்குத் தேவையானதையெல்லாம் எடுத்துக் கொண்டு தலைமறைந்து விடு. ஏனெனில் பொழுது விடிந்ததும் உன்னை விசாரணைக்குச் சிறைப் பிடித்துச் செல்ல நேர்ந்தால் நேரே உன் பாசறைக்குத் தான் நான் படை வீரர்களை அணிவகுத்துக் கொண்டு வருவேன். உன் வீட்டிற்கும் போகாதே. அங்கே பைத்தியக்காரி சிவகாமி உன்னைப் பிடித்துக் கொண்டு விடுவாள். நீ பாசறையில் இல்லையென்றால் உன்னை வேட்டையாடிச் சிறைப் பிடிக்க உன் வீட்டிற்கும் வருவேன்! பொழுது விடிந்து சூரியோதயம் வெளிக் கிளம்புவதற்குள் உன் தலைமறைவுப் படலம் முடிந்து விடவேண்டும்'' என்று எச்சரித்தான் ஜனநாதன்.

''ஊர்மிளா இல்லாமல் நான் தலை மறைந்து ஓடமாட்டேன். மரண பூமியில்தான் தலை சாய்ப்பேன்!''

''தம்பி! உன் மரணத்தைப் பற்றி பிறகு யோசித்துக் கொள்ளலாம். உன் ஊர்மிளாவின் முடிவு தெரியாமல் உன் முடிவைப் பற்றி நீ யோசிக்க முடியாது. நான் சொல்கிறபடி செய். பாசறையிலிருந்து உன் மாறு வேஷங்களுக்குரிய ஆடையணிகளை எடுத்துக் கொண்டு நான் சொல்கிற இடத்தில் மறைந்திரு. அப்புறம் என் அனுமதி இல்லாமல் அந்த இடத்திலிருந்து எதை உத்தேசித்தும் உன் தலையை வெளியே காட்டாதே. பத்திரம்!'' என்று ஜனநாதன் சொல்லிவிட்டு வீரசேகரனிடம் ஒரு சாவியைக் கொடுத்து அவன் இனி நடந்து கொள்ள வேண்டிய முறைகளை யெல்லாம் இரகசியமாக விளக்கிக் கூறிவிட்டு அவனைப் பிரிந்து தன் குதிரைமீது வேகமாகச் சென்றான்.

ஜனநாதனின் குதிரை மறையும் வரை வெறித்துப் பார்த்துக் கொண்டிருந்த வீரசேகரன் மெல்லத் தன் பாசறையை நோக்கி நடந்தான். அவன் மனதில் சூன்யமும் நிராசையுமே நிலவியிருந்தன!

அத்தியாயம் 85

விம்மல் நோய்

'விம்மல் நோயால்
மாண்டு போதியோ? மறுத்தியோ?
எங்ஙனம் வாழ்த்தி?'

— கம்ப ராமாயணம்

மனப் பூர்வமாக ஊர்மிளா தன்னோடு வாழ வரமாட்டாள் என்ற எண்ணமே வீரசேகரனுக்கு மேலோங்கியிருந்தது! சந்தர்ப்பத்தைச் சமாளிப்பதற்காக அவள் சாகஸமாக ஒரு வாக்குறுதி கூறித் தன்னை வஞ்சித்து விட்டாள் என்கிற தீர்மானமே அவன் மனதில் வட்டமிட்டுக் கொண்டிருந்தது. எவளை வாஞ்சையுள்ளவள் வஞ்சிக்கத் தெரியாதவள், தன் வாழ்வின் ஒளி விளக்கு, தனக்குக் கிடைக்கப் போகும் வானத்து நிலவு என்றெல்லாம் எண்ணி இறுமாந்திருந் தானோ, எந்த மங்கையர் திலகத்தை அடைவதற்காகத் தன் கண்ணியம், கடமை, தன் எதிர்கால இலட்சியங்கள் அனைத்தையும் பலி கொடுத்து அதள பாதாளத்திலும் விழத் தயாரானானோ; எவளுடைய வாக்கைத் தன் வாள் முனையைவிட உறுதியாகக் கருதினானோ, அந்தப் பேதைப் பெண் அவனைப் பித்தனாக்கிப் பெரும் பொய் கூறி வஞ்சித்து ஓடிவிட்டாளே என்கிற எண்ணத்தை அவனால் சகிக்கவே முடியவில்லை! பண்பு தவறக் கூடாதவளின் வார்த்தையை அவன் எப்படித்தான் நம்பினான்? சிந்திக்கச் சிந்திக்க அவனுக்குச் சீற்றமே அதிகரித்தது!... ஆமாம்; அந்தப் பேதைப் பெண்ணின் வாஞ்சை மயமான முகம், உணர்ச்சி வாய்ந்த பார்வை, உறுதி வாய்ந்த சொற்கள் அத்தனையும் பொய்தான்! எல்லாம் மாயக் கூத்து! என்னைப் பொம்மை போல் வைத்து விளையாடி விட்டு எவ்வளவு சுலபமாக ஓடி விட்டாள்?... என் நெஞ்சு விம்மி விம்மி எப்படி வேகும் என்பதை நினைத்துப் பார்த்திருப்பாளா?... அவளால் என் கதி என்ன ஆகும் என்பதை எண்ணிக் கூடப் பார்க்க மாட்டாளா? ஊர்மிளா என்னை ஏமாற்றி விட்டாள்!... அவளுடைய அண்ணனைப் பிடிக்க வந்த என்னை நன்றாக அழித்தோடி விட்டாள்...'' இப்படியெல்லாம் மனம் பொருமிய வீரசேகரனுக்குப் பித்துப் பிடித்து விடும்போல் தலை கொதித்தது.

சிந்தனை அதிகரிக்க அதிகரிக்க அவன் ஆத்திரமாகப் பாசறையை நோக்கி எதற்காகப் போகிறோம் என்பது தெரியாமலே, விடியற் சாம இருளைக் கிழித்துக் கொண்டு விரைந்து நடக்கலானான்.

வழியில் பழைய மகிழ மரத் தோப்பு குறுக்கிட்டது! அனுபவிப்பாரின்றிப் பொழுது விடிவதை எதிர்நோக்கி இருளில் ஏக்கப் பெருமூச்சு விடும் அந்த அழகுத் தோப்பின் நறுமணம் எதுவும் வீரசேகரனின் யௌவன உள்ளத்திற்கு இதம் தரவில்லை. அதற்குப் பதிலாக அவனுக்கு எரிச்சலையே அதிகமாக்கியது. அந்த மகிழ மரத் தோப்பிலுள்ள எத்தனையோ விதமான அழகிய மலர்களெல்லாம் ஊர்மிளாவின் பார்வை முகங்களாக மாறிக் கலகலவெனச் சிரித்து அவனை ஏளனமாகப் பரிகசிப்பது போலவே அவனுக்குத் தோன்றின. சை! மென்மையான மலரிடையே வாளைவிட எவ்வளவு கூர்மையான முனை? ஒருவேளை இந்த மகிழ மரத் தோப்பிற்குள் ஊர்மிளாவின் ஆவி ஒளிந்து கொண்டிருக்குமோ?...

வீரசேகரனுக்கு அழுகை வந்து விட்டது! நன்றாக வாய்விட்டு அழவேண்டும், உலகத்தின் காதே செவிடுபடும்படி ஓவென்று அழவேண்டும் போலிருந்தது அவனுக்கு! ஊர்மிளா தனக்குக் கிடைக்கமாட்டாள் என்ற ஏக்கம் ஏற்படும்போதெல்லாம் நோயின் அவஸ்தை தாங்க முடியாமல் மரணத்தை எதிர்நோக்கித் துடிப்பவன் போல், அந்த மகிழ மரத்தோப்பிற்கு ஓடி வந்து தூக்குப்போட்டுக் கொள்ள வேண்டும் என்று அவன் துடிதுடிப்பது உண்டு. இப்போதோ அவனுடைய அந்தஸ்து சமாதியாகப் போகும் அவனுடைய பாசறைக்கே ஓடிச்சென்று அதே பாசறையில் ஒரு முழக் கயிறு எடுத்துத் தூக்குப்போட்டுக் கொள்ள வேண்டுமென்கிற வெறி உண்டாயிற்று. ஆனால்... ஒருவேளை ஊர்மிளா அவனைத் தேடி வந்தால்...சே! இன்னும் அந்த அற்ப நம்பிக்கையா...?

அந்தச் சமயம் அவனுக்குப் பின்னால் இருளில் யாரோ வேகமாக ஓடிவரும் அரவம் கேட்டது!

யார், அது? ஊர்மிளாவா...!?

அவனுடைய படையைச் சேர்ந்த ஓர் சேவகன்தான் வேகமாக அவனைப் பின் தொடர்ந்து ஓடி வந்தான்!

''மூச்சிளைக்கும் அந்தச் சேவகனை நோக்கி வீரசேகரன், ஏன்? என்ன விஷயம்?'' என்று கேட்டான்.

''உங்களை அம்மா தேடுது! ஒவ்வொரு வீதியாக அலைகிறது!'' என்று குளறினான் சேவகன்.

''யார், ஊர்மிளாவா?'' என்று ஆவலுடன் கேட்ட வீரசேகரனுக்குக் குப்பென்று முகம் வியர்த்தது, சர்வாங்கத்திலும் ஒருவிதத் தகிப்புப் பரவிற்று!

''ஊர்மிளாவா?'' என்று வியப்புடன் திருப்பிக் கேட்ட சேவகன் திருதிருவென்று விழித்தான்.

''அந்த அம்மா உன்னிடம் தன் பெயரைச் சொல்லவில்லையா அவள் முக்காடிட்டிருந்தாளா? அழகாயிருந்தாளா? பதறிக் கொண்டிருந்தாளா?'' கண்ணீர் சிந்திக் கொண்டிருந்தாளா? என்று வீரசேகரன் பரபரப்புடன் சரமாரியாகக் கேள்விகளை அடுக்கினான்.

''சிவகாமியம்மாதான் உங்களைத் தேடி அலைகிறார்கள். உங்கள் தலைக்கு ஏதோ ஆபத்து வரப் போவதாகக் கனவு கண்டார்களாம். உடனே திடுக்கிட்டு விழித்து உங்களைத் தேடித் தெருவெல்லாம் திரிகிறார்கள். உங்களைப் பார்த்தால் கையோடு அழைத்து வரும்படி என்னை விரட்டினார்கள்!'' என்றான் சேவகன்.

''என்னைப் பார்க்கவில்லை என்று சொல்லிவிடு. மறுபடியும் படுத்துறங்கி நல்ல கனவாகக் காணச் சொல்!'' என்று வீரசேகரன் வெறுப்புடன் சொல்லிவிட்டு மேலே நடந்தான். இந்த நிலையில் சிவகாமியின் கண்களில் தட்டுப்பட்டால் பேய்போல் பிடித்துக் கொண்டு ஒப்பாரி வைப்பாள், அல்லது தன்னை உற்சாகப்படுத் துகிறேன் என்று கூறி அட்டைபோல் தன் ரத்தத்தையெல்லாம் உறிஞ்சி விடுவாள் என்று எண்ணி வீரசேகரன் நடுங்கினான். தான் போகுமிடமெல்லாம் அவள் தன்னைப் பின் தொடரக்கூடிய பைசாசமாயிற்றே? தந்திரத்தில் குள்ளநரிக்குச் சமமான வளாயிற்றே....? எங்காவது அந்த அரக்கி எதிர்ப்பட்டு விடுவாளோ?... ஏதாவது தந்திரம் செய்து தன்னைப் பிடித்துக் கொண்டுவிடுவாளோ....?

வீரசேகரன் வேகமாகத் தன் பாசறையின் வாசலை அடைந்தபோது, தீவர்த்தி ஏந்திய கிழவனான காவற்காரன் அவன் முன் ஓடி வந்து, ''பாவம், அம்மா உங்களை எதிர்பார்த்து காத்துக் கொண்டிருக்கிறது!'' என்றான் ரகசியமான குரலில்.

உடனே வீரசேகரனுக்கு சிவகாமி தன்னைத் தேடிப்பாசறைக்கும் வந்து விட்டாளா என்ற ஆத்திரம் பற்றிக் கொண்டது.

''நான் இங்கு வரவில்லை. ஜனநாதரின் மாளிகைக்குப் படுத்துறங்கப் போய்விட்டேன் என்று ஏதாவது சொல்லி அவளை அனுப்பி விடு!'' என்றான் வீரசேகரன்.

''என்ன சொன்னாலும் அந்த அம்மா உங்கள் பாசறையைவிட்டுப் போகாது! நீங்கள் எப்படியும் இங்கு வருவீர்கள்

என்று அதன் மனதிற்குள் ஏதோ ஒன்று சொல்லியதாம். உங்கள் வீட்டிற்கும் ஜனநாதரின் மாளிகைக்குங்கூட யாரையாவது நம்பகமான ஆளையனுப்பி எப்படியும் உங்களைத் தேடிக்கூட்டிக் கொண்டு வரும்படி அந்த அம்மா கெஞ்சியது. ஏதோ அவசரமாம்!'' என்றான் கிழக்காவற்காரன்.

''அவளை நான் சந்திக்க விரும்பவில்லை! முகத்திலடித்தாற்போல் அப்படியே அவளிடம் சொல்லிவிடு!'' என்றான் வீரசேகரன் அலட்சியமாக.

''அப்படிச் சொன்னால் அந்த அம்மா பதறிப் போகும். ஏற்கனவே அழுதுகொண்டிருக்கிறது!''

''நன்றாக அழட்டும்!''

''பாவம்! பொழுது விடிவதற்குள் உங்களை எப்படியும் ரகசியமாகச் சந்தித்தாக வேண்டுமாம். இல்லையெனில் பொற்றாமரைக் குளத்தில் விழுந்து பிராணனை விட்டுவிடுமாம்!''

''நன்றாகப் பிராணனை விடட்டும் என் பிராணனை வாங்க வேண்டாம்! இனிமேல் எனக்கு அவளிடம் பயம் கிடையாது! என்ன புரிகிறதா? போ, போ!'' என்று வீரசேகரன் எரிந்து விழுந்தான்.

கிழவன் சிறிது தயங்கினான் பிறகு கண் கலங்கியவனாய் வீரசேகரனை நோக்கி, ''பாவம் சின்னப் பெண் உங்களைப் பார்க்க வேண்டுமென்று துடிதுடிக்குது!'' என்றான்.

''சின்னப் பெண்ணா? சிவகாமி பூதகியாயிற்றே!'' என்றான் வீரசேகரன் திடுக்கிட்டவனாய்.

''சிவகாமி அம்மா இல்லை! வேறொரு பெண்...!''

''யாரவள், யாரவள்?'' என்று வீரசேகரன் பரபரப்புடன் கேட்டான்.

''அந்தப் பெண்ணை இதற்கு முன்னால் நான் பார்த்தது இல்லை! முக்காடிட்டு மூடிக்கொண்டு இருட்டோடு இருட்டாய் பதுங்கி நிற்பதைத்தான் பார்த்தேன்! பாவம், அழுது அழுது கண்ணீர்கூட வற்றிவிட்டது!''

''அழுகிறாளா? அழுகிறாளா?'' என்று வீரசேகரன் அதிகப் பரபரப்புடன் கேட்டான்.

''ஆமாம்! மனசுக்குள்ளேயே தேம்பித் தேம்பி மெல்ல அழுது கொண்டிருக்கிறது. நீங்கள் அந்தப் பெண்ணைப் பார்க்காவிட்டால் அது மனமுடைந்து போய் நிச்சயம் பிராணனை விட்டு விடும்!'' என்றான் கிழக் காவற்காரன்.

அவனிடமிருந்து தீவர்த்தியை வீரசேகரன் வெடுக்கென்று பறித்துத் தன் கையில் ஏந்திப் பிடித்தவனாய், "அவள் எங்கே இருக்கிறாள்?" என்று பதறினான்.

"மேன்மாடத்திலுள்ள உங்கள் ஆயுத சாலையில் அந்தப் பெண் மறைவாக இருக்கிறாள் நல்ல வேளை! இப்போது பாசறையில் ஒரு சில வீரர்கள்தான் அயர்ந்து உறங்கிக் கொண்டிருக்கிறார்கள். சூறையாட்டத்திற்குப் போன நம் வீரர்கள் பொழுது விடியும் வரை இங்கே திரும்பி வந்து சேரவும் மாட்டார்கள். நான்தான் அந்தப் பெண்ணை யாருக்கும் தெரியாமல் மேன் மாடத்தில் உங்கள் ஆயுத சாலையில் மறைத்து வைத்துவிட்டுக் கீழே வந்து உங்களுக்காகக் காத்துக் கொண்டிருந்தேன். அந்த இளம் பெண்ணை இந்த நேரத்தில் வேறு யாராவது நம் வீரர்கள் பார்த்திருந்தால் பரிகசிப்புக்கு இடமாகியிருக்கும்!" என்று ரகசியமான குரலில் கூறிக்

கொண்டுவரும் காவற்காரனின் பிரதாபங்களைச் சரியாகக் காதுகொடுத்துக் கேட்காமல் வீரசேகரன் துள்ளிப் பாய்ந்து மாடிப்படிகளில் ஏறி ஓடி, ஆயுத சாலையை அடைந்தான்.

ஆயுத சாலையினுள் ஒரே இருள் கவிந்திருந்தது! அங்குள்ள பெண், வேறு யார் கண்ணிலும் தட்டுப்படாமல் இருப்பதற்காகக் காவற்காரனே அங்கிருந்த விளக்குகளை யெல்லாம் அணைத்து வைத்திருந்ததாகத் தெரிந்தது!

வீரசேகரன் ஆவலுடனும் கலவரத்துடனும் தன் கையிலிருந்த தீவர்த்தி வெளிச்சத்தை ஆயுதசாலையினுள் பிடித்துப் பார்த்தான். அங்கே வாள், வில், ஈட்டி, கேடயம் போன்ற எண்ணற்ற ஆயுதங்களும், புலிக்கொடிகளும், பொன் மயமான உதயசூரியன் பொறித்த ஆல வட்டங்களும், தோரணங்களும், எக்காளப் பேரிகைகளும் குவிந்து கிடந்தன. ஒருபுறம் அவனுடைய கம்பீரமான ஆடையணிகளும், போர்க் கவசங்களும், பலவகை அதிகாரச் சின்னங்களும், வீரப் பதக்கங்களும் கண் கவரும் வண்ணம் அழகுற அடுக்கி வைக்கப்பட்டிருந்தன. வீரசேகரனின்

வீரத்தை விளக்கும் படியாக அவன் போர்க்களத்தில வெற்றி முழக்கமிடும் காட்சி, மதுரைக் கோட்டையைக் கைப்பற்றிய காட்சி முதலான கம்பீரச் சித்திரங்களும், சோழ குலத்தின் அரசியல் கனவுகளை விளக்கும் காட்சிகளைப் பற்றிய சைத்திரிகங்களும், பொற்பலகை ஓவியங்களும் அந்த ஆயுதசாலையின் சுவர்களில் சிறப்புற நிறைந்திருந்தன. சுருங்கச் சொன்னால் மாவீரன் வீரசேகரனின் லட்சியக் கனவுகள் எல்லாம் அந்த ஆயுத சாலைக்குள் அடங்கியிருந்தன! ஆனால் அவ்வளவு கனவுகளையும் எந்தப் பெண்ணிற்காக அவன் இழக்கப் போகிறானோ அந்தப் பெண் அங்கு இருப்பாளா? இருப்பாளா...? அல்லது ஒருவேளை சிவகாமி தான் ஏதாவது தந்திரம் செய்து அங்கு ஒளிந்து கொண்டிருப்பாளா? வீரசேகரன் கலவரத்துடன் தீவர்த்தி வெளிச்சத்தைச் சுழற்றி அவ்வாயுதக் கிடங்கு முழுவதையும் தன் கண்களால் துழாவிப் பார்த்தான்!

அங்கு ஒரு மூலையில் வீரலக்ஷ்மியின் கம்பீரமான சிலை ஒன்று தென்பட்டது. தீவர்த்தியின் வெளிச்சத்தில் அந்தச் சிலையின் முகத்திலுள்ள புன்னகையின் காந்தி, ஆயுத சாலையிலுள்ள நானாவிதமான ஆயுதங்கள் மீதும் போர்க்கருவிகள் மீதும் பட்டுக் கொடிகள் மீதும் பளபளவென மின்னியது!

அந்தத் தந்தச் சிலையின் மார்பில் தவழும் பூமாலையின் நறுமணமும், திருநுதலில் இட்டிருந்த குங்குமத்தின் செந்நிறமும், தேவியின் கரம் ஒன்றில் ஏந்தியிருந்த செங்கதிர் செல்வனின் கொடியும், அந்த அறையெங்கும் ஒருவிதத் தெய்வீக வனப்பை ஊட்டிக் கொண்டிருந்தது. சம்ஹார தேவதைபோல் யுத்த கோலம் பூண்டிருந்த வீரலக்ஷ்மியின் திருப்பாத மலர்களில், மற்றொரு யௌவன மலரென ஓர் இளம் பெண் வீழ்ந்து கிடந்தாள்!

தெய்வத்தின் காலடிகளில் முகம் புதைத்து முக்காடிட்ட வண்ணம் கிடந்த அந்த மங்கை தன் கண்ணீர்த் துளிகளாலும் விம்மலொலிகளாலும் திருப்பாதபூஜை செய்பவள் போலவே தென்பட்டாள்! ''தெய்வமே! இந்த அபலைக்கு வழிகாட்ட மாட்டாயோ?'' என்று அவளுடைய அந்தராத்மா புலம்புவது போலவே, அவளிடமிருந்து ஆயிரக்கணக்கான வேதனை உணர்ச்சிகள் விம்மல் ஒலிகளாகப் பெருகிக் கொண்டிருந்தன. அந்த வீரதேவதைக்கு நான்கு கரங்களிலிருந்தும், அந்த அபலையை அள்ளியெடுத்து ஆறுதல் அளிக்கவில்லை. அந்த மங்கை உணர்வெல்லாம் ஒடுங்கி, உயிரெல்லாம் தேய்ந்து செயலற்றவளாய் கிடந்தாள், இடையிடையே மெல்லிய அழுகையினால் அவளுடைய உடல் குலுங்கவில்லை என்றால் அவள் சவமாகிக் கிடப்பவள் என்றே எண்ணும்படியாகியிருக்கும்!

அந்நிலையில் அவளைப் பார்த்ததும் வீரசேகரன் தன்னை மறந்தவனாய், ''நீயா?'' என்று கூவிவிட்டான்! அப்போது அந்தக் குரலில் தொனித்த உணார்ச்சி வெள்ளம்...? அடிவானத்திற்கு அப்பால் நழுவி மறைந்துபோன சொர்க்கமெல்லாம் அவன் கண் முன்னால் தானாகவே வந்து கிடப்பதைப் போன்ற உற்சாகம் அந்தக் குரலில் தொனித்தது! பட்டுப்போன மரத்தின் சருகுகளெல்லாம் மாயத் தேவதையின் மந்திரக்கோல் பட்டு, ஜரிகைத் தளிர்களாய் துளிர்ப்பதுபோல் அவனுடைய தேகமெங்கும் ஒருவிதப் புதுப்பிரகாசம் கனன்றது!

மறுகணம் சூழ்நிலையை உணார்ந்தவனாய் தன் பின்னால் வந்த சேவகனை, தூரத் தள்ளிப்போய் வெளியே காவல் நிற்கும்படி சைகை செய்து அனுப்பிவிட்டுக் கையிலுள்ள தீவர்த்தியைச் சுவர்ப்பிடியொன்றில் சொருகி வைத்துவிட்டு, ''ஊர்மிளா! ஊர்மிளா'' என்று பரவசத்துடன் மெல்லிய குரலில் கூப்பிட்ட வண்ணம் அந்தப் பெண்ணருகில் மெல்ல நடந்து சென்றான்.

அவளோ முகம் தூக்கி அவனைப் பார்க்கவில்லை ஆடவுமில்லை, அசையவுமில்லை! அப்படியே செயலற்ற பொன் மலராகவே தெய்வத்தின் பொற்பாதங்களில் கிடந்தாள். ஆனால் அறையின் நிசப்தத்தில் பெருகிவரும் அவனுடைய உதடுகளின் உணார்ச்சிகரமான இதய ஒலி அந்த மங்கையின் மிருதுவான நெஞ்சின் விம்மலில் பன்மடங்கு பெரிதாக யுகாந்திர ஒலிபோல் எதிரொலித்தது.

அவளருகே நெருங்கிய வீரசேகரன், ''ஊர்மிளா! ஊர்மிளா!'' என்று பரவசமும் பரபரப்பும் கலந்த மெல்லிய குரலில் கூப்பிட்டவாறு தவிதவித்தான். அவள், மெல்ல முகம் தூக்கி அவனைப் பார்த்தாள். அவளுடைய கருவிழிகளில் மந்தமான சூன்யப் பார்வையும், கண்ணீர் மடையுமே நிறைந்திருந்தது. அழுது அழுது அவள் முகம் வீங்கி, அது சவம் போல் வெளுத்துமிருந்தது. அவளிடம் அளவற்ற துக்கத்தின் உச்சத்தைத் தவிர வேறு எந்தவித உணார்ச்சியும் தட்டுப்படவில்லை!

''ஆ, ஊர்மிளா நீ வந்துவிட்டாயா? என் கண்களை என்னால் நம்ப முடியவில்லையே?'' என்று வீரசேகரன் தடுமாறினான்.

ஊர்மிளா தன் விசும்பலிலிருந்து விடுபட்டவளாய் வீரசேகரனின் முகத்தை நன்றாக நிமிர்ந்து பார்த்தாள்.

''உன் நம்பிக்கை வீணாகவில்லை, வீரசேகரா! ஆமாம்; நான் வந்துவிட்டேன்! என் தமையர் வீரபாண்டியச் சக்கரவர்த்திகளை நீ காப்பாற்றினால் நான் உன்னோடு

வந்துவிடுவதாக ஆணையிட்டு வாக்குறுதி கொடுத்தேன் அதை நீ மறந்திருக்கமாட்டாயே? அவர் தப்பிச் செல்ல நீ உதவினாய்! அதற்குப் பதிலாக இதோ நான் இருக்கிறேன்!'' என்றாள் ஊர்மிளா ஒருவித உணர்ச்சியுமில்லாமல். வீரசேகரன் அதிர்ச்சியுற்றவனாய்ப் பின்வாங்கி ஊர்மிளாவைப் பரிதாபமாகப் பார்த்தான். தீவர்த்தியின் வெளிச்சத்தில் ஊர்மிளாவின் கண்களில் பளபளக்கும் கண்ணீர்த் துளிகளைக் கண்டதும் வீரசேகரன் அதிகமாகப் பதறினான்.

அவள் நெற்றியில் குங்குமம் இல்லை; கூந்தலில் பூ மணம் இல்லை; அவளுடைய அழகிய ஆபரணங்கள், மங்களச் சின்னங்கள் எதுவுமே அவளுடைய உடம்பில் இல்லை. அவள் அலங்கரித்துக் கொண்டு அவனிடம் வரவில்லை! அந்த யௌவனப் பெண்ணிடம் எந்தவித ஆசையின் எதிரொலியும் தென்பட வில்லை! சகலத்தையும் உதிர்த்து விட்ட இளம் விதவை போலவும், துறவினி போலவும், விதியின் வெள்ளம் எந்தத் திசைக்கும் இழுத்துச் செல்லும்படியாக உதிர்ந்து விழுந்துவிட்ட நிர்க்கதியான பூவைப் போலவுமே அவள் தோற்றமளித்தாள்!

வீரசேகரன் குழம்பினான்.

''உன்னிடம் வந்திருக்கிறேன் வீரசேகரா! நான் வேறு எங்கே போவேன்?'' என்றாள் ஊர்மிளா தீனமான குரலில்.

''அப்படியானால்... அப்படியானால்... நீ முழு மனதுடன் இங்கே வரவில்லையா? உன் தமையனை எங்கள் எதிரி என்றும் கருதாமல் காப்பாற்றியதற்குப் பிரதியாகத்தானா நீ இங்கு வந்திருக்கிறாய்? நீ கொடுத்த வாக்குறுதி மட்டுந்தானா உன்னை இங்கு கொண்டு வந்து நிறுத்தியிருக்கிறது? அதைத் தவிர என்னிடம் வரவேண்டும் என்கிற ஆசையே இல்லையா? என்மீது உனக்கு அன்பே இல்லையா ஊர்மிளா?'' என்று வீரசேகரன் குரல் தழதழக்கக் கேட்டான்.

ஊர்மிளா பதில் ஒன்றும் சொல்லாமல் முகத்தைத் தன் இரு கைகளாலும் மூடிக்கொண்டு 'ஓ' வென அழுது விட்டாள். கீழே விழுந்து விடாமலிருப்பதற்காக வீரலக்ஷ்மியின் சிலையைக் கெட்டியாய்ப் பிடித்துக்கொண்டு அதிகமாக விம்மினாள்.

ஊர்மிளா! உன்னுடைய இந்த மௌனமே நீ என்னை விரும்பவில்லை என்பதைப் பளிச்சென்று சொல்லுகிறதே! என்னிடம் நீ வரநேர்ந்த துர்ப்பாக்கியத்தை நினைத்து நீ ஓவென அழுகிறாய்! இல்லாவிடில் என்மீது உனக்கு உண்மையான அன்பு இருக்குமானால், என்னிடம் வந்து வாழ்வதற்கு நீ உள்ளூர ஆசைப்பட்டிருந்தால் என்னைப் பார்த்ததும் உன் முகம் அளவற்ற ஆனந்தத்தால் பூரித்துப் போயிருக்குமே? உன் கருவிழிகளின்

ஆசைச் சிரிப்பு ஆயிரம் ஆயிரம் இன்பக் கதைகள் சொல்லி யிருக்குமே?'' என்று வீரசேகரன் பொருமினான்.

‘‘என்னை இப்போது சிரிக்கச் சொல்கிறாயா?'' என்று கேட்ட ஊர்மிளா துயரத்தோடு விம்மிச் சிரித்தபடி, ‘‘வீரசேகரா! விசாலமான இதயம் படைத்த ஒரு வீரன் உள்ளத்தில் அவ்வளவு சுயநலம் இருக்குமென்று என்னால் எண்ண முடியவில்லை!'' என்றாள்.

‘‘சுயநலமா? என்னைச் சுயநலக்காரன் என்கிறாயா? ஆமாம், உன் கண்ணில் இப்போது நான் சுயநலக்காரனாகவும், கொள்ளைக்காரனாகவுந்தான் தென்படுவேன். சங்கடமான அந்த நேரத்தில் உன்னிடம் அந்த வாக்குறுதியைப் பெற்றுக் கொண்டபோதே, உன்னால் வெறுக்கக்கூடிய பொருளாகி விட்டேன்!'' என்றான் வீரசேகரன் அழாத குரலில்.

ஊர்மிளா சட்டென்று நீர் வடியும் தன் கண்களால் அவனை ஏறிட்டுப் பார்த்து, ‘‘வீரசேகரா! நான் படும் வேதனைகளை யெல்லாம் நீ அறிந்து கொள்ள முடிய வில்லையா? இன்றிரவு நான் அனுபவித்த துன்பங்கள் எத்தனை என்பது உனக்குத் தெரியாதா? பகைவர்கள் என் வீட்டைச் சூழ்ந்து கொண்டபோது என்னைக் காப்பாற்ற வேண்டிய நாயகர் என்னைக் கைவிட்டுக் காற்றென மறைந்தோடிவிட்டார்! என் அருகிலிருந்த ஒரே அண்ணனான வீரபாண்டியரோ சோழர்களின் வேட்டைக்குரிய ஜன்ம சத்துருவாக அகப்பட்டுக் கொண்டு விழித்தார்! எவன் என்மீது உண்மையான அன்பு கொண்டிருப்பதாகச் சொன்னானோ, அவனே என் அண்ணனைப் பிடிக்க வரும் யமன் போல் உருவிய வாளுடன் வந்தான்! என் தமையருக்காகப் பிராண பிச்சை எந்த அன்பனிடம் கேட்டேனோ, அந்த அன்பன் முதன் முதலாகக் கடமை தவறும் துர்ப்பாக்கியசாலியாகிவிட்டான்! என் கனவுகளின் உறைவிடமான வீடும் எதிரிகளின் கையில் சிக்கித் தீக்கிரையானது! நான் போக்கிடமற்ற அனாதையாகி விட்டேன்! எல்லாம் ஒரே இரவில் இந்தக் கதியாகிவிட்டது! அதே இரவில் நீ சிரிக்கச் சொல்கிறாயே? அப்படிச் சிரிக்கக் கூடிய இருதயத்தை உன்னால் எனக்குக் கொடுக்க முடியுமா? வீரசேகரா! இவ்வளவையும் நான் நினைத்துக் கொண்டால் நான் இன்னும் எவ்வளவோ அழ வேண்டும். இனி என்னைத் தேற்றுவார் யார்?'' என்றாள் ஊர்மிளா.

‘‘ஏன், நான் இல்லையா? அதற்கு நான் தகுதியற்றவனா?'' என்று வீரசேகரன் பலவித உணர்ச்சிகளிடையே குழம்பியவனாய் கேட்டான். அவனுடைய குரலில் தொனித்த கனிவைக் கேட்டதும் ஊர்மிளாவிற்கு அழுகை அதிகமாகி ஒன்றும் பேச முடியாதவளாய் அவளுடைய குரலை அடைத்துக் கொண்டது.

''இன்னும் ஏன் அழுகிறாய், ஊர்மிளா? கடந்ததை எல்லாம் மறந்துவிடு'' என்றான்.

''அவ்வளவு சுலபமாக மறந்துவிட முடியுமா? அப்படிப்பட்ட இருதயத்தைத் தெய்வம் எனக்குப் படைக்கவில்லை!'' என்று விம்மினாள் ஊர்மிளா.

''ஆகா ஊர்மிளா, என்னிடம் வந்து விட்டாய்! இனி என்னைவிட்டு என்றென்றுமே போகமாட்டாய் இல்லையா?''

அதைக் கேட்டதும் திடுக்கிட்ட ஊர்மிளா, ''இனி நான் எங்கே போகமுடியும்?'' என்று பொருமினாள்.

''நீ இஷ்டப்பட்டால் எங்கு வேண்டுமானாலும் நீ போகலாம்!''

''இனி நீ போகச் சொன்னால், இந்த அனாதை எங்கே போவேன்? இனி இந்த உலகத்தை விட்டே போகத்தான் இஷ்டப்படுவேன், வீரசேகரா! இனி எனக்கு எங்கே புகலிடம்? இனி எனக்கு யார் ஆதரவு? எனக்காக எந்தக் கடமை வீரன் தன் கண்ணியத்தையெல்லாம் இழக்கச் சித்தமானானோ, எனக்காக எந்த மாவீரன் எதிர்காலத்து லட்சியங்களை யெல்லாம் துச்சமாகக் கருதினானோ, எனக்காக எந்த உத்தமன் அவமானத்தையும் அழிவையும் ஏற்க விரும்பினானோ அவனிடமே எனக்கு ஆதரவும் புகலிடமும் இல்லையென்றால், இந்த உலகில் எனக்கு வேறு யார்தான் இருக்கிறார்கள்?... ஐயோ, வீரசேகரா! உன்னிடம் வாக்குறுதி கொடுத்துவிட்டு நீ மூர்ச்சித்துக் கிடக்கும் நிலையில் உன்னிடம் ஒன்றும் சொல்லாமல் என் தலைவரோடு தப்பிப் போனேனே, உடனே நான் உன்னை வஞ்சித்து ஏமாற்றி ஓடிவிட்டதாக எண்ணியிருப்பாய், இல்லையா?... வீரசேகரா ஆனால் நான் அவ்வளவு பெரிய வஞ்சகி அல்ல. எவ்வளவு பெரிய தர்மசங்கடமான நிலைகளிலும் என் சொந்த மனதைக் கூட நான் வஞ்சித்துக் கொள்ள முயன்றதில்லை! என் வீரபாண்டியர் கடைசிவரை எதிரிகளின் கையில் சிக்காமல் பத்திரமாகத் தப்பித்துச் சென்று விடுவாரா என்று பார்ப்பதற்குத்தான் அவர் பின்னாலேயே நானும் சென்றேன்! இல்லையெனில் எரியும் அந்த வீட்டிலேயே உனக்காகக் காத்திருந்து அந்த வீட்டோடு எரிந்தும் போயிருப்பேன். எனக்கும் எவ்வளவோ நிம்மதியாயிருக்கும்! ஆமாம், வீரசேகரா! என் தலைவரைப் பத்திரமாக வழியனுப்பிவிட்டுத்திரும்பி வரும்போது தூரத்தில் எங்கள் வீடு எரிந்து சாம்பலானதைப் பார்த்தேன்! எனக்கு என்ன செய்வதென்றே புரியவில்லை. பொற்றாமரைக் குளத்திற்கு ஓடினேன். வாழ்வெல்லாம் அழுகையைத் தவிர ஆனந்தம் என்பதை அறியாத இந்தத் திக்கற்றவளுக்குப் பொற்றாமரைக் குளம்தான் அடைக்கலம் என்று

நினைத்தேன். அது ஒன்றுதான் எனக்கு அமைதியும் விடுதலையும் தரும் என்று நினைத்தேன்!'' என்றாள் ஊர்மிளா நெஞ்சு வெடிக்கும் குரலில்.

''ஊர்மிளா! ஊர்மிளா! அப்படியெல்லாம் நினைத்தாயா? அப்போது என்னை மறந்து விட்டாயா?'' என்று பதறினான் வீரசேகரன்.

''இல்லை, வீரசேகரா! உன்னை நினைத்துக் கொண்டேன்! என்னை மோசக்காரி, வஞ்சகி என்றெல்லாம் நினைப்பாயோ என்று துடிதுடித்தேன்; உடனே ஓடோடி வந்து உனக்காகக் காத்திருந்தேன்! பொழுது விடிவதற்குள் உன்னைச் சந்திக்காவிட்டால் பொற்றாமரைக் குளம்தான் எனக்குப் புகலிடம் என்று தீர்மானித்துக் கொண்டேன். ஏனெனில் உன் வாழ்விற்கு நான் ஒரு பாரமாய் இருக்க விரும்பவில்லை!'' என்று ஊர்மிளா பெருமூச்செறிந்தாள்.

''ஊர்மிளா! மனமில்லாமல் என்னோடு வாழ்வதை ஒரு பாரமாகக் கருதுகிறாய்! ம்..! நீ எனக்குக் கொடுத்த வாக்குறுதியை மீற மாட்டாமல்தான் வந்திருக்கிறாய்! உன் தமையன் வீரபாண்டியனுக்காக உன்னைத் தியாகம் செய்து கொள்ளத் தீர்மானித்தாய்! இனிமேல் உனக்கும் என்மேல் பழைய அன்பின் வாடைகூட இராது!'' என்றான் வீரசேகரன் வேதனையுடன்.

அதைக் கேட்டதும் ஊர்மிளா ஓவென அழுதுவிட்டாள்!

''அழாதே, ஊர்மிளா! உன் கண்ணீரைத் துடைக்க வேண்டுமென என் மனம் எவ்வளவு ஆசைப்பட்டாலும் உன்னைத் தொடக்கூட என் கைகள் கூசுகின்றன! நான் எவ்வளவு பெரிய பாவி! உன்னை எத்தகைய தர்ம சங்கடமான நிலையில் வைத்து விட்டேன். உன்னிடம் அத்தகைய வாக்குறுதியை நான் வாங்கியிருக்கவே கூடாது! சங்கடமான நிலையில் பெண்ணின் அன்பை விலைக்கு வாங்கிவிட நினைத்த முட்டாள் நான்! கோழை! சுயநலக்காரன்!'' என்று வேதனையுடன் பொருமினான் வீரசேகரன்.

ஊர்மிளா பொங்கிப் பொங்கி அதிகமாக அழுதாள்.

''இன்னும் ஏன் அழுகிறாய்? உன் ரத்தத்தையெல்லாம் கண்ணீராக்கிக் காட்டி என் கண் முன்னாலேயே உன் உயிரை உதிர்த்துவிட விரும்புகிறாயா?'' என்று வீரசேகரனும் ஓவென அழுத வண்ணம், ஊர்மிளாவின் காலடியில் விழுந்து, ''உன்னைச் சகோதரியாக நினைத்திருக்க முடிந்திருந்தால் இந்நேரம் உன் கண்ணீரைத் துடைத்து உனக்கு ஆறுதலளித்திருப்பேனே! இப்போது உன்னைத் தீண்டக்கூட கூசும் கயவனாகிவிட்டேனே! அழாதே ஊர்மிளா!... பழைய அன்பை நினைத்தாவது என்னை

மன்னித்துவிடு! உனக்கு ஆறாத் துயரையும், அழுகையையும் உண்டாக்குமானால் அந்த வாக்குறுதியை மறந்துவிடு. அதைக்கொண்டு நான் உன்னைக் கட்டுப்படுத்த விரும்பவில்லை. அதிலிருந்து உனக்கு நான் பரிபூரண விடுதலை அளிக்கிறேன்!'' என்றான்.

அதைக் கேட்டதும் ஊர்மிளா அப்படியே அவன் கைகளை எடுத்துக் கண்களில் ஒற்றிக்கொண்டாள். அவளுடைய முகமெங்கும் கண்ணீருக்கிடையே அலாதியான ஒரு பிரகாசம் சுடர் விட்டது. கங்கு கரையற்ற அன்புப் பெருக்கோடு வீரசேகரனின் கம்பீரமான முகத்தை உற்றுப் பார்த்தாள்.

''ஆஹா, தெய்வமே! உன்னை வணங்குகிறேன்! எவ்வளவு பெரிய உத்தமமான இருதயம் உள்ள ஆடவனை இந்தப் பேதையின்மீது அன்பு கொள்ளச் செய்திருக்கிறாய்'' என்று ஊர்மிளா பெருமூச்செறிந்தாள். அப்போது அவளுடைய முகத்தில் பெருகிய கண்ணீர்த் துளிகளெல்லாம் ஓர் அற்புதமான ஒளியுடன் புன்முறுவல் செய்வது போல் இருந்தன. ஆமாம்! கங்கு கரையற்ற கண்ணீர்க் கடலின் ஆழத்திலிருந்து வெளிப்படும் ஆத்மாவின் சிரிப்பு அது!

வீரசேகரனோ அவளைப் பரிதாபமாகப் பார்த்த வண்ணம், ''ஊர்மிளா! உன் மனதிலுள்ளதை மறைக்காமல் சொல்லிவிடு. என்மீது நீ உண்மையான அன்புகொள்ள முடியாது, இல்லையா?'' என் மீது அளவற்ற அருவருப்புதான் ஏற்படும், இல்லையா?'' என்று விம்மினான்.

''வீரசேகரா! ஏன், அப்படியெல்லாம் நினைக்கிறாய்? எனக்காக நீ செய்திருக்கும் தியாகத்தை நினைத்துப் பார்த்தாவது உன்மீது அன்பு செலுத்தாமலிருப்பேனா? இதோ இந்த ஆயுத சாலையிலுள்ள உன் வீரச் சின்னங்களெல்லாம், உன்னைப் பார்த்துப் பரிகசிப்பதைச் சிந்தித்த பிறகும் ஒரு பெண் ஜன்மம் உன் அன்பின் சக்தியை உணர முடியாதவளாய் இருப்பாளா?'' என்று நாத் தழதழக்கக் கேட்டாள் ஊர்மிளா.

''நான் செய்த தியாகத்தைப் பெரிதாக நினைத்துத்தான் என்மீது அன்பு கொள்ள முடியும் என்கிறாயா? அதற்குப் பிரதியாகத்தான் அதைவிடப் பெரிய தியாகம் செய்ய முன் வந்திருக்கிறாய்! இது சந்தர்ப்பத்தால் உண்டாகக் கூடிய செயற்கை அன்பே தவிர, பிறவிதோறும் பாசத் தொடராய் இதயத்தில் தானாகவே ஊறிவரும் இயற்கை அன்பல்ல'' என்று வீரசேகரன் நெஞ்சு துடித்தான்.

ஊர்மிளா கண்ணீரைத் துடைத்துக்கொண்டு அவனைக் கனிவுடன் நோக்கி, ''வீரசேகரா! வீணான கற்பனைகளையெல்லாம்

செய்து ஏன் மனதைக் குழப்பிக் கொள்கிறாய்? நான் துயருற்று அழுவதைக் கண்டு உன் மனதையும் துன்புறுத்திக்கொள்ள ஆசைப்படுகிறாயா?... என்னிடம் என்னதான் எதிர்பார்க்கிறாய்? நான் என்னதான் சொல்லவேண்டும் என்கிறாய்?'' என்று கேட்டாள்.

''ஊர்மிளா! என்னிடம் கொடுத்த வாக்குறுதிக்கு கட்டுப்பட்டுதான் என்னிடம் வந்ததாகச் சொல்லாதே! என்னால் வீடு வாசல்களை இழந்து அனாதையாகி விட்டதால்தான், வேறு வழியின்றி என்னிடம் புகலிடம் தேடி வந்ததாகச் சொல்லாதே! என்னிடம் மனப்பூரணமாகவே வந்ததாகச் சொல்! என் ஆழ்ந்த அன்பை நம்பிப் பரிபூரணமாக விரும்பியே வந்ததாகச் சொல். என்மீது நீ கொண்டுள்ள அன்பு எவ்வளவு இயற்கையானது என்பதை யெல்லாம் வாயோயாமல் சொல்லிக் கொண்டேயிரு!''

''வீரசேகரா! அன்பைத் தெய்வமாக வழிபடும் பெண் குலத்திடமிருந்து நீ எத்தகைய அலங்காரமான வார்த்தைகளை எதிர்பார்க்கிறாய்? அன்பின் சக்தியைக் கண்டதும் பெண் ஊமையாகி விடுவாள் என்பது உனக்குத் தெரியாதா?''

''ஊர்மிளா! ஊர்மிளா! எந்த நாளும் நீ என்மீது உண்மையாகவே அன்பு வைத்திருந்தாயா?... சொல், சொல் ஊர்மிளா?'' என்று ஆனந்தத்துடன் துள்ளிய வீரசேகரன் அடுத்த கணமே முகத்தைத் திருப்பிக் கொண்டு, ''ஆனால் ஊர்மிளா, எந்தவிதமான அன்பு கொள்ள வேண்டுமென எதிர்பார்க்கிறாய் என்பதையும் தெளிவாகச் சொல்லிவிடு!'' என்றான்.

குழந்தைத்தனமான அவனுடைய கேள்வியின் தாத்பரியத்தை உணர்ந்து கொண்ட ஊர்மிளாவிற்கு அழுவதா சிரிப்பதா என்றே தெரியவில்லை!

''வீரசேகரா! என்னவிதமான அன்பு என்பதை ஒரு பெண்ணின் வாயிலிருந்தே தெரிந்துகொள்ள விரும்புகிறாயோ?'' என்று அவனை ஊர்மிளா பரிதாபமாகப் பார்த்துவிட்டு, ''வீரசேகரா! உன்மீது எவ்வளவு அன்பு வைத்திருக்கிறேன் என்பது ஆண்டவனுக்குத்தான் தெரியும்!'' என்று பெருமூச்செறிந்தாள்.

அவளுடைய முகத்தில் பெருகித் தளும்பும் அன்பின் தேஜஸை உற்று நோக்கியவண்ணம் வீரசேகரன் ஒரு கணம் தன்னை மறந்து நின்றான். அவனுடைய விழியோரங்களில் நீர் துளிர்த்தது.

''பின்னர் அவளை நோக்கி வீரசேகரன் உருக்கமான குரலில், ''ஊர்மிளா! கவனமாகக் கேள்! அன்பே தெய்வம் என்ற கொள்கையுடையவன்தான் நான்! நம் திருக்கோயில்களில் கல்லுருவாய் காட்சியளிக்கும் தெய்வம் மனிதர்களின் இருதயக் கோயில்களின் அன்புருவாய் காட்சியளிக்கிறார்! நம்மிருவர்

நெஞ்சங்களையும் அன்பு கொள்ளச் செய்தவரும் அந்தக் கடவுள்தான்! நம்மிருவரிடையேயும் உயிர்த் தொடராயுள்ள அன்பு, கேவலம் க்ஷண நேரத்து மோகமல்ல இளமையின் பித்துமுமல்ல! ஐம்புலன்களுக்கு அப்பாலும் பரவி நிற்கக் கூடிய அன்பாக அதை ஆட்டி வைப்பவரும் அந்தக் கடவுள்தான்! உன்னை வீடு வாசல் யாருமற்ற அனாதையாக்கி என்னிடம் கொண்டு வந்து சேர்த்தவரும், தேசம், கலாச்சாரம், மதம் என்கிற குறுகிய எல்லைகளிலிருந்து என்னை வெளிக் கிளப்பி யாருமற்றவனாக்கி, உன் அன்பை நோக்கி உந்தித் தள்ளியவரும் அந்தக் கடவுள்தான்! உன் கைகளில் என் விதியையும், என் கைகளில் உன் வாழ்வையும் ஒப்படைத்து நம்மிருவரின் எதிர் காலங்களையும் ஒரே முனையில் கூட்டு வித்தவரும் அந்தக் கடவுள்தான்! பரஸ்பரம் பாச வேராய்த் தழைத்துவரும் அந்த அன்பு உணர்ச்சியைத் தவறு என்று நாம் ஆயிரம் ஆயிரம் தடவைக்கூறி, அதைக் கெல்லியெறிய அரும்பாடுபட்டு நம்மையே நாம் ஏமாற்றிக் கொள்ள முனைந்தபோதெல்லாம் இருதயக் கோயில்களை ரணகளமாக்கி, அங்கு பள்ளி கொண்டிருந்த அன்புத் தெய்வத்தை அழித்தெறிய முயன்றபோதெல்லாம் அந்த அன்பிற்கு விசுவரூபம் கொடுத்துத் தீவிரமாக ஊட்டி வளர்த்தவரும் அந்தக் கடவுள்தான். மண்ணுலகின் தளைகளையும் சம்பிரதாய வேலிகளையும் தாண்டிச் செல்லச் சக்தியற்றவர்களாய் நாம் தவித்தபோது, சகலவிதமான தடைகளையும் பழைய பந்தங்களையும் உடைத்தெறிந்து நம்மிருவருக்குமிடையே அன்பு மயமான ஒரு புதுப்பந்தத்தைப் பிரகாசிக்கச் செய்தவரும் அந்தக் கடவுள்தான்! இத்தனை காலமாக இதயங்களில் ஊறிக் கொண்டிருந்த அன்பை வெளிக் காட்டிக் கொள்ள முடியாமல் நாம் அனுபவித்து வந்த துயரங்களுக்கெல்லாம் அவர் ஒரு முடிவையும் காட்டியிருக்கிறார்! அதனால் இனிமேல் கண்ணீர் விடாதே! எதற்கும் கலங்காதே! அந்தக் கடவுளின் சாட்சியாகச் சொல்லுகிறேன்; கேள்... ஆண்டவன் சொரூபங்கள் பலவிதம் என்பது போல், அன்பின் வடிவங்களும் பலவிதங்களாகும் என்பதை நானும் ஒப்புக்கொள்கிறேன். நம்மிருவர்க்கிடையே உள்ள அன்பு, களிப்புக் கடல் போன்ற காதலா? சகோதர வாஞ்சையா? அல்லது வெறும் மானசீகப் பூஜைதானா என்பதை நீயே தீர்மானமாகக் கூறிவிடு!'' என்று நங்கையை நோக்கிய வண்ணம் நயனங்கள் பனிப்ப நின்றான்.

ஊர்மிளா ஒரு கணம் அவன் முகத்தை ஏறிட்டுப் பார்த்தாள். ஓயாத துன்பங்களால் ஓய்ந்துபோய் அழவும் சக்தியற்றவளாகி மறுகணம் தலை கவிழ்த்துக் கொண்டாள். அவளுடைய மௌனத்தைப் பார்த்த வீரசேகரனுக்கு நெஞ்சு வெடித்துவிடும் போலிருந்தது. பொல பொலவென்று கண்ணீர் வடிந்தது.

"ஊர்மிளா! இங்கே என் முகத்தைப் பார்! அனாதையாகப் புகலிடம் தேடி வந்த நீ, ஒரு சகோதரன் வீட்டில் சகலவிதமான சௌகரியங்களுடன் பத்திரமாக வாசம் செய்ய விரும்புகிறாயா? உனக்கு ஒரு பாதுகாப்பான இடத்தையும் வாழ்வையும் தேடிக் கொடுத்துவிட்டு, என் அருமைத் தங்கையே போய் வருகிறேன் என்று சொல்லிவிட்டு உன் முகத்தைத் திரும்பிக்கூடப் பார்க்காமல் நான் போய்விட வேண்டும் என்கிறாயா? ஒரே ஒரு வார்த்தை சொல்! அல்லது ஒரு சிறு முகச் சுளிப்போடு ஒரு சிறு குறிப்பைக் காட்டினால் போதும் உன்னைப் பரிபூரணமான பாதுகாப்புடன் ஓர் இடத்தில் தனியாக வசிக்கும்படி ஏற்பாடு செய்து விட்டு நான் எங்காவது கண்காணாத இடத்திற்குப் போய்விடுகிறேன்! அதன் பின்னர் உன் முகத்தை ஒருமுறை திரும்பிப் பார்க்கக்கூட என்றென்றும் வரமாட்டேன்! உன் வாழ்வைவிட்டே தொடு வானத்திற்கு அப்பால் ஒதுங்கிப் போய்விடுவேன். ஆனால் என் உடம்பில் உயிர்த்துளி உள்ளவரை ஒருபோதும் உன்னை மறக்க மாட்டேன். உருகி உருகி எங்காவது உயிர் நீத்துவிடவும் மாட்டேன்! உன் ஆயுள் பரியந்தம் எங்காவது என் உயிரையும் சுமந்து கொண்டுதான் இருப்பேன். எப்போதாவது உனக்கு நான் தேவைப்படுவேனோ என்ற ஆசையால்!

ஆனால் ஒன்று மட்டும் கூறுகிறேன். நன்றாக சிந்தித்துப் பார்! உன்னை முதன் முதலில் சந்தித்தபோது காதலி என்ற நினைப்பில்தான் பார்த்தேன். உன் காதலை அடைவதற்காக ஒவ்வொரு கணமும் அணு அணுவாக ஏங்கி உருக்குலைந்து வந்தவன் நான். எத்தனையோ காலமாக உன் அன்பிற்காக விம்மி விம்மி அழுதேன். எத்தனையோ நாளாக அத்தகைய அன்பை நீ சாபக் கேடாகக் கருதுகிறாயோ அல்லது நற்பாக்கியமாக மாற்றப் போகிறாயோ, அல்லது வெறும் கானல் நீராக ஆக்கிவிடப் போகிறாயோ, அது எனக்குத் தெரியாது! ஆனால் அத்தகைய அன்பை அடைவதற்காக நான் என் கண்ணியம் கடமை உற்றார். உறவினர் அனைவரையும் துச்சமாகக் கருதித் துறந்தேன். என் கண்களுக்கே என் தோற்றம் கோரமாகத் தோன்றும்படி என் நிலைமையை ஆக்கிக்கொண்டேன்!

உனக்காக எந்தக் கீழேழு நரகிற்கும் இறங்கி விடவும் சித்தமாகி விட்டேன்! ஊர்மிளா அதையெல்லாம் நான் பெரிதாக மதிக்கவில்லை. எதிர் காலத்தில் உன்னோடு ஆனந்தமாக வாழலாம் என்ற ஆசையால் அத்தனையையும் நான் பலியிட்டேன்! என்றாலும் உன்னிடம் அதை வற்புறுத்திக் கேட்கமாட்டேன்! ஆ! ஊர்மிளா, ஆரம்பம் முதல் என் இதயத்தை எந்த ஆசை துளைத்து வந்ததோ, அந்த ஆசை நிறைவேறுமானால் என் கனவுகள் எல்லாம் பலிக்குமானால், என் உயிருக்குயிரான காதலி எனக்கே உரியவளாகி என்னோடு ஒரு கணப்பொழுதேனும் அந்தப்

பந்தத்தோடு வாழ முடியும் என்றால், காதலின் கனிவு காட்டி என் முகத்தில் நீ சிரிப்பை வரவழைப்பாய் என்றால், என்னைவிட பாக்கியசாலியும் ஆனந்த புருஷனும் இந்தப் பூவுலகில் எவனுமிரான் என்று எண்ணுவேன். நான் பட்ட துயரங்களையெல்லாம் ஒரே கணத்தில் மறந்து விடுவேன்! நான் இழந்துவிட்ட அனைத்தையும் நினைத்து ஒருநாளும் கண்ணீர் சிந்தமாட்டேன்! ஊர்மிளா! நீ என்னை பரிபூரணமாக நம்பு! என் ஆத்மாவின் ஒவ்வொரு அணுவும் உன் காதலை நோக்கித்தான் தவம் கிடக்கிறது; என் எதிர்காலத்தின் விதி மட்டுமல்ல இனிமேல் வரப்போகும் எத்தனையோ ஜன்மங்களில் நம்மிடையே ஏற்படக் கூடிய தொடர்பின் விதிகூட நீ இப்போது சொல்லக்கூடிய ஒரே வார்த்தையில்தான் இருக்கிறது! கரங்கோத்து வாழும் காதல் என்று கூறி அத்தகைய ஆனந்தத்தை நீ எனக்கு மனப்பூர்வமாய் தர முடியுமென்றால் என் முகத்தைக் கடைக்கண்ணால் பார்த்து ஒரு புன்னகை செய்! வெறும் சகோதர அன்புதான் என்றால் உன் முகத்தைத் திருப்பிக்கொண்டு உன் சகோதரனுக்குக் கட்டளையிடு! ஆனால் ஊர்மிளா! என் வாழ்வெல்லாம் நீ ஒருத்திதான் ! உன்னைத் துறந்து போகும்படி சொல்லிவிட மாட்டாயே?'' என்று வீரசேகரன் பரிதாபத்தோடு விம்மினான்.

ஊர்மிளா அவனை நன்றாக நிமிர்ந்து பார்த்தாள்; அவளுடைய கண்களில் இலேசாகக் கண்ணீர் கசிந்தது. இனிய வார்த்தைகளால் அவளுடைய நெஞ்சு நிறைந்து போயிற்று. அவளுடைய பார்வையில் எந்தவிதச் சலனமும் தென்படவில்லை.

அவளை நோக்கி வீரசேகரன் கடைசியாக உயிருக்கு மன்றாடுபவன் போல, ''ஊர்மிளா! என்ன முடிவு செய்யப் போகிறாய்? காதலுடன் புன்னகை செய்வாயா? என்னைப் புறக்கணித்து முகத்தைத் திருப்பிக் கொள்வாயா?'' என்று பரதவித்தான்.

அவன் முகத்தின் மீது வைத்த விழியை வாங்காமலே ஊர்மிளா புன்னகை செய்தாள்! விழியோரங்களில் படிந்துள்ள கண்ணீர்த் துளிகளில் காதற்கனவெல்லாம் கனன்று புத்தொளி வீசும்படியாக அவள் புன்னகை செய்தாள்!

அதைப் பார்த்ததும் வீரசேகரன் ஆனந்தப் பரவசமாகி, ''ஊர்மிளா! ஊர்மிளா!'' என்று உற்சாகத்தோடு கூவிய வண்ணம் அவளை அப்படியே அள்ளியணைத்துக் கொள்ளத் தன் கைகளை நீட்டினான்.

அவனை நோக்கி, ''வீரசேகரா!'' என்று ஓடிவந்த ஊர்மிளா, அப்படியே அவனுடைய அகன்ற மார்பிற்குள் முகத்தைப் புதைத்துக்கொண்டு தேம்பித் தேம்பி அழுதாள்.

'இதென்ன ஊர்மிளா? இன்னுமா அழுகிறாய்? விம்மி விம்மி அழுது அதுவே நோயாகி மாண்டு போவாயா? மறுத்துக் கூறப் போகிறாயா? எப்படித்தான் வாழப் போகிறாயோ?'' என்று ஆழ்ந்த துயருடன் கூறிய வீரசேகரன். "என்னை நம்பு, ஊர்மிளா! நீ என்னைக் காதலிக்கத்தான் வேண்டுமென நான் வற்புறுத்த மாட்டேன். உன் துயரக் கடலில் என் உல்லாசப் படகு பவனி வர வேண்டுமென நான் விரும்ப மாட்டேன்!

நாமிருவரும் புனர்ஜென்மம் அடைந்தவர்களாகக் கடந்த காலத்தைப் பற்றி ஒரு சிறு நினைவு கூட இல்லாதவர்களாக, எதைப் பற்றியும் வருந்தாதவர்களாக, ஆனந்தமாகக் கரங்கோர்த்து வாழ்வதைத்தான் நான் விரும்புவேன்!

உன்னுடைய ஒரு சிறு கண்ணீர்த் துளி கூட நம் காதலின் கனிவைக் கறைப்படுத்துவதைக் காண விரும்பவே மாட்டேன்!'' என்று கூறிய வீரசேகரன், அவளை விட்டு விலகிச் செல்ல முயன்றான்.

உடனே ஊர்மிளா துணுக்குற்றவளாய் அவன் பின்னே துள்ளிச் சென்று நடுங்கும் தன் கைகளால் அவனைப்பற்றி இழுத்து, "ஆ! என்னை விட்டுப் போய்விடாதே வீரசேகரா! இந்த உலகில் இப்போது எனக்கு எஞ்சியிருப்பதெல்லாம் நீ ஒருவன் தான்! நான் கடைசியாக வடித்த கண்ணீர் துயரக் கண்ணீரல்ல: ஆனந்தக் கண்ணீர்! உன் ஆழ்ந்த அன்பை நினைத்து நான் வடித்த அன்புப் பெருக்கு என்றே நினைத்துக் கொள்!'' என்றாள் ஊர்மிளா. அப்போது அவளுடைய முகம், மழை பெய்து ஓய்ந்த நிர்மல வானத்தைப் போலவே அமைதியுடன் ஒளி வீசியது. அவளுடைய இதழ் கடையில் தவழ்ந்த உவகையின் பிரகாசத்தில் அவளது விழியோரத்துக் கண்ணீர் திவலைகூட உதயகாலத்தை எதிர் நோக்கும் தூய்மையான பனித்துளி போலவே மின்னியது.

"நிஜமாகவா ஊர்மிளா? நான் கண்ட காதற்கனவெல்லாம் எனக்குக் களிப்பூட்டப் போகிறதா?'' என்றான் வீரசேகரன்.

"ஆமாம்!'' என்று சொன்ன ஊர்மிளா நாணத்துடன் தலைகவிழ்ந்து அவனுடைய அகன்ற மார்பில் முகத்தைப் புதைத்துக் கொண்டாள்.!

வீரசேகரன் தன்னை மறந்து சிரித்தான்! அவனுடைய ஆயுளிலே அதுபோன்ற ஆனந்தச் சிரிப்பு அவனுக்கு ஏற்பட்டதே இல்லை!

அந்தச் சமயம் பாசறைக்கு வெளியே காவல் நின்ற சேவகன் பதறியவனாய் வீரசேகரனிடம் ஓடிவந்து, "ஆபத்து! ஆபத்து!'' என்று கூவினான்.

அத்தியாயம் 86

நெஞ்சு புலத்தல்

மைதாழ் கருங்கண்கள்
சிவப்புற வந்து தோன்ற
நெய்தாவும் வேலனொடு
நெஞ்சு புலந்து நின்றாள்

— கம்ப ராமாயணம்

மனோகரமான காதற் கனவின் இடையே பயங்கரமான ஒரு பேய்க் கூச்சலைக் கேட்டுத் திடுக்கிட்டவனைப் போல வீரசேகரன் மனம் பதறியவனாய், ''என்ன ஆபத்து? என்ன ஆபத்து?'' என்று வினவியவாறு சேவகனை நோக்கி விழித்தான்.

''சிவகாமியம்மாதான் உங்களைத் தேடிக்கொண்டு கீழே வந்திருக்கிறார்கள்!'' என்றான் சேவகன் கலவரத்துடன்.

''அந்த விஷப்பாம்பு இங்கேயும் என்னைத் தேடி வந்து விட்டதா? அந்த வஞ்சகி என்னைப் பார்த்தால் விடமாட்டாள் நான் செத்துப் போய் விட்டதாகச் சொல்லி அவளை அனுப்பிவிடு!'' என்று சேவகனிடம் வீரசேகரன் சொல்லிவிட்டு திக்பிரமை பிடித்தவள் போல் நின்று கொண்டிருந்த ஊர்மிளாவை நோக்கி, ''அது உண்மையிலே ஆபத்துதான்! அந்தக் கிராதகி இங்கே ஒருவேளை சோதித்துப் பார்க்க வந்தாலும் வருவாள். உன்னையும் என்னையும் ஒன்றாகக் கண்டால் நம்முயிரைக் குடித்து விடுவாள். வா ஊர்மிளா! இங்கிருந்து போய் விடுவோம்!'' என்று பதறியவாறு ஊர்மிளாவின் கையைப் பற்றிப் பரபரவென்று இழுத்துக்கொண்டு அந்தப் பாசறையின் பின்புறத்திலுள்ள படிக்கட்டின் வழியாக வேகமாக இறங்கிப் பின்புறத் தெரு வாசல் வழியாக வெளியேறி வீதி முனையின் இரண்டொரு திருப்பத்தை அடைந்து பெருமூச்சு விட்டான்.

''நாம் எங்கே போவது?'' என்று ஊர்மிளா நெஞ்சடைக்கும் குரலில் கேட்டாள்.

''நாம் எங்காவது கண்காணாத இடத்திற்குப்போய் விடுவோம்! எங்காவது தலைமறைந்து வாழ்வோம்! இன்னும் சிறிது நேரத்தில்

பொழுது விடிந்துவிடும். அதற்குள் எங்காவது போய்விட வேண்டும்!'' என்று சொன்னவாறு பால் போன்ற வெண்ணிலவு காயும் வீதியை நோக்கி நடந்த வீரசேகரனுக்குத் தன் கையில் ஜனநாதன் கொடுத்துவிட்டுப் போன சாவியின் நினைவு சட்டென்று உறுத்தவே, ''வா ஊர்மிளா! ஜனநாதன் எனக்காக ஏற்படுத்தியுள்ள ஒரு மறைவிடம் இருக்கிறது. அங்கே போவோம்'' என்றான்.

ஊர்மிளாவின் முகம் வெளிறியது. அவள் வீரசேகரனைத் துயருடன் நோக்கி, ''மறைவிடம் என்றால் என்ன? இனி, நீங்கள் தலைமறைந்துதான் போக வேண்டுமா? யாராவது உங்கள்மீது சதிக்குற்றம் சுமத்தியிருக்கிறார்களா?'' என்று விம்மும் குரலில் கேட்டாள்.

''தெரியவில்லை! பொழுது விடிந்ததும் விசாரணைக்குப் பிடித்துச் செல்ல ஒருவேளை சேவகர்கள் வந்தாலும் வரலாம்; எனக்கு ஒரு விவரமும் தெரியவில்லை. ஜனநாதன் குறிப்பிட்ட மறைவிடத்திற்குப் போய் நான் பத்திரமாக ஒளிந்திருக்க வேண்டுமாம். ஜனநாதனின் அனுமதியில்லாமல் அந்த இடத்திலிருந்து எதை உத்தேசித்தும் என் தலையை வெளியே காட்டக் கூடாதாம். இப்படி எச்சரித்து விட்டுத்தான் அந்த மறைவிடத்தின் சாவியை ஜனநாதன் என்னிடம் கொடுத்துவிட்டுப் போனான்!'' என்று வீரசேகரன் அந்தச் சாவியை ஊர்மிளாவிடம் காட்டினான். ஊர்மிளாவின் கண்களில் நீர் துளித்தது! அவள் பரிதாபமாக வீரசேகரனின் முகத்தை ஏறிட்டு நோக்கினாள். மங்கிய நிலவில் அந்த வாலிபனின் இரு விழிகள் மட்டும் அடிவானத்திற்கப்பால் சஞ்சரிக்கும் இரண்டு நட்சத்திரங்களைப் போல ஜொலிப்பது போன்ற பிரமை அவளுக்கு உண்டாயிற்று.

அதன் பின்னர் ஊர்மிளா எதுவுமே பேசச் சக்தியற்றவளாய் வீரசேகரனை மௌனமாகப் பின் தொடர்ந்தாள்.

வீரசேகரனோ தன்னை மறந்தவனாய் உற்சாகப் பெருக்கில் என்னென்னவோ மெல்லிய குரலில் பேசிக் கொண்டே வந்தான். நூறு கோடி யுகங்களில் தன் காதலியிடம் தன் சளசள வென்று பேச வேண்டிய இன்பப் பேச்சுக்களையெல்லாம் ஒன்றாக ஒரே கணத்தில் ஊர்மிளாவிடம் கொட்டித் தீர்த்து விடவேண்டும் என்கின்ற துறுதுறுப்பு அவனுடைய உள்ளமெல்லாம் பொங்கித் ததும்பிற்று.

அவனுக்கு இன்னதென்று விவரிக்க முடியாத குதூகலம் சர்வாங்கத்திலும் கனன்றது! கண்களிலே ஜொலிப்பும்; கருத்திலே களிப்புமாக வாழ்வின் வழிகாட்டிபோல் விரைந்து நடக்கும் வீரசேகரனை ஊர்மிளா மௌனப் பதுமை போன்று பின் தொடர்ந்து

சென்றாள். விடியற்சாம பனிபெய்யும் தெருக்களில் இன்னும் ஜன நடமாட்டம் ஏற்படவில்லை. சில வீடுகளின் திண்ணைகளில் மட்டும் பலதரப்பட்ட ஆண் பெண்களின் மெல்லிய முணுமுணுப்புகளும் குறட்டை சப்தங்களும் கேட்டன.

காதலரிருவரும் நிலவொளியில் நீந்தும் அன்னப் பறவைகளைப் போல பல வீதிகளையும் சந்துகளையும் கடந்து ஊருக்குச் சற்று தள்ளிக் கண்மாய்க் கரையின் பின்புறம் சுடுகாட்டுப் பொட்டலை அடுத்துள்ள பாழடைந்த மண்டபத்தை அடைந்தார்கள்.அந்த மண்டபத்திற்குப் பின்புறம் முள்வேலியிட்ட தென்ன மரத்தோப்பு ஒன்று புலப்பட்டது. அந்தத் தோப்பின் நடுவே மரங்களாலும் செடி கொடிகளாலும் மூடி மறைக்கப்பட்டிருந்த ஒரு சிறிய வீடுதான் வீரசேகரனுக்காக ஜனநாதன் ஏற்படுத்தியிருந்த மறைவிடமாகும். பாழடைந்த மண்டபத்தையொட்டினாற் போலி ருந்த அந்த வீடும் வெளிப் பார்வைக்குப் பாழடைந்த வீடுபோன்றே காணப்பட்டது. அது ஊரின் ஒதுப்புறமாய் இருந்ததாலும் சுடுகாட்டின் பக்கமாய் இருந்ததாலும் அந்தத் தோப்பிலுள்ள ஒரு மொட்டை மரத்தில் உயிர்குடிக்கும் முனீஸ்வரன் வாசம் செய்கிறது என்கிற வதந்தி நெரிசலாகப் பரவியிருந்ததாலும் அந்தப் பக்கம் பகல் நேரத்தில்கூட ஜன சந்தடி இராது. ஒற்றுப்படை அதிகாரியான ஜனநாதன் சம்பந்தப்பட்ட ஆதீனத்திலுள்ள வீடாகையால் அஞ்சா நெஞ்சர்கள்கூட எந்த நேரத்திலும் அந்தப் பக்கம் எட்டிக்கூடப் பார்க்க மாட்டார்கள்.

வீரசேகரன் ஏதோ இன்ப சொர்க்கத்தில் நுழையப் போகிறவன் போன்ற ஆனந்தத்துள்ளலுடன் ஊர்மிளாவை அழைத்துக்கொண்டு அந்த வீட்டின் வாசலை அடைந்தான்.

வாசற்கதவில் தொங்கிக் கொண்டிருந்த பூட்டைத் தன் கையிலிருந்த சாவியால் அவன் திறக்க முயன்றான்.

அவன் பின்னால் பயப்பிராந்தியுடன் நின்று கொண்டிருந்த ஊர்மிளா, நிலா வெளிச்சத்தில் அந்தத் தோப்பு நெடுகிலும் தன் கருவிழிகளைச் சுழலவிட்டு ஆராய்ந்து பார்த்தாள்.

சற்று தொலைவில் ஆலமரத்தடியில் படுத்து உறங்கிக் கொண்டிருந்த ஓர் அரசாங்கச் சேவகனைக் கண்டதும் ஊர்மிளாவின் முகம் பயத்தால் வெளிறிவிட்டது! அந்த ஆள் யார்? ஒருவேளை ஒற்றனோ?.. ஒருவேளை காத்தவராயன் தானோ:... ஒரு கணம் ஒன்றுமே பேச முடியாமல் அவளுக்குத் தொண்டை அடைத்துக் கொண்டது!

வீரசேகரனின் கையை அவள் சட்டென்று பற்றி மெல்லிய குரலில் பீதியும் தடுமாற்றமும் தொனிக்க ஏதோ சொல்ல முயன்றாள். அவளது உடம்பும் கருவிழிகளும் படபடவெனப் பதறின.

ஊர்மிளாவின் முகபாவத்தைப் புரிந்துகொண்ட வீரசேகரன், ''எங்கே பார்க்கிறாய்? ஏன் இப்படி நடுங்குகிறாய்!'' என்று கேட்டான்.

ஊர்மிளாவின் நடுக்குறும் கரங்களால் ஆலமரத்தைச் சுட்டிக்காட்டி ''அதோ.. அங்கே.. யாரோ ஒருவன்.. வேவு பார்க்கிறானோ என்னவோ... நிஜமாக உறங்குகிறானோ பொய்யாக உறங்குகிறானோ தெரியவில்லை!'' என்று குளறினாள்.

''இங்கே யாரோ சேவகனா?'' என்று கேட்ட வீரசேகரனுக்கும் கலவரத்தால் முகம் வெளிறிவிட்டது!... இந்த மறைவிடம் ஜனநாதனைத் தவிர வேறு யாருக்கும் தெரியாதே! இங்கு எதற்காக வேவுக்காரன் தயாராகப் படுத்திருக்கிறான்? ஒருவேளை சூழச்சியில் வல்லவனான ஜனநாதனே அந்த ஆளை அனுப்பியிருப்பானோ? தான் வேறெங்கும் தப்பியோடி விடாமலிருப்பதற்காகவும் தேவைப்படும் போது தன்னைப் பிடித்துக் கொடுப்பதற்காகவும் ஒருவேளை ஜனநாதனே நயவஞ்சகமாக இந்த மறைவிடத்தைத் தனக்கு ஏற்படுத்திக் கொடுத்திருப்பானோ?... இது போன்ற எண்ணற்ற எண்ணங்கள் ஒரு கணத்திற்குள் பூதாகாரமாகத் தலையெடுத்து வீரசேகரனின் மூளையைக் குழப்பின.

''இருக்கட்டும்! அவனுக்கு இங்கே என்ன வேலையென்று பார்த்து விடுவோம்!'' என்று வீரசேகரன் உறுமியபடி ஆலமரத்தடியை நோக்கி விரைந்து சென்று அங்கு படுத்திருந்த சேவகனைத் தட்டியெழுப்பி. ''நீயா சங்கிலிக் கருப்பையா?'' என்று வியப்புடன் கூவி அவனிடம் விஷயங்களையும் விசாரித்துக் கொண்டே, அவனோடு ஊர்மிளாவிடம் வந்து, ''நான் ஒரு முட்டாள்! ஒரு கணத்திற்குள் யார் யாரையோ சந்தேகப்பட்டு விட்டேன்! இவன் ஜனநாதன் மாளிகையிலுள்ள தோட்ட வேலைக் காரன்! மிகவும் நம்பகமான ஆள்! இவன் பெயர் சங்கிலிக் கறுப்பையா! இவனுக்கு நந்தனார் என்று ஜனநாதன் செல்லப் பெயர் வைத்திருக்கிறான். எனக்கு உதவியாக இவனை ஜனநாதன் இங்கே அனுப்பியிருக்கிறானாம்! நமக்கு உதவியாக வேலை செய்ய வைத்துக் கொள்ளலாம்!'' என்றான்.

''நமக்கெதற்கு வேலைக்காரர்? வேண்டாம்!'' என்றாள் ஊர்மிளா குசுகுசுவென்று வீரசேகரனின் காதுக்குள்.

''இல்லை இருக்கட்டும்!'' என்று வீரசேகரன் சைகை காட்டி சங்கிலிக் கருப்பையாவைச் சற்று தள்ளி நிற்கும்படி செய்துவிட்டு மெல்லிய குரலில் புன்முறுவலுடன், ''ஊர்மிளா! இந்த நந்தனார் அனாவசியமாக நம் வீட்டிற்குள் பிரவேசித்து நம் பேச்சுகளுக்கு இடையூறாக இருக்கமாட்டான்! உயர்ந்த ஜாதிக்காரர்களின் வீட்டிற்குள் நுழைவது தீட்டு என்று கருதுவான்!'' என்றான்.

''எங்கள் புத்த மதத்தில் அப்படிப்பட்ட தீட்டு எதுவும் இல்லை!'' என்றாள் ஊர்மிளா.

''நீ என்னதான் போதித்தாலும் இவன் முன்னேறமாட்டான்! பழைய மூட நம்பிக்கை இவனுடைய பரம்பரை இரத்தத்தில் அவ்வளவு தூரம் ஊறிப்போயிருக்கிறது! இவன் இந்த வீட்டின் வாசற் புறத்திலே காவலிருக்கட்டும்! நாம் இந்த வீட்டை விட்டு வெளியே தலைகாட்ட முடியாது! நமக்கு ஏதாவது வெளியே வாங்கி வரவேண்டி நேர்ந்தால் இவன் போய் வாங்கி வருவான்!'' என்றான்.

அப்போது ஊர்மிளா அதை அரைமனதுடன்தான் ஒப்புக் கொண்டாள்.

அதற்குள் வீரசேகரன் பூட்டைத் திறந்து விட்டான்.

உள்ளேயிருந்து கமகமவென்று மல்லிகைப் பூவின் நறுமணம் வீசியது!

அந்த வீடு வெளிபுறத்துடன் பாழடைந்த தோற்றத்தைப் பரப்பிக் கொண்டிருந்ததே தவிர, உட்புறம் ஒருவித வனப்பும் வசீகரமும் குடிகொண்டிருந்தது. வெளித் தோற்றத்தில் அழுக்கும் அவலக்ஷணமும் உள்ளப்பாங்கில் அழகும் ரசனையும் மிக்கக் கலைஞர்களைப் போல!

அந்த வீட்டினுள் எங்கு திரும்பினும் அலங்காரமும், நறுமணமும், ஒளியமுதும், கலைப்பாங்கும் காணப்பட்டன.

வீரசேகரன் தலைமறைவாய் அந்த வீட்டினுள் வசிப்பதற்குத் தேவையான சகல ஏற்பாடுகளும், சௌகரியங்களும் செய்யப் பட்டிருந்தன. எந்தக் காரணத்தை முன்னிட்டும் வெளியே போகவேண்டிய அவசியமில்லை என்பதை அங்குள்ள ஒவ்வொரு பொருளும் உணர்த்துவது போலிருந்தன!

ஊர்மிளா சுற்றிலும் தன் கருவிழிகளை ஒருமுறை சுழற்றிப் பார்த்துவிட்டு நீண்டதொரு திருப்திப் பெருமூச்சு விட்டாள்.

''உங்கள் நண்பர் மிகவும் நல்லவர்தான்!'' என்றாள் அவள் புன்னகையுடன் வீரசேகரனைப் பார்த்தப்படி.

கிடைத்ததற்கரிய ஊர்மிளா தனக்குக் கிடைத்துவிட்டாள். அவளோடு. இன்புற்று வாழ அமைதியான இடமும் கிடைத்து விட்டது என்று மகிழ்ச்சிக் கடலில் வீரசேகரன் தத்தளித்துக் கொண்டிருந்தான்.

''ஆமாம்! ஜனநாதன் உண்மையிலேயே நல்ல இதயம் படைத்தவன்தான்! எல்லோரும் நினைக்கிறபடி வெறும் சூழ்ச்சிக்காரனல்ல!'' என்றான் வீரசேகரன் நன்றியுணர்ச்சியுடன்.

சமையலறையில் அறுசுவை உணவு சமைப்பதற்குத் தேவையான பாத்திரம் பண்டங்களெல்லாம் நிரம்பியிருந்தன. ஆட்டுக் கல், அம்மி குழவி முதல் அரிசி புடைக்கும் முறம் வரை சகலவிதமான சாமான்களும் அழகோடு ஒழுங்குற அடுக்கி வைக்கப்பட்டிருந்தன. அரிசி பருப்பு முதல் உப்பு, மிளகு, திப்பிலி வரை சகலவிதமான மளிகைப் பொருள்களும், காய்கறிகளும் இருந்தன. அடுப்பில் தயாராக விறகு வைக்கப்பட்டு அதன்மீது அடைபிடிக்கந்தையும் வைக்கப்பட்டிருந்தது!

''ஜனநாதன் எனக்குப் பிரமாதமான ஏற்பாடுதான் செய்திருக்கிறான்! இங்கே சமைப்பதற்கு எல்லாம் இருக்கிறது ஆனால் சமைப்பதற்கு ஆள்தான் இல்லை!'' என்று வீரசேகரன் கடைக் கண்ணால் ஊர்மிளாவை அசடு வழியப் பார்த்தபடியே சொன்னான்.

தனி வீட்டில் புது மனைவியுடன் குடித்தனம் நடத்த ஆரம்பிக்கும் வாலிபனுக்குக் குறும்போடு வழியுமே ஆசையும் அசட்டுத்தனமும் அவைதான் வீரசேகரனின் பார்வையிலும் பேச்சிலும் பரிணமித்துத் ததும்பி நின்றன.

ஊர்மிளாவிற்கும் அவனிடம் ஒரு புது மரியாதை ஏற்பட்டிருப்பதையும் அப்போதுதான் அவன் முதன் முதலாக உணர்ந்து கொண்டான். உற்றார் உறவினர் வீடு வாசல்களையும் மறந்து விட்டு, ஒருவனையே நம்பி வந்த ஒரு புது மனைவி, அவனிடம் எப்படி விசேஷ மதிப்புடனும் பணிவுடனும் நடந்து கொள்வாளோ அப்படித்தான் ஊர்மிளாவும் நடந்து கொண்டாள். இத்தனை காலமும் அவனை 'நீ' என்று ஒருமையில் குறிப்பிட்டு வந்தவள் இப்போது புதிதாக 'நீங்கள்' என்று அழைக்க ஆரம்பித்திருந்தாள். அவ்வாறு அழைக்க வேண்டுமென எதனால் தோன்றியது என்று நினைத்துப் பார்ப்பதுகூட அவளுக்கே விநோதமாக இருந்தது.

அவளை நோக்கி வீரசேகரன் குறும்பாக, ''உம் இந்த வீட்டில் யார் நிதம் சமைப்பது? நான் சமைத்தால் அதை என்னாலேயே சாப்பிட முடியாது!'' என்றான். ஊர்மிளாவும் குறும்புப் புன்னகையுடன், ''நான் சமைத்தால் அவ்வளவையும் சாப்பிட வேண்டியிருக்கும்!'' என்று மெல்லிய குரலில் அடக்கமாகச் சொன்னாள்.

''யாராவது வாயில் ஊட்டிவிட்டால் எவ்வளவாயிருந்தாலும் சாப்பிட்டுக் கொண்டேயிருப்பேன்!'' என்றான் வீரசேகரன் உற்சாகத்தோடு.

அதைக் கேட்டதும் ஊர்மிளா முகம் சிணுங்கியபடி, அடுத்த ஸ்நான அறையை நோக்கி ஓடவே வீரசேகரனும் அவளைப் பின்பற்றிச் சென்றான்.

ஸ்நான அறையில் வெந்நீர் அண்டா, துவட்டிக் கொள்ளத் துண்டு, ஸ்நானப்பொடி, சீக்கங்காய்க்கூடு, சந்தனாதித் தைலங்கள், வாசனாதித் திரவியங்களெல்லாம் தயாராக வைக்கப்பட்டிருந்தன.

அந்த அறையைப் பார்வையிட்டுக் கொண்டிருந்த ஊர்மிளா ஒருபுறம் வைக்கப்பட்டிருந்த நாமக் கட்டியை எடுத்து வீரசேகரனிடம் காண்பித்து, ''வைஷ்ணவ சிரோன்மணியான உங்களுக்குத் திருமண் சாத்த நாமக்கட்டிக் கூட உங்கள் நண்பர் தயாராக வைத்திருக்கிறார்!'' என்று சொல்லிச் சிரித்தாள்.

வீரசேகரன் சட்டென ஒருபுறமிருந்த தந்தக் குங்குமச் சிமிழ் ஒன்றை எடுத்துக் காண்பித்து, ''ஊர்மிளா! உனக்குக் குங்குமங்கூட இங்கே இருக்கிறது!'' என்றான் பதிலுக்குப் பதிலாக.

''ஆண்கள் கூட நெற்றியில் குங்குமம் இட்டுக் கொள்வதுண்டு!'' என்றாள் ஊர்மிளா.

''ஆனால் ஆண்கள் கூந்தலுக்கு அகில் புகை' பிடித்துக் கொள்வதில்லை!'' என்று சொன்னவாறே வீரசேகரன் அங்கிருந்த அகிற்கட்டை ஒன்றை எடுத்துக் காண்பித்தான்.

ஊர்மிளாவிற்கு என்னவோ சந்தேகம் தோன்றலாயிற்று. ''இந்த வீட்டில் யாராவது பெண்கள் வசித்ததுண்டா?'' என்று அவள் குழம்பியபடி கேட்டாள்.

''தெரியவில்லை! ஜனநாதன் இந்த வீட்டை இதற்கு முன் எதற்காக உபயோகப்படுத்தினான் என்பது யாருக்குமே தெரியாது! எதுவும் அவனாகச் சொன்னால்தான் தெரியவரும்!'' என்றான் வீரசேகரன்.

ஊர்மிளா ஒன்றும் பதில் சொல்லாமல் வேறோர் அறைக்குச் சென்றாள்.

அது அலங்கார அறை போலவும், பெண்கள் உபயோகப்படுத்தும் கொலுக்கூடம் போலவும் இருந்தது. அங்கே ஒருபுறம் உள்ள பெட்டியில் கெண்டை கரையிட்ட வேஷ்டிகளும் சட்டைகளும் மற்றும் வீரசேகரனுக்குத் தேவையான பலவித உடுப்புகளும் மாறு வேஷங்களுக்குரிய ஆடையணிகளும் இருந்தன.

''உங்கள் நண்பர் மிகவும் முன்யோசனை உள்ளவர்தான்!'' என்று சொன்ன ஊர்மிளா. இன்னொரு பெட்டியில் பெண்கள் அணிவதற்குரிய விலையுயர்ந்த புடவைத் துணிமணிகள் இருப்பதைப் பார்த்ததும் திடுக்கிட்டாள்! பட்டாடைகளும் ஆபரணங்களும், கொண்டை அலங்காரத்திற்குரிய பொருள்களும்

அந்தப் பெட்டியில் நிறைந்திருந்தன. கற்பனா சக்தி மிக்க இளைஞனொருவன் தன் காதலியை எத்தனை கோலங்களில் அலங்கரித்துக் காணவேண்டுமெனக் கற்பனை செய்வானோ அத்தனை விதமான ஆடை விநோதங்களும், அணிகளும், அலங்காரச் சாதனங்களும் அங்கே இருந்தன!

''இந்த வீட்டில் எவளோ பெண்ணொருத்தி நிச்சயம் வசித்திருக்க வேண்டும்! சந்தேகமே இல்லை!'' என்றாள் ஊர்மிளா. ஆனால் அந்தப் பெட்டியிலுள்ள கைக் காப்புகளையும் காற்சிலம்புகளையும் எடுத்துப் பார்த்துத் தனக்கு அவை பொருத்தமாகக் கூடியவை என்பதை உணர்ந்தபோது அவளுக்குச் சந்தேகம் அதிகரிக்க ஆரம்பித்தது. முகமும் என்னவோபோல் மாறிவிட்டது.

அடுத்துப் பூஜையறைக்குள் நுழையும் வீரசேகரனை அவள் மெல்லப் பின்பற்றினாள்.

அந்தப் பூஜையறைக்குள், திருமால் தன்னிரு தேவிகளோடு காட்சியளிக்கும் விக்கிரகங்களும், சூடிக்கொடுத்த ஆண்டாளின் திருமேனியும், அணைப்பில் அத்வைதமாகக் காட்சியளிக்கும் ராதாகிருஷ்ணரின் பொம்மைகளும் கண்ணைக் கவர்ந்தன. எல்லா வற்றையும் விடப் பெரியதாக அனுமாரின் திருவுருவந்தான் அதிகமாகக் கண்ணைப் பறித்தது. அதைப் பார்த்ததும் முன்னிரவில் ஜனநாதன் நடத்திய லங்காதகனத்தின் துயர நினைவு தான் வீரசேகரனுக்கு வந்தது. பரிவுடன் ஊர்மிளாவைத் திரும்பிப் பார்த்த அவன், ஒருபுறம் அன்பே வடிவமாய் வீற்றிருக்கும் கௌதம புத்தரின் படிமத்தைக் கண்டதும் அளவில்லாத உற்சாகமடைந் தவனாய், ''ஊர்மிளா! அதோ நீ வழிபடுவதற்கு புத்தர்பிரானின் சிலையும் இருக்கிறது! நீ இன்னிசை வாசிப்பதற்கு அதோ மகர யாழும் இருக்கிறது! உன் கூந்தலில் அணிந்து கொள்வதற்கு அதோ மல்லிகைச் சரமும் தயாராக இருக்கிறது!'' என்றான்.

ஊர்மிளாவிற்கு அழுகை வந்துவிடும் போலிருந்தது.

''இப்படியெல்லாம் நான் வருவேன் என்று முன்பே தெரியுமா?'' என்று அவள் ஆதங்கத்துடனும், ஆத்திரத்துடனும் கேட்டாள்.

''இல்லை, எனக்கு ஒன்றுமே தெரியாது! எல்லாம் ஜனநாதனின் ஏற்பாடுதான்! அவன் கெட்டிக்காரன்!''

ஊர்மிளாவிற்கு அவனைக் கோபித்துக் கொள்ள வேண்டும் போலிருந்தது. ஆனால் ஏனோ அவன்மீது கோபமே வரவில்லை!

''ஊர்மிளா! மேன்மாடத்திலும் என்ன இருக்கிறதென்று பார்த்து விடுவோம், வா!'' என்று அவளை வீரசேகரன்

குதூகலத்துடன் அழைத்துக் கொண்டு மேன்மாடத்துக்குரிய படிக்கட்டில் ஏறிச்சென்றான். மேன் மாடத்தில் ஒருபுறம் இருந்த பள்ளியறை கண்ணைக் கவர்ந்திழுத்தது.

அங்கு பூச்சரங்களால் அலங்கரிக்கப்பட்ட கட்டிலில், கலையாத பட்டு மெத்தையொன்று விரிக்கப்பட்டிருந்தது. கட்டிலின் அருகே சந்தனப் பேழையும், பன்னீர்ச் செம்பும், வெற்றிலைப் பெட்டியும் வாசனைத் திரவியங்களும் வைக்கப்பட்டிருந்தன. மணமான தம்பதிகளின் சாந்தி முகூர்த்தத்திற்குச் செய்திருக்கும் ஏற்பாட்டை அந்தப் பள்ளியறையின் அலங்காரம் முழுதும் எடுத்துக் காட்டிற்று!

அதைப் பார்த்ததும் ஊர்மிளாவிற்கு அழுகையே வந்து விட்டது.

"உங்கள் நண்பர் என்னை என்னவென்று நினைத்துக் கொண்டார்?" என்று ஆத்திரத்துடன் கேட்டுவிட்டு அவள் நெஞ்செல்லாம் விம்மியழுதபடி சரேலென்று அங்கிருந்து ஓடினாள்!

"நில், ஊர்மிளா! நில்!" என்று பதறியபடி வீரசேகரன் ஓடி வந்து அவளைப் பிடித்து நிறுத்தி, "இதில் உன்னைப் பற்றி நினைக்க என்ன இருக்கிறது? இந்த வீட்டை ஜனநாதன் வேறு யாருக்கோ ஏற்பாடு செய்திருப்பான். இன்றிரவு அவசரமாக நான் தலைமறைவதற்குத் தேவைப் படுகிறதென்று இந்த வீட்டின் சாவியை என்னிடம் கொடுத்திருப்பான். நீ ஏன் ஏதேதோ வீணாகக் கற்பனை செய்து கொண்டு அழுகிறாய்?" என்று கேட்டான்.

அவன் கூறிய சமாதானம் சரியெனப்பட்டாலும் ஊர்மிளாவின் அழுகை நிற்க வெகுநேரம் பிடித்தது. கருவிழிகள் சிவப்புற எதிரே நிற்பவனை ஏறிட்டுப் பார்க்கக்கூட விரும்பாதவள் போல் நெஞ்சு புலந்து நின்றாள்.

"என்மீது கோபமா, ஊர்மிளா?" என்று வீரசேகரன் தழதழத்த குரலில் கேட்டான்.

"இல்லை!" என்றாள் ஊர்மிளா சட்டென்று.

"ஊஹூம்! என்மீது கோபமில்லை என்று சிரித்தபடி சொன்னால்தான் விடுவேன்!" என்று வீரசேகரன் கெட்டியாக அவளைப் பிடித்துக் கொண்டான்.

குழந்தைத்தனமான அவனுடைய போக்கைப் பார்த்து ஊர்மிளாவிற்குச் சிரிப்பதா, அழுவதா என்றே தெரியவில்லை.

"உங்கள்மீது எனக்கென்ன கோபம்? நீங்கள் எனக்காக எவ்வளவு பெரிய தியாகமெல்லாம் செய்திருக்கிறீர்கள்!" என்றாள் ஊர்மிளா.

''இல்லை! நீதான் பெரிய தியாகம் செய்திருக்கிறாய், இனிமேல் நாம் அதைப் பற்றியெல்லாம் பேச வேண்டாம்! வருங்காலத்தைப் பற்றிப் பேசுவோம்! என்ன, சரியா?''

''சரி!''

ஊர்மிளாவின் உதடுகள்தான் அப்படிச் சொல்லினவே தவிர அவளுடைய கண்கள் வீரசேகரனைக் கவனிக்கவில்லை. எங்கோ வெகு தொலைவில் அடிவானத்திற்கப்பால் உருவாகும் ஏதோ ஒரு பொருளை கவனிப்பது போன்று அவளது பார்வை சாளரத்தின் வழியே ஊடுருவிச் சென்று கொண்டிருந்தது. கடந்துபோன காட்சியெல்லாம் அவள் கண்முன் சகடம் போல் சுழன்று கொண்டிருந்தன. இன்பமும் துன்பமும் மாறிமாறி அவள் வாழ்க்கையில் விளையாடும் அதிசயத்தை அவளால் வியக்காமலிருக்க முடியவில்லை!

வீரசேகரன் அவளருகில் நெருங்கி வந்து ஆவலோடு அவளையே கவனித்துக் கொண்டிருந்தான்.

இனி அந்தப் பாழடைந்த வீட்டில் வெளியுலகத் தொடர்பே இல்லாமல் குடியிருப்பதுதான் அவனுக்குப் பெரிய சாதனை! ஆடம்பரமான அரசியல் வாழ்வோ, வீரப்பிரதாபங்களோ விருந்து வைபவங்களோ அவனுக்குக் கிடைக்காது. அவ்விருவரும் நாடு கடத்தப் பட்டவர்போல் அவ்வீட்டினுள் தலைமறைந்து வாழ்க்கை நடத்த வேண்டியிருக்கும் மற்றவர்களின் ஒத்தாசையும் இராது! ஆனாலும் என்ன? கடமைப் போரில் தோல்வியுற்றும் துரோகி போல் கரந்துறைய நேர்ந்தாலும் காதற்போரில் வெற்றியடைந்து இன்பத்தின் சிகரமாய் இதய முரசின் இன்சுவை ஒளியாய் விளங்கும் ஊர்மிளாவுடன் சிறிய வீட்டில் சிறிது நேரமாவது ஒன்றாக வாழ்வதைக் காட்டிலும் இந்த வையகத்தில் வேறென்ன வேண்டும் என்று வீரசேகரனின் நெஞ்சு பெருமிதப்பட்டது.

''ஊர்மிளா!'' என்று அவன் மெல்ல கனிவு ததும்பக் கூப்பிட்டான்.

ஊர்மிளா தன் சிந்தனையிலிருந்து விடுபட்டவளாய் மெல்லத் தலையைத் திருப்பி வீரசேகரனைப் பார்த்தாள்.

''ஊர்மிளா! இந்தச் சின்னஞ்சிறு வீடு உனக்குப் பிடித்திருக்கிறதா? இங்கே நாம் வசிப்பதை யாரும் தெரிந்து கொள்ள மாட்டார்கள்! வாழ்க்கைக்கு வேண்டிய வசதிகளை யெல்லாம் எனக்கு ஜனநாதன் செய்து கொடுத்திருக்கிறான். ராஜத்துரோகி என்று என்னை மற்றவர்கள் குற்றம் சாட்டி விசாரணைக்கு இழுத்துப் போவதற்கு முன்பே எனக்கு ஆதரவும் புகலிடமும் அளித்து உதவியிருக்கிறான். நமக்கு வேண்டிய

தேவைகளையெல்லாம் கவனிக்க அவனுடைய சங்கிலிக் கருப்பையாவை அனுப்பி வைத்திருக்கிறான். நாம் வெளியிலேயே தலை காட்டாமல் எந்த நேரமும் இந்த வீட்டினுள் வசிப்போம். நமக்கு வெளியே ஏதாவது தேவை இருந்தால், சங்கலியை அனுப்பி வாங்கி வரச் செய்வோம்!'' என்று உற்சாகத்துடன் வீரசேகரன் மளமளவென்று பேசிக்கொண்டே போனான்.

''ஆமாம்.. உங்கள் நண்பர் மாத்திரம் சமயத்தில் இந்த உதவியைச் செய்திராவிட்டால் நாம் இந்நேரம்–?''

''சதிகாரர்களெனக் குற்றம் சாட்டப்பட்டுப் பாது காவலில் இருந்திருப்போம்!'' என்று சிரித்தான் வீரசேகரன்.

ஆனால் ஊர்மிளாவால் சிரிக்க முடியவில்லை. அவளுடைய கண்களில் நீர்தான் துளிர்த்தது. அதன் பின்னர் இருவரும் அதிகமாக ஒன்றும் பேசிக் கொள்ளவில்லை. வீரசேகரன் மேன்மாடத்திலுள்ள பள்ளியறைக்குச் சென்று படுத்துக் கொண்டான். ஊர்மிளா கீழேயுள்ள பூஜையறைக்குள் சென்று கதவைத் தாழிட்டுக்கொண்டு படுத்தாள். ஒரே இரவுக்குள் எத்தனை விதமான நிகழ்ச்சிகள்! எத்தனை விதமான அனுபவங்கள்! ஊர்மிளா ஒன்றையும் ஆழ்ந்து சிந்திக்கச் சக்தியற்றவளாய் மிகவும் களைத்துப் போயிருந்தாள். அதனால் படுத்ததுமே கண்ணயர்ந்து விட்டாள்!

அத்தியாயம் 87

நெஞ்சினால் பிழையிலாள்

வஞ்சிபோல் இடையாள் பண்டை
வண்ணத்தாளாகி நின்றாள்
நெஞ்சினால் பிழையிலாளை
நீ அழைத்திடுக!

— கம்ப ராமாயணம்

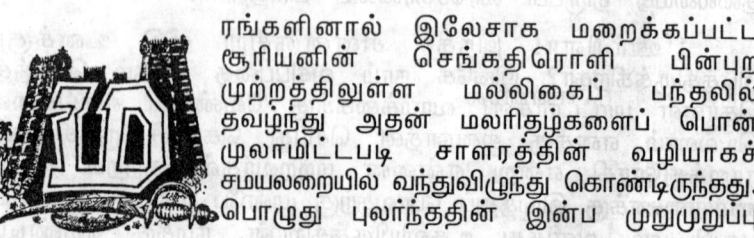

மரங்களினால் இலேசாக மறைக்கப்பட்ட சூரியனின் செங்கதிரொளி பின்புற முற்றத்திலுள்ள மல்லிகைப் பந்தலில் தவழ்ந்து அதன் மலரிதழ்களைப் பொன் முலாமிட்டபடி சாளரத்தின் வழியாகச் சமயலறையில் வந்துவிழுந்து கொண்டிருந்தது. பொழுது புலர்ந்ததின் இன்ப முறுமுறுப்பு

எங்கணும் விகசித்தது. ஸ்நான அறையிலிருந்து குளித்துவிட்டு வந்த ஊர்மிளா தலையில் மல்லிகைப் பூவைக்கூடச் சூடிக் கொள்ளாமல் கூந்தலை அள்ளிச் சொருகியபடி இன்பப் புன்முறுவலுடன் வீரசேகரனுக்காக வெண்பொங்கல் தயாரிப்பதில் ஈடுபட்டிருந்தாள்.

மேன்மாடத்தில் மகரயாழை மீட்டிக் கொண்டிருந்த வீரசேகரன் பொறுமையற்றவனாய் அதைத் தூக்கிக் கொண்டு கீழே சமயலறைக்கே இறங்கி வந்தான். இரவு முழுவதும் உறங்கவில்லை யென்பதற்கறிகுறியாக அவனுடைய இரு விழிகளும் ஜிவ்வென்று சிவந்திருந்த போதிலும் அவன் நெஞ்சில் நிறைந்திருக்கும் குதூகலத்தின் புதுப் போதையை உணர்த்தும் விதமாக அவ்விழிகளில் மதமதப்பும் குடிகொண்டிருந்தது.

''ஊர்மிளா! ஸ்நான அறையிலேயே மல்லிகைப்பூவை வைத்துவிட்டாயா? தலையில் சூடிக் கொள்ள மறந்து விட்டாயா?'' என்று அவன் தன் கையிலிருந்த மல்லிகைச் சரத்தை அளப்பரும் காதலுடன் நீட்டினான்.

அதை ஊர்மிளா புன்முறுவலுடன் கையில் வாங்கிக் கொண்டாள்.

மல்லிகையின் மணமும், வெண் பொங்கலின் புது மணமும் குளித்துவிட்டு வந்த ஊர்மிளாவின் மேனி மணமும் சமையலறை யெங்கும் கமகமவென்று மணத்தது! அதை நுகர நுகர வீரசேகரனுக்கு நெஞ்சமெல்லாம் இனித்தது!

''இப்படி நீங்கள் அடிக்கடி கீழே சமையலறைக்கு இறங்கி வந்தால் நான் எப்படிப் பொங்கலுக்குத் துவையலும் கூட்டும் தயாரிப்பதாம்?'' என்று செல்லமான கோபத்துடன் கேட்டாள் ஊர்மிளா.

''நானும் சமையலைக் கற்றுக்கொண்டால் உனக்குச் சௌகரியமாயிருக்குமல்லவா?'' என்று கேட்டான் வீரசேகரன்.

''அதெல்லாம் நீங்கள் ஒன்றும் கற்றுக்கொள்ள வேண்டாம் மகரயாழை மீட்டிக்கொண்டிருந்தாலே போதும்!''

''மேன் மாடத்தில் என்னால் தனியாக யாழ் வாசிக்க முடியவில்லை. ரசிப்பதற்கும், பாடுவதற்கும், கூட யாராவது இருந்தால்தான் என்னால் யாழ் மீட்ட முடியும்!'' என்றான் வீரசேகரன்.

ஊர்மிளாவின் செம்பருத்தி போன்ற சதைப்பிடிப்பான உதடுகளின் புன்முறுவல் குலுங்கி ஆடியது.

''என்ன! ஊர்மிளா நாம் இருவரும் நாள் பூராவும், காலம் பூராவும் யாழிசையில் இணைந்து பாடிக்கொண்டே இருக்கலாம் இல்லையா?''

''உம்...'' என்ற ஊர்மிளாவின் கருவிழிகள் சாளரத்தின் வழியாக உதய வானத்தின் பொன் ரேகைகளை நோக்கி வட்டமிடத் தொடங்கியது.

சூரியனின் பொன்னொளியில் தக தகவென்று தந்தச் சிலையென அசையாமல் உட்கார்ந்திருக்கும் ஊர்மிளாவையே வீரசேகரன் ஆவல் பொங்கப் பார்த்துக் கொண்டிருந்தான். ''ஊர்மிளாதான் கையிலிருந்த பூச்சரத்தைக் கூந்தலில் சூடிக் கொள்ளாமல் எதையோ சிந்தித்துக் கொண்டிருந்தாள். அவள் கற்பனையில் சஞ்சரித்துக் கொண்டிருந்தாள் என்பதை இலேசாக மூடியிருந்த கருவிழிகளின் மந்தஹாசமும் பொன்வண்டின் மெல்லிய சிறகுகள் போன்ற கண்ணிமைகளின் துடிப்பும், சலனமற்ற முகமும் அறிவுறுத்தின. சூரிய ஒளியில் குலுங்கும் அழகிய பூ மொட்டுகளைப் போலக் காதல் உணர்வின் உதய வெள்ளத்தில் அவள் புத்துயிருடன் குதூகலப் பட்டுக் கொண்டிருந்தாள்!''

திடீரென்று ஊர்மிளா சிந்தனை கலையப் பெற்றவளாய் வீரசேகரனை ஏறிட்டுப் பார்த்தாள்.

அவன் ஆவலோடு அவளையே உற்று நோக்கிய வண்ணமிருந்தான். கண் விழித்துக்கொண்டே எதிரேயுள்ள இன்ப நிகழ்ச்சியைக் கனவு கண்டு கொண்டிருப்பவனைப் போல அவன் ஆனந்தவசப்பட்டிருந்தான். ஊர்மிளாவின் அகன்ற மதர்ப்பு விழிகளில் ஒருவிதத் துயரத்தின் ஒளி ரேகை குடி கொண்டிருந்தாலும் அவளுடைய இதழ் கடையில் கனவு மயமான இன்பப் புன்முறுவலே உறைந்திருந்தது.

''என்ன யோசனை ஊர்மிளா?'' என்று அன்பு கனியக் கூப்பிட்ட வீரசேகரன் கனிவுடன் ஊர்மிளாவின் மென்மையான கையைப் பற்றினான்.

ஊர்மிளாவின் தேகம் புல்லரித்துக் கனன்றது! தன் கைகளை விடுவித்துக் கொண்டு தள்ளி உட்கார்ந்தாள்.

''நீங்கள் யாழை மீட்டி ஏதாவது பாடிக் கொண்டிருங்கள். சீக்கிரம் வெண் பொங்கலை ருசியாகத் தயாரித்து விடுகிறேன்!''

வீரசேகரன் உடனே மகர வீணையை மீட்டினான். அவனையறியாமலே ஆண்டாள் பாசுரத்தின் பின்வரும் பாடல் யாழிசையோடு பொங்கியெழுந்தது:

“வாரணம் ஆயிரம்
சூழ வலம் செய்து
நாரண நம்பி
நடக்கின்றான் என்றெதிர்
பூரண பொற்குடம் வைத்துப்
புரம் எங்கும்
தோரணம் நாட்டக்
கனாக்கண்டேன் தோழிநான்”

காதல் மயமான கனவில் ஆழ்த்தும் அந்த ஆண்டாள் பாசுரம் ஊர்மிளாவின் நெஞ்சமெல்லாம் நிறைந்து ஒலித்தது! இதயத்தில் இறைவன் குரலொன்று முகிழ்ப்பது போன்று உணர்வு உண்டாயிற்று. காந்தம்போல் கவர்ந்திழுக்கும் ஆத்மார்த்தத் தொடர்பை யாரால்தான் விலக்க முடியும் ஊர்மிளாவின் நீர்த்திரையிட்ட விழிகளிலே ஓர் உறுதி ஜொலித்தது. முகமெல்லாம் ஒரு உத்வேகத்தினால் புதுக்களை பெற்றுப் பிரகாசித்தது.

வாஞ்சைப் பெருக்கோடும், கனிவோடும் அவள் வீரசேகரனின் முகத்தைப் பார்த்தாள்.

அப்போது தாமரை மொட்டுப்போன்ற அவளுடைய சதைப் பிடிப்பான உதடுகள் வீரசேகரனின் விழிகளைக் கவர்ந்தன.

“கருப்பூரம் நாறுமோ?
கமலப்பூ நாறுமோ?
திருப்பவளச் செவ்வாய்தான்
தித்தித் திருக்குமோ?”

என்று ஆண்டாள் பாசுரத்தை வீரசேகரன் உணர்ச்சி வசமாகப் பாடிக்கொண்டே ஊர்மிளாவின் மலர் முகத்தைத் தன்னிரு கைகளாலும் பற்றித் தன்னருகே இழுத்தான்.

ஊர்மிளா கனிவுடன் அந்த அன்புக்கைகளை விலக்கிவிட்டு ‘‘பொறுங்கள்! கருத்தொருமித்த அன்பு மட்டும் இருந்தால் போதாது! அது அறநெறியுடையதாகவும் இருக்க வேண்டும்! இறைவன் அருளோடு அங்கீகரிக்கக் கூடியதாக இருக்க வேண்டும்! ஆனால் அதற்குத்தான் ஒரு மார்க்கமும் எனக்குப் புலப்படவில்லை’’ என்று தழுதழுக்கும் குரலில் சொன்னவள் மனோதிடமான தொனியை வரவழைத்துக் கொண்டு, ‘‘நான் இன்னும் ஒரு முடிவிற்கும் வரவில்லை! அதுவரை...’’ என்று மேலே பேச முடியாமல் நாக்குத் தழுதழுக்கவே நிறுத்திக்கொண்டாள்.

சிறிது நேரம் வரை இருவரும் ஒன்றும் பேசவில்லை! அடர்த்தியான நிசப்தம் சற்று அங்கே நிலவியது!

''புரிகிறது, ஊர்மிளா! காதலரிருவர் கருத்தொருமித்து அந்தரங்கமாயிருந்தால் மட்டும் போதாது. கடவுளின் சந்நிதியில் கரம் கோர்த்து வரவேண்டுமென விரும்புகிறாயா? சந்தர்ப்பம் கிடைக்கும்போது ஏதாவது இறைவன் திருக்கோயிலுக்குப் போய் வருவோம்!'' என்று வீரசேகரன் புன்னகை செய்தான்.

ஊர்மிளா ஏதோ சொல்ல வாயெடுத்தாள்.

அந்தச் சமயம் தெரு வாசலில் காவலிலிருந்த சங்கிலிக் கறுப்பையா வேகமாகப் பின்புறம் சமையலறை ஜன்னலருகே ஓடி வந்து, ''ஜனநாதக் கச்சிராயர் வந்திருக்கிறார்!'' என்று அறிவித்தான்.

''ஆ! ஜனாாதனா? இந்தச் சமயத்தில் எங்களைப் பார்த்தால் என்ன நினைப்பான்? கொஞ்சம் வெளியிலே ஜனநாதனை நிறுக வைத்துப் பேசிக் கொண்டிரு! இல்லாவிட்டால்... என்னை மன்னித்துக் கொள்ளும்படி சொல் இல்லாவிட்டால்.... இன்னும் நான் படுத்துறங்கிக் கொண்டிருப்பதாக ஏதாவது சமாதானம் சொல்லிஅனுப்பிவிடு!'' என்று வீரசேகரன் அவனைச் சந்திக்க விருப்பமில்லாதவனைப் போலக் குழம்பிய குரலில் சொன்னான்.

ஊர்மிளா சட்டெனக் குறுக்கிட்டு, ''என்ன? உங்கள் பிராண சிநேகிதரைப் பார்க்காமல் அனுப்பிவிடப் போகிறீர்களா? அது அழகாக இருக்காது! உங்களுக்குச் சமயத்தில் உதவியும் பாதுகாப்பும் அளித்து ஆதரித்த ஒரே நண்பரை, இப்போது வரவேற்று உபசரிக்காமல் போகச் சொல்லுவது முறையா? அப்படிப்பட்ட உயிருக்குயிரான நண்பரை உங்கள் வீட்டிலிருந்தோ உங்கள் இதயத்தில் இருந்தோ விரட்டி விடுவதை நான் விரும்பவில்லை அவரை உள்ளே வரச்சொல்லுங்கள்'' என்றாள்.

''என்ன சொல்கிறாய், ஊர்மிளா? நீ என்கூட ஒன்றாக இருப்பதை இன்னொருவர் பார்க்கலாமா?''

''பரவாயில்லை!'' என்றாள் ஊர்மிளா உறுதியான குரலில்.

அதைக் கேட்டதும் வீரசேகரன் அளவில்லாத உற்சாகமடைந்தவனாய், ''ஓ நம்மிருவருடைய காதலும் அந்தரங்கமாய் இருந்து விடக் கூடாது. உயிருக்குயிரானவர்கள் அங்கீகரிக்க வேண்டும் என்று ஆசைப்படுகிறாயா? எனக்குங்கூடத்தான் அப்படி இருக்கிறது. என் ஊர்மிளா எனக்குக் கிடைத்துவிட்டாள் என்று அகிலமெல்லாம் முரசடிக்க வேண்டுமென்று என் மனம்

துள்ளுகிறது! ஆமாம்; நம் காதல் உன்னதமானது! அதை என் ஆருயிர் நண்பனிடமாவது பகிரங்கப்படுத்தியே ஆக வேண்டும்! இதோ நானே போய் ஜனநாதனை அழைத்து வருகிறேன்!'' என்று துள்ளினான்.

அந்தச் சமயம், ''ஓம்! நமச்சிவாயம்! நந்தி வழி மறைத்தாலும் தரிசனம் காணாமல் திரும்பிப்போவேனா?'' என்று விஷமமாகச் சொல்லிக்கொண்டே வந்த ஜனநாதன், ''தம்பி! அழையா வீட்டில் நுழைவதுதான் நட்பின் உயர்ந்த லட்சணம் தம்பி!'' என்று சிரித்துக் கொண்டே சமையலறையினுள் நுழைந்ததும், தன் விஷமப் பார்வையைச் சுற்றிலும் சுழல விட்டான்.

வீரசேகரனின் அருகே வனப்பின் புதுஜோதியான ஊர்மிளாவைக் கண்டதும் சிறிது வியப்புற்றவனைப்போல ஜனநாதன் நடித்தான் என்றாலும், உடனே குறும்பு புன்னகையை வரவழைத்துக் கொண்டு, ''ஓம்! நமப் பார்வதீ!'' என்று உற்சாகமாகக் கூவி ''இரண்டு பேரழகை ஜோடியாகப் பார்த்தால் சாதாரணமாக திருஷ்டி விழுந்துவிடும்! ஆனால் என்னுடைய திருஷ்டி அவ்வளவு கோளாறானதல்ல! நான் போனதும், உப்பு மிளகாய் எடுத்து திருஷ்டி சுற்றி அடுப்பில் போடவேண்டிய அவசியமும் இல்லை!'' என்று கலகலவெனச் சிரித்தான்.

ஊர்மிளா நாணத்துடன் முகத்தை வேறொருபுறம் திருப்பிக் கொண்டாள்.

வீரசேகரன் திரு திருவென வியப்புடன் விழித்தான்.

''என்ன தம்பி விழிக்கிறாய்? தெரு வாசல் பூட்டியிருக்கும் போது, எப்படி நான் வாயுபகவானைப் போல் உட்புகுந்தேன் என்று விழிக்கிறாயா? தம்பி; சாதாரணமாக எந்தப் பூட்டிற்கும் நான் இரண்டு மூன்று சாவிகள் வைத்துக் கொள்வது வழக்கம்! ஒற்றுப் படையதிகாரி என்ற முறையிலோ இந்த மதுரை ஸ்தலத்திலுள்ள எல்லா வீடுகளின் பூட்டுகளையும் சாவியில்லாமலே திறப்பதில் கை தேர்ந்தவனாயிருப்பதும் அவசியமாகும்!'' என்று சிரித்தான் ஜனநாதன்.

''ஜனநாதா! இவள் யாரென்பதை இந்நேரம் யூகித்துக் கொண்டிருப்பாய்! இவள்தான் ஊர்மிளா!'' என்றான் வீரசேகரன் உற்சாகத்தோடு.

''தம்பி! ஒற்றுப்படையதிகாரியான எனக்கு, நீ அதைச் சொல்லித்தான் தெரிந்து கொள்ள வேண்டும் என்ற அவசியமில்லை. அதை நீ சொல்லாமலே உன் மகிழ்ச்சி ததும்பும் ஆசைமுகமே எனக்குக் காட்டிக் கொடுத்து விட்டது!''

ஊர்மிளா சட்டென்று தலை கவிழ்த்துக் கொண்டு நிலத்தையே பார்த்தபடி நின்றாள்.

‘‘ஜனநாதா? எனக்கு ஊர்மிளா கிடைத்து விட்டாள்! இவள் தான் என் உள்ளமெல்லாம் நிறைந்திருக்கிறாள்!’’ என்றான் வீரசேகரன் ஆனந்த பரவசத்துடன்.

‘‘அப்படியானால் அந்த உள்ளத்தில் இப்போது எனக்கு இடமில்லையா!’’ என்று கேட்ட ஜனநாதன் ஊர்மிளாவை நோக்கித் திரும்பி, ‘‘அவனுள்ளத்திலிருந்து என்னை யாரும் அவ்வளவு சுலபமாக விரட்டிவிட முடியாது. ஊர்மிளா! அவனுடைய அன்பைப் பொறுத்தவரையில் நான் சிறிதும் விட்டுக் கொடுக்காமல் சரிசமமாக உன்னோடு போட்டியிடுவேன்!’’ என்று சிரித்தான்.

அவனை நோக்கி வீரசேகரன் ‘‘உன்னை எப்போதாவது நான் மறக்க முடியுமா, ஜனநாதா! எனக்கு வாழ்வின் வழிகாட்டிகளாக விளங்கும் கண்கள் இரண்டு! ஒன்று நீ! மற்றொன்று ஊர்மிளா!’’ என்றான்.

‘‘அப்படிச் சொல்வதைவிட ஒன்று காதல், மற்றொன்று அரசியல் கௌரவம் என்று சொல்வது மேலானது! இவற்றில் நீ எதை இழக்கப் போகிறாய் என்று தீர்மானிப்பது இன்னும் மேலானது தம்பி!’’

‘‘நண்பனுக்காக என் உயிரையும் தியாகம் செய்ய முன் வருவேன்! காதலிக்காக என் உயிரையும்விட மேலான என் கௌரவத்தையும்கூடத் தியாகம் செய்து விடுவேன்!’’ என்றான் வீரசேகரன் உணர்ச்சிப் பெருக்கோடு.

‘‘காதலின் சக்தி அபாரமானதுதான்! ஆனால் அதற்காக நான் ஒரு பெண் ஜன்மமாகப் பிறக்க விரும்ப மாட்டேன்!’’ என்று ஜனநாதன் கடைவிழிகளால் ஊர்மிளாவைப் பார்த்தான்.

ஊர்மிளாவின் கண்களில் இலேசாக நீர் துளிர்த்தது. ஆனால் அவள் அதை வெளிக்காட்டிக் கொள்ளாமல், ‘‘ஜனநாதனை நோக்கி, ‘‘கொஞ்சம் உட்காருந்து வெண் பொங்கல் சாப்பிடுகிறீர்களா?’’ என்று ஆர்வத்துடன் கேட்டபடி இரண்டு இலைகளை எடுத்து விரித்துப் போட்டுப் பரிமாறவும் தொடங்கினாள்.

‘‘ஓ! இந்த வீரசேகரன் பேச்சைக் கேட்டு நேற்றிரவு இவனோடு ஒரு பெண்ணைத் தேடி கம்மியாசேரி பூராவும் சுற்றியதில் எனக்கு இப்போது பசி அதிகமாகி விட்டது!’’ என்று ஜனநாதன் குறும்பாகச் சொன்னான்.

வீரசேகரனும் குதூகலத்துடன் துள்ளியவனாய், ‘‘ஆமாம் ஜனநாதா, உட்கார்! அவளைத் தேடியலைந்தது வியர்த்தமாக வில்லை! ம்... ஊர்மிளா தயாரித்த பொங்கல் மிகவும் ருசியாக

இருக்கும். எனக்கு ஒரு துளிகூட மிச்சம் வைக்காமல் அவ்வளவையும் நீயே சாப்பிட்டு விடுவாய்!'' என்று கூவினான்.

"தம்பி! பசியுள்ளவனுக்கு ருசி தெரியாது! மனதிலே காதலின் ருசியுள்ளவன் வயிற்றுப் பசியையும் பொருட்படுத்த மாட்டான், கவலைப்படாதே!'', என்று சிரித்தான் ஜனநாதன்.

"ஆமாம், ஜனநாதா! எனக்குக் காதலைத் தவிர இந்தவுலகில் வேறெதுவும் வேண்டவே வேண்டாம்!'' என்று வீரசேகரன் ஆனந்தத்தின் உச்சியை அடைந்து விட்டவன்போல் கூவினான்.

"தம்பி! நீ இப்போதிருக்கும் மன நிலையில் மரணத்தை அறை கூவி அழைக்கமாட்டாய், இல்லையா? இனிமேல் சாக வேண்டுமென்றும் ஆசைப்படமாட்டாய், இல்லையா?'' என்று விஷமமாய்க் கேட்டான் ஜனநாதன்.

"ஆ! நீங்கள் என்ன சொல்கிறீர்கள்? அதென்ன விஷயம்''? என்று பதறியபடி கேட்டாள் ஊர்மிளா.

"மனிதனின் மனம் பச்சோந்தியைப்போல் அடிக்கடி மாறக் கூடியதென்று நம் முன்னோர்கள் ஆராய்ந்து கண்டு பிடித்திருக் கிறார்கள். அது இந்த வீரசேகரன் விஷயத்திலும் உண்மையாகி விடும் என்று நான் எதிர்பார்த்ததுதான்! ஊர்மிளா இப்போது நான் சொன்னால் நீ நம்பமாட்டாய்! இதோ உன் எதிரே ஆனந்த புருஷனாய் வீற்றிருக்கும் வீரசேகரன் நேற்றிரவு துயரத்தின் சிகரமாய் தெருக்களில் அனாதை போல் அலைந்தான். தன் காதலி தனக்குக் கிடைக்கமாட்டாள்; தனக்கு இந்த பரந்த உலகில் எந்தவித இன்பமும் கிடையாது; எந்தவிதப் பந்தபாசமும் பற்றுக்கோலும் கிடையாது என்றெல்லாம் முற்றும் துறந்த முனிவரைப் போலப் பேசி தன்னுயிரை மாய்த்துக் கொள்ளத் துணிந்துவிட்டான். நல்லவேளை: இவன் வீர வைஷ்ணவனாக இருந்து விட்டான்! இல்லாவிடில் நேரே மீனாட்சியம்மன் கோயிலுக்குப் போய் பொற்றாமரைக் குளத்தில் குதித்திருப்பான்! இப்போதோ உலக இன்பங்கள் அனைத்தையும் அடைந்து விட்டவனைப் போல் புத்துணர்ச்சியுடனும் ஆனந்த மூர்த்தமாய் காட்சியளிக்கிறான்! நேற்றிரவு காதலி கிடைக்காவிட்டால் தற்கொலை செய்து கொள்வேன் என்று நடைப்பிணமாக அலைந்தவன் இன்று காதலி கிடைத்ததும் புனர்ஜன்மம் அடைந்து விட்டான். ஆஹா! ஒரு பெண்ணின் அன்பிற்குத்தான் எவ்வளவு சக்தி!'' என்று ஜனநாதன் விஷமமாக ஊர்மிளாவைப் பார்த்தான்.

வீரசேகரனும் அவளையே வைத்த விழி வாங்காமல் பெருமை பொங்கப் பார்த்துக் கொண்டே இருந்தான்.

''என்ன? நேற்றிரவு அவர் தற்கொலை செய்து கொள்ளவும் துணிந்து விட்டாரா?'' என்று ஊர்மிளா கண்களில் நீர் துளிர்க்கத் தழ தழக்கும் குரலில் கேட்டாள்.

''ஆமாம்: அது மட்டுமல்ல! இன்னும் எவ்வளவோ பிரமாதமான காரியங்களையெல்லாம் செய்யத் துணிந்திருந்தான் அதையெல்லாம் பிறகு சொல்கிறேன்!'' என்று ஜனநாதன் சொல்லி விட்டு ''தம்பி! இந்த வெண் பொங்கலில் வேறொரு ருசியும் சேர்ந்திருக்கிறது! அது உனக்குத்தான் பிடிக்கும்!'' என்று சிரித்தான்.

வீரசேகரனுக்குச் சங்கோஜம் வந்துவிட்டது!

''என்ன ஜனநாதா, பரிகாசமா?'' என்று அவன் கைகளைக் கிள்ளினான்.

''இந்த வீட்டில் யாராவது பெண்கள் வசித்தார்களா?'' என்று கேட்டாள் ஊர்மிளா.

''இல்லை! யாராவது பெண்கள் வசிக்க வேண்டுமென விரும்பினேன், அதற்காகத்தான் எப்போதும் தயாராக சோபன அறையை அலங்கரித்து வைத்தும், வந்தேன்! ஆனால் என்னுடைய அரசியல் வேட்டையினால் அதற்கெல்லாம் அவகாசம் கிடைக்கவில்லை. எதிரிகளைச் சதுரங்கக் காய்களாக வைத்து விளையாடுவதில்தான் எனக்கு எப்போதும் மோகம் அதிகம்! அதனால் இது போன்ற வாழ்வின் ஆனந்தங்களை மற்றவர்களுக்கு விட்டுக்கொடுத்து விடுவேன்!'' என்று கூறிய ஜனநாதன், சட்டென வீரசேகரனின் பக்கம் திரும்பி: ''இதென்ன ரசிகசிகாமணியே உன் இலையில் போட்ட அழகான வெண் பொங்கலை இன்னும் தொட்டுக்கூடப் பார்க்கவில்லையே? உனக்குப் பிடித்தமானதை வெறும் கண்களால் மட்டும் பார்த்துக் கொண்டேயிருந்தால் பசியடங்கி விடுமா?'' என்று கேட்டுக் கொண்டே விஷமமாக ஊர்மிளாவைக் கடைக் கண்ணால் பார்த்தான்.

அவள் சட்டென முகத்தைத் திருப்பி கொண்டாள்.

ஜனநாதன் கூற்றின் உட்பொருளை உணராத வீரசேகரனோ ''ஊஹூம்! நான் சாப்பிடப் போவதில்லை! என்னை யாரும் சாப்பிடச் சொல்லவில்லையே! யாராவது ஊட்டி விட்டால்தான் சாப்பிடுவேன்!'' என்று ஊர்மிளாவைத் திரும்பிப் பார்த்தான்!

''தன் கையே தனக்குதவி என்ற ஒரு பழிமொழி உண்டு. தம்பி! உன் கையில்தான் சக்தி அதிகமிருக்க வேண்டும்!'' என்று அழுத்திச் சொன்ன ஜனநாதன் மேலும் விடாமல், ''தம்பி! போராட்டத்தில் கோட்டையைக் கைப்பற்ற விரும்புகிறாய் என்று வைத்துக் கொள்வோம். அப்போது எதிரி தானாகவே பணிந்து

வந்து கோட்டையை உன் கைவசம் ஒப்படைத்து விடவேண்டுமென்ற எண்ணத்துடன் நீ சும்மாயிருந்தால் கோட்டை உனக்குக் கிடைக்காமல் போவது மட்டுமல்ல, சுத்த முட்டாள் பட்டமும் கட்டிக்கொள்வாய்!

எதிரிக்கு மனதில் என்னதான் ஆசையிருந்தாலும் எதிரி எளிதில் விட்டுக் கொடுக்க வேண்டுமென்று எதிர்ப்பார்ப்பது எந்த விஷயத்திலும் சரியல்ல!'' என்று குறிப்பாக உணர்த்தினான். ஊர்மிளாவிற்கு உடம்பு வெட வெட வென்று ஆடியது. அந்த இடத்தில் இன்னும் நிற்பதா அங்கிருந்து போய் விடுவதா என்றே அவளுக்குத் தெரியவில்லை!

வீரசேகரன் எதையோ சிந்தித்தபடி இருந்தான்.

அவனை நோக்கி ஜனநாதன் விஷமமாக, ''என்ன தம்பி நான் ஒரு புதுச் சிந்தனை செய்திருக்கிறேன்! அது காதலைப் பற்றிய சிந்தனையானபடியாலே நீ மிகவும் ரசிப்பாய்! கேள்! எனக்குத் தெரிந்த பெண்ணொருத்தி மனப்பூர்வமாக ஒருவனைக் காதலித்தாள். ஆனால் காதலிருவரும் வெவ்வேறான இரண்டு ஜாதிகளையும் மதங்களையும் சேர்ந்தவர்கள். அது மட்டுமல்ல! அந்தப் பெண்ணிற்கு அவள் விரும்பாத ஒரு நாயகன் ஏற்கெனவே இருந்து வருகிறான்!'' என்றான்.

அதைக் கேட்டதும் ஊர்மிளாவிற்கும், வீரசேகரனுக்கும் முகங்கள் வியர்த்துக் கொட்டின.

''தம்பி! இந்த இடத்தில்தான் உங்கள் கம்ப ராமாயணத்தில் வரும் அகலிகைப் படலத்தைப் பற்றி எனக்கு ஒருபுதுச் சிந்தனை உதயமாயிற்று. புராண காலத்து அகல்யா தன்னையறியாமலே தேவேந்திரனால் கற்பழிக்கப்பட்டு, தன் கணவனால் கல்லாக மாறும்படி சபிக்கப்பட்டாள். அவளுக்கு ஸ்ரீராமபிரான் புனர்ஜன்மம் கொடுத்து, அவளுடைய நாயகனைப் பார்த்து, ''இவள் நெஞ்சினால் பிழையில! இவளை மீண்டும் ஏற்றுக்கொள்!'' என்று அருளினார். அதன் பின்னர் மீண்டும் இருவரும் புதுமணத்தேறல் மாந்தி மகிழ்ந்து வாழ்ந்தனர். தம்பி! நான் சொல்கிற இந்தக் காலத்து அகல்யாவோ, தான் விரும்பாமலே, தன்னையறியாமலே ஒரு முரடனைக் கணவனாக வரிக்கும் படிக் கட்டாயப்படுத்தப்பட்டு, அவன் வசமே கட்டுப்பட்டுக் கிடந்தாள், ஆனால் அப்போதும் அவனிடம் தன் கற்பைப் பறிகொடுக்காமல் மனதைக் கல்லாக்கிக் கொண்டு கன்னிவிரதம் காத்து வந்து தான் விரும்பிய ஓர் உத்தம வாலிபனையே மணவாளனாக அடைய ஆசைப்பட்டாள். ''இவளையும் நெஞ்சினால் பிழையிலள்'' என்று கருதிக் காதலன் ஏற்றுக் கொள்ள வேண்டியதுதானே நியாயம்?''

"ஆனால் ஜனநாதா! இருவர் மனப்பூர்வமாய்க் காதலிக்கிறார்கள்; ஆனால் அவ்விருவரும் பகிரங்கமாக ஒன்றுகூட முடியாதபடி பல தடைகள் இருக்கிறதென்று வைத்துக்கொள், அப்போது என்ன செய்வது?" என்று கேட்டான் வீரசேகரன்.

"தம்பி! ஜீவாத்மா பரமாத்மாவோடு ஒன்று கலக்க ஆசைப்படும்போது, உடலின் தளைகள்கூட அதற்குத் தடையாக இருக்கக்கூடாது என்ற ஒரு தத்துவ உபதேசம் உண்டு. அது துறவிகளின் ஞான மார்க்கத்திற்கு மட்டுமல்ல சாதாரண மனிதர்களின் கர்ம மார்க்கத்திற்கும் உபயோகப்படக்கூடியது தான்!" என்றான் ஜனநாதன்.

"ஜனநாதா! ஒருவருக்கு உற்றார் உறவினர் முதலான பந்த பாசங்கள் பெரிதா, காதல் பெரிதா? நீயே சொல்! காதல்தான் கடவுள் என்ற ஒரு தத்துவம் உண்டல்லவா?" என்று கேட்டான் வீரசேகரன்.

"தம்பி! நான் சுத்த சைவன். எங்கள் நாயன்மார்கள் இறைவனை வழிபடும் பக்தி முறைகளில் நாயகி நாயக பாவம் தான் உன்னதமானதாகவும் உயிருள்ளதாகவும் விளங்குகிறது. உங்கள் வைணவ மதத்தில்கூட ஆண்டாள் நாச்சியார் நாரணன்மீது காதல் கொண்டு பாடிய திருப்பாவைதான் உன்னதமாகப் போற்றப்படுகிறது. எங்கள் தேவாரத்தில் இருந்தும் மேற்கோள் காட்டுகிறேன், பார்!" என்று ஜனநாதன், மகரவீணையை எடுத்து மீட்டிப் பின்வரும் பாடலைப் பாடலானான்!

"பஞ்சின் மெல் அடிப்
பாவை ஓர் பங்கனைத்
தஞ்சம் என்று இறுமாந்து
இவள் ஆரையும்
அஞ்சுவாள் அல்லள்
ஆவடு தண் துறை
மஞ்சனோடு இவள்
ஆடிய மையலே."

"அப்படியானால் உற்றார் உறவினர் போன்ற பந்த பாசங்களைவிடக் காதல் பெரிதென்று ஒப்புக் கொள்கிறாயல்லவா?" என்று கேட்டான் வீரசேகரன்.

அதற்குப் பிரதி உத்திரமாக ஜனநாதன் பின்வரும் தேவாரப் பாடலைத்தான் பாடலானான்:

"தந்தை யார்? தாய் யார்?
உடன் பிறந்தார்,

தாரம் ஆர்? புத்திரர் ஆர்?
தாம் தாம் ஆரே?
வந்தவாறு எங்கனே?
போமாறு ஏதோ?
மாயம் ஆம்! இதற்கு ஏதும்
மகிழ வேண்டாம்!"

''தம்பி! இந்தத் துறவு தத்துவம்கூட வெள்ளத்தில் மூழ்கித் தத்தளிக்கும் காதலர்களுக்குப் பெரிய மரக்கலமாகத் தென்படும்!''

''ஜனநாதா! இறைவன் காதலின் அம்சமாக இருக்கிறான் என்றால் மனப்பூர்வமாகக் காதலிக்கும் இருவர் இறைவன் சந்நிதியில்தான் ஒன்றுகூட வேண்டுமென்று ஆசைப்படுவது நியாயந்தானே?''

''தம்பி! நம்முடைய இறைவன் திருக்கோயில்களிலே அத்தகைய அபூர்வமான காதல் நடைமுறையில் அனுமதிக்கப் படுவதில்லை?''

''நீ குறிப்பிடும் காதலர்கள் மதாச்சாரியர்களை அடுத்துத் தங்களுக்குப் புனர் விவாகம் செய்து வைக்க வேண்டுமெனக் கேட்டார்களா?''

''கேட்டிருப்பார்கள்! ஆனால் மதாச்சாரியார்கள் அனுமதித்திருக்க மாட்டார்கள்! பதிவிரதா தர்மம் காக்கவேண்டிய ஒரு பத்தினிப் பெண் தன் பிராணபதியை விரும்பினாலும் விரும்பாவிட்டாலும், எதை முன்னிட்டும் விவாகப் பிரிவினை செய்து கொள்ளவோ வேறொருவனைப் புனர் விவாகம் செய்து கொள்ளவோ, கனவிலும் கருதக் கூடாது என்று உபதேசித் திருப்பார்கள்! அப்படியானால் அந்த அப்பாவிப் பெண் தன் காதல் நிறைவேற முடியாத துயரத்தினால் தற்கொலை செய்து கொண்டு உயிரை மாய்த்துக் கொள்வதா என்று கேட்கலாம்! அதற்கு நம் மதாச்சாரியார்கள் என்ன பதில் சொல்வார்கள் தெரியுமா? அந்தப் பெண் தன் பிராணபதியுடன் தன் உடலை உடன்கட்டை ஏற்றுவதற் காவது உயிரை வைத்துக் கொண்டிருக்க வேண்டு மென்று உபதேசிப்பார்கள்! தம்பி! உனக்கு உங்கள் துளசிபுராணம் தெரியுமல்லவா? துளசி பிருந்தா என்பவள் ஓர் அசுரன் மனைவி! அவள் திருமாலின் மீது அளவிலா அன்பு கொண்டாள்! அந்த அசுரன் மனைவி மீதே திருமாலும் அன்பு கொண்டு அவளுக்குத் தன் திருமார்பிலே இடமளிக்க வேண்டுமென்று விரும்பினார். ஆனால் அதற்கு ஒரு பெருந்தடையாகப் பிருந்தையின் புருஷனான அசுரன் குறுக்கே நின்றான். உடனே திருமால் சங்கு சக்கரத்துடன் புறப்பட்டு அசுரனை வதம் செய்து, தன் பிரியைக்குத் தரிசனம்

தந்தார். ஆனால் அந்த மங்கை அந்த ஜன்மத்திலே, அவளுடைய உருவத்திலே தன் இதயத்திற்கு இதமானவரை அடைய முடியவில்லை. அந்தப் பெண்ணைத் துளசி இலையாக மாற்றித்தான் திருமாலும் தன் திருமார்பிலே தரித்துக்கொள்ள முடிந்தது. தம்பி, ஆண்டவனுக்கே இவ்வளவு கட்டுப்பாடு விதித்திருக்கும் நம்முடைய வைதீக புராணகர்த்தர்கள் சாமானியமான காதலர்களை இலேசில் விட்டு விடுவார்களா என்ன?''

''ஜனநாதா; அந்த ஸ்தானத்தில் நீ இருந்தால் என்ன செய்வாய்? அடுத்த ஜன்மத்திலாவது காதல் கைகூடும் என்று உயிர் வாதனைப்பட்டுக் கொண்டிருப்பாயா?''

''தம்பி, எதையும் அடுத்த நாழிகைக்குக் கூடத் தள்ளிப்போடும் வழக்கம் எனக்கில்லை. அதிலும் ஒருவன் காதல் விஷயத்தை அடுத்த ஜன்மத்திற்குத் தள்ளிப் போடுவது சுத்த அசட்டுத்தனமாகும்! காதலினால்தான் ஆத்மா பரிபக்குவ மடைகிறது என்கிற தத்துவம் உண்மையானால் அந்த ஆத்மீக வளர்ச்சியை அவன் அடுத்த ஜன்மம் வரை இழந்து விட்டவனாகிறான்!''

''இந்த ஜன்மத்திலே பெண்களின் புனர் விவாகத்திற்குச் சாஸ்திர சம்மதம் எதுவும் இராதா?'' என்று கேட்டான் வீரசேகரன் ஆத்திரத்துடன்.

''தம்பி! ஏற்கனவே ஒரு புருஷனுக்குக் கட்டுப்பட்டுக் கிடக்கும் மனைவி சில காரணங்களை முன்னிட்டுப் பழைய பந்தங்களை அறுத்துக் கொண்டு விவாகப் பிரிவினை செய்து கொண்டு வேறொருவனைப் புனர் விவாகம் செய்து கொள்ளலாம் என்கிற சாஸ்திர விதி, நாரத ஸ்மிருதியில் சொல்லப்பட்டிருக்கிறது என்றாலும் அதை நடைமுறையில் தற்காலத்திய நம்முடைய மதாச்சாரியர்கள் அனுமதிப்பதில்லை. ஒருவேளை நாயகன் மாண்டு போனால் கைம்மை நோன்பு காக்க முடியாத கன்னி விதவைகள் சிலர், அபூர்வமாக விதவாவிவாகம் புரிந்து கொள்வதை தவிர்க்க முடியாத சந்தர்ப்பங்களில் நம் மதாச் சாரியர்கள் சிலர் முணுமுணுத்துக் கொண்டே அனுமதிக்கக் கூடும். ஆனால் நாயகன் உயிரோடு இருக்கும்போது வேறொருவனை வரிப்பதை நம் குருமார்கள் ஒருபோதும் அனுமதிக்க மாட்டார்கள். மனைவி ஒருத்தி தன் புருஷன் செத்துப்போக வேண்டுமென்று ஓயாமல் ஏங்கிப் பிரார்த்திப்பதை விடத் தன் புருஷனிடமிருந்து விவாகப் பிரிவினை செய்துகொண்டு வேறொருவனைக் கலப்பு மணம்

புரிந்து கொள்வது எவ்வளவோ மேலான காரியமாகும்! என்று ஜனநாதன் தன் கடைக் கண்ணால் ஊர்மிளாவைக் கூர்ந்து கவனித்துவிட்டு வீரசேகரனை நோக்கித் தொடர்ந்து, ''தம்பி, வடக்கேயிருந்து வந்து நம் பண்பாட்டில் இடைச் செருகல்களாகப் புகுந்துள்ள பெண்ணடிமையையும் தீண்டாமையையும் ஜாதியாச் சாரங்களையும் பெரிதாக வற்புறுத்தும் நம் மதங்களின் வைதீகச் சம்பிரதாயங்கள் பெண்ணிற்குச் சுதந்திரம் கொடுக்காமல் வஞ்சித்து வருகின்றன!'' என்றான்.

அதைக் கேட்டதும் ஊர்மிளாவின் முகம் விகாரமடைந்தது. சட்டியில் பால் பொங்குவதையும் அவள் கவனிக்கவில்லை.

''நம்முடைய மதச் சம்பிரதாயங்கள் பெண்களின் விவாகப் பிரிவினைக்கும் புனர் விவாகத்திற்கும் இடமளிக்காமல் இருப்பது பெரும் சாபக்கேடாகும்!'' என்றான் வீரசேகரன் ஆத்திரத்துடன்.

''தம்பி! நம் மதாச்சாரங்களில் புகுந்துள்ள இதுபோன்ற இன்னும் எத்தனையோ கேடுகளையெல்லாம் நாம் சாமானியமாக அழித்துவிட முடியாது.''

''இந்தச் சாபக்கேட்டைச் சீர்திருத்த நம் நாட்டில் மகான்கள் தோன்றி நாடெங்கும் பிரசாரம் செய்யவேண்டும்!''

''தம்பி! வெறும் பிரசாரத்தினால் பெருவாரியான பலன் ஏற்பட்டு விடாது; உதாரணமாக எங்கள் நந்தனார் சரித்திரமும், உன் இராமாநுஜாச்சாரியாரின் வரலாறும் தீண்டாமை கொடிது, நம் மதத்தவரைப் பலவீனப்படுத்திச் சீர்குலைத்து வரும் ஒரு விஷச் செடி என்றெல்லாம் பிரசாரம் செய்தன. ஆனால் தீண்டாமை இன்னும் நம் அனுஷ்டானத்தில் இருந்துதான் வருகிறது! தம்பி! அமைதியான நிலையில் நம்மைநாமே சீர்படுத்திக் கொள்ள மாட்டோம்! நம்மைவேறு யாராவது அடித்து உதைத்துத்தான் சீர்திருத்த வேண்டும்.தம்பி, இந்த நாட்டில் அந்நிய மதத்தினரின் படையெடுப்பும் அந்நிய கலாச்சாரங்களின் மோதல்களும் எதிரொலி களும் ஏற்பட்டு நம்மை ஸ்தம்பித்துப் போகும்படிச் செய்யும் நெருக்கடி ஏற்படும்போதுதான் நம் சம்பிரதாயங்களில் ஊறி வந்துள்ள கேடுகளெல்லாம் திகைப்புண்டு அழிந்து நம் கலாச்சாரம் புனர்ஜன்மம் அடையும். அதுவரை நீயும் நானும் ஆத்திரப்பட்டு ஒரு பயனுமில்லை! கேடான சம்பிரதாயங்கள் சிறிதும் பழுதுறாமலே இருந்துவரும். தம்பி! வடநாட்டிலே சிந்து நதிக் கரையிலே அந்நிய மதக் கலாச்சாரத்தினரின் படையெடுப்பு நடந்து நம்முடைய வைதீகச் சாம்ராஜ்யங்களையும் நம் மதாச்சாரங்களையும் அழித்து வருகிறது என்பது போன்ற பல பயங்கரச் செய்திகளை அடிக்கடி நீ கேள்விப்பட்டிருப்பாய்! ஆனால் அத்தகைய அந்நிய கலாச்சாரப்

படையெடுப்பு பாரத தேசம் முழுவதற்கும் புத்துயிரளிக்கும் என்றுதான் நான் கருதுகிறேன்! இதைப்பற்றிப் பிரிதொருசமயம் உன்னுடன் விளக்கமாக விவாதிக்கிறேன்!'' என்றான் ஜனநாதன்.

''ஜனநாதா! நீ குறிப்பிட்ட காதலர்களின் கதி கடைசியில் என்ன ஆயிற்று!

''என் ஆலோசனையின் பேரில் அவ்விருவரும் மறுமணம் புரிந்து கொண்டு அனைவரும் அங்கீகரிக்கும்படி அறநெறியோடு வாழப் போகிறார்கள்!''

''என்ன?'' என்று உற்சாகமாகக் கூவிய வீரசேகரன், ''ஜனநாதா! நம்முடைய மதங்களில் எது பெண்களின் விவாகப் பிரிவினையையும் புனர்விவாகத்தையும் அங்கீகரிக்கிறது?'' என்று கேட்டான்.

''தம்பி! இப்போதைக்கு நம்முடைய எந்த மதச் சம்பிரதாயமும் அதை அனுமதிப்பதாய்த் தெரியவில்லை. ஆனால் இஸ்லாமிய மார்க்கம் என்று ஒன்று இருக்கிறது!''

''நம்மிடம் குதிரை விற்க வருகிறார்களே அராபிய வர்த்தகர்கள், அவர்கள் பின்பற்றுகிற மதமா?''

''ஆமாம்! இஸ்லாம் மார்க்கம் பரந்த நோக்கமுடையதாம். சமத்துவத்தையும் சகோதரத்துவத்தையும் அடிப்படையாகக் கொண்டதாம். அந்த மதத்தில் பெண்களுக்குச் சொத்துரிமையும் சுதந்திரமும் உண்டாம்: சில காரணங்களை முன்னிட்டுப் பெண்கள் விவாகப் பிரிவினை செய்து கொண்டு புனர் விவாகம் செய்து கொள்ளவும் உரிமை உண்டாம்! விரும்பியவரெல்லாம் தங்கள் மதத்தில் சேர்ந்து கொள்ளலாம் என்று அரபு வர்த்தகர்கள் பிரசாரமும் செய்து வருகிறார்கள்! நம் சம்பிரதாயங்களின் கொடுமைக்கு ஆளான சிலர், அந்த மார்க்கத்தினரோடு கலந்து மதம் மாறி அவர்களுடைய பரம்பரையும் ஏற்பட்டு, இந்த மதுரை ஸ்தலத்தில் நாணயமுள்ள பிரஜைகளாகவும் இருந்து வருகிறார்கள். வர்த்தகத் துறையில் மட்டுமின்றி அவர்களில் சிலர் நம் அரசாங்க உத்தியோகங்களிலுங்கூடச் செல்வாக்காக இருந்து வருகிறார்கள்!'' என்றான் ஜனநாதன்.

அதைக் கருத்துடன் கவனித்த வீரசேகரனும் ஊர்மிளாவும் சிந்தனையில் மூழ்கினார்கள்.

''தம்பி! மதம் மாறுவது பெரிய விஷயமல்ல! உலகைப் படைத்த கடவுள் ஒருவர்தான் என்றால், அவரை எந்தப் பெயரால் எந்தத் திருநாமத்தைச் சொல்லி வழிபட்டால்தான் என்ன? எந்த மதத்திலிருந்து எந்த மதத்திற்கு மாறினால்தான் என்ன?'' என்றான் ஜனநாதன்.

ஊர்மிளாவும் வீரசேகரனும் ஒன்றும் சொல்லவில்லை. ஒருவர் முகத்தையொருவர் பார்த்துக் கொண்டனர்!

''தம்பி! அந்த இஸ்லாம் மார்க்கத்தைப்பற்றி இன்னும் விவரமாகத் தெரிந்து கொள்ள வேண்டுமென்றால், உன்னிடம் விசுவாசமான வேலைக்காரனாக வந்துள்ள சங்கிலிக் கருப்பையாவிடமிருந்து, தெரிந்து கொள்ளலாம். ஏனென்றால் அவனுடைய ஒன்று விட்ட பெரியப்பா ஒருவர் சுலபமாக இஸ்லாம் மதத்திற்கு மாறியவர்!''

அதற்குள் பால் காய்ச்சி விட்டபடியால் அதை ஊர்மிளா ஒரு குவளையில் ஆற்றி ஜனநாதனிடம் கொடுத்தாள்.

அதை வாங்கி அவன் பருகிவிட்டு, ''வீரசேகரா! உன் மூளையைக் குழப்ப நான் வரவில்லை! ஒரு முக்கியமான விஷயம் சொல்லிப் போகத்தான் வந்தேன்!'' என்று சிரித்துக்கொண்டே சொன்னான்.

''என்ன விஷயம்? என்னைப் பற்றியா? என்ன நடந்தது?'' என்று பரபரப்புடன் கேட்டான் வீரசேகரன்.

''முத்தரையன் உன்மீது சதிக்குற்றம் சாட்டியிருக்கிறான். நம்முடைய பரம சத்துருவான வீரபாண்டியன். நம் கையில் இருந்து தப்பிச் செல்வதற்கு ஆதாரமான 'புலிவாயில் மீன்' என்கிற நம்முடைய சங்கேத வார்த்தையை அவனுக்கு நீ தான் சொல்லியிருப்பாய் என்று முத்தரையன் தீர்மானமாகக் கூறுகிறான். ஒருவேளை வீரபாண்டியனை அப்படி நீ போகச் செய்தது அவனுடைய கூட்டாளிகளையும் சேர்த்துப் பிடிப்பதற்குரிய ஏதாவது ஒரு சூழ்ச்சித் திட்டமாக இருக்கலாம் என்று நான் இடைச் செருகலொன்று சேர்த்திருக்கிறேன். ஆனாலும் உன்னை விசாரணை சபைக்குக் கொண்டு வந்து நிறுத்த வேண்டுமென நம்முடைய சோழிய அதிகாரிகள் பலரும் ஒரு முகமாய் விரும்புகிறார்கள் உன்னை உயிரோடோ பிணமாகவோ தேடிப்பிடித்துக்கொண்டு வரும்படி உத்தரவு போடப்பட்டாலும், அந்தப் பொறுப்பு ஒற்றுப்படையதிகாரியான எனக்கு விதிக்கப்பட்டாலும் ஆச்சரியப்படுவதற்கு ஒன்றுமில்லை. நான் மாபெரும் படையுடன் புறப்பட்டு இந்த மதுரை மாநகரிலுள்ள ஒவ்வொரு மூலை முடுக்கிலும் உன்னைத் தேடிப் பாக்க வேண்டிய நிலையும் ஏற்படலாம். என்னுடைய பிரும்மாண்டமான ஒற்றுப்படையினருக்கும் அரசாங்கத்திடம் இருந்து கூலி வாங்க ஏதாவது வேலை வேண்டுமல்லவா?'' என்று சிரித்தான் ஜனநாதன்.

அதைக் கேட்டதும் ஊர்மிளாவின் முகம் துயரத்தால் மிகவும் வாடி விட்டது: வீரசேகரனோ அலட்சியமாகச் சிரித்தான்.

ஊர்மிளா கலவரத்துடன், ''நீங்கள் தேடிப் பார்ப்பதின் முடிவு என்ன ஆகும்?'' என்று ஜனநாதனைக் கேட்டாள்.

''அதை முடிவு செய்ய வேண்டிய பொறுப்பு, நம் வீரசேகரனின் கையில்தான் இருக்கிறது! அவனுக்குப் பழைய அரசியல் செல்வாக்கு வேண்டுமென்று விரும்பினால் அதை இப்போது கூட நான் தேடித்தர முடியும்! ஒரு வாரம் வரை இவனை ஊரெங்கும் தேடி அலைந்து விட்டு இந்த வீட்டிலே ஒருவாரம் வரை உபவாசம் இருக்கச் செய்து, இவனுடைய திருமேனியை இளைக்கச் செய்துவிட்டு ஏதோ ஒரு வீட்டில் வீரபாண்டியனின் கட்சியைச் சேர்ந்த இனம் தெரியாத எதிரிகள் சிலரால் இவன் சித்திரவதை செய்யப்பட்டுக் கிடந்ததை நான் கண்டுபிடித்ததாகப் பிரமாதப்படுத்தி இவனைக் கொண்டு போய் அரசாங்கத்தினரிடம் செல்லப் பிள்ளையாக ஒப்படைப்பேன்! என்னுடைய நாவன்மையால் இவன் மீதுள்ள பழியையெல்லாம் மாற்றி விடுவேன். இவன் மீது குரோதப்படுகிறவர்கள் மீதெல்லாம் அந்தப் பழியைப் போட்டு இவனைச் சிறந்த ராஜ விசுவாசியென உயர்த்தி விடுவேன். அதற்கு நானும் பரிசுகள் வாங்கிக் கொள்வேன்!'' என்றான் ஜனநாதன்.

''ஆனால் அதையெல்லாம் உன்னைப்போல் நானும் விரும்பாவிட்டால்... அரசியல் செல்வாக்கைவிட எனக்குக் காதல்தான் பெரிதென்று நினைத்தால்..?''

''உன்னைத் துரோகி என்று கூறி, நீ எங்கோ தலைமறைந்து விட்டதாகவோ, செத்து விட்டதாகவோ பிரகடனப்படுத்தி, அதற்கும் பரிசுகள் வாங்கி விடுவேன்!'' இரண்டில் எது வேண்டும் என்பதை யோசித்துப் பார்க்க உனக்கு அவகாசமும் தருகிறேன்.

''ஜனநாதா! எனக்கு இப்போது எது பெரிதென்பது உனக்கே தெரியும்!'' என்றான் வீரசேகரன்.

''தம்பி மற்றொரு செய்தி! அசோகவனக் கோட்டையில் இருந்த பாண்டிமா தேவியை தண்டனைக் கோட்டத்திற்கு மாற்றியிருக்கிறார்கள் நம் அதிகாரிகள்!''

''ஆ! தண்டனைக் கோட்டத்திற்கா?'' என்றாள் ஊர்மிளா.

''ஆமாம்! அந்தச் சிறைக்கோட்டத்திலிருந்து இனிப் பாண்டிமாதேவி உயிரோடு தப்பமுடியாது என்று எங்கள் அதிகாரிகள் கருதுகிறார்கள். ஆனால் தேவியைச் சிறை மீட்காமல் அவளுடைய பிராணநாதன் இந்த மதுரை மாநகரை விட்டுப் பிராணனோடு போகமாட்டான் என்றே நான் கருதுகிறேன்! இந்த மதுரை மாநகர்க் கோட்டைக்குள்தான் எங்கோ தலைமறைவாக இருந்து தேவியைச் சிறைமீட்க வீரபாண்டியன் ஏதேதோ முயற்சிகள் செய்வதாக நான் அடிக்கடி கேள்விப்படுகிறேன்.

அவனை எப்படியாவது பிடித்துவிட அதிகாரிகள் பலமான வலைகளும் விரித்திருக்கிறார்கள்!'' என்றான் ஜனநாதன் அலட்சியமாக.

அதைக் கேட்டதும் ஊர்மிளாவின் முகம் சவம் போல் வெளுத்தது.

''மற்றொரு விஷயம், தம்பி! காத்தவராயன் என்கிற போவழி இன்னும் பிடிபடவில்லை. அவன் பிடிபட்டு விட்டால் வெகு சுலபமாக அவனுக்கு மரண தண்டனை விதித்துவிடலாம்! ஆனால் அவனோ எமகாதகனாக இருக்கிறான்! ஏதேதோ மாறுவேஷங்களிலெல்லாம் மதுரை மாநகர் வீதிகளில் அலைகிறானாம்!''

அதைக் கேட்டதும் ஊர்மிளாவின் உடம்பு வெடவெடவென்று ஆடியது! வீரசேகரனுக்குக் கொடுப்பதற்காக கையில் வைத்திருந்த புதுக் குவளை 'டங்' கென்று கீழே விழுந்து அதிலுள்ள பாலெல்லாம் கொட்டிச் சிதறிப்போயிற்று.

ஜனநாதனோ அதைக் கவனிக்காதவன் போலச் சிரித்துக் கொண்டே, ''தம்பி, இப்போது நான் அவசரமாக வெளியே போக வேண்டும்! நீங்களிருவரும் வீட்டுக்குள்ளே பத்திரமாக இருங்கள். வெளியே தலைகாட்டாதீர்கள்! நீங்களாகவே ஆபத்தைத் தேடிக் கொண்டால்தான் உண்டு!'' என்று எச்சரித்துவிட்டு மௌனமாகவே விடைபெற்றுச் சென்றான்.

அத்தியாயம் 88

மீட்சி இல்லையேல்?

"வீரன்
வில்லையே வாழ்த்தி, மீட்கின்
மீள்வது; மீட்சி என்பது!
இல்லையேல் இறந்து தீர்தும்!"

— கம்ப ராமாயணம்

மரண தண்டனை விதிக்கப்பட்ட இராஜத்துரோகிகளும் வீரபாண்டியனின் கட்சியைச் சேர்ந்தவர்களெனக் குற்றம் சாட்டப்பட்ட அரசியல் குற்றவாளிகளும், தண்டனைக் கோட்டத்தில் அடைத்து வைக்கப்பட்டிருந்தனர். சிறைப்பட்டவர்களும், சந்தேகத்திற்கு

ஆளான பேர்வழிகளும் அங்கு கொண்டு வரப்பட்டுத் தங்களுடைய கட்சியைச் சேர்ந்த மற்றவர்களையும் காட்டி கொடுக்க வேண்டுமென ஓயாமல் சித்திரவதை செய்யப்பட்டு வந்தனர்.

வீரபாண்டியனுக்குரிய அரியாசனத்தைப் பறித்து விக்கிரம பாண்டியனுக்குத் தானம் வழங்கிய சோழ ராஜதந்திரிகள், அந்தப் பொம்மை அரசன் பெயராலேயே இக்காரியாதிகளை நடத்தி வந்தமையால், சித்திரவதை செய்வது, தண்டிப்பது போன்ற கொடுஞ் செயல்களைப் பாண்டிய அதிகாரிகளின் கையிலே ஒப்படைத்து, அவர்களைச் சூத்திரப் பாவைகளாக ஆட்டி வந்தனர்; பாண்டிய நாட்டில் பொம்மை அரசாங்கத்தை நிலைநிறுத்து வதற்காகவும், பாதுகாப்பதற்காகவும் நிறுத்தி வைக்கப்பட்டிருக்கும் சோழியரின் நிலப்படை என்றாவது ஒருநாள் சுதேசத்திற்குத் திரும்பிப் போகும்போது, அடைப்பட்டுள்ள அத்தனை அரசியல் குற்றவாளிகளையும் ஒருமிக்கக் கொண்டு வந்து, பகிரங்கமாக யானைக் காலால் தலைகளை இடரச் செய்து அந்தப் பயங்கரக் காட்சி பாண்டிய மக்களின் நெஞ்சங்களிலே நிலைபெற்று பீதியூட்டிக் கொண்டிருக்க வேண்டுமென்றும் அவ்வாறு தங்களுடைய யானைப் படையின் பலத்தைப் பாண்டிய நாட்டினருக்கு உணர்த்தி விட்டுத்தான் திரும்பிப் போகவேண்டு மென்றும் சோழ ராஜ தந்திரிகள் உத்தேசித்திருந்தார்கள். அதனால் தண்டனைக் கோட்டத்திற்குள் அடைப்பட்டுள்ள ஒவ்வொரு அரசியல் வாதியும் தன்னுடைய பயங்கரமான மரண தண்டனையை நினைத்தே அணு அணுவாக உருக்குலைந்து கொண்டிருந்தான்.

குறுகலான அந்த தண்டனைக் கோட்டத்திற்குள், சர்வாதிகாரம் பொருந்திய விசாரணை மண்டபங்களும், விசித்திரமான சித்திரவதை கூடங்களும், வெட்டுப் பாறை, தூக்குமேடை கசையடிக் கொட்டடி போன்ற பலவிதத் தண்டனைப் பகுதிகளும், கண் கொத்திப் பாம்புகள் போன்ற காவலர் விடுதிகளும், கழுகுகள் போன்ற அதிகாரிகளின் அறைகளும், தண்டிக்கப்பட்டவர்கள் திணித்து வைக்கப் பட்டுள்ள கிடங்குகளும், விசாரணைக்குரிய குற்றவாளிகள் புழுக்கள் போல் நெளியும் சிறைக் கூடங்களும் நிறைந் திருந்தன. அங்குள்ள கருங்கல் கட்டிடங்களெல்லாம் பழங்காலத்தவையாகவும், எலி வலைகளை போலவும் பாம்புப் புற்றுகள்போலவும் பொந்துகள் போலவும் காணப்பட்டன அவற்றில் அபூர்வமாக உள்ள சின்னஞ்சிறு ஜன்னல்கள் இரும்புக் கம்பிகளிடப்பட்டு உச்சி வெய்யிலிலும் இருளடைந்து கிடந்தன. பழிபாவத்திற்கு உறைவிடமாய், சர்வாதிகாரத்தின் கோரத்திற்கு ஓர் உறைகல்லாய் விளங்கும் அந்தத் தண்டனைக் கோட்டம் பார்வைக்கு மரண தேவனின் பழங்காலச் சத்திரத்தைப் போலவே பாழான தோற்றத்தையும்

பயங்கர உணர்ச்சியையும் ஊட்டிக் கொண்டிருந்தது. பகற் பொழுதில் விசாரிக்கப்படுவோரின் கூப்பாடுகளும் சித்திரவதை செய்யப்படுவோரின் வேதனை ஒலிகளும் அகோரமாய்ப் பொங்கி எழும். இரவு நேரம் முழுவதும் அவர்களின் முனகல்களும் மரண ஓலங்களும் எழும்பிக் கொண்டே இருக்கும். பௌராணிகர்கள் வர்ணிக்கும் நரக வேதனைகளைவிடக் கொடுமை நிறைந்த ஒரு பூலோக நரகத்தைத்தான் அந்தத் தண்டனைக் கோட்டத்திற்குள் அரசியல் வெறியர்கள் சிருஷ்டித்திருந்தார்கள்.

அந்த நரகத்திற்குத்தான் மலரினும் மிருதுவான தேவி மாற்றப்பட வேண்டுமெனச் சோழிய ராஜதந்திரிகள் ஒரு சூழ்ச்சித்திட்டம் வகுத்திருந்தார்கள். அதன் பிரகாரம், முந்திய இரவு கடைசிச் சாமத்தில் தேவி அசோகவனக் கோட்டையிலிருந்து சோழியவீரர்கள் புடைசூழ, ஒரு மூடு வண்டியில் பத்திரமாகக் கொண்டு வரப்பட்டாள். அவள் வருகையை எதிர்நோக்கித் தண்டனைக் கோட்டத்தில் முத்தரையன் தன் காவலாட்களுடன் கையில் தீவர்த்தி ஏந்திய வண்ணம் காத்திருந்தான். அசோகவனக் கோட்டையின் ஒருபுறந்தான் தண்டனைக் கோட்டம் இருந்தது என்றாலும், மூடுவண்டி வரும்வழி நெடுக, ஈட்டியேந்திய காவலர்களும், வில்லேந்திய வீரர்களும் வரிசையாக நிறுத்தி வைக்கப்பட்டிருந்தனர்.

இரட்டைக் குதிரைகள் பூட்டிய மூடு வண்டி வேகமாக வந்து கீச் என்ற சப்தத்துடன் நின்றதும், அதிலிருந்து தேவி உயிரற்ற பதுமைபோல் கீழே இறங்கி விதியின் காவலர்கள் போன்ற சோழிய வீரர்களின் மத்தியில் நின்றாள்.

அவளுடைய விழியோரங்களில் ததும்பிநின்ற கண்ணீரும் அவளுடைய முகத்திலிருந்த கண்ணியமும் கம்பீரமும்தான் தீவர்த்தி வெளிச்சத்தில் அதிகமாக மின்னின!

அப்போதும் தேவியிடம் இராஜ வம்சத்தினருக்குரிய அணிபணிகள் எதுவும் காணப்படவில்லை! அரண்மனைப் பணிப்பெண்களில் ஒருத்திபோலவே தோற்றமளித்தாள், சோழநாட்டிற்கு சோழமகாராணி வேளத்திற்குப் பணிப் பெண்ணாக அனுப்பப்படுவதற்குமுன் அதற்குப் பழக்கப்படுவதற்கு, இங்கே தண்டனைக் கோட்டத்திற்குத் தேவி கொண்டுவரப்பட்டாளோ என்று தோன்றியது.

வேளம் என்பது அரண்மனையில் அரசரிடமும், அரசியரிடமும் இருந்த பணிப்பெண்கள் படையாகும். போரின் விளைவாகச் சிறை பிடிக்கப்பட்ட மகளிர் தேவாலயங்களுக்குத் தேவதாசிகளாகச் சிலாசாஸனம் செய்விக்கப்படுவதும், வெற்றி

பெற்ற மன்னரின் அந்தப்புரத்திற்கோ, அரசியரின் வேளத்திற்கோ தாதிகளாக அனுப்பப்படுவதும் அப்போது வழக்கமாக இருந்து வந்தது.

சோழ மகாராணியான புவனமுழுதுடையாள், பாண்டிமா தேவியைத் தன் பரிவாரப் பெண்ணாக்கித் தன் வேளமேற்றுவதாக சபதம் செய்தாள் என ஒரு வதந்தியும் உலாவி வந்தது, தேவியை இவ்வளவு அவசரமாகத் தண்டனைக் கோட்டத்திற்கு மாற்றுவதின் காரணம் தேவியின்மீது ஏதாவது ஒரு குற்றத்தைச் சுமத்தி அவளுக்கு மரண தண்டனை விதிக்கப்போகிறார்கள் என்கிற வதந்தியும் காவலர்களிடையே ரகசியமாக வட்டமிட்டுக் கொண்டிருந்தது. தேவி மரண தண்டனையால் மாண்டு போனாள் என்று வெளியுலகத்திற்குக் காட்டிவிட்டுச் சோழச் சக்கரவர்த்திகள் ரகசியமாக தன் தனி அந்தப்புரத்திற்குத் தேவியைச் சுவீகரித்துக் கொள்ளப் போகிறார் என்ற வதந்தியும் கூட ஒரு சிலரிடம் உருப்பெற்றுக் கொண்டி ருந்தது. இம்மூன்று விதமான வதந்திகளையும் மூன்று முனைகளிலிருந்து உற்பத்தி செய்து புழக்கத்திற்கு விட்டவன் ஜனநாதன்தான் என்பதை யாரும் நிரூபிக்க முடியாது!

தேவியோ தன் எதிர்காலத்தைப் பற்றி எதுவும் சிந்திக்கச் சக்தியற்றவளாய் விளங்கினாள்.

அவளை அசோகவனக் கோட்டையிலிருந்து கொண்டுவந்த சோழியப் பாதுகாவலரின் தலைவன், தன் குரலைக் கனைத்துக் கொண்டு அதிகாரத் தொனியில் ''முத்தரையா! தேவியை இங்கு சிறைவைப்பதற்குத் தேவையான சகல ஏற்பாடுகளும் எங்கள் காவற்படை அதிகாரி உத்திரவுப்படி செய்யப்பட்டிருக்கிறதா?'' என்று கேட்டான்.

''செய்யப்பட்டிருக்கிறது!'' என்று முத்தரையன் பதிலளித்துவிட்டு அவர்களை ஆவணக்களரி போன்ற ஓர் அறைக்கு அழைத்துச் சென்றான்.

அந்த அறையில் எண்ணற்ற ஓலைச் சுருள்களும் பத்திரங்களும் அடக்கம் செய்யப்பட்டு அழுக்கு நாற்றமும் அழுகல் தோற்றமும் அளித்துக்கொண்டிருந்தன. அறைக்குள் சுற்றிலும் தண்டனைக் கோட்டம் சம்மந்தபட்ட எத்தனையோ காலத்திய குற்றவாளிகளின் பெயர்ப் பட்டியல்களும் வம்சாவளி விவரங்களும், வரவு செலவு கணக்குச் சுவடிகளும், காப்பிடப்பட்ட பத்திரங்களும், விடுசீட்டுகளும், ஓலை நறுக்குகளின் கட்டுகளும் திணிக்கப் பட்டிருந்தன. அத்தகைய நூல் கட்டுகளில் அதிகமாக நூலாம் படைகளும் சிலந்தி வலைகளுமே வளர்ந்து கொண்டிருந்தன.

அந்த ஆவணக்களரியில் மாளிகைநாயகம் போல் ஓலைச் சுவடிகளின் மத்தியில் வீற்றிருந்த கணக்கர் அரியநாயகம் வழக்கம்போல் தம் கையில் எழுத்தாணியைப் பிடித்த வண்ணம் தூங்கி வழிந்து கொண்டிருந்தார். அவர் அருகே அவருடைய தர்ம பத்தினியாள் சின்னக் கருப்பாயி, வழக்கம்போல் தூக்கத்தில் முணுமுணுத்துக் கொண்டிருந்தாள்.

சின்னக்கறுப்பாயி பெயரைப் பொருத்தவரையில் நிறத்தில்தான் கருப்பே தவிர, உருவத்தில் பூதகிக்குச் சமமானவள்! தன் புருஷனைப் பற்றி ஏதாவது முணுமுணுக்காவிட்டால் அன்றையப் பொழுது அவளுக்குத் திருப்தியாகக் கழியாது! கணக்கர் அரிய நாயகத்திற்கோ மனைவியின் முணு முணுப்புகள் காதில் விழாவிட்டால் இந்த உலகத்தில் உயிரோடிருக்கும் ஸ்மரணையே ஏற்படாது! வயதுக்கு அதிகமாகக் கிழடு தட்டிப்போன அவருடைய வாழ்நாளின் பெரும்பகுதி ஓலைச் சுருளின் உலகத்திலேயே அடக்கமாயிருந்தது. கழுத்தை வெட்டிப்போட்டாலும் அவர் கடமை தவறமாட்டார். மேலதிகாரிகள் உத்தரவில்லாமல் அவர் எதுவும் செய்யமாட்டார் என்று பெயரெடுத்திருந்தார்.

சோழிய வீரர்கள் 'டங்டங்' என்ற ஆயுத ஒலிகளுடன் தேவியை அழைத்துக்கொண்டு வந்ததும், அந்த சப்தத்தில் கணக்கரும் அவரது மனைவியாளும் விழித்துக் கொண்டார்கள்.

"ஐயா, அரியநாயகம்! இந்தக் குற்றவாளியின் பெயரைச் சீக்கிரம் சுவடியில் பதிந்து கொள்ளும்! சோழர் பாதுகாப்புப் படையில் ஏழாவது பிரிவினர் இங்கே தேவியை ஒப்படைத்துவிட்டுச் சீக்கிரம் அசோகவனக் கோட்டைக்குத் திரும்ப வேண்டுமாம்!" என்றான் முத்தரையன்.

கணக்கர் சாவகாசமாக ஓர் ஓலை நறுக்கைத் துருவி எடுத்து, எழுத்தாணியின் முனையிலுள்ள நக அழுக்கை, தம் நகத்திலே வைத்துத் தீட்டித் துடைத்துக் கொண்டார். அவரது மனைவி சின்னக் கருப்பாயி வல்லூறுபோல மிகவும் உன்னிப்பாகத் தேவியை மரியாதை கலந்த வியப்புடன் கண்காணித்துக் கொண்டேயிருந்தாள். கணக்கர் அரியநாயகம் மெல்லக் கனைத்துக்கொண்டு தலை நிமிராமலே, "உம்! இங்கே அடைப்படப்போகும் குற்றவாளியின் பெயரென்ன?" என்று சம்பிரதாயப்படி கேட்டார்.

"பாண்டிமாதேவி திரைலோக்கிய முழுதுடையாள்!" என்று கம்பீரமாகச் சொன்னாள் தேவி.

"யாருடைய மகள்? அல்லது மனைவி?" என்று கேட்டார் **கணக்கர் அரியநாயகம்.**

‘‘சேரநாட்டு மன்னரின் மகள்! பாண்டியநாட்டுத் திரிபுவன சக்கரவர்த்திகளின் தேவி!’’ என்றாள் தேவி கம்பீரமாக.

‘‘பாண்டிய மகாராணியா?’’ என்று வாய்பிளக்க வியப்புடன் கேட்டார் கணக்கர்.

முத்தரையன் ஆத்திரத்துடன் குறுக்கிட்டு, ‘‘இல்லை! இப்போது பாண்டிய நாட்டுச் சக்கரவர்த்திகள் வீரபாண்டியத் தேவர் அல்ல, விக்கிரம பாண்டியா: சதிகாரரின் மனைவி என்று குறித்துக் கொள்ளும்!’’ என்றான்.

தேவியின் உதடுகள் துடித்தன. ஆனால் அவள் அமைதியாக, ‘‘என் கணவர் சதிகாரரல்ல! இழந்துபோன மதுரையின் மணிமகுடத்தையும் பத்தினியையும் மீட்க முயலுவது சதிச்செயலல்ல!’’ என்றாள்.

‘‘என்ன இருந்தாலும் வீரபாண்டியதேவர் இப்போதைய பாண்டிய அரசாங்கத்திற்கு எதிரி! எங்கள் சோழ சாம்ராஜ்யத்துக்கு விரோதி, அவருக்காக நீங்கள் பரிந்து பேசுவது ஒரு குற்றமாகி விடும், தேவி!’’ என்றான் சோழியக் காவலரின் தலைவன்.

கணக்கர் மீண்டும் தேவியை நோக்கி, ‘‘நீங்கள் என்ன குற்றத்திற்காக இங்கு கொண்டு வரப்பட்டீர்கள்? அதாவது நீங்கள் செய்த குற்றம் என்ன?’’ என்று கேட்டார்.

‘‘என் பிராணநாயகர் இப் பாண்டிய நாட்டுச் சுதந்திரத்தை மீட்கப் போர் முரசு கொட்டுவதற்குத் தடையாக தான் இன்னும் சிறையில் உயிரைச் சுமந்து கொண்டிருப்பதுதான் நான் செய்து வரும் பெருங்குற்றம்!’’ என்றாள் தேவி.

‘‘தேவி! இன்று வழக்கத்திற்கு மாறாக ஆத்திரப்படுகிறீர்கள்!’’ என்று வருத்தம் தெரிவித்தான் சோழியக் காவலர்களின் தலைவன்.

‘‘மணாளரைத் துரோகியே திட்டுவதைக் கேட்டும் மனைவி! பால்குடி மறவா பச்சிளம் பாலகன் தன் கையில் இருந்து பிரிக்கப்பட்டு விம்மும் தாய்! இந்நிலையில் ஒருத்தி எப்படித்தான் அமைதியாக பேசமுடியும்?’’ என்றாள் தேவி கண்களில் நீர் துளிர்க்க.

உடனே சோழிய வீரன் தழுதழுக்கும் குரலில், ‘‘கவலைப்படாதீர்கள் தேவி! உங்கள் குழந்தை நல்லதோர் பால் காரி வசம்தான் ஒப்படைக்கப்பட்டு வேறொரு சிறையில் வைக்கப்பட்டிருக்கிறது. தேவைப்பட்டால் மேலதிகாரிகளின் உத்தரவு பெற்று உங்கள் குழந்தையை வாரம் மூன்று தடவை இங்கே கொண்டு வந்து காட்டிப் போக ஏற்பாடும் செய்யலாம்.

மூத்த குமாரன் வீரகேரளனையும் வாரம் ஒரு முறை இங்கே நீங்கள் தரிசிக்க முடியும்!'' என்றான்.

''உலகம் தெரியாத குழந்தைகளின் உள்ளங்கள் என்ன குற்றம் புரிந்தன? அவற்றை ஏன் தாயிடமிருந்து பிரித்து வைத்திருக்கிறீர்கள்?'' என்று தேவி ஏங்கும் குரலில் கேட்டாள்.

''அதைப்பற்றி நாங்கள் ஒன்றும் சொல்ல முடியாத நிலையில் இருக்கிறோம். மேலதிகாரிகளின் உத்தரவுப்படி நாங்கள் நடக்கக் கடமைப்பட்டவர்களே தவிர ஏன் என்று கேட்க உரிமை படைத்தவர்களல்ல'', என்றான் சோழியக் காவற்படையின் தலைவன்.

கணக்கர் அரியநாயகம், ''உம்!'' என்று தொண்டையைக் கனைத்துக்கொண்டு, ''குற்றவாளிக்கு ஏதாவது கோரிக்கை உண்டா?'' என்று கேட்டார்.

''உண்டு! ஆனால் உங்களிடத்தில் அல்ல; என்னைப் படைத்த இறைவனிடம்தான் என் கோரிக்கைகளைச் சதா செலுத்திக் கொண்டிருக்கிறேன். இந்த மாயச் சிறையில் இருந்து என்னை என் பிராண நாயகர் மீட்டுச் செல்லவேண்டும் இல்லையெனில் இங்கேயே நான் மாண்டுவிட வேண்டும்! இதுதான் என் ஒரே கோரிக்கை!'' என்றாள் தேவி.

அதன் பின்னர் கணக்கர் அரியநாயகம் சம்பிரதாயப்படி மேலும் சில விவரங்களை விசாரித்துத் தம் குறிப்போலையில் பதிந்து கொண்டார்.

அவரையும் முத்தரையனையும் நோக்கிச் சோழிய வீரர்களின் தலைவன், ''சரி; தேவி இங்கே அடைப்படப் போகும் சிறைக் கூடத்தை நாங்கள் பரிசோதித்துப் பார்த்துப் பூட்டிவிட்டுப் போகவேண்டும். எங்கள் காவற்படை அதிகாரி ஏகவாசக வாணகோவரசா் உத்தரவுப்படி இங்கே எல்லா ஏற்பாடுகளும் செய்யப்பட்டிருக்கிறதா என்றும் கவனிக்க வேண்டும். எங்கள் அதிகாரிகள் தோ்ந்தெடுத்து அனுப்பிய வில்லவன், மாரப்பன் என்கிற இரண்டு சோழ வீரர்களும் இங்கே காவலுக்குத் தயாராக வந்து விட்டார்களா?'' என்று கேட்டான்.

''வந்து விட்டார்கள்!'' என்று சொன்ன கணக்கா், மெல்ல எழுந்து சென்று தம் அறையின் பின்னாலுள்ள இரும்புக் கதவை எழுத்தாணியின் கட்டையால் மூன்று முறை தட்டினார்.

உடனே அக்கதவைத் திறந்து கொண்டு ஆயுதபாணியான இரு சோழிய வீரா்கள் கற்சிலைகள் போல் அசையாமல் நின்றனா். அவா்கள்தான் கடமை வீராகளெனத் தோ்ந்தெடுத்தனுப்பப்பட்ட

வில்லவன், மாரப்பன் என்கிற காவலர்கள். வில்லவன் சிறிது குள்ளமாக இருந்தான். மாரப்பன் மிகவும் பூதாகாரமாக இருந்தான். இருவர் உடல்களிலும் முகங்களிலும் எத்தனையோ வீரப் போர்களிடையே உண்டான காயங்களின் வடுக்கள் மிகவும் குரூரமாகப் பிரகாசித்தன.

அவ்விருவரும் நின்ற அறையின் வழியாகத் தேவி சிறைக்கூடத்திற்கு அழைத்துச் செல்லப்பட்டாள்.

கணக்கரின் ஆவணக்களரிக்குப் பின்னாலுள்ள விசாலமான கருங்கல் கூடந்தான் இடையே ஒரு மரத் தட்டியினால் இரண்டு அறைகளாக வகுக்கப்பட்டுப் பின்பகுதி அறை தேவியின் சிறைக் கூடமாகவும், முன்பகுதி அறை இரு காவலரின் தனிக்கூடமாகவும் பயன்பட ஏற்பாடு செய்யப்பட்டிருந்தது. பின்னறையில் தேவி அடைப்பட்டு எதை முன்னிட்டும் வெளியே வரவும் முடியாதவளாய் வாசம் செய்ய வேண்டும்! முன்னறையில் வில்லவனும், மாரப்பனும் இரவு நேரத்திற்கொருவனும் பகல் நேரத்திற்கு ஒருவனுமாக மாற்றி மாற்றிக் கண்ணயராமல் காவல் புரிவார்கள்! அந்த அறையின் வேறொருபுறமுள்ள கதவின் பூட்டை எந்தக் காரணத்தை முன்னிட்டு அவர்கள் திறக்க மாட்டார்கள்! சுருக்கமாகச் சொன்னால் அவ்விரு காவலர்களும் தேவியும் எதை முன்னிட்டும் வெளியே வரமுடியாத ஆயுட் கைதிகளைப் போல அடைப்பட்டிருக்க வேண்டும். அம்மூவருக்கும் அவ்வப்போது தேவையான உணவு உடை முதலான பொருள்களெல்லாம் கணக்கரின் ஆவணக்களரியின் பின்புறமுள்ள இரும்புக் கதவின் வழியாக அதன் கீழே உள்ள மூடிவிட்ட ஒரு சிறு துவாரத்தின் வழியாகத்தான் பரிமாறப்படும்! கணக்கர் மூன்று முறை அந்த இரும்புக் கதவைத் தட்டினால் உள்ளே உள்ள காவலர் இருவரும் கதவிலுள்ள மூடியின் துவாரத்தைத் திறந்துகொண்டு பார்ப்பார்கள். அக்காவலர்கள் இருவரும் தங்கள் உயிர் போனாலும் தேவியை வெளியே விடவும் மாட்டார்கள்; மேலதிகாரிகளின் உத்தரவில்லாமல் எவரையும் உள்ளே அனுமதிக்கவும் மாட்டார்கள். இவ்வாறு அவர்கள் வீரப் பிரதிக்ஞை செய்து விட்டு அதற்கு அடையாளமாகத் தங்கள் குடும்பங்களையும் குழந்தைகளையும் மேலதிகாரிகளிடம் ஒப்படைத்துவிட்டு வந்தவராவார்கள்.

சோழியக் காவலர்களின் தலைவன் தேவியின் சிறைக் கூடத்தை நன்றாகப் பரீட்சித்துப் பார்த்துவிட்டு, தள வரிசை, சுவர்களைத் தட்டி, பார்த்து சுரங்கத் துவாரங்கள் இருப்பதற்கு அறிகுறியான ஓசை எதுவும் ஏற்படவில்லை என்று திருப்தி அடைந்து காற்றுத் துவாரங்களின் கம்பி வலைகளிலோ மேல் விதானங்களிலோ ஓட்டை எதுவும் இல்லையென்பதைக் கவனித்துக்கொண்டு தேவியை வில்லவன், மாரப்பன் என்கிற இருகாவலர்கள் கையில் ஒப்படைத்து விட்டு வந்தான். தேவி

சிறைக்கூடத்திற்குள் போனதும் ஆவணக்களரிப் பக்கமுள்ள இரும்புக் கதவு ‘கிரீச்’ என்ற சப்தத்துடன் சாத்தப்பட்டது! இனி அந்தக்கதவு எந்தக் காரணத்தை முன்னிட்டும் திறக்கப்படமாட்டாது!

ஆவணக்களரிக்கு வந்த சோழியக் காவலரின் தலைவன் அங்கு நின்ற முத்தரையனையும் அவனுடைய காவலாட்களையும், கணக்கரையும், அவருடைய மனைவியையும் மற்றும் சில அதிகாரிகளையும் நோக்கித் தேவியைப் பத்திரமாகக் காவல் புரியும்படி எச்சரித்து விட்டுத் தன் பரிவாரத்தோடு அசோகவனக் கோட்டைக்குத் திரும்பிச் சென்றான்.

அவன் போன சிறிது நேரத்திற்குப் பின்னர் தேவி சுயநினைவு வந்தவளாய்த் தான் அடைப்பட்டிருக்கும் சிறைக் கூடத்தைக் கவனித்தாள். அங்கே இருட்டும், புழுக்கமும், அழுக்கு நாற்றமும் அடைந்து கிடந்தன. அதற்குமேல் தனக்காக அங்கே முத்தரையன் செய்திருக்கும் வசதிகளைப் பார்வையிட்டாள்.

அங்கு ஒருபுறம் குத்துவிளக்கும், ஓலைச்சுவடிகளும் வைக்கப்பட்டிருந்தன. ஒரு மூலையில் ஸ்நானத்திற்காக ஒரு மறைவுத் தட்டியும், அண்டாவும், தண்ணீர்த் தவலைகளும் வைக்கப்பட்டிருந்தன. வெந்நீர் தேவைப்பட்டால் அடுப்பெரிப்பதற்குத் தேவையான சுள்ளிகளும் வைக்கப்பட்டிருந்தன. உடுத்திக் கொள்வதற்குச் சில சாயம் போன ஆடைகளும் வைக்கப் பட்டிருந்தன. அங்கு மூன்றாவது மூலையில் சில மட்கலப் பாண்டங்களும் விளக்குமாறுகளும் வைக்கப்பட்டிருந்தன. நான்காவது மூலையில் தேவி படுத்துறங்குவதற்காக ஒரு கிழிந்த ஓலைப்பாய் விரிக்கப்பட்டிருந்தது. அங்குள்ள ஒவ்வொரு பொருளும் வசதியும், கதியற்ற பணிப் பெண்ணொருத்திக் குரியதாகவே காணப்பட்டது.

அவற்றைப் பார்க்கும்போது தேவிக்கு அழுகை வரவில்லை! இச் சின்னஞ்சிறு அறையில் நான்கு மூலைகளுக்குள் அடைப்படப் போகும் தன் வாழ்வை எண்ணும்போதுகூட அவளுக்கு அழுகை வரவில்லை! தன் கணவரையும் குழந்தைகளையும் நினைத்துக் கொண்டபோது அவளுக்கு அழுகை வந்துவிட்டது!

அவளறியாமலே ஒரு விம்மலொலி அவள் நெஞ்சில் இருந்து வெடித்தது.

அதைத் தொடர்ந்து முன்னறையில் காவல்புரியும் வில்லவனின் குரல் கேட்டது.

‘‘தேவி! ஏன் அழுகிறீர்கள்? நான் இரவு முழுவதும் இங்கே கண்விழித்துக் கொண்டிருப்பேன்! ஏதாவது உங்களுக்குத்

தேவைப்பட்டால், எந்த நேரமாயிருந்தாலும் சொல்லுங்கள்; நாங்கள் உடனே ஆவணக்களரியிலுள்ள கணக்கரிடம் சொல்லி மேலதிகாரிகளுக்குத் தகவல் அனுப்பி அனுமதி பெற்று, உங்களுக்கு தேவையானதை வாங்கிக் கொடுப்போம்!" என்றான் வில்லவன்.

அவனுடைய குரலிலிருந்த கனிவும், அவனுடைய விழியோரங்களில் துளிர்த்துநின்ற கண்ணீரும் தேவியின் நெஞ்சைத் தொட்டன! இந்தச் சோழியக் காவலன் இவ்வளவு இரக்க சித்தமுள்ளவனாய் இருக்கிறானே என்று தேவி எண்ணமிட்டாள். ஒருவேளை தன்னைச் சிறை மீட்கப் பிராணநாயகர் இங்கே வரும்போது இந்தக் காவலன் உதவி செய்வானோ என்கிற அற்ப ஆசைகூட ஒரு கணம் ஏற்பட்டது!

"தேவி! ஏதாவது வேண்டுமா?" என்று வில்லவன் மீண்டும் வற்புறுத்திக் கேட்டான்.

"இல்லை! ஏதாவது தேவைப்பட்டால் உன்னைக் கேட்கிறேன்!" என்று தேவி நன்றி தொனிக்கும் குரலில் மெல்லச் சொன்னாள்.

அதன் பின்னர் மௌனம் நிலவியது.

முன்னறையில் காவலர்கள் இருவரும் இரகசியம் பேசத் தொடங்குவது போல் மெல்லிய குரலில் உரையாடலானார்கள். அவற்றைத் தேவி காது கொடுத்துக் கேட்டாள்.

"வில்லவா! நம் விரோதிப் பெண்ணுக்கு ஏன் பரிதாபம் காட்டுகிறாய்?" என்று மாரப்பன் அவனைக் கடிந்து கொண்டான்.

"நிர்க்கதியான ஒரு பெண் படும் மனோ வேதனையைப் பார்த்து நான் பரிதாபப் படுவதில் என்ன தவறு? நாம் மிருகங்களல்ல; மனிதர்கள்! விரோதியைச் சேர்ந்தவர் என்பதற்காக நாமும் வேதனைப்படுத்த வேண்டுமா? தேவியை நம் அரசாங்கம் என்ன வேண்டுமானாலும் செய்து கொள்ளட்டும்! தேவியின் கழுத்தை வெட்டுப் பாறையில் வைத்து வெட்டியெறிய நம் அதிகாரிகள் உத்தரவிட்டாலும் நாம் அந்தக் கடமையைச் செய்யத் தயங்க மாட்டோம்! ஆனால் நாம் போர்வீரர்களே தவிர, கசாப்புக் கடைக்காரர்களல்ல!" என்றான் வில்லவன்.

"தம்பி! நம் அரசாங்கத்தின் விரோதிகளிடம் பரிவு காட்டுவதும், அவர்களுடைய தேவைகளைச் சிரத்தையுடன் கவனிப்பதும் வீணான சந்தேகத்திற்கு இடமளிக்கும்!"

"பரிசுத்தமான கடமை வீரனை யார் சந்தேகிக்க முடியும்? நாம் அதிகாரிகளிடம் செய்து வந்திருக்கிற வீரப் பிரதிக்ஞை எனக்கு நன்றாக நினைப்பிருக்கிறது, சிறையில் அடைப்பட்டிருக்கும்

தேவியை தப்பிச் செல்ல விடமாட்டோம்; தேவியின் அருகே ஒருவரையும் நெருங்கவிட மாட்டோம்; கண்ணும் கருத்துமாய்க் காவல் புரிந்து தேவியைப் பாதுகாக்கும் முயற்சியில் நம்முயிரை விடவும் தயாராக இருப்போம்! இந்தச் சத்தியம் என் குடும்பத்தை அடைக்கலமாக அனுப்பிச் செய்துவிட்டு வந்ததாகும். இதை ஒருபோதும் நான் மறக்கமாட்டேன்!'' என்றான் வில்லவன் உறுதியான குரலில்.

இவ்வாறு காவலர்கள் மெல்லிய குரலில் பேசியதைப் பின்னறையிலிருந்து ஒட்டுக்கேட்டுக் கொண்டிருந்த தேவி நீண்டதொரு பெருமூச்சுவிட்டாள். இத்தகைய கடமை வீரர்களான இரு காவலர்களிடமிருந்து தான் ஒரு போதும் தப்பிச் செல்லவே முடியாது. தன்னை சிறை மீட்க இந்தப் பயங்கரமான இடத்திற்கு யார்தான் வர முடியும்? யார்தான் வருவார்கள்? தன் பிராண நாயகராகிய வீரபாண்டியார் வரலாம்! காத்தவராயன் வரலாம்! ஆனால் அவர்கள் எப்படி வருவார்கள்? எந்த மாறு வேடத்தில் வருவார்கள்? வந்தாலும் அவர்கள் என்ன செய்ய முடியும்...?

அதன் பிறகு அன்றிரவு முழுவதும் தேவி கண்ணுறங்க வில்லை. அவளுடைய சிந்தனையெல்லாம் இந்தப் பூலோகத்திற்கு அப்பால் எல்லாம்வல்ல இறைவனை நோக்கியே குவிந்து கொண்டிருந்தது!

அத்தியாயம் 89

குரங்கினால் வெல்வாரா?

"யானையிலர்; தேர்புரவி
யாதுமிலர்; ஏவும்
தானையிலர்; நின்றதவம்
ஒன்றுமிலர் தாமோ, கூன்முதுகின்
சிறு குரங்கொடு வெல்வார்?"

— கம்ப ராமாயணம்

மரண தேவனின் கடைவாய் கோரைப் பல்லைப் போல் தண்டனைக் கோட்டமானது அசோகவனக் கோட்டையிலிருந்து ஒருபுறம் துருத்திக் கொண்டிருந்தது என்றாலும், இரண்டும் இரு குரூரமான நகரங்களாகவே

விளங்கின. தண்டனைக் கோட்டத்திற்கு வெளியிலிருந்து உள்ளே செல்லத் தனியான ஒரு சிறு வாசலும் இருந்தது. கட்டுக்காவல் மிகுந்த அசோகவனக் கோட்டை பிரதான வாசல் வழியாகப் பல பகுதிகளையும் கடந்து தண்டனைக் கோட்டத்திற்கு வந்து சேர வெகு நாழிகை பிடிக்குமாகையால் தண்டனை கோட்டத்திற்குச் சம்பந்தப்பட்ட அதிகாரிகளும் ஆட்களும் தனியாக உள்ள சிறு வாசல் வழியாகத்தான் அதிகமாகப் போக்குவரவு வைத்துக் கொள்வார்கள். அந்தத் தனி வாசலின் பாதுகாப்பு சம்பந்தப்பட்ட பொறுப்பு முத்தரையனின் கைவசம் ஒப்படைக்கப்பட்டிருந்தது.

அன்றையத் தினம் மாலை நேரத்தில் தண்டனைக் கோட்டத்தின் சிறு வாசல் முன்னால் அழகர் கோயில் மாட்டுடன் ஒரு குடு குடுப்பைக்காரன் அமைதியற்றவனாய் அலைபாயும் பார்வையுடன் நின்று கொண்டிருந்தான். அவன் நெற்றியில் தரித்திருந்ததைப் போலவே பட்டை நாமம் போடப்பட்ட குரங்கொன்று அவனுடைய தலைமீது அமர்ந்து பல்லிளித்துக் கொண்டிருந்தது. எதற்கும் தலையாட்டும் அழகர் கோயில் மாட்டின் மீது ஏராளமான துணிமணிகளும் மூட்டை முடிச்சுகளும் சுமத்தப்பட்டிருந்தன. குடுகுடுப்பைக் காரன் தோள்மீதும் பலவிதமான துணிகள் தொங்கிக் கொண்டிருந்தன. அவனுடைய நெற்றியில் பிரகாசிக்கும் பட்டை நாமம், அவனுடைய விநோதமான தலைப்பாகை, அவனுடைய கஞ்சுகச் சட்டைக்குள் முட்டிக் கொண்டிருக்கும் புதுத் தொந்தி, அவனது தோள் முடியில் அமர்ந்திருக்கும் அனுமார் முதலானவற்றைப் பார்க்கும் போது மற்றவர்களுக்கு வேடிக்கையாகத் தோன்றினாலும், அவனுடைய விழிகளைக் கூர்ந்து பார்க்கும்போது ஏதோ வினைகாரன் என்றே தோன்றியது. அவனுடைய வெற்றிலைக் காவிபடிந்த உதடுகளிலே ரத்தச் சிரிப்பு தவழ, ‘‘நல்லகாலம் பிறக்கப் போகுது!’’ என்று அவன் குடுகுடுப்பையடித்துக் கொண்டிருந்தாலும் ரத்தம் போன்ற சிவந்த அவனுடைய விழிகளில் கொலை வெறியும் ஆத்திரமுமே தாண்டவமாடின. அடிக்கடி தன் இடுப்பில் ஒளித்து வைத்திருக்கும் கூர்மையான கட்டாரி ஒன்றை இரகசியமாகத் தொட்டுப் பார்த்துக் கொண்டும், சிக்குப் படிந்த தன் கருந்தாடியை அடிக்கடி உருவிக் கொண்டும், நெரிசலான புருவங்களை உயர்த்தி உருட்டி விழித்துக் கொண்டும் ஏதோ ஓர் பழிகாரனைப் போல் நின்று கொண்டிருந்தான்.

அவன் வெளிப் பார்வைக்குக் கோமாளிக் குடுகுடுப் பைக்காரனைப் போலத் தோன்றினாலும் ரிஷபவாகனத்துடன் ருத்திர மூர்த்தி, அனுமாரையும் துணைக்குக் கூட்டிக் கொண்டு அவ்வாறு அவதாரம் எடுத்து வந்திருப்பது போலவே விளங்கினான். அவனது ஒரு பக்கக் கன்னப் பொட்டில் இருந்து தாடைவரை

மச்சம் போல் அகலமாக ரோமத்தோடு கூடிய கறுநிற சதைக் கோளமொன்று ஒட்டிக் கொண்டிருந்ததால், அவனை அருகாமையில் சென்று பார்ப்பவர்கள் கூட அவனை இன்னார் என்று அடையாளம் கண்டு கொள்ள முடியாதபடி, அவன் வெகு விசித்திரமாக அங்கே மாறுவேடம் தரித்து வந்திருந்தான்.

அந்தக் குடுகுடுப்பைக்காரன், "நல்ல காலம் பிறக்குது! நல்ல காலம் பிறக்குது!" என்று முணுமுணுத்தபடி தண்டனைக் கோட்டத்தின் சிறு வாசல் வழியாக உள்ளே நுழைபவர்களையும் வெளியே வருபவர்களையும் வெகு உன்னிப்பாகக் கவனித்துக் கொண்டே நின்றான்.

சிறிது நேரங்கழித்து வேறொரு முரடன் குதிரையில் இருந்து வந்திறங்கி வேகமாகச் சிறு வாசலினருகே வந்தான். அவனைப் பார்த்ததும் குடுகுடுப்பைக்காரனின் முகம் சிறிது வெளுத்தது. அவனுடைய விழிகளிலே அளவில்லாத அருவெறுப்பும் ஆத்திரமும் பொங்கின. ஆனால் அவற்றை அடக்கிப் புன்சிரிப்பை வரவழைத்துக் கொண்டு குடுகுடுப்பைக்காரன் அந்த முரடனை நோக்கி வேகமாகப் பாய்ந்து, சென்று "என்ன முத்தரைய அண்ணே! சுகமாக இருக்கிறாயா?" என்று வினவினான்.

"சுகமாகத்தான் இருக்கிறேன், நீ யார்?" என்று அதட்டினான் முத்தரையன்.

"என்ன, அண்ணே? என்னைத் தெரியவில்லையா."

"தெரிகிறது! குடுகுடுப்பைக்காரனுக்கு இந்த மரணக் கோட்டையில் என்ன வேலை!"

"ரொம்ப வேலை இருக்கிறதண்ணே! ஹி..ஹி..ஹி.. நல்ல காலம் பிறக்கப்போகிறது, அண்ணே!" என்று பல்லிளித்தான் குடுகுடுப்பைக்காரன்.

"யாருக்கு நல்ல காலம் பிறக்கப் போகிறது?"

"நல்லவர்களுக்குத்தான், அண்ணே!"

"இங்கே வருகிறவர்களுக்கெல்லாம் கெட்ட காலந்தான் பிறந்திருக்கும்! உன்னை இங்கிருந்து ஏன் ஒருவரும் விரட்டியடிக்கவில்லை?" என்று உருமினான் முத்தரையன்.

"உன் பெயரைச் சொல்லி உனக்காகக் காத்திருப்பதாகச் சொன்னேன் அண்ணே! ஒரு பயலும் ஒன்றும் சொல்லவில்லை?" அண்ணே!

"ஏய்! அப்படிச் சொல்ல உனக்கு என்ன உரிமை உண்டு! குடுகுடுப்பையாண்டிக்கும் எனக்கும் என்ன சம்பந்தமிருக்கும் என்று ஒரு பயலும் யோசிக்கவில்லையா!"

"என்ன அண்ணே! அவ்வளவு சீக்கிரமாக என்னை மறந்து விட்டாயா, அண்ணே? இந்த மதுரைக் கோட்டையிலே முற்றுகை நடக்கிறபோது உன் உயிரை நான் காப்பாற்றினேனே நினைப்பிருக்கிறதா? அண்ணே, சண்டை மும்முரத்திலே அதை நீ பார்க்கவில்லையா, அண்ணே?" என்று கேட்டான் குடுகுடுப்பைக்காரன் பிணங்கிய குரலில்.

"நான் சண்டையே போடவில்லையே?" என்று உறுமினான் முத்தரையன்.

"அது எனக்குத் தெரியும் அண்ணே? அப்போது அண்ணே, நீ வீரபாண்டியர் மகாராசா கட்சியிலே இருந்தாய், இல்லையா? முற்றுகை நடக்கிறபோது, அண்ணே, நீ இரகசியமாகக் கள்ள வாசலை எதிரிகளுக்குத் திறந்துவிட்டுக் கொண்டிருந்தாய் இல்லையா?

அப்போது அண்ணே, வீரபாண்டிய மகாராசாவின் ஆள் ஒருவன் உன் பின்னாலே ஓடிவந்து ஈட்டியை வீசினான் இல்லையா? அப்போது அண்ணே, நான் "லபக்"கென்று தாவி அந்த ஈட்டியைப் பிடித்துத் தூக்கி எறிந்து உன் உயிரைக் காப்பாற்றினேன், இல்லையா? அதற்கு முந்தியே அண்ணே, நீ 'லபக்' கென்று தலைமறைந்து போய் விட்டாய், இல்லையா?" என்றான் குடுகுடுப்பைக்காரன்.

"ஒருவேளை இருந்திருக்கலாம்! அதைப்பற்றி இப்போதென்ன? உன் கையிலே இதென்ன குரங்கு?"

"இது பெரிய இடத்து அனுமந்தராசா அண்ணே! துப்பறிவதிலே சூரர் அண்ணே!"

"சீச்சீ! குரங்கைத் தூக்கிக்கொண்டு போய்த் தொலை!"

"சேச்சே, அண்ணே! அனுமந்தராசா நன்றி உள்ள மிருகம் அண்ணே! மனுஷங்கள்தான் சீக்கிரம் மறந்து விடுவான்கள்!" என்றான் குடுகுடுப்பைக்காரன்.

"உன் முகத்தை எங்கோ பார்த்த மாதிரி இருக்கிறது!" என்று ஏதோ யோசனையில் ஆழ்ந்தான் முத்தரையன்.

"அதெல்லாம் இந்தக் காலத்திலே நினைப்பு வராதண்ணே! எல்லாம் எவ்வளவோ மாறிப்போச்சு அண்ணே! போகட்டும்; போன சண்டையிலே இலங்கைத் தளபதி உக்கிரபாகுவின் தலையைக் கொய்து கொடிக் கம்பத்தில் வீசிய பழனியாண்டியார் என்பதாவது உனக்குத் தெரியுமா, அண்ணே? அது நான்தான் அண்ணே!" இதோ இந்தக் கட்டாரிதான் எதிரியின் தலையைப் பனங்காயைப் போல் சீவிக் கொய்தது, அண்ணே" என்று குடுகுடுப்பைக்காரன் தன் கட்டாரியை எடுத்துக் காண்பித்துவிட்டு, அதைப் பயபக்தியோடு வழிபடுபவனாய் தன்னிரு கண்களிலும் ஒற்றிக் கும்பிட்டு மறுபடியும் தன் இடுப்பில் சொருகிக் கொண்டான்.

"என்ன அண்ணே, அப்படி மலைத்துப் போய் நிற்கிறாய்?"

அதைக் கேட்டதும் முத்தரையன் திடுக்கிட்டவனாய், "அது நீ தானா? அந்த ஆளை அதன் பின் காணோம் என்று சொன்னார்களே!" என்றான் வியப்புடன்.

"இன்னும் நான் சாகவில்லை அண்ணே! இந்தக் கட்டாரியால் எத்தனையோ அயோக்கியன்களின் தலைகளைக் கொய்ய வேண்டியிருக்கிறது அண்ணே! வீரபாண்டியத் தேவர் வெளிப்படாதவரை இந்தக் கட்டாரி என் கையை விட்டுப் போகாதண்ணே!" என்றான் குடுகுடுப்பைக்காரன்.

"ஆஹா! பழனியாண்டி, உன்னைப் போன்ற விசுவாசியை மறந்து விட்டதற்காக நிரம்பவும் வருந்துகிறேன் விக்கிரம பாண்டியரின் அரசாங்கத்திடம் சொல்லி உனக்கு ஏதாவது சன்மானம் வாங்கித் தருகிறேன்!" என்றான் முத்தரையன்.

"அதெல்லாம் வேண்டாம் அண்ணே! வேறொரு முக்கியக் காரியமாக இங்கே வந்தேன். உன் காவலாட்கள் என்னைப் போன்ற

விசுவாசியைக்கூட, இந்த வாசல் வழியாக உள்ளே நுழைய விட மாட்டோம் என்கிறார்கள் அண்ணே! நன்றிகெட்ட பூனைப்பயல்கள் அண்ணே!'' என்று வசைமாரியை ஆரம்பித்து விட்டான் குடுகுடுப்பைக்காரன்.

''பழனியாண்டி! உனக்கு அப்படியென்ன உள்ளே முக்கியமான காரியம்?'' என்று கேட்டான் முத்தரையன்.

''அண்ணே! வீரபாண்டியத் தேவரின் கட்சியைச் சேர்ந்த சில சதிகாரர்களை நான் பிடித்துக் கொடுக்க முடியும்! அது சம்பந்தமாகத்தான் உள்ளே போக வேண்டும், அண்ணே!''

''உள்ளே யாரிடம் சொல்லப் போகிறாய்? ஒற்றுப்படை அதிகாரியிடமா?''

''அந்தப் புலி மனுசன் உள்ளே இருக்கிறாரா, அண்ணே?'' என்று குழப்பத்துடன் கேட்டான் குடுகுடுப்பாண்டி.

''ஆமாம்! தேவியை இங்கே பாதுகாப்பது சம்பந்தமாக ஏதோ பரிசோதித்துப் போக ஜனநாதன் உள்ளே வந்திருக்கிறானாம்! நீ கஷ்டப்பட்டுச் சதிகாரர்களைப்பற்றிச் சேகரித்து வந்த தகவல்களையெல்லாம் அந்தச் சோழியனிடமா சொல்லப் போகிறாய்? அந்தப் பெருமையெல்லாம் அவனுக்கா போகவேண்டும்? கூடாது, கூடாது! என்னிடம் சொல்! சதிகாரர்களின் பெயர்கள் என்ன?''

''அதையெல்லாம் உன்னிடம் எப்படியண்ணே சொல்கிறது? நீதான் சீக்கிரம் எல்லாவற்றையும் மறந்து விடுவாயே?'' என்றான் குடுகுடுப்பைக்காரன்.

''இனிமேல் மறக்க மாட்டேன்! சொல்லு! சொல்லு!''

''அண்ணே! முதலாவதாக சில விஷயங்களை ஊர்ஜிதம் பண்ணிக் கொள்ள வேண்டும், இங்கு சிறைப்பட்டவர்களின் பெயர் பட்டியல்களைக் கணக்கரிடம் வாங்கிப் பரிசோதித்துப் பார்க்க வேண்டும், அண்ணே!'' என்றான் குடுகுடுப்பாண்டி.

''இங்குள்ள கணக்கர் அரியநாயகர் எனக்கு மிகவும் வேண்டியவர்! நான் சொன்னால் உடனே குற்றவாளிகளின் பெயர்ப்பட்டியலையும் விபர ஓலைகளையும் உனக்கு எடுத்துப் பொறுமையாகக் காணபிப்பார். வேறு யார் சொன்னாலும் அவற்றைப் பொறுக்கி எடுக்க ஒரு வாரத் தவணை கேட்பார்!''

''அது கிடக்கட்டும் அண்ணே! இந்த அனுமார் ராசாவைக் கொண்டு உள்ளே ஒருவரைத் துப்பறிய வேண்டும், அண்ணே!'' என்றான் குடுகுடுப்பாண்டி.

''என் பின்னாலே வா! யாரும் உன்னைத் தடுக்க மாட்டார்கள்!'' என்று முத்தரையன் கூறிய வண்ணம் குடுகுடுப்பைக்காரனை அழைத்துக் கொண்டு தண்டனைக் கோட்டத்திற்குச் சென்றான். குடுகுடுப்பைக்காரன் அனுமந்த ராசருக்கு அரியாசனம் கொடுத்து, தன் அழகர் கோயில் மாட்டின் கயிற்றைக் கையில் பிடித்து இழுத்துக் கொண்டு, தண்டனைக் கோட்டத்தின் ஒவ்வோர் அணுவையும் உன்னிப்பாகக் கவனித்த வண்ணம் ஒவ்வொரு பகுதியாகக் கடந்து சென்றான்.

கணக்கர் அரியநாயகத்தின் ஆவணக்களரியைக் குடுகுடுப்பைக்காரனும் முத்தரையனும் நெருங்கிய சமயத்தில், அவ்விருவரும் விரும்பாத ஒரு பேர்வழி எதிரே வந்தான்.

அவன் ஜனநாதக் கச்சிராயன்தான்! அவனைக் கண்டதும் முத்தரையன் முகம் சுளித்தான். குடுகுடுப்பாண்டி முகம் வெளிறினான்.

தேவியின் சிறைக்கூடத்தைப் பரிசோதித்துவிட்டு வந்த ஜனநாதன் விஷமப் புன்னகையுடன் முத்தரையனை நோக்கி வந்து, ''முத்தரையா! தேவி இப்போதைக்குப் பத்திரமான சிறைக் கூடத்தில்தான் இருக்கிறாள்! அவளுடைய சந்நிதானத்தில் காவல் இருக்கும் எங்கள் துவார பாலகர்கள் இருவரும் தங்கள் உயிர் போனாலும் தேவியைத் தப்பியோட விடமாட்டார்கள். அவர்களைப் பொறுத்த வரையில் எனக்குச் சந்தேகமில்லை'' என்றான்.

''பின் வேறு யாரைப் பற்றி சந்தேகம்?'' என்று முகத்தைச் சுளித்துக் கொண்டு கேட்ட முத்தரையன், ''தேவியை இங்கிருந்து கடவுளால்கூட கடத்திச் செல்ல முடியாது!'' என்றான் கர்வத்துடன்.

''முத்தரையா! அப்படிப்பட்ட முயற்சி இந்தத் தண்டனைக் கோட்டத்திற்குள் நடந்தால், அந்தக் குற்றம் கடவுள் மீது விழாது! இங்குள்ள பாண்டிய அதிகாரிகளின் மீதும், முக்கியமாக உன் தலைமீதுந்தான் விழும்! எங்கள் வீரசேகரனை நீ ஒழித்துக் கட்ட விரும்பினாய்; அதற்குள் நானே உன்னை ஒழித்துக்கட்டி விடுவேன்!'' என்றான் ஜனநாதன்.

''தேவியைக் கடத்திச் செல்ல இந்த மரணப் பொந்திற்குள் எந்த மூடன் வருவான்?'' என்று கேட்டான் முத்தரையன் அகம்பாவத்தோடு.

''வீரபாண்டியன் வருவான்! அவன் பின்னால் காத்தவராயனும் வரலாம்!'' என்று சொன்ன ஜனநாதன், அப்போதுதான் குடுகுடுப்பைக்காரனைக் கவனித்தவன் போலப் பாவனை செய்துகொண்டு ''முத்தரையா! உன் பின்னால் நீ அழைத்துக் கொண்டு வந்திருக்கும் இந்த விநோத வேடதாரி யார்? இவன் ஏன் அனுமாருக்கு இவ்வளவு பெரிய நாமம் போட்டிருக்கிறான்?

இவன்கூட எதற்காக ரிஷப வாகனமும் வந்திருக்கிறது?'' என்று கேட்டான்.

''இவன்தான் பழனியாண்டி! சுயமாக ஒற்று வேலைக்குப் பழகுகிறானாம்! போன சண்டையில் இலங்கைத் தளபதி உக்கிர பாகுவின் தலையை — இவன்தான் கட்டாரியால் கொய்தவன்! இவனுக்குச் சோழர்கள்கூட மிகவும் கடமைப்பட்டிருக்கிறார்கள்!'' என்றான் முத்தரையன்.

''யார் அது ஆண்டி?'' என்று கேட்ட ஜனநாதன் விஷமச் சிரிப்புடன் குடுகுடுப்பாண்டியை மேலும் கீழும் உற்று நோக்கினான். அவ்வாறு அவன் தீட்சண்யம் பொருந்திய விழிகளால் ஆராய்ந்து பார்ப்பது பழனியாண்டியின் மனோ திடத்தை உலுக்கியது.

''நீதான் அந்த ஆண்டியா? போன சண்டையில் இலங்கைத் தளபதி உக்கிரபாகுவின் தலையைக் கொய்தவன் நீதானா?'' என்று ஜனநாதன் அழுத்திக் கேட்டான்.

''ஆமாம் சாமி; நான்தான்! இந்தக் கட்டாரியால் ஒரே வீச்சு! தளபதியாரின் தலை பனங்காயைப் போலப் பறந்துவிட்டது சாமி!'' என்றான் குடுகுடுப்பை.

''ஓ! இலங்கைத் தளபதிக்குத் தலையே கிடையாதென்று சொல்லிக் கொண்டார்களே!''

''நான் கொய்த தலையை ஈழப்படை இலங்கைக்குத் தூக்கிக் கொண்டு ஓடிவிட்டது சாமி!'' என்றான் குடுகுடுப்பை.

''அந்த மகத்தான சாதனை புரிந்தவன் இந்தப் பழனியாண்டிதான்!'' என்றான் முத்தரையன் பெருமைப்படுத்தும் குரலில்.

''இலங்கைத் தளபதியின் தலையைக் கொய்ததாக இதுவரை இருபத்தியேழு பேர் சொல்லிக்கொண்டு வந்தார்களே?'' என்றான் ஜனநாதன்.

''மற்றவர்களெல்லாம் பிரதி பிரயோசனம் கருதிச் சொல்கிறார்கள். நான் ஒரு பிரயோசனமும் கருதாமல் சொல்கிறேன்! நான் சொல்வதுதான் சுத்தமானது சாமி!'' என்றான் குடுகுடுப்பைக்காரன்.

''ஆமாம், குடுகுடுப்பை! உளறாமல் சுத்தமான பாஷைதான் பேசுகிறாய்!'' என்று சிரித்தான் ஜனநாதன்.

''நான் ஜாதியில் குடுகுடுப்பை! வளர்ப்பில் மாவீரன்!'' என்றான் பழனியாண்டி.

''ஆண்டி! முக்கியமான வேலையில்லாமல் இந்த மரணாபத்தான இடத்திற்கு நீ வந்திருக்கமாட்டாயே?''

''முக்கியமான வேலைதான் சாமி! வீரபாண்டியத் தேவரின் கட்சியைச் சேர்ந்த சில சதிகாரர்களை நான் பிடித்துக் கொடுக்க முடியும் சாமி!''

''நீயா? உம்! அச்சதிகாரர்களின் திரு நாமங்கள் என்ன?''

''இப்போது நான் சொல்ல முடியாது சாமி! உங்களிடம் சொல்லவும் மாட்டேன் சாமி!''

''நான் சொல்கிறேன்! வெண்பைக்குடி வேளாரான நித்த வினோத பாண்டிய வேளார், முரப்பு நாட்டு மறவனூர் நம்பி, இடையாற்று மங்கலத்துப் பாண்டியக் கோனார், சுசீந்திரம் நாராயணக் கேசவன், பழைய ஓலைகள் நாயகம், முகவெட்டி நாயகம், பொன்னம்பலக் குறும்பிலுடையான், மூலவிதிச் சாத்தப்பன், தேரடித் திகம்பர ஆழ்வார், அன்னச் சத்திரத்துத் தங்கம்மாள், பௌத்த மடத்து ஐயனார், தங்க மாளிகை முத்து ராசா, பூக்கடைப் பெரிய நாச்சியார், மீனாட்சியம்மன் கோயில் நக்கன் சுந்தரி இவர்களெல்லாம் வீரபாண்டியன் கட்சியைச் சேர்ந்த சதிகாரர்களில் ஒரு சிலர்!'' என்று சிரித்தான் ஜனநாதன். குடுகுடுப்பைக்காரன் விழி பிதுங்க, ''அவர்களை யெல்லாம் உங்களால் பிடிக்கமுடியாது!'' என்று கம்மிய குரலில் கூறினான்.

''குடுகுடுப்பை! அவர்களையெல்லாம் உனக்கு முந்தி நாங்கள் வேட்டையாடிப் பிடித்து இங்கே தண்டனைக் கோட்டத்தில் அடைத்து வைத்திருக்கிறோம்! வீரபாண்டியனையும், மற்ற கட்சிகாரர்களையும் காட்டிக் கொடுக்கும்படி சிக்கிக் கொண்டவர்களை ஓயாமல் சித்திரவதை செய்தும் வருகிறோம்!'' என்றான் ஜனநாதன்.

பழனியாண்டியின் முகம் வெளிறியது; ஆனாலும் அவன் சமாளித்துக் கொண்டு, ''நீங்கள் அவர்களைக் கொன்றாலும் உண்மையைச் சொல்லமாட்டார்கள் சாமி! நான்தான் வீரபாண்டியத் தேவரை காட்டிக்கொடுக்க முடியும் சாமி!'' என்றான்.

''நீயா, காட்டிக் கொடுப்பாய்? நான் நம்பவில்லை! அன்னச் சத்திரத்துத் தங்கம்மாளை ஆறுநாள் பட்டினி போட்டுச் சித்திரவதை செய்து விசாரித்ததில் வீரபாண்டியத் தேவரைப் பற்றி ஒரு நூதனமான தகவல் கிடைத்தது!''

''சாமி! சாமி! வீரபாண்டியரின் மறைவிடத்தை அந்த அம்மாள் சொல்லிவிட்டாளா?'' என்று குடுகுடுப்பைக்காரன் கம்மிய குரலில் கேட்டான்.

''ஆமாம்! வீரபாண்டியன் இலங்கைக்கு ஓடிப்போய் விட்டதாகச் சொன்னாள் தங்கம்மாள்!'' என்று சிரித்தான் ஜனநாதன்.

"இல்லை சாமி! அவர் இங்கேதான் இருக்கிறார் சாமி!"

"என்ன! இங்கே மதுரையம்பதியில்தான் வீரபாண்டியர் பலவித மாறுவேடங்களில் அலைந்து கொண்டிருக்கிறார் என்கிறாயா?"

"ஆமாம் சாமி"

"வீரபாண்டியரைப் பிடிக்க எங்களுடைய இருநூறு ஒற்றர்கள் இரவு பகலாய் மதுரை வீதிகளில் எத்தனையோ மாறு வேடங்களில் வீணாக அலைந்து கொண்டிருக்கிறார்கள்! வீரபாண்டியர் புத்திசாலி யாயிருந்தால் தன் தலையை வீணாகப் பறி கொடுக்க மாட்டார்!" என்று சிரித்தான் ஜனநாதன்.

"பாண்டியருக்குத் தன் தலை பெரிசில்லை. சாமி! தன் பத்தினியைக் காப்பாற்றப் போகிறதுதான் பெரிசு, சாமி! மறவகுலத்தினரின் மனோதிடம் சோழ நாட்டவருக்குத் தெரியாது சாமி! மறவ நாட்டினருக்குத்தான் தெரியும் சாமி!" என்றான் பழனியாண்டி.

"முட்டாள்! வீரபாண்டியன் தன் பிராணனைவிடத் தேவியின் மானத்தைப் பெரியதாக மதிக்கிறான்!"

"சாமி! இன்னும் சொல்லப் போனால் பாண்டியர் இங்கிருந்து தன் பத்தினியாளைச் சிறை மீட்டுப் போக ஏதோ சதிச் செயலில் ஈடுபட்டிருப்பதாகக் கேள்விப்பட்டேன். சாமி! ஆனானப்பட்ட ரகசியங்களெல்லாம், வீட்டுக்கு வீடு குடுகுடுப்பையடிக்கிறவன்கள் காதுக்கு வராமல் போகாது, சாமி!"

"உம்! தேவியைச் சிறைமீட்க வீரபாண்டியத் தேவர் வருவாரா?

மதயானைகள் இல்லாதவர், தேர் புரவியாதும் இல்லாதவர், ஏவும் படைகள் ஏதுமில்லாதவர், தவயோகம் ஒன்றுமில்லாதவர்தான் இங்கே வந்து வெல்லப் போகிறாரா?" என்று ஏளனமாகச் சிரித்தான் ஜனநாதன்.

"என்ன சாமி? நான் சொல்கிறதை, நம்புகிறாயா இல்லையா சாமி?" என்றான் குடுகுடுப்பை.

"குடுகுடுப்பாண்டி! இப்போது வீரபாண்டியன் இங்கே தண்டனைக் கோட்டத்திற்குள் வந்திருக்கிறான் என்று நீ சொன்னாலும் நான் நம்பத்தான் வேண்டும்?" என்று ஜனநாதன் சிரித்துக் கொண்டே வேடிக்கையாகச் சொல்லிவிட்டு வேகமாக விரைந்து சென்றான்.

அத்தியாயம் 90

ஆகாத செயல்

"ஆகா செய்தாய்! அஞ்சலை போலும்

அறிவிலாய்!

— கம்ப ராமாயணம்

மகா விஷமக்காரனான ஜனநாதன் விரைந்து சென்றதும், முத்தரையன் கலவரத்தை வாய்க்குள்ளேயே மென்று விழுங்க முயன்றவனாய், ''அந்தச் சோழியன் வீணாக என்னை பயமுறுத்திவிட்டுப் போகிறான்! இந்தப் பயங்கரமான மரணக்கோட்டைக்குள் எனக்குத் தெரியாமல் வீரபாண்டியன் எப்படி சஞ்சரித்துக் கொண்டிருக்க முடியும்?'' என்றான்.

''அந்த மனுஷன் சொல்லிவிட்டுப் போகிறது உண்மைதான் அண்ணே! வீரபாண்டியர் பெரிய ஆளாம்!

ஏதாவது மாறு வேஷத்தில் வந்திருப்பார் அண்ணே!'' என்றான் குடுகுடுப்பாண்டி.

''இந்தத் தண்டனைக் கோட்டத்தின் சிறு வாசல் வழியாக என் உத்தரவில்லாமல் அந்நியர் எவரும் நுழையவில்லையே?''

''அசோகவனக் கோட்டையின் பிரதான வாசல் வழியாக வந்திருக்கலாம், அண்ணே''

''நிச்சயமாகச் சொல்லுவாயா?''

''ஆமா அண்ணே! பாண்டியர் இங்கேதான் வட்டமிட்டுக் கொண்டிருக்கிறார், இரண்டொரு நாளில் பத்தினியாளைத் தந்திரமாகக் கடத்திக் கொண்டு போய் விடுவார்!''

''அதெப்படி முடியும், நானிருக்கும்போது? தேவியைச் சிறைக்கூடத்திலிருந்து எட்டிப்பார்க்கக்கூட விடமாட்டார்கள்! வீரபாண்டியன் தனியொருவனாக இந்தக் காரியத்தைச் சாதிக்க முடியாது!'' என்றான் முத்தரையன்.

''இங்கே பாண்டியருக்கு யாரோ ஒரு தந்திரமான சிநேகிதர் இருக்கிறாராம்! சத்திரத்தில் பேசிக் கொண்டார்கள் அண்ணே!''

''யார் அந்தத் துரோகி? பெயரைச் சொல்! அவன் தோலை உரித்து கோட்டை வாசலில் தோரணமாகத் தொங்க விடுகிறேன்!''

''அண்ணே..... பெயர் என்னவோ கச்சிராயராம்!''

''ஆ! ஜனநாதக் கச்சிராயனா? அவனை யாராலும் அசைக்க முடியாதே! அந்தச் சோழியனைக் கண்டால் சோழநாட்டு அதிகாரிகள்கூட நடுங்குகிறார்களே!''

''அண்ணே! அந்தக் கச்சிராயரைப் போல் சூழ்ச்சிக்காரர் உலகத்திலே இல்லை.

நம்பமுடியாத ஆசாமி என்று ஊரெல்லாம் பேசிக் கொள்கிறார்கள்! யாரண்ணே அந்த ஆசாமி?''

''அடப்பாவி! இப்போது போனானே சோழியன், அவன்தான் ஜனநாதக் கச்சிராயன்!''

''அப்படியானால் அண்ணே, உன் தலைமீது பழி விழுந்துவிடும்! அந்த மனுஷன் சொன்னபடி அண்ணே, உன்னை ஒழித்துக் கட்டி விடுவான்; ஐயோ! போன சண்டையிலே உன்னைக் காப்பாற்றினேனே!''

''உம்! ஆயிரக்கணக்கான ஆட்களும் ஒற்றர்களும் அதிகாரிகளும் வட்டமிடும் அந்தக் கோட்டைக்குள் வீரபாண்டியனை எப்படி இனங் கண்டுபிடிப்பது?''

''என் உதவியிருந்தால் அது முடியும் அண்ணே!''

''உன் உதவிக்குப் பிரதியாக என்ன சன்மானம் எதிர்பார்ப்பாய்?''

''நீ போட்டிருக்கிற துணிமணிகளையும் தலைப் பாகையையும் கொடுத்தால் போதும் அண்ணே!''

''இவ்வளவுதானா?''

''அதாவது அண்ணே, நீ வீரபாண்டியத் தேவரைப் பிடித்துக் கொடுத்துப் பெரிய பதவிக்குப் போனதும், உன் பதவி எனக்கு வேண்டும், அண்ணே!''

''நீயும் பெரிய ஆள்தான்! சரி, இங்கே வீரபாண்டியனைக் கண்டுபிடிக்க வழி என்ன?''

''இந்த அனுமந்தராசா உதவுவார்!''

''இந்தக் குரங்கா!''

''ஆமா, அண்ணே! முன்பு வீரபாண்டியர் ராசாவாக இருந்தபோது திருப்பத்தூர் ஆழ்வார், இந்த அனுமாரைக் கொண்டு வந்து காணிக்கை கொடுத்துவிட்டுப் போனாராம்! சண்டை

சமயத்திலே பாண்டியராசாவைப்போல் இந்த அனுமந்தராசாவும் கதி கெட்டுப் போய் தெருக் குரங்காகி விட்டாராம்! இதை நான் ஒரு மனுஷன் வீட்டிலிருந்து பிடித்து வந்தேன், அண்ணே!''

''எதற்காக?''

''அண்ணே! வீரபாண்டியர் இங்கே எந்த மாறு வேஷத்தில் இருந்தாலும், இந்த அனுமந்தராசா பிரியமாக அவர்மீது தாவி விடுவார்!''

''உடனே வீரபாண்டியனை ''லபக்''கென்று பிடித்துக் கொள்ளலாம்! ஆனால் நீ தெருவிலே பிடித்து வந்த இந்த அனுமந்தராசா, வேறு யாராவது இராச விசுவாசியின் குரங்காய் இருந்துவிட்டால் வினையாக முடிந்து விடுமே?''

''என்ன அண்ணே! இன்னும் என்னை நம்பவில்லையா? பாண்டிமாதேவிகிட்டே இந்த அனுமந்தராசாவைக் கொண்டு போய் விடு, அண்ணே! பழைய பழக்க வாசனையால் 'லபக்'கென்று தாவியணைத்துக் கொள்ளும்!''

''உடனே இது வீரபாண்டியனின் குரங்குதான் என்று நிச்சயப்படுத்திக் கொள்ளலாம்! உம்: பார்க்கலாம்! வா, என் பின்னாலே!'' என்று முத்தரையன் சொல்லிவிட்டு, குடுகுடுப் பைக்காரனையும் குரங்கையும் அழைத்துக் கொண்டு, ஆவணக்களரிக்கு விரைந்து சென்றான்.

அங்கே தூங்கி வழிந்து கொண்டிருக்கும் கணக்கரை நோக்கி அவன், ''ஐயா அரியநாயகம்! இந்தக் குரங்கிற்கும் தேவிக்கும் என்ன உறவென உளவறிய வேண்டும்! உம்முடைய இரும்புக் கதவின் துவாரத்தில் இந்தச் சிறு குரங்கு உள்ளே நுழைய முடியுமா?'' என்று கேட்டான்.

அதற்குக் கணக்கர் பலமாகத் தலையை அசைத்து மேலதிகாரிகளின் அனுமதிச் சீட்டு இல்லாமல் சிட்டுக் குருவியைக்கூட உள்ளே பாண்டிமா தேவியிடம் அனுப்ப முடியாது என்று மறுத்து விட்டார்.

அதற்குமேல் கணக்கரின் மனையாளான சின்னக் கருப்பாயியின் இதோபதேசத்தைத் தூண்டிவிட முயன்று பார்த்தான் முத்தரையன். அவளோ தன் பூத சரீரம் அசையாமல் காலை நீட்டி உட்கார்ந்து, பாக்கு வெட்டியால் கொட்டைப் பாக்கை பிளந்து மென்று தின்று அசை போட்டுக் கொண்டிருந்தாள். இதற்கிடையில் அங்குள்ள ஒவ்வோர் அணுவையும் நுட்பமாகக் கவனித்துக் கொண்டு நின்ற குடுகுடுப்பைக்காரன் எப்படியாவது தன்

வருகையைச் சிறையிலுள்ள தேவிக்குச் சூசகமாய் உணர்த்த வேண்டுமெனத் தீர்மானித்தவனாய், தன் குடுகுடுப்பையை வேகமாக ஆட்டி, ''நல்ல காலம் பிறக்கப் போகுது, தாயி! நல்லகாலம் பிறக்கப் போகுது! கன்னி பகவதி! நல்லவாக்கு சொல்லம்மா!'' என்று உரத்த குரலில் ஆலாபனை செய்ய ஆரம்பித்துவிட்டான். அப்போது அவன் சிறிதும் எதிர்பாராத விதமாய் அவன் சிரசின் மீது அமர்ந்திருந்த அனுமார், ஏதோ ஒரு குறிப்பை உணர்ந்து கொண்டதுபோல சட்டென்று கீழே குதித்துச் சின்னக் கருப்பாயியை நோக்கி 'லபக்'கென்று தவ்விச் சென்றது. கருப்பாயி, ''ஐயையோ!'' என்று பயந்து, கிரீச்சிட்டு தன் பூத சரீரத்தைத் தூக்கிக்கொண்டு அவ்வறையில் நாலாபுறமும் ஓடலானாள், அனுமார் அவளை இலேசில் விடவில்லை; ஒரு சுவர் மூலையில் கருப்பாயியை மடக்கிக் கொண்டு ஒரு குட்டிக்கரணம் போட்டுவிட்டு இளித்தவண்ணம் கைப் பிடிக்குள் மறைத்து வைத்திருந்த கணையாழி ஒன்றைக் கருப்பாயியிடம் நீட்டியது. இந்த எதிர்பாராத நிகழ்ச்சியால் திடுக்கிட்டு நின்ற குடுகுடுப்பைக்காரன் வெடுக்கென்று பாய்ந்தோடி, தன் குரங்கை இழுத்துக்கொண்டு வந்து, ''என்ன அனுமந்தராசா தாயின் மோதிரத்தை மாமியாரிடம் கொடுத்து மாட்டிக்கொள்ளப் பார்க்கிறாயா?'' ''வேண்டாமடா அனுமந்தா வேண்டாமடா!'' என்று தன் குரங்கைத் தடவிக் கொடுத்து, கறுப்பாயியை நோக்கி, ''ஹி! ஹி!'' என்று பல்லிளித்துச் சமாளித்துக் கொண்டான். மூச்சு எய்த்து இரைக்க வெடவெடத்த வண்ணம் ஒரு புறம் நின்ற கருப்பாயி ''அடே சீ! சனியன் பிடித்த குரங்கே உன்னை என்ன செய்கிறேன், பார்!'' என்று சீறினாள்.

அவளை நோக்கி குரங்கு, ''உர்ர்ர்!'' என்றது.

''சீச்சீ! இந்தக் குரங்கு என்னைப் பார்த்து முறைக்கிறதே! அது தலையிலே இடி விழ! கட்டையிலே போக!'' என்று கறுப்பாயி தன் வசை புராணத்தைத் தொடுக்கலானாள்.

''சும்மா இரு அம்மே! இல்லாவிட்டால் எங்கள் அனுமார் சும்மா இருக்க மாட்டார். உன்னைப் பிடித்து உட்கார வைத்து உன் தலையிலே பேன் பார்க்கிறேன் என்று மொட்டை அடித்து விடுவார்!'' என்றான் குடுகுடுப்பைக்காரன்.

''அடப்பாவி!'' என்ற சின்னக் கருப்பாயி, ''உன் வானரத்தின் வாலை ஒட்ட நறுக்குகிறேனா இல்லையா, பார்!'' என்று தன் பாக்கு வெட்டியை எடுத்தாள்.

''சும்மாயிரு அம்மே! அனுமார் ஏமாந்து போயிருக்கிறார். அனுமாருக்குக் கோபமூட்டாதே! உன்னை ராட்சசி என்று நினைத்து அடித்து நொறுக்கிவிடுவார்!'' என்றான் குடுகுடுப்பைக்காரன்.

''அட, வாய் கொழுத்தவனே!'' என்ற சின்னக் கருப்பாயி தன் புருஷனை நோக்கி, ''என்ன, அந்தக் கேடுகெட்ட குடுகுடுப்பைக்காரன் அடாத காரியம் செய்துவிட்டுக் கொஞ்சங்கூட அஞ்சாமல் கெஞ்சாமல் சொல்லுகிறதைக் கேட்டீரா?உம் காதென்ன செவிடா? உம் வாயென்ன ஊமையா? உமக்குச் சொரணை என்பது இல்லையா?'' என்று முணுமுணுக்க ஆரம்பித்தாள். உடனே தாக்குச்சி போடப் பட்ட மாட்டைப்போலக் கணக்கர் துள்ளிக் கிளம்பி, ''ஏய், குடுகுடுப்பை! உன் அனுமார் வாலையும், உன் வாயையும் ஒட்ட நறுக்கி விடுவேன்!'' என்று எழுத்தாணியைக் கையிலெடுத்தவர், குரங்கு ''உர்ர்'' என்று முறைக்கவே சிறிது பின் வாங்கினார்.

''நீ வேறே! சும்மாயிரு சாமி! இல்லாவிட்டால் அனுமார் இங்கேயுள்ள ஓலைக் கட்டுகளையெல்லாம் கிழித்துப் போட்டு லங்காதகனம் செய்து விடுவார்!'' என்றான் குடுகுடுப்பைக்காரன், அதைக் கேட்ட கணக்கருக்குத் தம் ஜீவ உடலையே கிழித்துப் போட்டுத் தகனக்கிரியை செய்வதுபோல் வெடவெடப்பு உண்டாயிற்று உடனே அவர் சமாதானமடைந்த குரலில், ''உம்! போ போ! எங்கள் முத்தரையர் கூட்டி வந்ததால் உன்னைச் சும்மா விட்டுத் தொலைக்கிறேன்!'' என்று எழுத்தாணியை எடுத்த வேகத்தைப் போல் டக்கென்று வைத்துவிட்டார்.

அதற்கு மேல் அவர்முன் நிற்பது அவருக்கு மரியாதை யாகாது என்று முத்தரையன் நினைத்து குடுகுடுப் பாண்டியையும் அனுமாரையும் அழைத்துக் கொண்டு ஆவணக்களரியிலிருந்து வெளியேறி விட்டான். குடுகுடுப்பாண்டியின் முகம் வாடியது. சிறையிலுள்ள தேவி தன் குரலைக் கேட்டிருப்பாளா தேவியின் முகம் மலர்ந்திருக்குமா? என்றெல்லாம் சிந்திக்கலானான். அந்த மாயாவியின் குரலைச் சிறையிலுள்ள தேவி காது கொடுத்துக் கேட்டாள் என்பதும் உண்மைதான்! அப்போது அவள் முகம் மலர்ந்ததும் உண்மைதான்! ஆனால் அடுத்த கணமே தேவிக்கு பீதியால் மெய்சிலிர்த்து, முகம் வாடியது என்பதைக் குடுகுடுப்பாண்டி அறியமாட்டான்!

அவனை நோக்கி முத்தரையன், ''ஆண்டி! ஓர் அற்ப உதவி கூடச் செய்ய மறுத்த கணக்கரை நன்றாகத் திண்டாட வைத்து வேடிக்கை காட்டிவிட்டாய்! நீ பெரிய ஆள்தான்!.. ஆனால் வீரபாண்டியன் யாரென்பதை உளவறிந்து கைப்பிடியாய் மடக்க இனி வழியென்ன? தேவி தப்பிவிட்டால் என் பதவிக்கு மட்டுமல்ல; என் தலைக்கும் ஆபத்து வந்துவிடும்!'' என்றான் கலவரத்துடன்.

''உம்; அண்ணே! எதிரிகளின் வலைக்குள்ளேயே துணிந்து வந்துவிட்ட வீரபாண்டியா சுருக்கமாகத் தம் காரியத்தை முடித்துக்

கொண்டு கம்பி நீட்டி விடுவார். அண்ணே! முடிந்தால் இன்றிரவே தேவியைக் கடத்திச் செல்லும் முயற்சியில் ஈடுபட்டு விடுவார் அண்ணே!'' என்று குடுகுடுப்பைக்காரன் மேலும் முத்தரையனின் கலவரத்தை அதிகப்படுத்தினான்.

முத்தரையன் பரப்பரப்புடன், ''அப்படியானால் இன்றிரவு தேவியின் சிறைக்கூடத்தைச் சுற்றிலும் காவலைப் பத்து மடங்கு அதிகப்படுத்த வேண்டும்! அதற்கு வேண்டிய ஏற்பாடுகளை இருட்டுவதற்குள்ளாகச் செய்துவிட்டு வருகிறேன்!'' என்றான்.

''கூடாது, அண்ணே! அப்படிச் செய்தால் வீரபாண்டியர் எச்சரிக்கையடைந்து தலைமறைந்துவிடுவார் அண்ணே!''

''சிறையிலிருந்து தேவியை எந்த வழியாக வீரபாண்டியன் கடத்திச் செல்லமுடியும்? அது தெரிந்தால் நாம் மறைந்து நின்று, அவன் வரும்போது குபீரெனப் பாய்ந்து பிடித்துக் கொள்ளலாம்! ஆண்டி நீ என்ன யோசிக்கிறாய்?''

''அண்ணே! தேவி சிறைக்கூடத்திலிருந்து தப்பிப்போக, சரியான வழி வகைகள் என்ன என்று யோசிக்கிறேன், அண்ணே!''

''இந்தச் சிறைப் பகுதியின் வெளிப்புறத்தைச் சுற்றிக் காண்பிக்கிறேன். வா! ஏதாவது தட்டுப்படுகிறதா பார், ஆண்டி!'' என்று முத்தரையன் அவனைப் பெருமதிப்புடன் அழைத்துக் கொண்டு போனான்.

அத்தியாயம் 91

யான் செயும் பணி!

“யான் செயும் பணி
என் கொல்?
பணி என உரைத்தான்.”

– கம்ப ராமாயணம்

ங்கையர் திலகமான தேவி சிறை வைக்கப்பட்டுள்ள கட்டிடப் பகுதியின் வெளிச்சுவர்களையும் வளைவு நெளிவு களையும் நுணுக்கமாகப் பார்த்து, மனதில் ஆராய்ச்சிகள் நடத்திக் கொண்டே நடந்து வந்த குடுகுடுப்பாண்டிக்குத் தேவியின் சிறை கூடத்திற்கு பின்புறமுள்ள ஒரு சிற்றறை கண்ணை உறுத்தியது!

கேவலம் அந்தச் சிற்றறை குடுகுடுப்பாண்டியின் கண்களுக்கு கவர்ச்சியூட்டியதற்குக் காரணம், அதனுள்ளே குவிந்து கிடக்கும் அழுக்குத் துணிகளின் மூட்டைகள்தாம்! அவையெல்லாம் வெளுக்கப் போவதற்காக முக்கியமான சிறை அதிகாரிகளிட மிருந்து வந்து குவிந்துள்ள அழுக்கு மூட்டைகளாக இருக்கும்! அந்த அற்ப அறைக்கு அனாவசியமாக ஒரு இரும்புக்கதவு இருந்தது என்றாலும், அப்போது அது திறந்துதான் கிடந்தது! அதனுள்ளே அகல் விளக்கின் வெளிச்சம் இல்லாவிட்டால் பகல் நேரத்தில்கூட அது இருளடைந்துதான் கிடக்கும்! அந்த அழுக்கறைக்கும் தேவியின் சிறைக்கூடத்திற்குமிடையே ஒரே சுவர்தான் இருந்தது. அந்தச் சுவரின் உச்சியில் ஒரு காற்று துவாரம் இருந்தது! அந்தத் துவாரத்தில் கம்பிகள் இருந்தாலும், கவலையில்லை! ஓசைப்படாமல் ரம்பத்தால் அறுத்து எடுத்து விடலாம்! அழகர் கோயில் மாட்டின் கொம்பு முனைகளை அறுப்பதற்குக் கொண்டுவரப்பட்ட சிறு ரம்பமும் தயாராயிருக்கிறது! தேவி பூங்கொடி போன்றவளாகையால், அந்தக் காற்றுத் துவாரத்தின் வழியாக அழுக்கறைக்குள் வந்து விட முடியும்! அப்படி தேவி இரகசியமாக அழுக்கறைக்குள் வந்துவிட்டால் அதற்கு மேல் என்ன நடக்கும்...? அதற்கு மேல் குடுகுடுப் பாண்டியின் சிந்தனை ஓடவில்லை! அந்த அழுக்கறைக்குள் பொறுப்பான ஆசாமி ஒருவன் இருப்பானே...?

ஆமாம்! அந்த ஆசாமி அப்போது அழுக்கறைக்குள்ளிருந்து வெளியே வந்து, கதவைப் படீரெனச் சாத்தி ஒரு பெரிய பூட்டைத் தூக்கிப் பூட்டி, அதை இரண்டு முறை இழுத்துப் பாத்துவிட்டு, முரட்டுச் சாவியைத் தன் இடுப்பில் செருகிக் கொண்டு, விர்ரென எங்கோ போய்விட்டான்!

வற்றலான அந்த ஆசாமியின் பெயர் நெல்லையப்பன் என்பதையும், அழுக்கறைக்கு அவன் பல ஆண்டுகளாக மிகவும் பொறுப்பானவன் என்பதையும் அவன் பிறந்து வளர்ந்து வாசம் புரிவதெல்லாம் அந்த அழுக்கறைக்குள்தான் என்பதையும், குடுகுடுப்பைக்காரன் பின்னால்தான் தெரிந்துகொண்டான்!

இனிக் குடுகுடுப்பைக்கு முத்தரையனின் கூட்டுறவு இப்போதைக்குத் தேவையில்லை! அதனால் அவன், "அண்ணே! ஜனநாதக்கச்சிராயர் இன்று ராத்திரி இங்கே தண்டனைக் கோட்டத்தில்தான் வட்டமிடுவாரா? அந்தச் சேதி தெரிந்தால் அந்த மனுஷனையும் கண்காணிக்க வேண்டும், அண்ணே! சொந்த பெண்சாதி கூட அந்த மனுஷனை நம்பமுடியாது என்று ஊரில் பேசிக் கொள்கிறார்கள் அண்ணே!'' என்றான்.

உடனே முத்தரையன் துள்ளிக் குதித்து, ''ஆண்டி! அந்தச் சோழியன் அவசரமாக எங்கே போனான் என்று வாசல் காப்போரிடம் விசாரித்து வருகிறேன்! பழனியாண்டி! நீ இந்த இடத்திலே காத்திரு! யாராவது காவலர் உன்னை அதட்டிக் கேட்டால் என் பெயரைச் சொல்லி இந்த முத்திரை மோதிரத்தையும் காட்டு! நான் துணைக்கு ஆட்களை அழைத்துக்கொண்டு வருகிறவரை இந்த இடத்தைவிட்டு அசையாதே! நான் என்ன செய்யவேண்டும் என்பதை யோசித்துக் கொண்டிரு!'' என்று சொல்லிவிட்டு விரைந்து சென்றான்.

அவன் ஒருபுறம் சென்று மறைந்ததும், குடுகுடுப்பைக் காரன் தன் அனுமார் சகிதம், வேறொரு திசையில் கிளம்பி, அழகர்கோவில் மாட்டையும் இழுத்துக் கொண்டு வேகமாக நடந்து குறிப்பான ஓரிடத்தில் மணிக்கூண்டருகே வந்து நின்றான்.

அவன் அங்கே வந்து சேர்ந்தவுடன் 'டங் டங்' என்று ஆறுமுறை மணி அடித்தது அதைத் தொடர்ந்து தண்டனைக் கோட்டம் முழுவதும் சிறு மணி ஓசைகள் எதிரொலித்தது, ஆங்கங்கே முரசுகளும் அதிர்ந்தன. அவையெல்லாம் அந்திபட்டு விட்டது என்பதை அறிவிக்கும் ஒலிகளாகும்!

மணி முழக்கங்கள் முடிந்ததுதான் தாமதம், இரட்டை மாடுகள் பூட்டப்பட்ட அவலட்சணமான ஒரு மூடுவண்டி வெகு வேகமாக மணிக்கூண்டை நோக்கிப் பாய்ந்து வந்தது.

வழியில் குடுகுடுப்பைக்காரன் நிற்பதைப் பார்த்ததும் அதன் வண்டியோட்டி சிறிதும் தன் மூடுவண்டியிலிருந்து நகராமல், தன் வழியே பைய ஓட்டிக் கொண்டுபோய் ஆள் நடமாட்டமில்லாத ஓரிடத்தில் நிறுத்தி, மாடுகளின் வாய் நுரையை வழித்தெறிவது போல் பாவனை செய்து கொண்டிருந்தான்.

அந்த வண்டியின் சாரதியிடம் வழி விசாரிக்க வரும் அந்நியனைப் போல் குடுகுடுப்பைக்காரன் நெருங்கி வந்து ''நல்ல காலம் பிறக்கப் போகுது, நல்லதம்பி! நல்லகாலம் பிறக்கப்போகுது!'' என்று முனகினான்.

அவன் சிரசின்மீது புஜங்காசனம் போட்டுக் கொண்டிருந்த அனுமார், 'கிக்கிக்கி' என்று உற்சாகமாகப் பல்லைக் காட்டிக் கொண்டு வண்டியோட்டியின்மீது சொந்தம் பாராட்டி, அவனை நோக்கி லபக்கென்று தாவ முயன்றது. குடுகுடுப்பைக்காரன் அதைப் பிடித்திராவிட்டால் சாரதியின்மீது அனுமார் குட்டிக் கர்ணம் போட்டுச் சர்வாங்காசனம் செய்து கட்டித் தழுவியிருக்கும்!

வண்டியோட்டியான நல்ல தம்பி முகத்தைச் சுளித்துக் கொண்டு, ''இதென்ன, தேவரீர்! என் வீட்டிலிருந்து என் அனுமாரையும் எதற்காகக் கிளப்பிக் கொண்டு வந்தீர்?'' என்று கேட்டான்.

''என்னை இங்கே நீ காட்டிக் கொடுக்காமலிருப்பதற்குத் தான்! நம்மிருவருக்குமிடையே உள்ள கூட்டுறவை உன் அனுமார் எந்த நேரத்திலும் நிரூபிக்கத் தயாராயிருப்பார்! நல்லதம்பி! நம்மிருவருக்கும் நல்லகாலம் பிறப்பது அனுமாரின் தரிசனத்தில்தான் இருக்கிறதப்பா!'' என்றான் குடுகுடுப்பாண்டி.

''என் வேலையைத் தவிர நான் வேறெதையும் செய்ய மாட்டேன்! நான் என்ன தொண்டு செய்யவேண்டும்? சொல்லும்!'' என்றான் நல்லதம்பி.

''தேவியைக் கடத்திச் செல்லுவதற்கு உன் உதவியை உறுதிமொழிப் பிரகாரம் செய்ய வேண்டும்!''

''அந்தப் பேச்சையெல்லாம் காது கொடுத்துக் கேட்பது என் வேலையல்ல! என் வண்டியை வழக்கம்போல் என் வழியிலே ஓட்டி வருவதும் போவதும்தான் என் வேலை. வெளுப்பதற்காக அழுக்கறையிலிருக்கும் துணி உருப்படிகளை யாராவது மூட்டைகளாகக் கட்டித் தூக்கிவந்து மூடுவண்டிக்குள் போட்டு கதவைப் பூட்டி, சாவியையும் விடுசீட்டையும் அதற்குப் பொறுப்பான ஆசாமி என் கைவசம் கொடுத்தால், என் வண்டியை வேகமாக வெளியே வெளுக்குத் துறைக்கு ஓட்டிக் கொண்டு போவேன்! என் வண்டிக்குள் திணிக்கப்படும் அழுக்கு மூட்டைகளுக்குள் என்ன இருக்கிறது என்று கவனிப்பதும் என் வேலையல்ல!''

''உன் வண்டிக்குள் அழுக்கு மூட்டைகளோடு, தேவி ஒளிந்து கொண்டிருப்பாள்!''

''அதையெல்லாம் சோதித்து பார்ப்பது என் வேலையல்ல!''

''வழியிலோ, வாசலைக் கடக்கும் போதோ ஏதாவது காவற்படை சோதித்துப் பார்த்தால்...!''

''அதைப்பற்றியெல்லாம் எனக்கு ஒன்றுமே தெரியாது! பழங்காலத்துப் பேர்வழியான என்னைக் காவலர் யாரும் சந்தேகிக்க மாட்டார்கள்''.

''முரட்டுக் காவலன் எவனாவது தன் ஈட்டி முனையால் அழுக்கு மூட்டைகளுக்குள் குத்திப் பார்த்தால்..?''

''அது அவரவர் விதி!''

"நல்லதம்பி! இந்தக் கோட்டத்தின் வாயிலைக் கடந்ததும், உன் வண்டியை வேகமாக ஓட்டிச் சென்று எங்கே வண்டியை நிறுத்தவேண்டும்; எங்கே கீழே இறக்கிவிட வேண்டும் என்பது உனக்கு நன்றாக ஞாபகமிருக்குமா?''

''வெகு தூரம் தாண்டி, நீர் குறிப்பிட்ட இடத்தில் வண்டியைக் கொஞ்ச நேரம் நிறுத்துவேன்! ஆனால் வேகமாக வந்த வண்டிமாடுகள் கொஞ்சம் இளைப்பாறக் கூடிய நேரம் வரைதான் நிறுத்தி வைப்பேன்! என் வண்டியின் அழுக்கு மூட்டைகளிடையே ஏதாவது மனித உருவம் ஒளிந்து கொண்டிருந்தால், அந்த இடை நேரத்திற்குள் கீழே இறங்கி மாயமாய் மறைந்து விடவேண்டும்!''

"இந்த உபகாரத்திற்குப் பிரதிபலனாக என் ஆட்கள் உனக்கு இருபதினாயிரம் பொன் கொடுப்பார்கள்!''

"இருபதினாயிரம் பொன்! நிச்சயம்தானே?''

"அதைப்பற்றி நீ சந்தேகப்பட வேண்டாம்! நான் யார் என்பது தெரியுமா?''

"பழைய வீரபாண்டியச் சக்கரவர்த்திகளாக இருப்பீர் என்று ஓரளவு யூகிக்கிறேன்! ஆனால் இப்போது இசை கேடாக நான் காவலரிடம் சிக்கிக் கொண்டு விட்டால் இருபதினாயிரம் பொன் என் தலையைக் காப்பாற்ற முடியுமா?''

"தேவைப்பட்டால் உன் குடும்பத்தோடு இம் மதுரை மாநகரை விட்டே நீ தலைமறைந்து ஓடிவிடலாம். இலங்கையில் உனக்கு வசதியான வீடும் வாழ்வும் தரப்படும்!''

''அதுசரி! எந்நேரமும் மூடிக்கிடக்கும் மதுரை மாநகர்க்கோட்டையின் வாசற் கதவைச் சோழியக் காவற் படை சாமானியத்தில் திறக்காதே! வழியெங்கும் சோழிய ஒற்றர்கள் வழிமறித்துத் தடுப்பார்களே?''

"நீ பத்திரமாக வெளியேறுவதற்குத் தேவையான பயண அனுமதிச் சீட்டுகள் மூன்று உனக்குத் தரப்படும்! நீ உட்பட உன் குடும்பத்தினர் மூவர்தானே?''

"அது சரி இன்று நான் செய்ய வேண்டிய பணி என்ன?''

"அனேகமாக இன்று ஒன்றுமிராது!''

"ம்! கண்ணும் காதும் வைத்ததுபோல் வெகு சீக்கிரம் இந்த வியவகாரம் முடிந்து விட வேண்டும்! உம் முயற்சி யாருக்கும்

பாதகமில்லாமல் நிறைவேற வேண்டும்! அதற்கு மூன்று நாள் தவணை போதுமே?''

''அநேகமாகப் போதும்!''

''என் வண்டியிலுள்ள அழுக்கு மூட்டைகளை நான் சோதித்துப் பார்க்காமல் வழக்கம்போல் ஓட்டிக்கொண்டுபோய், நீர் குறிப்பிட்ட இடத்தில் கொஞ்ச நேரம் வண்டியை நிறுத்துவது மட்டும்தான் என் வேலை!''

''அது போதும் நல்ல தம்பி!''

''இன்னொரு நிபந்தனை! இனி நம்மிடையே எந்த பேச்சு வார்த்தையும் இருக்கக்கூடாது! முகாலோபனங்கூட இருக்கக் கூடாது! நீர் யாரோ, நான் யாரோ!''

''அது சரி!'' என்று குடுகுடுப்பாண்டி சொல்லிவிட்டு, விருட்டெனக் கிளம்பி, அழுக்கறைக்குப் பொறுப்புள்ள ஆசாமியான நெல்லையப்பனைத் தேடியலையலானான்.

அத்தியாயம் 92

உன் அபயம்

'உன் அபயம் என் உயிர்' என்றான்.

— கம்ப ராமாயணம்

மணம் இல்லாத மலரும் மணம் செய்து கொள்ளாத மனிதனும் குப்பைக்குச் சமானமேயாகும் எந்த மனிதனுடைய வாழ்க்கையும் நாலுசுவர் அறைக்குள்ளே, அதிலும் அழுக்கு மூட்டைகளின் மத்தியிலே ஏகாந்தியாக அடங்கி விடுவதில்லை! துணி வெளுக்கத் துறைப்படிக் கல்லைப்போல், மனம் வெளுக்க மங்கையொருத்தி நிச்சயம் வேண்டும்; இது போன்றே ஜீவாதாரக் கொள்கைகள் சமீப காலமாக நெல்லையப்பனுக்கு ஏற்பட்டிருந்தன. அவனுடைய அத்தை மகள் தங்கரத்தினம் பெரிய மனுஷியாகி விட்டாள் என்கிற செய்தியைக் கேள்விப் பட்டதிலிருந்து நெல்லையப்பனின் திருமண இச்சை நெருப்பாய்த் தகிக்கத் தொடங்கிவிட்டது.

அத்தை மகளுக்குத் தாலிகட்டத் தடையாக விளங்கும் தன் கையாலாகாத்தனத்தை நினைத்து துக்கித்துக் கொண்டே நெல்லையப்பன் தன் அழுக்கறைக்குத் திரும்பி வந்தான். அவன் துக்க சாகரத்தில் ஆழ்ந்து தலை குனிந்து வந்தமையால் அவனுடைய நிழலைப்போல ஒரு பேர்வழி பின் தொடர்ந்து வருவதை அவன் கவனிக்கவில்லை. நெல்லையப்பன் தன் அழுக்கறையின் பெரிய பூட்டைத் திறந்து, உள்ளே ஆடி அசைந்தவாறு சென்று அகல் விளக்கை ஏற்றப்போகும் சமயம் அந்த அறைக்கதவு 'கிரீச்' சென்று தானாகவே சாத்திக் கொண்டு உட்புறம் தாழிடப்பட்டது போன்ற பிரமை உண்டாயிற்று. நெல்லையப்பன் திடுக்கிட்டுத் திரும்பிப் பார்ப்பதற்குள் கூர்மையான கட்டாரியின் முனை தன் பிடரியில் வைக்கப்படுவதை உணர்ந்தான். நெல்லையப்பனுக்குச் சர்வாங்கமும் வெடவெடவென நடுங்கின பயத்தால் கூச்சலிடுவதற்குக்கூட அவனுக்கு வாய் வரவில்லை. நாக்கு மேலண்ணத்தோடு ஒட்டிக்கொண்டது.

''மச்சான்! கூச்சலிடாதே! உனக்கு உயிரின்மீது ஆசையிருந்தால் நான் சொல்லுகிறபடி செய்!'' என்று அந்த ஆள் கட்டாரியை வைத்து மிரட்டிக்கொண்டே நெல்லையப்பனைப் பிடித்து இழுத்து: தன் காலடியில் தட்டுப்படும் ஒரு பெரிய அழுக்கு மூட்டையின் பின்புறம் மறைந்து கொண்டு, ''சரி மச்சான்! இனி அகல் விளக்கை ஏற்று! இனி வெளிச்சமிருந்தாலும் பரவாயில்லை, நாமிருவரும் இரகசியமான குரலில் பேசினாலே போதும்,'' என்றான். நெல்லையப்பன் அகல் விளக்கை மங்கலாக ஏற்றி வைத்துவிட்டுத் திரும்பிப் பார்த்தான். கையில் கட்டாரியுடன் எமகிங்கரனைப் போல குடுகுடுப்பைக்காரன் புன்முறுவல் பூத்தபடி குந்தியிருந்தான்.

''மச்சான்! நான் சொல்லுகிற ஜோஸ்யமெல்லாம் நிச்சயம் பலித்துவிடும்! நிதானமாக இருந்தால் உனக்கு நல்ல காலம் பிறக்கும். நீ ஏதாவது இசைகேடு செய்தால் உனக்கு நிச்சயம் பொல்லாத காலம்தான்!'' என்று குடுகுடுப்பைப் பழனியாண்டி தன் கையிலிருந்த கட்டாரியை நெல்லையப்பனின் மார்பில் குறி பார்த்துக் கொண்டேச் சிரித்தான்.

நெல்லையப்பனுக்கு முகமெல்லாம் சவம்போல் வெளுத்து விட்டது. ''நீ யார்?'' என்று பீதியுடன் கேட்டான்.

''நான்தான் உன் மச்சான்! அப்படித்தான் இந்தத் தண்டனைக் கோட்டத்தில் எல்லோரிடமும் சொல்லிக் கொண்டேன்!'' என்று சிரித்தான் குடுகுடுப்பை.

''இல்லை, இல்லை! நீ யாரோ சதிகாரன்!'' என்று தடுமாறினான் நெல்லையப்பன்.

"நான் சதிகாரனென்றால் நீ சதிகாரனுக்குச் சொந்தக்காரன் தான் உனக்கு மட்டுமல்ல; நீ கல்யாணம் செய்துகொள்ளப் போகிற உன் அத்தை மகளுக்கும் சொந்தக்காரன்!"

"அந்தச் சேதியெல்லாம் உனக்கு எப்படித் தெரியும்?"

"அரை நாழிகைக்குள் உன்னைப்பற்றிய விவரங்களை எல்லாம் இந்தத் தண்டனைக் கோட்டத்திற்குள்ளேயே சேகரித்துவிட்டேன். எல்லோரும் என்னை உன் மச்சானென்றே நம்பிவிட்டார்கள்!"

"கட்டாரியைக் காட்டி ஏன் பயமுறுத்துகிறாய்?" என் உயிரைக் கொல்லுவதால் உனக்கென்ன லாபம்?

"நீ உயிர் வைத்துக் கொண்டிருப்பதால் யாருக்கென்ன லாபம்? நீ யாருக்காக உயிர் வாழ வேண்டும்? உன் அத்தை மகள் ஒருத்தியை முன்னிட்டுத்தானே மச்சான்?"

"ஆமாம்! என் அத்தை மகளை நான் கல்யாணம் கட்டிக் கொள்ள வேண்டும்.

கல்யாணம் செய்து கொள்ளாமல் பிள்ளை குட்டி பெறாமல் செத்துப் போனால் 'புத்து'என்கிற நரகத்திற்குள் தள்ளி விடுவார்களாம்!" என்றான் அழாத குறையாய் நெல்லையப்பன். "உன் அத்தை மகளை நீ கல்யாணம் செய்து கொண்டு சௌக்கியமாக வாழ்க்கை நடத்து! அதற்கு நான் ஏற்பாடு செய்கிறேன்!" என்றான் குடுகுடுப்பை.

"அது உன்னால் முடியாது!"

"நெல்லையப்பா! அழுக்கப்பனான உனக்கு அத்தை மகளைக் கல்யாணம் செய்து கொடுக்க பரிசமாக ஐநூறு வராகன் பணம் கேட்கிறார்கள், இல்லையா?"

"ஆமாம்!"

"நீ ஐநூறு வராகன் சம்பாதிப்பதற்குள் உன் அத்தை மகளுக்குப் பெண் பிறந்து அதற்குக் கல்யாணமுமாகிப் பேத்தியும் பிறந்துவிடும்! நீ அந்த அழுக்கறையிலிருந்து நேரே 'புத்'தென்ற நரகத்திற்குப் போய்ச் சேரவேண்டியது தான்!"

"இந்தக் காலத்தில் நல்லவர்களால் நல்ல வழிகளில் பணம் சம்பாதிக்க முடிவதில்லை!" என்று முனகினான் நெல்லையப்பன்.

"நான் உனக்கு ஆறாயிரம் வராகன் தருகின்றேன்!" என்று குடுகுடுப்பை சொல்லிவிட்டு தன் தோளில் தொங்கும் ஒரு சிறு மூட்டையிலிருந்து ஒரு பொற்காசை எடுத்து நெல்லையப்பனின்

கையில் வைத்து அழுத்தி, ''இதை அச்சாரமாக வைத்துக் கொள்!'' என்றான். அந்தப் பொற்காசின் மினுமினுப்பை அகல் விளக்கின் வெளிச்சத்தில் பார்த்ததும் நெல்லையப்பனுடைய முகம் ஆயிரம் கோடி சூரியன்களைப் போல் பிரகாசமடைந்தது! குடுகுடுப்பைக்காரன் மீது அவனுக்கு அளவற்ற மரியாதையும் ஏற்பட்டது. ''ஆறாயிரம் பொற்காசும் உன் தலைப்பாகைக்குள் தானிருக்கிறதா?'' என்று நெல்லையப்பன் வாய் பிளக்கக் கேட்டான்.

''இல்லை! என் ரிஷப வாகனத்தில் ஒரு பகுதியில் இருக்கிறது!''

''ரிஷப வாகனமா?''

''ஆமாம்! நான் ஓட்டி வந்திருக்கிற அழகர் கோவில் மாட்டின் மீது தொங்கும் மூட்டைகளில் கொஞ்சம் பொற்காசுகளும் எனக்குத் தேவையான வேறு பல கருவிகளும் இருக்கின்றன!'' என்றான். ''இந்த அற்பனுக்கு நீர் ஆறாயிரம் வராகன் சும்மா தானதர்மஞ் செய்ய மாட்டீரே?'' என்ற நெல்லையப்பனின் முகம் வாட்டமுற்றது.

''ஆமாம் மச்சான்! பிரதி உபகாரமில்லாமல் யாரும் பணஉதவி செய்யமாட்டார்கள்!'' என்றான் குடுகுடுப்பை.

''நான் உமக்கென்ன உபகாரம் செய்யவேண்டும்?''

''நாளையத் தினத்திற்குள் நீ உன் வேலையை விட்டு விலகிப் போய்விட வேண்டும்! இந்த அழுக்கறையில் அழுக்குத் துணி மூட்டையை மேற்பார்க்கும் வேலையை ஒரேயடியாக நீ தலைமுழுகி விடவேண்டும்!''

தலைமுழுகி விட்டால், அப்புறம் நான் என்ன செய்வது?''

''நான் கொடுக்கும் ஆறாயிரம் வராகனை எங்காவது மறைவாகப் புதைத்து வைத்து விட்டு உன் அத்தை மகளோடு எங்காவது கண்காணாத இடத்தில் சௌக்கியமாக வாழலாம்! எஞ்சியிருக்கும் உன் வாழ நாட்களையாவது சுத்தமான புதுத்துணிகளோடு கழிக்கலாம்!''

''இவ்வளவுதான் நான் செய்ய வேண்டியதா?''

''இல்லை! உனக்குப் பதிலாக என்னை எப்படியாவது இந்த அழுக்கறை வேலையில் அமர்த்திவிடவேண்டும்!''

''உனக்கேன் இந்த வேலை?''

''அதைப்பற்றி உனக்கென்ன கவலை?''

''நீர் வந்திருக்கிற விஷயத்தை நான் ஓரளவு யோசிக்க முடியும்'' என்று சொன்ன நெல்லையப்பனின் கண்கள் அந்த அழுக்கறையின் ஒருபுறம் சுவர் மீதிருந்த காற்றுத் துவாரம் போன்ற ஒரு சிறு சாளரத்தின் மீது தவ்வின அந்த சாளரத்திலுள்ள இரும்புக் கம்பிகளை அறுத்தெடுத்து விட்டால், அடுத்த சிறைக் கூடத்திலுள்ள தேவி, அந்தச் சாளரத் துவாரத்தின் வழியாகத் தப்பி இந்த அழுக்கறைக்குள் வந்து விடமுடியும். ''ஐயா! அந்தச் சாளரத்தின் இரும்புக்கம்பிகளை இந்தப்பக்கமிருந்து அறுத்தெடுக்க முடியாது! அந்தப் பக்கம் சிறைக்கூடத்திலிருந்துதான் யாராவது சுலபமாகக் கால் நாழிகைக்குள் அறுத்தெடுத்துவிட முடியும். ஆனால் அவ்வாறு அறுக்கும்போது ஓசையேற்படும்! சிறைக்கூடத்து முன்புறம் காவல் இருக்கும் இரண்டு சோழிய வீரர்களும் பாம்புச் செவி படைத்தவர்கள்!'' என்று ஆரம்பித்தான் நெல்லையப்பன்.

''இதையெல்லாம் என்னிடம் நீயேன் சொல்லுகிறாய், மச்சான்!''

''தலைக்கு ஆபத்தான விஷயம் என்பதனால்தான்!''

''என் தலையைப்பற்றி எனக்குக் கவலையில்லை!'' என்றான் குடுகுடுப்பை.

''என் தலையைப் பற்றித்தான் எனக்குக் கவலை!'' என்றான் நெல்லையப்பன்.

''உன் தலைக்கு நான் ஆறாயிரம் வராகன் மதிப்பிடுகிறேனே? அது என்ன அற்பமா, சொற்பமா? மற்றவர்களாக இருந்தால், உன் தலையை இரண்டு செல்லாத காசுகளுக்குக் கூட மதிப்பிடமாட்டார்கள்!''

''இந்த அற்பத்தலை அவ்வளவு பொறுமதி இல்லையென்றாலும், மனிதனுக்குச் சிரசுதான் பிரதானம்!'' என்றான் நெல்லையப்பன்.

''உன் தலையை நான் காப்பாற்றுகிறேன்! தேவைப்பட்டால் நீ இந்த மதுரை மாநகரை விட்டே எங்காவது கண்காணாத தேசத்திற்கு உன் காதலியோடு தலை மறைந்துபோய் விடலாம். நீ இலங்கைத் தீவிற்குச் சென்றால் அங்கு ஈழநாட்டில் உனக்கு வசதியான ஒரு வீடும், நிலபுலன்களும் என் ஆட்கள் உனக்கு வாங்கித் தருவார்கள். நீ அங்கு ஈழப் பெண்ணொருத்தியையும் மணம் செய்து கொண்டு, ஈழ நாட்டுப் பிரஜையாகவே ஆகிவிடலாம்!''

''இந்த மதுரைப்பட்டணத் தைவிட்டுச் சிட்டுக் குருவிக்கூடத் தப்பிப் பறக்க முடியாதே! நகர்க்கோட்டை வாசலில் சோழியப்படை கண்கொத்திப் பாம்பைப்போல் காவலிருக்குமே! அனுமதிச்

சீட்டில்லாமல் யாரையும் ஊரை விட்டு வெளியே செல்லவிட மாட்டார்களே!'' என்று நெல்லையப்பன் முனகினான்.

''என் ஆட்கள் எப்படியாவது உன்னைத் தந்திரமாக வெளியேற்றி விடுவார்கள்! அதெல்லாம் என் பொறுப்பு!'' என்றான் குடுகுடுப்பை. ''நீர் ஒரு பெரிய சதிக் கூட்டத்தைச் சேர்ந்தவர். நான் உம்மைக் காட்டிக் கொடுத்தால் என்ன நடக்கும்?'' என்று கேட்டான் நெல்லையப்பன்.

''மச்சான், நீ என்னைக் காட்டிக் கொடுத்தால் என் ஆட்கள் உன் தலையை வெட்டிப் போட்டு விடுவார்கள்''.

''ஐயோ!''

''நன்றாக யோசித்துப் பார், மச்சான்! எனக்கு நீ உதவி செய்தால் உனக்கு ஆறாயிரம் வராகன் பொன் கிடைக்கும். என்னை நீ காட்டிக் கொடுக்க விரும்பினால் இந்த நன்றி கெட்ட ராஜ்யம் உனக்கு ஒரு காசுகூட கொடுக்க விரும்பாது!''

''சரி! என் வேலையில் உம்மை அமர்த்துவதற்கு ஆசைதான், ஆனால் அதற்குக் கணக்கர் அரியநாயகம் சம்மதிக்க வேண்டுமே?'' என்று நெல்லையப்பன் குறைப்பட்டான். ''அதில்தான் உன் சாமர்த்தியத்தையெல்லாம், காட்ட வேண்டும் மச்சான்! அதற்குத்தான் உனக்கு ஆறாயிரம் வராகன் கூலி மச்சான்!'' என்றான் குடுகுடுப்பை. ''சரி மச்சான்! நாளை மத்தியானம் சாப்பாட்டு விடுதிக்கு வருவேன். அங்கே வந்து என்னைப் பாரும்!'' என்றான் நெல்லையப்பன். அதன் பிரகாரம் மறுநாள் மத்தியானம் சாப்பாட்டு விடுதியருகில் காத்திருந்த குடுகுடுப்பைக்காரன் நெல்லையப்பனைச் சந்தித்து, ''என்ன மச்சான் கல்யாண விஷயம் எவ்வளவு தூரத்திலிருக்கிறது?'' என்று கேட்ட வண்ணம் அவனைத் தனியாக ஒதுப் புறமான ஓர் இடத்திற்கு இழுத்துக் கொண்டு போய், ''வேலை விஷயம் என்ன ஆயிற்று?'' என்று கேட்டான். உற்சாகத்தோடு வந்த நெல்லையப்பன் தன் முகத்தில் பலவிதமான உணர்ச்சி பாவங்களை வரவழைத்துக் கொண்டான். ''நான் என்னத்தைச் சொல்லுகிறது? கணக்கர் அரிய நாயகம் மிகவும் கண்டிப்பான பேர்வழி. நான் அவரிடம் சென்று இன்றே வேலையைவிட்டு விலகிப் போக விரும்புவதாகச் சொன்னேன். 'பழக்கப்பட்ட எருமை மாட்டையும் நன்றாக உழைக்கிற கழுதையையும் இலேசில் விடமாட்டார்கள்'' என்று அவர் உபமானம் சொன்னார்!''

''அப்படியென்றால்...?''

''என்னைப்போல் வேறு நம்பிக்கையான ஆள் கிடைப்பது அபூர்வமாம்! தண்டனைக் கோட்டத்தில் வேலை பார்க்கிறவன்

திடீரென்று வேலையை விட்டுப் போக நினைப்பதுகூட ஒரு குற்றமாம்!''

"ம்! நீ லேசில் விட்டிருக்க மாட்டாயே? நீயும் பெரிய ஆளாயிற்றே!'' என்றான் குடுகுடுப்பை. "ஆமாம்! கணக்கர் அரியநாயகம் ஒரு பெரிய கல்லுளி மங்கனென்றால், கல்லிலே நார் உரிக்கிற பேர்வழி நான்! நான் அவர் காலில் சாஷ்டாங்கமாக விழுந்து, எனக்கு காது செவிடாகிக் கண்பார்வை மங்கி வருகிறதென்று சொன்னேன்! எனக்கு சமீப காலமாக இருதய வியாதி உண்டு என்று சொன்னேன். அடிக்கடி மாரடைப்பு வந்து மூர்ச்சித்து விழுந்து விடுவதாகவும் சொன்னேன்! அழுக்கறை வாசந்தான் என்னை அப்படி ஆக்கி விட்டதென்றும் அழுதேன்! கடைசியாக அவர் கண் முன்பாக ஒருதடவை மூர்ச்சித்து விழுந்தும் காட்டினேன்!''

"பிரமாதம்! அப்புறம்...?''

"கணக்கர் அரியநாயகத்தின் சம்சாரம் ஒரு செம்புத் தண்ணீரை என் முகத்தில் கொட்டி என்னை மூர்ச்சை தெளிவித்து எழுப்பினாள். அந்தக் காலகண்டி என்மீது அவ்வளவு கருணை காட்டியது என் அத்தை மகள் செய்த புண்ணியந்தான்!''

"சரி அப்புறம்?''

"நான் வேலை பார்க்கிற அழுக்கறை ஒரே புழுக்கமாயிருக்கிறதென்றேன். தண்டனைக் கோட்டத்திற்குள் செத்துப் போகிற ஆவிகளெல்லாம் என் அழுக்கறைக்குள் வந்துதான் பேய்களாக அடைகின்றன என்று சொன்னேன், என்னால் இனி அந்த அழுக்கறைக்குள் உயிர் வாழவே முடியாதென்று புலம்பினேன்!''

"அதற்கு அரியநாயகம் என்ன சொன்னார்?''

"அந்த அழுக்கறைக்குள்ளேயே என்னைச் செத்துப்போகச் சொன்னார். அதுதான் உத்தமமான ராஜாங்க வேலைக்காரனின் கடமை என்றும் உபதேசம் செய்தார்.''

'சரி! நீ அழுக்கறைக்குள்ளேயே செத்துப்போகப் போகிறாயா?'' "இல்லை! கணக்கரின் காலில் விழுவதைவிட, அவருடைய சம்சாரத்தின் காலைப் பிடித்துக் கொண்டு கெஞ்சினால் பலன் கிடைக்குமென்று தோன்றியது. அந்தக் காலகண்டியின் காலைப் பிடித்துக் கொண்டு நான் செத்துப் போனால் அந்தப் பாவம் அந்தப் புண்ணியவதியின் தலையில்தான் வந்து விடியுமென்று சொன்னேன்!''

''ம்! அப்புறம்.. அரியநாயகம் என்ன சொன்னார்?''

''என்னை உடனே வேலையை விட்டு விலகிப்போகச் சொன்னார்!''

''அது மட்டும் போதாதே ! உன் வேலையில் நான் அமர வேண்டுமே?''

''அதற்காக என் சாமார்த்தியத்தையெல்லாம் காட்டினேன். வேலையை விட்டுப்போனால் பிழைக்க எனக்கு வேறு வழியே இல்லையென்று சொன்னேன். என்னால் காப்பாற்றப்படவேண்டிய வயதான ஒரு தாயார் இருப்பதாகவும் சொன்னேன்''.

''அதற்கு அரியநாயகம் என்ன சொன்னார்?''

''என்னைப் போன்ற ஆட்களுக்குத் தாயாரே உண்டாகியிருக்கக் கூடாதென்றார்! உடனே நான் மறுபடியும் அவருடைய சம்சாரமான காலகண்டியின் காலில் விழுந்து கெஞ்சினேன். எனக்கு மச்சான் ஒருவர் இருப்பதாகவும், அவரை எனக்கு பதில் என் வேலையில் அமர்த்தினால், அவர் வாங்குகிற சம்பளத்தில் பாதியை என் பிழைப்பிற்குத் தருவாரென்றும் சொன்னேன்.''

''உடனே அந்தக் காலகண்டி உனக்காகத் தன் நாயகனிடம் பரிந்து பேசியிருப்பாள்!''

''ஆமாம்! என் மச்சான் மலையப்பனை எனக்குப் பதில் என் வேலையில் அமர்த்திவிட்டு நான் போய் விடலாமாம். அதற்குத் தேவையான அனுமதி ஓலையும் மேலதிகாரிகளுக்கு அரியநாயகம் எழுதித் தந்திருக்கிறார்.''

''சரி, நான் தானே உன் மச்சான் மலையப்பன்?''

''ஆமாம், மச்சான் மலையப்பரே! என்று புன்னகை செய்தான் நெல்லையப்பன். அதன் பின்னர் குடுகுடுப்பைக்காரன் தன் அழகர் கோவில் மாட்டின் மீதுள்ள சில மூட்டைகளைத் தூக்கிக்கொண்டு, நெல்லையப்பனின் அழுக்கறைக்கு வந்தான். அவன் கொண்டு வந்த மூட்டைகளில் பலவித மாறுவேஷத்திற்குத் தேவையான ஆடையணிகளும் பலவிதமான கருவிகளும் இருந்தன. நெல்லையப்பனின் மச்சான் மலையப்பனாகக் குடுகுடுப்பைக்காரன் மாறுவேஷந்தரித்துக் கொண்டு அழுக்கறை வேலையில் அமர்ந்ததும், நெல்லையப்பனிடம் ஒரு சிறு பொன் முடிப்பு மூட்டையையும் ஓர் ஓலை நறுக்கையும் கொடுத்து, ''சரி நெல்லையப்ப மச்சான்! உனக்குப் பெரும் நன்றி! அழகர் கோயில் மாட்டில் ஆயிரம் வராகன் உள்ள ஒரு மூட்டை இருக்கிறது!

அந்த மாட்டை ஓட்டிக் கொண்டு நீ வெளியே போய் விடு, இந்த ஓலை நறுக்கைக் கொண்டு போய் நான் குறிப்பிடுகிற ஒரு பொற்கொல்லரிடம் கொடுத்தால், உனக்கு ஐயாயிரம் வராகன் பொன்னும் மற்றும் உனக்குத் தேவையான வசதிகளும் செய்து கொடுப்பார்!''

''அந்தப் பொற்கொல்லர் யார்?'' என்று கேட்டான் நெல்லையப்பன். ''வீரபாண்டியர் காலத்துப் பழைய அமைச்சர் பொன்னம்பலவாணர்தான்!'' என்று குடுகுடுப்பைக்காரன் சொல்லி, அவருடைய மறைவிடமான விலாசத்தையும் நெல்லையப்பனின் காதில் ஓதி அவனை வழியனுப்பினான். நெல்லையப்பன் அழகர் கோவில் மாட்டை ஓட்டிக்கொண்டு கிளம்பும் பொழுது, ''பத்திரம் மலையப்ப மச்சான்!'' என்றான். ''சரி நெல்லையப்ப மச்சான்! இருவர் தலையையும் பத்திரமாகப் பாதுகாத்துக் கொள்வேன்'' என்று சொன்னான் மலையப்பனாக மாறிய குடுகுடுப்பைக்காரன். அப்போது ஒருவரையொருவர் பார்த்துக் கொண்ட பார்வையானது, ''என் உயிர் உன்னிடம் அபயம்!'' என்று பரஸ்பரம் சொல்லிக் கொள்வது போலிருந்தது.

அத்தியாயம் 93

நாடிய பொருள்

"நாடிய பொருள் கை கூடும்
ஞானமும் புகழும் உண்டாம்
வீடுயர் வழியது ஆக்கும்
வேரியம் கமலை நோக்கும்."

— கம்ப ராமாயணம்

லையப்பன் அழுக்கறையை மேற்பார்க்கும் வேலையில் அமர்வதற்காக மகத்தான காரியங்களில் ஈடுபட்டுக் கொண்டிருந்த போது, அரபு வர்த்தகரைப் போன்ற ஒரு தாடிக்காரர் இரு குதிரைகள் பூட்டிய ஒரு மூடுவண்டியுடன் தண்டனைக் கோட்டத்தின் வாசல் வழியாக உட்புகுந்து கணக்கர் அரியநாயகத்தின் ஆவண அறையின் முன்னால் வந்து சேர்ந்தார். ''நீர் யார்? என்னிடம் உமக்கென்ன வேலை? ஏதாவது குறிப்புக்களை ஆவணங்களில் பதிந்து கொள்ள வேண்டுமா? இதென்ன வண்டி? உம் பெயரென்ன?'' என்று கணக்கர் அரியநாயகம் சீறி விழுந்தார்.

‘‘ஓ! அல்லா! கோபம் வேண்டாம்! என் பெயர் அப்துல்லா!’’ என்றார் தாடிக்காரர்.

‘‘நன்றாகத் தமிழ் பேசுகிறீரே, அப்துல்லா?’’ என்று வியந்தார் அரியநாயகம்.

‘‘நான் இஸ்லாம் மார்க்கத்திற்கு மதம் மாறியவனென்றாலும் என் தாயகம் தமிழ்நாடுதான்! விக்கிரமபாண்டிய அரண்மனைப்புலவர் சவ்வாது ராயருக்கு நான் உறவினன்! அவருடைய சின்னமாமனின் ஒன்று விட்ட பெரியப்பா பிள்ளை நான்!’’ என்றார் தாடிக்கார அப்துல்லா.

அதைக் கேட்டதும் அரியநாயகம், ‘ஆ’ வென வாயைப் பிளந்தவராய், ‘‘அந்தப் பிள்ளையா நீர், நீர் சிறு வயதில் எங்கோ அரபு நாட்டிற்குக் கண்காணாமல் போய் மதம் மாறி விட்டதாகச் சொன்னார்களே?’’ என்று கேட்டான்.

‘‘ஆமாம்? இப்பொழுது அரபு நாட்டிலிருந்து புது விதமான கணிதக் கலையைக் கற்றுக்கொண்டு தாயகம் திரும்பி வந்திருக்கிறேன்’’ என்றார் தாடிக்கார அப்துல்லா.

இதுவரை அவரைக் கண்கொட்டாமல் கவனித்துக் கொண்டிருந்த கணக்கரின் சம்சாரம் சின்னக் கருப்பாயி அம்மாள் எதையோ கண்டுபிடித்து விட்டவள் போல் உற்சாகமடைந்து, ‘‘ஏன் தம்பி! உங்கள் பெயர் இளிச்சவாய ராயரில்லையா?’’ என்று கூவினாள்.

அதைக் கேட்டதும் அப்துல்லாவிற்குத் தூக்கிவாரிப் போட்டது.

அவரை நோக்கி அரியநாயகம், ‘‘அப்துல்லா! பூர்வாசிரமத்தில் உம் பெயர் தாண்டவராயர். சிறு வயதில் பெண்களிடையே உமக்கு இளிச்சவாயர் என்ற பட்டம் உண்டு! அதைத்தான் என் சம்சாரம் குறிப்பிட்டுச் சொல்லுகிறாள்: அதிருக்கட்டும்; நீர் முன்பு ஒரு பெண்ணைக் கல்யாணம் செய்து கொள்ள ஆசைப்பட்டீராம்! அதற்கு நம் மதம் இடங்கொடுக்காததால், அந்தப் பெண்ணைக் கூட்டிக்கொண்டு அரபு நாட்டிற்கு ஓடிவிட்டீராமே? அங்கே நீரும் அந்தப் பெண்ணும் மதம்மாறிக் கல்யாணம் செய்து கொண்டீர்களாமே? அப்போது இந்தச் செய்தி ஊரெங்கும் ஒரே பரபரப்பாக இருந்தது.’’

‘‘ஆமாம்! ஆமாம்!’’ என்று அப்துல்லா திருதிருவென விழிக்கத் தொடங்கினார்.

''அந்த ஓவியமான சம்சாரத்தை எங்களுக்கெல்லாம் கூட்டி வந்து காண்பிக்கக்கூடாதோ?'' என்றாள் கணக்கரின் சம்சாரம் சின்னக் கருப்பாயி.

''இந்த மூடுவண்டிக்குள் உன் சம்சாரம் வந்திருக்கிறதா?'' என்று ஆவலுடன் கேட்டார் கணக்கர் அரியநாயகம்.

''இல்லை இந்த மூடுவண்டிகள் நிறைய ஏராளமான ஓலைக் கட்டுகள்தான் இருக்கின்றன!'' என்று தாடிக்கார அப்துல்லா கூறி விட்டு மூடுவண்டியைத் திறந்து காண்பித்தார்.

''ஒரு வண்டி நிறைய சுவடிக் கட்டுகளை என் ஆவண சாலைக்கு ஏன் கொண்டுவந்தீர்?'' என்று கணக்கர் அரியநாயகம் கலக்கத்துடன் கேட்டார்.

''இவ்வோலைக் கட்டுகளெல்லாம் அசோகவனச் சிறைக்கோட்டைப் பாதுகாப்புச் சம்பந்தமாக ஏற்பட்ட செலவினக் கணக்குகள்! விக்கிரம பாண்டிய அரசாங்கத்தின் சார்பாகச் சோழியர்கள் நிர்வகித்ததில் ஏற்பட்ட செலவினங்கள்! அவர்கள் எழுதி வைத்திருக்கும் கணக்கு ஏடுகள்! இவற்றைத் தணிக்கை செய்து பதிந்துகொண்டு ஓலைக் கட்டுகளைச் சோழியர்களிடம் சீக்கிரம் திருப்பிக் கொடுக்க வேண்டும்!''

''இவற்றையெல்லாம் பதிந்து கொள்வதற்குள் என் எழுத்தாணி உடைந்துவிடும்; என் கையும் முடமாகி விடுமே?'' என்று கணக்கர் அரியநாயகம் முகம் சுளித்தார்.

''நானும் உமக்குக் கூடமாட உதவி செய்கிறேன். நான் புதுவிதமான கணிதக் கலையில் நிபுணன் என்று கூறி அந்த வேலையை எனக்குக் கொடுக்கும்படிக் கேட்டேன். ஆனானப்பட்ட ஜனநாதக் கச்சிராயரே எனக்காக மனமிரங்கி சிபாரிசு செய்து இந்த வேலையை வாங்கிக் கொடுத்தார்!'' என்றார் தாடிக்காரர் அப்துல்லா.

இதற்குள் கணக்கரின் சம்சாரம் அப்துல்லாவை நோக்கி, ''வாருங்கள், தம்பி! சின்ன வயதில் பார்த்தது!'' என்று உறவினரைப் போல வரவேற்று, உள்ளே ஆவணக் களரிக்கு அழைத்துச் சென்று பிரமாதமாக உபசரிக்கத் தலைப்பட்டு விட்டாள்.

கணக்கரின் அந்த ஆவண அறைக்குள் ஒருபுறமிருந்த இரும்புக் கதவுகளின் மீதே அப்துல்லாவின் கண்கள் பதிந்திருந்தன.

அந்த இரும்புக் கதவிற்கு முன்னால் ஒரு கூடையில் எடுப்புச் சாப்பாடு, பதார்த்தங்கள் பாத்திரங்கள், இலைகள்

முதலானவைகளும் ஒரு தண்ணீர் ஜாடியும் வைக்கப்பட்டிருந்தன. கணக்கர் அரியநாயகம் அந்த இரும்புக் கதவை மூன்று முறை தட்டினார். கதவிலுள்ள ஒரு சிறு துவாரத்தின் மூடியைத் திறந்து கொண்டு, உள்ளறையில் காவலிருந்த சோழிய வீரனான மாரப்பன் "என்ன கணக்கரே?" என்று கேட்டான்.

"தேவிக்குப் போஜனம் வந்திருக்கிறது. கூடையையும், தண்ணீர் ஜாடியையும் உள்ளே எடுத்துக்கொண்டு போங்கள்!" என்றார் கணக்கர் அரியநாயகம்.

உடனே உள்ளே காவலிருந்த இரு சோழிய வீரர்களும் இரும்புக் கதவைச் சிறிது திறந்து போஜனக் கூடையையும், தண்ணீர் ஜாடியையும் உள்ளே எடுத்துக் கொண்டு, மறுபடியும் கதவை 'டக்'கென்று மூடிக் கொண்டார்கள்.

அதைக் குறிப்பாக கவனித்த அப்துல்லா சிந்தனையில் ஆழ்ந்த வண்ணம், தம் தாடியிலுள்ள ஒரு சிக்கலை அவிழ்க்கத் தொடங்கினார். மற்றும் பேச்சு வாக்கில் தேவியின் பாதுகாப்புச் சம்பந்தப்பட்ட நடவடிக்கைகளை யெல்லாம் விசாரிக்கத் தொடங்கினார். அக்கறையாகக் கேட்க ஆள் கிடைத்ததினால் அரியநாயகமும் அவற்றையெல்லாம் பெருமையாக விவரித்தார்.

கணக்கரின் சம்சாரத்திற்கோ அப்துல்லாவின் குடும்ப விஷயத்தில்தான் அதிக அக்கறை இருந்தது.

"தம்பி! நீங்கள் கூட்டிக்கொண்டு ஓடின அந்தப் பொண்ணு எங்கே இருக்கிறாள்?" என்று கேட்டாள் கணக்கரின் சம்சாரம்.

"என் சம்சாரமா? அவள் என்னை விட்டு எங்கோ ஓடிப்போய்விட்டாள்! அவள் போன இடமே தெரியவில்லை. அவளை நான் தேடாத இடமே பாக்கியில்லை?" என்றார் தாடிக்காரர் வருத்தத்துடன். "உன் சம்சாரம் ரொம்ப அழகாய் இருப்பாள்: இல்லையா?" என்றார் கணக்கர் அரியநாயகம்.

"ஆமாம்!" என்றார் அப்துல்லா, மனத்தாங்கலோடு ஒரு பெருமூச்சு விட்டபடி. "பெண் ரொம்ப அழகாகவே இருக்கக்கூடாது!" என்று கூறிய கணக்கர் அரியநாயகம் தம் சம்சாரத்தின் அவலக்ஷணத்தைக் கடைக் கண்ணால் கவனித்துக் கொண்டார்.

"தம்பி, உங்களுக்கு ஒரு பெண் பிறந்ததாகச் சொல்லிக் கொண்டார்களே? இப்போது அது வயதுப் பெண்ணாக இருக்குமே? அதுவும் அழகாக இருக்குமே?" என்றார் கணக்கர் அரியநாயகம் ஏக்கத்தோடு.

"ஆமாம்! அவள் ரொம்ப அழகாய்த்தான் இருப்பாள்." என்று பெருமூச்சு விட்டார் அப்துல்லா.

"தம்பி! உங்கள் மகளுக்கு என்ன பெயர் வைத்திருக்கிறீர்கள்?" என்றாள் கணக்கரின் சம்சாரம்.

"என் பெண் பெயரா? லைலா!" என்று ஏதோ வாய்க்கு வந்த பெயரைச் சொன்னார் அப்துல்லா.

"தம்பி உங்கள் பெண்ணையாவது கூட்டிவந்து எங்களுக்குக் காண்பிக்கக் கூடாதா? நாங்கள்தான் வெளியே போக முடியாதபடி இந்த அறையில் அடைந்து கிடக்கும்படி தலையெழுத்து இருக்கிறதே!" என்று துக்கப்பட்டாள் கணக்கரின் சம்சாரம்.

உடனே அப்துல்லாவிற்கும் பளிச்சென்று ஓர் ஆலோசனை உதயமாயிற்று.

"சரியம்மா! என் பெண்ணை இப்போதே கூட்டிவந்து இங்கு ஒரு வாரம் தங்கி விடுகிறேன். இங்கே கணக்கைத் தணிக்கை செய்யும் போது லைலா கூடமாட உதவியாக இருப்பாள். அவள் கணக்கில் கெட்டிக்காரி. வெகு சீக்கிரமாகக் கணக்குப் புள்ளிகளை ஏட்டில் பதிந்து கொள்வாள். கையெழுத்தும் முத்து முத்தாக இருக்கும். எவ்வளவு பெரிய மலை போன்ற வேலையும் எளிதாகி விடும். ஒரே வாரத்திற்குள் நான் இங்கே வந்த வேலையை சுலபமாக முடித்துக் கொண்டு திரும்பிப் போய்விடலாம்!" என்றார் அப்துல்லா உற்சாகத்தோடு. அவருக்கு நாடிவந்த பொருள் கைகூடும். தேவி விடுதலை பெற வழி கிடைக்கும். போகப் போகப் புதிய தெளிவுகள் உண்டாகும். கடைசியாக கீர்த்தியும், அதிர்ஷ்டமும், வீரலக்ஷ்மியின் அருள் நோக்கும் கிடைக்கும் என்றெல்லாம் எண்ணற்ற எண்ணங்கள் தொடர்ந்தன.

"சரி! உம் மகளை நீர் இங்கே கூட்டிவந்த பிறகு மலைப்போன்ற அந்தக் கணக்கு வேலையை ஆரம்பிப்போம்!" என்றார் கணக்கர் அரியநாயகம். அதன் பின்னர் அப்துல்லா பெண் ஒருத்தியை எங்கே தேடுவது என்ற சிந்தனையில் மூழ்கினார். அவருடைய முகம் விகாரமடையத் தொடங்கியது!

அத்தியாயம் 94

காதலை மறைத்தல்

புனம் கொள் கார் மயில் போலும்,
ஓர் பொன்கொடி
மனம் கொள் காதல்
மறைத்தலை எண்ணினாள்
அனங்க வேள் அது அறிந்தனன்

— கம்ப ராமாயணம்

மனச் சாந்தியுடன் வாழ்வதற்காக வீரசேகரனுக்கும், ஊர்மிளாவிற்கும்புகலிடம் தந்த அந்தப் பாழடைந்த வீடுஎதிர்பார்த்தபடி அமைதியை அளிக்கவில்லை. சடசடவென்ற இடிகளுடன் புயற்காற்று சீறி அடிக்கும்போது, ஜோடிக் குருவிகளின் கூண்டு பூ மரத்தோடு அடிபெயர்ந்து விழுந்து விடுவதை போலவே அந்தப் பாழடைந்த வீடு ஆட்டங்கண்டிருப்பதாகத் தோன்றியது.

வீரசேகரனின் அழகுருவத்தை ஓவியமாகத் தீட்டிக் கொண்டிருந்த ஊர்மிளா அப்படித்தான் நினைத்தாள்!

அவள் எழுதிய வீரசேகரனின் ஓவியம் பூர்த்தியாகி விட்டது! அவளுடைய கனவைப் போலவே அந்த ஓவியமும் அற்புதமாகத்தான் அமைந்திருந்தது. ஆனால் அதில் ஏதோ ஒரு குறை இருப்பதாகத் தோன்றியது. வீரசேகரனின் நிஜக் கண்களில் பொங்கி நிற்கும் அத்தனை அன்புப் பெருக்கையும் அந்தச் சித்திரத்தில் கொண்டுவர முடியவில்லை. எவ்வளவு கைத்திறமை வாய்ந்த சைத்ரீகர்களாலும் அது முடியாது! ஊர்மிளா தன் உயிரையே அந்தச் சித்திரத்தில் பெய்தாலொழிய வீரசேகரனின் அன்போவியம் உயிர் பெறாதென்றே தோன்றியது.

வீரசேகரனின் உருவப் படத்தை ஊர்மிளா வைத்த விழி வாங்காமல் பார்த்துக் கொண்டேயிருந்தாள். அவளுக்கு அழுகை வந்து விட்டது. தன் கண்ணீர் வெள்ளத்தில் வீரசேகரனின் த்தோவியம் கரைந்து போய்விடுவது போன்ற பிரமையும் உண்டாயிற்று. அப்படித்தான் தன்னால் அந்த அன்பனின் உன்னத வாழ்வு அழிந்து போய் விடுமோ....?

ஊர்மிளா விம்மி விம்மி அழுதாள்.

அவளுடைய தமையன் வீரபாண்டியச் சக்கரவர்த்திகளைப் பற்றிய கவலை சிறிது குறைந்திருந்தாலும் அவளுடைய மனதில் வீரசேகரனைப் பற்றிய புதிய கவலை ஆட்கொண்டது.

அவள் காத்தவராயனைப் பற்றி அதிகம் சிந்தித்தாள். கம்மியர் சேரியில் இரும்புக் கிடங்கைச் சோழியர் முற்றுகையிட்டபோது தானும் வீரபாண்டியனும் அபாயத்தில் சிக்கிக்கொண்ட போது அங்கே காத்தவராயன் தலைகாட்டாமல் மறைந்து விட்டதிலிருந்து அவன் எங்கோ தப்பிச் சென்று பத்திரமாகவே பதுங்கியிருப்பான் என்று நிச்சயமாகத் தோன்றியது.

காத்தவராயன் பத்திரமாகத் தப்பியதை நினைக்கும் போது ஊர்மிளாவிற்கு விசித்திரமான மனநிறைவு ஏற்பட்டாலும், இன்னொருபுறம் அதனால் தனக்கோ வீரசேகரனுக்கோ ஆபத்து என்கிற பீதியும் அவளுக்கு மேலிட்டது. அவள் தன் உணர்ச்சிகளை வெளிக் காட்டிக் கொள்ள விரும்பவில்லை யென்றாலும் அவளுடைய வெளிறிய முகமும், சோகம் ததும்பும் விழிகளும், நடுங்கும் உடலும் அவளுடைய மனநிலையைத் தெளிவுறக் காட்டியது.

இவ்வாறெல்லாம் சிந்தனையில் அலைபாய்ந்து கொண்டிருந்த ஊர்மிளா, இன்னும் வீரசேகரன் வரவில்லையே என்ற கவலையுடன் மாடியறையை விட்டுக் கீழே இறங்கி வந்து தெருக் கதவின் தாழ்ப்பாளை அகற்றினாள். ஆனால் தெருக் கதவைத் திறந்து கொண்டு தெருவில் எட்டிப் பார்க்க அவளுக்குப் பயம்.

அவள் அப்படியே திரும்பி ஓடிவந்து மாடிப் படிக்கட்டின் அடியிலே உட்கார்ந்து விட்டாள். அவளுடைய சிந்தனை இந்த உலகத்தை விட்டே எங்கோ சென்று மூழ்கிவிட்டது.

அந்தச் சமயம் உல்லாசப் பறவையாக வீரசேகரன் கதவைத் திறந்துகொண்டு உள்ளே ஓடி வந்து, ''ஊர்மிளா!'' என்று ஆசையோடு கூப்பிட்டான்.

சிந்தனைக் கடலில் மூழ்கியிருந்த ஊர்மிளாவின் காதில் அவனுடைய ஆசைக்குரல் விழவில்லை.

''வீரசேகரன் மெல்ல அவளருகில் நடந்து வந்து கனிவுடன் ''ஊர்மிளா!'' என்று மெல்லக் கூப்பிட்டான்.''

மாடிப்படிக்கட்டின் கீழே ஊர்மிளா தந்தச் சிலைபோல் ஆடாமல் அசையாமல் உட்கார்ந்திருந்தாள். முழங்கால்களைக்

கட்டிக்கொண்டு தலையைத் தொங்கப் போட்டுக் கொண்டு கண்ணீரில் தோய்ந்த தன் மலர் முகத்தைத் தன் நெஞ்சிலேயே புதைத்தபடி உயிரற்றவள் போல் இருந்தாள். வீரசேகரன் அவளை அளவற்ற துயரத்துடன் ஒரு கணம் உற்றுப் பார்த்தான். அந்தப் பார்வையில் ஊர்மிளாவின் உள்ளக்கிடக்கைகளையெல்லாம் படித்தறிந்து விட வேண்டும் என்ற துடிப்பு நிறைந்திருந்தது. அந்தப் பெண்ணுள்ளம் ஒவ்வொரு கணமும் அவனுக்கு ஒரு புரியாத புதிரைப் போலவே தோன்றியது.

''ஊர்மிளா!'' என்று கூவிய வண்ணம் வீரசேகரன் அவளை அப்படியே பிடித்துக் குலுக்கி ''என்ன சிந்திக்கிறாய்!'' என்று அழாத குரலில் கேட்டான்.

''ஒன்றுமில்லை!'' என்று ஊர்மிளா சட்டென்று தன் சிந்தனையிலிருந்து விடுபட்டவளாய், எதிரே ஆசை விழிகளால் தன்னை விழுங்கி விடுவதைப் போல் பார்த்துக் கொண்டிருந்த வீரசேகரனை ஏறிட்டு நோக்கினாள்.

அடுத்த கணம் ஊர்மிளா, ''ஆ, இதென்ன வேஷம்?'' என்று கூவினாள்.

''என்னுடைய இந்த வேஷம் உனக்குப் பிடிக்கும் இல்லையா?'' என்று வீரசேகரன் சிரித்தான்.

அவன் அவ்வீட்டிலிருந்து போகும்போது சாதாரண சிப்பாய்போல் மாறுவேஷம் தரித்திருந்தான். திரும்பி வரும்போது அரபு நாட்டு ஒட்டக வர்த்தகனைப் போல் மாறுவேஷந்தரித்து வந்திருந்தான். ஊர்மிளாவும் முகத்திரையிட்ட கோஷாப் பெண்ணைப் போல் மாறுவதற்குத் தேவையான ஆடையணி களையும் அவன் கொண்டு வந்திருந்தான்.

''இதெல்லாம் என்ன?'' என்று கேட்டாள் ஊர்மிளா ஒன்றும் புரியாதவளாய்.

''ஊர்மிளா! நான்தான் மஜ்னு! நீதான் லைலா! நாம் இருவரும் லைலா மஜ்னு! நாமிருவரும் பாலைவனத்து அமரக்காதலர்கள். நம்மை யாரும் இந்த வேஷங்களில் இனங்கண்டு கொள்ள முடியாது. நாமிருவரும் இந்த வேஷத்தில் ஆனந்தமாக வாழலாம்!'' என்று சிரித்தான் வீரசேகரன்.

ஊர்மிளா பெருமூச்சு விட்டாள்.

''ஊர்மிளா! என் ஓவியத்தை அற்புதமாகத் தீட்டப்போகிறேன் என்றாயே? ஓவியம் முடிந்துவிட்டதா?'' என்று கேட்டான் வீரசேகரன்.

"முடிந்துவிட்டது. ஆனால் ஏதோ ஒரு குறை இருப்பதாகத் தோன்றுகிறது" என்று ஊர்மிளா சொல்லிக் கொண்டே, அவனை மாடிக்கு அழைத்துச் சென்று அவனுடைய உருவ ஓவியத்தை எடுத்துக் காண்பித்தாள்.

"சித்திரத்தில் உன் கை வண்ணத்தையெல்லாம் காட்டியிருக்கிறாய்! ஆனால் இந்தச் சித்திரத்திலுள்ள உருவம் எனக்கு இனி இருக்காது, உன்னையும் என்னையும் லைலா, மஜ்னுவாக உருவகப்படுத்தித்தான் ஒரு புதுச்சித்திரம் தீட்ட வேண்டும். பாலைவனத்துப் பறவைகளைப் போல சுனையருகில் காய் கிழங்குகளைப் புசித்துத் திரிந்து, பாலைவனத்துப் புயல் நடுவே ஒருவரையொருவர் அணைத்தபடி ஒன்றுபட்டு இருப்பதாக அந்தச் சித்திரத்தை வரைந்தால் அற்புதமாக இருக்கும்!" என்று உற்சாகமாய் வீரசேகரன் சொல்லிக் கொண்டே போனான்.

ஊர்மிளா ஒரு பதிலும் சொல்லவில்லை. அவளுடைய சிந்தனை வேறெங்கோ சென்றுவிட்டது.

வீரசேகரன் அளவற்ற காதலுடன் அவள் முகத்தைத் தன் பக்கம் திருப்பி, "ஊர்மிளா! உன் எண்ணமெல்லாம் இப்போது இங்கில்லை! அப்படித்தானே?" என்று துயரக் குரலில் கேட்டான்.

ஊர்மிளா, "ஆம்!" என்பது போல மெல்ல தலை அசைத்தாள்.

"ஊர்மிளா! உன் வீரத்தமையர் வீரபாண்டியரைப் பற்றித்தானே சிந்திக்கிறாய்!" என்று வீரசேகரன் தழதழக்கும் குரலில் கனிவுடன் கேட்டான்.

ஊர்மிளாவின் கண்களில் நீர் துளிர்த்தது.

சிறிது நேரம் தலை குனிந்து நின்ற அவள், வீரசேகரனை ஏறிட்டு நோக்கி, அவனை நன்றாக உற்றுப் பார்த்தாள்.

"ஊர்மிளா! நம்மைப்பற்றியும் கொஞ்சம் சிந்திக்கமாட்டாயா?" என்று கேட்டான் வீரசேகரன்.

"நீங்கள் ஏன் பாலைவனத்து மஜ்னுவாக மாற ஆசைப்பட்டீர்கள்? இந்த வேஷமெல்லாம் எதற்கு?" என்று கேட்டாள் ஊர்மிளா.

"இந்த வேஷந்தான் என்னைக் காட்டிக் கொடுக்காது! என் சோழ அரசாங்கத்தின் ஆட்கள் என்னைத் தேடியலை கிறார்களாம். என்னை உயிரோடோ பிணமாகவோ கொண்டுவர உத்தரவிடப் பட்டிருக்கிறார்களாம்! நான் பிடிபட்டால் –

விசாரணையில் குற்றம் நிரூபிக்கப்பட்டால்.. எனக்கு மரண தண்டனை விதிக்கப்படுமாம்! என் அருமை நண்பன் ஜனநாதன்தான் இவ்வளவையும் சொல்லி எச்சரித்து நம்மிருவருக்கும் இந்த மாறுவேஷ ஆடையைக் கொடுத்தனுப்பினான்!''

''வீரசேகரா! நன்றிகெட்ட நாட்டிற்குச் சேவை செய்வது எவ்வளவு பெரிய துர்ப்பாக்கியம் தெரியுமா? உங்கள் சோழ நாட்டிற்காக நீங்கள் எவ்வளவு பாடுபட்டிருக்கிறீர்கள்? என் வீரத்தமையரிடமிருந்து இந்த மதுரைத் தலைநகரையும் தேவியையும் கைப்பற்றிக் கொடுத்தது நீங்கள்தான்!

இப்போது உங்களையே துரோகியெனக் கூறித் தண்டிக்கவும் அந்த அரக்கர்களின் மனம் கூசாது!'' என்று வெறுப்புத் தொனிக்கும் குரலில் கூறிப் பல்லைக் கடித்துக்கொண்டாள் ஊர்மிளா.

''ஊர்மிளா! அதையெல்லாம் பற்றி இப்போது ஏன் நினைக்கிறாய்?''

''என்னால் நீங்கள் எவ்வளவு கீழான நிலைக்கு வந்துவிட்டீர்கள் என்பதையும் எனக்காக நீங்கள் எவ்வளவு பெரிய தியாகம் செய்திருக்கிறீர்கள் என்பதையும் என்னால் மறக்க முடியாது!'' என்றாள் ஊர்மிளா தழதழக்கும் குரலில்.

''ஊர்மிளா! நீ எனக்காகச் செய்த தியாகங்களை மட்டும் நான் மறந்துவிட வேண்டுமா? ஊர்மிளா! நான் உன் பாண்டிய நாட்டிற்குப் பரம விரோதி! அதை நாமிருவரும் மறந்துவிட்டு ஒரே வீட்டில் ஒரே கூரையின் கீழ் பரமார்த்தீகமான காதலில் ஒன்று கலந்திருக்கிறோம்! சோழ நாட்டை நினைத்தாலே அருவெறுக்கும் நீ அதை எதிர்த்துப் போராட விரும்பும் நீ, ஒரு சோழிய வீரனோடு ஒன்றுபட்டு இந்த வீட்டில் இருக்கிறாய்! ஒருவேளை நான் மனம் மாறி என் கடமையை நிறைவேற்ற ஆசைப்பட்டு உன்னைப் பிடித்துக் கொடுக்கலாம் என்பதைக்கூட நீ யோசிக்கவில்லை! நிர்ப்பயமாய் நீ என்னோடு தங்கியிருப்பது நீ என்மீது கொண்டுள்ள காதலால்தான்!'' என்றான் வீரசேகரன்.

''ஆமாம்! ஆனால் இந்த நிலை நீடித்திருக்க முடியாது என்றே நினைக்கிறேன்!'' என்று கூறிய ஊர்மிளா எதையோ ஆழ்ந்து சிந்தித்தவளாய், ''அநீதி ஒருபோதும் நீடித்திருக்க முடியாது!'' என்றாள்.

''அப்படியானால்...? நீ என்ன சொல்கிறாய்...?'' என்று அவசரமாகவும் கலவரத்துடனும் வீரசேகரன் கேட்டான்.

‘‘நான் ஒரு பாண்டிய நாட்டுப் பெண்! வீரபாண்டியச் சக்கரவர்த்திகளின் தங்கை! உங்கள் சோழிய அரசாங்கம் இந்த நாட்டை விட்டு ஒழிய வேண்டுமெனக் கனவு காண்பவள். உங்கள் இலட்சியங்களையெல்லாம் சிதறடிக்க விரும்புபவள். என் வீரத்தமையர் உங்கள் சோழியப் படையை முறியடித்து, இழந்த மதுரையையும் தேவியையும் மீட்க வேண்டுமென ஒவ்வொரு கணமும் இறைவனைப் பிரார்த்திப்பவள். எனக்கு அடைக்கலம் தந்த சோழிய வீரரான உங்களுடன் இந்த வீட்டில் தங்கியிருக்கும் போதே இப்படிப்பட்ட எண்ணங்களை வளர்த்துக் கொண்டிருக் கிறேன் என்றால், என்னைப் போன்ற துரோக சிந்தனையுள்ளவள் இந்த உலகத்தில் வேறு யாருமே இருக்க முடியாது! உங்கள் நீதிப்படியும், கடமைப்படியும், பார்த்தால் நீங்கள் என்னை உங்கள் அரசாங்கத்திடம் பிடித்துக் கொடுத்து உங்கள் மீதுள்ள பழியைத் துடைத்துக் கொள்ள வேண்டும்!’’

‘‘ஊர்மிளா! நீ இப்படிச் சொல்வதைவிட என் உடைவாளை எடுத்து என் நெஞ்சிலேயே குத்திக் கொள்ளச் சொல்லலாம்!’’

ஊர்மிளா தலை குனிந்தவண்ணம், ‘‘என்னால் உங்களுக்கு அவமானமும் அழிவும் ஏற்படுவதை நான் விரும்பவில்லை. அன்பு காட்டி, ஆசை முகம் காட்டி, உங்களை வெட்டுப் பாறைக்கு இழுத்துச் செல்லமாட்டேன். அன்புருவமான உங்கள் தலையை யானைக்காலுக்கு அர்ப்பணிக்க ஒருபோதும் சம்மதிக்க மாட்டேன்!’’ என்று கூவினாள்.

‘‘ஆ ஊர்மிளா! நீ என்னை விட்டுப் பிரிந்துபோகப் போகிறாயா? என்னை விட்டுவிட்டு எங்கே போவாய்?’’ என்று பரிதாபமாகக் கேட்டான் வீரசேகரன்.

‘‘நான் எங்கே போவேன்?’’ என்று தன்னைத்தானே கேட்டுக் கொண்டே ஊர்மிளா, ‘‘எனக்குப் போக்கிடமா இந்த உலகத்தில் இல்லை? நீங்கள் இல்லாத சமயம் உங்களுடன் சொல்லிக் கொள்ளாமலே எங்காவது போய் விடுவேன்! எந்த இடத்திலிருந்து வந்தேனோ அந்த இடத்திற்கே போய்விடுவேன்! கடைசியாக எல்லோரும் எங்கே போய்ச் சேர்வார்களோ அந்த இடத்திற்குக்கூடப் போய்விடுவேன்!’’ என்றாள்.

‘‘அப்படிப் போவது உனக்கு ஆனந்தமாக இருக்குமா?’’ என்று ஓவென அழுதான் வீரசேகரன்.

‘‘அதனால் என் அன்பருக்குள்ள பழி நீங்கும் என்று நினைக்கும் போதே எனக்கு அளவிறந்த ஆனந்தம் உண்டாகும்!’’ என்றாள் ஊர்மிளா.

''ஆ! ஊர்மிளா!'' என்று வீரசேகரன் நெஞ்சில் அடித்துக் கொண்டு, ''இதுதான் உன் முடிவா? நீ எனக்குக் கொடுத்த வாக்குறுதி பொய்தானா? கடைசியில் உனக்காக நான் மனச்சாட்சியை மீறி தேசத் துரோகியானது வீண்தானா? உன்னை அடைவதற்காக நான் பட்டபாடெல்லாம் பாழ்தானா? பாலைவனத்தில்கூட நாம் ஒன்று சேர முடியாதா? நீ காதலிக்க வில்லையா? சொல் ஊர்மிளா! சொல் நீ நன்றி மறந்தவள்தானா?'' என்று வீரசேகரன் பரிதாபமாகக் கேட்டான்.

ஊர்மிளா கனிவுடன் அவன் கைகளைப்பற்றி, ''பதறாதீர்கள்! நான் நன்றி மறந்தவளல்ல! உங்கள் உள்ளத்து உணர்ச்சிகளை யெல்லாம் அறியாதவளும் அல்ல! உங்கள் மீது நான் கொண்டிருக்கும் அளவற்ற அன்பினால்தான் நான் இப்படிச் சொல்கிறேன். எப்படி என் தமையர் வீரபாண்டியச் சக்கரவர்த்திகள் எதிரிகளின் கையில் பிடிபட்டு புரட்சிக்காரரெனப் பழியுடன் மடிவதைக் காண விரும்பமாட்டேனோ அப்படியே என் அன்பரான நீங்களும் துரோகியெனப் பழிதூற்றப்பட்டு மரணதண்டனைக்கு ஆளாவதையும் நான் விரும்பமாட்டேன்'' என்றாள் ஊர்மிளா குரல் தழதழக்க.

''ஊர்மிளா! ஊர்மிளா!'' என்று வீரசேகரன் மேலே பேச முடியாமல் குரலடைக்க நின்றான்.

ஒரு கணம் கழித்து வீரசேகரனுடைய கண்கள் ஒருவிதத் தீர்மானத்தால் ஜொலித்தன.

''ஊர்மிளா இல்லாத கற்பனையெல்லாம் செய்துகொண்டு ஏன் அவதிப்படுகிறாய்? அரசியலை நாம் மறந்துவிடுவோம்; அதைவிட உன்னதமான காதலை எண்ணியே ஆனந்தப் பள்ளுப்பாடுவோம்! நீ உன் பாண்டிய நாட்டை மறந்துவிடு! நான் என் சோழ அரசாங்கத்தை மறந்துவிடுகிறேன்! நாமிருவரும் நம்மிருவரைத் தவிர இந்த உலகத்தையே மறந்துவிடுவோம்!'' என்றான் வீரசேகரன்.

ஊர்மிளா இலேசாகச் சிரித்தாள். அந்தச் சிரிப்பு அமுங்கிக் கிடக்கும் துயரத்தின் வெடிப்பே ஆகும்!

''இந்த ஜென்மத்தில் உங்களோடு வாழ முடியாத துர்ப்பாக்கியவதி நான்!'' என்றாள் ஊர்மிளா.

''நான் எங்கு கூப்பிட்டாலும் வரமாட்டாயா?'' என்று கேட்டான் வீரசேகரன்.

''அதற்கு நான் சுதந்திரமுடைய பெண்ணல்ல''

''நாமிருவரும் இஸ்லாம் மதத்தில் சேர்ந்துவிடலாம். அந்த மதம் ஸ்திரீகளின் புனர் விவாகத்தை அங்கீகரிக்கும். எந்த ரூபத்திலிருந்து வழிப்பட்டாலும் ஆண்டவனின் அருள் நமக்குக் கிடைக்கும்!'' என்றான் வீரசேகரன்.

''அந்த எண்ணமும் எனக்கு இருந்தது. இஸ்லாமிய மார்க்கத்தைப் பற்றியும் நான் பல விவரங்களைத் தெரிந்து கொள்ள விரும்பினேன். அதற்காக எவராவது ஒரு அரபு வர்த்தகரைப் பார்த்து வரும்படி நம் ஆள் சங்கிலிக் கருப்பையாவைச் சற்று முன்தான் வெளியே அனுப்பினேன் ஆனால்...''

''ஆனால் என்ன ஊர்மிளா?''

''ஆனால் நான் அவ்வளவு அவசரப்பட்டுச் சங்கிலிக் கருப்பையாவை அனுப்பியிருக்கக் கூடாது. எனக்காக உங்கள் தேசீயக் கடமையை மதாச்சாரத்தை இன்னும் எத்தனையோ கொள்கைகளையெல்லாம் இழக்க வேண்டுமோ? அவ்வளவு தூரம் என்னுடைய அன்பு சுயநலமாய் இருக்க வேண்டுமா? என் நிலையை நீங்கள் புரிந்து கொள்ளவில்லையே?'' என்று ஊர்மிளா விம்மினாள்.

''ஊர்மிளா! இன்னும் நீ தான் என்னைப் புரிந்து கொள்ளவில்லை! நான் உன்மீது வைத்திருக்கும் அன்பை ஓரளவாவது புரிந்துகொண்டிருந்தால், இம்மாதிரியெல்லாம் பேசமாட்டாய். நான் உன்னைக் காதலிப்பது போலவே வேறெந்த ஆடவனும் இந்த உலகத்தில் காதலிக்கமாட்டான்! இதை நான் நிரூபித்துக் காட்டுவேன் ஊர்மிளா! நான் எவ்வளவு தியாகம் செய்தாலும் அவ்வளவும் நான் உன்மீது கொண்டுள்ள காதலுக்கு ஈடாகாது. உனக்காக நான் என் வாழ் நாளெல்லாம் அழியா அவப்பெயரைச் சுமந்து கொண்டிருப்பதையும் அற்பமாகவே நினைப்பேன்! உனக்காக நான் ராஜத் துரோகியாக மாறியதையும் அற்பமாகவே நினைக்கிறேன். இவ்வளவிற்கும் உன் காதல் ஒன்றையே பெரிதாக நினைத்துத்தான் நான் உயிரோடு இருக்கிறேன். ஊர்மிளா, உயிரோடு இருக்கிறேன்! கடைசியில் என் ஆசையையெல்லாம் வஞ்சித்து நீ ஓடிவிடுவாய் போல் இருக்கிறதே'' என்றான் வீரசேகரன் உடைந்த குரலில்.

கண்ணீர்த் துளிகளின் மத்தியில் ஊர்மிளாவின் முகம் பிரகாசமடைந்தது. அவள் அப்படியே வீரசேகரன் கைகளைப் பற்றி, ''நான் உங்களை வஞ்சிக்கமாட்டேன். என் மனதையே நான் வஞ்சித்துக் கொள்ள முயன்றேன்! ஆமாம்! நீங்கள் இல்லாமல் நான் உயிர் வாழவே முடியாதென்றே என் மனம் ஓலமிட்டது. அதை ஆயிரந்தடவை அழித்தெழுத முயன்றேன். என்

காதலையெல்லாம் மறைக்க முயன்றேன்! ஆனால் என் மனதை என்னால் வஞ்சிக்கவே முடியவில்லை. இந்த ஜென்மத்தில் மட்டுமல்ல; எந்த ஜென்மத்திலும் உங்களை அடையவே நான் ஆசைப்படுவேன்! வாழ்ந்தால் உங்களோடு உயிர் வாழ்வேன். இல்லையெனில் உயிர் துறப்பேன்!'' என்றாள். அப்போது பொற்கொடி போல் அவள் தேகமெல்லாம் புத்துயிருடன் ஜொலித்தது!

"ஊர்மிளா, ஊர்மிளா!" என்று வீரசேகரன் ஆனந்த பரவசனாய் அவளைப் பிடித்து உலுக்கினான்.

அவனை நோக்கி ஊர்மிளா, "நாம் இங்கே இருக்கும் ஒவ்வொரு கணமும் ஆபத்து அணுகலாம்! அதனால்..." என்றாள்.

"அதனால்? என்ன சொல், ஊர்மிளா!"

"உங்கள்மீது நான் கொண்டிருக்கும் அன்பினால்தான் உங்களுக்கு எந்தவிதத் துயரமும் நேரக்கூடாது என்று விரும்புகிறேன்! எந்தக் கணமும் நீங்கள் ராஜத் துரோகியெனக் குற்றம் சாட்டப்பட்டு மரண தண்டனையடையலாம். நம்மை வாழவொட்டாமல் பிரிக்க இங்கே எத்தனையோ விதத் தடைகள் ஏற்படலாம். அதனால் நாம் வெகு தூரத்தில் எங்காவது கண்காணா தேசத்திற்கு எவரும் நம்முடைய இன்ப வாழ்க்கையில் குறுக்கிட்டுக் கலைக்க முடியாத இடத்திற்குப் போய்விடலாம்" என்றாள் ஊர்மிளா மெல்லிய குரலில்.

"இன்றே நாம் இங்கிருந்து பறந்து விடலாம்! நீயும் நானும் லைலா மஜ்னுவாக உருமாறிப் போனால் நம்மை யாரும் இனம் கண்டுபிடிக்க முடியாது. அதற்காகத்தான் இந்த மாறுவேஷ ஆடைகளை வாங்கி வந்தேன், நீ கோஷாப் பெண்ணைப் போல் கோஷா அங்கியைத் தொங்க விட்டுக் கொண்டு வந்தால் ஒருவரும் உன்னை அடையாளம் கண்டு கொள்ளமாட்டார்கள். சந்தேகித்துச் சோதிக்க மாட்டார்கள்!" என்றான் வீரசேகரன்;

"ஆனால் எப்படி நாம் இந்த மதுரை மாநகரை விட்டு வெளியேறுவது? நகர்கோட்டை வாசலில் தற்போதிருக்கும் கட்டுக் காவலைக் கடந்து செல்வது அவ்வளவு சுலபமில்லையே? நாம் இங்கிருந்து வெளியேற வழியென்ன?" என்று ஊர்மிளா நடுங்கிய வண்ணம் கேட்டாள்.

"ஊர்மிளா! அதைப் பற்றி நீ கவலைப்படாதே. ஆண்டவன் நமக்கு வழிகாட்டியிருக்கிறார். அரபு தேசத்தவரான ஒரு வர்த்தகருக்கும் அவரது மனைவிக்கும் இந்த மதுரையை விட்டு வெளியேறி சுதேசம் செல்ல இரண்டு அனுமதிச் சீட்டுகள்

வழங்கப்பட்டனவாம்! ஆனால் எதிர்பாராமல் கொள்ளை நோய்கண்டு அவ்விருவரும் இறந்து விட்டதால் அவ்விருவரது அனுமதிச் சீட்டுகளையும் ஜனநாதன் என்னிடம் கொடுத்திருக்கிறான், இதோ அந்த அனுமதி ஓலைகள்! நாமிருவரும் அவ்விருவரைப் போல் மதுரையை விட்டு வெளியேறி விடலாம், உன் பெயர் லைலாதான்! ஆனால் என் பெயர் மஜ்னுவல்ல, மகமத்கான்!'' என்றான் வீரசேகரன்.

"உங்கள் நண்பர் ஜனநாதரின் உதவியை நாம் வாழ்நாள் முழுவதும் மறக்கவே முடியாது!"

"ஆனால் நாம் வெளியேறும்போது யாரும் சந்தேகிக்காதபடி மிகவும் எச்சரிக்கையாக நடந்து கொள்ளவேண்டும். ஜனநாதன் இதை மீண்டும் மீண்டும் வற்புறுத்திச் சொன்னான்!" என்று வீரசேகரன் சொல்லிவிட்டு,

"இதோ கோஷா அங்கி! இஸ்லாமியப் பெண்போல் மாறு வேஷம் தரித்துக்கொள். இதோ அனுமதிச் சீட்டுகள்! பத்திரமாக வைத்துக்கொள். கோடிப் பொன் கிடைத்தாலும் இந்தக் காலத்தில் அனுமதி ஓலைகள் கிடைக்காது! இவற்றில்தான் நம் எதிர்கால வாழ்வு ஆனந்தம் எல்லாம் அடங்கியிருக்கிறது" என்று சொல்லி அவற்றை ஊர்மிளாவிடம் கொடுத்தான்.

ஊர்மிளாவின் முகத்தில் மகிழ்ச்சி துள்ளியது. "அப்படியானால் நாம் இங்கிருந்து எப்போது புறப்பட வேண்டும்?" என்று கேட்டாள்.

"இன்னும் மூன்று நாழிகைக்குள் இங்கிருந்து புறப்பட்டுப் போய்விடலாம்!

நீ ஆடையலங்காரங்கள் மாற்றிக் கொள்வதற்கும் மூட்டை முடிச்சுகள் கட்டுவதற்கும் அவ்வளவு நேரம் போதாதா?" என்று புன்முறுவலுடன் கேட்டான் வீரசேகரன்.

"உம்! நாம் புறப்படுவது யாருக்கும் தெரியக்கூடாது!" என்றாள் ஊர்மிளா கலவரத்துடன்.

"கவலைப்படாதே, ஊர்மிளா! யாருக்கும் தெரியாமலே நாம் போய்விடலாம். நான் ஜனநாதனிடம் சென்று நமக்காக அவன் ஏற்பாடு செய்திருக்கிற குதிரைகள் பூட்டிய மூடு வண்டியைக் கொண்டு வருகிறேன். நான் வந்தவுடனே நாம் புறப்பட்டுவிட வேண்டும். நீ அதற்குள் நமக்குத் தேவையான சாமான்களை யெல்லாம் மூட்டை கட்டிவை! அதிகமான சாமான்கள் வேண்டாம். வழிப்பிரயாணத்திற்கு அத்தியாவசியமானவற்றை மாத்திரம் கட்டிவைத்தால் போதும்!" என்றான் வீரசேகரன்.

"இரண்டு நாளுக்குத் தேவையான கட்டுச்சாதமும், பதார்த்தங்களும் கட்டி வைத்தால் போதுமா?'' என்று கேட்டாள் ஊர்மிளா.

"நீ அலங்காரத்தில் நேரத்தைப் போக்கினாலும் பரவாயில்லை. அனாவசியமாக சமையலில் நேரத்தைப் போக்கிவிடாதே! உன் முகத்தைப் பார்த்துக் கொண்டிருந்தால் எனக்கு இருபது நாள்கூட பசிக்காது!'' என்று சிரித்தான் வீரசேகரன்.

சட்டென ஊர்மிளா "ஒருவேளை நாம் புறப்படும்போது இடையில் யாரேனும் தடுத்து விடுவார்களோ.....?'' என்று பயத்துடன் கேட்டாள்.

"ஊர்மிளா ஏன் அனாவசியமாகக் கலவரப்படுகிறாய்? ஆபத்தில் தலை கொடுத்தாவது நாம் ஆனந்த வாழ்க்கையைப் பெற்றுவிடுவோம்'' என்றான் வீரசேகரன்.

"கடவுள்தான் நமக்குத் துணை புரிய வேண்டும்'' என்று ஊர்மிளா பக்தி சிரத்தையோடு சொன்னாள்.

"பார்த்தாயா ஊர்மிளா! உன்னிடம் ஒன்று கொடுக்க மறந்து விட்டேன்!'' என்று சொல்லிவிட்டு, அங்கு ஒருபுறமிருந்த மல்லிகைப் பொட்டலத்தை எடுத்து, "வழியில் ஒரு பூக்கடையில் புது ஜாதிமல்லிகையைப் பார்த்தேன். நீ பிரியப்படுவாயே என்று ஆசையோடு வாங்கி வந்தேன். ஆனால் வீட்டிற்குள் வந்து நீ கவலையோடிருப்பதைப் பார்த்ததும் உன்னிடம் அதைக் கொடுத்தால் கோபித்துக் கொள்வாயோ என்று நினைத்தேன்'' என்றான்.

"கொடுங்கள்!'' என்று ஊர்மிளா அந்த மல்லிகைப் பொட்டலத்தை ஆசையுடன் வாங்கி அதன் நறுமணத்தின் போதையை முகர்ந்தாள். திடீரென்று அவள் கண்களில் நீர் துளிர்த்தது. வீரசேகரன் திடுக்கிட்டு, "இப்போதென்ன கண்ணீர்?'' என்று கேட்டான்.

"இப்போது ஆனந்தக் கண்ணீர்!'' என்று சிரித்தாள் ஊர்மிளா.

"ஊர்மிளா! நான் சீக்கிரம் மூடுவண்டியுடன் வந்துவிடுகிறேன், பிறகு நாம் எந்தக் காலத்திலும் இணை பிரியாதவர்களாகி விடலாம்!''

"அரை நாழிகையில் திரும்பி வந்துவிடுங்கள். உங்கள் அருமை நண்பரோடு பேசிக் கொண்டி ருப்பதில் நம் பிரயாணத்தை மறந்துவிடாதீர்கள்!'' என்றாள் ஊர்மிளா.

"நீ அதிகமான சாமான்கள் கட்டி வைத்துக் கொண்டிருக்காதே! நம்முடைய பிரயாணம் சாதாரணமாகத் தோன்ற வேண்டுமே தவிர, நம் குடும்பத்தோடு தப்பியோடுவதாக யாரும் சந்தேகித்து விடக்கூடாது" என்றான் வீரசேகரன்.

"ஆனால் எனக்கு வேறொரு பயமிருக்கிறது! என்னை யாராவது தடுத்து விடுவார்களோ என்ற பயம்!" என்றாள் ஊர்மிளா.

"காவலர்களைப்பற்றிய பயமா?"

"இல்லை!"

"பின் யாரைப்பற்றிப் பயம்? நீ என்னோடு வருவதைத் தடுக்கக்கூடிய சக்தி இந்தப் பூலோகத்தில் யாருக்கும் இல்லை!" என்றான் வீரசேகரன்.

ஊர்மிளா அதற்குப் பதில் சொல்ல முடியாமல் பயத்தை வாய்க்குள்ளேயே மென்று விழுங்கினாள்.

"காத்தவராயரைப் பற்றிய பயமா?" என்று கேட்டான் வீரசேகரன்.

அதற்கும் ஊர்மிளா பதில் சொல்லவில்லை.

"காத்தவராயர் தண்டனைக் கோட்டத்திற்குள் ஏதோ மாறுவேஷத்தில் புகுந்திருக்கிறாராம், தேவியைச் சிறை மீட்கும் முயற்சியில் ஈடுபட்டிருக்கிறாராம், தண்டனைக் கோட்டத்திற்குள் புகுந்தவர் யாரும் மீண்டும் வெளியே வரமுடியாதென்று ஜனநாதன் சொன்னான்" என்றான் வீரசேகரன்.

ஊர்மிளாவிடமிருந்து அவளையறியாமலே ஒரு விம்மலொலி கிளம்பியது.

பிறகு வீரசேகரன் தலைகுனிந்து கொண்டே, "காத்தவராயருக்குப் பிராணபயம் ஏற்படாமல் பார்த்துக் கொள்ளவேண்டுமென நான் ஜனநாதனிடம் வாக்குறுதி வாங்கியிருக்கிறேன். அவருக்கு நான் பிராணனைக் கொடுக்கவாவது கடமைப்பட்டிருக்கிறேன்" என்று பலஹீனமான ஸ்தாயியில் சொன்னான்.

ஊர்மிளாவின் வாடியமுகம் நன்றி உணர்ச்சியினால் மலர்ந்து பிரகாசித்தது.

"நான் சீக்கிரம் திரும்பி வந்து விடுவேன், ஊர்மிளா!" என்று சொல்லிக் கொண்டே வீரசேகரன் கிளம்பினான்.

ஊர்மிளாவிற்கு ஏதோ ஒன்றை இழப்பது போன்ற உணர்ச்சி ஏனோ ஏற்பட்டது. ''வீரசேகரா!'' என்று அவள் தன்னையறியாமல் கூவினாள். வீரசேகரன் திரும்பிப் பார்த்தான். ஊர்மிளா விரித்த கரத்துடன் பாய்ந்தோடி வந்து வீரசேகரன் கழுத்தைக் கட்டிக் கொண்டு அவனுடைய நெஞ்சில் முகம் புதைத்தபடி விம்மினாள். அவள் இதயத்தில் ஏதோ இனந்தெரியாத வேதனை கவிந்து கொண்டது.

அவளுடைய முக வாட்டத்தைக் கண்ட வீரசேகரன் ''ஊர்மிளா! தைரியமாயிரு. விரைவில் குதிரை வண்டியுடன் வருகிறேன்!'' என்று சொல்லிவிட்டு அவளைப் பிரிந்து சென்றான்.

வீரசேகரனின் காலடியோசை மறையும் மட்டும் தெரு வாசற்படியிலேயே நின்றுகொண்டிருந்த ஊர்மிளாவின் நெஞ்சிலிருந்து நீண்டதொரு பெருமூச்சு வெளிப்பட்டது.

ஆனால் அடுத்த கணம் தெருவில் தன்னை யாராவது கவனித்திருப்பார்களோ என்ற பயம் அவளுக்குத் தோன்றவே, படீரெனத் தெருக் கதவைச் சாத்திக்கொண்டு உள்ளே ஓடினாள் ஊர்மிளா.

அத்தியாயம் 95

எச்சிலை நுகர்தியோ!

பிச்சி நீ என் செய்தாய்?
பெருநறவு இருக்கவாளா
எச்சிலை நுகர்தியோ?

– கம்ப ராமாயணம்

மகர வீணையின் ஏழிசையும் ஒருங்கே மீட்டியது போல், உணர்ச்சி மயமான சஞ்சாரங்களில் லயித்திருந்தது ஊர்மிளாவின் மனம். மதுரையைவிட்டுப் பறந்துவிட்டால், அடிவானத்திற்கு அப்பால் புதியதொரு சொர்க்கம் உதயமாகிவிடும் என்கிற எண்ணம் ஓயாமல் சுருதி கூட்டி அவளைப் பரவசப் பண்பாடத் தூண்டியது, வீரசேகரன் எப்போது குதிரை வண்டியுடன் வருவான் என்று அவளுடைய தேகமெல்லாம் பரபரத்தது. பிரயாணத்திற்குத்

தேவையான மூட்டை முடிச்சுகளைக் கட்டுவதையெல்லாம் அவள் ஒருவித ஜீவ வேகத்துடனேயே செய்து கொண்டிருந்தாள். அவளையறியாமலே நீண்ட பெருமூச்சுகள் வெளிப்பட்டுக் கொண்டிருந்தன.

தனக்காக ஒருவன் சகலத்தையும் தியாகம் செய்துவிட்டு இராஜத்துரோகி என்ற பழிச் சொல்லையும் தனக்காக ஏற்றுக் கொண்டு, எங்கோ கணகாணாத தேசத்தில் அஞ்ஞாதவாசம் புரிய வரப்போகிறான் என்பதை நினைத்தபோது, ஊர்மிளாவின் நெஞ்சம் பெரிதாக விம்மித் தாழ்ந்தது. ஆனாலும் நெஞ்சின் அடித்தளத்தில் அடிக்கடி எழும் குழப்பத்தையும் பீதியையும் மட்டும் அவளால் என்ன முயன்றும் கட்டுப்படுத்த முடியவில்லை. தான் செய்யும் காரியம் தவறோ என்கிற எண்ணம் வேறு ஒருபுறம் இடையிடையே அபஸ்வரம் போல் பலஹீனமாக ஒலித்துக் கொண்டிருந்தது. தான் பிறந்த பொன்னாடான பாண்டிய தேசத்தைப் புறக்கணித்துவிட்டுப் போவதா என்கிற தேசாபிமானம் வேறு அவளுடைய மூளையைத் துளைத்தது. ஆனால் சொந்த நாட்டில் இருக்கும்வரை தான் செய்யும் குற்றம் இருமடங்காக எதிரொலிக்கும் என்று தோன்றியது. பாம்புப் புற்றுப் போன்ற அந்தப் பாழடைந்த வீட்டிற்குள் அவள் தன் உணர்ச்சிகளோடு தனித்திருக்கவே பயந்தாள்.

வீரசேகரன் இன்னும் சிறிது நேரத்தில் குதிரை வண்டியோடு வந்துவிடுவான்! இந்த இடத்தைவிட்டே, இந்த ஊரை விட்டே, இந்த தேசத்தைவிட்டே வேறோர் உலகத்திற்குப் பறந்து போய் விடலாம். பழைய சம்பிரதாயங்களையும் சூழ்நிலைகளையும் அறுத்துக் கொண்டு தன் நாட்டைவிட்டே வெளியேறி, அந்நிய தேசத்தில் அந்நியப் பிரஜையாகத் தங்கிவிட்டால் தான் செய்யும் பிழை சாதாரணமாகிவிடும் என்று கற்பனை செய்து கொண்டாள். சொல்லப் போனால் அது அவளுடைய குற்றமல்ல; விதியின் குற்றமேயாகும்! அவள் நெஞ்சினால் பிழையிலள்!

வெளி நாட்டில் வாழும்போது தனக்கு இந்த உலகத்தில் வீரசேகரனைத் தவிர வேறு எந்த மனிதனும் இருந்தான் என்பதையே மறந்துவிடலாம் என்றுகூட அவள் நம்பத் துணிந்தாள்.

அவளும் வீரசேகரனும் கூண்டிலிருந்து விடுதலை பெற்ற பறவைகளாக இலங்கைக்கோ, சாவகத் தீவிற்கோ போய்விடலாம். அங்கே அந்நாட்டுப் பிரஜைகளாகி அந்நியக் கலாச்சாரத்தில் ஆனந்தமாக வாழலாம். புதிய மதத்தைத் தழுவி புதிய பெயர்கள் வைத்துக் கொண்டு புது வாழ்வு பெறலாம். அசூசை கண்கள் அண்ட முடியாத தூரத்தில், அவர் தூற்றும் குரல்கள் எட்ட முடியாத தொலைவில், எவரும் தங்கள் வாழ்வைத் தட்டிப் பறிக்க

முடியாத இடத்தில், நிம்மதியாக வாழலாம். அந்த அமானுஷ்யமான இடத்திலே ஒரு சின்னஞ்சிறு வீடு! சுற்றிலும் ஒரு சிங்காரத் தோப்பு! அதிலே சிந்து பாடும் சிட்டுகள்! உழைத்து உண்பதற்கு ஒரு காணி நிலம்! உடுப்பதற்கு ஒரு நாழி முழம்! பாடுவதற்கு மகர யாழ்! படிப்பதற்குத் திருக்குறள்! இது அவர்களுக்குப் போதும்! காலம் முழுவதும் தங்கள் இருவரைத் தவிர உலகத்தையே மறந்து விடலாம். வான விளிம்பின் வண்ணத் தோப்பில் வட்டமிடும் இரு விண்மீன்களைப் போல வாழலாம்! நிம்மதியாக வாழலாம்! வாழலாம்! வாழலாம்!

ஆஹா! அதற்குள் ஊர்மிளா எத்தனை இன்பக்கோட்டைகள் கட்டி விட்டாள்! பிறந்த மண்ணைவிட்டுப் போகப்போகிறோம் என்று இருவரும் குறைப்படவில்லையே! ஒருவருடைய சொந்தத் தாய்நாடு என்பதுதான் என்ன? அன்பு உணர்ச்சிகளுக்கு மதிப்பளித்து பரிவு காட்டவில்லையென்றால் அந்த நாடு கொடுமையே உருவான மாற்றாந்தாய்க்குச் சமானமேயாகும்!

ஊர்மிளா அமோகமாக பிரயாணத்திற்குத் தேவையான சாமான்களையெல்லாம் மூட்டைகட்டி வைத்துவிட்டாள். அதிக சாமான்கள் கூடாது. அத்தியாவசியமான பொருள்களை மட்டும் எடுத்து வைத்துக் கொள்ளவேண்டும் என்கிற எச்சரிக்கை அவளுடைய மனதில் உறுத்திக் கொண்டேயிருந்தது. அவ்வாறு மூட்டைக் கட்டும் போது வீரசேகரனுக்குப் பிடித்தமான சாமான்களை மட்டுமே எடுத்து வைத்துக் கொண்டாள். தனக்கென ஒரு மாற்றுடையும் மகர வீணையும் மட்டுமே தேர்ந்தெடுத்துக் கொண்டாள்.

பின்னர் ஊர்மிளா தன் மாறுவேஷத்தைப் பற்றி நினைத்தாள். லைலா என்னும் பெயரில் இஸ்லாமியப் பெண்ணைப்போல் அவள் தலை மறைந்து செல்லவேண்டும். அதற்குத் தேவையான ஆடை அணிகளையெல்லாம் வீரசேகரன் கொடுத்துவிட்டுப் போயிருந்தான்.

விநோதமான அந்தத் துணிமணிகளைப் பார்த்ததும் ஊர்மிளாவிற்கு அளவு கடந்த உற்சாகம் பிறந்தது. புத்தாடைகளைக் கண்டதும் கவர்ச்சியுறும் குழந்தையைப் போல அவற்றை ஆவலோடு எடுத்துக் கொண்டு நிலைக்கண்ணாடியின் முன் ஓடி நின்று அவசரம் அவசரமாக உடுத்திக்கொண்டாள். ஆபரணங்களை முறைப்படி அணிந்திருக்கிறாளா என்பதை வீரசேகரனிடம் கேட்டுத்தான் திருத்திக்கொள்ள வேண்டும்! காதில் அணிந்து கொள்ள வேண்டியதை மூக்கிலும், மூக்கில் அணிந்துக் கொள்ள வேண்டியதைக் கையிலும் தவறுதலாக அணிந்து கொண்டிருப் போமோ? அதைப் பார்த்தால் வீரசேகரன் சிரிப்பானோ? யாராவது சந்தேகிப்பார்களோ?— இவ்வாறு சிந்தித்தபடி மூட்டை முடிச்சுகள்

இருக்குமிடத்திற்கு வந்தாள். அங்கு அலங்காரப் பெட்டிக்குள் வைத்திருந்த ஒரு சிறு முகம் பார்க்கும் கண்ணாடியை எடுத்தாள். அதில் தன் அழகைப் பார்த்துக் கொண்டாலொழிய அவளுக்குத் திருப்தி ஏற்படவில்லை. அது வீரசேகரன் அவளுக்கு வாங்கித் தந்த அன்புக் கண்ணாடி!

கடைசியாக ஒரு முறை தன் அலங்கார விநோதத்தை யெல்லாம் அந்தக் கண்ணாடியில் பார்த்துக் கொண்டாள். தான்தானா என்று அவள் கண்களை அவளாலேயே நம்ப முடிய வில்லை! புதுப் பிறவி எடுத்து வந்தது போலிருந்தது! ஆமாம், அவளுக்குப் புனர்ஜன்மம் ஏற்படத்தானே போகிறது; புது மணத் தேறலை அனுபவிக்கத்தானேப் போகிறாள்? அழகும் முகக் காந்தியும் முன்பைவிடப் பன்மடங்கு பிரகாசித்தது! தேகமெல்லாம் பல வண்ணத் துகில்களினிடையே நட்சத்திரங்கள் ஜொலிப்பது போலிருந்தது!

முகத்திரையை எடுத்து அணிந்து கொள்வாளேயானால் கருமேகத்திற்குள் ஒளிந்திருக்கும் முழு நிலவைப்போல் அவள் முகம் ஆகிவிடும்! அப்புறம் யாரும் அவளை அடையாளம் கண்டு கொள்ளவே முடியாது! வழிப் பிரயாணத்தில் ஊமைபோல் நடித்துவிட்டால் அவளுடைய தேன் சுவைக் குரலைக்கூட யாரும் இனம் கண்டு கொள்ள முடியாது!

ஆனால் இன்னும் அவள் தன் முகத்திரையை எடுத்து அணிந்து கொள்ளவில்லை, முக்காடிட்டுக் கொள்ளவில்லை! தன்னை இந்தக் கோலத்தில் வீரசேகரன் பார்த்தால் எப்படிப் பரவசப்படுவான் என்ற நினைப்பில் ஆழ்ந்து விட்டாள்.

அப்போது தெருக்கதவைப் படபடவென்று தட்டும் சப்தம் கேட்டது.

அதற்குள் வீரசேகரன்தான் குதிரை வண்டியுடன் திரும்பி வந்து விட்டானோ? அந்த அற்ப ஆசையுடன் ஊர்மிளா விரைந்தோடி, ''வீரசேகரா!'' என்று கூவியவண்ணம் தெருக்கதவின் தாழ்ப்பாளை அகற்றித் திறந்தாள்!

தெருக் கதவைத் தள்ளிக்கொண்டு ஒரு முரட்டு உருவம் உள்ளே நுழைந்தது!

தாடிக்காரரான ஒரு அரபு வர்த்தகரைப்போல் வந்து நின்ற அந்த உருவத்தைக் கண்டதும் ஊர்மிளா திகைத்தாள்.

''என்னைத் தெரியவில்லையா? வரவேண்டியவன்தான் வந்திருக்கிறேன்!''

அந்த அழுத்தமான குரலைக் கேட்டதும் ஊர்மிளா பயத்தால் கிரீச்சிட்டாள். முகத்தில் சவக்களைத் தட்டி அவளுடைய தேகம் வெடவெடவென்று ஆடியது.

''நீங்களா?'' என்று தன்னையறியாமல் ஊர்மிளா கூவிவிட்டாள்.

''ஆமாம்! நான்தான் உன் மணவாளன் காத்தவராயன்! இப்போது என் பெயர் அப்துல்லா! நீ போட்டிருக்கிற மாறுவேஷத்திற்கு என் வேஷமும் பொருத்தமானதுதான்!'' என்று அமைதியாகப் பதிலளித்தான் அப்துல்லா.

அவனிடம் தென்பட்ட அந்த ஆழமான அமைதியே ஆயிர மடங்கு பயங்கரமானதாகத் தோன்றியது.

ஊர்மிளாவிற்கு அந்த அறையிலுள்ள பொருள்களெல்லாம் தலைகீழாகச் சுழல்வது போலிருந்தது! அவள் இத்தனைக் காலம் எதை நினைத்து பீதியடைந்து கொண்டிருந்தாளோ அது அவள் கண் முன்னே பூதாகாரமாக வந்து நிற்கிறது...

அவளுடைய நடுங்கும் கைகளில் இருந்த அழகான சிறு கண்ணாடி பிடி தளர்ந்து கீழே நழுவி விழுந்து சுக்கு நூறாக உடைந்தது! அக்கண்ணாடித் துண்டுகளில் பிரதிபலித்த அவளுடைய அழகும் ஆசையும் துண்டு துண்டாகச் சிதறித் தோன்றின.

''உன்னை நீயே பார்த்துக்கொள்ள வேண்டிய கண்ணாடியை உடைத்துவிட்டாய்'' என்றான் அப்துல்லா மீண்டும் அமைதியாக. அந்தக் குரலில் தொனித்த ஏளனம் பேயறைவது போலிருந்தது.

ஊர்மிளா தடுமாறினாள். சுற்றிச் சுழன்றாள். பூமி அப்படியே இரண்டாகப் பிளந்து தன்னை விழுங்கி விடக்கூடாதா என்று தவித்தாள்.

மூர்ச்சித்து விழவிருந்த அவளை அப்துல்லா அப்படியே தன் முரட்டுக் கரங்களால் தூக்கி நிறுத்தி, அங்கே மூட்டை முடிச்சுகளின் மத்தியில் சுருட்டி வைக்கப்பட்டுள்ள ஒரு பாயை நோக்கி அழைத்துச் சென்றான்.

பாம்பால் தீண்டப்பட்டவள்போல் ஊர்மிளா வெடுக்கென்று அவன் பிடியிலிருந்து தன்னை விடுவித்துக் கொண்டாள்.

''என்ன விஷயம் ஊர்மிளா, என்னைக் கண்டு ஏன் மிரளுகிறாய்? நான் இங்கு வந்ததில் என்ன தவறு?'' என்று அப்துல்லா மீண்டும் அமைதியான புன்முறுவலுடன் கேட்டான்.

அந்தப் புன்முறுவலில் இருந்த ஏளனம் ஊர்மிளாவை ஆயிரம் ஈட்டிகள் கொண்டு அறுப்பது போலிருந்தது.

''ஆ!'' என்று தலையைக் கெட்டியாகப் பிடித்துக் கொண்டு தடுமாறிச் சுழன்ற ஊர்மிளா தன்னெதிரே நிற்கும் பூதாகாரமான உருவத்தைக் காணச் சகியாமல் பீதியால் தன்னிரு கைகளையும் தன் விழிகளின் முன்னால் வைத்துக் கொண்டு நடுங்கினாள்.

''நல்லது! நான் இப்படி வருவேன் என்று நீ எதிர்பார்க்கவில்லை, இல்லையா? நான் எங்காவது செத்துப் போயிருப்பேன் என்று எண்ணிவிட்டாய், இல்லையா? என்னைப் பார்த்தால் என் பேய்தான் வந்து நிற்கிறதென்று நினைக்கிறாய், இல்லையா?'' என்று அப்துல்லா என்கிற காத்தவராயன் வினயமாகக் கேட்டான்.

உண்மையிலே ஒரு பூச்சாண்டியைக் கண்ட குழந்தை எங்கே ஓடி ஒளியலாம் என்று பதறுமோ அதுபோல் ஊர்மிளா சுற்றுமுற்றும் பார்த்தாள். அவள் தீட்டி வைத்திருந்த வீரசேகரனின் ஓவியம் அவளுடைய நினைவில் பளிச்சிட்டது. அந்த ஓவியத்திலுள்ள வீரசேகரனின் உருவம் உயிர் பெற்றெழுந்து வந்து தனக்கு அடைக்கலம் தரக்கூடாதா, பயங்கரமான புன்முறுவலுடன் தன்னெதிரே நிற்கும் பேயுருவத்தினிடமிருந்து தன்னை விடுவிக்கக்கூடாதா என்று இறைவனை நோக்கி இறைஞ்சினாள். புன்முறுவலுடன் நிற்கும் காத்தவராயனின் அமைதியான தோற்றத்திற்குள் எத்தனை பயங்கர சூழ்ச்சிகள் ஒளிந்து கொண்டிருக்கும் என்பதையெல்லாம் எண்ணி அவள் பயந்தாள்.

''என்ன ஊர்மிளா, மௌனம் சாதிக்கிறாய்?'' என்று அப்துல்லா தொடர்ந்து கூறலானான்; ''பயப்படாதே! நான் பேயல்ல! இன்னும் நான் சாகவில்லை! நீ வாழும்போது நான் சாக மாட்டேன். என் இலட்சியங்களை முடிக்காமல் நான் சாக மாட்டேன்!'' என்றான்.

''ஆ!'' என்றாள் ஊர்மிளா.

''ஊர்மிளா! நான் இப்போது வருவேன் என்று நீயேன் எதிர்பார்க்கவில்லை? நீ எதிர்பார்த்திருக்க வேண்டும்! ஒரு வேளை நான் இந்த மதுரைமாநகரை விட்டு வெகுதூரம் ஓடிப்போயிருப்பேன் என்று நினைத்திருப்பாய்! ஆனால் அப்படியெல்லாம் நடக்கவில்லை. அன்பே! நம் பழைய வீட்டைச் சோழிய அரக்கர்கள் முற்றுகையிடும் போது நான் தலைமறைந்து விட்டேன்! நீயும் வீரபாண்டியச் சக்கரவர்த்திகளும் அந்த வீட்டிற்குள் அகப்பட்டு கொண்டபோது என் உயிரைக் கொடுத்தாவது உங்களைக் காப்பாற்ற வரவில்லை ஏன்? கோழைத்தனத்தாலா? அல்ல அல்ல! தேவியைச் சிறை

மீட்க வேண்டும் நம் மானத்தையெல்லாம் காக்க வேண்டும் என்ற ஆசைதான்! அந்த லட்சியத்திற்காகவே நான் என்னுயிரைச் சுமந்து கொண்டிருக்கிறேனே தவிர காதலுக்காகக் கோழை போல் ஓட விரும்பியதில்லை! கம்மியர் சேரியிலுள்ள அந்த வீட்டிற்குள் உன்னையும் சக்கரவர்த்திகளையும் விட்டுவிட்டுப் போனேனல்லவா? நான் திரும்பி வந்து பார்த்தபோது, நம்முடைய அழகான வீடு சோழிய அரக்கர்களால் பெரிய சாம்பல் குவியலாக்கப் பட்டிருப்பதைக் கண்டேன்! ஆனால் அந்தச் சாம்பலோடு நீயும் சாம்பலாகி விடவில்லை! உன்னைப்பற்றி விசாரித்தபோது யாரும் உன்னைப் பார்த்ததாகச் சொல்லவில்லை. நீ மதுரை மாநகரைவிட்டு ஓடியிருக்க மாட்டாய் என்பதும் எனக்குத் தெரியும் நீ என்னைத் தேடினாயோ, இல்லையோ? உன்னைத்தேடி நான் தெருத்தெருவாக அலைந்தேன்! ஒவ்வொரு வீடாய் ஏறி இறங்கினேன். நீ ஒளிந்து கொண்டிருக்கும் இடமே தெரியவில்லை! தலைதப்பி ஓடியவள் நம்மவர்களிடம் அடைக்கலம் புகவில்லை என்பதை மட்டும் தெரிந்து கொண்டேன். அப்படியானால் உனக்குப் புகலிடம் தரக்கூடிய பூமானான எதிரி இந்த உலகத்தில் எவன் இருப்பான் என்பதும் தெரிந்துவிட்டது. வேலைக்காரன் சங்கிலிக் கருப்பையாவைச் சந்தித்தேன்.."

"அவன் காட்டிக் கொடுத்து விட்டானா?"

"இல்லை! சங்கிலிக் கருப்பையா ஜனநாதனுக்குக்கூட நம்பிக்கையான ஆள் என்பது எனக்குத் தெரியும்! நம்மிருவரையும் பிணைத்திருக்கும் விதிதான் உன்னைக் காட்டிக் கொடுத்து விட்டது! சங்கிலிக் கருப்பையாவின் சேவை வீரசேகரனுக்கு வழங்கப் பட்டிருக்கிறதெனத் தெரிந்து கொண்டேன். அரபு வர்த்தகனைப்போல் அலைந்த என்னை, அவன் ஒருநாள் வீதியில் சந்தித்தான், இஸ்லாம் மார்க்கத்துக்கு மதம் மாறுவது பற்றி என்னிடம் விசாரித்தான். அவ்வாறு தன் எஜமானி விசாரிக்கச் சொன்னதாகச் சொன்னான். உடனே அவனுடைய எஜமானி யாரென்பது எனக்குப் புரிந்து விட்டது. அவனை இரகசியமாகப் பின் தொடர்ந்தேன். இந்தப்பாழடைந்த வீட்டைப் பார்த்துக் கொண்டேன். ஏதோ ஓர் அனுமானத்தோடு தேடி வந்த நான், உன்னை இங்கே கண்டு கொண்டேன். ஆனால் நீ என்னைக் கண்டதும் அளவில்லாத ஆனந்தம் கொள்ளவில்லை!" என்றான் அப்துல்லா.

அவனுடைய கடைசி வார்த்தை பழுக்கக் காய்ச்சிய ஈட்டியைப் போல் சுருக்கென்று ஊர்மிளாவின் நெஞ்சில் தைத்தது.

"ஆ! தெய்வமே!" என்று தன் துயரை அவள் மென்று விழுங்கினாள். "உம்! போனது போகட்டும்! முக்கியமான விஷயம் என்னவென்றால், இங்கே நாமிருவரும் ஒன்று சேர்ந்துவிட்டோம்;

வீரசேகரன் எப்படியிருக்கிறான்? அவன் இங்கே உனக்குச் சரியான அடைக்கலந்தான் தந்திருக்கிறான். ஆனால் பாவம்! நீ மிகவும் அவஸ்தைப்பட்டு விட்டாய். உன்னைப் போன்ற உத்தமமான பாண்டிய நாட்டுப் பெண்ணொருத்தி, நம் ஜென்மவிரோதியான ஒரு சோழிய வீரனிடம் அடைக்கலம் புகுந்து, அவனுடைய பாதுகாப்பை நம்பி, அவனோடு ஒரே வீட்டிற்குள் ஒன்றாகத் தங்கியிருக்கும்படி நேர்வதென்றால் அது மிகவும் அவஸ்தையாகத்தானிருக்கும்! அதைவிடத் துர்ப்பாக்கியம் உனக்கு வேறு எதுவும் இருந்திருக்க முடியாது!'' என்றான் அப்துல்லா.

''ஆ! தெய்வமே! எனக்குக் கொஞ்சம் பச்சாதாபம் காட்டக் கூடாதா?'' என்று ஊர்மிளா முனகினாள்.

''ஊர்மிளா! உனக்கு இங்கிருக்கும் சௌகரியத்தைப் பார்த்தும், உனக்கு இங்கிருக்கும் பாக்கியத்தை நினைத்தும், எனக்குப் பொறாமைதான் ஏற்படுகிறது!'' என்ற அப்துல்லா, சுற்றும் முற்றும் அங்குள்ள வசதிகளையெல்லாம் பார்த்துவிட்டு ''ஊர்மிளா! உன்னைப் பார்த்தால் வேதனைப்படும் ஒரு பெண்ணாகவே தெரியவில்லை! எதிரிகளான சோழிய அரக்கர்களால் வேட்டையாடித் தேடிப் பிடிக்கப்பட வேண்டிய ஒரு பெண், எதிரிகளின் கையில் பிராணனுக்குத் துடி துடிக்க வேண்டிய ஒரு பெண், சோழிய வீரன் ஒருவனின் பாதுகாப்பிலே பத்திரமாக ஒளிந்து கொண்டு நிம்மதியாக வாழ்கிறாள்! விதவிதமான ஆடையணிகள், உல்லாசமாகப் பாடுவதற்கு மகர வீணை, சேவகம் செய்வதற்கு நம்பகமான ஒரு வேலையாள்... இந்த சௌகரியம் எதிரியின் வீட்டில் எந்தப் பெண்ணுக்குத்தான் கிடைக்கும்? நீ இங்கே ஒரு கவலையும் இல்லாமல் வாழ்கிறாய்! நானோ? கம்மியர் சேரியிலுள்ள நம்முடைய வீடு சோழிய அரக்கர்களால் தீக்கிரையானதும் நம்முடைய வசதிகளெல்லாம், சாம்பலாக்கப் பட்டதும், நான் தெருத் தெருவாய் அலையும் ஆண்டியானேன். எதிரிகளால் விரட்டப்பட்டு உயிருக்குப் பயந்து எத்தனையோ ரூபங்களில் ஓடி ஒளிந்தேன்! குப்பை மேடுகளிலும் சுடுகாட்டுப் பொட்டல்களிலும் பாம்பு, தேள் உறையும் பாழடைந்த தோப்புகளிலும் பதுங்கி வாழ்ந்தேன். தெருப் பொறுக்கியைப் போல் பசியுடன் அலைந்தேன்!'' என்றான்.

''ஆ! என்னை வார்த்தைகளால் கொல்லாதீர்கள்!'' என்றாள் ஊர்மிளா.

''இன்னும் கேள்! நீ இங்கே பகைவரோடு அறுசுவை உண்டி அருந்தும் போது நான் பசிக்கு ஒரு பிடி அன்னமும் இல்லாமல் பட்டினி கிடந்தேன்.''

"ஐயோ!" என்று ஊர்மிளா ஒரு விம்மலுடன் தன்னிரு கைகளிலும் முகத்தைப் புதைத்துக் கொண்டாள்.

"பசியோடு அலைந்தேன் என்றால், என் கையில் பணமில்லை என்பதனாலல்ல! என்னோடு எப்போதும் தயாராய் ஆயிரம் பொன் நாணயங்கள் வைத்துக்கொண்டு தானிருந்தேன். ஆனால் அற்பமான ஒரு இரும்புக் கொல்லனோ, நெசவாளியோ, தெருப் பொறுக்கியோ ஒரு கவளம் அன்னத்திற்காக ஒரு பொன் நாணயத்தை எடுத்து வீசினால் அது சந்தேகத்திற்கு இடமாகும். இம்மாதிரி வேஷங்களில் திரிந்த என்னை வேட்டையாடித் திரியும் சோழிய அரக்கர்கள் கண்டால் அந்த இடத்திலேயே வெட்டிப் புதைத்து விடுவார்கள். அதனால் நான் என் பசியைப் பொருட்படுத்தவில்லை. தேவியைச் சிறை மீட்கும் இலட்சிய வீரனாகவே வாழ விரும்பினேன்! உம்! எனக்கு ஆதரவோ அடைக்கலமோ கிடைக்கவில்லை. சோழியர்களால் வேட்டையாடப் படும் ஓர் ஆடவன், இளமையும் அழகும் வாய்ந்த ஒரு பெண்ணைப் போல் நிம்மதியாக வாழ்ந்துவிட முடியாது! எனக்குப் புகலிடம் தந்து என்னை ஒளித்து வைக்கக்கூடிய ஒரு சோழிய வீரனின் சிநேகிதம் எனக்குக் கிடைக்கவில்லை. உன்னைப் போன்ற ரூபவதிக்குத்தான் அது கிடைத்திருக்கிறது!"

"ஆ! ஐயோ!" என்று துடிதுடித்தாள் ஊர்மிளா.

காத்தவராயன் அதோடு அவளை விடவில்லை. "நான் பாண்டிய நாட்டுவாசியொருவன் தின்றுவிட்டுப் போட்ட எச்சிலையைத் தின்றாலும் என் மானம் போவதாகக் கருதியிருக்க மாட்டேன். ஆனால் பகைவன் வீட்டில் எச்சில் கனியை நுகர்வதைத்தான் மானமற்ற செயலாகக் கருதுவேன்!"

"ஐயோ! என்மீது கொஞ்சம் இரக்கம் காட்டுங்கள். நான் எவ்வளவு வேதனைப்படுகிறேன் என்பது உங்களுக்குத் தெரியவில்லையா?" என்று ஊர்மிளா விம்மினாள்.

"ஆமாம்! நீ மிகவும் குழம்பித்தான் போயிருக்கிறாய்! அது எனக்கு வெகு நன்றாகப் புரிகிறது! என்னால்தான் நீ இப்படிக் குழம்பிப் போயிருக்கிறாய்! ஆனால் மனதைத் தைரியப்படுத்திக் கொள்! நான் வந்து விட்டேன்! உனக்காகத்தான் வந்திருக்கிறேன்! இனிமேல் நீ என்னைப் பிரியவேண்டிய அவசியமில்லை. பகைவனின் துணையை நாடவேண்டிய அவசியமுமில்லை!" என்றான் அப்துல்லா.

"ஆ! என்னை அழைத்துப்போக வந்திருக்கிறீர்களா? நான் உங்களோடு வரமாட்டேன்!" என்று கூவினாள் ஊர்மிளா.

''ஏன் வரமாட்டாய்? நான் உனக்கு உரியவன்! மாசு மருவற்றவன் உத்தமமான லட்சியவீரன்! அழிவு நேர்ந்தபோதிலும் எந்தக் கணத்திலும் லட்சியத்தைக் கைவிடாத கடமை வீரன்! வீரசேகரனோ இராஜத் துரோகி என்று அவனுடைய ஆட்களாலேயே தேடப்படுபவன் சோழ நாடும் சிவகாமியும் உனக்கு உமிழ்ந்த எச்சில் அவன்! நான் குடிப்பது கூழாயிருந்தாலும் அது தேவாமிர்தத்திற்குச் சமானம்! பகைவன் வீட்டில் நீ அருந்துவது அமிர்தமாயிருந்தாலும் அது எச்சிலுக்குச் சமானம். பெருந்தேன் உனக்காகக் காத்திருக்க எச்சிலைச் சாப்பிடத்தான் ஆசைப் படுவாயா?'' என்றான் அப்துல்லா.

''ஆ! நீங்கள் என்னைக் கொல்லப் போகிறீர்களா?'' என்று கிரீச்சிட்டாள் ஊர்மிளா!

அப்துல்லா பயங்கரமான புன்முறுவலுடன் அவளை ஒரு கணம் விசித்திரமாக உற்று நோக்கினான்.

''மாசுமருவற்ற ஒரு பெண்ணைக் கொல்வதா?'' ஓ மாதரசி! உத்தமமான ஒருவனைக் கொலைபாதகனாகச் சொல்கிறாயா? என்னைப் பிரிந்திருந்ததினால் ஏற்பட்ட துக்கம் உன்னுடைய பரிசுத்தமான ஆத்மாவை அப்படிக் குழப்பி விட்டதா? மாசுமருவற்ற ஒருத்தியை நான் கொன்றால் அந்தப் பாவத்தை நான் எங்கே கொண்டு கழிப்பது?'' என்றான் அப்துல்லா ஏளனமாக.

''போதும்!'' என்ற ஊர்மிளா வெடுக்கென்று திரும்பி அவனை நன்றாக ஏறிட்டுப் பார்த்தாள்.

''நான் மாசுமருவற்றவளல்ல! நெஞ்சினால் உங்களுக்குப் பிழை செய்தவள்!'' என்றாள் கணீரென்ற குரலில்.

''நிஜந்தானா?'' என்ற அப்துல்லா அவளை விசித்திரமாக உற்றுநோக்கி சுற்றுமுற்றும் கவனித்துவிட்டு மீண்டும் அமைதியான புன்முறுவலுடன் கேட்டான்: ''ஊர்மிளா! நீ இவ்வாறு மாறுவேஷம் அணிந்திருப்பது, இங்கு மூட்டை முடிச்சு கட்டி வைத்திருப்பது எல்லாம் எதற்காக? காதலனோடு வெளியூருக்கு பறந்தோடி விடலாம் என்ற திட்டமா?''

''ஆமாம்!''

''என் கைக்கு எட்டாத தூரத்திற்குப் போய் விடலாம் என்ற எண்ணமா!''

''ஆமாம்!''

"மதம் மாறி புனர் விவாகம் செய்து கொண்டால் பழைய பந்தங்களெல்லாம் அறுந்து விடும் என்ற நம்பிக்கையா?''

"ஆமாம்!''

"பிறந்த தேசத்தைப் புறக்கணித்து, கைக்கொண்ட லட்சியத்தைக் கை நழுவவிட்டு, கேவலம், காதலுக்காக ஓடிவிட்டால் அதை நான் ஒப்புக் கொள்வேனா?''

"ஒப்புக் கொள்ள மாட்டீர்கள்!''

"உன்னைக் கொன்றாலும் குற்றமில்லையென்றுதானே எவனும் நினைப்பான்''.

"ஆமாம்!''

"சரி! இப்போது நான் உன்னைக் கொல்லப் போவதில்லை! போனது போகட்டும்; நடந்ததையெல்லாம் ஒரு துர்க்கனவு போல் மறந்துவிடு! இப்போது என்னோடு புறப்பட்டு வா!''

"உங்களோடு நான் வரமாட்டேன்! வேண்டாம்! வேண்டாம்! இனி நான் வாழவே விரும்பவில்லை! என்னைக் கொன்று விடுங்கள்! இந்த இடத்திலேயே இப்போதே கொன்று விடுங்கள்!'' என்று துயரத்தால் தன்னிரு கைகளாலும் முகத்தை மூடிக்கொண்டு விம்மினாள் ஊர்மிளா.

"இந்த இடத்தில் உன்னைக் கொல்வதா? இங்கே உன் ரத்தத்தைப் பார்த்து உன் காதலன் வடிக்கும் கண்ணீரினால் உன் ஆத்மா குளிர்ந்துவிடலாம். இதுவரை மனதாலும் எவ்விதக் களங்கமும் நினைக்காது பரிசுத்தமாய் இருந்த நான், உன்னை என் கைகளால் கொன்று பாவத்தையும் பழிச் சொல்லையும் மூட்டை கட்டிக் கொள்ள வேண்டுமா?'' என்று ஏளனமாய்ச் சிரித்தான் அப்துல்லா.

ஊர்மிளா 'ஓ'வென விம்மி அழுதாள்.

"என்னைக் கொன்று விடுங்கள்! உங்கள் காலில் விழுந்து கெஞ்சுகிறேன். உங்களுடைய கொடூரமான ஏளனங்களால் என்னை அணு அணுவாகக் கொல்லாமல் ஒரேயடியாக என்னைக் கொன்று விடுங்கள்! உங்கள் வாதப்படி நான் குற்றம் நினைத்தவள்! என்னைக் கொன்றாலும் குற்றமில்லை! கொன்றுவிடுங்கள் சுவாமி, கொன்றுவிடுங்கள்!'' என்று ஊர்மிளா கூவினாள்.

"நீ செய்த குற்றத்திற்குப் பிராயச்சித்தமாக நீ உன் உயிரைவிடத் தீர்மானித்துவிட்டாய்! மரணந்தான் உன்

துயரத்திற்குச் சரியான மருந்து என்று ஒப்புக் கொள்கிறாய் இல்லையா?''

''ஆமாம்! ஆமாம்!''

நீயே குற்றவாளியென்று ஒப்புக் கொள்கிறாய். நீ செய்தது எந்தவிதக் குற்றமாய் இருந்தாலும் கவலையில்லை! அதற்குப் பிராயச்சித்தமாக உனக்கு நான் எந்தவிதமான மரணத்தை விதித்தாலும் சிறிதும் முணுமுணுக்காமல் அந்த மரணத்தை ஏற்றுக் கொள்வாய் இல்லையா?

''என்னை வெட்டிக் கொல்லுங்கள்! இப்போதே என்னை வெட்டிக் கொல்லுங்கள்! நான் கத்தமாட்டேன்! கலங்கமாட்டேன்! வேதனையால் என் வாயிலிருந்து ஒரு சிறு முனகல் ஒலிகூட வெளிபடாது! என்னை வெட்டியெறியும் உங்கள் கையைச் சபிக்கமாட்டேன்! எனக்கு விமோசனம் தர வந்த நற்கை என்று வாழ்த்துவேன்!''

''இல்லை! மாதரசி! இல்லை! உன்னை என் கைகளால் வெட்டியெறிய விரும்பவில்லை: ஆனால் நீ ஆசைப்படும் மரணம் அநேகமாக உனக்குச் சித்தித்துவிடும். ஆனால் நீ அடையபபோகும் சாவு, நீ அஞ்சுகிறபடி அவமானச் சின்னமாக இராது! யாரும் பழிக்கும்படி இராது! முறைதவறிய மோகத்தால் உயிர் நீத்தவள் என்று உன் கதை உருவெடுக்காது, நீ அடையப் போகும் மரணம் உனக்கும் எனக்கும், அளவில்லாத கௌரவத்தைத் தருவதாகவே இருக்க வேண்டும்! ஆமாம்! அப்படிபட்ட உன்னதமான மரணத்தைத்தான் உனக்கு உருவாக்கித் தரப்போகிறேன். உன் அழிவைப் பார்த்தவர்கள் எல்லாம் கண்ணீர் சிந்துவார்கள்; காறித் துப்ப மாட்டார்கள்! பதிதை என்று வெறுப்பதற்குப் பதிலாகத் தியாகதேவதை என்று வாழ்த்துவார்கள்! உன் குடும்ப கௌரவம் சிறிதும் கறைப்படாமல் குன்று விளக்குப் போல் பாண்டிய நாட்டுச் சரித்திரத்திலே இடம் பெறும்! நாமிருவரும் மனங்கலந்து வாழவில்லையென்றாலும், நம்மிருவரையும் சரியான ஜோடிகள் என்று உலகம் சிந்துபாடும்! நம்மிருவரையும் பொறுத்தவரை அந்தத் திருப்தி எனக்குப் போதும்! ஊர்மிளா! உனக்கு நான் அளிக்கப் போகும் மரண தண்டனை உனக்கு அமரநிலை தந்துவிடும் அதற்காகவாவது நீ எனக்கு நன்றி செலுத்து!'' என்றான் அப்துல்லா.

''நீங்கள் என்ன சொல்லுகிறீர்கள்? எனக்கு ஒன்றுமே புரியவில்லையே! என்னை என்ன செய்யப் போகிறீர்கள்?'' என்று குழம்பினாள் ஊர்மிளா.

''நாமிருவரும் எந்த லட்சியத்திற்காக ஒன்றாக இணைக்கப்பட்டோமோ அந்த இலட்சியப் பாதையை நோக்கியே கைகோர்த்துச் செல்வோம்; தேவியைச் சிறை மீட்பது ஒன்றுதான் என்னுடைய ஒரே லட்சியம்! அதற்காக உன்னைப் பலி கொடுக்கப்போகிறேன்! அப்போது நீ மடிய நேரிட்டால், அது உன் குற்றத்திற்குப் பிராயச்சித்தமென்பது எனக்கும் உனக்கும் மட்டுந்தான் தெரியும். ஆனால் மற்றவர்களெல்லாம் தியாக தேவதை என்று உன்னைக் கும்பிடுவார்கள்!'' என்றான் அப்துல்லா.

''நீங்கள் சொல்வதையெல்லாம் பார்த்தால் எனக்குப் பைத்தியம் பிடித்துவிடும் போலிருக்கிறது. நீங்கள் என்னை எந்தவிதமாகப் பழிதீர்த்துக் கொள்ளப் போகிறீர்கள்? இப்போது நீங்கள் என்னை எங்கே இழுத்துக்கொண்டு போகிறீர்கள்?'' என்று கேட்டாள் ஊர்மிளா.

''சாவை நோக்கித்தான்!'' என்றான் அப்துல்லா.

''அப்படியானால் சரி! நான் போய் என் கடைசிப் பிரார்த்தனையைச் செலுத்திவிட்டு வருகிறேன்''.

''பிரார்த்தனையா?''

''ஆமாம்!''

''யாருக்கு?''

''அதைப்பற்றி நீங்கள் கவலைப்பட வேண்டியதில்லை, என்னைப் பழிதீர்த்துக் கொள்வது என்று எந்தக் கணம் தீர்மானித்து விட்டீர்களோ அந்தக் கணமே நான் உங்களுக்குப் பட்டிருக்கும் கடனையெல்லாம் கழித்து விட்டேன். அதற்குமேல் உங்களிடம் எந்தவிதப் பந்தமும் எனக்கு இல்லை!'' என்றாள் ஊர்மிளா கணீரென்ற குரலில்.

''அது உண்மைதான்! சரி, நான் உனக்காக இங்கேயே காத்திருக்கிறேன், நீ சீக்கிரம் உன் பிரார்த்தனையை முடித்துவிட்டு வா!'' என்றான் அப்துல்லா.

ஊர்மிளா தடதடவென்று பூஜையறைக்குள் நடந்தாள்.

காத்தவராயனும் அவளைப் பின் தொடர்ந்தான்.

''நீங்கள் என் பின்னால் வராதீர்கள்!'' என்றாள் ஊர்மிளா சட்டென்று.

''வந்தால் என்ன?'' என்று கேட்டான் அப்துல்லா என்கிற காத்தவராயன்.

''எனக்கு ஒன்றுமில்லை? உங்கள் மனந்தான் வீணாகப் புண்படும்!'' என்றாள் ஊர்மிளா.

காத்தவராயன் முகத்திலிருந்த ஏளனப் புன்முறுவல் மாறி அவன் அப்படியே அயர்ந்து நின்றுவிட்டான்.

ஊர்மிளா பூஜையறைக்குள் சென்று அங்கு ஒருபுறம்தான் தீட்டி வைத்திருந்த வீரசேகரனின் உருவப்படத்தை எடுத்து, ''வீரசேகரா!'' என்று ஆவியெல்லாம் சோரும்படி கூவி தன் நெஞ்சில் அப்படியே அந்தப்படத்தை அணைத்துக்கொண்டாள். வெடித்துவிடுவதுபோல் துடிக்கும் இருதயத்தைத் தன் கைகளால் அழுத்திக் கொண்டாள்.

பிறகு அவள் அந்தப் படத்தை பூஜைப் பீடத்தில் வைத்தாள். அதிலுள்ள வீரசேகரனின் பரவச உருவத்தை ஒருமுறை உற்றுப் பார்த்தாள். அவள் அவனுக்கு ஊட்டி வந்த காதல் கனவின் பரவசமெல்லாம் அவ்வீர முகத்தின் புன்முறுவலில் ஒளிர்வது போலிருந்தது.

அந்த உருவப் படத்தை நோக்கி, ''வீரசேகரா!'' என்று ஊர்மிளா மெல்லிய குரலில் புலம்பினாள். ''வீரசேகரா! என்னை மன்னித்துவிடு! என்னைப் பொறுத்தவரையில் என் வாழ்நாளில் நான் ஆனந்தத்தைக் காணவேண்டுமென எதிர்பார்த்தவள் அல்ல! நான் சந்தோஷப்படவேண்டுமென விரும்பியதும் இல்லை! ஆனால் உன்னைச் சந்தோஷப்படுத்த வேண்டும், உனக்கு என்னால் ஆனந்தத்தைத் தரமுடியும் என்றுநான் நம்பினேன், என் நம்பிக்கையெல்லாம் வீணாகிவிட்டது! வீரசேகரா, வீணாகி விட்டது, என் காதலுக்காக உன் வாழ்க்கையைப் பணயம் வைத்து விட்டாய்! கடைசியில் காதலும் கை நழுவி துர்மரணத்தையும் தழுவிக் கொள்ளப் போகிறாயோ என்னவோ? ஆனால் வீரசேகரா! உன்னை நான் வஞ்சித்து விட்டேன் என்று ஒருபோதும் நினைக்காதே! உன் நினைவும் உருவமும் ஒருபோதும் என் நெஞ்சை விட்டு நீங்காது! நான் மரணத்தைத் தழுவும்போது உன்னையே தழுவிக் கொள்வதாக நினைப்பேன்! என் கடைசி மூச்சிலே உன் உணர்வே கலந்திருக்கும்! இந்த ஜன்மத்தில் நாம் ஒன்றுகூட முடியவில்லையென்றாலும் மறு ஜன்மத்திலாவது நாம் தம்பதிகளாக வேண்டுமென என்னைப் படைத்தவனைப் பிரார்த்திக்கிறேன். என்னுடைய இந்தக் கடைசிப் பிரார்த்தனையை உணர்வாயானால் என்னை வஞ்சகி என்று நீ நினைக்கமாட்டாய்!'' என்று நெஞ்சு வெடிக்கப் புலம்பினாள்.

பிறகு அவள் வீரசேகரன் மதுரையை விட்டு வெளியேறுவதற்கு வாங்கி வைத்திருந்த அனுமதிச் சீட்டுகளை எடுத்துவந்து வீரசேகரனின் உருவப் படத்தின்முன் வைத்தாள். அவன் ஆசையோடு வாங்கிவந்த மல்லிகைப் பூவை சூடிக் கொள்ளாமலே அந்தப் படத்தின் முன்வைத்து ஒரு சிறு குத்துவிளக்கேற்றி அதன் முன் வைத்தாள்.

பிறகு அவள் குத்துவிளக்கின் புது வெளிச்சத்தில் அந்த உருவப் படத்தைப் பார்த்தவண்ணம், ‘‘வீரசேகரா! மீண்டும் ஒருமுறை உன்னைப் பிரார்த்திக்கிறேன். என்னை மன்னித்து விடு! இதோ என் கடைசி அன்புக் காணிக்கையை ஏற்றுக் கொள்!’’ என்றவாறு சூடான கண்ணீர்த் துளிகளை வடித்தாள்.

அவளுடைய கருவிழிகளிலிருந்து இரு ஜீவ முத்துக்கள் போல் உதிர்ந்த இரு கண்ணீர்த்துளிகள் வீரசேகரனின் உயிரோவியத்தின் மீது விழுந்து அஞ்சலி செய்தன.

ஊர்மிளா துயரத்தைத் தாங்கமுடியாதவளாய் தன் இதயத்தை அமுக்கிப் பிடித்துக்கொண்டாள். நேரம் ஆகிக் கொண்டிருந்தது. வீரசேகரனின் உருவப் படத்தைத் தனியாக விட்டுப் பிரிந்து போகக்கூட அவளுக்கு அழுகை அழுகையாக வந்தது.

‘‘என்ன ஊர்மிளா புறப்படத் தயாராகி விட்டாயா?’’ என்று அப்துல்லாவின் குரல் வெளியிலிருந்து அறைகூவி அழைத்தது.

‘‘இவ்வளவு சீக்கிரத்திலா?’’ என்று முணுமுணுத்தாள் ஊர்மிளா.

‘‘எனக்கொன்றும் அவசரமில்லை! உன் பிரார்த்தனைக்குத் தேவையான நேரத்தை எடுத்துக் கொள். உனக்காக நான் எவ்வளவு நேரம் வேண்டுமானாலும் காத்துக் கொண்டிருக்கிறேன். ஒருவேளை வீரசேகரனும் இங்கு திரும்பி வந்து விடுவான். அவனை எதிர்நோக்கி நானும் எவ்வளவு நேரம் வேண்டுமானாலும் காத்திருக்கலாம். அவனை நான் பார்த்தால் இங்கே உனக்கு அவன் செய்து கொடுத்திருக்கும் சௌகரியங்களுக்கெல்லாம் என் நன்றியைச் செலுத்திவிட்டுப் போகலாம்! நீயும் உன் நன்றியைச் செலுத்திவிட்டு வரலாம்! அதுவும் நல்லதுதான்!’’ என்று அப்துல்லா ஏளனமாகச் சிரித்தான்.

அதைக் கேட்டதும் ஊர்மிளாவிற்குப் பகீரென்றது. இந்த இடத்தில் காத்தவராயனும் வீரசேகரனும் சந்தித்தால் என்னவெல்லாம் விபரீதம் நேரிடுமோ? அதைப்பற்றி யோசிக்கக்கூடப் பயந்தாள், சட்டெனத் தாவி எழுந்தாள். ‘‘இதோ வந்துவிட்டேன். எல்லாம் முடிந்து விட்டது!’’ என்று கத்தினாள்.

அப்துல்லாவின் ஏளனச் சிரிப்பு இன்னும் ஓயவில்லை.

ஊர்மிளா தன் கண்களிலிருந்து பெருகிய நீரைத் துடைத்தவளாய் மௌனமாக அவனருகில் வந்து நின்றாள்.

"புறப்படலாமா?" என்று கேட்டான் அப்துல்லா.

"புறப்படலாம்!" என்றாள் ஊர்மிளா ஜீவனற்ற குரலில்.

"வீரசேகரன் வரும்வரை நாம் காத்திருக்க வேண்டாமா?" என்று ஏளனமாய் கேட்டான் அப்துல்லா.

"வேண்டாம்! அவருக்குச் செலுத்த வேண்டிய நன்றியை நம் இதயங்கள் செலுத்தினால் போதும். அவரையும் நீங்கள் கொல்லக்கூடாது!" என்றாள் ஊர்மிளா உறுதியான குரலில்.

"அவனை நான் ஏன் கொல்லவேண்டும்? அவனைத்தான் அவனுடைய சோழ அரசாங்கத்து ஆட்களே தேடியலைகிறார்களே!" என்றான் அப்துல்லா அலட்சியமாக.

"அவர் இந்த இடத்திற்கு வருவார் என்று நீங்கள் காட்டிக் கொடுக்கக் கூடாது! அந்த நிபந்தனையின் பேரில்தான் நான் உங்களுடன் வருகிறேன்."

"சரி, கிளம்பு! உன் முகத்திரையும், முக்காடையும், எடுத்து அணிந்துகொள். உன் பெயர் லைலா! நீ என் பெண்!" என்றான் அப்துல்லா.

"லைலா" என்றதும் ஊர்மிளாவிற்கு அழுகை வந்துவிட்டது விம்மினாள்.

"அழுவதையெல்லாம் இந்த வீட்டிற்குள்ளேயே அழுதுவிட்டு வா! என்னோடு நீ வரும்போது சந்தோஷமாக வரவேண்டும்."

ஊர்மிளா தன் அழுகையை அடக்கிக் கொண்டாள்.

"இனி என்ன? எல்லாம் முடிந்துவிட்டது, போகலாம்!" என்றாள் ஊர்மிளா பல்லைக் கடித்துக் கொண்டு. அப்துல்லா முன்னால் நடந்தான். அவன் பின்னால் தூக்கத்தில் நடக்கும் பதுமைப்போல் ஊர்மிளா நடந்து சென்றாள். இருவரும் அந்த வீட்டை விட்டு வெளியேறி, சற்று தொலைவில் அப்துல்லா நிறுத்தி வைத்திருந்த மூடுவண்டியில் ஏறிக் கொண்டார்கள். அப்துல்லா அந்த வண்டியைச் செலுத்தினான். ஊர்மிளாவின் கண்ணீர்ச் சுவடு மறைவதற்குள்ளாக அந்த மூடுவண்டி தெருக்களின் புழுதிப் படலத்திற்குள் மறைந்து விட்டது.

அத்தியாயம் 96

விதியின் வண்ணம்

திட்டியின் விடம் அன்ன
கற்பின் செல்வியை
விட்டிலையோ? இது
விதியின் வண்ணமே!

– கம்ப ராமாயணம்

மரணக் கோட்டத்தில் தேவியின் சிறைக் கூடத்திற்கு முன்னால் உள்ள ஆவணக் களரியில், கணக்கர் அரியநாயகம் முணுமுணுத்துக் கொண்டிருந்தார். மலைபோல குவிந்திருக்கும் செலவினக் கணக்குச் சுவடிகளையும், மத்தியான வெய்யிலின் உக்கிரத்தைத் தாங்க முடியாமல் மலைப் பாம்பு போல் அசந்து கிடக்கும் அவருடைய சம்சாரம் சின்னக் கருப்பாயியையும் பார்க்கப் பார்க்க அவருக்கு எரிச்சல் அதிகமாயிற்று.

அந்தச் சமயம் ஆவணக்களரியின் முன்னால் இரு குதிரைகள் பூட்டிய மூடுவண்டி கடகடவென்று வந்து நிற்கும் சப்தம் கேட்கவே, ''அதோ அவர்கள் வந்து விட்டார்கள்!'' என்று சின்னக் கருப்பாயி ஒரு துள்ளலுடன் கூவி, தன் பூதவுடம்பைத் தூக்க முடியாமல் தூக்கிக்கொண்டு எழுந்து நின்றாள்.

மூடுவண்டியை ஓட்டிக் கொண்டு வந்த அப்துல்லா என்கிற காத்தவராயன் அந்த வண்டிக்குள் இருந்த ஊர்மிளாவைக் கீழே இறக்கி, ஆவண அறைக்கு அழைத்து வந்து, இவள்தான் என் மகள்! என்று அறிமுகப்படுத்தினான்.

ஊர்மிளா இஸ்லாமியப் பெண்ணைப்போல் விநோதமாக ஆடையணிந்து அடையாளம் தெரியாதபடி முக்காடிட்டிருந்தாள். அப்துல்லாவின் அருகில் ஆடாமல் அசையாமல் நிற்கும் அவளைச் சின்னக் கறுப்பாயி வியப்புடன் உற்று நோக்கியவாறு, ''உன் பெயர் என்னம்மா?'' என்று பரிவுடன் கேட்டாள்.

ஊர்மிளா பதில் சொல்வதற்குள், அப்துல்லா சட்டெனக் குறுக்கிட்டு, ''அவள் பெயர் லைலா!'' என்றான். ஊர்மிளா

மறந்துபோய் தன் உண்மைப் பெயரைச் சொல்லிவிட்டால் என்ன செய்வது என்று அவன் பயந்தான். ஆனால் ஊர்மிளா ஒன்றுமே சொல்லவில்லை. ஜீவனம் உருவமுற்ற மாயா சித்திரம் போலவே அவள் நின்று கொண்டிருந்தாள்.

''லைலாவா! பெயரும் அழகாய்த்தான் இருக்கிறது!'' என்று வாயைப் பிளந்த கணக்கர் அரியநாயகம் வைத்த விழி வாங்காமல் அந்தப் பெண்ணையே பார்த்துக் கொண்டிருந்தார்.

லைலா சம்பிரதாயப்படி முகத்திரை அணிந்திருந்தாள்! அவளுடைய மதிவதனம் கருமேகத்திற்குள் ஒளிந்து கொண்டிருக்கும் நிலவைப்போல முகத்திரைக்குள் மறைந்திருந்தது இளமையின் மதமதப்பும் அழகும் நிறைந்த அவளுடைய இரு விழிகளும் மட்டுமே வெளியில் தெரிந்தன. அக்கரு விழிகளில் குடி கொண்டிருந்த சோர்வும் சோகமும் முதற்பார்வையிலேயே எவர் இதயத்தையும் கவர்ந்துவிடக் கூடிய ஒரு தனிச் சக்தி உடையனவாக இருந்தன. அழகான பெண் ஒருத்தியிடம் ஒளிவீசும் சோகமோ, துயரமோ, எத்தகைய இரும்பு நெஞ்சம் படைத்தோரையும் இலகுவில் காந்தம் போல கவர்ந்திழுத்துவிடும். அதற்குக் கணக்கர் அரியநாயகமும் விதிவிலக்கல்ல!

அப்துல்லாவின் அருகில் நிற்கும் முக்காடிட்ட பெண்ணைப் பார்த்ததுமே அலாதியான கற்பனைகளெல்லாம் கணக்கருக்குப் பிறந்தன. கவியாகக்கூட மாறிவிடுவாரோ என்று எண்ணும்படியாக இருந்தது! அவருடைய எரிச்சல் எல்லாம் இருந்த இடம் தெரியாமல் பறந்து போய் புதிய உற்சாகமும் பிறந்தது.

''ஏனம்மா, இன்னும் முக்காடிட்டுக் கொண்டிருக்கிறாய்? உன் முகத்தை நாங்கள் பார்க்கக்கூடாதா, என்ன?'' என்றாள் சின்னக்கருப்பாயி.

''எங்கள் பெண்கள் அந்நிய ஆடவர்முன் தங்கள் முகத்திரையை எடுக்கமாட்டார்கள்! அது எங்களிடையே ஒரு வழக்கம்!'' என்றான் ஊர்மிளாவை நோக்கியவாறு அப்துல்லா.

''ஆம்'' என்று அதற்குத் தலையாட்டினாள் லைலா.

''நான் என்ன அந்நியமா? உங்களுக்குச் சொந்தமாகி விடப் போகிறேன்!'' என்று கணக்கர் அரியநாயகம் கடைக்கண்ணால் லைலா எனப்படும் ஊர்மிளாவைப் பார்த்துப் பல்லிளித்தார்.

அது அவளுக்கு விகாரமாகத் தோன்றியது. அவள் சட்டென்று திரும்பி அப்துல்லாவின் முகத்தைப் பார்த்தாள்.

அவனோ பல்லைக் கடித்துக்கொண்டு முகத்தை வேறு பக்கம் திருப்பிக் கொண்டான்.

‘‘லைலா ஒரு நோன்புடன் வந்திருக்கிறாள். அது முடியும் வரை முக்காடை அகற்றுவதில்லை என்று கங்கணம் கட்டிக் கொண்டிருக்கிறாள்!’’ என்றான் அப்துல்லா.

‘‘லைலா! என்கிற பெயரும் அழகாய்த்தான் இருக்கிறது! பெண்ணும் அழகாய்த்தான் இருப்பாள் போலிருக்கிறது. ஆனால் வாய் திறந்து கலகலவென்று பேசக் காணோமே?’’ என்றார் கணக்கர் அரியநாயகம்.

‘‘அது அவளுடைய சுபாவமாகப் போய்விட்டது!’’ என்று குறைப்பட்டுக்கொண்ட அப்துல்லா, ஊர்மிளாவை நோக்கி, ‘‘பார்த்தாயா, லைலா? இனி நீ கலகலவென்று பேசினால்தான் மற்றவர்களுக்குச் சந்தோஷமாக இருக்கும்’’ என்றான்.

ஊர்மிளாவிற்கு அழுகை வந்துவிடும் போலிருந்தது ஆனால் நெஞ்சை அடக்கிக் கொண்டாள்.

அப்துல்லா தீவிரமாகச் சிந்தித்தபடி லைலாவைக் கடைக் கண்ணால் நோக்கி விட்டு, ‘‘லைலாவும் என்கூட உதவியாக இருப்பதால் நான் இங்கே வந்து காரியத்தைச் சீக்கிரமாக முடித்துக்கொண்டு போய்விடலாம்’’ என்றான்.

‘‘ஆனால் நீர் இங்கே கொண்டு வந்து குவித்திருக்கிற செலவினக் கணக்குச் சுவடிகள் ஏராளம் இருக்கின்றனவே! அவற்றைத் தணிக்கை செய்யவே ஒரு வார காலமாகும்! அதற்குமேல் எங்கள் சுவடிகளில் அக்கணக்குகளைப் பதிந்துகொண்டு உங்கள் சுவடிகளைத் திருப்பி உங்கள் வசம் சோழிய அதிகாரிகளுக்கு அனுப்பவேண்டுமென்றால் மேலும் ஒரு வாரமாகுமே?’’ என்றார் கணக்கர் அரியநாயகம்.

‘‘அதனால் என்ன? இரவும் பகலும் இடைவிடாமல் கண்ணும் கருத்துமாக வேலை செய்தால் இரண்டு மூன்று நாட்களில் கூட காரியத்தை முடித்துவிடலாம், இல்லையா, லைலா!’’ என்று கேட்டான் அப்துல்லா.

‘‘ஆமாம்’’ என்று ஊமைபோல தலையாட்டினாள் ஊர்மிளா.

சின்னக் கருப்பாயி சட்டெனக் குறுக்கிட்டு, ‘‘எங்கள் வீட்டுக்காரருக்கு வெள்ளெழுத்து! பொழுது இருட்டிவிட்டால் புள்ளியெழுத்துக்கள் சரியாகத் தெரியாது! மேலும் ராத்திரி வேறு கண் விழித்தால் அவருடைய உம்புக்கும் ஆகாது!’’ என்றாள்.

"அதனாலென்ன? அவரும் நீங்களும் நிம்மதியாக உறங்கலாம்! நானும் லைலாவும் இந்த அறையில் தங்கி எங்கள் பாடு எங்கள் காரியத்தைக் கவனித்துக் கொள்வோம்! லைலா கணக்கில் கெட்டிக்காரி! நான் தணிக்கை செய்யப்பட்ட எங்கள் சுவடிகளிலிருந்து வேகமாகப் படித்துச் சொல்லச் சொல்ல, லைலா அதைவிட வேகமாக உங்கள் சுவடிகளில் எழுதி எல்லாவற்றையும் பதிந்து கொள்வாள், எங்களுக்கு நீங்கள் சிறு அகல் விளக்கு மட்டும் கொடுத்தால் போதும்!" என்றான் அப்துல்லா.

சின்னக் கருப்பாயி சட்டெனக் குறுக்கிட்டு, "எங்கள் வீட்டுக்காரருக்கு வெளிச்சம் இருந்தால் தூக்கம் வராது! அதனால் பக்கத்திலுள்ள சமையலறைக் கதவைச் சாத்திக் கொண்டு உள்ளே உறங்குகிறோம். நீங்கள் இந்த அறையிலேயே தங்கிப் பொழுது விடிகிறவரை கூட உங்கள் வேலையைப் பார்க்கலாம்" என்றாள்.

"ஆனால்..." என்று குரலை இழுத்தார் கணக்கர் அரியநாயகம்.

"ஆனால் என்ன?" என்று கேட்டான் அப்துல்லா.

"இந்த ஆவண அறைக்குப் பின்னால் தேவியின் சிறைக்கூடம் இருக்கிறது. அதற்கு முன்னால் இரண்டு போர் வீரர்கள் காவல் புரிகிறார்கள். தேவிக்கு ராத்திரி நேரத்தில் ஏதாவது தேவைப் பட்டால் அதோ அந்த இரும்புக் கதவிலுள்ள சிறு துவாரத்தின் மூடியைத் திறந்து கொண்டு போர் வீரர்கள் என்னிடம் அறிவிப்பார்கள். அதை நான்தான் மேலதிகாரிகளுக்கு அறிவிக்க ஏற்பாடு செய்ய வேண்டும்!" என்று தயங்கினார் கணக்கர் அரியநாயகம்.

"அதைப் பற்றி நீங்கள் கவலைப்படாதீர்கள். அப்படி ஏதாவது தேவியின் காவலர் கூப்பிட்டால், உடனே நான் உங்கள் சமையலறைக் கதவைத் தட்டி உங்களை எழுப்பிவிடுவேன்!" என்றான் அப்துல்லா.

"அது சரிதான், ஆலயத்தில் அர்த்தசாம மணி அடித்த பிறகு உங்கள் வேலைக்கு ஒரு தொந்திரவும் இராது. அர்த்தசாம மணி அடிக்கிறவரை நான் இந்த அறையில் இருப்பேன்!" என்றார் கணக்கர்.

"ஏன்? அப்படி இருக்கவேண்டுமென்பது இங்குள்ள விதியா?" என்றான் அப்துல்லா.

"வேறொன்றுமில்லை! மீனாட்சியம்மன் கோயிலில் அர்த்தசாம மணி அடிக்கிற சமயத்தில் தேவிக்கு இரவு உணவும்,

சில சமயத்தில் கோயில் பிரசாதமும் வரும் அவற்றையெல்லாம் நான் மேலெழுந்த வாரியாகப் பரிசோதித்துவிட்டு அந்த இரும்புக் கதவுக்கு முன்னால் வைக்கவேண்டும்.

அவற்றையெல்லாம் உள்ளே எடுத்துக் கொள்ளத் தேவியின் காவலர்கள் அந்த இரும்புக் கதவைத் திறப்பார்கள். அந்தச் சமயம் நான் இங்கில்லாவிட்டால் நன்றாயிராது'' என்றார் கணக்கர் அரியநாயகம்.

''ஆமாம், ஆமாம்!'' என்ற அப்துல்லாவின் கண்கள், அந்த அறையிலுள்ள அந்த இரும்புக் கதவின் மீதே பதிந்திருந்தன.

ஊர்மிளாவிற்குத் தேகமெல்லாம் புல்லரித்தது. அந்த இரும்புக் கதவிற்கு அப்பால் அவளுடைய தமையருடைய பட்டமகிஷி சிறை வைக்கப்பட்டிருக்கிறாள்.

அந்தத் துரப்பாக்கியவதியின் தலைவிதியை நினைத்தால் தன்னுடைய விதி அவ்வளவு கொடுமையானதல்ல என்றுகூட அவளுக்குத் தோன்றிற்று.

இரவில் அப்துல்லாவும் லைலாவும் ஆவண அறையில் தங்கி வேலை பார்க்கும்போது, கணக்கர் தம்பதிகள் சமையலறையில் உறங்குவதென்றும், அப்துல்லாவிற்குத் தேவைப்பட்டால் ஆவண அறைக்கு இடப் பக்கமுள்ள சிறு பண்டக அறையை உபயோகப்படுத்திக் கொள்ளலாம் என்றும் ஏற்பாடாயிற்று!

அப்துல்லாவோ கணக்கரிடம் பல பொது விஷயங்களைப் பற்றியும் பேச்சுக் கொடுத்து தேவியின் சிறைப் பாதுகாப்புப் பற்றிய நடைமுறைகளைப் பற்றித் தந்திரமாக அறிந்து கொண்டான். அவற்றில் குறிப்பாக இரண்டு விஷயங்கள் அவன் மனதில் எதிரொலித்தன. தேவியின் சிறைக்கு முன்னால் இரண்டு சோழிய வீரர்கள்தான் காவலிருக்கிறார்கள்!

தேவிக்காக அனுப்பப்படும் இரவில் மீதமான உணவும் பாத்திரங்களும் மறுநாள் உணவு அனுப்பும்போதுதான் திரும்பிவரும். இவை இரண்டையும் கொண்டு தேவியின் விடுதலை சம்பந்தமாகச் சூழ்ச்சித் திட்டம் வகுக்க முடியுமா?

ஊர்மிளாவோ ஸ்மரணையற்றவளாகவே இருந்தாள். யார் பேசுவதும் அவள் காதில் விழுவதாகவே தெரியவில்லை! அவள் உடல்தான் அங்கிருந்ததே தவிர, அவளது ஐம்புலன்களும் அந்தப் பாழடைந்த வீட்டையும் வீரசேகரனையும் நினைத்து மருகிக் கொண்டிருந்தது. வீரசேகரனின் பரிதாபகரமான முகம் அவளுக்குத்

தோன்றித் தோன்றி அவளைச் சித்திரவதை செய்தது, காணும் பொருள்கள் எல்லாம் வீரசேகரனின் அழகிய முகமாகவே தோன்றியது. இந்நேரம் குதிரை வண்டியுடன் வீரசேகரன் வந்து ஏமாற்றமடைந்திருப்பான்!.. அதை நினைத்துப் பார்க்கவே லைலாவால் முடியவில்லை.

''சரி! இப்போதே செலவினக் கணக்குகளையெல்லாம் தணிக்கை செய்ய ஆரம்பித்துவிடலாமா?'' என்று கேட்டான் அப்துல்லா.

''இப்போதுதானே வந்தீர்கள்? கொஞ்சம் சிரம பரிகாரம் செய்து கொள்ளுங்கள். பாவம்! அந்தப் பெண் லைலா களைத்துப்போய் நிற்கிறது வாருங்கள், போய்ச் சாப்பிடலாம்!'' என்றாள் சின்னக்கருப்பாயி.

அப்போதுதான் கணக்கர் அரியநாயகத்திற்குத் தம் வயிற்றுப் பசி ஞாபகத்திற்கு வந்தது.

''வாருங்கள் போய்ச் சாப்பிடலாம்! காலையில் என் வீட்டுக்காரி சமைக்க ஆரம்பித்தாள்! சற்று முன்தான் சமைத்து முடித்தாள். இத்தனைக்கும் அவள் செய்வதெல்லாம் ஒரு கீரைக்கூட்டும், பருப்புச் சோறுந்தான்!'' என்று சிரித்த கணக்கர் அரியநாயகம் ஆவண அறையின் வாசற்கதவை உட்புறம் தாளிட்டுவிட்டு அவ்வறையிலிருந்த இரும்புக்கதவை மூன்று முறை தட்டி, ''நான் சாப்பிடப் போகிறேன்'' என்று சொல்லிவிட்டு அப்துல்லாவை அழைத்துக் கொண்டு பக்கத்திலிருந்த தம் சமையலறைக்குச் சென்றார்.

சின்னக்கருப்பாயி தன் பூதசரீரத்தைத் தூக்க முடியாமல் தூக்கிக்கொண்டு தன் புருஷருக்கும் அப்துல்லாவிற்கும் உற்சாகத்துடன் உணவு பரிமாறி விருந்தோம்பல் செய்தாள்.

அப்துல்லா திருப்தியாகச் சாப்பிட்டு ஆயிரம் நன்றிகள்கூறி கணக்கர் தம்பதிகளை அளவுமீறி முகஸ்துதி செய்தான். ஊர்மிளா மட்டும் ஒன்றும் சாப்பிடவே இல்லை! அவள் ஒன்றும் பேசவும் இல்லை! முக்காடிட்ட மவுனப் பதுமையாகவே விளங்கினாள்.

சின்னக்கருப்பாயி அதற்காக மனம் வருந்தி, ''இதென்னடி! இந்தப் பெண் அதிசயமாயிருக்கிறது. ஒன்றும் சாப்பிடாமல் இருக்கிறதே! நாங்கள் செய்யும் சமையல் விதங்கள் உனக்குப் பிடிக்கவில்லையென்றால், நீ வழக்கமாகச் சாப்பிடுவதை நீயே வேண்டுமானால் சமைத்துக் கொள்ளலாமே!'' என்று குறைப்பட்டாள்.

''இப்போதெல்லாம் அவளுக்குப் பட்டினி கிடப்பது பழக்கமாகிவிட்டது. உண்ணாவிரதம் இருந்து இறைவனின் திருவடிகளைச் சேர்ந்துவிட நினைத்துவிட்டாளோ என்னவோ? அவள் இங்கு வந்தவேலை முடிகிறவரையாவது உயிரை வைத்துக் கொண்டிருந்தால் நல்லது!'' என்ற அப்துல்லா ஹாஸ்யம் செய்வது போலச் சிரித்தான். ஆனால் அந்தச் சிரிப்பில் ஏளனமும், பொறாமையும் வேதனையுந்தான் அடியில் ஆழ்ந்திருந்தன.

அவனை ஊர்மிளா நிமிர்ந்து நோக்கினாள். அப்போது அவளுடைய விழிகளில் தொனித்த பார்வை, ''நீங்கள் சொல்லாமல் நான் உயிரைவிட மாட்டேன்'' என்று உணர்த்துவது போல் இருந்தது. கணக்கருக்கோ அந்த விழிகளை நோக்கி ஓயாமல் தம் பார்வையைத் திருப்பவேண்டும் என்ற ஆசையை அடக்க முடியுவில்லை.

''உங்களுடைய இஸ்லாம் மார்க்கத்தில் ஒருவனுக்குத் தம் சம்சாரத்தைப் பிடிக்கவில்லையென்றால் அவளை விவாகரத்து செய்துவிட்டுத் தனக்கிஷ்டமான வேறு ஒருத்தியைப் புனர்விவாகம் செய்து கொள்ள முடியும் இல்லையா?'' என்றுகேட்ட கணக்கர் அரியநாயகம் லைலாவைக் கடைக் கண்ணால் பார்த்தார்.

''ஆமாம்! ஒரு பெண்கூட எங்கள் இஸ்லாம் மார்க்கத்திற்கு மாறிவிட்டால், தன் கணவனை மணவிலக்கு செய்துவிட்டு, வேறு எவனை வேண்டுமானாலும் தன் புது மதத்திற்குள் கல்யாணம் செய்து கொண்டு எங்கே வேண்டுமானாலும் போய்விடலாம்!'' என்று அப்துல்லா அழுத்தமான குரலில் சொன்னான்.

அந்த வார்த்தைகள் ஊர்மிளாவின் நெஞ்சில் 'சுருக்'கென்று தைத்தது. அவள் பல்லைக் கடித்துக்கொண்டு தன் வேதனைகளை மென்று விழுங்கினாள்.

''உம் பெண் லைலாவிற்குக் கல்யாணம் ஆகிவிட்டதா?'' என்று கேட்டார் கணக்கர்.

''ஆகிவிட்டது! ஆனால் அவள் தன் புருஷனோடு வாழ விரும்பவில்லை. அவனைவிட்டு விலகிவிடவே விரும்புகிறாள்!'' என்றான் அப்துல்லா ஆத்திரத்தை அடக்கிக் கொண்டு.

''அப்படியானால் உம் பெண்ணை நம்மவர் ஒருவருக்குப் புனர் விவாகம் செய்து கொடுப்பீரா? அதாவது உம்முடைய மதத்திற்கு மாறினால் இந்தப் பெண்ணைத் தயங்காமல் செய்து கொடுத்து விடுவீர் இல்லையா?'' என்ற கணக்கர் அரியநாயகம் லைலாவை ஆசை வழியக் கடைக்கண்ணால் பார்த்தார்.

''உம்!'' என்றான் அப்துல்லா.

அவனை ஊர்மிளா சடக்கென்று நிமிர்ந்து பார்த்தாள். அந்தப் பார்வையைத் தாங்க முடியாமல் அப்துல்லா தலை குனிந்து கொண்டான்.

சாப்பாட்டு வேலை முடிந்ததும் எல்லோரும் சமையலறையை விட்டு மறுபடி ஆவணக்களரியை வந்தடைந்தனர்.

அப்துல்லாவின் கண்கள் அவ்வறையிலிருந்த இரும்புக் கதவின் மீதே பதிந்திருந்தன. அவனுடைய நெஞ்சு ஒரு சூழ்ச்சித் திட்டத்தை பின்னிமுடையத் தொடங்கியது. அவன் ஒரு கணக்குச் சுவடிக் கட்டைப் பிரித்தபடி கணக்கர் அரிய நாயகத்திடம் பேச்சை ஆரம்பித்தான்.

''சிறையிலுள்ள தேவிக்கு மத்தியானப் போஜனம் அனுப்பியாகிவிட்டது போல் இருக்கிறது'' என்று அப்துல்லா சாதாரணமாகவும் அலட்சியமாகவும் கேட்பவன் போல் வினாவினான்.

''இல்லை! இன்றைக்குத் தேவிக்குச் சோமவார விரதம்!'' என்று எழுத்தாணியால் நகத்தின் அழுக்கைத் துழாவ ஆரம்பித்தார் கணக்கர்.

''சோமவார விரதமா!'' என்று திடுக்கிட்டான் அப்துல்லா.

''ஆமாம்! இன்று திங்கள் கிழமையல்லவா? எங்கள் மதத்துப் பெண்கள் தங்கள் கணவனுக்காக சோமவார விரதம் இருப்பார்கள்? ஆனால் தேவி என்ன விரதமிருந்து என்ன பலன் கிடைக்கப்போகிறது? அந்தப் புண்ணியவதி தன் புருஷனின் முகத்தைக்கூடப் பார்க்கமுடியாது. இந்த சிறைக் கோட்டத்தைவிட்டு தேவியின் பிராணனைக் கூடத் தப்பிப்போக விடமாட்டார்கள்!'' என்றார் கணக்கர்.

சட்டென்று லைலா தன்னை மறந்தவளாய், ''ஆ! தேவியை இன்னுமா விடமாட்டீர்கள்? திட்டி விஷம் போன்ற அந்தக் கற்பரசியை இன்னும் விடாமல் வைத்துக் கொண்டிருக்கிறீர்களா?'' என்று பொருமினாள்.

அப்துல்லா சட்டென்று நிலைமையைச் சமாளிக்க முன்வந்தவனாய் கணக்கர் அரியநாயகத்தை நோக்கி, ''லைலாவுக்கு எப்போதுமே கோழை மனது! தேவிக்காகப் பலர் சாகிறார்கள் என்று இவள் கேள்விப்பட்டாள்! தேவி திட்டி விஷம் போன்ற கற்பரசி! அந்த விஷத்தை உங்கள் பக்கத்திலே வைத்துக்

கொண்டிருக்கிறீர்களே இந்த வேலையை விட்டுவிடக்கூடாதா விதியோடு விளையாடுகிறீர்களே என்று லைலா உங்களுக்காகப் பரிதாபப் படுகிறாள்! ஆனால் இவள் தன் மனதில் நினைப்பதை எப்போதும் சரியாகவே சொல்வதில்லை!" என்றான் அப்துல்லா.

"அந்நிய நாட்டிலிருந்து வந்த பெண்தானே? தேவியின் கதையைக் கேட்கும் பெண்களெல்லாம் பரிதாபப்படத்தான் செய்வார்கள். ஆனால், அரசியல் கடமைகளுக்காக அதையெல்லாம் துச்சமாகத்தான் மதிக்கவேண்டும். தேவி சிறைக்குள்ளேயே பிராணனை விடவேண்டும் என்று தலைவிதி இருந்தால் அதுபடியேதான் ஆகவேண்டும்!" என்றார் கணக்கர்.

"இன்றைக்குப் பூராவும் தேவி எதுவுமே சாப்பிட மாட்டாரா!" என்று அப்துல்லா சர்வ சாதாரணமாய்க் கேட்பது போல் வருத்தத்துடன் கேட்டான்.

"இல்லை! ராத்திரிக்குப் பலகாரமாகத் தேவிக்கு அப்பம் செய்து அனுப்பப் போகிறேன்! தேவிக்குச் சுடச்சுடத் தேவையான பொருள்களையெல்லாம் நான்தான் ஆக்கி அனுப்பவேண்டும்!" என்று சொன்ன சின்னக்கருப்பாயி அவர்கள் பேச்சிலேயே கலந்து கொள்ளாத லைலாவின் பக்கம் திரும்பி, "லைலா! நீ அப்பம் சாப்பிட்டிருக்கிறாயா? சாப்பிட ரொம்ப நன்றாக இருக்கும்! நீங்கள் எல்லாம் அப்பம் செய்வீர்களா?" என்று கேட்டாள்.

அப்துல்லாவிற்குச் சட்டென ஒரு யோசனை தோன்றியது. "எங்கள் லைலா கோதுமையால் ஒரு நூதனமான அடை செய்வாள் மிகவும் ருசியாக இருக்கும்! அது கனமாகவும் இருக்கும்; கன ருசியாகவும் இருக்கும்!" என்றான் அப்துல்லா.

"நூதனமான கோதுமை அடையா?" என்று சின்னக்கறுப்பாயி வியப்புடன் கேட்டாள்.

"ஆமாம்! இன்றிரவு நீங்கள் சமைக்க வேண்டாம். லைலாவையே அந்த நூதனமான கோதுமை அடையைச் சுட்டுத் தரச் சொல்லுகிறேன். அதில் சில கோதுமை அடைகளை நீங்கள் தேவிக்குப் பலகாரமாக அனுப்பலாம்!" என்றான் அப்துல்லா உற்சாகமாய்.

லைலா ஒன்றும் புரியாமல் தன் மெல்லிய முகத் திரைவழியே அப்துல்லாவை உற்று நோக்கினாள். ஆனால் அவன் கண்களில் இருந்த பாவத்தைப் புரிந்துகொண்டு பேசாமல் தலை கவிழ்ந்தாள்.

"அப்படியே செய்து விட்டால் போகிறது, உங்கள் வினோதமான கோதுமை அடையைச் சாப்பிட்டது போலவும்

இருக்கும். எனக்கும் கொஞ்சம் வேலை மிச்சமாகும்!'' என்றாள் சின்னக்கருப்பாயி. தன் பெரிய உடம்பைத் தூக்கிக் கொண்டு இரைக்க இரைக்க தேவிக்குச் சோமவாரப் பலகாரம் தயாரிக்க வேண்டியதில்லை என்பதில் அந்தம்மாளுக்கு அளவு கடந்த பூரிப்பு ஏற்பட்டது. சமையலறைக்குச் சென்று நிம்மதியாகத் தலைசாய்க்கத் தொடங்கி விட்டாள்.

ஆவண அறையில் லைலா தன் முத்துப் போன்ற கையெழுத்தில் கணக்குகளைச் சுவடிகளில் பதிந்து கொண்டிருந்தாள். அவளைப் பார்த்து அடிக்கடி பெருமூச்சு விட்டுக்கொண்டிருந்த கணக்கர், உண்ட மயக்கம் தொண்டருக்கும் உண்டு என்றபடி தூங்கி வழிய ஆரம்பித்தார்.

அந்தச் சமயம் அப்துல்லா சட்டென்று ஓர் ஓலை நறுக்கில்தான் வெகு நேரமாக யோசித்துக் கொண்டிருந்த ஒன்றை எழுதி அந்த ஓலை நறுக்கை ரகசியமாக லைலாவின் கைக்குள் திணித்து அவளுடைய காதுக்குள் ஏதோ குறிப்பாகச் சொன்னான்.

''சரி! நீங்கள் சொன்னபடியே செய்கிறேன்!'' என்று லைலா அந்த ஓலை நறுக்கை வாங்கித் தன் முட்டாக்கினுள் மறைத்து வைத்துக் கொண்டாள்.

சிறிது நேரத்தில் சின்னக்கருப்பாயியும் நித்திரை மயக்கம் தெளிந்து, ''அடாடா! நேரமாகி விட்டதே! தேவிக்குப் பலகாரம் தயாரிக்க வேண்டும்'' இன்று சோமவாரமாயிற்றே. ''போய் ஸ்நானம் செய்துவிட்டு வந்து பூஜை வேறு ஆரம்பிக்க வேண்டுமே?'' என்று பரபரப்புடன் வந்தாள்.

''நீங்கள் போய் ஸ்நானம் செய்து விட்டு உங்கள் பூஜையை முடியுங்கள், அதற்குள் லைலா சமையலை ஆரம்பித்து எங்களுடைய விநோதமான கோதுமை அடைகள் தயாரித்து விடுவாள்!'' என்று சொன்ன அப்துல்லா குறிப்பாக லைலாவைப் பார்த்து அவளுக்கு ஏதோ ஜாடை காட்டிய வண்ணம், ''லைலா நீ செய்யும் விநோதமான அடை தேவிக்கு இன்றிரவு பலகாரமாகப் போவதால் நன்றாகக் கவனித்துச் செய். அடை கொஞ்சம் பெரியதாகவும் இருக்க வேண்டும்!'' என்றான்.

ஊர்மிளா எவ்வித உணர்ச்சியுமின்றி சமையலறையை நோக்கி நடந்தாள். அவள் நடந்து செல்லும் அழகையே கண் கொட்டாமல் கவனித்துக் கொண்டிருந்தார் கணக்கர் அரியநாயகம்.

அப்துல்லாவின் மனதில் ஆயிரமாயிரம் உணர்ச்சிகள் தோன்றி மறைந்தன. அவனது பார்வைக்கடங்காமல் ஆவண அறையின்

ஒருபுறமிருந்த இரும்புக் கதவு இரவில் அகல்விளக்கு வெளிச்சத்தில் பிருமாண்டமாகத் தோற்றமளித்துக் கொண்டிருந்தது. ஈரமில்லா நெஞ்சத்தினரைப் போலல்லவா அந்த இரும்புக் கதவு தேவியைத் தரிசிக்க முடியாமல் தடை செய்கிறது என்று அவன் எண்ணமிட்டான்.

தன் முயற்சி மாத்திரம் பலித்து விட்டால்...?

பலர் சாவார்கள்!

ஆமாம்! சாகத்தான் வேண்டும்! திட்டி விஷம் போன்ற கற்பின் செல்வியை இன்னும் விடாமல் சிறை வைத்தவர்கள் சாகத்தானே வேண்டும்! விதியோடு விளையாடியவர்கள் சாகத்தானே வேண்டும்! அதுதான் விதியின் வண்ணம்!

ஆனால், ஊர்மிளா சாகப் போவது..?

கற்பரசியின் விடுதலைக்காக ஒருத்தி சாக நேர்ந்தால் அவளும் புனிதமாகி விடுவாள். தியாகத்தின் பலிபீடத்தில் அவளும் ஜீவன் முக்தி அடைந்து விடுவாள். என் கண்ணியமும் காப்பாற்றப்பட்டு விடும். ஆமாம், ஊர்மிளா தன் மாசுகளையெல்லாம் இந்தத் தியாகம் ஒன்றினால்தான் கழுவிக் கொள்ள வேண்டும். இதற்கு அவள் எனக்கு ஆயிரம் நன்றிகள் செலுத்த வேண்டும். ஆனால் அவள் ஏன் ஜீவனற்றவளைப்போல் நடந்து கொள்கிறாள்–? ஏன்? ஏன்? ஏன்? இவ்வாறு நினைத்த அப்துல்லா என்கிற காத்தவராயனுக்கு ஆத்திரம் ஒருபுறமும், அழுகை ஒரு புறமும், துக்கம் ஒருபுறமும், சூழ்ந்து கொண்டுவந்தன.

சமையலறைக்குள் சென்ற ஊர்மிளாவோ உயிரற்ற சித்திரம்போல், கனமான கோதுமை அடைகள் சுட ஆரம்பித்தாள். அவளுடைய மனம் வீரசேகரனை நோக்கிச் சென்றது. "இந்நேரம் வீரசேகரன் அந்தப் பாழடைந்த வீட்டிற்கு வந்து தன்னைத் தேடியிருப்பான். தான் இல்லாததைக் கண்டு எப்படி அலறினானோ? அவன் கதி என்னவாயிற்றோ?" – இவ்வாறு நினைத்த ஊர்மிளா சிறிதுநேரம் இந்த உலகத்துச் சிந்தனையற்றவளாய்ப் பித்துப் பிடித்தவள் போல் இருந்தாள். சட்டியில் கொதித்த நெய்யில் ஒரு துளி தெறித்துச் சுட்டபோது தான் அவளுக்குச் சுயஸ்மரணை ஏற்பட்டது இனிமேல் வீரசேகரனைப் பற்றி நினைக்கக் கூடாது. எப்படியாவது தன் மனதைக் கல்லாக்கிக் கொள்ளவேண்டும் என்று முடிவு செய்தாள்.

"என்ன லைலா! தேவிக்கும் சேர்த்து அடைகள் செய்கிறாயல்லவா?" என்று அப்துல்லா உள்ளே வந்து குரல் கொடுத்தான்.

அவன் சொன்ன பிரகாரமே தேவிக்கு விசேஷமாகப் பெரிய கோதுமை அடை ஒன்று சுட்ட லைலா, அவன் தன்னிடம் ரகசியமாகக் கொடுத்திருந்த சிறு ஓலை நறுக்கு ஒன்றை முக்காட்டிற்குள்ளிருந்து எடுத்தாள். இரண்டு சிறு அடைகளுக் கிடையே சட்டென்று யாரும் கவனிக்காதபோது அந்த ஓலை நறுக்கை வைத்து ஒரு கனமான அடையாக்கி, அதைத் தனியாக எடுத்து வைத்தாள். அந்த அடைக்குள் அப்துல்லா எழுதிய சிறு ஓலை நறுக்கு இருக்கிறது என்பதோ அது மற்ற உணவுப் பொருட்களோடு தேவியின் கைக்குப் போகப் போகிறதென்றோ யாரும் சந்தேகிக்க முடியாதபடி இருந்தது.

அன்றிரவு தேவியின் சோமவார விரதத்திற்குப் பூக்களும், பழங்களும், ஒரு செம்பில் பாலும் வந்திருந்தன. சின்னக்கருப்பாயி பாலைச் சுடச்சுடக் காய்ச்சி வைத்தாள். தேவிக்குச் செல்லவேண்டிய இரவு உணவுக் கூடையில், தேவிக்குத் தன் கைக்கு வந்த ஏதோ கோதுமை அடையை எடுத்து வைத்தாள்.

கணக்கர் கிளம்புவதற்குள் அப்துல்லா அவசரமாகச் சாப்பிட்டு விட்டு இலையை விட்டு எழுந்து வந்தான். ஊர்மிளா ரகசியமாகக் கொடுத்த ஒரு விசேஷ அடையை எப்படியாவது தேவியின் உணவுக் கூடைக்குள் மாற்றி வைத்துவிட வேண்டும் என்று திட்டமிட்டான். அந்த கோதுமை அடைக்குள்தான் அவன் தேவிக்கு எழுதிய சிறு ஓலை நறுக்கு வைக்கப்பட்டிருந்தது! நெஞ்சு திக்திக்கென்று அடித்துக் கொள்ள, நலியாமல் சென்று அந்த அடையைத் தேவியின் உணவுக் கூடையில் யாருக்கும் தெரியாமல் மாற்றி வைத்துவிட்டு வந்தான். அவன் நெஞ்சு கலவரத்தால் படபடவென்று அடித்துக் கொண்டது.

மீனாட்சி அம்மன் கோயிலில் அர்த்தசாம மணி அடிக்கும் நேரம் வந்தது.

கணக்கர் அரியநாயகம் இரும்புக் கதவிற்கு முன்னால் வந்து அதை மூன்று முறைதட்டி "தேவிக்குப் போஜனம் வந்திருக்கிறது கதவைத் திறந்து எல்லாவற்றையும் எடுத்துக்கொண்டு போங்கள்!" என்று கூவினார்.

அடுத்த கணம் இரும்புக் கதவு இலேசாகத் திறக்கப்பட்டது. உணவு வகைகளை உள்ளே காவலிருந்த இரு சோழிய வீரர்களில் ஒருவனான வில்லவன் எடுத்துக் கொண்டதும் கதவு டக்கென்று மறுபடி மூடிக்கொண்டது.

அப்துல்லாவின் நெஞ்சு வேகமாக அடித்துக் கொண்டது. இனிமேல் அந்த இரும்புக் கதவு மறுநாள் தேவிக்குக் காலை

உணவு எடுத்துப் போகும்போதுதான் திறக்கப்படும். அப்போதுதான் தேவி அருந்தி மிச்சப்பட்டவைகளும் கூடையும் வெளியே வரும் என்பதும், தேவியிடமிருந்து பதில் திருமுகம் வரக்கூடியதாய் இருந்தால் அப்போதுதான் வரும் என்பதும் அப்துல்லாவிற்குத் தெரியும்!

ஆனால் அந்த விசேஷமான கோதுமை அடையை சோழியக் காவலர்கள் அன்றையதினம் எதிர்பாராத விதமாகப் பரிசோதிக்க ஆரம்பித்து விட்டால் என்ன செய்வது?

அப்துல்லாவின் முகம் வெளிறியது, படபடக்கும் தன் இருதயத்தைக் கெட்டியாகப் பிடித்துக் கொண்டு காற்றாட வெளியே வந்தான்.

அவனை மௌனமாகக் கவனித்துக் கொண்டிருந்த லைலா தனித்துச் சந்தித்தாள். ஆனால் அப்துல்லா ஒன்றுமே சொல்லவில்லை.

வீரசேகரனின் பாழடைந்த வீட்டிலிருந்து ஊர்மிளாவை அவன் பிரிந்து வந்ததிலிருந்து, அவள் தானாக எதுவுமே அவனிடம் பேசுவதில்லை. அவனே முதலில் பேசட்டும் என்றுதான் காத்திருப்பாள். ஆனால் இப்போது அவளே மௌனத்தைக் கலைத்துப் பேச முற்பட்டாள்.

''தேவியைச் சிறைமீட்கும் முயற்சி இன்றிரவா ஏற்பாடு செய்யப்பட்டிருக்கிறது?'' என்று ஊர்மிளா மிக மெல்லிய குரலில் கேட்டாள்.

''இல்லை! இன்றிரவு எதையும் எதிர்பார்க்க முடியாது! நாளை இரவுதான் நடைபெறும்! நீ தயார்தானே?'' என்றான் அப்துல்லா.

''நான் எப்போதும் தயார்தான்!'' என்றாள் லைலா.

அதன் பிறகு இருவரும் ஒருவரோடொருவர் பேசிக்கொள்ளவில்லை.

அப்துல்லா முகத்தைத் திருப்பிக்கொண்டு பெருமூச்சு விட்டான்.

ஊர்மிளா சோகப்பதுமையாய் அசைவற்று நின்றாள். அந்த சோக வெள்ளத்தால் அமுங்கி ஜீவனற்றுக் கிடந்த அவளுள்ளத்தின் ஒரு கோடியிலே நாளை இரவு தன் அண்ணி விடுதலை அடைந்து விடுவாள் என்கிற ஓர் உணர்ச்சிதான் உயிருடன் தலையெடுத்து நின்றது!

அத்தியாயம் 97

எங்கு வினை அறிவார்?

'முன்கண்டு முடிப்பரு வேட்கையினால்
என் கண் துணைகொண்டு
இதயத்து எழுதி பின் கண்டும்
ஓர் பெண் கரை கண்டிலேன் மின்
கண்டவர் எங்கு வினை
அறிவாய் வினையே'

— கம்ப ராமாயணம்

மஜ்னுவைப் போன்ற காதல் பித்தன் மாநிலத்தில் எவனும் இரான் என்று சொல்வார்கள். அந்த மஜ்னுவைப் போன்ற காதல் பித்தன்தான் வீரசேகரனுமாவான்! அதனால்தான் அவன் மஜ்னுவைப்போல் மாறுவேடம் தரித்து, ஊர்மிளாவிற்கும் லைலா என்ற அழகான பெயர்சூட்டி இருவரும் மதுரை மாநகரை விட்டு இரகசியமாகத் தப்பிச் சென்று, எங்காவது கண்காணாத பாலைவனத்திலும் லைலா மஜ்னுவைப் போல் ஆனந்தமாக வாழ முடியும் என்று நினைத்திருந்தான்.

மனிதன் மனப்பூர்வமாகக் காதலிக்கத் தொடங்கிவிட்டால் அவனுக்குப் பாலைவனமும் சுவர்க்க பூமியாக மாறுகிறது. வாழ்க்கையே ஆனந்த உற்சவமாகத் தோன்றுகிறது; அவன் எப்போதும், எதிலும் தன் காதலியைத் தவிர வேறெதையும் காணமுடியாத குருடனாகவும் ஆகிவிடுகிறான்! மின்னலைக் கண்டவனுக்கு அதன் ஒளி வீச்சைத் தவிர மற்றதனைத்தும் புலனாகாத இருட்டாகவே தென்படுகிறது! அப்படிப்பட்ட நிலையில்தான் வீரசேகரனும் விளங்கினான். ஜனநாதனின் மாளிகையிலிருந்த மூடுவண்டி ஒன்றைச் சீக்கிரம் கொண்டு வருவதாக ஊர்மிளாவிடம் சொல்லிவிட்டுப் பிரிந்து சென்ற வீரசேகரன், சொன்னப் பிரகாரமே இரண்டு குதிரைகள் பூட்டிய மூடுவண்டி ஒன்றை வெகு வேகமாக ஓட்டிக் கொண்டு, பாழடைந்த வீட்டை நோக்கித் திரும்பி விரைந்து வந்தான்.

அந்த மூடு வண்டியில் அவனுடன் உல்லாசமாகக் கிளம்பி வர ஊர்மிளா இந்நேரம் அந்த வீட்டில் காத்துக் கொண்டிருப்பாள்!

இந்நேரம் வெளியூர் பிரயாணத்திற்குத் தேவையான மூட்டை முடிச்சுகளையெல்லாம் கட்டி வைத்துவிட்டு, வீரசேகரனோடு புது வாழ்வு தொடங்கத் தயாராக அவனை எதிர்நோக்கிப் புன்முறுவலுடன் காத்திருப்பாள்.

ஊர்மிளாவைப் பற்றி நினைக்கும்போதே அவனுடைய இதய மலரில் இனிய சுகந்த வாடை வீசுவது போலிருந்தது. ஊர்மிளா எனும் அன்புச் சுனையை மட்டும் அவன் தன் வாழ்நாளில் சந்திக்காது இருந்திருப்பானேயானால், அவனுடைய வாழ்வே வறண்டதொரு பாலைவனமாகியிருக்கும்! வாள் முனைகளையும், போர்க்களங்களையும், இரத்த வெள்ளத்தையும், வெறிக் கூச்சல்களையும் அரசியல் மோசடிகளையும் கண்டு கண்டு மரத்துப் போயிருந்த அவனுடைய உள்ளம் ஊர்மிளாவின் புன்னகையொன்றினால்தான் புத்துணர்ச்சி பெற்றிருக்க முடியும் என்றெல்லாம் வீரசேகரன் சிந்தித்தான்.

மூடுவண்டி பல வீதிகளைக் கடந்து கன வேகமாக வந்து கொண்டிருந்தது. குதிரைகளின் வேகத்தைக் கட்டுப்படுத்த அடிக்கடி கடிவாளத்தை இழுத்துப் பிடித்த வீரசேகரன் தறிகெட்டு ஓடும் தன் மனதை மட்டும் கட்டுப்படுத்த முடியாதவனாகத் தவித்தான்.

ஊர்மிளா காத்திருந்த பாழடைந்த வீட்டை நோக்கி அந்த மூடுவண்டி வேகமாகத் திரும்பியபோது, எதிரே ஒருத்தி வீதியின் நடுவே நின்று வழியை மறித்துக் கொண்டு, "ஏய்! வண்டியை நிறுத்து! மூடுவண்டிக்குள் எந்த வஞ்சகியை ஒளித்து வைத்திருக்கிறாய்?" என்று கூச்சலிட்டாள். வீரசேகரன் தன் பலம் கொண்ட மட்டும் குதிரையின் கடிவாளத்தைப் பிடித்திழுத்து. வண்டியைச் சரக்கென்று நிறுத்தினான். ஹா...ஹா..ஹா... என்று பேய்ச் சிரிப்புச் சிரித்தாள் அந்த ஸ்திரீ.

தலைவிரி கோலமாய், கண்கள் கனல் கக்க, பத்ரகாளி போலவும், பைத்தியக்காரி போலவும் காணப்பட்ட அந்த ஸ்திரீ வேறு யாருமல்ல; சிவகாமிதான்!

அந்த மோகப் பிசாசு எங்கே தன்னை இனம் கண்டுபிடித்து விடுவாளோ என்று பயந்த வீரசேகரன் சட்டென்று வண்டியைத் திருப்பி, வேறு வீதியின் வழியாக வேகமாக ஓட்டிச் சுற்று வழிகளில் வந்து, பாழடைந்த வீட்டின் கொல்லைப்புறம் வண்டியை நிறுத்தினான்.

அந்த வீட்டின் கொல்லைப்புறக் கதவு உட்புறம் தாளிடப்பட்டிருந்ததால், வீட்டின் முன்புறம் நோக்கி அவன் நடந்தான்.

வீட்டினுள் ஊர்மிளா இந்நேரம் என்ன செய்து கொண்டிருப்பாள்? இந்நேரம் வெளியூருக்குப் பறந்து வருவதற்குத் தேவையான பிரயாணப் பொருள்களையெல்லாம் மூட்டைகட்டி வைத்துவிட்டு தன்னை எதிர்நோக்கி ஒவ்வொரு கணத்தையும் ஒவ்வொரு யுகமாகக் கழித்திருப்பாள்! ஒருவேளை ஊர்மிளா நிலைக் கண்ணாடி முன் நின்று தன்னை இஸ்லாமியப் பெண்ணைப்போல அலங்கரித்துக் கொள்வதில் முனைந்திருப்பாள்! வாழ்வு முழுவதும் சோகம் ஒன்றையே கண்டிருந்த அவள் உள்ளம், புது வாழ்வு பெறப் போகிறோம் என்கிற ஆனந்த போதையால் பொங்கி வழிந்து கொண்டிருக்கும்! அவளது குமுத வாய் குதூகலத்துடன் ஒரு காதல் பாட்டைக் கூட முணுமுணுத்துக் கொண்டிருக்கும்! இவ்வாறெல்லாம் கற்பனை செய்து துடிதுடித்துக் கொண்டு வந்த வீரசேகரனின் உணர்ச்சி வெள்ளம் நெஞ்சை வெடித்துக் கொண்டு வெளியேறி ஆனந்த வாரிதியாக வானவெளியெங்கும் பொங்கி வழிந்திடும் போலிருந்தது.

அத்தகைய உற்சாகத்துடன் வீட்டின் முன்புறம் வந்து சேர்ந்த வீரசேகரன் அங்கே தெரு வாசற் கதவு வழக்கத்திற்கு மாறாக 'ஆ' வென்று திறந்து கிடப்பதைக் கண்டதும் சிறிது துணுக்குற்றான். தெரு வாசலில் ஊர்மிளா அவனுக்காகக் காத்திருக்கவும் இல்லை!

வீரசேகரன் ஒரு துள்ளலுடன் வீட்டினுள் பாய்ந்து சென்று பார்த்தான்.

கொலுக் கூடத்தில் பிரயாணத்திற்குத் தேவையான பொருள்களெல்லாம் தயாராக மூட்டைகட்டி வைக்கப்பட்டிருந்தன. ஆனால் அவற்றின் அருகில் ஊர்மிளா தென்படவில்லை! ஒருவேளை ஊர்மிளா தனக்குப் பிடித்தமான கட்டுச்சாதம் தயாரித்துக் கொண்டிருப்பாளோ என்று நினைத்தவனாய், சமையலறைக்குள் ஓடிப்பார்த்தான். அங்கும் அவள் காணவில்லை! மேன்மாடத்தில் உள்ள அவனுடைய படுக்கை அறை முதலாக கொல்லைப்புறத்துக் கூடம்வரை ஒவ்வொரு அறையாகத் தேடிப் பார்த்தான். அவனுக்கு வியப்பும் ஏமாற்றமும் போட்டியிட்டன. ஒரு வேளை ஊர்மிளா புது உல்லாசத்தில் ஒளிந்து விளையாடுகிறாளோ நாணத்துடன் எங்காவது பதுங்கிக் கொண்டிருப்பாளோ?...

"ஊர்மிளா! ஊர்மிளா!" என்று வீரசேகரன் நெஞ்சில் இருந்து உயிரே கிழிந்துவிடும்படி உரக்கக் கூவிக் கூப்பிட்டான். ஆனால் அதற்கும் ஒருவிதப் பதிலும் இல்லை! ஊர்மிளா எப்படித் திடீரென்று மறைந்திருப்பாள்? இது என்ன மாயமா, மந்திரமா?

வீரசேகரன் தவிதவித்தவனாய், வீடு முழுவதும் சுற்றிச்சுற்றிப் பார்த்தான். ''ஊர்மிளா! ஊர்மிளா!'' என்று மீண்டும் பலம் கொண்ட மட்டும் கத்தினான். அவனது குரல்தான் மீண்டும் மீண்டும், ''ஊர்மிளா! ஊர்மிளா!'' என்று எதிரொலித்ததே தவிர, எந்தவிதப் பதிலும் வரவில்லை.

''ஊர்மிளா எங்கே போனாள்? வேலைக்காரன் சங்கிலிக் கருப்பையாவைக்கூட காணோமே? அவனும் எங்கே போனான்? ஒருவேளை பிரயாணத்திற்குத் தேவையான ஏதாவது பொருளை அவசரமாக வாங்கி வரும்படி அவனை ஊர்மிளா வெளியே அனுப்பியிருப்பாளோ? அப்படியானால் அவனை அனுப்பிவிட்டு இவள் எங்கே போனாள்? எதற்காக போகவேண்டும்...?''

சிந்திக்கச் சிந்திக்க வீரசேகரனின் மூளை பலவாறாகச் சிதைந்து குழம்பியது. திடீரென்று அவன் முகக் களையே மாறிவிட்டது. உடம்பு இலேசாக நடுங்கலாயிற்று!... ஒரு வேளை... ஒருவேளை.. ஊர்மிளா திடீரென்று மனம் மாறி எங்காவது ஆற்றிலோ, குளத்திலோ விழுந்து செத்துப்போக நினைத்திருப்பாளோ. ஐயோ, ஊர்மிளா! கடைசியில் நீ என்னை வஞ்சித்து விட்டாயா? புத்துயிர் பெற்றதுபோல் தோன்றிய உன் இருதயம் கடைசியில் பொடி சாம்பலாகிக் கருகிவிட்டதா?

ஊஹும்... அப்படி இருக்காது! அப்படி இருந்தால் கடைசியில் நீ என்னிடம் அன்புமுகம் காட்டியிருக்க மாட்டாய். உன் கனிந்த பார்வை, அன்புப் பணிவிடைகள், உல்லாசப் புன்முறுவல்கள், புனர் வாழ்வைப் பற்றிய கனவு அத்தனையும் என்னை ஏமாற்றத்தானா?

உனக்காக ஓடோடி வந்த என்னை உருக்குலையச் செய்து விடுவாயா? சம்மதம் எனக் கூறும் உன் உதட்டசைவிற்காக என் உடன் பிறப்பான கடமையையும் மறந்தேனே? சுயநலத்திற்காக இராஜத் துரோகம் புரிந்த எனக்கு சரியான புத்தி கற்பித்து விட்டாயா? உன் வாழ்க்கையில் எனக்கு இந்த ஜென்மத்தில் இடம் இல்லை என்பதை நிரூபித்து விட்டாயா? இனி வாழ்க்கையில் எனக்கு என்ன இருக்கிறது? நீ இல்லாமல் நான் எதற்காக உயிர் வாழவேண்டும்? இராஜத்துரோகம் புரிந்து கடமை தவறிய மாவீரனுக்குக் காதலியும் இல்லாவிட்டால் அவன் எதற்காக உயிர் வாழவேண்டும்? எனக்குக் கிடைக்கப் போகும் பயங்கரத் தண்டனைக்காக ஒரு சொட்டுக் கண்ணீர் வடிக்கக்கூட இனி யார் இருக்கிறார்கள்? நான் வஞ்சிக்கப்பட்டேன்! துரோகியானேன். இவ்வாறெல்லாம் பிரலாபித்த வீரசேகரனின் கண்களில் கண்ணீர் பெருக்கெடுத் தோடிற்று.

ஆனால், அவனுடைய மனதின் வேறொரு மூலையில் ஊர்மிளா தன்னை அப்படி நிச்சயம் ஏமாற்றியிருக்க மாட்டாள் என்ற எண்ணம்தான் அதிகமாகத் தலை தூக்கியது.

என்ன செய்வது என்று எதுவும் புரியாதவனாய் வீரசேகரன் அந்தக் கொலுக் கூடத்தினுள் குறுக்கும் நெடுக்கும் உயிரற்றவனைப் போல் நடந்து கொண்டிருந்தான்.

தெரு வாசற்படியோரம் காலடி ஓசை கேட்டது.

ஊர்மிளாதான் திரும்பி வந்து விட்டாளோவென்று வீரசேகரன் ஆவலோடு பார்த்தான்.

ஆனால் அது ஊர்மிளா அல்ல! அவனுடைய நம்பகமான வேலைக்காரன் சங்கிலிக்கறுப்பையாதான் தெரு வாசற்படியில் ஏறி நின்று, "நீங்களா சாமி?" என்று கேட்டான்.

"ஆமாம், கருப்பையா! ஊர்மிளா எங்கே? வீட்டில் காணோமே?" என்று வீரசேகரன் பதறியவனாய்க் கேட்டான்.

"காணோமா?" என்று வியப்புடன் விழித்தான் கறுப்பையா.

"நீ ஊர்மிளாவைப் பார்த்தாயா?"

"பார்க்கவில்லையே!"

"நீ எங்கே போயிருந்தாய்?" என்று தட்டினான் வீரசேகரன்.

"என்னை எஜமானியம்மா வெளியே அனுப்பி இருந்தார்கள். இஸ்லாம் மார்க்கத்தைப் பற்றித் தெரிந்து கொள்ள ஒரு இஸ்லாமிய மகானையோ, அரபு வர்த்தகரையோ தேடிப் பார்த்து விசாரித்து வரும்படி என்னை வெளியே அனுப்பியிருந்தார்கள்!" என்றான் கருப்பையா.

"அதற்குள் ஊர்மிளா எங்கே போயிருப்பாள் என்பது உனக்குத் தெரியுமா?"

"தெரியாதே!"

"தெருவில் போய் யாரையாவது விசாரித்து வா யாராவது ஊர்மிளாவை தெருவில் பார்த்தார்களா என்று கேட்டு வா! போ! சீக்கிரம் ஓடு! ஓடு!" என்று பதறினான் வீரசேகரன்.

வெளியே ஓடிச்சென்ற கருப்பையா சிறிது நேரம் கழித்துத் தலையைத் தொங்கப்போட்டுக் கொண்டு திரும்பி வந்தான்.

"என்ன? என்ன? தெருவில் யாராவது ஊர்மிளாவைப் பார்த்தார்களாமா? சொல், சீக்கிரம்!" என்று வீரசேகரன் பதற்றத் துடன் சங்கிலிக்கருப்பையாவைப் பிடித்து உலுக்கிக் கேட்டான்.

"தெருவில் வாடிக்கையாகக் கூட்டிமெழுக வருகிற கிழவி ஒருத்திதான் நம் எஜமானியம்மாவைப் பார்த்தாளாம்!" என்றான் கறுப்பையா.

"அப்படியானால் இந்த வீட்டிலிருந்து வெளியேறிப் போனாளாமா?"

"ஆமாம்"

"தனியாகவா போனாள்? என் ஊர்மிளா தனியாகப் போகமாட்டாளே?"

"கூட ஒரு தாடிக்காரரும் போனாராம்!"

"என்ன? தாடிக்காரரா?"

"ஆமாம். அவர் தாடி வைத்துக்கொண்டு அரபு வர்த்தகரைப் போல் இருந்தாராம். இஸ்லாம் மதத்திற்கு மதம் மாறிய ஆசாமியாக இருப்பார்!"

"அவர்கள் இருவரும் எப்படிப் போனார்கள்?"

"ஒரு மூடு வண்டியில் போனார்களாம்!"

"என்ன, மூடுவண்டியிலா!"

"ஆமாம்: குதிரைகள் பூட்டிய ஒரு மூடுவண்டி! ஊர்மிளா அம்மாவும் இஸ்லாமியப் பெண்ணைப் போல முகத்திரையும் முக்காடுமிட்டு விசித்திரமாக வெளியே வந்தார்களாம்! உடனே தாடிக்காரர் நம் எஜமானியம்மாவைப் பார்த்து, "வண்டியில் ஏறிக்கொள் லைலா!" என்று சொன்னாராம். உடனே அம்மா வண்டியில் ஏறிக்கொண்டதும், தாடிக்காரர் குதிரைகளைச் சாட்டையால் அடித்துக் கிளப்பி வெகு வேகமாக வண்டியை ஓட்டிக் கொண்டு போய்விட்டாராம்!" என்றான் கறுப்பையா.

"யார் அந்த தாடிக்காரர்? நான் அதைக் கண்டுபிடித்தேயாக வேண்டும். அவருக்குக் குறிப்பாக ஏதாவது அடையாளம் இருந்ததாமா?"

"இருந்ததாம்! மீசைக்கு மேலே, சுண்டைக்காய் அளவு கருநிற மச்சம் ஒன்று இருந்ததாம்!" என்று சொன்ன சங்கிலிக்கருப்பையா சட்டென்று ஏதோ நினைவிற்கு வந்தவனாய்,

'ஓ!' எனக்குத் தெரியும்! நான் அவரைப் பார்த்திருக்கிறேன்! என்று துள்ளிக்குதித்தான்.

''பார்த்திருக்கிறாயா? யார்? யார்?'' என்று வீரசேகரன் துள்ளினான்.

''அவரை முன்பும் பார்த்திருக்கிறேன்! இன்று கூடப் பார்த்தேன். அவர் இஸ்லாம் மதத்திற்குப் புதிதாக மாறியவராம். அவரிடம் அந்த மதத்தைப் பற்றி விசாரித்தேன்''. அவர் நம் ஊர்மிளா அம்மாவைப் பற்றி அதிகமாக விசாரித்தார்.

''முன்பின் தெரியாத அன்னியரிடம் எல்லாவற்றையும் உளறிக் கொட்டிவிட்டாயா?''

''அவர் அன்னியரல்ல! உங்களுக்கு நன்றாகத் தெரிந்தவர் தான். உங்களுக்கு ஆருயிர் நண்பர்தான்!''

''ஆ! ஜனநாதனா? ஆமாம், ஜனநாதன்தான் அப்படி மாறுவேஷம் தரித்து வந்திருப்பான். ஊர்மிளாவிற்கு ஏதோ அபாயம் வந்திருக்கிறதென்று ஜனநாதனுக்குத் தெரிந்திருக்கும். உடனே மாறு வேஷம் தரித்து, மூடுவண்டி கொண்டுவந்து ஊர்மிளாவை அவசரமாக அழைத்துப் போயிருப்பான்!'' என்று சொன்ன வீரசேகரன் நிம்மதிப் பெருமூச்சு விட்டவனாய் நெற்றியில் அரும்பியிருந்த வியர்வைத் துளிகளைத் துடைத்துக் கொண்டான்.

''இல்லை; அவர் ஜனநாதக் கச்சிராயரல்ல!'' என்றான் கருப்பையா.

''எனக்கு இந்த உலகத்தில் உயிருக்குயிரான நண்பர் வேறுயாரும் இல்லையே?''

''இல்லை, இருக்கிறார் சில காலத்திற்கு முன்பாக ஒரு தடவை ஒருவர் உங்களைத் தேடி, உங்கள் பாசறைக்கு வந்தார். உங்களுடைய ஆருயிர் நண்பர் என்று சொன்னார். உங்களைப் பார்த்து எப்படியாவது தன் வீட்டு விருந்திற்கு அழைத்துப் போக வேண்டும் என்று சொன்னார். அவர் பார்வைக்குச் சற்று கறுத்துத் தடித்து பூதாகாரமாயிருந்தார்...''

''யார்? காத்தவராயனா?'' என்று கேட்ட வீரசேகரனுக்கு ஒரு கணம் சப்த நாடியும் ஒடுங்கி விட்டது முகத்தில் சவக்களை தட்டி உடம்பெல்லாம் வெடவெடவென்று நடுங்க ஆரம்பித்தது.

''அவருடைய பெயர் காத்தவராயனோ என்னவோ எனக்குத் தெரியாது. ஆனால் அவர் பார்வைக்குச் சாத்தான் கோயில் பூதம் போலிருந்தார்!''

''அந்தத் தாடிக்கார வேஷதாரி காத்தவராயன்தான்!'' என்று சொன்ன வீரசேகரன். ''ஆ! கடவுளே!'' என்று முனகியவாறே அப்படியே ஐம்புலன்களும் அடங்கியவன் போல் தலையைப் பிடித்துக்கொண்டு கீழே உட்கார்ந்து விட்டான். அவன் கண்களில் ஏதோ ஒன்று பனிப்படலம் போல மறைத்தது வீட்டில் உள்ள பொருள்களெல்லாம் தலைக் கீழாகச் சுற்றுவது போலிருந்தது பிரக்ஞையற்றவன் போல் அமர்ந்திருந்த அவன், சிறிது நேரம் கழித்துக் கண்களைத் திறந்து பார்த்தான்.

ஊர்மிளா காத்தவராயனோடு போயிருந்தால் தனக்கு ஏதாவது குறிப்புகள் வைத்துவிட்டுப் போயிருப்பாள். உடனே வீரசேகரன் பூஜை அறையினுள் தாவிச் சென்று பார்த்தான்.

அங்கே பூஜை பீடத்தின் மேல், வீரசேகரனின் உருவப்படம் எடுத்து வைக்கப்பட்டு, அதன் முன்னால் குத்துவிளக்கு வைக்கப்பட்டிருந்தது. வீரசேகரனின் திருவுருவத்தை ஊர்மிளா கும்பிட்டு, அதன் முன்னால் காணிக்கை வைத்தது போல மல்லி கைப் பூவும் காணப்பட்டது!

அவன் ஆசையோடு வாங்கிக் கொடுத்த மல்லிகைப் பூதான் அது! அதை ஊர்மிளா தன் தலையில் சூடிக்கொள்ளாமலே அவனுக்காகக் காணிக்கை செலுத்திவிட்டுப் போயிருந்தாள்! இதையெல்லாம் பார்க்கும் போது வீரசேகரனுக்கு தெற்றென ஒன்று தெளிவாயிற்று. ''ஆ! தெய்வமே! இப்போது எனக்கு எல்லாம் விளங்குகிறது. ஊர்மிளா எனக்கு வணக்கம் செலுத்திவிட்டு என்றென்றைக்கும் என்னிடமிருந்து விடை பெற்றுக் கொண்டு போய்விட்டதின் அறிகுறியே இந்த மல்லிகைப் பூவாகும்!'' என்று வீரசேகரன் வாய் முணுமுணுத்தது.

வீரசேகரனின் உருவப் படத்தின் முன் வைக்கப்பட்டிருந்த அனுமதிச் சீட்டுக்களைக் கவனித்த போது மதுரையைவிட்டுப் போய்விட ஊர்மிளா உத்தேசிக்கவில்லை என்பது புலப்பட்டது!

அதன் பின்னர் வீரசேகரன் செய்யும் வகை அறியாது வெளிக்கூடத்திற்கு வந்தான். அங்கே ஆங்காங்கு பிரயாணத்திற்குத் தேவையானவையாக ஊர்மிளாவினால் கட்டி வைக்கப்பட்டிருந்த மூட்டை முடிச்சுகளெல்லாம் வீரசேகரனைப் பார்த்துக் கைகொட்டி நகைப்பது போல் தோன்றியது. அங்கு ஒருபுறம் சுக்கு நூறாக உடைந்திருந்த முகம் பார்க்கும் கண்ணாடி யின் துண்டுகளைப் பார்த்தபோது வீரசேகரனின் நெஞ்சு திக்கென்று அடித்துக் கொண்டது. அது அவன் அன்புடன் ஊர்மிளாவிற்கு வாங்கிக் கொடுத்த கண்ணாடி! அதில் ஊர்மிளா

தன் முகத்தைப் பார்த்து அழகு படுத்திக் கொண்டிருந்தபோது பயங்கர சொரூபமாய் காத்தவராயன் உள்ளே நுழைந்திருப்பான். அவனைக் கண்டதும் ஊர்மிளா திடுக்கிட்டு அலறித்துடித் திருப்பாள்! அப்போது அவள் கையிலிருந்த கண்ணாடி நழுவி விழுந்து சுக்கு நூறாக உடைந்திருக்கும்! அதற்குமேல் கோரமே உருவான காத்தவராயனுக்கும் மென்மையே உருவான ஊர்மிளாவிற்கும் இடையே அந்தக் கூடத்தில் நிகழ்ந்திருக் கக்கூடிய விபரீத சந்திப்பின் குரூரக்காட்சியை மனதால் கற்பனை செய்து பார்க்கக்கூட வீரசேகரன் நடுங்கினான். காத்தவராயன் ஏதோ பயமுறுத்தித்தான் ஊர்மிளாவை அங்கிருந்து அழைத்துப் போயிருக்கிறான் என்று அவனுக்குத் தோன்றியது.

வீரசேகரன் அளவிலா ஆத்திரத்துடன் குதித்து எழுந்தான். நெஞ்சுக் குமுறலுடன் அவனுடைய வீரக்கைகள் இரண்டும் துடித்தன. அடுத்த கணம் அவன் தன்னுடைய வீரவாளை எடுத்துத் தரித்துக் கொண்டான். இரண்டு குத்து வாள்களையும் எடுத்துத் தன் இடுப்பறைகளில் சொருகிக் கொண்டான்.

பின்னர் அவன் வெளியேவந்து தன் வேலைக்காரனை நோக்கி ''சங்கிலிக் கருப்பையா! நீ சிறந்த விசுவாசி என்பது எனக்குத் தெரியும். உன்னிடம் நான் பெரிய பொறுப்பொன்றை ஒப்படைக்கப்போகிறேன்'' என்றான்.

''கட்டளையிடுங்கள்; காத்திருக்கிறேன்'' என்றான் கறுப்பையா.

''கவனமாகக் கேள்; நான் ஊர்மிளாவைத் தேடிக் கண்டு பிடிப்பதற்காகத்தான் போகிறேன். அவளைக் கண்டு பிடிக்காமல் நான் இந்த வீட்டிற்குத் திரும்பி வரவும் மாட்டேன், ஒருவேளை ஊர்மிளா இந்த வீட்டிற்குத் திரும்பி வந்தால் நீ என்ன செய்ய வேண்டும் தெரியுமா? ஊர்மிளாவை வீட்டினுள் அழைத்து வைத்துத் தெருக்கதவை இழுத்துப் பூட்டிக்கொண்டு வெளியிலேயே காவல் இரு! கையில் இந்தக் குத்துவாளையும் தயாராக வைத்திரு! எந்த ஆளையும் உள்ளேபோக அனுமதிக்காதே! எவரையும் ஊர்மிளாவின் அருகில் நெருங்க விடாதே, பலவந்தமாக கதவை உடைத்துக் கொண்டு உட்புக முயன்றால், அந்த ஆளைச் சிறிதும் தயங்காமல் குத்திக் கொன்றுவிடு! எதற்கும் அஞ்சாதே! எந்தவிதக் கொலைப் பாதகச்செயலுக்கும் நானே பொறுப்பேற்றுக் கொள்கிறேன்!'' என்றான் வீரசேகரன். அதற்கு கருப்பையா, ''அதைப்பற்றி நீங்கள் கவலைப்படாதீர்கள்! எஜமானியம்மாவைக் காப்பாற்ற நான் கொலை செய்ய மட்டுமல்ல, என் உயிரைச் கொடுக்கவும் தயாராக இருக்கிறேன்!'' என்றான்.

"நல்லது! ஊர்மிளா இல்லாத இந்த வீடு இனி எனக்கு நரகத்திற்குச் சமானமேயாகும். இனி இந்த வீட்டுப்படியை மிதிக்கக்கூட நான் வெறுப்படைவேன். ஒருவேளை ஊர்மிளா இந்த வீட்டிற்குத் திரும்பிவந்தால் அதை நீ எனக்கு அறிவிக்க வேண்டுமல்லவா?'' அதற்காக ஒரு காரியம் செய். ஊர்மிளா வீட்டினுள் இருப்பதை அறிவிக்க அடையாளமாக பகல் நேரமாக இருந்தால் தெருவாசற்படியின் முன்னால் ஒரு வேப்பிலைக் கொத்தைத் தொங்கவிடு. இரவு நேரமாயிருந்தால் தெருவாசல் முன் கோலமிட்டு அகல் விளக்கு ஏற்றிவை. நான் தினசரி இந்த வீதி வழியாக வரும்போது இவ்வித அடையாளங்களிலிருந்து ஊர்மிளாவைப்பற்றிய செய்தியை உணர்ந்து கொள்வேன்'' என்று சொல்லிவிட்டுக் கிளம்பினான் வீரசேகரன்.

"சாமி, பத்திரம்! பத்திரம்!'' என்று சங்கிலிக்கருப்பையா எச்சரித்ததையும் காதில் வாங்கிக் கொள்ளாமலேயே வீரசேகரன் மூடு வண்டியுடன் வேகமாகப் போய்விட்டான்.

ஊர்மிளாவைத் தேடி அவன் மதுரை மாநகரமெங்கும் அலைந்தான். முதலில் கம்மியர் சேரிக்குச் சென்று துழாவிப் பார்த்தான். அங்கே காத்தவராயனின் எரிந்து போன வீட்டின் சாம்பல் குவியல்தான் தென்பட்டதே தவிர, ஊர்மிளா அந்தப் பக்கம் வந்துபோன சுவடே புலப்படவில்லை. கிராதகனான காத்தவராயன் ஊர்மிளாவை எங்கே அழைத்துப் போயிருப்பான்? எங்கே அவளைப் பதுக்கி வைத்திருப்பான்? வீரபாண்டியன் கட்சியைச் சேர்ந்த எத்தனையோ துரோகிகளின் இல்லங்களில் ஏதாவது ஒன்றில் அவன் ஊர்மிளாவோடு ஒளிந்து கொண்டிருக்கலாம். ஆனால் எத்தனையோ மறைவிடங்கள் மண்டிக் கிடக்கும் இந்த விசாலமான மதுரை மாநகரில் எப்படி அவளைத் தனியொருவனாக விரைவில் கண்டு பிடிப்பது? அதிலும் தன்னைச் சிறை செய்யத் தன் சோழ அரசாங்கமே வேட்டையாடிக் கொண்டிருக்கும்போது தன்னை வெளிக்காட்டிக் கொள்ளாமல் எப்படி ஊர்மிளாவைத் தேடிக் கண்டுபிடிப்பது?

பித்துப் பிடித்தவன் போல் வீரசேகரன் எங்கெங்கோ அலைந்துவிட்டுக் கடைசியாக ஜனநாதன் மாளிகைக்கு வந்து சேர்ந்தான்.

வழக்கம்போல் விஷமப் புன்னகையுடன் அவனை வரவேற்ற ஜனநாதன், "என்ன மஜ்னு? உன் லைலாவோடு பாலைவனத்திற்குப் பறந்து போகாமல் அவளை மூடுவண்டியில் வைத்து நேரே என் மாளிகைக்கே கூட்டி வந்து விட்டாயா?'' என்று சிரித்தான்.

வீரசேகரன் ஓவென விம்மி அழுதான். தான் ஊர்மிளாவை இழந்துவிட்ட துயரக் கதையையெல்லாம் தன் ஆருயிர் நண்பனிடம் சொல்லி அழுதான்.

‘‘அழாதே தம்பி? இனிமேல் ஆகவேண்டியதை ஆலோசி. அதுதான் அறிவு படைத்த ஆண்மகன் செய்யவேண்டிய காரியம்!'' என்றான் ஜனநாதன்.

‘‘இனிமேல் ஆகவேண்டியதென்ன? நானும் சாக வேண்டியதுதான்!'' என்று விரக்தியுடன் சொன்ன வீரசேகரன் தன் நண்பனுடைய முகத்தை ஏறிட்டு நோக்கி, ‘‘ஜனநாதா! நான் ஊர்மிளாவை எவ்வளவு உயிருக்குயிராய்க் காதலித்தேன் என்பது உனக்குத் தெரியும். அவளைப் பார்த்ததுமே அளவிலாத ஆசைகொண்டு அவளுடைய மோகன உருவத்தை என் கண்ணால் என் இதயத்தில் எழுதி எழுதி பார்த்து உருகிக்கொண்டே வந்தேன். பிறகு அவள் என்னோடு வாழ வரச சம்மதித்ததும் என்னைப் போன்ற பாக்கியவான் இந்த உலகத்தில் எவனும் இரான் என்று எண்ணி இறுமாந்தேன். அவளோடு வெளியூருக்குப் பறந்துவிட அளவற்ற ஆசையோடு மூடு வண்டியை ஓட்டிக் கொண்டு போனேன். ஆனால் அவள் என்னைவிட்டுப் போய் விட்டாள்!

அவள் போன சுவடே தெரியவில்லை. என் வாழ்வில் ஊர்மிளா மின்னலைப் போலத்தோன்றி மின்னலைப் போலவே மறைந்து விட்டாள்! அந்தப் பழிகாரனான காத்தவராயன் எந்தத் தீவினைக்காக அவளை அழைத்துச் சென்றானோ அதையும் அறிய முடியவில்லை!'' என்றான்.

‘‘தம்பி! மின்னலைக் கண்டு கண்கூசி, அறிவு குருடாகி இருப்பவன் மற்ற தீவினைகளை எப்படி அறிய முடியும்? தம்பி, அழாதே! காத்தவராயன் உன் ஊர்மிளாவை எதற்காக உன்னிடமிருந்து பிரித்து எங்கே அழைத்துப் போயிருப்பான் என்று உன்னால் ஊகிக்க முடிகிறதா பார்!'' என்றான் ஜனநாதன்.

வீரசேகரன் ஆத்திரத்துடன் விம்மியபடி, ‘‘அந்தக் கல்நெஞ்சன் என் ஊர்மிளாவை வஞ்சம் தீர்ப்பதற்குத்தான் அழைத்துப் போயிருப்பான் இந்நேரம் அவளை எங்காவது கொலை செய்து போட்டிருப்பான்!'' என்றான்.

‘‘இல்லை, தம்பி! அந்தக் கல்நெஞ்சன் இவ்வளவு சீக்கிரமாக இவ்வளவு சுலபமாக அவளைக் கொல்ல மாட்டான். அதிலும் ஊர்மிளாவைப் போன்ற பண்புள்ள பெண் ஒருத்தியைப் பகிரங்கமாக ஒரு சிறு கொசுவை அடித்துக் கொல்வதைப்போல

எவனும் கொல்ல மாட்டான். அதுவும் தன் கையால் சட்டென்று கொன்றுவிட மாட்டான் வஞ்சகன்! அவ்வளவு சுலபமாக மரணத்தை உன் ஊர்மிளாவிற்கு வாரி வழங்கும் தயாளம் அந்த வஞ்சகனுக்கு இராது! அவள் அணுஅணுவாக நெஞ்சு சித்ரவதைப் பட்டே சாக வேண்டுமென்றுதான் நினைப்பான்!''

''இல்லை, ஜனநாதா! அந்தக் கொடுமைக்காரனின் குணம் உனக்குத் தெரியாது அவன் நயவஞ்சகன்! முரடன் ஆத்திரக்காரன்! பழிவாங்கும் வெறியால் அவளைத் துண்டு துண்டாக வெட்டி எறிந்திருப்பான்!'' என்றான் வீரசேகரன்.

''தம்பி! அவன் அவ்வளவு அவசரக்காரனாகவும் ஆத்திரக்காரனாகவும் இருந்தால் உன்னுடைய ரகசிய வீட்டிலிருந்து உன் ஊர்மிளாவை ஏன் அவன் வெளியே கிளப்பிச் சென்றான்! உன் வீட்டிலேயே அவளைத் துண்டு துண்டாக வெட்டி எறிந்து அதை நீ வந்து பார்த்துக் கதறும் காட்சியைக் கண்டு களித்திருப்பான் அல்லவா?''

''ஜனநாதா! அவளை வஞ்சம் தீர்க்காமல் அந்தக் காதகன் ஒருபோதும் விடமாட்டான்''.

''அதை நானும் ஒப்புக்கொள்கிறேன். ஆனால் அந்தக் கைங்கர்யத்தைத் தன் கையால் செய்யமாட்டான். அவளைச் சாகடிப்பதற்கு முன், அவளை உபயோகப்படுத்தி ஏதாவது ஒரு சாதகத்தை அடைந்துவிடவும் திட்டமிடுவான்!''

''அப்படியானால் அவளை என்னதான் செய்திருப்பானென்று நினைக்கிறாய், ஜனநாதா?''

''தம்பி, அந்த மங்கையைத் தன்னுடைய சதிச்செயல் ஒன்றில் ஈடுபடுத்தி அதில் உன்னையும் சேர்த்து மாட்டி வைத்துப் பழிதீர்க்கத்தான் ஏதாவது திட்டமிடுவான்!''

''என் ஊர்மிளாவோடு என்னையும், அந்தச் சதிகாரன் அழைத்துப் போயிருந்தால் எனக்கு எவ்வளவோ ஆனந்தமாயிருக்கும். இப்பொழுது ஊர்மிளாவிற்கு என்ன அபாயம் நேரிடப் போகிறது என்பது தெரியவில்லையே!'' என்றான் வீரசேகரன்.

''தம்பி! சதிகாரனான காத்தவராயன் பிடிபட்டால் அவன் கூட இருக்கும் ஊர்மிளாவும் சதிகாரி எனப் பிடிபட நேரிடும்! அதில்தான் உண்மையான அபாயமிருக்கிறது!'' என்றான் ஜனநாதன்.

‘‘ஜனநாதா! நான் உடனே ஊர்மிளாவைக் காப்பாற்ற வேண்டும்! நான் போகிறேன்!’’ என்று பதறினான் வீரசேகரன்.

‘‘தம்பி எங்கே போகிறாய்? நீ மாறுவேஷம் தரித்திருக்கிறாய் என்பதை மறந்து விடாதே! உன்னைச் சிறைப்பிடிக்க வேண்டுமென நம் சோழ அரசாங்கம் கடும் உத்தரவிட்டிருக்கிறதென்பதையும் கடுகளவேனும் மறந்து விடாதே! நீ பித்தனைப் போல பிதற்றிக் கொண்டு அலைந்து, நீ யாரென்பதை வெளிக்காட்டிக் கொண்டு விட்டால் அப்புறம் உன்னைக் காப்பாற்ற உன்னைப் படைத்த ஆண்டவன்தான் ஏதாவது அவதாரம் எடுத்துவர வேண்டியிருக்கும்!’’ என்று எச்சரித்தான் ஜனநாதன்.

‘‘நான் என் ஊர்மிளாவைக் கண்டு பிடித்தேயாக வேண்டும்! இல்லையெனில் சாகவேண்டும்!’’ என்று வீரசேகரன் விடாப்பிடியாய் அலறினான்.

‘‘தம்பி! அலறாதே! உன் ஊர்மிளாவைக் காத்தவராயன் எங்கே எதற்காக அழைத்துக் கொண்டு போயிருப்பான் என்று ஆராய எனக்குச் சிறிது அவகாசம் கொடு!’’ என்று சொல்லி முடித்தான் ஜனநாதன்.

அத்தியாயம் 98

இரக்கத்தின் வடிவம்!

‘இரக்கம் என்று ஒன்றும் தானே
ஏந்திழை வடிவம் எய்தித்
தருக்கிய சிறையுற் றன்ன
தகையள் அத் தமியள் அம்மா!’

– கம்ப ராமாயணம்

மறுநாள் இரவு தேவியின் சிறை மீட்சி சம்பந்தமாக நடக்கவிருக்கும் சம்பவங் களைப் பற்றி அப்துல்லா சிந்தித்தபடி லைலா பின் தொடர, உலாவப்போகும் பாவனையில் ஆவணக்களரியை விட்டு வெளிவந்து தேவியின் சிறைக் கூடத்தைச் சுற்றியுள்ள பகுதிகளைப் பார்வையிட்டவண்ணம் இருளோடு இருளாய் பதுங்கிப் பதுங்கி சென்று கொண்டிருந்தான்.

தேவியின் சிறைக் கூடத்தின் பின்னாலுள்ள அழுக்கறையைத் தாண்டிச் செல்லும்போது திடீரென்று தான் யாரோ ஓர் ஆள் மீது மோதி விட்டதையுணர்ந்து அப்துல்லா திடுக்கிட்டான். அவனுக்குப் பீதி பற்றிக் கொண்டது. அந்த ஆள், ஒருவேளை எவனாவது முரட்டுக் காவலாளியாக இருப்பானோ? தன்னையும் லைலாவையும் தடுத்து நிறுத்திப் பரிசோதிக்க முயல்வானோ? தன்னைக் காத்தவராயன் என்றும் லைலாவை ஊர்மிளாவென்றும் இனம் கண்டுபிடித்து விடுவானோ என்றெல்லாம் பயந்த அப்துல்லா தன்னை அந்த ஆள் இனம் கண்டு கொள்ளாதவாறு இருட்டின் பக்கம் முகத்தைத் திருப்பிக் கொண்டான். லைலாவோ தன் முகத்திரையை இழுத்துவிட்டுக் கொண்டு அப்துல்லாவின் பின்னால் மறைந்து கொண்டாள்.

ஆனால் அப்துல்லாவால் மோதப்பட்ட அந்த ஆளோ மிகவும் விசித்திரமாக நடந்து கொண்டான்.

''தவறுதலாக மோதிவிட்டேன். இருட்டில் இனம் தெரியவில்லை. மன்னித்துக் கொள்ளுங்கள்!'' என்று அந்த ஆள் கலவரமடைந்த குரலில் சொன்னான்.

அந்தக் குரலைக் கேட்டதுமே அப்துல்லாவும் லைலாவும் மலைத்து நின்று விட்டார்கள்.

அந்தக் கம்பீரமும், கனிவும், துயரமும் நிறைந்த குரலை எங்கோ அடிக்கடி கேட்ட மாதிரி இருந்தது. ஒரு வேளை வீரபாண்டியச் சக்கரவர்த்திகளாக இருக்கலாமோ! ஆனால் அவர் எப்படி இங்கு வந்திருக்க முடியும்? வெறும் மனப் பிராந்தியாகத்தான் இருக்குமா? அதை அவர்கள் நிதானிப்பதற்குள் அந்த ஆள் குழம்பியபடி கண்மூடிக் கண் திறக்கும் நேரத்திற்குள் இருளில் நழுவி எங்கோ மறைந்து விட்டான்!

அந்த ஆள்தான் வீரபாண்டியன் என்றோ அவன்தான் மலையப்பன் என்ற பெயரில் மாறுவேஷம் புனைந்து அழுக்கறையை மேற்பார்க்கும் வேலையில் அமர்ந்திருக்கிறான் என்றோ அவனும் தேவியைச் சிறை மீட்கும் முயற்சியில்தான் ஈடுபட்டிருக்கிறான் என்றோ அப்துல்லாவினால் உணரமுடியாமல் போயிற்று. இவ்வாறு ஒரே லட்சியத்திற்காகப் பாடுபடும் அப்துல்லாவும் மலையப்பனும் ஒருவரையொருவர் இருட்டில் இனம் புரிந்து கொள்ளாமலே வெவ்வேறு வழியில் பிரிந்து சென்றனர்.

பயங்கரமான அந்த மரணக்கோட்டத்தில் ஆங்காங்கே கற்றூண் விளக்குகளிலுள்ள தீப் பிழம்புகள் முன்னிரவின் காற்றால் அலைப்புண்டு பாம்புகளின் நாக்கைப் போல் இருளைத்

துழாவிக் கொண்டிருந்தன. ஆங்காங்கே காவல் மாறுவதற்காக வரும் ஆட்களின் கைகளிலுள்ள தீப் பந்தங்கள் கடூரமான உஷார்த் தொனிகளோடு பொறிந்து கொண்டிருந்தன. அத்தகைய தீவர்த்திகளின் வெளிச்சத்தில் பயங்கரமாய் காட்சியளிக்கும் மரணக்கோட்டத்திலிருந்து தேவி சிறை தப்பிச் செல்ல முடியுமா? முடியும் முடியும் என்று ஆயிரம் தடவை அப்துல்லா தன் மனதிற்குள் சொல்லிக் கொண்டு தன்னிருதயத்தை இரும்பாக்கிக் கொண்டான். இதற்கிடையில் தேவி தன் சிறைக்கூடத்தில் தன் பிராணநாதரை நினைத்தபடி சோமவார விரதம் அனுஷ்டிக்கத் தொடங்கியவளாய் பூஜை செய்ய அமர்ந்தாள். அங்கு இருந்த ஒரே அகல் விளக்கின் மங்கலான ஒளியில், அவளுடைய கண்களிலிருந்து வழியும் கண்ணீர்த் துளிகள் தன் முத்துக்களைப்போல் தகதகத்தன. சோகமே உருவான தேவியின் சாம்பிய முகம் பார்க்கப் பரிதாபமாக இருந்தபோதிலும் அந்த மலர் வதனத்தில் குடி கொண்டிருந்த சாந்தம் தேவிக்கு ஒரு நூதன அழகைக் கொடுத்துக் கொண்டிருந்தது.

அந்தச் சமயம் தேவியின் சிறைக் கூடத்திற்கு முன்னாலுள்ள காவல் அறையில் இருக்கும் இரண்டு சோழிய வீரர்களில் ஒருவனான வில்லவன், "தேவி! உங்கள் பூஜைக்குப் பூக்களும், உணவும் வந்திருக்கின்றன!" என்று கனிவுடன் குரல் கொடுத்தான்.

"உள்ளே வரலாம்!" என்று தேவி பதில் குரல் கொடுத்ததும் வில்லவன் உள்ளே வந்து, கணக்கரின் சம்சாரம் தயாரித்து அனுப்பிய உணவுக் கூடையைத் தேவியின் முன் வைத்தான்.

அந்தக் கூடைக்குள் பூக்களும், பழங்களும் ஒரு செம்பில் பாலும், ஒரு ஜாடியில் தண்ணீரும், ஒரு தட்டில் விசேஷமான கோதுமை அடையும் இருந்தன. வழக்கம்போல் வில்லவன் அவற்றைப் பரிசோதித்துப் பார்த்துவிட்டு வைத்தான்.

"தேவி! இது விசேஷமான கோதுமை அடையாம்! பார்ப்பதற்கே நூதனமாக இருக்கிறது! மிகவும் ருசியாக இருக்குமாம். நீங்கள் சாப்பிட்ட பிறகுதான் எங்களுக்குக் கணக்கரின் சம்சாரம் அனுப்பியிருக்கும் அடைகளைச் சாப்பிட வேண்டும்!" என்று வில்லவன் பணிவுடன் சொல்லிவிட்டு அங்கிருந்து நகர்ந்தான். அடுத்த கணம், கதவு கிரீச் என்ற சப்தத்துடன் மூடிக்கொண்டது. தேவி அந்த இருண்ட இரும்புக் கதவையே வெறித்து நோக்கினாள். அவளது மென்மையான நெஞ்சு துயரத்தால் வெடித்துவிடும் போலிருந்தது. அசைவற்று நின்ற தேவியிடமிருந்து ஒரு பெருமூச்சு வெளிப்பட்டது.

பூஜையை முடித்துக்கொண்டு வந்த தேவிக்கு எதிரே இருந்த உணவுப் பதார்த்தங்களை உண்ணவே பிடிக்கவில்லை. ஆனாலும் தான் ஒன்றுமே சாப்பிடாவிட்டால் வெளியே காவலிருக்கும் வில்லவன் சங்கடப்படுவானே என்பதற்காக விசேஷமான கோதுமை அடையை எடுத்துப் பிட்டுச் சாப்பிட ஆரம்பித்தாள்.

அந்த அபூர்வமான அடையை இரண்டாகப் பிட்டதுமே அதற்குள் சொருகி வைக்கப்பட்டிருந்த ஓலை, தேவியின் மெல்லிய விரல்களை உறுத்தின.

அடுத்த கணம் தேவியின் முகத்தில் வியப்பும், மலர்ச்சியும், பீதியும், பரபரப்பும் ஒருங்கே கலவையிட்டன. சட்டென்று சுற்று முற்றும் ஒருமுறை பார்த்துவிட்டு, மெல்ல எழுந்து சென்று சிறைக் கதவருகில் நின்று கவனித்தாள். வெளியறையில் காவலிருக்கும் சோழிய வீரர்கள் இருவரும் வழக்கம் போலவே பழங்கதைகளைப் பற்றி பேச ஆரம்பித்து தேவிக்குத் தொந்திரவு தரக்கூடாது என்பதற்காக மெல்லிய குரலில் குசுகுசுவென்று பேசிக் கொள்வது மட்டுமே தேவியின் காதில் விழுந்தது.

தேவி ஒருகணம் அப்படியே அசைவற்று நின்றாள். பிறகு ஓசைப்படாமல் மெல்லத் திரும்பி வந்து கோதுமை அடையில் இருந்த சிறு ஓலை நறுக்கை எடுத்து அகல் விளக்கின் மெல்லிய வெளிச்சத்தில் இரகசியமாகத் தன் மனதிற்குள் படித்துப் பார்க்கலானாள். அதில் அப்துல்லா எழுதியிருந்த வாசகம் பின்வருமாறு காணப்பட்டது.

"தேவி! நாளை இரவு இதே நேரத்திற்கு சிறை மீட்சிக்குத் தயாராய் இருங்கள். முக்காடிட்ட பெண்ணொருத்தி தங்களுடைய சிறைக்கூடத்திற்கு வருவாள். அவளுடைய உடைகளைத் தாங்கள் துரிதமாக வாங்கி அணிந்து கொண்டு, தங்களுடைய ஆடைகளை அவளுக்குக் கொடுங்கள். அவளைப் போல் தாங்கள் உருமாறியதும் தங்களை அழைத்துச் செல்ல தங்களுடைய விசுவாசி வருவான். வெளியறையில் ஏதாவது சப்தமோ சந்தடியோ கேட்டால் திகிலடையா தீர்கள்! முனகலோ, மரண ஓலங்களோ ஏதாவது கேட்டாலும் சிறிதும் தயங்காதீர்கள்! தங்கள் அறைக்கு வந்த பெண்ணிற்குப் பதிலாகத் தாங்கள் வெளியேறி விடலாம். தங்களுக்குப் பதிலாக அந்தப் பெண் சிறையில் வீற்றிருப்பாள்! இதைத் தவிர வேறு எதையும் யோசிக்காதீர்கள்! தங்களுடைய விடுதலைக்கு இதைத் தவிர வேறு வழியில்லை!"

மேற்கூறிய ஓலை நறுக்கைப் படித்ததும், தேவிக்கு சர்வாங்கமும் புல்லரித்தது ''என்ன ராஜ விசுவாசம்! இறைவனே! இந்த அபலையின் மீது பக்தி கொள்ளும் விசுவாசிகளையும் படைத்திருக்கிறாய்?'' என்று தேவி மனம் உருகினாள். மறுநாள் இரவு தான் சிறையிலிருந்து தப்பலாம், தன் பிராண நாயகனின் முகத்தைக் காணலாம் என்று நினைத்தபோது அவளுக்கு அளவில்லாதஆனந்தம் மேலிட்டது. ஆனால் ஓலை நறுக்கிலுள்ள பிற்பகுதியை மீண்டும் படித்தபோது அவளுக்கு அளவில்லாத துக்கம் உண்டாயிற்று. வெளியறையில் எந்தவிதச் சப்தமோ, சந்தடியோ கேட்டால் திகிலடையாதீர்கள் என்றும் முனகலோ மரண ஓலங்களோ கேட்டால் தயங்காதீர்கள் என்றும் ஓலை நறுக்கு எச்சரிக்கிறது. அப்படியென்றால் என்ன அர்த்தம்? தான் விடுதலையடையும் சமயம் வெளியறையில் காவலிருக்கும் இரு சேவகர்களும் தாக்கிக் கொல்லப்படுவார்களோ? தன்னுடைய சிறை வாசத்தின் போது தன்னிடம் அவ்வப்போது பரிவு காட்டி இரவு பகலாகக் கண் விழித்துக் காவல் புரியும் அவ்விரு கடமை வீரர்களும் மரண ஓலமிடுவார்களா? அவர்கள் எதிரிகள் என்றாலும் என்னிடம் ஓரளவாவது கனிவு காட்டிய அவ்விரு சேவகர்களும் என் கண் முன்னாலே மடியத்தான் வேண்டுமா? அவர்களுடைய பிணங்களை மிதித்துக் கொண்டுதான் நான் விடுதலையடைய வேண்டுமா? விசுவாசியால் அனுப்பப்படும் என்னைப்போன்ற ஒரு பெண் எனக்குப் பதில் சிறையில் அடைப்பட்டு என்னுடைய துயரங்களையெல்லாம் அனுபவிக்க வேண்டுமா? என்னுடைய தலைவிதியை அவள் அனுபவிப்பது அறமாகுமா? கூடாது! கூடாது! நான் பாக்கியமற்றவள்தான். ஆனால் பிறருடைய துர்ப்பாக்கியத்தினால் என் பாக்கியத்தை மீட்க முயலமாட்டேன்! என் நாதனே வந்து எவருடைய உயிருக்கும் 'ஹானி'யின்றி, என்னைச் சிறை மீட்டிச் சென்றாலொழிய வேறு எவருடைய தியாகத்தினாலும் சிறை தப்ப விரும்பமாட்டேன்.

இவ்வாறு எண்ணமிட்ட இரக்கத்தின் வடிவமான தேவி, மறுநாள் இரவு உயிர்ப் பலிகளின் மூலம் தன்னைச் சிறை மீட்க முயலும் முயற்சியைத் தடுக்க வேண்டும் என்று துடித்தாள். தனக்கு அத்தகைய விருப்பமில்லையென்பதை இனம் தெரியாத அந்த விசுவாசிக்கு எப்படியாவது முன்னறிவிப்பாக உணர்த்தி விடவேண்டும்! ஆனால் எப்படித் தெரிவிப்பது? ஏதாவது செய்தேயாக வேண்டுமென்று தேவி பதைபதைத்தாள். அந்த ஓலை நறுக்கில் எழுதப்படாமல் எஞ்சியிருக்கும் பகுதியைக் கிழித்து அதிலேயே தன் விருப்பத்தை எழுதி, கோதுமை அடைக்குள்ளேயே வைத்து அனுப்பிவிடலாம்! ஆனால் எதனால் எழுதுவது? அவளிடம் எழுத்தாணி இல்லையே?

தேவி ஒரு கணம் குழம்பினாள், ''தெய்வமே! எனக்கு ஏதாவது வழி காட்டு!'' என்று பிரார்த்தித்தாள். பிறகு அவளுக்குச் சட்டென்று ஒரு யோசனை தோன்றியது. பிறகு சட்டென்று தன் கொண்டை ஊசியை எடுத்து ஓலை நறுக்கில் பின்வருமாறு எழுதினாள்.

"என்னுடைய விடுதலை முயற்சியில் என்னுடைய பிராணனுக்குப்பதிலாக எவருடைய பிராணத் தியாகத்தையும் இந்தப் பாண்டிமா தேவி ஏற்றுக்கொள்ள மாட்டாள்!"

பிறகு தேவி தான் சாப்பிடுவதற்காகப் பிட்ட கோதுமை அடைக்குள் அந்த ஓலைத் துண்டைச் செருகி வெகு ஜாக்கிரதையாக மறைத்துவிட்டுத் தான் அருந்தி மிஞ்சிய பதார்த்தங்களோடு அதை உணவுக் கூடைக்குள் போட்டாள். அப்போது அவளுடைய நெஞ்சிலிருந்து ஏதோ பெரிய பாரம் நீங்கியது போல நிம்மதி ஏற்பட்டது.

அப்போது தேவியின் சிறைக் கூடத்திற்கும் அதற்குப் பின்னாலுள்ள அழுக்கறைக்குமிடையே உள்ள சுவரின் பக்கமிருந்து விசித்திரமான ஒரு சப்தம் மெல்லக் கேட்டது. அந்தக் கற்சுவரில் தூப்பாய் குழிபோல் இருந்த ஒரு துவாரம் ஒரு மரக்கட்டையால் அடைக்கப்பட்டிருந்தது. அதை அழுக்கறைப் பக்கமிருந்த மலையப்பன் அறுத்து கொஞ்சம் நீக்கிவிட்டு, அந்தத் துவாரத்தின் வழியாக ஒரு வஸ்துவைச் சிறைக் கூடத்தினுள் விழும்படித் தள்ளிவிட்டான். 'பொத்'தென்று அந்த வஸ்து வந்து விழுந்தது.

தேவி திடுக்கிட்டாள். அவளுடைய வதனத்தில் கலவரம் படர்ந்தது. காவலர் யாராவது வந்து கவனித்து விடுவார்களோ என்று கலங்கியவளாய் வெளியறைப் பக்கம் காதுகொடுத்துக் கூர்ந்து கவனித்தாள்.

வெளியறையில் காவலிருக்கும் சோழிய வீரர்களிருவரும் வழக்கம் போல் மெல்லிய குரலில் என்னென்னவோ தங்கள் சொந்தக் கதைகளைப் பற்றிக் குசுகுசுவெனப் பேசிக் கொண்டிருப்பதுதான் கேட்டது.

தேவி ஓசைப்படாமல் எழுந்து, படபடவென அடித்துக் கொள்ளும் நெஞ்சோடு மெல்ல நடந்து சென்று கீழே விழுந்து கிடக்கும் அந்த விநோத வஸ்துவைக் குனிந்து எடுத்தாள். அது சற்று கனமாக இருந்தது. அதைச் சுற்றி அழுக்குத் துணி ஒன்று சிறு பூச்செண்டைப் போல் சுற்றப்பட்டிருந்தது, அந்த விசித்திரமான பொருளைத் தேவி எடுத்துக் கொண்டு வந்து அகல் விளக்கின்

மங்கிய வெளிச்சத்தில் அதன் துணியைப் பிரித்துப் பார்த்தாள். வியப்பும் கலவரமும் மாறி மாறி அவள் முகத்தில் வியர்வைத் துளிகளாக அரும்பின.

அந்தச் சிறிய துணிச் சுருளினுள் சின்னஞ்சிறு கருவியைப் போல் அரம் ஒன்று இருந்தது. அது சிறியதாக இருந்தாலும் அதன் இருபுற முனைகளும் மிகவும் கூர்மையாகவும், உறுதியாகவும் தோன்றின. தேவியின் கைகள் என்னதான் பூப்போல் மிருதுவாகவும், பலஹீனமானதாகவும் இருந்தாலும் அந்தச் சிறிய ஆயுதத்தைக் கொண்டு எவ்வளவு கடினமான இரும்புக் கம்பியையும் அரை நாழிகையில் துண்டாக்கி விடலாம். அந்த ஆயுதத்தை இடுப்பில் சொருகி மறைத்துக் கொண்ட தேவி, அதைச் சுற்றியிருந்த அழுக்குத் துணியைக் கவனித்தாள். அந்த வெள்ளையான துணித்துண்டில், சாயக்குறி எழுத்துக்களைப் போல் சில தென்பட்டன. ஏதோ இரகசியமாக எழுதப்பட்டிருக்கிற தென்பதை உணர்ந்த தேவி, அதை மங்கலான அகல் வெளிச்சத்தில் படித்துப் பார்க்கலானாள். அதில் பின் வருமாறு எழுதப்பட்டிருந்தது.

> *"தேவி! நாளை இரவு ஏறத்தாழ இதே நேரத்திற்கு நீ சிறையை விட்டு வெளியேறத் தயாராயிருக்க வேண்டும். அந்தச் சமயம் வெளியறையில் காவலிருக்கும் சோழிய வீரர்கள் இருவரிடமும் ஒரு ஆள் வந்து பேச்சுக் கொடுத்து அவர்களது கவனத்தை வேறுபுறம் திருப்பிக் கொண்டிருப்பான். அந்தச் சமயம் பின்புறச் சுவரில் உள்ள சிறு சாளரத்தின் நடு இரும்புக் கம்பியை அரத்தினால் ஓசைப்படாமல் அறுத்தெடுத்து அதன் வழியாக வெளியேறத் தயாராயிரு! குமாரனின் சிறைமீட்சிக்கும் தனியாக ஏற்பாடு செய்யப்பட்டிருக்கிறது. இது சக்கரவர்த்திகளின் கட்டளை!"*

மேற்கூறிய இரகசிய லிகிதத்தைப் படித்த தேவிக்கு ஒரே வியப்பாக இருந்தது. பலவிதமான சிந்தனைகளும் கலவையிட்டன. மறுநாள் இரவு ஏறத்தாழ இதே நேரத்தில் என்னை விடுவிக்க இரண்டு தரப்பினர் தனித்தனியாக முயற்சி செய்வானேன்? ஒருவேளை இதெல்லாம் சூழ்ச்சியும் சோதனையுமாக இருக்குமோ? ஆனால் இந்தத் துணியில் காணப்படும் வாசகங்கள்? இதிலிருக்கும்கட்டளை? இதிலிருக்கும் தோரணை? இதில் தோய்ந்து கிடக்கும் அன்பு? இவையெல்லாம் என் பிராணநாதரால்தான் எழுத முடியும் ஆம்; என் பிராணபதியின் கட்டளைதான்! என்னைச் சிறை மீட்க என் நாதரே இரகசியமாக வந்திருக்கிறார். நாளை இரவு என்னைச் சிறை மீட்டு விடுவார். இறைவன் கடைசியில் என்

பிரார்த்தனைக்குச் செவி சாய்த்துவிட்டான்! தெய்வமே நாளை இரவு சாளரத்தின் கம்பியை அறுத்தெடுக்கும் சக்தியை மட்டும் என் கைகளுக்குக் கொடு! என் அன்பரின் கையாலேயே நான் நாளை இரவு இந்த மாயச் சிறையிலிருந்து மீட்சி பெற்று விடுவேன். இவ்வாறெல்லாம் தேவியின் உள்ளம் குதூகலத்தால் பொங்கியது.

அதன் பின்னர் தேவி ஏக்கத்துடன் தன்னிரு கண்ணிதழ்களையும் மூடிக் கொண்டாளே தவிர தூக்கம் வரவில்லை. தூங்குவதற்கு அவள் பிரயத்தனமும் செய்யவில்லை. பொழுது எப்போது விடியும், மலர்ச்சி எப்போது ஏற்படும் என்று ஆதவனின் வருகையை ஆவலோடு எதிர் நோக்கி இரவெல்லாம் இதழ் மூடிக் காத்துக் கொண்டு கிடக்கும் தாமரை மொட்டைப் போலிருந்தது தேவியின் அப்போதைய தோற்றம்!

அத்தியாயம் 99

இரங்கி ஏங்கினாள்!

'நல்லவன் தோற்பதோ?
நரகன் வெல்வதோ?
வெல்வதும் பாவமோ?
வேதம் பொய்க்குமோ?
இல்லையோ அறம்? என
இரங்கி ஏங்கினாள்.'

— கம்ப ராமாயணம்

மறுநாள் பொழுது மெல்ல மெல்ல விடியத் தொடங்கியது! ஆதவனின் உதய ரேகையை எதிர் நோக்கிக் கீழ்த்திசை வானத்தின் கருமையில் மெல்லிய நாணச் சிவப்பைப் போல் செவ்வரிகள் படரலாயின. மதுரை மாநகர முழுவதும் புத்துயிர் பெறும் துடிப்பொன்று மூகிழ்க்கலாயிற்று.இருளுக்குப் பின் விடிவே இல்லையா, துன்பத்திற்கு முடிவே இல்லையா என்றெல்லாம் சிறைக்கூடத்தில் மனதைக் குழப்பிக் கொண்டிருந்த தேவிக்கு, பொழுது விடியப் போவதை உணர்ந்ததும் ஒருவிதப் புத்துணர்வு உண்டாயிற்று.இரவு முழுவதும் தேவி கண்ணுறங்கவே இல்லை. கண்விழித்தபடி கனவு கண்டு கொண்டே இருந்தாள்.

''இன்பமும் துன்பமும் கலந்த எத்தனை விசித்திரமான கனவு! எவ்வளவு பயங்கரமான கனவு! மலைக்குகையில் அமர்ந்தபடி அவள் பல யுகங்களாகத் தவம் செய்கிறாள். தன் பிராணநாதரின் முக தரிசனத்தைக் காணத்தான் அப்படித் தவம் செய்கிறாள்! கடைசியில் இறைவன் அவளுக்கு ஒரு வரம் தருகிறான். வழிகாட்டுகிறான். ஆனால் அது எவ்வளவு பயங்கரமான வழி? தேவியின் எதிரே ஆற்று வெள்ளம்போல் ரத்தப் பிரவாகம் ஹீனமான இரைச்சலோடு குமிழியிட்டு ஓடுகிறது. நீந்தித்தான் எதிர்க்கரையில் இருக்கும் தன் நாதனை அவள் அடைய வேண்டும்! எதிர்க்கரையில் அவளுடைய நாதனின் குரலும், ஆலய மணிகளின் ஒலிகளும், பாண்டிய மக்களின் ஆரவாரமும், புரட்சி முரசங்களும் அவளை அறைகூவி அழைக் கின்றன. ஆனால் ரத்த வெள்ளத்தில் நீந்தித்தான் அக்கரையை அடைய முடியுமோ? தனக்குப் பதில் வேறோர் அபலையைச் சிறையில் அடைத்துவிட்டுத் தன்னிடம் பரிவு காட்டிய இரு காவலர்களின் பிணங்களை மிதித்துக் கொண்டுதான் செல்ல நேரிடுமோ? ஆனால் அவற்றிற்கப்பால் அவளுடைய விடுதலையும்; வாழ்க்கையும், பாண்டிய நாட்டு லட்சியமும் காத்திருக்கின்றன எப்படியாவது அவள் இந்த மாயச் சிறையிலிருந்து தப்பிச் சென்று விட்டால், பிராணநாதனைக் காணலாம் குழந்தைகளோடு வாழலாம். பாண்டிய மக்களின் வீரபூமிக்குப் புத்துயிர் அளிக்கலாம்; அவளைச் சிறை வைத்த அரக்கர்களான சோழியர்களுக்கு எதிராகப் பாண்டியநாடு புரட்சி முரசும் கொட்டும், அவளுடைய வீரபாண்டியச் சக்கரவர்த்திக்கு மணி மகுடமும் இழந்த தலைநகரும் திரும்பக் கிடைக்கும். பழிக்குப் பழியாகச் சோழியர்மீது படையெடுப்பும் நடக்கும்! பாண்டிய நாட்டுச் சுதந்திரப் பிரகடனமும், கணவரின் லட்சியமும் அவளுக்காகவே காத்திருக்கின்றன! அவற்றை நினைக்கும் போது, ''இறைவனே! எனக்கு மனோதிடத்தைக் கொடு!'' என்று தேவி இறைஞ்சினாள்.

சிறையெனும் இந்த நரகத்தை விட்டுத் தப்பிச் செல்லாவிட்டால் சகலமும் நாசமுறும் என்று தேவி தன் மனதிற்குள் சொல்லிக் கொண்டாள். தன் விடுதலைக்குச் சொர்க்கவாசல் போல் காணப்படும் சாளரத்தைப் பார்த்தாள்.

அந்த ஜன்னல், தேவியின் சிறைக் கூடத்திற்கும் அதற்குப் பின்னாலுள்ள அழுக்கறைக்கும் இடையில் உள்ள குறுக்குச்சுவரில் அமைந்திருந்தது. அந்த ஜன்னலில் ஈட்டிகள் போல மூன்று கம்பிகள் பின்னப்பட்டிருந்தாலும், அதைத் தொகுத்து நிற்கும் அடிப்பாகத்திலுள்ள சிறு இரும்புச் சட்டத்தின் ஒருமுனை சிறைக்கூடத்தின் உட்புறமாக வளைத்து விடப்பட்டு, அதன் மற்றோர் முனையும் உட்புறமாகவே சுவரில் பதிக்கப்பட்டிருந்தது.

பதித்துள்ள அந்த இரண்டாவது முனையை அரத்தினால் அறுத்து எடுத்து விட்டால் ஈட்டிக் கம்பிகளோடு சாளரத்தின் அடைப்பு முழுவதும் பெயர்ந்துவிடும். அதன் பின்னர் தேவி அந்தச் சிறு ஜன்னல் துவாரத்தின் வழியாக அழுக்கறைக்குள் சுலபமாக இறங்கித் தப்பி விடலாம். அவளுடைய உடல் பூங்கொடி போல் வாடி மெலிந்து போயிருந்ததும் ஒருவிதத்தில் நல்லதாகத் தோன்றியது.

அந்த ஜன்னலை அடிக்கடி வெறித்துப் பார்த்தும், தன் இடுப்பில் பத்திரமாக மறைத்து வைத்திருந்த சிறிய அரத்தை அடிக்கடி தொட்டுப் பார்த்தும் தேவி நீண்ட பெருமூச்சு விடலானாள்.

அவளுடைய மனதில் இலேசாக அவநம்பிக்கையின் சாயை படரலாயிற்று. ஒருவேளை இந்தச் சின்ன ஆயுதத்தால், அந்த இரும்புச் சட்டத்தை அரை நாழிகைக்குள் அறுத்தெடுக்க முடியாவிட்டால்..? இல்லை, தன் நாதனை நினைத்துக் கொண்டால் அந்தச் சமயம் அவளுடைய மெல்லிய கைகளுக்குப் புதிய பலம் வந்துவிடும். தேவியின் முகத்தில் அசாதாரணமான ஓர் ஒளி பிறந்ததென்றாலும் நெஞ்சின் அடித்தளத்தில் ஏதோ ஒரு வேதனையும் அவளை அரிக்கத் தொடங்கியது.

விசித்திரமான விதியின் விளையாட்டு என்று தேவியின் வாய் முணுமுணுத்தது. துர்ப்பாக்கியவதியான தன்மீது இரக்கம் கொண்டு, ஒரே இரவில் ஏறத்தாழ ஒரே நேரத்தில் இருதரப்பினர் தன்னை விடுவிக்க முயற்சி செய்கிறார்களே என்று நினைக்கும் போது தேவியின் கண்களில் ஆனந்தத்தால் நீர் துளிர்த்தது. இருதரப்பினரும் ஒருவரையொருவர் அறியாமல் தன் விடுதலை முயற்சிக்கு முயன்றால் அதன் விளைவு என்னாகும்? ஒருவேளை இருதரப்பினரின் முயற்சியும் ஒரே திட்டத்தின் இரு கிளைகளாக இருக்குமோ? இருதரப்பினரும் ஒன்றாகச் சேர்ந்து திட்டமிட்டு இரு முனைகளிலும் முயன்று எப்படியாவது தன்னை விடுவிக்க உத்தேசிக்கிறார்களோ? அப்படியானால் தனக்கு நிச்சயம் விடுதலை கிடைக்கும்!

அதை நினைக்கும்போது தேவியின் மனதில் மகிழ்ச்சியின் ஆரவாரத்தை அடக்கிக் கொண்டு துயரம் ரீங்காரமிட்டது. தன்னுடைய விடுதலைக்காக தன்னிடம் பரிவு காட்டிக் காவல் புரியும் இரு எதிரிகளின் மரணம்! தனக்குப் பதில் வேதனையை அனுபவிக்க வரும் பெண்ணொருத்தியின் தியாகம்! இதைத் தெய்வமும் அற உள்ளமும் பொறுக்குமா? நீதியும், விதியும் சகிக்குமா?-என்றெல்லாம் தேவி எண்ணி எண்ணி மருகினாள்.

ஆனால் தன்னைச் சிறை வைத்திருக்கும் கொடுமையை நினைத்துப் பார்த்தாள். எதிரிகளின் சூழ்ச்சியினால் தன் கணவர் நாடிழந்து மனைவி மக்களை இழந்து தோற்று நிற்கும் அநீதியை நினைத்துப் பார்த்தாள். எதிரிகளின் பாபச் செயல்களையெல்லாம் நினைத்துப் பார்த்தாள். தனக்காகக் காத்திருக்கும் பாண்டிய நாட்டின் சுதந்திர இலட்சியத்தையும் கடைசியாக நினைத்துப் பார்த்தாள்! நல்லவர் தோற்பதோ? நரகர் வெல்வதோ? பாவம் வெல்வதோ? தர்மநெறி பொய்ப்பதோ? இல்லையோ அறநெறி? என்றெல்லாம் இரங்கி ஏங்கினாள்.

''இறைவனே! என் சிந்தையைக் குழப்பாதே! என்னை அறியாமல் எவருக்கு நான் எந்தத் தீங்கு புரிந்திருந்தாலும் இந்த அடியாளை மன்னித்துவிடு! என் நாதனை அடைய எனக்கு வழிகாட்டு! எனக்குத் தப்பிச் செல்லும் மனோ திடத்தைக் கொடு!'' என்று தேவி மனமுருக வேண்டிக் கொண்டாள். அவளுடைய கருவிழிகளில் நீர்த் திரையிட்டது. அந்தச் சிறையின் நான்கு மூலையில் எங்கெங்கோ ஒளிந்து கொண்டிருக்கும் ஆண்டவனைக் கூவி அழைப்பதுபோல் நாலாபுறமும் கையெடுத்துக் கும்பிட்டுப் பித்துப் பிடித்தவள்போல் பிரார்த்தனை செய்துகொண்டே இருந்தாள். இவ்வாறு பிரார்த்தனை செய்வதைக் கண்டால் வெளியறையில் காவலிருக்கும் இரு சோழிய வீரர்களும் தன்னைச் சந்தேகிப்பார்களோ என்ற பயமும் அவளுக்கு உண்டாயிற்று, ஆனால் சமீப காலமாக அவளுடைய இப்படிப்பட்ட பிரார்த்தனைகளும், இனம் விளங்காத புலம்பல்களும் அதிகரித்துப் போய் விட்டதைக் கண்டு பழக்கப்பட்டுப் போயிருந்த காவலர்களுக்கு அன்றையத் தினம் புதுச்சந்தேகம் எதுவும் ஏற்படுமெனத் தோன்றவில்லை. அவ்விருவரில் ஒருவனான வில்லவன் வெளியறையில் இருந்து ''தேவி!'' என்று குரல் கொடுத்துவிட்டு உள்ளே வந்து, முந்திய இரவு தேவிக்கு இரவு ஆகாரம் வைக்கப்பட்டிருந்த கூடையைக் கவனித்தான்.

அதில் உள்ள பால் பழங்களைத் தேவி தொடக்கூட இல்லை. ஆனால் விசேஷமான கோதுமை அடையில் கொஞ்சம் தேவி சாப்பிட்டுவிட்டு மிஞ்சியதை அந்த உணவுக் கூடையிலேயே போட்டிருந்தாள்.

''ம்! அன்புடன் விசேஷமாகத் தயாரித்து அனுப்பப்பட்டது என்பதினால் தேவியார் கொஞ்சம் அருந்தினாரோ?'' என்று வில்லவன் எண்ணமிட்டபடி, அந்த உணவுக் கூடையை எடுத்துக் கொண்டு வந்து காவலறையை அடுத்திருக்கும் ஆவணச் சாலையை நோக்கியுள்ள இரும்புக் கதவைச் சிறிது திறந்து, அந்தக் கூடையை வைத்துவிட்டு, 'டக்'கென்று மறுபடி இரும்புக் கதவை மூடி உட்புறம் தாளிட்டுக் கொண்டான்.

அத்தியாயம் 100

சீறுவாள் ஒருத்தி!

'கொழுநன் பொய்யுரை
நினைத்தனள், சீறுவாள் ஒருத்தி!'

– கம்ப ராமாயணம்

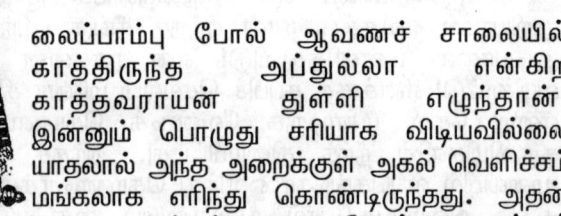

மலைப்பாம்பு போல் ஆவணச் சாலையில் காத்திருந்த அப்துல்லா என்கிற காத்தவராயன் துள்ளி எழுந்தான். இன்னும் பொழுது சரியாக விடியவில்லை யாதலால் அந்த அறைக்குள் அகல் வெளிச்சம் மங்கலாக எரிந்து கொண்டிருந்தது. அதன் ஒளி பொன்முலாம் பூச, தங்கப்பதுமை போல், கணக்குச் சுவடிகளின் குவியல்மீது, லைலா தலைசாய்த்துத் தூங்கிக் கொண்டிருந்தாள். தன்னை மறந்து ஜீவனற்ற மலர்போல் கிடக்கும் அவளை அப்துல்லா மெல்லிய குரலில் ''ஊர்மிளா!'' என்று கூப்பிட்டான் அவள் அசையவில்லை. அப்போது ஆவணச்சாலையில் அவ்விருவரையும் தவிர வேறு யாருமில்லை, கணக்கு பதியும் பாவனையில் அவ்விருவரும் அந்த ஓலை அறைக்குள்தான் இரவு முழுவதும் தங்கியிருந்தார்கள்.

சமையலறையில் நன்றாகக் குறட்டைவிட்டு உறங்கும் கணக்கர் அரியநாயகமும், அவருடைய சம்சாரம் சின்னக் கறுப்பாயியும் இன்னும் கொஞ்ச நேரத்திற்கு எழுந்து வரமாட்டார்கள்!

அப்துல்லா அவசரப்பட்டான்; ஓலைச் சுவடிகளின் மத்தியில் தூங்கி வழியும் ஊர்மிளாவைக் கவனித்தபோது அப்துல்லாவிற்கு வியப்பும் ஆத்திரமும் மேலிட்டன. ''இவளால் எப்படி உறங்க முடிகிறது? இரவு முழுவதும் இவள் ஏன் கண் விழித்து அழவில்லை? தன் காதலனை நினைத்து ஏன் கண்ணீர் வடிக்கவில்லை? இவளைப் பழி வாங்கும் விதமாகத் தான் கொடுக்கப் போகும் சாவை நினைத்து ஏன் அவள் மனம் பொருமவில்லை? காதலனோடு தப்பிப் பறந்து விடலாம் என்று கனவு கண்டவள், கடைசி நேரத்தில் பிரிக்கப்பட்டதை நினைத்து ஏன் குமுறவில்லை? பாழடைந்த வீட்டிலிருந்து இவளைக் கிளப்பிக் கொண்டு வந்தது முதல் இவள் ஏன் அணுஅணுவாகச்

சித்திரவதைப் படவில்லை? பாழடைந்த வீட்டில் இவளைக் காணாமல் இவளுடைய காதலன் வஞ்சகி என்று வாயாறத் திட்டியிருப்பானே? பித்துப் பிடித்தது போல் அழுதிருப்பானே? அதையெல்லாம் இவள் ஏன் சிந்தித்துப் பார்த்து தன் வேதனையை வெளிக்காட்டிக் கொள்ள வில்லை? ஆவலுடன் இவளைத் தேடி வந்த ஆசைக் காதலன் பாழடைந்த வீட்டில் இவள் இல்லாததைக் கண்டு அந்த இடத்திலேயே மனம் வெடித்துச் செத்துப் போயிருப்பானே? ஒருவேளை அதற்கு மேல் நினைத்துப் பார்க்கச் சக்தியில்லாமல் இவள் தன்னை மறக்கக் கண்ணுறங்கி இருப்பாளோ? இவள் நெஞ்சு மறமறத்துப் போயிருக்குமோ? இனி இவளை உறங்கவிடக் கூடாது! ஒவ்வொரு கணமும் இவள் அணுஅணுவாக வேதனைப்பட்டுக் கொண்டே இருக்க வேண்டும்!''

இவ்வாறெல்லாம் எண்ணமிட்டுக் குமுறிய அப்துல்லா ஒரு சுவடியை எடுத்து அதன் முனையால் ஊர்மிளாவின் முதுகில் தட்டியெழுப்பி, ''லைலா!'' என்று மெல்லக் கூப்பிட்டான்.

ஓலைக் குவியல்களின் மத்தியிலிருந்து தூக்கக் கலக்கத்தில் எழுந்து நின்ற லைலா, ஜீவனற்ற விழிகளால் அப்துல்லாவை வெறித்து நோக்கினாளே தவிர, அப்துல்லாவை ஏனென்று கேட்கவில்லை.

அப்துல்லா அந்த ஆவணக்களரியின் ஒருபுறமிருந்த இரும்புக் கதவின் முன்னாலுள்ள உணவுக் கூடையைச் சுட்டிக் காட்டினான். லைலா அந்தப் பக்கம் கூடத் திரும்பிப் பார்க்கவில்லை!

அந்த உணவுக் கூடையில் தேவி முந்திய இரவு சாப்பிட்டு மிஞ்சியவை பாத்திரங்களோடு திருப்பி வைக்கப்பட்டிருந்தன. அப்துல்லா பாய்ந்து சென்று அக்கூடையைப் பரிசோதித்தான். அதில் தேவி கொஞ்சம் சாப்பிட்டுவிட்டு வைத்திருந்த கோதுமை அடையின் ஒரு பாதித் துண்டை எடுத்துப் பார்த்தான். அதில் ஒளிவு மறைவாகவும், பக்குவமாகவும் தேவி சொருகி வைத்திருந்த ஓலை நறுக்கை அப்துல்லா அவசர அவசரமாக எடுத்து அதில் கண்டுள்ள வாசகங்களைத் தன் மனதிற்குள் படித்துக் கொண்டான்.

அவன் முகம் ஏமாற்றத்தால் சவம் போல் வெளிறிப் போய்விட்டது.

உடனே பல்லைக் கடித்து அப்துல்லா ஆத்திரத்தை அடக்கிக் கொண்டு அந்த ஓலை நறுக்கைச் சுக்கு நூறாகக் கிழித்து, அங்கு இன்னும் எரிந்து கொண்டிருந்த அகல் விளக்கின் நெருப்பில் பொசுக்கி உருத்தெரியாதபடி கருகச் செய்து விட்டான்.

அவனுடைய விசித்திரச் செய்கைகளையெல்லாம் மௌனமாகக் கவனித்தபடி லைலா அவன் பின்னால் அசைவற்ற பதுமைபோல் நின்று கொண்டிருந்தாள்.

எரிந்துபோன ஓலை நறுக்கின் சாம்பலால் அகல்விளக்கு மங்கி அணைவதைக் கவனித்துக் கொண்டிருந்த அப்துல்லாவின் முகத்தில் அசாதாரண ஒளியும், நம்பிக்கையின் ரேகையும் மீண்டும் சுடர்விடுவதை லைலா புரிந்து கொண்டாள்.

அவளாக ஒன்றும் வாய் திறந்து கேட்காதது அப்துல்லாவிற்கு ஆத்திரமூட்டிற்று. அவன் தன் பல்லைக் கடித்துக் கொண்டு மெல்லிய குரலில், ''மாதாவிடமிருந்துதான் பதில் ஓலை வந்திருக்கிறது'' என்று லைலாவின் காதுக்குள் சீறினான்.

''சரி!'' என்று சாதாரணமாகத் தலையாட்டினாள் லைலா.

''அந்த ஓலையை உன்னிடம் காட்டாமல் நெருப்பில் எரித்துவிட்டேனே! அதில் என்ன எழுதியிருந்ததென்று ஏன் நீ கேட்கவில்லை?''

''அதில் என்ன எழுதியிருக்கும் என்பது எனக்குத் தெரியும்! பாண்டிமாதேவி தன்னுடைய விடுதலைக்காக மற்றொரு பெண்ணின் தியாகத்தை ஏற்றுக்கொள்ள விரும்பியிருக்க மாட்டாள்! தனக்குப் பதில் இன்னொருத்தி சிறையில் அடைபடப் போகும் திட்டத்தை அங்கீகரித்திருக்க மாட்டாள். என் அண்ணியின் குணம் எனக்குத் தெரியும்!'' என்றாள் லைலா மெல்லிய குரலில் கம்பீரமாக.

''அப்படியானால்...... அப்படியானால்?'' என்று மெல்ல உறுமிய அப்துல்லா ஏதோ சொல்ல வாயெடுத்தான். அதற்குள் சமையலறையிலிருந்து கணக்கர் அரியநாயகம் எழுந்து வரும் அரவம் கேட்கவே, சட்டென வாயை மூடிக்கொண்டு வேகமாக எழுத்தாணியை எடுத்து சுவடிகளில் கணக்குகளைப் பதிவதாக பாவனை செய்தான்.

''ஏது? இரவு முழுவதும் கண்விழித்துக் கணக்கு பதிந்தீர்கள் போலிருக்கிறது. போய் நீராகாரம் அருந்திவிட்டுக் கொஞ்சம் இளைப்பாருங்கள்!'' என்று சொல்லிக்கொண்டே கணக்கர் அரியநாயகம் அங்கு வந்து சேர்ந்தார்.

''இல்லை! நான் வந்த காரியத்தை இன்றிரவோடு முடித்துக் கொண்டு நான் இங்கிருந்து போய்விட வேண்டும் இந்த லைலா கொஞ்சம் சுறுசுறுப்பாக ஒத்தாசைசெய்தால் நான் வந்த வேலை சுலபமாகக் கைகூடி விடும்!'' என்று அப்துல்லா விநயமாகச் சொன்னான்.

அதன் பின்னர் மூவரும் சோழரின் செலவினக் கணக்குகளைப் பதிவதில் மும்முரமாக ஈடுபட்டு விட்டதால் லைலாவோடு தனித்துப் பேச அப்துல்லாவிற்குச் சந்தர்ப்பம் வாய்க்கவில்லை. மாலை மயங்கி மர்மமான இருளும், கவியலாயிற்று மரணக்கோட்டம் முழுவதும் ஆங்காங்கே காவலர்கள் மாறும் அரவங்களும் சேவகர்களின் அணிவகுப்பு நடக்கும் ஓசைகளும், ஆங்காங்கே எச்சரிக்கை முரசொலிகளும் காவல் புரியும் வேட்டை நாய்களின் உறுமல்களும் அந்தி இருளோடு வெகுபயங்கரமாய் எழும்பலாயின.

கணக்கரின் சம்சாரம் சின்னக்கருப்பாயி ஆவணக் களரிக்குள் வந்து அன்றையத் தினம் அந்தி நேரத்திலாவது மரணக் கோட்டத்திலுள்ள காளி கோயிலுக்குப் போய் அர்ச்சனை செய்து அம்மனைக் கும்பிட்டு வர வேண்டுமென முணுமுணுக்கவே பத்தினி சொல் கடவாத பர்த்தாவான கணக்கர் முனகிக் கொண்டே கணக்கு வேலையை விட்டு எழுந்திருந்து, ஆவணக்களரியை உட்புறம் தாளிட்டுக் கொண்டிருக்கும்படி அப்துல்லாவிடமும் லைலாவிடமும் சொல்லிவிட்டு வெளியேறினார்.

கதவை உட்புறம் தாளிட்டுக் கொண்ட அப்துல்லா தன் பின்னால் பதுமைபோல் நிற்கும் லைலாவை நோக்கி, ‘‘உம்! என்ன ஆனாலும் சரி! நான் நினைத்ததை முடிக்காமல் விடமாட்டேன்! வா, போகலாம்!’’ என்றான்.

‘‘நுனா? எங்கே வரவேண்டும்?’’ என்று லைலா குரல் குழறக் கேட்டாள். அப்துல்லாவை நிமிர்ந்து பார்க்காமலே.

‘‘ஆமாம்! உன்னிடம் கடைசியாகச் சில விஷயங்களைப் பற்றித் தெளிவாகப் பேச வேண்டும்! என் பின்னாலேயே சமையலறைக் கதவையும் உட்புறம் தாளிட்டுக்கொண்டு வா!’’ என்று சொன்ன அப்துல்லா என்ற காத்தவராயன், ஒருபுறம் வைத்திருந்த குத்துவாள் ஒன்றை எடுத்துத் தன் இடுப்புக்குள் சொருகி மறைத்துக் கொண்டே சமையலறைக்குள் நடந்தான்.

ஊர்மிளா மௌனப் பதுமைபோல் அகல் விளக்குடன் அவனைப் பின்தொடர்ந்து சென்று சமையலறைக் கதவை உட்புறம் தாளிட்டுக் கொண்டாள். அவள் அவ்வாறு போகும் நிலையானது காளிக்குப் பலியாகத் தயாராகிப் பூசாரியின் ஏவலின்படி பின் தொடரும் செம்மறியாட்டின் நிலை போலவே இருந்தது. அப்துல்லா எனப்படும் காத்தவராயன் ஒரு கணம் மௌனமாய் இருந்தான். பிறகு அவனுடைய பூதாகாரமான உடம்பு சிறிது சிலிர்த்தது. அகல் வெளிச்சத்தில் லைலாவின் முகத்தை அவன் உற்று நோக்கினான் அந்த முகத்தில் எந்தவிதமான உணர்ச்சிகளும் தென்படவில்லை!

அவளை உற்று நோக்கி, ''ஊர்மிளா! கடைசி நேரம் வந்துவிட்டது! நான் சொல்வதைக் கவனமாகக் கேள்!'' என்றான் அப்துல்லா.

''சொல்லுங்கள்!'' என்றாள் லைலா.

''உன் தியாகத்தின் மூலம் தேவி சிறைதப்ப விரும்பவில்லை என்று பதில் ஓலை வந்தது! அது உனக்கு ஆனந்தமாக இருக்கிறதா?''

''இல்லை!''

''அப்படியானால் தேவிக்குப் பதில் நீ சிறையில் அடைப்பட இன்னும் சித்தமாக இருக்கிறாயா?''

''ஆமாம்! அதற்கு நான் எப்போதும் சித்தமாகத்தான் இருக்கிறேன்!''

''சிறையினுள்ளே உனக்குச் சுகவாசம் இராது! உன்னைச் சதிகாரி என்ற ஆத்திரத்தில் எதிரிகள் ஓயாமல் சித்திரவதை செய்வார்கள்?''.

''வெளியே உயிரைச் சுமந்து கொண்டு நிம்மதியாக இருப்பதுதான் எனக்குப் பெரிய சித்திரவதை!''

''உனக்கு எதிரிகள் கொடூரமான மரண தண்டனை விதிப்பார்கள்!''

''அப்படி அண்ணிக்காகச் சாவது எனக்கு ஒருபோதும் கொடூரமாக இருக்காது! அது ஆனந்தமாகத்தான் இருக்கும்!''

''நான் உன்னைக் கொல்லாமல் விடமாட்டேன் என்பது உனக்குத் தெரியும்!''

''தெரியும்!''

''எனக்கு நீ துரோகம் செய்தாய்! அதற்கு வஞ்சம் தீர்க்க வேண்டும் என்ற ஆத்திரத்தில் நான் உனக்கு மிகவும் இழிவான சாவைக்கூடத் தர முடியும். ஆனால் அதைவிட உன்னதமான சாவை அடையத்தான் நீ விரும்புவாய்! நான் உனக்குக் கொடுக்கப் போகும் சாவு நம் குடும்பச் சரித்திரத்திற்கே கௌரவத்தைக் கொடுக்கும்! பாண்டிமா தேவிக்காக நீ உயிர் நீத்தால் உனக்கும் பிராயச்சித்தம் கிடைக்கும்! நம் கட்சியினர் உன்னைத் தியாகதேவதையென வாழ்த்துவார்கள். உலகம் உன்னைத் தூற்றுவதற்குப் பதிலாக உன்னைப் போற்றிப் புகழும்! மரணம்

உனக்கு மாளாத அமர நிலையை மகிழ்ந்தளிக்கும். இப்படிப்பட்ட சாவுதான் உனக்கு மேலானதென்று நீ முடிவு செய்வாய் அல்லவா?''

''ஆமாம்!''

''அந்தச் சோழியன் வீரசேகரனின் பாழடைந்த வீட்டில் நீ ஆனந்தமாக ஒளிந்து கொண்டிருப்பதை நான் கண்டுபிடித்த போதே உன்னை துண்டுதுண்டாக வெட்டியெறிந்திருப்பேன்! ஆனால் என்னைப்போன்ற லட்சியவாதி அப்படிச் செய்யமாட்டான். ஓர் உன்னதமான புனிதமான, கண்ணியமான, லட்சியத்திற்காகத் தன் வாழ்வை அர்ப்பணித்து அல்லும் பகலும் அனவரதமும் பாடுபடும் என்னைப் போன்ற கர்மவீரன் தன்னுடைய சொந்த துர்ப்பாக்கியங்களைக்கூட, தனிப்பட்ட விருப்பு வெறுப்புகளைக்கூட உன்னதமான ஓர் இலட்சியத்திற்குத்தான் உபயோகப்படுத்த வேண்டும். அதனால்தான் இந்த உன்னதமான வழியில் உன்னை வஞ்சம் தீர்த்துக்கொள்ள நான் முடிவு செய்தேன். அந்தப் பாழடைந்த வீட்டில் உன் துரோகத்தைக் கண்டுபிடித்த இடத்திலேயே உன்னை நான் வெட்டியெறிந்திருந்தால் எனக்கு அலாதியான இன்பம் ஏற்பட்டிருக்கும், ஆனால் என் மனதை அடக்கிக் கொண்டேன்; அப்போது உன் வீரசேகரனைக்கூட விட்டுவிட்டேன்!'' என்று பல்லை நற நறவெனக் கடித்தான் அப்துல்லா.

ஊர்மிளாவின் நெஞ்சில் சுறுக்கென்று தைத்த அவ்வார்த்தைகள், அவளுடைய கண்களில் நீரைக் கசியச் செய்தன. அவளது வெளிறிய உதடுகள் துடித்தன.

அதை அப்துல்லா காணாதவன் போல் மீண்டும் லைலாவை நோக்கி, ''ஊர்மிளா! என் குணம் உனக்குத் தெரியும்! அந்தச் சோழியனைப் பொறுத்தவரை நான் மௌனமாக இருந்து வருவதின் காரணம் சரியான சந்தர்ப்பத்தை எதிர்பார்த்துக் கொண்டிருப்பதால்தான்! இதையும் நீ புரிந்து கொண்டிருப்பாய்!'' என்று அழுத்தமாகச் சொன்னான்.

''நான்தான் எல்லாவற்றிற்கும் சித்தமாக இருக்கிறேனே? எதற்காக இந்த வீணான பீடிகைகளெல்லாம்!'' என்றாள் மெல்லிய குரலில் ஊர்மிளா.

''அப்படியானால் நீ சித்தமாகத்தானே இருக்கிறாய்?''

''ஆமாம்! நீங்கள் என்னை எப்படியோ கொல்லப் போகிறீர்கள். அதற்கு நான் சித்தமாகத்தான் உங்களோடு வந்தேன். இப்போது ஒவ்வொரு கணமும் மரணம் ஒன்றைத்தான்

நான் எதிர்நோக்கிக் காத்துக் கொண்டிருக்கிறேன்'' என்றாள் லைலா அமைதியுடன் உறுதியான குரலில். அப்போது அவளுடைய முகம் உன்னதமான ஓர் ஒளியுடன் பிரகாசித்தது! தியாக மயமான காதல் ஜோதியுடன் அவள் கண்கள் கனன்றன.

அவளை அப்துல்லா உற்று நோக்கினான். அவனுடைய குரூரமான அந்தப் பார்வையில் கனிவோ உணர்ச்சியோ எதுவுமில்லை!

''ஊர்மிளா! இன்றிரவு நான் சொல்கிறபடி செய்!''

''சொல்லுங்கள்! உங்கள் கட்டளைப் பிரகாரம் அணுப்பிசகாமல் நான் செய்கிறேன்.''

''கவனமாக கேள்! இன்றிரவு தேவியை நாம் எப்படியும் தந்திரமாக விடுதலை செய்து விடலாம்! நீ இஸ்லாமியப் பெண்ணைப் போல் முக்காடிட்டு முகம் தெரியாதபடி உருவம் தரித்திருப்பதுதான் என் உள்ளத்தில் இந்த அபூர்வமான திட்டத்தை உருவாக்கித் தந்தது. உன்னுடைய ஆடைகளைத் தேவிக்குக் கொடுத்து உன்னைப் போல் தேவியைத் தந்திரமாகச் சிறைக்கூடத்திலிருந்து வெளியேறி தப்பி வரச் செய்ய வேண்டும். தேவிக்குப் பதில் தேவியின் ஆடைகளை வாங்கியணிந்து கொண்டு நீ சிறைக்கூடத்தில் அடைப்பட வேண்டும். இதுதான் நம்முடைய திட்டம்! இதற்குத் தேவி அநேகமாக ஆட்சேபணைகள் செய்யக்கூடும்! ஆனால் நீதான் எந்தவிதமான சமாதானமாவது சொல்லி வற்புறுத்தித் தேவியைச் சம்மதிக்க வைக்க வேண்டும். சிறையினுள்ளே என்ன செய்வாயோ தெரியாது! எப்படியாவது தேவியைச் சமாளித்து அனுப்பி வைக்க வேண்டிய பொறுப்பு உன்னைச் சேர்ந்தது! என்ன புரிந்ததா?'' என்று கேட்டான் அப்துல்லா.

''சரி!'' என்று தலையசைத்தாள் லைலா.

''இன்றிரவு ஆலயத்தில் அர்த்தசாம மணி அடித்ததும் நம் முயற்சியை ஆரம்பித்துவிட வேண்டும். ஆவணக் களரியிலுள்ள இரும்புக் கதவு வழியாகத்தான் நீ சிறைக்குள் புக வேண்டியிருக்கும் ஆவணக்களரியிலுள்ள அகல் வெளிச்சம் நமக்குத் தேவையான நேரத்திற்கு எரியும்படி அதன் எண்ணெயைக் குறைத்து வைக்கிறேன். இரும்புக் கதவின் பக்கத்தில் நீ என் பின்னால் நிழல் சரிவில் தயாராக மறைந்து நில்! நான் இரும்புக் கதவை மூன்று முறை தட்டி, தேவிக்கு இரவு உணவு கொண்டு வந்து வைத்திருப்பதாகக் கணக்கரைப் போன்ற குரலில் சொல்லுகிறேன். உடனே உணவுக் கூடையை உள்ளே எடுத்துக்

கொள்ள உள்ளே காவலிருக்கும் இரண்டு சோழிய வீரரில் ஒருவன் வந்து அந்த இரும்புக் கதவைக் கொஞ்சம் திறப்பான்.நான் உடனே பாய்ந்து அந்தக் கதவைத் தள்ளி அவனையும் கவனித்துக் கொள்வேன் அதாவது..." என்று நிறுத்திய அப்துல்லா தன் இடுப்பில் இரகசியமாகச் சொருகியிருந்த குத்துவாளைச் சுட்டிக் காட்டினான்.

லைலாவின் மெல்லிய உடல் நடுநடுங்கியது. அப்துல்லா தொடர்ந்து சொல்லலானான் "அதாவது இந்தக் குத்துவாளால் நான் அந்தக் காவலாளியைக் குத்திக்கொன்று விடுவேன். நீ அதற்குள் அந்த இரும்புக் கதவின் வழியாக உள்ளே பாய்ந்தோடி உள்ளே உள்ள காவலர் அறையைத் தாண்டி தேவி சிறையிலிருக்கும் கூடத்திற்குள் புகுந்து விடவேண்டும். நானும் உள்ளே புகுந்து காவலர் அறையிலுள்ள மற்றொரு காவலாளியைக் குத்திக் கொன்று விடுகிறேன். அதற்குள் நீ உன் முகத்திரையையும், முக்காட்டையும், மேலாடைகளையும் தேவிக்கு அணிவித்து, உன்னைப்போல் தேவியை உருவாக்கி, தேவியின் மேலாடைகளை நீ வாங்கியணிந்து கொள்ள வேண்டும். இவ்வளவையும் நீ கவனமாகவும், துரிதமாகவும் செய்ய வேண்டும். அதன் பின்னர் தேவி ஆடைகளை மாற்றிக் கொண்டு புறப்படச் சித்தமாகி விட்டதை நீ அறிவித்ததும் நான் தேவியை அழைத்துக் கொண்டு வெளிக் கிளம்பிவிடுவேன்! ஓலைச் சுவடிகளைக் கொண்டு வந்த மூடு வண்டிக்குள் தேவியை அமர்த்தி நான் அந்த வண்டியுடன் இந்த மரணக் கோட்டத்தைவிட்டே பறந்து போய் விடுவேன். நீ தேவிக்குப் பதில் சிறைக்கூடத்தில் தங்கியிருப்பாய்!" என்றான் அப்துல்லா.

"சரி!" என்று ஒருவித உணர்ச்சியுமில்லாமல் தலையை ஆட்டினாள் லைலா.

அவளுடைய முகத்தை அகல் வெளிச்சத்தில் கடைசியாக ஒருமுறை பார்க்கவேண்டும் என்ற ஆவல் ஏனோ அப்துல்லாவிற்கு உண்டாயிற்று. சாவதற்குத் துணிந்து நிற்கும் சோகமே உருவான அந்த வனிதையின் முகத்திலே புதியதொரு களை ஒளி வீசியது. வீரவனப்புடன் அவளுடைய அழகுப் பொலிவும் அதிகக் கவர்ச்சிகரமாகத் தோன்றியது.

அப்துல்லாவிற்கு ஏதோ ஒன்றைப் பறி கொடுப்பது போன்ற உணர்ச்சி ஏனோ உண்டாயிற்று. தனக்காக உள்ள ஏதோ ஒன்று தனக்கு எந்தவிதத் திருப்தியும் தராமலே அடியோடு பறிபோகப் போகிறது என்ற பொருமலும் ஏனோ அவனுக்குக் கடைசிக் கணத்தில் உறைத்தது.

''ஊர்மிளா! இது நம்முடைய கடைசிச் சந்திப்பல்லவா!'' என்று அப்துல்லா மெல்லிய குரலில் இழைந்தவாறு ஊர்மிளாவின் கைகளைப் பற்றினான்.

''என்னைத் தொடாதீர்கள்!'' என்று லைலா வெடுக்கென தன் கைகளைப் பறித்துக் கொண்டாள்.

''ஏன்? அதற்கு எனக்கு உரிமையில்லையா?'' என்று அப்துல்லா சீற்றமுற்றான்.

''ஆமாம்! உங்களுக்கு இனி எந்தவித உரிமையும் இல்லை. எப்போது என்னை வஞ்சம் தீர்க்க இழுத்து வந்தீர்களோ அப்போதே நம்மிடையே இருந்த பந்தங்களெல்லாம் அறுந்து போய்விட்டன!'' என்றாள் லைலா.

''பழைய விஷயங்களையெல்லாம் நினைத்துப்பார்!''

''எதற்காக நினைத்துப் பார்க்க வேண்டும்?''

''இதுதான் கடைசிச் சந்திப்பு! மனதில் உள்ளதையெல்லாம் கொட்டிவிட வேண்டும். அப்போதுதான் நெஞ்சிலுள்ள பாரமெல்லாம் நீங்கும்!'' என்றான் காத்தவராயன்.

அதன் பின்னர் சிறிது நேரம் மௌனம் நிலவியது. ஊர்மிளா பழைய விஷயங்களையெல்லாம் நினைத்துப் பார்த்தாள்.

காத்தவராயனுக்கும் அவளுக்கும் ஏற்பட்ட தொடர்பு விதியின் விசித்திரம் என்றுதான் சொல்ல வேண்டும்.

காத்தவராயன் ஈழநாட்டைச் சேர்ந்தவன். இலங்கை மன்னரான பராக்கிரம பாகுவிடம் மிகவும் செல்வாக்குள்ளவன்! போர் முகத்தில் வீரத் தளபதியாக விளங்கியவன்; ஈழப் படைகள் அவனுடைய சொற்படி ஆடக் கூடியன.

பாண்டிய பரம்பரைக்கும் சோழ பரம்பரைக்கும் தலை முறை தலைமுறையாக இருந்து வந்த போராட்டங்களால் பாண்டிய அரசிற்கு இலங்கை அரசின் படை உதவி தொடர்பாகவே தேவைப்பட்டு வந்தது. அதனால் காத்தவராயன் தொடர்பாகப் பாண்டிய நாட்டில் தங்கியிருந்தான்.

ஒருமுறை அவனுக்கு விஷசுரம் கண்டு சாகக் கிடந்தான். அது தொற்று நோய் என்று பயந்து உற்றார் உறவினரெல்லாம் அவனை விட்டு ஒதுங்கி விட்டார்கள். அனாதைபோல் சாகக் கிடந்த காத்தவராயனுக்குக் கடைசிக் கணத்தில் ஒரு விருப்பம்

உண்டாயிற்று. உலகிலே மகா சௌந்தரியவதியான பாண்டிமாதேவியை ஒரு முறை தரிசிக்க விரும்பினான். அந்தப் புண்ணியவதியின் வாயால், புனிதரான புத்தபிரானின் அருளை வேண்டி பாமாலை பாடுவதைத் தன் காதாரக் கேட்டால் தனக்கு உயிர்வரும் என்று காத்தவராயன் நினைத்தான். இரக்கமே உருவான பாண்டிமாதேவி, ''தொற்று நோயிருக்கும் இடத்திற்குப் போகிறோம் என்பதையும் பொருட்படுத்தாமல், காத்தவராயனின் முன்வந்து தரிசனம் தந்து அவன் விருப்பப்படியே பாமாலையும் பாடினாள். ''இவனுக்கு சிச்ருஷை செய்ய யாரும் முன் வராவிட்டால் நானே சிச்ருஷை செய்கிறேன். இவன் என் குமாரனுக்குச் சமானம்'' என்று தேவி தன் திருவாயால் சொன்ன குரல் சாகக் கிடந்த காத்தவராயனுக்குப் புத்துயிரூட்டியது, தேவியின் தரிசனத்தாலோ, பாமாலை பாடிய மகிமையாலோ, தேவி தன் கையால் கொடுத்த மூலிகையின் விசேஷத்தாலோ, காத்தவராயன் உயிர் மீண்டெழுந்தான். எழுந்ததும் ''தாயே!'' என்று கும்பிட்டான். அது முதல் தேவியைத் தெய்வீகமாதா என்று கருதி ஒருவிதப் பக்தி விசுவாசம் கொண்டு தேவிக்குச் சேவை செய்வதையே தன் வாழ்வின் லட்சியம் என்று கருதலானான். ஆனால் இலங்கைக்கும் பாண்டிய நாட்டிற்கும் இருந்து வந்த ராஜீய விஷயங்களின் காரணமாக, தேவியின் கணவரான வீரபாண்டியரிடம் அவ்வளவு அக்கறை காத்தவராயனுக்கு ஏற்படவில்லை.

இலங்கைப் படைகளிடம் அதிகச் செல்வாக்குள்ள காத்தவராயனை எப்படியும் தன் உறவினனாக்கிக் கொள்ள விரும்பிய வீரபாண்டியன் தன் தங்கையான ஊர்மிளாவைக் காத்தவராயனுக்குத் திருமணம் புரிவிக்க விரும்பினான். வீரபாண்டியனை எடுத்து வளர்த்த செவிலித் தாய்க்குப் பிறந்தவளாவாள் ஊர்மிளா! ஒரு வயிற்றில் பிறக்காவிட்டாலும் தன் தமையனான வீரபாண்டியன்மீது ஊர்மிளா அளவு கடந்த பாசம் வைத்திருந்தாள்! திருமணத்தை நாடாமல் மணிமேகலைப் போல் கன்னி விரதம் பூண்டு தன் தமையர் வீரபாண்டியருக்குச் சேவை செய்வதே தன் வாழ்வின் ஒரே லட்சியம் என்று கைக் கொண்டிருந்தாள்.

ஊர்மிளாவின் கன்னியழகைப் பார்த்த காத்தவராயன் அவளை எப்படியும் அடைய வேண்டுமென ஆசைப்பட்டான். ஊர்மிளாவிற்கு அதில் விருப்பமில்லையென்றாலும், தன் தமையனின் நலத்தையும் தன் அண்ணியின் கோரிக்கையையும், தன் தாயின் வற்புறுத்தலையும் முன்னிட்டுக் காத்தவராயனை மணக்க ஒருவாறு சம்மதித்தாள், ஆனால் குலோத்துங்க சோழன் பாண்டிய நாட்டின் மீது படையெடுத்து மதுரையை முற்றுகையிடும்

நெருக்கடியான நேரத்திலே, காத்தவராயன் போதுமான படை உதவிகள் அளிக்க முடியவில்லை. மேலும் மதுரைக் கோட்டையின் பாதுகாப்புச் சம்பந்தமாக அவனால் ஏற்பட்ட ஒரு சிறு அஜாக்கிரதையினால்தான் தலைநகரையும் இழந்து வீரபாண்டியன் தன் மணி மகுடத்தையும் இழக்க நேரிட்டது. அதைக் கண்டு ஊர்மிளா மனம் பொருமினாள். தன் தமையன் மறுபடி மதுரையின் மணிமகுடம் தரிக்கும்வரை, பழிக்குப் பழியாகச் சோழர்மீது படையெடுக்கும்வரை, காத்தவராயன் தன் கழுத்தில் கட்டிய தாலியை அணிவதில்லை என்று ஊர்மிளா கங்கணம் பூண்டாள். அதுவரை தன்னைக் கன்னிப் பெண்ணாகவே நடத்த வேண்டுமென்றும் காத்தவராயனிடம் வாக்குறுதி வாங்கிக் கொண்டாள். அதற்குப் பிரதியாக அவளுடைய சபதத்தை எப்போது காத்தவராயன் நிறைவேற்றுகிறானோ அப்போதே தன் உள்ளத்தையும், உடலையும் அவனுக்குத் தத்தம் செய்து விடுவதாகவும் வாக்குறுதி கொடுத்தாள்.

இதெல்லாம் பழைய கதை...

இப்போதும் ஊர்மிளா கன்னி கழியாதவளாகவே, பருவவனப்புடன் சாகப்போகிறாள்! இன்னும் சிறிது நேரத்தில் பிரிந்து சிறைக்குள் போய் விடுவாள்! அங்கிருந்து நேரே மரண தண்டனையைக் கட்டித் தழுவத்தான் அழைத்துச் செல்லப்படுவாள்!

அப்துல்லா அவளை விசித்திரமாக உற்றுப் பார்த்துவிட்டு, முகத்தை வேறு பக்கம் திருப்பிக் கொண்டு மெல்லிய குரலில் "ஊர்மிளா! நீ சாகும் போது... கடைசியாக மூச்சு விடும் போது... யாரைப்பற்றி நினைப்பாய்?" என்று கேட்டான்.

"அதை என் வாயால் சொல்லத்தான் வேண்டுமா?" என்று பொருமிய லைலாவின் கண்கள் காதல் உணர்வின் ஒளியால் கண்ணீர்த் துளிகளோடு கனன்றன.

"அதை நீ சொல்லத்தான் வேண்டும்!" என்று அழுத்திச் சொன்னான் அப்துல்லா.

ஊர்மிளா சிரித்தாள்! துயரத்தினால் நெஞ்சு வெடிக்கும்போது பலஹீனமாகச் சிரித்தாள்!

அப்துல்லா புரிந்து கொண்டான். கடைசியாக அவள் சாகும் போது வீரசேகரனைப் பற்றித்தான் நினைப்பாள் என்பதைப் புரிந்து கொண்டான். அப்துல்லா பற்களை நறநறவென்று கடித்தான். "நீ சாகும் போது உன் தமையர் வீரபாண்டியச் சக்கரவர்த்திகளைப் பற்றிக் கூட நினைக்கமாட்டாயா?" என்று எரிச்சலுடன் கேட்டான்.

‘‘என்னால் ஆனந்தப்படப் போகிறவர்களைப் பற்றி நினைக்க மாட்டேன்! என்னால் துக்கப்படப் போகிறவரைப் பற்றித்தான் நினைப்பேன்!’’ என்றாள் லைலா.

‘‘ஊர்மிளா உன் சாவு எவ்வளவு பயங்கரமாக இருக்குமென்பது உனக்குத் தெரியாது! உன்னைச் சதிகாரி என்று சித்திரவதை செய்து மரணப் பொட்டலுக்குக் கட்டி இழுத்துப் போவார்கள். உன் அழகான தலையை யானைக் காலில் இடரச் செய்வார்கள். நிலா போன்ற உன் நெற்றி நசுக்கப்பட்டு, கவர்ச்சிகரமான கருவிழிகள் இரண்டும் ரத்தமும் சதையுமாகப் பிதுங்கி விழும். உன் பூப்போன்ற உடல் யானைக் கொம்புகளால் குத்திக் கிழிக்கப்பட்டுத் துண்டு துண்டாக வீசியெறியப்படும். இந்தக் கோரமான காட்சியை உன் கருத்துக்குரியவன் கண்டால் எப்படியிருக்கும் தெரியுமா? அதுவரை நான் அவனை விட்டு வைக்கவேண்டும்!’’ என்று சொன்ன காத்தவராயன் தான் காதலிருவரையும் வஞ்சம் தீர்க்கப் போகும் விதத்தையெண்ணி ஆத்திரத்துடன் சிரித்தான்.

அவனுடைய குரூரமான எண்ணத்தைக் கண்டு சகிக்க முடியாமல் லைலா தன் தலையைக் கெட்டியாகப் பிடித்துக் கொண்டு அப்படியே அசைவற்று நின்றுவிட்டாள். ஆனால் தன்னுடைய சாவின் அத்தகைய கோரமான காட்சியைக் காணும்வரை தன் அன்பனான வீரசேகரன் உயிர் தரித்திருப்பானா என்கிற எண்ணம் ஒன்றுதான் அவளுக்குச் சிறிது ஆறுதல் தந்தது. உடனே அவள் தலைதூக்கி அருவெறுப்புடன் அப்துல்லாவை ஏறிட்டுப் பார்த்தாள்.

அந்தப் பார்வையை அப்துல்லாவால் தாங்க முடியவில்லை.

‘‘வாழ்வில் நான் உங்களுக்கு எந்தவிதத் திருப்தியும் தரவில்லை. என்னுடைய கோரமான சாவிலாவது உங்களுக்குத் திருப்தி ஏற்படட்டும்!’’ என்றாள் லைலா.

‘‘நல்லது! கடைசியாக உனக்கு மன்னிப்பும் கொடுக்கிறேன்.’’

‘‘மன்னிப்பா? எனக்கா? எதற்காக என்னை நீங்கள் மன்னிக்க வேண்டும்?’’ என்று ஆத்திரத்துடன் ஊர்மிளா சீறித் துள்ளினாள்.

‘‘உன் நடத்தையைக் கண்டுதான்!’’

‘‘என் நடத்தையில் என்ன குற்றம் கண்டீர்?’’

‘‘அதை என் வாயால் சொல்லத்தான் வேண்டுமா?’’

''உம்முடைய நாக்கிற்குத் தைரியம் இருந்தால் சொல்லத்தான் வேண்டும்!'' என்று சீறினாள் ஊர்மிளா.

''உன்னை வீரசேகரன் விரும்பினான்!'' என்று காத்தவராயன் மெல்லிய குரலில் முனகினான்.

''இது நானே ஆரம்பத்தில் உங்களிடம் சொன்னதுதான்!'' என்றாள் ஊர்மிளா துயரச் சிரிப்புடன்.

''வீரசேகரனை நீயும் விரும்பினாய்!'' என்று காத்தவராயன் பல்லைக் கடித்துக் கொண்டான்.

''ஆமாம்! விரும்பினேன். அவனுடைய வாஞ்சையை வரவேற்றேன்! அவனோடு வாழத் தவித்தேன்! அவனோடு பாழடைந்த வீட்டில் சொற்பகாலந்தான் பதுங்கியிருந்தேன் என்றாலும், என்னுடைய பல காலத்திய கவலைகளை யெல்லாம் மறந்திருந்தேன்! நீர் என்னைப் பிரித்து அங்கிருந்து என்னைக் கிளப்பிக்கொண்டு வராதிருந்தால் இந்நேரம் அவனோடு நான் மதுரைமா நகரைவிட்டு எங்கோ பறந்து போயிருப்பேன்! எங்கோ கண்காணா தேசத்தில் புனர்ஜென்மமெடுத்தவள் போல அவனோடு ஆனந்தமாக வாழ்ந்து கொண்டுமிருப்பேன்!'' என்று லைலா சடசடவென்று பொழிந்தாள்.

''இப்படிச் சொல்ல உனக்கு வெட்கமாக இல்லையா?'' என்று உறுமினான் அப்துல்லா.

''நீர்தான் வெட்கப்பட வேண்டும்!''

''எதற்காக? உன் நடத்தையை நான் மன்னிப்பதினாலா?''

''இல்லை! ஆரம்பத்தில் நீர் நடந்து கொண்ட நடத்தையை நினைவு கூர்ந்து பார்த்தால் யாரை யார் குற்றம் சொல்ல வேண்டுமென்பது உமக்கு நன்றாகத் தெரியவரும். நான் வீரசேகரனைக் காதலித்தது குற்றம் என்கிறீர், நான் அவனை அடைய விரும்பியது தவறான நடத்தை என்கிறீர். ஆனால் இந்தத் தவறான பாதையில் என்னைப் பலவந்தமாகப் பிடித்துத் தள்ளியது நீர்தான்! நான் இந்த முடிவிற்கு வரும்படியான சூழ்நிலையை உண்டாக்கியவர் நீர்தான்! ஆரம்பத்தில் வீரசேகரன் நம் வீட்டிற்கு நண்பனைப் போல வரத்தொடங்கிய போதே அவனுடைய வருகையை நான் விரும்பவில்லை என்றேன். ''எதிரியின் தொடர்பு நமக்கேன்?'' என்று எச்சரித்தேன். ஆனால் ''எதிரிகளிடம் செல்வாக்குள்ள வீரசேகரனை ஏமாற்றி, நயவஞ்சகமாக நம்முடைய சதித் திட்டங்களுக்கெல்லாம் உபயோகப்படுத்திக் கொள்ளலாம்'' என நீர்தான் திட்டமிட்டீர்! நீர்தான் அவனை நம் வீட்டிற்கு அடிக்கடி

வரவழைத்தீர், ''அவன் என்னை மனப்பூர்வமாகக் காதலிக்கிறான் என் மனமும் ஒரு நிலைப்படவில்லை'' என்று நான் எத்தனையோ வழிகளில் எத்தனையோ தடவைகள் சூசகமாக உமக்கு உணர்த்தினேன். அப்போதும் நீர் என் எச்சரிக்கைக்குச் செவிசாய்க்கவில்லை. ஒருமுறை அவன் என் காதலுக்காக கெஞ்சிக் குழைந்தபோது எங்கே என் மனமும் அவனிடம் இழுபட்டுவிடுமோ என்று நான் மருகியபோது, அவனை ''இனி வீட்டின் பக்கமே வராதே'' என்று நான்தான் விரட்டினேன். நீர்தான் அவனைக் கெஞ்சிக் கூத்தாடி மீண்டும் கூட்டி வந்தீர்! அப்போதும் அவனிடம் நான் முகம் கொடுத்துப் பேசவில்லை. அவன் வரும்போதெல்லாம் பாராமுகமாகத்தான் இருந்து வந்தேன்.

''அதனால் வீரசேகரன் குறைப்படுகிறான், அவனிடம் சிரித்துப் பேசிப் பல காரியங்களைச் சாதித்துக் கொள்ள வேண்டும்'' என்று நீர்தான் சொன்னீர்! இதற்கு மேல் என்னை என்னவென்று நினைத்து கொண்டீர்! என்னை இதயம் படைத்த ஒரு பெண்ணென்று கொஞ்சமாவது சிந்தித்துப் பார்த்தீரா? ஒரு காலத்தில் அந்த வீரசேகரனின் ஏக்கப் பெருமூச்சுகளையும், ஆசை விழிகளையும் விரித்த கரங்களையும் விட்டு விலகிச் செல்ல துடித்த நான், இப்போது அனாதையாக அவனுடைய கரங்களுக்குள் போய் விழத் துடித்தேன் என்றால் அதற்குக் காரணம் நீர்தான்! நீர்தான்! நீர்தான்!

என்னுடைய செய்கை குற்றமுடையதென்றால், அந்தக் குற்றத்தைத் தூண்டியவர், குற்றத்தை உண்டாக்கியவர், அதற்குக் குற்றவிசாரணை செய்பவர், குற்றத்தைத் தண்டிப்பவர், குற்றத்திற்குப் பழிவாங்குபவர் எல்லாம் நீர் ஒருவரேதான்! உண்மையாகச் சொல்லப்போனால் என்னை இந்த நிலைக்குக் கொண்டுவந்த உம்மை நான்தான் மன்னிக்க வேண்டும்! இந்தக் கடைசி நேரத்தில் உம்மை மன்னித்தும் விடுகிறேன்!'' என்றாள் லைலா.

மடை திறந்த வெள்ளம் போல் அவள் கொட்டிய குமுறல் மொழிகளைக் கேட்டுக் காத்தவராயன் ஒரு கணம் அப்படியே சிலைபோல் அயர்ந்து நின்றுவிட்டான்! பிறகு தன்னைச் சமாளித்துக் கொண்டு பேசத் தொடங்கினான்.

''ஊர்மிளா! உனக்காக நான் மிகவும் பரிதாபப்படுகிறேன். என் மாதாவைப் போன்ற தேவியின் விடுதலைக்காக நீ பிராணத்தியாகம் செய்யப் போகிறாய். அதற்காக உன்னை மிகவும் பாராட்டுகிறேன்! உனக்கு மிகவும் நன்றி செலுத்துகிறேன்!'' என்றான் அப்துல்லா ஏளனமாக.

லைலா துணுக்குற்று அவனை நோக்கி அமைதியாகச் சொல்லலானாள்.

''நீர் காட்டும் பரிதாபமோ, பாராட்டோ, நன்றியோ எனக்கு இப்போது தேவையில்லை! இப்போது எனக்குச் சொந்த விருப்பு வெறுப்பு எதுவும் கிடையாது. எப்போது என்னையும் வீரசேகரனையும் பிணைத்திருந்த அன்புத் தளைகளையெல்லாம் நீர் அறுத்தெறிந்து விட்டீரோ, எப்போது பந்த பாசங்களையெல்லாம் துண்டித்து விட்டீரோ, இந்த உலகில் என் உயிருக்குயிரான ஒரே ஒருவனிடமிருந்து என்னை எப்போது பலவந்தமாகப் பிரித்துக்கொண்டு வந்து விட்டீரோ, அப்போதே எனக்கு இந்த உலக பந்தமெல்லாம் அற்றுப்போய் விட்டது! இனி நான் எந்தக் கணமும் சாகத் தயாராகவே இருக்கிறேன்! இனி உம் கட்டளைப்படி என்னால் என்னென்ன செய்ய முடியுமோ, அவைகளையெல்லாம் அனுப்பிசகாமல் செய்யத் தயாராக இருக்கிறேன்! ஆனால் ஒன்று! எங்களைப் பிரித்து, என்னைக் கோரமான சாவை நோக்கித் தள்ளிவிடுவதின் மூலம், நீர் நன்றாக வஞ்சம் தீர்த்துக் கொள்ளலாம் என்று நினைத்தால் நீர் ஏமாந்து தான் போவீர்! உம்மை நீரே வஞ்சித்துக் கொள்ளும் கதையாகத் தான் அது முடிந்து விடும்! ஏனெனில், என் வீரசேகரனுடன் நான் சேர்ந்து வாழ முடியாது என்கிற போது, இந்த உலகத்தில் உயிர் வாழ்வது என்பது ஒன்றுதான் எனக்கு உண்மையான வேதனை! உயிரைச் சுமந்து கொண்டிருப்பது ஒன்றுதான் எனக்கு உண்மையான சித்திரவதை! அதிலிருந்து நான் நிம்மதியாக விடுதலைபெற, மிகவும் இனிமையான சாவிற்குத்தான் நீர் வழி காட்டுகிறீர்! அதற்காக நான் உமக்கு மிகவும் நன்றி செலுத்துகிறேன்! என் அண்ணியை என் தமையனோடு ஒன்று சேர்த்து வைக்கும் உன்னத லட்சியத்திற்கு என் சாவை உபயோகப்படுத்தி அதன் மூலமும் எனக்குத் திருப்தியளிக்க முன்வந்த உம் செயலை நான் மிகவும் பாராட்டுகிறேன்! என்னை இப்படிக் கொல்வதின் மூலம் என்னை வஞ்சம் தீர்த்துக் கொள்ளலாம் என்று நீர் ஒருபோதும் குரூரமான திருப்தி அடைய முடியாது என்பதை நினைக்கும்போது உமக்காக நான் மிகவும் பரிதாப்படுகிறேன்!'' என்றாள் லைலா.

அதைக் கேட்டதும் அப்துல்லாவின் முகம் தொங்கிப்போய் விட்டது. தன் முரட்டு உதடுகளை ஆத்திரத்துடன் பற்களால் கடித்துக் கொண்டான். ஏதாவது சுடச்சுடப் பதில் சொல்ல முயன்றான். ஆனால் வாய் அடைத்துக் கொண்டது. குரல் கம்மிவிட்டது. மூர்க்கமான பூனைபோல் சமையலறையில் குறுக்கும் நெடுக்கும் நடந்தான்.

லைலா தலைநிமிர்ந்து மௌனமாக நின்று கொண்டிருந்தாள்.

கடைசியாக அப்துல்லா அவளை நோக்கி, ''சரி, நேரம் வீணாகிறது. இனி நமக்கு ஒவ்வொரு நொடிப்பொழுதும்

கிடைத்ததற்கரியது! கணக்கர் தம்பதிகள் திரும்பி வந்து விடுவார்கள். அதற்குள் நாம் எல்லாம் தயாரிக்க வேண்டும்!'' என்றான்.

அவன் சொல்லி வாய் மூடுவதற்குள் கணக்கர் தம்பதிகள் காளிகோயிலிலிருந்து திரும்பி வந்து ஆவணக்களரியின் கதவைத் தட்டினார்கள்.

கதவை அவர்களுக்குத் திறந்துவிட்ட அப்துல்லா, ''இன்று இரவோடு எல்லாம் முடிந்துவிடும்! எல்லாக் கணக்கையும் தீர்த்து விடலாம்!'' என்றான்.

மீனாட்சியம்மன் ஆலயத்தில் அர்த்தசாம மணி அடிக்கும் நேரமும் அதைத் தொடர்ந்து சிறைக் கோட்டத்தின் பகுதிகளில் அறிவிப்பு முரசுகள் அதிரும் நேரமும் வெகு வேகமாக நெருங்கி வந்து கொண்டிருந்தது.

இதற்கிடையில் சிறைக்கூடத்தில் தேவி புழுவெனத் துடி துடித்துக் கொண்டிருந்தாள். தன்னை அன்றிரவு சிறையில் இருந்து மீட்டுச் செல்லக் கணவர் எப்போது வருவார் என்கிற ஆவலும் வேறு யார் யார் வருவார்கள் என்ற சிந்தனையும், தனக்காக எவரெவருடைய உயிர் பலியாகப் போகிறதோ என்ற துயரும், என்ன ஆகுமோ ஏது நடக்குமோ என்கிற பீதியும் பரபரப்பும் தேவிக்கு ஒவ்வொருகணமும் அதிகரித்துக் கொண்டே வந்தது. அன்றைய இரவு தான் தப்பிப்போகும் விஷயத்தில், வெளியே காவலிருக்கும் சோழிய வீரர்களுக்குச் சந்தேகம் வந்து விடுமோ என்றும் கதிகலங்கிக் கொண்டிருந்தாள். அவர்கள் கருத்துடனும், கழிவிரக்கத்துடனும் அவளுக்குப் பணிவிடைகள் புரிவதைக் காணும் போதெல்லாம், ''அவ்விருவரும் தன் விடுதலைக்காகக் கொல்லப்பட்டு விடுவார்களோ'' என்கிற துயரமும் தேவியின் நெஞ்சில் அதிகமாகக் கவ்வலாயிற்று. ஆனால் மணி மகுடமிழந்த மணாளரைப் பிரிந்து மங்கையரின் செல்வமான குழந்தைகளைப் பிரிந்து, பாண்டிய நாட்டு புரட்சி லட்சியத்திற்கு ஒரு பெருந் தடையாக நரகம் போன்ற அந்த பயங்கரமான சிறைக்குள் தனிமையில் அகப்பட்டுக் கொண்டு கண்ணீர் சிந்தியதையெல்லாம் உணர்ந்தபோது தேவியின் உள்ளம் பின்வருமாறு குமுறியது;''ஆஹா இன்றிரவு நான் இந்த மாயச்சிறையிலிருந்து மீண்டு விடுவேன். இங்கிருந்து நான் தப்பிப் பறந்து விடுவேன்! என்னை விடுவிக்க என் கணவர் இங்கு வரும்போது, வெளியறையில் இருந்து காவல் புரியும் இரு சோழிய வீரர்களோடு அவர் பேசிக் கொண்டிருக்கும் போது, நான் இந்தச் சுவரிலுள்ள சாளரத்தின் இரும்புச் சட்டத்தை என் கையிலுள்ள அரத்தால்

அறுத்தெடுத்தெறிந்து விடுவேன்! அந்தச் சாளரத்தின் வழியாகத் தப்பி விடுவேன்! என் கணவரின் கட்டளைப் படியும், கடவுள் காட்டிய வழிப்படியும் நடப்பேன்! அதுதான் என் கடமை! அதுதான் என் கணவரது லட்சியத்திற்கும், என் குழந்தைகளுக்கும், என் பாண்டிய நாட்டிற்கும் நான் செய்ய வேண்டிய கடமை! இங்கிருந்து நான் விடுதலை பெற்றுச் சுதந்திரமடைந்துவிட்டால் பாண்டிய நாடு முழுவதும் சுதந்திர ஜீவன் பொங்கி எழும்...''

இவ்வாறு தன் மனதிற்குள் திரும்பத் திரும்ப சொல்லிக் கொண்ட தேவி கண்ணை மூடிக் கொண்டு கனவு காண ஆரம்பித்தாள். எவ்வளவு ஆனந்தமான, அற்புதமான கனவு! அவளைச் சுற்றியுள்ள சிறைக் கம்பிகள், கருங்கற்சுவர்கள், கனமான பூட்டுகள் அனைத்தும் அடியோடு தகர்ந்து விழுந்து விடுகின்றன. பாண்டியநாட்டு மக்கள் 'ஜே, ஜே' என்று ஆரவாரம் செய்கிறார்கள். அவளுடைய கணவர் வீரபாண்டியார் புரட்சி முரசு கொட்டித் தம்முடைய மீனக் கொடியை, சோழர்களின் புலிக் கொடிக்கு மேலாக உயர்த்துகிறார். பல்லாயிரக்கணக்கான பாண்டிய மக்கள் வீரர் பெருந் திருக்கூட்டமாகத் திரள்கிறார்கள்! தேவியைச் சிறை வைத்த பழியை முன்னிறுத்தி அறைகூவி, பழிக்குப் பழியாகச் சோழ நாட்டின்மீது படையெடுப்பு நடக்கிறது! தேவி தன் கணவருக்கு வெற்றித் திலகமிட்டு, எண்ணற்ற பாண்டியப் பிரஜைகளின் நடுவே வீரசங்கநாதம் புரிகிறாள்...

இவ்வாறு தேவி சிறைக்கூடத்தில் மயக்கமூட்டும் கனவு கண்டிருக்கும் போது ஆவணக்களரியை அடுத்துள்ள சமையலறையில் அப்துல்லா மயக்க மருந்து ஒன்றைத் தேடிக் கொண்டிருந்தான். அவன் ஏற்கனவே கொணடு வந்து வைத்திருந்த ஹூக்காவிலிருந்து மயக்க மருந்து போன்ற மதுச்சாரப் பொடியில் கொஞ்சம் எடுத்து, அதைக் கொண்டு இரண்டு தித்திப்பு உருண்டைகளை உருவாக்கி, ''விசேஷமான காயகல்ப லேகியம்'' என்று கூறி அதை தின்னும்படி கணக்கர் தம்பதிகளிடம் கொடுத்தான்.

அவ்விருவரும் மயக்கத்தால் சிறிது ஆடத் தொடங்கியதும்; அவ்விருவரையும் சமையலறைக்குள் வைத்து வெளியே இழுத்துப் பூட்டிவிட்டு, வெளியார் யாரும் உள்ளே நுழையாதபடி ஆவணக் களரியின் வாசற் கதவையும் உட்புறம் தாளிட்டுக் கொண்டான்.

பின்னர் அவன் லைலாவின் பக்கம் திரும்பினான். அவள் முகத்திரையும் முக்காடுமிட்டுத் தயாராக, நின்றாள். அவளைக் கூர்ந்து கவனித்த அப்துல்லா, ''நான் சொன்னதையெல்லாம் நன்றாக நினைவில் பதித்துக் கொண்டிருக்கிறாயா?'' என்று மீண்டும் விளக்கத் தொடங்கினான்.

ஆனால் லைலா அதற்குள் குறுக்கிட்டு, "நான் என்ன செய்ய வேண்டுமென்பது எனக்கு நன்றாக தெரியும்!" என்றாள்.

"அப்படியானால் என்னோடு வா!" என்று சொன்ன அப்துல்லாவின் குரலில் இலேசாக ஒரு நடுக்கம் இருந்ததை லைலாவும் கவனித்தாள்.

தன் கையைப் பிடித்துக் கொள்ளும்படி அப்துல்லா பரிவோடு அவள் முன் தன் கையை நீட்டினான்.

அந்த உன்னதமான கடைசி நேரத்திலே, சகலவிதமான மனக்கசப்புகளையும் மறந்துவிட்டு, தான் செய்யப் போகும் துணிவான காரியத்தையும் மகத்தான தியாகத்தையும் மட்டுமே மனதில் கருதவேண்டும் என்று கூறுவது போலிருந்தது அந்தக் கடைசி நேரத்திய பரிவு.

லைலாவின் உடல் இலேசாக நடுங்கியது. அவளுடைய கையை அப்துல்லா மிருதுவாகப் பற்றி ஆவணக்களரியிலுள்ள இரும்புக் கதவை நோக்கி மெல்ல நடந்தான். கதவை நெருங்கும் முன் சற்று நின்று லைலாவின் காதுக்குள், "கவனமாக நடந்து கொள். நான் அந்த இரும்புக் கதவைத் தட்டி, உள்ளேயுள்ள காவலாளி கதவைத் திறந்ததும் அவனைக் கொன்று விடுவேன்! நீ அதற்குள் உள்ளே சிறைக்குள் புகுந்து விடு!" என்று குசுகுசுவென்று சொன்னான்.

லைலா 'சரி'யெனத் தலையாட்டினாள். அவளுடைய வாய் அடைத்துக் கொண்டது. அடுத்த கணம் ஆவணக் களரியிலுள்ள அகல் வெளிச்சம் அணைந்தது! இருள் மண்டியது!

அப்துல்லா தன் இடுப்பில் மறைத்து வைத்திருந்த குத்துவாளை தன் வலது கையில் எடுத்துக் கொண்டு, இடது கையால் இரும்புக் கதவை மூன்று முறை தட்டி, கணக்கரைப் போன்ற குரலில் "தேவிக்கு இரவு விருந்து வந்திருக்கிறது" என்றான்.

அத்தியாயம் 101

உவகையின் விம்மலோ?

'ஏது இதற்கொன்றும்,
இயம்புவல் என்பது,
மீது உயர்ந்த,
உவகையின் விம்மலோ?'

— கம்ப ராமாயணம்

மர்மங்களைத் தன்னுள் அடக்கிக் கொண்டிருக்கும் அந்த இரவிலே, மீனாட்சியம்மன் கோயிலில் அர்த்தசாம மணி அடிக்கும் நேரம் நெருங்கிக் கொண்டிருந்தபோது மலையப்பன் என்கிற மாறுவேஷத்தில் அழுக்கறைக்குள் அடைப்பட்டிருந்த வீரபாண்டியன் மன அமைதியற்றவனாய் குமுறிக் கொண்டிருந்தான்.

கோவைப் பழங்கள் போல் சிவந்த அவனுடைய விழிகள் அந்த அறையின் ஒரு பக்க சுவர்மீதுள்ள சிறு ஜன்னலின் மூடிய கதவின் மீதே பதிந்திருந்தன. அந்த ஜன்னலின் இரும்புக் கம்பிகளை மட்டும் தேவி துரிதமாக அறுத்துவிட்டுக் கதவைத் திறந்து கொண்டு அதன் வழியாகத் தப்பி அழுக்கறைக்குள் வந்துவிட்டாளேயானால், அவனுக்கு ஜன்ம சாபல்யம் கிடைத்துவிடும் என்கிற உவகை ஏற்பட்டது. தேவியின் சிறை மீட்சிக்குப்பின் பாண்டிமா பத்தினியைச் சிறை வைத்த பாதகரைப் பழி தீர்க்க வேண்டும் என்கிற மானம் தலை கொண்டிட அவனுக்கு விம்மலும் பிறந்தது!

தேவியின் மீட்சிக்கு அவன் குறித்திருந்த வேளை துரிதமாக நெருங்கியது!

அழுக்கறையின் இருளில் மலையப்பன் ஓசைப்படாமல் நகர்ந்து சிலைப்போல் சுவரின் அருகில் நின்று, அதிலுள்ள ஜன்னலின் கதவை ஒரு குச்சியால் மெல்ல மூன்று முறை தட்டினான். அந்த சமிக்ஞை ஒலிகளைக் கேட்டதும் சுவரின் மறுபக்கம் சிறைப்படுத்தப்பட்டுள்ள தேவி ஜன்னலின் இரும்புக்கம்பியை அரத்தினால் அறுத்தெடுக்கச் சித்தமாகி விடுவாள் என்று மலையப்பன் புரிந்து கொண்டான். அதற்கேற்ப

தேவி தன் மென் கரங்களால் அரத்தை எடுத்துக் கொண்டு சித்தமாகி விட்டதை உணர்த்தும் பதில் சமிக்ஞை ஒலியும் கிடைத்தது.

ஆனால் ஜன்னலின் கம்பியைத் தேவி அரத்தினால் அறுத்துக் கொண்டிருக்கும்போது, அதன் சப்தம் வெளியறையில் காவலிருக்கும் இரு சோழிய வீரர்களின் காதுகளில் விழுந்து விட்டால்...? திட்டம் யாவும் தவிடு பொடியாகி விடும் என்று நினைத்த மலையப்பனும் ஒரு கணம் மூச்சே நின்றுவிடும் போலிருந்தது! காவலர்களிடம் பேச்சுக் கொடுத்து அவர்களின் கவனத்தை வேறுபுறம் திருப்பிக் கொண்டிருக்க வேண்டும் என்று எண்ணமிட்டவனாய் மலையப்பன் வேகமாக அழுக்கறையில் இருந்து வெளிக் கிளம்பி காவலறையை நோக்கி ஓடி வந்து, அந்த அறையின் ஒரு பக்கச் சுவர் மீதுள்ள சாளரத்தின் கதவைப் படபடவென்று தட்டினான்.

உள்ளேயிருந்து, ''யாரது?'' என்று உறுமியபடி சோழிய வீரர்கள் இருவரும் சாளரத்துவாரத்தின் அருகில் வந்து பார்த்தார்கள்.

''நான்தான் அண்ணே!'' என்றான் வெளியில் நின்ற மலையப்பன் அடுத்த அறையில் சிறையிலிருக்கும் தேவியின் காதில் எட்டும்படியாக உரத்த குரலிலே சொன்னான்.

''ஓ! அழுக்கறை ஆசாமியா? இந்த நேரத்தில் இங்கே ஏன் சுற்றிக் கொண்டிருக்கிறாய்? ஒருவேளை நாங்கள் தூங்கி வழிகிறோமோ என்று சோதித்துப் பார்க்க வந்தாயா?'' என்றான் இரு காவலர்களில் முரடனான மாரப்பன்.

''அண்ணே! உருப்படியான ஒரு விஷயம் கேள்விப்பட்டேன் அதனால் உங்களை எச்சரித்துப் போக வந்தேன் நீங்கள் ஜாக்கிரதையாகக் காவல் புரியாவிட்டால் உங்களை வெளுத்துக்கட்டி விடுவார்கள்!'' என்றான் மலையப்பன்.

மாரப்பன் ஏளனமாகச் சிரித்துவிட்டு, ''உருப்படியான விஷயமா? தேவி சிறை தப்ப ஏதாவது புது சதித் திட்டம் உருவாகிறதா? கேட்டுக் கேட்டுப் புளித்துப் போன விஷயம்?'' என்றான். மற்றொரு காவலாளியான வில்லவன், ''எங்களுக்குத் தான் கண் விழிக்க வேண்டிய கடமை இருக்கிறது. நீயுமேன் கண்விழித்துக் கொண்டு திரிகிறாய்?'' என்று கேட்டான்.

அப்போது அடுத்த அறையிலுள்ள தேவி ஜன்னல் கம்பியை அரத்தால் பிறாண்டி அறுக்கும் ஒலி சற்று பெரிதாகக் கேட்பது போலிருந்தது. காவலர்களின் கவனம் அந்தப் பக்கம் திரும்பி

விடுமோ என்று பீதியடைந்த மலையப்பனுக்கு ஒருகணம் முகம் வெளுத்துவிட்டது! ஆனால் அவன் மறுகணமே சமாளித்துக் கொண்டு ''அண்ணே! என்னால் அழுக்கறையில் நிம்மதியாகத் தூங்கவே முடிவதில்லை! ராத்திரியானால் தினமும் ஒரு கறுப்புப் பூனை வந்து என் அழுக்கு மூட்டைகளிலே படுத்துக் கொள்கிறது. எலிகளைக் கவ்விப் பிடிக்க எதையெதையோ பிறாண்டுகிறது. அந்தச் சப்தத்தில் என்னால் தூங்கவே முடிவதில்லை! பூனை கொஞ்சம் மெல்லப் பிறாண்டினால் தேவலை!'' என்று சற்று பலமான குரலில் சொன்னான்.

''ஏன் தொண்டை கிழிகிற மாதிரிக் கத்துகிறாய்?'' என்றான் மாரப்பன்.

''செவிடர்களோடு பேசிப் பேசி எனக்கு அந்தப் பழக்கம் வந்துவிட்டது!'' என்றான் மலையப்பன்.

உன்னால் தூங்க முடியவில்லை அதனால்தான் எங்களிடம் வந்து கதையளந்து கொண்டிருக்கிறாயோ? என்று கேட்டான் வில்லவன்.

''கதை இல்லே, அண்ணே! கச்சிதமாகத் தேவியைச் சிறை மீட்டும் முயற்சி நடக்கப் போகிறது!''

''இதற்குமுன் எத்தனையோ முயற்சிகள் நடந்து தோற்றுவிட்டன எதிரிகளெல்லாம் இப்போது அசந்து போயிருப்பார்கள்!'' என்றான் மாரப்பன்.

''இல்லை, அண்ணே! விஷயம் முற்றிவிட்டது. தேவியை இனிமேல் இங்கு வைத்திருந்தால் ஆபத்து என்று உங்கள் இராஜாங்கத்து அதிகாரிகள் கவலைப்படுகிறார்களாம். தேவியைச் சீக்கிரமாக உங்கள் சோழநாட்டு வேளத்திற்கு அனுப்பிவிட்டு மூட்டை கட்டப் போகிறார்களாம். அதற்குள் தேவியை எப்படியும் சிறை மீட்டுவிட எதிரிகள் எதற்கும் துணிந்து பயங்கரமான முயற்சி செய்வார்கள் இல்லையா? நீயே சொல்லண்ணே!''

''இந்த விஷயமெல்லாம் உனக்கு எப்படித் தெரியும்! அழுக்குத் துணிகளை எண்ணுகிறவன், இம்மாதிரியான வதந்திகளை அள்ளி மூட்டைகட்டிக் கொண்டு வந்தாயா?'' என்று மாரப்பன் பரிகாசம் செய்தான்.

வில்லவனோ, வீரநிமிர்ச்சி நிறைந்த குரலில், ''ம்! எங்கள் கடமையில் அணுக்கூடப் பிசகமாட்டோம்! எங்கள் உடம்பில் உயிர் இருக்கும்வரை தேவியை இங்கிருந்து தப்பிப் போக விடமாட்டோம்!'' என்றான்.

மாரப்பனோ ஆத்திரத்துடன், ''எமன் கூட இங்கே நுழைய முடியாது! தேவியை மீட்டுப்போக இங்கே எந்தச் சதிகாரன்தான் வரத் துணிவான்?'' என்று கேட்டான்.

''வீரபாண்டியார்தான்! வேறு யார் இருக்கிறார்கள்?'' என்று மலையப்பன் அடுத்த அறையிலிருக்கும் தேவியின் காதில் கணீரென்று எதிரொலிக்கும்படி சொன்னான்.

''வீரபாண்டியரா? இன்னுமா மதுரையில் ஒளிந்து கொண்டிருப்பார்? எங்காவது ஓடிப் போயிருப்பார்!'' என்றான் மாரப்பன் இகழ்ச்சியுடன்.

''பெண்சாதியை மீட்காமல் எந்தப் புருஷன்தான் போவான்? மானரோசம் என்பது கோழைக்குக்கூட இருக்கும் அண்ணே! வீரபாண்டியரை அயோத்தி ராமர் என்று ஊர் ஜனங்கள் பேசிக் கொள்கிறார்கள்.''

''வீரபாண்டியார் இங்கு வந்தால் தேவியின் துர்ப்பாக்கியம்தான் மேன் மேலும் அதிகரிக்கும். தேவி விதவையாகக் கூடிய நிலைகூட ஏற்படலாம்!'' என்றான் வில்லவன்.

''வீரபாண்டியார் இந்த மரணக் கோட்டைக்குள் தான் இருக்கிறாராம்!'' என்று மலையப்பன் அழுத்தம் திருத்தமாகச் சொன்னான்.

‘‘என்ன?’’ என்று மாரப்பன் திடுக்கிட்டவனாய் கேட்டான்.

‘‘ஆமாம் அண்ணே! வீரபாண்டியார் நிச்சயம் இந்தக் கோட்டைக்குள்தான் ஒளிந்து கொண்டிருக்கிறாராம்! கடைசிப் பிரயத்தனமாகத் தேவியை எப்படியும் சிறைமீட்டுப் போய் விடுவது என்று வந்திருக்கிறாராம்! எந்தக் கணமும் வீரபாண்டியார் இங்கே வந்து உங்களிடம் கைவரிசையைக் காட்டித் தேவியைக் கடத்திப் போய்விடுவார்! இந்தக் கோட்டை முழுவதும் ஒரே பரபரப்பும் கதிகலக்கமும் ஏற்பட்டிருக்கிறது!’’

‘‘அப்படியானால்... வீரபாண்டியரே நேரில் இங்கு வந்திருக்கிறாரா? அப்படியானால்... தேவியைச் சிறைமீட்க எந்தக் கொலை பாதகத்திற்கும் துணிந்து முழு முயற்சி செய்வாரா?’’ என்று குழம்பியபடிக் கேட்டான் மாரப்பன்.

‘‘ஆமா அண்ணே! நாளை இரவே இந்தக் கோட்டையின் காவலைப் பன்மடங்காகப் பெருக்க வேண்டுமென்று அதிகாரிகள் பேசிக் கொள்கிறார்களாம்!’’ என்றான் மலையப்பன்.

‘‘அப்படியானால் நாளை இரவே இந்தச் சதி முயற்சி நடந்து விடுமா?’’

‘‘இன்றிரவே நடக்கலாம்! இன்னும் சற்று நேரத்தில் கூட நடந்து விடலாம். பாண்டிமா தேவியும் தைரியத்தைக் கைவிடாமல் தன் காரியத்தைக் கவனித்து வந்தால் கட்டாயம் தன் புருஷனால் சிறை மீட்கப்படலாம்!’’ என்று உரத்த குரலில் சொன்ன மலையப்பன் ‘‘ம்! இப்படியெல்லாம் கோட்டைக்குள் பேசிக் கொள்கிறார்கள்! நெருப்பில்லாமல் புகையுமா?’’ என்று முனகினான்.

‘‘வீரபாண்டியர் எப்படி இங்கே வருவார்?’’ என்று கல்வரத்துடன் கேட்டான் மாரப்பன்.

‘‘கட்டியங் கூறிக்கொண்டா வருவார்? ஒரு பெரிய தேசவிசுவாசி போலவோ, பெரிய அதிகாரி போலவோ வருவார்! அவருடைய கையில் இரண்டு மூன்று கத்திகளாவது இருக்கும் அண்ணே பத்திரம்!’’ என்றான் மலையப்பன்.

சோழியக் காவலர் இருவருக்கும் கலக்கம் அதிகரித்தது.

மலையப்பனோ இந்நேரம் தேவி ஜன்னல் கம்பியை அறுத்தெடுத்திருக்கக் கூடும் என்று நினைத்தவனாய், நான் வருகிறேன். ‘‘தேவி பத்திரம் அண்ணே! உங்கள் உடம்புகள் பத்திரம்! பொழுது விடிந்தால் சாயம் வெளுத்துப் போகும்!’’ என்று உரத்த குரலில் சொல்லிக் கொண்டே கிளம்ப முயன்றான்.

"நீயும் இங்கேயே நில்!" என்றான் மாரப்பன்.

அதைக் கேட்டதும் மலைத்துப்போன மலையப்பன், "நான் எதற்கு? உங்களுக்குத் துணையாகவா?" என்று கேட்டான்.

"ஆமாம்!"

"எனக்குச் சண்டை போடத் தெரியாதே!"

"உனக்குத்தான் தொண்டை கிழியக் கத்தத் தெரியுமே! ஒருவேளை வீரபாண்டியர் வந்து ஏதாவது விபரீதம் நேர்ந்தால் வெளியில் நிற்கும் நீ உதவிக்கு மற்ற காவலர்களைக் கூப்பிட்டுக் கூச்சலிடலாம்!"

"முதலில் என்னைக் கொன்றுவிட்டுத்தானே வீரபாண்டியர் உள்ளே வரமுடியும்?"

"அப்படியானால் நாங்கள் கூச்சலிடுகிறோம்!"

"என் பெண்சாதிக்குத் தெரியாமல் நான் செத்துப் போக மாட்டேன்!" என்று மலையப்பன் சிரிப்புடன் சொன்னான்.

அந்தச் சமயந்தான் அர்த்தசாம மணி அடித்தது. அப்போது தான் ஆவணக்களரியிலிருந்து இரும்புக் கதவை அப்துல்லா மூன்று முறை தட்டி "தேவிக்கு இரவு உணவு வந்திருக்கிறது!" என்று கணக்கரைப் போன்ற குரலில் சொன்னான்.

"சற்று இரும். கதவைத் திறந்து உணவுக்கூடையை உள்ளே எடுத்துக் கொள்கிறேன்!" என்று வில்லவன் பதில் குரல் கொடுத்தான். மாரப்பனோ ஜாக்கிரதையாகக் கையில் ஈட்டி எடுத்துக் கொண்டு நின்றான்.

இதற்கிடையில் மலையப்பன் அங்கிருந்து நழுவிச் சென்று அழுக்கறைக்குள் புகுந்து ஜன்னலருகில் சென்று, இருட்டில் நின்றவாறு கவனித்தான்.

ஜன்னல் கம்பியை தேவி இன்னும் அறுத்துக் கொண்டிருப்பதாகத் தோன்றியது! முக்கால்வாசி அறுத்துவிட்டாள் இன்னும் கால்வாசி மீதமிருந்தது.

"தேவி! ஆகி விட்டதா?" என்று மலையப்பன் பதைபதைப்புடன் மெல்லக் குரல் கொடுத்தான்.

கணவரின் குரலைக் கேட்டதும், தேவி ஒரு கணம் அசைவற்றுப் போனாள்! அவளுக்கு மெய்சிலிர்த்தது. உடம்பெல்லாம் பூரித்து விம்மல் ஒலி ஒன்று வெளிப்பட்டது.

''தேவி! இன்னும் முடியவில்லையா? சீக்கிரம், சீக்கிரம்?'' என்று மலையப்பன் பதறினான். அதற்கும் தேவி மறுமொழி ஏதும் இயம்பவில்லை. அவளுக்கு வாய் அடைத்துக் கொண்டது. மீண்டும் ஒரு விம்மல் ஒலிதான் வெளிப்பட்டது. அது அளவு கடந்து மேலிடும் களிப்பின் பூரிப்பினால் ஏற்பட்ட உவகையின் விம்மலா? அல்லது முயற்சி பொய்த்து விடுமோ என்ற அளவற்ற ஏக்கத்தின் விம்மலா? இதை நிதானிக்க முடியாமல் மலையப்பன் தடுமாறினான். அதே சமயம் ஆவணக் களரியின் இரும்புக் கதவின் பக்கத்தில் அப்துல்லாவின் பின்னால் நின்று கொண்டிருந்த லைலாவிடமிருந்தும் ஒரு விம்மலொலி வெளிப்பட்டது. அது தேவிக்காகத் தன்னைத் தியாகம் செய்யப் போகிறோம் என்பதினால் ஏற்பட்ட உவகையின் விம்மலா? அல்லது காதலனிடமிருந்து பிரிக்கப்பட்டுத் தன் கணவனாலேயே பலியிடப்படப் போகிறோம் என்கிற துக்கத்தினால் ஏற்பட்ட விம்மலா? அதை நிதானிக்க முடியாமல் அப்துல்லா தடுமாறினான்!

இவ்வாறு இருதரப்பினரும் இரு வழிகளில் நின்று தடுமாறிக் கொண்டிருந்த போது ஆவணக்களரியின் பக்கமுள்ள இரும்புக் கதவை உள்ளிருந்த காவலாளிகளில் ஒருவனான வில்லவன் மெல்லத் திறக்கலானான்.

அத்தியாயம் 102

எய்தும் வழி காணார்!

தேட்ரு நலத்த புனல் ஆசை
தெறல் உற்றார்
மாடோர் தடம் உற்று அதனை
எய்தும் வழி காணார்.

— கம்ப ராமாயணம்

மலையப்பனாக விளங்கும் வீரபாண்டியன் அழுக்கறையிலிருந்தவாறு சிறைக் கூடத்தின் பின் பக்கமுள்ள சிறு சாளரத்தை நோக்கி, ''தேவி! தேவி! சீக்கிரம், சீக்கிரம்! அந்தச் சாளரத்தின் இரும்புச் சட்டத்தைச் சீக்கிரம் அறுத்தெறிந்து விடு! அதன் வழியாக ஏறி இங்கே குதித்துவிடு!'' என்று அவசரப் படுத்திக் கொண்டிருந்தபோது, ஆவணக்களரியின் பக்கமுள்ள

இரும்புக் கதவு 'கிரீச்' சென்ற சப்தத்துடன் இலேசாகத் திறக்கப்பட்டு, காவலரறையின் பக்கம் அதிபயங்கரமான ஓலமொன்று விபரீதமாகக் கேட்டது.

ஆவணக்களரியில் தேவியின் இரவு உணவிற்காக வைக்கப்பட்டிருக்கும் கூடையை உள்ளே எடுத்துக் கொள்வதற்காக இரும்புக் கதவை இலேசாகத் திறந்து பார்த்த காவலாளி வில்லவன் எதிரே ஆவணக்களரியில் இருள் மண்டியிருப்பதையும் எதிரே குத்துவாளுடன் அப்துல்லாவின் உருவம் நிற்பதையும் கண்டு, திடுக்கிட்டுப் போனான்.

ஆதை எதிர்நோக்கி ஆவணக்களரியில் லைலாவுடன் தயாராய்க் காத்திருந்த காத்தவராயனோ, அந்த இரும்புக் கதவு இலேசாகத் திறக்கப்பட்டதும், அதை முரட்டுத்தனமாக மோதித் தள்ளித் திறக்க முயன்றவனாய், வில்லவனின் நெஞ்சில் குத்துவாளையும் பாய்ச்சி விட்டான்.

''ஆ! துரோகி! துரோகி! அபாயம்! அபாயம்!'' என்று வில்லவன் மரண ஓலமிட்டான்.

காவலறையிலிருந்த மற்றொரு சோழிய வீரனான மாரப்பன் ''எங்கே துரோகி? எங்கே துரோகி?'' என்று அலறிக்கொண்டு கையில் ஈட்டியுடன் தன் சகாவிற்கு உதவியாய்ப் பாய்ந்து வந்து இரும்புக் கதவை திறக்க முடியாதபடி அமுக்கிச் சாத்த முயன்றான்.காத்தவராயன் தன் பலத்தையெல்லாம் திரட்டித் தன் முரட்டு சரீரத்தால் அந்தக் கதவை உள்ளே தள்ளிப் பூரணமாகத் திறந்து விடப் போராடிக் கொண்டிருந்தான்.

இதற்கிடையில் இலேசாகத் திறக்கப்பட்டிருக்கும் கதவின் இடைவெளி சந்து வழியாக மெல்லிய மேனியளான லைலா, காத்தவராயனால் பிடித்துத் தள்ளப்பட்டு, தேவியின் சிறைக் கூடத்துக்குள் புகுந்து விட்டாள்.

அமுக்கறையில் பரபரப்புடன் காத்திருந்த மலையப்பனோ, காவலறையின் பக்கம் விபரீதமான கூச்சல்கள் கிளம்புவதைக் கேட்டதும், எங்கே தன் முயற்சி தடைபட்டுவிடுமோ? என்று கதிகலங்கியவனாய் துள்ளிக் குதித்து சாளரத்தை எம்பிப்பிடித்து, அதன் சிறு ஓட்டை வழியாக உள்ளே கூர்ந்து பார்த்த போது, சிறைக்கூடத்தினுள் ஒரு விசித்திரமான காட்சியைக் கண்டு திடுக்கிட்டான்.

அங்கே, தேவி சாளரத்தின் இரும்புச் சட்டத்தை அறுக்காமல் கையில் அரத்துடன் பிரமித்து நின்று கொண்டிருப்பதையும் இஸ்லாமியப் பெண்ணைப்போல் உருவம் தெரியாமல் முக்காடிட்ட

பெண்ணொருத்தி தேவியின் கால்களில் விழுந்து ஏதோ மன்றாடிக் கொண்டிருப்பதையும் கண்டான்.

''தேவி! மகாராணி! சீக்கிரம் என் முக்காட்டை வாங்கி அணிந்து கொள்ளுங்கள்! என் உடைகளில் என்னைப்போல் வெளியே தப்பிப் போய்விடுங்கள் வெளியே அவர் உங்களுக்காகக் காத்துக் கொண்டிருப்பார்!'' என்று லைலா பதறினாள். அவளுடைய குரலில் தொனித்த அன்பு, ஆர்வம், உறுதி, தியாக உணர்ச்சி, விரக்தி மனப்பான்மை அனைத்தும் தேவிக்கு விசித்திரமாகத் தோன்றியது.

தியாகச் சுடராய்ப் பிரகாசிக்கும் அந்தப் பெண்ணைத் தேவி தன் கண்களில் நீர்துளிர்க்க உற்றுநோக்கி, ''எனக்குப் பதிலாக உன்னைச் சிறையில் தள்ளிவிட்டு நான் சிறை தப்பிச் செல்ல வேண்டுமா? பேதைப் பெண் ஒருத்தியின் வாழ்வின் அஸ்தமனத்தில்தான் பாண்டிமாதேவியின் வாழ்வு உதயமாக வேண்டுமா? முடியாது! இதை முன்னரே ஓலையில் அறிவித்திருந்தேனே?'' என்று கம்பீரமாகச் சொன்னாள்.

''மகாராணி! நான் வாழவே விரும்பவில்லை? வாழ்நாள் முழுதும் உருகி உருகி வேதனைப்பட விரும்பவில்லை!'' என்று புலம்பிய லைலா, ''நான் தியாகம் செய்ய உரியவள்தான் என்னைத் தெரியவில்லையா?'' என்று கேட்ட வண்ணம் தன் முகத்திரையை நீக்கி, 'அண்ணி!' என்று விம்மினாள்.

''ஆ! நீயா? ஊர்மிளாவா?'' என்று தேவி அப்படியே பிரமித்து அசைவற்று நின்று விட்டாள்.

அதே சமயம் அழுக்கறைப்பக்கம் சாளரத்திலிருந்து பார்த்துக் கொண்டிருந்த மலையப்பன், ''ஊர்மிளா! ஊர்மிளா!'' என்று தன்னை மறந்து துயரத்தோடு கூவினான்.

''ஆ! சக்கரவர்த்திகள்!'' என்று பிரமித்த ஊர்மிளாவும் அவனை நோக்கி, ''ஆ! அண்ணா!'' என்று உயிர் கிழியும்படி கத்தினாள்.

தேவியின் கையிலிருந்த அரம் நழுவி 'டங்'கென்று கல் தரையில் விழுந்தது, சகலமும் அழிந்து விட்டதைப் போன்ற விரக்தியுடன் தேவி அப்படியே கற்சிலையாகச் சமைந்து நின்று விட்டாள்!

''ஊர்மிளா! தேவி ஒருத்தியை மீட்கப் பாடுபடுவது போதாதென்றா நீயும் இந்த நரகத்தில் வந்து சிக்கிக் கொண்டாய்?'' என்று மலையப்பன் பதறினான்.

''அண்ணா! மனங்கொண்டது மாளிகை. நானே மனப்பூர்வமாக ஏற்றுக்கொண்ட சுவர்க்கம் இது! என்னைப் பற்றிக் கவலைப்படாதீர்கள்! தேவியும் நீங்களும் தப்பிச் செல்லுங்கள். காவலர்கள் இங்கு வந்தால் நான் கவனித்துக் கொள்கிறேன்!'' என்றாள் ஊர்மிளா.

''வேண்டாம்! நீயும் என்னுடன் வந்துவிடலாம்!'' என்றான் மலையப்பன்.

இவ்வாறு மலையப்பனான வீரபாண்டியன் ஒரு புறமும் அவனுடைய பத்தினியும் தங்கையும் இன்னொரு புறம் நின்று தவித்துக் கொண்டிருந்தார்கள். அவர்கள் ஒன்று சேர்வதற்குத் தடையாய் குறுக்கே இருந்த சாளரத்தின் இரும்புச் சட்டமோ இன்னும் முழுதும் அறுபடாமலே மிஞ்சியிருந்தது!

வீரபாண்டியன் ஆத்திரத்துடன் தன் வீர புஜங்களின் பலத்தையெல்லாம் ஒருங்கே திரட்டி, அந்த ஜன்னலை இரும்புச் சட்டத்தோடு அடியோடு பெயர்த்துவிட முயன்றான். ஆனால் அதற்குப் போதிய அவகாசம் அவனுக்குக் கிடைக்காது போலிருந்தது.

இதற்கிடையில் ஆவணக்களரியில் பக்கமுள்ள இரும்புக் கதவை உள்ளே தள்ளித் திறப்பதற்காகக் காத்தவராயன் உக்கிரமாகப் போராடிக் கொண்டிருந்தான். உட்புறமுள்ள காவலாளி மாரப்பனும் அவனுக்குச் சமமான முரட்டு பலமுடையவனாதலின், தன் பூத சரீரத்தாலும், முதுகாலும், புஜங்களாலும் கதவை அமுக்கிச் சாத்திவிட முயன்றான்.

கதவு சாத்தப்பட்டு உட்புறம் தாளிடப் பட்டுவிட்டால், தேவி வெளி வருவதற்கு வழியிராதே என்று கதிகலங்கிய காத்தவராயன் கதவிடுக்கில் முட்டுக்கட்டைபோல் தன் தோளைத் திணித்து கதவை நெம்பித் திறக்க முயன்றான். அதைக்கண்டு எரிச்சலுற்ற காவலாளி, நூறு யானை பலங்கொண்டவன் போல் உக்கிரமுற்று தன் முதுகால் கதவை அமுக்கிக் கொண்டு, தன் கையிலுள்ள ஈட்டி முனையால் காத்தவராயனின் தோளில் குத்திக் குத்திப் புண்படுத்தலானான். அதோடு உதவிக்கு வெளியிலிருந்த ஆட்களை அறைகூவியும் அழைக்கலானான்.

ஈட்டி முனையால் தோளில் குத்திக் குத்தித் துளைக்கப்படும் வேதனை தாங்காமல் காத்தவராயன், அதிக ஆத்திரத்துடன் தன் பலத்தையெல்லாம் திரட்டி, இரும்புக் கதவின் மீது ஓங்கி உதைவிட்டுத் தள்ளி ஒரு வழியாகத் தன் புண்பட்ட தோளை விடுவித்துக் கொண்டான்.

ஆனால் அந்தக் கதவு 'டங்' கென்ற சப்தத்துடன் படீரெனச் சாத்திக் கொண்டது! உட்புறம் அதைத் தாளிட்டுப் பூட்டிக் கொண்டும் விட்டான் காவலாளி!

அவன் உதவிக்கு ஆட்களை அறைகூவி அழைத்த, கூச்சல் மரணக்கோட்டம் முழுதும் பரவி ஆங்காங்கே இருந்த அபாய முரசங்கள் அறிவிப்பு ஒலிகளை எழுப்பி, இரவின் நிசப்தம் கிழியும்படி அலறத் தொடங்கின.

ஆவணக்களரியில் வகையற்று நின்று கொண்டிருந்த காத்தவராயனின் முகத்தில் சவக்களை தட்டியது. தான் தப்பித்தால் போதுமென்ற நிலைக்கு வந்துவிட்ட அவன், அங்கிருந்து வெளியே ஓடி, தன்னுடைய குதிரைகள் பூட்டிய மூடு வண்டியைக் கிளப்பிக்கொண்டு, ''ஐயையோ! ஆவணக் களரியில் கலவரம்! கலவரம்!'' என்று எச்சரிப்பவன் போல் மரணக் கோட்டத்தைவிட்டே மாயமாய் மறையலானான்!

இதற்கிடையில் இரும்புக் கதவை உட்புறம் தாளிட்டு விட்ட காவலாளி, சிறிது நிம்மதியடைந்தவனாய் ஈட்டியை எடுத்துக் கொண்டு தேவியின் சிறைக்கூடத்திற்குள் பாய்ந்து சென்று பார்த்தான்.

அங்கே தேவியின் கால்களை லைலா பிடித்துக் கொண்டு, தன் உடையில் தேவியைத் தப்பிச் செல்லும்படி கெஞ்சிக் கொண்டிருப்பதையும் அதற்குத் தேவி, ''ஊர்மிளா வீணாகப் பிரயாசைப் படாதே! கன்னி பகவதிக்குக் கிருபையிருந்தால் சக்கர வர்த்திகள் நம்மிருவரையுமே காப்பாற்றுவார்!'' என்று சொல்லிக் கொண்டிருப்பதையும், அழுக்கறை பக்கமுள்ள ஜன்னலின் கம்பியை மலையப்பன் அடியோடு பெயர்த்துக் கொண்டிருப்பதையும் காவலாளி பார்த்துவிட்டான்!

''சக்கரவர்த்திகளே! காவலாளி வந்துவிட்டான்! பத்திரம்! பத்திரம்!'' என்று அந்த ஜன்னலில் தெரிந்த மலையப்பனின் முகத்தை நோக்கி ஊர்மிளா கூவினாள்.

காவலாளி திடுக்கிட்டு, '' ஆ! வேஷதாரி வீரபாண்டியனா?'' என்று கூவிய வண்ணம் ஈட்டியை ஓங்கிக் கொண்டு ஜன்னலை நோக்கிப் பாய்ந்து வந்தான்.

'' ஆமாம்; நான்தான் வீரபாண்டியன்! சோழிய வீரனே! என்னைக் குத்திக் கொன்றுவிடு! வேதனையே உருவான தேவியையும் தங்கையையும் காப்பாற்ற முடியாத வீரபாண்டியன் இந்த இடத்திலேயே வீர சுவர்க்கம் அடைந்து விடட்டும்!'' என்று மலையப்பன் சோகத்தின் உச்சநிலையில் கம்பீரமாகச் சொன்னான்.

அதைக் கேட்டுப் பதறிய தேவி, ''வேண்டாம்! நீங்கள் போய்விடுங்கள்! நம் எதிர்கால லட்சியங்களை எண்ணியாவது உயிரோடு தப்பிப் போய்விடுங்கள்! உங்கள் ஜீவன் இங்கே அகப்பட்டுக் கொண்டால் பாண்டிய நாட்டின் ஜீவனே அஸ்தமித்து விடும்! இப்போது நீங்கள் இங்கிருந்து தப்பிச் சென்று விட்டால் என்றாவது ஒருநாள் என் பிராணபதியின் கையால் நாங்கள்

சிறை மீளுவோம் என்ற நம்பிக்கையாவது இருக்கும்! என்மீது உங்களுக்கு உண்மையான அன்பிருந்தால் போய்விடுங்கள்!'' என்று துக்கம் நெஞ்சையடைக்கக் குமுறினாள். தேவியின் அந்தக் குரலைக் கேட்டதும் அங்குசத்திற்கு அடங்கும் மதயானையைபோல வீரபாண்டியன் அடங்கி, தெய்வத்தின் ஆணையை தலைமேற் தாங்கும் பக்தனைப் போலாகி விட்டான்!

இதற்கிடையில் காவலாளி வீசிய ஈட்டி 'விர்'ரென்று அந்தச் சாளரத்தை நோக்கிப் பாய்ந்தது! வீரபாண்டியன் சட்டென்று குதித்தோடி விட்டதால் தலை தப்பினான். ஆனால் அவன் தலை துண்டிக்கப்பட்டுவிட்டதோ என்று எண்ணி நடுங்கிய தேவி, அப்படியே, மூர்ச்சித்துக் கல் தரையில் விழுந்து விட்டாள்.

ஒன்றன்பின் ஒன்றாக நேரும் துன்பங்களினால் நெஞ்சம் இறுகிப் போயிருந்த ஊர்மிளாவோ, அப்படியே கற்சிலைபோல் அசைவற்று நின்றாள்!

முரட்டுக்கரம் ஒன்று அவள் கையைப் பலவந்தமாகப் பிடித்திழுத்தது!

ஊர்மிளா திரும்பிப் பார்த்தாள்.

காவலாளி மாரப்பன் அவளைப் பிடித்த வண்ணம், ஆத்திரத்துடன் அவள் முகத்தை உற்று நோக்கினான். விரக்தியும், சோகமும் உறைந்திருந்த அவளுடைய அழகிய முகத்தில் எதையும் அவனால் கண்டு பிடிக்க முடியவில்லை. அண்ணிக்குச் சிசுருஷை செய்ய வேண்டுமென ஊர்மிளா ஆசைப்பட்டாள். ஆனால் காவலாளி அதற்கு இடம் கொடாமல் கையைப்பிடித்து பரபரவென்று இழுத்துச் சென்று, வெளியிலிருந்து படபடவென்று தட்டப்படும் இரும்புக் கதவைத் திறந்தான்.

வெளியே எண்ணற்ற சோழியக் காவலர்களும் அதிகாரிகளும் வந்து குழுமிருந்தார்கள்.

அவர்கள் அங்கே சோதனையை முடித்துக்கொண்டு தேவிக்குச் சிசுருஷை செய்யும்படி ஏற்பாடு செய்துவிட்டு ஊர்மிளாவைச் சிறைப்படுத்திச் சென்றார்கள். கோரப் புலிகளின் மத்தியில் பெண் மானின் உணர்ச்சியற்ற சித்திரம் போல ஊர்மிளா நடந்து சென்று கொண்டிருந்தாள். அழுக்கறை மலையப்பனைப் பற்றி அவர்கள் பேசிக் கொண்டதை ஊர்மிளா உற்றுக் கவனித்தபோது அவன் அழுக்கறை வண்டியோடு மாயமாய் மறைந்துவிட்டான் என்று தெரிந்தது!

அப்போது ஊர்மிளா இலேசாகப் புன்னகை செய்தாள்!

அத்தியாயம் 103

விடியா இருளில்

'கொடியேன், இவை காண்கிலேன்
என் உயிர் கோள்
முடியா நமனே!
முறையோ? முறையோ?
விடியா இருள்வாய்
எனை வீசினையோ!'

— கம்ப ராமாயணம்

றுநாள் விக்கிரம பாண்டியனின் அரண்மனையிலுள்ள விசாரணை மண்டபத்திற்குச் சோழியக் காவலர் புடை சூழ, தேவி கொண்டு வரப்பட்டாள்.

விக்கிரம பாண்டியனின் அரசாங்கத்தைக் கவிழ்த்துச் சோழநாட்டின் மீது படையெடுக்கத் திட்டமிடும் புரட்சிக்காரனான வீரபாண்டியனுக்கு உடந்தையாக தேவி இருந்து வருகிறாள் என்று சோழ இராஜதந்திரிகள் அவள்மீது குற்றம் சாட்டியிருந்தார்கள். அதை விசாரித்துத் தண்டனை வழங்குவதற்காகச் சோழ இராஜ தந்திரிகளும், அவர்களுக்கு அடிவருடிகளான சில பாண்டியப் பிரதிநிதிகளும் அந்த விசாரணை மண்டபத்தில் கூடியிருந்தார்கள். அங்கு நடைபெறப் போகும் விநோதமான விசாரணையையும் வேதனை மயமான தேவியின் திருமுகத்தையும் காண்பதற்காக ஜனத்திரள் வெள்ளம் போல் அரணமனைக்குப் பாய்ந்து வந்திருந்தது. ஆனால் வாய்க்கால் வழியோடிக் கழிவதுபோல், ஜனத்திரளின் ஒரு பகுதி மட்டும்தான் மண்டபத்தின் பிரதான வாசல் வழியாக உட்புக முடிந்தது. மண்டபத்தின் முன்னுள்ள முற்றங்களில் ஆணும் பெண்ணுமாகப் பலதரப்பட்ட ஜனங்களும் ஈக்களைப் போல் மொய்த்துக் கொண்டிருந்தனர். அவர்கள் தேவியை அருகில் சென்று பார்க்கவேண்டும் என்ற ஆவலில் நெருக்கித் தள்ளி விசாரணை மண்டபத்திற்குள் பாய்ந்து விடாமல் தடுப்பதற்காக ஈட்டியேந்திய சோழிய வீரர்கள் சிறிதுகூட இடைவெளி விடாதபடி அணைக்கட்டுப் போல் அணிவகுத்து நின்று கொண்டிருந்தனர்.

சில முரட்டு வீரர்கள் ஜனக்கும்பலிடையே புகுந்து ஜனங்களின் காட்டுமிராண்டித்தனமான கூச்சல்களையும்,

புலம்பல்களையும், முனகல்களையும் அடக்கியொடுக்கி விசாரணை மண்டபத்தில் பூரண நிசப்தம் நிலவுவதற்காக அரும்பாடுபட்டுக் கொண்டிருந்தனர்.

மண்டபத்தில் அறங்கூறும் அவயத்தாருக்குரிய உயர்தரமான ஆசனங்களில் கழுகுகள் போல் உட்கார்ந்திருக்கும் தலைவர்களின் முன்னால், தேவி சோகமே வடிவமாய் அசைவற்று நின்று கொண்டிருந்தாள்.

அம்மங்கையர்க்கரசி அமர்வதற்கு ஆசனம்கூட அளிக்கப்படவில்லை. ''இப்போது நிற்பதற்குக்கூட சக்தியற்றிருக்கிறேன்'' என்று தேவி கோரிக்கை எழுப்பக் கூடியவளுமன்று!

கன்னி பகவதியைத் தவிர வேறு கதியற்றவளாய் நிற்கும் தேவியைக் காணக் காண ஜனங்களிடையே பரிதாப உணர்ச்சியும், சோழர்கள் மீது துவேஷமும் விக்கிரமபாண்டிய அரசாங்கத்தின் மீது அருவெறுப்பும் வேறூன்றலாயிற்று!

அந்த ஜனக்கும்பலின் முன் வரிசையில் அரேபிய வர்த்தகனைப் போல மாறு வேஷத்தில் நின்று கொண்டிருந்த வீரசேகரனுக்கு, எதிரே தென்படும் தேவியைக் காணக்கூடக் கண்கள் கூசின. ஆனால் அவன் பின்னால் நின்றுகொண்டிருந்த ஓர் ஏழைப் புரோகிதரோ சிறிதும் சலிப்பில்லாதவராய், வீரசேகரனின் தோள்மீது கைவைத்து எவ்விஎவ்வித் தேவியின் முக தரிசனத்தைக் காணத் துடிதுடித்துக் கொண்டிருந்தார்.

''சற்று விலகி நில்! அடியேனும் தேவியைப் பார்க்கட்டும்!'' என்று அந்தப் புரோகிதர், எதிரே நந்திபோல் வழி மறைத்துக் கொண்டிருந்த வீரசேகரனை நெட்டித் தள்ள முயன்ற போது அவன் ஆத்திரத்துடன் திரும்பி அவரைப் பார்த்தான். அடுத்த கணமே அந்தப் புரோகிதர் வேஷத்தில் நிற்பவன் வீரபாண்டியன் தான் என்பதை உணர்ந்து கொண்டதும், 'ஆ! நீரா?' என்று அப்படியே பிரமித்துப் போய் நின்றான்.

புரோகிதரும் அவனை இன்னார் எனப் புரிந்து கொண்டார். மாறு வேஷங்களில் வந்திருந்த அவ்விரு பகைவர்களும் அந்த இடத்தில் எதிர்பாராதவிதமாக ஒருவரையொருவர் இனங்கண்டு கொண்டு விட்டனர், அவ்விருவரும் அந்த இடத்திலேயே ஒருவரையொருவர் காட்டிக் கொடுக்க முடியும்! வீரசேகரன் விரும்பினால் அந்த இடத்திலேயே தன் தேச விரோதியோடு போரிட்டுத் தன் தேச விசுவாசத்தை நிரூபித்துத் தன் மீதுள்ள களங்கத்தையும் துடைத்துக் கொண்டிருக்க முடியும்!

இதை எண்ணிய புரோகிதர் வீரசேகரனைப் பரிதாபமாக உற்று நோக்கி, ''எனக்குக் கொஞ்சம் வழி விடு! தேவியை நான் பார்க்க வேண்டும்! கடைசியாகத் தேவியை என் கண்களால் ஒரு முறை தரிசித்து விடுகிறேன். பிறகு நீ என்னை அணு அணுவாகக் கூட வெட்டியெறியலாம்!'' என்று மெல்லிய குரலில் முனகினார்.

அதைக் கேட்டதும் வீரசேகரனுக்கு உடம்பெங்கும் புல்லரித்தது! ஆபத்தான இடத்தில் புரோகிதராய் வந்து நிற்கும் வீரபாண்டியனின் அளவற்ற துணிச்சலையும், தேவியின் மீது அவனுக்குள்ள காதலையும், கழிவிரக்கத்தையும் நினைக்க நினைக்க வீரசேகரனுக்கு நெஞ்சு வெடித்துவிடும் போலிருந்தது.

''நீரா? இந்த இடத்திலா? இந்த இடத்திற்கு ஏன் வந்தீர்?'' என்று வீரசேகரன் கவலையுடன் பதறினான்.

ஆனால் புரோகிதரோ சிறிதும் கலக்கமின்றி, ''இனி எனக்கு என்னைப் பற்றிக் கவலையில்லை. அதோ தேவியை ஏதோ விசாரிக்கிறார்கள். தேவி வாய் திறந்து ஏதோ பதில் சொல்லப் போகிறாள்! தேவியின் குரலைக் கேட்கவேண்டும்! தேவியின் முகத்தைக் காண வேண்டும்!'' என்று பொருமினார்.

வீரசேகரன் தன் கண்ணீரை அடக்கிக் கொண்டு புரோகிதருக்கு வழிவிட்டு நின்றான்.

எதிரே தூரத்தில் நிர்க்கதியாய் நிற்கும் தேவியைக் கண்டதும் புரோகிதரின் கணகளிலே நீர் சுரந்தது. கொலைவெறிபிடித்த கோரப் புலிகளின் முன்னால், தேவி மருண்ட மானைப்போல் நிற்பதாக நினைத்ததும் அவருடைய வீரப் புஜங்கள் துடித்தன.

''தேவி! தேவி!'' என்று அவர் தம்மையறியாமல் கூவி விட்டார்.

அந்தக் குரல் வந்த திசைப் பக்கம் தேவி ஆவலுடன் திரும்பிப் பார்த்தாள். ஜனக்கும்பலின் முன்வரிசையில் நிற்கும் புரோகிதரை தன் பிராணநாதரைக்கண்டதும் அவளது மெல்லிய

மேனியெங்கும் இலேசாக நடுக்கம் பரவியது. ஆனால் சட்டென்று தேவி முகத்தைத் திருப்பி அதைச் சமாளித்துக் கொண்டாள்.

பிறகு தேவி தலை நிமிர்ந்து நீதி சபையினரை நோக்கிக் கம்பீரமான குரலில் பேசலானாள்; ''நீதிமான்களே! இனியும் நீங்கள் வீணாக என்னை விசாரிக்க வேண்டியதில்லை! என் பிராணநாதர் பறிகொடுத்த மணி மகுடத்தையும், இம்மதுரை மாநகரையும் இப்பாண்டிய நாட்டின் சுதந்திரத்தையும் மீட்க முயலும் மகத்தான லட்சியம் மாபெரும் குற்றமென்றால், அநீதியான சிறையிலிருந்து நான் தப்பிச் செல்ல விரும்புவது குற்றமென்றால், என் கணவரையும் என் குழந்தைகளையும் என் நாட்டையும் அடைய அல்லும் பகலும் ஆசைபடுவது குற்றமென்றால், அந்தக் குற்றத்தை நான் தொடர்ந்து செய்து கொண்டே இருப்பேன்! அதற்கு நீங்கள் தண்டனை வழங்க விரும்பினால், எனக்கு மரண தண்டனையே விதிக்க வேண்டுமென விரும்புவேன்! ஏனெனில் என் பிராணநாதர் வெளிப்பட்டு வீரமுழக்கமிடுவதற்குத் தடையாக நான் உங்கள் பிடியில் உயிரோடிருக்க விரும்பவில்லை!'' என்று தேவி முகத்தில் புத்தொளி வீசக் கணீரென்று கூறிய வாசகம், விஸ்தாரமான விசாரணை மண்டபமெங்கும் கம்பீரமாக ஒலித்தது.

'' ஆ! பாண்டிமாதேவி மரணத்தைப் பிச்சையாகக் கேட்கிறாள்! மரணத்தை பிச்சையாகக் கேட்கிறாள்'' என்று ஜனக்கும்பலிடையேயிருந்த புரோகிதர் கண்ணீர் சொரிந்தார்.

அருகில் நின்ற வீரசேகரன் சட்டென்று புரோகிதரின் வாயை அடக்கி, இரகசியமான குரலில், ''உஷ்! பத்திரம்! உம்மை நீரே காட்டிக் கொண்டு விடாதீர்!'' என்று எச்சரித்தான்.

''தேவிக்கு மரணதண்டனை விதித்துவிடுவார்களா?'' என்று அழாத குரலில் கேட்டார் புரோகிதர்.

''நான் அப்படி நினைக்கவில்லை!'' என்றான் வீரசேகரன்.

இதற்கிடையில் தேவிக்கு என்ன விதமான தண்டனை விதிப்பது என்று தீர்மானிப்பதற்காக நீதியாளர்கள் அனைவரும் எழுந்து மண்டபத்தின் உள்கூடத்திற்குள் சென்று கூடிப் பேசினார்கள்.

வழக்கம்போல் விஷமப் புன்னகையுடன் அங்கு பிரசன்னமாயிருந்த ஜனநாதன் அனைவரையும் அலட்சியமாய்ப் பார்த்துக் கொண்டிருந்தான். தேவியை இவ்வாறு பகிரங்க விசாரணைக்குக் கொண்டு வருவதற்குத் தூண்டுகோலாயிருந்த

அவன் இப்போது தன் உள்நோக்கம் பலிக்கப் போகிறது என்ற உற்சாகத்தோடிருந்தான். தேவியை என்ன செய்வது, என்னவிதமான தண்டனை வழங்குவது என்று நீதியாளர்கள் ஒரு முடிவிற்கு வருவது அசாத்தியமாகத் தோன்றியது. அப்போது சோழர்களின் காவற்படை அதிகாரியான கிழவர் ஏகவாசக வாணகோவரசரின் காதுக்குள் ஜனநாதன் என்னவோ மந்திரம் ஓதுவது போல் கூறினான். ஏகவாசகரும் என்னவோ தீவிரமாக யோசித்துவிட்டுக் குரலைக் கனைத்துக் கொண்டு, ‘‘ம்! தேவியைப் பாண்டிய நாட்டை விட்டே அப்புறப்படுத்தி எங்கள் சோழ நாட்டிற்குக் கொண்டு போகவேண்டும். தேவியை எங்கள் சோழ மகாதேவியின் வேளத்தில் ஏற்ற வேண்டும், எங்கள் அரசியாரின் வேளக்காரப் படையினர் உறையும் மகளிர் உவளகத்திற்குத் தேவியை அனுப்ப வேண்டும். இதுதான் எங்கள் குலோத்துங்கச் சோழச் சக்கரவர்த்திகளின் கருத்து என்றும் அறிய வருகிறேன்!’’ என்றார்.

அந்த முடிவிற்கு வந்ததும், அடுத்ததாக எப்படித் தேவியைச் சோழ நாட்டிற்கு அனுப்புவது, எவர் பொறுப்பில் அனுப்புவது, என்ற பிரச்சனை கிளம்பியது. காவலர் புடைசூழ தேவியை மூடு வண்டியில் அனுப்பலாமென்றாலும், வெகுதூரம் பயணம் செல்ல வேண்டியிருக்கும். பாண்டிய நாட்டு எல்லையைத் தாண்டி, சோழ நாட்டு எல்லையை அடைவதற்குள் வழியில் பல கிராமங்களையும், மலை வனாந்தரங்களையும் கடந்து செல்ல வேண்டியிருக்கும்! எண்ணற்ற கிராமவாசிகளும், காட்டு ஜனங்களும், வீரபாண்டியனின் கட்சியினரும் ஆத்திரமுற்று நடுவழியில் இடைவிடாமல் தாக்குவார்கள். தேவியை சோழ நாட்டு வேளத்திற்கு அழைத்துச் செல்லப் பொறுப்பு ஏற்கிறவன் பாடு திண்டாட்டந்தான்!

‘‘இந்த மாபெரும் பொறுப்பை ஏற்கிறவனுக்குச் சக்கரவர்த்திகள் புதுப்பதவிகளும், பரிசுகளும் அளிப்பார், அரசியல் செல்வாக்கும் பெருகும்!’’ என்றார் ஏகவாசகர்.

அதற்கு அங்கிருந்த ஜனநாதன் விஷமமாகச் சிரித்துக் கொண்டே, ‘‘புதுப்பதவிக்கு ஆசைப்படுகிறவன் படுவீழ்ச்சிக்கும் தயாராயிருக்க வேண்டியதுதான்! தேவி நடுவழியில் தப்பிவிட்டாலோ, பிணமாகிவிட்டாலோ பொறுப்பாளிக்கு ஏற்படும் அவமானமும் வீழ்ச்சியும் அதிபயங்கரமாயிருக்கும்!’’ என்றான்.

உடனே அங்கிருந்த அதிகாரிகள் அனைவருக்கும் பீதி உண்டாகி விட்டது. ஜனநாதன் விஷமக்காரன்; விஷயமில்லாமல் வாய் திறக்கமாட்டான்! அவனை ஏகவாசகர் சந்தேகக் கண்ணோடு பார்த்தார். ஜனநாதன் தன்னுடைய சகாக்கள் பதவி உயர்வு அடைவதைச் சகிக்கமாட்டான் என்பதும் தன் சகாக்களின் படு வீழ்ச்சியைக் கண்டு பரமானந்தம் படக்கூடியவன் என்பதும்

அவருடைய அசைக்க முடியாத நம்பிக்கை! அரசியல் அந்தஸ்தை உயர்த்தக்கூடிய அந்த மாபெரும் பொறுப்பை வேறு யாரிடமும் ஒப்புவித்தால், ஜனநாதன் மறைமுகமாக வேலை செய்து, தேவியை நடுவழியில் பிராயணத்தின் போது தப்பிப் போகச் சூழ்ச்சி புரிவானோ என்கிற சந்தேகம் ஏகவாசகருக்குப் பலமாக வேரூன்றிவிட்டது. அதனால் தேவியைச் சோழநாட்டு வேளத்திற்கு அழைத்துச் செல்லும் பொறுப்பை ஜனநாதன்மீதே சுமத்திவிட முயன்றார். அதற்கு ஜனநாதன் பெரிதும் முணுமுணுப்பதுபோல நடித்தான். முதியவரின் கட்டளைக்கு மதிப்பளிப்பதால், தனக்கு ஏற்படக்கூடிய இலாப நஷ்டங்களைக் கணக்கிட தனக்குச் சிறிது அவகாசம் வேண்டுமென்று கேட்டான்.

கடைசியாகச் சில நிபந்தனைகளின் பேரில் அந்தப் பொறுப்பை ஏற்றுக் கொண்டான். பிரதியாகத் தனக்குச் சோழ அரசாங்கத்திடம் இன்னின்ன சன்மானங்களும் அதிகாரமும் வேண்டும் என்பதும், தன்னிடம் தேவி ஒப்படைக்கப் படுவதிலிருந்து அவளைச் சோழநாட்டு வேளத்தில் சேர்ப்பிக்கும் வரையிலுள்ள சகலவித ஏற்பாடுகளும் தன்னைத் தவிர வேறு யாருக்கும் தெரியாத மர்மமாகவே இருந்துவரும் என்பதும் அவன் கூறிய நிபந்தனைகளில் மிக முக்கியமானவையாகும்!

இந்த முடிவிற்கு வந்ததும் நீதியாளர்கள் அனைவரும் விசாரணை மண்டபத்திற்குத் திரும்பிவந்து ஆசனங்களில் அமர்ந்தார்கள்.

அவர்களிடமிருந்து வரும் தீர்ப்பை எதிர்நோக்கி விசாரணை மண்டபம் முழுதும் ஒருவித மரண நிசப்தம் நிலவியது.

விசாரணை சபையின் நடுநாயகமாக விளங்கிய ஏகவாசகர் ''திருச்சிற்றம்பலம்!'' என்று இறைவனைத் தம் பக்கம் அறைகூவி அழைத்துவிட்டுத் தொண்டையைக் கனைத்துக் கொண்டு, தீர்ப்பை ஆணித்தரமான குரலில் பின்வருமாறு கூறலானார்.

''தேவியின் வியவகாரம் சம்பந்தப்பட்ட இந்த விசாரணையில் சோழ அரசின் சார்பாகவும், விக்கிரமபாண்டிய அரசன் சார்பாகவும் இந்தத் தீர்ப்பைக் கூறுகிறேன். இராஜத் துரோகமும் மமதையும் மனதில் கொண்டுள்ள தேவியை வேளமேற்றுவதுதான் தகுதியான தண்டனையாகும்! சோழநாட்டு வேளத்திற்குத் தேவி அனுப்பி வைக்கப்பட வேண்டுமென நாங்கள் ஏகமனதாய்த் தீர்மானித் திருக்கிறோம்!''

இந்தத் தீர்ப்பைக் கேட்டதும் மண்டபத்திலிருந்த மக்கள் அனைவருக்கும் மெய்சிலிர்த்தது!

தேவியின் முகம் சவம் போல் வெளுத்தது. ''இந்த அவமானத்தைக் கேட்கத்தான் இந்தக் கொடியவள் உயிரைச் சுமந்து கொண்டிருந்தேனா? எமனே, ஏன் என் உயிரைக் கொண்டு போகவில்லை? இது முறையா? முறையா? விதியே! விடியா இருளின் வாய்க்குள் என்னை வீசிவிட்டாயே!'' என்றெல்லாம் தேவியின் நெஞ்சு குமுறியது. எதிரே எமகிங்கரர்கள் போல் தென்படும் விசாரணையாளர்களைத் தலைநிமிர்ந்து பார்க்கும்போது அவளுக்கு ஆத்திரம் பற்றிக் கொண்டு வந்தது. உள்ளமும்! உடலும் உதடுகளும் தீப்பிடித்துக் கொண்டது போல் ஜீவ வதையுடன் துடித்தன.

அந்த ஆத்திரத்துடன் தேவி சுற்றிலும் மண்டபத்திலுள்ள அத்தனைபேரையும் நோக்கி, ''கன்னி பகவதிக்குக் கருணையிருந்தால், பாண்டிமாதேவியின் பிணந்தான் சோழநாட்டின் வேளத்திற்குப் போகும்! என்மீது எந்த ஜீவனுக்கேனும் இரக்கம் இருந்தால், எல்லாமிழந்து நிற்கும் எனக்கு ஒரு துளிவிஷம் தானம் கொடுப்பார்கள்!'' என்றாள்.

அதற்குமேல் தேவி எதுவும் பேசவில்லை! பேச முடியவுமில்லை! மூர்ச்சையாகும் நிலையை அடைந்து விட்டாள்!

ஜனக்கும்பலில் நின்ற புரோகிதரோ, அப்படியே பிரக்ஞை தவறி விழுந்து விடுவதுபோல் தடுமாறினார் அருகில் நின்ற வீரசேகரன் சட்டென்று அவரைத் தாங்கிப் பிடித்துக் கொண்டான்.

எதிர்பாராத மெய்சிலிர்ப்புடன் பயங்கர நிசப்தத்தில் ஆழ்ந்து அசைவற்றுப் போயிருந்த ஜனக்கும்பலில் எவனோ ஒருவன் திடீரென்று பேய் பிடித்தவன் போல் கத்தினான்.

''சோழர்களெல்லாம் அரக்கர்கள்! குலோத்துங்க சோழன் ராவணன்!''

''மேற்கூறியவாறு அருவெறுப்பான கோஷத்தைக் கிளப்பியவன் ஜனநாதனால் ஏவிவிடப்பட்ட கையாளே ஆவான்!''

தூர்க்குச்சி போன்ற அந்தக் கோஷத்தால் தூண்டிவிடப்பட்ட ஜனக்கும்பல், கட்டுமீறிக் கொந்தளித்துக் குமுறியது. விசாரணை மண்டபமே இடிந்து விழுந்து விடுவதுபோலக் கலவரமும் துவேஷ கோஷங்களும் கூச்சல்களும் கிளம்பின.

''அநீதி ஒழிக! அநீதி ஒழிக! சோழியரெல்லாம் ஒழிக! ஒழிக!''

''பாண்டிய நாட்டுக்கே அவமானம்!''

"தேவியை விட்டுவிடு!"

"இராவணனைவிடக் கொடியவன் குலோத்துங்க சோழன்!"

"சீதாதேவியைச் சிறைவைத்த சிறு மதியாளன்!"

"அழியட்டும், அவன் ஆணவம்!"

"கிழியட்டும், அவன் புலிக்கொடி!"

"சரியட்டும், சோழ சாம்ராஜ்யம்?"

"அழியட்டும், அடிவருடும் விக்கிரமபாண்டிய அரசாங்கம்!"

விசாரணை மண்டபத்தில் கிளம்பிய இத்தகைய கோஷங்கள் பாண்டியநாடு முழுவதும் பரவி புரட்சித் தீயாகப் பொங்கி எழும் என்பதற்கு அங்கு ஏற்பட்ட கலவரமே அறிகுறியாகத் தோன்றியது.

உடனே ஆயுதபாணிகளான வீரர்கள், நிராயுதபாணிகளான மக்கள்மீது பாய்ந்தார்கள். இருதரப்பிலும் பிணங்கள் விழத் தொடங்கின. இருட்டும் விழத் தொடங்கியது! ஆனால் பிணங்கள் விழுவதும் புரட்சிக் கோஷங்கள் எழுவதும் இன்னும் நிற்கவில்லை.

இந்தக் குழப்பத்தினிடையே, புரோகிதராக மாறுவேஷம் தரித்து வந்து தடுமாறி நின்ற வீரபாண்டியனை வீரசேகரன் தனியாக ஓர் சந்துப் பிதுக்கத்தின் இருண்ட மூலைக்கு அழைத்து வந்து ஆசுவாசப்படுத்தலானான்.

"தேவி..தேவி..!" என்று புலம்பிய வீரபாண்டியன், "என் தேவி எதிரியின் வேளமேறப் போகிறாள்! இந்த வேதனையான செய்தியைக் கேட்டவுடனே நான் ஏன் உயிர் விடவில்லை? ஏன் என் காது செவிடாகவில்லை? வீரபாண்டியன் வெட்கம் கெட்டவன் என்று வெளியுலகம் தூற்றுவதைக் கேட்பதற்கா? ஐயோ! தேவி வேளமேறும் காட்சியை இந்தக் கொடியவன் காணமாட்டேன்! எமனே! ஏன் என் உயிரை இன்னும் முடிக்கவில்லை? இது முறையா? முறையா? என்னை விடியா இருளில் வீசி விட்டாயே!" என்று தன்னை மறந்து கத்தினான்.

அவனை வீரசேகரன் எச்சரிக்கும் விதமாய், "உஷ்! வாயை மூடிகொண்டிரும்! ஆத்திரத்தால் நீரே உம்மைக் காட்டிக்கொண்டு விடாதீர்! பொறுமையாயிரும்!" என்றான்.

"பொறுமை! பொறுமையே உருவான தேவி வேளமேறப் போகிறாள்! இந்த அவமானத்தைப் பொறுக்கச் சொல்கிறாயே? நீ என்ன மனிதனா?" என்று வீரபாண்டியன் சீறினான்.

''தேவி வேளமேறினால் அந்த அவமானம் உமக்கு மட்டுமல்ல! உங்கள் பாண்டிய நாட்டிற்கு மட்டுமல்ல! நான் பிறந்த பொன்னாடான எங்கள் சோழ நாட்டிற்கே அது அவமானம்! எவளை என் தாயாகப் போற்றி வழிபடுகிறேனோ அந்தச் சோழ மாதாவிற்கே அவமானம்! சோழர்களின் எந்த வீரப் புலிக்கொடிக்காக என் வாழ்நாளை அர்ப்பணித்திருந்தேனோ, அந்தப் புலிக் கொடிக்கே அவமானம்!'' என்று பொங்கினான் வீரசேகரன்.

''அந்த அவமானத்தைத் தடுக்க நீ என்ன செய்வாய்?''

''என்ன செய்வேனா? அன்று எங்கள் சபையில் கொடுத்த வாக்கைக் காக்கத் தேவியைச் சிறைப் பிடித்தவனும் நான்தான். தேவியின் மானத்திற்கு ஏதாவது ஊனம் நேர்வதாயிருந்தால் ஒரு துளி விஷம் கொடுப்பதாகத் தேவிக்கு வாக்குக் கொடுத்தவனும் நான்தான்!'' என்றான் வீரசேகரன்.

அதைக் கேட்டதும் 'ஹா!' என்று பயங்கரமாய்ச் சிரித்த வீரபாண்டியன், ''உன்னுடைய தேசத்திற்கு வரும் அவமானத்தைத் தவிர்க்க என் தேவியின் ஜீவனைக் கொல்லுவாய். சோழியனே! என் தேவி இறந்தால் என் கையாலேயே உன்னைக் கொன்று விடுவேன்! தேவியைச் சிறைப் பிடித்த கையையும் விஷங்கொடுக்கும் கையையும் துண்டுதுண்டாக வெட்டியெறி வேன்!'' என்றான்.

''என்னைக் கொல்வதால் உமக்கு ஆனந்தம் ஏற்படுமென்றால் என்னைக் கொன்றுவிடும், ஆனால் உம் தங்கையைத் தேடிக் கண்டுபிடித்து, ''பெண்ணே! உன் அண்ணனின் வாளிற்கு என் உயிரை விருந்து கொடுக்கப் போகிறேன்!'' என்று சொல்லிவிட்டு அவளுடைய கண்ணீரையோ, புன்னகையையோ காணும்வரை பொறுத்திரும்!'' என்றான் வீரசேகரன்.

வீரபாண்டியனின் கண்களில் நீர் துளிர்த்தது.

''என் மனையாள் எதிரிகளின் வேளத்தில்! என் தங்கை எதிரிகளின் சிறையில்! நான் பாவி! மகாப் பாவி!'' என்றான் வீரபாண்டியன்.

''என்ன? சிறையில் உம் தங்கையா? ஊர்மிளாவா?'' வீரசேகரன் பதறினான்.

''ஆமாம்! தேவியின் சிறைக் கூடத்தில் ஊர்மிளாவை கண்டேன் கண்டும் கண்ணில்லாதவனைப் போல் ஓடி வந்து விட்டேன்!''

''என்ன! ஊர்மிளா எப்படிச் சிறைக்கூடத்திற்கு வந்தாள்? எதற்காக வந்தாள்?''

''அவள் ஓர் அரேபிய வர்த்தகரின் பெண்ணைப் போல் ஆடைகளும் முக்காடும் அணிந்திருந்தாள்! தன் உடைகளில் தந்திரமாகத் தேவி தப்பிச் செல்ல வேண்டுமெனக் கெஞ்சிக் கொண்டிருந்தாள்! என் பத்தினியின் மீட்சிக்காக என் தங்கை தன்னையே தியாகம் செய்து கொள்ள முன் வந்திருந்தாள்!''

''அவள் சிறைக்கூடத்திற்குத் தானாகவே வந்தாளா?''

''அவளைக் காத்தவராயன்தான் அழைத்து வந்திருந்தான்!''

''அவன் அரபு வர்த்தகனைப் போல் வேஷமிட்டிருந்தானா? என்னுடைய பாழடைந்த வீட்டில் பதுங்கியிருந்த ஊர்மிளாவை நேரே சிறைக்கூடத்திற்குத்தான் அவன் அழைத்துச் சென்றானா?'' என்று வீரசேகரன் பொருமினான்.

''பாவம், ஊர்மிளா! தன் புருஷனாலேயே சிறைக்குள் தள்ளப்பட்டாள்! தன் தமையன் கண் முன்னாலேயே சிறைப்படுத்தப்பட்டாள்! இன்று தன் அண்ணியாரிடமிருந்தும் பிரிக்கப்பட்டுவிட்டாள்! அவள் செய்ய முன்வந்த தியாகமும் பயனற்றதாகிவிட்டது!''

''இப்போது எல்லாம் புரிகிறது. என் பாதுகாப்பில் இருந்த ஊர்மிளாவை, பசுமை உள்ளம் படைத்த அந்தப் பாவையை அந்தப் பாதகன் நேரே சிறைக்கு இழுத்துச் சென்றான். அவளைப் பழிதீர்த்து கொள்ளத்தான், அவளைப் பலியிடத்தான்! பயங்கரக் கொலையாளிகளின் கைகளால் அவளுடைய உயிரைப் பறிக்கத்தான்!

கனிவு நெஞ்சம் படைத்த அவளுடைய உயிரைத் தன் கையாலே கொல்லக்கூட அந்தக் கல் நெஞ்சனின் கைகளுக்குக் கணயமில்லை!'' என்று குமுறிய வீரசேகரன் தன் கைகளைப் பிசைந்து கொண்டு, வீரபாண்டியனை நோக்கி அழாத குரலில் ''சொல்லுங்கள்! இப்போது ஊர்மிளா எங்கிருக்கிறாள்? அவள் என்ன கதியானாள்?'' என்று நெஞ்சு வெடிக்கும் துக்கத்துடன் கேட்டான்.

''அவள் காவலர்களின் கையில் சிக்கிப் பரிதவிப்பதைத்தான் கண்டேன்'' என்று சொன்ன வீரபாண்டியன், சிறைக்கூடத்தில் தன் கண்களால் கண்ட காட்சிகளை விவரித்துவிட்டு, ''விதி எங்களை வஞ்சித்து விட்டது! தேவியைச் சிறை மீட்க நானும் காத்தவராயனும் தனித்தனியாக இரண்டு திட்டங்கள்

போட்டிருந்தோம். ஒரே இரவில் ஒரே நேரத்தில் இரண்டு திட்டங்களும் ஒருவரையறியாமல் ஒருவரால் நிகழத் தொடங்கியதால் இரண்டும் ஒன்றோடொன்று மோதித் தவிடுபொடியாகி விட்டன!'' என்றான்.

‘‘அப்போது நீர் ஊர்மிளாவைக் காப்பாற்றவில்லையா? உம்முடைய தங்கையைக் காப்பாற்றவில்லையா? அந்த இருதயம் உமக்கு இல்லையா?''

‘‘இருதயம் இருந்தது; ஆனால் கைகளுக்குத்தான் அவ்வளவு வலு இருக்கவில்லை! எனக்கும் அவர்களுக்கும் குறுக்கே ஒரு சாளரத்தின் இரும்புச் சட்டம் இருந்தது. அப்போது எனக்கு ஆண்டவனின் துணையும் அவகாசமும் இருந்திருந்தால் தேவியின் கைகளுக்கும் அதீத சக்தி இருந்திருந்தால் அந்த இரும்புச் சட்டத்தை அடியோடு பிய்த்தெறிந்திருக்கலாம்! அதன் வழியாக ஊர்மிளாவையும் தேவியையும் ஒருங்கே காப்பாற்றியிருக்கலாம்!'' என்றான் வீரபாண்டியன்.

‘‘ஊர்மிளா!'' என்று பெமுச்செறிந்த வீரசேகரன் அளவற்ற ஆங்காரத்துடன் வீரபாண்டியனை நோக்கி, ‘‘அந்தக் கல்நெஞ்சன் காத்தவராயன் என்ன ஆனான்?'' என்று அருவருப்புடன் கேட்டான்.

‘‘எனக்குத் தெரியாது! சிறைக் காவலர் எச்சரிப்புற்றதும் அவன் ஒரு திசையில் தப்பி ஓடினான். நான் வேறொரு திசையில் தப்பியோடினேன்!'' என்றான் வீரபாண்டியன்.

‘‘பெண்கள் சிறையில் துடிக்கக் கோழைகள்போல் தப்பியோடினீர்கள்!''

‘‘என் லட்சியங்களை முன்னிறுத்தி, என்னை ஓடிவிடும்படி தேவி பிரார்த்திக்காதிருந்தால் நான் அங்கிருந்து உயிரோடு தப்பி வந்திருக்கவே மாட்டேன்! அங்கேயே உங்கள் சோழியக் காவலரோடு போராடி வீர சுவர்க்கம் அடைந்திருப்பேன்!'' என்றான் வீரபாண்டியன்.

‘‘ஆனால் காத்தவராயனை நோக்கி ஊர்மிளா அப்படி ஏதும் பிரார்த்தித்திருக்க மாட்டாள்!'' என்று ஏளனமாய்த் துக்கத்துடன் சொன்ன, வீரசேகரன் ‘‘ம்! அந்த நயவஞ்சகன் மட்டும் என் கண்களில் தட்டுப்படுவானேயாகில்...'' என்று ஆத்திரத்துடன் கைகளைப் பிசைந்தான்.

‘‘ஊர்மிளா சிறைபடுத்தப்பட்டாளே தவிர அவளுடைய உயிருக்கோ மானத்திற்கோ அபாயம் ஏற்படவில்லை! இன்னும்

அவள் விசாரணைக்குக் கொண்டு வரப்படவும் இல்லை! தேவியின் நிலைதான் நெருக்கடியான அபாயத்தில் இருக்கிறது. தேவியை எதிரிகளின் கையிலிருந்து விடுதலை செய்து விட்டால், முற்றுகையிட்டாவது ஊர்மிளாவை விடுவித்துவிட முடியும்!" என்று ஆத்திரத்துடன் சொன்ன வீரபாண்டியன், "ஆ! தேவி பரிதாபகரமான நிலையில் இருக்கிறாள்!" என்று பெருமூச்செறிந்த வண்ணம் வீரசேகரனை உற்று நோக்கி, "சோழிய வீரனே! நீ பகை நாட்டவன் என்றாலும் பண்புள்ளம் படைத்தவன்! என் எதிரி இனத்தவனென்றாலும் இரக்க சித்தமுள்ளவன்! தேவியை எதிரிகளிடமிருந்து விடுவிக்க நீ எனக்கு உன்னாலான உதவி அனைத்தையும் செய்ய மாட்டாயா? நீ இப்போது தலை மறைந்து திரிகிறாய் என்றாலும். உன் சோழ அரசாங்கத்தில் உனக்கு அந்தரங்கமான நண்பர்கள் இருப்பார்கள். எல்லாம் வல்ல ஜனநாதன் உனக்கு ஆருயிர் நண்பனாக இருக்கிறான். நீ உன் செல்வாக்கைப் பிரயோகித்துத் தந்திரமான வழிகளில் காரியத்தைச் சாதித்துக் கொள்ளலாம். உன்னைக் கெஞ்சிக் கேட்டுக் கொள்கிறேன். தேவியை முன்னிட்டாவது எனக்கு இந்த உதவி செய்!" என்றான்.

"பகைவனுக்கு உதவி செய்வதா? தேசத் துரோகி என்கிற பழியில் நான் மூழ்கித் தலைமறைந்து திரிவது போதாதென்று மனமறிந்து பகைவனுக்குக் கையாளாகி பகிரங்கமாகவே உதவி செய்து நிரந்தரமாக இராஜத் துரோகியாகவே ஆகிவிட வேண்டுமா?"

"வீரசேகரா! இந்த நிலையில் ஊர்மிளாவாக இருந்தால் உன்னிடம் இந்தக் கோரிக்கையைத்தான் கேட்டிருப்பாள்!"

"ஊர்மிளாவைப் பற்றி நீர் பேசாதீர்!" என்று எரிச்சலுடன் குமுறிய வீரசேகரன், "அவளுடைய பசுமையான ஜீவனைப் பலியிடும் திட்டத்தில் நீரும் பங்கு கொண்டிருப்பீர்! காத்தவராயன் அவளைப் பழிவாங்கத் திட்டமிட்டிருந்தால், அவளுடைய சம்பிரதாயத்தின் புனிதத்தைக் காக்க நீர் அந்தத் திட்டத்தை அனுமதித்திருப்பீர்!" என்றான்.

"வீரசேகரா! பலிகேட்கும் அத்தகைய பூசாரி பாண்டிய நாட்டுப் பூபதியல்ல! என் தேவி சம்பந்தப்பட்ட ஒரு லட்சியத்திற்கு நான் பலிகொடுக்க வேண்டுமென்றால் என்னைத் தவிர வேறு எந்த ஜீவனையும் பலிகொடுக்க மாட்டேன்!" என்று கம்பீரமாகச் சொன்ன வீரபாண்டியனின் கண்களில் நீர் துளிர்த்தது. அவன் தொடர்ந்து தழதழக்கும் குரலில், "சோழியனே கேள்! பண்புள்ள பாண்டியன் பேதையொருத்தியின் கற்பை எதிரிகளிடமிருந்து

காக்கக் கத்தியெடுப்பானே தவிர, அந்தப் பேதையைப் பலியிட்டு அவள் கற்பைக் காத்து விடக் கத்தி எடுக்கமாட்டான்!'' என்றான்.

அதைக் கேட்டதும் வீரசேகரனின் கண்களில் நீர் துளிர்த்தன. அப்போது அந்த சந்து வழியின் இருளைக் கிழித்துக் கொண்டு மெல்லிய தீவர்த்தி வெளிச்சத்தோடு ஒரு குதிரையின் குளம்படிச் சப்தமும் விஷமமான சிரிப்பொலியும் அவர்களை நோக்கி வந்தது.

''என்ன மஜ்னு? விசாரணை சபையிலிருந்து புரோகிதரோடு அவசரமாகப் புறப்பட்டு வந்தாய்! இந்த வேளையில் இங்கே அந்தப் புரோகிதரோடு என்ன தர்க்கம் செய்து கொண்டிருக்கிறாய்? அரபு நாட்டுக் குதிரைகளைப் பற்றியா? அல்லது அரும்பெரும் சமயத்தைப் பற்றியா?'' என்ற ஜனநாதனின் விநயமான குரல் கேட்டது. ஆனால் அவன் அருகே நெருங்கி வருவதற்குள், வீரசேகரனும் வீரபாண்டியனும் திடுக்கிட்டுச் சரேலெனப் பிரிந்து வெவ்வேறு திசைகளில் ஓடி மறைந்தார்கள்.

அத்தியாயம் 104

பொன்றும் காலம்!

'வானமும் வையமும் வளர்த்த,
வான்புகழ் போனதோ?
புகுந்ததோ பொன்றும் காலம்!'

– கம்ப ராமாயணம்

மங்கையர்க்கரசி போன்ற பாண்டிமாதேவியை சோழ மகாராஜனின் அந்தப் புரமகளிர்வதியும் வேளத்திற்கு அனுப்பப் போகிறார்கள் என்ற அருவருப்பான செய்தி காட்டுத் தீ போல் பாண்டியநாடு முழுவதும் பரவி ஆத்திரத்தை எழுப்பியது.

சோழியரின் அத்தகைய அக்கிரமச் செயல் பாண்டிய நாட்டு வீரமறவர் குலத்து ஆண்மைக்கே சவால் விடுவது போலிருந்தது. அதனால் சோழியரைப் பழிவாங்க வேண்டுமென்கிற துவேஷம், ஒவ்வொரு பாண்டியப் பிரஜையின் ரத்தத்திலும் கிளர்ந்தெழுந்தது. தேவி என்ற மந்திரச் சொல்லே மக்களை வீறுகொண்டெழச்

செய்யும் விடுதலை முரசின் வீரகோஷமாக வீதியெங்கும் அதிர்ந்தது. ஒவ்வொரு குக்கிராமத்திலும் சிதறிக் கிடக்கும் ஜனசமுத்திரத்தின் அலைகள்கூட உள்ளுக்குள்ளேயே கொந்தளித்துக் கொண்டிருந்தன.

தலைநகரான மதுரைமாநகரத்திலோ, வீடுகளுக்குள் வேகும் புரட்சிக்கனல் தெருக்களிலும் வெளிப்பட்டு துவேஷ கோஷங்களின் தீப்பொறிகளாக இடையறாமல் வெடித்துக்கொண்டிருந்தன. அது கொழுந்துவிட்டு எரிந்து திக்கெட்டும் பரவிவிட்டால் சோழ மண்டலத்தின் தலைநகர்வரை எட்டிப் பாய்ந்து, குலோத்துங்கச் சோழனின் சாம்ராஜ்யத்தையே சுட்டெரித்தாலொழிய அடங்காது என்று தோன்றியது!

மதுரையில் முகாமிட்டிருந்த சோழ ராஜதந்திரிகளுக்கோ அது ஒரு நெருக்கடியான கட்டம்! புரட்சியை முளையிலேயே கிள்ளியெறிந்துவிட வேண்டுமென்று ஆத்திரப்பட்ட அவர்கள் தங்களுடைய அடக்குமுறை பாணங்கள் அனைத்தையும் அவிழ்த்து விட்டார்கள். படைவீரர்கள் வெறிபிடித்த நாய்கள் போல சீறிப் பாய்ந்து மக்களை வேட்டையாடத் தொடங்கினார்கள். மக்களும் கட்டுக்கடங்காமல் விடுதலை வேட்கையுடன் கொதித்தெழுந்தார்கள். குலோத்துங்கனை ராவண சந்நியாசி என்று ஏளனம் பேசி, சந்துதோறும் சிந்து கவிதை பாடித்திரிந்தார்கள். சக்தியுள்ளவரை சோழகுலத்தையே சம்கரிக்க வேண்டுமெனச் சபதம் பூண்டார்கள். சதிக்கூட்டத்தை ஒழிக்க வேண்டுமென சோழிய அதிகாரிகளும் சகலவிதமான உபாயங்களையும் கையாண்டார்கள். மொத்தத்தில் மக்கள் சக்திக்கும் அதிகார வர்க்கத்திற்கும் இடையே நடைபெறும் உரிமைப் போராட்டமாகவே அது உருப்பெற்றது. இருதரப்பிலும் வெறித்தனமும் நாச வேலைகளும் பழி வாங்கும் உணர்ச்சிகளும் ஒன்றையொன்று மிஞ்சும்படியாகப் போட்டியிட்டன. தெருக்களில் சோழியன் ஒருவன் தென்பட்டால் பாண்டிய மக்கள் தங்கு தடையில்லாமல் அவன் தலையை வெட்டி எறிந்தார்கள். கூட்டமாக ஜனங்கள் வருவது தென்பட்டால் அதிகாரிகளும் தங்கு தடையில்லாமல் அவர்களைச் சதிக்கூட்டமென சந்தேகித்துத் தாக்கத் தலைப்பட்டார்கள் கைக்கு அகப்பட்டவர்களையெல்லாம் பிடித்துச் சிறையில் தள்ளினார்கள். விடுதலை கீதம் முழங்கிக்கொண்டே சிறைக்குச் செல்லும் தியாகிகளின் தொகை பெருகிற்று, சிறைக்கூடங்களும் பெருத்தன. மதுரையிலுள்ள பலவிதமான சிறைக்கூடங்களும் போதாமல், கோட்டை கொத்தளங்கள் மாளிகை போன்ற நானாவிதமான இடங்களிலும் குற்றவாளிகள் அடைத்து வைக்கப்பட்டிருந்தனர். அவர்களெல்லாம் தங்களுக்கு விசாரணை சபை வழங்கப்போகும் மரண தண்டனையை எதிர்நோக்கிக் காத்திருந்தனர். அவர்களில்

பலர் தங்கள் விதியை எண்ணிக் கலங்காமல் வீர சுவர்க்கத்தை அறைகூவி அழைப்பவர் போல் சிரிக்கவும் தொடங்கிவிட்டனர்!

மக்கள் மரணத்தைத் துச்சமாக மதித்துப் புரண்டெழுவதைக் கண்டதுமே அதிகார வர்க்கத்தினருக்கு மரணபயம் உண்டாயிற்று. அதன் பிறகு அதன் போக்கே குற்றுயிராகக் கிடக்கும் ஜீவன் பழிவாங்கத் துடிப்பதுபோல் பயங்கரமாக மாறிவிட்டது. அதுபோலவே தியாக வேள்வியில் குதித்து விட்ட ஜனசக்தியும், சுதந்திர எழுச்சியும் அதிபயங்கரமான உருவம் கொண்டுவிட்டது. ஆனால் அந்தப் புரட்சி இயக்கம் தகுந்த தலைவனில்லாமல் தட்டுமீறி குருட்டுத் தனமாகச் சீறிப்பாய்ந்து கொண்டிருந்தது. கொடுமைப் படுத்தப்பட்டு கொக்கரிக்கும் குருட்டு மிருகத்தைப் போலவும் நடுக்கடலில் மாலுமி இல்லாமல் ஓடும் கப்பலைப்போலவும் அந்த புரட்சி இயக்கம் தத்தளித்துக் கொண்டிருந்தது.

வீரபாண்டியன் மட்டும் பகிரங்கமாக வெளிப்பட்டு, அந்தப் புரட்சிக்குத் தலைமை தாங்கியிருப்பாரேயானால், மதுரையில் சோழரின் ஆதிக்கமே பொடிப் பொடியாக உடைபட்டுப் போயிருக்கும்.

ஆனால் வீரபாண்டியனோ தன் தேவியின் நிலையைப் பற்றியே சிந்தித்தவனாய் பலவித மாறு வேஷங்களில் அலைந்து கொண்டிருந்தான். தேவி எதிரிகளின் கையில் சிக்கியிருப்பது அவனுடைய வீரபுஜங்களுக்கு விலங்கிடப் பட்டிருப்பதைப் போல வேதனையளித்தது.

‘‘கன்னி பகவதிக்குக் கருணையிருந்தால் பாண்டிமா தேவியின் பிணந்தான் சோழநாட்டின் வேளத்திற்குப் போகும்’’ என்று விசாரணை சபையில் தேவி சொன்ன அந்தக் கம்பீரமான வாக்கியம் வீரபாண்டியனை அணு அணுவாகச் சித்திரவதை செய்தது. தன் தேவியின் மானமா அல்லது தேசத்தின் மானமா என்றும் தத்தளித்துக் கொண்டிருந்த வீரபாண்டியன், இரண்டையுமே காப்பாற்றாவிடில் ஜீவன் இராது என்றே தீர்மானித்தான். தேவியை எதிரிகளின் கையிலிருந்து உயிரோடோ பிணமாகவோ விடுவித்துவிட்டால் பிறகு பகிரங்கமாக வெளிப்பட்டு வீர முழக்கமிட்டு விடுதலை முரசும் வெற்றி முரசும் கொட்டி விடலாம்; இதற்கிடையில் பகைவர் கையில் சிக்கிய பாண்டிமாதேவி எவ்விதமெல்லாம் பரிதவித்துக் கொண்டிருக் கிறாளோ.’’

தேவி! வேளமேற்றப்பட வேண்டுமென அநீதியே உருவான சோழிய அரக்கர்களால் விசாரணை மண்டபத்தில் தீர்ப்பளிக்கப்பட்ட பிறகு தேவி என்ன கதியானாள் என்பதே தெரியவில்லை.

தேவியைச் சோழ நாட்டிற்கு அனுப்பும் பொறுப்பு மகா மர்ம மனிதனான ஜனநாதன் கையில் ஒப்படைக்கப்பட்ட பிறகு தேவி என்னவானாள் என்பதே பெரிய மர்மமாகிவிட்டது. தேவி எப்போது எவ்வாறு மதுரை மாநகரிலிருந்து சோழ நாட்டிற்கு அனுப்பப்படுவாள் அதுவரை தற்காலிகமாக எங்கு சிறை வைக்கப்பட்டிருக்கிறாள் என்பதெல்லாம் ஜனநாதனின் அந்தராத்மாவைத் தவிர வேறு யாரும் அறிய முடியாத பரம ரகசியங்களாகவே விளங்கி வந்தன. வீரபாண்டியனோ கண்ணுக்குப் புலப்படாத அந்தராத்மாவைத் தேடியலையும் பித்துப் பிடித்த பக்தனைப் போலவே எங்கெங்கோவெல்லாம் சென்று தேவியைப் பற்றி விசாரித்து வீணாக அலைந்து கொண்டிருந்தான்.

அவனைப் போலவே மற்றொரு மகாவீரனும் பெண் பேதை ஒருத்தியைத் தேடியலைந்து கொண்டிருந்தான். அவன்தான் வீரசேகரன்! அவனுடைய ஆசைக் கனவுகளுக்கெல்லாம் அஸ்திவாரமான ஊர்மிளாவைத்தான் தேடியலைந்து கொண்டிருந்தான்! அவனுடைய உயிரைப் பறிப்பது போல அவனுடைய ஊர்மிளாவை அந்தக் கல்நெஞ்சக் காத்தவராயன் பிரித்துச் சென்று, அவளை தேவிக்குப் பலியிடுவதாக ஆசைக்காட்டி அழைத்துப் போய், அவளைப் பாழும் சிறைக்குள் தள்ளிவிட்ட பிறகு ஊர்மிளா என்ன கதியானாள் என்பதே தெரியவில்லை! மதுரையிலுள்ள எத்தனையோ விதமான சிறைகளில் ஊர்மிளா எங்கு அடைத்து வைக்கப்பட்டிருக்கிறாள் என்பதே புலப்படவில்லை. அவன் பலவிதமான மாறு வேஷங்களி லெல்லாம் சென்று பலத்தரப்பட்ட சிறப்புறங்களிலெல்லாம் அலைந்தான். ஆனால் ஊர்மிளாவைப் பற்றி விசாரிக்கவே அவனுக்குத் தைரியம் வரவில்லை. தலைமறைந்து திரியும் தன்னை யாராவது இனங்கண்டு கொண்டு விட்டால் தன் தலைக்கே ஆபத்து வந்துவிடும் என்று தயங்கினான். எமனே எதிரே வந்தாலும் தலைவணங்காத தனிப் பெரும் வீரனான தனக்கு இப்போது தன் உயிரைக் காப்பாற்றிக் கொள்ள வேண்டும் என்ற கோழைத்தனம் எப்படி வந்தது என்று அவனுக்கே ஆச்சரியமாக இருந்தது! ஊர்மிளா இல்லாதபோது அவனுக்கு உயிர் வெல்லமல்ல! ஆனால் இப்போது அவனுக்கு உயிரெல்லாம் ஊர்மிளா ஒருத்தியே ஆவாள்! அந்த அபலையைக் காப்பாற்ற உதவும் வரையாவது தன் உயிரைக் காப்பாற்றி கொள்ள வேண்டுமென்று வீரசேகரன் நினைத்தான்.

இரவின் இருண்ட தெருக்களில் பித்தனைப் போல் வீரசேகரன் அலைந்தவனாக ஒவ்வொரு சிறைப் பக்கமும் வந்து நின்று மதிற் சுவர்களுக்குள் கொடும் பூதத்தின் கோரப் பற்களைப்

போல் நீட்டிக் கொண்டிருக்கும் சிறைக் கோபுரங்களில் நரிக்குழிகள் போல் தென்படும் சாற்றுத் துவாரங்களையெல்லாம் பார்த்து ஏங்கினான். எந்தச் சிறைக்குள் எந்த அறைக்குள் ஊர்மிளா அடைத்து வைக்கப்பட்டு, அவனை நினைத்துக் கண்ணீர் வடித்துக் கொண்டிருக்கிறாளோ? அது மட்டும் தெரிந்தால் அவனால் என்ன செய்ய முடியும்? சிறைக்காவலரைத் தாக்கி எதிர்ப்படுகிறவர்களையெல்லாம் கொன்று இரும்புக் கதவை உடைத்து, ஊர்மிளாவை விடுவித்து அவளோடு காற்றாய் பறந்துவிட முடியுமா? அதை நினைக்கும் போது தேவி சிறைப்படுத்தப்பட்ட கொடுமையும், அவளை விடுவிக்க வீரபாண்டியன் செய்த முயற்சியும் அவன் கண்முன் வந்து நின்று அவன் நெஞ்சைச் சுருக்கென்று குத்தின. முன்னர் தேவியைத் தந்திரமாகத் தான் சிறைப் பிடித்துச் சோழ அதிகாரிகளின் வசம் ஒப்படைத்த பாவந்தான் இப்போது தன்னுடைய காதலியையும் பிரித்து சிறைக்குள் தள்ளியிருக்கிறதோ வீரபாண்டியன் தவித்துத் துன்புறுவது போல் தானும் தவித்துத் துன்புற வேண்டுமென விதியேற்பட்டிருக்கிறதோ என்றெல்லாம் வீரசேகரன் மனம் நைந்தான்.

என்ன முயன்றும் அவனால் தன் ஆத்திரத்தை அடக்கவோ, ஊர்மிளாவின் முக தரிசனத்தைக் காணவோ முடியவில்லை! சதிகாரர்களெனப் பிடிக்கப்பட்டுக் கும்பல் கும்பலாகச் சிறைகளுக்குள் தள்ளப்படும் குற்றவாளிகளெல்லாம் நீதி விசாரணையும் தண்டனையும் பெறுவதற்காகக் கொஞ்சம் கொஞ்சமாக நாளொன்றுக்கு நூறு பேர்வீதம் விசாரணை மண்டபத்துக்கு அனுப்பப்படுவதை அறிந்த வீரசேகரன் அங்கும் சென்று கவனித்து வந்தான். ஆனால் அந்த விசாரணை மண்டபத்திலே பொழுது விடிந்து பொழுது அஸ்தமிப்பதற்குள் வரிசைக் கிரமமாக மரணதண்டனை விதிக்கப்பட்டு யானைக் காலால் இடறப்படுவதற்காகத் தண்டனைக் கோட்டத்திற்கு இழுத்துச் செல்லப்படும் எண்ணற்ற குற்றவாளிகளின் முகங்களிடையே ஊர்மிளாவின் புன்னகை முகமோ சோகவிழிகளோ தட்டுப்படவில்லை.

வீரசேகரன் மிகவும் சோர்ந்து போய் விட்டான், ஆனால் சதிகாரியெனப் பிடிக்கப்பட்டு தண்டனைக்குக் காத்திருக்கும் ஒருத்தி விடுபடுவாள் என்பதற்கு என்ன நம்பிக்கை இருக்க முடியும்? ஆனாலும் வீரசேகரனுக்கு ஓர் அற்பநம்பிக்கை — மெல்லிய நூலிழையில் ஆகாசத்தை நோக்கிப் பறக்க விடப்படும் பட்டத்தைப் போன்ற ஓர் நம்பிக்கை நெஞ்சில் உள்ளூற ஊசலாடிக் கொண்டுதானிருந்தது. குற்றுயிராய்க் கிடக்கும் ஒரு ஜீவன் சாகும்

தறுவாயில் உயிருக்காகத் துடிப்பது போன்ற ஏக்கந்தான் அவனுள்ளத்தில் அப்படி உயிர்ப்பூட்டிக் கொண்டிருந்தது. சில சமயங்களில் அவனுடைய உள்ளம் ஒருவித நம்பிக்கையின் பிரகாசத்தால் படபடவென்று அடித்துக் கொள்ளும். சில சமயங்களில் திடீரென்று ஒருவித பயத்தால் அவனுடைய நெஞ்சுத் துடிப்பே டக்கென்று சில கணங்கள் நின்று விட்டதுபோல் தோன்றும். இதுபோன்ற இடையூறாத முரண்பட்ட உணர்ச்சிகளின் அதிர்ச்சிகளுக்கு இரையாகி அவஸ்தைப்பட்டுக் கொண்டிருந்த வீரசேகரன், உடம்பெல்லாம் தளர்ந்து போன ஒரு நோயாளி போலவே ஆகிவிட்டான்.

ஊர்மிளாவைப் பற்றிய ஏக்கம், அவளோடு வாழமுடியுமா என்ற தவிப்பு, அவள் சிறைப்பட்டாளே என்கிற ஆங்காரம், அவளை எப்படியாவது மீட்க வேண்டும் என்கிற ஆத்திரம், இத்யாதி உணர்ச்சிகளால் பித்துப் பிடித்தவன் போல் அலைந்து கொண்டிருந்த வீரசேகரனுக்கு இத்தனைக்கும் காரணமான காத்தவராயனைப் பழிதீர்க்க வேண்டுமென்ற ஆத்திரம் உண்டாயிற்று. வாழத்தவித்து, வாழ்வெல்லாம் கண்ணீர் சிந்திக் கடைசியாக வாழ்வின் பிரகாசத்தைக் காணப்போகும் தறுவாயில் இருந்த ஊர்மிளாவை அந்த வன்நெஞ்சக் காத்தவராயன் பிரித்துச் சென்று, அவளுடைய வாழ்வைச் சிதைக்க நினைத்தானே?, வாஞ்சையே உருவான அவளை தேவியின் சிறைமீட்சிக்குத் தியாகம் செய்வதாகச் சொல்லி, அவளை வஞ்சகமாய் வெஞ்சிறையில் தள்ளி வஞ்சம் தீர்க்க நினைத்தானே? அந்தக் கல் நெஞ்சக் காத்தவராயனை, சிறுமதிபடைத்த குள்ளநரியை சும்மா விடுவதா? கூடாது, கூடாது!....

''அந்தக் கிராதகக் காத்தவராயனை நான் எப்படியும் கண்டு பிடித்தே தீர்வேன். அந்தக் கடையனைக் கண்டதுண்டமாக்குவேன். அந்தக் கயவன் என் கையில் இருந்து தப்பவே முடியாது. அவன் ஊர்மிளாவைக் காப்பாற்ற வந்தால் என்னைப்போலத்தான் இந்தப் பக்கங்களில் அலைந்து கொண்டிருப்பான், அவன் அவளை வஞ்சித்து அழித்துவிட விரும்பினால், கடைசியாக அவள் அழியும்வரை அவளை ஏளனம் செய்து ஆனந்தப்படுவதற்கும் இந்தப் பக்கமே அலைந்து கொண்டிருப்பான். என்றாவது எப்போதாவது அந்தக் கல்நெஞ்சனை நான் கண்டு பிடித்தே தீருவேன்! அவனைப் பழி வாங்காதவரை நான் சாகவும் மாட்டேன்'' என்று வீரசேகரன் பற்களை நறநறவென்று கடித்தான். ஆனால்... அந்த வஞ்சகனைக் கொல்வதால் மட்டும் ஊர்மிளாவின் உயிர் காப்பாற்றப்பட்டு விடுமா? அவள் உயிரோடு இருக்கும் சுவடே தெரியவில்லையே?... எல்லாம் வல்லவனாய் எதையும் அறியக்கூடியவனாய் விளங்கும் ஒற்றுப்படை அதிகாரியான

ஜனநாதனுக்கு ஊர்மிளாவைப் பற்றிய விஷயம் தெரிந்திருக்கலாம். இவ்வாறு நினைத்ததும் வீரசேகரன் துள்ளியெழுந்து அந்த அர்த்த ஜாம நேரத்திலேயே ஜனநாதன் மாளிகைக்கு விரைந்து சென்றான்.

ஒருவேளை ஜனநாதனைத் தூக்கத்திலிருந்து எழுப்ப வேண்டியிருக்குமோ என்று நினைத்தான். ஆனால் அதற்கு இடம் ஏற்படவில்லை. ஜனநாதன் அப்போதுதான் ஏதோ ஒரு முக்கியமான வேலையை முடித்துவிட்டு மேன்மாடத்திற்குச் சென்று கொண்டிருந்தான்.

அந்த இரவிலே பித்துக் கொள்ளிபோல் வந்து நின்ற வீரசேகரனை ஒரு கணம் உற்றுப் பார்த்த ஜனநாதன் பிறகு வழக்கம் போல விஷமப் புன்னகையை வரவழைத்துக்கொண்டு, ''வருக வருக, வள்ளலே!'' என்று வரவேற்றான்.

வீரசேகரனின் நீர் துளிர்த்த கண்கள் ஜனநாதனைப் பரிதாபமாக ஏறிட்டு நோக்கின.

''தம்பி! நெருக்கடியான நிலையில்தான் வந்திருக்கிறாய்!'' என்று விஷமமாகச் சிரித்தான் ஜனநாதன்.

''நெருக்கடியான நிலையா?... யாருக்கு?'' என்று வீரசேகரன் கலவரத்தோடு ஈனஸ்தாயில் கேட்டான்.

''எல்லோருக்குந்தான்! நம் சோழ மகாராணி உட்பட நம் சோழசாம்ராஜ்ய அங்கத்தினர் அனைவருக்குமே இது நெருக்கடியான நேரந்தான்!''

வீரசேகரன் சற்று நிம்மதிப் பெருமூச்சு விட்டவனாய், ''ஜனநாதா! இந்த உலகத்தில் நீ ஒருவன்தான் எனக்கு நண்பன் என்பதால் வேறு வழியின்றி உன் உதவியை நாடி வந்திருக்கிறேன்'' என்று பேச்சை ஆரம்பித்தான்.

''தம்பி! இப்போது மாபெரும் ராஜத் துரோகியாகிவிட்ட நீ, என்னிடம் நட்புரிமை கொண்டாடுவதை நான் ஆட்சேபிக்க வில்லை. என்ன வேண்டும் சொல்! உன் ஊர்மிளாவின் முகதரிசனமா?''

''ஆமாம்! ஊர்மிளா எந்தச் சிறையில் வைக்கப்பட்டிருக் கிறாள் என்பதையே கண்டுபிடிக்க முடியவில்லை'' என்றான் வீரசேகரன் பரிதாபமாக.

''தம்பி! இப்போது மதுரையில் சிறைகள் பெருத்து விட்டன. சிறைக் காவலும் பெருத்து விட்டன. நம் காவற்படை அதிகாரி ஏகவாசகரும் இப்போது அதிகாரத்தில் பெருத்துவிட்டார்.

கடமையில் கடுகளவேனும் விட்டுக்கொடுக்காத அந்த மகா கருமியிடம் இந்த ஜனநாதன் கைநீட்டி எதையும் யாசிக்க மாட்டான் என்பதும் உனக்குத் தெரிந்திருக்கும்.''

''அப்படியானால் இனி நான் இந்த உலகத்தில் ஊர்மிளாவை சந்திக்கவே முடியாதா?''

''நாளையே சந்திக்க முடியும்! வீரசொர்க்கத்திலல்ல; நரகத்தில்!'' என்று சிரித்தான் ஜனநாதன்.

''நரகத்திலா?''

''ஆமாம்! நம்முடைய அதிகாரிகள் நாளை விசாரணை மண்டபத்தில் நீதித் திரையைக் கட்டித் தொங்க விட்டுக் கொண்டு நடத்தப் போகும் நரக நாடகத்தில், தம்பி! நாளை உன் ஊர்மிளா விசாரணைக்குக் கொண்டு வரப்படுவாள். அவள்மீது கடுமையான சதிக் குற்றம் சாட்டப்பட்டிருக்கிறது.''

அதைக் கேட்டதும் வீரசேகரன் பரபரப்புடன், ''நாளையே அவளுக்கு மரண தண்டனை விதித்து விடுவார்களா? அவளுடைய தலை யானைக் காலால் இடறப்படுமா? அவளுடைய கதி என்னவாகும்?'' என்று நெஞ்சு கிழியும்படி புலம்பினான்.

''தம்பி! தலை மறைந்து திரியவேண்டிய உன் தலை, உன் தான்தோன்றித்தனத்தினால் வெளிப்பட்டுவிட்டால், உன் தலைக்கும் அந்தக் கதிதான் ஏற்படும், உன் தலைக்கு அத்தகைய விதியை நிர்ணயிக்க வேண்டுமென நம் முத்தரையன் ஓயாமல் முணுமுணுத்துக் கொண்டிருக்கிறான்!''

''சகலத்தையும் இழந்து நிற்கும் எனக்கு என் தலை பெரிதல்ல!''

''தம்பி! உன் தலை உனக்குப் பெரிதல்ல! ஆனால் மற்றவர்களுக்கு உன் தலை மிகவும் பெரிது! உன் தலையை உயிரோடோ, உயிரில்லாமலோ கொண்டு வருபவர்களுக்குப் பதினாயிரம் பொன் பரிசளிப்பதாக நம் ஏகவாசகர் ஒரே வாசகமாய்ச் சொல்லிவிட்டார். தம்பி, இந்த நிலையில் நயவஞ்சகனான என்னை நம்பி வந்திருக்கிறாய்!''

''ஜனநாதா! இப்போதே என் தலையை நீ விலையாக எடுத்துக்கொள், என் ஊர்மிளாவின் புன்னகை முகத்தை கடைசியாக ஒருதரம் பார்க்கும் சந்தர்ப்பத்தை மட்டும் கொடுத்தால் போதும்!''

"தம்பி! உன் தலையை எதிர்காலத்தில் மிகவும் விலை மதிப்பற்றதாகக் கருதுகிறேன். உனக்கு மாபெரும் தலைமைப் பதவியும் வாங்கித் தரமுடியும். இப்போதே உனக்கு நம் அரசியலில் பழைய பதவியையும், எனக்கு இணையான செல்வாக்கையும் தேடித் தரமுடியும். எதிர்காலத்தில் உன்னை எனது வலக்கரமாக்கிக் கொள்ள விரும்புகிறேன். இதற்கெல்லாம் ஒரே ஒரு வழிதான் உண்டு!" என்றான் ஜனநாதன்.

"அது என்ன வழி? அதற்கு நான் என்ன செய்ய வேண்டும்?" என்று வீரசேகரன் கேட்டான்.

"தம்பி! நாளை நீதி சபையில் ஊர்மிளா விசாரிக்கப்படுவாள்! அப்போது நீ சாட்சிக் கூண்டில் ஏறி நிற்க வேண்டும்! அவள் உன்னைக் காதலிப்பதாகக் காட்டி, உன் கருத்தை மயக்கி, உன்னைக் கைவசமாக்கிய கதையையெல்லாம் சொல்ல வேண்டும்! உனக்குத் தெரியாமலே உன்னை ஊர்மிளா மறைமுகமாகத் தன் சதித் திட்டங்களுக்குக் கைக் கருவியாகப் பயன்படுத்திக் கொண்டாள் என்று கூறவேண்டும். அதாவது உனக்கும் அவர்களுக்குமிடையே நடந்த உண்மையான வார்த்தமானங்களைத்தான் அரிச்சந்திர மகாராஜனைப்போல் நீ கூறப் போகிறாய்! உடனே நீ கனவிலும் இராஜத் துரோகத்தைக் கருதியவன் அல்ல என்பது பகிரங்கமாக நிரூபணமாகி விடும்! உன் மீதுள்ள களங்கம் நீங்கும்! உனக்குக் கருணை கிடைக்கும்! பழையபடி நீ அரசியல் செல்வாக்கை அடைந்து விடலாம்!" என்றான் ஜனநாதன்.

வீரசேகரன் துயரத்தோடு சிரித்தான். "ஜனநாதா! என் ஊர்மிளாவைப் பகிரங்கமாக அவமானப்படுத்தித்தான் அரசியலில் நான் பதவி உயர்வு அடைய வேண்டுமா? உயிருக்குயிரான காதலியின் அழிவினால்தான் என் வாழ்வு உன்னத வளம் பெற வேண்டுமா? அதற்கு நான் ஒருபோதும் சம்மதிப்பேனா? ஜனநாதா, அந்தப் பேதையை நீ ஏன் வீணாகப் பலியிட விரும்புகிறாய்? அதனால் உனக்குக் கிடைக்கக் கூடிய நன்மை என்ன?"

"தம்பி உன் உயிருக்குயிரான காதலி பலியிடப்பட்டால் உனக்கு நம் சோழ அரசாங்கத்தின் மீது அழியாத வெறுப்பு உண்டாகும்! உன்னையறியாது உள்ளுக்குள்ளே ஓயாமல் குமுறிக் கொண்டிருப்பாய்! நாளாக நாளாக நீ மனப்பூர்வமான இராஜத் துரோகியாகி விடுவாய்! சந்தர்ப்பம் வரும்போது நம் சோழ சாம்ராஜ்யத்தையே பழிவாங்கப் புறப்பட்டு விடுவாய்! அப்படி நம் சோழ சாம்ராஜ்யம் சரியும் சந்தர்ப்பத்திற்குத் தேவையான அஸ்திவாரத்தைத்தான் நான் போட்டுக் கொண்டிருக்கிறேன்.

எதிர்காலத்தில் அந்தச் சந்தர்ப்பம் வரும் போது நீ என் வலக்கரமாகிவிடுவாய்! என்னைப் போல உதட்டில் நட்பும் உள்ளத்தில் பகையும் வளர்க்கும் உன்னத ராஜதந்திரியாகி விடுவாய்! தம்பி! என்னால் முடிந்தவரை சோழ சாம்ராஜ்யத்தை அழிப்பதற்காகப் பல ஜனநாதன்களை உண்டாக்கி கொண்டு வருகிறேன்!''

''ஜனநாதா! நம் சோழ சாம்ராஜ்யத்தை நீயேன் கருவறுக்க வேண்டுமென நினைக்கிறாய்?''

''தம்பி! இதற்கு நான் எத்தனையோ தடவைகளில் எத்தனையோ விதமான காரணங்களையெல்லாம் சொல்லி இருக்கிறேன், சோழ சாம்ராஜ்யத்தை நான் சிதைக்க வேண்டுமென நினைப்பது, அது எங்கள் முன்னோர்களது பல்லவ சாம்ராஜ்யத்தின் அஸ்தமனத்தில் உதயமானது என்பதினால் மட்டுமல்ல! மக்களை நல்லவிதமாக ஆளும் ஆற்றலும், மனித உரிமைகளைப் பாதுகாக்க வேண்டுமென்ற நல்லெண்ணமும், எல்லோரும் ஓர் குலம் என நினைக்கும் சமதர்ம நோக்கும் மற்றும் மக்களாட்சிக்குத் தேவையான சகலவிதமான அம்சங்களும் சாமுத்திரிகா லட்சணங்களும் எனக்கு இருக்கும்போது, சிறிதும் அருகதையற்ற குலோத்துங்க சோழ தேவர் அரியணையில் அமர்ந்திருக்கிறாரே என்ற அசூசை என்பதனால் மட்டுமல்ல! சர்வ வல்லமை பொருந்திய சாம்ராஜ்யங்கள் என்பவையே நம் நாட்டில் இருக்கக் கூடாது என்பதனால்தான்! தம்பி! சாம்ராஜ்யம் சர்வ சக்தி வாய்ந்ததாகப் பெருகப்பெருக, அதன் விஸ்தீரணம் அதிகரிக்க அதிகரிக்க, ஆட்சியாளர்களிடம் சர்வாதிகாரம் குவியக் குவிய, ஜனங்களின் உரிமையும் வாழ்வும், செல்வாக்கும் பறிபோய்விடும். கிராம சுய ஆட்சியின் மூலம் ஜனங்களின் உரிமைகளும், தனி மனிதனின் சுதந்திரமும் நல்வாழ்வும் பெருக வேண்டுமானால் ஏகாதிபத்திய முறை அரசியல் ஒழிக்கப்பட வேண்டும்!''

''ஜனநாதா! அத்தகைய சர்வ வல்லமை பொருந்திய சாம்ராஜ்யத்தால் மக்களுக்கு நன்மையைவிடத் தீமைகள்தான் அதிகம் விளையும் என்று கருதுகிறாயா?''

''தம்பி! விஸ்தீரணமான சர்வ வல்லமை பொருந்திய சாம்ராஜ்யம் என்பது யதேச்சாதிகாரப் பாதையிலே ராஜ நடைபோட்டு, தன்னுடைய ஆட்சி நீடிப்பையும், அதிகாரங்களையும், ஆடம்பரங்களையும், அபிலாஷைகளையும், மூர்க்கத்தனமான லட்சியங்களையும் முரட்டுத்தனமாக நிலை நாட்டுவதிலேயே தன் கருத்தையெல்லாம் செலுத்திக் கொண்டிருக்குமே தவிர, மக்களின் உரிமைகளையோ நன்மைகளையோ சிறிதும் பொருட்படுத்தாது!

மக்களுக்கு நன்மை செய்வதாகச் சொல்லிக் கொண்டே மறைமுகமாக மக்களை மிதித்து நசுக்கிக் கொண்டு, தன்னுடைய சொந்த நன்மைகளைத்தான் அத்தகைய அரசாங்கம் கவனித்துக் கொண்டிருக்கும்!''

''ஜனநாதா! சூறாவளிப் புயல், வெள்ளப் பெருக்கு, மழையின்மை, பஞ்சம் முதலான நெருக்கடியான காலங்களில் கூடவா அத்தகைய சாம்ராஜ்யம் நிவாரண வேலைகளில் ஈடுபட்டு மக்களுக்கு நன்மை புரிய முன்வராது என்று நினைக்கிறாய்?''

''செய்வதாகப் பாசாங்கு செய்யுமே தவிர, மனப்பூர்வமாகச் செய்யாது! நம்முடைய குலோத்துங்கச் சோழ தேவரின் சாம்ராஜ்ய ஆட்சியிலேயே சில உதாரணங்களை எடுத்துச் சொல்கிறேன், கேள்! ஒரு சமயம் நம் சாம்ராஜ்யத்தின் ஒரு மூலையில் வெள்ளப் பஞ்சம் ஒன்று ஏற்பட்டது. பெரு மழையினால் தொண்டை நாடு பெரிதும் திண்டாடியது, பெரு வர்ஷம் பெய்து சோமங்கலத்தேரி ஒரே நாளிலே ஏழிடத்தில் பெருமடையாக உடைந்து, வெள்ளத்தினால் பெருநாசம் ஏற்பட்டது. அப்போது காமன் கண்டவானவன் என்ற ஒரு தனிப்பட்ட மனிதன்தான் ஏரியின் உடைப்பட்ட ஏழுமடைகளையும் அடைப்பித்து மக்களின் நலன்களைக் கவனிக்க முன் வந்தான். பிறகு நம் சாம்ராஜ்யத்தின் மற்றொரு புறம் மழையின்மையினால் ஒரு பெரும் வரட்பஞ்சம் ஏற்பட்டது. மழையின்மையாகிய அநாவிருஷ்டி நாடெங்கும் கொடுமை விளைவித்த செய்தியைத் திருப்பாம்புரம், திருவண்ணாமலை முதலான ஊர்களிலுள்ள கல்வெட்டுகளிலே இன்றும் காணலாம். அந்தப் பஞ்ச காலத்தில் காசுக்கு மூனு நாழி நெல் விற்றதென்றும், வேளாளன் ஒருவன் தன் மக்கள் இருவருடன் நூற்றிப்பத்துக் காசுக்குக் கோயில் மடத்திற்கு விலைப்பட்டு அடிமை புகுந்தான் என்றும், திருப்பாம்புரச் சாஸனம் கூறுகிறது. இந்தப் பஞ்சத்திலே காசுக்கு உழக்கு அரிசி விற்கச் செய்து, பூண்ட பொன்னும் தேடின பொருளும் நெல்லும் அடைய இட்டு திருநதியைக் கட்டி, ஏரி கண்டும்! காடு வெட்டிக் கட்டைப் பறித்து, நிலஞ் சிறக்கக் கழனிதிருத்தியும் பஞ்ச நிவாரண வேலைகளில் ஈடுபட்டுக் குடிமக்களைக் காப்பாற்றிய புண்ணியசீலர்கள் யார் தெரியுமா? நம்முடைய சாம்ராஜ்யவாதிகளல்ல! அருங்குகின்ற கிழார், மங்கையர்க்கரசியார் போன்ற தரும சிந்தை மிகுந்த தனிப்பட்டவர்கள்தான் பஞ்ச காலத்தில் குடிமக்களுக்கு உதவி செய்தார்களே தவிர, நம் அரசாங்கத்தார் செய்த உதவி இன்னதென்று இதுகாறும் தெரியவில்லை. பிறகு நம் அரசர் பெருமானின் ஆட்சிக் காலத்திலே, காவிரி என்னும் விக்கிர சோழப்பேராறு பெரும் பெருக்கெடுத்து மக்களுக்குச் சொந்தமாயிருந்த நிலங்களை

அழித்தது. அப்போது நம்சோழ அரசாங்கம் நம்முடைய ஆஸ்தானப் புலவரான கம்பநாட்டாழ்வாரைக் கூப்பிட்டு காவிரியின் வெள்ளம் அடங்கக் கவிதை பாடச் சொல்லியது.

"கன்னி அழிந்தனள்; கங்கை திறம்பினள்,
பொன்னி கரை அழிந்து, போனாள் என்-றிந்நீர்,
உரைக்கிட லாமோ உலகுடைய தாயே
கரை கடக்கல் ஆகாது காண்"

என்று அரண்மனையிலே கம்பர் பெருமான் கவிதைபாட, அதைக் கேட்டு நம் அரசர் பெருமான் அகமகிழ்ந்து கொண்டிருந்தாரே தவிர, ஆற்று வெள்ளத்தை அடக்க குடிமக்கள்தான் ஒவ்வொரு பிடிமண்ணை அள்ளிப் போட வேண்டியிருந்தது. அதே வருஷத்திலே சூறாவளிப்புயல் ஒன்று கிளம்பி நாட்டு மக்களை யெல்லாம் நாசமாக்கத் தொடங்கியது. செம்பொனார் கோவிலில் திருவாசல் ஒன்றும், வடக்குத் திருமதிலும், தேரேற்றுக் கூடமும் பெரும் புயலால் விழுந்து அழிந்தன. அவை ஆக்கூர் நாடாள்வார் என்ற ஒரு தனிப்பட்ட மனிதரால்தான் திரும்பக் கட்டப்பட்டன. ஆனால் சூறாவளிப் புயலால் வீடு வாசல்களையும் நிலம் பயிர்களையும் இழந்து பரிதவிக்கும் மக்களுக்கு நிவாரணமாக நம் அரசாங்கம் என்ன உதவி செய்தது என்பது தெரியவில்லை! தம்பி, தெற்கே புயலடித்துப் பெரும் நாசம் விளைகிறதென்றால், வடக்கே உள்ள நம் சாம்ராஜ்யாதிபதி அதைப் பற்றிக் கவலைப்படமாட்டார்.

அவசியம் நேர்ந்தால், ஒப்புக்காகச் சில ஆறுதல் மொழிகளை அனுப்பி வைப்பார். இயற்கையின் கொடுமைகளை இந்நாட்டு மக்கள் பொறுமையாக ஏற்றுக் கொள்ள வேண்டுமென்று உபதேசங்களையும் உலாவவிடுவார். இதுபோன்ற பஞ்ச காலங்களிலே மக்கள் பசியாலும் பட்டினியாலும் அவதியுற்றுக் குறைப்படும்போது, நம்முடைய அதிகார வட்டாரத்திலே ஆட்சியாளர்களின் உல்லாச ஊர்வலங்களும், நம் அதிகாரிகளின் ஆடம்பரச்செலவுகளும், அரண்மனையின் கேளிக்கைகளும் மட்டும் சிறிதும் குறையாது! அத்தகைய ஆடம்பரச் செலவுகளெல்லாம் அரசியல் அந்தஸ்துக்கு அத்தியாவசியம் என்று சமாதானமும் சொல்லிக் கொள்வார்கள்! தம்பி பொதுவாக இதுபோன்ற பஞ்ச காலங்கள் வருவது யதேச்சாதிகாரிகளுக்குப் பரமானந்தமாகவே இருக்கும்!'' என்றான் ஜனநாதன்.

''என்ன? பஞ்ச காலம் என்றால் பாராளுபவர்கள் பரமானந்தப்படுவார்களா?'' என்று வீரசேகரன் திடுக்கிட்டுக் கேட்டான்.

''ஆமாம், தம்பி! பஞ்ச காலத்தில் மக்கள் பலங்குன்றிக் கிடப்பார்கள். மக்களின் சக்தி பலஹீனப்பட்டுவிடும். மக்களின் உரிமைக் குரல் மழுங்கிப் போய்விடும். பட்டினி கிடப்பவர்களிடம் எதிர்ப்புச் சக்தி குன்றிக் கிடக்கும். இதயங்களிலே பயம் குடிகொண்டுவிடும். வறுமையினால் அடிமைத்தனம் வளரும்.''

''அது எப்படி வளரும்?''

''தம்பி! கொடிய வறுமைக் காலங்களில் பிழைக்க வழியற்றுப் போகும் பெண்களும் ஆண்களும் தம்மை விலைக்கு விற்றுக் கொண்டு அடிமைகளான செய்திகள் நம் வேந்தர் காலத்திலும் அவருடைய முன்னோர் காலங்களிலும் அதிகமாக இருந்தது என்று வெளிப்படுகின்றன. சூலமங்கலத்தில் கணக்கர் இருவர் தம் அடிமைப் பெண்கள் இருவரை, ''ஆள்விலைப் பிரமாண இசைவுத் தீட்டு எழுதிக் கோயிலுக்கு விற்றதைக் கூறும்போது, ''எங்களுக்குக் கிரமாகதமாய் வருகின்ற அடியார், என்று குறிப்பிட்டிருப்பதைச் சிந்தித்துப் பார்! நம் குலோத்துங்க சோழருக்கு முற்பட்டவரான இராஜாதி ராஜர் ஆட்சியிலும் பெண்கள் நால்வர் எழுநூறு காசுக்குத் தங்களை விற்றுக் கொண்டு கோயிலுக்குத் தேவரடியார் ஆனார்கள். இவ்வாறு அடிமை புகுந்த பெண்டிரும் ஆடவரும் பெரும்பாலும் கோயில்களுக்கோ, மடாலயங்களுக்கோ, மதபீடங்களுக்கோ, விற்கப்பட்டிருக்கின்றனர். இத்தகைய அடிமை வியாபாரம் செய்வதற்கு வயிராதராயர் என்கிற ஒரு மாபெரும் தலைவரும் நம் சோழ சாம்ராஜ்யத்தில் இருந்து வந்தார். அவரும் அவர் மனைவியும் அடிமைகள் பலரை உடையவராய் இருந்தனர் என்றும், அத்தகைய அடிமைகளில் பெண் பாலர் உட்பட முப்பத்தறுவர், கோயில் மடம், இவைகளுக்கு அத்தலைவர்களால் விற்கப்பட்டனர் என்றும், நம் அரசர் பெருமானின் உத்திரவு கிடைத்ததும் கோயிலார் அவ்வடிமை விற்பனையை சிலாசாஸனம் பண்ணுவித்தனர் என்றும் ஒரு கல்வெட்டுக் கூறுகிறது. தம்பி, இத்தகைய அடிமைத்தனம் நம்நாட்டில் என்றென்றும் வேரூன்றி வளர்ந்து வர வேண்டுமென்ப தற்காக அதற்குத் தெய்வீகரூபம் கொடுக்கப்பட்டு அரச முத்திரையுடன் ஆண்டவனின் திருக்கோயிலிலே சிலாசாஸனங் களாகப் பொறிக்கப்பட்டு வருகிறது!'' என்று சிரித்தான் ஜனநாதன்.

''அடிமைத்தனம் நாட்டில் வேரூன்றி வளர வேண்டுமென எந்த ஆட்சியாளர்களாவது விரும்புவார்களா?'' என்று வீரசேகரன் ஆத்திரத்தோடு கேட்டான்.

''தம்பி! ஏகாதிபத்தியமுறை அரசியலானது எப்போதும் தன் யதேச்சாதிகாரத்திற்குத் தேவையான அடிமைகளை உற்பத்தி

செய்யவே விரும்பும்! குடிமக்களையெல்லாம் தன்னுடைய செக்கு மாடுகளாக்கவே ஆசைப்படும், உணர்ச்சி மழுங்கி மக்கள் தலை தூக்க முடியாதவாறு பிரஜைகளைத் தன் காலடியில் போட்டுக் கொண்டிருக்கவே திட்டமிடும். இதற்குத் தேவையான அடிமைத்தனம் மக்களின் உணர்ச்சிகளிலும் சந்ததிகளின் ரத்தத்திலும் ஊறிவிட வேண்டுமென்பதற்காக சாஸ்திர ரீதியான ஓர் ஆயுதத்தின் உதவியை நாடும்!''

''அதென்ன சாஸ்திர ரீதியான ஆயுதம்?''

''தம்பி! அதுதான் ஜாதிவழி தர்மம் எனப்படும் ஜாதியாசாரம் தம்பி! சமதர்ம உணர்ச்சியோடு சம நிலையில் பிறக்கும் மனித இனத்தைப் பிறப்பைக்கொண்டே நான்கு ஜாதிகளாகப் பிரித்து ஒவ்வொரு ஜாதிக்குள்ளும் பல உட்பிரிவுகளை உண்டாக்கி, மக்களின் ஓரின உணர்ச்சியைப் பலவாறாகச் சிதறடித்து ஜாதிக் கட்டுப்பாடுகளை ஏற்படுத்தி, ஒவ்வொருவரும் தங்கள் ஜாதியாசாரங்களை அனுஷ்டிக்க வேண்டுமென தெய்வத்தின் பெயரால் பயமுறுத்தி, மக்களைப் பிரித்தாள்வதுதான் ஜாதிவழி தர்மமாகும்! இந்தப் புராதன தர்மத்தை என்றென்றும் நிலைநிறுத்து வதற்காக எத்தனையோ விதமான தெய்வீகக் கிரந்தங்களும், சாஸ்திரங்களும், வியாக்கியானங்களும் இறைவனின் பெயராலே ஞான பண்டிதரால், எழுதப்பட்டிருக்கின்றன. அத்தகைய சாஸ்திரத் தீபங்களை அனுஷ்டானத்தில் கொழுந்து விட்டெரியச் செய்வதற்காக எத்தனையோவிதமான மதபீடங்களும் மடாலயங்களும் ஸ்தாபகமாகி வருகின்றன. இவ்வாறு ஜாதிவழி தர்மத்திற்கு ஆட்படும் மக்கள் சக்தியானது, பலஜாதிகளாகத் துண்டாடப்பட்டு ஒரு ஜாதி மற்றொரு ஜாதிக்கு அடிமைப்பட்டு எந்த ஜாதியும் எந்தத் தனிமனிதனும் தன் பிறப்பிலிருந்து முண்டவோ முரண்டவோ தலை தூக்கவோ முடியாதபடி ஒடுக்கப்பட்டு, சமத்துவ உணர்ச்சி மழுங்கிபோய், சந்ததிதோறும் அடிமைத்தனத்தையே வளர்த்து வரும்! ஒரு சிலர் தங்களைத் தெய்வீகப் பிறவிகள் என்று சொல்லிக் கொண்டு, தங்களுடைய சிறுபான்மை சந்ததியினர் பெரும்பான்மை யானவர்களின் உழைப்பின் மூலம் ஊழி தோறும் உல்லாசமாக வாழ்ந்து வருவதற்கே இந்த ஜாதிவழி முறை ஆதி நாளில் உருவாக்கப்பட்டதென்றாலும் பிற்பாடு ஏகாதிபத்திய முறை அரசியலானது இந்த ஜாதிவழி தர்மத்தை ஊட்டி வளர்க்கத் தொடங்கியது; பிரித்தாளும் இராஜ தந்திரத்தையே அடிப்படையாகக் கொண்ட ஏகாதிபத்திய முறை அரசியலானது: தன்னுடைய யதேச்சாதிகாரம் நிலைபெறுவதற்கு, இந்த ஜாதிப் பிரிவினை பெரிதும் சௌகரியமாய் இருக்கிறதென்றே மனப்பூர்வமாக கருதும்! வெளிவேஷத்திற்காக எல்லோரும் சமம்

என்றும், ஜனநாயகம் என்றும், ஜாதித் துவேஷம் கூடாது என்றும் யதேச்சாதிகார அரசாங்கம் இதோபதேசம் செய்து வருமே தவிர, மறைமுகமாக ஜாதிகளையும் ஜாதிவழி தர்மத்தையும் காப்பாற்றி வரவே பாடுபடும். இத்தகைய வைதீக ஜாதிவழி தர்மம் வடநாடுகளிலிருந்து தெற்கே வந்ததாகும்!'' என்றான் ஜனநாதன்.

''ஜனநாதா! நம் தமிழகத்திலும் ஆதி காலத்தில் அந்தணர், அரசர், வேளாளர் என ஜாதிகள் இருந்திருக்கின்றன!''

''தம்பி நம் தமிழ்மண்ணில் தோன்றிய அந்நான்கு வகுப்புகளும் செய்யும் தொழிலையொட்டி வகுபட்டனவே தவிர, பிறப்பையொட்டி ஏற்படுத்தப்பட்டவையல்ல. உதாரணமாக வைதீக ஜாதிவழி தர்மமானது பிறப்பைச் சுட்டிக் காட்டி, ''நீ இன்ன ஜாதியில் பிறந்தாய் அதனால் இன்ன தொழிலைத்தான் செய்ய வேண்டும் என்று ஆசார விதிகளால் கட்டுப்படுத்துவதுபோல் நம் தமிழகத்தில் தோன்றிய வகுப்புப் பிரிவினைகள் கட்டுபடுத்துவதில்லை! உதாரணமாக, செந்தன்மை பூண்டொழுகுபவன்தான் அந்தணனே தவிர, பிறப்பினால் வெறும் அந்தணன் ஆகமாட்டான் என்று நம் தமிழ் நூல்கள் கூறுகின்றன''.

''ஜனநாதா! வடநாடுகளிலே தோன்றிய வைதீக ஜாதிவழி தர்மம் அடிமைத்தனத்தை வளர்ப்பதாயிருக்கலாம். ஆனால், பன்னெடுங் காலமாய் எல்லோரும் ஓர் குலம் என்ற கொள்கை குடிகொண்டுள்ள நம் தமிழ் நாட்டில், அத்தகைய ஜாதிக் கொடுமைகளோ, வைதீக ஜாதிவழி தர்மமோ செல்வாக்குப் பெற முடியுமா?''

''முடியும்! செல்வாக்குள்ள ஒரு சாம்ராஜ்யத்தின் மூலம்! தம்பி, வடக்கே உள்ள சாம்ராஜ்யத்தின் ஆரம்பத்தில் இந்த வைதீக ஜாதிவழி தர்மத்தைத் தன் குரு பீடத்தில் வைத்து வளர்த்து வந்தது. இப்போது அந்நியக் கலாச்சாரப் படையெடுப்பினாலும், அந்நிய மதங்களின் மோதல்களினாலும் வடக்கே உள்ள ஒவ்வொரு சாம்ராஜ்யமும் முறிந்து விழுந்து கொண்டு வருகின்றன. அங்கிருந்து உதைத்துத் தள்ளப்பட்ட வைதீக ஜாதிவழி தர்மம், இப்பொழுது தென்னாட்டிற்கு ஓடி வந்து, நம்முடைய செல்வாக்குள்ள அரசாங்கத்தினிடம் சரண் புகுந்து நம் சர்வாதிகாரிகளின் மூலம் நம் தமிழகத்தில் வேரூன்றி வருகிறது தம்பி! சமீப காலமாக நம் சோழ வேந்தருக்கு ராஜ குருக்களாய் விளங்கி வருபவர்கள் நம் தென்னாட்டுத் துறவிகளல்ல! இலாடம், காசி, காஷ்மீரம் முதலான வட நாடுகளிலிருந்து வந்த சைவாசிரியர்களே நம் சோழ வேந்தர்களுக்கு ராஜ குருக்களாய் விளங்கி வருகிறார்கள். இவர்கள் கோளகி மடம், லக்ஷாத்யாய மடம், பிக்ஷா மடம் முதலான சைவாதீனங்களில் தலைவர்களாய் நிலையூன்றி, நம்

அரசாங்கத்திலும் மிக்க செல்வாக்குப் பெற்று வருகிறார்கள். நம் குலோத்துங்க சோழ தேவருக்கு ஞானாசிரியராயும் ராஜகுருவாயும் இருப்பவரும் இலாட தேசத்தவரேயாவார். நம் அரசரின் ஆட்சியிலும் வடதேசத்து சைவாச்சாரியாரின் செல்வாக்கே அதிகமாகச் செழித்தோங்கி வருகிறது தம்பி! சமீப காலமாக குகையிடி கலகம் ஒன்று நடந்துவருகிறதே, உனக்குத் தெரியுமா?''

''கேள்விப்பட்டிருக்கிறேன்!''

''தம்பி குகைகள் என்பவை தூய்மையான நம் தென்னாட்டுத் துறவிகள் ஒதுங்கி வாழும் இடங்களாகும். குகைத் தலைவராய் விளங்கும் நம் துறவிகள் ஞானச் செல்வமும் உபதேசத் திறனும் பெற்று விளங்கினவர்கள். இறைவனின் அருளையும் இயற்கையின் எழிலையும், மக்களிடையே அன்பையும், எல்லோரும் ஓர் குலம் என்கிற கொள்கையையும் உபதேசிப்பவர்கள். ஜாதியாச்சாரங் களையும் வெறுப்பவர்கள். ஒருவிதத்தில் பௌத்தர்கள் சமணர்களைப் போல சமத்துவக் கொள்கைகளைத் தங்கள் உணர்ச்சிகளில் கொண்டுள்ளவர்கள். குகை மடங்களில் வாழும் இத்துறவிகள், தங்களுடைய எளிய வாழ்வினாலும் நன்மொழி களாலும், ஒழுக்கச்சீலங்களாலும், நாட்டு மக்களால் நன்கு மதிக்கப் பட்டுப் பிரபலம் பெற்று வருகிறார்கள். மக்களிடையே இவர்க ளுக்குச் செல்வாக்குப் பெருகுவதைக் கண்டு அரசாங்கத்தில் செல்வாக்குள்ள வடதேசத்து குருமார்கள் ஆத்திரப்பட்டார்கள். அவர்களுடைய துவேஷத்தின் காரணமாகத்தான் குகையிடி கலகம் ஏற்பட்டது. நம் துறவிகளின் பல குகை மடங்கள் இடித்து அழிக்கப்பட்டன. திருத்தறுப்பூண்டியில் இருந்த குகை ஒன்று அதன் சொத்துக்களுடன் பாழாக்கப்பட்டது. நம் அரசர் பெருமானின் ஆட்சியில் உண்டான இந்தக் குகையிடி கலகம் இதுகாறும் அடக்கப்படவில்லை. நம் அரசரின் ஆட்சி முடியும்வரை இது அடக்கப்படும் என்றும் தோன்றவில்லை. ஏனெனில், மறைமுகமாக நம் அரசரின் ஆதரவை நம்பித்தான் வடதேசத்து சைவாசிரியர்கள் இந்தக் குகையிடி கலகத்தை ஆரம்பித் திருப்பார்கள் என்றும் தெரிகிறது!''

''ஜனநாதா நம்முடைய தமிழகத்தில் இத்தகைய வைதீகக் கொடுமை வேரூன்றி விடும் என்று அஞ்சுகிறாயா''

''இப்போதே வேரூன்றி விட்டது. தம்பி சாதாரணமாக நம் அதிகாரிகளோ, வீரர்களோ, சபதமோ, சூளுரைகளோ கூறும்போது, இப்படித் தப்பினோமாகில் பகைவனுக்குக் கடைகாக்கும் பறை சாற்றுவோருக்குச் செருப்பு எடுக்கிறோம் என்று இகழ்ச்சியாக ஒரு ஜாதியினரைக் குறிப்பிடுவது நம் உணர்ச்சிகளில் கூட இடம் பெற்று விட்டது. ஓர் காலத்தில் நாட்டாட்சிக்கு நடு

நாயகமாக, ஊரின் நன்மை தீமைகளையெல்லாம் பறைசாற்றிப் பாராண்ட இனம், இப்போது உரிமையிழந்து பகைவரின் வாசலைக் காக்கும் தீண்டாத ஜாதியாகிவிட்டது. இப்போது வேரூன்றிவிட்ட தீண்டாமையையும் ஜாதியாச்சாரங்களையும் அடியோடு அவற்றின் சுவடுகள்கூட இல்லாதபடி ஒழிப்பதற்கு இன்னும் எத்தனை நூற்றாண்டுகளாகுமோ தெரியவில்லை!''

''ஜனநாதா! இத்தகைய கொடுமையான ஜாதியாச்சாரம் நம் தமிழகத்தில் எப்போது புகத் தொடங்கியது என்பதுதான் இன்னும் எனக்கு ஆச்சரியமாய் இருக்கிறது!''

''தம்பி! நம்முடைய வலங்கை, இடங்கைப் பிரிவினரைப் பற்றி நீ கேள்விப்பட்டிருக்கிறாயா? இடங்கைப் பிரிவினரைப் பற்றி நம் காலத்து சாஸனம் ஒன்று சில முக்கியமான செய்திகளை வெளியிடுகிறது. முன் காலத்தில் காசியப முனிவரின் யாகத்தைக் காப்பாற்றும் பொருட்டு, நெருப்புக் குண்டத்திலிருந்து பிறந்தவர்கள் இடங்கை வகுப்பினராம். அரிந்தம அரசர் ஆட்சி புரிந்த காலத்திலே ஒரு பெரு வைதீகக் கூட்டமும் அவருடன் இவ்வகுப்பினரும் சோழ தேசத்தில் குடியேறினார்கள். திருசிரபுர வட்டாரத்திலிருந்த இவர்கள், தாங்கள் ஒரே இனத்தவர் என்றும் தங்கள் சுயதர்மத்தையும் சுய சலுகைகளையும் காப்பாற்ற ஒத்துழைக்க வேண்டுமென்றும், தங்களுக்குப் பரம்பரையாக ஏற்பட்ட விருது மரியாதைகளைக் காட்டாதவரை தம் விரோதிகளாகவே கருத வேண்டும் என்றும் உறுதி செய்து கொண்டார்கள். இச்சமூகத்தைச் சேர்ந்தவர்களே சுருதிமான்கள் எனப்படுவோர். மேற்கூறிய ஒழுங்குகளை மீறி நடப்பவர்களும் ஜாதியாச் சாரங்களைப் புறக்கணிப்பவர்களும் ஜாதி பகிஷ்காரம் செய்யப் படுவார்கள் என்று அவர்கள் தீர்மானம் செய்தார்கள். ஆடுதுறையிலுள்ள மற்றொரு சாஸனத்தால் இக்கூட்டத்தார் தொண்ணூற்றி யெட்டு உட்பிரிவுகள் உடையவர்கள் என்றும் இவர்களுக்கும் மற்றப் பிரிவினர்களுக்கும் அடிக்கடி சச்சரவு நடந்து வந்ததென்றும் தெரிய வருகிறது. தம்பி! பொதுவாகவே வைதீகக் கலாச்சாரமானது ஜாதிகள் ஒழிவதற்கும் ஜாதிக் கலப்பு ஏற்படுவதற்கும் சிறிதும் இடம் கொடுக்காது. தம்பி, நம் அரசர்பிரானின் ஆட்சியிலே இராஜராஜ மலையகுலராயன் என்ற சிற்றரசனுடைய நாயகி ஒருத்தி உடன்கட்டை ஏறிய கதை உனக்குத் தெரியுமா?''

''கேள்விப்பட்டிருக்கிறேன். அந்தச் சிற்றரசர் இறந்த போது தேவப் பெருமாள் என்ற அவருடைய பத்தினி உடன்கட்டை ஏறிய அரிய செயலைப் பாராட்டி சிலாசாஸனம் கூடப் பொறிக்கப் பட்டிருக் கிறதாமே?'' என்றான் வீரசேகரன்.

''தம்பி! உடன்கட்டை ஏறுதல் அவ்வளவு பெரிய அரிய செயலல்ல! அதன் உள் ரகசியம் உனக்குத் தெரியுமா? சிற்றரசன் இறந்த போது உடன்கட்டை ஏறிய அந்த அரிய பெண்மணி உண்மையில் அவனுடைய வேலைக்காரியே ஆவாள்! எஜமானனுக்கும் வேலைக்காரிக்குமிடையே ஜாதிக்கட்டுப் பாட்டையும் மீறியதாகக் காதல் பிறந்தது. ஆனால் ஜாதிக் கலப்பு ஏற்படுவதை வைதீகஜாதி வழி தாமம் சிறிதும் விரும்பவில்லை. அந்த அரிய வேலைக்காரியை சிற்றரசின் ஆசைநாயகி என்று வைதீகம் சாதித்து வந்ததே தவிர அவனுடைய தார்ம பத்தினி என்று சாமான்யத்தில் ஒப்புக் கொள்ளவில்லை. கடைசியில் அந்தப் பேதைப் பெண், தன் காதல் கணவன் செத்தபோது அவனோடு உடன்கட்டை ஏறி உயிரை விட்ட பிறகுதான் அவனுடைய தார்மபத்தினி என்பதை நிலைநாட்ட முடிந்தது!''

''ஜனநாதா! நம் சோழ சாம்ராஜ்யம் நம் தாய் மொழியான தமிழை உலகெங்கும் ஒளிவீசச் செய்யக்கூடவா உதவாது? தண்டமிழுக்குப் பொன்னே பொழியுங் குலோத்துங்கன் என்றெல்லாம் நம் மன்னரைப் புலவர்கள் புகழ்ந்து பூரிக் கிறார்களே?'' என்று வீரசேகரன் கேட்டான்.

''தம்பி! ஆட்சியாளனுக்குச் சர்வாதிகார வெறி ஏற, ஏற சாம்ராஜ்யத்தின் விஸ்தீரணம் அதிகரிக்க அதிகரிக்க பலமொழி ராஜ்யங்களையும் கட்டி ஆள ஆள, அவனுக்கு தாய் மொழிப் பற்று கூட போய்விடும்! அவனுடைய சர்வாதிகார வெறிக்கு அடிமைகள் மட்டுமே தேவைப்படும்! மக்களை உணர்ச்சியற்ற அடிமைகளாகவும், பதில் பேசா ஊமைகளாகவும் ஆக்க வேண்டு மென்றால் அவர்களுடைய தாய்மொழியின் உணர்ச்சியைத்தான் முதலில் மழுங்கடிக்க முயல்வான். இன்னும் சிறிது காலம் சென்றால், மிதிபடப் போகும் தாய் மொழியுணர்ச்சியின் உரிமைக் குரலைக்கூட குறுகிய மனப்பான்மை என்று கூறவும் கூசமாட்டார்கள் நம் அரசியல் தலைவர்கள்!''

''ஜனநாதா! நம்முடைய குலோத்துங்கசோழரின் அரசவையிலே கவிச் சக்கரவர்த்தி கம்பநாடார், நன்னூல் ஆசிரியர் பவணந்தி முனிவர், வச்சணந்தி மாலை பாடிய குணவீர பண்டிதர் பாரத வெண்பா பாடிய அரும்பாக்கத்து அருணிலைவிசாகன் போன்ற மாபெரும் புலவர்களெல்லாம் ஆதரிக்கப் பெறுகின்றனர். நம் மன்னரால் இலக்கியத்தொண்டு வளருமென நீ எதிர்பார்க்கவில்லையா?''

''தம்பி! அப்படி எதிர்பார்த்தால் நீ ஏமாந்துதான் போவாய்! இவ்வாறு நம் மன்னர் புலவர்களை ஆதரிப்பதெல்லாம் வெளிவேஷமே தவிர இலக்கிய ஆர்வமல்ல! எல்லாவிதத்திலும் நம் குலோத்துங்கர் ஒரு ராவண சந்நியாசிதான்!''

''ஜனநாதா! நம் மன்னரைப் புலவர்களெல்லாம் தியாக விநோதர் என்று வாழ்த்த விரும்புகிறார்கள். நீயோ வேஷதாரி என வீழ்த்த விரும்புகிறாய்!''

''தம்பி! விநோதம் என்ற சொல்லிலே வேஷம் என்ற அர்த்தமும் தொக்கி நிற்பதை நீ யூகிக்கலாம். நம் மன்னர் தியாக விநோதன் என்று புகழப்படுவதிலுள்ள விநோதம் உனக்குத் தெரியுமா? நம் மன்னர் ஆதிக்க வெறி கொண்டு அண்டை அயலிலுள்ள நாடுகள் மீதெல்லாம் வீரம் என்ற பெயரால் படையெடுப்பார். ராஜதந்திரம் என்ற பெயரால் அந்நாடுகளை முன்னறிவிப்பின்றித் தாக்குவார். அந்நாடுகளைச் சூறையாடுவார், அங்கு கொள்ளையிட்ட பொருள்களில் ஒரு சிறு பங்கை கோயில் திருப்பணிகளுக்குச் செலவிட்டுத் தெய்வீகப் புகழடைவார்! பிறகு வென்ற நாடுகளை அடக்கியாள முடியாது என்று தெரிந்ததும், தோற்ற மன்னர்களைக் கூப்பிட்டு, அவர்களுக்கு மணி மகுடங்களைப் பரிசாகத் திருப்பிக்கொடுத்து தியாக விநோதன் என்ற புகழையும் சூடிக் கொள்வார்!''

''ஜனநாதா! நம் குலோத்துங்க சோழரின் புகழ் கடல் கடந்தும் பரவியிருக்கிறது! அவர் வெளிநாடுகளிலெல்லாம் மதிப்பும் அந்தஸ்தும் பெருமைக்குரியவராய் பிரசித்தியும் பெற்றிருக்கிறார். மன்னரின் மெய்க் கீர்த்திகளும் முதுபுலவர்களின் புகழ் மாலைகளும் அவரை அலங்கரிக்கின்றன!''

''தம்பி! யதேசாதிகாரி எப்போதும் முகஸ்துதிப் பிரியனாகவே இருப்பான். எப்பொழுதும் புகழ்மாலைகள் சூடிக்கொள்ளவே ஆசைப்படுவான். அவை தனக்கு ஆத்ம திருப்தியைத் தருவதோடு மக்களின் அதிருப்தியையும் மறைக்கும் என்றும் எண்ணுவான். வெளிநாடுகளில் நம் மன்னருக்கு எவ்வளவு பெரிய மதிப்பு, நம் தேசக் கொடிக்கு எவ்வளவு பெரிய கௌரவம் நம் ஆட்சியாளரை அரும் பெரும் புலவர் பெருமான்களெல்லாம் எவ்வளவு பிரமாதமாகப் புகழுகிறார்கள் என்பன போன்ற பெருமை உணர்ச்சிகளினாலும், பிரமிப்பினாலும், மக்கள் தங்களுடைய அதிருப்தியையும் சுயதேவைப் பூர்த்திகளையும் குறைகளையும் மறந்து விடுவார்களல்லவா? ஆட்சியாளர்கள் இதுபோன்ற புகழ்வேட்டைகளையும் வெளிவேஷங்களையும் விரும்புவது ராஜ தந்திரமே தவிர, வேறல்ல தம்பி! பல குறைபாடுகளுடைய நம் சோழ சாம்ராஜ்யம் சரிந்து விழாமலிருப்பதற்கு அடிப்படையான காரணம் இத்தகைய வெறும் பெருமையுணர்ச்சியும் நம் குலோத் துங்கச் சோழரின் மாபெரும் புகழுமேயாகும்! இந்தப் புகழை மட்டும் நான் அழித்து விட்டால், இந்தப் பெருமையுணர்ச்சியை மட்டும் சீரழித்துவிட்டால் நம் சோழ சாம்ராஜ்யமே பொடிப் பொடியாய் போய்விடும். பாண்டிமாதேவியை வேளமேற்றினார் என்ற பழிச்சொல்

ஒன்றே குலோத்துங்க சோழதேவரின் புகழைப் புதைத்துவிடப் போதுமானதாகும்!''

''ஜனநாதா! நம் தமிழகத்தில் வேரூன்றி வளரும் சில ஜாதிக் கொடுமைகளை நாமே சீர்திருத்திக்கொள்ள முடியாதா? இதற்காக சர்வ சக்திவாய்ந்த சாம்ராஜ்யத்தை சிதைக்கவேண்டுமா? அப்படி நீ சிதைத்துவிட்டால் வடநாட்டில் சீறிப் புரளும் அந்நியமதக் கலாச்சாரத்தினரின் படையெடுப்பு நம் தென்னகத்திலும் சுலபமாகப் புகுந்து விடுமே!''

''தம்பி! நம்முடைய மனோதத்துவ இயற்கையின்படி பார்த்தால் நம்மை நாமே சீர்த்திருத்திக்கொள்ள மாட்டோம்! நம்மை வேறு யாராவது அடித்து உதைத்துத்தான் சீர்திருத்த வேண்டும். அந்நிய மதத்தின் கலாச்சாரம் நம் தமிழகத்திலும் புகுந்து மோதும் போதுதான் நம்மைச் சீர்திருத்திக் கொள்ள வேண்டிய தேவையை உணர்வோம்!''

''அப்படியானால் ஜனநாதா, நம் சோழ சாம்ராஜ்யத்தை நீ நிச்சயம் அழித்துவிடத்தான் போகிறாயா?''

''தம்பி! ஜனநாதன் என்ற பெயருக்கேற்ப நான் ஜனங்களின் உரிமையை நிலைநிறுத்தக் கடமைப்பட்டவன்! அதற்காக நம் சோழ ஏகாதிபத்தியத்தை அடியோடு அழித்து விடவும் ஆசைப்படுபவன்! அது என் காலத்தில் முழுசாக முடியாவிட்டாலும், என் சந்ததியின் காலத்தில் முற்றுப் பெற்றுவிடும்! நம் சோழிய சூரியோதயத்தின் கடைசி அஸ்தமனம் என் கண்ணுக்கு நன்றாகத் தெளிவாகப் புலப்பட்டுவிட்டது! தம்பி! வானமும் வையமும் வளர்த்த வான்புகழ் போனதோ பொன்றும் காலம் வந்து விட்டதோ என்று இனி நீ புலம்பினாலும் பலனில்லை! தம்பி இது மாதிரிப் புலம்பலுடன் நம் சோழ மகாராணிகூட என்னைச் சந்திக்க வந்திருந்தார்...''

''என்ன! என்ன! நம் சோழ மகாராணி நம் பிராட்டியார் இங்கே மதுரைக்கு வந்திருக்கிறாரா?'' என்று வீரசேகரன் பக்தி சிரத்தையுடன் மெய்சிலிர்க்கக் கேட்டான்.

''ஆமாம், தம்பி! இந்தக் காலத்தில் நம் மாபெரும் நம் பிராட்டியார் சாதாரணப் பெண்ணைவிட அதிகம் புலம்ப ஆரம்பித்து விட்டார். நம் மகாராணி சோழ நாட்டில் இருந்து அவசரமாகப் புறப்பட்டு மிகவும் அந்தரங்கமாக வந்திருக்கிறார். இது நம் அரசர் பெருமானுக்குக் கூடத் தெரியாதாம்! சோழ மண்டலத்தில் வால் நட்சத்திரம் ஒன்று தோன்றுவதை நம் மகாராணியார் கண்டாராம்! அடிக்கடி துர்க்கனவுகள் வேறு தோன்றித் துன்புறுத்தியதாம்! தன் பிராணநாதரைப் பற்றிய பழிச்சொல் எங்கும் பரவி, எந்த

இடத்திற்குப் போனாலும் ஏளனம் எதிரொலிப்பதைக் கண்டு மனம் புண்பட்டாராம்! இப்போது சோழ நாட்டில் உள்நாட்டுக் குழப்பம் ஏற்பட்டிருக்கிறதாம். உள்நாட்டு சாமந்தர்களான நாட்டுத் தலைவர்கள் சிலரும் இராஜத் துரோகிகளாகிச் சூழ்ச்சி செய்கின்றனராம். ஆங்காங்கே உள்ள சிற்றரசுகளும் என்னைப் போன்ற அதிகாரிகளும் தங்களுடைய சக்திகளையும், படை வீரர்களையும் பெருக்கிக் கொண்டு, மன்னரின் ஆட்சியைக் கவிழ்க்க சமயத்தை எதிர்நோக்கிக் காத்துக் கொண்டிருக் கிறார்கள்! இந்நிலைமையில் பழிக்குப் பழி வாங்க, பக்கத்து நாடுகளிலுள்ள மன்னர்களும் போர் முரசு கொட்டக் காத்திருக்கின்றனராம்! தம்பி! இத்தனைக்கும் ஆதி மூலமாகத் தோன்றுபவன் இந்த ஜனநாதன் என்கிற சந்தேகம் சோழ மகாராணிக்கு இருந்திருக்கும்! தம்பி, என்றாவது ஒருநாள் என்னிடம் வீரபாண்டியன் தன் பிராண பத்தினிக்காக மரணப் பிச்சை கேட்பான் என்றால், சோழமகாராணியும் தன் பிராணநாதருக்காக என்னிடம் அரசியல் பிச்சை கேட்கவும் தயாராக இருப்பாள்!'' என்று விஷமமாகச் சிரித்தான் ஜனநாதன்.

வீரசேகரனோ அழாத குரலில், ''ஜனநாதா! நம் சோழ மகாராணியாரே அந்தரங்க ஆலோசனைப் பெறுவதற்கு மதுரைமாநகரம் வந்திருக்கிறாரென்றால் நம் சோழ சாம்ராஜ்யத்திற்கு இது நெருக்கடியான நேரம் என்றுதான் தோன்றுகிறது.''

''ஆமாம், தம்பி! நம் சோழப் பேரரசுக்கு எதிராகக் கொங்கு நாட்டுக் கரூரும், தொண்டை நாட்டுக் காஞ்சீபுரமும் குழப்பங்களை எழுப்புகின்றன. தெலுங்கு சோடரும், கெங்கர்களும் கூட கொதித்தெழுவார்கள் என்று தோன்றுகிறது. ஈழ நாட்டிலும் எழுச்சி ஏற்பட்டு இலங்கை வேந்தனும் நம் சோழ மண்டலத்தின்மீது சீறிப்பாய படைகளைத் தயாரித்து விட்டானாம். நம்முடைய சாம்ராஜ்யத்தின் தலைநகரையும், மன்னர் பெருமானின் அரண்மனையையும், மத்திய அரசையும் பாதுகாக்க மாபெரும் படை தேவைப்படுகிறதாம். இந்த நிலையில் இம் மதுரைமா நகரில் நாம் நிறுத்தி வைத்திருக்கும் நிலப்படையையெல்லாம் நாம் துரிதமாகச் சோழ மண்டலத்திற்குத் திருப்பியனுப்பியாக வேண்டும் தம்பி! நம்முடைய சோழ ராஜதந்திரிகளெல்லாம் மதுரைமா நகரை விட்டு மூட்டை கட்டிக் கொண்டு கிளம்ப வேண்டிய காலம் நெருங்கிவிட்டது. நம்முடைய படைகள் அனைத்தும் இங்கிருந்து புறப்பட்டுப் போவதற்குரிய நாள் குறித்தாகிவிட்டது!'' என்றான் ஜனநாதன்.

''ஜனநாதா! இந்த நெருக்கடியான நிலையில், நம் சோழ ராஜதந்திரிகள் இங்கே வீணாகப் புரட்சிக்காரர்களைப் பிடித்து

விசாரித்துத் தண்டிப்பதிலேயே அதிகக் கண்ணும் கருத்துமாக இருக்கிறார்களே, ஏன்?'' என்று கேட்டான்.

''தம்பி! பாண்டிமா தேவியை நாம் சிறைப்பிடித்து சோழ மண்டலத்திற்கு அனுப்பி வேளமேற்றப் போகிறோமல்லவா? அதற்குப் பழிக்குப் பழியாக, நம் சோழ நாட்டின்மீது படையெடுக்க வேண்டும் என்கிற ஆத்திரம் பாண்டிய மக்களின் நெஞ்சங்களிலே தலைமுறை தலைமுறையாக இருந்து வருமல்லவா? அதற்குத் தேவையான சக்தியும் துணிச்சலும் பாண்டிய மக்களுக்கு இல்லாதபடி நாம் சீர்குலைத்துவிட வேண்டுமல்லவா? தம்பி! நம்முடைய சோழ ஆதிக்கம் இங்கிருந்து மூட்டைக் கட்டிக் கொண்டு புறப்படுமுன், பாண்டிய மக்களின் சக்தியையெல்லாம் வேட்டையாடி பலஹீனப்படுத்தி, என்றென்றும் தலையெடுக்க முடியாதபடி நிர்மூலப்படுத்திவிட்டுப் போக வேண்டுமென்பதுதான் நம் சோழ ராஜதந்திரிகளின் உள்நோக்கமாகும். அதனால்தான் இங்கு புரட்சிக்காரர்களெனப் பிடிக்கப் படுபவர்களை யெல்லாம் சரியான விசாரணையின்றி குற்றவாளிகளெனத் தீர்ப்பளித்து மரண தண்டனை விதித்து, தண்டனைக் கோட்டத்திற்குள் தள்ளி வருகிறார்கள். இவ்வாறு தண்டிக்கப் பட்டவர்களெல்லாம் சிறிதும் தயவு தாட்சண்யமின்றி யானைக் காலால் இடறப்படவேண்டுமென தலைவிதியும் நிர்ணயிக்கப்படுகிறது!''

''ஆனால் ஜனநாதா, அப்படித் தண்டிக்கப்பட்டவர்களில் ஒருவர் கூடத் தலை இடறப்படவில்லையே?''

''தம்பி! நம்முடைய யானைப் படைகள் பிரும்மாண்டமானது என்று பிரசித்திப் பெற்றதல்லவா? அதன் பலத்தையெல்லாம் பாண்டிய மக்களுக்குக் காட்டிப்பய முறுத்தி வைத்து விட்டுத்தானே நாம் இங்கிருந்து புறப்படவேண்டும்; நம்முடைய இராஜ தந்திரிகள் இங்கிருந்து புறப்படுமுன் குறிப்பிட்ட ஒரு தேதியில் அக்குற்றவாளிகளெல்லாம் வரிசைக் கிரமமாகக் கொண்டுவரப் பட்டு பாண்டிய மக்களின் கண்முன் பகிரங்கமாக நிறுத்தப்பட்டு, பொழுது விடிந்தது முதல் பொழுது அஸ்தமிக்கும் வரை குற்றவாளிகளின் தலைகள் யானைக்காலால் ஓயாமல் இடறப்பட்டுக் கொண்டேயிருக்கும்! அத்தகைய பயங்கரக் காட்சியை பகிரங்கமாக நாம் நடத்திக் காட்டிவிட்டுப் போனால், நமக்கெதிராக பாண்டியமக்கள் பெருமூச்சுவிடக்கூட பல தலைமுறைவரை பயப்பட்டுக் கொண்டிருப்பார்கள் என்பது நம் ராஜதந்திரிகளின் நினைப்பு!'' என்று சிரித்தான் ஜனநாதன்.

''அப்படியானால்... விசாரணை சபைக்கு குற்றவாளி களென இழுத்துச் செல்லப்படுபவர்களெல்லாம் யானைக்காலால் இடறப்படும் கதியைத்தான் அடைவார்களா?'' என்றான் வீரசேகரன்.

‘‘தம்பி! நாளை உன் ஊர்மிளாவிற்குக்கூட அந்தக் கதிதான் ஏற்படலாம்! அதற்காக இப்போதே அழ ஆரம்பித்து விடாதே! கீழே போய்த் தூங்கு!’’ என்றான் ஜனநாதன்.

‘‘ஜனநாதா! இருதயமே இல்லாதவன் நீ! உனக்கு உன்னதமான உணர்ச்சிகள் எதுவும் கிடையாது! ஆனால் நான் அப்படிப்பட்டவன் அல்ல.

ஊர்மிளா இல்லாவிட்டால் நானும் இல்லை! இதை மட்டும் நீ நன்றாக நினைவில் வைத்துக் கொண்டால் போதும் நான் வருகிறேன்’’ என்று வீரசேகரன் அழுகையுடனும் ஆத்திரத்துடனும் சொல்லிவிட்டு பைத்தியம் பிடித்தவனைப் போல படபடவென்று கிளம்பிச் சென்று விட்டான்.

அத்தியாயம் 105

பெரியளே காண்!

‘மண் கடந்தமரர் வைகும்
வான் கடந்தானைத் தான் தன்,
கண் கடவாது காத்த காரிகை
பெரியளே காண்!’

— கம்ப ராமாயணம்

த யானைகள் போன்ற படைவீரரும் குதிரை வீரர்களும் அணிவகுத்துக் காவல் புரியும் விக்கிரம பாண்டியனின் அரண்மனைக்குள் அக்கிரமத்தின் ஆர்ப்பாட்டங்கள் குடி கொண டிருந்தன.

அங்குள்ள விசாரணை சபையில் ஈக்களைப்போல் மொய்த்திருக்கும் ஜனத்திரள் மூச்சுவிடக் கூடப் பயந்தபடி நின்றனர். எதிரே நீதிமேடையில் அநீதி தலைவிரித்தாடும் கோரக் காட்சியை வேடிக்கை பார்ப்பதற்காகவே ஜனங்கள் அங்கே குழுமி நின்றனர்.

அங்கே இரட்டை அரசாங்கத்தின் சின்னங்களாய் தொங்கும் பெரிய புலிக்கொடி, மீனக் கொடிகளும் ஆலவட்டங்களுங்கூட ஆடாமல் அசையாமல் ஸ்தம்பித்து நின்று, அங்கு நடைபெறும் மாமக் காட்சிகளைக் கவனித்துக் கொண்டிருந்தன. மண்டபச

சுவர்களில் பொலிவுறும் மன்னர் குலச் சித்திரங்களிலும் அற நூலாசிரியர்களின் சிற்பங்களிலுங்கூட ஒருவிதச் சோக பாவம் குமைந்து கொண்டிருந்தது.

அந்த நீதிசபையிலே, மந்திரத் தலைவர்களும், இராஜப் பிரதிநிதிகளும், சாஸ்திர ஞானிகளும் அதிகார பீடங்களிலே அமர்ந்து குற்றவாளிகளை எதிர்நோக்கிப் பிணங்கொத்திக் கழுகுகள் போல் காத்திருந்தனர். பார்வைக்குப் பூலோக நரகம்போல் பயங்கரமாகக் காட்சியளிக்கும் அந்த நியாய மன்றத்திலே, ஏகவாசகவாணகோவரசர் எமனைப் போலக் கொலு வீற்றிருந்தார், எமகிங்கரர்களைப் போன்ற சிறைக் காவலரால் புரட்சிக்காரர்களென இழுத்து வரப்படும் குற்றவாளிகளெல்லாம் அங்கே விசாரிக்கப் பட்டனர். அந்தச் சபையிலே சித்திர குப்தனைப்போல சதிக்கணக்கு களின் பேரேடுகளைப் புரட்டிக் கொண்டிருக்கும் முத்தரையனால் அவர்கள் அனைவரும் சதிகாரர்கள்தான் என்று நிரூபிக்கப் பட்டு சபையினரால் மரணதண்டனை விதிக்கப்பட்டனர். அவ்வாறு தண்டனைக்கு ஆளானவர்களெல்லாம் குறிப்பிட்ட ஒரு தேதியில் யானைக் காலால் தலை இடறப்படும்வரை தண்டனைக் கோட்டத்திற்குள் அடைத்து வைக்கப்படுவதற்காக மறுபடியும் இழுத்துச் செல்லப்பட்டனர்.

அவ்வாறு வரிசைக் கிரமமாகக் குற்றவாளிகள் விசாரிக்கப்படும்போது அங்கே பயங்கரமான மயான நிசப்தம் நிலவுவதும் தீர்ப்பு வழங்கும் முன்னர் பெருமூச்சுகளுடன் முனகல்கள் கிளம்புவதும், தண்டனை விதிக்கப்பட்ட பின்னர் அகோரமான மரண ஓலங்களும், ஊளைகளும், விம்மல் ஒலி களும் பொங்குவது மாயிருந்தன. பாண்டிய நாட்டுப் பொம்மை அரசரின் பெயரால் சோழ ராஜ தந்திரிகள் அங்கே எமனுக்கு விருந்து நடத்துகிறார்களா அல்லது தங்களுடைய ஆதிக்கச் சக்தியை நிலைநாட்டி பாண்டிய மக்களை அச்சுறுத்தி மயானகாண்டம் நடத்திக்காட்டுகிறார்களா என்ற ஐயமும் எழலாயிற்று.

இரக்கமற்ற நீதி விசாரணை முறைகளையும், கொடுமையான தண்டனைத் தீர்ப்புகளையும் வேடிக்கை பார்க்கும் ஜனங்கள் பொறுக்க முடியாமல் இடையிடையே பொருமலாயினர். சிலர் நீதி சபையினரை வெறுப்புடன் நோக்கி, ஊளையிட்டுத் தங்களின் அதிருப்தியைத் தெரிவிக்கவும் தலைப்பட்டனர். அப்போதெல்லாம் நீதி சபையினர் அதிகமாகக் கொக்கரித்து விசாரணை முறைகளை இன்னும் குரூரமாக நடத்தி ஒரு முகமாய்க் கொடுமையை நிலைநாட்ட முயன்றனர். அங்கு வரிசைக் கிரமமாக விசாரணைக்கு இழுத்து வரப்படும் குற்றவாளிகளை ஜனக்கும்பல்

கருத்தோடு கவனித்துக் கொண்டிருந்தது. அந்தக் கும்பலில் தென்படும் முகங்களிலெல்லாம் ஒருவிதப் பயங்கரத் துயரம் உறைந்திருந்தது என்றாலும், அங்கு ஒருபுறம் தலைமறைவாய் நிற்கும் ஓர் அரேபிய வர்த்தகனின் முகம் இன்னும் அதிகமாக வெளுத்துப் போயிருந்தது. அவனுடைய யௌவன முகத்தில் படர்ந்திருக்கும் ஏக்கத்தையும், அவனுடைய விழிகளில் நடமிடும் பரப்பரப்பையும், அவனுடைய உடம்பில் விழுந்திருக்கும் சோர்வையும் காண்பவர்கள் அவனை ஒரு காதல் பித்தன் என்று கருதுவார்களே தவிர, அவன்தான் வீரசேகரன் என்பதை அடையாளம் கண்டு கொள்ள மாட்டார்கள். அவ்வளவு தூரம் அவன் உடம்பு இளைத்துத் துரும்பாய்ப் போயிருந்தான்!

நீதிசபைக்கு குற்றவாளிகள் ஒருவர் பின் ஒருவராக அழைத்து வரப்படும் ஒரு சிறு வாசலின் பக்கமே அவனுடைய சஞ்சல விழிகள் பதிந்திருந்தன. அந்தக் குரூரமான வாசல்வழியாக ஒரு வானுலகத் தேவதை பூலோகத்தின் துர்க்கனவிற்கு இறங்கிவரப் போகிறாள்! ஆமாம்; அவனுடைய சௌந்தரிய தேவதையான ஊர்மிளாவும் அந்த வாசல் வழியாகத்தான் விசாரணைக்கு அழைத்து வரப்படுவாள்! அந்த மெய்சிலிர்க்கும் நேரத்தை எதிர்நோக்கித்தான் பித்தனைப் போல அவன் சிரத்தையோடு கண்ணிமை மூடாமல் விழித்துக் கொண்டிருந்தான்!

''அடுத்தபடியாக விசாரணைக்கு ஊர்மிளா வருவாள், வருவாள் என்று எதிர்பார்த்து அவன் ஏமாற்றம் அடைந்து கொண்டிருந்தான்! ஒருபுறம் ஏமாற்றமாக இருந்தாலும் இன்னொருபுறம் இன்னதென விவரிக்கவியலாத நிம்மதிப் பெருமூச்சும் ஏற்பட்டது. இடையில் ஊர்மிளா எப்படியாவது யாராலாவது தப்பிச் சென்றிருப்பாளோ என்கிற கற்பனையாலும் அற்ப ஆசையினாலும் ஏற்படும் வெறும் நிம்மதிப் பெருமூச்சுதான் அது என்பதும் அவனுக்கேத் தெரியும், ஆமாம்; ஊர்மிளா எப்படித் தப்பிச் செல்ல முடியும்? அவளுக்குத் தன்னைத் தவிர இந்த உலகத்தில் வேறு யார் இருக்கிறார்கள்?''

கடைசியாகக் குற்றவாளிகளின் வருகைக்குரிய சிறு வாசலில் கட்டியக்காரனைப்போல் நிற்கும் ஓர் அதிகாரி தன் கையிலுள்ள அறிவிப்பு மணியைக் குலுக்கினான்.

குப்பென்று மண்டபமெங்கும் மரண நிசப்தம் நிலவியது. அனைவரின் விழிகளும் அந்த சிறுவாசலின் பக்கம் விசை போல் திரும்பின.

''அடுத்தபடியாக ஊர்மிளா என்னும் பெண் இங்கு

விசாரணைக்காக அழைத்து வரப்படுகிறாள். அவள்மீது பாண்டிய அதிகாரியான முத்தரையன் சதிக்குற்றம் சாட்டியுள்ளார்!'' என்று அறிவிப்பாளன் அறைகூவினான்.

வீரசேகரனுக்குப் புல்லரித்தது!

அவனுக்கு உடம்பெல்லாம் வெடவெட வென்று ஆடியது. முகம் குப்பென்று வியர்த்துக் கொட்டியது. அப்படியே மூர்ச்சித்து விழுந்து விடுவானோ என்றும் தோன்றியது. மிகவும் போராடி தன்னைச் சமாளித்துக் கொண்டான்; பிறகு மெல்ல தன் விழிகளை அந்தச் சிறுவாசல் பக்கம் திருப்பினான். அந்த வாசலில் கோரப் புலிகள் போன்ற நான்கு சிறைக்காவலர்கள் பட்டாக்கத்திகளை ஏந்தியவண்ணம் அணிவகுத்து வந்தார்கள். அவர்களுக்குப் பின்னால் மேலும் நான்கு காவலர்கள் பின் தொடர, மத்தியில் ஊர்மிளா இளம் மானைப் போல் வந்தாள். காளியின் பலிபீடத்தை நோக்கித் தயாராக வரும் ஆட்டுக் குட்டியைப் போலவும் அவள் காணப்பட்டாள்.

இளமையின் அந்த அழகோவியம் நரக வாசலுக்கு வந்திருப்பதைக் கண்ட அனைவரும் 'ஆ'வென்று திகைத்து வாயைப் பிளந்தபடி அவளையே வெறித்துப் பார்த்தார்கள். வீரசேகரனின் விழிகளோ உயிரற்ற சித்திரப் பாவைகள் போன்று ஊர்மிளாவின் மீதே பதிந்திருந்தன.

ஆனால் ஊர்மிளா நடுங்கவில்லை: பயத்தால் அவளுடைய முகம் வெளுத்திருக்கவில்லை; சாவு நாடகத்தை எண்ணிச் சஞ்சலப்பட்டவளாகவும் தெரியவில்லை; அவள் சிறிது உடம்பு மெலிந்திருந்தாலும், அவளுடைய அழகு சிறிதுகூட வாடவில்லை. அவளுடைய கருத்ததடர்ந்த விழிகளிலே கிளர்ந்து நிற்கும் தியாகக் கனிவை ஊடுருவிக் கொண்டு ஒருவித ஏக்கம் மட்டும் ஒளி வீசியது. அவளுடைய முகத்தாமரையின் புத்திளம் தேஜஸுக்கு அடியில் கவர்ச்சிகரமான ஒருவித சோகபாவம் கனன்று கொண்டிருந்தது.

விசாரணை மண்டபத்திற்குள் நுழைந்ததுமே ஊர்மிளாவின் கருவிழிகள் ஜனக்கும்பலில் யாரையோ தேடின.

அந்த அன்பு விழிகள் தன்னைத்தான் தேடுகின்றன என்று புரிந்துகொண்ட வீரசேகரனின் கண்களில் நீர் கசிந்தது. உணர்ச்சி வசப்பட்டுத் துள்ளினான். ஊர்மிளாவின் பார்வையில் தான் தட்டுப்படும்படியாகக் கும்பலிலிருந்து எவ்வி எவ்விப் பார்த்தான். அவனுடைய காதல் விழிகள் பூர்வ ஜன்ம வாசனையுடன் ஊர்மிளாவின் கருவிழிகளைக் காந்தம்போல் தம் பக்கம் கவர்ந்திழுத்தன.

வீரசேகரன் நின்ற திசைப்பக்கம் ஊர்மிளா ஒரு கணம் தன் முகத்தைத் திருப்பி, கடைக்கண்களால் வீரசேகரனைக் கவனித்தாள். விதியால் பிரிக்கப்பட்ட இரு பச்சிளம் குழந்தைகள் கொடிய மிருகங்கள் காத்திருக்கும் வனாந்திரத்திலே ஆறுதலுக்காக ஒன்றையொன்று தேடி அலைவது போல, அவ்விருவருடைய விழிகளும் காதல் உணர்ச்சியினால் சந்தித்தன. ஆத்ம லயிப்பில் இரண்டு ஜீவன்கள் இரண்டறக் கலப்பதுபோல அவ்விருவருடைய பார்வைகளும் மெய்மறந்து ஒருகணம் பிணைந்திருந்தன.

ஊர்மிளாவின் உதடுகள் துடிதுடித்தன. சிவந்த மாதுளை மொட்டு மடலவிழ்வது போல அவளுடைய சிவந்த உதடுகள் மலர்ந்தன. தன்னை மறந்தவளாய் அவனை நோக்கி ஒரு புன்முறுவல் செய்தாள்.

வீரசேகரனின் புஜங்கள் துடித்தன. "ஊர்மிளா! ஊர்மிளா!" என்று கூவிக் கொண்டு அப்படியே பாய்ந்தோடி அவளுடைய கரங்களைப் பற்றிக் கொள்ளவேண்டுமென துள்ளினான். ஆனால் அவன் அப்படிச் செய்யக்கூடாது எனத் தாயின் பரிவோடு தடுப்பது போல ஊர்மிளா அவனைப் பரிதாபமாகப் பார்த்தாள். விழிகளில் குறிப்பைக் காட்டி உதடுகளில் ஒரு விரலை வைத்து சமிக்ஞை செய்து காட்டினாள். கெஞ்சுதலாய் நோக்கும் அவளுடைய அந்த ஒரு பார்வையிலேயே அவளுடைய அந்தராத்மாவின் வேண்டுகோளெல்லாம், அவனுக்கு அவளிடும் அன்புக் கட்டளையின் கதையெல்லாம், அவனுக்கு அவள் உணர்த்த விரும்பிய செய்தியெல்லாம் அடங்கி இருந்தன.

வீரசேகரன் மிகவும் மனத்திற்குள் போராடித் தன்னைச் சமாளித்துக்கொண்டான். அவனை இன்னும் சிறிது நேரம் கூர்ந்து பார்த்தால்கூட அவனது தலைக்கு ஆபத்துவந்துவிடும் என்று நினைத்த ஊர்மிளா சட்டெனத் தன் முகத்தைத் திருப்பிக் கொண்டாள். அவனைத் திரும்பித் திரும்பி பார்க்க வேண்டும் என்று என்னதான் அவளுக்கு உள்ளூர விருப்பம் இருந்தாலும் இனித் தன் காதலனைத் திரும்பியே பார்க்கக் கூடாது என்று ஊர்மிளா தன் மனதைக் கட்டுப்படுத்திக் கொண்டாள்.

ஆனால் அவள் அவ்வாறு திரும்பிய போது, அவள் தன் வாழ்நாளிலேயே சிறிதும் பார்க்க விரும்பாத ஒரு முகம் அந்தக் கும்பலின் முன் வரிசையில் தென்பட்டது. வஞ்சகப் புன்னகை நெளியும் அந்தக் கோர முகத்திற்குரிய ஆளைப் பார்த்ததும் ஊர்மிளாவின் முகம் ஒரு கணம் இன்னதென விவரிக்க முடியாத ஒரு பீதியால் சவம் போல் வெளுத்தது. எருமைக் கொம்பு போன்ற குரூபமான மீசைகளுடன், கருப்பண்ணசாமி கோயில் பூசாரிபோல

விளங்கும் அந்தப் பூத உருவினனை வேறு யாரும் அடையாளம் கண்டு கொள்ள முடியாது என்றாலும், அவனுடைய வஞ்சக விழிகளிலே கொக்கரிக்கும் வன்நெஞ்சப் புன்னகையைக் கண்டதும் அவன்தான் காத்தவராயன் என்பதை ஊர்மிளா எளிதில் புரிந்து கொண்டு விட்டாள். பீதியால் ரத்தம் உறைந்ததைப் போல் அவள் ஒரு கணம் செயலற்று நின்று விட்டாளென்றாலும், அந்தக் கல்நெஞ்சனைக் கண்டு அவள் தலை குனியவில்லை. அளவற்ற அருவருப்புடனும் அலட்சியத்துடனும் ஒரு கணம் அவனை ஏறிட்டுப் பார்த்துவிட்டுத் தன் முகத்தைத் திருப்பிக் கொண்டாள்.

''ஏ, பெண்ணே! அந்த விசாரணைக் கூண்டில் ஏறி நில்!'' என்று அதிகாரி உறுகினான்.

தன்னைக் காவு கொடுக்கச் சம்மதித்து, ஊர்மிளா அமைதியாக நடந்து ஈட்டிகள் நடப்பட்டுள்ள விசாரணைக் கூண்டில் ஏறினாள்.

வசந்த ருதுவின் மணங்கமழ வேண்டிய மதுரமான பூவொன்று புயலில் சிக்கிச் சீரழிவது போன்ற அந்த இளம் பெண்ணை எதிரிலுள்ள ஜனங்கள் எல்லோரும் பரிதாபமாகப் பார்த்தார்கள். ''பாவம்! வாழ்வின் இன்பங்களைச் சுவைக்க வேண்டிய யௌவன வயதிலே சாவை நோக்கித் துறவினி போல் வந்திருக்கிறாளே! வாஞ்சை ததும்பும் இவளுடைய கருவிழிகள் வஞ்சனையைக் காணக் கூடக் கூசுமே? கள்ளங் கபடமற்ற இந்தப் பெண்ணின் முகம் ஒரு குற்றமும் புரிந்திருக்காது!'' என்றெல்லாம் ஜனக் கும்பலில் இருந்த ஆடவர் பெண்டிர் அனைவரும் 'கச முச'வென்று பேசத்தலைப்பட்டனர்.

ஆனால் ஊர்மிளாவோ, விசாரணைக் கூண்டில் அசைவற்ற உயிரோவியமாய் நின்று கொண்டிருந்தாள். சுற்றிலும் குழுமியிருந்த ஜன சமுத்திரத்தின் பரிதாப உணர்ச்சி அலைகளையோ, நீதி சபையினரின் கழுகுப் பார்வைகளையோ அதிகாரிகளின் உறுமல்களையோ அவள் சிறிதும் கவனித்ததாகத் தெரியவில்லை. அவளது சிந்தனையெல்லாம் சிதைந்து போன ஒரு கனவுலகத்தின் சின்னங்களிலேயே கரைந்து கொண்டிருந்தது. மீண்டும் அந்தக் கனவுலகை உயிர்ப்பிக்கத் தன் உயிருக்காகத் துடிக்க வேண்டுமெனத் தோன்றியது. அவள் சாவை எண்ணி சஞ்சலப் படவில்லை என்றாலும், அவளுடைய நிம்மதிக்கு சாவின் நித்திரைதான் தேவைப்பட்டதென்றாலும் இப்போது அவள் சாக விரும்பவில்லை. அவளைப் பொறுத்தவரை இந்த உலகத்தை விட்டு நிம்மதியாக இறந்து போய் விடுவது எவ்வளவோ நல்லது தான். ஆனால் அவள் இல்லாத உலகத்தில் வீரசேகரன் இருக்கச் சம்மதிப்பானா? அவளுடைய அழிவை எண்ணி எண்ணி உருகி

உருகி அவனும் உயிரழிந்து போய்விட மாட்டானா? இப்போது அவனுடைய பார்வையே அதை அவளுக்கு உணர்த்தி விட்டதே...? ஆமாம்; தனக்காக வாழாவிட்டாலும் அவனுக்காகவாவது உயிர் வாழத்தான் வேண்டும்....

அப்போது விசாரணை ஆரம்பமாவதற்குரிய அறிவிப்பு மணி அடிக்கப்பட்டது. சபா மண்டபத்தில் 'கப் சிப்' என்று நிசப்தம் நிலவியது.

காரியக் கணக்கர் ஒருவர் எழுந்து நின்று, ''இந்தப் பெண்ணின்மீது சாட்டப்பட்டுள்ள குற்றச்சாட்டைப் பாண்டிய அதிகாரி முத்தரையன் இப்போது தாக்கல் செய்வார்!'' என்று அறிவித்தார்.

முத்தரையன் ஒரு பயங்கரக் கனைப்புடன் எழுந்து நின்று, ''இந்தப் பெண் ஒரு மாபெரும் துரோகி!'' என்று ஊர்மிளாவை ஆத்திரத்துடன் சுட்டிக் காட்டினான்.

அப்போது அதை ஆமோதிப்பது போன்ற ஓர் ஏளனச் சிரிப்பொலியும் அதை எதிர்ப்பது போன்ற ஒரு பொருமல் ஒலியும், ஜனக்கும்பலிலிருந்து எதிரொலித்தன. அந்த வன்நெஞ்சகச் சிரிப்பு காத்தவராயனிடமிருந்துதான் கிளம்பியிருக்குமென்றும் பொருமல் வீரசேகரனிடமிருந்துதான் பொங்கியிருக்குமென்றும் ஊர்மிளா புரிந்து கொண்டாள். ஆனால் ஜனக்கும்பலில் மற்றவர்களோ ஊர்மிளாவிற்காகப் பரிதாப ஒலிகளைத்தான் எழுப்பினார்கள்.

அதைப் பார்த்து ஆத்திரப்பட்ட முத்தரையன் சிம்மக் குரலில் கர்ஜனை புரிவது போல் குற்றப் பத்திரத்தை வாசிக்கலானான். அதன் நீளமான வாக்கியங்களையும், சம்பிரதாயச் சொற்களையும் சட்ட நுணுக்கங்களையும் நீக்கிவிட்டுப் பார்த்தால் அந்தக் குற்றச்சாட்டில் பின் வரும் சாராம்சமே அடங்கியிருந்தது.

இந்தச் சதிகாரி புரட்சிக் கூட்டத்தைச் சேர்ந்தவள். வீரபாண்டியன் கட்சியினரோடு நெருங்கிய தொடர்புடையவள். இவள் பார்வைக்குத்தான் சாந்த சுந்தரியாகத் தென்படுகிறாளே தவிர, ராஜத் துரோகமான காரியங்களில் அடிக்கடி ஈடுபட்டுச் சதிச்செயலில் அநுபவம் முதிர்ந்தவளாதலால் இந்தக் குற்றவாளி பல தடவைகள் நீதிக்குப் பிடிபடாமல் தப்பி ஓடியிருக்கிறாள். கடைசியாக இவள் மாபெரும் சதித் திட்டத்தில் ஈடுபட்டாள். ராஜீய விஷயமாக இரு அரசாங்கங்களும் சிறைப் பிடித்து வைத்திருக்கும் புரட்சிக்காரனின் மனைவியை இவள் சிறை மீட்க முயன்றாள். லைலா என்ற பெயரில் இஸ்லாமிய பெண்ணைப் போல் மாறுவேடமணிந்து தந்திரமாகச் சிறைக் கோட்டத்திற்குள்

புகுந்தாள். இவளுடைய உண்மைப் பெயர் ஊர்மிளா என்று தெரிய வருகிறது. இவள் தனக்கு உதவியாக அப்துல்லா என்ற ஒருவனை அழைத்து வந்தாள். அந்த ஆள் தப்பிவிட்டான். அவன் யார் என்பது தெரியவில்லை. தேவியின் சிறைக் கூடத்தில் மாபெரும் சதிச் செயல் ஒன்றில் ஈடுபட்டிருக்கும்போது பிடிபட்டாள். இவள், தேவியின் காலில் விழுந்து தன்னுடைய ஆடைகளையும் முக்காட்டையும் வாங்கியணிந்து கொண்டு தனக்குப் பதிலாகத் தன்னைப் போல் தேவி வெளியே தப்பிச் செல்ல வேண்டுமென்றும், தேவிக்குப் பதிலாகத் தான் சிறைக் கூடத்தில் அடைப்பட்டுத் தன் உயிரைத் தியாகம் செய்யச் சித்தமாக இருப்பதாகவும் கெஞ்சிக் கொண்டிருந்தாள். பாண்டியப் பிரஜை ஒவ்வொருவரின் உயிரும் தேச சேவைக்கும் ராஜவிசுவாசத்திற்கும் உரியதாகும். அத்தகைய உயிரை தேச விரோதமான காரியத்திற்காகவும் ஒரு புரட்சிக்காரனின் மனைவியைச் சிறை மீட்பதற்காகவும் தியாகம் செய்ய நினைப்பதும் மாபெரும் குற்றமாகும்! ஒருவேளை இவள் தேவிக்குப் பதில் சிறைக் கூடத்தில் அடைப்பட்டபிறகு தன்னை விடுவிக்க வேறு யாராவது செல்வாக்குள்ளவர்கள் இருப்பார்கள் என்றும் இவள் நம்பியிருக்கலாம். இவளைச் சுற்றி ஒரு மாபெரும் சதிகாரர்களின் சூத்திரக் கயிறு இருக்கிறது. இவள் மீது விரிவாக விசாரணை நடத்திக் கடுமையாகத் தண்டித்தால்தான் நாட்டில் நீதியும் அமைதியும் நிலைக்குமென சொல்லிக் கொள்ள விரும்புகிறேன்."

இவ்வாறு குற்றப் பத்திரிகையை வாசித்துவிட்டு முத்தரையன் மமதையுடன் தன்னுடைய ஆசனத்தில் அமர்ந்தான்.

நீதி சபைக்குத் தலைவராய் விளங்கும் ஏகவாசகர், ஊர்மிளாவைக் கடுவன் பூனைப்போல் விழித்து நோக்கி, தம் தொண்டையைக் கனைத்துக் கொண்டு விசாரிக்க ஆரம்பித்தார்.

"பெண்ணே! உனக்கு ஒரு வாசகம் சொல்கிறேன், கேள்! நீ உண்மையைச் சொன்னால் ஓரளவு உபாதைகள் குறையலாம்! ஒரே வார்த்தையில் பதில் சொல், உன் மீது சாட்டப்பட்டுள்ள குற்றச்சாட்டுகள் அனைத்தும் உண்மைதானா?" என்று கேட்டார் ஏகவாசகர்.

"ஓரளவு உண்மைதான்!" என்றாள் ஊர்மிளா ஈன ஸ்தாயியில்.

"அப்படியானால் நீ தீட்டிய சதித்திட்டங்கள் என்ன? தேவியை விடுவித்துவிட முடியும் என்ற நம்பிக்கை உனக்கு இருந்ததா?"

"நல்லவை வெல்லும் என்கிற நம்பிக்கை பெண்ணினத்திற்கு உண்டே தவிர சதித் திட்டங்களைத் தீட்டும் சக்தி பெண்ணினத்திற்குக் கிடையாது!'' என்று ஊர்மிளா கம்பீரத் தொனியில் விரக்திப் புன்னகையுடன் கூறினாள்.

"அப்படியானால் சிறைக் கோட்டையில் நீ எப்படிப் புகுந்தாய்? என்ன விதமான குயுக்தி முறைகளைக் கையாண்டாய்?''

"குயுக்தி செய்யும் உள்ளம் பெண் வர்க்கத்திற்குக் கிடையாது!''

"அப்படியானால் எதற்காகச் சதி சம்பந்தப்பட்ட காரியங்களில் ஈடுபட்டு, எப்படிச் சிறைக் கூடத்திற்குப் போனாய்?''

"பெண் சுயேச்சையாக இயங்கக் கூடியவளல்ல! சொந்த அபிலாஷைகளின்படி நடக்கச் சுதந்திரமும் உரிமையும் உடையவளல்ல! நான் இன்னொருவருக்குக் கட்டுப்பட்டவள். அவருடைய கட்டளைகளுக்கெல்லாம் கீழ்ப்படிந்து நடக்கக் கடமைப் பட்டவள்.

அதுதான் தர்மமெனவும் கற்பிக்கப்பட்டவள். எனக்கு எஜமானனைப் போல் விளங்கும் அந்த நபர் எனக்கு அடிமைகளின் தர்மத்தை உபதேசித்து என்னை வற்புறுத்தி, பலாத்காரமாக என்னைச் சிறைக்குள் தள்ளினார்''.

"உன்னை இவ்வாறு செய்யத் தூண்டிய நபர் யார்? அதற்கு நீயேன் சம்மதித்தாய்?''

"என்னைக் கொல்லாமல் விடப்போவதில்லை என்று அந்த நபர் பயமுறுத்தினார். என்னை இந்தச் செயலில் சம்பந்தப்பட வேண்டுமென்று தூண்டினார். அவருடைய சொல்லுக்குக் கீழ்ப்படிய மறுத்தால் எனக்கு அதிபயங்கரமான மரணம் கிடைக்கும் என்று பயந்தேன்!'' என்றாள் ஊர்மிளா.

"மரண பயத்தினால் சம்மதித்ததாகச் சொல்லுகிறாயே! இந்தச் சதிச் செயலில் ஈடுபடுவதினாலும் உனக்கு சர்வ நிச்சயம் மரண தண்டனை கிடைக்குமென்றும் தெரியுமல்லவா?''

"நான் அவருடைய கட்டளைக்குக் கீழ்ப்படிய மறுத்திருந்தால் அந்த க்ஷணமே அவருடைய குத்துவாளால் என் நெஞ்சைக் குத்திக் கிழித்திருப்பார். மரணத்தை நோக்கித் தள்ளப்பட்ட நான் உடனே மரணமடைந்து விட விரும்பவில்லை. என் ஜீவன் அழியத்தான் வேண்டுமென்றால் அதனால் இன்னொரு ஜீவனுக்காவது நல்வாழ்வு பிறக்கட்டும் என்று நினைத்தேன். அதனால்தான் அவருடைய திட்டத்திற்குச் சம்மதித்தேன்.''

''உன்னைப் பயமுறுத்திய அந்தப் பேர்வழியிடமிருந்து நீயேன் விடுதலை பெற்றிருக்கக்கூடாது?''

''என் உடலில் உயிர் இருக்கும்வரை அவரிடமிருந்து நான் விடுதலை பெறவே முடியாது!''

''உனக்கு உதவிக்கு யாரையாவது அறைகூவி அழைத்திருக்கலாமே? முன்வந்து உதவக் கூடியவர்கள் ஒருவருமா இல்லை?''

''உதவக் கூடிய ஒருவர்...!'' ஊர்மிளாவின் நெஞ்சம் உடனே வீரசேகரனை எண்ணியது.

அவள் துயரம் மிகுந்த குரலில், ''நான் மிகவும் துரதிருஷ்டக்காரி! எனக்கு அப்படி உதவி செய்யக்கூடிய ஒருவரும் அந்தச் சமயம் என் அருகில் இல்லை!'' என்று கண்ணீர் மல்கச் சொன்னாள்.

அபலையின் இந்த வார்த்தையைக் கேட்டதும் சுற்றிலுமிருந்த மக்களின் நெஞ்சங்கள் நெகிழ்ந்தன. ''ஐயோ, பாவம்'' என்ற அனுதாப ஒலிகள் ஆங்காங்கே எழும்பின.

வீரசேகரனுக்கு ''இதோ நான் இருக்கிறேன்'' என்று கத்த வேண்டும் போலிருந்தது. ஆனால் ஊர்மிளாவின் பார்வை அவனை அடக்கிவிட்டது.

மற்றொரு புறம் உணர்ச்சியற்ற கற்சிலை போல் நின்று ஊர்மிளாவை வைத்த விழி வாங்காமல் ஏளனப் பார்வையுடன் பார்த்துக் கொண்டிருந்த காத்தவராயன் இப்போது ஆத்திரத்துடன் முகம் சுளித்தான்.

ஆனால் இப்போதும் ஊர்மிளா அவனை அருவருப்போடு பார்த்தவண்ணம் முகத்தைத் திருப்பிக் கொண்டாள்.

ஏகவாசகர் குரலைக் கனைத்துக் கொண்டு, ''ஏ, பெண்ணே! உன்னை இவ்வாறு தூண்டி இந்தச் சதித் திட்டத்தில் சம்பந்தப்படுத்தியவர்களின் பெயர்களையெல்லாம் சொல்'' என்றார்.

''என்னை இதில் சம்பந்தப்படுத்தியவர் ஒரே ஒரு நபர்தான்!'' என்றாள் ஊர்மிளா தீர்க்கமான குரலில்.

''யார் அந்த நபர்?'' என்று ஏகவாசகர் ஆத்திரத்துடன் கேட்டார்.

''என் கணவர் என்று கருதப்படுகிறவர்தான்!'' என்று ஊர்மிளா கணீரென்று சொன்னாள்.

மண்டபமெங்கிலும் 'ஆ'வென்ற திகைப்பு எதிரொலித்தது.

ஊர்மிளா குற்றவாளிக் கூண்டில் நின்றபடியே கடைக்கண்ணால் காத்தவராயன் நின்ற திசைப்பக்கம் கவனித்தாள்.

அந்தக் கல்நெஞ்சனின் முகம் சவம் போல் வெளுத்தது! அந்தக் குரூர முகத்திலிருந்த ஏளனப் புன்னகை நழுவி மறைந்தது. பீதியோடு அவன் சுற்றுமுற்றும் பார்த்தான், ஆனால் அடுத்த கணமே தன்னைச் சமாளித்துக் கொண்டு ஊர்மிளாவை மெல்ல நிமிர்ந்து நோக்கினான்.

இப்போது ஊர்மிளா அவனை நோக்கிய பார்வையில் ஏளனம் வெடிப்பது போல் தோன்றியது. ஊர்மிளாவின் கண் பார்வை சென்ற திசையில் ஊடுருவிக் கவனித்த வீரசேகரனுக்கு, இப்போது காத்தவராயன் மாறு வேடத்தில் மறைந்து கொண்டிருப்பது புலப்பட்டு விட்டது. உடனே வீரசேகரனின் கைகள் ஆத்திரத்தால் துடித்தன. அந்தக் கயவனைப் பழிக்குப் பழி வாங்க வேண்டுமென்கிற குரோதம் அவனுடைய வீர ரத்தத்தில் தொந்தளித்து அவனுடைய சர்வாங்கத்திலும் தீ போல் கொதித்தெழுந்தது.

காத்தவராயனும் அதுபோலவே வீரசேகரனைத் திரும்பிப் பார்த்தான். இரண்டு வைரிகளின் கண்களும் வெகு தூரத்தில் இருந்த போதிலும் ஒன்றையொன்று வெட்டிச் சாய்க்க விரும்புவது போல் உக்கிரமாகச் சந்தித்தன. அந்தச் சமயம் முத்தரையன் வெடுக்கென்று எழுந்து நின்று "பெண்ணே! உன்னை இந்தச் சதியில் சம்பந்தப்படுத்திய நபர் உன் கணவன் ஒருவன்தானென்று சாதிக்கிறாயே, மற்றொரு நபரும் இருக்கிறான். உன் கூடச் சிறைக் கோட்டத்திற்கு அப்துல்லா என்ற பெயரில் ஒரு யவனதேசத்து வர்த்தகன் வந்தானே, உனக்கு ஞாபகம் இருக்கிறதா? ,அவன் தன்னை உனக்குத் தந்தையென அறிமுகப்படுத்திக் கொண்டு வந்தானாமே அதுவும் உனக்கு தெரியுமல்லவா?" என்று கேட்டான்.

ஊர்மிளா துயரத்தோடு சிரித்தாள்.

"அந்த நபர்தான் எனக்குக் கணவர் எனக் கருதப்படுபவர்! தர்மபத்தினிக்குரிய கடமைகளையெல்லாம் என்னிடம் வற்புறுத்துபவர்!"

"நிஜமாகவா? அந்த அப்துல்லா தன் வாயால் உன் தந்தை என்று சொல்லிக் கொண்டானாம். வயதிலும் உன் தந்தையைப் போலவே இருந்தானாம்!" என்றான் முத்தரையன்.

''எனக்குக் கணவர் என்று மற்றவர்களிடம் சொல்லிக் கொள்ளக்கூட அவர் மனம் கூசியிருக்கலாம்!'' என்றாள் ஊர்மிளா.

அந்த வார்த்தை அம்புபோல் பாய்ந்து வந்து காத்தவராயனின் மனதில் சுருக்கென்று தைத்தது.

ஏகவாசகர் மீண்டும் குரலைக் கனைத்துக்கொண்டு ஊர்மிளாவை நோக்கி, ''பெண்ணே! உன்னை இவ்வாறு சதித் திட்டங்களில் ஈடுபடுத்தியது உன் கணவன் என்று சொல்லப்படுகிறவன்தானே?'' என்றான்.

''ஆமாம்!''

''அவன் உன்னைச் சிறைக்குள் தள்ளிவிட்டு, தான் மட்டும் தப்பியோடி விட்டானல்லவா?''

''ஆமாம்!''

''அவன் இப்போது எங்கே இருக்கிறான் என்பது உனக்குத் தெரியுமா?''

''தெரியும்!''

''அந்தக் கோழை இப்போது ஒளிந்து கொண்டிருக்கும் இடத்தைச் சொல்லி விடு!''

''அவர் என்னைக் கடுஞ்சிறையில் தள்ளினாலும், காட்டிக் கொடுத்தாலும், என்னைத் தவறான வழியில் இழுத்துச் சென்று தலை குனிய வைத்தாலும் அவரைக் காட்டிக் கொடுப்பது தாம சாஸ்திரப்படி என் கடமையும் ஆகாது! நயவஞ்சகம் செய்தவருக்குத் திருப்பி வஞ்சகம் நினைப்பது பெண்ணின் இயல்பும் அல்ல!'' என்றாள் ஊர்மிளா.

''குற்றவாளி ஒருவனை நீ காட்டிக் கொடுக்காமல் மறைக்கிறாய். நீதி விசாரணைக்கும் சிட்சைக்கும் ஆளாக வேண்டிய ஒருவனை நாங்கள் கண்டுபிடித்தே தீர வேண்டும்'' என்றார் ஏகவாசகர் கடுமையாக.

''உங்களால் முடிந்தால் கண்டுபிடித்துக் கொள்ளுங்கள் அது உங்கள் வேலையே தவிர என் கடமையல்ல.''

''தேசத்திற்காகச் செலுத்த வேண்டிய கடமைதான் முக்கியம். தேச காரியமாக ஒரு குற்றவாளியைக் கண்டுபிடிக்க நீ உதவி செய்ய மாட்டாயா? முடியாதெனத் தீர்மானமாக மறுக்கிறாயா?''

"ஆமாம்!"

"அதனால் உனக்கு என்ன நேரும் தெரியுமா?"

"எனக்கு என்ன நேர்ந்தாலும் சரி! நான் அவரைக் காட்டிக் கொடுக்கவே மாட்டேன் அவரை நீங்கள் பிடிப்பதற்கு எந்தவிதத்திலும் உதவி செய்ய மாட்டேன். அவ்வாறு செய்தால் நானும் அவருக்குச் சமமாகி விடுவேன்! நானும் மற்றவர் கண்களுக்கு நிந்தனைப் பொருளாகி விடுவேன். என் உயிரே போனாலும் நானும் அப்படியாவதற்கு ஒருபோதும் விரும்ப மாட்டேன்!" என்று ஊர்மிளா தீர்மானமாகக் கூறிவிட்டாள்.

பிறகு அவள் கும்பலில் தெரிந்த காத்தவராயன் முகத்தை அலட்சியமாக ஏறிட்டு நோக்கினாள். அந்த கல் நெஞ்சனின் குரூரமான முகத்திலே திருப்தி படர்ந்து வழக்கம்போல் கொடூரப் புன்னகை நெளிந்தது. ஆனால் கும்பலில் மற்றொரு மூலையிலிருந்து உருவிய கத்திகளைப்போல உற்று நோக்கும் வீரசேகரனின் விழிகளைப் பார்த்ததும், அவன் முகத்திலே சவக்களை தட்டியது. எங்கே வீரசேகரன் தன்னைப் பழிதீர்க்க வேண்டுமென்ற ஆத்திரத்தில் காட்டிக் கொடுத்து விடுவானோ என்று காத்தவராயன் பயந்து அங்கிருந்து மெல்ல நழுவி விடலாமா என்று கூட ஒரு கணம் யோசித்தான். ஆனால் வீரசேகரனோ மிகவும் சிரமப்பட்டுத் தன்னை அடக்கிக்கொண்டு "அந்தக் கிராதகனை மற்றவர் கையில் பழி தீர்க்கக் கூடாது; என் கையாலேயே கொல்ல வேண்டும்!" என்று மனதிற்குள் நிச்சயித்துக் கொண்டான். அவனது நினைப்பை யூகித்துக்கொண்ட காத்தவராயன் சற்று நிம்மதியாகப் பெருமூச்சுவிட்டான்.

சபையில் சிறிது நேரம் நிசப்தம் நிலவியது. ஏகவாசகர் மீண்டும் தொண்டையை கனைத்துக் கொண்டு "பெண்ணே உன்மீது கடுமையான சதிக் குற்றம் சாட்டப்பட்டிருக்கிறது. நீயோ இதில் நீயாக ஈடுபடவில்லையென்றும், இன்னொருவர் பயமுறுத்திக் கட்டாயப்படுத்தியதால்தான் ஈடுபட்டாய் என்றும் வாதாடுகிறாய். இது உண்மைதானா? அதற்குச் சாட்சியம் உண்டா?" என்று கேட்டார்.

"எனக்குக் கடவுளைத் தவிர வேறு சாட்சி கிடையாது!" என்றாள் ஊர்மிளா.

அப்போது, "உண்டு! கடவுளுக்குச் சமமானவரின் சாட்சி உண்டு" என்று கணீரென்ற ஓர் ஆண்குரல் கேட்டது. அந்தக் குரல் அதிகாரிகளுக்குரிய தனி நுழைவாசலின் பக்கமிருந்து வந்தது.

''யாரது?'' என்று ஏகவாசகர் கேட்டார்.

''நான்தான்! அங்கிங்கெனாதபடி எங்கும் நீக்கமற நிறைந்திருக்கும் ஒற்றுப்படை அதிகாரியான வாள்நிலை கண்டான் ஜனநாதக் கச்சிராயன்தான் அவளுக்குச் சாட்சிகூற வந்திருக்கிறேன்!'' என்று கம்பீரமாகச் சொல்லிக் கொண்டே வழக்கம்போல் விஷமப் புன்னகையுடன் ஜனநாதன் அங்கு வந்து ஊர்மிளாவின் அருகில் நின்றான்.

அதைக் கேட்டதும் சபா மண்டபம் முழுவதும் 'ஆ' என்ற திகைப்பொலி படர்ந்தது. விசாரணை அதிகாரிகள் அனைவரும் திடுக்கிட்டார்கள். ஜனக்கும்பலில் நின்ற வீரசேகரனின் முகத்தில் ஒரு வியப்பும் காத்தவராயனின் முகத்தில் வெறுப்பும் தாண்டவமாடின!

அத்தியாயம் 106

பழியும் காத்தாய்!

'பழியும் காத்து அரும்
பகையும் காத்து ஏமை
வழியும் காத்தனை
மறையும் காத்தனை!'

– கம்ப ராமாயணம்

மனம் குழம்பி நின்ற ஊர்மிளா, வியப்புடன் ஜனநாதனின் முகத்தை ஏறிட்டு நோக்கினாள். அரசியல் செல்வாக்கைச் சிறிதும் இழக்க விரும்பாத ஜனநாதன் பகிரங்கமாகத் தனக்குச் சாட்சி சொல்ல அங்கே வந்து நிற்பானென்று அவள் சிறிதும் எதிர்பார்க்கவில்லை.

அவளுடைய கருவிழிகளில் பொங்கித் தளும்பும் கனிவின் கண்ணீரையும் நன்றியுணர்ச்சியையும் ஜனநாதன் உற்று நோக்கி விஷமப் புன்னகை செய்தான்.

''ஜனநாதா! இந்த மாபெரும் சதிவழக்கில் நீ என்னவிதமான சாட்சியம் கூறப் போகிறாய்?'' என்று ஏகவாசகர் முகச்சுளிப்புடன் கேட்டார்.

''இந்த மாபெரும் அபலைக்குச் சாதகமான சாட்சியந்தான் கூறவந்தேன். இங்கு நடந்த விசாரணையில் லைலா அல்லது ஊர்மிளா எனப்படும் இந்தப் பேதைப்பெண் கூறிய வாக்குமூலங்கள் அனைத்தும் உண்மைதான் என்பதற்கு நானே சாட்சியமாவேன்!''

''ஜனநாதா! நீ இங்கு சாட்சியம் சொல்வதற்கு முன் சம்பிரதாயப்படி ஒரு வாசகம் சொல்ல வேண்டும்! இங்கு சொல்லப் போவது அனைத்தும் உண்மையே தவிர வேறல்ல என்று உறுதிமொழி கூறவேண்டும்''

''எந்தக் கடவுள்மீது சத்தியம் செய்யவேண்டும்! ஏனென்றால் இங்கே எத்தனையோ பெரிய கடவுள்களும், எத்தனையோ சில்லறைக் கடவுள்களும் இருக்கின்றன.''

''நீ மனமாற வணங்கி வழிபடும் எந்தக் கடவுள் மீதாவது சத்தியம் செய்!''

''அப்படியானால் என்மீதே சத்தியம் செய்கிறேன். நானும் ஒரு கடவுள்தான்!'' என்று சிரித்தான் ஜனநாதன்.

''என்ன?'' என்று திடுக்கிட்டுப் போய் ஏகவாசகர் ஆத்திரத்தோடு கேட்டார்.

''நான் ஓர் அத்துவைதி! ஜீவாத்மாவும் பரமாத்மாவும் இரண்டல்ல ஒன்றுதான் என்கிற ஆதிசங்கராச்சாரியரின் அத்வைதக் கொள்கையை நம்புகிறவன். அந்தக் கொள்கைப்படிப் பார்த்தால் நானும் ஒரு கடவுள்தான்!''

''இல்லை அதெல்லாம் முடியாது, ஜனநாதா! நீ ஏதாவது ஒரு கடவுளின் பெயரால் தான் சத்தியம் செய்ய வேண்டும்.''

''அப்படியானால் ஜனநாதன் மீது சத்தியம் செய்கிறேன். ஜனநாதன் என்பதும் கடவுளின் பெயர்களில் ஒன்றுதான்! ஆகவே ஜனநாதனின் மீது ஆணையாக நான் இங்கு கூறப் போவது உண்மையே தவிர வேறல்ல.''

''இந்தச் சதிகாரி உனக்குச் சொந்தக்காரியா?''

''இந்த உலகத்திலுள்ள எல்லோருமே எனக்குச் சொந்தக் காரர்கள்தான்! யாதும் ஊரே யாவரும் கேளிர் என்ற தமிழரின் புறநானூற்றுக் கொள்கைப்படி நான் யாரிடமும் சொந்தம் பாராட்டிக் கொள்ளலாம்.''

''தனிப்பட்ட முறையில் இவள் உனக்கென்ன சொந்தம்?''

''தனிப்பட்ட முறையில் எனக்கும் இந்தப் பேதைப் பெண்ணிற்கும் சொந்தபந்தமில்லை. ஆனால் இவளை எனக்கு வெகு நன்றாகத் தெரியும்.''

''இந்தக் குற்றவாளி சதித் திட்டத்தில் ஈடுபட்டுப் புரட்சிக்காரனின் மனைவியான தேவியைச் சிறைமீட்க முயல்கிறாள் என்பதும் உனக்கு முன்னதாகவே வெகு நன்றாகத் தெரியுமா?''

''அதெப்படி எனக்குத் தெரிந்திருக்குமெனக் கூறமுடியும்?''

''ஒருவேளை இந்தப் பெண் உன்னிடம் சொல்லி இருக்கலாமல்லவா?''

''இந்த ஜனநாதனை நம்பி சொந்த சகோதரிகூட எந்த ரகசியத்தையும் சொல்லமாட்டாள்!''

''ஜனநாதா! இவளை உனக்கு நன்றாகத் தெரியும் என்கிறாய் அல்லவா? அப்படியானால் இவள் மீது உனக்குப் பாசமும் இருக்கும் அல்லவா?''

''ஆமாம், சகோதர பாசம்!''

''இவளிடம் நீ அடிக்கடி நெருங்கிப் பழகியதுண்டா?''

''இல்லை, பிசிராந்தையாரின் நட்பைப் போல காணாமலே கூட நட்பு ஏற்பட முடியும்!''

''இவள் நம் எதிரி இனத்தைச் சேர்ந்த சதிகாரி என்று உனக்கு நன்றாகத் தெரியுமல்லவா?''

''இவள் ஓர் இருதயமே இல்லாத இரும்புக் கொல்லனின் மனையாள் என்றுதான் நன்றாகத் திருத்திச் சொல்ல விரும்புகிறேன்'' என்று ஜனநாதன் சிரித்தான்.

அதைக் கேட்டதும் முத்தரையன் துள்ளி எழுந்து, ''இப்போது எல்லாம் எனக்குப் புரிகிறது! கம்மியர் சேரியிலுள்ள ஓர் இரும்புக் கிடங்கும், கொல்லன் வீடும் நம்மால் தீக்கிரையாக்கப்பட்டன. அந்த வீட்டுக்குரிய ஒரு முரடன் காத்தவராயன்தான் இவளுடைய கணவன் எனச் சொல்லப்படுகிறவன்'' என்றான்.

''இருக்கலாம்!'' என்றான் ஜனநாதன்.

''அங்கே காத்தவராயன் இரும்புத் தொழில் நடத்தவில்லை. சதித்தொழில்தான் நடத்திக்கொண்டு வந்தான். அவனுடைய வியாபாரங்களெல்லாம் அரசியல் வியாபாரந்தான்!'' என்றான் முத்தரையன் ஆத்திரத்தோடு.

‘‘இருக்கலாம்! எந்த அரசியல் வியாபாரியைப் பற்றியும் முத்தரையனைப் போல எனக்கு அவ்வளவு விஷயங்கள் தெரியாது. அவ்வளவு தூரம் எனக்கு அந்தக் காத்தவராயன் நண்பனும் அல்ல, அவ்வளவு தூரம் அவனிடம் எனக்கு அக்கறையும் இல்லை!’’ என்றான் ஜனநாதன்.

ஏகவாசகர் தொண்டையைக் கனைத்துக்கொண்டு ஜனநாதனை, நோக்கி, ‘‘இந்தப் பெண் தானாகச் சதிச் செயலில் ஈடுபடவில்லை என்று சொல்கிறாள். அது உண்மைதானா?’’ என்று கேட்டார்.

‘‘ஆமாம்! இவளுடைய கணவன் என்று சொல்லப்படுகிற காத்தவராயன்தான் இவளைப் பயமுறுத்தித் தன்னுடைய சதித் திட்டத்தில் ஈடுபடுத்தி இவளைப் பலவந்தமாகச் சிறைக்குள் தள்ளினான்.’’

‘‘அந்தக் கணவன் என்கிற ஆசாமியைப் பற்றி உனக்குத் தெரிந்ததையெல்லாம் இந்தச் சபைக்கு எடுத்துச் சொல்.’’

‘‘இரத்தினச் சுருக்கமாகச் சொல்லுகிறேன்! அந்த ஆசாமி உன்னதமான உணர்ச்சிகளையெல்லாம் கடைச் சரக்காக்கிவிடக் கூடிய கயவன்! கடையர்களிலே கடையன்! மனிதர்களிலே கீழ்த்தரமான ஒரு மிருகம்...’’

அப்போது அருகில் நின்ற ஊர்மிளா, ‘‘ஆ! ஜனநாதரே?’’ என்று பரிதாபமாக ஜனநாதனை நோக்கி, அவ்வாறு தன் கண்முன்னாலேயே காத்தவராயன் பழிக்கப்படுவதை விரும்பவில்லை என்பதை உணர்த்தினாள்.

ஜனநாதன் தொடர்ந்து விசாரணை சபையை நோக்கி ‘‘இதோ சூது வாது தெரியாமலிருக்கும் இந்தப் பெண் பேதையை அந்தச் சூது மதியாளன் அழிவுப் பாதையில் பலவந்தமாக இழுத்துச் சென்றான். இவளைச் சிறைக்குள் தள்ளி இவளைப் பலியிட விரும்பினான். தன்னுடைய தனிப் பெரும் அரசியல் லட்சியத்திற்காக அல்ல! தன்னுடைய தனிப்பட்ட குரோதத்திற்காக!

ஆமாம்: அந்த வன்னெஞ்சகன் இவளை வஞ்சம் தீர்த்துக் கொள்வதற்காகவே இப்படியாக்கி விட்டான். அசூசை காரணமாக ஆத்திரப்படுவதிலும், அதைக் குரூரமாகத் தீர்த்துக் கொள்வதிலும் அந்த முரடன் நம்முடைய முத்தரையனுடைய சுபாவத்திற்கு இணையானவன்!’’ என்றான்.

அதைக் கேட்டதும் முத்தரையன் முகம் சுண்டி ஆத்திரத்தால் என்னவோ முணுமுணுத்தான். ஜனக்கும்பலில்

மறைந்து கொண்டிருந்த காத்தவராயன் முகமோ பேயறைந்தது போலாகிவிட்டது.

"ஜனநாதா! இவளுடைய கணவனைப் பற்றி உனக்குப் பல அந்தரங்க விஷயங்களெல்லாம் தெரிந்திருக்கின்றன என்று நினைக்கிறேன்" என்றார் ஏகவாசகர்.

"ஆமாம்! நான் ஒற்றுப்படை அதிகாரி அல்லவா? காற்றுப்புக முடியாத இடத்திலும் ஜனநாதனின் கருத்தும் கவனமும் புகுந்து விடும்!" என்றான் ஜனநாதன்.

"ஜனநாதா! புதிர் போலப் பேசாமல் விளக்கமாகச் சொல், இவளுடைய கணவன் எனப்படுபவன் தனிப்பட்ட விரோதத்தின் காரணமாக இவளை வஞ்சகம் தீர்த்துக்கொள்ள இவளை இந்தச் சதித் திட்டத்தில் ஈடுபடுத்தியதாகச் சொன்னாயே அந்தத் தனிப்பட்ட விஷயம் என்ன?" என்று கேட்டார் ஏகவாசகர்.

ஜனநாதன் சட்டென்று ஊர்மிளாவின் முகத்தைப் பார்த்தான். அவளுடைய முகம் ரத்தம் போல் சிவந்தது. நீதி சபையை நோக்கி ஜனநாதன் திரும்பி, "எனக்குத் தெரிந்ததையெல்லாம் சொல்லி விட்டேன். இதற்குமேல் நான் எதையும் இப்போது சொல்ல விரும்பவில்லை!" என்றான்.

"ஜனநாதா! வழக்கிற்குத் தேவையான உண்மைகளை மறைக்காமலோ, மறுக்காமலோ நீதி சபைக்கு எடுத்துச் சொல்வது உன் கடமை ஆகும்!" என்றார் ஏகவாசகர் கடுமையாக.

"நான் ஒற்றுப்படை அதிகாரி என்ற முறையிலே சில விஷயங்களைச் சொல்ல விரும்புவதும் சொல்ல விரும்பாததும் என் கடமையும் உரிமையுமாகும்" என்று பட்டென்று சொன்ன ஜனநாதன். ஊர்மிளாவைச் சுட்டிக்காட்டி. "துயரே உருவான இந்தப் பெண்ணைப் பாருங்கள். வாஞ்சையைத் தவிர வஞ்சனை என்பதே அறியாத இந்தப் பெண்ணின் முகத்தைச் சற்று உற்றுப் பாருங்கள். இவள் சதியோ சூதுவாதோ செய்யக்கூடியவள் என்று யாராவது சொல்ல முடியுமா? நான் திருப்பித் திருப்பி அழுத்தம் திருத்தமாகச் சொல்லுகிறேன். அந்த வஞ்சகனால்தான் இவள் இவ்வாறு பலியிடப்பட்டிருக்கிறாள். அவன் பயமுறுத்தியதால்தான் இந்தச் சதி வேலையில் இவள் தள்ளப்பட்டு தனக்கிடப்பட்ட கட்டளைகளை நிறைவேற்ற வேண்டிய நிர்ப்பந்தங்களுக்கு ஆளானாள்."

"இதுதான் உன் உறுதியான சாட்சியமா?"

"ஆமாம்"

உடனே ஏகவாசகர் ஊர்மிளாவின் பக்கம் திரும்பி, ''பெண்ணே! ஜனநாதனைத் தவிர வேறு சாட்சியங்கள் இருக்கிறார்களா?'' என்றார்.

''இல்லை!'' என்றாள் ஊர்மிளா பரிதாபமாகக் கண்ணீர் தளும்ப.

அந்தச் சமயம் முத்தரையன் துள்ளியெழுந்து, ''இன்னொரு முக்கியமான சாட்சியம் இருக்கிறது'' என்று கூவினான்.

''இவளுக்குச் சாட்சியாக விளங்கக்கூடிய மற்றொரு மகாவீரனும் இருக்கிறான்! அவன்தான் தலைமறைந்து திரியும் வீரசேகரன்! இப்போது அவன் இவளுக்குச் சாட்சியம் கூற வரமாட்டான்! ஏனென்றால், இங்கே தலை காட்டினால் அவன் தலை பறிபோய்விடும் என்பது இந்நேரம் அவனுக்குத் தெரிந்திருக்கும்!'' என்றான் முத்தரையன் ஆங்காரத்தோடு.

ஜனக்கும்பலில் நின்ற காத்தவராயன் மற்றொரு மூலையில் உயிரற்றவனைப்போல் கண்ணீருடன் நிற்கும் வீரசேகரனை நோக்கி, வஞ்சகப் புன்னகையொன்றை உதிர்ந்தான். தன் விரோதியைக் காட்டிக் கொடுத்துவிடலாமா என்று அந்தக் கல்நெஞ்சன் ஒரு கணம் யோசிப்பதை ஊர்மிளா யூகித்துக்கொண்டு முகம் வெளிறிப்போய் மெல்ல விம்மல் ஒலி ஒன்றை உள்ளுக்குள்ளேயே விழுங்கினாள்.

ஆனால் காத்தவராயனோ வீரசேகரனை இந்த இடத்தில் காட்டிக் கொடுத்தால் தன் நிலையும் ஆபத்தாகி விடுமென்று தன்னுடைய குரோதத்தை உள்ளுக்குள்ளேயே அடக்கிக் கொள்ளலானான்.

விசாரணை சபை முழுதும் ஒரு விசித்திர உணர்ச்சி உறைந்திருந்தது.

முகவாயைத் தடவி ஏதோ நுணுக்கமாக யோசித்துக் கொண்டிருந்த ஏகவாசகர், தம்முடைய அந்தரங்கமான சகாக்களையும் முத்தரையனையும் கலந்து ஆலோசிப்பதற்காக, அவர்களை அழைத்துக் கொண்டு மண்டபத்தின் பின்புறமுள்ள ஒரு கூடத்திற்குச் சென்றார். அந்த இடைவேளையில் மண்டபத்தில் ''கசமுச'' வென்று பேச்சுக்களும் மெல்லிய தர்க்கவாதங்களும் முணுமுணுப்புகளும் கிளம்பின.

அந்த இரைச்சலின் நடுவே, ஜனநாதன் தன் அருகில் நின்ற சேவகர்கள், அதிகாரிகள் எல்லோரையும் சற்றுத் தள்ளி நிற்கும்படி சைகை காட்டிவிட்டு, ஊர்மிளாவிடம் தனியாக மெல்லிய குரலில் உரையாடலானான்.

"ஊர்மிளா! அங்கே ஜனக்கும்பலில் காத்தவராயன் ஒளிந்து கொண்டிருக்கிறான்" என்று ஊர்மிளாவின் காதுக்குள் முணுமுணுத்தான் ஜனநாதன்.

"வீரசேகரரும் இங்கே வந்திருக்கிறார். அது உங்களுக்குத் தெரியுமல்லவா?" என்றாள் ஊர்மிளா தழதழக்கும் குரலில்.

"அவன் ஜனக்கும்பலில் எங்கே ஒளிந்து கொண்டிருக்கிறான் என்பது உனக்குத் தெரியுமா?" என்று கேட்டான் ஜனநாதன்.

"தெரியும். ஆரம்பத்திலேயே கவனித்து விட்டேன். வீரசேகரர் அரபு வர்த்தகரைப்போல் மாறுவேஷம் போட்டுக் கொண்டு அடையாளம் தெரியாதபடி ஜனக்கும்பலின் வலது பக்கம் நிற்கிறார். தயவு செய்து அந்தப் பக்கம் திரும்பிப் பாராதீர்கள்! வீரசேகரரை யாராவது சந்தேகப்பட்டு அடையாளம் தெரிந்து கொண்டு பிடித்துக் கொடுத்து விடுவார்கள்!" என்றாள் ஊர்மிளா பரிவுடன் கண்ணீர் துளிர்க்க.

"அந்த முட்டாளை நினைக்கும்போதுதான் எனக்கு மிகவும் பாவமாக இருக்கிறது!" உனக்கு மரண தண்டனை விதிக்கப்பட்டால் அவன் மனம் பொறுக்கமாட்டான்".

"நான் துரதிருஷ்டக்காரி! என்னுடைய துர்ப்பாக்கிய தசை அவரையும் பிடித்துக் கொண்டு ஆட்டுகிறது. நான் மரண தண்டனை விதிக்கப்பட்டு இந்த உலகத்தை விட்டுப் போய்விட்டால், அவர் துயரத்தால் நெஞ்சுடைந்து போய் விடுவார். இந்த உலகத்தில் அனாதை போலாகி விடுவார்!"

"ஆமாம்! நீ போய்விட்டால் அவன் உன்னை நினைத்து உருகி உருகி, அணுஅணுவாக உடல் தேய்ந்து உருத் தெரியாதபடி அனாதைப் பிணமாகவே செத்து விடுவான்!" என்று ஜனநாதன் விஷமப் புன்னகையுடன் ஆமோதித்தான்.

ஊர்மிளா விம்மினாள், அவளுக்கு அழுகையே வந்து விடும் போலிருந்தது. தன்னுடைய உணர்ச்சிகளை அடக்க முடியாதவளாய் தன்னை மறந்து வீரசேகரனின் முகத்தைச் சட்டென்று ஒருமுறை திரும்பிப் பார்த்தாள்.

வீரசேகரனின் உயிரற்ற விழிகள் ஊர்மிளாவின் மீதே பதிந்திருந்தன. அவள் ஒரு கணம் அவனைத் திரும்பிப் பார்த்தபோது அவளுடைய உடலில் எஞ்சியிருக்கும் சிறிது உயிரும் அப்படியே ஜிவ்வென்று பாய்ந்து கிளம்பி ஊர்மிளாவின் விழிகளிலேயே ஒட்டிக் கொண்டுவிடும் போலிருந்தது, ஆனால் அடுத்த கணம் அவள் கலவரத்துடன் முகத்தை திருப்பிக்

கொண்டதைப் பார்த்ததுமே தன்னை வாட்டிப் பிழியும் நெஞ்சை அப்படியே அழுத்திப் பிடித்துக் கொண்டான்.

"ஊர்மிளா! உனக்காக நீ உயிர் வாழ ஆசைப்படாவிட்டாலும் வீரசேகரனின் உடலில் உயிர் தரித்திருப்பதற்காகவாவது நீ உன் உயிரைக் காப்பாற்றிக் கொள்ள வேண்டும்! அதற்கு ஒரு வழியும் இருக்கிறது"

"நிச்சயமாகவா? என் உயிரை நான் காப்பாற்றிக் கொள்ள முடியுமா?" என்று அளவற்ற ஏக்கத்தோடும் ஆவலோடும் கேட்டாள் ஊர்மிளா.

"மனமிருந்தால் மார்க்கமும் உண்டு! அதற்கு நானே வழி சொல்லி கொடுக்கிறேன்!" என்றான் ஜனநாதன்.

"என்ன வழி? சாக வேண்டிய என் உயிரை வீரசேகரனுக்காகக் காப்பாற்றினால் என்றென்றும் நான் உங்களுக்கு நன்றி செலுத்தி வணங்கிக் கொண்டேயிருப்பேன்!" என்றாள் ஊர்மிளா.

ஜனநாதன் விஷமப் புன்னகையுடன் அவளை ஒரு கணம் ஆழ்ந்து உற்று நோக்கிவிட்டு, "ஊர்மிளா! இப்போது உன்னையும் வீரசேகரனையும் ஒருங்கே காப்பாற்றவும், நீங்களிருவரும் இனி எந்த இடையூறுமின்றி நிம்மதியாக ஒன்றுபட்டு வாழவும் ஒரே ஒரு வழிதான் இருக்கிறது! அதைத் தவிர வேறு வழியே கிடையாது! ஆனால் அந்த வழி..." என்று ஜனநாதன் மேலே சொல்லத் தயங்கினான்.

அவனுடைய தயக்கத்தை யூகித்துக் கொள்ள முயன்ற ஊர்மிளாவின் முகம் வெளிறத் தொடங்கியது.

"ஊர்மிளா! நீ புத்திசாலியாக இருந்தால் புரிந்து கொண்டிருப்பாய் எனினும் குறிப்பாகச் சொல்கிறேன், கேள்! இங்கே ஜனக்கும்பலில் அதோ காத்தவராயன் ஒளிந்து கொண்டிருக்கிறான். உன்னைக் காப்பாற்றிக் கொள்ள வேண்டுமென்றால் உனக்குப் பதிலாக அவனை இந்த விசாரணைக் கூண்டில் ஏற்ற வேண்டும்! அவனுடைய வஞ்சக எண்ணங்களையெல்லாம் இந்தச் சபைக்கு விளக்க வேண்டும். உனக்குப் பதிலாக அவன் அடைய வேண்டிய தண்டனையை அடைந்து விடுவான். நீ விடுதலை பெற்று விடலாம்!" என்றான் ஜனநாதன்.

அப்போது ஜனக்கும்பலில் ஒளிந்து கொண்டிருந்த காத்தவராயன் தூரத்தில் ஊர்மிளாவை ஜனநாதன் எவ்வாறு தூண்டி விடுகிறான் என்பதை யூகித்துக் கொண்டதும் ஒரு

கணம் முகம் வெளிறிப் போனான். ஆனால் அடுத்த கணமே நம்பிக்கையொளியும், வழக்கமான குரூர அமைதியும், குரோதப் புன்னகையும் அவனிடம் குடிகொண்டு விட்டன: ஊர்மிளா ஈனஸ்தாயியில் ஆனால் தீர்மானமாக ஜனநாதனிடம் ''என்னால் அப்படிச் செய்ய முடியாது, அவரை இந்தக் குற்றக்கூண்டில் ஏற்றமாட்டேன். அவ்வளவு தூரம் நான் அவரிடம் குரோதம் காட்டமாட்டேன்!'' என்றாள்.

''உன்னுடைய இந்தத் தாராள மனப்பான்மையையும் மனோதிடத்தையும் உன்னுடைய சுபாவத்தையும் அந்தக் கல் நெஞ்சன் யூகித்து வைத்திருப்பான் இல்லையா? அவனை நீ காட்டிக் கொடுக்க மாட்டாய் என்கிற நம்பிக்கை அவனுக்கு இருக்கும் இல்லையா?''

''ஆமாம்! அந்த நம்பிக்கை இருப்பதால்தான் அவர் தைரியமாக இங்கே வந்திருக்கிறார்! அந்த நம்பிக்கையை நான் நாசமாக்க மாட்டேன், நல்ல பண்பின் மீது எவர் வைத்திருக்கும் நம்பிக்கையையும் எதை முன்னிட்டும் நாசமாக்க மாட்டேன்.''

''ஊர்மிளா! உன்னிடம் காணப்படும் பண்போ கண்ணியமோ எனக்குக் கிடையாது? நானே அந்த நயவஞ்சகனை இழுத்து வருகிறேன். அவன் நாசமடையட்டும்!''

''வேண்டாம்! உங்களைக் கெஞ்சிக் கேட்டுக் கொள்கிறேன் அப்படிச் செய்யாதீர்கள்! என்னோடு அவருக்கும் மரணம் விதிக்கப்பட்டு இருவரும் ஒன்றாக இறக்க நேரிட்டால் அதை வீரசேகரர் பொறுக்கவே மாட்டார்!'' என்று பதறினாள் ஊர்மிளா.

''ஊர்மிளா! அந்தக் கயவன் காத்தவராயன்தான் மரண தண்டனைக்கு ஆளாவானே தவிர, நீ மடிய மாட்டாய். அவனைக் குற்றவாளிக் கூண்டில் ஏற்றிய பிறகு உன் உயிர் காப்பாற்றப்பட்டு விடும்! உனக்குப் பதிலாக அந்த நாசகாரன் செத்தால்தான் என்ன?'' என்றான் ஜனநாதன் விஷமமாக.

''அப்படிப்பட்டவரின் சாவை விலை கொடுத்துத்தான் என் வாழ்வை வாங்க வேண்டுமா? வஞ்சனையில்தான் என் வாஞ்சை வளர வேண்டுமா? வேண்டாம் இந்த வேதனை எனக்கு!'' என்றாள் ஊர்மிளா தீர்மானமாக.

''ஊர்மிளா! உன் பண்புள்ளத்தைப் பார்த்தால் உன்னை தேவதை என்று வீரசேகரன் மெய்சிலிர்ப்பதில் தவறில்லை. நீ தேவதையேதான். ஆனால் தேவதைகளுக்கும் தெய்வீகக் காதலுக்கும் இந்த அரசியல் உலகில் இடமில்லை. பாவம் வீரசேகரன்'' என்று ஜனநாதன் பெருமூச்சு விட்டான்.

பிறகு அவன் ஊர்மிளாவை உற்று நோக்கி, "ஊர்மிளா! நீயும் வீரசேகரனும் வாழவேண்டுமென்றால் இதைத் தவிர வேறு வழியே இல்லை. உனக்கும் வீரசேகரனுக்கும் என்ன தொடர்பு என்பதையும், காத்தவராயன் எவ்வளவு பெரிய வஞ்சகன் என்பதையும், உன்னை அவன் எப்படி வஞ்சம் தீர்க்கத் திட்டமிட்டு சிறையில் தள்ளினான் என்பதையும் இந்தச் சபையில் விளக்கமாக எடுத்துச் சொல்லி நிரூபித்தால், நீங்கள் இருவரும் புனர்வாழ்வு பெற முடியும். இதைத் தவிர வேறு வழியே கிடையாது!" என்று ஜனநாதன் முடிவாகக் கூறினான்.

ஊர்மிளாவின் முகம் குன்றியது உதடுகள் துடித்தன. ஜனநாதனை அவள் வெறித்து நோக்கினாள். அந்தப் பார்வை ஜனநாதனைக் குத்திக் கொல்வது போலிருந்தது. அந்த அவமானக் கதையையெல்லாம் இவ்வளவு பேர் கூடியிருக்கும் இந்தச் சபையிலே பகிரங்கமாகக் கூறி அவமானச் சின்னமாக வேண்டுமா என்று ஊர்மிளா அழாத குரலில் கேட்பது போலிருந்தது.

ஒரு கணம் ஆத்திரத்துடன் உணர்ச்சி வசப்பட்ட ஊர்மிளா, பிறகு தழதழக்கும் குரலில் ஜனநாதனை நோக்கி, "அந்த அந்தரங்கத்தையெல்லாம் இந்தச் சபையிலே வெளியிட்டு மூவருக்குத் தலை குனிவு ஏற்படுவதைவிட என் தலை பறிபோய் விடுவது எவ்வளவோ மேல்!" என்று தீர்மானமாகக் கூறிவிட்டாள்.

"சரி! விதியை வெல்லக்கூடிய ஜனநாதன் காட்டிய வழியை நீ அடைத்துவிட்டாய். இனிமேல் விதியின் வழியை நம்புவதைத் தவிர உங்களுக்கு வேறு வழியே கிடையாது!" என்று ஜனநாதன் மீண்டும் முடிவாகச் சொன்னான்.

நீதித்தலைவர் ஏகவாசகர் தம் அந்தரங்கச் சகாக்களுடன் உள்கூடத்திலிருந்து திரும்பி வந்து சபா மண்டபத்தில் அமர்ந்தார்.

மண்டபத்தில் நிசப்தம் நிலவியது.

"ஜனநாதா! காத்தவராயன் கதையெல்லாம் சொல்கிறாயே? அவன் தன் மனையாளை எப்படி எதிர் தரப்பிலுள்ள இரு அதிகாரிகளோடு நெருங்கிப் பழக அனுமதித்தான்? அதனால் நன்மை பிறக்குமென்று நினைத்தானா?" என்று ஏகவாசகர் கேட்டார்.

"அவன் நினைப்பையெல்லாம் ஆராய வேண்டிய மனோ தத்துவசாஸ்திரி நான் அல்ல! அவனுக்கும் எனக்கும் இந்நாள் பரியந்தம் நேரில் அறிமுகம் ஏற்பட்டதில்லை. இனிமேல் அந்த ஆசாமியை நான் அறிமுகப்படுத்திக் கொள்ளவேண்டும் என்கிற எண்ணமும் எனக்குக் கிடையாது!" என்றான் ஜனநாதன்.

''ஜனநாதா! இந்தப் பெண்ணிற்காக வாதாட வந்திருக்கும் நீ இவளுக்கும் உனக்குமிடையே ஒருவிதச் சகோதர பாசம் இருப்பதாகச் சொன்னாய்! இந்தத் தொடர்பிற்கு ஆதிமூலமாக விளங்கக் கூடியவன் தலைமறைந்து திரியும் வீரசேகரன்தான் என்று முத்தரையன் மூலம் அறிய வருகிறேன்! அதை இன்னும் நீ விளக்கவில்லை.''

''இனிமேல் விளக்கவேண்டிய அவசியமில்லையென நினைக்கிறேன்!'' என்றான் ஜனநாதன்.

அந்தச் சமயம் முத்தரையன் எழுந்து நின்று, ''இந்தச் சதி வழக்கு மாபெரும் ராஜத் துரோகத்தை அடிப்படையாகக் கொண்டது. இந்த வழக்கில் மாபெரும் சோழ ராஜ தந்திரியான ஜனநாதக் கச்சிராயா தமக்குத் தெரிந்த உண்மைகளை மறைக்க விரும்புவதும், கூற மறுப்பதும் எதைக் குறிப்பிடும்?'' என்று கேட்டான்.

''எதைக் குறிப்பிடும்?'' என்று திருப்பிக் கேட்ட ஜனநாதன் ''இந்த உலகத்திலேயே நான்தான் மாபெரும் ராஜத் துரோகி என்பதைக் குறிப்பிடுமா?'' என்று இடி இடியென்று சிரித்து விட்டு சபையிலிருந்த ராஜதந்திரிகள் அனைவரையும் ஒருமுறை ஏற இறங்க உற்றுப் பார்த்து விட்டு, விஷமப் புன்னகை செய்து கொண்டே, ''என்னை எப்படியாவது பகிரங்க ராஜத் துரோகியாக்கிவிட விரும்பும் இராஜதந்திரிகள் இந்தச் சபையில் இன்னும் யார் யார் இருக்கிறார்கள்?'' அவர்களின் பெயர்ப் பட்டியல்கள் எனக்குக் கிடைக்குமேயானால் அவற்றை நம் அரசர்பிரானிடம் சமர்ப்பித்து, அவர்கள் ஆசைப்படாத சன்மானங்களை நான் வாங்கிக் கொடுக்க சௌகரியமாயிருக்கும்'' என்றான். அவ்வாறு ஜனநாதன் சொன்னதும் முத்தரையனை ஆதரிக்கும் இராஜதந்திரிகளிடையே கலவரம் அரும்பியது.

ஏகவாசகர் வழக்கம் போல் தொண்டையைக் கனைத்துக் கொண்டு, ''ஜனநாதா! ஏன் விஷமமாக வார்த்தைகளைத் திரிக்கிறாய்? நம் முத்தரையன் உன்னை அந்த அர்த்தத்தில் குறிப்பிடவில்லை. ஏதோ உளறியிருக்கிறான். அது போகட்டும் இந்தச் சதி வழக்கில் சொல்ல விரும்பியதையெல்லாம் சொல்லி விட்டாயா? இனிமேல் சொல்வதற்கு ஒன்றுமில்லையா?'' என்று கேட்டார்.

''இல்லை!'' என்று ஜனநாதன் சொல்லிவிட்டு கம்பீரமாய்த் தனக்குரிய உயர்ந்த ஆசனத்தில் போய் அமர்ந்தான்.

அதன் பின்னர் ஏகவாசகர், சம்பிரதாயப்படி சில விசாரணைகளையும் நடைமுறைகளையும் முடித்துவிட்டு,

தம்முடைய சகாக்களைக் கலந்து நீதி சபையின் ஒரு முகமான தீர்ப்பொன்று பின்வருமாறு வெளியிட்டார்!

''இது மாபெரும் சதி வழக்கென்பதில் சந்தேகமில்லை. சதித் திட்டத்தில் இந்தப் பெண் ஊர்மிளா தானாகவே விரும்பி ஈடுபட்டிருந்தாலும் பிறரால் பலவந்தமாய் இதில் அவள் சம்பந்தப்படுத்தப்பட்டிருந்தாலும், குற்றம் குற்றந்தான்! இவளுக்கு மரண தண்டனை விதிக்கிறோம். இவள் தலை யானைக்காலால் பகிரங்கமாக இடறப்பட வேண்டும். அதற்காக குறிப்பிடப் பட்டிருக்கும் நாள் வரை இவள் தண்டனைக் கோட்டத்தில் மற்றவர்களோடு அடைத்து வைக்கப்படுவாள்''

இவ்வாறு தீர்ப்பு வழங்கப்பட்டதும் சபாமண்டபமெங்கும் பரிதாப ஒலிகள் கிரீச்சிட்டன.

வீரசேகரனுக்கு ஒரு கணம் உயிரே நின்றுவிட்டது போலிருந்தது!

பயங்கரமான காவலாளிகளால் ஊர்மிளா இழுத்துச் செல்லப்பட்டாள்.

ஊர்மிளா அவ்வாறு போகும்போது, ஜனக்கும்பலை நோக்கித் திரும்பி வீரசேகரனின் முகத்தை ஒருமுறை ஆவலோடு ஏறிட்டுப் பார்த்தாள்.

வீரசேகரனோ உடம்பில் உயிரில்லாத சவம் போல் நின்று கொண்டிருந்தான். தன் கண் முன்பாகவே தன் உயிர் பிரிந்து போவதை அவனுடல் பார்த்துக் கொண்டிருந்தது போலிருந்தது.

அவனுக்கு ஊர்மிளா கருவிழிகளின் கண்ணீரையே காதலின் கடைசிக் காணிக்கையாகச் செலுத்தினாள். கடைசிக் கணம்வரை தன் காதலுக்காக வாழவேண்டுமென்றுதான் துடித்துக் கொண்டிருந்தாள்! ஆனால் இப்போது அவள் சாவை நோக்கி செல்லலானாள்! இப்போது அவளுக்கு அழுகை வந்துவிட்டது. அவள் தன் உயிருக்காக அழவில்லை! தன் உயிரோடு தன் காதல் உணர்ச்சியே மங்கி மாய்ந்து விடுமோ என்று நினைத்துத்தான் அழுதாள்!

அவள் சாவுக்கிடங்கை நோக்கி அழைத்துச் செல்லப்படும்போது, அவளுக்கு ஆறுதலாகச் சபாமண்டபமெங்கிலும் பரிதாப ஒலிகளும், விம்மல்களும் அழுகைகளுமே எதிரொலித்தன. ஆனால் எல்லாவற்றையும் அமுக்கிக்கொண்டு ஒரு பயங்கரமான வெறிச்சிரிப்பு ஊர்மிளாவின் காதருகிலே கேட்டது. அப்படிக் கொக்கரித்தவன் காத்தவராயன்தான்!

மற்றொரு மூலையில் உயிரற்றவன் போல் நின்று கொண்டிருந்த வீரசேகரன் அவ்வாறு சிரிக்கும் காத்தவராயனைப் பார்த்துவிட்டான்! அவ்வளவுதான்! அவனுடைய உயிரில் மிஞ்சியிருந்த உணர்ச்சியெல்லாம் பழிவாங்கவேண்டும் என்கிற வெறியாகக் கொழுந்து விட்டெரிந்தது.

அடுத்த கணம் வீரசேகரன் சிம்மம் போல் கர்ச்சித்து காத்தவராயனை நோக்கிப் பாய்ந்து சென்றான். ஆனால் அந்தக் குள்ளநரி கும்பல்களுக்குள் பதுங்கி நழுவி ஓடத் தொடங்கியது!

அத்தியாயம் 107

வதையின் கல்வி

'கற்றான் கதையினால்
வதையின் கல்வி'

— கம்ப ராமாயணம்

மரண தண்டனை விதிக்கப்பட்ட ஊர்மிளா, தண்டனைக் கோட்டத்திற்கு இழுத்துச் செல்லப்பட்டதும், அதற்குக் காரண பூதமான காத்தவராயனைப் பழிவாங்க வேண்டும் என்ற ஆத்திரத்துடன் விசாரணை மண்டபத்தில் இருந்து கிளம்பிய வீரசேகரன் அவனை விரட்டிக்கொண்டு ஜனக் கும்பலில் வெகுநேரம் அலைந்தான். ஆனால் சிங்கத்தின் பிடிக்குள் சிக்காமல் குள்ளநரி எங்கோ நழுவிமறைந்து விட்டது. அந்தி இருளும் கவியத் தொடங்கியது.

வீரசேகரன் மனமுடைந்துபோய் இனி என்ன செய்வது என்று குழம்பியவனாய் தன் உயிரைச் சுமந்து கொண்டு ஜனநாதனின் மாளிகைக்கு இரகசியமாக வந்தான். அவனைப் பார்த்ததும் ஜனநாதன் வழக்கம்போல் விஷமமாகப் புன்னகை செய்து கொண்டே, ''என்ன மஜ்னு? இன்று விசாரணை சபையில் நான் ஊர்மிளாவின் சார்பில் வாதாடியதற்காக நீ எனக்கு நன்றி செலுத்த வந்தாயா?'' என்று கேட்டான்.

''ஜனநாதா! நீ வாதாடியதால்தான் ஊர்மிளாவிற்கு மரண தண்டனை என்று விசாரணை சபை கடுமையாகத் தீர்ப்பளித்தது!'' என்று பொருமினான் வீரசேகரன்.

''இதனால்தான் நான் யாருக்கும் நன்மை செய்வதில்லை!'' என்று சிரித்தான் ஜனநாதன்.

''அவளுக்கு மாபெரும் தீமை விளைவித்த மாபாதகனொருவன் இன்னும் இந்த உலகத்தில் உயிரோடு சஞ்சரிக்கிறான். அவனைப் பழிவாங்குவதற்குத்தான் இன்னும் நான் உயிரைச் சுமந்து கொண்டிருக்கிறேன்'' என்று வீரசேகரன் குமுறினான்.

''யார், காத்தவராயனா?'' என்று ஜனநாதன் அலட்சியமாக கேட்டான்.

''ஆமாம்! ஒன்றுமறியா ஆட்டை பலி கொடுக்கும் பூசாரியைப் போல, அந்தக் கிராதகன் ஊர்மிளாவை மரணக் குகையில் தள்ளிவிட்டான்! என் கைப்பிடிக்குச் சிக்காமல் எங்கோ நழுவி விட்டான்!''

''பலிவாங்கும் பூசாரிகள் பெரும்பாலும் கருப்பண்ணசாமி கோவில் பக்கம் அலைவதுதான் வழக்கம்!'' என்றான் ஜனநாதன்.

ஏதோ யோசித்துக் கொண்டிருந்த வீரசேகரன் தழதழக்கும் குரலில், ''ஜனநாதா! நம் சோழ மகாராணி நம் பிராட்டியார் இங்கே மதுரை மாநகருக்கு விஜயம் செய்திருப்பதாகச் சொன்னாயே! நம் பிராட்டியார் இன்னும் இந்த ஊரில்தான் தங்கியிருக்கிறாரா?'' என்று கேட்டான்.

''ஏன் கேட்கிறாய், தம்பி? நம் மகாராணியைச் சந்தித்து ஊர்மிளாவிற்காக மன்னிப்புக் கேட்கப் போகிறாயா? நம்முடைய மாபெரும் விசாரணை சபை வழங்கிய தீர்ப்பில் நம் அரச குடும்பத்தினர் தலையிடுவது வழக்கமில்லை.''

''ஜனநாதா! பாண்டிமா தேவியின் விஷயமாகத்தானே நம் சோழ மகாராணி இந்நகருக்கு விஜயம் செய்திருக்கிறார்?''

''ஆமாம், தம்பி, நம் அரசபிரானின் கருத்துப்படி சோழ நாட்டில் பாண்டிமாதேவி வேளமேற்றப்பட்டால் அந்தப் பழிச்சொல் தன் பிராணநாயகரைச் சுட்டெரித்து விடும் என்று மகாராணியார் புலம்புகிறார்!

தம்பி, பாண்டிமாதேவியை அடிமைத் தாதியாக்கி, பணிமகளிர் உறையும் உவளகமான வேளத்தில் ஏற்றுவதென நம் மகாராணியாரின் சபதம் ஒன்றிருப்பதாகச் சொன்னேனல்லவா?''

''ஆமாம்! சொன்னாய் அது அத்தனையும் பொய்யா?''

''ஆமாம், வடிகட்டின பொய்தான். ஆனால் அந்த மாபெரும் பொய்யைச் சிருஷ்டித்து ஊரெங்கும் உலாவச் செய்ததில் நம் மன்னர் பெருமானுக்கும் மாபெரும் பங்கு உண்டு!''

''ஏன் அத்தகைய பொய்யை நம் மன்னர் ஏன் அனுமதித்தார்? ஏன் பாண்டிமாதேவியை தன் பட்ட மகிஷியின் அடிமைத் தாதியாக வேளமேற்ற விரும்பினார்? சேரமன்னர் தம் புத்திரியான தேவியை நம் சோழ மன்னருக்கு பட்ட மகிஷியாக்காமல் வீரபாண்டியருக்குத் திருமணம் செய்து கொடுத்தார் என்ற ஆத்திரத்தாலா!''

''அதனால் மட்டுமல்ல தம்பி! நம் மன்னர் பிரானின் சோழ ஏகாதிபத்தியத்திற்கு இணையான எதிர் சக்தியாக இந்தப் பாண்டியநாடு பரிணமித்திருக்கிறதல்லவா? இந்நாட்டிற்கு இவ்வளவு தூரம் பெருமை எப்படி ஏற்பட்டது தெரியுமா? வீரபாண்டியனுக்குச் சேர நாடும் இலங்கை தேசமும் பக்கபலமாக இருந்து வருவதற்கும், மக்கள் பரிபூரணமான பக்தி விசுவாசம் செலுத்துவதற்கும் முக்கியக் காரணமாக இருந்து வருவது என்ன தெரியுமா? தெய்வாம்சம் பொருந்திய தேவி, வீரபாண்டியனின் பட்டத்து ராணியாக இருந்து வரும் பெருமையேயாகும்! அந்தப் பெருமையை அழித்து விட்டால் பாண்டியநாட்டின் ஆத்மசக்தியே அழிந்து விடுமல்லவா! அரியணையை அலங்கரிக்க வேண்டிய பாண்டிமாதேவி, சிறைபிடிக்கப்பட்டு நம் சோழநாட்டிற்கு அழைத்துச் செல்லப்பட்டு, நம் அரசியாரின் அடிமைத் தாதியாகவோ நம் அரசர்பிரானின் அந்தப்புர நாயகியாகவோ ஆக்கப்பட்டு வேளமேற்றப்பட்டாள் என்கிற அவமானச் செய்தி வெளியுலகத்தில் பரவினால், அதன் பின்னர் அவளுடைய வம்சமே தலையெடுக்க முடியாதல்லவா? மேலும் தேவியின் திருக்கரங்களில் அதிருஷ்ட சக்கரம் இருப்பதாக மலைநாட்டு ஜோஸ்யன் ஒருவன் சொன்னான். அத்தகைய அதிருஷ்ட தேவதையை பாண்டிய நாட்டிலிருந்து அகற்றி நம் சோழ நாட்டு அரண்மனையில் பணிமகளாக வைத்துக் கொள்வதற்குத்தான் தேவியை வேளமேற்ற வேண்டும் என்கிற சபதம் ஒன்று நம் சோழ மகாராணிக்கு இருப்பதாக நானும் மன்னர்பிரானும் சேர்ந்து அற்புதமான ஒரு கதையைக் கட்டிவிட்டோம்!''

''ஜனநாதா! ராஜாக்கள் நாயகர் என்றும், தமிழ்க் கவி தெய்வீக ஆபரணர் என்றும் மாநிலம் போற்றும் நம் சோழ மன்னருக்கு மாபெரும் பழிச் சொல் ஏற்பட வேண்டும் என்பதற்குத் தான் நீ இத்தகைய ஓர் திட்டத்தைத் தீட்டிக் கொடுத்திருப்பாய்?''

''ஆமாம், தம்பி! அத்தகைய புகழும் புஜபல பராக்கிரமமும் மிகுந்துள்ள நம் குலோத்துங்க சோழரையும், அவருடைய சாவ

சக்திவாய்ந்த சோழ சாம்ராஜ்யத்தையும் பழிச்சொல் ஒன்றினால்தான் அழிக்க முடியும்! பிறன் மனைவியைச் சிறை வைத்தான் என்கிற பழிச் சொல்லினால் ராவணனின் ஏக சக்ராதிபத்தியம் அழிந்தது போல், தேவியை வேளமேற்றப்போகும் நம் குலோத்துங்க சோழரின் சாம்ராஜ்யமும் விரைவில் அழிந்து போகும்! தம்பி! நம் புவிச் சக்கரவர்த்தியை தமிழ்க் கவி தெய்வீக ஆபரணன் என்று தமிழ்ப் புலவர்களெல்லாம் போற்றிப் புகழும் நம் அரசர் பிரானின் அவையிலே, நம் கவிச் சக்கரவர்த்தியாகிய கம்பர்பெருமான் ராமாயணம் என்னும் மகா காவியத்தைப் பாடிக் கொண்டிருக்கும் காலத்திலே, பிறன் மனைவியான தேவி சிறை பிடிக்கப்பட்டு, அதே மன்னரால் வேளமேற்றப்பட்டால் என்ன விநோதமாயிருக்கும்? யோசித்துப்பார்! நம் புவிச் சக்கரவர்த்தியை ராவணசந்நியாசி என்று உலகம் பழி தூற்றுவதோடு, கவிச் சக்கரவர்த்தி கம்பர் பெருமானும் நம் மன்னர்பிரானை வேஷதாரி என உதறித் தள்ளி சோழ குலம் அழிய வேண்டுமெனச் சபித்து விட்டுப் போய்விடுவார்!''

''ஜனநாதா! இத்தகைய விபரீதங்களெல்லாம் நிகழுமென நம் மன்னர்பிரான் யூகித்திருக்கமாட்டாரா? தேவியை விட்டு விடவேண்டுமென்று யாரும் மந்திராலோசனை கூறியிருக்க மாட்டார்களா?''

''தம்பி! சீதா தேவியை விட்டிடு! அவள் நம் குலத்தை அழிக்க வந்த நஞ்சென அறிந்திடு'' என்றெல்லாம் இராவணனுக்கு அவனுடைய தம்பியர் உட்பட பலரும் மந்திராலோசனை கூறினார்கள். அதையெல்லாம் அவன் செவி கொடுத்துக் கேட்டானா? போரில் சிறைப் பிடித்தவளை பயந்து விட்டு விட்டதாக உலகம் நம் வீரத்தைப் பரிகசிக்கும் என்றல்லவா அந்த ராவணன் வாதாடினான்?''

''அதுபோல நம் சோழமன்னரும் இப்போது வாதாடுகிறாரா?''

''அதுமட்டுமல்ல, தம்பி! முன்னொரு சமயம் இங்கே, மதுரை மாநகரிலே பகிரங்க விசாரணையிலே, என் வாளுக்கு இரையான அஞ்சுகோட்டைநாடாள்வான் நம் குலோத்துங்க சோழரை இராவண சந்நியாசி என்று பழி கூறிவிட்டு மடிந்தானல்லவா? சிறைக் கோட்டத்திலுள்ள தேவியின் குமாரனுக்கு குருஸ்தானம் வகிப்பதற்காக சுந்தரஜோஸியர் என்ற வேஷதாரி வந்தாரென்றும், அவர் சிறையிலுள்ள தேவிக்கு அவமானத்தின் சின்னமாக மற்றொரு புத்திரனை அளித்தாரென்றும் அத்தகைய நீசனான சுந்தரஜோஸியர் நம் குலோத்துங்க சோழ மன்னர்தானென்றும், அதனால்தான் அவரைச் சிறைக் கோட்டையிலிருந்து ரகசியமாக வெளியேற அனுமதித்ததாகவும் அஞ்சுகோட்டையான் வாதாடினான் அல்லவா?''

"ஆமாம்! ஆனால் உண்மையில் அந்த சுந்தரஜோசியர் வீரபாண்டியரே தவிர, நம் குலோத்துங்க சோழர் அல்லவே?"

"அது உனக்கும் எனக்கும் தெரியும்! ஆனால் அதை உலகத்திற்கு நிரூபித்தாக வேண்டுமே?"

"அதற்கு என்ன வழி?"

"அப்படித்தான் நம் மன்னர்பிரானும் என்னிடம் கேட்டார்! அதற்கு நான் ஓர் அபூர்வமான வழி சொன்னேன். அதாவது பாண்டிமாதேவி அடிமைத் தாதியாக சோழ நாட்டில் வேளமேற்றப்பட வேண்டும் என்கிற நம் மகாராணியாரின் சபதப்படி சிறைச் செல்வியான தேவி நம் தலைநகரான சோழ நாட்டிற்கு அழைத்துச் செல்லப்படுவாள்! அங்கே வேளமேற்றப்பட்டதும் பலரும் கூடியுள்ள நம் மன்னர்பிரானின் சபையிலே பகிரங்கமாகக் கொண்டு வந்து நிறுத்தப்படுவாள். நம் மன்னர்பிரான் தம் இராஜவாளை உருவி, தேவியின் கையில் கொடுத்து, "சிறையில் உனக்குப் புத்திரனைத் தந்த புன்மகன் யாரோ அவனை இந்த வாளால் வெட்டியெறிந்து விடு" என்று சொல்லுவார். தேவி உடனே அந்த வாளால் தன்னையே வெட்டிக் கொண்டு மடிந்துவிடுவாள். அதன் பின்னர் தம் மீதுள்ள பழிச் சொல் நீங்கிவிடுமென்று நம் மன்னர் பெருமான் நம்பிக் கொண்டிருக்கிறார்".

"அந்த நம்பிக்கையையும் நாசமாக்குவதற்கு நீ ஏதாவது சூழ்ச்சித் திட்டம் வகுப்பாய், இல்லையா?"

"ஆமாம்; அதையும் பிறர் ஒப்புக்கொள்ளும்படி வகுப்பதுதான் ஜனநாதனின் அதிசாமர்த்தியமாக இருக்கும்!"

"ஜனநாதா! துர்ப்பாக்கியவதியான பாண்டிமாதேவி தன் நாடு நகரங்களை இழந்தாள். தன் நாதனைப் பிரிந்தாள். சிறையில் புத்திரனைப் பெற்றுத் தீராப் பழியும் சுமந்தாள். வாழ்வையெல்லாம் கண்ணீரிலே கழித்த அந்தச் சிறைச் செல்வியின் கதி, கடைசியில் என்னாகும் என்பதைப் பற்றி நம் சோழ மகாராணியார் முடிவு எதுவும் சொல்லவில்லையா?"

"அந்த முடிவை நான் அல்லவா சொல்லவேண்டும்? தேவியின் விதியை நிர்ணயிக்கக்கூடிய சக்தி என் கையிலல்லவா இருக்கிறது? இதை உணர்ந்துதான் நம் சோழ மகாராணியார் அவசரமாகப் புறப்பட்டு மதுரை மாநகருக்கு விஜயம் செய்திருக்கிறார். பிறன் மனைவியைச் சிறைப்பிடித்து வேளமேற்றும் பழிச் சொல்லிலிருந்து தன் பிராணநாதரைக் காப்பதற்காக நம்முடைய மாபெரும் சோழ மகாராணியார் ஓர் உபாயம் தேடி

என் உதவியை நாடி வந்திருக்கிறார். ஆனால் தேவியைப் பத்திரமாக இங்கிருந்து சோழநாட்டிற்குக் கொண்டுபோய் வேளமேற்றும் பொறுப்பை என் தலையிலல்லவா நம் மந்திராலோசனை சபை சுமத்தியிருக்கிறது? இந்தத் தர்மசங்கடமான நிலையில் நான் என்ன செய்ய முடியுமென நம் மகாராணியாரிடம் வெகு உருக்கமாக எடுத்துச் சொன்னேன்."

"ஜனநாதா! நீ நினைத்தால் ஏதாவது தந்திரோபாயம் செய்ய முடியும்!"

"தம்பி! தேவியை வேளமேற்றாமல் விட்டு விட்டால் எனக்கு ஏராளமான பரிசுகளை கையூட்டு தருவதாக நம் சோழ மகாராணியார் பேரம் பேசினார். ஆனால் கடமை தவறாத ஓர் சத்புத்திரன் அதற்கு என்ன பதில் சொல்வான்?" "மகாராணி, உங்களுக்காக என் உயிரை வேண்டுமானாலும் தருகிறேன் ஆனால் கடமை தவறமாட்டேன்!' என்றுதானே சொல்வான்?"

"உன் கடமை வாசகத்தையெல்லாம் நம் மகாராணியார் நம்பியிருக்கமாட்டார்களே?"

"நம்பமாட்டார் என்று எனக்கும் தெரியும்! ஆனால் தேவியைப் பத்திரமாகக் கொண்டுபோய் வேளமேற்றினால் அதனால் எனக்குக் கிடைக்கும் இலாபங்கள் அதிகமாக இருக்குமென்பதை சூசகமாக உணர்த்தினேன்."

"அதனால் உனக்கு அதிகமாக என்ன கிடைத்துவிடும்?"

"தேவியைப் பத்திரமாகக் கொண்டு போய் வேளமேற்றினால் நம் அரசர்பிரான் அகமகிழ்ந்ததாகக் காட்டிக்கொள்வார். எனக்குப் பல்லாயிரக்கணக்கான பொன்னும் பொருளும் பரிசு கிடைக்கும்! அரசியலிலே எனக்குப் புது அதிகாரங்களும், அதிக அந்தஸ்தும், செல்வாக்கும் கிடைக்கும்! அரச பீடத்திலே அரசர் பிரானுக்கு வலதுகரமாய் விளங்கும் மகோன்னதச் சக்தியும் கிடைக்கும்! நான் ஊராள்வதற்குப் புதிய ஊர்களும், படைகளும், பரிவட்டங்களும் கிடைக்கும்!

இத்தனையும் கிடைத்த பின்னர் எதிர்காலத்தில் சோழ ஏகாதிபத்தியத்தையே அழிக்க உபயோகப்படுத்துவேன்! தம்பி, எதிராளியை ஒழிக்கவேண்டு மென்றால் புத்தியுள்ளவன் என்ன செய்வான் தெரியுமா? தன்னுடைய கத்தியை உபயோகப்படுத்தமாட்டான். எதிரியின் கையிலுள்ள கத்தியை வாங்கியே எதிரியைக் கொன்றுவிடுவான்! "பகையாளியின் குடியை உறவாடிக் கெடு" என்பது அரசியல் துறைக்கே ஏற்பட்ட பொன்மொழியாகும்!"

"ஜனநாதா! தேவியின் மானத்தைப் பணயமாக வைத்து அரசியல் சதுரங்கம் ஆட நினைக்கிறாயே, இது தர்மமா?"

"தம்பி! அரசியல் துறையிலே தர்ம அதர்மப் பேச்சுக்கே இடமில்லை! நீ கீதோபதேசம் கேட்டிருப்பாயே? அரசியல் போராட்டத்திலே உணர்ச்சிகளுக்கு இடம் தரலாகாது! வல்லான் வகுத்ததே வாய்க்கால்; மதியுள்ளவன் விதித்ததே விதி!"

"ஜனநாதா! என் நட்பிற்காக உன்னிடம் என் உயிரைவிட மேலானதொன்றைக் கேட்கப் போகிறேன்.."

"தேவியை விட்டுவிடச் சொல்கிறாயா?"

"ஆமாம்!"

"தேவியை விட்டுவிட்டால் வீரபாண்டியன் பகிரங்கமாக வெளிப்பட்டு மதுரையிலுள்ள சிறைக் கோட்டங்களையெல்லாம் முற்றுகையிட்டுத் தன் கட்சியினரையெல்லாம் விடுவிப்பான். அவர்களில் ஒருத்தியாக உன் ஊர்மிளாவும் விடுதலையடைவாள் என்று எண்ணுகிறாயா?"

"ஜனநாதா! துர்ப்பாக்கியவதியான தேவியை உத்தேசித்தாவது நீ இந்தக் காரியத்தைச் செய்யக்கூடாதா?"

"தம்பி! தேவியைப் பத்திரமாக இங்கிருந்து உயிரோடு நம் சோழ நாட்டிற்கு அழைத்துச் சென்று வேளமேற்றும் பொறுப்பு என் தலையில்தான் சுமத்தப்பட்டிருக்கிறது. இடைவழியில் தேவி தப்பிச் சென்றாலோ, தேவியின் உயிருக்கு ஹானி நேரிட்டாலோ என் செல்வாக்கெல்லாம் அழிந்துவிடும் என்று என் சகாக்களான ராஜதந்திரிகள் அனைவரும் மனப்பால் குடித்துக் கொண்டிருக் கிறார்கள்" என்றான் ஜனநாதன்.

வீரசேகரன் சிறிது நேரம் ஏதோ யோசித்து விட்டு ஜனநாதனை நிமிர்ந்து நோக்கி, "நம் சோழ மகாராணியார் இன்னும் இங்கே மதுரையில்தானே இருக்கிறார்?" என்று கேட்டான்.

"ஆமாம் இன்னும் தலைநகருக்குத் திரும்பிப் போகவில்லை! வேளமேற்றுவதற்காக பாண்டிமாதேவி இங்கிருந்து அழைத்துச் செல்லப்படும் தினத்தன்றுதான் நம் சோழ மகாராணியாரும் இங்கிருந்து புறப்படுவார்! ஆனால் இதற்கிடையில் நீ அவர்களைச் சந்திக்க முடியாது! யாருமே சந்திக்க முடியாது!"

"ஜனநாதா! தேவியை எங்கே ஒளித்து வைத்திருக்கிறாய்?"

"அதை யாராலும் கண்டுபிடிக்க முடியாது!"

''ஜனநாதா! தேவிக்கு மானபங்கம் நேரிடுமெனத் தோன்றினால் தேவியைச் சிறைப் பிடித்த என் கையாலேயே ஒரு துளி விஷம் கொடுப்பதாக நான் வாக்குறுதி அளித்திருக்கிறேன்! அடிமைத் தாதியாக வேளமேற்றப்படும் அவமானத்தைப் பாண்டிமாதேவி சகிக்க மாட்டாள். பாண்டிமாதேவியின் பிணந்தான் சோழநாட்டின் வேளத்திற்குப் போகும். என்மீது கருணையுள்ளவர் யாராவது இருந்தால் ஒரு துளி விஷங்கொடுங்கள்'' என்று பாண்டிமாதேவி அன்று விசாரணை சபையிலே சொன்ன கம்பீரமான வாசகம் இன்னும் என் காதுகளில் பரிதாபமாக ஒலிக்கிறது. இந்த நிலையில் தேவிக்கு ஒரு துளி விஷம் கொடுக்கக்கூடிய துர்ப்பாக்கியவான் இந்த உலகத்திலே நான் ஒருவன்தான் உண்டு!'' என்றான் வீரசேகரன் தழதழக்கும் குரலில்.

''தம்பி விஷத்தை வாரி வழங்கக்கூடிய வள்ளல்கள் இன்னும் பலர் நம்மிடையே இருக்கிறார்கள்! பாண்டிமாதேவி வேளமேற்றப்பட்டால் அதற்குப் பழிக்குப்பழியாக சோழசாம் ராஜ்யத்தைச் சுட்டெரிக்கும்வரை பாண்டிய நாட்டுப் பகை தீராது என்று நம் ராஜதந்திரிகளில் பலர் பயப்படுகிறார்கள்! பாண்டிய மக்களின் நெஞ்சங்களிலே புரட்சித் தீ ஓயாமல் ஊழிதோறும் கொழுந்துவிட்டு எரிந்து கொண்டிருக்கும் என்றும் எண்ணி நடுங்குகிறார்கள். நாம் இங்கே அமர்த்தியிருக்கும் பொம்மை அரசனான விக்கிரம பாண்டியனை ஆதரிக்கும் நம் முத்தரையன் உள்பட, பாண்டிய அதிகாரிகள் அனைவரும் பல காலத்திற்கும் பாண்டிய மக்களின் முன் தலைகுனிய நேரிடும் என்றும், பயங்கரமான கலவரம் ஓயாமல் உண்டாகிக் கொண்டே இருக்குமென்றும் அஞ்சிக் குழம்புகிறார்கள். இந்த நிலையில் தேவியை வேளமேற்றுவதற்கு முன் எப்படியாவது கொன்றுவிட்டால் பழிச்சொல் ஏற்படாமல் தப்பலாம் என்று அவர்களெல்லாம் ஆசைப்படுகிறார்கள். தம்பி! அதையெல்லாம் நிராசையாக்கி தேவியைப் பத்திரமாக உயிரோடு சோழ நாட்டிற்கு அழைத்துச் செல்லும் பொறுப்பு இப்போது எனக்குப் பெரிதாகி விட்டது. அதனால் தேவியை யார் கண்ணிலும் காட்டமாட்டேன்!'' என்றான் ஜனநாதன்.

''ஜனநாதா! கடைசி முறையாகக் கேட்கிறேன். தேவியை விட்டுவிடு! என்னுடைய நட்பிற்காகவாவது நீ இதைச் செய்யத்தான் வேண்டும்!'' என்று வீரசேகரன் அழாத குரலில் கண்களில் நீர் வழியக் கேட்டான்.

''தம்பி! என் உயிரைவிட மேலானது ஒன்றைக் கேட்கும் படியான நட்பு எனக்குத் தேவையில்லை! போய் வா!'' என்று அலட்சியமாகச் சிரித்தான் ஜனநாதன்.

அவனை வீரசேகரன் ஆத்திரத்துடன் ஒருமுறை நிமிர்ந்து நோக்கிவிட்டு, சடசடவென்று அங்கிருந்து கிளம்பி ஜனநாதனின் மாளிகையை விட்டு வெளியே வந்தான்.

மாளிகை வாசலின் வெளியே கவிந்துள்ள இரவின் இருள் திட்டில் நிழலுருவம் ஒன்று பதுங்கியிருப்பது போன்ற பிரமை வீரசேகரனுக்கு உண்டாயிற்று, அவனைக் கண்டதும் அந்த உருவம் சடக்கென்று தன் எண்ணத்தை மாற்றிக்கொண்டு அவனைப் பின் தொடர விரும்புவது போலவும் தோன்றிற்று.

வீரசேகரன் வேகமாகத் தெருவில் நடந்தான். அந்த நிழலுருவமும் பதுங்கிப் பதுங்கி அவனைப் பின் தொடர்ந்து வருவது போன்ற உணர்ச்சியும் இருந்து கொண்டே வந்தது.

மதுரைமா நகரமெங்கும், இருளும், ஏதோ விபரீதத்திற்குப் பயங்கரமான அறிகுறியும் படர்ந்து கிடந்தது.

வீரசேகரன் பல தெருக்களையும் கடந்து செல்லும்போது, ஆங்காங்கே சிறு சிறு கும்பலாக ஜனங்கள் மௌனமாகக்கூடி நிற்பதையும், தெருவில் யாராவது நடந்து வரும் காலடியோசை கேட்டால் அவர்களெல்லாம் இருளில் தலைமறைந்து கொள்வதையும் கண்டான். பாண்டிமாதேவி வேளமேறப் போகிறாள் என்று ஆத்திரவசப்பட்ட ஜனங்கள் புரட்சி செய்யத் துடித்துக் கொண்டிருப்பதும் சரியான தலைவனில்லாததால், வீதிகள்தோறும் அவர்கள் சிறுசிறு அலைகளாகச் சிதறி பயங்கரமான கலகத்திற்குத் தயாராகிக் கொண்டிருப்பதும் புலனாயிற்று. எந்தச் சமயம் எந்தப் பக்கம் புரட்சி கிளம்பும், எங்கே எந்தக் கூட்டத்தினர் எதைத் தாக்குவார்கள் என்பதெல்லாம் ஒருவருக்கும் புரியாமல் இருந்தது. பாய்வதற்காகப் பதுங்கும் புலிகளைப் போல பாண்டிய ஜனங்கள் அந்த இரவிலே தெருக்களில் பதுங்கிப் பதுங்கி மறைகிறார்கள் என்பது மட்டுந்தான் வீரசேகரனுக்குப் புரிந்தது ஆனால் அவனுக்கு இப்போதெல்லாம் அதைப் பற்றிக் கவலை இல்லை! ஊர்மிளாவின் அழிவிற்குக் காரணமான காத்தவராயனைப் பழி வாங்கவேண்டும், என்ற உணர்ச்சிதான் – அவன் தன்னைப் பழி வாங்குவதற்குள் அவனைப் பழிவாங்கிவிடவேண்டும் என்ற உணர்ச்சிதான் – அவனுடைய தலைக்குள் இப்போது மிகுந்திருந்தது.

ஒருவேளை தன்னைப் பின் தொடர்ந்து வரும் நிழலுருவம் காத்தவராயனாக இருக்குமோ? அந்த எண்ணம் தோன்றியதும் வீரசேகரன் சட்டென்று ஆத்திரத்துடன் திரும்பிப் பார்த்தான். அதற்குள் அந்த நிழலுருவம் குபீரெனப் பாய்ந்து அவனைப் பிடித்துக் கொண்டது.

''யாரது?'' என்று ஆத்திரத்துடன் கேட்டான் வீரசேகரன்.

''நான்தான்! சப்தமிடாதே! நம்மிருவரின் மாறுவேஷங்களும் வெளிப்பட்டு விட்டால் நம்மிருவருக்குமே ஆபத்து. உன்னையும் என்னையும் தேடி உன் அரசாங்கத்தின் ஒற்றர்களெல்லாம் தெருக்களில் அலைகிறார்கள்!'' என்றது அந்த நிழலுருவம்.

''யார்? வீரபாண்டியரா?'' என்று வீரசேகரன் வியப்புடன் அந்த நிழலுருவத்தைக் கேட்டான்.

''ஆமாம்'' என்றான் வீரபாண்டியன்.

''நீரேன் இப்படித் தெருக்களில் அலைகிறீர்?''

''என் தேவியின் கதியை அறிவதற்காகத்தான்! நீயேன் இப்படித் தெருக்களில் அலைகிறாய்?''

''ஊர்மிளாவைச் சிறையில் தள்ளிய பழிகாரனைச் சந்திப்பதற்காகத்தான்!'' என்றான் வீரசேகரன் ஆத்திரத்துடன்.

''பாவம், ஊர்மிளா...'' என்று முனகினான் வீரபாண்டியன்.

''உம்முடைய தேவியை முன்னிட்டுத்தான், ஒரு குற்றமும் அறியாத ஊர்மிளா, அந்தப் பழிகாரனால் சிறையில் தள்ளப்பட்டு யானைக்காலுக்குப் பலியாகப் போகிறாள்!''

''முதலில் தேவியை மானத்தோடு மீட்டு விட்டேனென்றால் பிறகு பகிரங்கமாக வெளிப்பட்டு, தண்டனைக் கோட்டத்தைத் தகர்த்து, ஊர்மிளாவையும், என் கட்சியினரையும் காப்பாற்றி விடுவேன்!''

''தேவியை ஜனநாதன் கையிலிருந்து மீட்பது அவ்வளவு சுலபமல்ல!'' என்றான் வீரசேகரன்:

''தேவியை உன் நண்பன் எங்கே ரகசியமாக மறைத்து வைத்திருக்கிறான்? அதைக் கண்டு பிடிப்பதற்காகத்தான் நான் ஜனநாதனின் மாளிகை வாசலின் முன் இருளில் பதுங்கியிருந்தேன். உன்னைக் கண்டதும் உன்னிடம் விசாரித்து அறிந்து கொள்ளலாம் என்று உன்னைப் பின் தொடர்ந்து வந்தேன்!''

''தேவியை ஒளித்து வைத்திருக்கும் இடத்தை ஜனநாதன் தன் உயிர் போனாலும் சொல்லமாட்டான்.''

''உன்னால் அதை யூகிக்க முடியாதா? பழைய சிறைக் கோட்டத்திலேயே தேவி மறைத்து வைக்கப்பட்டிருப்பாளா?''

''தேவியை அங்கு வைத்திருந்தால் தேவியின் உயிருக்கு ஹானி நேரிடுமென்று ஜனநாதன் நினைப்பான்.''

"ஒருவேளை ஜனநாதன் தன்னுடைய மாளிகையிலேயே தேவியை மறைத்து வைத்திருப்பானோ?"

"அப்படி வைத்திருந்தால் தன்னுடைய மாளிகைக்கும் தனக்கும் ஆபத்து நேரிடும் என்று ஜனநாதன் நினைப்பான்."

"பின் தேவி எங்குதான் இருப்பாள்?"

"அன்று விக்கிரம பாண்டியனின் அரண்மனையிலே விசாரணை நடந்த பிறகு, தேவி வெளியே அழைத்து வரப்பட்டதாக தெரியவில்லை".

"அப்படியானால் அந்த அரண்மனைக்குள்ளேயே தேவி மறைத்து வைக்கப்பட்டிருப்பாளோ?" என்று வீரபாண்டியன் அவசரமாகக் கேட்டான். "ஆமாம், அப்படித்தான் நான் யூகிக்கிறேன். விக்கிரம பாண்டியனின் அரண்மனைக்குள் அவருடைய பட்டமகிஷியின் கண்காணிப்பின் கீழேயே தேவி வைக்கப்பட்டிருக்கலாம். சிம்மாசனத்திற்குப் போட்டியாக விளங்கும் தேவியை வெளியே தப்பவிடாமல் விக்கிரம பாண்டியனின் பட்டமகிஷி பத்திரமாகப் பாதுகாப்பாளென்று ஜனநாதன் நினைத்திருக்கலாம்!" என்றான் வீரசேகரன். அதைக் கேட்டதும் வீரபாண்டியன் துள்ளி எழுந்தான். அடுத்த கணமே விக்கிரமபாண்டியனின் அரண்மனையிருக்கும் திசை நோக்கிப் பாய்ந்து சென்றான்.

அத்தியாயம் 108

மன நோய்

'மண்ணோ ஒழியா! பகலோ புகுதாது!
எண்ணோ தவிரா! இரவோ விடியாது
உள்நோவு ஒழியா! உயிரோ அகலா,
கண்ணோ துயிலா! இதுவோ கடனே?'

– கம்ப ராமாயணம்

மதுரை மீனாட்சியம்மன் கோயிலில் அர்த்தசாம மணி அடித்துச் சிறிது நேரம் ஆயிற்று. வானத்தில் தேய்பிறைச் சந்திரன் கருமேகத் திரைக்குள் ஒளிந்து கொண்டிருந்ததால் நட்சத்திரங்கள்தான் மின்மினிப் பூச்சிகளைப்

போல் இலேசாக அந்த இரவில் ஒளி வீசிக் கொண்டிருந்தன. ராஜ வீதியின் கற்றூண்களிலிருந்த விளக்குகளின் தீ நாக்குகள் பயங்கர இருளை விழுங்க முடியாமல் படபடத்துக் கொண்டிருந்தன.

அன்றிரவு மதுரை மாநகரெங்கும் படர்ந்திருந்த விபரீத அமைதி விக்கிரம பாண்டியனின் அரண்மனையிலும் உறைந்திருந்தது.

அரண்மனையின் மேன்மாடத்தில் நிலா உப்பரிகையில் தொங்கும் கனமான பட்டுத் திரைச் சீலைகள் கூட ஏதோ விபரீதத்தை உணர்த்துவதுபோல காற்றில் சலசலத்துக் கொண்டிருந்தன.

அந்த நிலாமாடத்து உட்புறச் சுவர் ஒன்றில், விளக்கு நாச்சியாரைப் போன்ற பெரிய சிலை ஒன்று கைகளில் தீபம் ஏந்திக் கொண்டிருந்தது. அது உமிழும் சிறு வெளிச்சத்தைத் தவிர வேறு மாட மணி விளக்குகள் எதுவும் ஏற்றப்படவில்லையாதலால், நிலாமாடத்தின் பெரும் பகுதி இருளிலேயே மூழ்கிக் கிடந்தது.

அங்கிருந்த தீபச்சிலை கிரீச்சென்ற ஒலியுடன் மெல்ல அகன்று, ஒரு சுரங்க வழியைக் காட்டியது.

அது அரண்மனையிலிருந்து அந்தப்புர மாதர்கள் மீனாட்சியம்மன் ஆலயத்திற்கு இரகசியமாய்ப் போய் வருவதற்காக அமைக்கப்பட்டிருந்த சுரங்க வழியாகும்.

அதிலிருந்து சோகமே உருவான மங்கையொருத்தி, சில தாதியர் புடைசூழ, கைகளில் பிரசாதத் தட்டுடன் வெளிப்பட்டாள். அவர்கள் மாடத்திற்குள் வந்து தீபச் சிலையின் ஜடை நாகத்திலுள்ள ஒரு விசையை முடுக்கியதும் தீபச்சிலை மறுபடி கிரீச்சென்ற ஒலியுடன் நகர்ந்து தன் யதாஸ்தானத்தை அடைந்து சுரங்க வழியை மறுபடி மூடிக் கொண்டு விட்டது.

அவ்வாறு சுரங்க வழியிலிருந்து வெளிப்பட்ட சோகமே உருவான மங்கை, பாண்டிய நாட்டின் பொம்மை அரசனின் பட்ட மகிஷியாவாள். அவளுடைய அஞ்சன விழிகளில் ததும்பி நின்று நீர்த்துளிகள் அவளுடைய கையிலிருந்த குங்குமத் தட்டின் திருநீற்றில் சிந்திக் கலந்தன.

அவள் ஒரு பெருமூச்சுடன் நிலா மாடத்தில் உறைந்திருக்கும் இருளையும் உப்பரிகையில் தொங்கும் கனமான பட்டுத் திரைகளையும் ஒரு கணம் உற்றுப் பார்த்துவிட்டு, அடுத்துள்ள சயனக் கூடத்தை நோக்கி மெதுவாக நடந்தாள்.

சயனக் கூடத்தில் அரண்மனை வைத்தியரும் முக்கியமான பாண்டிய அதிகாரிகளும் குழுமியிருந்தார்கள். அவர்களுக்கு மத்தியில் அலங்காரமான பஞ்சணையிலிருந்து மெல்லிய முனகல் ஒலி ஓயாமல் வெளிப்பட்டுக் கொண்டிருந்தது.

''ஐயய்யோ! வேதனை தாங்க முடியவில்லையே. என் மூளை தீப்பிடித்து எரிகிறதே'' என்று விக்கிரம பாண்டியன்தான் ஜுரவேகம் தாங்காமல் முனகிக் கொண்டிருந்தான்.

நோய்வாய்ப்பட்டு புழுப்போல துடித்து, சிருங்கார மண்டபத்து கனகமணிக் கட்டிலிலே கம்பளிப் பூச்சிபோல் ஓயாமல் நெளிந்து கொண்டிருந்தான். அவனுடைய ஒரு பக்கக் கன்னம் வீங்கியிருந்தது இரவு பகலாக பல நாட்கள் தூங்காததால் அவனுடைய இரு விழிகளும் குரூரமாகச் சிவந்திருந்தன. கருவேல முட்களைப் போல அவனது இளம் முகத்தில் தாடிரோமங்கள் படர்ந்திருந்தன. நோய்க் கிருமிகளுக்கும் பலவித வைத்தியர் களுக்கும், பலவித மருந்துகளுக்கும் இரையாகி அவனுடைய உடம்பு எலும்புக் கூடாகவே ஆகிவிட்டது. அந்த நிலையில் அவனைப் பார்ப்பதற்கு மிகவும் விகாரமாகவும், பயங்கரமாகவும் பரிதாபகரமாகவும் இருந்தது.

அவனுக்கு என்ன வியாதி பிடித்திருக்கிறது என்பதை, எத்தனையோ வைத்தியர்கள் பார்த்தும் இன்னும் சரியாக நிதானிக்க முடியவில்லை. ஒரு வைத்தியர் அஸ்தியில் ஜுரம் என்றார்; இன்னொருவர் காச நோய் என்றார், வேறொருவர் பெண் நோய் என்றார்; சிலர் வெறும் கூவ வீக்கம்தானென்றனர்; ஓரிருவர் மூளைக்கோளாறு என்றனர் – இது போல் உலகத்திலுள்ள சர்வ ரோகங்களும் விக்கிரம பாண்டிய மன்னரின் சரீரத்தில் குடிகொண்டிருப்பதாகச் சொல்லித் தங்களுடைய மருந்துப் பிரயோகங்களுக்கு மன்னர் பெருமானின் மகத்தான சரீரத்தைப் பரிசோதனைப் பொருளாக்கிக் கொண்டிருந்தார்கள்!

விக்கிரம பாண்டியன் அதிகமாகப் பயந்து போனான். தனக்குச் சாவு சமீபித்து விட்டதாக எண்ணி எதற்கெடுத்தாலும் எரிந்து விழலானான். இளம் வயதில் பாண்டிய மன்னனுக்கு இத்தகைய பயங்கர வியாதி ஏன் வந்தது என்று அரண்மனைப் பணியாட்கள் வியப்புறவும், அதிகாரிகள் அனைவரும் திகைப்புறவும் தொடங்கினார்கள். வியாதியின் மூல காரணத்தைக் கண்டுபிடிக்க வைத்தியர்களாலும் முடியவில்லை. அது நோயாளிக்கும் அவனுக்கு வாழ்க்கைப்பட்டிருந்த பட்டமகிஷிக்கும் மட்டுமே தெரிந்திருந்தது.

விக்கிரமபாண்டியன் அரசபோகத்திற்கு ஆசைப்பட்டு வாரிசுப் போட்டியில் இறங்கி சோழர்களின் படை உதவியினால் மதுரையை

முற்றுகையிட்டு வீரபாண்டியனுக்குரிய சிம்மாசனத்தை அபகரித்துப் பாண்டிய வேந்தனாக முடிசூடிக் கொண்டான். ஆனால் அந்தப் பெருமையெல்லாம் வெகு விரைவில் பெரும் வேதனையாக மாறிவிடும் என்று அவன் சிறிதும் எதிர்பார்க்கவில்லை! சோழர்களின் சூத்திரக் கயிறால் ஆட்டப்படும் பொம்மை அரசனாக அவன் இருந்து வருவதைப் பாண்டிய மக்களும் அவனை ஆதரிக்கும் கட்சியினரும்கூட வெறுக்கத் தலைப்பட்டார்கள். பெண் தெய்வமெனப் பாண்டிய குலம் போற்ற வேண்டிய தேவியைச் சிறைப் பிடித்தது, சோழ நாட்டில் வேளமேற்றப் போவது முதலான சோழர்களின் அட்டூழியங்களும் ஆதிக்க வெறிச் செயல்களும் மதுரையில் பாண்டிய வேந்தன் பேராலேயே நடத்தப்பட்டு வந்ததால் விக்கிரம பாண்டியன் மீது மக்களுக்கு இருந்த துவேஷமானது புரட்சிக் கோஷமாக மாறிவிட்டது. பதவிப் பித்தினால் பாண்டிய நாட்டின் சுதந்திர ஜீவனை அந்நியர்களிடம் அடகு வைத்த அற்பன் என்று விக்கிரமபாண்டியனை அருவெறுத்துத் தெருவில் போகிற சிறுவர்கள் கூடத் தூற்ற ஆரம்பித்து விட்டார்கள். ஆறு குதிரைகள் பூட்டிய ரதத்திலேறி, ஆடம்பரமாகப் பரிவாரத்துடன் உலாப் புறப்பட்டு, மன்னர் பவனி வருகிறார் என மாற்றுக் காட்சியினரெல்லாம் கட்டியம் கூற மாடவீதி மங்கையரெல்லாம் மன்னரைக் கண்டு மாயப் புன்னகை விரிக்க, மக்களெல்லாம் ''ஜே, ஜே'' என்று முழங்க, அதி விமரிசையாக அடிக்கடி ஊர்வலம் வரவேண்டுமெனக் கனவு கண்டு கொண்டிருந்த விக்கிரமபாண்டியனுக்கு, வெளியே தலைகாட்டவே முடியவில்லை. அரண்மனைக்குள்ளேயே எந்நேரமும் சிறைக் கைதிபோல் அடைப்பட்டிருப்பது அவனுக்கு நரக வேதனையைத்தான் தந்தது, அவனுக்கு இலேசாக ஏற்பட்ட தலைவலி பெரு வலிகளாகவும் மாறலாயிற்று. இந்த நிலையில் வீரபாண்டியனின் பத்தினியான தேவி சோழ நாட்டின் வேளத்திற்கு அடிமைத் தாதியாக அனுப்பப்படப் போகிறாள் என்ற அவமானச் செய்தியானது பாண்டிய மக்களின் ஆத்திரத்தை உச்ச நிலைக்குக் கொண்டு போய்விட்டது. விக்கிரம பாண்டியனையும் சேர்த்துப் பழி வாங்க வேண்டுமென்று பிரஜைகளெல்லாம் கொதித்தெழுந்து விட்டார்கள். அவர்கள் எந்த நேரத்தில் அரண்மனையைத் தாக்க வருவார்களோ என்று அதிகாரிகளெல்லாம் கலவரமடைந்து கொண்டிருந்தார்கள்! எத்தனை உருவிய வாள்களும், கோடாலிகளும், கொலை ஆயுதங்களும் தன்னுயிரைக் கொல்ல வருமோ என்று விக்கிரம பாண்டிய மன்னன் நடு நடுங்கலானான். அத்தகைய பயங்கரமான பிரஜைகளின் புரட்சியை சோழியரின் நிலப்படையைக் கொண்டு சமாளிக்கலாம் என்றாலும் இன்னும் சில நாட்களில் சோழர்களின் நிலப்படை மதுரையை விட்டே புறப்பட்டுப் போய் விடும் என்கிற செய்தியானது அவனுக்குப் பெரும் அதிர்ச்சியைக் கொடுத்தது.

தான் ஆசைப்பட்ட அரச போகத்தையும் அரியணையையும் கட்டிக் காக்க முடியாமல், இறுதியில் அவமானத்தையும், அழிவையுந்தான் அணைக்க நேரிடுமோ என்ற அச்சமானது பெரும் மனோ வியாதியாக மாறி, அவனைப் பிடித்து ஆட்டியது. தன் கண்ணெதிரே அழிவையும் எமனையும் கண்டு மருண்டவன் எப்படித் துடிதுடிப்பானோ, அதுபோலத்தான் விக்கிரமபாண்டிய மன்னனும் பதறித் துடித்துத் தீராத நோய்ப் படுக்கையில் வீழ்ந்து விட்டான். இரவு முழுவதும் அவனால் தூங்கவும் முடிவதில்லை. எந்த நேரத்தில் எந்தத் திரை மறைவில் இருந்து எந்தப் பிரஜை தன்னைக் கொல்ல வருவானோ, எவன் எதிர்க்கட்சியாக மாறித் தன்னைத் துண்டு துண்டாக வெட்டியெறிய வருவானோ என்று சதா நடுங்கி நடுங்கி ஒவ்வொரு கணமும் செத்துச் செத்துப் பிழைத்துக் கொண்டிருந்தான்.

இத்தகைய பீதிக்கும் மனோ வியாதிக்கும் மருந்துதான் ஏது?

வைத்தியர்களின் மருந்தும், தாதியர்களின் உபசாரமும் அதிகாரிகளின் ஆறுதலும் அவனுக்கு வேதனையைத் தந்ததே தவிர, சிறிதும் குணம் தரவில்லை. அன்றைக்குத்தான் புதிதாக வந்திருந்த மலையாள வைத்தியனின் முகத்தைப் பார்க்கக்கூட அவனுக்குப் பிடிக்கவில்லை, பல நாளாக நோய்வாய்ப்பட்டு சதா பஞ்சணையிலேயே புரண்டு கொண்டிருப்பதை அவன் அருவருத்தான். உல்லாசமாக உலாவுவதற்கு உத்தியானவனம், ஆடம்பரமாக அமர்ந்து அதிகாரம் செய்வதற்கு அற்புதமான சிம்மாசனம், ஆடலையும் பாடலையும் கண்டுகளிக்க கேளிக்கைக் கூடங்கள், விதவிதமாக அணிந்து அழகு பார்க்க நவரத்தின ஆடைகள், நாக்கிற்கு விதவிதமாக ருசி தர அறுசுவை உணவுகள், விதவிதமான ஆனந்தம் தர அந்தப்புர மகளிர், மெய் மறக்கச் செய்யும் விலையுயர்ந்த யவன தேசத்து மது, இஷ்டப்படியெல்லாம் ஆடி மகிழ அரசபோகம், அத்தனையும் இருந்தும் அவற்றை அநுபவிக்க முடியவில்லையே என்ற எண்ணமானது அவனுக்கு அளவில்லாத ஆத்திரத்தை உண்டாக்கியிருந்தது.

அவன் ஓயாமல் தன் தலை தீப்பிடித்து எரிவதாகக் கூப்பாடுபோட்டுக் கொண்டிருந்ததால் தலை ஜுரத்திற்குத் தலையில் கேசம் இருப்பது நல்லதல்ல என்கிற ஒரு விஷயத்தில் மட்டும் வைத்தியர்களெல்லாம் ஒருமுகமாக அபிப்பிராயப்பட்டு, அவனுடைய அழகிற்கெல்லாம் சிகரமான தலைமுடி முழுவதையும் வெட்டியெறிந்து விட்டார்கள். ஆனால் விக்கிரமனோ தன் தலை மொட்டையாகி விட்ட பிறகுங்கூட தன்னுடைய ராஜ முடியைத் துறக்க மனமில்லாதவனாய் அது அழுத்தும் பாரத்தின் வேதனையையுங்கூடப் பொறுத்துக் கொண்டு எந்நேரமும் அதை

அணிந்து கொண்டிருந்தான். மரணப்படுக்கையில் விழுந்து விட்ட நிலையிலுங்கூட தன் அரச சின்னங்கள் எதுவும் கைநழுவாதபடி கெட்டியாகப் பிடித்துக் கொண்டே இருந்தான்.

அன்றைய இரவு தீராத வியாதியெல்லாம் தீர்த்து வைக்கக்கூடிய சித்த வைத்தியர் என்று பிரசித்தி பெற்றிருந்த ஒரு மலையாளத்து வைத்தியரை முத்தரையன் அங்கே அழைத்து வந்திருந்தான். அவர் விக்கிரம பாண்டியனின் வேதனைமயமான உடலை அப்படியும் இப்படியுமாகப் புரட்டி உருட்டி, மைதாமாவைப் போலப் பிசைந்து திருகியெல்லாம் பரிசோதித்துக் கொண்டிருந்தார்.

''ஐயையோ! இந்த வைத்தியர்களே என்னைக் கொன்று விடுவார்கள் போலிருக்கிறதே! இவர்களையெல்லாம் தூக்கில் போடவேண்டும்! கழுகில் ஏற்றவேண்டும்! ஐயையோ! நான் சாகப்போகிறேன்.. சாகப்போகிறேன்.. அதற்கு முன்னால் பட்டமகிஷி எங்கே?'' பட்டமகிஷி எங்கே?'' என்று விக்கிரமபாண்டியன் ஆத்திரத்துடன் இரைந்தான்.

''இதோ இருக்கிறேனே!'' என்று அவனுடைய பட்டமகிஷி கண்களில் நீர்வடிய அவன் முன்னால் வந்து நின்றாள்.

''என்னை இந்தப் பேய்களிடம் தள்ளிவிட்டு எங்கே போயிருந்தாய்?'' என்று நோயின் வேதனையோடு விக்கிரமபாண்டியன் சீறினான்.

''நான் மீனாட்சியம்மன் ஆலயத்திற்குப் போயிருந்தேன் பிரார்த்தனைக்காக!'' என்றாள் பட்டமகிஷி ஈனஸ்வரத்தில்.

''இந்த நேரத்திலா?''

''ஆமாம்!''

''சுரங்க வழியாகத்தானே போனாய்?'' என்று விக்கிரமன் உதட்டைப் பல்லால் கடித்துக் கொண்டு ஆத்திரத்துடன் கேட்டான்.

''ஆமாம்!'' என்று பட்டமகிஷி விம்மலை அடக்கிக்கொண்டு மிருதுவான குரலில் சொன்னாள்.

''ஆலயத்தில் கூட்டமாக இருந்திருக்குமே!''

''இல்லை!''

''அங்கே உன்னை எவனாவது பார்த்து ஏளனம் செய்தானா? நம்முடைய பிரஜை எவனாவது என்னுடைய

அரசாட்சியைப் பற்றி இழிவாகப் பேசினானா? சொல்! அந்த இடத்திலேயே கழுமரம் நாட்டி அவர்களையெல்லாம் குடும்பத்தோடு கழுவிலேற்ற உத்தரவிடுகிறேன்.''

"அப்படியெல்லாம் அங்கு ஒன்றும் நடைபெறவில்லை. அங்கே யாரும் எதுவும் பேசவில்லை!" என்றாள் பட்டமகிஷி.

"ஏன் பேசவில்லை? ஏன் பேசவில்லை? எவனாவது ஏதாவது கோஷமிட்டிருப்பானே? உண்மையைச் சொல்!"

"நான் போகும்போது ஆலயத்தில் யாருமே இல்லை!"

"ஏன் இல்லை?"

"நான் ஆலயத்தினுள் இருக்கும்போது யாரும் உள்ளேவர முடியாதவாறு ஆலயத்தின் வெளிக் கதவுகளை மூடிவிடும்படி அதிகாரிகள் ஏற்பாடு செய்திருந்தார்கள்!" என்ற பட்டமகிஷி அழுகையை அடக்க முடியாமல் விம்மிப் பொருமினாள்.

விக்கிரமபாண்டியனின் முகம் சவம்போல் வெளுத்தது. "நான் சாகப்போகிறேன்! அதனால்தான் நீ கடைசிப் பிரார்த்தனை செலுத்த அம்மன் சன்னதிக்குப் போயிருக்கிறாய்! முடியாது! நான் சாகமாட்டேன்! சாகவேமாட்டேன்! பாண்டியநாட்டுப் பிரஜைகள் அத்தனை பேரும் செத்தாலொழிய நான் சாகவேமாட்டேன்" என்று வெறி பிடித்தவனைப் போல் கத்தினான்.

"அப்படியெல்லாம் சொல்லாதீர்கள்! அவச் சொற்களை மனதால் நினைப்பதும் கூடாது! மீனாட்சியம்மன் அருளால் நீங்கள் நீடூழி வாழ்வீர்கள்! நம் ராஜ்யமும் பாண்டியநாடும் குறைகளெல்லாம் தீர்ந்து செழித்தோங்கும்" என்று பட்டமகிஷி தன் கையிலிருந்த பிரசாதத் தட்டிலிருந்து சிறிது குங்குமத்தையும் திருநீறையும் எடுத்துத் தன் பிராணநாயகனின் நெற்றியிலிட்டு, "இங்கே என்னைப் பாருங்கள்! இந்தப் பேதைக்கு மாங்கல்ய பலம் இருக்கவேண்டுமென மீனாட்சியம்மனை மனதில் நினைத்துப் பிரார்த்தித்துக் கொள்ளுங்கள்!" என்றாள் கண்களில் நீர் வடிய.

அவ்வாறே விக்கிரமபாண்டியனும் மிகவும் பிரயாசைப்பட்டு தன் கைகளைத் தூக்கி மீனாட்சியம்மன் கோவில் இருந்த திசைப்பக்கம் கையெடுத்துக் கும்பிட்டுவிட்டு, "நான் செத்துப்போனால் மீனாட்சியம்மன் கோவிலை இடித்துத் தள்ளிவிடுங்கள்! ஆமாம்; அப்படித்தான் நான் உத்திரவிடுவேன்!" என்று கூவினான்.

அதற்கு மேலும் அவனைக் கத்தவிடாதபடி அவனுடைய பட்டமகிஷி பரிவுடன் குனிந்து அவன் வாயைப் பொத்தினாள். பிறகு மகாராணி மலையாள வைத்தியரின் பக்கம் திரும்பி, ‘‘வைத்தியரே! மன்னரின் தேக அசௌக்கியம் விரைவில் நீங்கினால் உமக்குப் பல கிராமங்களை இறையிலியாகத் தருவார். பரீட்சித்துப் பார்த்தீரே, மன்னரின் உடல்நிலை எப்படி இருக்கிறது?'' என்று கேட்டாள்.

‘‘மன்னருக்கு மனோ வியாதிதான் மூல நோயாகத் தென்படுகிறது! ஓயாத சிந்தனைகளால் மூளையிலும் உஷ்ணம் அதிகம் கண்டிருக்கிறது. இந்த அரண்மனையில் இருந்து எங்காவது வெளியூருக்குச் சென்று ஓய்வு பெற்றால் உடம்புக்கு நல்லது. கன்யாகுமரி கடற்காற்றும், குற்றாலத்து அருவி நீரும் உடம்பிற்கு மருந்து போல் குணம் தரும்!'' என்றார் மலையாளத்து வைத்தியர்.

‘‘ஆமாம் வாருங்கள் நாளையே புறப்படுவோம். குற்றாலநாதரைத் தொழுது நம் குலதெய்வம் கன்னி பகவதியம்மனையும் வணங்கி வந்தால் நிம்மதியாய் இருக்கும்!'' என்றாள் பட்டமகிஷி.

‘‘என்ன? இந்த அரண்மனையைவிட்டு நான் போவதா?'' என்று கிரீச்சிட்டான் விக்கிரம பாண்டியன்.

‘‘ஆமாம்; இந்த அரண்மனையை விட்டுச் சிறிது காலம் வெளியேறி இருப்பதுதான் நல்லது'' என்று ஆமோதித்த முத்தரையன் மெல்ல விக்கிரம பாண்டியனின் காதருகில் குனிந்து, ‘‘நீங்கள் இன்னும் கொஞ்சகாலத்திற்கு இந்த அரண்மனையில் இருப்பது ஆபத்து! தேவி வேளமேற்றப்பட்டால் நம் பிரஜைகள் அனைவரும் ஒருமுகமாகத் திரண்டு முதலில் உங்கள் மீதுதான் பாய்வார்கள். இன்றோ நாளையோகூட இந்த அரண்மனை தாக்குதலுக்கு இரையாகக்கூடும்!'' என்றான்.

அதைக் கேட்டதும் பீதியடைந்த விக்கிரமபாண்டியன் மறுபடியும் ஆத்திரத்தை வரவழைத்துக் கொண்டு, அதற்காக நான் இந்த அரண்மனையை விட்டு ஓடுவதா? கேவலம்! பிரஜைகளுக்குப் பயந்து கொண்டு, எந்த அரசனாவது ஓடிப் பதுங்குவதுண்டா? கூடாது! கூடாது! பிரஜைகள்தான் ஓடவேண்டும்! பிரஜைகள்தான் கொல்லப்பட வேண்டும்! பிரஜைகள்தான் தாக்கப்படவேண்டும்! ‘‘மன்னர் வாழ்க'' என்று வாழ்த்தாத மக்கள் அனைவரும் கொன்றொழிக்கப்பட வேண்டும்! நான் உத்திரவிடுகிறேன். ஏதாவது சட்டமியற்றுங்கள்! எதிரிகளையெல்லாம் பிடித்து மாட்டுங்கள் கொல்லுங்கள்! கொல்லுங்கள்!'' என்று விக்கிரம பாண்டியன் சீறினான்.

பட்டமகிஷியோ அவனைக் கவலையுடன் நோக்கி, ''இப்படியெல்லாம் சொல்லாதீர்கள்? இந்த அரண்மனைக்குள்ளேயே அடைந்திருப்பது உங்களுக்கு வேதனையாயில்லையா? சிறிது காலம் வெளியூர் சென்று தங்கினால் நிம்மதியாகத் தூங்கலாம். நீங்களும் சீக்கிரம் குணமடைந்து விடலாம்!'' என்றாள்.

விக்கிரமபாண்டியன் திடீரென்று அழ ஆரம்பித்தான். பிடிவாதம் பிடிக்கும் குழந்தையைப்போல தன் அன்பிற்குரிய நாயகியை நோக்கிப் பலமாகத் தலையாட்டி, ''முடியாது! முடியாது! நான் இந்த அரண்மனையை விட்டு விட்டு எங்கும் வரமாட்டேன்! என் கண் முன்பாகவே இந்த அரண்மனை தரை மட்டமாக இடிந்து விழுந்தாலும், இந்த அரண்மனையை விட்டு நான் அகலவே மாட்டேன். நான் சாக நேர்ந்தாலும் என் பாண்டிய சிம்மாசனத்தில் இருந்து கொண்டேதான் சாவேன்!'' என்று கூவினான்.

அதற்குமேல் அவனது பிடிவாதத்தை மாற்ற முடியாது என்பதை உணர்ந்த பட்டமகிஷி, தன் கண்ணீரைத் துடைத்துக் கொண்டு மலையாள வைத்தியரை நோக்கித் திரும்பி, ''பெரியவரே! மன்னர் இங்குதான் இருப்பார். இங்கிருந்தே நீர் சிகிச்சை செய்யலாம்'' என்றாள்.

''நோயாளி எங்கிருந்தாலும் என்னால் குணப்படுத்தி விட முடியும். அதற்கு நான் உத்திரவாதம். நாளை நல்ல நாள் நல்ல முகூர்த்தம் பார்த்து நாளையிலிருந்து என் சிகிச்சையை ஆரம்பிக்கிறேன். கவலைப்பட வேண்டாம்! மன்னர்பிரான் விரைவில் குணமாகி திடகாத்திரசாலியாக நீடூழி காலம் வாழ்வார்!'' என்றார் மலையாள வைத்தியர்.

''ஹா ஹா ஹா!'' என்று விக்கிரம பாண்டியன் சிரித்தான். ''நான் சாக மாட்டேன்! இந்த அரண்மனை அரியணையிலிருந்து கொண்டே நீடூழி காலம் அரசாள்வேன்!'' என்று கொக்கரித்தான். பிறகு சட்டென்று முத்தரையன் நின்ற பக்கம் திரும்பி, ''இந்த அரண்மனையைச் சுற்றிலும் காவல் அதிகமாக இருக்கிறதா? ஈ காக்கைகூட உள்ளே நுழைய முடியாதே?'' என்று ஈனஸ்வரத்தில் கேட்டான்.

அதற்கு முத்தரையன், ''ஆமாம்! கட்டுக்காவல் அதிகப்படுத்தப்பட்டிருக்கிறது. உங்களுடைய பல பிரிவுப் படைகளையும் நம் அதிகாரிகள் ஒருமுகமாகத் திரட்டி இந்த அரண்மனையைச் சுற்றிலும் அணிவகுத்துக் காவலாக நிறுத்தியிருக்கிறார்கள். அவர்களுக்கு இரண்டு மடங்கு கூலி கொடுத்தால் இரவு பகல் எந்நேரமும் கண் விழித்துக் காவல் புரிவார்களாம்!'' என்றான்.

"நம் பொக்கிஷத்திலுள்ள பொருள்களையெல்லாம் அவர்களுக்கு வாரியிறைக்கச் சொல், அதுவும் போதாதென்றால் பாதுகாப்பு வரி என்று போட்டு பிரஜைகளிடமிருந்தே வசூலிக்க வேண்டுமென உத்திரவிடுகிறேன்!" என்றான் விக்கிரம பாண்டியன்.

பட்டமகிஷி கண்களில் நீர் துளிர்க்க தன் நாதனை நோக்கி, "கவலையில்லாமல் தூங்குங்கள். என்னையறியாமல் உங்கள் அருகில் எவரும் அணுக முடியாது!" என்றாள்.

"இந்த மேன்மாடத்திற்கு அந்த வாசலைத் தவிர வேறு வழியில்லையே!" என்று விக்கிரமபாண்டியன் ஏதோ யோசித்தவாறு கேட்டான்.

"இல்லை!" என்றாள் பட்டமகிஷி.

"அரசர் இரவில் நிம்மதியாகத் தூங்கவேண்டும். அதுவே பாதி வியாதி குணமாகும்!" என்றார் மலையாளத்து வைத்தியர்.

"என்னால் தூங்க முடியவில்லையே! தூங்க முடியவில்லையே! பகலைவிட இரவு நீளமாயிருக்கிறதே! ஏன்? ஏன்? உலகத்தில் இரவு என்பதே இல்லாவிட்டால் எவ்வளவு நன்றாக இருக்கும்! கடவுளுக்கு அது ஏன் தெரியவில்லை?" என்று விக்கிரமபாண்டியன் அழாத குரலில் புலம்பலானான்.

பட்டமகிஷிக்கும் அழுகை வந்து விட்டது. வைத்தியரை நோக்கிக் கெஞ்சும் குரலில், "பெரியவரே! மன்னர் இரவு முழுவதும் தூங்க முடியாமல் மிகவும் கஷ்டப்படுகிறார். அதுதான் மிகவும் வேதனையாயிருக்கிறது!" என்றாள்.

"இதோ! இந்தத் தூக்க மருந்தைக் கொடுங்கள்!" என்று வைத்தியர் ஒரு மருந்துப் பொடியைத் தேனில் குழைத்து விக்கிரமபாண்டியனிடம் நீட்டி, "இந்தத் தூக்க மருந்தை அருந்துங்கள், நிம்மதியாகத் தூக்கம் வரும்!" என்றார்.

"இது மருந்தல்ல, விஷம்! விஷம்! எனக்கு மருந்து வேண்டாம். யவன மது இருந்தால் கொடு!" என்று கிரீச்சிட்ட விக்கிரம பாண்டியன் மருந்தை ஆத்திரத்துடன் வீசியெறிந்தான்.

பிறகு அவன் தன்னைச் சுற்றிலும் குழுமியிருந்த அதிகாரிகள் பணியாட்கள் அனைவரையும் நோக்கி, "எல்லோரும் வெளியே போய்விடுங்கள். ம்! சீக்கிரம் போய்விடுங்கள்! போகாவிட்டால் உங்களுக்கு இந்த இடத்திலேயே மரண தண்டனை விதிக்கும்படி உத்திரவிடுவேன்!" என்று கூச்சலிட்டான்.

"நீங்கள் மட்டுமா இங்கே தனியாகத் தூங்கப் போகிறீர்கள்?" என்று முத்தரையன் கேட்டான்.

"ஆமாம்! அதிகாரிகள், ஆணையாட்கள் அத்தனை பேரும் இந்த இடத்தை விட்டுப் போய்விடுங்கள்! பொழுது விடியும் வரை யாரும் இந்தப் பக்கம் தலைகாட்டக்கூடாது. நான் தூங்கப்போகிறேன்! ஆமாம் நான் தூங்கப் போகிறேன்! எப்படியாவது இன்றிரவு தூங்கி விடப்போகிறேன்!" என்று விக்கிரம பாண்டியன் கத்தினான்.

"நீங்கள் தூங்கும்போது உங்களருகில் காவலாக நாலைந்து சேவகர்களையாவது நிறுத்திவிட்டுப் போகட்டுமா?" என்று ஒரு அதிகாரி கேட்டார்.

"வேண்டாம்! என்னருகில் என் பட்டமகிஷி ஒருத்தி இருந்தாலே போதும்! மற்றவர்களெல்லாம் போய் விடுங்கள்!" என்று உறுமிய விக்கிரம பாண்டியன், பைத்தியக்காரனைப் போல தன் கைக்கு அகப்பட்ட பொருள்களையெல்லாம் அள்ளி எல்லோர் மீதும் வீசியெறியத் தலைப்பட்டான்.

அதற்குமேல் அங்கு நிற்பது அழகாகாது என்று அதிகாரிகளும் காவலாளர்களும் அங்கிருந்து வெளியேறினார்கள்.

மலையாள வைத்தியர் வெளியே செல்லும் போது கொஞ்சம் தூக்க மருந்தை பட்டமகிஷியிடம் கொடுத்து, "மன்னர்பிரான் இனி மதுவைத் தீண்டக் கூடாது! இந்த மருந்தை அருந்தினால் தான் அவருக்கு நிம்மதியாகத் தூக்கம் வரும்!" என்று சொல்லி விட்டுப் போனார். எல்லோரும் வெளியேறியதும் பட்டமகிஷி அந்த சயன கிரகத்தின் கதவைச் சாத்திக்கொண்டு உட்புறம் தாளிட்டுக் கொண்டுவந்து தன் பிராணநாதனைச் சாந்தப்படுத்தி படுக்க வைத்தாள். தூக்க மருந்தை பழரசத்தில் கலந்து, அதில் சிறிது தானருந்தி பரீட்சித்துப் பார்த்துவிட்டு, தன் பிராணபதியிடம் கொடுத்து அருந்தச் செய்தாள்.

விக்கிரமபாண்டியனின் கண்ணிமைகளை தூக்கம் இலேசாக அழுத்தத் தொடங்கியது.

"என்னவோ தெரியவில்லை! எனக்குத் தூக்கம் வருகிறது! வெகு நாளுக்கப்புறம் தூக்கம் வருகிறது! எனக்கு நல்ல காலந்தான் பிறக்கப் போகிறது!" என விக்கிரமபாண்டியன் சிறிது மனப்பூரிப்புடன் சொன்னான்.

பட்டமகிஷியின் முகத்திலும் சிறிது சந்தோஷக் களை படரலாயிற்று.

‘‘பாவம்! நான் தூங்கும்போது நீ விழித்துக் கொண்டே இருப்பாய், இல்லையா?’’ என்று விக்கிரமபாண்டியன் பரிவுடன் கேட்டான்.

‘‘ஆமாம்! இரவு முழுவதும் உங்கள் முகத்தையே பார்த்துக் கொண்டிருப்பேன்! அதுதான் எனக்குத் தூக்கத்தை விட அதிக ஆனந்தம் தருகிறது!’’ என்றாள் பட்டமகிஷி.

‘‘என் முகம் மிகவும் விகாரமாக மாறியிருக்கிறதா?’’

‘‘இல்லை!’’

‘‘என் முகத்தை ஒரு முறை கண்ணாடியில் பார்க்கவேண்டும் போலிருக்கிறது!’’

‘‘இரவில் முகத்தைக் கண்ணாடியில் பார்க்கக்கூடாது என்பார்கள்!’’

‘‘சரி! பொழுது விடிந்ததும் பார்த்துக்கொள்ளலாம். நீ தூங்கிவிடாதே! தூங்காமலிருப்பதற்கு ஏதாவது மருந்திருந்தால் வைத்தியரிடம் வாங்கிச் சாப்பிடு!’’

‘‘வேண்டாம்! எனக்கு மருந்து வேண்டாம்! நான் தூங்கமாட்டேன்’’

‘‘நம்முடைய கீழ்த்தரமான பிரஜைகளெல்லாம் என் அரசாட்சியைப் பற்றி என்ன பேசிக் கொள்கிறார்கள் தெரியுமா? கயவர்கள்!’’

‘‘அதையெல்லாம் பற்றி இப்போது சிந்திக்காதீர்கள்.’’

‘‘கேள்: ஒரு சமயம் தெருவிலே ஆடு மாடு மேய்க்கும் ஒரு சிறுவன் என்ன சொன்னானாம் தெரியுமா? விக்கிரமபாண்டியச் சக்ரவர்த்தி நரகலோகத்திற்குப் போவதற்கு முன்னால் பாண்டிய நாட்டைப் பாழாக்கி விட்டுத்தான் போவார் என்று சொன்னானாம்; படுபாவிப் பயல்!

அவனை நடுத்தெருவிலேயே துண்டம் துண்டமாக வெட்டிக் கழுகுகளுக்குத் தீனியாகப் போடும்படி உத்தரவிட்டி ருக்கிறேன்! உம்! நான் நரகத்திற்குப் போனால் என்னோடு என் பிரஜைகள் அத்தனை பேரையும் நரகத்திற்கு இழுத்துக் கொண்டுதான் போவேன். அரசன் எவ்வழி அவ்வழி குடி மக்கள்! ஹா ஹ ஹா!’’

‘‘பேசாமல் தூங்குங்கள்.’’

''நான் நரகத்திற்குப் போனால் நீயும் என்கூட வருவாயா? முரட்டுப் பிரஜைகள் நிறைந்த இந்தப் பாண்டிய நாட்டைவிட நரகம் எவ்வளவோ தேவலை, இல்லையா?''

''நீங்கள் எங்கு இருக்கிறீர்களோ, அதுதான் எனக்கு சொர்க்கம்''

''என்ன யோசிக்கிறாய்?''

''ஒன்றுமில்லை!''

''சும்மா மனதிலுள்ளதைச் சொல்!''

''நான் இந்த அரண்மனையில் மகாராணியாக இராமல் ஒரு சாதாரணப் பெண்ணாய்ப் பிறந்திருந்தால் உங்களுடைய ஆனந்தமான முகத்தைப் பார்த்துக்கொண்டு நிம்மதியாக வாழ்ந்திருப்பேன்!''

''ஊஹூம்! நீ மகாராணியாக இருந்தால்தான் அழகாக இருக்கிறாய்! நான் எப்போதும் மன்னாதி மன்னனாகத்தான் இருப்பேன். என் மணிமகுடத்தை வீரபாண்டியன் தட்டிப் பறித்துக் கொள்ள நான் ஒருபோதும் இடம் கொடுக்கமாட்டேன். அரச போகத்திலுள்ள ஆனந்தம் வேறு எதிலும் இராது!''

''சரி தூங்குங்கள்!''

''எல்லா தீபங்களையும் அணைத்துவிடு! எங்கும் இருட்டாக இருந்தால்தான் எனக்கு நிம்மதியாக இருக்கும். இருட்டில் என்னை எந்தக் கொலைகாரனும் அடையாளம் கண்டு கொள்ளமுடியாது''

''நான்தான் உங்கள் அருகிலிருக்கிறேனே ஏன் கவலைப்படுகிறீர்கள்? என்னை மீறி உங்களை யாரும் நெருங்க முடியாது!''

''அடுத்த நிலா மாடத்திலுள்ள உப்பரிகையில் பட்டுத் திரைகளெல்லாம் அவிழ்த்து விடப்பட்டுத் தொங்குகிறதா?''

''ஆமாம்!''

''அந்த நிலா உப்பரிகை வழியாக யாரும் கீழிருந்து ஏறி உள்ளே குதித்து வந்துவிட முடியாதே?''

''யாரும் வரமுடியாது! உப்பரிகையின் கீழே இருநூறு வீரர்கள் உருவிய வாளுடன் காவல் புரிகிறார்கள். என் கைகளிலும் உங்கள் ராஜவாள் உறங்காமல் விழித்துக் கொண்டிருக்கும்!''

"உப்பரிகையின் கீழே காவல் புரியும் வீரர்கள் ஒரு வேளை தூங்கி வழிவார்களோ? போய் எட்டிப் பார்த்து விட்டு வா.. வேண்டாம்! இப்போது என்னைத் தனியாக விட்டு விட்டுப் போக வேண்டாம். நான் தூங்கிய பிறகு போய் பார்த்துவிட்டு வந்தால் போதும்!"

பட்டமகிஷிக்கு அழுகை வந்துவிடும் போலிருந்தது. ஆனால் விம்மலை தன் நெஞ்சுக்குள்ளேயே அடக்கிக் கொண்டு மௌனமாக இருந்தாள்.

சிறிது நேரத்தில் விக்கிரமபாண்டியன் என்னென்னவோ உளறிக் கொண்டே அயர்ந்து உறங்கி விட்டான்.

அவனுடைய நவரத்தினக் கட்டிலினருகே, பட்டமகிஷி வழக்கம்போல அமர்ந்து கொண்டு, கண்விழி அசையாமல் காவல் புரிவதும் இடையிடையே விம்மிக் கண்ணீர் சொரிவதும் இறைவனை நினைத்துப் பிரார்த்திப்பதுமாக வெகு நேரம் கழித்தாள்.

பிறகு இருண்ட சமுத்திரத்தில் தன்னந்தனியாக சஞ்சரிக்கும் அன்னப் படகைப்போல் மெல்ல எழுந்து சென்று அடுத்துள்ள நிலாமாடத்தை அடைந்தாள். உப்பரிகையில் தொங்கும் பட்டுச் சீலைகளை நீக்கிக் கீழே எட்டிப் பார்த்தாள்.

கீழே இருநூறு வீரர்களும் உருவிய வாள் வேல்களுடன் கண்ணயராமல் காவல் புரிவார்கள் என்பது அவளுக்குத் தெரியுமாதலால் ஒரு பெருமூச்சு விட்டு மறுபடி தன் கணவனின் சயனகிரகத்தை நோக்கி நடந்து வரலானாள்.

அப்போது நிலாமாடத்தில் ஒருபுறம் சுவரிலுள்ள விளக்கு நாச்சியார் போன்ற பெரிய தீபச் சிலை கிரீச்சென்ற சப்தத்துடன் நகர்ந்தது. அதன் பின்புறம் தென்பட்ட சுரங்க வழியிலிருந்து உருவிய வாளுடன் ஓர் உருவம் வெளிப்பட்டுக் குதித்தது.

திடீரென்று தன்முன் தோன்றிய அவ்வுருவத்தைக் கண்டதும் பட்டமகிஷி கூச்சலிட நினைத்தாள். ஆனால் தொண்டையில் ஏதோ அடைத்துக் கொண்டதைப் போல் இருந்தது.

அதற்குள் அந்த உருவம் மகாராணியின் நெஞ்சை நோக்கி கத்தியை நீட்டிப் பயமுறுத்தியவாறு நெருங்கி வந்து, "உன் உயிர்மேல் ஆசையிருந்தால் கூச்சலிடாதே! பெண் கொலை புரியும் பாவத்தை உன் எதிரிக்குக் கொடுக்க வேண்டுமென்றால் கூச்சலிடு!" என்றது.

பட்டமகிஷி மிகவும் கதிகலங்கிப் போனாள். மிகவும் பிரயாசைப்பட்ட பிறகு ''யாரது?'' என்ற ஹீனஸ்தாயிதான் அவளுடைய அடித்தொண்டையிலிருந்து வெளிப்பட்டது.

''நான்தான் வீரபாண்டியன்!''

''ஹா! நீங்களா?'' என்று திகைத்த பட்டமகிஷி மேலே பேச முடியாமல் கற்சிலையாக நின்று விட்டாள்.

''ஆம், நான்தான்! உங்கள் ஜன்ம சத்துரு, வாள்முனையால் பதில் கேட்க வந்திருக்கிறேன், என் தேவி எங்கே? பாண்டிமா தேவியை எதிரிகளின் நாட்டிற்கு அடிமைத்தாதியாக வேளமேற்ற அனுமதித்த அந்த அடிமை அரசன் எங்கே? பதவிப் பித்தினால் பழிபாவத்திற்கு அஞ்சாமல், பாண்டிய நாட்டின் சுதந்திரத்தையும் பகைவர்களுக்குப் பலியிட்டுப் பாண்டிமா பத்தினியின் மானமும் பழிபட, தானும் ஒரு ஜீவனெனப் பாருலகில் உயிர் வாழும் அந்தப் பாதகன் எங்கே? பழிக்குப் பழியாக அவன் என் கத்திக்கு பதில் சொல்லியே தீர வேண்டும்!'' என்று ஓரடி முன் வைத்தான் வீரபாண்டியன். பட்டமகிஷிக்குப் பொறி கலங்கியது! அவளது உயிரையே வேரோடு பறித்தெடுக்க அவள்முன் யமன் ஒருவன் நிற்பது போல் இருந்தது!

அத்தியாயம் 109

இரு வரங்கள்!

'தாழ்கில் என்ன இனி? என் உரை
தலை நிற்பின் உலகம்
ஏழும் உன் ஒரு பெருமதற்கு
ஆக்குவேன்!' என்றாள்.

– கம்ப ராமாயணம்

மகாராணி ஒரு கணம் திகைத்து நின்றாள், அவளுக்குத் தலை சுற்றியது. அவள் நின்று கொண்டிருந்த உப்பரிகையின் இருள் அவளுடைய மாங்கல்யத்தை விழுங்க வரும் மயானத்தின் இருள் வெள்ளம் போலிருந்தது. அந்த இருள் வெள்ளத்திலிருந்து விதிக் காவலன் போல் வீரபாண்டியன் உருவிய வாளுடன் வெளிக் கிளம்பி, தன் கணவனைப் பழிவாங்க வந்திருக்கிறான் என்பதை

உற்று உணர்ந்ததும் விக்கிரம பாண்டியனின் பட்டமகிஷி பதறித் துடித்தாள். ''தேவி, இங்கில்லை! போய்விடுங்கள்! வந்த சுரங்க வழியாகவே திரும்பிப் போய்விடுங்கள்!'' என்று பாண்டியராணி தேகமெல்லாம் நடுநடுங்க பரபரப்புடன் சொன்னாள். ''இந்த அரண்மனையில்தான் தேவி சிறை வைக்கப்பட்டிருப்பதாகக் கேள்விப்பட்டேன், இந்த அரண்மனையைத் தரைமட்டமாக்கியாவது தேவியைக் கண்டு பிடிக்காமல் இங்கிருந்து போகமாட்டேன் உண்மையைச் சொல். அந்தச் சதிகாரர்கள் தேவியை எங்கே ஒளித்து வைத்திருக்கிறார்கள்?'' என்று வீரபாண்டியன் ஆத்திரத்துடன் கேட்டான்.

''சத்தியமாகச் சொல்லுகிறேன். தேவி இந்த அரண்மனையில் இல்லை'' என்று பாண்டியராணி தீர்க்கமாகச் சொன்னாள்.

''இந்த சதிகிடங்கில் தேவி இல்லையென்றால் வேறு எந்த சாவுக் கிடங்கில் இருப்பாள்? நாசகாரர்கள், என் தேவியை என்ன செய்தார்கள்? என் தேவி உயிருடன் இருக்கிறாளா இல்லையா?'' என்று வீரபாண்டியன் அழுகையும், ஆத்திரமும் கலந்த குரலில் கேட்டான்.

பாண்டியராணியின் கண்கள் கலங்கின. அவள் பரிவுடன் வீரபாண்டியனை உற்று நோக்கி, ''நான் சொல்லுவதை நம்புங்கள். இந்த அரண்மனையின் விசாரணை மண்டபத்தில் தேவி தண்டிக்கப்பட்ட விஷயத்தைக் கேள்விப்பட்டேனே தவிர, அதன் பின்னர் தேவியின் கதி என்னவாயிற்று என்பது பற்றி எனக்கு ஒன்றும் தெரியாது'' என்றாள்.

''உன் நாயகனுக்குத் தெரிந்திருக்கும்!'' என்று பொருமிய வீரபாண்டியன் ஆத்திரத்துடன் தன் கைவாளைச் சுழற்றி, ''அந்த நயவஞ்சகன் எங்கே? அநீதியே உருவான அந்த அற்பன் எங்கே? தென்னவரின் தன்மானத்தை அந்நியர்களிடம் அடமானம் வைத்து என் மணிமுடி மாசுற, என் நாடு சீரழிய, என் தேவி சிறுமைப்பட என் சிம்மாசனத்தில் சிங்கமாய் வீற்றிருந்து என் செங்கோலை ஏந்தி அரசாள விரும்பும் அந்தச் சிறுமதியாளன் எங்கே? பாண்டிய நாட்டின் பத்தினித் தெய்வத்தைப் பணயப் பொருளாகப் பகைவர்களிடம் ஒப்படைத்துவிட்டு, உல்லாசமாக உண்டு களித்து பஞ்சணையில் படுத்துறங்குகிறானா?'' என்று வீரபாண்டியன் சீறிய வண்ணம் அடுத்துள்ள சயனக் கூடத்தை நோக்கி உருவிய வாளுடன் அதி உக்கிரமாக நடந்தான்.

அதைத் தடுப்பவள்போல் பாண்டியராணி, தன்னிரு கைகளையும் அகல விரித்துத் துள்ளிப் பாய்ந்து சென்று,

சயனகூடத்தின் வாசலில் சாத்தியிருக்கும் மணிக் கதவுகளின் முன்னால் வழிமறைத்து நின்றாள்.

''எட்டி நில்! வஞ்சனையை வெல்லத் துடிக்கும் என் வாளால் கொல்லப்பட வேண்டியவள் நீயல்ல!'' என்றான் வீரபாண்டியன். ''இல்லை! என் கணவருக்குத் தீங்கிழைக்க விடமாட்டேன்!'' என்று பாண்டியராணி தன் பிராணனுக்குப் பரிதவிப்பவள்போல் மன்றாடினாள்.

''தீங்கிழைத்தவன் அந்தத் தீயவன்தான். தென்னகத்தின் தீவினை விளக்காய்த் திகழ்பவன் அந்த வன்கணாளன்தான்!'' என்று காஜித்த வீரபாண்டியன், தன் உள்ளுக்குள் பொங்கும் ஆத்திரத்தையும் ஆறாத் துயரையும் தன் பற்களால் நறநறவெனக் கடித்து, ''எம் முன்னவரின் பாண்டிநாடு பழும் பெரும் காலத்திற்குப் பிறகு என் கொற்றத்தால் ஏற்றம் பெறும் நேரத்திலே, எதிரிகளான சோழ ஏகாதிபத்திய வெறியர்களுக்குச் சூழ்ச்சிக் காயானான். என் அரசாட்சியைக் கைப்பற்ற ஆசைகொண்டான். அநீதியாக வாரிசு போட்டியிட்டு நாட்டின் சக்தியை இருகட்சிகளாக்கி நலியச் செய்தான். அந்நியரின் படையுதவியை அறைகூவி அழைத்தான். முன்னறிவிப்பின்றி என் தலைநகரை முற்றுகை யிட்டான்! பகைவருக்குத் தலை வணங்கிப் பாண்டிய நாட்டின் தலைவாசலைத் திறந்து விட்டான். அரசபோகத்திற்கு ஆசைப்பட்டு அந்நியரிடம் என் நாட்டின் சுதந்திரத்தை அடகுவைத்தான். இரக்கமே வடிவான என் தேவியை அரக்கர்களான சோழியர்கள் இந்த நாட்டிலே சிறைவைக்கச் சம்மதித்தான். சேர மன்னரின் செல்வக்குமரியாய்ப் பிறந்து, பாண்டிய மகாராணியாகத் திகழ்ந்து, அரசகுல மங்கையரின் ஆதர்ச தெய்வமாய் விளங்கிய என் தேவியை ஏழேழு தலைமுறைக்கும் எதிரிகளாக விளங்கும் சோழர்கள் அடிமைத் தாதியாக்கி அந்நியரின் நாட்டில் வேளமேற்ற அனுமதியளித்தான்! இத்தனையும் ஏன் செய்தான்? இதற்குப் பதில் சொல்லியே ஆகவேண்டும்!'' என்று வீரபாண்டியன் பொருமினான்.

பாண்டியராணியின் முகம் வெளிறியது. அவள் வீரபாண்டியனை உற்று நோக்கித் தழதழக்கும் குரலில், ''உங்கள் நிலையை எண்ணிப் பரிதாபப்படுகிறேன்! ஆனால் உங்கள் பழி வாங்கும் எண்ணத்திற்குப் பதில் சொல்ல முடியாத நிலையில் இருக்கிறேன்!'' என்றாள்.

''மஞ்சத்தில் உறங்கும் உன் மன்னனை எழுப்பு!'' என் வாள்முனையிலே அத்தனைக்கும் பதில் கேட்கிறேன்! அவனுக்கு நெஞ்சுரமிருந்தால், நேர்மைத் திறனிருந்தால், அவனுடைய வாளாலே பதில் சொல்லட்டும்.

''என் கணவர் வாட்போரிடும் நிலையில் இல்லை. நோய்ப்படுக்கையில் கிடக்கிறார்! உருவிய வாளுடன் உங்களைக் கண்டால் அவருடைய ஆவி பிரிந்துவிடும்!''

''அஞ்சி அஞ்சிச் சாகிறானா? அப்படியே அவன் சாகட்டும்! அவனுடைய மனசாட்சியில் உறங்கிக் கிடக்கும் வஞ்சனையெல்லாம் அவன் கண் முன்பாகவே அவனுடைய வாழ்வின் இறுதிக் கூத்தாகத் தலைவிரித்தாடட்டும், அவனுக்குப் பிடித்திருக்கும் போதை நோயும் அவனால் இந்நாட்டிற்குப் பிடித்திருக்கும் புற்றுநோயும் இந்த இரவோடு தீர்ந்து விடட்டும், எட்டி நில்!'' என்றான் வீரபாண்டியன்.

''என் உடம்பில் உயிர் இருக்கும்வரை உங்களை உள்ளே அனுமதிக்கமாட்டேன்'' என்று பாண்டிய ராணி உறுதியாக நின்றாள்.

''ஏன்? கடைசி மூச்சுள்ள வரை பாண்டிய மகாராணியாகவே பெருமையுடன் விளங்கி உயிர் நீக்க வேண்டுமென நினைக்கிறாயா? பாண்டிய அரியணைக்குரிய என் தேவி பாழும் சிறையிலே வாடும்போது, அவள் பகைவரிடம் சிக்கி அடிமைத் தாதியாக அந்நிய நாட்டில் வேளமேறும் அவமானத்தைவிட பிணமாவதே மேல் என்று பரிதவிக்கும்போது, அதை எண்ணித் தென்னக முழுவதும் பொங்கியெழும்போது, நீ இந்த மாபெரும் அரண்மனையின் உப்பரிகையிலே, மணிமகுடத்தின் அருகிலே,

பாண்டிய மகாராணியாகவே பிணமாக வேண்டுமென ஆசைப்படுகிறாயா?'' என்று வீரபாண்டியன் ஏளனமாகக் கேட்டான்.

பாண்டியராணி அளவற்ற துயருடன் சிரித்தாள். பிறகு மெல்லிய குரலில் ''நான் பட்டம் பதவிக்கு எப்போதுமே ஆசைப்பட்டதில்லை! பாழும் சிறையில் உங்கள் தேவி பட்ட துன்பங்களையெல்லாம்விட, இந்த அரண்மனை உப்பரிகையிலே நான் பட்ட துன்பங்கள் அதிகம். இந்த அகிலம் முழுவதும் கழிவிரக்கம் கொள்ள தேவி படப்போகும் அவமானத்தைவிட, அகிலம் முழுவதும் அருவருக்க, என் கணவர் அடையப் போகும் அவமானங்கள் அதிகம். தூங்கா மணி விளக்குகளுக்கிடையே நான் தூங்காமல் எத்தனையோ இரவுகள் துயரத்தால் துடித் திருக்கிறேன். எங்களால் தேவி வடித்த கண்ணீரையும், என் கணவர்மீது இந்த நாடு வீசும் ஏளனங்களையும் எண்ணி எண்ணி நெஞ்சு விண்டிருக்கிறேன். நானும் என் கணவரும் அரச குலத்தில் பிறக்காமல், அரண்மனை உப்பரிகைகளில் வாழாமல், அரசியல் வாடையே அண்டாத ஓர் இடத்தில் உழவர் குடியில் பிறந்திருந்தால்,ஆனந்தமாக உழுதுண்டு வாழ்ந்திருக்கலாம்! அந்த விதியின் வஞ்சனையை எண்ணி நான் அழாதநாட்களே இல்லை!'' என்று இலேசாக விம்மினாள்.

பாண்டிய ராணியின் உருக்கமான பேச்சை உற்றுக் கவனித்த வீரபாண்டியன் அதிகமாக ஆத்திரப்பட்டான்.

''உன் கண்ணீருக்குக் காரணமானவனும் உன் கணவன் தான்! தானும் வாழாமல் பிறரையும் வாழ விடாமல், பிறந்த பொன்னாட்டையும் தாழ்வுறச் செய்யும் இந்த நாசகாலன் இன்னும் ஏன் வாழவேண்டும்? தேவியின் விமோசனத்திற்கும், தேசத்தின் வீரமுரசிற்கும் பெரும் தடையாக விளங்கும் அந்தப் பேராசைக்காரன் இன்னும் ஏன் உயிர் வாழ வேண்டும்? என் தேவி வடித்த கண்ணீருக்கெல்லாம் என் தேசம் சிந்திய செந்நீருக்கெல்லாம் பழிவாங்கும் என் வாளாலேயே பதில் கேட்கிறேன்! அவன் தன் இரத்தத் துளிகளாலேயே அதற்குப் பதில் சொல்ல வேண்டும்!'' என்று வீரபாண்டியன் குமுறினான்.

''சற்றுப் பொறுங்கள்!'' என்று சொன்ன பாண்டியராணி சட்டென்று அங்கு ஒருபுறம் வைத்திருந்த ராஜவாளை எடுத்து வந்து அதை உறையிலிருந்து உருவி ஓங்கிப் பிடித்து, ''உங்களுடைய வாளுக்கு இரத்தத் துளிகளால்தான் பதில் சொல்ல வேண்டுமென்றால், என்னோடு வாட்போரிடுங்கள்!'' என்றாள்.

வீரபாண்டியன் திகைத்தான்! எதிரே இருளில் மின்னும் ராஜவாளுடன் வீராங்கனைபோல் நிற்கும் வனிதையொருத்தியின் பண்பைப் பார்த்து வியந்தான். பிறகு அவளைப் பரிவுடன் நோக்கித் துயரம் கவ்விய குரலில், ''வளையேந்தும் கரங்களில் வாளேந்துகிறாய்! இதைக் கண்ணியமான ஒரு இலட்சியத்திற்காகச் செய்திருந்தால், களிப்படைந்திருப்பேன்! உன் நாட்டின் மானத்திற்காக உதிரம் சிந்த முன் வந்திருந்தால் உள்ளம் பூரித்திருப்பேன்! பண்புள்ள பாண்டிய நாட்டின் பெண் குலம் வீரர் பெருங் கூட்டத்தை உற்பத்தி செய்யும் என்று உவகையுடன் கண்ணீர் சொரிந்திருப்பேன்! ஆனால் நாட்டிற்கு நாசகாலனாக விளங்கும் கயவன் ஒருவனின் உயிரைக் காக்கக் கையிலே வாளேந்துகிறாய்! இது உனக்கு வீர மரணமாகாது! இந்த நாடு விரும்பும் வீரத் தியாகமும் ஆகாது!'' என்றான்.

பாண்டிய ராணி கம்பீரமாகவே வீரபாண்டியனை நிமிர்ந்து நோக்கினாள்.

''மஞ்சளையும், குங்குமத்தையும் இழப்பதைவிட மரணத்தைத் தழுவுவதே மேன்மையானதென்றுதான் எந்த மங்கையும் நினைப்பாள்! இதுதான் பாண்டிய நாட்டுப் பெண் குலத்தின் பண்பும் பயிற்சியும்!'' என்று பெருமூச்செறிந்தாள் பாண்டியராணி.

''என் தேவி அல்லலுற, இந்தத் தேசம் அவதிப்பட உன் கணவன் அரசாள்கிறானே, அதை என்ன பண்பு என்று கொள்கிறாய்?''

''அது விதியின் வஞ்சனை என்றுதான் எண்ணி இரங்குகிறேன்!''

''விதி!'' என்று பொருமிய வீரபாண்டியன், ''விதிக்கும் விதியாகும் என் வீரவாள்!'' என்று பொருமியபடி ஓரடி முன்னால் எடுத்து வைத்தான்.

பாண்டிய ராணியோ தன் கணவன் படுத்துறங்கும் பள்ளியறையின் கதவுகளைத் திறக்க முடியாதபடி வழி மறைத்து நின்று கொண்டு, ''நான் பிணமாகும்வரை என் பிராணநாயகரை உங்கள் வீரவாள் தீண்ட முடியாது!'' என்றாள் உறுதியான குரலில்.

''இனி வேறு வழியில்லை! உன் விதி அதுவானால் உன் வேதனையெல்லாம் இப்போதே முடிந்து விடட்டும், என் வீரவாள் உலுத்தன் ஒருவனின் உதிரத்தைக் குடிக்குமுன், உத்தமச் சுமங்கலி ஒருத்தியின் உள்ளத்திலே ரத்த ஸ்நானமிடட்டும்! உன் நாயகனை நரகத்திற்கு அனுப்புவதற்கு முன்னால் நீ வெகு சீக்கிரமாய் அங்கு

போய் அவனை வரவேற்கக் காத்திரு!" என்று வீரபாண்டியன் ஏளனத்துடனும் துயரத்துடனும் சொல்லியவாறு தன் வீரவாளை ஓங்கியபடி அவளுடன் வாட்போரிடச் சித்தமாய் நின்றான்.

பாண்டிய ராணி துணுக்குற்றாள்.

"மகாவீரரான நீங்கள் வாட்போரில் அபலை ஒருத்தியை வெகு சீக்கிரம் மாய்த்துவிட முடியும்! ஆனால் அதற்குள் நான் என் ஆட்களை அறை கூவி அழைப்பேன்! கீழே காவலிருக்கும் வீரர்கள் அனைவரும் ஓடி வருவார்கள்! அதன் பின்னர் நீங்கள் இங்கிருந்து தப்பவே முடியாது! அகப்பட்டுக் கொள்வீர்கள்! அழிந்து போவீர்கள்!"

"அதற்குள் அந்த அற்பனை அழித்துவிடுவேன்! நான் பிடிபடுவதற்குள் உன் நாயகனைப் பிணமாக்கிவிடுவேன்" என்று வீரபாண்டியன் பற்களை நறநறவென்று கடித்து, "நச்சுப் பாம்பை நசுக்கி விட்டோமென்று நகைப்பேன்! இனி என் லட்சியக் கனவு எதிர்காலத்தில் முழக்கமிடும் என்று எங்கும் பரவசப் பண்பாடுவேன்! அதன் பிறகு நான் வாழாவிட்டாலும் கவலை இல்லை!" என்று பொங்கினான்.

பாண்டியராணி, வெள்ளத்தில் சிக்கிய மலரெனக் கலங்கினாள். சட்டென்று வீரபாண்டியன் பாதங்களில் வீழ்ந்து, "இல்லை! நீங்கள் பிடிபடக்கூடாது! நீங்கள் வாழத்தான் வேண்டும்! என்னைப்போலவே மஞ்சளையும், குங்குமத்தையும் மதிக்கும் மாண்பு தேவியிடமிருக்கும் ஆகையால், தேவியின் விமோசனத்தை முன்னிட்டாவது நீங்கள் வாழத்தான் வேண்டும்! அடிமைத் தாதியாக வேளமேறப்போகும் அவமானத்திலிருந்து தேவியை மீட்பதற்காகவாவது நீங்கள் வாழத்தான் வேண்டும்!" என்று வெய்துயிர்த்தாள். வீரபாண்டியனுக்கு ஆவி சோர்ந்தது; "இரக்கமே வடிவமான என் தேவிக்காக நீ உண்மையிலேயே மனமிரங்குகிறாயா?" என்று கேட்டான்.

"தேவியின் கதியை எண்ணி இந்த உலகத்திலேயே அதிகமாகக் கண்ணீர் வடித்த ஒரு ஜீவன் உண்டு என்றால் அது நான் ஒருத்திதான்! உங்கள் தேவியைப் போன்ற அபலைதான் நானும்! உங்கள் கருணையை எதிர்நோக்கும் அபாக்கியவதிதான் நானும்!" என்று கூறிப் பாண்டிய ராணி வடித்த கண்ணீர்த் திவலைகள் வீரபாண்டியனின் பாதங்களில் வீழ்ந்து சுட்டன.

அவன் மிகவும் மனங்குழம்பினான். பாண்டிய ராணியை உற்று நோக்கித் தழதழக்கும் குரலில், "உன் கோரிக்கைதான் என்ன?" என்று கேட்டான்.

''எனக்கு மாங்கல்யப் பிச்சை கொடுங்கள்!'' என்றாள் பாண்டிய ராணி.

வீரபாண்டியன் துயரத்தோடு சிரித்தான் ''மாங்கல்யப் பிச்சையா? அதனால் பாண்டிய நாட்டின் அவமானத்தையே யாசிக்கிறாய்!''

''தன் பிராணநாதரின் வாழ்விற்காக சத்தியசீலர் ஒருவரிடம் ஒரு வரம் யாசிப்பதில் பத்தினிக்கு அவமானமில்லை! மரணத்தின் வாயிலிருந்து என் நாயகரையும், நாட்டின் லட்சியத்தையும், தேவியின் மானத்தையும் காப்பாற்றக்கூடிய சக்தி உங்கள் ஒருவரிடந்தான் உண்டு!'' என்று கெஞ்சித் தவித்தாள் பாண்டிய ராணி.

அதற்குமேல் வீரபாண்டியன் சிறிதும் யோசிக்கவில்லை. ''உனக்கு மாங்கல்யப் பிச்சை தருகிறேன்! என் தேவியின் மீது ஆணை!'' என்று ஆணையிட்டு அவள் விரும்பிய வரத்தைக் கொடுத்தான். பாண்டியராணி புத்துயிர் பெற்றவள்போல் மனம் பூரித்தாள். அவளுடைய முகம் ரோஜா மயமாகப் பிரகாசித்தது.

''உங்களிடம் நான் பெற்ற இந்த வாக்குறுதி நான் பூர்வத்தில் செய்த புண்ணியத்தால் கிடைத்ததாகும்! உங்களுக்கு நான் என்றென்றும் கடமைப் பட்டிருப்பேன்!'' என்று பாண்டியராணி நன்றியறிதலுடன் சொன்னாள். அவளை நோக்கி வீரபாண்டியன், ''உனக்கு மாங்கல்யப் பிச்சை தந்துவிட்டேன்; இனியாவது உன் மணாளனை இப்போதே முடிதுறக்கச் சொல்!'' என்றான்.

''ஆயிரம் தரம் சொன்னாலும் அவர் முடிதுறக்கமாட்டார்! நான் அழுது அழுது சொன்னாலும் அவர் கேட்கமாட்டார்! தன் உயிர் போனாலும் அரியணையையும் மணிமகுடத்தையும் ஒருபோதும் கைவிடமாட்டார்! அவருடைய நெஞ்சிலே அஞ்சுகோட்டை நாடாள்வானும் முத்தரையனும் விதைத்த அரசாட்சி மோகம், அவருடைய ஆயுள் பரியந்தம் அவரை விட்டு அகலாது! அவரிடமிருந்து அரசாட்சியை மீட்க நீங்கள் எந்தச் சமயம் எதிர்ப்பணியாக எழுச்சி பெற்று வருவீர்களோ என்ற பயந்தான் அவருக்கு மனோவியாதியாக மாறி அவரை மரணப் படுக்கையில் தள்ளியிருக்கிறது!''

''அதற்கு நான் என்ன செய்ய முடியும்?''

''ஆயுள் பரியந்தம் அவருடைய ஆட்சிக்கு எதிராக நீங்கள் புரட்சி செய்வதில்லையென்ற வாக்குறுதியை உங்களிடமிருந்து பெற்றேனென்று தெரிந்தால் என் பிராணநாதர் புத்துயிர் பெற்றெழுவார்! அத்தகைய வாக்குறுதியையும் நீங்கள் தந்தால்

தான் உண்மையில் எனக்கு மாங்கல்யப் பிச்சை தந்தவர்களாவீர்கள்!'' அதைக் கேட்டதும் வீரபாண்டியன் திடுக்கிட்டான். அவனுடைய கண்கள் ஒளிமங்கித் தலைசுற்றுவது போல் இருந்தது. முன்பின் யோசியாமல் தேவியின் மீது ஆணையிட்டு வாக்குக் கொடுத்து விட்டோமே என்று திணறினான்.

பிறகு அவன் பொருமும் குரலில் ஏளனமாகப் பார்த்து, ''உன் கணவர் ஆயுள் பரியந்தம் நிம்மதியாக அரசாள்வதற்காக என் அரசியல் வாழ்வைத் துறந்து செல்ல வேண்டும் என்கிறாயா?'' என்று கேட்டான்.

''உங்கள் தேவியையும் அடிமைத் தளையெனும் அவமானத்திலிருந்து சிறைமீட்டுச் செல்லுங்கள்! அதற்கு என்னால் இயன்ற உதவிகளனைத்தும் செய்வேன்!'' என்றாள்.

''நீயும் உன் கணவனும் நிம்மதியாக அரசாள, நானும் என் தேவியும் காடாள வேண்டுமா!'' என்று வீரபாண்டியன் மேலும் பொருமினான். பாண்டியராணி துயரத்துடன் சிரித்தாள்.

''உங்களைப் பிரிந்து சிறையில் இத்தனை நாளும் கண்ணீர் வடித்த தேவியின் உள்ளம், இனி ஒரு கணமும் இணைபிரியாமல் உங்களோடு சேர்ந்து வாழவேண்டுமென்று எவ்வளவோ ஏங்கித் துடிக்கும்! அரசியல் தொல்லைகளின்றி தேவியுடன் ஒரு கணமும் இணைபிரியாமல் ஒருவருக்கொருவர் ஆனந்தமாக இருங்கள். அத்தகைய ஆனந்தம் அரண்மனை உப்பரிகைகளில் எந்தப் பத்தினிக்கும் கிடைக்காது!'' என்று சொன்ன பாண்டியராணி கண்ணீர் வடித்தாள்.

வீரபாண்டியன் சிந்திக்கலானான். ஸ்ரீராமன் வன வாசத்தில் இருந்தபோது சீதையுடன் இணைபிரியாமல் அநுபவித்த ஆனந்தம் அரசபாரம் வகிக்கும்போது கிடைக்கவில்லை. ராமராஜ்யத்தை ஸ்தாபித்த பிறகு, சீதை பழி சுமந்து கர்ப்பவதியான நிலையில் வனம் சென்று வால்மீகியின் ஆசிரமத்தில் புகலிடம் தேடவும், ஸ்ரீராமன் அரசியலை முன்னிட்டு அவளைப் பிரிந்து மனமுருகவும் நேரிட்ட துர்ப்பாக்கியத்தைப் பற்றி எண்ணினால் குடிசையில் வாழும் சாதாரண பிரஜையும் அவன் மனைவியும் உழுதுண்டு உலகக் கவலையின்றி தனிமையாகக் குடும்ப வாழ்க்கையில் ஈடுபட்டிருப்பதிலுள்ள ஆனந்தச் சுவை எந்த அரசியல் தலைவனுக்கும் எந்த ராஜ பத்தினிக்கும் கிடைக்குமா? அரசியல் வாழ்வா? மனைவியுடன் ஆனந்தமான குடும்ப வாழ்வா? இவை இரண்டிலொன்றுதான் மனிதனுக்குச் சித்திக்கும் என்பதை உத்தர ராமாயணம் அவனுக்கு உணர்த்துவது போலிருந்தது.

வீரபாண்டியனைப் பொறுத்தவரையில் தேவிதான் அவனுடைய வாழ்வின் ஒளிவிளக்காய் அதிகமாகப் பிரகாசித்தாள்! அவளைச் சிறைமீட்டுச் சென்று எங்கோ கண்காணாத இடத்திற்கு நிம்மதியாகச் சென்று விடலாம். நாட்டில் எங்கோ ஓர் மூலையில் ஆரவாரமின்றி, அரசியல் கவலையின்றி ஊர் பேர் தெரியாமல் வாழ்ந்து தன் தேவியுடன் காலத்தைக் கழித்துவிடலாம் புத்திரச் செல்வங்களுடனும், தேவியுடனும் கண்காணாமல் குடும்ப வாழ்வில் ஈடுபட்டு காலம் முழுவதையும் கழித்து விட்டாலும் ஆனந்தமாகத் தானிருக்கும்; ஆனால்...?

''என்ன யோசிக்கிறீர்கள்?'' என்ற பாண்டியராணி பரிதாபமாக ஏறிட்டு நோக்கி கண்ணீர் பொங்க, ''நான் அநுபவிக்கக் கொடுத்து வைக்காத அத்தகைய ஆனந்த வாழ்வைத் தேவிக்குத் தாருங்கள்! தேவி வடித்தக் கண்ணீருக்கெல்லாம் பிரதியாக என் கணவர் இந்த அரசபாரத்தைச் சுமக்கட்டும்!'' என்று சொல்லி விட்டுத் தலைகுனிந்தாள். வீரபாண்டியன் மீண்டும் பொருமினான்.

''உன் கணவன் பரதனாக இருந்தாலும் அரசாட்சியை அவனுக்குத் தந்துவிட்டு நான் உவகையுடன் வனவாசம் செல்லுவேன்! ஆனால் துரியோதனனிடம் அரசியலை ஒப்படைத்து விட்டு என்னை அஞ்ஞாத வாசம் புரியச் சொல்கிறாயா?''

''என் கணவருக்கு அரசபோகத்திலுள்ள பிடிவாதமான ஆசையைத் தவிரத் தூக்குணம் எதுவும் கிடையாது!'' என்றாள் பாண்டியராணி.

''என் தேச சுதந்திரமும் லட்சியக் கனவும் என்னாவது?''

''உங்கள் லட்சியக் கனவை என் லட்சியக் கனவாகக் கொள்வேன்!''

''உன் கணவன் அரசாண்டால் ஆயுள் பரியந்தம் சோழருக்கு எதிராகப் போர்முரசு கொட்டும் சுதந்திர லட்சியம் நிறைவேற முடியாதே!''

''ஆமாம்! எதேச்சாதிகார வெறிகொண்ட சோழப் பேரரசு இப்போது எவராலும் எதிர்க்க முடியாத வல்லரசாக விளங்குகிறது! பல தலைமுறையாக வாரிசுப் போட்டியில் ஈடுபட்டு பலவீனப்பட்டுக் கிடக்கும் நம் பாண்டிய நாடே புது சக்தி பெற இன்னும் பலகாலமாகும்! அந்தக் காலம் வரும்போது, சுதந்திரமுரசு கொட்டி சோழப் பேரரசைப் பழிவாங்க வீரமகன் ஒருவனை நான் வளர்த்துக் கொடுப்பேன்! இது சத்தியம்'' என்றாள் பாண்டியராணி.

வீரபாண்டியன் ஏளனமாகச் சிரித்தான். ''பாண்டியநாட்டில் பட்டத்தரித்து சோழர்களைப் பழிவாங்க வேண்டிய என் புத்திரன் பாழுஞ்சிறையில் பிறந்திருக்கும் போது, பாண்டியநாட்டின் அரியணைக்கு உன் வம்சம் என்றென்றும் பட்டம் தரிக்க ஒரு புத்திரனைப் பெறவேண்டுமென்று தவமிருக்கிறாயா? உரியவன் காடாள தன் புத்திரன் நாடாள வேண்டுமென்று சொன்ன கைகேயிகூட இப்படி நினைத்திருக்கமாட்டாள்!''

''இல்லை! எனக்குப் புத்திரனே பிறக்கவேண்டாம்! எனக்கு மாங்கல்யப் பிச்சை தந்திருப்பதற்குப் பிரதியாக நான் காலம் முழுதும் கன்னிவிரதம் காப்பேன்! என் கணவரால் நீங்களும் தேவியும் பட்ட துன்பங்கள் போதாது என்று, ஆயுள் பரியந்தம் அவர் உங்களைப்பற்றிய பயமின்றி நிம்மதியாக அரசாள்வதற்குப் பிரதியாக அவருக்குப் புத்திர சம்பத்து அளிக்க மறுப்பேன்! அவருடைய புத்திரன் எவனும் உங்கள் வமிசத்திற்குரிய சிம்மாசனம் ஏறவும் விடமாட்டேன்.''

''சோழரைப் பழிவாங்க வீரமகன் ஒருவனை நாட்டிற்கு வளர்த்துக் கொடுப்பதாகச் சொன்னாயே?''

''ஆமாம்! சிறையில் உங்கள் தேவி ஈன்ற செல்வனை என்னிடம் கொடுங்கள்! அவனையே அந்த வீரத் திருமகனாய் வளர்த்து உங்கள் வமிசத்திற்குரிய அரியணையில் ஏற்றுகிறேன்! அதுவே என் வாழ்வின் ஒரே லட்சியமாகவும் கொள்வேன்! இது சத்தியம்! என் மங்கலத் தாலியின்மீது ஆணையாக இந்த வாக்குறுதியளிக்கிறேன்!'' என்றாள் பாண்டியராணி.

வீரபாண்டியன் சிறிது யோசித்தான்.

''நீ விரும்பியபடியே மாங்கல்யப் பிச்சை தருகிறேன்! உன் நாயகன் ஆயுள் பரியந்தம் என்னைப் பற்றிய பயமின்றி இப்பாண்டி நாட்டை அரசாண்டு வரலாம்!'' என்று சொன்ன வீரபாண்டியன் தன் கண்களின் ஒளியையெல்லாம் கனவுகளோடு தானம் கொடுத்து விட்டவனைப்போல் நின்றான்.

பாண்டியராணியின் கண்ணீர்த் துளிகள் நன்றியுணர்ச்சியால் கனன்றன.

''என் தேவியை சோழநாட்டிலே அடிமைத்தாதியாக வேளமேற்றுவதற்குள், அவளை மீட்பது ஒன்றுதான் இனி என் லட்சியம்!'' என்றான் வீரபாண்டியன்.

''அதுதான் எல்லோருடைய கவலையும்!'' என்றாள் பாண்டியராணி.

"தேவி இந்த அரண்மனையில் இரகசியமாக சிறையிலடைக்கப்பட்டிருப்பதாகக் கேள்விப்பட்டேன்! அதனால்தான் இங்கு வந்தேன்!''

"தேவி இங்கில்லை!''

"பின் எங்கிருப்பாள்?''

"அதிகக் கட்டுக்காவலுடன் மிகவும் பாதுகாப்பான ஓர் இடத்தில்தான் தேவி மிகவும் பத்திரமாக வைக்கப்பட்டிருக்க வேண்டும்! அப்படிப்பட்ட பாதுகாப்பான இடம் இப்போது மதுரையில் சிறைக்கோட்டம் ஒன்றுதான் உண்டு! அதனால்தான் மதுரைக்கு விஜயம் செய்திருக்கும் சோழ மகாராணிகூட சிறைக் கோட்டத்திலே தங்கியிருக்கிறார்!'' என்றாள் பாண்டியராணி.

"சிறைக் கோட்டத்திற்குள் நுழைய எனக்கு ஏதாவது உபாயம் கிடைக்குமா?'' என்று வீரபாண்டியன் கேட்டான்.

"ஓர் உபாயம் இருக்கிறது! சோழமகாராணி அந்தச் சிறைக்கோட்டத்தில் தங்கியிருந்தாலும் அரச சம்பிரதாயத்தை முன்னிட்டு, சோழ மகாராணிக்குத் தேவையானவற்றைக் கவனிக்க நான் அவ்வப்போது ஆட்களை அனுப்புவது வழக்கம்—சோழ மகாராணியை வாழ்த்தி மீனாட்சியம்மனுக்கும் அழகருக்கும் கருப்பண்ண சுவாமிக்கும் நாங்கள் நடத்தி வரும் திரிகால பூஜைகளின் பிரசாதங்களையும் சோழமகாராணிக்குக் கொடுத்து அனுப்புவதுண்டு! சிறைக் கோட்டைக்குள்ளே என் ஆட்கள் தடையின்றி உள்ளே செல்ல சோழியர் காவற்படை அதிகாரியிட மிருந்து அனுமதிச் சீட்டுகள் வாங்கிக் கொடுத்தனுப்புவது தான் வழக்கம். ஆனால் முக்கியமான சமயங்களில் என் முத்திரை மோதிரத்தையும் கொடுத்தனுப்பு வதுண்டு. என் முத்திரை மோதிரத்தைக் கோட்டை வாசலில் காவலரிடம் காண்பித்தால் சிறிதும் சந்தேகமின்றி சோதனைகள் இல்லாமல் உள்ளே அனுமதித்து விடுவார்கள்? சிறைக் கோட்டையிலுள்ள முத்தரையனிடம் ஏதாவது உதவி தேவைப்பட்டால் என் முத்திரை மோதிரமும் பயனுடையதாயிருக்கும்! ஆனால் நீங்கள் யார் என்பது முத்தரையன் உட்பட எவரும் இனம் கண்டு கொள்ள முடியாதபடி ரகசியமாக இருக்க வேண்டும்!'' என்று சொன்ன பாண்டியராணி தன் விரலிலிருந்த முத்திரை மோதிரத்தை கழற்றி வீரபாண்டியனிடம் கொடுத்தாள்.

அதை வாங்கிக் கொண்ட வீரபாண்டியன், தான் வந்த சுவடு தெரியாமல் சுரங்க வழியாகவே அரண்மனையைவிட்டு வெளியேறினான். உடனே ஒரு கோயில் புரோகிதரைப் போல்

மாறுவேடமணிந்து விபூதி குங்குமம், வெள்ளிக் கிண்ணத்தில் தீர்த்தம், பொங்கல், அக்கார வடிசல், தேங்காய் மூடிகள் முதலானவை நிறைந்த ஒரு பிரசாதத் தட்டையும் கையில் ஏந்திச் சென்று அசோகவனக் கோட்டைக்குள் புகலானான்.

அத்தியாயம் 110

உயிருண்ணும் நெருப்பு!

'பாயும் கனலே போல் எரிந்து ஆறாதே,
இன் உயிர் உண்ணும் எரி அன்னாள்!'

— கம்ப ராமாயணம்

மரண தண்டனை விதிக்கப்படும் சதிகாரர்கள் அனைவரும் அசோகவனக்கோட்டையின் ஒருபுறம் தனிப்பகுதியாகவுள்ள தண்டனைக் கோட்டத்தில் அடைத்து வைக்கப்பட்டு வந்தனர். குறிப்பிட்ட ஒரு தினத்தன்று அவர்களனைவரும் தண்டனைப் பொட்டலுக்குக் கொண்டுவரப்பட்டு, ஒருவர்பின் ஒருவராக, யானைக் காலால் தலை இடறப்படுவார்களென அறிவிக்கப்பட்டிருந்தது. அது நாள் வரை குற்றவாளிகள் அனைவரும் தண்டனைக் கோட்டத்திலுள்ள மரணக் கூண்டு எனும் கட்டிடத்திற்குள் ஒன்றாக அடைத்து வைக்கப்பட்டு பயங்கர சாவை எதிர்நோக்கி ஒவ்வொரு கணமும் அணு அணுவாகச் சித்திரவதைப்பட்டுக் கொண்டிருந்தனர்.

அவர்களில் ஒருத்தியாக ஊர்மிளாவும் அங்கு அடைத்து வைக்கப்பட்டிருந்தாள். அவள் பயங்கரச் சாவைப் பற்றியோ மதயானையின் முரட்டுக் காலைப் பற்றியோ, சிறிதும் பீதியுற்றவளாகக் காணப்படவில்லை. அவ்வாறு சாவதில் ஏதோவொரு தனிச் சுவையைக் காணத் துடிப்பவள் போலவே இருந்தாள். சில சமயங்களில் அவளுக்கு அதிகமான துக்கம் உண்டாகும்; தான் சாவதற்கு முன்னால் வீரசேகரனின் ஆசை முகத்தை ஒரு தரம் பார்த்துவிட வேண்டுமென்பதுதான் அவளுடைய ஒரே கவலையாக இருந்தது! தன்னைப் போலவே வீரசேகரனும் தன்னைச் சந்திக்க வேண்டுமெனத் துடித்தவனாய் எங்கெங்கோ அலைந்து கொண்டிருப்பானென்று நினைத்தாள் அவள் நினைத்ததும் வீண் போகவில்லை. வீரசேகரனின்

கவனமெல்லாம் தண்டனைக் கோட்டத்தின் மீதே வட்டமிட்டுக் கொண்டிருந்தது.

அந்தக் கோட்டத்தைச் சுற்றியுள்ள மதிற்சுவர்களின் வெளிப்புறம் தனியாக ஒரு பிரதான வாசல் இருந்தது என்றாலும் அசோகவனக் கோட்டையிலுள்ள பிரதான வாசல் வழியாகவும் தண்டனைக் கோட்டத்திற்குச் செல்ல முடியும்.

அன்றைய இரவு அசோகவனக் கோட்டையில் பிரதானவாசல் பக்கம் பைத்தியக்காரனைப்போல் அலைந்து கொண்டிருக்கும் ஓர் அரபு வர்த்தகனை யாராவது பார்த்தால், அவன்தான் வீரசேகரன் என்று அடையாளம் கண்டு பிடித்திருக்கமாட்டார்கள். அவ்வளவு தூரம் அவன் க்ஷீணித்து உருமாறிப் போயிருந்தான். அவனைச் சுற்றிலும் அவனுடைய மனதிலும் ஏதோ ஒருவித மண்வாசனை கமழ்ந்தது. அவனுடைய ஆடைகள் அழுக்குப் படிந்து புழுதி நாற்றம் வீசியது. புழுதியிலிருந்து ஒன்றுமில்லாமல் வந்த மனிதன் புழுதிக்கே ஒன்றுமில்லாமல் திரும்பிப்போய் விடுவான் என்ற வாழ்வின் தத்துவத்தை அது உணர்த்துவது போலிருந்தது. அவன் ஒழுங்காக உடுக்கவில்லை; ஒழுங்காகக் குளிக்கவில்லை; பசி தாகங்களைப் பொருட்படுத்தவில்லை! மஜ்னுவைப் போன்ற பித்தனாகவே இந்த உலகில் சஞ்சரித்துக் கொண்டிருந்தான். ஆனால் அவனுடைய கண்கள் முன்னைவிட அதிகப் பிரகாசமாகவும் அதிகக் கூர்மையாகவும் கனன்றன. உள்நோக்கும் அவனுடைய விழிகளின் பார்வை இந்த உலகத்திற்கு அப்பால் எத்தனையோ பிரபஞ்சங்களைக் கடந்து எங்கோ கனவு மயமான உலகில் சதா ஊடுருவி நின்றது.

அவனுக்கு இப்போது வாழ்வில் ஒரே கவலைதான்! ஜீவனுக்கு ஒரே பற்றுக்கோல்தான்! அது ஊர்மிளாதான்! எப்படியாவது அவளைச் சந்தித்து, அவளுடைய அழகிய முகத்தைக் காண வேண்டுமென்று ஏங்கினான். காதலின் வெப்பத்தால் தகிக்கப்படும் அவனுக்கு ஊர்மிளாவின் ஆசை விழிகளிலே கனலும் கனிவுதான் குளிர்ச்சி தரும் என்று தவித்தான்.

ஆனால் தண்டனைக் கோட்டத்திலுள்ள ஊர்மிளாவை எப்படிச் சந்திப்பது? அசோக வனக்கோட்டையில் பிரதான வாசலுக்குள் எப்படி நுழைவது? அனுமதிச் சீட்டுகளும் அதிகாரச் சின்னங்களுமில்லாமல் எவரும் அந்த வாசலைக்கூட அணுக முடியாதே!

பிரதான வாசலில் உறுமும் புலிகள் போல காவல் புரியும் எண்ணற்ற சோழியப் படைவீரர்களையும் சேவகர்களையும்

கவனித்தான். அவர்களில் அவனுக்குத் தெரிந்தவர் பலர் இருந்தனர். முன்னொரு காலத்தில் அவன் சோழிய மாவீரனாகத் திகழ்ந்து தேவியைக் கண்காணிக்கும் பொறுப்பில் இருந்தபோது அவன் அசோகவனக் கோட்டைக்குள் நுழைந்தால் வாசல் காப்போரெல்லாம் எழுந்து வணங்குவார்கள். இப்போதோ, அவனை பிச்சைக்காரனைப் போல நினைத்து, நாயை விரட்டுவது போல் விரட்டுவார்கள்!

இப்பொழுது தன்மீது ராஜத் துரோகக் குற்றம் விழுந்து தலைமறைந்து திரியும் நிலையிலிருக்கும் அவன் தன் தலையைக் காட்டினால் நேரே விசாரணைக்குச் சிறைப்பிடித்துச் செல்லப்பட வேண்டுமென்கிற ஆக்ஞைவேறு அரசாங்கச் சேவகர்கள் அனைவருக்கும் அறிவிக்கப்பட்டிருந்தது. ஒருவேளை அவனை விசாரித்து அவனைக் குற்றவாளியென்று தீர்மானித்து மரணதண்டனை விதித்தாலும், ஊர்மிளாவோடு ஒன்றாக அடைத்து வைப்பார்கள் என்பது என்ன நிச்சயம்...?

ஊர்மிளாவைப் பற்றி நினைக்கும்போதெல்லாம் அவனுக்குப் புத்துயிர் உண்டாயிற்று. தேகமெல்லாம் ஜுரவேகத்துடன் கனன்று, கண்கள் அசாதாரண ஒளியுடன் பிரகாசித்தன. அவனுடைய வாழ்வில் ஊர்மிளா தோன்றியிராவிட்டால், அதியற்புதமான வாஞ்சையின் அழகோவியத்தைக் காணும் பாக்கியத்தை இழந்திருப்பான் என்பது மட்டுமல்ல; இந்த உலகில் அவனுடைய ஆத்மாவின் பிரதி பிம்பத்தைக் கண்டெடுக்கும் கண்களையே இழந்திருப்பான்!

ஊர்மிளாவோடு பழகும் வாய்ப்புக் கிடைப்பதற்கு முன்னால் அவனுடைய வாழ்வின் போக்கே வேறுவிதமாக இருந்தது. அவனுடைய எண்ணங்கள், எழுச்சிகள், இலட்சியக் கனவுகளெல்லாம் வேறு விதமாக இருந்தன. ஊர்மிளாவைக் காதலிக்கத் தொடங்கிய பிறகு அவனுடைய வாழ்வின் போக்கே முற்றிலும் மாறி விட்டது! அவ்வாறு வாழ்வின் தத்துவத்தைத் தலைகீழாக மாற்றியமைக்கக் கூடிய சக்தி இந்த உலகில் காதல் ஒன்றிற்குத்தான் இருக்கிறது.

முன்பெல்லாம் வீரம் ஒன்றே வாழ்வின் விளக்கம் என்று வீரசேகரன் நினைத்திருந்தான். சோழ சாம்ராஜ்யத்தின் மாபெரும் படையில் அவன் ஒரு போர்வீரனாகச் சேர்ந்து மதுரை மாநகரை முற்றுகையிட்டுக் கைப்பற்றி வீரப் பிரசித்தி பெற்றதும் உற்சாகத்தின் உச்சத்தை அடைந்து விட்டதாகவே துள்ளினான். அவனுடைய வீரத்தைப் போற்றி மங்கலப் பெண்டிர் அவனுக்கு ஆலத்தி எடுத்து வாழ்த்தியபோது, தன் கண்முன்னால் உன்னதமான ஒரு லட்சியச் சிகரத்திற்குரிய மலை வாசல் திறந்து

கிடப்பதாகவே கருதினான். அதன் வழியாகத் தன் வீரம் ஒன்றையே துருவ நட்சத்திரமாகக் கொண்டு மின்னல் வேகத்தில் தன் லட்சிய யாத்திரையைத் தொடங்க வேண்டும் என்று தீர்மானித்தான். முன்பெல்லாம் அவனைச் சுற்றிலும் வீரர்களின் ''ஜே ஜே'' என்ற ஆரவாரங்களும் முரசொலிகளும், வாழ்த்தொலி களுமே நிறைந்திருக்கும். ஆனால் அவற்றினிடையே தன் ஆத்மாவிற்கு உகந்த ஒரு துணையின்றி தன்னந்தனியாக இருப்பது போன்ற ஏதோவொரு குறையுணர்ச்சியும் அவனுடைய உள்ளுணர்வில் ஊடுருவிக் கொண்டே இருக்கும். ஆனால் அது என்ன குறை என்பது ஊர்மிளாவைச் சந்திக்கும்வரை அவனுக்குப் புரியாமலே இருந்து வந்தது. ஊர்மிளாவை முதன் முதலில் சந்தித்ததுமே, அவனுடைய ஆத்மாவில் ஏதோ மின்னல் இடுவது போலிருந்தது! குறைவுள்ள அவனுடைய ஆத்மாவின் மற்றொருபாதியை இந்த உலகில் கண்டுவிட்டது போலவும் அதனோடு ஒன்றி விடுவதன் மூலம் தன் ஆத்மாவின் குறை தீர்ந்து விடும் என்பது போலவும் ஒரு பிரமை தட்டியது. அப்போது அவனுடைய ஆத்மாவின் ஒரு மூலையில் நீறுபூத்த நெருப்பாய்க் கிடந்த அந்த வேட்கை இப்போது விசுவரூபமெடுத்துப் பெரும் ஜோதியாகத் தகித்தது!

முன்பெல்லாம் வீரப் பிரதாபம், வெற்றிப் போதை, தேசியக் கடமை, லட்சியக் கனவுகள், அரசியல் அந்தஸ்துகள், ஆடம்பர ஆரவாரம் இவைகள்தான் அவனுடைய வாழ்வின் கருவூலங்களாய்த் தோன்றின. ஆனால் இப்போதோ அவையனைத்தும் வெறும் மாயத் தோற்றங்கள் என்றே தோன்றின. வீரசேகரன் மாயத்தத்துவத்தை நம்புபவனோ ஆத்ம விசாரகனோ அல்லவென்றாலும், மனிதனுடைய வாழ்வு என்பது அவையெல்லாம் அல்ல என்று வெகு தெளிவாகத் தோன்றின. பாலைவனத்தில் கானல் நீரைத் தேடியலைவதுபோல் மனிதன் இந்த உலகில் அவைபோன்ற மாயத் தோற்றங்களில் சிக்கி, தன்னுடைய உடம்பின் வெறும் நிழலைச் சுற்றிச் சுற்றியே வீணாக அலைந்து கொண்டிருக்கிறான். மனிதனின் சடலம் என்பது ஆத்மாவின் நீரோடையில் சுழித்திடும் ஒரு நீர்க்குமிழியேயாகும்! அப்படியானால் மனிதனின் வாழ்வு என்பதுதான் என்ன? மனிதன் இந்த உலகில் ஏன் பிறக்கிறான்? ஏன் வாழ்கிறான்? ஏன் இறக்கிறான்? இறந்த பிறகு அவனுடைய ஜீவன் எங்கே போகிறது? இதுபோன்ற ஆத்மாவின் விசாரணை முடிவற்றதாகும். ஆனால் வீரசேகரனை பொறுத்தவரை அது ஒரு முடிவுடையதாகத்தான் தோன்றியது! மனிதன் தன் உடல் கூட்டைத் தன் ஆத்மாவின் வெறும் நிழல்தான் என்று கருதத் தொடங்கிவிட்டால், மனிதன் அடிக்கடி சட்டைகளைக் கழற்றிப் போட்டுக்கொண்டு திரிவது போல் அவனுடைய ஆத்மா பலவித உடல்களை அடைந்து இந்தப்

பிரபஞ்சத்தில் ஏதோ ஒன்றைத் தேடியலைந்து கொண்டிருக்கிறது என்பது புலப்படும், அந்த ஏதோ ஒன்று என்பது தான் என்ன? மெய்ப்பொருளைத் தேடி அதனோடு இரண்டறக் கலப்பதுதான் ஆத்மாவின் விசாரம் என்பார்கள் தத்துவ ஞானிகள்! அந்த மெய்ப்பொருள் என்பது என்ன? பரமாத்மாவான கடவுள் என்பார்கள் பலர்! ஆனால் வீரசேகரனைப் பொறுத்தவரை மெய்ப்பொருள் என்பது ஊர்மிளாவின் ஆத்மா என்றே தோன்றியது. அவளுடைய ஆத்மாவோடு இரண்டற ஒன்று கலப்பதுதான் அவனுடைய ஆத்ம விசாரணையாகவும் இருந்தது! இயற்கையையே தன் வடிவமாக கொண்டுள்ள இறைவன் எண்ணியார்க்கு எண்ணியாங்கு தோற்றம் அளிப்பான் என்பது உண்மையானால், வீரசேகரனின் கண்களுக்கு ஊர்மிளாவின் கருவிழிகளிலேதான் இறைவன் தன் ஆத்மாவின் ஒளியை வீசச் செய்திருக்கிறான் என்றே கொள்ள வேண்டும். மனிதனுடைய ஆத்மா இந்த உலகில் தன் ஆத்மாவின் சரியான துணையைக்கண்டு கொண்டு அதனோடு இரண்டறக் கலக்கும் வேட்கைகொண்டு, இந்த ஜன்மத்திலோ, வரும் அடுத்த ஜன்மங்களிலோ, ஆத்மப் பிணைப்பை அடைவதுதான் மனித வாழ்வின் தத்துவமாகும். அத்தகைய ஆத்மீகக் காதலுக்காகத்தான் வீரசேகரன் இந்த உலகில் ஜனித்திருக்கிறான்.

இவ்வாறெல்லாம் சிந்தித்த வீரசேகரன் ஒரு முடிவிற்கு வந்தான். முதலில் ஊர்மிளாவின் ஆசை முகத்தை ஒரு தரம் ஆவல்தீரப் பார்த்துப் புதுத் தெம்பு பெற்றுவர வேண்டும். பிறகு இந்த உலகில் அவன் செய்து முடிக்க வேண்டிய சில காரியங்களைச் செய்து முடித்துக் கொண்டு மறுபடி ஊர்மிளாவோடு ஒன்று சேரவேண்டும். அதன் பின்னர் ஊர்மிளாவோடு இந்த உலகத்தை விட்டு வேறு எந்தப் பிரபஞ்சத்திற்கு வேண்டுமானாலும் ஆனந்தமாகப் போய்விடலாம் என்று எண்ணமிட்டான். ஆனால் சிறைக் கோட்டைக்குள் புகுந்து ஊர்மிளாவை எப்படிச் சந்திப்பது? ஏதாவது உபாயம் கிடைக்குமா என்று சுற்று முற்றும் பார்த்தான்.

அப்போது ஆண்டவன் திருவருள் காட்டியது போல பணிப்பெண் ஒருத்தி காற்சிலம்புகள் கலீர் கலீர் என்று ஒலிக்க கையில் ஒரு தட்டை ஏந்தியவண்ணம் அந்தப் பக்கம் வந்தாள். அவள் அசோகவனக் கோட்டையின் பிரதான வாசலை நோக்கிச் சர்வ அலட்சியமாகவும் ஆடம்பரமாகவும் செல்வதைப் பார்த்தால், அங்கு வாசலில் காவல் புரியும் எண்ணற்ற கொடூர சேவகர்களைப் பற்றிய அச்சம் சிறிதுமின்றி உள்ளே நுழையக்கூடிய செல்வாக்கும் வசதியும் உள்ளவள் என்று தோன்றியது.

அந்த முன்னிரவில் இலேசாகப் பெய்யும் பனியையும் குளிரையும் முன்னிட்டு அந்தப் பெண் ஒரு மெல்லிய

போர்வையால் தன் தலையை முக்காடிட்டுக் கொண்டிருந்ததால், இரவின் இருளாட்டத்தில் அவளுடைய முகம் சரியாக அடையாளம் தெரியவில்லை. ஆனால் அவள் அணிந்திருந்த ஆடையணிகளின் மினு மினுப்பிலிருந்தும், அவள் பூசியிருந்த சவ்வாது, புனுகு முதலிய பரிமள காந்தங்களின் வாசனைகளிலிருந்தும், அவள் தன்னை நன்றாக அலங்கரித்துக் கொண்டிருக்கிறாள் என்று தெரிந்தது. அவளுடைய கையிலிருந்த புதுத்தாம்பாளத்தில், பன்னீர் செம்பும், சந்தனக் கிண்ணங்களும் சிறுசிறு மணிப் பேழைகளும் பளிச்சிட்டன. மனோகரமான நெடியுடன் அவள் மத மதவென்று நடந்து செல்வதைப் பார்த்தால், ஒருவேளை சிறைக் கோட்டத்திலுள்ள யாராவது அதிகாரியிடம் உரிமையுடன் செல்லும் தாசியாக இருப்பாளோ என்று வீரசேகரன் எண்ணினான். அவளுடைய உதவி கிடைத்தால், அவனும் அவள் கூடவே கோட்டைக்குள் உட்புகுந்து விடமுடியும் என்று பட்டது.

''பெண்ணே!'' என்று அவளைக் கூப்பிட்டு நிறுத்தி ஒதுப்புறமான இருட் செறிவிற்கு அவளை அழைத்துச் சென்றான். அரபு வர்த்தகனின் வேஷத்தில் அந்நியனைப் போல் தோன்றியவன் கூப்பிட்டதும் அந்தப் பெண் சிறிதும் அச்சமின்றி அலட்சியமாக வந்ததைச் சிந்திக்கும்போது அவள் எதற்கும் துணிந்த நெஞ்சழுத்தக்காரி என்றோ, சரியான சித்தஸ்வாதீனம் இல்லாத அரைப் பைத்தியம் என்றோ கருதும்படியாக இருந்தது. முப்பது அல்லது முப்பத்தைந்து வயதைக் கடந்துவிட்ட அந்தப் பெண்மணி, தன்னை ஒரு சிறு வயசுக்காரி போலவே அலங்கரித்துக் கொண்டிருந்தாள். ஆனால் தன் நடை உடை பாவனைகளில் பதினாறு வயதுக் குமாரியை போல் நடிக்க முயலுவது அவளுடைய காதலன் எவனையாவது கவர்வதற்காகவே இருக்கலாம் என்றாலும், வயதிற்குப் பொருந்தாத பாவனைகள் அவளை அதிவிகாரமாகவே காட்டிக் கொண்டிருந்தன.

''பெண்ணே! அசோகவனக் கோட்டைக்குத்தானே நீ போகிறாய்?'' என்று அரபு வர்த்தகன் வேஷத்திலிருந்த வீரசேகரன் மெல்லப் பேச்சை ஆரம்பித்தான்.

''ஆமடா! அதைப் பற்றி உனக்கு என்ன எழவு வந்தது?'' என்றாள் எரிச்சலுடன் அந்தப் பெண்மணி.

வீரசேகரனுக்குத் தூக்கிவாரிப் போட்டது. அந்தப் பெண் கீழ்த்தரமாய் பேசக்கூடியவளென்றும், மகா வம்புக்காரியென்றும் தோன்றியது. அவளிடம் காரியம் சாதிக்க வேண்டுமென்றால் அவளுடைய போக்குப் படியெல்லாம் வளைந்து பேசி மிகவும் மரியாதையாகவும் சாதுரியமாகவும் நடந்து கொள்ள வேண்டுமென்று வீரசேகரன் தீர்மானித்தான்.

"கோபித்துக் கொள்ளாதே. சிறைக்குள் அடைப் பட்டிருக்கிற ஒரு பெண் விஷயமாகத்தான் உன்னை நாடி வந்தேன்" என்று வீரசேகரன் குழம்பியபடி வார்த்தைகளை மென்று விழுங்கினான்.

"பெண் விஷயமாகவா?" என்று பரபரப்புடன் கேட்ட அந்தப் பெண்மணி, "அதனால்தான் நீ கூப்பிட்டதும் வந்தேன். முத்தரையன் அந்தச் சிறுக்கி விஷயமாக ஏதாவது சொல்லி அனுப்பினானா!

எப்போது அவளைச் சித்திரவதை செய்யப் போகிறார்கள்?" என்று எரிச்சலுடன் பற்களை நறநறவென்று கடித்தாள்.

வீரசேகரனுக்கு ஒன்றும் விளங்கவில்லை. ஆனாலும் சமாளிக்க முயன்றவனாய், "முதலில் நீ யாரென்பதைச் சொல்! அசோகவனக் கோட்டைக்குள் என்ன வேலையாகச் செல்லுகிறாய்?" என்று கேட்டான்.

"அதுவா? மதுரைக்கு விஜயம் செய்திருக்கும் எங்கள் சோழ மகாராணி அந்த அசோகவனக் கோட்டையில் தங்கியிருக்கிறார்..."

"ஆ! சோழ மகாராணி சிறைக் கோட்டையிலா தங்கியிருக்கிறார்?" என்று வீரசேகரன் வியப்புடன் கேட்டான்.

"ஆமாம்! இப்போது ஊரெல்லாம் புரட்சிக்காரர்களும் சதிகாரக் கும்பலும் உலாவுகிறதே இப்போது மதுரையில் மிகவும் பத்திரமான இடம் சிறைக்கோட்டை ஒன்றுதானாம்! அப்படி ஜனநாதர் சொன்னதால் எங்கள் சோழ மகாராணி அசோகவனக் கோட்டையில் தங்கியிருக்கிறார்!"

"ஓ! ஜனநாதனை வேறு உனக்குத் தெரியுமா?" என்ற வீரசேகரன், "ம்! சோழ மகாராணியிடம் நீ என்ன வேலையாகச் செல்கிறாய்? கையிலே பரிமளகாந்தத் தட்டும், அலங்காரப் பொருளும் எடுத்துச் செல்கிறாயே, ஏன்?" என்று கேட்டான்.

"அதுவா? சோழமகாராணிக்கு நெற்றியில் சித்திரம் எழுதிக் கொள்வதென்றால் நிரம்ப ஆசையுண்டு. நானோ அலங்காரம் செய்விக்கும் வித்தையில் கெட்டிக்காரி!" என்று அந்தப் பெண் அகங்காரத்துடன் சொன்னாள்.

"நீயென்ன மகாராணியின் தோழியா? பரம்பரையாகவே இந்தத் தொழிலைச் செய்து வருகிறாயா?" என்று வீரசேகரன் கேட்டான்.

''இல்லை! எல்லாம் இடையில் வந்த வினைதான்! எனக்கு வாய்த்த காதலன் ஒரு முட்டாள் பையன்! அவன் மீது ராஜத்துரோகக் குற்றம் சுமத்தி மரணதண்டனைக்கு ஆளாக்கப் பார்க்கிறார்கள். அவன் நாய் மாதிரி சேவகர்களால் வேட்டையாடப்பட்டு தலைமறைந்து திரிகிறான். சோழ மகாராணிக்கு இப்படியெல்லாம் சேவை செய்தால் அவனுக்கு மன்னிப்பு வாங்கிக்கொடுக்க முடியாதா என்ற நினைப்பு! அதனால்தான் இந்தக் கர்மம் பிடித்த வேலை செய்கிறேன்'' என்று எரிச்சலுடன் சொன்ன அந்தப் பெண்மணி, ''ம்! அந்த முட்டாள் பையனுக்கு இதெல்லாம் எங்கே தெரியப்போகிறது?'' என்று உக்கிரமாகப் பெருமூச்சு விட்டாள். காதல் என்றதும் வீரசேகரனுக்கு சுவாரஸ்யம் தட்டியது. ''உன் காதலன் உண்மையிலேயே ஒரு முட்டாள் பையன்தானா?'' என்று அனுதாபத்துடன் கேட்டான். அவள் சட்டென்று கோபம் கொண்டு, ''ஏய்! என் காதலனை நான் முட்டாள் பையனென்று சொல்லலாம். நீ சொல்லக் கூடாது'' என்று எரிந்து விழுந்தவளாய், ''அது சரி நீ என்ன காரியத்திற்காக என்னை கூப்பிட்டாய்? அதை முதலில் சொல்லித் தொலை!'' என்றாள்.

''ஒன்றுமில்லை! எனக்கு நீ ஒரு சின்ன உதவி செய்யவேண்டும்'' சிறைக்கோட்டைக்குள்ளே என் காதலி ஒருத்தி அடைப்பட்டிருக்கிறாள் என்று சொன்ன வீரசேகரன், தனக்குச் சாதகமான எண்ணத்தைத் தூண்டிவிடவேண்டும் என்று உத்தேசித்தவனாய், அவள் என் உயிருக்குயிரான காதலி! அவளுடைய முகத்தை இப்போதே ஒரு தடவை பார்க்கவேண்டும் போல் ஆசையாயிருக்கிறது. பார்க்காவிட்டால் என் பிராணனே போய்விடும்!'' என்று தழதழக்கும் குரலில் பரிதாபமாகச் சொன்னான்.

''அதற்கு நான் என்ன எழவு செய்யமுடியும்?'' என்று அந்தப் பெண்மணி அலட்சியமாகக் கேட்டாள்.

''பிரமாதமாக ஒன்றும் செய்யவேண்டாம். உன் கையில் வைத்திருக்கும் அலங்காரத்தட்டை என் கையில் கொடுத்தால் போதும்! அதை நான் தூக்கிக்கொண்டு உன் வேலைக்காரன் போல் உன் பின்னால் வந்தால், வாசற் காவலர்கள் உன்னோடு என்னையும் வெகு சுலபமாகச் சிறைக்கோட்டத்திற்குள் நுழைய அனுமதித்துவிடுவார்கள். உள்ளே சென்றதும் உன் கையில் அலங்காரத்தட்டைத் திருப்பிக் கொடுத்து விடுகிறேன். என் காதலியை முன்னிட்டு எனக்கு நீ இந்தச் சின்ன உதவி செய்தால் உன் காதலனை முன்னிட்டு நான் எவ்வளவு பெரிய பிரதியுபகாரமும் செய்வேன்'' என்றான் வீரசேகரன்.

அந்தப் பெண்மணி சிறிது யோசனையில் ஆழ்ந்தாள்.

அவளுடைய காதலைப் பற்றிய அந்தரங்கமான விஷயங்களை விசாரித்து, அவளைத் தன்னிடம் மனம்விட்டுப் பேச வைத்தால் அவள் தன்மீது தனியபிமானம் கொண்டு உதவி செய்வாள் என்று வீரசேகரன் எண்ணினான். உடனே அவன், ''பெண்ணே! உன் காதலனைப் பற்றிச்சொன்னாயே? அவன் என்ன ராஜத்துரோகக் குற்றம் புரிந்தான்?'' என்று கேட்டான்.

''அவன் மனதறிந்து ஒரு குற்றமும் செய்யமாட்டான்'' என்றாள் அந்தப் பெண்.

''பின் அவன்மீது எப்படி ராஜத் துரோகக் குற்றம் வந்தது?''

''அவன்தான் ஒரு முட்டாள் பையனென்று சொன்னேனே? உலகமறியாத மூடம்! அப்பாவி! அதனால் யார் யாரையோ நம்பி வீணாகக் கெட்டுப் போய்விட்டான்!''

''அது எப்படி?'' என்று பரிவோடு விசாரித்தான் வீரசேகரன்.

''அதுவா?'' என்று ஆக்ரோஷத்துடன் பொருமிய அந்தப் பெண்மணி, ''இந்த மதுரையிலே மகா மோசமான பெண்ணொருத்தி இருக்கிறாள். அவள் வீரபாண்டியன் கட்சியைச் சேர்ந்த சதிகாரியாம். என் புருஷன் சோழ அரசாங்கத்தில் மிகவும் செல்வாக்குடன் இருந்தான்!

அவனை கருவியாக்கித் தன் காரியத்தைச் சாதித்துக் கொள்ள நினைத்த அந்தச் சிறுக்கி கண் வலை விரித்து விட்டாள். அதிலே சிக்கி உலகம் தெரியாத அந்த முட்டாள் பையன் அவளுக்காகத் தன் தலையைக் கொடுத்து இப்போது தலைமறைந்து திரிகிறான். என் புருஷனைப் பரிதவிக்கவிட்ட அந்தக் கள்ளியை அணு அணுவாகச் சித்திரவதை செய்யவேண்டும். அப்படித்தான் முத்தரையனிடம் சொல்லி அனுப்பியிருக்கிறேன். உலகம் சிரிக்கப் பிறந்த அந்த ஊர் கெடுக்கியின் பெயர் ஊர்மிளாவாம்!'' என்று ஏளனத்துடன் சொன்னாள்.

''ஊர்மிளாவா?'' என்று வீரசேகரன் தன்னை மறந்து உயிர்கிழியும்படி பொங்கினான்.

''அடப்பாவி! அந்தச் சனியன் முகத்தைப் பார்க்கத்தான் என் கைத்தட்டைத் தூக்கிக்கொண்டு கோட்டைக்குள் நுழைய பார்த்தாயா? அடமூடமே!'' என்று அந்தப் பெண் பற்களை நறநறவென்று கடித்தாள்.

"யார் நீ? சிவகாமியா?" என்று அருவருப்புற்ற வீரசேகரன் "என்னை எப்படி அடையாளம் கண்டுபிடித்தாய்?" என்று கேட்டான்.

"நீ ஆயிரம் வேஷம் போட்டாலும் எனக்குத் தெரியாதா? ஊர்மிளா என்று நீ கூவிய குரலே காட்டிக் கொடுத்து விட்டது. அடமுடமே! அந்தச் சனியன்மீது வைத்த ஆசையை நீ இன்னும் மறந்து தொலைக்கவில்லையா?" என்றாள் சிவகாமி.

"இல்லை. எந்த ஜன்மத்திலும் அவளை மறக்கமாட்டேன். ஏழேழு ஜன்மத்திலும் அவளே என் காதலியாக இருக்க வேண்டுமென்று ஆசைப்படுவேன். அவள் என் உயிருக்குயிரான காதலி!" என்று வீரசேகரன் உணர்ச்சி வசமாகிப் பொருமினான்.

சிவகாமிக்குத் தூக்கிவாரிப் போட்டது! இதுவரை அவளுக்குப் பயந்து வீரசேகரன் தன் காதலை மறைத்து வைத்து வந்தான். இப்போதோ அது திருட்டுக் காதலல்ல தெய்வீகக் காதல் என்று உலகத்திற்குப் பறைசாற்ற வேண்டுமென்று துடித்துக் கொண்டிருந்த வீரசேகரன், அதை சிவகாமியின் முகத்தில் அடித்தாற் போல் சொன்னது அவளுக்கு அளவிறந்த எரிச்சலையும், ரோஷத்தையும் ஊட்டியது. வீரசேகரன் ஊர்மிளாவை உயிருக்குயிராய் காதலிக்கிறான் என்பதை சிவகாமி உணர்ந்தாலும் அதை அவள் ஒப்புக் கொள்ளத் தயாராயில்லை. பொறாமை கொண்ட அவளுடைய பெண்ணுள்ளம் அவன் இன்னொருத்திமீது கொண்ட காதல் வெறும் போலிக் காதல் என்று வலியுறுத்த முயன்றது, ஆனால் வீரசேகரனுடைய உள்ளமோ தன்னுடைய காதல் உண்மையானதுதான் என்று எதிர்த்துப் போராடத் தூண்டியது.

"அடப் புத்திக்கெட்டவனே! அந்த மானங்கெட்டவள் மீதுள்ள மயக்கம் இன்னுமா தீரவில்லை? அந்த மோசக்காரியை நம்பி இன்னுமா கெட்டுப் போகிறேன் என்கிறாய்?"

"அவளொன்றும் மோசக்காரியல்ல. அவள்மீது நான் கொண்டுள்ள காதல் வெறும் வெளி மயக்கமல்ல. இருவரும் தெய்வ வசமாகச் சந்தித்தோம், மனப்பூர்வமாகக் காதலித்தோம்" என்றான் வீரசேகரன் அழுகையும் ஆத்திரமும் கலந்த குரலில்.

"அடப் பொய்க்காரப் பாவி! அவள்மீது உனக்கு காதல் என்று ஒரு எழவும் இல்லை உன் குணம் எனக்குத் தெரியாதா? புதிதாய் எந்தப் பெண்ணைப் பார்த்தாலும் நீ பல்லையிளிப்பாய். தெருவில் எந்தப் பெண் புதிதாகப் போனாலும் அவள் பின்னால் போய் அலைந்து திரிந்துவிட்டு வருவாய்! பெண்ணென்று

மரப்பாச்சி பொம்மைக்குப் பாவாடை தாவணி உடுத்தி வைத்தாலும் நீ புத்தி மயங்கி விடுவாய்! நீ பெண் பித்தன்! ஸ்திரீலோலன்!" என்றாள் சிவகாமி விஷமமாக.

"ஆ! பழிகாரி! என்னைப் பெண் பித்தனென்று சொல்லாதே. இன்னொரு தடவை என்னை ஸ்திரீலோலன் என்று சொன்னால் உன் வாயைக் கிழித்து விடுவேன்! ஊர்மிளாவை தவிர வேறு எந்தப் பெண்ணையும் நான் ஏறெடுத்தும் பார்த்ததில்லை; இனி பார்க்கவும் மாட்டேன்."

"ஹி ஹி ஹி" என்று ஏளனமாகச் சிரித்த சிவகாமி, "ஆசை அறுபது நாள், மோகம் முப்பது நாள் என்கிற கதைதான் உன் கதையும்!" என்று ஊசியால் சுருக்கென்று குத்துவதுபோல் சொன்னாள்.

"இல்லவே இல்லை. என் ஊர்மிளாவை என் உயிரைவிட மேலானவளாகக் கருதுகிறேன். அது வெறும் மோகமல்ல; வெறும் உடற்கவர்ச்சியுமல்ல! இருவருடைய ஜீவனும் இரண்டற ஒன்று கலக்க வேண்டுமென்று துடிக்கும் ஆத்மீகக் காதல், அத்தகைய காதலைப் புரிந்து கொள்ளக்கூடிய சக்தி உனக்கில்லை!" என்றான் வீரசேகரன் எரிச்சலுடன்.

"அந்த மோசக்காரியிடமிருந்துதான் நீ என்னை இப்படி துச்சமாகப் பேசக் கற்றுக் கொண்டாய். அந்த வஞ்சகி உன்னிடம் காரியம் சாதிப்பதற்காக ஆசை காட்டி மோசம் செய்தாள். உன் முகத்தைப் பார்த்தால்தான் முட்டாள் பையன் என்று எழுதி ஒட்டியிருக்கிறதே! உன் முகத்தைப் பார்த்ததும் இந்த முட்டாள்தான் நம் காரியத்திற்கு ஏற்றவன் என்று உன்னை நன்றாக மோசம் செய்துவிட்டாள்!"

"அவள் ஒன்றும் எனக்கு மோசம் செய்யவில்லை."

"அவளை நம்பி நீ கெட்டழிந்ததைப் பார்த்துமா உனக்குப் புத்தி வரவில்லை? அரசாங்கத்தில் எவ்வளவோ செல்வாக்காக இருந்தவன், அந்த வஞ்சகியால் எல்லாவற்றையும் இழந்து சேவகர்களால் தெரு நாய் மாதிரி விரட்டப்பட்டு இப்படித் தலைமறைந்து திரிகிறாயே! அட மூடமே! இன்னுமா உனக்கு சூடுசுரணை வரவில்லை? அடப்பாவி! உனக்காக நான் பட்ட கஷ்டங்களெல்லாம் வீணாகி விட்டதே! இப்படி வாழ்விழந்து நிற்கிறாயே?" என்று ஒப்பாரி வைக்கத் தயாரானாள்.

வீரசேகரன் சட்டென்று, "இல்லை, நான் வாழ்வை இழக்கவில்லை! என் உயிரையும் திரணமாக மதித்து, ஊர்மிளாவை நினைத்து நினைத்து உருகி இப்படி அலைவதுதான் எனக்கு

உயிர்ச்சுவையுள்ளதாக இருக்கிறது. இப்போதுதான் வாழ்வின் உண்மையான தத்துவத்தை உணர்ந்து கொண்டேன். இந்த ஒரு நினைப்பைத் தவிர எனக்கு இந்த உலகத்தில் வேறு எதுவும் தேவையில்லை!'' என்றான் வீரசேகரன் கண்களில் நீர் துளிர்க்க உருக்கமான குரலில்.

''உனக்குச் சித்தஸ்வாதீனம் இல்லை. ஏதோ பித்துப் பிடித்திருக்கிறது. அதனால்தான் இப்படியெல்லாம் பிதற்றுகிறாய், ஏதாவது மருந்து சாப்பிட்டால்தான் உன் மூளைக் கோளாறு மாறும்!''

''எனக்கொன்றும் மூளைக்கோளாறில்லை. இப்போதுதான் என் புத்தி மிகவும் தெளிவாக இருக்கிறது. இந்தப் பிரபஞ்சத்தில் என் வாழ்வின் ஜீவன் ஊர்மிளா ஒருத்திதான்!'' என்றான் வீரசேகரன்.

''அடப் புத்திகெட்டவனே! அந்த மானங் கெட்டவள் உனக்கு நன்றாகத்தான் சொக்குப்பொடி போட்டு மயக்கி வைத்திருக்கிறாள்!'' என்றாள் சிவகாமி எரிச்சலுடன்.

''அவளொன்றும் சொக்குப்பொடி போட்டு என்னை மயக்கவில்லை!''

''இல்லை; எனக்குத் தெரியும் அவள் எவனாவது சூன்யக்காரனிடம் வசிய மருந்து வாங்கி, வெற்றிலையில் வைத்து உனக்கு மடித்துக் கொடுத்திருப்பாள்''

''இல்லை! அந்த மோச வேலை செய்கிற வினைகாரி நீதான்! நீ தான்; எவனெவனிடமிருந்தோ வசிய மருந்துகள் வாங்கி என்னை உன்னிடமே மயக்கி வைத்துக்கொள்ள முயன்றாய்!''

''உனக்கு நான் எதற்காக வசிய மருந்து கொடுத்து மயக்க வேண்டும்? உன்னை என்னிடமிருந்து பறித்துக் கொண்ட அந்தத் திருட்டுக் கள்ளிதான் உனக்கு வசிய மருந்து கொடுத்து மயக்கியிருக்கிறாள்!'' என்று எரிச்சலுடன் சொன்ன சிவகாமி ஆகாயத்தை நோக்கி ''அடப் பாழுந் தெய்வமே! என் புருஷனை அந்தப் பரத்தை திருடிக் கொண்டு விட்டாளே! அந்த நாசமாகப் போகிறவள் என் புருஷனை நாசமாக்கி விட்டாளே!'' என்று பிலாக்கணம் வைக்கத் தொடங்கினாள்.

''என்னை உன் புருஷன், புருஷன் என்று சொல்லாதே!'' என்று சீறினான் வீரசேகரன்.

''ஏன்? நீ என் புருஷன்தானே?''

"அப்படி நான் எப்போதும் நினைத்ததில்லை! எந்த ஜன்மத்திலும் நினைக்கவும் மாட்டேன்!"

"அடப்பாவி! அனாதையாகக் கிடந்த உன்னை எடுத்து வளர்த்து உன்னையும் ஓர் ஆளாக்கி, அரசாங்கத்தில் செல்வாக்குப் பெற வைத்தேனே! அந்த நன்றி விசுவாசம் கூடவா உனக்கில்லை?" என்று சிவகாமி புலம்பினாள்.

வீரசேகரன் துயரத்துடன் ஏளனமாகச் சிரித்தான், "ஆமாம், நீ என்னை வளர்த்துப் பெரிய மனிதனாக்கினாய்! கசாப்புக் கடைக்காரன் வெட்டிச் சாப்பிடுவதற்காக ஆட்டைக் கொழு கொழுவென்று வளர்க்கிறானே, அது மாதிரி!"

"அடப்பாவி! அந்தச் சதிகாரி மேலுள்ள மோகவெறியாலே இப்படியெல்லாம் என்னை உதறித் தள்ளிப் பேசாதே."

"நீதான் மோகவெறி பிடித்தவள். ஒரு காலத்தில் நான் உன்னைக் கண்டு பயந்து நடுங்கியது உண்டு. ஆனால் இப்போது உன்னைத் துச்சமாக மதிக்கிறேன்!"

"அடப்பாவி! நீ உயிர் வாழவேண்டுமென்று பரிதவித்து நிற்கிறேன்! நீ உதாசீனமாகப் பேசி வேடிக்கை பார்க்கிறாயே!"

"உன்னால் நான் உயிர் வாழமாட்டேன்! உனக்காக இந்த உலகத்தில் வாழ மாட்டேன்! நீ பெண்ணல்ல! என் வாழ்க்கையைத் தின்று என் உயிரையும் உண்ணத் துடிக்கும் மோக நெருப்பு!"

"அடப்பாவி! அந்தச் சிறுக்கித்தான், உன் உயிரைத் தின்னவந்த நெருப்பு என்பதை இன்னும் உணராமல் பேசுகிறாயே?"

"ஊர்மிளாவின் காதல் என் உயிரை உண்ண வந்த நெருப்பு என்றால், அதுவும் எனக்கு ஆனந்தமாகத்தான் இருக்கும்!"

"அடப் பாவி! இத்தனையும் நீயாகப் பேசவில்லை. அவளால் தான் பேசுகிறாய். அந்த நாசகாரி அணு அணுவாகச் சித்திரவதைப்பட்டு, யானைக்காலால் தலை நசுக்குண்டு சாகிறதைப் பார்த்து "ஹா ஹா ஹா" என்று சிரித்தால்தான் என் ஆத்திரம் அடங்கும்! அந்த கோரக் காட்சியை நான் அருகில் நின்று பார்த்து சிரிப்பதற்கு முத்தரையன் எனக்கு உதவி செய்வான்!"

"அடிப் பழிகாரி! நீ பெண்ணே அல்ல; பேய், பேய்! உன் முகத்தில் விழிப்பது கூடப் பாவம்!" என்று வீரசேகரன் சொல்லி விட்டு அங்கிருந்து ஓடிவிட நினைத்தான்.

சிவகாமிக்கு அழுகை வந்துவிட்டது! வெடுக்கென்று துள்ளி வீரசேகரனின் கையைப் பிடித்துக் கொண்டு, ''என்னை விட்டுப் போகாதே! வீணாக அழிந்து போவாய்! நான் சொல்வதைக் கேள். இனி உன் இஷ்டப்படியெல்லாம் நான் அடிமை போல் நடந்து கொள்கிறேன். உன் நன்மைக்காகவே நான் பாடுபடுகிறேன். நீ பழைய செல்வாக்கை அடைய வேண்டுமென்பதற்காக நான் பண்ணாத வேலையெல்லாம் பண்ணுகிறேன்'' என்றாள்.

''நீ எனக்காக ஒன்றும் பாடுபட வேண்டாம். நான் பழைய செல்வாக்கை விரும்பவில்லை!''

''வீரசேகரா! அப்படிச் சொல்லாதே! நான் வளர்த்த அழகோவியம் நீ! என் கண் முன்னாலேயே அழிவதை நான் விரும்பமாட்டேன். அதைவிட நான் செத்து விடுவேன், என்னை வெறுக்காதே'' என்று துடித்தாள்.

''உன்னை வெறுக்கவில்லை. மன்னித்து விடுகிறேன். நீயும் என்னை மன்னித்துவிடு! இருவரும் இனி எந்த ஜன்மத்திலும் ஒருவர் முகத்தில் ஒருவர் விழிக்க வேண்டாம் என்று பிரிந்து விடுவோம்!''

''அது என்னால் முடியாது வீரசேகரா, முடியாது! உன் கல்நெஞ்சு என் மீது கொஞ்சம் இரக்கம் காட்டாதா?'' என்று சிவகாமி பிச்சை கேட்பது போல் பரிதாபமாக வீரசேகரனை நோக்கி கெஞ்சினாள்.

''நான் என்ன முயன்றாலும் உன்மீது எனக்கு இரக்கம் ஏற்படவில்லையே? நான் என்ன செய்வேன்?''

''இல்லை, நீ மனம் இரங்குவாய்! ஜனநாதர் அப்படித்தான் சொன்னார். உன்னைச் சந்தித்து நீ விரும்புகிற ஒரு உதவியைச் செய்தால், நீ என்மீது ஒரு துளியாவது இரக்கம் கொள்வாய் என்று ஜனநாதர் சொன்னார். ஆனால் இத்தனை நாள் வரை நீ என் கண்ணில் அகப்படவே இல்லை.''

வீரசேகரன் விரக்திச் சிரிப்புடன், ''நீ எனக்கு என்ன உதவி செய்ய முடியும்?'' என்று கேட்டான்.

''உன்னைக் கெடுத்த அந்த ஊர்மிளா விஷயத்தில் மட்டும் நான் எந்த உதவியும் செய்யமாட்டேன்! அவளை நீ சந்திக்கவே விடமாட்டேன்! அந்த வஞ்சகி யானைக் காலால் நசுக்குண்டு செத்தொழியும் போதுகூட நீ அவளைப் பார்க்கக்கூடாது! இதைத் தவிர நான் உனக்கு வேறு எந்த உதவியும் செய்வேன்''

''உன்னிடம் நான் வேறு எந்த உதவியும் எதிர்பார்க்கவில்லை!''

''இல்லை, நிச்சயம் நீ என்னிடம் வேறோர் உதவியை எதிர்பார்ப்பாய் என்றார் ஜனநாதர். தேவியை சோழ நாட்டில் வேளமேற்றுவதற்காகச் சிறையிலிருந்து மூடு வண்டியில் கொண்டு போகும் தினத்தன்று அவளருகில் வண்டிக்குள் காவலிருக்கவும் அவளுக்குத் தேவையானதைக் கவனிக்கவும் என்னையே நியமித்திருக்கிறார்கள். அதை ஜனநாதர் என்னிடம் சொல்லி உன்னிடம் குறிப்பிட்டுச் சொல்லச் சொன்னார். தேவியின் விஷயமாக என்னிடம் நீ ஓர் உதவியை எதிர்பார்ப்பாய் என்று ஜனநாதர் அழுத்தம் திருத்தமாகச் சொன்னார். ஆனால் அவர் என்னிடம் சொன்னதையெல்லாம் உன்னிடம் சொல்லக்கூடாதென்று சொல்லியனுப்பினார். ஆனால் உன்மீதுள்ள ஆசையால் இந்த மூடம் எல்லாவற்றையும் உளறிக் கொட்டி விட்டேன்!''

''தேவியின் விஷயமாக நீ எனக்கு என்ன உதவி செய்ய முடியும் என்று சிந்தித்த வீரசேகரனுக்கு பளிச்சென்று ஓர் எண்ணம் உதயமாயிற்று.''

''ஆமாம். தேவியைத் தந்திரமாகச் சிறைப் பிடித்தவன் நான்தான்! தேவியின் மானத்திற்கு ஏதாவது ஊனம் நேருமென்று எனக்குத் தெரிந்தால் அவளுக்கு ஒரு துளி விஷம் நானே தானம் கொடுப்பதாகச் சொன்னேன். அன்று தேவி தன் விரலில் அணிந்திருந்த முத்திரை மோதிரத்தை நான் வாங்கி வைத்துக் கொண்டேன். அந்த முத்திரை மோதிரத்திற்குள் தேவி வைத்த விஷப்பொடி அப்படியே இருக்கிறது!'' என்று சொன்ன வீரசேகரன், எந்நேரமும் தன்னிடம் தயாராக மறைத்து வைத்திருந்த முத்திரை மோதிரத்தை எடுத்து சிவகாமியிடம் நீட்டி, ''இதோ! தேவியின் முத்திரை மோதிரம்! நல்லசமயம் பார்த்து இதை தேவியிடம் வீரசேகரன் கொடுக்கச் சொன்னதாகச் சொல்லி ரகசியமாகக் கொடு! இந்த முத்திரை மோதிரத்தில் ஒரு துளி விஷம் அப்படியே இருக்கிறது என்றும் சொல்லிக் கொடு!'' என்றான்.

''ஐயையோ! நான் கொடுக்க மாட்டேன். மூடு வண்டிக்குள் தேவி செல்லும்போது இந்த முத்திரை மோதிரத்தை நான் கொடுத்து தேவி சோழ நாட்டு எல்லையை அடைவதற்குள் மரணமடைந்து விட்டால் ஜனநாதருக்குப் பெருத்த அவமானம் நேரிட்டுவிடும். உனக்கு மன்னிப்பே கிடைக்காதபடி மரண தண்டனையை நிறைவேற்றி விடுவார்கள்! யார் எக்கேடு கெட்டாலும் நீ சாவதை நான் விரும்பமாட்டேன்!''

"தேவி நடுவழியில் மரணமடைந்தால்தானே அத்தகைய விளைவுகள் ஏற்படும்? தேவி சோழ நாட்டு எல்லையை அடைந்து வேளமேற்றப்பட்டதும் தேவியின் மானத்திற்கு ஊனம் ஏற்படும் போலிருந்தால் அந்தச் சமயம் பார்த்துக் கொடு; அது போதும்!"

"ஒருவேளை இந்த முத்திரை மோதிரத்தை உபயோகப்படுத்தக்கூடிய சந்தர்ப்பமே ஏற்படாதிருந்தால்?"

"மோதிரத்திலுள்ள விஷத்தை நீ சாப்பிடு; அல்லது எனக்காக வைத்திரு!" என்று வீரசேகரன் துயரத்துடன் சிரித்தான்.

"வீரசேகரா! இத்தனை நாளுக்கப்புறம் இப்போதுதான் உன் அழகான முகத்தில் சிரிப்பைப் பார்க்கிறேன். இதைப் பார்ப்பதற்காக நான் விஷத்தைக்கூட விழுங்குவேன்!" என்றாள் சிவகாமி.

"ஆனால் ஒன்றை மட்டும் மறவாதே. தேவிக்குத் தேவைப்படும் சமயம் இந்த முத்திரை மோதிரத்தை நீ கொடுக்காவிட்டால், உன் கண்முன்னாலேயே தலை சிதறிச் சாகவும் தயங்கமாட்டேன், உன் முகத்தில் எந்த ஜன்மத்திலும் விழிக்கக் கூடாது என்று சபித்துக் கொண்டே சாவேன்."

"அதை மட்டும் நான் பொறுக்க மாட்டேன், வீரசேகரா! விஷமோதிரத்தைக் கொடு."

"தேவியிடம் கொடுப்பதாகச் சத்தியம் செய்."

"அப்படியே சத்தியமாகச் செய்கிறேன்" என்று சொல்லி விஷமோதிரத்தை வீரசேகரனிடமிருந்து வாங்கிக்கொண்ட சிவகாமி, "இதற்குப் பிரதியாக நீயும் ஒரு சத்தியம் செய்து கொடுக்க வேண்டும்! என்னை அந்நியமாகப் பாவிக்காமல் உனக்கு உற்றவளாக, உன்னிடம் ரத்த பாசமுள்ள சொந்தக்காரியாகப் பாவிக்க வேண்டும்."

"உன்னை அந்நியமாக நினைக்காமல் என் சொந்தக்காரியாகவே சத்தியமாக நினைக்கிறேன். சரி; என்னை விடு! நான் இப்போது அவசரமாகப் போகவேண்டும்!" என்றான் வீரசேகரன்.

"எங்கே போகிறாய்?"

"இந்த உலகத்தில் நான் முக்கியமாக முடிக்கவேண்டிய வேலை ஒன்று இருக்கிறது. இந்த உலகத்தில் வாழக்கூடாத ஒரு வஞ்சகப் பாவியை என் வீரவாளால் பழி தீர்க்கவேண்டும்!"

என்று காத்தவராயனை நினைத்துக் கொண்டு வீரசேகரன் பொருமினான். ''சற்று நில்! என்னை அந்நியமாகப் பாவிக்காமல் சொந்தக்காரியாகப் பாவிப்பேன் என்றாயே?''

''ஆமாம்; உன்னைத் தாயாகப் பாவிப்பேன்!'' என்று சொல்லி விட்டு வீரசேகரன் ஜிவ்வென்று அந்த இடத்தை விட்டுக் கிளம்பி இருளில் பாய்ந்தோடி விட்டான்!

அத்தியாயம் 111

கறவையும் கன்றும்!

'பேரருளாளர் என்பார்
கறவையும் கன்றும் ஒப்பார்
தமக்கு இடர் காண்கில்!' என்றான்.

— கம்ப ராமாயணம்

மதுரையிலுள்ள பதினெட்டாம் படிக் கருப்பண்ணசுவாமி மிகவும் வரப்பிரசாதியான தெய்வம் எனப்பலகாலமாகப் பிரசித்தி பெற்றதாகும்.அது மிகவும் சக்தி வாய்ந்த தெய்வமெனக் கள்ளர் நாடு முழுதும் ஒரு மனதுடன் முன் காலத்தில் வழிபட்டு வந்தது! அந்தத் தெய்வத்தின் சந்நிதியில் மக்கள் தங்கள் குறைகளைச் சொல்லி வேண்டுகோள்கள் செலுத்துவதும், ஆடு கோழிகளைப் பலி கொடுப்பதும், வம்பு வழக்குகளில் அந்தத் தெய்வத்தின் தீர்ப்பைக் கேட்க அவன் சந்நிதிக்கு வந்து சத்தியங்கள் செய்வதும் வெகு காலமாகவே மக்களின் வழக்கத்தில் இருந்து வந்தது. அந்தத் தெய்வச் சந்நிதியில் பொய் சத்தியம் செய்தாலும், மனசாட்சிக்கு விரோதமாய் நடந்தாலும் கருப்பண்ணசுவாமி அந்த இடத்திலே கோரமான தண்டனை கொடுத்துவிடுவான் என்றும் நம்பப்பட்டு வந்தது. இரவு நேரங்களில் சுவாமியின் சந்நிதிக் கதவைப் பூட்டி அவன் சந்நிதியிலே சாவியை வைத்துவிட்டுப் போவதும் வழக்கிலிருந்தது.

அழகர்மலைப் பக்கமுள்ள பதினெட்டாம்படிக் கருப்பண்ணசுவாமி கோயிலைத் தவிர எல்லைக் கறுப்பன், சங்கிலிக்கருப்பன் முதலான கருப்பண்ண கோயில்கள் பலவும் மதுரை மாநகருக்குள்ளேயே அந்தக் காலத்தில் இருந்தன.

அவற்றில் மதுரைக் கருப்பண்ணசுவாமி கோயில்தான் பதினெட்டாம் படியானுக்கு அடுத்தபடியாக அந்தக் காலத்தில் சிறந்து விளங்கியது. முன் காலங்களில் அந்த மதுரைக் கருப்பண்ண சுவாமியை வழிபடவும், அவனுடைய திருச்சந்நிதியில் வம்பு வழக்குகளைத் தீர்த்துக் கொள்ளவும், திருநெல்வேலி, திருச்சிராப்பள்ளி, இராமநாதபுரம் முதலான ஊர்களிலிருந்தெல்லாம் மக்கள் திரண்டு வருவார்கள். ஆனால் வீரபாண்டியன் மனைவி சிறைப்படுத்தப்பட்ட காலத்தில், மதுரை மாநகரின் மதிற்கோட்டை வாசல்கள் நான்கையும் சாத்திக் காவல் வைத்துவிட்டதால் வெளியூர் மக்களின் வருகை நின்று விட்டது. புரட்சித் தீ முணுமுணுக்கும் அந்த அபாயகரமான காலத்தில் சாதாரணமாக அந்திப் பொழுது சாய்ந்து விட்டாலே வீதிகளில் ஜனங்கள் நடமாடத் தயங்குவார்கள். மகா உக்கிரத் தெய்வமான கறுப்பண்ணசுவாமியின் கோயில்முன் வரவே, அஞ்சா நெஞ்சக் கள்ளர்களும் அஞ்சி நடுங்குவார்கள். இரவு அர்த்தசாமம் ஆகிவிட்டால் கறுப்பண்ண சுவாமி கோயில் பக்கம் மனிதப் பிராணியின் அரவமே இராது!

இவையெல்லாம் காத்தவராயன் தலைமறைந்து வாழ நேரிட்டபோது அந்த மதுரை கறுப்பண்ணசுவாமி கோயிலையே தனக்கேற்ற வாசஸ்தலமாக்கிக் கொள்ள அவனுக்குச் சாதகமாக விளங்கின.

ஒருநாள் அமாவாசை தினத்தன்று மதுரை கறுப்பண்ணசுவாமி கோயிலிலும், பலிபீடத்திற்கு முன்னாலுள்ள விளக்குத் தூணில் எரியும் தீ நாக்குகளும் அந்த இருளில் பயங்கரமாகக் காட்சியளித்துக் கொண்டிருந்தன.

பலி பீடத்தினருகே ‘‘ம்..ம்..மே’’ என்று கத்தும் ஒரு சிறு ஆட்டுக் குட்டியைப் பிடித்து இழுத்துக் கொண்டுவந்த காத்தவராயன், அதை வெட்டி இரத்த பலி கொடுக்கவந்த ஒரு பூசாரியைப் போலக் காத்திருந்தான்! அங்கு தண்டனைக் கோட்டத்தின் கணக்கரான அரியநாயகம் விசேஷ பூஜை நடத்த வருவார் என்பதை அவன் விசாரித்து வைத்திருந்தான். அவனுக்கும் அரியநாயகத்திற்கும் உள்ள உறவு அறுத்தெறிய முடியாத ஒரு விசித்திரக் கயிறு என்று அவன் நம்பியிருந்தான்! காத்தவராயன் அப்துல்லாவாக உருமாறி ஊர்மிளாவை அழைத்துக் கொண்டு தண்டனைக் கோட்டத்திலுள்ள ஆவணக்களரியில் தங்கியிருந்த போது, அவன்மீது அரியநாயகம் அளவற்ற நம்பிக்கை வைத்திருந்தார். ஆனால் அப்துல்லா ஆவணக்களரியிலுள்ள சிறுவாசல் வழியாக ஊர்மிளாவை சிறைக் கூடத்தினுள் அனுப்பி அவளுக்குப் பதிலாக தேவியை சிறை மீட்க முயன்ற சதித்திட்டம்

அம்பலமாகி ஊர்மிளாவும் தேவியும் ஒருங்கே சிறைப்பிடிக்கப்பட்ட பிறகு அரியநாயகம் அளவற்ற நரகவேதனைக்கு ஆளாகிவிட்டார். அவரும் சதிக்கு உடந்தையானவர் எனக் குற்றம் சுமத்தப்பட்டு, ஊர்மிளாவோடு சிறையில் தள்ளப்பட்டு, யானைக்காலால் இடறப்பட வேண்டும் என்கிற தண்டனை தன் தலைக்கும் வந்து விடியுமோ என்று அவர் கதி கலங்கிக் கொண்டிருந்தார். ஆனால் விசாரணையில் ஊர்மிளா தன் கணவனைக் காட்டிக் கொடுக்காமல் சதிச்செயலுக்கு வேறு எவரும் உடந்தை இல்லை என்று வாக்குமூலம் கொடுத்தபோது அவளுக்கு அரியநாயகம் உள்ளூர அளவில்லாத நன்றி செலுத்தினார்.

அவளுடைய சதிகாரக் கணவனான அப்துல்லா எவர் கையிலும் அகப்படாமல் தப்பி ஓடி தலைமறைந்து விட்டதை அறிந்ததும் ஆண்டவனுக்கு நன்றி செலுத்தினார். ''தலை தப்பியது தம்பிரான் புண்ணியம்'' என்று தம் பூர்வ ஜன்மப் பலன்களை பூஜிக்கத் தொடங்கினார்.

அவரை அதிகாரிகள் தனியாக விசாரித்தபோது அரியநாயகம் பதறித் துடித்து, ''நான் ஆண்டவன் சாட்சியாக ஒரு சூதுவாதும் நினைக்கவில்லை! என்னையறியாமல் இந்தச் சதி நடந்துவிட்டது; ஏமாறி விட்டேன்! என்னை மன்னித் தருளுங்கள்!'' என்று கெஞ்சிக் கதறினார். அவருக்குப் பொறுப் பாளியாகவும் தண்டனைக் கோட்டத்தின் பிரதம அதிகாரியாகவும் விளங்கிய முத்தரையனும் அவருக்காக வாதாட முன்வந்து, ''பாவம், வயதானவர்! வெகு காலமாக ராஜ விசுவாசி, எனக்கு வலதுகை போன்றவர். சிறிது ஏமாந்து விட்டார்'' என்றெல்லாம் வற்புறுத்திக்கூறி விஷயத்தை மெழுகி மூடலானான். ''அரசியலில் பொறுப்புள்ளவர்கள் ஏமாறுவதுகூட மாபெரும் குற்றந்தான்! மற்றொரு முறை இப்படி ஏமாந்தால் மண்டை துண்டாகி விடும்!'' என்று அதிகாரிகளும் எச்சரித்து அரியநாயகத்தை மன்னித் தருளிவிட்டார்கள்! அது மட்டுமல்லாமல், முத்தரையன் அவர்மீது பரிவுகொண்டு, மரணக்கோட்டத்தில் குற்றவாளிகளைப் பாதுகாப்பது சம்பந்தமான முக்கியப் பொறுப்பும் கொடுத்து, அவருக்குப் பதவி உயர்வும் வாங்கிக் கொடுத்தான்.

மதயானையின் காலால் தலை நசுக்கப்பட வேண்டுமென மரணதண்டனை விதிக்கப்பட்ட அரசியல் குற்றவாளிகள் அனைவரும் தண்டனைக் கோட்டத்திலுள்ள மரணகூண்டு எனும் ஒரு கூடத்தினுள் ஒன்றாக அடைத்து வைக்கப்பட்டிருந்தனர். அக்குற்றவாளிகளைச் சொந்தக்காரர்களோ, அரசாங்க ஒற்றர்களோ, அதிகாரிகளோ எவராயிருந்தாலும் சந்திக்க வேண்டுமென்றால், கணக்கர் அரியநாயகம்தான் அநுமதி ஓலைகள் எழுதி

முத்தரையனின் உத்திரவுடன் வாங்கிக்கொடுக்கும் பொறுப்பை மேற்கொண்டிருந்தார். மரணக்கூண்டு எனும் கட்டிடத்தின் நுழைவாசலின் வழியாக குற்றவாளிகளைச் சந்திக்க விரும்புவோர், உள் நுழைந்து குற்றவாளிகளைச் சந்தித்துவிட்டுப் பின்வாசல் வழியாக வெளியேறும் பொழுது, அநுமதி ஓலையை அங்குள்ள காவலாளியிடம் காட்டினால்தான் வெளியேற அநுமதிக்கப் படுவார்கள்.

மரண தண்டனை விதிக்கப்பட்ட அரசியல் குற்றவாளிகளை கடைசியாக ஒருமுறை காணவேண்டு மென்று மனைவி மக்களும் உற்றார் உறவினரும் பதறித்துடித்து வருவார்கள். குற்றவாளிகளைச் சந்திக்க அநுமதி ஓலைகள் வழங்கவேண்டுமென முத்தரையனிடம் கெஞ்சிக் கதறுவார்கள். சதிகாரர்கள் சாவதற்கு முன்னால் மனைவியின் முகத்தையோ, குழந்தைகளின் முகத்தையோ கண்டு ஆத்மா சாந்திபெற அநுமதிக்கத்தான் வேண்டுமென அடம்பிடிப்பார்கள். அநுமதி ஓலைகள் வழங்குவதற்குப் பிரதியாக எவ்வளவு பொன், பொருள் கேட்டாலும் கையூட்டு தருவதாக ஆசை காட்டுவார்கள். அப்பொழுதெல்லாம் முத்தரையன் மறைமுகமாக அரியநாயகத்தை உபயோகப்படுத்தி அநுமதி ஓலை வழங்குவதை ஒரு கூட்டு வியாபாரமாகவே நடத்தி வந்தான்; இதனால் அரியநாயகத்தின் செல்வமும் செல்வாக்கும் பெருகி வந்தாலும், அவருடைய மனத்தில் பழைய பீதி இன்னும் உறுத்திக் கொண்டுதானிருந்தது.

ஊர்மிளாவின் சதி விசாரணை நடந்தபோது தன் கணவனின் சதித் திட்டத்திற்கு வேறு எவரும் உடந்தையில்லை என்று ஊர்மிளா தீர்மானமாகக் கூறியதைக் கேட்டு அரியநாயகம் நிம்மதியடைந்தார் என்றாலும், தப்பி ஓடிய காத்தவராயனை நினைக்கும்போதெல்லாம் அவருக்கு அளவில்லாத கலவரம் தலையெடுத்துக் கொண்டேயிருந்தது: தலைமறைந்து திரியும் அப்துல்லா எப்போதாவது அரசாங்கத்தினரிடம் பிடிபட்டு மறு விசாரணை நடந்தால், மறுபடியும் தன் தலைக்கு விபரீதம் வந்து விடுமோ என்று அரியநாயகம் அல்லும் பகலும் அனவரதமும் வேதனைப் பட்டுக் கொண்டேயிருந்தார். அப்துல்லா எங்காவது உருத்தெரியாமல் செத்தொழிந்துவிட வேண்டுமென்று கருப்பண்ண சாமியைப் பிரார்த்திருப்பதற்காகத்தான் அன்றைய அந்தி இரவில் அரியநாயகம் பூஜைத் தட்டுகளுடன் கருப்பண்ணசாமி கோயிலுக்கு வந்தார்;

அங்கு அவர் வருகையை எதிர் நோக்கியிருந்த காத்தவராயன் அவரைக் கண்டதும் ''லபக்'' கென்று அவர் கையைப் பற்றி, தனியாக ஒரு மூலைக்கு அழைத்துச் சென்று, ''என்னைத் தெரிகிறதா?'' என்று விநயமாகக் கேட்டான்.

''நீ யாரப்பா பூசாரி?'' என்று அரியநாயகம் சற்று அழுத்தலாகவே கேட்டார்.

''இப்போது நான் பூசாரிதான்! ஆனால் முன்பு நான் அப்துல்லா உம் அரிய நண்பன்!'' என்றான் காத்தவராயன்.

அதைக் கேட்டதும் பேயறைந்தவர்போல் அரியநாயகம் ''வெலவெல'' த்துப் போனார்.

''இப்போதாவது நான் யாரென்பது அடையாளம் தெரிகிறதா? உற்றுப் பாரும்!'' என்று காத்தவராயன் வினை வழியும் விழிகளை உருட்டி விழித்து விசித்திரமாகப் புன்னகை செய்தான்.

''நீ ஒரு சதிகாரன்!'' என்று அரியநாயகம் அருவருப்போடும், ஆத்திரத்தோடும் முனகினார்.

''என்ன சொன்னீர்? இன்னொரு முறை சொல்லும்!'' என்று காத்தவராயன் மிகவும் அமைதியாகவே கேட்டான்.

''நீ ஒரு சதிகாரன்! உன்னோடு சகவாசம் வைத்துக் கொள்வதே ஒரு பெரிய குற்றம்!''

''நிரம்ப உண்மை! அதில் சந்தேகமே இல்லை!'' என்று சிரித்தான் காத்தவராயன்.

''நீ மகா நெஞ்சழுத்தக்காரன்! மனச்சாட்சி என்பதே இல்லாத மகா மூர்க்கன்!''

''அதோடு நான் மகாப் பொல்லாதவன்! யாரையாவது பழி தீர்க்க நினைத்தால் மறுலோகம் சென்றாலும் மறக்க முடியாதபடி அணு அணுவாகச் சித்திரவதை செய்து பழி தீர்த்து விடுவேன்!'' என்றான் காத்தவராயன்.

''நீ இன்னும் சாகவில்லையா?'' என்று ஆத்திரத்தோடு கேட்டார் அரியநாயகம்.

''நான் சாமானியத்தில் சாகமாட்டேன்!''

'' அரசாங்கச் சேவகரிடம் அகப்பட்டால் அதிசீக்கிரம் செத்துப்போவாய்!''

''என்னை யார் சிறைபிடிக்க முடியும்? என்னை ஒருவருக்கும் அடையாளம் தெரியாது!''

'' ஆனால் எனக்குத் தெரியும்! நான் ஒரு வார்த்தை சொன்னால் போதும். அதாவது உன்னை ''சதிகாரன்'' என்று

ஒரு வார்த்தை சொன்னால் போதும் உன்னைச் சிறைப் பிடித்துப் போய் உன் முரட்டுத் தலையைற யானைக் காலில் வைத்து நசுக்கி விடுவார்கள்!''

''நான் இரண்டு வார்த்தைகள் சொன்னால் போதும் அதாவது நீரும் கூட்டாளி என்று இரண்டு வார்த்தைகள் சொன்னால் போதும் உம்மையும் சிறைப்பிடித்துச் சென்று, உம்முடைய கிழட்டுத் தலையையும் யானைக் காலில் வைத்து நசுக்கி விடுவார்கள்!''

''இது வடிகட்டின பொய்! அயோக்கியத்தனம்!''

''என் சதித் திட்டத்திற்கு நீரும் உடந்தை என்று வாதாடினால் உம் தலை நிச்சயம் தப்பாது.''

''இது அநியாயம்! மகா பாபம்! உன்னை நான் காட்டிக்கொடுக்கவில்லை. என் தலையின்மீது ஏன் வீணாகப் பழி சுமத்த நினைக்கிறாய்?'' என்று அரியநாயகம் ஆத்திரமும் அழுகையும் கலந்த குரலில் பரிதாபமாகக் கேட்டார்.

''உம்முடைய தலையின் புனிதத்தை நான் ஏன் வீணாகக் காப்பாற்ற வேண்டும்? அதற்குப் பிரதியாக நீர் என்ன செய்வீர்?''

''என்ன செய்ய வேண்டுமென்கிறாய்? சீக்கிரம் சொல்லித் தொலை!

நாமிருவரும் ஒன்றாகப் பேசிக் கொண்டிருப்பதைப் பார்த்து யாராவது சந்தேகித்தால் நம்மிருவருக்குமே ஆபத்தாக முடிந்துவிடும்''.

''என் நிலை உமக்குத் தெரியுமா? தலைக்குமேல் வெள்ளம் போகும் பொழுது சாண் போனால் என்ன முழம் போனால் என்ன என்று முடிவு செய்யும் நிலைக்கு வந்து விட்டேன்!''

''என்னையும் சேர்த்து இழுத்து அந்த வெள்ளத்தில் அமிழ்த்திவிடாதே! அது மகாபாபம்!''

''பாப புண்ணியத்தைப் பற்றி என் அபிப்பிராயங்கள் மிகவும் வேறானவை! இப்போது என் சொந்த விருப்பு வெறுப்பு தான் எனக்கு மிகவும் முக்கியமானவை என் விஷயத்தில் நீர் இரக்கம் காட்டாவிட்டால், உம் விஷயத்தில் நான் சிறிது கூட இரக்கங்காட்ட மாட்டேன்!'' என்றான் காத்தவராயன் கர்ண கடூரமான குரலில்.

''உனக்காக நான் மிகவும் இரக்கப்படுகிறேன்?'' என்று கணக்கர் அரியநாயகம் அழாத குரலில் சொன்னார்.

"என் மனைவி ஊர்மிளா மரண தண்டனை விதிக்கப்பட்டாள்!" என்றான் காத்தவராயன்.

"ஐயோ பாவம்!" என்றார் அரியநாயகம்.

"சதிகாரி எனக் குற்றம் சுமத்தப்பட்டாள்!"

"ஐயோ பாவம்! விதிவசத்தால் அப்படியாகி விட்டாள்!"

"சுலபமாகக் குற்றத்தை ஒப்புக்கொண்டு, அமைதியாகக் கொடுந் தண்டனையை ஏற்கச் சித்தமாகி விட்டாள். சாந்தியுடன் சாவை அணைக்கப் போகிறாள்!"

"ஐயோ, பாவம்! அவள் மிகவும் நல்ல பெண்!"

"அதிபயங்கரமான மரணக் கோட்டத்தில் அவள் அடைத்து வைக்கப்பட்டிருக்கிறாள்!"

"ஆமாம்! அது அதிபயங்கரமானதுதான்!"

"அவள் தனியாகவா அடைத்து வைக்கப்பட்டிருக்கிறாள்?" என்று காத்தவராயன் கேட்டான்.

"இல்லை! மரண தண்டனை விதிக்கப்பட்ட சதிகாரர்கள் அனைவரும் ஒன்றாக மரணக்கூண்டு என அழைக்கப்படும் ஒரு கட்டிடத்தில் அடைத்து வைக்கப்பட்டிருக்கிறார்கள். அது நரகத்திற்குள் ஒரு சிறு நரகம் போல் இருக்கும். அங்கு அடைப்பட்டால் மகாமுரடனான குற்றவாளிகூட மரணத்தை எதிர் நோக்கி துடிதுடித்துப் புலம்புவான்."

"ஆனால் ஊர்மிளா அப்படிப் புலம்பமாட்டாள்!"

"ஆமாம்! அவள் நல்ல பெண்! வாயே திறக்கமாட்டாள்."

"அவளுக்கு எப்படி மரண தண்டனை விதிப்பார்கள் என்பதை விவரமாகச் சொல்லும்" என்று காத்தவராயன் அமைதியாகக் கேட்டான்.

"வேண்டாம்! அதை நான் விவரித்துச் சொன்னால் நீ மிகவும் வருத்தப்படுவாய்! அழுதுகூட விடுவாய்!" என்றார் அரியநாயகம்.

"இல்லை! என் இரத்தத்தைப் பிழிந்தாலும் அழமாட்டேன்! நீர் விவரமாக எடுத்துச் சொல்லத்தான் வேண்டும்" என்று காத்தவராயன் அழுத்தம் திருத்தமாகச் சொன்னான்.

"குறிப்பிட்ட ஒரு தினத்தன்று குற்றவாளிகள் அனைவரும் வரிசையாக மரணப் பொட்டலுக்கு அழைத்துச் செல்லப்படுவார்கள். அந்தப் பொட்டலில் நிறுத்தி வைக்கப்பட்டிருக்கும் யானையின் காலால் தலை நசுக்கப்பட்டு அலறிச் சாவார்கள்! அது மகா கோரக் காட்சியாக இருக்கும்!"

"அப்பொழுதும் ஊர்மிளா அலறமாட்டாள்! அப்போதும் நிம்மதியாக இருப்பாள்!"

"ஆமாம்! அவள் மிகவும் நல்ல பெண்!"

"மரண தண்டனையை நிறைவேற்றும் கோரக் காட்சி எப்பொழுது நடைபெறும்?"

"கூடிய சீக்கிரம் நடைபெறும், அதாவது, சோழர்களின் நிலப்படை இந்த மதுரையை விட்டுப் புறப்படும் தினத்தன்று அத்தகைய கோரக் காட்சியை நடத்திவிட்டுப் போவதாக நாள் குறித்திருக்கிறார்கள்!"

"ஊர்மிளாவைக் கடைசியாக ஒருமுறை நான் காணவேண்டும். சாவதற்குள் அவளை எப்படியும் நான் சந்தித்தாக வேண்டும். அவள் இந்த உலகத்தைவிட்டுப் போவதற்குள் அவளிடம் நான் ஒரு வார்த்தை பேசி விடை கொடுத்தாக வேண்டும்!" என்றான் காத்தவராயன்.

"அதெப்படி முடியும்? அவளை எங்கு சென்று சந்திப்பாய்?" என்று அரியநாயகம் குழம்பியபடி கேட்டார்.

"ஏன்? அவள் அடைப்பட்டிருக்கும் மரணக்கூடத்தில் நுழைந்தால் அவளை நான் சுலபமாகச் சந்திக்க முடியாதா?" என்று காத்தவராயன் கேட்டான்.

"என்ன?" என்று திடுக்கிட்ட அரியநாயகம் "அந்த மரணக் குகைக்குள் நீயும் நுழைகிறேன் என்கிறாயே! என்ன நெஞ்சுத் தைரியம்? அவ்வளவு துணிச்சல் இருக்கிறதா உனக்கு?" என்று கலவரத்துடன் கேட்டார்.

"மலைப்பாம்பின் வாய்க்குள் கூட நான் நுழைவேன்! சாகத் துணிந்தவனுக்கு சமுத்திரம் முழங்காலளவு என்கிற பழமொழி உமக்குத் தெரிந்திருக்குமே?"

அரியநாயகத்திற்கு உடம்பு புல்லரித்தது. பிரமித்து நின்ற அவர் மெய்சிலிர்த்து, "ம்! அந்தப் பெண்ணை நீ எப்படிச் சந்திக்க முடியும்? அவள் அடைப்பட்டிருக்கும் கட்டிடத்திற்குள் நீ எப்படி நுழைய முடியும்?" என்று கேட்டார்.

''ஏன்? அந்தக் கட்டிடத்திற்கு வாசலே கிடையாதா?''

''ஏன் கிடையாது? அந்தக் கட்டிடத்திற்கு மொத்தம் மூன்று வாசல்கள் உண்டு. நுழைவாசல், பின் வாசல், குற்றவாளிகளைக் கொலைக்களத்திற்கு இழுத்துச் செல்லும் குறுவாசல் ஆக மொத்தம் மூன்று வாசல்கள் உண்டு. அவற்றில் குறுவாசல் மட்டும் கொலைத் தண்டனை நிறைவேற்றும் நாளன்றுதான் திறக்கப்படும்.''

''ரொம்ப நல்லது! குற்றவாளிகளைச் சந்திக்க வரும் உற்றார் உறவினர் எந்த வாசல் வழியாக நுழைவார்கள்?'' என்று காத்தவராயன் கேட்டான்.

''முன் வாசல் வழியாகத்தான் நுழையவேண்டும்!''

''அந்த வாசல் வழியாக சுலபமாக உள்ளே நுழைந்து விடலாமல்லவா?''

''முன் வாசல் வழியாகச் சுலபமாக உள்ளே நுழைந்து விடலாம்! ஆனால் பின் வாசல் வழியாக வெளியேறுவது அவ்வளவு சுலபமல்ல. அந்த வாசலில் பெரும் காவற்படை இருக்கும். அங்கு நானோ முத்தரையனோ கண் கொத்திப் பாம்புகள் போல் வெளியேறுபவர்களைப் பரிசோதித்துக் கொண்டிருப்போம்!

அநுமதி ஓலைகள் இல்லாமல் எவ்வளவு பெரிய அதிகாரியாயிருந்தாலுங்கூட நாங்கள் அந்த வாசல் வழியாக வெளியேற விடமாட்டோம்;'' என்றார் அரியநாயகம்.

''அத்தகைய அநுமதி ஓலைகளை வழக்கமாக எழுதி வழங்குபவர் யார்?''

''ஏன்? ஆவணக்களரி கணக்கர்தான்.''

''அது நீர் தானே?''

''ஆமாம் நான்தான்'' என்ற கணக்கர் அரியநாயகத்தின் முகம் வெளிறியது. ''ஆனால் நான் எழுதும் அனுமதி ஓலைகளை மேலதிகாரியான முத்தரையன் அங்கீகரிக்க வேண்டும்!'' என்று தடுமாறினார்.

''முத்தரையனும் நீரும் கூட்டுக் களவாணிகள்தானே?'' என்றான் காத்தவராயன் அழுத்தம் திருத்தமாக.

அரியநாயகத்தின் முகம் சவம்போல் வெளுத்தது. தொண்டைக்குள் நெஞ்சடைத்துக் கொண்டு நாவறண்டது. பூமி

இரண்டாக வெடித்து எதிரே நிற்கும் கிராதகனை விழுங்கி விடாதா என்று ஆத்திரமும் அவருக்கு பற்றிக் கொண்டு வந்தது.

''நீ எதற்காக என்னை இப்படியெல்லாம் மிரட்டிப் பார்க்கிறாய்? என்னால் உனக்கு என்ன காரியம் ஆகவேண்டும்?'' என்று அரியநாயகம் கேட்டார்.

''நீர் கொஞ்சம் கருணை காட்டினால்போதும் என் மனைவியை நான் மரணக்கூடத்தில் சந்தித்து பத்திரமாகத் திரும்பி வர வேண்டும். அதற்கு நீர் எனக்கு மரியாதையாகவும் மனப்பூர்வமாகவும் ஓர் அநுமதி ஓலை எழுதி வழங்கியருள வேண்டும். இதைவிட உம்மிடம் நான் வேறொன்றும் கேட்கவில்லை!'' என்றான் காத்தவராயன்.

''இதைவிட என் தலையையே கேட்டிருக்கலாம்!'' என்றார் அரியநாயகம் எரிச்சலாக.

''ஐயா! உம்முடைய மூளை வறண்ட தலையால் எனக்கு என்ன பிரயோஜனம் கிடைத்துவிடப் போகிறது? அந்தத் தலை உம்முடைய உடம்பிலே இருந்தால்தான் அதற்குக் கொஞ்சமாவது அந்தஸ்து இருக்கும்!'' என்றான் காத்தவராயன் அமைதியாக.

'' அட அற்பப் பதரே! என் ஆத்திரத்தை மூட்டாதே! உன்னைப் பிடித்துக் கொடுத்து உன் தலையைக் கொய்து விடுவேன்!''

'' அமைதியாகப் பேசும், அரியநாயகமே! உம் தலை உம் உடம்பிலேயே இருக்கவேண்டுமானால் அமைதியாகப் பேசும்! என் சதித் திட்டங்களுக்கெல்லாம் நீரும் உடந்தையென உம்மீது பழி சுமத்த எனக்கு வெகு நாழிகையாகாது!''

'' அடப்பாவி!'' என்று அரியநாயகம் ஆத்திரத்தோடு விம்மினார்.

நான் சொல்லுகிறபடி செய்யும், கணக்கரே! இல்லாவிட்டால் இந்த உலகத்திலிருந்து உமக்குக் கணக்குத் தீர்த்துவிடுவேன்! இப்போது நீர் ஒழுங்காக அநுமதி ஓலை எழுதிக் கொடுத்து சிறைக் கூடத்திலுள்ள என் மனைவியை இரகசியமாகச் சந்தித்துவிட்டு வர எனக்கு உதவிசெய்யா விட்டால் நாமிருவரும் ஒன்றாகச் சேர்ந்தே அந்தச் சிறைக்கூடத்திற்குள் போய்விடுவோம்! அப்புறம் அங்கிருந்து நேராக மரணப் பொட்டலுக்குச் சென்று நாமிருவரும் சேர்ந்தே நம் தலைகளை யானைக் காலுக்குக் காணிக்கை செலுத்துவோம்!'' என்று காத்தவராயன் அமைதியாகவும் அழுத்தம் திருத்தமாகவும் சொன்னான்.

அரியநாயகத்திற்குச் சர்வநாடியும் ஒடுங்கிவிட்டது. ஆப்பையில் அகப்பட்டுக் கொண்ட குரங்குபோல் தத்தளித்தார். ''இது அநியாயம்! இது அநியாயம்!'' என்று முனகினார்.

''என் மனைவியை நான் கடைசியாக ஒருமுறை சந்தித்துப் பேச விரும்புவது அநியாயமல்லவே?'' என்றான் காத்தவராயன்.

''ஆபத்தான நிலைமையில் உன் மனைவியை நீ சந்தித்துப் பேச வேண்டும் என்கிறாயே, அது அவ்வளவு முக்கியமானதா?'' என்று கணக்கர் அரியநாயகம் அழாத குரலில் கேட்டார்.

''ஆமாம்! அதற்காக என் தலையையும் பணயம் வைக்கச் சித்தமாயிருக்கிறேன் என்றால் அது மிகமிக முக்கியமான விஷயந்தான்!

''அரியநாயகம் குழம்பினார். அவரை நோக்கிக் காத்தவராயன் வஞ்சனையாக சிரித்துக் கொண்டு, ''ஐயா, நீர் இந்த உதவியை அவசியம் செய்தருளத்தான் வேண்டும். இந்தச் சமயத்தில் உம்மைத்தான் கலியுகச் சிபிச் சக்கரவாத்தியென்று நான் கருதி வந்திருக்கிறேன். உம்மைப் போன்ற பெரிய தயாள குணம் படைத்தவர்களும் பெரிய அறிவாளிகளும் தமக்கு ஏற்படப்போகும் இடரைக் கண்டாவது உதவி செய்ய முன்வர வேண்டும். இடுக்கண் உற்றபோது நீரும் நானும் கறவை மாடும் கன்றும் போல நடந்து கொள்வதுதான் நல்லது!'' என்றான்.

அரியநாயகம் ஏதோ சிறிது யோசித்தார்; ''நீ கேட்கும் உதவி மிகவும் சின்னதுதான்! ஆனால் அநுமதி ஓலை எழுத வேண்டிய அவசியமில்லை! உன் மனைவியைச் சிறைக்கூடத்தில் நீ சந்திப்பதற்கு வேறு ஏற்பாடு செய்கிறேன்!'' என்றார்.

''ரொம்ப நல்லது! நாளையே என் மனைவியை நான் சந்திக்க வேண்டும்! அதன் பின்னர் இந்த உலகத்தில் நான் செய்து முடிக்க வேண்டிய மற்றொரு கடமை இருக்கிறது!'' என்றான் காத்தவராயன்.

''நாளை மரணக் கோட்டத்தின் பக்கம் வா! நான் வந்து உன்னை அழைத்துப் போகிறேன், ஊர்மிளா முதலான குற்றவாளிகள் அடைத்து வைக்கப்பட்டிருக்கும் மரணக் கோட்டத்தின் நுழை வாசல் வழியாக நீ சுலபமாகக் கூடத்தினுள் நுழைந்து விடலாம்! அங்கு காவலிலிருக்கும் வீரர்கள் மிகவும் புத்திசாலிகள்! அனுமதி ஓலையோடோ ஓலை இல்லாமலோ எவர் வந்தாலும் குற்றவாளி என்றோ அரசாங்க ஒற்றன் என்றோ நினைத்துச் சுலபமாக உள்ளே விட்டு விடுவார்கள்!''

"ஆனால் உள்ளே என் மனைவியைச் சந்தித்துவிட்டு, பின்வாசல் வழியாக நான் வெளியேற முயலும்போது அங்குள்ள காவலர்கள் சுலபமாக என்னை வெளியே விடமாட்டார்களே! அனுமதி ஓலை இல்லாமல் எவரும் மரணக் கூடத்திலிருந்து வெளியேற முடியாதே! என்னையும் ஒரு குற்றவாளியென்று உள்ளேயே அடைத்து வைத்துவிட்டால் என்ன செய்வது!" என்றான் காத்தவராயன்.

"நான் பின் வாசல் பக்கம் தயாராகக் காத்திருப்பேன்! நீ உன் மனைவியைச் சந்தித்து விட்டு அந்தப் பின் வாசல் பக்கம் வந்ததும் உன்னை வெளியே விடச் சொல்வேன்!"

"ஒருவேளை நீர் அங்கு இல்லாமல் போய்விட்டால்? வேறு வேலையின் நிமித்தம் முத்தரையன் உம்மை அந்தச் சமயம் அங்கிருந்து அனுப்பிவிட்டால்?"

"முத்தரையனிடம் சொல்லி வைத்துவிட்டுப் போவேன்!"

"ஒருவேளை அப்படிச் சொல்ல நீர் மறந்துவிட்டால்? நான் மரணக் கூடத்திற்குள் நுழைந்ததையே, நீர் அடியோடு மறந்துவிட்டால்?" என்று அவநம்பிக்கையோடு காத்தவராயன் அழுத்தம்திருத்தமாகக் கேட்டான்.

"நான் வேண்டுமானால் எந்தச் சாமியின் பேராலும் சத்தியம் செய்து கொடுக்கிறேன்!"

"பெரும்பாலும் நான் சத்தியங்களை நம்புவதில்லை. எனக்கு அனுமதி ஓலைதான் வேண்டும். வேறு எந்த வழியிலும் நான் மரணக்கூடத்திற்குள் தனியாக நுழையத் தயாராயில்லை!" என்று காத்தவராயன் "தனியாக" என்ற வார்த்தையை அழுத்திச் சொன்னான்.

அரியநாயகம் அயர்ந்து விட்டார். அநேகமாகச் செத்துவிட்டவர்போலவே ஆகிவிட்டார். கடைசியாக வேறு வழியின்றி அவனுக்கு அனுமதி ஓலை எழுதிக் கொடுக்க ஒப்புக் கொண்டார்.

"எனக்கு இப்போதே அனுமதி ஓலை எழுதித் தர வேண்டும்!" என்றான் காத்தவராயன்.

"இப்போது எப்படி எழுதிக் கொடுக்க முடியும்? ஓலையும் முத்திரையும் தண்டனைக் கோட்டத்திலுள்ள ஆவணக் களரியிலன்றோ இருக்கின்றன! மேலும் முத்தரையனின் அங்கீகார முத்திரை வேறு பெறவேண்டும்!" என்றார் அரியநாயகம்.

''அப்படியானால் நீர் உடனே அங்கு சென்று அனுமதி ஓலை கொண்டு வாரும்! நான் இந்தக் கருப்பண்ண சாமி கோயிலில் உமக்காகக் காத்திருக்கிறேன். இன்று இரவு அர்த்த சாமம் ஆவதற்குள் நீர் அனுமதி ஓலை கொண்டு வந்து கொடுக்காவிட்டால் உம் தலை உம் உடம்பிற்குச் சொந்தமாயிராது!'' என்று காத்தவராயன் எச்சரித்து அவரை அனுப்பினான். அவரும் வேறு வழியின்றி அது போலவே சென்று சிறிது நேரத்தில் அனுமதி ஓலையுடன் திரும்பி வந்து, ''இதோ அனுமதி ஓலை! இந்த ஓலையின் பிரகாரம் ஒரு நபர் மரணக் கூடத்தில் நுழைந்து குற்றவாளிகளைச் சந்தித்து விட்டு திரும்பி வரலாம் வாங்கிக் கொள்! ஆனால் மரணக்கூடத்தில் சதிகாரர்களான குற்றவாளிகளை சாதாரணமாக இரவில் சந்திக்க முடியாது! பகலில் தான் சந்திக்க முடியும்!'' என்று சொல்லி ஓலையைக் கொடுத்து விட்டுச் சென்றார்.

''குற்றவாளியின் முகத்தைப் பகல் வெளிச்சத்தில் சந்தித்தால்தான் நன்றாக இருக்கும்!'' என்று கூறிய காத்தவராயன்: பொழுது எப்போது விடியும் என்று எதிர்ப்பார்த்தவனாய், அந்தக் கோயிலின் வெளிப் பிரகாரத்தில் மேல் துண்டை விரித்துப் படுத்து இரவுப் பொழுதைக் கழிக்கத் தீர்மானித்தான்.

அத்தியாயம் 112

நாளை வா

'ஆள யாவுனக்கு அமைந்தன
மாருதம் அறைந்த
பூளை ஆயின கண்டனை!
இன்று போய்ப் போர்க்கு
நாளை வா!' என நல்கினன்.'

— கம்ப ராமாயணம்

மனித மிருகமான காத்தவராயனைப் பழி வாங்க வேண்டும் என்கிற ஆத்திரம் ஊர்மிளாவைப் பற்றி நினைக்கும் போதெல்லாம் வீரசேகரனுக்கு அதிகரித்தது. வசந்த ரோஜாவைப் போன்ற ஊர்மிளா மனமொப்பி தன்னோடு வாழவந்த போது, தானும் அவளும் சுதந்திரப் பறவைகள் போல் மதுரையை விட்டு எங்கோ பறந்தோடி ஆனந்தமாக வாழக் கனவு கண்டு

கொண்டிருந்தபோது அந்த வஞ்சகக் காத்தவராயன் புயலெனக் குறுக்கிட்டான். தான் இல்லாதபோது அவளைத் தந்திரமாகக் கடத்திச் சென்றான். தேவிக்குப் பதிலாக அவளைச் சிறைக் கூடத்தில் தள்ளி சதிகாரியென அவளைச் சாகடிக்கத் திட்டமிட்டான். சதி விசாரணையின் போது அந்தப் பெண் அவனைக் காட்டிக் கொடுக்காமல் கம்பீரமாகக் குற்றத்தை ஏற்றுக் கொண்டதைக் கண்டும் அந்தக் கயவனின் கல் நெஞ்சம் சிறிதும் கூசவில்லை! மென்மையான உள்ளம் படைத்த பெண் மலரை அந்த முரடன் கசக்கி மண்ணுக்கு இரையாக வீசிவிட்டான்! நாசமும் நீசத்தனமுமே உருவான அந்த நயவஞ்சகன் இந்த உலகத்தில் இன்னும் உயிர் வாழ்கிறான்!

இதை நினைக்கும்போது வீரசேகரனின் இளநெஞ்சில் ஆத்திரத் தீ "கபகப"வென்று எரிந்தது. காத்தவராயனைப் பழி வாங்காவிட்டால் அந்த ஆத்திரத் தீ தம் நெஞ்சை எரித்துத் தின்று விடும் என்கிற உணர்ச்சியும் மேலோங்கியது.

ஊர்மிளாவின் விசாரணையின்போது அந்த நாசகாரனைக் கண்டதுமே, அவனைப் பழி வாங்க வேண்டுமென்று வீரசேகரன் துடிதுடித்தான். ஆனால் அப்போது அவனுடைய கைக்குச் சிக்காமல் அந்தக் குள்ளநரி எங்கோ நழுவி ஓடி விட்டது. இப்போது எந்தப் பொந்தில் பதுங்கியிருக்கிறதோ? அப்படி அந்த நரி எங்காவது வளைக்குள் பதுங்கியிருக்கிறதென்றால் புலிப் பாய்ச்சலுக்குத் தயாராகித் தன்மீது பாய்ந்து கொல்வதற்காகவே இருக்கும் என்றும் தோன்றியது!

அவனைப் போலவே காத்தவராயனும் தன்கையால் வீரசேகரனைப் பழிவாங்கச் சமயம் பார்த்துக் கொண்டிருப்பான் என்பது அவனுடைய உள்ளுணர்வில் சதா எதிரொலித்துக் கொண்டே இருந்தது. காத்தவராயன் தன்னைப் பழிவாங்கு வதற்குள், தான் முந்திக்கொண்டு அவனை நேருக்கு நேர் சந்தித்துத் தன் வீரவாளால் அவனுடைய நெஞ்சைக் கிழித்து, அவனுடைய மனச்சாட்சியைக் கதற வைத்து விடவேண்டும் என்கிற எண்ணமும் வீரசேகரனுக்கு மேலோங்கி விட்டது.

ஆனால் காத்தவராயனை எங்கே தேடிக் கண்டுபிடிப்பது? விசாலமான மதுரைமாநகரில் அவன் எந்த மூலையில், எந்த நரிவளையில் உருமாறிப் பதுங்கியிருப்பானோ..? இவ்வாறு சிந்தித்த வீரசேகரனுக்கு, ஒற்றுப் படைத் தலைவனான ஜனநாதன் எப்போதோ சொன்ன ஒரு வாசகம் நினைவு வந்தது. காத்தவராயனைப் போன்ற கொடூர மனம் படைத்த பூசாரியைக் கருப்பண்ணசாமி கோயில் பக்கந்தான் சந்திக்கலாம் என்று

ஜனநாதன் குறிப்பிட்டானே? அப்படியானால் காத்தவராயன் தலை மறைந்து வாழ கறுப்பண்ணசாமி கோயிலையே தன் வாசஸ் தலமாகக் கொண்டிருப்பானோ...? இவ்வாறு நினைத்தவுடனே வீரசேகரன் துள்ளிக் குதித்தான். தன் உடைவாளை உருவிப் பிடித்துக் கொண்டு கருப்பண்ண சாமி கோயிலை நோக்கி விரைந்தோடினான்.

அந்த நடுநிசி நேரத்தில் கருப்பண்ணசாமி கோயில் பக்கம் ஆள் நடமாட்டமே தட்டுப்படவில்லை. அஞ்சாநெஞ்சம் படைத்த ஊர்க்காவலரும் அந்த நேரத்தில் கருப்பண்ணசாமி கோயிலின் முன் வர அஞ்சுவார்கள். ஆனால், கோயிலின் வெளிப் பிரகாரத்தில், தனியொருவனாக மேல் துண்டை விரித்துப் படுத்திருக்கும் பூசாரியைக் கண்டதும், அந்த நெஞ்சமுத்தக் காரன்தான் காத்தவராயனாக இருப்பான் என்று வீரசேகரன் புரிந்து கொண்டு விட்டான்.

''அடப்பாவி! அபலை ஒருத்தியை நயவஞ்சகமாகச் சாவை நோக்கித் தள்ளிவிட்டு, இங்கு வந்து நிம்மதியாகத் தூங்குகிறாயா?'' என்று வீரசேகரன் தன் மனதிற்குள் பொருமினான். உடனே ஜிவ்வென்று வீரசேகரன் அவனை நோக்கிப் பாய்ந்து சென்று, தன் வாள் முனையை அவனுடைய நெஞ்சை நோக்கி நீட்டிக் கொண்டு, ''பழிகாரா! படுத்துறங்குகிறாயா? காலன் வந்துவிட்டான்! கண் விழித்து எழு!'' என்று கர்ஜித்தான்.

காத்தவராயனுடைய முரட்டுத் தேகம் கல் தரையில் படுத்துக்கிடந்ததே தவிர, அவனுடைய மூர்க்கமான கண்கள் விழித்துக் கொண்டுதானிருந்தன. ஆனால் அவற்றின் பார்வை வெகு நாழிகையாக எங்கோ வேறு உலகில் சஞ்சரித்துக் கொண்டிருந்ததின் அறிகுறியாகச் சோர்வின் போதை கொண்டிருந்தது.

''என்னைப் பார்!'' என்று வீரசேகரன் முழங்கினான். விளக்கொளியில் பளிச்சிடும் அவனுடைய வீரவாளின் முனை தன் மார்பில் ஆடுவதைக் கண்டு காத்தவராயன் சிறிதும் கலங்கவில்லை! தூங்கும் போது எதிரியை எளிதில் கொன்றுவிடும் அவசரப் புத்தியும் அற்பத் திருப்தியும் தன்னைப்போலவே வீரசேகரனிடமும் இராது என்று அவனுக்குத் தெரியும்!

''வருக வருக மாவீரனே!'' என்று காத்தவராயன் அமைதியாகவே சொன்னான். கலவரத்தையெல்லாம் உள்ளடக்கிக் கொண்டு எந்தவித உணர்ச்சியையும் வெளிக்காட்டாமலிருந்தான்.

‘‘நயவஞ்சகனே! நிம்மதியாக உறங்குகிறாயா?’’ என்று வீரசேகரன் பொருமினான்.

‘‘இல்லை; அருமை நண்பா! நான் படுத்துறங்கிப் பலநாட்களாகி விட்டன. நான் இப்போதெல்லாம் சதா விழித்துக் கொண்டேயிருக்கிறேன்! காலனையும் பழிவாங்கக் காத்துக் கொண்டேயிருக்கிறேன்!’’ என்று காத்தவராயன் மிகவும் அமைதியான குரலில் சொல்லிய வண்ணம் எழுந்து நின்றான்.

‘‘என்னை எதிர்பார்த்துக் கொண்டிருந்தாய் இல்லையா?’’ என்று வீரசேகரன் கேட்டான்.

‘‘இல்லை! உன்னை நான் எதிர்பார்க்கவில்லை!’’ என்றான் காத்தவராயன்.

‘‘என்ன?’’ என்று குமுறிய வீரசேகரன், ‘‘உன்னைப் பழி வாங்கப் போர்வாளோடு வருவேன் என்று நீ எதிர்பார்க்கவில்லையா?’’ என்றான்.

‘‘வீரசேகரா! என்றாவது ஒருநாள் உன் வீரத்தோளையும் வெற்றி வாளையும் சந்தித்துப் போராடும் பேறு எனக்குக் கிடைக்குமென்று எனக்குத் தெரியும்! உன்னை என்றாவது ஒருநாள் வஞ்சம் தீர்க்க நானும் வழி பார்த்துக் காத்துக் கொண்டு தான் இருக்கிறேன்! ஆனால் இவ்வளவு சீக்கிரமாய் நீ வருவாய் என்று நான் எதிர்பார்க்கவில்லை! இப்போது உன் வீரவிஜயத்தை நான் விரும்பவுமில்லை!’’ என்றான் காத்தவராயன் அமைதியாக.

‘‘என்னிடமிருந்து எளிதில் உயிர் தப்பிவிட முடியும் என எண்ணுகிறாயா?’’ என்று கூவிய வீரசேகரனின் கருவிழிகள் உக்கிரமாகச் சுழன்றன. இத்தனை நாளாக அவனுடைய யௌவன இதயத்தில் கபகபவென்று எரிந்து கொண்டிருந்த ஆத்திரத் தீ முழுதும் பிரளயத் தீயாக வெடித்துவிடத் துடித்தன.

‘‘அபலை ஒருத்தியை வஞ்சித்த கல் நெஞ்சனே! என் வாளின் வலிமையும் என் தோளின் பெருமையும் உனக்குத் தெரியாதா? எதிரிகளின் மார்பிலே தீட்டி, போர்க்களங்களிலே மின்னலிட்டு பல நாளாக உறங்கிக் கிடக்கும் என் வெற்றிவாள், உன் வளமான தோள்களிலே விளையாடி, உன் வன்நெஞ்சைக் கிழித்து, உன் உயிரைக் குடிக்காமல் விடாது!’’ என்று வீரமுழக்கமிட்டான்.

‘‘கொஞ்சம் பொறு!’’ என்றான் காத்தவராயன் அப்போது சற்றுத் தொலைவில் ஊர்க்காவலர் அறைகூவி அணிவகுத்துச் செல்லும் அரவம், இரவில் நிசப்தத்தில் தெளிவாகக் கேட்டது!

“கொஞ்சம் பொறு, வீரசேகரா! நீ இப்படிக் கூச்சலிட்டுப் போரிட்டால், ஊர்க்காவலர் ஓடிவந்து நம்மிருவரையும் இனம் கண்டு பிடித்துச் சிறை பிடித்துக் கொன்று விடுவார்கள்!'' என்று காத்த வராயன் பதறினான். ஊர்க்காவலர் அணிவகுத்துச் செல்லும் ஓசை தூரத்தில் போய் மறையும்வரை அடங்கியிருந்த வீரசேகரன், மறுபடியும் முழக்கத் தொடங்கினான்.

“கோழையே! உன்னைச் சிறைப்படுத்தி விடுவார்கள் என்று பயந்து சாகிறாய், இல்லையா? வாஞ்சையின் சித்திரம் போன்ற ஊர்மிளாவை வஞ்சகமாக எந்தச் சிறைக்குள் தள்ளினாயோ அந்தச் சிறைக்குள் நீ செல்ல அஞ்சுகிறாயா? மலரினும் மிருதுவான ஊர்மிளாவை எந்த மதயானையின் காலில் மிதிபடச் சூழ்ச்சி புரிந்தாயோ, அந்த மதயானையின் காலால் உன் முரட்டுத்தலை உடைந்து சிதறக்கூடாது என்று ஒவ்வொரு கணமும் அஞ்சி அஞ்சிச் சாகிறாயா? ஊர்க்காவலர் வந்து நம்மைச் சிறை பிடித்துச் சென்றாலும் நல்லதாகவே இருக்கும்! இந்த உலகில் சஞ்சரிக்கத் தகாத ஒரு நயவஞ்சகனை இந்த நாடு இன்னும் சிறைப்படுத்தாமல் சுதந்திரமாக நடமாடவிட்டிருக்கிறதல்லவா?''

“ஆமாம்! எந்த நாட்டுச் சரித்திரத்திலும் ஒப்பற்ற வீர நட்சத்திரமாக மின்னவேண்டிய ஒரு மாவீரனை, ராஜத் துரோகியாகவும் கள்ளக் காதலனாகவும் நடுத்தெருவில் நாய் போல் அலைய விட்டிருக்கிறதல்லவா, அதுபோலத்தான்!'' என்று காத்தவராயனும் சுருக்கென்று ஏளனமாய் பதிலளித்தான். “வீண் பேச்சு எதற்கு? ஊர்மிளா என்னிடம் வாஞ்சை காட்டினாள் என்பதற்காக அவளை வஞ்சம் தீர்க்க வெகு காலமாகக் காத்திருந்தாய்! கடைசியில் மகாமோசமான முறையில் அவளை வஞ்சம் தீர்த்துக் கொண்டாய்! அவளைச் சதிகாரியாக்கி, சாந்த சொரூபிணியாகக் குற்றத்தைச் சுமக்க வைத்து, சவக்கிடங்கில் தள்ளி, கடைசியில் மதயானையின் காலால் சாகடிக்கவும் வழி வகுத்து விட்டாய்! அதற்கெல்லாம் வன்பழி தீர்க்க வாளோடு வந்திருக்கிறேன்!'' என்றான் வீரசேகரன்.

“உன்னைப் பழிதீர்க்க நானும் பல நாளாகக் காத்திருக்கிறேன்! எனக்கு உரியவளான ஊர்மிளாவின் உள்ளத்தைக் கவர்ந்தாய். அவளோடு எங்கோ கண் காணாத இடத்திற்குத் தப்பி ஓடி, சர்வ சுதந்திரமாகக் காதல் வாழ்வு நடத்தலாம் என்று கனவு கண்டாய்! அதற்கெல்லாம் உன்னை நேருக்குநேர் சந்தித்து, உன்னை மிகப் பயங்கரமான முறையில் வஞ்சம் தீர்க்க வேண்டுமென்று நானும் பல்லைக் கடித்துக் கொண்டுதான் காத்திருக்கிறேன்!'' என்று காத்தவராயன் பல்லைக் கடித்துக் கொண்டு மிகவும் அமைதியான குரலில் சொன்னான்.

"என்னோடு நேருக்கு நேர் மோதவேண்டுமெனக் காத்திருப்பதாகச் சொல்கிறாயே? அப்படியானால் என் குடிலுக்குப் புகலிடம் தேடிவந்த ஊர்மிளாவைத் திருடிச் சென்றாயே, அப்போதே என்னோடு போரிட ஏன் நான் வரும் வரை காத்திருக்கக் கூடாது?" என்று வீரசேகரன் குமுறினான்.

"என்னைத் திருடன் என்கிறாய்! ஊர்மிளாவைக் கவர்ந்த வகையில் நீ தான் முதலாவது திருடன்!" என்று ஏளனமாகக் காத்தவராயன் சீறினான்.

"வாஞ்சையின் குரலுக்குச் செவி சாய்ப்பது திருட்டல்ல! வஞ்சனையாக ஒருத்தியை இழுத்துச் சென்று சாவை நோக்கித் தள்ளுவதுதான் திருட்டு என்பது மட்டுமல்ல மகா நீசச்செயலுமாகும். அசூசையினால்தான் நீ கொல்ல விரும்புகிறாய்! நீ கொலைகாரன் உன்னை முதன் முதலில் சந்தித்த பொழுதே என்னைக் கொல்லத் துடித்தாய்! அப்பொழுதே உன் சுபாவம் தெரிந்துவிட்டது" என்றான் வீரசேகரன்.

"அப்போதே உன்னைக் கொன்றிருக்கக் கூடாதா என்று பின்னர் பலமுறை நான் மனம் நொந்து கொண்டதுண்டு!" என்றான் காத்தவராயன் அலட்சியமாக.

"என் பொருட்டு நீ நொந்து கொள்ள வேண்டியதில்லை! என்மீதுள்ள வஞ்சத்தைத் தீர்த்துக்கொள்ள இப்பொழுதே உனக்கு ஒரு சந்தர்ப்பம் கொடுக்கிறேன்!

உன் கொலைவாளை எடு! இப்பொழுது என்னோடு போரிடு! இருவரில் யார் மாண்டு விழுவது என்பதை இப்போதே விதி தீர்மானித்து விடட்டும்!" என்று கர்ஜித்த வீரசேகரன் போருக்குச் சித்தமானவனைப் போல தன் வீரவாளைச் சுழற்றி வீசி நின்றான்.

"இப்போது நாம் போரிட வேண்டாம்."

"பின் எப்போது?"

"இன்று போய் நாளை வா!" என்றான் காத்தவராயன் அமைதியான குரலில்.

"ஏன் நாளைவரை போராட்டத்தைத் தள்ளிப் போடுகிறாய்?"

"நாளை இரவு இதே இடத்தில் நாம் சந்தித்துப் போரிடலாம்"

"ஏன் இப்பொழுதே, இதே இடத்தில் நாம் மரணப் போரிடக் கூடாது?" என்று வீரசேகரன் சீறினான்.

''நாளைப்பகல் முழுதும் எனக்கு வேறொரு வேலை இருக்கிறது. உன்னை வஞ்சம் தீர்ப்பது எனக்கு எவ்வளவு முக்கியமான வேலையோ அவ்வளவு முக்கியமான வேலைதான் அதுவும்!'' என்றான் காத்தவராயன். அவனை வியப்புடன் வீரசேகரன் உற்று நோக்கியபடி நின்றான்.

அத்தியாயம் 113

நெஞ்சைத் துளைக்கும் அம்பு!

'மனச் சிறையில் கரந்த காதல்
உள்ளிருக்கும் எனக் கருதி
உடல் புகுந்து தடவியதோ
ஒருவன் வாளி'.

– கம்ப ராமாயணம்

மலைத்து நிற்கும் வீரசேகரனை நோக்கி காத்தவராயன் அலட்சியமாகச் சிரித்தான். ''மாவீரனே! ஜன்மச் சத்ருக்களான நாமிருவரும், மரணப்போரிடத்தான் வேண்டுமென்பதில் எள்ளத்தனையும் சந்தேகமில்லை. ஆனால் அதற்கு இன்றைக்கு அவகாசமில்லை! அதனால் இன்றுபோய் நாளை போருக்கு வா!'' என்றான்.

''என்னைச் சூழ்ச்சியால் கொன்றுவிட்டு நீ தப்பிச் செல்ல ஏதாவது குள்ளநரி வேலை செய்யப் பார்க்கிறாயோ? அதற்கு நான் அவகாசமளிக்க மாட்டேன்!'' என்று வீரசேகரன் கத்தினான்.

''மகா உத்தமனே! கொஞ்சம் பொறுமையாகச் சிந்தித்துப் பார்! பையப் பைய என் மனைவியை நீ காதலிக்க நான் பல காலம் அவகாசம் கொடுத்தேன், பல மாதங்கள் அவளோடு நீ நெருங்கிப் பழகி என் வீட்டிலேயே அவளை அடிக்கடி நீ சந்திப்பதற்கு பல சந்தர்ப்பங்களும் ஏற்படுத்திக் கொடுத்தேன்! அவளை நீ சந்திப்பதற்கு நான் மதிப்பளித்து, அவளோடு நீ உல்லாசமாகச் சிரித்துப் பேசி அவளுடைய உள்ளத்தைக் கவரவும் இடம் அளித்தேன். அவள் விஷயத்தில் உன் ஆசை வழியும் பார்வைகளையும் போதை வழியும் புன்னகைகளையும் அனுமதித்தேன்! எல்லாவற்றையும் கண்டும் கண்ணிருந்தும் காணாத குருடனைப் போல ஒதுங்கியிருந்தேன்! இத்தனை காலம்

வேறு எந்தப் புருஷனும், தன் நெஞ்சுக்குள் உறுமும் புலியைத் தன் நெஞ்சுக்குள்ளே அடக்கி வைத்துக் கொண்டிருக்க முடியாது! இவ்வளவும் எதைக் குறிக்கிறதென்பதை யோசித்துப் பார்!'' என்றான் காத்தவராயன். ''இவ்வளவும் உன் அரசியல் சம்பந்தப்பட்ட சதித்திட்டத் திற்குப் பகைவனான என்னை மயக்கியிழுத்துக் கருவியாகப் பயன்படுத்திக் கொள்ள நினைத்தாய் என்பதையே குறிக்கிறது!'' என்றான் வீரசேகரன்.

''உண்மைதான்!'' என்று அமைதியாகச் சொன்ன காத்தவராயன் தன் உணர்ச்சிகளை நன்றாகக் கட்டுப்படுத்திக் கொண்டு வீரசேகரனின் ஆத்திர உணர்ச்சியைத் தலைவிரித்தாட வைத்தான்.

''உண்மைதான்!'' என்று மீண்டும் அழுத்திச் சொன்ன காத்தவராயன், ''மாவீரனே! நன்றாகச் சிந்தித்துப்பார்! மாண்புமிக்க என் மனைவியான ஊர்மிளாவின் ஒரு பார்வைக்காக உன்னுடைய மாபெரும் சோழசாம்ராஜ்யத்தின் மாவீரன் பதவியையும் மறந்து விடுவாய்! ஊர்மிளாவின் ஒரு புன்னகைக்காக உன்னுடைய பொன்னான வாழ்வையும் புறக்கணிப்பாய்! அவளுடைய ரம்மியமான சகவாசத்திற்காக ராஜத் துரோகியாகவும் தயாராகிவிடுவாய்! அவளுடைய இனிமையான ஒரு சொல்லிற்காக நீ சதிகாரனாகவும் துணிந்து விடுவாய். அவள் விடும் ஒரு பெருமூச்சிற்காக நீ நாடு இழந்து நடுத் தெருவில் நாய் போலவும் அலைவாய்! துரோகத்தால் நீ உன் கௌரவத்தையும், ஊர்மிளா தன் கண்ணியத்தையும் கறைபடுத்தி கொள்ளும்படி நேர்ந்துவிட்டது! நானோ புத்திசாலித்தனமாக நடந்து கொண்டு, கண்ணியமான ஒரு வீரபுருஷனாகி விட்டேன்; வஞ்சம் தீர்க்க வெகுகாலம் காத்திருந்து வெற்றியும் அடைந்துவிட்டேன்! மங்கையர் குல திலகம் சதிகாரி எனச் சாவுக்கூண்டில்! வீரர் குல நாயகம் ராஜத்துரோகி என நடுத்தெருவில்! ஹா! ஹா! ஹா!'' என்று காத்தவராயன் பயங்கரமாகச் சிரித்தான்.

''இது மகா கோரம்! மகா நீசத்தனம்! மிகவும் அருவருப்பான செயல்!'' என்று வீரசேகரன் உயிர் கிழியும்படிக் கூவினான்.

''ஓகோ! உன் நடத்தையைப் புனிதம் வாய்ந்தது என்று மதிக்கிறாயா? உண்மையில் உன் செயல்தான் அதிகோரமானது மிகவும் அருவருப்பானது!'' என்றான் காத்தவராயன் நிதானமாக.

''கயவனே! உன் நயவஞ்சகச் செயல் உன்னதமானது என்று சொல்லி உன்னையே நீ ஏமாற்றிக்கொள்ளப் பார்க்கிறாய். அபலையான ஊர்மிளாவின் விஷயத்தில் நீ நடந்து கொண்ட

முறைதான் மிகவும் அருவருப்பானது, மகா கோரமானது என்று சொல்கிறேன். குல மங்கை ஒருத்தியின் கண்ணியமும் கற்பு நெறியும், எந்த மனிதனை நம்பி ஒப்படைக்கப்பட்டிருக்கிறதோ, அவளுடைய கண்ணியத்தைக் கறைப்படாமல் கண்காணித்துக் காப்பாற்றி அதில் பெருமை கொள்ளச் செய்யவும் எந்த மனிதன் கடமைப்பட்டவனோ அந்த மனிதனே அந்த மங்கையின் ஒப்புயர்வற்ற அழகைக் கவர்ச்சிப் பொருளாக்கி இன்னொரு இளைஞனின் திட உள்ளத்தைக் கறைப்படுத்திக் கவர்ந்திழுக்கத் திட்டமிடுகிறான். உன்னதப் பண்புகளுக்கு உறைவிடமான பெண்ணொருத்தியை உயிரோவியமாக மதித்து அவளுக்கும் ஓர் இருதயம் உண்டு என்பதை உணர்ந்து, அவளுடைய இயற்கையான உணர்ச்சிகளுக்கு உறுதுணையாக நின்று போற்றக் கடமைப்பட்ட மனிதன் எவனோ, அவனே அவளைத் தன் உடைமைப் பொருள் களில் ஒன்றான உயிரற்ற ஜடவஸ்து என்று அற்பமாக நினைத்து, அவளை அரசியல் ஆட்டத்தில் பணயமாக வைக்கிறான். வாஞ்சைக்காகவும், வாழ்விற்காகவும் ஏங்கித் தவிக்கும் இரண்டு யௌவன உள்ளங்கள் நெருங்கிப் பழகினால் பாசபந்தத்தின் மோக நெருப்பு வெகு விரைவில் பற்றிக் கொள்ளும் என்பதை எந்த மனிதன் உணர வேண்டுமோ அந்த மனிதனே, அவ்விரண்டு உள்ளங்கள் நெருங்கிப் பழகும்படி வலுவான சூழ்நிலையை ஏற்படுத்திக் கொடுக்கிறான். உலகம் தெரியாத பெண்ணொருத்தியின் உடல், பொருள், ஆவி மூன்றும் எந்த மனிதனால் காப்பாற்றப்பட வேண்டுமோ, அந்த மனிதனே அந்தப் பெண்ணுடைய சர்வத்தையும் பலியிடச் சித்தமாயிருக்கிறான் அபலையொருத்திக்கு வாழ்வளிப்பதற்கு எந்த மனிதன் கடமைப் பட்டவனோ, அவனே அவளைச் சாவுக் கிடங்கில் தள்ளி, அவளுடைய வாழ்வை அழிக்கிறான். பெண்ணொருத்தியைத் தன் சுய நலத்திற்காக அந்த மனிதன் பலி ஆட்டைப்போல் தியாகம் செய்கிறான். அத்தகைய சுயநல மனிதனின் மிருகத்தனமான செயலைத்தான் மிகவும் அருவருப்பானது என்று நான் சொல்லுகிறேன்!'' என்று வீரசேகரன் பொருமினான்.

''அதைச் சுயநலம் என்று சொல்லாதே!'' என்று கிரீச்சிட்ட காத்தவராயன், ''வீரசேகரா! என் செயலின் நோக்கத்தை விளக்கிச் சொல்கிறேன் கேள்! புனிதவதியான தேவியைச் சிறை மீட்கும் உன்னத இலட்சியத்தை என் தலையாய கடனாக நான் மேற்கொண்டேன்! அதற்காகவே என் வாழ்வையும், கௌரவத்தையும்! என் உடமைகள் அனைத்தையும் தியாகம் செய்யப் பிரதிக்ஞையும், செய்து கொண்டேன்! அந்த உன்னத இலட்சியத்திற்காக நான் ஒரு மனிதன் என்பதையே மறந்துவிடச் சித்தமானேன்! அந்தப் புனித இலட்சியத்தின் முன்னிலையில் என் சொந்த நன்மைகளையோ, சொந்த விருப்புவெறுப்புகளையோ

எப்போதுமே நான் பொருட்படுத்தியதில்லை! என் உடமைகள் அனைத்தையும், என் உன்னத இலட்சியத்திற்காகவே தியாகம் செய்யச் சித்தமாகிவிட்ட நான் என் உடமைப் பொருள்களில் ஒருத்தியான ஊர்மிளாவைத் தியாகம் செய்யவும் சித்தமானேன். ஆனால் அந்தப் புனித இலட்சியத்தில் புனிதப் பொருளாக விளங்க வேண்டிய அந்தப் பெண் தன் மனதில் உன் காதலுக்கு மனப்பூர்வமாக இடமளித்துத் தன்னுடைய கண்ணியத்தைக் கறைப்படுத்திக் கொண்டு விட்டாள். என் உன்னத இலட்சியம் அழிந்துவிட்டது! என் மனைவியின் மாசு ஒன்றுதான் என் நெஞ்சில் எஞ்சி நின்றது. ஊர்மிளாவை வஞ்சம் தீர்ப்பது ஒன்றுதான் என் வாழ்வின் ஒரே மூச்சாகி விட்டது!'' என்றான்.

''பொறாமையால் அந்த அபலையைக் கொலை செய்வது ஒன்றுதான் உன் ஒரே புனித இலட்சியமாகக் கொண்டு விட்டாய் என்று சொல்!'' என்று திருத்தினான் வீரசேகரன்.

''விசுவாசத்தை இழந்து, துரோகம் புரிந்த ஒரு பத்தினியை ஒருவன் கௌரவமாகப் பலியிடுகிறான் என்றால் அது கொலையல்ல அவளைத் தண்டிப்பதாகத்தான் அர்த்தம்!'' என்று காத்தவராயன் சீறினான்.

''ஊர்மிளா விசுவாசமற்று துரோகப் பாதையில் நடந்தாள் என்றால் அந்தப் பாதையில் அவளைத் தள்ளிவிட்ட நீசன் நீதான் உன்னைத்தான் தண்டிக்க வேண்டும்!'' என்று வீரசேகரன் முழங்கினான்.

''குலப்பெண் எந்தச் சூழ்நிலையிலிருந்தாலும் திட உள்ளத் துடன் தன் கற்பு நெறியைக் காப்பாற்றிக் கொள்ளக் கடமைப் பட்டவளாவாள்!'' என்று காத்தவராயனும் முழங்கினான்.

''தண்டிக்கிறவன் அதைப் பகிரங்கமாகச் செய்வான்! ஆனால் நீயோ ஊர்மிளாவைத் தந்திரமாகக் கொலைக்களத்திற்கு அனுப்பிவிட்டு, நீ மட்டும் பத்திரமாகத் தப்பியோடி தலைமறைந்து பதுங்கியிருக்கிறாய். இது கோழைத்தனம்!'' என்றான் வீரசேகரன்.

''நான் தப்பி ஓடினேனா? பதுங்கி வாழ்கிறேனா? நான் கோழையா?'' என்று சீறிய காத்தவராயன், ''மூடனே! நான் கோழை அல்ல! ஊர்மிளாவின் மீது சதிகாரியெனப் பழி சுமத்தி அவளைச் சிறையில் தள்ளிவிட்ட பின்னர் அவளை அதிகாரிகள் விசாரிக்கும்போது நீதி மண்டபத்திற்குள் துணிந்து வராமல் வேறு எங்காவது ஒளிந்து கொண்டிருந்தேனா? அவள் சாவதற்குள் கடைசியாக அவளை ஒரு முறை சந்தித்து, அவளுக்கு விடை கொடுக்க விரும்பாமல் இருந்தேனா? அதற்காக இப்போது அவள்

அடைப்பட்டிருக்கும் சாவுக்கிடங்கினுள்ளே நுழைவதற்கும் நான் துணியாமல் இருக்கிறேனா?" என்று ஏளனமாகக் கேட்டான்.

"என்ன? என்று திடுக்கிட்ட வீரசேகரன், 'ஆ! ஊர்மிளாவின் மரணக் கோட்டத்திற்குள் நுழைந்து அவளைச் சந்திக்கப் போகிறாயா? நிர்க்கதியாகச் சாகத்தான் போகிறாளே, இந்தக் கடைசி நேரத்திலாவது அவளிடம் கழிவிரக்கம் காட்டினால் அவளுக்கு ஆறுதலாக இருக்கும் என்று பரிவு கொள்கிறாயா?' என்று கண்களில் நீர் மல்கக் கேட்டான்.

"ஹா! ஹா! ஹா!" என்று பேய்த்தனமாகக் காத்தவராயன் சிரித்துவிட்டு அமைதியான குரலில் ஆனால் அழுத்தந்திருத் தமாகச் சொல்லலானான்.

"வீரசேகரா! நீ ஒரு மூடன்! நன்றாக வஞ்சம் தீர்ப்பதில் உனக்குத் திறமை போதாது. மனம் பரிபூரண திருப்தி அடையும்படி வஞ்சம் தீர்ப்பதற்கு உனக்கு வழிவகைகளும் தெரியாது. அப்படி வஞ்சம் தீர்ப்பதிலுள்ள தனிப்பெரும் சுவையும் உனக்குப் புரியாது! வீரசேகரா! உதாரணமாக, நீ என் ஸ்தானத்திலிருந்தால் என்ன நினைப்பாய்? உரியவனுக்குத் துரோகம் புரிந்த ஊர்மிளாவை வஞ்சம் தீர்க்க வேண்டியதும் நியாயமே. அவள் சாகவேண்டியதும் நியாயமே. ஆனால் அவளுக்கு எப்பொழுது நான் மரண தண்டனை அளித்து விட்டேனோ, அப்போதே அவள் மீது எனக்குள்ள பந்தமெல்லாம் அற்றுப்போய்விட்டது. இனி அவள் நிம்மதியாகச் சாகட்டும் என்றுதான் நீ நினைப்பாய் இல்லையா? ஆனால் நான் அப்படி நினைக்க மாட்டேன்!

வஞ்சத்தைத் தீர்த்துக் கொள்ளும் பொழுது அவள் மரணத்தின் மடியிலும் மறு ஜன்மத்திலும் மறக்க முடியாமல், நரகாவஸ்தைப்பட்டுக் கொண்டேயிருக்கும்படி வஞ்சம் தீர்த்துக்கொண்டு விடுவேன்! எப்படி என்று குழம்புகிறாயா? கவனி! ஊர்மிளா உயிருக்குயிராய் உன்னைக் காதலிக்கிறாள் மறு ஜன்மத்திலாவது உன்னையே தன் காதற் கணவனாக வரிக்க வேண்டும் என்ற பிரார்த்தனையுடன் நிம்மதியாக உயிர் துறக்க விரும்புகிறாள். ஆனால் உனக்கு எட்டாததொலைவில், உன்னைக் கடைசியாக ஒரு தடவை காணாமலே உயிர்விடப் போகிறாள்! ஆனால் அவள் அடியோடு என்னை அருவருக்கிறாள். இந்த ஜன்மத்தில் கூட இன்னொரு தடவை என் முகத்தைக் காணவே கூடாது என விரும்புகிறாள். ஆனால் அவள் சாவதற்குள் அவளை நான் அடிக்கடி சந்தித்து, அவள் மன நிம்மதியைக் குலைத்துக் கொண்டேயிருப்பேன். அவள் தன் கடைசி உயிர்த் துளியை விடும் வரை என் அருவருப்பான முகத்தை அவளுக்குக்

காட்டிக்கொண்டேயிருப்பேன், அது எனக்கு எவ்வளவு ஆனந்தமாக இருக்கும் தெரியுமா? ஹா! ஹா! ஹா!'' என்று காத்தவராயன் அதி பயங்கரமாகச் சிரித்தான்.

''அட கிராதகா!'' என்று கிரீச்சிட்ட வீரசேகரன் ''மனிதமிருகமே! ஊர்மிளா அடைப்பட்டிருக்கும் மரண கிடங்கிற்குள் நீ தலைகாட்டினால் நீயும் அங்கு சிக்கிச் செத்தொழிந்து விடுவாய்'' என்றான்.

''இல்லை! உன்னையும் வஞ்சம் தீர்க்காமல் நான் சாகமாட்டேன்! ஊர்மிளாவைக் கொன்ற கோரத்தைப் பார்த்து நீ புழுப் போல துடிதுடித்துச் சாவதை என் கண்ணால் தரிசிக்கும் வரை நான் சாகமாட்டேன்! அதுவரை எப்படியாவது என் உயிரைச் சுமந்து கொண்டுதானிருப்பேன்!'' என்ற காத்தவராயன் மேலும் தொடர்ந்து கூவலானான்.

''காதலனே! இதோ! பார்! மரணக்கோட்டத்தில் மாண்பிழந்த ஊர்மிளாவைச் சந்தித்துவிட்டு நான் பத்திரமாகத் திரும்பி வருவதற்கு அரசாங்கம் வழங்கியிருக்கும் இந்த அநுமதி ஓலையைப் பார்! இந்த அரும் பெரும் ஓலையை கணக்கர் அரியநாயகத்தை மிரட்டி நான் வாங்கி வைத்திருக்கிறேன்!'' என்று காத்தவராயன் சொல்லிவிட்டு தன் இடுப்பில் சொருகியிருந்த அந்த அநுமதி ஓலையை எடுத்து, வீரசேகரனிடம் அகங்காரத்துடன் காண்பித்து விட்டு, ''ஓலையைப் பார்த்தாயா? இந்த அநுமதி ஓலையின் பிரகாரம் யாராவது ஒரு நபர் மரணக் கோட்டத்திற்குள் நுழைந்து குற்றவாளியைச் சந்தித்து விடை கொடுத்து விட்டுப் பத்திரமாகத் திரும்பிவரலாம். நாளையே நான் மரணக் கோட்டத்துக்குள் சென்று அங்கு நிர்க்கதியாய் அடைப் பட்டிருக்கும் ஊர்மிளாவைச் சந்திப்பேன். பகல் முழுவதும் அவளைச் சந்தித்துப் பேசிக் கொண்டே இருப்பேன். அவளுடைய காதுக்குள் ''நீ ஒரு பதிதை! பாவி!'' என்று முணுமுணுப்பேன். அந்த வார்த்தை களைத் திரும்பத் திரும்பக் கூவுவேன். ''பதிதை! பாவி!' பாவ மூட்டையை மறு ஜன்மத்திற்கும் தூக்கிக் கொண்டு போ! நேரே நரகத்திற்குப் போ!'' என்று ஓயாமல் அவளுடைய காதுக்குள் ஓதிக்கொண்டே இருப்பேன்! அப்போது அவளுடைய அழகிய முகத்தில் ஏற்படும் நரகவேதனை, அவள் ஆத்மா துடிதுடித்து அலறும் சித்திரவதை, அத்தனையும் பார்த்துப் பார்த்து வாய்விட்டுச் சிரிப்பேன். ஆனால் ''பதிதை! பாவி!'' என்று சொல்லுவதை மட்டும் நிறுத்தாமல், உரக்க உரக்கச் சொல்லிக் கொண்டே யிருப்பேன். கடைசியாக மரணதண்டனை விதிக்கும் நாளன்று கூட, அவளுடைய அழகிய தலை மத யானையின் காலால் நசுக்கப்படும் தருணத்தில்கூட, 'பதிதை! பாவி! நரகத்திற்குப்போ' என்று உயிர் கிழியும்படி கூவிக் கொண்டேயிருப்பேன். அவளுடைய

கடைசி உயிர்த்துளி பிரியும் சமயத்தில்கூட, ‘‘பதிதை! பாவி! பாபமூட்டையைச் சுமந்து கொண்டு மீளா நரகத்திற்குப் போ!’’ என்று சபித்துக் கொண்டேயிருப்பேன். அவளுடைய உயிர் இந்த உலகத்தை விட்டு, மறு உலகத்திற்குச் செல்லும்போது கூட, ‘‘தான் ஒரு பதிதை! பாவி!’’ என்ற நினைப்பு ஒன்றுதான் அவளுடைய ஆத்மாவோடு செல்லும்! அப்பொழுது உன்னைப்பற்றிய காதல் நினைவிற்கே அவளுடைய ஆத்மாவில் இடமிராது! ஹா! ஹா! ஹா!’’ என்று காத்தவராயன் கொக்கரித்தான்.

‘‘ஆ!’’ என்று உயிர் கிழிவதுபோல் கூக்குரலிட்ட வீரசேகரனுக்கு உடம்பெல்லாம் வெடவெடவென்று நடுங்கியது. ‘‘இது மகாக் கொடூரம்! ஊர்மிளாவின் பொறுமையை நீ அதிகம் சோதிக்காதே! அவள் சகிக்கமாட்டாள்; நீதான் சதிகாரன் என்று கூவி உன்னைக் காட்டிக் கொடுத்துவிடுவாள்’’ என்றான்.

‘‘இல்லை! ஊர்மிளா எந்த நிலையிலும் என்னைக் காட்டிக் கொடுக்கமாட்டாள்!’’ என்று காத்தவராயன் மிக உறுதியாகச் சொன்னான். ‘‘ஊர்மிளா என்னைக் காட்டிக் கொடுப்பதாய் இருந்தால் அவளுடைய சதி விசாரணை நடந்த அன்றே என்னைக் காட்டிக் கொடுத்திருப்பாள். அன்று தன் உயிரைக் காப்பாற்றிக் கொள்வதை முன்னிட்டும் என்னைக் காட்டிக் கொடுக்காத அந்தப் பெண் இன்று என்னோடு ஒன்றாக உயிர்விட நேரிடுமே என்பதை முன்னிட்டு நிச்சயம் என்னைக் காட்டிக் கொடுக்கமாட்டாள். சாவின் முனையில் உன் நினைவைத் தவிர என் சம்பந்தம் அறவே இருக்கக் கூடாது என்று அவள் என்னை அருவருக்கிறாள்! ஆனால் நான் அவளை நிம்மதியாக சாகவிடமாட்டேன்! நாளை முழுவதும் அவள் காதுக்குள், ‘‘நீ பதிதை! பாவி!’’ என்று கூவிக் கொண்டேயிருப்பேன். அது மறக்க முடியாத குரலாக விசுவரூபம் எடுத்து அவளுடைய ஆத்மாவில் ஓயாமல் எதிரொலித்து அவளை அணுஅணுவாகத் துன்புறுத்திக் கொண்டே இருக்கும். உயிர் பிரியும் தருணத்தில் இறுதியாக இந்த உலகத்திலே அவள் கேட்கும் ஒரே சொல், ‘‘நீ ஒரு பாவி!’’ என்ற என் குரலாகவே இருக்கும்! இந்த ஜன்மத்தைவிட்டு அவளுடைய உயிர் பிரிந்து செல்லும் போது, ‘‘தான் ஒரு பாவி’’ என்ற என் வஞ்சக்குரலே அவளுடைய எத்தனை ஜன்மங்களிலும், வற்றாத ஓங்காரமாக ரீங்காரமிட்டுக் கொண்டேயிருக்கு.ம் அப்படிப்பட்ட சாவின் முனையில் உன் காதலின் நினைவை அவளுடைய ஆத்மாவிலிருந்து அடியோடு ஒழித்து விடுவேன். பார்த்தாயா? நான் வஞ்சம் தீர்க்கும் முறை. மறுஜன்மத்திற்கும் மனோ வேதனையாக கர்மவினையைப் போல, பின்தொடர்ந்து கொண்டேயிருக்கும்! ஹா! ஹா! ஹா!’’ என்று பேய்த்தனமாகக் காத்தவராயன் சிரித்துக் கொண்டே, வீரசேகரனைத் தன் இரும்புக்

கரங்களால் பிடித்து உக்கிரமாக உலுக்கினான். ஆனால் காத்தவராயன் ஆத்திர வேகத்தில் அதி உக்கிரமாக மாறமாற, வீரசேகரன் தன்னை அடக்கிக் கொண்டு அதிகம் அமைதியான நிலையை அடைந்தான்.

''காத்தவராயா! நீ வஞ்சம் தீர்க்கும் முறையில் இன்னும் முக்கியமான ஒன்றைக் கவனிக்க மறந்துவிட்டாய்!'' என்றான் வீரசேகரன் அமைதியான குரலில்.

''அது என்ன?'' என்று காத்தவராயன் வெடுக்கென சீறினான்.

''நாளை நீ ஊர்மிளாவை மரணக் கோட்டத்தில் சந்திக்கும் பொழுது முந்திய இரவில் அவளுடைய காதலனைச் சந்தித்துக் கொன்று விட்டதாக அவளிடம் நீ சொல்லிச் சொல்லி சிரிக்கக் கூடிய வாய்ப்பை இப்பொழுது நீ கைநழுவ விடுகிறாய்!'' என்றான் வீரசேகரன்.

''ஹா! ஹா! ஹா! அதற்காக இப்போது உன்னை நான் கொல்லவேண்டிய அவசியம் இல்லை! உன் காதலியின் அந்திய காலத்தில் உன்னைப்பற்றிய பேச்சோ உன்னைப்பற்றிய நினைப்போ அவளுக்கு எட்டிவிடக்கூடாது!'' தானொரு பாவி; என்ற ஒரே நினைப்போடுதான் அந்தப் பெண் சாகவேண்டும்! உன்னைப் பொறுத்தவரையில் நான் வஞ்சம் தீர்க்கப்போகும் முறை வேறானது! என் மனைவியின் அழகைப் பார்த்துக் காதலித்த உன் கண்களை நான் பிடுங்கி விடலாம்! ஆனால் உன் காதலி ''தானொரு பாவி'' என்ற ஒரே பரிதவிப்புடன் யானைக் காலால் நசுக்கப்பட்டு தலை சிதறிக்கிடக்கும் கோரக் காட்சியைப் பார்ப்பதற்கு உனக்கு ஒரு கண்மட்டும் போதாது. இரண்டு கண்களும் இருக்க வேண்டும்! அதை நினைத்து நினைத்து அந்தக் கொலைக்களத்திலேயே நீ புழுப்போல் துடிதுடித்து விழ வேண்டும். ஏளனமாய்ச் சிரிக்கும் எண்ணற்ற ஜனக் கும்பலின் மத்தியிலே அவளுக்கு எட்டாத தொலைவிலே நின்று எட்டி எட்டிப் பார்க்கும் உன்னை, ''ஐயோ நம் காதலி ஒரு தடவை கூட உற்று பார்க்காமலே, இந்த உலகத்தை விட்டுப்போய் விட்டாளே'' என்று உன் உயிர் ஓலமிட வேண்டும். வாயிலும் வயிற்றிலும் அடித்துக் கொண்டு நீ அணு அணுவாகச் சித்திரவதைப்பட்டு உயிர் தேய்ந்து சாக வேண்டும், உன் கடைசி உயிர்த்துளி பிரியப்போகும் தருணத்தில் நான் வந்து ஹா! ஹா! ஹா! என்று சிரித்து, உன் உடலில் ஒட்டிக் கொண்டிருக்கும் ஒரு துளி ஸ்மரணையைத் தட்டி எழுப்பி ''காமாந்தகாரா! பிறன் மனைவியின் அழகைக் கண்டு மோகித்த உன் கண்களைப்பார்!'' என்று உன்னுடைய இரண்டு கண்களையும்

நான் ஒவ்வொன்றாகப் பிடுங்க வேண்டும். பிறகு ''அட காமாந்தகாரா! எனக்குரிய அழகியை அள்ளி அணைக்க நினைத்த உன் கைகளைப் பார்!'' என்று உன் கைகள் இரண்டையும் ஒவ்வொன்றாக கூர்மை மழுங்கின ஓர் அரிவாளால் வெட்டி வெட்டி வீச வேண்டும்! பிறகு உன் நெஞ்சைக் கிழித்து உன் உள்ளத்தை ஊடுருவித் தடவி அதில் குடிகொண்டிருக்கும் என் மனைவியின் உருவத்தை வேரோடு துடைத்துக் கொண்டு போகும்படியாக அம்பு போன்ற சொற்களை வரிசையாக உன்மீது வீச வேண்டும். அவை என்ன சொற்கள் தெரியுமா? ''நீ காமாந்தகாரன்' தாயைத் தாரமென்று நினைத்த கயவன்! நீ மகாபாவி! பாப மூட்டையைச் சுமந்து கொண்டு நேரே நரகத்திற்குப் போ!'' என்று நான் சபித்துக் கொண்டேயிருப்பேன். ''நீ ஒரு பாபி!'' என்ற என் குரல்தான் இந்த உலகத்தில் நீ கடைசியாக கேட்கும் ஒரே ஸ்மரணையாக இருக்கும். அந்த சமயத்தில் உன் ஆத்மாவில் உன் காதலியைப் பற்றிய நினைவிற்கே இடமிராது! ஹா! ஹா! ஹா!'' என்று காத்தவராயன் பேய்த்தனமாகச் சிரித்தான்.

அவனுடைய வெறித்தனமான வார்த்தைகளையெல்லாம் இவ்வளவு நேரம் மனதைக் கட்டுப்படுத்திக் கொண்டு பொறுமையாகக் கேட்டுக் கொண்டிருந்த வீரசேகரன் அளவற்ற உணர்ச்சிகளால் முகம் வெளிறி ஆத்திரத்தால் துள்ளிக் குதித்தான்.

''அடக் கிராதகா நீ மகாப்பாவி! அடுத்த ஜன்மத்திலே நீ நரியாகவோ, நாக சர்ப்பமாகவோ ஜனிப்பாய்!'' என்று வீரசேகரன் குமுறினான். காத்தவராயனைப் பிடித்து உலுக்கி வீரசேகரன் உறுதியான குரலில் ''மனித மிருகமே! இப்போதே என்னைக் கொன்றுவிடு! இல்லாவிடில் நான் உன்னைக் கொன்று விடுவேன்! இப்போதே நம் வஞ்சத்தைத் தீர்த்து கொண்டு விடுவோம்! இந்த இடத்திலேயே நம்மிருவரில் ஒருவர் செத்து விழ வேண்டும்! அது நீயாகத்தான் இருப்பாய்!'' ஏனென்றால் நீ இனி ஒரு கணமும் இந்த உலகத்தில் யாருக்காகவும் உயிர் வாழ வேண்டிய அவசியம் இல்லை. நானோ அபலையான ஊர்மிளாவிற்காக இன்னும் சில நாட்கள் உயிர் வாழத்தான் வேண்டும்!'' என்றான்.

காத்தவராயன் வெலவெலத்துப் போனான், ஆனால் சட்டென்று தன் முரட்டுத் தைரியத்தை வரவழைத்துக் கொண்டு அலட்சியமாகச் சிரித்தான்.

''மாவீரனே! பல போர்க்களங்களிலே வெற்றிவாகை சூடிய உன் வீரவாள் இப்போது உன் கையில் இருப்பதால் நிராயுத பாணியான என்னைச் சுலபமாகக் கொன்று விடலாமென்று நினைக்கிறாயா'' என்று காத்தவராயன் சிரித்தான்.

''நாமிருவரும் போரிட்டே இருவரில் ஒருவர் மடிந்து விடுவோம்! உனக்கு இஷ்டமான எந்தப் போர்க் கருவியை வேண்டுமானாலும் தேர்ந்தெடுத்துக் கொள்!'' என்றான் வீரசேகரன்.

அவன் பின் தொடர காத்தவராயன் அக்கோயிலின் பின் பிரகாரத்திற்குச் சென்று அங்கு ஒருபுறம் ஒளித்து வைத்திருந்த தன் மார்புக் கவசத்தை எடுத்து அணிந்து கொண்டு ஒரு முரட்டுக் கோடாலியையும் எடுத்துக் கொண்டு வந்தான்.

''வீரசேகரா! இந்தக் கொடூரமான கோடாலி என் கையில் இருந்தால் உன்னைப் போன்ற எத்தனை மாவீரர்களுக்கும் நான் எமனாகி விடுவேன்!'' என்று கூறிய காத்தவராயன் உயிரைக் குடிப்பது போல் சிரித்தான்.

வீரசேகரன் அவனை உற்று நோக்கியபடி போரிடத் தயாரானான்.

''நீ என் கோடாலியைப் பார்த்து பயப்படமாட்டாய்! ஆனால் என் வஞ்சகத்தை நினைத்துத்தான் நடுநடுங்குகிறாய்! உன்னைத்தான் முதலில் ஒழிக்க வேண்டுமென விதி இருக்கிறது போலும்!'' என்று காத்தவராயன் கோடாலியை ஓங்கினான்.

''என்னையும் ஊர்மிளாவையும் எந்த விதி ஒன்றாகக் கொண்டு வந்து சேர்த்ததோ, எங்களிருவரிடையும் உண்மையான காதலை எந்த விதி உருவாக்கியதோ, எங்களுடைய மனமொன்றிய காதலுக்கு அந்த விதி தெய்வீக அங்கீகாரத்தைக் கூட்டுவிக்கும் என்றால் இந்தச் சந்நிதானத்தில் நான் வெற்றி பெறுவேன்!'' என்று வீரசேகரனும் தன் வாளைத் தன் செவ்வதரங்களால் முத்தமிட்டு விட்டு ஓங்கினான்.

அதன் பின்னர் இருவருக்குமிடையே உக்கிரமான போராட்டம் மூண்டது. கருப்பண்ணசாமி பலிபீடத்தருகே அவ்விருவரும் பாய்ந்து சென்று ஒருவரையொருவர் கொன்றொழிக்க வேண்டும் என்ற குரோத வெறியுடன் ஒருவர்மீதொருவர் சீறிப்பாய்ந்து அந்த நடுநிசியில் வெகுநேரம் போராடிக் கொண்டேயிருந்தார்கள்.

கற்சுவர்களிலும் பலிபீடத்திலும் கணீர் கணீர் என்று முழங்கும் வாளின் ஓசையும் டங்டங்கென்று விழும்கோடாலியின் ஒலிகளும் ''யாரோ ஒருவருக்கு மரணம்'' என்று அந்த நிசப்தமான நேரத்திலே அதிபயங்கரமாக ரீங்காரமிடுவது போலிருந்தது.

ஒரு சமயம் இருவரும் ஒருவர்மீது ஒருவர் பாய்ந்து விழுந்த போது வீரசேகரன் அங்கிருந்த பலி பீடத்தின்மீது மோதி விழுந்து

கீழே புரண்டான். அந்தச் சமயம் காத்தவராயன் அவனை நோக்கிக் கோடாலியை ஓங்கிக் கொண்டு பாய்ந்து வந்தவனாய், ''ஹா! ஹா! வீரசேகரா! நான்தான் உன்னைக் கொல்லப் போகிறேன்! கோடாலியால் உன்னை அங்கம் அங்கமாக வெட்டிக் குவிக்கப் போகிறேன். வெட்டிய அங்கங்களையெல்லாம் கூடையில் அள்ளிப்போட்டுச் சுடுகாட்டிற்குக் கொண்டுபோய் நாய் நரிகளுக்கு ஒவ்வொரு அங்கமாகப் போடப் போகிறேன். அவற்றை நாய் நரிகள் குதறி புழு பூச்சிகள் அரித்துத் தின்பதைப் பார்த்து உரக்க உரக்க சிரிக்கப் போகிறேன்!'' என்று கூவினான்.

வீரசேகரன் சட்டென்று எழுந்து துள்ளிப் பாய்ந்து, காத்தவராயனின் காலைப்பிடித்துத் திருகி கீழே தள்ளிவிட்டுத் தன் வாளை எடுத்துக் கொண்டு அவனை நோக்கிப் பளிச்சென்று மின்னும் வாளை ஓங்கியபடி ஓடிவந்தான்.

''கிராதகா! நான்தான் உன்னைக் கொல்லப் போகிறேன்! உன்னைக் கொன்ற பிறகு உன் மார்புக் கவசத்திற்குள் ஒளித்து வைத்திருக்கிற அந்த அனுமதி ஓலையை எடுத்துக் கொள்ளப் போகிறேன்! என் வீரவாள் உன் மார்புக் கவசத்தைப் பிளந்து அந்த ஓலையை எனக்கு எடுத்துக் கொடுத்து விடும்!'' என்றான் வீரசேகரன்.

''என்ன!'' என்று திடுக்கிட்ட காத்தவராயன், ''நான் வாங்கிய ஓலையை நீ கைப்பற்றப் போகிறாயா?'' என்று ஆத்திரத்தோடு கூவியபடி துள்ளி எழுந்தான். வீரசேகரனின் வாள் வீச்சுக்கு இரையாகாதபடி, அவனை இடையிடையே தாக்கிக் கொண்டு அங்குமிங்குமாகச் சுற்றிச் சுற்றி வந்தான். அவனோடு போரிட்டுக் கொண்டே வீரசேகரன் முழக்கமிடத் தொடங்கினான்.

''காத்தவராயா! நீ வாங்கிய அனுமதி ஓலையை நான்தான் உபயோகப்படுத்தப் போகிறேன். அப்படித்தான் விதி எனக்கு அனுகூலமாக வழி காட்டும்! அந்த அனுமதி ஓலையை எடுத்துக் கொண்டு நான் நாளை மரணக்கோட்டத்திற்குப் போவேன். அங்கு சிறைக் கூடத்தில் அடைபட்டு நிர்க்கதியாய் கிடக்கும் ஊர்மிளாவை நாளையே சந்திப்பேன்! சாவை அணைக்கத் தன்னந் தனியாக நிற்கும் அந்த அபலைக்கு நான் உறுதுணையாக நிற்பேன்! நாளை பகல் முழுதும் அவளுடைய காதுக்குள் நீ நல்லவள்! நான் உன்னைக் காதலிக்கிறேன்! காதலிக்கிறேன்!'' என்று ஓயாமல் உணர்ச்சிவசமாகிச் சொல்லிக் கொண்டே இருப்பேன்! அவளுடைய மலர்க்கரங்களைப் பரிவுடன் பிடித்துக் கொண்டு அவளுடைய வாஞ்சை மயமான விழிகளைப் பார்த்துக் கொண்டே ''நீ நல்லவள்! நான்உன்னைக் காதலிக்கிறேன்!

ஆண்டவனை நாம் பிரார்த்திப்போம்! அடுத்த ஜன்மத்தில் நாம் ஆனந்தத் தம்பதிகளாகி விடுவோம்!'' என்று அவளுடைய அந்திய காலம் முழுவதும் ஓயாமல் சொல்லிக் கொண்டேயிருப்பேன். அவள் உயிர்த்துளி கடைசியாகப் பிரியும் தருணத்தில் ''அன்பே! ஆனந்தமான சொர்க்கத்தில் அகமகிழ்வோம்!'' என்று உற்சாகமாகக் கூவுவேன்; என்னுடைய அந்தக் குரல் ஒன்றுதான் இந்த உலகத்தில் என் ஊர்மிளா இறுதியாகக் கேட்கும் ஒரே அன்புக் குரலாக இருக்கும். அவளுடைய உயிர் இந்த உலகத்தைவிட்டுச் செல்லும் சமயத்தில் என்னுடைய குரல் ஒன்றுதான் – அவளுடைய ஆத்மாவோடு இரண்டறக் கலந்து செல்லும்'' என்று வீரசேகரன் கண்களில் நீர்மல்க முழக்கமிட்டான்.

அதைக் கேட்டதும் காத்தவராயனின் கொடூரமான முகம் சவம் போல் வெளுத்தது: தன் மார்புக் கவசத்திற்குள் வைத்திருந்த அனுமதி ஓலையை அவன் சட்டென்று வெளியே எடுத்து, அந்தப் பலிபீடத்திற்கு முன்னாலுள்ள கற்றூண் விளக்கில் எரியும் தீயில் வீசி அந்த ஓலையைச் சாம்பலாக்கிவிட நினைத்தான்.

அதற்குள் வீரசேகரன் சட்டென்று பாய்ந்தோடி ஓலையைப் பிடித்துக்கொண்டிருக்கும் காத்தவராயனின் கையை நோக்கித் தன் வாளை வீசி வெட்டினான். கை மணி கட்டு சிறிது வெட்டுப் படவே காத்தவராயன் ''ஆ'' என்று கிரீச்சிட்டு அலறி, தன் கையைப் பயங்கரமாக உதறினான். அப்பொழுது அவன் கைப்பிடிக்குள் இருந்த அநுமதி ஓலை சற்று தூரத்தில் பறந்துபோய் விழுந்தது. அதை வீரசேகரன் எடுக்க ஓடினான். அதைக்கண்டு துள்ளிக்குதித்த காத்தவராயன் தன்னுடைய மற்றொரு கையால் கோடாலியை எடுத்துக் கொண்டு பாய்ந்து வீரசேகரனை வெட்டி வீழ்த்திவிடக் கோடாலியை ஓங்கினான். வீரசேகரன் சட்டென்று குனிந்து கொண்டதால் அவன் தலை தப்பியது.

அதன் பின்னர் அந்த அநுமதி ஓலையை யார் கைப்பற்றுவது என்பதை முன்னிட்டு ஒருவரை ஒருவர் தாக்கி வெகு சீக்கிரம் கொன்றழிக்க வேண்டுமென்ற வெறியுடன் இருவரும் அதிபயங்கரமாகப் போரிடலானார்கள்.

முறிந்த மணிக்கட்டிலிருந்து அதிகமான இரத்தம் பீறிட்டு வெளிப்படுவதால் தன்னுடைய அமானுஷ்யமான முரட்டுப் பலம் குன்றத் தொடங்குவதை உணர்ந்து விட்ட காத்தவராயன் வீரசேகரனை அதி மூர்க்கத்தனமாய்த் தாக்கி ஒரே வெட்டில் கொல்ல முயன்றவனாகி, தன் கோடாலியைத் தூக்கிக் கொண்டு அவனை நோக்கிப் பாய்ந்து வந்தான். வீரசேகரன் சட்டென்று பின்னெகிறி நகர்ந்தான். அப்போது வீரசேகரன் கால் தவறி கீழே

உருண்டு விழுந்தான். அவன் கைப்பிடிக்குள் இருந்த வாளும் நழுவி கைக்கெட்டாத தூரத்தில் விழுந்து விட்டது.

வீரசேகரன் நிராயுதபாணியாகக் கல்தரையில் விழுந்து கிடப்பதைக் கண்ட காத்தவராயன். ''ஹா! ஹா! ஹா!'' என்று அதி ஆங்காரமாகச் சீறிக் கொண்டே வீரசேகரனை ஒரே வெட்டில் கண்ட துண்டமாக்கிவிட வேண்டுமென்ற வெறியுடன், பாய்ந்து வந்து கோடாலியை ஓங்கி வீரசேகரனை குறி பார்த்து வீசினான். ஆனால் கண் இமைக்கும் நேரத்திற்குள் வீரசேகரன் சட்டென்று சிறிது புரண்டதால், கோடாலி வெறும் கல் தரையில் ''டங்'' என்று விழுந்தது. கல்பொடிகள் நாலாபுறமும் சிதறிப்பறந்து கலகலவென்று விழுந்தன. அடுத்த கணமே வீரசேகரன் எகிறியெழுந்து தன் பலம் முழுவதையும் திரட்டிக் காத்தவராயனின் கையைப் பிடித்துத் திருகி முறுக்கவே வேதனை பொறுக்காமல் காத்தவராயன் பின்வாங்கி விழுந்தான். அப்போது அவனுடைய முதுகுப்புறமிருந்த சூலாயுதமொன்று அவனது விலாவை குத்திக் கிழித்தது. ''ஆ''வென்று பயங்கரமாகக் கிரீச்சிட்டபடி காத்தவராயன் துள்ளிச் சுருண்டு அங்கிருந்த பலிபீடத்தின்மீது விழுந்தான்.

பிறகு இரு வைரிகளும் ஒருவரையொருவர் கட்டிப்பிடித்தவாறு ஒருவரையொருவர் குத்தித் தாக்கி மல்யுத்தம் புரியலானார்கள். சிறிது நேரம் வரை இருவருடைய உடல்களும் பலி பீடத்தின் மீதே உருண்டு புரண்டு கொண்டிருந்தன. அப்புறம் இரு உடல்களும் அசைவற்றுப் போயின.

ஒரு கணம் கழித்து வீரசேகரன் மெல்ல உணர்வு பெற்றவனாய் எழுந்தான். அவனுடைய வீரப் பொலிவுள்ள மார்பில் இரத்தம் தோய்ந்திருந்தது! எதிரியின் இரத்தந்தான்!

நயவஞ்சகனான காத்தவராயனின் இரத்தம் செந்நீலமாய் வீரசேகரனின் நெஞ்சில் அப்பியிருந்தது.

கீழே கிடந்த காத்தவராயனின் முரட்டுத் தேகமும் சிறிது அசைந்தது. ஆனால் அவனுடைய வறண்ட உதடுகள் ''பாவி!'' என்று முனகி முடிப்பதற்குள் அவன் உயிரை நீத்து விட்டான்!

வீரசேகரன் பகைவனின் உயிரற்ற சடலத்தை ஒரு கணம் வெறித்து நோக்கினான்.

பிறகு அவன் அந்தச் சடலத்தின் முன் குனிந்தான்.

''நீ மாய்ந்ததின் மூலம் மணப் பந்தத்திலிருந்து ஊர்மிளாவிற்கு விடுதலையளித்தாய்! அனுமதி ஓலையை

என்னிடம் பறி கொடுத்ததின் மூலம், அவளை நான் சந்திக்கும்படியான வாய்ப்பளித்தாய்! உனக்கு நன்றி! அன்பே உருவான இறைவன் உன்னை மன்னிக்கட்டும்!'' என்று வணக்கம் செலுத்திவிட்டு, அங்கு ஒருபுறம் கிடந்த அனுமதி ஓலையை எடுத்துக் கொண்டு கிளம்பினான் வீரசேகரன். நெஞ்சில் இரத்தக்கறையுடன் தெருக்களில் நடமாடினால் சந்தேகத்திற்கு இடமாகும். ஊர்மிளாவும் கண்டால் நிலைகுலைந்து நெஞ்சு வெடித்து விடுவாள் என்று அவனுடைய சோர்ந்த உணர்வில் எண்ணங்கள் பளிச்சிட்டன.

அவன் மெதுவாக நடந்து சென்று, அருகில் தென்பட்ட ஒரு நீர்க்குட்டையில் தன் நெஞ்சிலுள்ள இரத்தக் கறையைச் சுத்தமாகக் கழுவித் துடைத்துக் கொண்டான். பிறகு பொழுது எப்போது விடியும், ஊர்மிளாவை எப்போது சந்திக்கலாம் என்று அந்த இரவின் ஒவ்வொரு கணத்தையும் ஒவ்வொரு யுகமாகக் கழிக்கலானான்.

அத்தியாயம் 114

வந்தேன் தொடர

நொந்தேன், பிரியேன்,
தனிப் போகத் தாழ்கிலேன்,
வந்தேன் தொடர

– கம்ப ராமாயணம்

மறுநாள் பொழுது விடிந்ததும் வீரசேகரன் அரபு வர்த்தகனைப் போன்ற வேடத்தில் தண்டனைக் கோட்டத்திற்கு சென்றான். அவன் கையில் அநுமதி ஓலை இருந்ததால் கோட்டத்தினுள் சுலபமாக நுழைய முடிந்தது. பலமான கட்டுக்காவலுடன் உயரமான மதிற் சுவர்கள் நிறைந்த அந்தக் கோட்டத்திற்குள் பல பிரும்மாண்டமான கட்டிடங்கள் பயங்கரமாகத் தென்பட்டன. அவற்றில் மரணக் கூண்டு என்னும் கருங்கல் கட்டிடம் அதிபயங்கரமாகவும், ஆரவாரங்களும், அழுகுரல்களும் அதிகம் நிறைந்ததாகவும் காட்சியளித்தது. மதயானையின் காலால் தலை இடறப்பட வேண்டுமென தண்டனை விதிக்கப்பெற்ற ஆயிரக்கணக்கான குற்றவாளிகள் அந்த இருண்ட மரண

மாளிகையில்தான் அடைத்து வைக்கப்பட்டுப் பயங்கரமான சாவை எதிர்நோக்கி ஒவ்வொரு கணமும் பதறித் துடித்துக் கொண்டிருந்தனர். அந்த மரணக் கட்டிடத்திற்கு நுழைவாசல், பின் வாசல், குற்றவாளிகளைக் கொலைக்களத்திற்கு அழைத்துச் செல்லும் குறுவாசல் ஆக மூன்று வாசல்கள் இருந்தன.

குற்றவாளிகளைக் கடைசியாக ஒருமுறை சந்திக்க விரும்பும் உறவினரெல்லாம் அனுமதி ஓலைகள் பெற்று நுழைவாசல் வழியாகச் சுலபமாக அந்த மரணக் குகைக்குள் நுழைந்து விடலாம். அநுமதி ஓலையோடோ, ஓலை இல்லாமலோ, எவர் வந்தாலும் குற்றவாளியென்றோ, அரசாங்க ஒற்றர் என்றோ அலட்சியமாக நினைத்து அங்கு வாசலில் காவலிருக்கும் வீரர்கள் வெகு சுலபமாக உள்ளே செல்ல அனுமதித்து விடுவார்கள். ஆனால் உள்ளே குற்றவாளிகளைச் சந்தித்துவிட்டுப் பின்வாசல் வழியாக வெளியேறும் போது அவ்வாசலில் காவலிருக்கும் முத்தரையனின் காவற்படையினர் எவரையும் சுலபமாக வெளியேற விடமாட்டார்கள். அநுமதி ஓலை இல்லாமல் அந்த மரணக் கூடத்திற்குள் நுழையும் எவரும் ஆயிரக்கணக்கான குற்றவாளிகளோடு ஒருவராகக் கருதப்பட்டு நேரே மரணதண்டனைக்கு இழுத்துச் செல்லப்படுவார்களே தவிர அதை விட்டு என்ன முயன்றாலும் வெளியேறவே முடியாது!

இதெல்லாம் வீரசேகரனுக்கு வெகு நன்றாகத் தெரியும். அவனுடைய ஆசையெல்லாம் ஊர்மிளாவைச் சந்தித்து சாவு வரை அவளை விட்டு இணைபிரியாமல் அவளருகிலே இருக்கவேண்டும் என்பது ஒன்றேயாகும். அவன் இப்பொழுது உலகை முற்றும் துறந்த ஒரு தத்துவ ஞானியின் நிலையை அடைந்திருந்தான். காதலின் தத்துவத்திற்காகவே இந்த உலகத்தில் தான் பிறந்ததாகவும், அந்தக் காதலுக்காகவே இந்த உலகத்தில் இருப்பதாகவும் உறுதி பூண்டிருந்தான்.

அவனைக் கண்டதும் நுழைவாசலில் காவலிலிருந்த வீரர்கள் அவனுடைய அனுமதிச் சீட்டை வாங்கிப் பார்க்கும் சிரமம் கூட எடுத்துக் கொள்ளாமல், ''உள்ளே போகவிடு!'' என்று உத்திரவிட்டனர். உடனே அருகிலிருந்த ஒரு சேவகன் அங்கு கட்டியிருந்த ஒரு மணியை இருமுறை அடித்தான். மரணக் கூடத்தின் இரும்புக் கதவு 'கிரீச்' சென்ற சப்தத்துடன் பூதத்தின் வாயைப்போல திறந்து, உள்ளிருந்து வெப்பமான ஆவியை வெளியே கக்கியது. நெஞ்சு 'திக்கு திக்'கென்று அடித்துக்கொள்ள வீரசேகரன் அந்தக் கூடத்தினுள் நுழைந்ததும் அதன் கதவு மறுபடியும் ''கிரீச்'' சென்ற ஒலியுடன் 'லபக்' கென்று மூடிக் கொண்டது.

கருங்கற்களால் உருவான அந்த விசாலமான கூடத்தின் ஒரு மூலையில் ஒரு சிறு ஜன்னல் மட்டும் காற்றுத் துவாரம்போல் இருந்ததால், அதன் வழியாக சூரிய வெளிச்சம் உட்புக முடியாமல் திணறி, கூடமெங்கும் பேய் இருள் அடைத்திருந்தது. அங்கு ஆயிரக்கணக்கான குற்றவாளிகள் பலி ஆடுகளைப் போல் அடைக்கப்பட்டு நடமாடக் கூடப் போதிய இடமின்றி ஒருவரையொருவர் இடித்துக் கொண்டு மிகவும் நெருங்கி இருந்தனர். அவர்கள் விடும் பெருமூச்சுகளும், அழுகுரல்களும், கூச்சல்களும், எங்கெங்கிருந்தோ வரும் மதயானைகளின் கர்ஜனைகளும், காவலர்களின் அதிகார ஓலங்களும், அந்தக் கூடம் முழுவதையுமே அதிரச் செய்து பயங்கரத்தை ஊட்டிக் கொண்டிருந்தன.

அங்கு ஒரு மூலையிலிருந்த சிறு ஜன்னல் வழியாகப் பார்த்தால் வெளியே கொலைக்களம் எனப்படும் மரணப் பொட்டல் தென்படுவதாயிருந்தது. அந்தப் பொட்டலில் குற்றவாளிகளின் தலைகளைப் பந்து போல் உதைத்து உருட்டி நசுக்க மதயானைகளுக்கு ஏகவாசகரின் யானைப்படைப் பாகர்கள் பயிற்சியளித்துக் கொண்டிருந்தனர். எண்ணற்ற தலைகளையும் உடல்களையும் அள்ளிக் குவித்து நரி, கழுகுகளுக்கு இரையாகப் போடுவதற்குத் தேவையான முரட்டுக் கூடைகள், கருவிகள் முதலான சாதனங்கள் எல்லாம் தயாராக வைக்கப்பட்டிருந்தன. பொது ஜனங்களும், அதிகாரிகளும் வேடிக்கை பார்ப்பதற்குத் தனித் தனி இடங்கள் ஒதுக்கப்பட்டு சுற்றிலும் கம்புகள் வைத்துக் கட்டப்பட்டு அதிகாரிகளுக்கு உயர்தரமான ஆசனங்களும் போடப்பட்டிருந்தன. இவ்வேற்பாடுகளைக் கவனிப்பதற்காக நியமிக்கப்பட்ட குதிரை வீரர்களும், சில்லறை அதிகாரிகளும் மரணப்பொட்டலைச் சுற்றியவண்ணம் ஊளையிட்டுக் கொண்டிருந்தனர். இவற்றையெல்லாம் பார்க்கும்போது ஆயிரக்கணக்கான குற்றவாளிகளின் தலைகளை ஒன்றன் பின் ஒன்றாக மதயானையின் காலால் இடறுவதற்குக் குறித்த நாள் நெருங்கிவிட்டதென வெகு தெளிவாகப் புலப்பட்டது.

இவற்றையெல்லாம் மரணக் கூடத்தில் இருந்த சிறு ஜன்னல் வழியாக எட்டி எட்டிப் பார்த்த குற்றவாளிகளில் சிலர் யானைக்காலால் தங்கள் தலை நசுக்கப்படும் கோரக் காட்சியைக் கற்பனை செய்து வீறிட்டு அலறினர். சிலர் மூர்ச்சித்து விழுந்தனர். சிலர் பித்துப் பிடித்தவர்போல் வெறி கொண்டு கூச்சலிட்டனர். வேறு சிலர் வீர நிமிர்ச்சியுடன், மெய்சிலிர்த்து பயங்கரக் கற்பனைகளை உதறித் தள்ளி விட்டு நாமார்க்கும் குடியல்லோம், நமனையும் அஞ்சோம் என்று இலட்சிய மந்திரத்தை முணுமுணுத்துக் கொண்டிருந்தனர். சிலர் மரண பீதியான

எண்ணங்களின் அலை மோதாமலிருக்க, யோக நித்திரை புரியும் தவயோகிகளைப்போல மூச்சை உள்ளடக்கி கூடத்தின் குறுக்கும் நெடுக்கும் நடந்து கொண்டிருந்தனர். இடை இடையே ஓரிருவர் பீதியாலும், அளவுமீறிய சோகத்தாலும், மூச்சு நின்று மாண்டு விழுந்தனர். அவ்வாறு விழுந்த பிணங்கள் அகற்றப்படாமல் விழுந்த இடங்களிலேயே அழுகி துர்நாற்றத்தை எழுப்பிக் கொண்டிருந்தன. மரண வாடை மூச்சை முட்டும்படியாக அங்கு உறைந்திருக்கும் வெப்பமான காற்றில் மண்டியிருந்தது.

அங்கு குற்றவாளிகள் எழுப்பும் புலம்பல் ஒலிகள் போதாதென்று அவர்களைக் கடைசியாக ஒருமுறை சந்திக்கவந்த மனைவி மக்களும், உற்றார் உறவினர்களும் 'ஓ' வென அழுது துடித்தனர். சில இளம் மனைவியர் மாளப்போகும் தங்கள் நாயகர்களிடம் அவர்கள் பெற்ற பச்சிளம் குழந்தையின் முகத்தைக் காட்டி விம்மி விம்மி அழுது குற்றவாளிகளின் துயரத்தை மேலும் பெருக்கினர். சில தாய்மார்கள் மதயானையின் காலால் மடியப் போகும் புத்திரர்களைக் கட்டிக்கொண்டு மாரடித்து ஒப்பாரி வைக்கவும் சித்தமாயினர்.

ஒருபுறம் நின்ற ஒரு வீர வாலிபன் தன்னைச் சந்திக்க வந்த மனைவிக்குப் பலவாறும் ஆறுதல் கூறி அவளுடைய கண்ணீரைத் துடைத்து ''அன்பே! அமைதியாயிரு! உன்னை அணைத்தது போலவே சாவையும் அமைதியாகவே அணைக்க விரும்புகிறேன்! நாம் மணந்த புதிதில் நீ இனிமையாகப் பாடி என் உள்ளத்தைக் கொள்ளை கொள்வாயே?

இப்போது கடைசியாக உன் பாட்டு ஒன்றைக் கேட்க ஆசைப்படுகிறேன்! அது சாகும்போது என் நெஞ்சில் ஆனந்தமாக ஒலித்துக் கொண்டிருக்கட்டும்'' என்றான்.

அவனுடைய மனைவி தன் விம்மலையெல்லாம் நெஞ்சுக்குள்ளேயே புதைத்துக்கொண்டு மெல்லிய குரலில் பாடலானாள்.

"செத்து மடிந்தாலும் செலவழிந்து போனாலும்
செத்த இடந்தனிலே செங்கழுநீர்ப் பூப் பூப்பேன்
மாண்டு மடிந்தாலும் வைகுந்தம் சேர்ந்தாலும்
மாண்ட இடந்தனிலே மல்லிகைப் பூப் பூப்பேன்."

அதைத் தொடர்ந்து மற்றோர் இளம் மனைவி, சாவிற்குப் பலிகொடுக்கப் போகும் தன் நாயகனைப் பார்த்துப் பார்த்து, தன் அத்தையைக் கட்டிக்கொண்டு பெரிதாக ஒப்பாரியே வைக்க ஆரம்பித்து விட்டாள்;

"தலையை வகுத்து தாழம் பூ சூடுனியே
தலையில் எழுதியதை தாயார் அறியலையோ
மண்டையை வகுத்து மகிழம் பூ சூடுனியே
மண்டையில் எழுதியதை மாதா அறியலையோ?"

உடனே மற்றொருத்தி, அவளுக்குத் தான் இளைத்த வளாவென இழவுக் கவிதையை இன்னும் பெரிய குரலில் பாடலானாள்.

பூத்து மலர்ந்தவர்க்கு பெண்டாட்டி ஆண்டவர்க்கு
பிள்ளைக் கலி தீர்த்தவர்க்கு பூக்காத மலரெடுத்துப்
பூக்கவைக்க சம்மதிச்சே - இப்ப பூவோ உதிர்ந்திச்சு!
மருவு துளிர்த்தவர்க்கு மறுதார மின்னவர்க்கு
மைந்தன் கலி தீர்த்தவர்க்கு மலராத மலரெடுத்து
மலர வைக்க சம்மதிச்சே-இப்ப மலரோ மாண்டிருச்சு
செத்தினால் குத்தமில்லே சென்று வந்தாலாகாதோ
சாவு வந்தால் குத்தமில்லே தள்ளி வந்தாலாகாதோ?

அதைத் தொடர்ந்து பெண்களின் ஒப்பாரிகளும், குழந்தைகளின் ஓலங்களும் அந்தக் கூடத்தில் பெருகிவிட்டன. நூறு இழவு வீடுகளை ஒன்றாகத் தன்னுள் அடக்கிக் கொண்டிருப்பது போல அந்த மரணக் கூடம் பயங்கரமாகவும் பரிதாபகரமாகவும் காட்சியளித்தது.

இவற்றையெல்லாம் கண்டு சகிக்காமல் ஆத்திரங்கொண்ட ஒரு பெரியவர் தம்முடைய மரண பயத்தை வெல்வதற்காகச் சித்தர் பாணியில் கனத்த குரலெடுத்துப் பாட ஆரம்பித்தார்.

அந்தப் பிணத்தை அலங்காரம் செய்து
இந்தப் பிணங்களெல்லாம்-தங்கமே
ஏதுக்கு அழுகுதடி?
பந்தத்தில் நெய் ஊத்தி தூக்கிப் பிடிச்சா
இனி இந்தப் பந்தமெல்லாம்-தங்கமே
ஏதுக்கு நிற்குதடி!
முழுசா செத்த பிணத்தை வைச்சு
அரை குறையா செத்ததெல்லாம்-தங்கமே
அலறி அழுவதேனடி

அநேகமாக அங்கிருந்த ஆயிரக்கணக்கான குற்றவாளிகளையும் சந்தித்து ஆறுதலளிக்கவும், அன்பு முகம் காட்டவும், உற்றார், உறவினர் இருந்தனர். ஆனால் கூடத்தின் ஒரு மூலையில் உயிரற்ற சித்திரப் பதுமை போல் நின்றுகொண்டிருந்த ஊர்மிளாவிற்குத்தான் இந்த உலகத்தில்

உற்றவர் ஒருவருமில்லை என்று அவள் நினைத்து, கண்ணீர் வடிக்கவும் சக்தியின்றி பிரமை பிடித்தவள் போல உலக ஸ்மரணையற்று நின்று கொண்டிருந்தாள்.

கூடத்தினுள் வீரசேகரன் நுழைந்ததுமே, அங்கு நிலவும் கோரக்காட்சியையும் கூக்குரல்களையும் சகிக்க முடியாதவனாய் நிலை கலங்கி ஒரு கணம் கண்மூடி நின்றானேயானாலும், பேய் இருளிலும், துயரக் கும்பலிலும் சிக்கி ஊர்மிளா என்ன நிலையில் இருக்கிறாளோ என்று நினைத்தவுடனே தன் விழிகளால் இருளை ஊடுருவி சுற்றுமுற்றும் அவளைத் தேடியவண்ணம் நெஞ்சு வேகமாக அடித்துக் கொள்ளக் கும்பலை ஊடுருவிச் சென்றான்.

ஒரு மூலையில் ஜன்னல் அருகில் ஜீவனற்ற பதுமைபோல் மரணப் பொட்டலை வெறித்து நோக்கியபடி அசைவற்று நிற்கும் ஊர்மிளாவைக் கண்டதும் வீரசேகரன் பதறிவிட்டான். அந்த அபலையின் உடலில் இன்னும் உயிர் ஒட்டிக்கொண்டிருக்கிறதா இல்லையா என்று கலங்கியவனாய் அவளருகில் துள்ளி ஓடி ''ஊர்மிளா'' என்று கூவியபடி அவள் கையைப் பற்றினான்.

அந்தக் குரலைக் கேட்டதும் மந்திரக்கோலினால் மாயப்பதுமை உயிர் பெற்று எழுவதுபோல், ஊர்மிளா சர்வாங்கத்திலும் ஜீவன் ததும்ப இந்த உலக ஸ்மரணை பெற்று ஆவலுடன் திரும்பிப் பார்த்தாள்.

''ஆ! வீர...'' என்று தன்னை மறந்து உற்சாகத்துடன் கூவ இருந்தவள் சூழ்நிலையை உணர்ந்ததும் சட்டென்று தன் உதட்டைப் பல்லால் கடித்துக்கொண்டு தன் ஆவலை உள்ளுக்குள்ளே அடக்கிக்கொண்டாள். அவ்விருவரைச் சுற்றிலும் குற்றவாளிகளும், மற்றோரும் நெருங்கி நின்று கொண்டிருந்தாலும், அவரவர் துயர ஓலங்களிலும், கவலைகளிலும், மூழ்கி சூழ்நிலையை மறந்தவராக இருந்ததால் தங்கள் அருகில் இருக்கும் சக குற்றவாளிகளின் துயரங்களைக் கவனிக்கவோ, மற்றவர்களின் உரையாடலைக் காது கொடுத்துக் கேட்கவோ பிரக்ஞையற்றவர்களாகவே இருந்தனர்.

''ஊர்மிளா.. ஊர்மிளா...'' என்று வீரசேகரன் உணர்ச்சிவசமாய் முனங்கிய வண்ணம் தவிதவித்துத் தன் ஆத்மாவின் பிரதி பிம்பத்தையே தன் கண் முன்னால் கண்டுவிட்டதைப்போல் உற்சாகத்தோடு துடித்து, அவளுடைய விழிகளை ஊடுருவி நோக்கினான்.

அவனுடைய அன்புப் பிடியிலிருந்து தன் கையை விடுவித்துக் கொள்ளாமல் மெய்மறந்து நின்ற ஊர்மிளா, ஆனந்தமும், கனிவும், ததும்பக் காதலனின் ஆசை முகத்தை

ஏறிட்டு நோக்கி ‘‘நீங்களும் இங்கு வந்துவிட்டீர்களா? நீங்களும் மரண தண்டனை பெற்றுவிட்டீர்களா?’’ என்று பரபரப்புடன் கேட்டாள். அடுத்த கணமே அப்படிக் கேட்டதால், தன்னுடைய அன்பில் சுயநலம் கலந்திருப்பதாகத் தன்னையே நொந்து கொண்டு நெஞ்சு விம்மினாள்.

‘‘நிஜமாகவே நீங்கள் மரணதண்டனை பெற்று விட்டீர்களா?’’ என்று அவள் கண்களில் நீர்மல்கக் கேட்டாள்.

‘‘ஆமாம்!’’ என்ற வீரசேகரன் கண்கள் ஆனந்தத்தால் ஜொலித்தன.

‘‘ஏன் மரணதண்டனை பெற்றீர்கள்? நீங்களும் மதயானையின் காலிற்குப் பலியாக வேண்டுமா? நீங்கள் ஏன் தலைமறைந்து செல்லவில்லை? சொல்லுங்கள்? ஏன் இந்த தண்டனை பெற்றீர்கள்?’’ என்றாள் ஊர்மிளா.

‘‘உன் அருகில் இருக்கும் ஆனந்தத்தை அடைவதற்குத் தான்!’’ என்ற வீரசேகரனின் சர்வாங்கமும் காதலின் தீவிரத்தோடு கனன்றன.

‘‘இந்த அபாக்கியவதியின் அருகிலிருந்து ஆறுதலும், ஆனந்தமும் தர வந்தீர்களா? சாகப் போகிறவளுக்கு சாந்தி தர வந்தீர்களா? எனக்காக இந்தச் சவக்கிடங்கிற்கு வந்தீர்களா? என்னால்தானே இந்த கதிக்கு ஆளானீர்கள்?’’ என்று ஊர்மிளா பொருமினாள்.

"இல்லை, ஊர்மிளா! உன் காதலால்தான் என் ஆத்மா நற்கதியடையப் போகிறது. உன் காதலால்தான் நான் புது ஆத்மா பெற்று இந்த உலகத்தை விட்டு ஆனந்தமாக போகப் போகிறேன்! போர்க்களத்தில் வீரசுவர்க்கம் அடைவதைவிட காதலுக்காக அடையும் இன்பச் சுவர்க்கம் எவ்வளவோ மேலானது!" என்றான் வீரசேகரன்.

அதைக் கேட்டதும் ஊர்மிளா நெஞ்சு விம்மினாள்.

"என்மீது இவ்வளவு அன்பு கொண்டுள்ள உங்களுக்கு நான் சாவைத்தான் பரிசாகத் தரவேண்டுமா? வேண்டாம்! நீங்கள் இங்கிருந்து தப்பிச் செல்ல ஏதாவது மார்க்கமில்லையா?" என்று ஊர்மிளா பரிதவிப்போடு கேட்டாள்.

"தப்பிச் செல்ல மார்க்கமிருக்கிறது!" என்று துயரத்தோடு சிரித்த வீரசேகரன் "ஆனால் உன்னை இங்கே விட்டுவிட்டு நான் வெளியுலகத்திற்கு தப்பிச் சென்று யாருக்காக உயிர் வாழ வேண்டும்? நீ இல்லாத உலகத்தில் ஒரு கணம் உயிர் வாழ்வதே எனக்குச் சித்திரவதை என்பது உனக்குத் தெரியாதா?" என்று ஊர்மிளாவின் முகத்தைக் கனிவுடன் நோக்கி, "உன் மீதுள்ள அன்பினால் நான் ஒன்று சொல்கிறேன்: கேட்பாயா? இங்கு குற்றவாளியை சந்தித்துவிட்டு ஒரு நபர் வெளியேறுவதற்குரிய அநுமதி ஓலை ஒன்று உனக்குத் தருகிறேன்! அதை உபயோகப்படுத்தி நீ இங்கிருந்து தப்பிச் சென்று விடு. என் அன்பிற்குப் பாத்திரமான ஒருத்தி என்னால் உயிர் மீண்டாள் என்ற ஆனந்தம் மறு உலகிலும் என் ஆத்மாவில் இருக்கும்!" என்றான் வீரசேகரன். அதைக் கேட்டதும் அழுகை, ஆத்திரம், அன்பு முதலான உணர்ச்சிகளால் உந்தப்பட்டவளாய் ஊர்மிளா அவனுடைய முகத்தை ஏறிட்டு நோக்கி "உங்களை இந்தச் சாவுக் கிடங்கில் விட்டுவிட்டு நான் வெளியுலகத்திற்கு தப்பிச் செல்ல வேண்டுமா? அதற்கு நான் சம்மதிப்பேன் என்று எப்படி நீங்கள் நினைத்தீர்கள்? என்மீது நீங்கள் கொண்டுள்ள அன்பு அவ்வளவு தூரம் என் உள்ளத்தை உணர முடியாததா?" என்று கேட்டு விட்டுத் தலைகுனிந்து, "நான் இந்த உலகில் இனி யாருக்காக வாழவேண்டும்? நான் நிம்மதியாகச் சாகாமல் நரக வேதனை அனுபவிக்க வேண்டுமென ஆசைப்படுகிறீர்களா?" என்று கண்ணீர் வடித்தாள்.

"நீ இதற்குச் சம்மதிக்கமாட்டாய் என்று எனக்குத் தெரியும். ஊர்மிளா! ஆனாலும் ஏதோ ஆசை, கேட்டேன் நீ இல்லாமல் நானும் இல்லை, நான் இல்லாமல் நீயும் இல்லை என்பதை இன்று நம்மிருவரின் உள்ளங்களும் ஒப்புக் கொண்டுவிட்டன!" என்றான் வீரசேகரன்.

"இதை உலகம் ஒப்புக்கொள்ளாது!" என்றாள் ஊர்மிளா.

"அதனால்தான் உன்னோடு இந்த உலகத்தைவிட்டே போய்விட வந்தேன்."

"அப்படியானால் என்னைச் சந்திப்பதற்காகத்தான் மரண தண்டனை பெற்று வந்தீர்களா?"

"விதிதான் என்னை இங்கு கொண்டு வந்து உன்னோடு ஒன்று சேர்த்திருக்கிறது."

"விதி மிகவும் கொடூரமானது."

"இல்லை, ஊர்மிளா! இரண்டு அன்புள்ளங்களை உணர்ந்து இருவர் கரங்களையும் ஒன்று சேர்க்கும் விதி மிகவும் கருணை உள்ளது! உள்ளங்களைச் சிதைக்கும் உலக நியதிகளைவிட மனச்சாட்சிக்கு மதிப்புக் கொடுக்கும் இந்த விதியின் வண்ணம் மிகவும் உன்னதமானது. நம்மிருவரையும் பிரிக்கும் வாழ்வைவிட நம்மிருவர் கரங்களை ஒன்று சேர்க்கப்போகும் சாவு எவ்வளவோ மேலானது – எவ்வளவோ இனிமையானது!" என்றான் வீரசேகரன்.

அளவற்ற அன்போடு அவனை ஏறிட்டு நோக்கிய ஊர்மிளாவால் ஒன்றும் பேச முடியவில்லை. கண்களில் நீர் நிறைய அவனையே பார்த்துக் கொண்டிருந்தாள்.

"ஊர்மிளா! வாழ்வில் ஒன்று சேரமுடியாத நாம் இருவரும் சாவில் ஒன்று சேரப்போகிறோம். ஒருவர் கையை ஒருவர் பிடித்துக் கொண்டு மதயானையின் காலுக்குப் பலியாகச் செல்லும்போது பயங்கரமான சாவுகூட நமக்கு பரம சுகமாக இருக்கும். ஒருவர் முகத்தை ஒருவர் பார்த்துக் கொண்டு ஒரே கணத்தில் உயிர் நீத்து, சாவை வென்ற அமரர்கள் ஆகிவிடுவோம்!" என்ற வீரசேகரன்,

அவளுடைய விழிகளை ஆசையோடு ஊடுருவி நோக்கினான். உன்னதமான காதல் வசப்பட்ட இரு உள்ளங்களும் விழிகளால் ஒன்றை ஒன்று கவ்வி உண்ணவும் நிலைபெறாமல் இரண்டும் ஒன்று கலந்து விடத் துடித்தன. அந்த உணர்ச்சிப் பெருக்கில் மெய்மறந்து நின்ற இருவரும் சுற்றுப்புறச் சூழ்நிலைகளையும் மறந்து தங்களை நோக்கிச் சுழன்று வரும் சாவையும் பொருட்படுத்தாது இருந்தனர்.

அப்போது வீரசேகரன் அருகில், "என்ன தம்பி? சாவின் முனையில் காதலா?" என்ற ஜனநாதனின் விஷமச் சிரிப்பொலி கேட்டது.

திடுக்கிட்டு திரும்பிப் பார்த்த வீரசேகரன் ''நீயா?'' என்றான்.

''ஆமாம்! அங்கிங்கெனாதபடி எங்கும் நிறைந்திருக்கும் நான் தான்!'' என்ற ஜனநாதன், இரு காதலரையும் அந்த மரணக் கூடத்தின் ஒருபுறமிருந்த மற்றொரு அறைக் கதவின் அருகில் அழைத்துச் சென்று, ''தம்பி! பூட்டியிருக்கும் இந்த அறை என்னுடைய சொந்த அறையாகும். ஒற்றுப் படைத் தலைவனான நான், இங்கே மரண கூடத்திற்கு வரும் குற்றவாளிகளை ரகசியமாக கவனிப்பதற்கும், ரகசியமாகக் கூட்டிச் சென்று விசாரிப்பதற்கும் இந்த ரகசிய அறையை உபயோகப்படுத்தி வருகிறேன்'' என்று சொல்லிவிட்டு அவ்வறைக் கதவை திறந்து இருவரையும் உள்ளே அழைத்துச் சென்று கதவை மூடி உட்புறம் தாளிட்டுக் கொண்டு, ''தம்பி இனி இங்கே என்ன நடந்தாலும் எவருக்கும் ஒன்றும் தெரியாது!'' என்றான்.

''ஜனநாதா! எங்கள் இருவரையும் இங்கு ஏன் அழைத்து வந்தாய்?'' என்று கேட்டான் வீரசேகரன்.

''வஞ்சம் தீர்ப்பதற்காக!'' என்று ஜனநாதன் விஷமமாய் சிரித்தான்.

''என்ன? வஞ்சம் தீர்ப்பதற்காகவா?'' என்று காதலர் இருவரும் ஏககாலத்தில் திடுக்கிட்டுக் கேட்டனர்.

''ஆமாம்! மனப்பூர்வமான காதல் கொண்ட உங்கள் இருவரையும் மனம் பொருந்திய தம்பதிகளாக்காமல் இத்தனை காலமும் வஞ்சித்து வந்த விதியை வஞ்சம் தீர்ப்பதற்காகத்தான் உங்கள் இருவரையும் இங்கு அழைத்து வந்தேன்!'' என்று சிரித்த ஜனநாதன், ''இப்போது என்னுடைய ரகசிய கூடத்தில் உங்களிருவருக்கும் சாஸ்ரோக்தமாக மறுமணம் செய்து வைக்கப்போகிறேன்!'' என்றான்.

''மறுமணமா?'' என்று இருவரும் வியப்புடன் அவனை நோக்கி விழித்தனர்.

''ஆமாம்! ஆணுக்கு பலதார மணத்தை அநுமதிக்கும் வைதீக தர்மம் பெண்ணிற்கு மறுமண உரிமையை அநுமதிக்காது என்று விழிக்கிறீர்களா? பெண் மறுமணம் செய்து கொள்வது நம்முடைய காலத்தில் நம்முடைய கலாச்சாரத்திற்கு விரோதமாகவும், விசித்திரமாகவும் தோன்றலாம். ஆனால், பெண்ணினம் புத்துணர்வு பெற்று எழும்போது மறுமண உரிமையை வற்புறுத்தும் காலமும் வரும். மணபந்தம் என்று ஒன்று

ஏற்படும்போது மணமுறிவும், மறுமண உரிமையும், மங்கையர்க்கு வேண்டுமென நம்நாடு இப்போது உணராது. இது போன்ற உரிமைகளும் இன்னும் பல நல்ல கொள்கைகளும், நாம் அன்னியர் எனக் கருதும் அரபுவர்த்தகர்களின் கலாச்சாரத்தில் இருக்கிறது. இப்போது வடக்கே நடந்துவரும் அவர்களின் படையெடுப்பு, தென்னகத்திலும் புகுந்து, அவர்களின் கலாச்சாரம் நம்முடைய கலாச்சாரத்தோடு மோதும் போது நாம் சீர்திருந்திவிடுவோம். ஆனால், அதைத் தடுப்பதற்குப் பலம் பொருந்திய சாம்ராஜ்யமான நம் சோழப் பேரரசு வைதீகக் கோட்டையாக எழும்பியிருக்கிறது. நம்முடைய சோழ சாம்ராஜ்யத்தை அழிக்க வேண்டுமென நான் கருதுவதற்கு வைதீகக் கோட்டையைத் தகர்த்து கலாச்சாரக் கலப்படத்தை உண்டாக்க வேண்டுமென்ற என் லட்சியமும் பல காரணங்களில் ஒன்றாகும்!'' என்றான் ஜனநாதன்.

''வீரசேகரனும், ஊர்மிளாவும் வியப்போடு உற்று நோக்கியபடியே நின்று கொண்டிருந்தார்கள்.''

''இன்னும் ஏன் விழிக்கிறீர்கள்? ஏற்கெனவே கணவன் இருக்கும் போது மற்றொருவனை மங்கை மணப்பதற்கு எந்த சம்பிரதாயமும் அனுமதிக்காது என்றுதானே குழம்புகிறீர்கள்!'' என்று ஜனநாதன் விஷமமாகக் கேட்ட போது ஊர்மிளா தலை கவிழ்ந்து கொண்டாள். அவளுடைய உடல் 'வெட வெட'வென நடுங்கியது.

''தம்பி! உன்னுடைய பரமசத்துருவும், உன்னுடைய காதலியை சவக்கிடங்கில் தள்ளிய சதிகாரக் கணவனுமான காத்தவராயனைக் கவனிப்பதற்காக கருப்பண்ணசாமி கோயில் பக்கம் சென்றிருந்தேன். அங்கு பெருங்கும்பல் கூடியிருந்தது. அங்கே பலிபீடத்தின் அருகே சூலாயுதத்தால் குத்தப்பட்டு ரத்த வெள்ளத்தில் ஒரு முரட்டு உடல் கிடந்தது. அந்தக் கொடூர உடல் யாருடையது என்பது உனக்குத் தெரியுமல்லவா?'' என்று ஜனநாதன் கேட்டான்.

''காத்தவராயன் உடல்தானே!'' என்றான் வீரசேகரன் துயரச் சிரிப்புடன்.

ஊர்மிளா நடுங்கினாள்.

''தம்பி! அந்தக் காத்தவராயன் தான் செய்த கொடுமைகளைத் தானே சகிக்கமுடியாமல் சூலாயுதத்தை எடுத்து குத்திக் கொண்டு தற்கொலை செய்து கொண்டான் என்றோ, கருப்பண்ணசாமி தன் சூலாயுதத்தால் அவனைக் குத்திக் கொன்றுவிட்டார் என்றோ யாரும் நினைக்கக்கூடும்.''

ஊர்மிளா நடுங்கியபடியே இரு சொட்டுக் கண்ணீர் வடித்தாள். அவளை உற்று நோக்கிய ஜனநாதன், ''ஆனால் அந்த முரடன் ஊர்மிளாவின் கோரச் சாவைக் கண்டு களிக்காமல் உயிர்விட மாட்டான் என்று எனக்குத் தோன்றியது. அந்தக் கிராதகன் கையருகில் அவன் யாரோ ஒரு மாவீரனோடு போராடி யதற்கு அறிகுறியாக ஒரு முரட்டுக் கோடாலி ஒன்று கிடந்தது. சூலாயுதம் அவனுடைய மார்பில் குத்தப்பட்டிருந்தால் அவனை வீரப்போரில் கொன்ற புண்ணியமூர்த்தி நீ தான் என்று நினைத்திருப்பேன். ஆனால் சூலாயுதம் அவனுடைய முதுகில் குத்தப்பட்டிருந்தது. புறமுதுகில் குத்தும் பழக்கமோ, புறமுதுகில் கவசமிடும் பழக்கமோ, தமிழ் வீரர்களுக்கு இல்லையென்றும் நம் புலவர்கள் பிரமாதமாகப் பாடல்கள் வேறு எழுதி வைத்திருக்கிறார்கள். அவற்றைப் படித்திருக்கும் சுத்த வீரனான நீ உன்னுடைய பரம வைரியேயானாலும் முதுகில் குத்திக் கொன்றிருக்க மாட்டாய் என்று நம்புகிறேன்'' என்று ஜனநாதன் விஷமமாய் சிரித்தான். அதன் பின்னர் வீரசேகரன் கருப்பண்ணசாமி கோயிலில் தனக்கும் காத்தவராயனுக்குமிடையே நடந்த வாக்குவாதம் போராட்டம் முழுவதையும் துயரத்தோடு விவரித்துக் கூறினான்.

அவ்வளவையும் கேட்ட ஊர்மிளா பலவிதமான உணர்ச்சிகளையும் தாங்கச் சக்தியற்றவளாய் தன் தலையை இரு கைகளாலும் பிடித்துக் கொண்டு நின்றாள்.

''ம்! நடந்தன நடந்தனவாக இருக்கட்டும்! இனி நடக்கப்போவது நல்லனவாக இருக்கட்டும்!'' என்று சிரித்த ஜனநாதன், ''இப்போது ஒரு நல்ல சுபமுகூர்த்தம் இருக்கிறது. உங்கள் இருவருக்கும் இப்போதே என் ரகசிய அறையில் மணமுடித்து வைக்கிறேன்'' என்று கூறி அவ்விருவரையும் அதற்குச் சம்மதிக்க வைத்தான்.

ஊர்மிளாவும், வீரசேகரனும் ஒருவரையொருவர் ஆவல் ததும்ப உற்று நோக்கினர்.

''வாருங்கள்! என்னுடைய இந்த ரகசிய அறையில் சிறு பூஜை அறை ஒன்றிருக்கிறது, அதில் பார்வதி பரமேஸ்வரன் விக்கிரகங்களைக் கொண்டுவந்து வைத்திருக்கிறேன். மரணக்கூடத்திற்கு வேறு யாரையோ தேடி வந்த ஒரு புரோகிதரையும் கொண்டு வந்து அந்த பூஜை அறையில் அடைத்து வைத்திருக்கிறேன்! அந்தப் புரோகிதரே ஆண்டவன் சன்னதியில் விவாக மந்திரங்கள் ஓதி உங்களிருவரையும் புதுமணத் தம்பதிகளாக்கி ஆசீர்வதிப்பார்! அந்தப் புரோகிதரைத் தவிர சிறந்தவர் வேறு எவரும் உங்களுக்குக் கிடைக்கப் போவதில்லை.

பெரியோர் முன்னிலையில் திருமணம் நடைபெற வேண்டுமென நீங்கள் நினைத்தால் ஆண்டவனையும், என்னையும், அந்தப் புரோகிதரையும் தவிர பெரியவர்கள் எவருமில்லை!'' என்று ஜனநாதன் விஷமமாய் சிரித்துக் கொண்டே அவ்விருவரையும் பூஜை அறையை நோக்கி அழைத்துச் சென்றான்.

ஆனால் அந்தப் பூஜை அறையில் புரோகிதர் வேடத்தில் அடைப்பட்டிருப்பவன் வீரபாண்டியன்தான் என்பது அவர்களுக்குத் தெரியாது!

அத்தியாயம் 115

தளிர்க் கை பிடித்தான்

தையல் தளிர்க்கை
தடக்கை பிடித்தான்

— கம்ப ராமாயணம்

மரணக் கூடத்தின் ஒருபுறமுள்ள ஜனநாதனின் ரகசியக் கூடத்திலிருந்து ஜனநாதனால் அழைத்து வரப்பட்ட ஊர்மிளாவும், வீரசேகரனும், பூஜை அறைக்குள் நுழைந்ததும், அங்கு சோக வடிவமாய் அடைத்து வைக்கப்பட்டிருந்த புரோகிதர் அவர்களைக் கண்டு திடுக்கிட்டு வேதனையோடு விழித்தார். அந்தப் புரோகிதரின் வேடத்தில் இருப்பவன் வீரபாண்டியன்தான் என்பதை உணராத ஊர்மிளாவும், வீரசேகரனும் அவரைக் கனிவுடன் உற்று நோக்கினர்.

''ஜனநாதா! மரணம் கூத்தாடும் தண்டனைக் கோட்டத்திற்குள் இந்தப் புரோகிதரை எப்படிக் கொண்டு வந்தாய்?'' என்று வீரசேகரன் கேட்டான்.

''என்னால் முடியாதது எதுவுமில்லை, தம்பி!'' என்ற ஜனநாதன் விஷமமாகப் புரோகிதரை உற்று நோக்கிய வண்ணம், ''தம்பி இந்த ஏழைப் புரோகிதர் பிரசாதத் தட்டுடன் சுலபமாக அசோகவனக் கோட்டைக்குள் நுழைந்து மரணக் கூடத்தின் நுழைவாசல் பக்கம் நின்று கொண்டிருந்தார்: உள்ளே மரணதண்டனை விதிக்கப் பட்டிருக்கும் தம்முடைய மனைவியைக்

காணவேண்டும் என்று தேடி வந்தாராம். ஆனால் அப்படிச் சொல்லிக் கொண்டு, உள்ளே அடைக்கப்பட்டிருக்கும் குற்றவாளிகள் சாவதற்கு முன் ஈமக்கிரியை மந்திரம் ஓதியோ, இதோபதேசம் செய்தோ, தட்சிணை பெற வந்திருக்கலாம் என்று மற்றவர்கள் நினைக்கலாம். ஆனால் பாவம் நுழைவாசலுக்குள் எப்படி நுழைவது என்று யோசித்துத் திண்டாடிக் கொண்டிருந்தார். நான் அந்தச் சமயம் நுழைவாசலுக்குள் நுழைவதைக் கண்டதும் என் பின்னால் ஒண்டிக் கொண்டு வந்து சுலபமாக உள்ளே நுழைந்து விட்டார்! ஆனால் அனுமதி ஓலை இல்லாமல் வெளியே வர வழியின்றி அடைப்பட்டுத் திருதிருவென விழித்துக் கொண்டிருந்தார். உன்னையும், ஊர்மிளாவையும் முன்னிட்டு அவரை என் வேவுக் கூடத்திற்குள் இழுத்து வந்து இந்தப் பூஜை அறையில் பூட்டி வைத்தேன்!" என்றான் ஜனநாதன்.

அவன் தன்னை அடையாளம் கண்டுபிடித்து விடக் கூடாதே என்ற பரபரப்புடன் புரோகிதரான வீரபாண்டியனும், ஜனநாதன் சொல்வதை ஆமோதிப்பவன் போல் தலையை ஆட்டினான்.

ஜனநாதன் விஷமப் புன்னகையுடன் அவரை நோக்கி, "புரோகிதரே! புனிதமான ஒரு சடங்கை நிறைவேற்றும் கடமையை உமக்குத் தரப் போகிறேன். அதற்கு முன்னால் வீரனும், அழகியுமான அவ்விரு இளம் உள்ளங்களின் உணர்ச்சிகரமான வரலாற்றை உம் உள்ளம் உருகும்படிக் கூறி விடுகிறேன்!" என்று சொல்லிவிட்டு ஊர்மிளாவிற்கும், வீரசேகரனுக்குமிடையே தோன்றி வளர்ந்த உயிருக்குயிரான காதலின் கதை முழுவதையும் கூறி, ஊர்மிளாவின் கணவனெனச் சொல்லப்பட்ட கயவனான காத்தவராயனின் கொடூர உள்ளத்தையும், அவன் அபலையான ஊர்மிளாவிற்கு இழைத்த கொடுமைகளையும், கீழ்த்தரமாக ஊர்மிளாவைப் பலி கொடுக்கத் திட்டமிட்டு வன் சிறையில் அவளைத் தள்ளி, அவளுடைய கடைசி மூச்சுவரை அவளை வஞ்சம் தீர்க்கக் கருதியிருந்த அவனுடைய கோர எண்ணத்தையும் எடுத்துரைத்தான்.

அவ்வளவையும் கேட்ட புரோகிதனான வீரபாண்டியனின் கண்களில் நீர் சுரந்தது.

அவரை உற்று நோக்கிய ஊர்மிளாவின் கண்களிலும் நன்றியுணர்ச்சியின் பனித்துளிகள் போல் நீர் துளிர்த்தது.

வீரசேகரனின் கண்களில் புதுமையான ஒரு பிரகாசமும், புத்துணர்வின் துடிதுடிப்பும் பொங்கியது.

அம்மூவரையும் ஒருகணம் உற்று நோக்கிய, ஜனநாதன் விஷமப் புன்முறுவலுடன் வீரபாண்டியனை நோக்கி, "புரோகிதரே!

சாவிலும் இணைபிரிய விரும்பாத இவ்விரு காதலரும் சாவதற்கு முன்னால் சம்பிரதாயப்படி மணமக்களாக விரும்புகிறார்கள். இது இயற்கைதான் என்பதை இருதயம் உள்ளவர் எவரும் ஒப்புக் கொள்வர். நீர் இருதயமுள்ள உண்மையான புரோகிதராயிருந்தால் இப்போதே, இப்பூஜை அறையிலேயே, இந்த உமையொருபாகன் சன்னதியிலேயே, இவ்விருவருக்கும் விவாக மந்திரங்கள் ஓதி திருமணம் முடித்து வைப்பது உம் தனிப்பெரும் கடமையாகும். இதை நீரே ஒப்புக்கொள்வீர்.

இதற்காகவே உம்மை மரணக் கூடத்திலிருந்து இரகசியமாக அழைத்து வந்து அதிரகசியமாக இந்தப் பூஜை அறையில் அடைத்து வைத்திருந்தேன்!'' என்று சிரித்துவிட்டு, ''நீர் கணித்தபடி ஒரு நல்ல விவாக லக்கனமிருக்கிறது. சீக்கிரம் இவர்களுக்கு மணம் முடித்து வைத்து ஆசீர்வதியும்!'' என்று துரிதப்படுத்தியவண்ணம் விவாகச் சடங்கிற்காக அந்தப் பூஜை அறையில் ஏற்கனவே அவன் சித்தப்படுத்தி வைத்திருந்தன வற்றைச் சுட்டிக் காட்டினான்.

புரோகிதனான வீரபாண்டியனுக்கு மெய்சிலிர்த்த தென்றாலும் வேறு வழியின்றி ஊர்மிளாவிற்கும், வீரசேகரனுக்கும் தமிழ் முறைப்படி திருமணம் முடித்து வைத்தான். ஊர்மிளாவின் தளிர்க்கையை உரிமையுடன் வீரசேகரன் பிடித்துத் தன் கையோடு கோர்த்துக் கொண்டு உமையொருபாகனை வணங்கினான். ஆண்டவன் சந்நிதியில் மணமக்களாகிவிட்ட காதலரிருவரும் ஒருவரையொருவர் ஆர்வம் ததும்ப உற்று நோக்கி ஆனந்தக் கண்ணீர் சொரிந்தனர். ஒருகணம் அந்த ஆனந்த வெள்ளத்தில் திளைத்து மெய்மறந்து நின்ற ஊர்மிளா சட்டென்று எதையோ நினைத்துக் கொண்டவளைப்போல ஏக்கப் பெருமூச்சுவிட்டாள். அந்தப் பெருமூச்சில் அளவில்லாத தாபமும், சோகமும் கவிந்திருந்தது.

அதைக் கவனித்த ஜனநாதன் விஷமப் புன்முறுவலுடன் ''என்ன ஊர்மிளா? இந்த ஆனந்தமான நேரத்திலே உன்னை முறைப்படி மணம் முடித்துக் கொடுக்க உன் உறவினர் ஒருவருமில்லையேயென்று கவலைப்படுகிறாயா? கவலைப்படாதே! இப்போது உன்னை வீரசேகரனுக்கு முறைப்படி மணமுடித்துக் கொடுத்த இந்தப் புரோகிதர் வேறு யாருமல்ல, உன் வீரத் தமையர் வீரபாண்டியர்தான்!'' என்று சொல்லிக் கொண்டே புரோகிதரின் தாடியை அகற்றி வீரபாண்டியனின் சுயரூபத்தை வெளிப்படுத்தினான்.

அதைக் கண்டதும், ''ஆ! வீரபாண்டியரா?'' என்று வீரசேகரன் தன்னை மறந்து கூவினான்.

ஒரு கணம் மலைத்துநின்ற ஊர்மிளாவோ "ஆ! சக்கரவர்த்திகளே!" என்று அலறியவண்ணம் ஓடி வீர பாண்டியனின் கால்களில் விழுந்து, "நீங்களும் இங்கு வந்து அகப்பட்டுக் கொண்டீர்களா? ஏன் வந்தீர்கள்?" என்று புலம்பினாள்.

"துணைவியைத் தேடித்தான் இங்கு வந்தார்!" என்று சிரித்த ஜனநாதன், "ஊர்மிளா! உன் வீரத்தமையர் தமக்கும் தம் தேவிக்கும் தம் நாட்டிற்கும் ஏற்பட்ட இழிவிற்கெல்லாம் பழிவாங்க வேண்டும் என்ற ஆத்திரத்துடன் பொம்மை அரசனான விக்கிரமபாண்டியனின் அந்தப்புரத்திற்குள் நுழைந்தார். ஆனால் அவனுடைய பட்டமகிஷிக்கு மாங்கல்யப் பிச்சை தந்து அவளுடைய நாதன் ஆயுள் முழுவதும் நாடாளவும், தான் அஞ்ஞாத வாசம் சென்று காடாள்வதாகவும் வரமும் கொடுத்துவிட்டு வந்தார். அதன் பின்னர் தம் தேவியைப் பகைவரிடமிருந்து சிறைமீட்பதும், சோழ நாட்டின் அடிமைத் தாதியாக வேளம் ஏறும் அவமானத்திலிருந்து தன் தேவியைக் காப்பதுமே இனி தம் ஒரே இலட்சியமென கங்கணம் பூண்டார்.

மரணத்தைத் துச்சமென மதித்து புரோகிதர் வேடம் பூண்டு பூஜைத் தட்டுடன் அசோகவனக் கோட்டை வாசலுக்கு வந்தார். விக்கிரமபாண்டியனின் பட்டமகிஷி தந்த முத்திரை மோதிரத்தை வாயிற்காப்போரிடம் காட்டி வெகு சுலபமாகச் சிறைக் கோட்டத்திற்குள் நுழைந்தார். ஆனால் தேவியை நான் ஒளித்து வைத்திருக்குமிடத்தை அவரால் கண்டுபிடிக்க முடியவில்லை. தேவியைத் தேடி அசோகவனச் சிறைக் கோட்டத்திற்குள எங்கெங்கோ அலைந்து கொண்டிருந்தார்" என்றான்.

வீரசேகரன் குறுக்கிட்டு, "ஜனநாதா! இதெல்லாம் உனக்கெப்படித் தெரியும்?" என்று கேட்டான்.

"திரிகால ஞானிக்குத் தெரியாதது, எதுவுமில்லை!" என்று சிரித்தான் ஜனநாதன்.

"விக்கிரமபாண்டியனின் அந்தப்புரத்தில் நடந்ததனைத்தும் என்னையும், விக்கிரமனின் பட்டமகிஷியையும் தவிர வேறு யாருக்கும் தெரியாதே. உமக்கெப்படித் தெரிந்தது?" என்று வீரபாண்டியன் கலவரத்துடன் கேட்டான்.

"விக்கிரமபாண்டியனின் பட்டமகிஷியே என்னிடம் சொல்லி இருக்கலாம்! உம்மிடம் மாங்கல்யப் பிச்சையும் வரமும் வாங்கும்படி நானே அந்தப் பட்டமகிஷிக்கு ஆலோசனையும் சொல்லி இருக்கலாம்!" என்றான் ஜனநாதன் அலட்சியமாக.

வீரபாண்டியனுக்குத் தூக்கி வாரிப் போட்டது! அவனுடைய கால்களில் விழுந்து விம்மி அழுது கொண்டிருந்த ஊர்மிளா, ''அண்ணா! உங்களுடைய வளமான கனவைத்தான் விதி வஞ்சித்து விட்டதே. உங்களுடைய வாழ்வைபாவது காப்பாற்றிக் கொண்டிருக்கக் கூடாதா? அசோகவனக் கோட்டையில் தேவியைத் தேடிப் பார்த்து இல்லையென்று அறிந்ததும் விக்கிரமபாண்டியரின் பட்டமகிஷி தந்த முத்திரை மோதிரத்தைக் காட்டி சிறைக் கோட்டையை விட்டுத் திரும்பிப் போயிருக்கக் கூடாதா? எமன் குகை போன்ற இந்த மரணக் கிடங்கிற்குள் ஏன் நீங்கள் வந்தீர்கள்?'' என்று பொருமினாள்.

''அவராக இங்கு வரவில்லை! அவரறியாமல் அவரைத் தந்திரமாக இங்கு நான்தான் வரவழைத்தேன்'' என்று சிரித்த ஜனநாதன், ''ஊர்மிளா! பாவம் உன்னுடைய வீரத் தமையர்தான் என்ன செய்வார்? இப்போது மதுரையிலேயே அதிகக் காவலுடன் அதிகப் பாதுகாப்பான இடம் தண்டனைக் கோட்டத்திலுள்ள இந்த மரணக் கிடங்குதான் என்றும், அதனால் தேவியை இங்குதான் வேளத்திற்கு அழைத்துச் செல்லப்படும் நாள்வரை நான் வைத்திருப்பதாகவும் பராபரியாக ஒரு வதந்தியை வீரபாண்டியரின் காதுக்கு நான்தான் எட்டும்படி செய்தேன்'' பாவம் அந்த அசகாயசூரர் புரோகிதர் வேடத்துடன் இந்த மரணக்கூடத்தின் நுழைவாசல் அருகே வந்து நின்றார், அவருக்கு வழிகாட்டிபோல் நான் உள்ளே நுழைந்ததும் என்னைப் பின் தொடர்ந்து வெகு சுலபமாக இந்த மரணக் கூடத்தில் நுழைந்து விட்டார். ஆனால் அநுமதி ஓலை இல்லாமல் இங்கு நுழைபவர் எவரும் இங்கிருந்து வெளியேற முடியாமல் குற்றவாளிகளில் ஒருவராகக் கருதப்பட்டு தண்டனை தினத்தன்று நேரே கொலைக்களத்திற்குத்தான் இழுத்துச் செல்லப்படுவது வழக்கம்! என்றான்.

அதைக் கேட்டதும் அனல்வாய்ப்பட்ட புழுபோல் ஊர்மிளா துடிதுடித்து ''அண்ணா! கடைசியில் விதி உங்களையும் இப்படி வஞ்சித்துவிட்டதே!'' என்று கிரீச்சிட்டாள்.

''விதியின் வஞ்சனை என்பதைவிட, விதிக்கும் விதியாகும் ஜனநாதனின் சதி என்று சொல்வது பொருத்தமாயிருக்கும்!'' என்று ஜனநாதன் சிரித்தான்.

''ஜனநாதா! வீரபாண்டியரை ஏன் இவ்வாறு சூழ்ச்சியாகக் கொண்டு வந்து இங்கு அடைத்து வைத்தாய்?'' என்று வீரசேகரன் அழுகையும், ஆத்திரமும் கலந்த குரலில் கேட்டான்.

''தம்பி! பகைவரை ஏன் தந்திரமாக அடைத்து வைத்தாய் என்று சோழ நாட்டு மாவீரனா கேட்கிறாய்? உனக்கும்

ஊர்மிளாவிற்கும் இந்த இடத்தில் விவாகம் முடிக்க மிகப்பொருத்தமான ஒரு புரோகிதர் தேவைப்பட்டதால்தான் இந்த பூஜை அறையில் வீரபாண்டியரைக் கொண்டுவந்து அடைத்து வைத்தேன்'' என்றான் ஜனநாதன்.

உணர்ச்சிவசமாய் நின்ற வீரபாண்டியனோ பரிவுடன் ஊர்மிளாவின் கண்ணீரைத் துடைத்து, ''ஊர்மிளா! என் கதியைப் பற்றி நான் கவலைப்படவில்லை. பகைவரின் அடிமைத்தாதியாக வேளமேறப்போகும் அவமானத்திலிருந்து தேவியைக் காப்பாற்ற முடியவில்லையே என்ற ஆத்திரமும், தேவியை என்ன முயன்றும் கண்டு பிடிக்க முடியவில்லையே என்ற ஏக்கமும்தான் என் நெஞ்சை அணுஅணுவாகக் கொல்கிறது!'' என்று குரல் தழுதழுக்கச் சொன்னான். அப்போது ஜனநாதன், ''வீரபாண்டியரே! தேவியை சோழ நாட்டிற்குப் பத்திரமாய்க் கொண்டு போய் வேளமேற்றும் பொறுப்பை என்னிடம்தான் எங்கள் ராஜதந்திரிகளின் சபை ஒப்படைத் திருக்கிறது. அதில் எல்லாம் வல்ல என்னை வெல்ல யாராலும் முடியாது! தேவியை நான் ஒளித்து வைத்திருக்குமிடத்தை திருமாலே வராக அவதாரம் எடுத்து வந்து பூமியைக் குடைந்தாலும் கண்டுபிடிக்க முடியாது!'' என்றான்.

''ஒருவேளை தேவியிருக்குமிடத்தைக் கண்டு பிடித்து விட்டால் தேவியை வீரபாண்டியரால் மீட்டுவிட முடியுமல்லவா?'' என்று வீரசேகரன் பரபரப்போடு கேட்டான்.

''முடியும்!'' என்று ஜனநாதன் அலட்சியமாகச் சொன்னான்.

''அப்படியானால் தேவியை நீ மறைத்து வைத்திருக்கும் இடத்தை உன் உயிர் போனாலும் சொல்லமாட்டாய்?''

''இல்லை; எனக்கென்ன பயம்? அதையும் சொல்லுவேன்! தேவியை எப்படித் தந்திரமாக சோழநாட்டிற்குக் கொண்டுபோகப் போகிறேன் என்பதையும் சொல்லுவேன்! வீரபாண்டியர் என்ன தந்திரமாக நடந்து கொண்டால் தேவியை வெற்றிகரமாக மீட்க முடியும் என்கிற வழியையும் கூடச் சொல்லுவேன்!''

''நிஜமாகவா?'' என்று வீரசேகரன் ஆவலுடன் கேட்டான்.

''ஆமாம்'' என்று அலட்சியமாகச் சொன்ன ஜனநாதன், ''வீரபாண்டியரே! கவனமாகக் கேட்டுக் கொள்ளும்'' என்று சொல்ல ஆரம்பித்தான்.

''நான் அசோகவனக்கோட்டையில்தான் ஓரிடத்தில் தேவியைப் பத்திரமாக மறைத்து வைத்திருக்கிறேன். மதுரைக்கு விஜயம் செய்திருக்கும் எங்கள் சோழ மகாராணியாரும் அந்த

அசோகவனக் கோட்டையில்தான் பத்திரமான இடமென்று கருதி தங்கியிருக்கிறார். எங்கள் மகாராணியார் மூடு வண்டியில் காவலர் புடை சூழ சோழ நாட்டிற்குப் புறப்படும். தினத்தன்றுதான் தேவியின் மூடு வண்டியும் சோழ நாட்டிற்குப் புறப்படும் நாளை மூன்று மூடு வண்டிகள் சற்று முன் பின்னாகப் புறப்படப் போகின்றன.அவற்றில் ஒரு மூடுவண்டியில்தான் தேவியை ரகசியமாக அனுப்ப ஏற்பாடு செய்திருக்கிறேன். ஆனால் அது எந்த மூடுவண்டி என்பது என்னைத் தவிர வேறு எவருக்கும் தெரியாது!'' என்று ஜனநாதன் சொல்லும்போது வீரசேகரன் சட்டென்று குறுக்கிட்டு, ''அது எந்த மூடுவண்டி?'' என்று ஆவலுடன் கேட்டான்.

''பொன்னிறப் புலிக்கொடி கட்டிய மூடுவண்டியில்தான் தேவியை ரகசியமாக அனுப்பப் போகிறேன்'' என்று சிரித்த ஜனநாதன், ''அந்த மூடுவண்டி சோழநாட்டு எல்லையை அடைவதற்குள் வழியில் வீரபாண்டியரின் கட்சியினர் திரண்டுவந்து தாக்கி தேவியை மீட்க விரும்பினால் அதில் சோழ மகாராணிதான் போகிறாள் என்று எண்ணி அதைத் தாக்காமல் வேறு வண்டிகளைத் தாக்கப் போய்விடுவார்களல்லவா? அதனால்தான் அந்த தந்திரம் செய்தேன்! அந்த மூடுவண்டி நாளை சூரியோதயமாவதற்குள் விடியற்சாம இருளில் அசோகவனக் கோட்டையிலிருந்து ஓசைப்படாமல் புறப்படப் போகிறது. அந்த வண்டியை ஓட்டிச் செல்லப்போகும் சாரதி என் நம்பிக்கைக்குப் பாத்திரமான ஒரு கிழவன். இன்றிரவு முழுவதும் அவன் அசோகவனக் கோட்டையில் காவலர் விடுதியை அடுத்துள்ள மூன்றாவது மதுச்சாவடியில் நன்றாகக் குடித்துவிட்டு சுயநினைவில்லாமல் தள்ளாடிக் கொண்டிருப்பான். அந்த நிலையில் வீரபாண்டியர் அவன் மண்டையில் திடீரென அடித்து அவனை மூர்ச்சையடையச் செய்து மதுச்சாவடியின் பின்புறமுள்ள சாக்கடைக் குழியில் ஒருவருக்கும் தெரியாமல் கட்டிப்போட்டு மூடிவைத்துவிட்டு அவனுடைய ஆடைகளை எடுத்து அணிந்து கொண்டு அந்தக் கிழவனைப்போல மாறுவேடம் தரித்துக் கொண்டால், தேவியின் மூடுவண்டிக்குச் சாரதியாகி வெகுசுலபமாக அதை வெளியே ஓட்டிக் கொண்டு செல்லலாம். ஆனால் அசோகவனக் கோட்டைக்கு வெளியே அந்த மூடுவண்டிக்குக் காவலாக வருவதற்கு ஏகவாசகரின் ஐந்நூறு போர் வீரர்கள் ஆயுதபாணிகளாகக் காத்திருப்பார்கள். மதுரைக் கோட்டையைத் தாண்டிச் சோழநாட்டை நோக்கி மூடுவண்டிச் செல்லும் போது விக்கிரமனூர்வரை சோழவீரர்கள் வரிசையாக அணிவகுத்து நின்று காவல் புரிந்து கொண்டிருப்பார்கள்! அந்த நிலையில் விக்கிரமனூர்வரை வீரபாண்டியரே தேவியின் மூடுவண்டியை ஓட்டிச் சென்றாலும், வீரபாண்டியனின் கட்சியினர்

முழுவதும் ஒன்றாகத் திரண்டு வந்து தாக்கினாலும் தேவியின் மூடுவண்டியோடு வீரபாண்டியார் தப்பிச் செல்ல முடியாது! ஆனால் விக்கிரமனூருக்கு அப்பால் காட்டுப்பாதையும், மலைப்பிராந்தி யங்களும் ஆரம்பிக்கின்றன. அங்குள்ள காட்டு ஜனங்களும், வனவேடர்களும் தேவியைத் தெய்வமாகக் கருதி வீரபாண்டியாரின் கட்சியை ஆதரிப்பவர்கள். அவர்களோடு வீரபாண்டியாரின் கட்சியினர் முழுவதும் சேர்ந்துகொண்டு ஒன்றாகத்திரண்டுவந்து சோழியக்காவலர் படைகளைத் தாக்கினால் தேவியின் மூடுவண்டியோடு வீரபாண்டியார் வெகு சுலபமாகத் தப்பிச் சென்றுவிட முடியும்! ஆனால் அந்தப் பயங்கரமான காட்டுப் பாதையில் தேவியின் மூடுவண்டிக்குப் பாதுகாவலாகச் சோழ நாட்டு எல்லைவரை வருவதற்கு மேலும் ஐயாயிரம் போர்வீரர்கள் தேவைப்படுகிறதென்று எங்கள் ராஜதந்திரிகளின் மந்திராலோசனைச் சபையில் நான் தெரிவித்தேன். என்னைவிட ஐயாயிரம் போர்வீரர்களை அதிகமாகவுடைய ஆடையூர் நாடாழ்வார், தேவியை வேளமேற்றும் பெருமையில் தானும் பங்கு பெறவேண்டு மென்ற பேராசையால் தம்முடைய அதிகப்படியான ஐயாயிரம் போர்வீரர்களைத் தருவதாக எங்கள் சபையில் வாக்களித்தார். அவ்வீரர்களெல்லாம் விக்கிரமனூரிலுள்ள விடுதியில் இரகசியமாகத் தங்கியிருக்கிறார்கள் என்று சற்று முன்தான் ஆடையூரார் தெரிவித்தாராம்! அவருடைய ஐயாயிரம் வீரர்களும் அந்த விடுதியில் இன்றிரவு முழுவதும் உண்டு களித்தும், குடித்துக் கூத்தாடியும் சுயநினைவற்றுக் கிடப்பார்கள்! அந்த நிலையில் வீரபாண்டியாரின் கட்சியைச் சேர்ந்த ஐயாயிரம் வீரர்கள் அவ்விடுதிக்கு ஓசைப்படாமல் சென்று ஆடையூராரின் ஐயாயிரம் சோழிய வீரர்களையும் விடுதியிலிருந்து தூக்கிச் சென்று புதைகுழிகளில் போட்டுவிட்டு அவர்களின் ஆடைகளையும், கவசங்களையும் எடுத்து அணிந்துகொண்டு சோழிய வீரர்களைப் போல மாறுவேடம் தரித்து, விக்கிரமனூர் விடுதியில் இன்று விடியற்சாம நேரத்தில் தயாராகக் காத்திருந்தால், வீரபாண்டியார் வெகு சுலபமாகத் தேவியின் மூடுவண்டியோடு தப்பிவிடமுடியும்! ஆனால் இந்தச் செய்தியை வீரபாண்டியாரின் கட்சியினருக்கு எப்படி எட்டவிடுவது என்ற ஒரு கேள்வி பிறக்கிறதல்லவா? அதற்கும் ஒரு வழி இருக்கிறது! அசோகவனக் கோட்டையிலுள்ள மூன்றாவது கள்ளுக்கடைக்காரனாக நடித்து வரும் சித்தையன் என்போல் வீரபாண்டியாரின் ஆட்சிக் காலத்தில் ஒற்றுப்படை அதிகாரியாகத் திகழ்ந்தவன். அவனிடம் வீரபாண்டியார் இப்போதே சென்று தம்முடைய திட்டத்தைத் தெரிவிப்பாரானால் அவன் கள்ளும், பதனீரும் எடுத்து ஊருக்குள் செல்பவனைப்போல் கள் வண்டியை ஓட்டிக்கொண்டு வெளியே சென்று வீரபாண்டியாரின் கட்சியினருக்குத் தெரிவித்துவிடுவான்!'' என்றான்.

இவ்வளவையும் கேட்டுக்கொண்டிருந்த வீரபாண்டியனின் ஏங்கிய முகமும், ஊர்மிளாவின் அழுகை முகமும் பிரகாசத்தால் மலர்ந்தன.

வீரசேகரன் உற்சாகமாகத் துள்ளிக் குதித்து, ''நம் வீரபாண்டியர் இவ்வளவும் செய்தால் வெகு சுலபமாகத் தேவியின் மூடுவண்டியை ஓட்டிச்சென்று தேவியைக் காப்பாற்றிவிட முடியுமல்லவா?'' என்றான்.

''முடியும்! ஆனால் உன் வீரபாண்டியர் முதலில் இந்த மரணக் கூடத்தை விட்டு வெளியேற முடிந்தாலல்லவா மற்றதெல்லாம் முடியும்? அநுமதி ஓலை இல்லாமல் என்னைக்கூட வெளியில் காவல் புரியும் முத்தரையனின் ஆட்கள் மரணக் கூடத்தைவிட்டு வெளியேற விடமாட்டார்களே!'' என்றான்.

''என்னிடம் ஓர் அநுமதி ஓலை இருக்கிறது! மரணக்கூடத்திலுள்ள குற்றவாளியைக் கடைசி முறையாகச் சந்தித்துவிட்டு ஒரு நபர் வெளியேறுவதற்குரிய அநுமதி ஓலை ஒன்று என்னிடம் இருக்கிறது!'' என்று உற்சாகமாகக் கூறிய வீரசேகரன், தன் கையிலிருந்த அநுமதி ஓலையை வீரபாண்டியனிடம் கொடுத்து ''இதை வெளியில் முத்தரையனின் ஆட்களிடம் காட்டி, இப்போதே வெளியில் விரைந்து சென்று விடுங்கள்'' என்றான்.

''வீரசேகரா! உன்னுடைய அநுமதி ஓலையை நான் வாங்கிக் கொண்டு உன்னை இந்தச் சாவுக்கிடங்கில் தள்ளிவிட்டு நான் வெளியேறுவதா? அவ்வளவு தூரம் இந்த வீரபாண்டியனை இருதயமற்றவனென்றும், கோழையென்றும் நினைத்தாயா?'' என்றான் வீரபாண்டியன்.

''அதையெல்லாம் பற்றி விவாதிக்க இப்போது நேரமில்லை, வீரபாண்டியரே! இந்த அநுமதி ஓலையின் மூலம் இந்த மரணக் குகையைவிட்டு ஒரு நபர் மட்டுந்தான் வெளியேற முடியும்! ஊர்மிளா இல்லாமல் நானோ, நான் இல்லாமல் ஊர்மிளாவோ ஒருபோதும் இங்கிருந்து வெளியேற மாட்டோம்! தேவியை முன்னிட்டாவது நீங்கள் வெளியேறத்தான் வேண்டும்; சீக்கிரம் புறப்படுங்கள்!'' என்று வீரசேகரன் துரிதப்படுத்தினான்.

வேறு வழியின்றி வீரபாண்டியன் தலைகுனிந்தவனாய் அனுமதி ஓலையுடன் ரகசியக் கூடத்தின் கதவருகில் சென்று அதன் தாழ்ப்பாளை அகற்ற முயன்றான். அதற்குள் ஜனநாதன் குறுக்கே பாய்ந்து சென்று வீரபாண்டியனை வழிமறித்து நிறுத்தி, ''வீரபாண்டியரே! உம்மை சுலபமாக வெளியேற நான் விடப் போவதில்லை. சிறந்த சோழ ராஜவிசுவாசி என்று பிரசித்தி

பெற்ற நான் பகைவனுக்குத் துணைபுரிந்தவன் என்று ஒருபோதும் ராஜத்துரோகியாக விளங்கமாட்டேன்!'' என்றான்.

அதைக் கேட்டதும் வீரபாண்டியன் திகைத்து வகையற்று கைகளைப் பிசைந்து கொண்டு நின்றான். வீரசேகரனுக்கு வியப்பு மேலிட்டது. ஊர்மிளாவின் முகமோ வெளிறிவிட்டது.

''ஜனநாதா! இது தர்மமா?'' என்று கேட்ட வீரசேகரன் ''உன் போக்கு எனக்குப் புரியவில்லை. தேவியை தந்திரமாக மீட்கக் கூடிய வழிவகைகளையெல்லாம் நீயே வீரபாண்டியருக்குச் சொல்லிக் கொடுத்துவிட்டு இப்போது நீயே அவரை வழிமறித்துக் கொண்டு நிற்கிறாயே! இது நியாயமா?'' என்று முனகினான்.

''தம்பி! என் போக்கு உனக்குப் புரியவில்லை என்றால் உனக்குத்தான் புத்திசாலித்தனம் குறைவு என்று பொருள்படும். வீரபாண்டியர் இந்த மரணக் கோட்டத்தைவிட்டு சுலபமாக வெளியேற முடியாது என்ற நம்பிக்கையால்தான் அவர் வெளியேறிய பின் தேவியை மீட்பதற்குரிய சுலபமான வழிவகைகளையும் பல ரகசியங்களையும் வறட்டு ஜம்பத்தினால் வெளியிட்டேன்!'' என்று ஜனநாதன் சிரித்தான்.

''ஜனநாதா! அப்படியானால் வீரபாண்டியருக்கு வழிவிடப் போவதில்லையா?''

''ஆமாம்! சுலபமாக வழிவிடப்போவதில்லை. என் கண் முன்னால் சோழியரின் விரோதி வெகு சுலபமாக வெளியே செல்ல முடியாது! தம்பி! நம் சோழ மகாராணியாருக்கு அடிமைத் தாதியாக தேவியை வேளமேற்றுவதற்கு தேவியை நம் சோழ நாட்டுக்குப் பத்திரமாகக் கொண்டுபோய் நம் மன்னர்பிரான் முன் சமர்ப்பிக்கும் பொறுப்பை நம் ராஜதந்திரிகளின் சபை என் தலைமீதுதான் சுமத்தி இருக்கிறது. அதனால் இப்போது வீரபாண்டியர் சுலபமாக வெளியே சென்று தேவியை மீட்பதற்கு சிறிதும் இடங்கொடுக்கமாட்டேன். என் அரசியல் அந்தஸ்திலோ, செல்வாக்கிலோ, எனக்குக் கிடைக்கப்போகும் பரிசுகளிலோ பதவி உயர்வுகளிலோ ஒரு சிறிதும் விட்டுக் கொடுக்கமாட்டேன். என்னுடைய சகாவும் போட்டிக்காரருமான ஆடையூர் நாடாழ்வாரின் கை என்னை விட ஓங்க விடமாட்டேன்!'' என்றான்.

வீரசேகரன் கெஞ்சும் பாவனையுடன் ஜனநாதனை உற்று நோக்கி, ''ஜனநாதா! உனக்குச் சிறிதாவது இருதயமிருந்தால் வீரபாண்டியரின் நிலையை யோசித்துப் பார்! அவர் நம் சோழ நாட்டின் பகைவர் என்றாலும் நம்முடைய பகை அவருடைய அரசியல் லட்சியத்தின் மீதே தவிர தனிப்பட்ட நபர்மீது அல்ல!

இப்போது வீரபாண்டியர் தம்முடைய அரசியல் கனவுகளனைத்தையும் தியாகம் செய்து அஞ்ஞாதவாசம் புரியவும் சித்தமாகி மரணத்திற்கும் துணிந்து இந்த மரணகூடத்திற்குள் நுழைந்து, தம்முடைய தேவியை மீட்பது ஒன்றுதான் இனித் தம் வாழ்நாளின் ஒரே லட்சியம் என்று கொண்டிருக்கிறார். அந்த உன்னத லட்சியத்தையும் அழித்து விடாதே!'' என்றான்.

''அதற்காக என் லட்சியத்தை இழக்க முடியாது, தம்பி!''

''ஜனநாதா! சூழ்ச்சியே உருவான உன்னுடைய லட்சியப் பேச்சை நான் ஏற்றுக்கொள்ள முடியாது! ராஜத் துரோகமான கருத்துக்களையுடைய நீ சிறந்த ராஜ விசுவாசிபோல நடிப்பதையும் நான் நம்பமுடியாது! வீண் விவாதம் எதற்கு? வீரபாண்டியருக்கு நீ உபகாரம் செய்யவில்லையென்றாலும் அபகாரமாவது செய்யாமலிரு! நான் கொடுத்த அனுமதி ஓலையை வீரபாண்டியர் எடுத்துச் சென்று மரணக்கூடத்தின் வெளி வாசலில் காவலிருக்கும் முத்தரையனின் ஆட்களிடம் காட்டினால் அவரைச் சுலபமாக வெளியே விட்டு விடுவார்கள். அதற்குத் தடையாக நீ நிற்காதே! வீரபாண்டியர் இங்கிருந்து செல்ல சீக்கிரம் வழியை விடு!'' என்றான் வீரசேகரன்.

''தம்பி! இப்போது அவருக்கு நான் வழிவிட்டால் என் சுழிமாறிவிடும்! உன் காதலை முன்னிட்டு நீ ராஜ துரோகியாகலாம்; சகலத்தையும் இழந்து காதலியோடு சாகவும் தயாராக நிற்கலாம். ஆனால் நான் எதை முன்னிட்டும் பகிரங்கமாக ராஜத்துரோகியாக விளங்கமாட்டேன். என்னுடைய அரசியல் செல்வாக்கையும், எனக்குக் கிடைக்கப்போகும் பட்டம், பதவிகளையும் ஓர் அணுவளவு கூட பறிகொடுக்கமாட்டேன்! உன்னைப் போல நானும் ஒரு முட்டாளல்ல!'' என்று சிரித்தான் ஜனநாதன்.

அப்போது புயலிடை சிக்கிய மரக்கலம்போல் தத்தளித்துக் கொண்டிருந்த ஊர்மிளா, ''அப்படியானால் வீரபாண்டிய சக்கரவர்த்திகள் இந்த மரணக்கிடங்கிலே அடைப்பட்டுக் கிடக்க வேண்டுமா? தண்டனை தினத்தன்று அவரும் கொலைக்களத்திற்கு இழுத்துச் செல்லப்பட்டு மதயானையின் காலுக்குப் பலியாக வேண்டுமா?'' என்று கீச்சிட்டாள்.

மறுகணம் ஆண்டவனை நோக்கி அபயமென்று ஓடும் அனாதைபோல ஊர்மிளா பாய்ந்து சென்று ஜனநாதனின் கால்களில் விழுந்து ''எனக்கு இந்த உலகத்திலுள்ள ஒரே உறவு என் வீரத்தமையர் வீரபாண்டிய சக்கரவர்த்திகள்தான்! சகலத்தையும் இழந்து நிற்கும் அவரைச் சாவிற்கு விருந்தாக்கி விடாதீர்கள்! என் மீதாவது இரக்கம் வைத்து கொஞ்சம் கருணை காட்டுங்கள்!'' என்று கெஞ்சிக் கதறினாள்.

"பெண்ணே! கருணை என்பது பலவீனத்தின் ஆயுதம் அதை நான் பொருட்படுத்துவதில்லை. பெண்ணின் கண்ணீரைப் பொருட்படுத்தக் கூடிய முட்டாளும் நான் அல்ல!" என்றான் ஜனநாதன்.

உங்கள் அருமை நண்பரான வீரசேகரனை உத்தேசித்தாவது எனக்கு இந்த உதவி செய்யுங்கள்? என்று ஊர்மிளா பதைத்தாள்.

"பெண்ணே! இந்த ஜனநாதன் சுயநல நோக்கமில்லாமல் சொந்த நண்பனுக்குக்கூட ஒரு சிறு உதவியும் செய்யமாட்டான் என்பது உலகப்பிரசித்தி! இது உனக்கும் தெரிந்திருக்குமே?" என்றான்.

ஊர்மிளா அவன் காலில் விழுந்து அழுது புலம்புவதும், அவளை ஜனநாதன் அலட்சியப்படுத்துவதும், வீரபாண்டியர் உயிரற்றவர் போல் நின்று தேவியை மனக்கண்ணால் பார்த்து சிலையாய் சமைந்திருப்பதும், வீரசேகரனுக்கு அளவில்லா ஆத்திரத்தை மூட்டியது. அவன் ஜனநாதன் முன் துள்ளி வந்து சீறலானான்.

"ஜனநாதா! கண்ணீரிலே விளையாட நினைக்காதே! வீரபாண்டியர் வெளியே செல்ல இப்போது வழிவிடப் போகிறாயா? இல்லையா?" என்று வீரசேகரன் கூவினான்.

"தம்பி! வீணாகக் கத்தாதே! வாள் நிலைகண்டான் ஜனநாதக் கச்சிராயன் என்று உலகப் பிரசித்திபெற்றவன் நான். என் கையில் அந்த பிரசித்தி பெற்ற வாள் இருக்கும்வரை வீரபாண்டியரை வெளியே செல்ல விடமாட்டேன்! என்னை வெல்ல உன் வாய்க்கும் பலமிராது; உன் வாளுக்கும் பலமிராது!" என்று ஜனநாதன், வம்புச் சண்டைக்கு இழுப்பவன் போல ஏளனமாகச் சொன்னான்.

வீரசேகரன் ஆத்திரத்துடன் குமுறி, "ஜனநாதா மதுரையை வென்ற என் வெற்றிவாள் இப்போது என் கையில் இருந்திருந்தால் நீ வழிமறிக்கும் வீரபாண்டியருக்கு என் வாள் முனையாலேயே வழி திறந்து விடுவேன்! இதுவரை உயிருக்குயிரான நண்பர்களாயிருந்த நாம் உயிர் போகும் வரை விரோதிகளாக மாறி வாட்போரிடவும் தயங்கமாட்டேன்!" என்று வீராவேசமாக முழங்கினான்.

ஜனநாதன் அலட்சியமாகச் சிரித்துக்கொண்டே, "தம்பி! என்னுடைய பிரசித்தி பெற்ற வாளுக்கு வேலை கொடுத்து வெகுநாட்களாகி விட்டது. என்னுடைய நவரத்தினம் பதித்த அந்த

வீரவாள் வெகுகாலமாகத் துருப்பிடித்துக் கிடக்கிறது. அதை உன்னைப் போன்ற ஒரு மகாவீரனின் வாள் முனையில்தான் தீட்ட வேண்டும் என்று எண்ணியிருந்தேன். இப்போது அதற்கு அருமையான சந்தர்ப்பம் கிடைத்திருக்கிறது!'' என்று சொன்ன அவன் தன் நவரத்தின வாளையுருவி ஒரு கையில் பிடித்துக்கொண்டு மற்றொரு கையால் அங்கு ஒரு மூலையில் கிடந்த பளபளவென்று மின்னும் வாளொன்றை எடுத்து வந்து, ''தம்பி இதோ மதுரையை வென்ற உன்னுடைய வெற்றி வாள்! இதை நீ என்னுடன் வாட்போரிடுவதற்காக நான் எடுத்து வைத்திருந்து இந்தப் பூஜையறையில் இதற்குப் பூஜை செய்துவந்தேன்! ஓசைப்படாமல் நாம் வாட்போரிட்டு இப்போதே பலப்பரீட்சை நடத்திவிடுவோம்!'' என்றான்.

''ஜனநாதா! கடைசி முறையாகச் சொல்லுகிறேன். வீரபாண்டியருக்கு வழியைவிடு; இல்லையெனில் நண்பனை வீழ்த்தும் பழி விழும்!'' என்று வீரசேகரன் முழங்கினான்.

''தம்பி! எந்த நண்பன் வீழ்த்தப்படபோகிறான் என்பது இன்னும் கொஞ்ச நேரத்தில் தெரிந்து விடும்!'' என்று ஜனநாதன் சிரித்தான்.

''கொஞ்ச நேரமல்ல! வீரபாண்டியர் இங்கிருந்து வெளியேறி தேவியை நாளை விடியற்சாமத்தில் மூடுவண்டியோடு மீட்டுச் செல்லும்வரை உன்னோடு வாட்போரிட்டுக் கொண்டேயிருப்பேன்!'' என்று வீரசேகரன் சிம்மக்குரலில் கர்ஜித்தான்.

''தம்பி! அதுவரை யாருக்கு மூச்சு இருக்கப்போகிறதோ பார்ப்போம்!'' என்று ஜனநாதன் சிரித்துக்கொண்டே உடைவாளை ஓங்கிக்கொண்டு இரகசிய கூடத்தின் தாளிட்ட கதவருகே சென்று, வீரபாண்டியனை வழிமறித்துக் கொண்டு நின்றான்.

வீரசேகரன் வீராவேசத்துடன் தன்வாளை ஓங்கிக்கொண்டு அவன்முன் பாய்ந்து குதித்தான்.

அதன் பின்னால் அந்த இரகசிய கூடத்தில் மரணப் போராட்டம் போல இருவருக்குமிடையே உக்கிரமான வாட்போர் ஆரம்பமாயிற்று.

அதன் முடிவு என்ன ஆகுமோ என்று வீரபாண்டியன் கைகளைப் பிசைந்து கொண்டு நின்றான். ஊர்மிளாவோ, இருபுறமும் தீயால் மூடப்பட்ட சிற்றெறும்பைப்போல தத்தளித்து நின்று, கண்ணிமைகளை இறுக மூடிக்கொண்டாள்.

※ ※ ※

அத்தியாயம் 116

ஆவி உனதன்றோ?

'என் உண்ணோர் ஆவி வேண்டினும்
இன்றே உன தன்றோ?'

— கம்ப ராமாயணம்

மரணக் கோட்டத்திலிருந்து வீரபாண்டியன் எப்படியாவது தப்பிச் சென்று, ஜனநாதனால் குறிப்பிடப்பட்ட தேவியின் மூடுவண்டியைக் கடத்திச் சென்று தேவியை மீட்க வேண்டும் என்கிற ஆவல் ஊர்மிளாவிற்கு மேலோங்கி எழும்பிய தென்றாலும் அதற்காக ஜனநாதனுடன் வீரசேகரன் மரணப்போரிடும்படி நேரிட்டு விட்டதே என்று எண்ணும்போது அவளுடைய நெஞ்சு துயரத்தால் விம்மித் தாழ்ந்தது.

வீரமரணம் முதலில் வீரபாண்டியனுக்கா அல்லது வீரசேகரனுக்கா என்னும் விதியை சற்று நேரத்தில் ஜனநாதனின் வீரவாள் நிர்ணயித்து விடுமென்று பயந்தே, ஊர்மிளா அதைக்காண விரும்பாமல் தன்னிரு கண்களையும் இறுக மூடிக்கொண்டாள். வீரசேகரன் வெல்ல மாட்டானா என்கிற அற்ப ஆசைகூட அவளுடைய இதயத்தின் ஏக்கத்திலே எழும்ப முடியவில்லை. ''வாள்நிலைகண்டான்'' என்ற பட்டம் பெற்றுள்ள ஜனநாதக் கச்சிராயனை வாட்போரில் வெல்ல இந்த வையகத்தில் எவரும் பிறக்க முடியாது என்பது உலகப் பிரசித்தமானது! இப்போது அந்த ஜனநாதனின் கையில் இருக்கும் வாளோ எத்தனையோ காலமாக வீரதேவதை முன் வைத்துப் பூஜை செய்யப்பட்ட சரித்திரப் பிரசித்தி பெற்ற வாளாகும்! பகைவரும் அதை வழிபட, பாவலர்கள் பலர் அதன்மீது பன்னெடும் பிரபந்தங்கள் பாடியிருக்கிறார்கள். அந்த வாளின் கைப்பிடியில் ஜொலிக்கும் கோடி சூரியப் பிரகாசமுள்ள நவரத்தினங்கள் நவக்கிரகங்களுக்கும் பூஜை செய்து பதிப்பிக்கப் பட்டதாகும். அதை ஒரு காட்சிப் பொருளாகத் தரிசிப்பதற்கு வீரபரம்பரை யினரெல்லாம் சோழ நாட்டிற்குத் திரண்டு சென்றதுமுண்டு! முருகப் பெருமானுக்கு வெற்றி வேலையும், சிவபெருமானுக்கு திரிசூலத்தையும், திருமாலுக்குச் சக்கரத்தையும், தேவேந்திரனுக்கு

வச்சிராயுதத்தையும் போல ஜனநாதனுக்கு அந்த வெற்றி வாள் விளங்கியது. அறிவாலே வென்று, விஷமச் சிரிப்பாலே கொல்லக்கூடிய ஜனநாதன் சாமானியமாக அந்தவாளை எடுக்கமாட்டான் என்றும், தவறி அதை அவன் கையிலெடுத்துவிட்டால் அது எதிரியின் தலையைச் சீவாமல் விடாது என்றும் எவருமே சொல்லுவார்கள். இவற்றையெல்லாம் நினைக்கும்போது ஊர்மிளா தன் கண் முன்பாகவே தன் காதலன் வீரமரணம் அடையும் விதியைக் காண நேரிடுமோ என்பதை எண்ணி உயிரற்ற கற்சிலையாகவே சமைந்துவிட்டாள்.

ஆனால் வீரசேகரனோ ஜனநாதனின் வீரவாளைப்பற்றிச் சிறிதும் கவலைப்பட்டவனாகத் தெரியவில்லை! தன் காதலியின் தமையனைக் காக்கத் தன் நண்பனென்றும் பாராமல் ஜனநாதனோடு மரணப் போரிடுகிறோம். இதில் தன் காதலி கண் முன்பாகவே தான் வீர மரணம் அடைய நேரிட்டாலும் அதை விடப் பாக்கியம் வேறு இராது என்று உற்சாகம் கொண்டிருந்தான். காதலியின் முக மலர்ச்சிக்காகத் தன் உயிரைக்கேட்டாலும் ''என் உயிர் உனதன்றோ'' என்று உற்சாகமாக வடித்து விடக்கூடிய உணர்ச்சி அடைய அங்கமெல்லாம் அப்போது பொங்கி நின்றது அதனால் வீரசேகரன் ''வெற்றி அல்லது வீரமரணம்!'' என்று முழக்கமிட்ட வண்ணம் ஜனநாதன் மீது துள்ளித்துள்ளிப் பாய்ந்து உக்கிரமாக வாட்போரிட்டான். ஆனால் ஜனநாதனோ, ''தம்பி! வெற்றி என்பது எப்போதும் எனக்குத்தான் சொந்தமானது! ஆனால் வீரமரணத்தை உனக்கு எப்போது சொந்தமாக்குவது என்பது என் விருப்பத்தைப் பொறுத்தது!'' என்று விஷமமாகச் சிரித்துக் கொண்டே வெகு அலட்சியமாகவே வாட்போரிட்டான். அவன் அப்படி அலட்சியமாக வாட் சண்டை புரிவதானது ஒரு முரட்டு நரி ஒரு சிறு முயலுக்கு விளையாட்டுக் காண்பிப்பது போலிருந்தது.

வாட்போரிட்ட வீரசேகரனோ விரைவில் அந்த மரணக் கிடங்கை விட்டு வீரபாண்டியன் வெளியேறுவதற்கு வழி செய்யவேண்டுமே என்று துடித்தான். இன்னும் சிறிது நேரம் சென்றால் மரணக் கோட்டத்தின் வெளிப்புற வாசலில் காவலிருக்கும் முத்தரையனின் ஆட்கள் இறுதி மணி அடித்துக் கதவை மூடிக் கொண்டு போய்விடுவார்கள். அதன் பிறகு மறுநாள் பொழுது விடிந்த பிறகுதான் கதவைத் திறப்பார்கள்! ஆனால் அதற்குள் தேவியின் மூடுவண்டி அதிவிடியற்சாம இருளில் அசோகவனக் கோட்டையைவிட்டுப் புறப்பட்டு விடுமே? அதற்குள் வீரபாண்டியன் இங்கிருந்து தப்பி தேவியின் மூடுவண்டியைக் கைப்பற்ற வேண்டுமே? மரணக் கோட்டத்தின் கதவை மூடும் இறுதி மணி அடிப்பதற்குள் வீரபாண்டியன் எப்படியாவது இந்த இரகசியக்

கூடத்தைவிட்டுக் கடந்து முத்தரையனின் காவற்படையினரிடம் அநுமதி ஓலையைக் காட்டி அதிசீக்கிரமாக வெளியேறிவிடவேண்டும்! காலம் தாழ்த்தத் தாழ்த்த அவருக்குத்தான் அபாயம் நெருங்கிக் கொண்டிருக்கிறது.. இவ்வாறெல்லாம் எண்ணிப் பரபரப்புற்ற வீரசேகரன் பலம் முழுவதையும் தன் கைகளில் திரட்டி ஜனநாதனின் முன் துள்ளித் துள்ளிப் பாய்ந்து அதி உக்கிரமாக வாட்போரிட்டான்.

''ஜனநாதா! இப்போது நீ வீரபாண்டியருக்கு வழி விடவில்லையென்றால் நம்மிருவரில் ஒருவர் இந்த இடத்தில் வீரமரணம் அடைந்தே தீரவேண்டும்! இல்லையெனில் உன் கையிலிருக்கும் அந்த வாளை நீ விட்டெறிந்து விடவேண்டும்'' என்று வீரசேகரன் கூவினான்.

''தம்பி! இந்த ஜனநாதன் தானாகவே இந்த வீரவாளைக் கீழே விட்டெறிந்தானென்றால், ஜனநாதன் தோற்றுவிட்டானென்று என் சக ராஜதந்திரிகள் அனைவரும் அலாதியான திருப்தி அடைவார்கள். அதற்கு நான் ஒருபோதும் இடங்கொடேன்! விதிவலிதாயினும் வீரம் வெல்லற்கரியவன் என்ற பட்டத்தை நீ அடைய விடமாட்டேன்!'' என்று ஜனநாதன் சிரித்தான்.

''உன்னை வீழ்த்த முடியாவிட்டால் நான் உயிரிழந்து விடுகிறேன்!'' என்றான் வீரசேகரன்.

''தம்பி! எனக்குப் பிரக்ஞை இருக்கும் வரை நான் கீழே விழவும் மாட்டேன். என் கையிலுள்ள வாளைக் கீழே விட்டெறியவும் மாட்டேன்! உன் வீரபாண்டியரை வெளியேற விடவும் மாட்டேன்! ஆனால் தம்பி அந்தரங்கமான விஷயம் ஒன்றையும் இதோடு சொல்லுகிறேன்! என் உச்சி மண்டையில் உன் வாளின் கைப்பிடியினால் மிக மிருதுவாகத் தட்டினாலே போதும். நான் சுலபமாகவே பிரக்ஞையிழந்து மூர்ச்சித்து விழுந்து விடுவேன்! அதன் பின்னர் நீ வெகு சுலபமாக என் காலையும், கையையும், கண்ணையும் கட்டிப்போட்டு, என் வாய்க்குள் துணியை வைத்து அடைத்து விடலாம்! அதன் பின்னர் உன் வீரபாண்டியர் வெகு சுலபமாக இங்கிருந்து வெளியேறி விடலாம்!'' என்றான்.

அவனோடு வாட்போரிட்டுக் கொண்டே வீரசேகரன் அவனைக் கூர்ந்து நோக்கி, ''ஜனநாதா! அப்படியானால் உன் பலவீனமான பாகம் உன் உச்சி மண்டையின் மீதா இருக்கிறது என்று சொல்லுகிறாய்?'' என்று கேட்டான்.

''ஆமாம், தம்பி! என்னுடைய பலமெல்லாம் என் மூளைக்குள்ளே இருக்கிறதே தவிர அதன் மேலுள்ள மண்டை ஓட்டில்தான் என்னுடைய பலவீனமான பாகம் அடங்கியிருக்கிறது!

ஆனால் சண்டையில் நீ ஜயிப்பதற்காக, எதிரியான கர்ணனின் மார்புக் கவசத்தைத் தானம் கேட்பதுபோல் என்னுடைய மண்டை ஓட்டை நீ தானம் கேட்க முடியாது! நான் எதிர்பாராத சமயம் நிராயுதபாணியாக இருக்கும்போது நீ திடீரென்று தாக்கி என் மண்டையில் அடித்தால்தான் நான் மூர்ச்சையாவேன்!'' என்று சிரித்தான் ஜனநாதன்.

''ஜனநாதா! நான் சுத்த வீரன்! ஒருவேளை நீ நிராயுதபாணியாய் நின்றாலும் உன்னைத் திடீரென்று நான் உன் மண்டையில் அடிக்கமாட்டேன்! அது தர்ம யுத்தமல்ல!''

தம்பி! சண்டையென்று வந்த பிறகு தர்ம அதர்மப் பேச்சுக்கே இடமில்லை! நீ வைஷ்ணவனானபடியால் கீதோபதேசத்தை நன்றாக உணர்ந்திருப்பாயே? தர்மர் நடத்திய தர்மயுத்தத்திலே தர்மரின் தம்பி வில்விஜயன் எப்படி எவராலும் வெல்ல முடியாத எதிரியான கர்ணனை ஜெயித்தான் தெரியுமா? போர்க்களத்திலே கர்ணன் ஏறிவந்த தேரின் சக்கரம் சேற்றிலே சிக்கி அமிழ, கர்ணன் கீழிறங்கித் தன் ஆயுதங்களைக் கீழே போட்டுவிட்டுத் தன் தோளைக் கொடுத்துத் தேர்ச் சக்கரத்தைத் தூக்கும் நேரத்திலே அவனை அம்பெய்து கொல்லும்படி வில்விஜயனுக்கு உன் கிருஷ்ணபகவான் உபதேசம் செய்தார்! அவ்வாறு செய்திராவிடில் அந்தக் கர்ணனைக் கடவுளால் கூட ஜெயித்திருக்க முடியாது!'' என்றான்.

அதைக் கூர்ந்து சிந்தித்தபடி வாள்போரிட்ட வீரசேகரன், வெளியே கதவடைக்கும் நேரம் நெருங்கிவிட்டது என்று பரபரப்புற்றான். அந்தச் சமயத்தில் ஜனநாதன், ''கொஞ்சம் பொறு தம்பி!'' என்று கூவி வீரசேகரனின் வாள் வீச்சிற்கு சற்றுப் பின்வாங்கி நின்று, ''தம்பி! என்னுடைய வாளின் கைப்பிடியிலுள்ள நவரத்தினமொன்று கீழே விழுந்துவிட்டது போலிருக்கிறது! அதை நான் தேடியெடுத்த பிறகு, நாமிருவரும் தொடர்ந்து சண்டை செய்யலாம்!'' என்று சொல்லிவிட்டு சண்டை செய்யாமல் கீழே குனிந்து இல்லாத ரத்தினத்தைத் தேடியெடுப்பது போல் பாவனை செய்தான். அந்தச் சமயம் வீரசேகரன் சட்டென்று அவன் மீது பாய்ந்து தன் வாளின் கைப்பிடியால் அவன் மண்டையில் அடித்தான். அந்த எதிர்பாராத தாக்குதலால் திடீரென்று மூர்ச்சித்தவன்போல் ஜனநாதன் சாய்ந்தான். உடனே வீரசேகரன் அந்த அறையில் கிடந்த ஒரு கயிற்றையெடுத்து ஜனநாதனின் காலையும் கையையும் கட்டி போட்டான்.

அடியின் அதிர்ச்சியிலிருந்து சிறிது மூர்ச்சை தெளிந்தவன் போல் கண்விழித்த ஜனநாதன் தன் கால்களும், கைகளும்

இறுக்கிக் கட்டப்பட்டிருப்பதை ஒரு முறை உற்றுப் பார்த்துவிட்டு, ''தம்பி! இப்படிச் செய்வது ஒரு சுத்த வீரனுக்கு அழகா? நான் வேடிக்கையாகக் கர்ணன் கதையைச் சொல்லி உன் வீரத்தை பரிசோதித்துச் சற்று விளையாட நினைத்தேன்! நீ நிஜமாகவே கீதோபதேசத்தைப் பின்பற்றி என்னை வெகு சுலபமாக கட்டிப்போட்டு விட்டாயே? இது வீர வைஷ்ணவனான உனக்குத் தர்மமாகத் தோன்றலாம்! ஆனால் வீரசைவனான எனக்குத் தர்மமாகத் தோன்றவில்லை! தம்பி, என்னை அவிழ்த்து விடு!'' என்றான்.

''கொஞ்சம்பொறு, ஜனநாதா! வீரபாண்டியர் இங்கிருந்து வெளியேறி இன்று விடியற்சாம நேரத்தில் தேவியின் மூடுவண்டியைக் கைப்பற்றி ஓட்டிச் சென்று, நாளை சூரியோதயத்தில் விக்கிரமனூர் எல்லையை அடைந்து தேவியை மீட்டபிறகு, உன் கட்டை அவிழ்த்து, விடுகிறேன்!'' என்றான் வீரசேகரன்.

''தம்பி! அப்படியானால் நாளை சூரியோதயமாகும் வரை என்னை இப்படியே கட்டிப் போட்டு இங்கேயே நீ காவலிருக்கப் போகிறாயா?''

ஆமாம், ஜனநாதா! அதற்குள் வீரபாண்டியர் தன் தேவியைச் சிறைமீட்டு விடுவார்! அவருடைய லட்சியம் நிறைவேறிவிடும்...!

''உன் ஊர்மிளாவும் உள்ளம் மகிழ்ந்து விடுவாள்! ஆனால் தம்பி, நான் உரக்கக் கூச்சலிடுவேன்!''

''அப்படியானால் உன் வாயில் துணி வைத்து அடைப்பேன்!'' என்று வீரசேகரன் உற்சாகமாய்ச் சிரித்துக் கொண்டே ஜனநாதனின் வாயையும் கட்டிவிட்டு அவன் கண்ணையும் கட்டி விட்டு ஊர்மிளாவின் அருகில் வந்தான்.

ஊர்மிளாவின் முகம் அளவிலாத நன்றியுணர்ச்சியாலும், ஆனந்தத்தாலும் நட்சத்திரங்கள் மின்னும் தங்கத் தடாகத்தைப் போல் பிரகாசித்தது. அவளுடைய கருவிழிகளில் தூய்மையான காதலின் பனி முத்துக்கள்போல் கண்ணீர்த் துளிகள் கலங்கின. அதன் பின்னர் வீரசேகரன் அங்கு ஒருபுறம் தலை குனிந்தவாறு நிற்கும் வீரபாண்டியரின் அருகில் வந்து,

''பாண்டியரே! சீக்கிரம் வெளியேறுங்கள்! மரணக் கோட்டத்தின் கதவை அடைத்து விடப்போகிறார்கள்! அதற்குள் வெளியேறி நாளை சூரியோதயத்திற்குள் எப்படியாவது தேவியைச் சிறைமீட்டு விடுங்கள்!'' என்றான்.

வீரபாண்டியனுக்கு எப்படித் தன் நன்றியை வார்த்தைகளால் சொல்வதென்றே விளங்கவில்லை. இரு துளிக் கண்ணீரை அவன் கைகளுக்குக் காணிக்கையாகச் சிந்திவிட்டு தேவியைச் சிறை மீட்க வேண்டும் என்பதனாலேயே தன் உயிரைச் சுமந்து கொண்டு, வீரசேகரனின் அநுமதி ஓலையுடன் அங்கிருந்து வெளியேறினான்.

மரணக் கூண்டு எனப்படும் தண்டனைக் கூடத்தின் வெளி வாசலில் காவலிருந்த முத்தரையன் அங்கு வந்த வீரபாண்டியனைப் புரோகிதரென்றே நம்பி, அவனுடைய அநுமதி ஓலையை வாங்கிக் கொண்டு, வெகு சுலபமாக வெளியேறும்படி வீரபாண்டியனை அநுமதித்துவிட்டான்.

அங்கிருந்து உயிர் தப்பிச் சென்ற வீரபாண்டியன் அந்தத் தண்டனைக் கோட்டத்திலிருந்து அசோகவனக் கோட்டைக்குள் வந்தான். அரக்கர்கள் போல சோழிய வீரர்கள் சஞ்சரிக்கும் அந்தக் கோட்டையில் கனத்த இருள் கவிந்து பயங்கரமான சூழ்நிலையை எழுப்பிக் கொண்டிருந்தது. அங்கிருந்து தேவியை மீட்பதற்குரிய திட்டங்களை விரைவில் செயல்படுத்த வேண்டுமென்று வீரபாண்டியன் துடித்து நின்றான். அப்போது அந்தச் சிறைமீட்சி சம்பந்தமாக ஜனநாதன் அலட்சியமாகவும், ஜம்பமாகவும் கூறிய பின்வரும் விவரங்களனைத்தையும் வீரபாண்டியன் மீண்டுமொருமுறை சிந்திக்கலானான்.

''அசோகவனக் கோட்டையில்தான் ஓரிடத்தில் தேவி பத்திரமாக மறைத்து வைக்கப்பட்டிருக்கிறாள்...!'' மதுரைக்கு விஜயம் செய்திருக்கும் சோழ மகாராணியும் அந்த அசோகவனக் கோட்டைதான் பத்திரமான இடமென்று கருதித் தங்கியிருக்கிறாள். சோழ மகாராணி மூடுவண்டியில் காவலர் புடைசூழ சோழநாட்டிற்குப் புறப்படும் தினத்தன்றுதான் தேவியின் மூடுவண்டியும் சோழ நாட்டிற்குப் புறப்படுமாகையால் இன்று விடியற் சாம இருட்டில் இந்த அசோகவனக் கோட்டையிலிருந்து ஜனநாதனின் ஏற்பாட்டின்படி மூன்று மூடு வண்டிகள் சற்று முன்பின்னாகப் புறப்படப் போகின்றன. அவற்றில் ஒரு மூடுவண்டியில்தான் தேவி ரகசியமாக அனுப்பப்படுவாள். ஆனால் எந்த மூடுவண்டி என்பது வேறு எவருக்கும் தெரியாது.

பொன்னிறப் புலிக்கொடி கட்டிய மூடுவண்டியில்தான் தேவியை இரகசியமாக அனுப்பப் போவதாகக் கூறிய ஜனநாதன், அது சம்பந்தமாக மேலும் கூறிய சில விவரங்களை இப்போது வீரபாண்டியன் தீவிரமாகச் சிந்திக்கலானான்.

''அந்த மூடுவண்டி சோழநாட்டு எல்லையை அடைவதற்குள் வீரபாண்டியனின் கட்சியினர் திரண்டு வந்து தாக்கி, தேவியை

மீட்க விரும்பினால், சோழ மகாராணிதான் போகிறாள் என்றெண்ணி வேறு வண்டியைத் தாக்கப் போய்விடுவார்கள் என்று நம்பித்தான் அவ்வாறு தந்திரம் செய்திருப்பதாக ஜனநாதன் கூறினானே, அது உண்மையாகத்தானிருக்க வேண்டும்! தேவி கொண்டுபோகப்படும் அந்த மூடுவண்டி, இன்று விடியற்சாம இருளில் அசோகவனக் கோட்டையிலிருந்து ஓசைப்படாமல் புறப்படப் போகிறது! அந்த வண்டியை ஓட்டிச் செல்லப்போகும் சாரதி ஜனநாதனின் நம்பிக்கைக்குப் பாத்திரமான ஒரு கிழவன்! இன்றிரவு முழுவதும் அந்தக் கிழவன் இந்த அசோகவனக் கோட்டையில் காவலாளர் விடுதியை அடுத்துள்ள மூன்றாவது மதுச்சாவடியில் நன்றாகக் குடித்துவிட்டு சுயநினைவில்லாமல் தள்ளாடிக் கொண்டிருப்பான் என்று ஜனநாதன் அலட்சியமாகக் கூறினானே அதுவும் உண்மையாக இருக்குமா! அந்தச் சாவடிக்குச் சென்று பார்த்தால் எல்லாம் நிச்சயமாகிவிடும்'' என்று வீரபாண்டியன் நினைத்தான்.

ஆனால் ஜனநாதன் வறட்டு ஜம்பமாகக் கூறியதுபோல் சொன்ன இந்தத் திட்டங்களனைத்திலும் ஏதாவது சூழ்ச்சிக் கருத்து இருக்குமா? அதனால் தன் உயிருக்கும் அபாயம் ஏற்படுமா என்ற பயமும் வீரபாண்டியனுக்கு உண்டாயிற்று. ஆனால் தேவியைச் சிறை மீட்பதற்குக் கிடைத்துள்ள இந்தக் கடைசி சந்தர்ப்பத்தில் தேவைப்பட்டால் தன் உயிரையும் கொடுக்க அவன் சித்தமாயிருந்தான். ''தேவி! என் உயிர் உனதன்றோ? உன் விடுதலைக்குத் தேவைப்பட்டால் அதையும் கொடுப்பேன்!'' என்று மனதிற்குள் கூறிக்கொண்டு எது இருந்தாலும் சரி என்று தீர்மானித்து, மதுச்சாவடியை நோக்கி வேகமாக விரைந்தான்.

அசோகவனக் கோட்டையின் உட்புறம் சோழியக் காவற் படையினரின் சௌகரியத்திற்காக மூன்று மதுச்சாவடிகள் அமைக்கப்பட்டிருந்தன. மூன்றாவது மதுச்சாவடியை நெருங்கும் போது, ''குப்பென்ற நாற்றமும் கனத்த இருளில் கரும்பெரும் மிருகங்கள் போல் குடித்து கிடக்கும் சோழிய வீரர்களின் உளறல்களும் வீரபாண்டியனின் முகத்தில் வந்தடித்தன. அவனைக் கண்டதும் அந்த மதுச் சாவடியிலிருந்த ஓர் ஆள், ''வாரும் புரோகிதரே! இருட்டும் நேரம் பார்த்துத்தான் இங்கே வந்திருக்கிறீர்! இந்தாரும் ஒரு குவளை! இதைக் குடித்தால் தவம் செய்யாமலே நீர் சுவர்க்கலோகம் போய்விடலாம்!'' என்றான்.

உடனே அருகிலிருந்த ஒரு குடியன் குளறிக்கொண்டே, ''ஓய் புரோகிதரே, இங்கே வாரும்! இரண்டு குவளை குடித்தால் நாம் இரண்டுபேரும் சேர்ந்தே கைலாசத்துக்குப் போய் விடலாம்!'' என்றான்.

''மூன்று குவளை குடித்தால் எல்லோரும் மேலோகத்திற்குப் போய்விடலாம்!'' என்று வயிற்றெரிச்சலோடு கூறிய இரண்டாவது குடியன், ''ஆனால் அதற்குக் கடைக்காரனுக்கு தட்சிணை அந்தப் புரோகிதர்தானடா கொடுக்க வேண்டும்!'' என்று பொருமினான்.

இவ்வளவு ஏளனங்களையும் அந்த மதுச் சாவடியில் இருந்த துர்நாற்றத்தையும் சகித்துக்கொண்டு புரோகிதர் வேடத்திலிருந்த வீரபாண்டியன் சுற்று முற்றும் பார்த்தான். அங்கு ஜனநாதனால் குறிப்பிடப்பட்ட கிழட்டுச் சாரதியின் உருவம் எங்கும் தட்டுப்படவில்லை!

ஏமாற்றத்தால் வீரபாண்டியனின் மனம் விண்டு விடும் போல் இருந்தது. அவனுடைய உற்சாகமெல்லாம் அழிந்து அவனுடைய இருதயமே அறுந்து கீழே நழுவி விடும் போலிருந்தது! அப்போது உட்புறமிருந்து போதை மயக்கத்தோடு தள்ளாடிக் கொண்டே வந்த ஒரு முரட்டுச் சோழியவீரன் அங்கு புரோகிதரைக் கண்டதும், ''ஓய்! நீர் புரோகிதர்தானே? உம்மைத் தேடிக்கொண்டு ஒரு கிழவன் பின்னாலே இருக்கிறான், வாரும்!'' என்று அவரைப் பிடித்திழுத்தான். வீரபாண்டியனுக்கு அதைக் கேட்டதும் சப்த நாடியும் ஒடுங்கி, ஒரு கணம் உயிரே நின்று விடும் போலிருந்தது!

அத்தியாயம் 117

உவகையின் விம்மலோ

'ஏது இதற்கொன்றும்
இயம்பலை என்பது
மீது உயர்ந்த
உவகையின் விம்மலோ?'

— கம்ப ராமாயணம்

மதுச் சாவடியின் பின்புறம் புரோகிதரான வீரபாண்டியனை முரட்டுச் சோழிய வீரன் இழுத்துச் சென்று, ஓய், புரோகிதரே உம்மைத் தேடிக் கொண்டிருந்த கிழவன் அதோ நன்றாகக் குடித்துவிட்டுச் சாக்கடைக்கு முன்னால் கிடக்கிறான்! ஈமச்சடங்கு செய்து சாக்கடைக்குள் இழுத்துத் தள்ளிவிடும்! ஆனால் அதற்குரிய தட்சிணையை முன்னதாகவே

அவனிடமிருந்து வசூலித்துவிடும். அந்தக் கிழட்டுப் பயல் மகாக் கருமி! செத்தாலும் கையைவிட்டு காசு செலவழிக்க மாட்டான்'' என்று ஏளனமாக சிரித்துக்கொண்டே சொல்லி, வீரபாண்டியனை அந்தப் பக்கம் தள்ளிவிட்டுப் போனான்.

வீரபாண்டியன் வியப்பு மேலிட்டவனாக அங்கு கிடந்த கிழட்டுச் சாரதியின் அருகில் வந்து குனிந்து பார்த்து அவனை உலுக்கினான். அந்தக் கிழவன் போதை வெறியால் கண்ணைக்கூட விழிக்க முடியாமல், ''யாரது'' என்று கேட்டுவிட்டு, தன்னைத் தொட்டு உலுக்கியவன் ஜனநாதன் தானோ என்று நினைத்துக்கொண்டு, ''எஜமான்! நீங்கள் கொடுத்த காசுக்கெல்லாம் நன்றாகக் குடித்துத் தீர்த்துவிட்டேன்! ஆனால் நீங்கள் சொன்னபடி அந்தப் புரோகிதர் இன்னும் வரவில்லையே வந்தால் அந்தப் புரோகிதரை என்ன செய்வது'' என்று கேட்டான்.

அதைக் கேட்டதும் புரோகிதரான வீரபாண்டியனுக்குத் தூக்கி வாரிப்போட்டது! சட்டென்று வீரபாண்டியன் சுற்று முற்றும் பார்த்து அந்த இருளில் தன்னை யாரும் கவனிக்கவில்லை என்று உணர்ந்து கொண்டதும், தன் பலம் முழுவதையும் தன் கையில் திரட்டி முஷ்டிபிடித்து, அந்தக் கிழட்டுச் சாரதியின் உச்சந்தலையில் ''பளீர்'' என்று அடித்தான்.

கிழவன் மூர்ச்சித்து விழுந்தான். உடனே அவனுடைய ஆடைகளையெல்லாம் எடுத்து வீரபாண்டியன் தான் அணிந்து கொண்டான். ஆடைகளைப் பொறுத்தவரையில் தன்னை அந்தக் கிழட்டுச் சாரதி என்றே யாரும் நம்பி விடுவார்கள்! ஆனால் முகத்திலுள்ள தாடி மீசை..?

வீரபாண்டியன் தரித்திருந்த புரோகிதருக்குரிய தாடி மீசைகள் சிவபெருமானின் திருநீறைப்போல வெள்ளை – வெளேரென்று நரைத்திருந்தன. ஆனால் கிழட்டுச் சாரதியின் முகத்தில் தென்பட்ட தாடி மீசையோ, இருளும் ஒளியும் கலந்த அந்திநேரம் போல இடையிடையே நரை ஓடி கருமை படர்ந்திருந்தது.

ஆனால் வீரபாண்டியன் கவலையோடு அந்தக் கிழவனின் தாடியைத் தடவிப் பார்த்தபோது, அந்த தாடி வீரபாண்டியனின் கையோடு வந்துவிட்டது. அதைக் கண்டதும் வீரபாண்டியனுக்கு மேலும் வியப்பு உண்டாயிற்று. தேவியின் மூடுவண்டியை ஓட்டிப் போகப்போகும் இந்தக் கிழட்டுச் சாரதி ஏன் போலித்தாடி தரித்திருக்கிறான்: ஒருவேளை இதுவும் ஜனநாதனின் சூழ்ச்சிகளில் ஒன்றாக இருக்குமோ?... ஆனால் அதற்கு மேல் யோசிக்க வீரபாண்டியனுக்கு அவகாசமில்லை!

அதனால் வீரபாண்டியன் அவசர அவசரமாகத் தன் தாடியைக் கழட்டி எறிந்து விட்டுக் கிழவனின் போலித் தாடியைத் தரித்துக் கொண்டு அந்த கிழட்டுச் சாரதியைப் போல உருமாறினான். அதன் பிறகு அந்தக் கிழவனின் கையையும் காலையும் கட்டி, அவனுடைய வாய்க்குள் துணிப்பந்தை வைத்து அடைத்து அவனை இழுத்துக் கொண்டு போய் அந்த மதுச் சாவடியின் பின்னால் ஒரு புறமிருந்த ஒரு சாக்கடைக் குழிக்குள் தூக்கிப்போட்டு மூடினான். ஒருவேளை இடையே அந்தக் கிழவனை யாராவது கண்டுபிடித்து தூக்கிப் பார்த்தாலும், அவனுடைய வேஷம் கலைக்கப் பட்டிருப்பதால் அவனைச் சாரதிதான் என்று எவரும் கருதமாட்டார்கள். அந்தக் கிழவன் அதிகமான குடி போதையாலும், அடிபட்ட அதிர்ச்சியாலும் மரக்கட்டைபோல் கிடப்பதால் மறுநாள் வரை அவனுக்கு சாமான்யமாகச் சுயநினைவும் வராது.

அந்தக் கிழட்டுச் சாரதியைப் போல் உருமாறிய வீரபாண்டியன் இனி வெகு சுலபமாக விடியற்சாம நேரத்தில் தேவியின் மூடுவண்டியின் மீது அமர்ந்து அதை ஓட்டிச் சென்றுவிடலாம்! வெற்றி நிச்சயம் கிடைக்கும்! அதை எண்ணி உற்சாகமடைந்த வீரபாண்டியன் இனி அடுத்துச் செய்யவேண்டிய காரியங்களையும், திட்டங்களையும் பற்றி சிந்திக்கலானான். அது சம்பந்தமாக ஜனநாதனால் முன்பு அலட்சியமாகக் கூறப்பட்ட விவரங்கள் அனைத்தையும் மீண்டும் ஒருமுறை நினைத்துப் பார்க்கத் தொடங்கினான்.

தேவியை சோழநாட்டிற்குக் கொண்டு போகும் மூடுவண்டி, இன்று விடியற்சாம இருளில் இந்த அசோகவனக் கோட்டையில் இருந்து ஓசைப்படாமல் புறப்படப் போகிறது. அந்த வண்டியை ஓட்டிச் செல்லப்போகும் கிழட்டுச் சாரதியாக நான் வெகு சுலபமாக அமர்ந்துவிடலாம். வெகு சுலபமாகவே அதை வெளியே ஓட்டிக் கொண்டும் செல்லலாம். ஆனால் அசோகவனக் கோட்டைக்கு வெளியே அந்த மூடுவண்டிக்குக் காவலாக வருவதற்கு சோழியரின் காவற்படை அதிகாரியான ஏகவாசகரின் ஐந்நூறு போர்வீரர்கள் ஆயுதபாணிகளாகக் காத்திருப்பார்கள்! மதுரைக் கோட்டையைத் தாண்டி சோழநாட்டை நோக்கி மூடுவண்டி செல்லும்போது, விக்கிரமனூர் வரை சோழ வீரர்கள் பலர் வரிசையாக அணிவகுத்து நின்று காவல் புரிந்து கொண்டிருப்பார்கள்! அந்த நிலையில் விக்கிரமனூர்வரை நானே தேவியின் மூடுவண்டியை ஓட்டிச் சென்றாலும், என்னுடைய கட்சியைச் சேர்ந்த பாண்டிய வீரர்கள் முழுவதும் ஒன்றாகத் திரண்டு வந்து தாக்கினாலும், தேவியின் மூடுவண்டியோடு நான் தப்பிச் செல்லமுடியாது! ஆனால் விக்கிரமனூருக்கு அப்பால்

காட்டுப் பாதையும், மலைப்பிராந்தியங்களும் ஆரம்பிக்கின்றன. அங்குள்ள காட்டு ஜனங்களும், வனவேடர்களும், தேவியை தெய்வமாகக் கருதி என் கட்சியை ஆதரிப்பவர்கள் ஆகையால் அவர்களோடு என் கட்சியினரும் முழுவதும் சேர்ந்து கொண்டு ஒன்றாகத் திரண்டு வந்து சோழியரின் காவற்படையினரைத் தாக்கினால், தேவியின் மூடுவண்டியோடு நான் வெகு சுலபமாக தப்பி சென்றுவிடமுடியும்! ஆனால் அந்த பயங்கரமான காட்டுப் பாதையில் தேவியின் மூடுவண்டிக்குப் பாதுகாவலாக சோழநாட்டு எல்லைவரை வருவதற்கு மேலும் ஐயாயிரம் போர்வீரர்கள் தேவைப்படுவதாகச் சோழ ராஜ தந்திரிகளின் மந்திராலோசனை சபையில் ஜனநாதன் தெரிவித்திருக்கிறான். அவன்மீது பொறாமையுள்ள ஆடையூர் நாடாள்வார் எனும் சோழ ராஜதந்திரி, தேவியை வேளமேற்றும் பெருமையில் தாமும் பங்குகொள்ள வேண்டுமென்ற பேராசையால் தம்முடைய அதிகப்படியான ஐயாயிரம் போர்வீரர்களைத் தருவதாக வாக்களித்தாராம். அந்த ஐயாயிரம் வீரர்களும் விக்கிரமனூரில் உள்ள விடுதியில் ரகசியமாக தங்கியிருக்கிறார்கள் என்று சற்றுமுன்தான் ஜனநாதனிடம் ஆடையூரார் தெரிவித்தாராம். அவருடைய ஐயாயிரம் வீரர்களும் அந்த விக்கிரமனூர் விடுதியில் இன்றிரவு முழுதும் உண்டுகளித்தும் குடித்துக் கூத்தாடியும் சுரணையற்றுக் கிடப்பார்களென்று ஜனநாதன் என்னிடம் அலட்சியமாகக் கூறினான்! அந்த நிலையில் என் கட்சியைச் சேர்ந்த ஐயாயிரம் பாண்டிய வீரர்கள் அந்த விக்கிரமனூர் விடுதிக்கு ஓசைப்படாமல் சென்று அங்குள்ள ஆடையூராரின் ஐயாயிரம் சோழிய வீரர்களையும் விடுதியிலிருந்து தூக்கிச் சென்று புதைகுழிகளில் போட்டுவிட்டு, அவர்களின் ஆடைகளையும் கவசங்களையும் எடுத்து அணிந்து கொண்டு சோழியர்களைப் போல் மாறுவேடம் தரித்து விக்கிரமனூர் விடுதியில் இன்று விடியற்சாம நேரத்தில் தயாராகக் காத்திருந்தால் நான் வெகு சுலபமாக தேவியின் மூடுவண்டியோடு தப்பிவிட முடியும்! ஆனால், இந்தச் செய்தியை என் கட்சியினருக்கு எப்படி எட்டவிடுவது? அதற்கும் ஜனநாதன் ஒரு வழி சொல்லியிருக்கிறானே!

இந்த அசோகவனக் கோட்டையிலுள்ள மூன்றாவது கள்ளுக் கடைக்காரனாக நடித்துவரும் சித்தய்யன் என்பவன் என்னுடைய ஆட்சிக் காலத்தில் ஒற்றுபடை அதிகாரியாகத் திகழ்ந்தவனாம்! அவனிடம் நான் இப்போது சென்று என்னுடைய திட்டத்தைத் தெரிவித்தால் அவன் அவசரமாகக் கள்ளும், பதநீரும் எடுத்துவர ஊருக்குள் செல்பவனைப் போல் ஒரு கள் வண்டியை ஓட்டிக்கொண்டு இந்தக் கோட்டையை விட்டு சுலபமாக வெளியே சென்று என் கட்சியினருக்குத் தெரிவித்து விடுவானாம்! இவ்வாறு

ஜனநாதன் என்னிடம் குறிப்பிட்டதெல்லாம் உண்மையாய் இருக்குமா? வெறும் வறட்டு ஜம்பத்தினால் இவ்வளவுமா சொல்லி இருப்பான்? இப்படிச் சொன்னதில் அவன் ஏதாவது சூழ்ச்சியைமுடைந்து வைத்திருப்பானோ...?

இவ்வாறெல்லாம் சிந்தித்த வீரபாண்டியன் வேறு வழியின்றி ஜனநாதன் அலட்சியமாகக் குறிப்பிட்ட திட்டபடியே செயல்படத் துணிந்தான்! அதன் பின்னர் வீரபாண்டியன் அந்த இருளில் அசோகவனக் கோட்டைக்குள் சித்தய்யனைத் தேடி அலைந்து, அவனைக் கண்டுபிடித்து தன் திட்டங்கள் அனைத்தையும் கூறி, ''சித்தய்யா! இந்தச் செய்தியை கோட்டைக்கு வெளியே உள்ள நம் கட்சியினருக்கு எட்டும்படி செய்துவிடு! நாளை விக்கிரமனூர் விடுதியில் தேவியின் மூடுவண்டியை எதிர் நோக்கி ஐயாயிரம் சோழிய வீரர்களுக்குப் பதிலாக நம்முடைய ஐயாயிரம் பாண்டிய வீரர்கள் தயாராகக் காத்திருக்க வேண்டும்! அதில்தான் நம் லட்சியம், வெற்றி வீழ்ச்சி அனைத்தும் அடங்கி இருக்கிறது! மறந்து விடாதே!'' என்று மீண்டும் ஒரு முறை எச்சரித்து விட்டுச் சென்றான்.

அதன் பின்னர் எப்பொழுது விடியற்சாம நேரம் வரும், தேவியின் மூடு வண்டியை ஓட்டிச் செல்ல சந்தர்ப்பம் கிடைக்கும் என்று வீரபாண்டியன் ஆவலோடு எதிர்நோக்கி, கலவரத்தால் நெஞ்சு படபடவென்று அடித்துக் கொள்ள இரவு முழுவதும் தூங்காமல் கண் விழித்திருந்தான்.

மண்நிலம் 'வெடவெட'வென நடுங்கும்படியான கடும் பனி பெய்யும் விடியற்சாம நேரம் வந்ததும், அந்த நேரத்திற்குரிய சாமக் கால மணி அடிக்கும் ஓசையானது அசோகவனக் கோட்டையில் நிசப்தமான இருளைக் கிழித்துக்கொண்டு வந்தது. அதைத் தொடர்ந்து மூன்று மூடுவண்டிகள் ஒன்றன்பின் ஒன்றாக 'சடசட' வென்று வந்து நிற்கும் ஓசையும் கேட்டன.

கிழச் சாரதியின் வேடத்தில் ஒருபுறம் விழித்துக் கொண்டிருந்த வீரபாண்டியன் துள்ளி எழுந்தான். மூடுவண்டிகள் வந்து நிற்கும் இடத்திற்கு விரைந்து சென்றான்.

அவனைக் கண்டதும் ஒரு சோழிய வீரன் ஓடிவந்து, ''அடேய் கிழட்டுப் பெருமாள்! உன்னை எங்கெல்லாம் தேடுவது? இரவெல்லாம் குடித்துவிட்டுக் கிடந்தாயா? எங்கிருந்தோ வந்த உன்னை நம்பி மூன்று வண்டிகளில் ஒன்றை ஓட்டிச்செல்லும் பொறுப்பை நம் ஜனநாதர் கொடுத்திருக்கிறாரே! நீ ஓட்டிச் செல்ல வேண்டிய வண்டிதான் முதலில் புறப்படவேண்டும்! போய் உன்

வண்டியில் ஏறு! விக்கிரமனூர் விடுதிக்குப் போய்ச் சேரும் வரை குதிரைகள் செத்தாலும், நீ செத்தாலும் வழியில் எங்கும் வண்டியை நிறுத்தாதே! இது நம் ஜனநாதரின் கண்டிப்பான உத்திரவு! உன் வண்டிக்குத் துணையாக வர மேலும் ஐயாயிரம் வீரர்கள் விக்கிரமனூர் விடுதியில் காத்திருப்பார்கள்! அதனால் விக்கிரமனூரை அடுத்துள்ள காட்டைப் பற்றியோ, அங்குள்ள வீரபாண்டியனின் காட்டு ஜனங்களைப் பற்றியோ நீ சிறிதும் பயப்படாதே!'' என்று சரமாரியாகக் கூறி, ''ம்! இன்னும் ஏன் இங்கு நிற்கிறாய்? போய் உன் வண்டியில் ஏறு! சாரத்திய ஆசனத்திற்குக் கீழே ஜனநாதரின் உத்திரவுப்படி ஒரு பெரிய பட்டாக்கத்தி வைத்திருக்கிறேன்! வழியில் தேவைப்பட்டால் அந்தக்கத்தியை எடுத்து எதிரிகளை யெல்லாம் குத்திக் கொல்லு! உன்னால் கொல்ல முடியாவிட்டால் உன் நெஞ்சில் குத்திக் கொண்டு செத்துப்போ!'' என்று எச்சரித்து, அவனைப் பிடித்து இழுத்துக் கொண்டு போய் வண்டிகள் நிற்குமிடத்தில் தள்ளினான். அங்கு நான்கு குதிரைகள் பூட்டிய மூடு வண்டி மூன்று ஒரே மாதிரியான தோற்றத்துடன் புறப்படுவதற்குத் தயாராய் நின்றன. ஆனால் அம் மூன்றின் நடுவே நின்ற மூடுவண்டியில் மட்டும் உச்சியில் பொன் னிறப் புலிக்கொடி கட்டப் பட்டிருந்தது. அதைச்

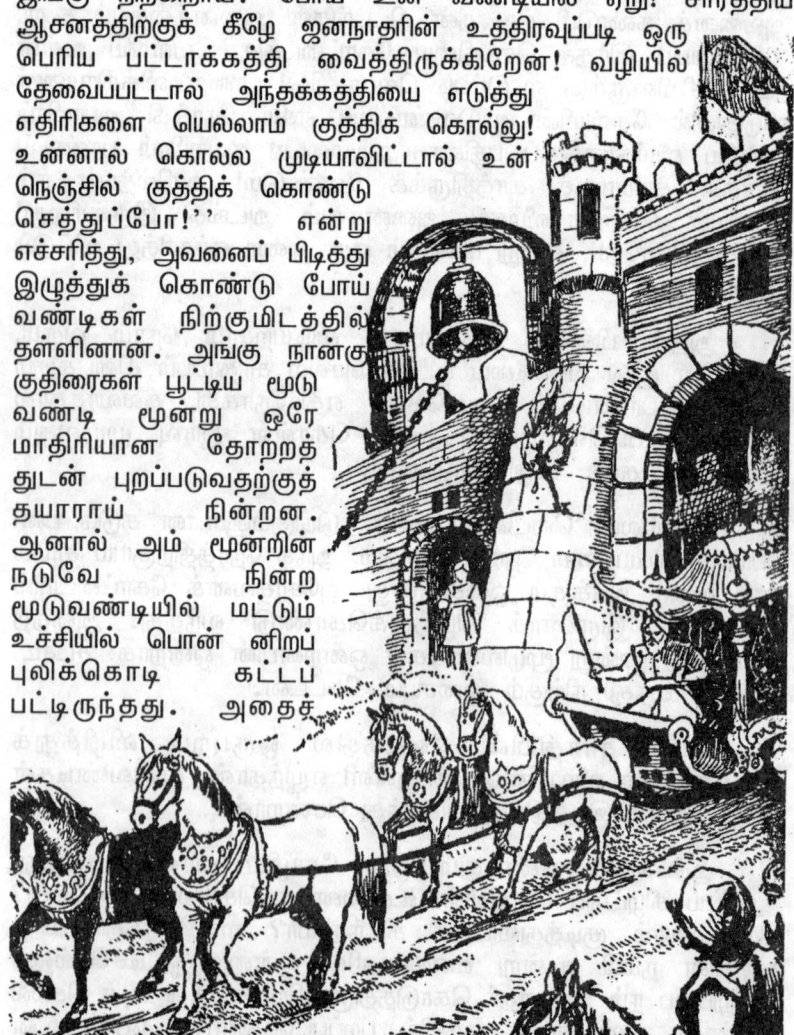

சுற்றிலும் பணிப் பெண்களும் முக்கியமான சில சோழிய அதிகாரிகளும் நின்று கொண்டிருந்தனர்.

அந்த மூடுவண்டிக்குள்தான் தேவி அமர்த்தப் பட்டிருப்பாள் என்று நினைத்ததும் கிழட்டுச் சாரதியான வீரபாண்டியனுக்கு தேகமெங்கும் புல்லரித்தது. உடனே அங்கு ஓடி மூடுவண்டியின் கதவைத் திறந்து உள்ளே இருக்கும் தேவியைத் தரிசிக்க வேண்டும் என்ற ஆசையும் வேகமும் அவனுக்கு அளவில்லாமல் எழுந்தன. ஆனால் அவ்வளவையும் அடக்கிக் கொண்டு, தன்னை வெளிக்காட்டிக் கொள்ளாமல் தந்திரமாக நடந்து கொள்ள வேண்டும் என தீர்மானித்துக்கொண்டு, அவன் மூடுவண்டியின் அருகே சென்று மூடுவண்டியின் முன்னால் உள்ள சாரத்தியத் தட்டின் மீது ஏறி அமர்ந்து குதிரையின் கடிவாளங்களையும், சாட்டையையும் தன் இரு கைகளிலும் எடுத்து பிடித்துக் கொண்டான். வண்டியைச் சுற்றிக் காவல் இருந்த சோழிய வீரர்களின் தலைவன் உத்திரவு கொடுத்ததும், கிழச்சாரதியான வீரபாண்டியன் சாட்டையால் குதிரைகளை அடித்து வண்டியைக் கிளப்பி அசோகவனக் கோட்டையில் இருந்து ஓட்டிச் சென்றான்.

கோட்டைக்கு வெளியே ஜனநாதன் குறிப்பிட்டதுபோல் ஏகவாசகரின் சோழிய வீரர்கள் ஐநூறு பேர் குதிரைகளின் மீது அமர்ந்தபடி தயாராய்க் காத்திருந்தார்கள். பொன்னிறப் புலிக்கொடி கட்டிய மூடுவண்டி வெளியே வந்ததும் அந்த ஐநூறு குதிரை வீரர்களும் 'ஜே ஜே!' என்று உற்சாகத்தோடு கூவி, அந்த வண்டிக்குக் காவலாக இருபுறமும் அணிவகுத்துத் தொடர்ந்து சென்றனர்.

கிழட்டுச் சாரதியான வீரபாண்டியன் தன்னை வெளிக் காட்டிக்கொள்ளாமல், அதிகவனமாக அந்த மூடு வண்டியை விக்கிரமனூரை நோக்கிச் செலுத்தினான். வழி நெடுக ஜனநாதன் குறிப்பிட்டது போலவே சோழிய வீரர்கள் வரிசையாக அணிவகுத்து நின்று, ''ஜே! ஜே!'' என்று முழங்கினர். வழியில் மூடு வண்டிக்குள் உள்ள தேவியின் முகத்தை ஒரு முறையாவது பார்க்க வேண்டுமென்று வீரபாண்டியன் பல தடவை ஆசைப் பட்டாலும், அத்தனை ஆசையையும் வெகு சிரமப்பட்டு அடக்கிக் கொண்டே விக்கிரமனூரை நோக்கி அந்த மூடுவண்டியை வேகமாக ஓட்டிச் சென்றான்.

விக்கிரமனூர் எல்லையை அடைந்து அங்குள்ள விடுதியை நெருங்கும்போது, வீரபாண்டியனின் நெஞ்சு படபடவென்று அடித்துக்கொண்டது! இன்னதென்று விவரிக்க முடியாத ஒரு பயம் உண்டாயிற்று. விக்கிரமனூர் விடுதியின் முன்னால் ஒரு

பெரிய பட்டுப் புலிக்கொடியின் கீழ் சோழிய வீரர்களுக்குரிய சின்னங்களுடன் ஐயாயிரம் போர் வீரர்கள் குதிரைகளிலும், யானைகளிலும், வண்டிகளிலுமாக அணிவகுத்து அந்த மூடுவண்டியை எதிர்நோக்கிக் காத்திருந்தார்கள்.

அவர்களை தூரத்திலிருந்து கண்டதும் மூடுவண்டியை ஓட்டி வந்த வீரபாண்டியனுக்கு கலவரத்தால் மெய் சிலிர்த்து முகமெல்லாம் வியர்த்துக் கொட்டியது.

மூடுவண்டியை எதிர்நோக்கி விடுதியின் முன்னால் மாபெரும் போர்ப்படைபோல் அணிவகுத்துக் காத்திருக்கும் ஐயாயிரம் வீரர்களும் ஆடையூர் நாடாள்வாரால் அனுப்பப்பட்ட சோழிய வீரர்களாய் இருப்பார்களா? அல்லது அச்சோழிய வீரர்களை யெல்லாம் தன்னுடைய பாண்டிய வீரர்கள் ரகசியமாகத் தூக்கிச் சென்று ஒழித்துவிட்டு வந்து சோழிய வீரர்களின் சின்னங்களை அணிந்து கொண்டு சோழிய வீரர்களுக்குப் பதிலாக அங்கு இருப்பார்களா?எதிரே தென்படுவது நரகமா, சுவர்க்கமா என்று தீர்மானிக்க முடியாமல் இரண்டுக்குமிடையே நின்று திரிசங்கு சுவர்க்கத்தில் தவிப்பவன்போல் வீரபாண்டியன் அவஸ்தைப்பட்டான். அவன் ஓட்டி வந்த வண்டியின் வேகமும் தளர்ந்தது. ஆனால் விடுதியின் முன்னால் மூடுவண்டி வந்து நின்றதும் அங்கு காத்திருந்த ஐயாயிரம் வீரர்களும் மௌனமாகவே பல வியூகங்களாகச் சடசடவென்று பிரிந்து அணிவகுத்துச் சென்று மூடுவண்டியைச் சூழ்ந்துகொண்டு, மூன்று சுற்று மதிற்சுவர்களைப் போல் நின்றார்கள். அவர்களின் தலைவனைப்போல் விளங்கிய ஒரு குதிரை வீரன் கையில் சோழியரின் புலிக்கொடியை ஏந்திய வண்ணம் சடசடவென்று பாய்ந்து வந்து மூடு வண்டியின் முன்னால் நின்று, படீரென்று தன் கையிலிருந்த சோழியரின் புலிக்கொடியை இரண்டாக ஒடித்து எறிந்துவிட்டு, ''தேவி வாழ்க! வீரபாண்டியர் வெல்க! தென்னவரின் வீரம் ஓங்குக!'' என்று உரத்த குரலில் கூவி, ''வெற்றிவேல்! வீரவேல்!'' என்று தன் உடைவாளை உருவி ஓங்கிப்பிடித்து சுழற்றினான். அதைத் தொடர்ந்து அங்கிருந்த ஐயாயிரம் வீரர்களும், தங்கள் சோழிய சின்னங்களைக் கழட்டி எறிந்துவிட்டு தங்கள் ஆயுதங்களை ஓங்கிப் பிடித்து, ''வெற்றிவேல்! வீரவேல்!'' என்று விண்ணையும் முட்டும்படிக் கூவினார்கள்.

மூடுவண்டியின் சாரதித் தட்டில் கிழட்டுச் சாரதி போலிருந்த வீரபாண்டியன் உற்சாகப் பெருக்கோடு தன்னுடைய வேஷத்தைக் களைந்தெறிந்துவிட்டு துள்ளி எழுந்து, அந்த வண்டியின் சாரதித் தட்டின்மீது ஏறி நின்று தன் வீரபுஜத்தை தூக்கிக் காட்டி, ''வெற்றிவேல்! வீரவேல்'' என்று வீர முழக்கமிட்டான்.

அவனைக் கண்டதும் ஐயாயிரம் பாண்டிய வீரர்களும் அளவு கடந்த பக்திப் பரவசத்தோடு, ''வீரபாண்டியர் வெல்க வீரபாண்டியர் வெல்க!'' என்று பெருமுழக்கமிட்டனர்.

வீரபாண்டியன் மேலும் தன் வீரர்களுக்கு உற்சாகமூட்ட முயன்றவனாய். ''பாண்டிய வீரர்களே! நம்முடைய பலநாள் கனவு பலித்து விட்டது. கன்னிபகவதியின் அருளால் பாண்டிமா தேவி சிறை மீட்கப்பட்டாள்! இனித் தென்னவரின் வீரன் தேயாது! தலையாலங்கானத்து செருவென்ற பாண்டிய நெடுஞ்செழியன் வீரபரம்பரை ஒரு போதும் அழியாது! இனி வீரபாண்டியன் ஓடி ஒளியமாட்டான்!

வீறு கொண்டெழுந்த தென்னகத்தின் வீரத்தளபதியாகவும், விடுதலை வீரனாகவும் விளங்குவான் பழியஞ்சா பகைவரான சோழரைப் பழிக்குப்பழி வாங்கும் காலம் வந்துவிட்டது! தேவியை மீட்பதுமட்டுமல்ல; நம் மதுரை தலைநகரையும் மீட்போம்! நம் பாண்டியநாட்டின் சுதந்திரத்தை மீட்போம்!

மற்ற இனத்தவரை அடிமைப்படுத்தி ஏகாதிபத்தியக் கோட்டையை எழுப்ப முயலும் இன வெறியர்களான சோழர்களுக்கு என்றும் மறக்கமுடியாத ஒரு பாடம் கற்பிப்போம்! அடிமை என்று எவனுமில்லை நம் சாதியில் என நிரூபிப்போம்!'' என்று உவகையோடு நெஞ்சு விம்ம, உற்சாகக் கண்ணீர் துளிர்க்க, வீரக் கர்ஜனைகள் பொழியலானான்.

மூடு வண்டிக்குள் காவலாக மதுரையிலிருந்து வந்த சோழியர் குதிரை வீரர்கள் ஐநூறு பேரும் இவ்வளவையும் கண்ட எதிர்பாராத அதிர்ச்சியில் கற்சிலைபோல் சமைந்து நின்றார்கள். என்ன செய்வதென்றே அவர்களுக்குப் புரியவில்லை! ஐயாயிரம் எதிரிகளுக்கு மத்தியில் அந்த ஐநூறு சோழிய வீரர்கள் என்னதான் செய்யமுடியும்? அங்கு அதனபின் ஏற்பட்ட போராட்டத்தில் பல சோழிய வீரர்கள் உயிரிழந்தார்கள். உயிர் தப்பி ஓடிய சோழிய வீரர்களெல்லாம் சுற்றிலும் மறைந்திருந்த காட்டு மனிதர்களிடம் சிக்கி மலைக் குகைகளில் சிறைப்படுத்த இழுத்துச் செல்லப்பட்டனர். ஆக மதுரைக்குச் சென்று செய்தி தெரிவிக்க ஒரு சோழிய வீரன்கூட மிஞ்சவில்லை.

பாண்டிய வீரர்களோ, ''தேவி வாழ்க! தேவி வாழ்க!'' என்று பக்திப் பரவசத்துடன் கூவிக்கொண்டே ஆவலோடு அந்த மூடுவண்டியைச் சூழ்ந்து கொண்டார்கள்.

வீரபாண்டியன் அளப்பரும் ஆவலோடும், ஆனந்தத்தோடும் மூடு வண்டியின் அருகில் கம்பீரமாகச் சென்று, ''தேவி! தேவி!''

என்று கூப்பிட்டபடி மூடுவண்டியின் கதவைத் திறந்து, ''தேவி! வெளியில் வந்து வெற்றிச் சங்கு ஊது. உன் நாதனான என் நெற்றியில் வீரத்திலகமிடு!'' நம் வீரர்கள் அனைவரும் காண வீர மொழி கூறு! உன்னைச் சிறை வைத்த சோழியர்களின் தலைநகரைச் சுட்டெரிப்போம்! அந்தச் சோழ மன்னனையும், சோழ மகாராணியையும் சிறைப்பிடித்து வந்து அசோகவனக் கோட்டையில் அவ்விருவரையும் ஒன்றாகவே சிறை வைப்போம்! உன்னை அடிமைத்தாதியாக்க விரும்பிய சோழ மகாராணியை அடிமைத் தாதி போல் பிடித்து வந்து முடிசூடிய அவள் தலையில் நடை விளக்கேற்றி வைத்து, பலரும் காண கன்னி பகவதியின் சந்நிதியில் நிறுத்தி வைப்போம்!'' என்று ஒன்றுக்குமேல் ஒன்றாக உற்சாகப் பெருக்கோடு கூறினான்.

ஆனால் மூடு வண்டியின் உள்ளேயிருந்து தேவி இறங்கிவரவில்லை! உள்ளிருந்து ஒரு பதிலும் வரவில்லை!

உள்ளிருந்து ஒரு விம்மல் ஒலிதான் வெளியே வந்தது.

வீரபாண்டியன் திடுக்கிட்டான்! வண்டியினுள்ளிருந்து ஏன் விம்மல் ஒலி வருகிறது? விடுதலை பெற்றுவிட்டோம் என்று தேவி விடும் உவகையின் விம்மலா என்று வீரபாண்டியன் வியப்புற்றவனாய்,

''தேவி! தேவி!'' என்று கூப்பிட்டபடி அந்த மூடுவண்டிக்குள் தலையை நீட்டி சுற்றுமுற்றும் பார்த்தான்!

அந்த மூடுவண்டிக்குள் ஒரு மூலையில் பசும்பொன் போன்ற பெண்ணொருத்தி நெஞ்சு விம்ம, 'வெடவெட'வென்று நடுங்கியபடி ஒண்டிக்கொண்டிருந்தாள்.

அந்தப் பெண், தேவி அல்ல!

சோழ மகாராணிதான்!

அத்தியாயம் 118

பழிபடப் பிறந்தார்!

'பேதை உன் துணை யாருளர்
பழிபடப் பிறந்தார்?'

– கம்ப ராமாயணம்

மலைத்து நின்ற வீரபாண்டியன் தன் கண்ணைக் கசக்கிக் கொண்டு மறுபடியும் மூடுவண்டிக்குள் உற்று நோக்கினான். அங்கு அமர்ந்திருந்தவள் அவனுடைய பத்தினி பாண்டிமாதேவியல்ல! பகைவன் குலோத்துங்க சோழனின் பத்தினியான சோழ மகாராணிதான்! அவள்தான் நெஞ்சு விம்மக் கண் கலங்கியபடி மூடுவண்டியின் ஒரு மூலையில் பதைபதைப்புடன் ஒண்டியிருந்தாள்.

அப்படியானால்...? தேவி சிறை மீட்கப்படவில்லை! இன்னும் பகைவர்களிடம்தான் சிக்கிக் கொண்டிருக்கிறாள். இனி தேவி சோழ நாட்டிற்கு அழைத்துச் செல்லப்பட்டு சோழ மகாராணிக்கு அடிமைத் தாதியாக வேளமேற்றப்படுவாள்! பாண்டியர் பரம்பரை மீது பல காலத்திற்கும் அழியாத பழிச்சொல் விழுந்துவிடும். பாண்டிய நாட்டின் விடுதலை முழக்கம் இனி பகற்கனவாகிவிடும்! வீரபாண்டியன் கட்டிய லட்சியக் கோட்டைகள் அனைத்தும் அடிசரிந்து விழுந்து சாம்பலாகி விட்டன. இதை நினைக்க நினைக்க வீரபாண்டியனுக்கு அழுகையும், ஆத்திரமும் பொங்கிப் பொங்கி எழுந்தன.

மூடுவண்டிக்கு வெளியிலோ, வீரமுழக்கமிடும் பாண்டிய வீரர்கள் தங்கள் பாண்டிமாதேவியைத் தரிசிக்கத் தவித்து நின்றனர்.

வீரபாண்டியன் தன் பல்லைக் கடித்துக்கொண்டு அழுகையை அடக்கிக்கொண்டான். அவனுடைய ஆத்திரமெல்லாம் சோழ மகாராணியை நோக்கித் திரும்பியது.

அவனுடைய உக்கிரமான பார்வையைத் தாங்க முடியாமல் சோழ மகாராணியின் தேகம் குன்றிவிட்டது. சாந்தமும், அழகும் நிலவும் அவளுடைய யௌவன முகம் வெளிறிவிட்டது. வழி

தப்பி வனவேடன் வசப்பட்ட சிட்டுப் பறவை, "இனி வேடன் என்ன செய்வானோ?" என்று பதைப்பதுபோல் அவள் நெஞ்சு படபடத்தது. அவளுடைய அகன்ற விழிகளின் கண்ணிமைகள் பட்டுப் பூச்சியின் இறக்கைகளைப்போல் அடித்துக் கொண்டன! அவளுடைய உடலிலிருந்து உயிரே கிழிந்துவிட்டது போலிருந்தது. இப்படித்தானே தேவியும் பகைவரிடம் சிக்கியபோது ஆவி துடித்திருப்பாள் என்று வீரபாண்டியன் நெஞ்சில் ஓர் எண்ணம் ஓடியது. ஆனால், இவள் மகாராணி கோலத்தில் இருப்பதை நினைத்து ஆத்திரத்தை வரவழைத்துக் கொண்டான்.

அவள் பொன் ஆடை உடுத்தி நவமணி ஆபரணங்கள் அணிந்திருந்தாள். அழகாகக் கூந்தலை ஒப்பனை செய்து தன்னை நன்றாக அலங்கரித்துக் கொண்டிருந்தாள். அவளுடைய சிரசில் இரத்தினக் கிரீடம் பளிச்சிட்டது. சிவந்த பிறை நெற்றியில் வெண் திருநீறு மின்னியது. கம்பீரமான தோற்றம் வாய்ந்த அவள், "உடைய பிராட்டியார்!" என்று சோழநாடு முழுவதும் போற்றி வணங்கும் மாபெரும் மகாராணியாவாள்! அவள் அறப்பணிகள் பல புரிந்து சோழ மக்களால் மதிக்கப்பட்டு புலவர்களின் பாடல்களிலும் இடம் பெற்றவளாவாள். பொறுமையிலும், அழகிலும், பண்பிலும் தேவிக்கு இணையானவள் அவளேயாவாள்!

அவள் அரசவையில் குலோத்துங்கச் சோழ சக்கரவர்த்திகளோடு கொலுவீற்றிருந்தால், "திருப்பாற் கடலில் தோன்றிய திருமகள்!" என்று பாணர்களும், பாவலர்களும் வாழ்த்துவார்கள்! மணி முரசங்கள் அதிர, துந்துபிகள் ஊத, வெண்சங்கு முழங்க, அடியாட்கள் ஆலவட்டங்களும், புலிக்கொடியும் ஏந்த, அஞ்சன விழி மகளிர் சாமரை வீச, சோழ மகாராணி பல்லக்கில் பவனி சென்றால் பார்க்கக் கண்கொள்ளாக் காட்சியாக இருக்கும்! இப்படி தேவியும் அரசயோகத்தில் திளைத்து உற்சாக லக்ஷ்மியாகத் திகழ்ந்தவள்தான்! ஆனால் பகைவரின் சூழ்ச்சியால் தேவி சிறைபட்டு கண்ணீர்ப் பாவையாகி அடிமைத் தாதியாகப் போகிறாள்... அதற்குக் காரணம் இந்தச் சோழ மகாராணிதான்!......

அதை நினைத்து வீரபாண்டியன் ஆத்திரத்தோடு சிரித்தான்.

"கருணையற்ற குலோத்துங்கச் சோழனின் மகாராணிதானே? என் ஜன்ம சத்துருவின் மனைவிதானே?" என்று வீரபாண்டியன் மீண்டும் அவளை நோக்கிப் பயங்கரமாகச் சிரித்தான்.

அதற்கு அவள் ஆமென்பதுபோல் தன்னையறியாமல் தலையாட்டினாளே தவிர பதில் சொல்லவில்லை! அவள் 'வெடவெட'வென்று நடுங்கினாள். அவளுடைய அகன்ற விழிகள்

எதிரியிடம் கருணையை எதிர்நோக்கித் தவித்தன. ஆனால் அவளிடம் கழிவிரக்கம் காட்ட வீரபாண்டியன் விரும்பவில்லை.

அவளுடைய கம்பீரமான தோற்றத்தை சோழ ஏகாதிபத்திய வெறியின் சின்னமென்றும், அவளுடைய மௌனத்தை அகம்பாவம் என்றும், அவளுடைய ஆடையலங்கார விநோதங்களை ஆடம்பரம் என்றும், அவளுடைய கண்கலக்கத்தை வஞ்சனையின் நாடகமென்றும், அவளுடைய பெண் வடிவத்தைப் பேய்மையின் உருவமென்றும் உருவகப்படுத்திக் கொள்ளவே விரும்பினான்.

அவளை நோக்கி, "தேவி எங்கே?" என்று வீரபாண்டியன் கர்ஜித்தான்.

"எனக்குத் தெரியாது!" என்று கரகரக்கும் குரலில் சோழ மகாராணி மெல்லச் சொன்னாள்.

"வேறு யாருக்குத் தெரியும்?" என்று வீரபாண்டியன் சீறினான்.

"எங்கள் ஜனநாதக் கச்சிராயர் ஒருவருக்குத்தான் அது தெரியும்!" என்ற சோழ மகாராணிக்கு வருத்தத்தால் கருவிழிகள் சரிந்தன.

ஜனநாதன் என்றதும் வீரபாண்டியனுக்கு மூளை குழம்பியது. தேவி இந்த மூடுவண்டியில்தான் சோழநாட்டிற்கு இரகசியமாக அழைத்துச் செல்லப்படுவாள் என்று ஜனநாதன் சொன்னானே இன்னவிதமாக நடந்துகொண்டால், இன்னவிதமாகத் தேவியை மீட்கலாம் என்றெல்லாம் ஜம்பமாகத் திட்டங்கள் கூறினானே, அவை அனைத்தும் பொய்தான்! தேவியை மீட்கச் செல்ல வீரபாண்டியனை விடாதபடி ஜனநாதன் வழிமறித்து நின்றது, அதற்காக வீரசேகரனோடு வாட் போரிட்டது முதலானவை அனைத்தையும் சிந்திக்கும்போது, ஜனநாதன் ஏதோ நாடகமாடியிருக்கிறான் என்பதில் சந்தேகமேயில்லை. உண்மையில் சோழமகாராணி செல்லும் இந்த மூடுவண்டியில் தேவி இருப்பாள் என்று ஜனநாதன் ஏன் கயிறு திரித்தான்? இதில் ஏதோ ஒரு சூழ்ச்சித் திட்டம் இருக்கவேண்டும். அது என்ன சூழ்ச்சி? தேவியை வேறு வழியாக ஜனநாதன் சோழ நாட்டிற்குக் கடத்திச் செல்ல இவ்வாறு போக்குக் காட்டியிருக்கலாம்... அப்படியானால் தேவியை இனி சிறைமீட்கும் கடைசி முயற்சியும், கடைசிச் சந்தர்ப்பமும் படுதோல்வியடைந்து விட்டது! தேவி சோழநாட்டு எல்லையை அடைந்துவிட்டால் அடிமைத் தாதியாகும் அவமானத்திலிருந்து அவளைக் காப்பாற்றவே முடியாது! இனி

என்ன செய்வது? என்னதான் செய்யமுடியும்? வழிவகை புரியாமல் வீரபாண்டியன் தன் கைகளைப் பிசைந்தான்.

''என் தேவியைச் சிறை மீட்க இனி எனக்கு வேறு வழியில்லை!... ஆனால் என் அழிவிற்கெல்லாம் ஆதிகாரணமான என் எதிரியின் மனைவி எதிர்பாராதவிதமாக என்னிடம் சிக்கியதொன்றுதான் இனி எனக்குச் சரியான வழி'' என்று வீரபாண்டியன் அதி உக்கிரமாகச் சீறித் துள்ளினான்.

ஆனால் சோழ மகாராணி சிறிதும் கலங்கவில்லை! வீரபாண்டியனை நிமிர்ந்து நோக்கி, ''நான் பெண் என்று நினைத்து இரக்கம் காட்டுவீர்கள்; பெருந்தன்மையாக நடந்துகொள்வீர்கள் என்று எதிர்பார்க்கிறேன். அதில் ஏமாற்றமடையவும் மாட்டேன்!'' என்று கம்பீரமாகவே சொன்னாள்.

''பெண்ணென்று இரக்கம் காட்டியதால் என் லட்சியங்களை இழந்தது போதும்! பெருந்தன்மையால் அரசும், வாழ்வும் இழந்து வீரபாண்டியன் கோழையான கதை போதும்!'' என்று பெருமூச்செறிந்த வீரபாண்டியன் குரோதத்துடன் சோழமகாராணியை நோக்கி, ''என் தேவி உங்கள் சோழர்களிடம் சிக்கிபட்ட துயரங்களையெல்லாம் நினைத்துக் கொண்டால் சோழ மகாராணியிடம் சிறிதும் இரக்கம் காட்டமாட்டேன்! பேய்மனம் பெண் வடிவம் கொண்டு என் எதிரே இருக்கிறதென்று தான் எண்ணிக் கொள்வேன்!'' என்று குமுறிவிட்டு, தேவியை நினைத்தவனாய், ''சிறையிலே என் தேவி வடித்த கண்ணீர் அதிகம்! அதிகம்!'' என்று பொருமினான்.

''அதை நினைத்து அரண்மனையிலே நான் வடித்த கண்ணீர் அதைவிட அதிகம்!'' என்று சோழ மகாராணி கண்ணீர் சொரிந்தாள்.

''இந்த நீலிக்கண்ணீரை நான் நம்புவேன் என்று எதிர்பாப்பது பேதமையாகும்!'' என்று வீரபாண்டியன் தன் முகத்தைத் திருப்பிக் கொண்டான்.

''உங்கள் ஆத்திரத்தையும் துவேஷத்தையும் மறந்து நிதானமாகச் சிந்தித்துப் பார்த்தால் என் கண்ணீரை நம்புவீர்கள்!'' என்றாள் சோழ மகாராணி.

''என் தேவி சிறைப்பட்ட நாட்களில் அவள் வடித்த கண்ணீரும், அநுபவித்த துன்பங்களும் போதாதா? பாண்டிமா தேவி பகைவரின் சோழ நாட்டில் அடிமைத் தாதியாக வேளமேறும்

அவமானத்தையும் தாங்க வேண்டுமோ? அது தீராப்பழியாக பல தலைமுறைக்கும் பாண்டியர் குலத்தின்மீது விழவேண்டுமா?'' என்று வீரபாண்டியன் உறுமினான்.

அதற்குச் சோழ மகாராணி, ''உங்கள் தேவி எங்களால் வேளமேற்றப்பட்டால், அது பாண்டியர்களுக்கு மட்டும் அவமானமல்ல, எங்கள் சோழ குலத்திற்கே அவமானம்! எங்கள் பெண் இனத்திற்கே பெருத்த அவமானம்!

அதை நினைத்து நான் சஞ்சலப்படாத நாட்களே இல்லை. என்னால் முடிந்த அளவு அந்த அவமானத்தைத் தவிர்ப்பதற்குத்தான், எங்கள் ஜனநாதக் கச்சிராயருடைய உதவியை நாடி உங்கள் மதுரைக்கு வந்தேன்.

ஆனால், அது என்னால் முடியவில்லை!'' என்று கம்பீரமாகச் சொன்னாள்.

அதைக்கேட்டதும் வீரபாண்டியன் திகைத்தான்.

‘‘சோழ மகாராணிக்குப் பாண்டிமாதேவியை அடிமைத் தாதியாக்குவதாக ஒரு சபதம் இருக்கிறதாமே?’’ என்று வீரபாண்டியன் குரோதத்துடன் கேட்டான்.

‘‘நான் அவ்வாறு ஒரு சபதமும் செய்யவில்லை! பெண்ணுள்ளம் படைத்த எந்த மகாராணியும் அவ்விதம் சபதம் செய்யமாட்டாள், அரசியல் காரணமாக சோழ சக்கரவர்த்தியும், ஜனநாதக் கச்சிராயரும் ஆலோசித்து அவ்வாறு ஒரு சபதம் இருப்பதாக வதந்தியைப் பரப்பினார்கள்!’’ என்றாள் சோழ மகாராணி.

‘‘கணவன் செய்த குற்றத்திற்கு சோழ மகாராணி உடந்தையல்ல, அதனால் கௌரவமாக விட்டுவிட வேண்டுமா?’’ என்று வீரபாண்டியன் உறுமினான்.

‘‘நான் அவ்வாறு ஏதும் உங்களிடம் குறிப்பிடவில்லை. பெண் தெய்வம் என்று போற்றப்படும் பாண்டிமாதேவியின் கணவரான வீரபாண்டியர் பெண் என்றால் இரங்கும் பண்புள்ளவரென்றுதான் குறிப்பிட்டேன்!’’ என்று சோழமகாராணி கம்பீரமாகவே பதிலுரைத்தாள்.

‘‘சிறிதும் இரங்கமாட்டேன்! ஏகாதிபத்திய வெறிபிடித்த உங்கள் சோழநாடு என் மணிமுடியைக் கவர்ந்தது! எங்கள் பாண்டிய நாட்டின் சக்தியையும் சமதர்மப் பண்பையும் சீரழித்தது!

சுதந்திர வீரர்களான பாண்டிய மக்களைப் பல தலைமுறைக்கும் அடிமையாக்கத் திட்டமிடுகிறது!’’

‘‘அதெல்லாம் அரசியல் விஷயங்கள்!’’

‘‘ஆனால் அந்த அரசியலை நடத்தும் சோழ மன்னனோடு அரியணையில் வீற்றிருப்பவள் நீ! என் தேவி பாழும் சிறைக் கூடத்தில் கட்டுண்ட பறவையாகக் கண்ணீர் வடிக்கும்போது சோழ மகாராணி உல்லாசமாக அரண்மனையில் சஞ்சரிப்பவள்! என் தேவி அவிழ்த்த கூந்தலில் மலர் சூடக்கூட வழியற்றிருக்கும் போது சோழ மகாராணி தன் சிரசில் ரத்தினக் கிரீடம் சூடுபவள்!’’

‘‘ஏகாதிபத்திய அரசியலுக்குத் தலைவணங்கவேண்டிய என்னைப் போன்ற அரசிகளுக்கு அரண்மனைதான் விசாலமான சிறைக்கூடம்! அரியணைதான் மனிதாபிமான உணர்ச்சிகளுக்குப் பலிபீடம்! இரத்தினக் கிரீடம்தான் தண்டனை!’’ என்று கணீரென்று சொன்ன சோழ மகாராணி வீரபாண்டியனைக் கூர்ந்து நோக்கினாள். ‘‘இப்போது நான் ஒரு பெண் என்ற நிலையில் தான் உங்கள் முன் இருக்கிறேன்!’’ என்றாள்.

''சாதாரணப் பெண்ணல்ல! மாபெரும் சோழ மண்டலத்து மன்னரின் மனைவி. என் தேவியைச் சிறை பிடித்தபோது சிறிதும் இரக்கம் காட்டாத குலோத்துங்க சோழ மன்னனின் பத்தினி! இப்போது அந்தச் சோழ மகாராணி என்னிடம் இரக்கத்தை யாசிப்பது விந்தையாக இருக்கிறது!'' என்று வீரபாண்டியன் ஏளனமாகச் சிரித்தான்.

சோழ மகாராணி துணுக்குற்றாள்; வீரபாண்டியனைக் கம்பீரமாக ஏறிட்டு நோக்கினாள்.

''வீரபாண்டியரே! இந்தச் சோழ மகாராணி பகைவரிடம் இரக்கத்தை மனிதப் பண்பைத்தான் உணர்த்தினாள்!'' என்று கூறிவிட்டுத் தன் இடுப்பில் சொருகியிருந்த வைரங்களால் மின்னும் சின்னஞ்சிறு குத்துவாளை எடுத்து, ''எனக்கு இரக்கம் காட்ட விரும்பவில்லையென்றால் இதோ குத்துவாள்! என்னை இப்போதே குத்திக் கொன்றுவிடுங்கள்! ஏனெனில் கணவன் இருக்கும்போது எந்த மங்கையும் தன் கையாலே தற்கொலை செய்து கொள்வது கணவனின் கௌரவத்திற்குப் பங்கம் என்று நினைப்பாள். அதனால் இப்போதே எனக்கு வீரமரணத்தை அளித்து விடுங்கள்! அதுவே எனக்கு வீரபாண்டியார் அருளும் பெரும் இரக்கமென்று ஆனந்தப்படுவேன்!'' என்று குத்துவாளை நீட்டினாள்.

அதிர்ச்சியுண்ட வீரபாண்டியன் அந்தக் குத்துவாளை வாங்காமல் தன் கையிலிருந்த வீரவாளையும் விட்டெறிந்துவிட்டு, ஆத்திரத்துடன், ''என் தேவி உங்கள் சோழர்களிடம் சிக்கிய போது சோழ மன்னன் துர்ப்பாக்கியவதியான தேவிக்கு வீர மரணத்தை அடையும் பாக்கியத்தைக்கூடத் தரவில்லை!'' என்று சீறினான். சோழ மகாராணி துயரத்தோடு சிரித்தாள். வீரபாண்டியனுக்கு அழுகையும், ஆத்திரமும் கட்டுமீறக் குமுறலானான்.

''என் பத்தினியை என்னிடமிருந்து பிரித்தீர்கள்! என் தேவியைப் பாழுஞ் சிறையில் வைத்தீர்கள். அந்த அபலையை அடிமைத் தாதியாக வேளமேற்றும் அக்கிரமத்தையும் நடத்தப் போகிறீர்கள்! இந்த நிலையில் பழிவாங்கக் காத்திருக்கும் என்னிடம், அந்தப் பகைவனின் பத்தினி எதிர்பாராத விதமாக சிறைபுகுந்து விட்டாள்!'' என்றான் வீரபாண்டியன்.

அவனைச் சோழ மகாராணி நிமிர்ந்து நோக்கி, ''நீங்கள் பழிக்குப் பழியாக என்னை கணவரிடமிருந்து பிரித்துப் பாழும் சிறையில் வைக்கலாம்! உங்கள் தேவியைப் போல் என்னையும் வேதனைக் கண்ணீர் சிந்த வைக்கலாம்! என்னையும்

வேளமேற்றலாம்! முடிசூடிய என் தலையில் நடைவிளக்கேற்றி வைத்து பலருங் காண உங்கள் கன்னி பகவதியின் சந்நிதியில் நிறுத்தி அவமானப்படுத்தலாம்" என்று சுருக்கென்று நெஞ்சில் தைக்கும்படி வார்த்தைகளை வீசினாள்.

சாட்டையடிப்பட்டவன் போல் வீரபாண்டியன் குழம்பி நின்றான்.

அவனை அப்போது உற்று நோக்கிய மகாராணி மேலும் தொடர்ந்து, "ஆனால் நீங்கள் நினைத்தாலும் அவ்வாறெல்லாம் என்னைச் செய்ய முடியாது!" என்று திடமாகவே சொன்னாள்.

"ஏன் முடியாது?" என்று வெடுக்கென்று வீரபாண்டியன் கேட்டான்.

"ஏனென்றால் பெண்மையைப் போற்றுவது பாண்டியநாடு. அல்லியும், மீனாட்சியும் அரசாண்டு கன்னிவனமென்று பெயர் பெற்ற மதுரை மண்ணில் பிறந்தவர் நீங்கள்! பகைவரின் மனைவி என்றாலும் பெண் என்று கௌரவமாக நடத்தும் பண்பு உங்கள் பாண்டிய பரம்பரைக்கு இருக்கும். பழிக்குப்பழி என்று ஒரு பாவமும் அறியாத இன்னொரு பெண்ணை நிச்சயமாக அவமானப்படுத்த மாட்டீர்கள்!" என்றாள் சோழ மகாராணி.

"தாங்க முடியாத துயரமும், துவேஷமும் உண்டாகும்போது மனிதப் பண்பையும் மறந்து மனிதன் மிருகமாகிவிட முடியும்!"

"முடியும்! ஆனால் உங்களால் அது முடியாது! பெண் தெய்வமெனப் போற்றப்படும் தேவியின் கணவர் ஒருபோதும் மிருகமாக மாறமுடியாது!

என்னதான் முயன்றாலும் உங்களால் முடியாது! அவ்வாறு வீரபாண்டியர் கண்ணை மூடிக்கொண்டு மிருகமாக மாறிவிட்டாரென்றால் அவர் பழிக்குப் பழியாக இன்னொரு பெண் பேதையை அவமானப்படுத்தினாரென்று தேவி கேள்விப்பட்டால் அதுதான் தேவி அநுபவித்த துன்பங்கள் அனைத்திற்குச் சிகரமாயிருக்கும். பகைவரிடம் தேவி சிறைப்பட்ட அவமானத்தைவிட தேவியின் கணவர் இன்னொரு பெண்ணை அவமானப்படுத்தும் பழிச்சொல்தான் பெரிதாக இருக்கும். இந்த உலகம் முழுவதும் உங்கள் தேவியைப் பார்த்து, "பழுதிலாத பாவையே உன்னைவிட பழிபட பிறந்தவர் இந்தப் பாருலகில் யார் உண்டு?" என்று சொல்லும். அதைக் காது கொடுத்து கேட்பதற்கு உங்கள் தேவி உயிரோடிருக்க மாட்டாள். உள்ளம் துடித்து உயிர் நீத்து விடுவாள்!"

அதைக் கேட்டதும் வீரபாண்டியர் நிலைகுலைந்து உயிரற்றவனைப் போலாகி விட்டான்!

விதிதான் ஒன்றன்பின் ஒன்றாக சோதனைகளை உண்டாக்கி அவனுடைய வீரக்கரங்களைக் கட்டிவிடுகிறது என்று எண்ணினான். விதிதான் வீரபாண்டியனைக் கோழையாக உலகிற்குக் காட்டி சாட்டையில்லா பம்பரம்போல் அவனை ஆட்டி விளையாடுகிறது என்று நினைத்தான்.

எதிரே களங்கமற்ற முகத்தோடு தன்னை உற்று நோக்கும் சோழ மகாராணியின் உள்ளப் பாங்கையும் தேவியின் சோகக் கதையையும் தன் வாழ்க்கையையும் வீரபாண்டியன் ஒருமுறை சிந்தித்துப் பார்த்தான். அவனுக்கு நெஞ்சு விம்மியது. அவனுக்கு யாரிடமாவது தன் மனக்குறையைச் சொல்லி அழவேண்டும் போல் இருந்தது. சோழ மகாராணியை நோக்கிக் கூறலானான்.

"எங்கள் பழம்பெரும் பாண்டியநாட்டை நான் தேவியுடன் அமைதியாக அரசாண்டு வந்தேன். சேரமன்னரின் செல்வத் திருமகளான தேவியை மணந்ததினால் என் செல்வாக்குப் பெருகிற்று. பாண்டிய நாட்டை வலுவுள்ள அரசாக்கினேன். இலங்கை மன்னர் பராக்கிரமபாகுடன் நெருங்கிய தொடர்பு கொண்டு இந்நாட்டின் வாணிப வளத்தைப் பெருக்கினேன். புத்தர் பிரானின் கொள்கைகளைப் பின்பற்றி நாடெங்கும் அன்பும், அறமும், ஒழுக்கமும் உயர்ந்தோங்கச் செய்தேன். மதபேதங்களையும், சாதி ஆசாரங்களையும் ஒழித்து சமதர்மத்தை நிலைநாட்ட முயன்றேன். அரசியலில் கூட சமதர்மமும், மக்களாட்சியும் மலரச் செய்ய வேண்டுமென விரும்பினேன். இது சாதிய முறைக்கு ஆலவட்டமேந்தும் ஏகாதிபத்திய வெறியர்களான சோழர்களுக்குப் பிடிக்கவில்லை. பாண்டிய நாட்டின் பலத்தை பலவாறாகவும் சிதைத்து எங்கள் நாட்டை சோழ ஏகாதிபத்தியத்திற்கு அடிமைப்படுத்த திட்டமிட்டனர், எங்கள் அரச குலத்தில் உதித்த விக்கிரம பாண்டியனை வாரிசுப் போட்டியிடும்படித் தூண்டிவிட்டு பாண்டிய நாட்டை இரண்டு கட்சிகளாக பிளவு படுத்தினர். அதன் பின்னர் குலோத்துங்கசோழன் முன் அறிவிப்பின்றி என் நாட்டின்மீது படையெடுத்து என் மாமதுரையைக் கைப்பற்றி என் மணிமகுடத்தை பொம்மை அரசனான விக்கிரம பாண்டியனுக்குச் சூட்டினான். என் பத்தினியான தேவியையும், குமாரனையும் சிறைப்பிடித்தான். என் தேவியை சிறைமீட்டு என் தலைநகரையும் மீட்க வேண்டுமென்று துள்ளி எழுந்தேன். இவ்வளவிற்கும் காரணமான அந்தப் பதவிப் பித்தன் விக்கிரம பாண்டியனைப் பழிதீர்க்க வேண்டுமென்று வீரவாளோடு அவன் பள்ளியறைக்குள் நுழைந்தேன்! அப்போது அந்தப் போட்டிக்காரனின் மனைவி

மாங்கல்யப் பிச்சை தரவேண்டுமென்று கெஞ்சி என்னிடம் இரண்டு வரங்களும் கேட்டாள்!'' என்ற வீரபாண்டியன் நெஞ்சு விம்ம அழமாட்டாத குறையாக மேலும் தொடர்ந்து கூறலானான்.

''என் மணிமகுடத்தை மாற்றார் உதவியுடன் பறித்துக் கொண்ட அந்தப் பதவிப்பித்தனின் மனைவி என்னிடம் கேட்ட இரண்டு வரங்கள் என்ன தெரியுமா? ஆயுள் முழுவதும் அவனுக்கு அரசாட்சி தருவது ஒரு வரம். நான் அஞ்ஞாதவாசம் புரிய வேண்டுமென்பது இரண்டாவது வரம், அவ்விரண்டு வரங்களையும் தந்தேன்! பெண்ணிற்கு இரங்கிப் பெருந்தன்மையாக நடந்து கொண்டதால் என் அரசை இழந்து, அஞ்ஞாதவாசம் புரிய சித்தமானேன்!

உலகம் இந்த வீரபாண்டியனைக் கோழையென்று உருவகப்படுத்தவும் இடம் கொடுத்துவிட்டேன்! ஆனால் அரசியல் கவலைகளை மறந்து, அரசியலைத் துறந்து என் தேவியைச் சிறைமீட்டு, எங்காவது கண்காணாத இடத்திற்குச் சென்று குடிசையிலாவது என் மனைவி மக்களுடன் நிம்மதியாக வாழ வேண்டுமென்று கனவு கண்டேன். அந்தக் கனவும் வீணாகிவிட்டது!''

அந்த வரலாற்றைக் கேட்ட சோழ மகாராணி பரிவுடன் கண்ணீர் சொரிந்தாள். அதைத் தவிர அந்த அபலையால் வேறு என்ன செய்ய முடியும்?

அவளை உற்றுநோக்கிய வீரபாண்டியன், அவளை வைத்துக் கொண்டு இனி என்ன செய்வது என்று ஒரு முடிவிற்கும் வரமுடியாமல் குழம்பினான். அதற்குமேல் அவளுடைய கண்ணீரைப் பார்த்தால் தன் மனம் கோழையாகி விடுமென்று நினைத்து அந்த மூடுவண்டியை விட்டு வெளியே வந்தான்.

வெளியே வீரபாண்டியனைச் சூழ்ந்து கொண்ட எண்ணற்ற பாண்டிய வீரர்களின் ஆரவாரங்களிடையே அவனுக்கு வெறும் சூன்ய உணர்ச்சிதான் தென்பட்டது. அவனுக்கு யார் மீதாவது ஆத்திரத்தைக் காட்ட வேண்டும் போலிருந்தது. தன்னை ஏமாற்றி தன்னுடைய கடைசி முயற்சியும் படுதோல்வியடையும்படி பாழாக்கிவிட்ட ஜனநாதன் மீதுதான் வீரபாண்டியனின் ஆத்திரமெல்லாம் திரும்பியது:

அப்போது ஒரு வெள்ளைக் குதிரை மீது வெகு வேகமாக வந்து காத்திருந்த ஒரு சாதாரண வீரன் அவசரமாகத் தகவல் சொல்ல விரும்பியவனாய் வீரபாண்டியனைத் தனியே ஒருபுறம் அழைத்துச் சென்று புன்னகை செய்தான். விஷமப் புன்னகை செய்த அந்த வீரன் வேறு யாருமல்ல! ஜனநாதன்தான்!

அத்தியாயம் 119

காலக் கடைத் தீ!

'காலக்கடைத் தீ என
மூண்டெழுந்தான்'

— கம்ப ராமாயணம்

கா விஷமியான ஜனநாதன் தன் எதிரே எமன்போல் நிற்கும் வீரபாண்டியனை ஏளனப் புன்னகையுடன் நோக்கி ''வீரபாண்டியரே, தேவியை சிறைமீட்கும் படலம் எப்படி முடிந்தது? பாவம், உம்மை ஸ்ரீ ராமனின் அவதாரமென்று சொல்கிறார்கள். ஆனால் ஸ்ரீராமபிரானால் கூட அநுமாரின் உதவியில்லாமல் தன் தேவியைச் சுலபமாக மீட்க முடியவில்லை!'' என்று பரிகாசம் செய்தான்.

தோல்வியை நினைத்துத் துவம்சமூர்த்திபோல் நின்ற வீரபாண்டியன் பற்களை 'நறநற'வெனக் கடித்தான். அவன் கையசைத்தால், சுற்றிலும் பழிவாங்கப் பாண்டிய வீரர்கள் பாய்ந்து வந்து ஜனநாதனின் நாவைத் துண்டாடி விடுவார்கள் என்பதையோ, சத்ருக்களின் நடுவே தனியொருவனாக இருக்கிறோம் என்பதையோ, தன்னை அவர்கள் இனம் கண்டு கொண்டால் என்ன நடக்கும் என்பதையோ பற்றி ஜனநாதன் சிறிதும் பொருட்படுத்தவில்லை. தேவி சிறை மீட்கப்பட்டாள் என்ற வீண் எண்ணத்தில் மீனக் கொடிகளை ஏந்தியவண்ணம் பாண்டிய வீரர்கள் செய்யும் ஆரவாரங்களையும் தேவியை மீட்க முடியாமல் தோல்வியுற்ற துவேஷத்தில் தீ உமிழும் வீரபாண்டியனின் சிவந்த விழிகளையும் ஜனநாதன் மாறி மாறிப் பார்த்து அலட்சியமாகச் சிரித்தான்.

அவனுடைய அலட்சியச் சிரிப்பும், அவன் எதிர்பாராத விதமாக அங்கு திடும்பிரவேசமானதும் வீரபாண்டியனுக்கு வியப்பூட்டியது.

''வீரபாண்டியரே! மரணக்கோட்டத்தின் பூஜைக் கிடங்கில் என் அருமையான நண்பன் வீரசேகரனால் கட்டுப்பட்டுக் கிடந்த நான் எப்படி இங்கே அழையா விருந்தினனாக எழுந்தருளினேன் என்றெண்ணி மலைத்து நிற்கிறீரா? நான் அங்கிங்கெனாதபடி

எங்கும் நீக்கமற நிறைந்திருக்கும் மாயாவி!'' என்றான் ஜனநாதன்.

வீரபாண்டியனோ தீ உமிழும் விழிகளால் ஜனநாதனைத் தின்று விடுவதுபோல உருட்டி விழித்தானே தவிர, பதில் ஏதும் சொல்லவில்லை.

ஜனநாதன் அவனை அலட்சியமாக நோக்கி, ''வீரபாண்டியரே! மரணக் கோட்டத்தின் பூஜைக் கிடங்கை விட்டு வீரசேகரனிடமிருந்து நான் மீண்டு வந்த கதை மிகவும் சுவாரசியமாக இருக்கும், கேளும்!'' என்று கூறலானான். ''ஆண்டவனைக் கட்டிப்போட்டு விட்டதாக நினைக்கும் பக்தன் எவ்வளவு பெரிய முட்டாளோ, அவ்வளவு பெரிய முட்டாள்தான். எந்தவிதப் பந்தபாசமற்ற என்னைக் கட்டிப் போட்டு விட்டதாகக் கருதிய வீரசேகரனும்! அவனோ வீரபாண்டியர் இனிச் சுலபமாக மூடுவண்டியில் இருந்து தேவியைச் சிறைமீட்டு விடுவாரென்று பரிபூரணமாக நம்பினான். அந்த நிம்மதியோடு பெரு மகிழ்ச்சியில் அவன் தன்னை மறந்து மரணக்கோட்டத்தின் பூஜைக்கிடங்கில் ஊர்மிளாவோடு வெகு உற்சாகமாகக் காதல் மொழிகளை ஓசைப்படாமல் உளறிக் கொண்டிருந்தான். அந்தச் சமயம் அங்கு ஒரு மூலையில் கட்டுண்டு கிடந்த நான், இருட்டில் ஏதோ ஒரு விஷப்பூச்சி என் கையைக் கடித்து விட்டதாகப் பாசாங்கு செய்து மரணவாய்ப்பட்டவன் போல் துடிதுடித்துப் புரண்டேன். அதை நம்பிப் பதறி ஓடிவந்த வீரசேகரனும், ஊர்மிளாவும் என் கைக்கட்டுகளை அவிழ்த்து விட்டார்கள். நான் சின்ன வயதில் அநாயாசமாக யோகாப்பியாச முறைகளைக் கற்றறிந்தவனாகையால் வெகு சுலபமாகச் சுவாசபந்தனம் செய்து செத்தவனைப்போல் விறைத்துக் கிடந்தேன். உடனே வீரசேகரன் 'ஓ' வென என் மார்பின்மீது விழுந்து அழுது, ''ஐயோ! என் அருமை நண்பா! ஆவி துறந்தனையோ? இனி என்று உன்னைக் காண்பேன்!'' என்றெல்லாம் கவிதைச் சுவையும் கலந்து பெண்களை விடப் பெரிதாக ஒப்பாரி வைக்கத் தொடங்கிவிட்டான். நான் பொறுத்துப் பொறுத்துப் பார்த்தேன்; அதிகமாகப் பொறுக்க முடியவில்லை. அதுதான் தக்க தருணமென்று என் அருகே கிடந்த என் வைடூரிய வாளை எடுத்து திடீரென்று வீரசேகரனின் மண்டையில் அடித்து அவனை மூர்ச்சிக்கச் செய்தேன். ஊர்மிளா துடிதுடித்து நிலை கலங்கி நெஞ்சு விம்ம, ''வீரசேகரா! வீரசேகரா!'' என்று அவன் கழுத்தைக் கட்டிக்கொண்டு புலம்பியவளாய் அவனுக்குச் சிச்ருஷை செய்யத் தொடங்கிவிட்டாள். அவளுக்கு அந்த நேரத்தில் தன் காதலனைத் தவிர வேறு உலக நினைவே இல்லை. நான் அதிசாவகாசமாக என் கால் கட்டுகளை அறுத்துக் கொண்டு இங்குவந்து சேர்ந்தேன்!''

அதைக்கேட்டதும் வீரபாண்டியன் எதைப் பற்றியோ துயரத்தோடு சிந்தித்தவனாய் ''அப்படியானால்... ஊர்மிளாவும், வீரசேகரனும் இன்னும் அந்த மரணக் கூண்டில்தான் அடைப்பட்டுக் கிடக்கிறார்களா?'' என்று அழுகையும், ஆத்திரமும் கலந்த குரலில் கேட்டான்.

''ஆமாம்! மரணக் கோட்டத்தை விட்டு வெளியேறுவதற்கு அவர்களிடம் அநுமதி ஓலைகள் இல்லை!'' என்று ஜனநாதன் அலட்சியமாகச் சிரித்தான்.

''வீரசேகரன் உமது அருமை நண்பன்! ஊர்மிளா என் அருமைத்தங்கை!'' என்று வீரபாண்டியன் பொருமினான்.

''அதனாலென்ன? இங்கே எனக்கு உம்மால் அபாயம் விளையுமென்றால் அங்கே காதலர்களுக்கு அபாயம் விளைந்து விடுமென்று நினைப்பீரல்லவா?'' என்றான் ஜனநாதன் விஷமமாக.

வீரபாண்டியன் தன் கைகளைப் பிசைந்தவனாக, ''நீர் மனித உணர்ச்சியற்ற ஒரு மிருகம்!'' என்று முனகினான்.

''அறிவாளிகள் எப்போதும் உணர்ச்சியற்ற மிருகமாய்த்தான் இருப்பார்கள்! அதுவும் பகவத்கீதையின் சாரத்தைப் படித்தறிந்த புத்திமான்கள் மனித உணர்ச்சிகளையே வேரோடு அறுத்தெறிந்த அவதாரங்களாகத்தான் இருப்பார்கள்! கர்ம வீரர்களான அவர்களுக்கு காரியந்தான் குறியே தவிர மனித உணர்ச்சிகளல்ல!'' என்று ஜனநாதன் சிரித்தான்.

''இரக்கமற்ற அரக்கன்'' என்று முனகிய வீரபாண்டியன், குரோதத்தோடு ஜனநாதனை உற்று நோக்கி, ''அந்த மூடுவண்டிக்குள் தேவி இருப்பாள் என்று சொன்னீர்! அவளை சிறை மீட்கக் கூடிய வழி வகைகளையும் குறிப்பிட்டீர்!'' என்று உறுமினான்.

''ஆமாம்! அப்படியெல்லாம் சொன்னேன்; ஆனால் எதிரியின் வாசகங்களை எள்ளத்தனையும் நீர் நம்பியிருக்கக் கூடாது! அந்த மூடுவண்டிக்குள் தேவிக்குப் பதிலாக எங்கள் சோழ மகாராணிதான் இருந்திருப்பார்!'' என்றான் ஜனநாதன்.

''என்னை வஞ்சித்து விட்டீர்!''

''அது வஞ்சனையல்ல! அரசியல் சாஸ்திரத்தில் அதற்கு இராஜதந்திரம் என்று பெயர்!''

''அந்த மூடுவண்டிக்குள் என் தேவி இருப்பாள் என்று நம்பி அவளைச் சிறை மீட்கப் பெரும் பிரயத்தனம் செய்தேன்!''

"வீரபாண்டியரே! உம் தேவியைப் பத்திரமாகச் சோழநாட்டிற்குக் கொண்டுபோய் ஒப்படைக்கும் பெரும் பொறுப்பு இந்த ஜனநாதக் கச்சிராயன் மீது சுமத்தப்பட்டிருக்கும்போது, தேவியை ஒருபோதும் என் கையிலிருந்து நழுவவோ, நீர் சிறை மீட்கவோ விடமாட்டேன் என்பதை நீர் எதிர்பார்த்திருக்க வேண்டும்!"

"மனைவியைச் சிறைமீட்பது மாவீரனின் கடமையாகும்!" என்று வீரபாண்டியன் சீறினான்.

"சிறை பிடிக்கப்பட்ட தேவியை எங்கள் சோழ மன்னரின் சிந்தை குளிர வேளமேற்றுவது என்னைப் போன்ற ராஜ விசுவாசிகளின் கடமையாகும்!"

"பிறன் மனைவியைச் சிறைப் பிடிப்பதே பெரும் பழியும் பாவமுமாகும்!"

"அந்தப் பாவந்தான் எங்கள் சோழ மன்னரின் சாம்ராஜ்யத்தைச் சுட்டெரிக்க முடியும்!" என்றான் ஜனநாதன்.

"தேவியை மீட்கலாம், தேவியின் முகதரிசனம் காணலாம்; தேவியோடும், அவர் குமாரனோடும் அமைதியாக அஞ்ஞாதவாசங் கூடப் புரிந்து ஆனந்தமாக வாழலாம் என்றெல்லாம் கனவு கண்டேன்!"

"நியாயமான கனவுதான்! நிறைவேற வேண்டிய ஆசைதான்!"

"ஆனால் அவ்வளவும் வீணாகிவிட்டது! இப்போது உம்மால் என் கடைசி முயற்சியும் படுதோல்வியடைந்து விட்டது" என்று வீரபாண்டியன் பொருமினான்.

"உம் ஆறுதலுக்காக நான் மிகவும் பரிதாபப்படுகிறேனென்று சொல்லிச் சிரிக்கலாம். ஆனால் இவ்வாறெல்லாம் என் மதியாலோசனைப்படியே சரிவர நிகழ்ந்து என் திட்டமனைத்தும் வெற்றிகரமாக நிறைவேறப் போகிறதென்று சொல்லும்போதுதான் எனக்கு அதிகமாகச் சிரிப்பு உண்டாகும்!" என்று ஜனநாதன் அதிகமாகவே சிரித்தான்.

"இதை இங்குள்ள என்னுடைய எண்ணற்ற பாண்டிய வீரர்கள் அறிந்தால், சூழ்ச்சியே உருவான உம்மை என்ன செய்வார்கள் தெரியுமா?" என்று வீரபாண்டியன் சீறினான்.

"என்னை அங்கம் அங்கமாக வெட்டி ஆளுக்கொரு அலங்காரச் சின்னமாக வைத்துக்கொள்ள வேண்டுமென அவர்கள்

ஆசைப்படலாம்! ஆனால் அது ஒரு போதும் நிறைவேற முடியாது! அதை நீர் விரும்பவும் மாட்டீர்!'' என்று ஜனநாதன் சிரித்தான்.

''நான் ஏன் விரும்பமாட்டேன்?'' என்று வீரபாண்டியன் கர்ஜித்தான்.

''ஏனெனில் பாண்டிமாதேவியின் கதி இனி என்ன ஆகும் என்பது என் ஒருவனுக்குத்தான் தெரியும்!'' என்றான் ஜனநாதன்.

''தேவியின் கதி என்ன ஆகும்? இப்போது தேவி எங்கிருக்கிறாள்?'' என்று பரபரப்புடன் கேட்ட வீரபாண்டியன், ''சோழநாட்டிற்கு அனுப்பப்பட்டு விட்டாளா?'' என்றான்.

''இன்னும் இல்லை!''

''அப்படியானால் இங்கே பாண்டிய நாட்டில்தான் இருக்கிறாளா?''

''இல்லை!''

''பின் எங்குதான் இருக்கிறாள்?''

''சேரநாட்டில்!''

''என்ன?'' என்று திடுக்கிட்ட வீரபாண்டியன், ''சேரநாட்டிலா?'' என்று ஆவலுடன் கேட்டான்.

''ஆமாம்; அதுவும் கேட்பதற்கு ஒரு சுவாரசியமான கதைதான் கேளும்!'' என்ற ஜனநாதன், ''உங்கள் பாண்டிமாதேவியை நான் எப்படிப் பத்திரமாகச் சோழநாட்டிற்குக் கொண்டுபோய் சேர்க்கப் போகிறேனோ என்று பலர் கவலைப்பட்டுக் கொண்டிருந்தார்கள். ஆனால் அதைப்பற்றி நான் சிறிதும் கவலைப்படவில்லை! பாண்டிமாதேவியை இனம் தெரியாதபடி ஒரு விவசாயப் பெண்ணாக உருமாற்றி நெல் நிரம்பிய கூட்டுவண்டியில் வைத்து இரகசியமாக சேரநாட்டிற்கு முன்பே அனுப்பிவிட்டேன்! அங்கு உம் மனைவியை ஈன்ற சேரமன்னரிடமே தேவியைச் சேர்ப்பித்தேன்! தேவியிடம் சிறையில் பிறந்த உம் திருக்குமாரனையும் சேர மன்னரிடமே ஏற்கனவே சேர்ப்பித்து விட்டேன். ஆனால் இப்போது நீர் அங்கு சென்றால் அவர்களை இப்போது அடைய முடியாது. அவர்களின் திவ்விய உருவங்களை உம் திருக்கண்ணால் தரிசிக்கவும் முடியாது!

''ஏன் முடியாது!''

''சேரமன்னர் இந்நேரம் உம் தேவியையும், தேவியின் குமாரனையும் அழைத்துக்கொண்டு நேரே சோழ நாட்டிற்குப் புறப்பட்டிருப்பார்!''

''சோழ நாட்டிற்கா? எதற்காக?''

''அங்கு எங்கள் சோழ மன்னரிடம் சரணாகதி அடைந்து பாண்டிமாதேவியையும், பாண்டிய குமாரனையும் ஒப்படைத்து சமரச உடன்படிக்கை செய்து கொள்வார்! அந்த விசுவாசத்திற்குப் பிரதியாக பரிவட்டங்களும், படைவரிசைகளும் பரிசாகப் பெறுவார்!'' அதைக் கேட்டதும் நாராசத்தைக் காய்ச்சிக் காதில் ஊற்றியது போல் துடிதுடித்த வீரபாண்டியன். ''இல்லை! இந்த இழிசெயல் புரிய சேரமன்னரின் உள்ளம் ஒருபோதும் இடந்தராது!'' என்று மெய்சிலிர்த்தான்.

''சேரமன்னரின் உள்ளம் இதற்கு இடம் தராதென்பது உண்மையாக இருக்கலாம்! ஆனால் அவருடைய அரசியலறிவு இதற்கு இடம் தரும்! ஏனெனில் அவர் அவ்வாறு செய்யாவிடில் சேரநாட்டை சோழர்கள் சூறையாடி சுடுகாடாக்கி விடுவார்களென்று பயமுறுத்தியிருக்கிறேன்!'' என்று ஜனநாதன் சிரித்தான்.

''நான் இப்போதே சேரநாட்டிற்குப் பாய்ந்து செல்வேன்: கோழைச் செயல் புரியாதபடி சேரமன்னரைத் தடுத்து நிறுத்துவேன்!'' என்று வீரபாண்டியன் துள்ளினான்.

''வீரபாண்டியரே! இந்த முயற்சி வீணாகிவிடும்! பாண்டிமாதேவியையும், பாண்டிய குமாரனையும் அழைத்துக் கொண்டு சேர மன்னர் பரம இரகசியமாகச் சோழநாட்டிற்கு எந்த வழியாகச் செல்கிறார் என்பது என் ஒருவனுக்குத்தான் தெரியும்! அந்த வழியை நான் சொல்லவும் மாட்டேன்!'' என்றான் ஜனநாதன்.

''அப்படியானால் என் தேவி ஜன்மசத்துருவான சோழமன்னனிடம் கொண்டு செல்லப்பட்டு வேளமேற்றப்படுவாளா? எங்கள் பாண்டிய குலத்தின் வீரவரலாற்றில் அது அழியாத அவமானச் சின்னமாக இருந்துவிடுமோ?''

''இனி அதை ஆண்டவனாலும் தடுக்க முடியாது! அது பாண்டிய வரலாற்றில் அழியாத அவமானச் சின்னமாகயிருந்து சோழ வரலாற்றை அழிக்கும் சின்னமாக மாறிவிடும்!'' என்றான் ஜனநாதன் உறுதியான குரலில்.

அதைக் கேட்டதும் வீரபாண்டியனுக்குப் பிரளயமே கண்முன் தோன்றிவிட்டது போலிருந்தது. அவனுடைய காலடியில் பிரளயத்

தீ உண்டாகி தேகமெல்லாம் பற்றியெரிவதுபோல் தகித்தது. அவனுடைய வீரபுஜங்கள் துடிதுடித்தன.

"என் தேவி சோழநாட்டில் அடிமைத்தாதியாக அவமானப்படுத்தப்பட்டால் இப்போது என்னிடம் எதிர்பாராத விதமாகச் சிக்கியுள்ள உங்கள் சோழ மகாராணி பழிக்குப் பழியாக அவமானப்படுத்தப்படுவாள்! இப்போதே மண் அதிர, விண் அதிர, மாற்றார் மனம் அதிர, நான் போர்முரசு கொட்டி சோழநாட்டின் மீது படையெடுப்பேன். சேரகுலச் செல்வியாகப் பிறந்து பாண்டிய குலத்தின் மணி விளக்காய் திகழும் என் தேவியை விட்டுவிடு என்று அறை கூறுவேன்! அதற்கு உங்கள் குலோத்துங்க சோழன் செவி சாய்க்கவில்லையென்றால் என் தேவியின் நெஞ்சத்துத் தீயையெல்லாம் அவனுடைய நெடு நகரெங்கும் பிரளயத் தீயாக விட்டெறிவேன்! அவனுடைய தனிப்பெரும் தலை நகரிலே தாழாமல் பட்டொளி வீசிப் பறக்கும் புலிக் கொடியைக் கிழித்தெறிந்து சோழ மகாராணியின் சடலத்தையே அவமானத்தின் கொடியாகப் பறக்கவிடுவேன்!'' என்று வீரபாண்டியன் காலக்கடைத் தீயென மூண்டெழுந்து, சோழ மகாராணி அமர்ந்திருக்கும் மூடுவண்டியை நோக்கித் திரும்பினான்.

அத்தியாயம் 120

கும்பிட்டு வாழ்வேனோ?

'கும்பிட்டு வாழ்வேனோ யான்
கூற்றையும் ஆடல் கொண்டேன்?'

– கம்ப ராமாயணம்

தங் கொண்ட யானையைப் போல் மூர்க்கமாக சோழ மகாராணியின் மூடு வண்டியை நோக்கிச் செல்ல முயன்ற வீரபாண்டியனை ஜனநாதன் தடுத்து நிறுத்தி, ''வீரபாண்டியரே ஆத்திரத்தால் அறிவிழந்து விடாதீர்! பழிக்குப் பழியெனப் பாய்ந்து எங்கள் சோழ மகாராணியை நீர் சிறைப் பிடித்தால் உம்முடைய வீரத்திற்குத்தான் வீண் அபவாதம் விளையும். அதனால் ஏற்படும் வேதனையைத் தாங்காமல் உம் தேவி உயிர்நீத்து விடுவாள்! ஏனெனில் உம் தேவியைப் போல் சோழ மகாராணியும் ஓர் அபலைதான்!'' என்றான். அதைக் கேட்டதும்

உயிரற்றவன் போல் ஒரு கணம் நின்றுவிட்ட வீரபாண்டியன், ''என் தேவியை நீங்கள் சிறையெடுத்தீர்கள்! அவளை அடிமைத் தாதியாக வேளம் ஏற்றப் போகிறான் உங்கள் குலோத்துங்க சோழ மன்னன்! இந்த நிலையில் உங்கள் சோழ மகாராணியை நான் சிறையெடுத்துப் பழிக்குப்பழி வாங்குவேன் என்று பறை சாற்றிப் பகைவர் நாட்டிற்கு என் தூதர்களை அனுப்பினால் குலோத்துங்கசோழன் பயந்து என் தேவியைவிட்டு விடுவான்!'' என்று உறுமினான்.

''இல்லை, வீரபாண்டியரே! பகைவரின் பயமுறுத்தலுக்குப் பயந்து சிறையெடுத்தவளை விட்டுவிட்டால் தம்முடைய தனிப்பெரும் வீரத்திற்கு இழுக்கு என்று நினைப்பார் எங்கள் சோழ மன்னர். தேவியை விட்டிடு. அல்லது ஆவியை விட்டிடு!'' என்று ஸ்ரீராமபிரானின் தூதர் அறை கூவியபோது, இராவணன் சீதையை விட்டானா? ஜானகி என்னும் நஞ்சு இலங்கேஸ்வரனின் ஆவியையும், கொடி நகரையும் சுட்டெரிக்க வந்த பெரு நெருப்பு என்று மந்திராலோசனை சபையிலுள்ளோர் எடுத்துரைத்த போதும் சிறையெடுத்த சீதையை இராவணன் சிறை நீக்கி அனுப்ப இசைந்தானா? இல்லை! சீதையை சிறையிலே காப்பதற்காக தன் நாடு, நகர், ஆவி அனைத்தையும் இழக்கவும் துணிந்தான், ஏகாதிபத்திய அரசியலிலே வளர்ந்து சர்வாதிகார பித்துப் பிடித்துள்ள ஆட்சியாளர்களுக்கு இதுபோன்ற மூர்க்கத்தனமான பிடிவாதகுணம் இருப்பதுண்டு, அவர்களுடைய ஏகாதிபத்தியம் அடியோடு அழியும் வரை தங்களுடைய மூர்க்கத்தனமான கொள்கைகளையும் கைவிட மாட்டார்கள்!'' என்றான் ஜனநாதன்.

வீரபாண்டியன் சிந்திக்கலானான், தன் தேவியை சோழர்கள் சிறைவிட மாட்டார்கள் என்பதும் பழிக்குப் பழியாக சோழ மகாராணியை தான் சிறை எடுக்கக் கூடாது என்பதும் உறுதியாயிற்று. இனி என்ன செய்வது என்று தெரியாமல் ஆத்திரத்துடன் கைகளைப் பிசைந்த வீரபாண்டியன், ''என் தேவி வடித்த கண்ணீருக்கெல்லாம் உங்கள் சோழ சாம்ராஜ்யம் சுட்டெரிக்கப் பட்டாலொழிய என் ஆத்திரம் அடங்காது!'' என்று குமுறினான்.

அவனை அனுதாபத்தோடு உற்று நோக்கிய ஜனநாதன், ''வீரபாண்டியரே! சோழ சாம்ராஜ்யத்தை அழிப்பது ஒன்றுதான் உம்முடைய ஒரே லட்சியம் என்றால் அந்த லட்சியத்தை நிம்மதியாக என்னிடம் ஒப்படைத்துவிடும்! அதை நான் நிறைவேற்றுகிறேன்! சோழ சாம்ராஜ்யத்தைச் சிதைக்க வேண்டுமென ஆதி முதல் திட்டமிடுபவனும், சர்வ வல்லமை பொருந்திய அந்த சாம்ராஜ்யத்தை அழிக்க ஆற்றல் படைத்தவனும் இந்த ஜனநாதன் ஒருவன்தான்

உண்டு!'' என்றான். அவனைச் சந்தேகத்துடன் உற்றுநோக்கிய வீரபாண்டியன் ''ஜனநாதரே! உங்கள் சோழ சாம்ராஜ்யத்தை சிதைக்க வேண்டுமென துவேஷம் ஏற்படும் அளவிற்கு உங்கள் குலோத்துங்க சோழர்மீது உங்களுக்கு என்ன விரோதம் உண்டு?'' என்று கேட்டான்.

''தனிப்பட்ட முறையில் எனக்கு எவர்மீதும் விரோதம் கிடையாது! அரசியல் துறையில் என்னுடைய பொது நலக்கொள்கைகளுக்காகத்தான் சோழ சாம்ராஜ்யத்தை சிதைக்க வேண்டுமென கங்கணம் கட்டியிருக்கிறேன்!'' என்றான் ஜனநாதன்.

''பொதுநலக் கொள்கையா? ஜனநாதரே, நீர் சோழ நாட்டவராய் இருந்தும் சோழ சாம்ராஜ்யத்தைச் சிதைக்க வேண்டுமென நினைப்பது எனக்கு வியப்பாகத் தோன்றுகிறது!''

''வீரபாண்டியரே! என்னை ஒரு சோழியன் என்று எப்போதும் நான் நினைத்ததில்லை. என்னை ஒரு மனிதனென்றுதான் எப்போதும் நான் நினைத்து வந்திருக்கிறேன். உண்மையில் நான் சோழர் குடியில் பிறந்தவனுமல்ல! நான் தோன்றியது பல்லவர் குலம்! ஜனநாதக்கச்சிராயன் என்ற என் பெயரே காஞ்சி மண்ணின் வாசனை எனக்கு உண்டு என்பதை அறிவிக்கும். ஆனால் எங்கள் பல்லவப் பேரரசை மீண்டும் நிறுவுவதற்காகச் சோழப் பேரரசை கறுவறுக்க விரும்புகிறேன் என்று நீங்கள் எண்ண வேண்டாம். முன்னொரு காலத்தில் எங்கள் பல்லவப் பேரரசு தமிழகத்தில் தன்னிகரில்லா தனிப்பெரும் சாம்ராஜ்யமாகத் திகழ்ந்தது. ஆனால், அது ஏகாதிபத்திய வெறிபிடித்து பலமொழி ராஜ்யங்களையும், கட்டியாளத் தொடங்கியதும் அதற்கு தமிழ்ப் பற்றே அற்றுப் போய்விட்டது. தமிழகத்தில் தாய்மொழியைத் தாழ்த்தி வடதிசை மொழிகளுக்கு ஆக்கம் தந்து வடநாட்டிலிருந்து வந்த வைதீக ஜாதியாசார வெறிகளுக்கும், சர்வாதிகாரக் கொடுமைகளுக்கும் இடமளித்தது. இதைக் கண்டு குமுறிய சோழர்கள் தமிழரசை நிறுவப்போவதாக வீர கீதம் பாடி கொதித்தெழுந்து விண்ணதிர, மண்ணதிர போர்முரசு கொட்டிப் பல்லவ சாம்ராஜ்யத்தைத் துடைத்தெறிந்துவிட்டு சோழ சாம்ராஜ்யத்தை உருவாக்கினார்கள். புகழ்பெற்ற இராஜராஜசோழர் காலத்தில் சோழசாம்ராஜ்யம் தமிழர்களின் நல்வாழ்விற்காக நடைபெறும் நல்லாட்சியாகவே விளங்கியது. ஆனால் பிற்காலத்தில் அதற்கும் ஏகாதிபத்திய வெறிபிடித்து பல மொழி ராஜ்யங்களையும் கட்டியாளத் தொடங்கி சர்வ வல்லமை பொருந்திய மாபெரும் சாம்ராஜ்யமாக உருவெடுத்த போது அதனுடைய அடிப்படைக் கொள்கைகளும் மாறிவிட்டன!'' என்றான் ஜனநாதன்.

"ஜனநாதரே! சோழ சாம்ராஜ்யத்தை அழித்துவிட்டு வேறு எத்தகைய சாம்ராஜ்யத்தை நிறுவ வேண்டுமென நீர் விரும்புகிறீர்?"

"சர்வ வல்லமை பொருந்தியுள்ள சாம்ராஜ்யங்கள் என்பவையே நம் நாட்டில் இருக்கக்கூடாது என்று விரும்புகிறேன்! வீரபாண்டியரே! ஒரு சாம்ராஜ்யம் சர்வசக்தி வாய்ந்ததாகப் பெருகப் பெருக, அதன் விஸ்தீரணம் அதிகரிக்க அதிகரிக்க, ஆட்சியாளர்களிடம் சர்வாதிகாரம் குவியக்குவிய, ஜனங்களின் உரிமையும், சுதந்திரமும், செல்வாக்கும் பறிபோய்விடும்! விஸ்தீரணமான சர்வ வல்லமை பொருந்திய சாம்ராஜ்யம் என்பது யதேச் சாதிகாரப் பாதையிலே ராஜநடை போட்டு தன்னுடைய ஆட்சி நீடிப்பையும், அதிகாரங்களையும், ஆடம்பரங்களையும், அபிலாஷை களையும், மூர்க்கத்தனமான லட்சியங்களையும், முரட்டுத்தனமாக நிலைநாட்டுவதிலேயே தன்னுடைய கருத்தையெல்லாம் செலுத்திக் கொண்டிருக்குமே தவிர, மக்களின் குரலையோ, உரிமைகளையோ, அபிலாஷைகளையோ சிறிதும் பொருட்படுத்தாது! மக்களுக்கு நன்மை செய்வதாகச் சொல்லிக்கொண்டே, மறைமுகமாக மக்களை மிதித்து நசுக்கிக்கொண்டு, தன்னுடைய சொந்த நன்மைகளைத் தான் அத்தகைய அரசாங்கம் கவனித்துக் கொண்டிருக்கும்! கிராம சுயாட்சியின் மூலம் ஜனங்களின் உரிமைகளும், தனி மனிதனின் சுதந்திரமும், நல்வாழ்வும் பெருக வேண்டுமானால் ஏகாதிபத்திய அரசியல் முறை ஒழிக்கப்பட வேண்டும்! இல்லையெனில் நாட்டில் அடிமைத்தனம் வேரூன்றி வளரவேண்டு மென்று தான் அத்தகைய ஆட்சியாளர்கள் பாடுபடுவார்கள்!"

"என்ன! அடிமைத்தனம் நாட்டில் வேரூன்றி வளர வேண்டுமென எந்த அரசாவது விரும்புமா?" என்று வீரபாண்டியன் வியப்புடன் கேட்டான்.

"வீரபாண்டியரே ஏகாதிபத்திய முறை அரசியலானது எப்போதும் தன் யதேச்சாதிகாரத்திற்குத் தேவையான அடிமைகளை உற்பத்தி செய்யவே விரும்பும். குடிமக்களையெல்லாம் தன்னுடைய செக்குமாடுகளாக்கவே ஆசைப்படும். மக்களின் உணர்ச்சி மழுங்கி தலைதூக்க முடியாதவாறு பிரஜைகளைத் தன் காலடியில் போட்டுக் கொண்டிருக்கவே திட்டமிடும். இதற்குத் தேவையான அடிமைத்தனம் மக்களின் உணர்ச்சிகளிலும், சந்ததிகளின் இரத்தத்திலும் ஊறிவிட வேண்டுமென்பதற்காக சாஸ்திர ரீதியான ஜாதியாசாரங்களையும் வேரூன்றி வளரச் செய்யும் வீரபாண்டியரே! சமதர்ம உணர்ச்சியோடு சமநிலையில் பிறக்கும் மனித இனத்தை, பிறப்பைக் கொண்டே நான்கு ஜாதிகளாகப் பிரித்து, ஒவ்வொரு ஜாதிக்கும் பல உட்பிரிவுகளை உண்டாக்கி, மக்களின் ஓரின உணர்ச்சியையும், ஒற்றுமையையும் பலவாறாகச் சிதறடித்து,

ஜாதிக்கட்டுப்பாடுகளை ஏற்படுத்தி, ஒவ்வொருவரும் தங்கள் ஜாதி ஆசாரங்களை அநுஷ்டிக்க வேண்டுமென தெய்வத்தின் பெயரால் பயமுறுத்தி மக்களைப் பிரித்தாள்வதுதான் ஜாதிவழி தர்மமாகும்! இவ்வாறு ஜாதி தர்மத்திற்கு ஆட்படும் மக்கள் சக்தியானது பல ஜாதிகளாகத் துண்டாடப்பட்டு, ஒரு ஜாதி மற்றொரு ஜாதிக்கு அடிமைப்பட்டு, எந்த ஜாதியும் எந்த தனி மனிதனும் தன் பிறப்பிலிருந்து முண்டவோ, முரண்டவோ, தலைதூக்கவோ முடியாதபடி ஒடுக்கப்பட்டு, சமத்துவ உணர்ச்சி மழுங்கிப்போய் சந்ததிதோறும் அடிமைத்தனத்தையே தேவாமிர்தமென ஊட்டி, வளர்த்து வரும் மக்களைப் பிரித்தாளும் இராஜதந்திரத்தையே அடிபடையாகக் கொண்ட ஏகாதிபத்திய முறை அரசியலானது, தன்னுடைய யதேச்சாதிகாரம் நிலைபெறுவதற்கு இந்த ஜாதிப் பிரிவினை பெரிதும் சௌகரியமாயிருக்கிறதென்றே உள்ளூரக் கருதும்! வெளிவேஷத்திற்காக எல்லோரும் சமம் என்றும், ஜனநாயகம் என்றும், ஜாதித் துவேஷம் கூடாதென்றும், யதேச்சாதிகார அரசாங்கம் இதோபதேசம் செய்துவருமே தவிர, மறைமுகமாக ஜாதிகளையும், ஜாதிவழி தர்மத்தையும் காப்பாற்றி வரவே பாடுபடும்! இத்தகைய வைதீக ஜாதிவழி தர்மம் வடநாடுகளிலிருந்து தெற்கே வந்து இங்குள்ள செல்வாக்குள்ள சாம்ராஜ்யங்களின் மூலம் புராதன கலாச்சாரம் என்ற பெயரில் வெகுநாளாகவே தென்னகத்தில் வேரூன்றி வளர்ந்து வருகிறது. வீரபாண்டியரே! வடக்கேயுள்ள சர்வாதிகார சாம்ராஜ்யங்கள்தான் ஆரம்பத்தில் இந்த வைதீக ஜாதி வழி தர்மத்தைத் தன் குரு பீடத்தில் வைத்து வளர்த்து வந்தன. இப்போது அந்நிய கலாச்சார படையெடுப்பினாலும் அந்நிய மதங்களின் மோதல்களினாலும் வடக்கேயுள்ள ஒவ்வொரு சாம்ராஜ்யமும் முறிந்து விழுந்துகொண்டு வருகின்றன. அங்கிருந்து உதைத்துத் தள்ளப்பட்ட ஜாதிவழி தர்மம் இப்போது தென்னாட்டிற்கு ஓடிவந்து எங்களுடைய செல்வாக்குள்ள சோழ அரசாங்கத்திடம் சரண் புகுந்து எங்கள் சர்வாதிகாரிகளின் மூலம் தமிழகத்தில் பெரு விருட்சமாக தழைத்தோங்க முயலுகிறது!''

''ஜனநாதரே சர்வாதிகாரத்தையும், ஜாதியாசாரக் கொடுமைகளையும் தவிர்ப்பதற்காக சோழ சாம்ராஜ்யத்தை சிதைக்கவேண்டுமென நீர் கூறலாம். ஆனால் அவ்வாறு அதைச் சிதைத்துவிட்டால் வடநாட்டில் சீறிப்புரளும் அந்நிய மதக் கலாச்சாரத்தினின் படையெடுப்பு நம் தென்னகத்திலும் சுலபமாகப் புகுந்துவிடுமே! நம்மிடையேயுள்ள சில ஜாதிக் கொடுமைகளையும், மூடக் கொள்கைகளையும், நாளடைவில் நாமே சீர்திருத்திக் கொள்ள முடியாதா என்றெல்லாம் உம்முடைய அரசியல் சகாக்கள் கூறக்கூடும்'' என்றான் வீரபாண்டியன்.

"இல்லை, பாண்டியரே! மனித மனோதத்துவ இயற்கையின்படி பார்த்தால் சாதாரணமாக நம்மை நாமே சீர்திருத்திக்கொள்ளமாட்டோம்! நம்மை வேறு யாராவது அடித்து உதைத்து தான் சீர்திருத்தவேண்டும்! அந்நிய மதத்தின் கலாச்சாரம் நம் தமிழகத்தில் புகுந்து மோதும்போதுதான் நம்முடைய மத கலாசாரத்திலுள்ள மூடக் கொள்கைகளைத் தூக்கி விட்டெறிந்துவிட்டு, நம்முடைய முன்னேற்றத்தைப் பற்றிச் சிந்தித்து, நம்மை சீர்திருத்திக் கொள்ளவேண்டிய தேவை ஏற்படும்!"

"ஜனநாதரே! உங்கள் குலோத்துங்க சோழமன்னன் கொடியவன் என்பதும் சர்வாதிகாரப் பித்தன் என்பதும் உண்மைதான். ஆனால் அவனைத் "தமிழாபரணன்" என்று புலவர்களெல்லாம் போற்றுகிறார்கள். சோழர்களின் புலிக் கொடி தாய் மொழியான தமிழைக் கடல்கடந்தும் உலகெங்கும் ஒளிவீசச் செய்யக்கூடவா உதவாது என்று உம்முடைய சகாக்கள் நினைக்கக்கூடும். அப்போது உம்முடைய தமிழுணர்ச்சியை முன்னிட்டாவது சோழ சாம்ராஜ்யத்தைக் கட்டிக்காக்க வேண்டுமென நீர் நினைப்பீரல்லவா?" என்று வீரபாண்டியன் கேட்டான்.

"இல்லை! ஆட்சியாளனுக்கு சர்வாதிகார வெறி ஏற ஏற சாம்ராஜ்யத்தின் விஸ்தீரணம் அதிகரிக்க அதிகரிக்க பல மொழி ராஜ்யங்களையும் கட்டி ஆள ஆள, அவனது தாய்மொழிப் பற்றுகூட இற்றுப் போய்விடும். அவனுடைய சர்வாதிகார வெறிக்கு அடிமைகள் மட்டுமே தேவைப்படுவார்கள்! மக்களை உணர்ச்சியற்ற அடிமைகளாகவும், பதில் பேசாத ஊமைகளாகவும் ஆக்க வேண்டுமென்றால், அவர்களுடைய தாய்மொழி உணர்ச்சியைத் தான் முதலில் மழுங்க அடிக்க முயல்வார்கள். இன்னும் சிறிது காலம் சென்றால், மிதிபடப்போகும் தாய்மொழி உணர்ச்சியின் உரிமைக் குரலைக்கூட குறுகிய மனப்பான்மையென்று கூறவும் கூசமாட்டார்கள். எங்கள் அரசியல் தலைவர்கள்! தமிழாபரணன் என்று போற்றப்படும் எங்கள் குலோத்துங்க சோழமன்னர் இப்பொழுது உண்மையிலேயே தமிழ் அபிமானம் அற்றவர்!" என்று சிரித்தான் ஜனநாதன்.

"உங்களுடைய சோழ அரசவையிலே கவிச்சக்கரவர்த்தி கம்ப நாடார், நன்னூல் ஆசிரியர் பவநந்தி முனிவர் முதலான பெரும் புலவர்களெல்லாம் வீற்றிருக்கிறார்கள். அவர்களை குலோத்துங்கன் ஆதரிப்பது வெறும் வெளிவேஷம் என்றாலும், அவனுக்குத் "தியாக விநோதன்" என்ற பட்டம் ஏற்பட்டிருக்கிறது. அவனுடைய புகழ் கடல் கடந்தும் பரவியிருக்கிறது. அவனுடைய மெய் கீர்த்திகளும், முது புலவர்களின் புகழ்மாலைகளும் அவனை

அலங்கரிக்கின்றன. குலோத்துங்க சோழனது புகழ் ஒன்றுதான் அவனுக்குப் பெரும் பலமாக இருக்கிறது!'' என்று வீரபாண்டியன் பொருமும் குரலில் முனகினான்.

ஜனநாதன் சிரித்துக் கொண்டே, ''வீரபாண்டியரே! யதேச்சாதிகாரி எப்போதும் புகழ்மாலைகள் சூடிக்கொள்ளவே ஆசைப்படுவான். அவை தனக்கு ஆத்ம திருப்தி தருவதோடு, மக்களின் அதிருப்தியையும் மறைக்குமென்றும் எண்ணுவான்! வெளி நாடுகளில் நம் மன்னருக்கு எவ்வளவு பெரிய மதிப்பு, நம் தேசக் கொடிக்கு எவ்வளவு பெரிய கௌரவம் நம் ஆட்சியாளரை அரும்பெரும் புலவர் பெருமான்களெல்லாம் எவ்வளவு பிரமாதமாகப் புகழ்கிறார்கள் என்பன போன்ற பெருமை உணர்ச்சிகளினால் பிரஜைகள் தம்முடைய அதிருப்தியையும், சுய தேவைப் பூர்த்திகளையும், குறைகளையும் ஓரளவு மறந்து விடுவார்களல்லவா? பல குறைபாடுகளையுடைய எங்கள் சோழ சாம்ராஜ்யம் சரிந்து விழாமலிருப்பதற்கு அடிப்படையான காரணம் இத்தகைய வெறும் பெருமை உணர்ச்சியும், எங்கள் குலோத்துங்க சோழ சக்கரவர்த்திகளின் மாபெரும் புகழுமேயாகும்? இந்தப் புகழை மட்டும் அழித்துவிட்டால் எங்கள் சோழ சாம்ராஜ்யமே பொடிப் பொடியாய்ப் போய்விடும்! பாண்டிமாதேவியை வேளமேற்றும் பழிச்சொல் ஒன்றே குலோத்துங்க சோழ தேவரின் புகழைப் புதைத்துவிடப் போதுமானதாகும்! கம்பராமாயணம் எழுதும்படித் தூண்டிய குலோத்துங்க சோழரே உண்மையான ராவண சந்நியாசி என்று உலகம் சிரித்தால் சோழ ராஜ்யம் சரிந்து விடும்!'' என்று ஜனநாதன் சிரித்தான்.

அதைக் கேட்டதும் வீரபாண்டியன் ஒருகணம் திகைத்து நின்றான். பிறகு ஜனநாதனை உற்றுநோக்கி, ''ஜனநாதரே! வெறிபிடித்த சோழ ராஜ்யத்தை நீர் அழித்து விடுவீர் என்பது உறுதிதானா?'' என்று கேட்டான்.

''உறுதிதான், வீரபாண்டியரே! ஜனநாதன் என்ற என் பெயருக்கேற்ப நான் ஜனங்களின் உரிமைகளை நிலைநிறுத்தக் கடமைப்பட்டவன். அதற்காக எங்கள் சோழ ஏகாதிபத்தியத்தை அடியோடு சிதைத்தெறியப் பலகாலமாகத் திட்டமிட்டு வருகிறேன். அதற்குத் தேவையான பலத்தைத்தான் இப்போதும் திரட்டிக் கொண்டிருக்கிறேன்'' என்றான் ஜனநாதன்.

''எத்தகைய பலம்'' என்று வீரபாண்டியன் கேட்டான்.

''வீரபாண்டியரே! நிதானமாகக் கேளும்: மாபெரும் இராஜத்துரோகியாகவும், முடிந்த வரையில் இராஜத்துரோகிகளைச் சிருஷ்டிக்கும் குருவாகவும் விளங்கும் நான் இப்போது மாபெரும்

இராஜவிசுவாசியாக நடித்து வருகிறேன்! இராஜப் பிரீதிக்காக நாங்கள் சிறைப் பிடித்த உம்முடைய தேவியையும், குமாரனையும் சேர மன்னரின் மூலம் பத்திரமாக எங்கள் சோழ நாட்டிற்கு அனுப்பி என் பொறுப்பை முதலில் நிறைவேற்றி விடுவேன்! தேவியை அங்கு வேளமேற்றியதும் எங்கள் சோழமன்னர் அக மகிழ்ந்து சேர மன்னருக்குப் பல மண் பூமிகளைப் பரிசளிப்பதோடு எனக்கும் பலவிதமான அதிகாரங்களையும் பலபடை வரிசை களையும், பல ஊர்களையும் பரிசளிப்பார். நான் குலோத்துங்க சோழரின் சாம்ராஜ்யத்திற்கே வலதுகரமாக ஆகிவிடுவேன்! அதன் பின்னர் வெகு சுலபமாக அதன் இடது கரத்தையும் வெட்டி எறிந்து விடுவேன். ''பகையாளியின் குடியை உறவாடிக் கெடு'' என்ற முதுமொழிக்கிணங்கசோழ மன்னரைக் கெடுத்து சோழ ராஜ்யத்தையும் அழித்து விடுவேன்!'' என்றான்.

அதைக் கேட்டதும் வீரபாண்டியன் தீயை மிதித்தவன் போல் திடுக்கிட்டுத் துள்ளி, ''ஆ! உம்முடைய அரசியல் லட்சியம் நிறைவேறுவதற்காக என் தேவி அடிமைத் தாதியாக வேளமேறி, வாழ்நாள் முழுவதும் கண்ணீர் சிந்த வேண்டுமா? பாராளுவதற்காக அவள் பெற்ற செல்வன் பகைவரின் பாசறையிலே வளரவேண்டுமா'' என்று உறுமினான்.

''வீரபாண்டியரே! ஆத்திரப்படாதீர்! உம்முடைய தேவியையோ, குமாரனையோ இனிச் சிறை மீட்க உம்மால் முடியாது!''

''என் தேவியை சிறை மீட்க முடியாவிட்டால் வீரப்போரிட்டு மடிந்து விடுவேன்!''

''நீர் மடிந்து விடுவதால் உம்முடைய தேவியின் துன்பங்கள் அதிகமாகுமே தவிர, தேவிக்கோ, தேவியின் குமாரனுக்கோ விடுதலை கிடைத்து விடாது''. ''வீரபாண்டியரே! நான் சொல்லுகிறபடி நீர் நடந்து கொண்டால் நீர் நிச்சயம் தேவியையும், குமாரனையும் அடையமுடியும்.''

''அடைய முடியுமா?'' என்று வீரபாண்டியன் அழுகையும், ஆவலும் கலந்த குரலில் கிரீச்சிட்டான். அப்போது அவனுடைய கரிய விழிகள் கண்ணீர் துளிகளுக்கிடையே ஜாஜ்வலயமாக ஜ்வலித்தன.

''ஆமாம்! உம் தேவியையும், குமாரனையும் நீர் நிச்சயம் அடைய முடியும்! கத்தியின்றி, இரத்தமின்றி, யுத்தமின்றி அவர்களை நீர் அடைய முடியும்! அரசியல் கவலைகளை மறந்து உம்தேவியோடு அனவரதமும் ஆனந்தமாக வாழ முடியும்! தேவி வடித்த

கண்ணீரையெல்லாம் புன்னகையாக நீர் மாற்ற முடியும்! வாழ்நாள் முழுவதும் நீர் நிம்மதியாக குடும்ப வாழ்க்கை நடத்த முடியும்! சிறையில் உம் தேவி பெற்ற குமாரனை பாண்டிய நாட்டிற்கு இளவரசனாகவும், சோழ நாட்டிற்கு எதிரியாகவும் வளரச் செய்யமுடியும்! இத்தனையும் முடியும் நான் சொல்லுகிற ஒரே வழியின் மூலம்!''

''அது என்ன வழி?'' என்று பரபரப்போடு கேட்ட வீரபாண்டியன் ஆவலோடு ஜனநாதனை ஏறிட்டு நோக்கினான்.

மந்தகாசம் செய்த ஜனநாதன் ஒரு கணம் மௌனமாக வீரபாண்டியனை உற்று நோக்கினான். பிறகு புன்முறுவலுடன் அமைதியாகவும், அழுத்தந் திருத்தமாகவும் கூறலானான்.

''வீரபாண்டியரே! உணர்ச்சி வசப்படாமல் நிதானமாகக் கேளும். உம்முடைய அன்புக்குரிய தேவியையும், குமாரனையும் நீர் அடைய வேண்டுமானால் நான் சொல்லப்போகும் ஒருவழிதான் உண்டு.''

''அது என்ன வழி?'' என்று வீரபாண்டியன் சற்று குழம்பியபடி கேட்டான்.

''வீரபாண்டியரே! உம்முடைய தேவியையும், குமாரனையும் பத்திரமாக சோழ நாட்டிற்கு அனுப்பியதும் என் பொறுப்பு தீர்ந்துவிடும்! தேவியை வேளமேற்றியதும் எங்கள் குலோத்துங்க சோழர் பெரிதும் அகமகிழ்வார். அந்தச் சமயம் நீர் கத்தியின்றி படைகளின்றி எங்கள் சோழ மகாராணியின் மூடுவண்டிக்கு சாரதியாக அமர்ந்து தனியொருவராக எங்கள் சோழநாட்டிற்கு வாரும். எங்கள் மன்னர்மீது பகை பாராட்டாது கண்ணியமாக சோழ மகாராணியை அவரிடம் ஒப்படையும். அதற்குப் பிரதியாக உம்முடைய தேவியைத் திருப்பித் தரவேண்டிய கடமை எங்கள் மன்னருக்கு ஏற்படும். உம்முடைய கண்ணியமான செயலைக் கண்ட நன்றியுணர்ச்சியினால் எங்கள் சோழ மகாராணி உமக்காக வாதாடுவாள். நீர் உடனே எங்கள் மன்னர்முன் அடிபணிந்து வணங்கி, அவரைப் பாமாலைகளால் வாழ்த்தி உம்முடைய பாண்டிமா தேவியைத் தானமாகத் திருப்பித் தரவேண்டுமென விண்ணப்பித்துக் கொள்ளும். தியாக விநோதரான எங்கள் மன்னர் உம்முடைய தேவியை உமக்கே தானமாகத் தந்துவிட்டு அதில் வேறு பெருமையும் அடைந்து கொள்வார்! உம்முடைய குமாரனையும் தானமாகத் தர வேண்டுமெனக் கேளும். அப்போது நான் உம்முடைய குமாரருக்கு எங்கள் சோழ மன்னரின் நினைவாக அவருடைய விருதுப் பெயர்களில் ஒன்றான ''பிரிதி குலாதீபதி'' என்று பெயரிட வேண்டுமென பெரிய ராஜப்பிரியனைப் போல்

சொல்லுவேன். நீர் அப்போது சிறிதும் அருவருப்பைக் காட்டிக் கொள்ளாமல், நீரும் ஒரு பெரிய ராஜப்பிரியனைப் போல் நடித்து உம்முடைய பாண்டிமாதேவி பெற்ற பாலகனுக்கு சோழ மன்னரால் சோழர் குலப் பெயரிடப்படுவது பெரும் பாக்கியமென்று சிறிதும் கூசாமல் சொல்லும். உடனே தியாக விநோதரான எங்கள் மன்னர் பெருமான் மாபெரும் சபையினரின் கரகோஷத்திற்கிடையே உம்முடைய குமாரனுக்கு இருநிதியும், பரிவட்டமும், இலங்கு மணிக்கலனும் நல்கி, உம்முடைய பாண்டிய நாட்டில் சில பூமிகளையும் தானமளிப்பார். பிறகு நீர் அவருக்கு ஒரு கும்பிடு போட்டுவிட்டு உம்முடைய தேவியையும், குமாரனையும் கூட்டிக் கொண்டு வந்து நிம்மதியாக வாழலாம்!'' என்றான் ஜனநாதன்.

இவ்வளவையும் ஆத்திரத்தோடு கேட்ட வீரபாண்டியன், ''என்ன? எமனையும் எதிர்த்து விளையாடும் வீரபாண்டியன் கோழைபோல் பகைவனைக் கும்பிட்டு வாழ்வானா? பாரி போயினும், மாரிமாரினும் வாரிக் கொடுக்க பாண்டியன் இருக்கிறான் என்று பெயர் பெற்ற வீரபாண்டியன் கடைசியில் தன் மனைவியையும், மகனையும் பகைவரிடமிருந்து யாசிக்கும் அளவிற்குப் பிச்சைக்காரனாகி விடுவானா? கூசாமல் கூறிவிட்டீர், ஜனநாதரே! சிறிதும் கூசாமல் கூறிவிட்டீர்! எமனையும் எதிர்க்கத் துணிந்த இந்த வீரபாண்டியன் கோழைபோல் ஒருவரையும் கும்பிட்டு வாழமாட்டான் என்பதை இனிமேல் போர்க்களத்தில்தான் கூறுவான்!'' என்று குமுறி எழுந்தான்.

''வீரபாண்டியரே! ஆத்திரப்படாதீர்! சற்றுப் பொறும், உம்முடைய நிலையை யோசித்துப் பாரும்!'' என்றான் ஜனநாதன்.

''என்னுடைய நிலை என்ன?'' என்று வெடுக்கென்று கேட்டான் வீரபாண்டியன்.

''வீரபாண்டியரே! இப்போது உமக்கு வெண் கொற்றக்குடை இல்லை! நாடுநகர் இல்லை! முடியும்! கொடியும் இல்லை, மாற்றார் மீது படையெடுக்கும் மன்னருக்குரிய தாசங்கம் எதுவுமே உமக்கு இப்போது இல்லை! இனி எப்போதுமே உமக்கு ஏற்படாது!''

''ஏன் ஏற்படாது?'' என்று வீரபாண்டியன் சீறினான்.

''எங்கள் சோழ மன்னரால் இந்தப் பாண்டிய நாட்டில் போலி மன்னனாக முடி சூட்டப்பட்டிருக்கிறானே விக்கிரமபாண்டியன் அவனுடைய பத்தினிக்கு நீர் கொடுத்த இரண்டு வரங்களை நினைத்துப்பாரும்!'' என்றான் ஜனநாதன்.

''இரண்டு வரங்களா?'' என்று அதிர்ச்சியடைந்த வீரபாண்டியனுக்குக் குரல் தழதழத்தது.

''ஆமாம்! இரண்டு வரங்கள்! விக்கிரம பாண்டியன் பத்தினி உம்மிடம் கண்ணீருடன் கேட்ட வரங்கள் இரண்டுதான்! அவளுடைய நாயகன் ஆயுள் முழுவதும் இந்தப் பாண்டிய நாட்டை அரசாள வேண்டுமென்பது ஒருவரம்! அதற்கு இடையூறு ஏற்படாமலிருக்க நீர் அஞ்ஞாத வாசம் புரிய வேண்டுமென்பது இரண்டாவது வரம்! அவ்விரண்டு வரங்களையும் அவளுக்கு நீர் கொடுத்துவிட்டீர்! அவற்றின் பிரகாரம் உம்மைவிட இளைஞனான விக்கிரம பாண்டியன் தன்னுடைய ஆயுள் முழுதும் அரசாளும்வரை நீர் அஞ்ஞாத வாசந்தான் புரியமுடியும்! அதாவது, உம்முடைய ஆயுளுக்குள் நீர் இனி அரசாட்சிக்கு வர முடியாது!'' என்றான் ஜனநாதன் கணீரென்று.

வீரபாண்டியனுக்கு ஆத்திரத்தினிடையே அழுகை வந்து விடும் போலிருந்தது.

''வீரபாண்டியரே! நன்றாகச் சிந்தித்துப் பாரும்! உம்முடைய ஆயுளுக்குள் நீர் இந்தப் பாண்டிய நாடுக்கு மணிமுடி சூட முடியாது! அஞ்ஞாத வாசத்தை விட்டு அரசியல் துறையில் ஈடுபட முடியாது. உமக்குப் பின் உம்முடைய வம்ச விளக்காய் மணி முடிசூட வேண்டிய உம்முடைய பாலகனோ பகைவரான எங்கள் சோழ மன்னரின் பாசறையிலே வளர வேண்டிய நிலைக்கு ஆளாகியிருக்கிறான்!''

அதைக் கேட்டதும் வீரபாண்டியனுக்கு அழுகையே வந்துவிட்டது.

''வீரபாண்டியரே! வேதனைப்படாதீர்! விக்கிரமனின் பத்தினிக்கு நீர் கொடுத்த இரண்டு வரங்களுக்குப் பதிலாக அவள் உமக்கு கொடுத்த இரண்டு வாக்குறுதிகளைச் சிந்தித்துப் பாரும்! அவளுடைய பிராணநாதனுக்குப் பின்னால் பாண்டிய நாட்டின் அரசுக் கட்டிலில் அவளுடைய சந்ததி எதையும் ஏறி அமர விடுவதில்லை என்றும், அதற்காகத் தன் ஆயுள் முழுவதும் கன்னி விரதம் மேற்கொள்ளுவதாகவும் ஒரு வாக்குறுதி அளித்தாள்! உம்முடைய தேவி சிறையில் பெற்றெடுத்த பாலகனையும் அவளிடம் கொண்டுபோய் கொடுத்தால் அவனைத் தன் குமாரனைப் போல் பாவித்து எதிர்காலத்தில் சோழர்களை எதிர்த்தொழிக்கும் ஆற்றலுள்ள வீரத்திரு மகனாக வளர்த்து பாண்டிய நாட்டின் அரியணைமீது அமர்த்துவதாக மற்றொரு வாக்குறுதி அளித்தாள்! அவ்விரண்டு வாக்குறுதிகளையும் நீர் பரிபூரணமாக நம்பலாம்!'' என்றான் ஜனநாதன்.

வீரபாண்டியன் குழம்பினான்.

"வீரபாண்டியரே! நான் சொன்னபடி இப்போது சர்வ வல்லமை பொருந்திய எங்கள் சோழ சக்கரவர்த்தியை அடி வணங்கி, அவருடன் சமரசம் செய்து கொண்டு உம்முடைய தேவியையும், குமாரனையும் தானம் பெற்றுவாரும்! அதன் பின்னர் உம்முடைய குமாரனையும் விக்கிரம பாண்டியனின் பத்தினியிடம் கொடுத்து விட்டு, உம்முடைய வீரவாளையும் என்னிடம் கொடுத்துவிட்டு, அரசியலையே அடியோடு மறந்துவிட்டு, தேவியுடன் எங்காவது அஞ்ஞாத வாசம் சென்று அமைதியான குடும்ப வாழ்க்கையில் ஈடுபட்டு, உம்முடைய ஆயுள்பரியந்தம் ஆனந்தமாக வாழும். விக்கிரமபாண்டியன் பத்தினி உம்முடைய குமாரனை வீரத்திருமகனாய் வளர்த்து, சோழ சாம்ராஜ்யத்தை சுட்டெரிக்கும் வெற்றி பெருமகனாய் உலகுக்குத் தருவாள். அப்போது நானோ, என் சந்ததியாரோ உம்முடைய வீரவாளை உம்முடைய வீரமகனின் திருக்கையிலே கொடுத்து சோழ குலத்தை கருவறுக்கும் திருப்பணியைத் தொடங்கிவிடுவோம்! சோழ ஏகாதிபத்தியத்தைச் செல்லரிக்கச் செய்து நாசமாக்கும் இலட்சியம் என் காலத்தில் முழுசாக முடியாவிட்டாலும் என் சந்ததியாரின் காலத்தில் முற்றுப் பெற்றுவிடும்! அதைப்பற்றி உமக்குக் கவலையோ, சந்தேகமோ சிறிதும் வேண்டாம்!" என்று ஜனநாதன் உறுதியான குரலில் சொன்னான்.

(ஜனநாதன் குறிப்பிட்டபடி அவனாலும் அவனுடைய சகாக்களாலும், சில சாமந்தகர்களாலும், அவனுடைய சந்ததிகளாலும் சோழப் பேரரசு நலிவுற்று நாசமுற்று மறைந்தது என்பது பிற்காலச் சரித்திரமாகும்)

வீரபாண்டியன் அழுகையும், ஆத்திரமும் ஒன்றையொன்று மிஞ்ச துயரத்துடன் பொருமிச் சிரித்தான்.

"ஜனநாதரே! எத்தனையோ இலட்சியக் கனவுகள் கண்ட இந்த வீரபாண்டியன் விதியால் வஞ்சிக்கப்பட்டு வகையற்றுப் போய், தன் மனைவியையும், மகனையும் பிச்சையாகப் பெற்று கடைசியில் அரசியலைவிட்டே ஒதுங்கி, சரித்திரத்தை விட்டு மறைய வேண்டுமா?" என்று வீர புயங்களெல்லாம் துடிதுடிக்க நெஞ்சு குமுறி பற்களைக் கடித்துக் கொண்டு பெண் பேதையைப் போல விம்மினான்.

"வீரபாண்டியரே! அரசியலிலிருந்து நீர் விலகுவதைப் பற்றிச் சிறிதும் கவலைப்படாதீர்! அரசியல் என்பது உம்மைப் போன்ற உத்தம உள்ளம் படைத்தவர்களுக்கோ, உணர்ச்சியாளர்களுக்கோ ஏற்றதல்ல! மனித உணர்ச்சிகளையும், உன்னத லட்சியங்களையும் களிமண் பொம்மைகளாக உருட்டி விளையாடும் என்னைப் போன்ற இருதயமற்ற அரக்கர்களுக்குத்தான் அரசியல் ஏற்ற தொழிலாகும்!

அரசியல் துறையில் நல்லவர்களைவிட பொல்லாதவர்கள்தான் வெற்றி கண்டு சரித்திரத்தை உண்டாக்கமுடியும்! நீர் சரித்திரத்தை விட்டு மறைவதைப்பற்றியும் கவலைப்படாதீர்.! ஏனெனில் மனைவி மக்களோடு ஆனந்தமாக வாழ்க்கை வாழ விரும்புபவனுக்குச் சரித்திரமில்லை! சரித்திரத்தை விரும்புகிறவனுக்கு மனைவி மக்களோடு கூடிய வாழ்க்கை இல்லை! இந்த இரண்டு பெரும் உண்மைகளில் முதலாவதற்கு உதாரணமாக நீர் விளங்கும்! இரண்டாவதற்கு உதாரணமாக நான் விளங்குவேன்!'' என்றான் ஜனநாதன்.

வீரபாண்டியன் சிறிது சிந்தித்தான். ஆனாலும் அவனது ஆத்திரம் முழுவதும் அடங்கிவிடவில்லை. அவன் கரகரக்கும் குரலில் ஜனநாதனை நோக்கி ''ஜனநாதரே! நான் அரசியலைவிட்டு விலகுவதையோ, சரித்திரத்தைவிட்டு மறைய நேருவதையோ குறித்து நான் கவலைப்படவில்லை! ஆனால் தலைமுறை தலைமுறையாக வீரபரம்பரையில் தோன்றிய வீரபாண்டியன் கடைசியில் கோழைபோல் கும்பிட்டு வாழ்ந்தான் என்ற பழிச்சொல் எங்கள் பாண்டிய சரித்திரத்தில் இடம் பெற வேண்டுமா! அதைவிடத் தேவியையும், குமாரனையும் முன்னிட்டு, வீரபாண்டியன் வீறு கொண்டெழுந்து வீரப் போரிட்டு வீர மரணம் அடைந்தான் என்ற புகழே மேலானதாகும்!'' என்றான்.

''வீரபாண்டியரே! புகழ் என்பது வெறும் கானல் நீர்தான்! அதற்காக வாழ்வை இழப்பது வெறும் அறியாமையே ஆகும்! வீரம் என்பதோ தன் பலத்தை உணராமல் எதிர்த்துச் சாவதல்ல! எந்த நிலையிலும் வாழ்க்கை வாழ்வதுதான் உண்மையான வீரமாகும்! இதை உலகம் உணரும் காலத்தில், இப்போது வீரம், புகழ், நாடு, இனம் முதலானவற்றைப்பற்றி உலகம் கொண்டுள்ள அபிப்பிராயங்களின் சரித்திரமே அடியோடு மாறிவிடும். வீரபாண்டியன் வீழ்ந்தான் என்பதைவிட வாழ்ந்தான் என்பதுதான் உம்முடைய தேவி வடித்த கண்ணீரையெல்லாம் புன்னகையாக மாற்றும் என்பதை மறந்துவிடாதீர்!'' என்றான் ஜனநாதன்.

வீரபாண்டியன் குழம்பி தயங்கி நின்றான்.

''வீரபாண்டியரே! இன்னும் என்ன தயக்கம்? ஒருபுறம் தேவியோடு அமைதியாக வாழும் இன்ப வாழ்க்கை: உம் குமாரன் சோழ ஏகாதிபத்தியத்தை எதிர்க்கும் வீரத் திருமகனாய் வளர்ந்து உமது லட்சியத்தை நிறைவேற்றக்கூடிய எதிர்காலம்! இன்னொரு புறம் வீரமரணம் என்ற பெயரால் தற்கொலை! வீரப்புகழ் என்ற பெயரில் வெறும் அர்த்தமற்ற சூன்யம்; உம்முடைய லட்சியத்திற்கு அற்ப ஆயுள்; உம்முடைய தேவிக்கு விதவைக்கோலம்; உம்முடைய குமாரனுக்குப் பகைவரின் பாசறையிலே வாசம்! இவ்விரண்டில்

நீர் எதைத் தேர்ந்தெடுப்பீர்? உம்முடைய அறிவு முன்னதைத்தான் தேர்ந்தெடுக்கச் சொல்லும்! உம்முடைய உணர்ச்சியோ பின்னதைத் தேர்ந்தெடுக்கச் சொல்லும்! உணர்ச்சி சொல்வதைவிட அறிவு சொல்வதைக் கேட்பவன்தான் பகுத்தறிவுள்ள மனிதனாவான்!'' என்று தீர்க்கமாகச் சொன்னான் ஜனநாதன். அவனை வீரபாண்டியன் ஒரு தடவை நிமிர்ந்து நோக்கினான் அவனுடைய கருவிழிகளில் நீர் துளிர்த்தன. அவனுடைய உதடுகள் தளர்ந்து மெல்லத் துடித்தன. அவனை உற்று நோக்கிய ஜனநாதன் அவன் என்ன பதில் சொல்லப் போகிறான் என்பதை உணர்ந்து கொண்டவனாய் புன்முறுவல் செய்தான்.

அத்தியாயம் 121

காதலின் கனிவு

'என் உயிர் துறந்து
பொன்றி நீங்குதல்
புரிவேன் யான்
போதி நீ! என்றாள்.

– கம்ப ராமாயணம்

மதுரை மாநகரில் சோழருக்கு அடிமையாய் விக்கிரம பாண்டியனின் பொம்மை அரசாங்கத்தை நிலைநிறுத்தி விட்டோம் என்ற பெருமையும், பூரிப்பும் சோழ ராஜ தந்திரிகளுக்கு ஏற்பட்டிருந்தது. பாண்டிய நாட்டின் சுதந்தரத்திற்காகப் போராடிய வீரபாண்டியனின் கட்சியினரை ஒழித்து விட்டோம் என்றும் புரட்சிக்காரர்களை ஒழித்துவிட்டோம் என்றும் அவர்கள் எக்காளமிட்டார்கள். இனி மதுரையம்பதியில் பொம்மை அரசாங்கத்தைப் பாதுகாக்க சோழர்களின் மாபெரும் நிலப்படையை நிறுத்தி வைக்கவேண்டிய அவசியமில்லை என்றும் கருதினர்.

அந்தச் சமயம் சோழ மண்டலத்தில் உள்நாட்டுக் குழப்பங்களும், சாமந்தர்கள், சிற்றரசர்கள் முதலானவர்களிடையே மத்தியப் பேரரசின் சர்வாதிகாரப் போக்கிற்கு எதிரான கருத்துக்களும், இராஜத் துரோக சிந்தனைகளும்,

எல்லைப்புறங்களில் சந்தர்ப்பத்தை எதிர்நோக்கும் அயலரசர்களின் படையெடுப்பைப் பற்றிய பீதியும் பெருகியிருந்ததால், சோழ ஏகாதிபத்தியத்தைப் பாதுகாக்கத் தலைநகரான பழையாறையில் எந்த நேரமும் தயாராக ஒரு மாபெரும் படையை உருவாக்கி வைப்பது அத்தியாவசியமென்றும், அதற்கு மதுரை மாநகரிலுள்ள சோழரின் நிலப்படையைக் கொண்டுபோவது இன்றியமையாதது என்றும், சோழ மன்னருக்கு அந்தரங்க ராஜவிசுவாசிகளான உடன் கூட்டத்துப் பெருமக்கள் சிலர் முடிவு செய்தனர். அப்படையில் சென்ற சோழ வீரர்களும், அதிகாரிகளுங்கூடத் தங்கள் தாயகம் திரும்பி தங்கள் மனைவி மக்களைக் காணத் துடித்துக் கொண்டிருந்தனர்.

மதுரையைவிட்டு சோழர்களின் நிலப்படை புறப்படுவதற் காகக் குறிப்பிட்ட தினத்தன்று, சதிகாரர்களெனப் பிடிக்கப்பட்டு, மரண தண்டனை விதிக்கப்பட்டு, மரணக்கூண்டில் அடைத்து வைக்கப்பட்டுள்ள நூற்றுக்கணக்கான குற்றவாளிகள் அனைவரையும் இடையறாமல் யானைக் காலால் தலையிடறச் செய்து, அந்தக் கோரக் காட்சி பாண்டிய மக்களின் நெஞ்சங்களைவிட்டு என்றென்றும் அகலாதபடி, அதை ஒரு கோரக்கொலை விழாவாக நடத்திக் காண்பித்து, சர்வ வல்லமை பொருந்திய சோழ ஏகாதிபத்தியத்தின் சீற்றத்தைப்பற்றிய பயத்தையும், அதன் அடக்கு முறைக் கொள்கையைப் பற்றிய அச்சுறவையும் பாண்டிய நாட்டில் நிலைநிறுத்தி, சுதந்திர ஜீவனின் எழுச்சி என்றென்றும் எழாதபடி ஒழித்துவிட்டுப் போக வேண்டுமென்றும் சோழ இராஜ தந்திரிகள் திட்டமிட்டிருந்தனர்.

யானைக்காலால் தலையிடறும் படலம் நிகழ்வதற்குரிய தினம் பிறந்துவிட்டது. தண்டனைக் கோட்டையிலுள்ள மரணக்கூண்டு என்னும் கல் கூடத்திற்குள் அடைப்பட்டுள்ள நூற்றுக்கணக்கான அரசியல் குற்றவாளிகள் எந்த மரண தினத்தை நினைத்து நினைத்துச் செத்து செத்துப் பிழைத்துக் கொண்டிருந்தார்களோ அந்தத் தினம் பிறந்துவிட்டது!

அன்றையத் தினம் மதயானைகளால் குற்றவாளிகளின் தலைகளை இடறிக் கொல்லும் வைபவத்தைச் சரித்திரப் பிரசித்தி பெற்ற ஒரு கொலை விழாவாக நடத்துவதற்குப் பிரமாதமான ஏற்பாடுகளெல்லாம் சோழியர்கள் செய்திருந்தனர்.

தண்டனைக்கோட்டத்தின் முன்னாலுள்ள விசாலமான பொட்டலிலே பிரும்மாண்டமான கொலைக்களம் ஒன்று உருவாக்கப்பட்டிருந்தது. அதன் நடுநாயகமாக உயர்ந்த கம்பமொன்று நடப்பட்டு அதன் உச்சியின்மீது சோழர்களின்

புலிக்கொடி வானளாவிப் பறந்து கொண்டிருந்தது. சிவப்புநிறப் பட்டுத்துணியில் பொன் ஜரிகையால் புலி உருவம் புனையப்பட்ட அந்தக் கொடியானது இரத்தத் தடாகத்தில் நீந்தி விளையாடுவதற்காக யதேச்சாதிகாரப் புலி வாலைச் சுருட்டிக் கொண்டு காத்திருப்பது போல் இருந்தது. அந்தக் கம்பத்தின் கீழே விக்கிரம பாண்டியனின் மீன்கொடி சக்தியற்று ஜீவனற்றுத் தாழ்ந்து பறந்து கொண்டிருந்தது. கொலைக்களத்தைச் சுற்றி வடக்கயிறுகள் கட்டப்பட்டு, அரசியல் தலைவர்களும், ஊர் மக்களும் அமர்ந்து வேடிக்கை பார்ப்பதற்கோ, வேதனைப்படுவதற்கோ இடங்கள் ஒதுக்கப்பட்டிருந்தன. சோழ ராஜதந்திரிகளும், அதிகாரிகளும் அமர்வதற்கு ஒருபுறம் உயர்தரமான தனி ஆசனங்கள் போடப்பட்டிருந்தன. விக்கிரமபாண்டியனின் பெயரால் சோழர்கள் நடத்தும் இந்தக் கொலை விழாவை அங்கீகரிப்பதற்கு அடையாளமாக அந்தப் பொம்மை அரசரின் இராஜப் பிரதிநிதிகளுக்கும் ஆசனங்கள் அமைக்கப்பட்டிருந்தன.

குற்றவாளிகளின் தலையை யானைக்காலால் இடறுவதற்குச் சோழர்களின் யானைப்படை அதிகாரியான அத்திமல்லர் குலோத்துங்க சோழ சம்புவராயர் தம்முடைய யானைப்படையில் இருந்து முரட்டு யானைகள் இரண்டைத் தேர்ந்தெடுத்து அவற்றிற்கு மதமூட்டி மேலும் மூர்க்கமுள்ளவையாக ஆக்கியிருந்தார். அவற்றின் தும்பிக்கைகளின்மீது நவமணிகள் மின்னும் தங்க முகபடாம் அணிவித்து; சித்திர வேலைப் பாடுகளமைந்த யவனதேசத்துப் பட்டு விரிப்புகளாலும், புலிக்கொடியுடன் கூடிய பொன் அம்பாரிகள் முதலானவற்றாலும் அலங்கரித்து கொலைக்களத்தில் பலிபீடத்தின் முன்னால் இரண்டையும் இணையாக நிறுத்தியிருந்தார். அவற்றின்மீது எமகிங்கரர்களைப்போல யானைப் பாகர்கள் அங்குசத்துடன் வீற்றிருந்தனர். நெஞ்சிலுள்ள கொஞ்சம் ஈரமும் உலரும்படியாக அவர்கள் உண்ட கள்வெறியின் போதையில் அவர்களுடைய உருட்டு விழிகள் தீச்சட்டிகள்போல் சிவந்திருந்தன.

இரண்டு யானைகளின் முன்னாலுள்ள பலிபீடம் நூதன அமைப்புகளுடன் விளங்கியது. அதில் இரண்டு நபர்களைக்

கழுத்தளவிற்கு ஒன்றாக நிறுத்தி வைக்கும்படியான ஆழமும், அகலமும் உள்ள குழிகள் தோண்டப்பட்டிருந்தன. கொலை விழாவைத் துவங்குவதற்கு குறித்த உதயாதி நாழிகை வந்தது, முரசு அறைவித்ததும் மரணக் கூண்டில் அடைப்பட்டிருக்கும் நூற்றுக்கணக்கான குற்றவாளிகள் குறுவாசல் வழியாக இரண்டு இரண்டு பேராக வரிசையாக இழுத்துவரப்படுவார்கள். இரு யானைகளின் அருகே தயாராகக் காத்திருக்கும் இரண்டு யவன முரடர்கள் அவ்விருவரையும் பிடித்து இழுத்துப் பலிபீடத்திலுள்ள குழியில் ஜோடியாக இறக்கி கழுத்தளவிற்கு நிறுத்துவார்கள். அதற்குத் தேவையான இரும்புப் பிணைகளும் பிடிகளும், தேவையான அளவு பாதங்களை உயர்த்தவும், இறக்கவும், கூடிய விசைப் பீடங்களும், மற்றும் விசைக் கருவிகளும் அந்தப் பலிபீடத்தின் குழியில் பொருத்தப்பட்டிருந்தன. பிறகு மணி அடித்ததும் இரண்டு யானைகளும் கால்களைத் தூக்கி அவ்விரு தலைகளையும் காலால் இடறிப் பந்துபோல் உதைத்துத் தள்ளும். பலி பீடத்தின் நேர் எதிரே சற்றுத் தொலைவில் குலோத்துங்க சோழ சக்கரவர்த்திகளின் உருவச்சிலை நிறுவப்பட்டிருந்தது. அந்தச் சிலையின் காலடிகளில் குற்றவாளிகளின் தலை உருண்டுவந்துவிழும் படியாக எந்த யானை அதிகமான தூரம் அதிகமான தலைகளை உதைத்துத்

தள்ளுகிறதோ, அந்த யானைக்குப் பயிற்சியளித்த திறமைசாலிக்கும், யானைப் பாகனுக்கும் ஐந்நூறு பொன் முடிப்பு பரிசளிப்பதாக யானைப்படை அதிகாரி அறிவித்திருந்தார். அந்தப் போட்டி மனப்பான்மையால் யானைப் பாகர்களின் விழிகளும் இரண்டு யானைகளின் முன்னங்கால்களும் துடிதுடித்துக் கொண்டிருந்தன. தலைகளைப் பொறுக்கி முண்டங்களையும் எடுத்து ஒருபுறம் குவித்து வைப்பதற்குத் தேவையான கூடைகளோடு தோட்டிகள் தயாராக நாலாபுறமும் நின்று கொண்டிருந்தனர்.

அன்றையத் தினம் அதிகாலையிலிருந்தே ஊர் ஜனங்களும், அதிகாரிகளும் அந்தக் கோரக் காட்சியைக் காணக் கொலைக்களத்தில் குழுமத் தொடங்கி விட்டனர். கலவரம் ஏற்படாமல் காப்பதற்கு ஆங்காங்கே சர்வ ஆயுதபாணிகளான காவலர்களும், ஜனங்களை எழுந்திராமல் கழியால் அடித்து அடக்கி ஒழுங்காக உட்கார வைப்பதற்குக் குதிரை வீரர்களும் நிறுத்தி வைக்கப்பட்டிருந்தனர். மேலும், மதுரையைவிட்டுப் புறப்படத் தயாரான சோழரின் நிலப்படை முழுதும் யானைக்காலால் தலையிடறும் படலத்தை வேடிக்கை பார்ப்பதற்காக ஒருபுறம் அணிவகுத்து நின்றனர். ஆலவட்டம் ஏந்துவோரும், முரசறைவோரும், கட்டியம் கூறுவோரும், கணக்கெடுப்போரும், காரியம் நிகழ்த்துவோரும், குற்றேவல் புரிவோரும், குதிரைகள் மீதேறி உலாவி மேற்பார்வையிடுவோருமாக சோழிய சேவகர்களும், யவன தேசத்து அடிமைகளும், அதிகாரிகளும் அந்தக் கொலைக் களத்தில் ரத்தவெறி பிடித்த பேய்களைப் போல் காட்சியளித்தனர்.

மக்களுக்காக ஒதுக்கப்பட்ட இடங்களில் ஆண்களும், பெண்களும், குழந்தைகளும் அடங்கலாக ஊர்மக்கள் அனைவரும் ஒருமிக்கத் திரண்டிருந்தனர். ஆனால் அவர்களில் பெரும்பாலோர் மதயானைகளின் கால்களால் மனிதர்களின் தலைகள் பந்தாடப் படுவதை வேடிக்கை பார்க்க வந்த உல்லாசிகள் அல்லர்! சாகப் போகிற குற்றவாளிகளின் மீது உறவு உரிமையோ, அநுதாபமோ உடையவராகவே இருந்தனர். மணாளனைப் பிரியும் மனைவி, மகனைப் பிரியும் தாய், தவச்செல்வியைப் பிரியும் தந்தை, தாய் தந்தையரைப் பிரியும் குமாரர்கள், தாயின் மடியிலிருந்து தந்தையின் முகத்தைத் தேடும் மழலைமொழிச் செல்வங்கள், அரசியலிலோ, வாழ்விலோ ஆருயிர்த் தோழர்களைப் பிரியும் நண்பர்கள் இத்தகையோரே அந்தக் கூட்டத்தில் நிறைந்திருந்தனர். சாகப் போகிற குற்றவாளிகளை ஜீவத்துடிப்போடு கடைசியாக ஒருமுறை காணவும் தங்கள் கண்ணீராலோ, கதறலாலோ தங்களுடைய ஆத்மீகத் தொடர்புள்ள அன்பையெல்லாம் காட்டி இந்த உலகை நீப்போருக்கு ஆத்ம சாந்தியளிக்கவும் அவர்கள் வந்திருந்தனர். கூட்டத்தில் வெகு சிலரே தங்கள் கண்ணெதிரில் தங்கள்

எதிரிகளின் தலைகள் பந்தாடப்படுவதைக் கண்டு கொக்கரிக்க வந்திருந்தனர்.

குற்றவாளிகளின் தலைகள் யானைக் கால்களால் இடறப்படும்போது அந்தப் பயங்கரத்தைக் கண்டோ, இடறப்பட்டு உதைத்துத் தள்ளப்படும் தலைகள் கூட்டத்தில் வந்து விழும்போதோ, யாராவது ஓலமிட்டு மூர்ச்சிக்கவோ நெஞ்சு வெடித்து மடியவோ நேரிட்டால், உடனே அவர்களைத் தூக்கிச் செல்லப் படைகளுடன் பிணந்தூக்கிகளும், மருந்துப் பெட்டிகளுடன் நோயாளிகளைத் தேடியலையும் வைத்தியர்களும் ஆங்காங்கே மக்கள் கூட்டத்தினிடையில் உலாவிக் கொண்டிருந்தனர்.

கொலைக்களத்தில் இவ்வாறு மரணதேவதையின் கோரக்கூத்திற்கு மேடை தயாரிக்கப்பட்டு ஒத்திகைகள் நடந்துகொண்டிருந்த போது, தண்டனைக் கோட்டத்திலுள்ள மரண மாளிகையெனும் கருங்கல் சிறைக் கூடத்தில் அடைத்துத் திணிக்கப்பட்டிருந்த நூற்றுக்கணக்கான குற்றவாளிகள் சாவை எதிர்நோக்கி அணு அணுவாகச் சித்திரவதைப்பட்டு அரைச் சவங்களாகிவிட்டார்கள்.

எமதேவனின் கோர நிழலாட்டத்தைக் கண்டு வெகுண்டு குற்றவாளிகள் குழம்பிய மனதுடன் நடைபிணங்களாய் அங்கு உயிர் ஊசலாடிக்கொண்டிருந்தனர். விம்மல் ஒலிகளும், ஏக்கப் பெருமூச்சுகளும், இடையிடையே 'வீல்' என்ற அழுகைகளும், சுதந்திர கீதத்தின் தாரக மந்திரங்களும் அந்தக் கூட்டத்தில் நிரம்பி வழிந்தன.

அங்கு ஒருபுறம் கருங்கற் சுவரிலுள்ள சிறு ஜன்னல் போன்ற காற்றுத் துவாரத்தின் வழியாகக் கொலைக்களத்தில் இருந்து வரும் ஆரவாரங்களும், மதயானைகளின் கர்ஜனைகளும், மணியோசைகளும், அதிகாரிகளின் ஊளைகளும், ஜனங்களின் ஓலங்களும், பெண்டிர் பாலகரின் அழுகுரல்களும் பயங்கரமாக எதிரொலித்தன.

அந்தச் சிறு ஜன்னலின் வழியாகக் குற்றவாளி எவரேனும் எட்டிப் பார்த்தால், கொலைக்களத்தின் மிகவும் முக்கியமான பகுதி தெரியும்படியாக இருந்தது. இரண்டு முரட்டு யானைகள் துறுதுறுத்த கால்களுடன் பலி பீடத்தின் முன்னால் கோர ரூபங்களாக நிற்கும் காட்சி வெகு தெளிவாகத் தெரிந்தது.

அவ்விரண்டு யானைகளின் கால்களால் தங்கள் தலை இடறப்பட்டு பந்துபோல் உதைத்துத் தள்ளப்படும் காட்சியைக் கற்பனை செய்து பார்த்த சிலர் வீறிட்டு அலறி மூர்ச்சித்து

விழுந்தனர். சிலர் அதைக் கற்பனை செய்து பார்க்கக்கூடப் பயந்தவர்களாகக் கண்ணையும் கருத்தையும் இறுக மூடிக்கொண்டு, மனதை மடக்கி வேறு சிந்தனைகளிலோ தியான நித்திரைகளிலோ செலுத்த முயன்று கொண்டிருந்தனர்.

அங்கு அரசியல் குற்றவாளிகளுக்குத் தலைவனாகவும், பாண்டியப் புரட்சி வீரனாகவும் தோன்றிய மாரப்பதேவன் சககுற்றவாளிகளை நோக்கி "இலட்சியத் தோழர்களே! பாண்டிய வீரர்களே! மண்ணெல்லாம் பொன் விளையும் தென்னகத்தின் சுதந்திரத்திற்காக, நாம் பிறந்த பொன்னாட்டின் விடுதலைக்காக, நாம் உயிர்த் தியாகங்கள் செய்ய முன்வந்திருக்கிறோம். நாம் சாவைக் கண்டு அஞ்சக் கூடாது! நாம் சுதந்திர கீதம் பாடிக்கொண்டே சென்று, எமனையும் துச்சமென மதித்து; நாம் அமைதியாகவும், ஆனந்தமாகவும், கம்பீரமாகவும், வீரமரணத்தை ஏற்கவேண்டும். "விதிகாயினும் வீரம் வெல்லற்கரியவர்" என்பதை நிரூபிக்கவேண்டும். அதுதான் விதியால் வீழ்ந்துவிட்ட வீரபாண்டியச் சக்கரவர்த்தியவர்களுக்கு நாம் செலுத்தும் ஆத்மீகக் கடனாகும்! சூழ்ச்சியே உருவான சோழர்களோ மதயானைகளை நம் கண்முன் நிறுத்தி சிறு குழந்தைகளுக்குப் பூச்சாண்டி காட்டுவது போல் பயமுறுத்தி நம்மைக் கோழைகளாக்கிக் கொல்ல முயல்கிறார்கள். நாம் அதற்கு ஒருபோதும் இடந்தரலாகாது!" என்று வீரமொழிகளைச் சொல்மாரியாகப் பொழிந்தான்.

அங்கு குற்றவாளிகளுக்கிடையே சைவப்பழம்போல் வீற்றிருந்த ஒரு கிழவர், "சிவ! சிவா! மரணத்தைவிட இந்த மரணபயம்தான் பொல்லாதது! இதை வெல்லுவதற்கு நம் சுவாமிகள் தேவாரத்தில் அற்புதமான பாடலொன்றை அருளியிருக்கிறார். மரணபயம் தோன்றும் போதெல்லாம் எல்லோரும் சேர்ந்து இந்தப் பாடலை பாடுங்கள், பயம் பறந்துவிடும்!" என்று சொல்லிவிட்டுக் கணீரென்ற குரலில் பின்வருமாறு பாடலானார்.

"நாமார்க்கும் குடியல்லோம், நமனை அஞ்சோம்

நரகத்தில் இடர்ப்படோம், நடலை யள்ளோம்....."

அவர் முழுவதும் பாடி முடிக்கவில்லை. அதற்குள் வெளியே கொலைக்களத்திலிருந்து ஏதோ முரசு அடிக்கும் சப்தம் கேட்டது. மதயானைகளுக்குப் பலியாக வேண்டிய நேரம் நெருங்கி விட்டதோ என்ற பீதியில் குற்றவாளிகளின் முகங்களிலே பிரேதக்களை படர்ந்துவிட்டது.

ஆனால் அப்போதும் அங்கு அரைச் சவங்களாகிவிட்ட நூற்றுக்கணக்கான குற்றவாளிகளுக்கிடையே இருகாதலர்களின்

முகங்கள் மட்டும் ஒன்றை ஒன்று நோக்கி அளவில்லாத ஆனந்தத்தால் பிரகாசித்துக் கொண்டிருந்தன. அவை ஊர்மிளாவின் முகமும், வீரசேகரனின் முகமுந்தான் என்று சொல்லத் தேவையில்லை.

"ஊர்மிளா, வாழ்வு ஒன்று சேர்க்க முடியாத நம்மை சாவு ஒன்று சேர்க்கப் போகிறது! அதை நினைக்கும்போது எனக்கு மிகவும் ஆனந்தம் உண்டாகிறது. இந்தச் சாவு எனக்கு மிகவும் இனிமையானது!" என்றான் வீரசேகரன் பரவசத்தோடு.

"நான்தான் சதிகாரி! உங்கள் சோழ சாம்ராஜ்யத்திற்கு எதிராகச் சதி புரிந்தவள். நான் மரணதண்டனை விதிக்கப்பட்டுச் சாகவேண்டியதுதான்! ஆனால் நீங்கள் ஒரு குற்றமும் அறியாதவர்! என்னால்தான், என்மீது நீங்கள் வைத்த அன்பால்தான் இந்தக் கதிக்கு ஆளானீர்கள். ஆமாம்; நான் உங்களுக்கு ஒரு நோயாகிவிட்டேன்" என்று பொருமினாள் ஊர்மிளா.

"ஊர்மிளா உன்மீதுள்ள காதல் என் உயிரை வாட்டும் நோய் என்றால், அது மிகவும் இனிமையான நோய்! உயிர் வாட்டும் அந்த நோய் உன்னோடு நான் உயிர் நீத்தாலும் நீங்காது!" என்றான் வீரசேகரன்.

"மேலதிகாரியிடம் நீங்கள் மன்னிப்பு கேட்டுக் கெஞ்சினால் உங்களை விட்டுவிட மாட்டார்களா? சதிகாரி நான் சாகிறேன்! நல்லவர் நீங்கள் போய்விடுங்கள்!"

"ஊர்மிளா! அந்த வீண் பேச்செல்லாம் இப்போது வேண்டாம். இனி நாம் உயிரோடு இருக்கப்போவது கொஞ்ச நேரம்! அதற்குள் நம் உள்ளத்திலுள்ள அன்பையெல்லாம் பற்றிப் பேசுவோம்!" என்று வீரசேகரன் அன்பின் உரிமையோடு செல்லமாகக் கோபித்துக் கொண்டான். ஊர்மிளா நெஞ்சு விம்மினாள். அவளுடைய அழகிய கருவிழிகளை ஊடுருவிப் பார்த்த வீரசேகரன், "ஊர்மிளா! உனக்கு மரணத்தைக் கண்டு பயம் உண்டாகிறதா!" என்று கேட்டான்.

"இல்லை!" என்று அவனை நிமிர்ந்து நோக்கிய ஊர்மிளா ஆனந்தக் கண்ணீர் சொரிந்தாள். தன்னையறியாமலேயே அவனுடைய கையைக் கெட்டியாகப் பிடித்துக் கொண்டாள்.

"அந்தப் பயங்கரமான மதயானைகளின் முன் நீ தனியாகச் சென்றால் அளவில்லாத துயரமடைவாய், இல்லையா?"

அதை வீரசேகரன் கேட்டதும் அவளுடைய முகம் வெளுத்துவிட்டது. அவனைப் பிடித்திருந்த அவளுடைய மெல்லிய கைகள் 'வெட வெட'வென்று ஆடின.

"ஊர்மிளா! உன் கையைப் பிடித்துக் கொண்டு நான் துணையாக வந்தால் உனக்குச் சாவது ஆனந்தமாக இருக்கும் இல்லையா?" என்று வீரசேகரன் கேட்டதுந்தான் ஊர்மிளாவின் முகத்தில் உயிரின் ஒளி திரும்பி வந்தது.

"நீங்கள்... நீங்கள்" என்று என்னவோ சொல்ல வாயெடுத்த ஊர்மிளா, மதயானைகளின் கர்ஜனை கேட்ட திசைப்பக்கம் வெறித்து நோக்கினாள்.

அவளுடைய முகத்தைக் கனிவுடன் திருப்பிய வீரசேகரன், "ஊர்மிளா! என்னைக் கெட்டியாகப் பிடித்துக்கொள்! இனி நாமிருவரும் இணைபிரியாமல் இருப்போம். நாமிருவரும் ஜோடியாக மதயானைகளின் முன் அழைத்துச் செல்லப்பட்டு ஒன்றாகப் பலி யிடப்பட்டால், நாமிருவரும் ஒருவர் கையை ஒருவர் பிடித்துக் கொண்டு ஒருவர் முகத்தை ஒருவர் அன்புடன் பார்த்துக் கொண்டிருக்கும்போது, நம்மிருவரின் இறுதி மூச்சுகளையும் ஒன்றாக விட்டுவிட நேர்ந்தால் எவ்வளவு நன்றாய் இருக்கும்? நம்மிருவர் இறுதி மூச்சுகளும் ஒன்று கலந்துவிடும்! நம்மிருவரின் ஆத்மாவும் இரண்டறக் கலந்துவிடும்!" என்றான்.

"அதற்கு என் பாக்கியம் எப்படியிருக்கிறதோ?" என்று பெருமூச்சு விட்ட ஊர்மிளா நடுங்கினாள்.

"கவலைப்படாதே ஊர்மிளா! சாவின் முனையில் நம்மிருவரின் கரங்களையும் ஒன்று சேர்த்த இனிமையான விதி நம்மிருவரின் இறுதி மூச்சுகளையும் ஒன்று சேர்த்துவிடும். அவ்வாறு என் ஆத்மாவில் ஏதோ ஒன்று உள்ளூரச் சொல்லுகிறது!" என்று வீரசேகரன் நம்பிக்கையோடு சொன்னான்.

"அவ்வாறானால் நான் பெரும் பாக்கியவதிதான்!" என்றாள் ஊர்மிளா.

அதன்பிறகு அந்த மரணக்கூடத்தின் இருண்டதொரு மூலையை நோக்கி ஊர்மிளாவை அழைத்துச் சென்ற வீரசேகரன், "ஊர்மிளா! நமக்குச் சாவு இனிமையானது. அதற்கு முன்னாலுள்ள இந்த நேரம் இனிமையானது!" என்று கூறியவாறு அணைத்துக் கொண்டான்.

அப்படியே ஊர்மிளா அவனுடைய கழுத்தை கட்டிக்கொண்டு அவனுடைய வீரபுஜங்களில் முகம் புதைத்து, நெஞ்சு விம்ம ஆனந்தக்கண்ணீர் சொரியலானாள்.

அப்போது, "என்ன தம்பி? சாவின் முனையில் காதலா?" என்று விஷமப் புன்னகையுடன் கேட்டுக்கொண்டே வந்த

ஜனநாதன், "சாகப்போகிற நேரத்தில்தான் காதலர்களுக்கு சிருங்கார ரசம் அதிகமாக இருக்கும் என்று சொல்வார்கள். அது உண்மைதான் போலிருக்கிறது!" என்று சிரித்தான். அவனது குரலைக் கேட்டதுமே வெறுப்புடன் 'வெடுக்'கென்று திரும்பிய ஊர்மிளா, "வீரபாண்டியச் சக்கரவர்த்தியின் கதி என்னவாயிற்று?" என்று அழுகையும், ஆத்திரமும், அளவில்லாத துயரமும் கலந்து சீறுங்குரலில் கேட்டாள்.

அதற்கு வழக்கம்போல் விஷமப் புன்னகையுடன் ஜனநாதன், "உன் வீரத்தமையனுக்கு நல்ல கதிதான் ஏற்பட்டிருக்கிறது. நான் அவரைச் சிறைப் பிடிக்கவில்லை. அவர்தான் மூடுவண்டியில் தேவி இருப்பாள் என்று நினைத்து அதற்குச் சாரதியாகச் சென்று அதிலுள்ள எங்கள் சோழ மகாராணியைப் பழிக்குப் பழியாகச் சிறைப்பிடிக்க முயன்றார். அது சரியான வழியல்ல என்று நான் தான் தடுத்து, அந்தச் சாரதிக்கு கிருஷ்ணபகவானைப் போல ஒரு வழி காட்டினேன். ஆனால் குரு க்ஷேத்திரத்தின் போராட்டத்திற்கல்ல. பிருந்தாவனத்தின் புதுவாழ்விற்கு!" என்று சிரித்துவிட்டு விக்கிரமனூர் எல்லையில் தனக்கும் வீரபாண்டியனுக்கும் இடையே நடந்த வாக்குவாதங்களின் சாராம்சத்தைக் கூறிவிட்டு, "உன் அன்புத் தமையரான வீரபாண்டியர் தம் தேவியோடு ஆயுள் முழுவதும் அமைதியாகவும், ஆனந்தமாகவும் குடும்ப வாழ்க்கை நடத்த வேண்டுமென்றால் நான் சொல்கிற வழிப்படி நடந்தால்தான் முடியும் என்றேன். அவர் கடைசியில் அதன் பிரகாரம் நடக்க மனப்பூர்வமாகச் சம்மதித்து விட்டார்!" என்றான்.

"அது என்ன?" என்று பரபரப்போடு ஊர்மிளா கேட்டாள்.

"எங்கள் சோழ மகாராணி சென்ற மூடுவண்டிக்கு உன் வீரத்தமையர் சாரதியாக அமர்ந்து, படைகள் இல்லாமல், தன் உடைவாள் கூட இல்லாமல், தனி ஒருவராக அந்த வண்டியை எங்கள் தலைநகருக்கு ஓட்டிச் சென்று எங்கள் சோழ மகாராணியை எங்கள் மன்னரிடம் கண்ணியமான முறையிலே ஒப்படைப்பார். அது கண்டு அகமகிழப்போகும் எங்கள் அரசரிடமிருந்து தம் தேவியையும், குமாரனையும். தம் நாட்டில் கொஞ்சம் நிலத்தையும் தானமாகப் பெற்றுத் திரும்பி வருவார். பிறகு சிறையில் தேவி ஈன்ற பச்சிளம் பாலகனை இந்த நாட்டில் வீரத் திருமகனாய் வளர்க்கும்படி விக்கிரமபாண்டிய மன்னனின் பத்தினியிடம் கொடுத்து விடுவார். அதன் பிறகு அரசியலைவிட்டே ஒதுங்கித் தம் தேவியுடன் அஞ்ஞாதவாசம் சென்று எங்கோ கண்காணாத இடத்தில் ஆயுள் முழுவதும் ஆனந்தமாகக் குடும்ப வாழ்க்கை நடத்திக் கொண்டிருப்பார்.

இவ்வளவும் நிச்சயமாக நடைபெறும் என்பதை நீங்கள் பரிபூரணமாக நம்பலாம்! அவர் என் கண்முன்பாக சோழ மகாராணியின் மூடுவண்டியைச் சோழ நாட்டை நோக்கி ஓட்டிச் செல்லும்போது அவர் அரசியலைவிட்டு ஒதுங்கி விட்டதற்கு அடையாளமாக அவருடைய வீரத் திருவாளை என்னிடம் கொடுத்து விட்டுப் போனார். இதோ அந்த வாள்!

இந்த வீரவாளைக் கொண்டே அவர்விட்டுச் செல்லும் லட்சியக்கனவை வருங்காலத்தில் அவருடைய சந்ததியாரும், என்னுடைய சந்ததியாரும் சேர்ந்து நிறைவேற்றுவார்கள் என்று நான் வாக்குறுதியளித்திருக்கிறேன்!'' என்று சொல்லி வீரபாண்டியனின் வெற்றி வாளை ஊர்மிளாவிடம் காட்டினான்.

அந்த வீரவாளின்மீது ஊர்மிளா அன்பின் துளிகளாக ஆனந்தக் கண்ணீர் சொரிந்தாள். அவளுடைய முகம் திருப்தியடைந்து கண்ணீரிடையே இலட்சியப் புன்முறுவலுடன் அதி உன்னதமாகப் பிரகாசித்தது.

"என் வீரத் தமையரின் லட்சியக் கனவு என்றோ ஒருநாள் நிச்சயமாக நிறைவேறும். இனி அவர் தம் தேவியோடு நிம்மதியாக வாழ்வார்!

சிறையில் பிறந்த அவருடைய செல்வம் சிறப்புடன் வாழும்! இப்போதுதான் என் மனம் நிம்மதியடைந்தது. இனி நான் ஆனந்தமாகச் சாவை அணைப்பேன்!'' என்று ஊர்மிளா துள்ளினாள்.

"கொஞ்சம் பொறு! நீ ஆனந்தமாகச் சாவை அணைக்கச் சென்றால் உன்னை அணைத்துக் கொண்டிருக்கும் வீரசேகரனும் அந்தச் சாவை அணைக்க வந்துவிடுவான். நான் அநாவசியமாக என் அரிய நண்பன் ஒருவனை இழக்க விரும்பவில்லை; நீங்களிருவரும் பொல்லாத சாவிற்கு விருந்தாகாமல் சேர்ந்து வாழ ஏதாவது வழி தேடவேண்டும்!'' என்றான் ஜனநாதன்.

"இனி ஒரு வழியுமில்லை!'' என்றான் வீரசேகரன் நிராசையுடன்.

ஏதோ தீவிரமாகச் சிந்தித்த ஜனநாதன் ''கடைசியாக ஒருமுறை முயற்சி செய்து பார்க்கிறேன்! அது என் இயல்புக்கே மாறாக, இதுவரை இந்த ஜனநாதன் செய்யாத, செய்ய விரும்பாத செயலாக இருந்தாலும் கவலையில்லை!'' என்று சொல்லி விட்டு வேகமாக வெளியே சென்றான்.

✥ ✥ ✥

அத்தியாயம் 122

மரணத்தை மாற்ற முடியுமா?

மரணம் என்ற ஒரு பொருள்
மாற்று வன்மையேோய்!

– கம்ப ராமாயணம்

மரண தண்டனை விதிக்கப்பட்டுச் சிறையிலடைக்கப்பட்டுள்ள குற்றவாளிகள் அனைவரும் காவற்படை அதிகாரியான ஏகவாசக வாணகோவரசரின் பொறுப்பிலே இருந்து வந்தனர். ஆனால் அவர்களுக்கு யானைக் காலால் தலையிடறச் செய்து மரண தண்டனை நிறைவேற்றும் பொறுப்பு யானைப்படை அதிகாரியான அத்திமல்லர் சம்புவராயரைச் சேர்ந்ததாகும்.

அன்றைய தினம் இன்னார் இன்னார் யானைக்காலால் கொல்லப்பட்டு மரண தண்டனை நிறைவேற்றப்பட வேண்டும் என்று வரிசைக் கிரமமாகப் பெயர் எழுதியுள்ள ஓலைகளில் ஏகவாசகர் வெகு வேகமாகத் தம் கைமுத்திரையை நாட்டிக்கொண்டிருந்தார். அந்தக் கிழவர் நெற்றியில் திருவெண்ணீறு பூசி சைவப் பழமாய் விளங்கினாலும் அவருடைய முகம் கருணை என்பதையே கண்டிராதது போல 'கடு கடு'வென்றிருந்தது. எந்தக் காரியத்தையும் சிறிதும் தயவு தாட்சண்யமில்லாமல் செய்யக்கூடியவரென்பதையும் எடுத்துக் காட்டிற்று.

மரண ஓலைகளில் வரிசைக்கிரமமாக எழுதியுள்ள குற்றவாளிகளின் பெயர்களை மீண்டும் ஒருமுறை நம் மனதிற்குள்ளே படித்துக்கொண்டே ஏகவாசகர் எல்லா ஓலைகளிலும் தம்முடைய அதிகார பூர்வமான கைமுத்திரை சரியாக இருக்கிறதா என்று பரிசோதிக்கலானார்.

அந்த மரண ஓலைகளை அனுப்பி முத்திரையின் மூலம் குற்றவாளிகளைத் தம் சிறையிலிருந்து மரணப் பொட்டலுக்கு அகற்றி யானைப்படை அதிகாரியான சம்புவராயர் வசம் ஒப்படைத்துவிட்டால் அதோடு அவர் பொறுப்பு தீர்ந்துவிடும். அதன் பிறகு குற்றவாளிகளில் எவரையேனும் அன்றையத் தினம்

கொல்லாமல் தள்ளிப்போட வேண்டுமென்று அவரே விரும்பினாலும் அது முடியாத காரியமாகி விடும். மரண ஓலைகளை அவர் வழங்கிவிட்டால் அதன் பிறகு மாற்றி எழுத அவருக்கே அதிகாரம் கிடையாது. இவை சோழ அரசாங்கத்தின் நிர்வாகம் வகுத்திருந்த அதிகார வரம்புகளாகும்.

ஏகவாசகர் அதிகவனமாய் மரண ஓலைகளைப் பரிசோதித்துக் கொண்டிருந்த சமயம் ஜனநாதன் அவசரமாக அங்கு வந்தான்.

அவன் முகத்தில் வழக்கமாக உறைந்திருக்கும் விஷமப் புன்னகையும், நிதானமும், திடசித்தமும் எங்கோ ஓடி மறைந்துவிட்டன. இப்போது அந்த முகத்திலே பரப்பரப்பும் உணர்ச்சிக் கொந்தளிப்புமே காணப்பட்டன.

அவன் ஏகவாசகரை ஒருபுறம் தனியாக அழைத்துச் சென்று மெல்லிய குரலில் அந்தரங்கமாக உரையாட முயன்றான். ''என்ன ஜனநாதா என்றுமில்லாத திருநாளாய் என்னிடம் தோழமை கொள்ள வந்திருக்கிறாய்? ஏதாவது உன் சூழ்ச்சி நாடகத்திற்கு என்னைப் பகடைக்காயாக உபயோகப்படுத்தும் திட்டமா?'' என்று ஏகவாசகர் கேட்டார்.

''ஏகவாசகரே! இந்த ஜனநாதன் இதுவரை எவரையுமே பொருட்படுத்தி எதையும் மனந்திறந்து கேட்டதில்லை. இப்போது முதன் முதலாக என் சுபாவத்திற்கே மாறாக, உம்மைப் பொருட்படுத்தி ஒன்று கேட்கப் போகிறேன். அதை நீர் மறுக்கக்கூடாது. உம்மோடு அதிகம் வாதாடவும் இப்போது அவகாசமில்லை. மரண தண்டனை விதிக்கப்பட்ட வீரசேகரனின் உயிரும், ஊர்மிளாவின் உயிரும் ஊசலாடிக் கொண்டிருக்கின்றன. அவ்விருவரையும் அநாவசியமாக மதயானைகளுக்குப் பலியிடாமல் விட்டுவிட வேண்டும். அந்த மரண ஓலையிலுள்ள அவ்விருவரின் பெயர்களையும் அடித்து விடும்!'' என்று பதறியவனாய் ஜனநாதன் கேட்டான்.

''முடியாது!'' என்ற ஏகவாசகர், கர்ண கடூரமான குரலில், ''துரோகிகளை விட்டுவிடச் சொல்லுகிறாயா? என்னையும் முட்டாளென்று நினைத்துக் கொண்டாயா, ஜனநாதா?'' என்று சீறி விழுந்தார்.

''ஏகவாசகரே! நம் வீரசேகரன் துரோகியல்ல, துரோகத்தைப் பற்றிச் சிந்தித்தவனுமல்ல. குற்றத்தைக் கண்டவனுமல்ல அவன் சிறந்த தேசபக்தன், தலைசிறந்த ராஜவிசுவாசி, ஏகவாசகரே! பதவி வேட்டைக்காக நம்மைப் போன்ற இராஜதந்திரிகள்

வீரசேகரனைப் போன்ற முட்டாள்களுக்காக உருட்டிப் போடும் களிமண் பொம்மைகளான தேசிய லட்சியங்களையும், நம்முடைய மன்னர்பிரான் தம் எதேச்சாதிகாரத்திற்குப் பகடைக்காய்களாக உருட்டி விளையாடும் ராஜவிசுவாசத்தையும் தன் உயிரைவிட மேலாக மதிப்பவன் ஒருவன் நம்மிடையே இருக்கிறான் என்றால், அது வீரசேகரன் ஒருவன்தான்! விதி சீறினும் இறுதி மூச்சுவரை தன் தேச முன்னேற்றத்தைப் பற்றியே கனவு கண்டு கொண்டிருப்பான்! அவன் தன் தேசபக்திக்காக இந்த மாமதுரையை முற்றுகையிட்டு நமக்கு கைப்பற்றித் தந்தான்! நமது சோழ மகாராணியின் சபதத்தை நிறைவேற்றுவதற்கு இராஜ பக்தியினால் எங்கோ நெட்டூர் கோட்டையில் பதுங்கியிருந்த வீரபாண்டியனின் பத்தினியைத் தந்திரமாக உயிரோடு சிறைப்பிடித்துக் கொடுத்தான். அந்த நன்றிக்கடனை மறந்து அவனுக்கு மிருகத்தன்மையான மரணத்தைப் பரிசளிப்பது நம்முடைய அரசியல் துறையில் சர்வ சாதாரண நிகழ்ச்சி என்றாலும், உம்மைப்போன்ற சிவனடியார்க்கு அது பொருந்திய செயலல்ல. ஊர்மிளாவைப் பொறுத்த வரையில் அவள் மனமறியச் சதிகாரியல்ல. தன் வீரத்தமையனான வீரபாண்டியன் மீதும் தன் அண்ணியான தேவியின் மீதும் அன்புள்ளம் கொள்வது தன்னுடைய பிறவிக் கடனென்று கருதினாளே தவிர, அவ்விருவரும் நன்கு வாழவேண்டுமென கனவு கண்டாளே தவிர, அரசியல் சூதாட்டங்களைப் பற்றி அவள் கவலைப்படவில்லை! அவளுடைய கணவன் என்று சொல்லிக் கொண்ட காத்தவராயன் என்ற நயவஞ்சகனால் அந்த பேதை தன்னையறியாமலே நாசவழிகளிலும், சதிச்செயல்களிலும் ஈடுபடுத்தப்பட்டு தேவியைச் சிறை மீட்கும் முயற்சியென்ற நயவஞ்சகத்தின் கீழ் அந்த நாசகாரனால் கொடுஞ்சிறையில் தள்ளப்பட்டு மௌனமாக சாவை ஏற்கவும் சித்தமானாள். அது உண்மையானால் அன்று விசாரணை நடந்தபோதே அதை ஏன் பகிரங்கமாகச் சொல்ல வில்லையென்று நீர் கேள்வி போடலாம். வீரசிங்கத்தோடு வாழத் தவித்த ஒருத்தி நாயினும் கடைப்பட்ட ஒரு குள்ளநரியோடு வாழ விரும்புவாளா? அதைவிடச் சிறையில் தள்ளப்பட்டு சாவதே மேல் ஏன்று நினைத்தாள். வீரசேகரனோடு வாழத்தவித்த அவள், உலக சம்பிரதாயம் அவளை அவனோடு வாழவிடாது என்பதை உணர்ந்ததும் அமைதியாகச் சாவை அணைக்க ஆசைப்பட்டாள். அத்தகைய இருதயம் படைத்தவளைக் கொல்லுவதும் உமக்குத் தர்மமாகாது'' என்றான் ஜனநாதன்.

''ஜனநாதா! நம்புவதற்கரியதான உன் வாசகங்கள் உண்மையாக இருந்தாலும் நம் அதிகாரிகளின் விசாரணை சபையில் அவ்விருவர்களும் குற்றவாளிகளெனத் தீர்மானிக்கப்பட்டு மரண தண்டனை விதிக்கப்பட்ட பிறகு அவர்களைக் கொல்லாது

விடுவது என் அதிகாரத்திற்கே முரணானதாகும். அவர்களுக்கு மரண தண்டனையை வழங்கியவன் நானாகவே இருந்தாலும் இப்போது அதை மாற்றி எழுதி அவர்களுக்கு மன்னிப்பளிக்கும் அதிகாரம் எனக்குக் கிடையாது!"

"அது எனக்குத் தெரியும், ஏகவாசகரே! இனி அவ்விருவரையும் நம் மன்னர்பிரான் ஒருவரால்தான் மன்னிக்க முடியும் என்பது எனக்குத் தெரியும்! நான் நம் நாட்டிற்கு திரும்பிச் சென்றதும் மன்னர்பிரானை எப்படியாவது பேட்டி கண்டு என்னுடைய விஷயங்களில் எதையோ விட்டுக் கொடுத்தாவது அவ்விருவரையும் மன்னிக்கும்படி மன்னர்பிரானிடம் நானே விண்ணப்பித்துக் கொள்வேன். ஆனால் அதற்குக் காலதாமத மாகும், அதுவரை வீரசேகரனையும், ஊர்மிளாவையும் கொல்லாமல் அவர்களுக்கு மரண தண்டனை நிறைவேற்றும் நாளைத் தள்ளிப் போட வேண்டுமென்றுதான் உம்மிடம் கேட்கிறேன்!"

"ஜனநாதா! இருதயம் என்பதே இல்லாதவன் என்று பெருமைப்பட்டுக் கொள்பவன் நீ! அவ்விருவர் விஷயத்தில் மட்டும் நீ கருணை கொள்வதன் அர்த்தமென்ன?" என்று ஏகவாசகர் அவநம்பிக்கையோடு கேட்டார்.

"அந்த வீரசேகரன் என் ஒரே அருமை நண்பன்! ஊர்மிளா அவனுடைய ஆருயிர்க்காதலி! என்னை முன்னிட்டாவது அவ்விருவரையும் இன்று நீர் கொல்லாமல் விட்டுவிட வேண்டும்!"

"உன்னை எப்போதும் நான் பொருட்படுத்தியதே இல்லை. பொருட்படுத்தப் போவதுமில்லை!"

"ஏகவாசகரே! எவனிடமும் எந்தக் காலத்திலும் உதவி என்று வாய்திறந்து கேட்காத இந்த ஜனநாதன் முதன் முதலாக உம்மிடம் உதவியென்று சிறிதும் கூசாமல் கேட்கிறேன்! எதிர்பாராமல் இந்தப் பெருமை உமக்குக் கிடைத்திருக்கிறதென்று நீர் எண்ணிப் பார்க்க வேண்டும்!"

"உன்னை நான் பொருட்படுத்தியதே இல்லை என்கிறபொழுது உன்னால் நான் பெருமைப்பட்டுக் கொள்ள வேண்டிய அவசியமுமில்லை!"

"ஏகவாசகரே! உம்மைப் போலவே நானும் சம அந்தஸ்தும், சமசெல்வாக்குமுள்ள அதிகாரியென்பதை மறந்துவிட வேண்டாம், காவற்படைக்கு நீர் சர்வ வல்லமை பொருந்திய தலைவரென்றால் ஒற்றர் படைக்கு நான் சர்வவல்லமை பொருந்திய தலைவனாக விளங்குகிறேன். நம்மிருவருக்கும் இந்த அதிகார எல்லைகளில் எப்போதாவது பரஸ்பர உதவி தேவைப்படும். இன்று நீர் எனக்கு

இந்த உதவி செய்தால் இதற்குப் பிரதியாக உமக்குத் தேவைப்படும் எந்த உதவியும் நான் செய்வேன்!"

"ஜனநாதா! என் உயிரே போனாலும் எதிரியிடம் எந்த உதவியையும் நான் யாசிக்கமாட்டேன். அந்தக் கோழைத்தனம் எனக்கு ஒருபோதும் வராது!" என்று ஏகவாசகர் ஏளனப் புன்னகைச் செய்தார்.

ஜனநாதனுக்கு ஆத்திரத்தால் உதடுகள் துடித்தன. ஆனால் பல்லைக் கடித்துக்கொண்டு அவ்வளவையும் அடக்கிக் கொண்டான். ஏகவாசகர் அதுதான் சமயமென்று தமது பெருமையை மேலும் நிலை நிறுத்துவதுபோல, "ஜனநாதா! நீ எல்லோரையும் எளிதில் எடை போடுவாயே தவிர, என் சுபாவத்தை நீ எடைபோட முடியாது! நான் எப்போதும் பிறர் கையை எதிர்பார்ப்பவனல்ல. தன் கையே தனக்கு உதவி என்று நம்புபவன். என் கடமைக்குரிய கூலியையும், என் தொண்டுக்குரிய பயனையும், என் செயலுக்குரிய வினையையுந்தான் அனுபவிக்க விரும்புவேனே தவிர, மன்னாதி மன்னரிடங்கூட நான் உதவியை எதிர்பார்க்கமாட்டேன்!" என்றார்.

ஜனநாதன் அவரிடம் பலவாறாகவும் வாதாடி, பல ஆசை வார்த்தைகளையும் காட்டிக் கடைசியில் வேறு வழியின்றி அவரிடம் கெஞ்சிக் கேட்கும் நிலைக்கும் இறங்கிவிட்டான். ஆனால் ஏகவாசகரோ பிடிவாதமாக, "முடியாது! உன் வீரசேகரனையும், ஊர்மிளாவையும் இன்று கொல்லாமல் விடமுடியாது! அவ்விருவரின் பெயர்களையும் இந்த மரண ஓலையிலிருந்து நிச்சயமாக நீக்க மாட்டேன்!" என்று மறுதளித்து விட்டார்.

"ஏகவாசகரே! இதற்காகப் பின்னர் நீர் மிகவும் வருத்தப்படுவீர்! வேதனைப்படுவீர்! உயிர் கிழியப் புலம்புவீர்! ஜனநாதன் சொன்னபடி செய்யாமல் போனோமே என்று சித்திரவதைப்படுவீர்!"

"ஜனநாதா! வீணாக என்னைப் பயமுறுத்தாதே! போய்விடு! நீ என்னோடு வெகு நேரம் இங்கு தனியாகப் பேசிக் கொண்டிருப்பதைச் சுற்றிலுள்ள சகாக்கள் உற்றுக் கவனிக்கின்றனர். எதற்காகவோ என்னை சூழ்ச்சிக்காயாக உபயோகப்படுத்த நீ முயலுகிறாயோ என்று மற்றவர்கள் என்னை மட்டமாக மதிப்பிடுவார்கள். உன் வேலையைப் பார்த்துக்கொண்டு போ! உனக்கும், எனக்கும் எந்தவிதச் சம்பந்தமுமில்லை!" என்று அறுத்துவிட்டது போல் சொன்னார்.

அந்தச் சமயம் அவரிடமிருந்து மரண ஓலைகளை வாங்கிச் செல்ல முத்தரையன் வெகு வேகமாக ஓடிவந்தான்.

அவ்வோலைகளை ஏகவாசகர் எடுத்து முத்தரையனிடம் கொடுக்கப் போனார்.

''சற்றுப் பொறும்!'' என்று துள்ளிய ஜனநாதன், அவருடைய காதுக்குள் இரகசியமாக ஏதோ சொல்ல முயன்றான்.

ஆனால் அதற்குள், அவனுக்கு அரசியல் துறையில் பரம வைரியும், போட்டியாளருமான கிழவர் ஆடையூர் நாடாள்வார் தம் சகாக்களும், பரிவாரத்தினரும் பின்தொடர அங்கு வந்து ''என்ன ஏகவாசகரே! என்றுமில்லாப் புதுத் தோழமை?'' என்று ஏளனமாகக் கேட்டார்.

''ஒன்றுமில்லை!'' என்ற ஏகவாசகர், ''அரசியல் துறையென்றால் எல்லோருந்தான் ஏதேதோ கருத்துகளுடன் என்னிடம் பேசிப் பார்க்க வருவார்கள்; நான் அதற்கெல்லாம்..!'' என்று சிரித்தார்.

ஜனநாதன் ஆத்திரத்தால் மீசை படபடக்க, ''ஏகவாசகரே! பின்னால் நீர் வருத்தப்படுவீர்! இல்லையெனில், என்னிடம் மன்னிப்புக் கேட்டு நன்றி கூறுவீர்!'' என்று சொல்லி அகன்றான்.

குற்றவாளிகளை மதயானைகளுக்குப் பலியிடும் கோர நிகழ்ச்சிக்குரிய நேரம் நெருங்கி விட்டதை அறிவிப்பது போல கோட்டை மீதிருந்த பெரிய மணி ''டாண், டாண்'' என்று ஓங்காரமாக ஒலித்தது.

ஜனநாதனின் அறிவெல்லாம் பரபரத்தது. இனி வீரசேகரனைக் காப்பாற்ற வழி என்னவென்று தீவிரமாகச் சிந்தித்தவனாக தன் நெற்றியைப் பிசைந்து கொண்டான்.

இனி வீரசேகரன் சிறையிலிருந்து உயிரோடு தப்ப வேண்டுமென்றால் இன்னும் ஒரே ஒரு வழிதானிருக்கிறது....

கடைசியாக அதையும் முயற்சி செய்து பார்த்து விடலாமென்று நினைத்த ஜனநாதன், குற்றவாளிகளை அடைத்து வைத்திருக்கும் மரணக் கூண்டை நோக்கி வெகு வேகமாக நடந்தான்.

அத்தியாயம் 123

தளிர்க் கை

**தையல் தளிர்க் கை
தடக்கை பிடித்தான்!**

— கம்ப ராமாயணம்

மந்தகாசம் தவழும் விழிகளால் வீரசேகரனும், ஊர்மிளாவும் ஒருவர் முகத்தை ஒருவர் ஆர்வம் ததும்பப் பார்த்த வண்ணம் சிறையின் ஓர் இருண்ட மூலையில் நின்று கொண்டிருந்தனர். தங்களைச் சுற்றிலும் மரண பயத்துடன் சவங்களைப் போல் நிற்கும் சகக் குற்றவாளிகளையோ, மதயானையின் கால்களுக்குத் தாங்கள் பலியிடப்படப்போகும் நேரம் நெருங்கி வருவதையோ, அவ்விரு இளங்காதலர்களும் சிறிதும் பொருட்படுத்தியவர்களாய்த் தெரியவில்லை. இந்த உலகத்தையே அவர்கள் மறந்து கனவுமயமான ஒரு காதல் உலகில் தங்கள் ஜீவன்களைச் சஞ்சரிக்க விடுபவர்களைப் போலவே தென்பட்டனர். புதுமணத் தம்பதிகள் எதிர்நோக்கும் மர்மமான குதூகலமும், ஆவலின் குறுகுறுப்பும் அவ்விரு காதலர்களின் யௌவன முகங்களிலே பொங்கி வழிந்து கொண்டிருந்தது.

மற்ற குற்றவாளிகளோ, முரட்டு மதயானைகள் பந்தாடப்போகும் தங்களுடைய அருமையான தலைகளைக் கெட்டியாகப் பிடித்துக் கொண்டு புலம்பிய வண்ணம் நடுநடுங்கிக் கொண்டிருந்தனர்.

மரண தண்டனைக்குரிய நேரம் நெருங்கியதும் அவர்களை அடைத்து வைத்துள்ள தண்டனைக் கூடத்தின் பயங்கரமான இரும்புக் கதவுகளை 'டங்'கென்று திறந்துகொண்டு எமகிங் கரர்களை போன்ற சேவகர்கள் பின்தொடர முத்தரையன் காலதேவனைப் போல் கையிலே கயிறுகளை எடுத்துக்கொண்டு அகங்காரத்துடன் உள்ளே வந்தான்.

அவனுடைய நரிவிழிகளில் நர்த்தனமிடும் நயவஞ்சகப் புன்முறுவலையும், பழிவாங்கத் துடிக்கும் கோரத்தையும் கண்டு சிறையிலுள்ள குற்றவாளிகள் அனைவரும் பேயடித்தவர்கள் போல பேச்சு மூச்சில்லாமல் அசைவற்று நின்

முத்தரையன் தன் போதை ஏறிச் சிவந்த விழிகளை உக்கிரமாக உருட்டிக் கொண்டே ஏளனச் சிரிப்புடன் குற்றவாளிகளை நோக்கி, ''புரட்சி வீரர்களே! எங்கள் விக்கிரம பாண்டிய மன்னரின் கட்சியை ஆதரித்து சோழர்களை வாழ்த்தாமல் நீங்கள் வீணாக வீரபாண்டியன் கட்சியில் சேர்ந்து இந்த கதிக்கு ஆளாகி விட்டீர்கள். நீங்கள் எதிர்க்கட்சியைச் சேர்ந்தவர்கள்தான், பழி வாங்கப் பட வேண்டியவர்கள்தான் என்றாலும், நீங்கள் என்னைப் போன்ற பாண்டிய வீரர்கள் என்பதால் நான் மிகவும் பரிதாபப்படுகிறேன். என்னால் முடிந்தவரை உங்களுக்கு ஒத்தாசை செய்யவும் விரும்புகிறேன். எங்கள் விக்கிரமபாண்டிய அரசாங்கத்தின் சார்பாக சோழ அரசாங்கத்து ராஜதந்திரிகளிடம் உங்களுக்காக நான் மிகவும் வாதாடினேன். கடைசியாக அவர்களும் என் கோரிக்கையை அனுமதித்து விட்டனர்!'' என்று விநயமாகச் சிரித்தான்.

ஒருவேளை அந்த நீசன் கடைசி நேரத்தில் கண் திறந்து, தங்களுக்கு மன்னிப்பு வாங்கி வந்திருப்பானோ என்ற நப்பாசையால் மரணதண்டனை விதிக்கப்பட்ட குற்றவாளிகளின் வாடிய முகங்கள் சிறிது புத்துயிர் பெற முயன்றன.

முத்தரையன் இன்னும் அதிக விநயமாகச் சிரித்தவண்ணம் ''எதிரிகளே! எதிரிகளிடமும் கருணை காட்டுவதுதான் பாண்டிய நாட்டுப் பண்பு என்பதை சோழர்களிடம் நான் எடுத்துக் கூறினேன்.அவர்களும் அது சரிதான் என்று ஆமோதித்தனர். அதன் பிரகாரம் உங்கள் தலைகளை மதயானைகளின் கால்களால் பந்தாடச் செய்து உங்களை சாகடிக்கும் முன், கடைசிகாலச் சாந்தியாக உங்கள் ஒவ்வொருவருக்கும் ஒருவேளை தித்திப்பான பசும் பால் வழங்குவேன். அந்தக் கருணையைப் பார்த்து நீங்கள் எப்படி என்னை வாழ்த்தப் போகிறீர்களோ தெரியாது! ஆனால் ஒன்று நிச்சயமாகச் சொல்வேன்! நான் தரப்போகும் ஒரு குவளை பாலிலாவது ஒரு துளி விஷமாவது இருக்காதா என்று நீங்கள் ஏங்கவேண்டாம். கஜேந்திரனால் மோட்சம் அடைய வேண்டிய உங்களை அதற்கு முன்னால் இந்த சிறையில் எளிதில் செத்துப்போக விடமாட்டேன்! நான் கொடுக்கும் சத்துப் பிடிப்பான பாலை நீங்கள் அருந்தினால் உங்கள் தலையை உதைத்துப் பந்தாட மதயானை தன் காலை தூக்கும்போது அதை நிமிர்ந்து பார்க்க உங்களுக்குப் போதுமான நெஞ்சுரம் அளிக்கும்!'' என்று சொல்லிவிட்டு 'இடிஇடி'யென்று சிரித்தான்.

அதைக் கேட்டதும் குற்றவாளிகளின் முகங்களில் ஆத்திரம் கொந்தளித்தது. முத்தரையனைச் சபிக்கலானார்கள். அவர்களில் புரட்சித் தலைவனாக விளங்கிய மாரப்பன் துள்ளிப் பாய்ந்து

முத்தரையனின் முன்னால் குதித்து, ''முத்தரையன் ஒழிக! வீரபாண்டியரின் சமதர்ம ஆட்சியைக் கவிழ்த்து, அந்நியருக்கு நாட்டை காட்டிக் கொடுத்த துரோகி ஒழிக! பொன்னான தென்னகத்தை யதேச்சாதிகார வெறியர்களான சோழர்களுக்கு அடிமைப்படுத்தி அவர்களுக்கு அடிவருடி அநீதிக்கு ஆலவட்டம் ஏந்தும் அயோக்கியன் முத்தரையன் ஒழிக!'' என்று கூவினான். அதைத் தொடர்ந்து குற்றவாளிகள் அனைவரும், ''துரோகி முத்தரையன் ஒழிக! ஒழிக!'' என்று கோஷமிட்டனர்.

பற்களை 'நறநற'வென்று கடித்த முத்தரையன், ''சாகப்போகிற சதிகாரர்களே! சப்தம் போடாதீர்கள்! கோஷம் போடும் உங்கள் நாக்கை இப்போதே நான் துண்டுதுண்டாக வெட்டியெறிந்திருப்பேன். ஆனால் மதயானைகள் உங்கள் தலைகளை எட்டி உதைக்கும் போது ''அய்யோ'' என்று அலற உங்களுக்கு நாக்கு வேண்டுமே என்பதற்காக அவற்றை விட்டு வைத்திருக்கிறேன்!'' என்று உறுமி தன் மீசையை முறுக்கிவிட்டுக்கொண்டு, இடுப்பில் சொருகியிருந்த மரண ஓலையை எடுத்து அதிலுள்ள மரண தண்டனை விதிக்கப்பட்ட குற்றவாளிகளின் பெயர்களையெல்லாம் உரக்க வாசித்து, அங்கு எல்லோரும் இருக்கிறார்களா என்று சரிபார்த்துவிட்டு, ''ஆஹா! மொத்தம் நானூற்றி அறுபத்தெட்டு தலைகள்! வெகு பொருத்தம்! வெகு பொருத்தம்!'' என்று சிரித்தான்.

குற்றவாளிகளிடையே நிலவும் மயான அமைதியில் முத்தரையனுடைய சிரிப்பு வெகு பயங்கரமாக ஒலித்தது.

அவன் தொடர்ந்து பேய்த்தனமாகச் சிரித்தவண்ணம், ''சாகப்போகிறவர்களே! மரணப் பொட்டலில் உங்களுக்காக இரண்டு மதயானைகள் நிறுத்தப்பட்டிருக்கின்றன. அதனால் உங்களை இருவர் இருவராகத்தான். அதாவது ஜோடி ஜோடியாகத்தான், ஜோடி யானைகளுக்குப் பலியிட அழைத்துச் செல்ல வேண்டும். என்ன புரிகிறதா? உங்களுக்கு இஷ்டமானவரை ஜோடி சேர்த்துக் கொண்டு நீங்களாகவே வரிசையாக அணிவகுத்து நில்லுங்கள். இல்லையெனில் அந்த அவசரத்தில் நாங்கள் கைக்கு அகப்பட்டவர்களைக் கண்ணை மூடிக்கொண்டு இருவர் இருவராக ஜோடி சேர்த்து இழுத்துக்கொண்டு போக நேரிடும். அவ்வாறு நான் ஜோடி சேர்த்தால் பிடிக்காத இருவர்களைத்தான் ஜோடி சேர்க்கும் படியாகும். என்ன, புரிகிறதா? அதனால் நீங்களாகவே உங்களுக்கு இஷ்டமானவரை ஜோடியாக தேர்ந்தெடுத்துக் கொண்டு அணிவகுத்து நிற்பதுதான் உங்களுக்கு நல்லது. அப்போதுதான் கடைசி நேரத்தில் மரணத்தை நோக்கி தங்கள் அன்புக்குரியவர்

தங்களோடு தங்கள் அருகே வருகிறார்கள் என்ற ஆறுதலாவது உங்களுக்கு மிஞ்சும், என்ன புரிகிறதா?'' என்று சொல்லிவிட்டு முத்தரையன் மீண்டும் 'இடிஇடி'வென்று சிரித்தான்.

அதைக் கேட்டதும் பேய்த்தனமான இருட்டினிடையே சூரிய வெளிச்சம் நுழைவதைப்போல் வீரசேகரனின் முகமும், ஊர்மிளாவின் முகமும் பிரகாசமடைந்தன. அதுபோலவே மற்ற குற்றவாளிகளின் முகங்களும் சிறிது பிரகாசமடையத் துடித்தன.

''சாகப்போகிற சதிகாரர்களே! இன்னும் சிறிது நேரத்தில் உங்களை இழுத்துச் செல்ல வருகிறேன்! அதற்குள் நீங்கள் ஜோடி ஜோடியாக அணிவகுத்து நிற்க வேண்டும்!'' என்று எச்சரித்துவிட்டு முத்தரையன் தன் ஆட்களுடன் வெளியேறினான்.

குற்றவாளிகளெல்லாம் தங்கள் வாஞ்சைக்குரிய உறவினரையோ, அன்பிற்குப் பாத்திரமான நண்பர்களையோ, அல்லது சிறையில் புதிதாகத் தோழமை கொண்டவர்களையோ தங்களுக்கு ஜோடியாக சேர்த்துக்கொண்டு இருவர் இருவராக வரிசையாக அணிவகுத்து நிற்கலானார்கள். சாவதற்குத் துணை கிடைத்துவிட்டது என்ற பெருமூச்சினிடையே அவர்கள் ஒருவர் கையை ஒருவர் ஆதரவுடன் கெட்டியாகப் பிடித்துக்கொண்டு ஒருவித ஆறுதலும், ஆர்வமும் தொனிக்க ஒருவர் முகத்தை ஒருவர் உற்று நோக்கி உணர்ச்சிவசப்பட்ட வண்ணம் தங்கள் விழிகளால் அன்பின் நீர் பெருக்கலாயினர்.

''ஊர்மிளா!'' என்று இளமையும், ஆர்வமும் ததும்பக் கூப்பிட்ட வீரசேகரன், அன்பின் கனிவோடும், அளவற்ற குதூகலத்தோடும் ஊர்மிளாவின் மிருதுவான கைகளைக் கெட்டியாகப் பிடித்துக் கொண்டான். ஊர்மிளாவின் கை லேசாக நடுங்கியது என்றாலும் அந்த நடுக்கத்தில் ஒருவித இன்பம் சுரந்தது. அந்த ஸ்பரிச சுகத்தின் இன்ப ஜ்வரம் அவளுடைய தேகமெங்கும் பரவி புத்துயிர் ஊட்டியவண்ணம் அவளுடைய பட்டுரோஜா போன்ற முகத்தில் வைரம்போல் ஜொலித்தது.

அவள் அளப்பரும் ஆவலோடும், நன்றியுணர்வோடும் வீரசேகரனின் ஆசை முகத்தை ஏறிட்டு நோக்கினாள். அவளுடைய கருவிழிகள் இரண்டும் காதல் வசமாகிக் கசிந்து கண்ணீர் சொரிந்தன. ''ஊர்மிளா! இன்று விதி ஒன்று சேர்த்திருக்கும் நம்மிருவர் கரங்களையும் இனி சாவால்கூடப் பிரிக்க முடியாது. மதயானைகள் உருட்டப்போகும் உயிரற்ற நமது தலைகள்கூட இறைவனருளால் ஒன்றாகவே உருண்டு விழுந்து ஒன்றையொன்று முத்தமிடும்: அதைக் கண்டு உலகம் கண்ணீர் சொரியும். நம் காதலை அங்கீகரிக்கும். உலகத்தின் கண்முன்

நாம் பகிரங்கமான தம்பதிகளாகிவிடுவோம், வாழ்வால் ஒன்று சேர்க்கமுடியாத நம்மிருவர் ஜீவனையும் சாவு ஒன்று சேர்த்து விடும். இப்படி ஏதோ ஒன்று என்னுள் சதா சொல்லிக் கொண்டிருக்கிறது. அது நிறைவேறவும் போகிறது...,, என்று வீரசேகரன் ஏதோ அதிசயமான ஆத்மீக உலகில் சஞ்சரிப்பவனைப் போல உற்சாகமாய்ச் சொன்னான்.

அவனுடைய கைகளை ஊர்மிளாவின் சூடான இரண்டு கண்ணீர்த் துளிகள் நனைத்தன. அவளுடைய தேகமெல்லாம் மெய்சிலிர்த்து கனன்றது. இலேசாக விம்மினாள் ஊர்மிளா, வீரசேகரனின் கைப்பிடிப்புக்குள்ளிருந்த அவளது கைகள் நடுங்கின.

''ஊர்மிளா! பயப்படாதே! உன் கையை நான் கெட்டியாகப் பிடித்துக் கொண்டு உனக்குத் துணையாக நானும் வருகிறேன். நாமிருவரும் மரணத்தை நோக்கி கைகோர்த்துக் கொண்டு உற்சாகமாகவே செல்வோம். அங்கே மரணப் பொட்டலில் மதயானைகளைக் கண்டு பயந்து நடுங்காதே! வேறு எதையும் பார்க்காமல் என் முகத்தையே சதா பார்த்துக் கொண்டிரு. உன்னருகில் உனக்குத் துணையாக உன் அன்பிற்குரியவன் வருகிறான் என்றே சதா நினைத்துக்கொள். நான் உன் கையைக் கெட்டியாகப் பிடித்துக் கொண்டு உன் முகத்தையே பார்த்தவண்ணம் உன் காதுக்குள், ''ஊர்மிளா! நான் உன்னைக் காதலிக்கிறேன்! காதலிக்கிறேன்!'' என்று ஓயாமல் சொல்லிக் கொண்டே வருவேன். அதனால் உனக்கு காதலின் இன்பச் சுவையைத் தவிர வேறெந்த பயமுமே தோன்றாது. நீ வாழ்வு முழுவதும் காணாத ஆனந்தத்தையெல்லாம் அந்த சாவின் முனையில் ஒருங்கே கண்டு விடுவாய். அந்த ஆனந்தத்தை நான் தருவேன் ஆம்! உன் இறுதி மூச்சையாவது நீ ஆனந்தமாக விடவேண்டும். ஊர்மிளா! நாமிருவரும் ஒன்றாக மடியும் போது நம்மிருவரின் ஆத்மாக்களும் ஒருவரைப் பற்றிய ஒருவர் நினைப்போடு ஒன்றாகக் கலந்து இந்த உலகத்தைவிட்டு ஒன்றாகவே உற்சாகமாகச் செல்லும். அதன் பிறகு நம்மிரு ஜீவன்களும் இணைபிரியாதவைகளாகி சொர்க்கத்திலோ, அடுத்த ஜன்மத்திலோ காதல் தம்பதிகளாக ஒன்று கூடிவிடும்!'' என்று வீரசேகரன் உணர்ச்சிவசமாகி உற்சாக வார்த்தைகளைச் சொல்லிக் கொண்டிருந்தான்.

அந்தச் சமயம், ''நல்ல செய்தி சொல்லுங்கள்! நல்ல செய்தி சொல்லுங்கள்!'' என்று குடுகுடுப்பைக்காரனைப்போல் சொல்லிக் கொண்டே ஒரு விநோதமான பேர்வழி ஒரு கூடையைத் தூக்கிக் கொண்டு உள்ளே வந்தான். அந்த தாடி மீசைக்காரனின் நெற்றியில் பட்டை நாமமும், விழிகளில் விஷமமும், தேகமெங்கும்

ஏராளமான விளங்கத் துணிகளும் தொப்பை வயிற்றுக்காரனைப் போலத் தென்பட்டான்.

"நல்ல செய்தி சொல்லுங்கள்! நல்ல செய்தி சொல்லுங்கள்!" என்று குடுகுடுப்பை அடித்துக்கொண்டே உள்ளே வேகமாக வந்த அந்த விசித்திரமான பேர்வழி "இந்த உலகத்தைவிட்டு போகப்போகிற புண்ணியவான்களே! நல்ல செய்தி சொல்லுங்கள். உங்கள் வீட்டிலுள்ள மனைவி, மக்களுக்கு, உற்றார் உறவினர்களுக்குக் கடைசியாக ஏதாவது அந்தரங்கச் செய்தி சொல்லவேண்டுமென்றால் என்னிடம் சொல்லியனுப்புங்கள். நான் போய்ச் சொல்லுகிறேன். அவர்களுக்கு ஏதாவது அன்பின் சின்னமாக, ஆறுதலூட்டும் அடையாளமாக அவர்களுக்குப் பொருள் கொடுத்தனுப்ப விரும்பினால் என்னிடம் கொடுங்கள். நான் கொடுத்து அதற்குக் கூலி அவர்களிடமே வசூலித்துக் கொள்கிறேன். ஐயா புண்ணியவான்களே! எந்த அந்தரங்க விஷயமாக இருந்தாலும் என்னிடம் தயங்காமல் சொல்லியனுப்புங்கள். அன்பின் சின்னமாக உங்களுடைய மேலாடையோ, கிழிந்த துண்டோ, விரலிலுள்ள மோதிரமோ ஏதாயிருந்தாலும் என் மூலம் கொடுத்தனுப்புங்கள். ஆனால் கடைசி முத்தம் மட்டும் கொடுத்தனுப்பாதீர்கள்!" என்று கூவினான்.

மரணப் போராட்டத்தினிடையே எதிர்பாராமல் தொப்பைக் கூத்தாடியாய் வந்த அந்த விசித்திரமான பேர்வழியை அங்கிருந்த குற்றவாளிகள் அனைவரும் மௌனமாக ஏறிட்டு நோக்கினர். "ஐயா, புண்ணியவான்களே! இந்த வேலைக்கு இரண்டு மடங்கு கூலியும், ஊதியமும் கிடைக்குமென்று நம்பி ராஜாங்கத்தாருக்கு ஏராளமான காசு கொடுத்து இந்த வேலையை குத்தகை எடுத்தேன். ஐயா, இந்த உலகத்தைவிட்டுப் போகப்போகிற புண்ணியவான்களே! என்னை வெறுங்கையனாக அனுப்பி விடாதீர்கள்!" என்று சொல்லிக்கொண்டே வந்தவன் குற்றவாளிகளில் சிலரை ஒவ்வொருவராகத் தனியாக அழைத்துச் சென்று அவர்களோடு அந்தரங்கமாக வார்த்தையாடி அவர்களின் உற்றார், உறவினர்களுக்கு கடைசிச் செய்திகளை அன்பின் சின்னங்களாக அங்கி, அங்கவஸ்திரம், மோதிரங்கள், வீரக் கங்கணங்கள் முதலியவற்றையும் சேகரித்துக் கொண்டு குபீரென்று வீரசேகரனை நோக்கிப் பாய்ந்து குதித்து, "தம்பி! நீ யாருக்கோ அந்தரங்கமாகக் கடைசிச் செய்தியொன்று சொல்ல வேண்டுமென தயங்கினாய். என்னிடம் சொல்லு! நான் போய் அந்த ஆளை எப்படியாவது கண்டுபிடித்து உன் செய்தியைச் சொல்லி அந்த ஆளின் அந்தஸ்திற்கு ஏற்றாற்போல் இரண்டு மடங்கு கூலி வசூலித்துக் கொள்ளுகிறேன்!" என்று கூறிய வண்ணம் மயானக்கரையில் பிணத்தைக் கொத்தியிழுக்கும் கழுகைப்போல வீரசேகரனை

ஒருபுறம் தனியாக இழுத்துக்கொண்டு போனான். ஊர்மிளாவிடமிருந்து தன்னைப் பிரித்து இழுத்துக் கொண்டு வந்து விட்டானென்ற கோபத்தில் வீரசேகரன், "எனக்கு அந்தப் பெண்ணைத் தவிர இந்த உலகத்தில் வேறு யாருமில்லை; யாருக்கும் நான் கடைசி செய்தி சொல்லியனுப்ப வேண்டிய அவசியமும் இல்லை. என்னை விடு!" என்று தன்னைப் பிடித்திருந்த அவனது கையை உதற முயன்றான்!

ஆனால் வினோதமான பேர்வழியோ வீரசேகரனின் கையை விடாமல், "உனக்கு இந்த உலகத்தில் வேறு யாருமே இல்லையா? உன் நட்பிற்குரியவர்கூட இந்த உலகத்தில் ஒருவருமே இல்லையா?" என்று சற்று மனஸ்தாபப்பட்ட முறையில் கேட்ட அந்த ஆள் "தம்பி! காதலியின் மோகத்தில் உனக்கு அரசியல் குருவாக விளங்கும் ஆருயிர் நண்பனையும் மறந்துவிட்டாயா?" என்று கேட்டான்.

"இல்லை மறக்கவில்லை!" என்று ஏறிட்டு நோக்கிய வீரசேகரன் "எனக்கு இந்த உலகில் ஜனநாதக் கச்சிராயன் என்ற ஓர் ஆருயிர் நண்பர் இருக்கிறார். ஆனால், அவருக்கு நான் கடைசிச் செய்தி என்ன சொல்ல முடியும்?... அரசியல் கருத்துகளிலும், வாழ்வின் இலட்சியங்களிலும், நாங்களிருவரும் ஒருவர்க்கொருவர் முற்றிலும் முரண்பட்டவர்கள் என்றாலும், கொள்கை அளவில் ஒன்றோடொன்று இணைய முடியாத இரு துருவங்களைப்போல விளங்குபவர்கள் என்றாலும், எனக்கு இந்த உலகிலுள்ள ஒரே நபரும், ஒரே உறவும் அந்த ஜனநாதர் ஒருவர்தான்! இந்த உலகத்தைவிட்டு நான் ஊர்மிளாவோடு ஆனந்தமாகச் செல்லும்போது இந்த உலகத்தைப் பற்றியும் ஒருமுறையாவது நினைக்க வேண்டுமென்றால் அந்த ஜனநாதர் ஒருவரைத்தான் நினைப்பேன். இதைப் போய் நீ அவரிடம் சொல்லலாம். ஆனால் இதனால் அவருக்கு என்ன பிரயோஜனம் உண்டோ அல்லது அவரிடமிருந்து உன்னால் என்ன கூலி வசூலிக்க முடியுமோ, எனக்குத் தெரியாது!" என்றான்.

"தம்பி! என்னைத் தெரியவில்லையா?" என்று அந்தப் பேர்வழி வீரசேகரனின் காதுக்குள் ரகசியமாக, "நான்தான் ஜனநாதன்!" என்றான்.

"ஜனநாதனா?" என்று வியப்புடன் அவனை ஏறிட்டு நோக்கிய வீரசேகரன் அவனுடைய விழிகளின் விஷமப் புன்னகையிலிருந்து அவன்தான் ஜனநாதன் என்று உணர்ந்துகொண்டு, "ஜனநாதா! இதென்ன புதிய வேஷம். கோமாளி வேஷக்காரனைப் போல!" என்று கேட்டான்.

''எல்லாம் மற்றவர்களை ஏமாளிகளாக்கத்தான்'' என்ற ஜனநாதன், வீரசேகரனுடன் 'குசுகுசு'வென்று அந்தரங்கமாக உரையாடத் தொடங்கி, ''தம்பி! உன்னை முன்னிட்டு, அரசியல் துறையில் எனக்கு எதிர் நீச்சல்காரரான அந்தக் கிழவர் ஏகவாசகரையும் ஒரு பொருட்டாக மதித்து, அவரிடம் உன்மீது எனக்குள்ள நட்பையெல்லாம் எடுத்துரைத்து, எனக்காக உன்னையும், உனக்காக ஊர்மிளாவையும் இன்று கொல்லாமல் விட்டுவிட வேண்டும் என்று மிகவும் வாதாடினேன். இன்று உங்களைக் கொல்லாமல் விட்டு விட்டால் சமயம் வரும்போது மன்னர்பிரானிடம் உங்களுக்கு நானே மன்னிப்பு வாங்கித் தரமுடியும் என்றும் வேண்டினேன்.

அவரோ என் கோரிக்கைகளையெல்லாம் துரும்பென மதித்துத் தள்ளிவிட்டார். தம்பி எத்தனையோ ராஜதந்திரிகளையும், ஏன் சில சமயங்களில் மன்னர்பிரானையும், என்னிடம் கையேந்தி உதவி கேட்கவரும்படி பிச்சைக்காரர்களாக்கக்கூடிய அறிவாளியான நான் அந்த அறிவு சூன்யமான கிழவரிடம் உனக்காகக் கை நீட்டிப் பிச்சை கேட்கும் அளவிற்கு இறங்கி விட்டேன். ஆனால் நான் எவ்வளவுக்கெவ்வளவு இறங்கி அவரிடம் பிச்சை கேட்டேனோ அவ்வளவுக்கவ்வளவு என்னை ஏளனமாக நினைத்து என் கோரிக்கையை உதாசீனம் செய்துவிட்டார்!'' என்றான்.

''ஜனநாதா, எனக்காக இவ்வளவு தூரம் முயன்ற உன் அன்புள்ளத்திற்கு நன்றி! ஆனால் என் உயிரைக் காப்பாற்ற முடியவில்லையே என்று நீ கவலைப்படவேண்டாம். என் ஊர்மிளாவோடு ஒன்றாகவே நான் சாகப்போகிறேன் என்று எண்ணும்போது எனக்கும் சாவதைப்பற்றித் துளியும் கவலையில்லை!'' என்றான் வீரசேகரன்.

''தம்பி! உணர்ச்சிவசத்தில் முட்டாள்தனமாய் பேசாதே. உயிரென்பது அவ்வளவு அற்பமான பொருளல்ல, உன் உயிரை நீ காப்பாற்றிக் கொள்ளவேண்டும். அதற்குக் கடைசியாக ஒரே ஒரு வழிதான் இருக்கிறது. அதைச் சொல்லுகிறேன்; மறுக்காமல் நான் சொல்லுகிறபடி செய்'' என்றான் ஜனநாதன்.

''என்ன வழி அது?'' என்று வீரசேகரன் தயங்கியபடி ஜனநாதனின் முகத்தை உற்று நோக்கினான்.

''தம்பி! நான் ஒற்றர் படைத்தலைவன் எனபதால், இங்குள்ள குற்றவாளிகளின் மனதில் புதைந்துள்ள இரகசியங்களை ஆராய வேண்டுமென்று பாவனை செய்து, இனங்கண்டு பிடிக்க முடியாத இந்த வேஷம் போட்டு வந்தேன்.

என் கையிலுள்ள ஜனநாதன் என்னும் இந்த அடையாளச் சீட்டை சிறைக் காவலர்களிடம் காண்பித்ததும் என் வேஷத்தை ஏறிட்டுப் பார்க்கவே, தேவையோ, தைரியமோ இல்லாதவர்களாய் என்னைச் சுலபமாக உள்ளே வழியனுப்பி விட்டார்கள் தம்பி!

இந்த வேஷத்தை உனக்காகவே நான் போட்டு வந்தேன். இப்போது இங்கேயுள்ள என் அந்தரங்க அறைக்கு உன்னை அழைத்துச் செல்கிறேன். அங்கு நீ...''

''உன்னைக் கட்டிப் போட்டுவிட்டு, உன் வேஷத்தை எடுத்து நான் அணிந்துகொண்டு, உன் அடையாளச் சீட்டைக் காவலர்களிடம் காண்பித்து இந்தச் சிறையைவிட்டுச் சுலபமாக வெளியேறித் தப்பிச் சென்று விடலாம் என்கிறாயா, ஜனநாதா?'' என்று கேட்டான் வீரசேகரன்.

''ஆமாம், வீரசேகரா! என் பெயருள்ள அடையாளச் சீட்டின் உதவியால் நீ வெகு சுலபமாக இந்த மாமதுரையின் வெளிநகர் கோட்டையையும் தாண்டி தப்பிச்சென்று விடலாம்! அதன் பிறகு என்னுடைய பொருள் உதவியினால் தொண்டிக் கடற்கரையில் கப்பலேறி நேரே இலங்கைக்குச் செல். அங்கு எனக்கு ஒரு வசந்த மாளிகை இருக்கிறது. உன் ஆயுள் முழுவதும் ஆனந்தமாகவும், ஆடம்பரமாகவும் வாழ்வதற்குத் தேவையான சகல வசதிகளும் அந்த மாளிகையில் உனக்குக் கிடைக்கும். ஒருவேளை நான் அரசியலைவிட்டு ஒதுங்கவோ, ஓடிவிடவோ நேரிட்டால் அங்கு நிம்மதியாக வாழ்வதற்குத் தேவையான சகல வசதிகளையும் முன் கூட்டியே ஏற்பாடு செய்து வைத்திருந்தேன். ஆனால் அவையெல்லாம் எந்த காலத்திலும் எனக்குப் பயன்படா! நீ பயன்படுத்திக் கொள்ளலாம்!'' என்றான் ஜனநாதன்.

அவனை ஏறிட்டு நோக்கிய வீரசேகரன், ''ஜனநாதா! என் உயிருக்குயிரான ஊர்மிளாவை இந்த மரணக் கூடத்தில் தனியாகத் தவிக்க விட்டுவிட்டு என்னை மட்டும் உயிர் தப்பிச் செல்லும்படி சொல்லுகிறாயோ?'' என்று கேட்டான்.

அத்தியாயம் 124

காதல் காட்டிய வழியே

கண்ணினாற் காதலென்னும்
பொருளையே காண்கின்றோம்
பெண்ணீர்மையினால் எய்தும்
பயன் இன்று பெறுதும்!

— கம்ப ராமாயணம்

மலர்ச்சி குன்றாத வீரசேகரனின் முகத்தை உற்று நோக்கிய ஜனநாதன், ''தம்பி, வேறு வழியில்லை; ஊர்மிளாவின் விஷயம் உனக்கு மிகவும் மனோவேதனையாகத் தான் இருக்கும்! அவள் அடையப்போகும் அவல முடிவு உன் உள்ளத்திற்குச் சித்திரவதையாகத்தான் இருக்கும். ஆனால் சிறிது காலம் சென்றால் மெல்ல மெல்ல உன் துக்கம் குறையும், ஊர்மிளாவின் துயர முடிவையும் நீ மறந்துவிடலாம். அதன் பிறகு ஊர்மிளாவைப் போல அழகும் வாஞ்சையும் உடைய இன்னொரு காதலியை நீ தேடியடையலாம்!'' என்றான்.

''அத்தகைய இருதயம் எனக்கில்லை, ஜனநாதா!''

''அதற்காக ஊர்மிளாவோடு உன் இருதயத்தையும் இப்போது சாவுக்கு விருந்தாக்க வேண்டும் என்பதில்லை. நீ உயிர் தப்பிச் சென்றதும் உன் ஊர்மிளாவை மறக்க விரும்பவில்லையென்றால், அவளைச் சதா நினைத்து நினைத்து உணர்ச்சிப் பரவசமாகி உன் வாழ்வின் கனவுகளையெல்லாம் உன்னதமான கவிதைகளாகப் பாடி, வாழ்நாள் முழுவதும் உன் ஊர்மிளாவின்மீது அமர காவியங்கள் இயற்றிக் களிக்கலாம்! அவளுடைய அழகையெல்லாம் அற்புதமான சிற்பங்களாகச் செதுக்கி ஆனந்தமாக உன் பொழுதைக் கழிக்கலாம். அவ்வாறு நீ கவிஞனாகவோ, சிற்பியாகவோ மாறி காலத்தைக் கழிக்க முடியாதென்றாலும், இயற்கையின் அழகெங்கும் உன் ஊர்மிளாவின் அழகிய உருவத்தைக் கண்டு அகமகிழலாம். அந்திவானச் சிவப்பை அவளுடைய சிவந்த உதடுகளாக உருவகப்படுத்தி உள்ளம் உவகையடையலாம்! தென்றலின் இசையில் அவளுடைய குரலோசையைக் கேட்கலாம்! இறைவனைப் பக்தர்கள் தங்கள்

காதலியாக நினைத்து, நாயகன், நாயகி பாவத்தில் பாடிக் களிக்கிறார்களே, அது போன்ற ஒரு மானசீகக் காதலில் உன் வாழ்நாள் முழுவதையும் சுலபமாகக் கழித்து விடலாம்!"

"இல்லை, ஜனநாதா! வீணாக அந்த ஆசை வார்த்தைகள் சொல்லாதே! இங்கே என் ஊர்மிளாவை மரணவாயிலில் தனியே தவிக்கவிட்டு, நான் உயிர் தப்பிச் சென்றால், அவளுடைய துயரமுடிவே பயங்கர நினைவாக மாறி, என் உயிரையெல்லாம் அணு அணுவாகக் கொல்லும்! அழகான அந்திவானத்தின் சிவப்பைப் பார்த்தால், அது என் ஊர்மிளாவின் சிவப்பான உதடுகளை நினைவுபடுத்துவதற்குப் பதிலாக அவளுடைய நிர்க்கதியான ரத்தத்தையே நினைவூட்டும். தென்றலின் இன்னிசையில் அவளுடைய வாஞ்சையின் குரலோசை கேட்பதற்குப் பதிலாக, "நெஞ்சைக் கிழிக்கும்படி அநாதையாகச் சாகும் அவளுடைய "ஆ!" என்ற அலறலே பயங்கரமாக எதிரொலிக்கும்! ஜனநாதா! இவ்வாறு நான் உயிர் தப்பிச் சென்று, எனக்குள்ளே ஒரு நரகத்தைச் சிருஷ்டித்துக் கொண்டு வாழ்நாள் முழுவதும் சித்திரவதைப்பட வேண்டுமா!"

"தம்பி! உன் காதலியை இழந்த பிறகும் அவளுடைய நினைவால் உன்னுள் ஒரு சுவர்க்கத்தைச் சிருஷ்டித்துக் கொள்ள முடியாதென்றால், அவளைப் பற்றிய உணர்ச்சியையே வேரோடு அறுத்தெறிந்துவிடும்படியான அறிவை நீ வளர்த்துக்கொள்ள வேண்டும்! எதிலும் பற்றற்ற வேதாந்தியின் மனநிலையை நீ அடைந்தாலும் நல்லதேயாகும்!"

"ஜனநாதா! ஊர்மிளாவை மறக்குமளவிற்கு நான் அவ்வளவு தூரம் உணர்ச்சியற்றவனுமல்ல; இருதயமற்றவனாகவும் ஒருபோதும் மாற முடியாது!"

"தம்பி! உன் உயிரைக் காப்பாற்றிக் கொள்கிற விஷயத்தில் உன் உணர்ச்சிகளையெல்லாம் ஒருபுறம் தூர மூட்டை கட்டி வைத்துவிடவேண்டும்!" தம்பி, ஊர்மிளா உன் உயிருக்கே உற்சாகமூட்டிய காதலி என்பதை நான் ஒப்புக் கொள்கிறேன். அவளோடு நீ இணைந்து வாழ்க்கை நடத்தினால் இந்த உலகிலே அதி ஆனந்த புருஷனாய் விளங்குவாய் என்பதிலும் சந்தேகமில்லை. ஆனால் உன் ஊர்மிளா இன்று மரணத்திலிருந்து நிச்சயம் தப்ப முடியாது!

ஒருவேளை ஆண்டவனே இங்கு தோன்றி ஊர்மிளாவுக்கு உயிர் பிச்சை கொடுத்தாலும், நீயும், அவளும் கணவனும், மனைவியுமாக இந்த உலகம் வாழ்வதை நம் மத சம்பிரதாயம் அங்கீகரிக்காது.

"அதனால்தான் வாழ்வில் ஒன்றுசேர முடியாத நாங்கள் சாவிலாவது ஒன்று சேர விரும்புகிறோம்!"

"தம்பி! நீ உயிர் தப்புவதற்குக் கடைசியாக ஒரு மார்க்கம் கிடைத்திருக்கும் போது அதைக் கைநழுவ விடுவது அறிவீனம்! ஊர்மிளாவோடு உன் உயிரையும் விட விரும்புவது வெறும் அர்த்தமற்ற உணர்ச்சியாகும்!"

"இல்லை, ஜனநாதா! அது அர்த்தமற்ற உணர்ச்சியல்ல! அதோ தன்னந்தனியாக நிற்கும் என் ஊர்மிளாவைப் பார்! அவளுடைய ஏக்கம் நிறைந்த விழிகள் எந்நேரமும் என்னையே ஆவலோடு நோக்கிக் கொண்டிருப்பதைப்பார்! என் ஊர்மிளா மலரினும் மென்மையான தன்மையுள்ளவள்; பயந்த சுபாவமுடையவள். நான் மட்டும் அவள் அருகில் இல்லாவிட்டால் இந்த மரணக்கூடத்தில் அவள் தனிமையின் சூன்யத்தைத் தாங்கமுடியாமல், ஒவ்வொரு கணமும் அணுஅணுவாகச் சித்திரவதைப்படுவாள். சாவை நோக்கிச் செல்லும்போது, மதயானையின் காலால் விளையபோகும் பயங்கரச் சாவை நினைத்து நினைத்துத் தன்னையும் மீறி நடுநடுங்கிப் பரிதவிப்பாள். தலையை இடறுவதற்காக யானை தன் காலைத் தூக்கும் போது அவள் உயிர் கிழியும்படி 'ஓ'வென்று அலறுவாள். வாழ்வு முழுவதிலும் எந்த ஆனந்தத்தையும் கண்டிராத அவளுடைய இறுதி மூச்சும் துயரத்திலேயே கரைந்து விடும். அவளுடைய ஆத்மா இந்த உலகத்தைவிட்டுத் தன்னந்தனியே விரக்தியையும், சூன்யத்தையும், அளவில்லாத துயரத்தையுமே ஏந்திச் செல்லும்."

"இனி அந்த விதியை யாராலும் மாற்ற முடியாது. தம்பி!"

"என்னால் மாற்ற முடியும், ஜனநாதா!" என்ற வீரசேகரன் துயரத்தினிடையே ஆனந்த மலர்ச்சியோடு, "ஜனநாதா! சாவிலும் இணைபிரியாத காதலனாக, ஆத்மாவின் உறு துணைவனாக நானும் அவள் கூடவே சென்று, அவளுடன் உயிர் விடுவேன். அப்போது எங்கள் இறுதி மூச்சாவது துன்பங்களையெல்லாம் மறந்து அளவில்லாத ஆத்மாவின் ஆனந்தத்தோடு இந்த உலகை விட்டுச்செல்லும்!"

"தம்பி! அற்ப நேரத்து ஆனந்தந்தானே? அதன் பிறகு ஒரு கணத்திற்குள் எல்லாம் சூன்யமாய் மறைந்து விடும்!"

"இல்லை, ஜனநாதா அது அற்ப நேரத்து ஆனந்தமல்ல! அற்பமான உணர்ச்சியுமல்ல! ஜனநாதா! இறுதி மூச்சு வரை என் ஊர்மிளாவின் அருகில் எந்நேரமும் நான் இருப்பேன். அவள் எந்நேரமும் என் முகத்தையே பார்த்துக் கொண்டிருப்பாள். தன்

வாழ்வின் துயரங்களையெல்லாம் மறந்து எந்நேரமும் என் காதலைப் பற்றிய நினைவிலேயே மூழ்கி மெய்மறந்திருப்பாள். சாவை நோக்கிச் செல்லும்போது, புதுமணப் பெண்ணின் கையைப் பிடித்துக் கொண்டு ஏதோ சுவர்க்கத்திலுள்ள ஆனந்தமான பள்ளியறைக்கு அழைத்துச் செல்வது போலவே என் ஊர்மிளாவின் கையைப் பிடித்துக் கொண்டு மரணப் பொட்டலுக்குச் செல்வேன்" அப்போது அவளுடைய காதுக்குள், "ஊர்மிளா! உன்னைக் காதலிக்கிறேன்! உன்னைக் காதலிக்கிறேன்!" என்று ஓயாமல் இறுதி மூச்சுவரை சொல்லிக்கொண்டே இருப்பேன்! அப்போது அவளுக்கு மெய்சிலிர்க்கும்; அவளுடைய ஆத்மாவின் ஒவ்வொரு அணுவும் புத்துணர்வு பெற்றுப் பொங்கும்! அவளுடைய முகம் தேஜோ மயமாக மின்னும்! வாழ்நாள் முழுவதும் அநுபவிக்கக்கூடிய ஆனந்தங்களையெல்லாம் அந்த ஒரு சிறு நேரத்திற்குள் அவள் அடைந்து விடுவாள்! நானும் அந்த ஆனந்தத்தையெல்லாம் அவளது முகத்திலே கண்டு என் வாழ்வின் சுவையனைத்தையும் அவளுடைய விழிகளின் புத்தமுதைப் பருகுவதிலேயே அநுபவித்துத் தீர்த்து விடுவேன்! ஜனநாதா. இதுதான் ஆனந்தங்கள் அனைத்திலும் சிகரமானது! என் உணர்ச்சி களனைத்திலும் உன்னதமானது!" என்று வீரசேகரன் சொல்லும்போது அவனுடைய களைபொருந்திய முகம் ஆனந்தக் கண்ணீருடன் உணர்ச்சிமயமாக ஜொலித்தது.

"பிறகு?" என்று ஜனநாதன் கேட்ட போது, அவன் குரலில் சற்று ஆத்திரமும், ஏளனமும் தொனித்தது.

வீரசேகரனோ தன் உணர்ச்சியின் போக்கிலே, "பிறகு என்ன? எங்கள் இருவரின் இறுதி மூச்சும் ஒன்று கலந்து, இணைபிரியாத காதலுடன் எங்கள் இருவரின் ஆத்மாவும் இந்த உலகத்தை விட்டு ஒன்றாகச் செல்லும், சுவர்க்கத்திலோ, மறு ஜன்மத்திலோ ஒன்று கூடிவிடும்!"

"தம்பி! சொர்க்கம் என்பதும், மறு ஜன்மம் என்பதும், ஆத்மா என்பதும், வேதாந்திகளின் கனவாகவும், கவிஞர்களின் கற்பனைச் சரக்காகவும் இருந்துவிட்டால், என்ன செய்வாய்? வீணான நம்பிக்கையால் வீணாக உன் உயிரைத் துறந்த முட்டாளாகி விடுவாய்!"

"இல்லை ஜனநாதா! மனிதன் நூறு வயதிற்குமேல் நிச்சயம் உயிர் வாழ முடியாது. அது உண்மையானால், என்றோ ஒருநாள் என் ஊர்மிளா என் அருகிலில்லாமல் என் உயிர் தனிமையின் சூன்யத்தோடும், வேதனையோடும் இந்த உலகத்தைவிட்டுப் போவதைவிட இன்றே என் ஊர்மிளாவோடு ஆனந்தமாக உயிர் துறப்பது எவ்வளவோ மேலானது!"

"வீரசேகரா! அதனால் நீ என்ன அலாதியான ஆனந்தத்தை அடையப் போகிறாயோ தெரியவில்லை! இப்போது உன் உயிரைக் காப்பாற்றிக் கொள்ளாமல் ஊர்மிளாவோடு உயிர் துறப்பதால் நீ என்ன உருப்படியான லாபத்தை அடையப் போகிறாய் என்பதை உன் அறிவு சிறிதாவது ஆராய்ந்து பார்த்தால் நன்றாக இருக்கும்!" என்று ஜனநாதன் பொருமினான்.

"ஜனநாதா! உன்னைப் போன்ற அறிவாளிகளின் பகுத்தறிவானது உணர்ச்சிகளின் விளைவுகளை எளிதில் எடை போட முடியுமே தவிர, அவற்றின் லாப நஷ்டங்களை ஆராய முடியுமே தவிர, அந்த உணர்ச்சிகளின் அலாதியான சுவையை ஒருபோதும் அநுபவிக்க முடியாது! அவற்றை அநுபவிக்க முடியும்படியான இருதயத்தையும், அதன் மென்மையான உணர்வையும், பூதாகாரமான உங்கள் பகுத்தறிவு தின்றுவிடுகிறது!"

"தம்பி! உன்னைப் போன்ற உணர்ச்சியாளர்கள், தங்கள் அறிவை உபயோகிக்க மறுத்து, தாங்கள் சிருஷ்டித்த உணர்ச்சிகளிலே சிக்கிச் சீரழிவதிலேயே சுவை காணும்போது பெரிய முட்டாளாகி விடுகிறார்கள்!" என்று பொருமிய ஜனநாதன் வீரசேகரனின் முகத்தை உற்று நோக்கிக் கொண்டே மேலும் கூறலானான்.

"தம்பி! நீ உணர்ச்சியின் வடிவம்! நான் அறிவின் வடிவம்! இருவரும் முற்றிலும் நேர்மாறான இருதுருவங்கள் என்றாலும் இத்தனை காலமாக என் நெருங்கிய நண்பனாக விளங்கி வந்திருக்கிறாய்! அதன் பலனை இன்று நீ அநுபவிக்க வேண்டுமென்றால் நான் சொல்வதைக் கேள்! உன்னை உருக்குலைக்கும் உணர்ச்சிகளுக்குச் செவிசாய்க்காமல் உன் உயிருக்கு வழிகாட்டும் அறிவு சொல்கிறபடி நட!"

"ஜனநாதா! நான் அறிவைவிட உள்ளத்து உணர்ச்சிகளையே பெரிதென மதிக்கிறேன்!"

"என்ன?" என்று திகைத்தவனைப்போல் முனகிய ஜனநாதன், "தம்பி! உணர்ச்சிகளை வெல்வதற்காகவே மனிதனுக்கு அறிவு கொடுக்கப்பட்டிருக்கிறதென்று உலகெங்கும் முதுமொழிகள் வற்புறுத்தி வருகின்றன. மனிதனை சோகத்தில் ஆழ்த்தும் பந்தபாச உணர்ச்சிகளை யெல்லாம் பகுத்தறிவினால் வெட்டி எறிந்துவிட்டு கட்டற்ற சுதந்திர புருஷனாகவும், பிறவித்தளைகளில் விழாத ஞானவானாகவும், எதிலும் பற்றற்ற அறிஞனாகவும் திகழ்பவனே எதிலும் வெற்றிபெறும் கர்மவீரனாகத் திகழ்வான்; அவனே மனிதனுள் சிறந்தவன் என்று நமது தத்துவ

ஞானிகளும் அறிஞர்களும் கூறுகிறார்கள். ''எதிலும் பந்தபாசம் வைக்காதே. எதிலும் பற்றற்ற கர்மவீரனாகத் திகழ்'' என்று பகவத்கீதையும் வெற்றிப் பாதைக்கு வழி காட்டுகிறது. தம்பி! அந்த கீதை காட்டிய ஞான மார்க்கத்தை நான் பின்பற்றி எதிலும் பந்தபாசம் இல்லாதவனாய் எந்த உணர்ச்சியையும் பொருட்படுத்தாதவனாய், இருதயம் என்பதே இல்லாதவனாய், என் காரியம் ஒன்றே குறியாகவுள்ள கர்ம வீரனாய் நடக்கும் மனப்பான்மையை வளர்த்துக் கொண்டதால்தான், நான் எதிலும் எளிதில் வெற்றிகாணும் பேரறிவாளனாகவும் திகழ்கிறேன். என்றென்றும் கண்ணீரோ, துக்கமோ இல்லாமல் எப்போதும் சிரித்துக் கொண்டே இருக்கிறேன்! உணர்ச்சிகளை அறுத்தெறிந்துவிட்டு அறிவாளனாகத் திகழும் சித்தி எனக்குக் கிடைத்திருக்கிறதென்று அலாதியான பெருமையும் பட்டுக் கொள்கிறேன். ஆனால் நீயோ அவற்றிற்கெல்லாம் நேர்மாறாக அறிவைவிட உணர்ச்சிகளே மேலானவை என்று புதிய தத்துவம் கூறுகிறாய்!''

''ஆம், ஜனநாதா! இது நானே எனக்கு வகுத்துக்கொண்ட தத்துவம்; என் ஆத்மாவுக்கு என் காதல் வழிகாட்டிய தத்துவம்! எப்போதோ படித்த ஒரு தத்துவ நூலிலிருந்து நான் உருவகப்படுத்திக் கொண்ட தத்துவமுமாகும். ஜனநாதா, ஆதியில் மனித ஜீவராசிகளின் ஆத்மாக்கள் அனைத்தும் ஒரே பரமாத்மாவாகத்தான் இருந்தது. பிறகு காலகதியினால் அந்த ஒரே பரமாத்மா அணுஅணுவாகப் பிரிந்து பலவித ஆத்மாக்களின் ரூபங்களாகப் பிரபஞ்சமெங்கும் பல திசைகளில் பிரிந்து சென்றன. அவ்வாறு பிரிந்து போன ஒவ்வொரு ஆத்மாவின் பாதியும் தன்னிடமிருந்து பிரிக்கப்பட்ட மற்றொரு சரிபாதியைத் தேடி யுகங்கள்தோறும் அலைகிறது! தனக்குப் பொருத்தமான அந்த சரிபாதியைக் கண்டதும் அதனுடன் அப்படியே இணைசேர வேண்டுமென்று உணர்ச்சி கொண்டு தவிக்கிறது! அந்த உன்னதமான உணர்ச்சியின் தவிப்புத்தான் காதலாகும்! ஆத்மாவில் கிளர்ந்தெழும் அத்தகைய உள்ளுணர்ச்சிகள் எப்போதும் வியவகார அறிவைவிட மேலானவை!'' என்றான் வீரசேகரன்.

''தம்பி! அறிவைவிட உணர்ச்சிகளா பெரிதென்று என்னிடம் வாதிக்கிறாய்?'' என்று ஜனநாதன் ஏளனமாகக் கட்சி கட்டலானான்.

வீரசேகரனோ தன் கட்சிக்காக மனப்பூர்வமாக வாதாடுபவனைப் போல, ''ஜனநாதா! உலகெங்கும் உள்ள காதலர்களின் அழியாத கதைகளும் அதியற்புதமான கலைக் கோயில்களும், கவிஞர்களின் உயிர் ததும்பும் சிற்பங்களும், மற்றும்

கற்பனைகளின் சுவைகளும் கலையுள்ளம் படைத்த மனிதர்களின் உள்ளத்து உணர்ச்சிகளால் உற்பத்தியானவையே தவிர, பகுத்தறிவினால் அல்ல! இந்த உலகம் உற்சாகச் சுவையுடன் உயிர் வாழ்கிறது, கற்பனையின் பாதையிலே இந்த உலகம் உன்னத நிலையை நோக்கிச் சுழன்று முன்னேற முயல்கிறது என்றால் அதற்கெல்லாம் காரணம் மனித உள்ளத்தின் உண்மையான உள்ளுணர்ச்சிகளே தவிர, வெறும் பகுத்தறிவல்ல, ஜனநாதா! உள்ளுணர்ச்சிகளை அறுத்தெறிந்துவிட்ட அறிவினால் மிஞ்சுபவை தான் என்ன? வெற்றி அல்லது சுயநலம் அல்லது சூன்யம்! இவைதானே? இவற்றைவிட உண்மையான உள்ளத்து உணர்ச்சி களின் உன்னத மரணம் அல்லது உயிர்த்துடிப்புள்ள தோல்வி மேலானது! இருதயமற்ற அறிவாளிகளின் உணர்ச்சிகளற்ற ஜட வாழ்வைவிட, இதயமுள்ளவனின் உணர்ச்சிகரமான மரணம் உன்னதமானது! அறிவாளிகள் காணும் வெறும் சூன்யத்தை விட, உணர்ச்சியாளன் காணும் கற்பனையின் கானல் நீர் உயிர்ப்புள்ளது. ஞானிகளின் ஒன்றுமில்லாத சூன்ய தத்துவத்தை விட சாதாரணமானவர்களின் உணர்வுத்துடிப்புள்ள மாய தத்துவமே சுவையானது! அதுவே இந்த உலகத்திற்குத் தேவையானது'' என்று வீரசேகரன் தீர்க்கமாகக் கூறினான்.

பொறுமையிழந்த ஜனநாதன் பெருமூச்சு விட்டபடி, ''வீரசேகரா! இறுதியாக ஒருமுறை கேட்கிறேன்! ஊர்மிளாவோடு ஒன்றாக மரணத்தை முத்தமிடுவதுதான் உன் முடிவா? இதை மாற்றிக் கொள்ள முடியாதா?'' என்று கேட்டான். ''முடியாது, ஜனநாதா! இப்போது நான் அடையப்போகும் ஆனந்தத்தைக் கெடுத்து அளவில்லாத் துயரத்தைத் தரும்படியான அந்த விஷயத்தைப் பற்றி இனியும் நீ பேசவேண்டாம்! மரணகால மணியடித்தாகி விட்டது! இருக்கும் அவகாசமோ குறைவு இதற்குள் நம் கடைசி சந்திப்பில் நம்முடைய நட்பைப் பற்றி மனம் திறந்து பேசுவோம்!'' என்ற வீரசேகரன் ஆர்வத்துடன் ஜனநாதனின் கையைப்பற்றி அவனுடைய முகத்தை ஏறிட்டு நோக்கியபடி, ''ஜனநாதா! அரசியல் துறையிலும், தனி வாழ்விலும், பண்பிலும், கொள்கைகளிலும், நாமிருவரும் முற்றிலும் நேர்மாறானவர்களாய் இருந்தாலும் உன்மீது நான் அளவற்ற மதிப்பும், நட்பும் கொண்டிருக்கிறேன். இதுபோன்ற நட்பு நீயும் என்மீது உண்மையாகவே வைத்திருக்கிறாயா இல்லையா என்பதைப் பற்றியும் நான் கவலைப்படவில்லை! இந்த உலகத்தில் ஊர்மிளாவிற்கு அடுத்தபடியாக என் ஜீவனுக்கு உற்சாகமூட்டியது மற்றொன்று உண்டென்றால் அது உன் நட்புத்தான்! ஊர்மிளாவோடு ஆனந்தமாக உயிர் நீங்கும்போது, இந்த உலகத்தைவிட்டுச் செல்வதைப் பற்றி நான் துக்கப்பட வேண்டுமென்றால், உன்னைப் பிரிந்து செல்ல வேண்டியிருக்கிறதேயென்றுதான் துக்கப்படுவேன்!''

என்று தழதழக்கும் குரலில் சொல்லிவிட்டு ஜனநாதனின் சலனமற்ற விழிகளை எதிர்நோக்கிக் 'கலகல'வென்று கண்ணீர் சொரிந்தான்.

ஜனநாதன் தன் முகத்தை வேறுபுறம் திருப்பிக்கொண்டு, ''தம்பி! இந்த ஜனநாதனின் நட்பால் நீ ஒரு பயனும் அடையவில்லை! அவனுடைய அறிவு வழியை நீ பின்பற்றியிருந்தால் சரித்திரத்திலேயே ஆயிரம் ஜனநாதன்களுக்குச் சமானமானவனாக விளங்கியிருப்பாய்! ஆனால் உன்னுடைய விடாப்பிடியான உணர்ச்சிகளும், உன் காதலும் உன்னை என்னிடமிருந்து பிரித்து விடப்போகிறது! இனி உன்மீது நான் வைத்திருக்கும் நட்பிற்கு அடையாளமாக நீ ஏதாவது அற்புதமான ஒன்றை அடைய வேண்டுமென்றால், இந்த உலகத்தில் எவரும் எந்தக் காலத்திலும் இந்த ஜனநாதனைப் போன்றவரிடமிருந்து அடைய முடியாத ஒன்றை நீ அடைவாய் அது என்ன தெரியுமா? உணர்ச்சிகள் அனைத்தையும் அறுத்தெறிந்துவிட்ட இந்த ஜனநாதன், தன் வாழ்நாளிலே ஒரு சொட்டுக் கண்ணீர்கூட விடமுடியாத இந்த ஜனநாதன், நீ இறுதி மூச்சு விடும்போது இரண்டு சொட்டுக் கண்ணீர் விடுவான்! அதைவிட நீ அடையக் கூடியது இந்த உலகத்தில் வேறு எதுவுமே இல்லை!'' என்றான்.

வீரசேகரன் ஆனந்தக் கண்ணீர் சொரிந்தான்.

அந்தச் சமயம், கொட்டு முழக்கோடு முத்தரையனும், அவனுடைய ஆட்களும் எமகிங்கரர்களைப் போலக் கயிறுகளைத் தூக்கிக் கொண்டு சிறைக்கூடத்திற்குள் வந்தனர்.

அத்தியாயம் 125

காலதூதர் கையிலே!

கறங்குபோல விற்பிடித்த
காலதூதர் கையிலே
உறங்குவாய், உறங்குவாய்,
இனிக்கிடந்து உறங்குவாய்!

— கம்ப ராமாயணம்

மரண தேவனைப் போன்ற முத்தரையனைக் கண்டதுமே, புலம்பிக் கொண்டிருக்கும் குற்றவாளிகளினிடையே பயங்கரமான நிசப்தம் நிலவியது. இருவர் இருவராக அணிவகுத்து ஒருவர் கையை ஒருவர் கெட்டியாகப் பிடித்துக் கொண்டிருக்கும் அவர்கள் செத்த சவங்களைப் போல ஸ்தம்பித்து நின்று விட்டார்கள். வீரசேகரனோ ஆனந்தக் கண்ணீரால் ஜனநாதனிடம் விடைபெற்றுக்கொண்டு, குற்றவாளிகளின் வரிசையிலே தன்னந்தனியாக நிற்கும் ஊர்மிளாவிடம் வந்து அவளுடைய நடுங்கும் கையை ஆதரவோடு இறுகப் பற்றிக்கொண்டு, அவளுக்கு ஜோடியாக நின்றான்.

''ஹாஹாஹா!'' என்று முத்தரையன் பயங்கரமாகச் சிரித்துப் பெருங்குரலெடுத்து, ''சாகப்போகிற சதிகாரர்களே! உங்களுக்குப் பொருத்தமான ஜோடியை நீங்களாகவே தேர்ந்தெடுத்துக் கொண்டு உங்களால் முடிந்தவரை அழுது தீர்த்துவிட்டு இப்பொழுது சாவதற்குச் சித்தமாகி அழகாக அணிவகுத்து நிற்பதைக் கண்டு உங்களை நான் மிகவும் பாராட்டுகிறேன்! ஆனால் ஒவ்வொருவரும் தனக்குரிய ஜோடியின் கையைக் கெட்டியாகப் பிடித்துக் கொண்டிருப்பது நல்லதல்ல! ஏனெனில், உங்களை இருவர் இருவராக மரணப் பொட்டலுக்கு நாங்கள் இழுத்துச் செல்லும்போது, அங்கு மதயானைகளின் கர்ஜனைகளைக் கேட்டோ, அவைகளின் முரட்டுக் கால்களைப் பார்த்தோ, நீங்கள் பயந்து அலறி ஒவ்வொரு திசையில் பறந்தோடி விடத் துடிப்பீர்கள்! அப்போது ஒருவர் கையை ஒருவர் கெட்டியாகப் பிடித்துக் கொண்டிருந்தால் ஒருவரால் ஒருவர் இழுபட்டு, தடுமாறிக் கீழே விழுந்து வீணாக உடம்பைக் காயப்படுத்திக் கொள்வீர்கள். அதனால் உங்கள் கைகளை முதுகுப்புறம் வைத்துப் பின்கட்டாகக்

கட்டி இருவர் இருவராக இழுத்துக்கொண்டு போகவே நாங்கள் விரும்புகிறோம்!'' என்றான்.

அதைக் கேட்டதும் குற்றவாளிகளின் முகங்களெல்லாம் பேயறைந்தது போலாகிவிட்டது. ஊர்மிளாவும், வீரசேகரனும் பெரும் ஏமாற்றத்தால் சட்டென்று முகம்வாடி, ஒருவர் விழிகளை ஒருவர் ஏக்கத்துடன் பார்த்தபடி ஒரு கணம் நின்றனர்.

மறுகணம் வீரசேகரன் சிறிது முகம் பிரகாசமடைந்தவனாய் பின்புறம் ஜனநாதன் நின்ற திசைப்பக்கம் திரும்பி தன் விழிகளால் ஏதோ குறிப்புக் காட்டுவதுபோல அவனை உற்று நோக்கினான்.

மதிவதனங்கள் வாடியவராய் நிற்கும் வீரசேகரனையும், ஊர்மிளாவையும் கவனித்தபடி ஜனநாதன் மௌனமாக ஒரு மூலையில் நின்று கொண்டிருந்தான்.

''ஹாஹஹா! ஹாஹ்ஹா!'' என்று முத்தரையன் மீண்டும் தன் இடிக்குரலில் சிரித்துவிட்டு, தன் பின்னால் நிற்கும் தன் ஆட்களை நோக்கி, ''உம், சீக்கிரம் ஆகட்டும்!'' என்று ஏவினான்.

அம்முரடர்கள் வில்லிலிருந்து புறப்பட்ட அம்புகளைப் போல் முன்னால் பாய்ந்து, தாங்கள் கொண்டு வந்திருந்த வலுவான கயிறுகளால் குற்றவாளிகளின் கைகளை முதுகுப்புறம் வைத்துப் பின் கட்டாகக் கட்டிவிட்டனர்.

ஊர்மிளா வேதனையோடு அழாதகுறையில் நெஞ்சு விம்மித்தாழ பெருமூச்செறிந்தாள். அவள் முகத்தை உற்று நோக்கிய வீரசேகரனின் கண்கள் கலங்கி விட்டன. அவளுடைய அழகான முகம் ஆனந்தத்தில் தென்படுவதைவிட அளவற்ற சோகத்திலும், ஏக்கத்திலும் இன்னும் அதிக அழகுடன் ஒளி வீசியது. வீரசேகரனின் விழிகள் ஊர்மிளாவின் சதைப்பிடிப்பான சிவந்த உதடுகளை நோக்கி வட்டமிட்டன.

ஊர்மிளாவின் உதடுகள் ஒருவித ஏக்கத்தின் கிறக்கத்தோடு அவனை எதிர்நோக்கித் துடிதுடித்தன. சாவதற்கு முன்னால் கடைசியாக ஒருமுறை தன் காதலியை சுதந்திரத்துடன் அப்படியே வாரியணைத்து, அவள் தனக்கே உரியவள் என்கிற எண்ணத்தை அவளுடைய அழகிய அதரங்களில் அன்பின் முத்திரைகளாகப் பதித்துவிட வேண்டுமென்று வீரசேகரன் எண்ணியிருந்தான். அதற்கு வழியில்லாமல் இப்போது இருவர் கைகளும் பின்கட்டாகக் கட்டப்பட்டிருப்பதை உணர்ந்தபோது வீரசேகரனுக்கு அழுகையே வந்துவிடும் போலிருந்தது. அடுத்த கணம் அடக்க முடியாமல் வீரசேகரன் குழந்தைபோல் அழுதும்விட்டான்.

அந்தச் சமயம் மரணப் பொட்டலில் ஏதோ கொலை விழாவை ஒட்டிய சம்பிரதாயச் சடங்கு ஒன்றை அறிவிப்பதுபோல் பெரிய மணியொன்று அடிக்கப்பட்டு, முரசங்கள் அதிர்ந்தன. அவற்றைத் தொடர்ந்து பிளிறிடும் மதயானையின் கர்ச்சனையொன்று தண்டனைக் கூடத்தின் நிசப்தத்தில் வந்து விழுந்து பயங்கரமாக எதிரொலித்தது!

அசைவற்ற சித்திரங்கள் போலாகிவிட்ட குற்றவாளிகளின் முகங்களிலே ஈயாடவில்லை. அவர்களில் எவனோ ஒரு கோழை தன் மரண பயத்தை அடக்குவதற்கு ஆதரவாக தன் ஜோடியின் கையைப் பிடித்துக்கொள்ள துடிதுடித்து, தன் கை பின்புறமாகக் கட்டப்பட்டிருப்பதை உணர்ந்ததும், திடீரென நெஞ்சு வெடித்தவனைப்போல 'ஓ'வென அலறி உயிர் கிழிந்து அடியற்ற மரம்போல் தன் துணைவன்மீது சாய்ந்து 'தொபீ'ரெனக் கீழே விழுந்தான். கருங்கல் தரையின் மீது விழுந்ததால் அவனுடைய மண்டை உடைந்து, இரத்தம் நாலாபுறமும் சிதறியது. அந்தக் கோரத்தைக் கண்டதும் அவனுடைய துணைவனும் நெஞ்சு வெடித்து செத்து விழுந்தான்!

அதே கணம் ஊர்மிளாவும் அந்தப்பக்கம் திரும்பிப் பார்த்து 'வீ'லெனக் கத்தி, 'வெடவெட'வென்று நடுங்கினாள். எங்கே அவளும் பயத்தால் நெஞ்சு வெடித்து விடுவாளோ என்று பரபரப்புற்ற வீரசேகரன், ''ஊர்மிளா.... ஊர்மிளா....! பயப்படாதே நானிருக்கிறேன். தைரியமாயிரு!'' என்று பாசவெள்ளம் பொங்கும் குரலில் உற்சாகப்படுத்த முயன்றான். அமைதியடைந்த ஊர்மிளா வாஞ்சையும், நன்றியும் பொங்கும் விழிகளால் வீரசேகரனை ஏறிட்டு நோக்கி, ''நான் சாவதை நினைத்து பயப்படவில்லை! இந்த உலகத்தைவிட்டுப் போக நேர்வதைக் குறித்தும் நான் வருத்தப்பட வில்லை! உங்களோடு ஒன்றாக உயிர்துறக்கப் போகிறோம் என்பதால் எனக்கு அளவில்லாத ஆனந்தமே உண்டாகிறது. ஆனால் நம் கைகள் பின்னால் கட்டப்பட்டிருப்பதால் உங்களது அன்புக்கரங்களை ஆதரவுடன் பிடித்துக் கொள்ளக்கூடக் கொடுத்து வைக்க வில்லையே என்பதை நினைத்துத் தான் கலங்குகிறேன்'' என்று கிணற்றுக்குள்ளிருந்து பேசுவதுபோல் மிகவும் மெல்லிய குரலில் சொன்னாள்.

உடனே வீரசேகரன், ஜனநாதன் நின்ற திசைப்பக்கம் திரும்பி அவனைத் தன்னருகில் வரும்படி தன் விழிகளால் ஜாடை காட்டினான்.

தொம்பைக் கூத்தாடிபோல் வேஷமிட்டிருந்த ஜனநாதன் அருகில் வந்ததும், வீரசேகரன் அவனை நோக்கி, ''ஜனநாதா!

கோழைகளையும், பலி ஆடுகளையும் கட்டி இழுத்துக்கொண்டு போவதைப் போல சாகச் சித்தமான ஒரு வீரனின் கைகளையும் கட்டிவைத்திருக்கிறார்களே என்று நான் வருத்தப்படவில்லை. ஆனால் சாவை நோக்கிச் செல்லும்போது என் ஊர்மிளாவின் கையை ஆதரவுடன் கெட்டியாகப் பிடித்துக் கொள்ள முடியாமலிருக்கிறதே என்பதை நினைக்கும்போதுதான் எனக்கு அழுகை வரும்போலிருக்கிறது. மரணமாவது எங்களுக்கு ஆனந்தம் தருமென்று நினைத்தேன், அதுவும் எங்களை வஞ்சித்து விடும் போலிருக்கிறது!" என்று அளவற்ற துயரத்துடன் நெஞ்சு விம்மி, மெல்லிய குரலில் முணுமுணுத்தான்.

ஜனநாதன் மௌனமாகத் தன் இடுப்பில் சொருகியிருந்த குத்துவாளை எடுத்து வீரசேகரனின் பின்புறம் கைகளில் கட்டப்பட்டிருந்த கயிற்றின் முடிச்சை இரகசியமாக அறுத்துவிட்டு இஷ்டப்படும்போது வீரசேகரன் கயிறு முழுவதையும் அவிழ்த்துக் கொள்ளும்படியாக அதன் அறுபட்ட முடிச்சின் இரு நுனிகளையும் அவனுடைய கைப்பிடிக்குள் திணித்து வைத்தான்.

"ஜனநாதா! இதுபோல் ஊர்மிளாவின் கைகளையும்.... சீக்கிரம்... அவள் மூர்ச்சித்து விழுந்துவிடுவாள் போல் இருக்கிறது!" என்று மெல்லிய குரலில் பரபரத்தான்.

அவன் அதைச் சொல்லி வாய் மூடுவதற்கு முன்னால் ஊர்மிளா! தன் சக்தியெல்லாம் இழந்து மூர்ச்சிப்பவளைப் போல கண்ணிமைகளை மூடி வீரசேகரனின் விரிந்த புஜங்களில் சரிந்து தன் தலையைச் சாய்த்தாள்.

"ஊர்மிளா!" என்று துடிதுடித்துவிட்ட வீரசேகரன் "ஊர்மிளா என் அன்பே! கண்களைத் திற! நாம் கடைசியாக ஒருவரையொருவர் பார்த்துக் கொள்ளக்கூட போதுமான நேரமில்லை! கண்களைத் திறந்து என்னைப்பார்!" என்று தவித்தான். மெல்லக் கண்ணிமைகளைத் திறந்து ஊர்மிளா, "ஒன்றுமில்லை. என் கைகளை இறுக்கமாகக் கட்டியிருக்கும் கயிற்றின் வேதனையைத்தான் என்னால் தாங்க முடியவில்லை!" என்று வலியைப் பொறுத்துக் கொள்ள முயன்றவளாய் மெல்லிய குரலில் விசும்பினாள். அதற்குள் ஜனநாதன் ஊர்மிளாவின் கைகளில் கட்டியிருந்த கயிற்றின் முடிச்சையும் இரகசியமாக அவிழ்த்து அவற்றின் இரு நுனிகளையும் ஊர்மிளாவின் கைப்பிடிக்குள் திணித்து விட்டான்.

அதை உணர்ந்ததும், ஊர்மிளா உயிரெல்லாம் திரும்பி வந்தவளைப் போல் உற்சாகமுற்று வீரசேகரனை ஆவலுடன் நோக்கினாள். தன் துணைவனின் கைகளைப் பின்புறமாகவே

ஆவலுடன் தேடி அதைப் பற்றுகோலாகக் கெட்டியாகப் பிடித்துக்கொண்டாள். அதை நினைத்து வீரசேகரன் அவளை நோக்கி ஆனந்தத்துடன் புன்முறுவல் செய்தான், அப்போது ஊர்மிளாவின் முகம் நாணத்தால் சிவந்து அதிகவர்ச்சிகரமாக ஒளி வீசியது. ஆனால் அந்த நாணத்திடையேயும் அவள் தான் பிடித்திருந்த வீரசேகரனின் கையை விடவில்லை!

அந்தச் சமயம் ''ஹா ஹ்ா ஹா ஹ்ா ஹா!'' என்ற பயங்கரச் சிரிப்புடன் முத்தரையன் மீண்டும் அந்த தண்டனைக் கூடத்திற்குள் தோன்றினான். அவன் அங்கு அடிக்கடி வந்து அவ்வாறு சிரிப்பது, கூண்டில் அடைப்பட்ட சிங்கங்களைக் கொல்வதற்கு முன்னால் அவற்றை ஈட்டிக் கம்புகளால் குத்திக் குத்தி விளையாடுவது போலிருந்தது.

''ஹாஹ்ஹா!'' என்று அந்தக் கிராதகன் முத்தரையன் மீண்டும் சிரித்துவிட்டு, சாகப்போகிற சதிகாரர்களே உங்கள் தலைகள் மதயானைகளால் பந்தாடச் செய்யும் விழாவை வேடிக்கை பார்ப்பதற்கு மரணப் பொட்டலில் ஜனங்களெல்லாம் கூடி விட்டார்கள். பெரும்பாலான அதிகாரிகளும் வந்து தங்கள் ஆசனங்களில் அமாந்து விட்டார்கள். குலோத்துங்க சோழ சக்கரவர்த்திகளின் அந்தரங்க அதிகாரி ஒருவரும் இங்கு விஜயம் செய்யப்போவதாகச் சற்று முன்தான் தகவல் வந்தது. அவரும் இன்னும் இரண்டொரு முக்கிய அதிகாரிகளும், வந்ததும் இன்னும் சிறிது நேரத்தில் அதியற்புதமான கொலைவிழா ஆரம்பமாகிவிடும். உங்களை மரணப்பொட்டலுக்கு இருவர் இருவராக இழுத்துச் செல்ல மணி முரசங்களெல்லாம் அதிரும். ஆனால் அதற்கு முன்னால் இங்கிருந்து கொம்பு ஊதி, பறை கொட்டுடன் கட்டியங்கூறுபவரின் அணிவகுப்பு ஒன்று புறப்பட்டுச் செல்லும் சடங்கு ஒன்று நிறைவேறவேண்டும். அப்போது கட்டியங் கூறுவோர் பிரம்மாண்டமான புலிக்கொடியேந்தி மரணப் பொட்டலை மும்முறை வலம் வந்து, மதயானைகளை வணங்கி அவற்றின் முன்னாலுள்ள பலிபீடத்தின் எதிரே புலிக்கொடியை நட்டு, ''ஜெயவிஜயீபவா!'' என்று வாழ்த்துக் கூறுவார்கள். அந்த புலிக்கொடியின் ஈட்டிமீது முதலாவதாக தலைசிறந்த துரோகியின் பெரிய தலையொன்று சொருகி வைக்கப்படவேண்டும். அத்தகைய தலையை ஒரு மதயானை தன் காலால் உடம்பிலிருந்து உதைத்துக் கீழே உருட்டிவிடும். மற்றொரு யானை அந்தத் தலையைத் தன் தும்பிக்கையால் எடுத்து புலிக்கொடியின் மீது அழகாக சொருகி வைத்துவிடும்'' அந்த அதியற்புதமான வேடிக்கையைப் பார்த்து அரசாங்க வீரர்கள் ''ஆகா!'' என்று கரகோஷம் செய்வார்கள். அந்த முதலாவது பாக்கியத்தை இங்குள்ள தலைசிறந்த துரோகிக்குத்தான் கொடுக்க வேண்டும். அவனைத்தான்

முதலாவதாக மரணப் பொட்டலுக்குத் தனியாக இழுத்துக்கொண்டு போகப் போகிறோம்! என்று கூறியவன், ''இங்கு பெருந்தலை படைத்த தலைசிறந்த துரோகி யார் என்பதை இப்போது கண்டுபிடிக்கப் போகிறேன்!'' என்று ஏளனமாக நகைத்தான்; அதைத் தொடர்ந்து அவனுடைய சிவப்பேறிய கோரவிழிகள் அங்குள்ள குற்றவாளிகளைச் சுற்றிலும் வட்டமிட்டன.

''ஆகா! கண்டுபிடித்து விட்டேன்! அந்த சோழிய வீரனான வீரசேகரன்தான் இங்கு தலைசிறந்த துரோகி! அவனைத்தான் முதலாவது பலியாக தனியே இங்கிருந்து இழுத்துச் செல்லவேண்டும். பாவம்! தனக்குத் துணையான ஜோடியைப் பிரிய நேரிடுகிறதென்றாலும் அவனுடைய தலை புலிக்கொடியின் ஈட்டியின்மீது கடைசிவரை சொருகப்பட்டிருக்கும் பாக்கியத்தை அடையும்! அவனுடைய தலையிலிருந்து வழியும் இரத்தத்தை யெல்லாம் அவனுடைய சகாக்கள், ''துரோகி! துரோகி!'' என்று காறித்துப்பும் எச்சில்கள் கழுவிவிடும்! ஹாஹ்ஹா!'' என்று கோரமாகக் கொக்கரித்தான்.

''அடே, முத்தரையா! கொஞ்சம் பொறு!'' என்று சீறியெழுந்த ஜனநாதன், தன்னுடைய மாறுவேஷத்தைக் கலையாமலே, ''முத்தரையா! உனக்கென்ன கண் குருடா? இங்கே தலைசிறந்த துரோகியும், உங்கள் புலிக்கொடிக்குப் பொருத்தமான பெருந்தலையனும் ஒரேயொருவன்தான் உண்டு. அது நீதான்!'' என்றான்.

''என்ன! நானா துரோகி?'' என்று திடுக்கிட்ட முத்தரையன் பற்களை 'நறநற'வென்று கடித்தபடி, ''என்னைத் துரோகி என்று கூறத் துணிந்த மூடன் யார்?'' என்று உறுமினான்.

''சோழர்களின் ஒற்றுப்படைத் தலைவனான ஜனநாதக் கச்சிராயன்தான் உன்னைத் துரோகியென்று கூறுகிறான்!'' என்று ஜனநாதன் விஷமமாகச் சிரித்தபடி, தன் வேஷத்தைக் களைந்து தன் சுயரூபத்தைக் காட்டினான். சற்று கலவரமடைந்த முத்தரையன் மனஸ்தாபமுற்ற குரலில், ''ஜனநாதக் கச்சிராயரே! உங்கள் சோழர்களுக்கு சிறந்த ஆதரவாளனாகவும் எங்கள் விக்கிரம பாண்டிய அரசாங்கத்திற்கு வலது கையாக விளங்கும் இந்த முத்தரையனை சிறிதும் கூசாமல் துரோகியென்று துணிந்து கூறிவிட்டீர். இதை நீர் நிரூபிக்காவிட்டால் இதற்காகப் பின்னால் நீர் மிகவும் வருந்த நேரிடும்!'' என்றான்.

''எதற்கும் நான் வருந்த மாட்டேன். என்னை ஒருவரும் அசைக்க முடியாது. வீணாக மிரட்டாதே! அடே முத்தரையா! இந்த ஜனநாதன் உன்னை முதலாவது துரோகியென்று

பகிரங்கமாகக் கூறிவிட்டானென்றால், அதை நிரூபிக்காமல் விடமாட்டான்!''

ஒன்றுமே புரியாமல் விழித்த முத்தரையன், ''நான் என்ன துரோகம் செய்தேன் என்று முதலில் சொல்லும்!'' என்று இன்னும் கலவரமடைந்த குரலில் கேட்டான்.

''அடே முத்தரையா! இங்கு புரோகிதர் வேஷம் போட்டு வந்த வீரபாண்டியரை நான் உயிரோடு சிறைப்பிடிப்பதற்கு முன்னால் நீ இந்த சிறைக்கூடத்திலிருந்து அவரை வெளியே தப்பிச்செல்ல விட்டுவிட்டாய். எங்கள் சோழமகாராணி மூடுவண்டியில் எங்கள் தலைநகருக்குச் செல்லும் ரகசியத்தை அவர் உன் மூலமாகவோ உன் ஆட்கள் மூலமாகவோ தெரிந்துகொண்டு அவரே அந்த வண்டிக்குச் சாரதியாக மாறுவேஷமிட்டுச் சென்று சோழ மகாராணியை மூடுவண்டியோடு கைப்பற்றிக் கொண்டார்! இந்த மாபெரும் விபரீதமெல்லாம் உன் துரோகத்தால்தான் விளைந்தது!'' என்று ஜனநாதன் விஷமப் புன்னகையுடன் கர்ஜித்தான்.

அதைக் கேட்டதும் உயிரே போய்விட்டதைப்போல் ஒருகணம் திடுக்கிட்டு நின்ற முத்தரையன், ''நானா?'' என்று தொண்டை அடைக்கும் குரலில் பொருமினான்.

''நீ துரோகம் செய்யவில்லையென்றால் இங்கிருந்த அந்த புரோகித வேஷதாரி இப்போது எங்கே? நீயோ, உன் காவல் ஆட்களோ அநுமதிக்கவில்லையென்றால் அவர் இங்கிருந்து எப்படித் தப்பிச் சென்றிருக்க முடியும்?''

முத்தரையன் சற்று சமாளித்துக்கொண்டு, ''இந்த தண்டனைக் கோட்டையிலிருந்து அநுமதி ஓலையில்லாமல் எவரையும், நானோ எனது ஆட்களோ உயிரோடு வெளியேறவிடமாட்டோம்!'' என்றான்.

''எவருக்கும் அநுமதி ஓலை எழுதி வழங்குபவனும் நீதான். இங்கிருந்து எவரையும் வெளியேறிச் செல்லாமல் பாதுகாக்கும் பொறுப்பையுடையவனும் நீ தான்; இங்கிருந்து மாபெரும் எதிரியை வெளியேறச் செல்ல அநுமதித்தவனும் நீதான்! இரு கட்சிக்காரர்களுக்கும் நல்லவிதமாக நடந்து இரட்டை லாபம் அடைய விரும்பிய நீ, எங்கள் எதிர்க்கட்சிக்காரரான வீரபாண்டியரோடு இரகசியமாகத் திட்டமிட்டு ஏதோ பெரும் சதி செய்திருக்கிறாய்! பகிரங்கமான எதிரியைவிட, உறவாடிக் கெடுக்கும் நயவஞ்சகனே தலை சிறந்த துரோகியாவான்! அதனால் உன்னைத்தான் முதலாவது துரோகியாக யானைக்காலுக்குப் பலியிட்டு, உனது பெருந்தலையைப் பலிபீடத்திற்கு அருகிலுள்ள

எங்கள் புலிக்கொடியின்மீது சொருகி வைக்கவேண்டும்! இதை நான் நிறைவேற்றாமல் விடமாட்டேன்!'' என்று கட்சி கட்டிய ஜனநாதன் அங்கிருந்த சோழ வீரர்களிடம் முத்தரையனைப் பிடித்துத் தள்ளி சிறைப்படுத்தும்படி கட்டளையிட்டான்.

அதன் பின்னர் முக்கியமான மேலதிகாரிகள் அவசரமாகக் கூட்டப்பட்டு முத்தரையன்மீது ஜனநாதன் சுமத்திய குற்றச்சாட்டைப் பற்றி அந்தரங்க விசாரணை அவசரம் அவசரமாக நடந்தது. தண்டனைக் கோட்டத்திற்குள் புரோகிதர் வேஷமிட்டு வந்தது வீரபாண்டியன்தான் என்பதும் சோழ மகாராணியின் மூடுவண்டிக்குச் சாரதியாக மாறுவேஷமிட்டுச் சென்ற அந்த வீரபாண்டியன் சோழ மகாராணியை மூடுவண்டியோடு எங்கோ கடத்திப் போய்விட்டான் என்பதும், ஜனநாதன் கொடுத்த சாட்சியங்கள் மூலம் அசைக்க முடியாதபடி நிரூபணமாயின. அதன்மேல் தண்டனைக் கோட்டத்திலிருந்து மாபெரும் எதிரியான வீரபாண்டியனை ஆராயாமல் வெளியேறிச் செல்ல முத்தரையன் அநுமதித்தது பெருங்குற்றம்தான் என்றும், அவனே தலைசிறந்த துரோகியென்று ஜனநாதன் வாதாடுவது மறுக்க முடியாதென்றும், அதிகாரிகளின் அவசரகூட்டத்தில் முணுமுணுப்புகளோடு தீர்மானிக்கப்பட்டு, முத்தரையனை முதலாவது பலியாக யானைக்காலால் இடறச் செய்து பலிபீடத்தில் புலிக்கொடியின் மீதுள்ள ஈட்டியில் முத்தரையனின் தலையைச் சொருகி வைக்க வேண்டுமென்று ஜனநாதன் வற்புறுத்தியபடியே உத்திரவிடப்பட்டது.

அதைக்கேட்டதும் முரடனான முத்தரையனுக்கு பயங்கரமான மரணபீதியால் பூதாகாரமான அவனது தேகம் முழுவதும் ''வெவெட''வென நடுங்கியது.

அவன் அழாத குரலில், ''ஐயா நீதிமான்களே! ஐயா'' ஏகவாசக வாணகோவரசரே! அநாவசியமாக என்னைக்கொன்று விடாதீர்கள் அவகாசம் கொடுங்கள்! வேண்டுமானால் என்னை உங்கள் சோழ நாட்டிற்குச் சிறைப்பிடித்துச் செல்லுங்கள். அங்கு உங்கள் குலோத்துங்க சோழச் சக்கரவர்த்திகளைப் பேட்டி கண்டு, என்னுடைய ராஜவிசுவாசத்தையெல்லாம் நிரூபித்து, நான் அறியாமல் செய்த இந்தப் பிழையை அவர் மன்னித்தருளும்படி செய்துவிடுவேன். ''ஐயா, இன்று என்னைக் கொல்லாதீர்கள்! கொல்லாதீர்கள்!'' என்று துடிதுடித்தான்.

ஆனால் அவனுக்கு சார்பாக ஆடையூர் நாடாள்வார் குரலெழுப்புமுன் நீதித்தலைவரான ஏகவாசகரை நோக்கி ஜனநாதன் விஷமமாகச் சிரித்துக் கொண்டே, ''நம் ஏகவாசகர் தண்டனையென்று ஒரு வாசகம் சொல்லிவிட்டதால் அதை இனி ஆண்டவனால்கூட மாற்ற முடியாது''. இன்றே, இப்போதே துரோகி

முத்தரையன் யானைக்காலுக்கு முதலாவது பலியாகியே தீருவான்! என்ன ஏகவாசகரே 'நான் சொல்வது சரிதானே?' என்று கேட்டபடி ஏகவாசகரின் காதருகில் குனிந்து, ''ஐயா ஏகவாசகரே, சொன்ன வாசகம் தவறாதவரே! என்னை முன்னிட்டும் வீரசேகரனை இன்று கொல்லாமல்விட முடியாதென்று பிடிவாதம் செய்தவரே! இப்போது ஆடையூர் நாடாள்வாரை முன்னிட்டு முத்தரையனை இப்போது நீர் கொல்லாமல் விடமாட்டீர்! இல்லையெனில், நீதியின் தீர்ப்பில் நீர் பாரபட்சம் காட்டினால் நான் சும்மாவிடமாட்டேன்!'' என்றான்.

ஏகவாசகர் வேறு வழியின்றி கரகரக்கும் குரலில், ''உடனே இந்த முத்தரையனைக் கொண்டுபோய் யானைக்காலுக்கு முதலாவது பலியிடுங்கள்! சீக்கிரம்! கொலை விழாவிற்குக் குறித்த நேரம் நெருங்கிவிட்டது!'' என்று உத்திரவிட்டு தண்டனை நிறைவேற்றும் அதிகாரியான அத்திமல்லர் சம்புவராயரின் ஆட்கள் வசம் முத்தரையனை ஒப்படைத்து விட்டார்.

சோழிய வீரர்களால் இழுத்துச் செல்லப்பட்ட முத்தரையன் எங்கே ''ஹஹ்ஹா'' என்று சிரித்து அட்டகாசம் செய்து கொண்டிருந்தானோ அதே தண்டனைக் கோட்டத்திற்குள் நாயினும் கேவலமாக அடைத்து வைக்கப்பட்டான்.

அதை அறிந்த அங்கிருந்த குற்றவாளிகள் ''துரோகி முத்தரையன்!'' ''துரோகி முத்தரையன்'' என்று தங்கள் சோகத்தினிடையிலும் ஆத்திரம்தீர ஏளனம் செய்தார்கள். அவர்களுக்குத் தலைவனாக விளங்கிய புரட்சி வீரனாகிய மாரப்பன் முத்தரையனை நோக்கி, ''ஹஹஹா!'' என்று சிரித்து அதிகமாக ஏளனம் செய்து, ''அடே, முத்தரையா! எங்கள் வீரபாண்டியரின் கட்சிக்கு துரோகம் புரிந்து பாண்டிய நாட்டின் சுதந்திரத்தை நாசப்படுத்தி அந்நியர்களான சோழருக்கு அடிமையாகி அடிவருடினாய். அவர்கள் உன்னைப் புழுவைவிடக் கேவலமாக மதித்து உன்னை முதலாவது துரோகியென மதயானைக்கு முதலாவது பலியிடப் போகிறார்கள். கொலையாளிகள் இங்கு வந்து முதலில் உன்னை இழுத்துச்சென்று உன்னுடைய முரட்டுத் தலையை ஒரு மதயானை காலால் உதைத்துத் தள்ள இன்னொரு மதயானை உன் தலையை தும்பிக்கையால் எடுத்து புலிக்கொடியின் ஈட்டியின் மீது சொருகும் காட்சியை என் கண்களால் நேரில் தரிசிக்க முடியாவிட்டாலும், நீ பிராணன் துடித்து'', ஐயோ! என்று அலறும் அழுகுரலைக் கேட்டு நாங்கள், ''ஹஹ்ஹா! என்று சிரிப்போம்! அப்புறம், கொலையாளிகள் எங்களை இருவர் இருவராக இழுத்துச் சென்று யானைக்காலுக்கு பலியிடும்போது நாங்கள் சிறிதும் அழமாட்டோம். புலிக்கொடியின் ஈட்டியில் சொருகப்பட்டிக்கும் உன் தலையைப் பார்த்து உன் முகத்தில்

காறித்துப்பிவிட்டு, ''ஹஹ்ஹா'' என்று சிரித்துக் கொண்டே சாவோம். நாங்கள் செய்த நல்வினைதான் சாகும்போது கூட எங்களுக்கு இந்த ஆனந்தத்தைத் தரப்போகிறது! ஹாஹ்ஹா!'' என்று சிரித்தான்.

முத்தரையன் பற்களை 'நெறநெற'வென்று கடித்தானே தவிர ஒன்றும் செய்ய முடியாமல் கைகளைப் பிசைந்து கொண்டு வேதனையோடு முனகினான்.

அப்போது உள்ளே வந்த ஜனநாதன் விஷமச் சிரிப்புடன் முத்தரையனின் காதருகே வந்து, அந்தரங்கமாக, ''முத்தரையா! உன்னை எனக்குச் சிறிதும் பிடிக்காது என்றாலும் உனக்கு இந்த கதி நேர்ந்த அநியாயத்தை நினைத்து என்னையும் மீறிப் பரிதாபப்படுகிறேன்! அதனால் உனக்கு மிகவும் அந்தரங்கமான விஷயமொன்றைச் சொல்லுகிறேன்!'' என்றவன் முத்தரையனின் காதுக்குள், ''முத்தரையா! எங்கள் சோழ மன்னனிடம் கெஞ்சுவதற்கு உனக்கு அவகாசம் மட்டும் கிடைத்தால் உன்னைக் கொல்லாமல் மன்னர் பெருமான் மன்னித்தருளியிருப்பாரே என்று வீணாக மனப்பால் குடித்து ஏங்கி ஏங்கிச் சாகாதே. ஏனெனில் ஒருவருடைய ஆத்மா உலகத்தை விட்டுச் செல்லும்போது ஏக்கத்தோடோ, இன்னொருவரைப் பற்றிய நல்லெண்ணத்தோடோ செல்லக்கூடாது. அதாவது உன்னைப்போன்ற ஒருவனின் ஆத்மா அப்படிச் செல்லக்கூடாது!'' என்று பீடிகை போட்டுக்கொண்டு, ''முத்தரையா! உன்னை இவ்வாறு இந்தப் பாண்டிய மண்டலத்திலே எப்படியாவது தந்திரமாகத் தீர்த்துவிடும்படி எங்கள் குலோத்துங்கசோழ மன்னரே அந்தரங்கமாகத் தகவல் அனுப்பினாராம். ஏனெனில் முன்பொரு சமயம் அசோகவனக் கோட்டையில் சிறைக்கூடத்திற்கு வந்து தேவியைக் கர்ப்பமாக்கிச் சென்ற சுந்தர ஜோதிடர் என்னும் வேடதாரியை உன் ஆருயிர் தோழனான அஞ்சுகோட்டை நாடாள்வான் ஏன் வெளியே தப்பிச் செல்ல அனுமதித்தான் என்று பொதுஜனங்களின் மத்தியிலே பகிரங்கமாக விசாரணை நடந்ததல்லவா? அப்போது உன் ஆருயிர் தோழனான அஞ்சுகோட்டையான் சிறிதும் அஞ்சாமல், ''அந்த சுந்தரஜோசியரை வீரபாண்டியனென நினைத்து நான் வெளியே விடவில்லை. உங்கள் குலோத்துங்க சோழச் சக்கரவர்த்திகள்தான் அந்த வேடத்தில் வந்தார் என்றுதான் அவரை அநுமதித்தேன்!'' என்று பகிரங்கமாகக் கூறி எங்கள் சோழ மன்னரை ராவண சந்நியாசியாக உருவகப்படுத்தினான் அல்லவா? அப்போது அதற்கு மேலும் ரகசியங்களை அவன் உளறிவிடக் கூடாது என்பதற்காக நான் ஆத்திரங் கொண்டவனைப்போல என் நவரத்தின வாளால் அவன் தலையைத் திடீரென வெட்டி வீழ்த்தினேன் அல்லவா? ''விசாரிக்கும்போது ஒருவரைத் திடீரெனக் கொல்வதா? அநீதி

என்று உன்னோடு அவனுடைய சகாக்களும் முணுமுணுத்தார்கள் அல்லவா? ஆனால் அந்த சமயோசிதச் செயலுக்காக எங்கள் சோழ மன்னர் எனக்கு வீரகங்கணம் பரிசளித்தார் என்பது உங்களுக்கெல்லாம் தெரியாது முத்தரையா! இப்போது உன் ஆருயிர் தோழனோடு உன் அற்ப உயிரும் கலந்து இரகசியங்களெல்லாம் புதைந்துவிட வேண்டுமென்பதற்காகத்தான் முதலாவது துரோகியென்ற பட்டத்துடன் மதயானைக்கு முதலாவது பலியாகும் பாக்கியம் உனக்குக் கிடைத்திருக்கிறது!'' என்று விஷமமாகச் சொல்லிவிட்டுச் சென்றான்.

பேயறைந்தவன்போல் நின்ற முத்தரையனின் முகம் சிறிது சுயஉணர்வு வந்ததும் ஆத்திரத்தாலும், துவேஷத்தாலும் கொந்தளித்தது!

தன்னைச் சுற்றியுள்ள குற்றவாளிகளெல்லாம் இருவர் இருவராக, ஒருவருக்கொருவர் துணையாக, ஆதரவோடு சாவை நோக்கிச் செல்வார்கள் என்பதையும், தான் தன்னந்தனியாக, தனக்காக ஒருவர்கூட கண்ணீர் வடிக்கவும் நாதியுமில்லாமல் திட்டு, வசவுகளுக்கிடையே ஒரு நாயைப்போல் இழுத்துச் செல்லப்பட்டு, முரட்டு மதயானைக் காலால் கோர மரணம் அடையும் துர்க்கதியையும் நினைத்து நினைத்து முத்தரையன் சூனிய உணர்ச்சி தாங்க முடியாமல் கொதிகொதித்தான்.

''துரோகி முத்தரையன்!'' என்று சககுற்றவாளிகள் ஓயாமல் ஏளனம் செய்யும் துவேஷங்களை அவனால் சகிக்க முடியவில்லை. எப்படியாவது சீக்கிரம் தன்னை அந்த தண்டனைக் கோட்டத்திலிருந்து இழுத்துச் சென்றுவிட்டால் போதும் போலிருந்தது!

ஆனால், கொலை விழாவிற்குக் குறித்த மணிமுரசங்களெல்லாம் அதிர்ந்து, கொலையாளிகள் வந்து முத்தரையனை மரணப் பொட்டலுக்கு இழுத்துக்கொண்டு ''முதலாவது துரோகி முத்தரையன்!'' என்று கட்டியம் கூறியவாறே மதயானைகளின் முன்னால் இழுத்துச் செல்லப்படும்போது அவன் அதிகமான நரக வேதனையையே அநுபவித்தான்.

அவனைக் கண்டதுமே மரணப் பொட்டலில் குழுமியிருந்த பாண்டிய ஜனங்கள் தங்கள் நாட்டின் சுதந்திரத்திற்கும் தங்கள் வீரபாண்டியரின் ஆட்சிக்கும் துரோகம் புரிந்தவன் என்ற துவேஷத்துடன், ''துரோகி முத்தரையன் ஒழிக! துரோகி முத்தரையன் ஒழிக!'' என்று கூச்சலிட்டு ஏளனமாய்க் கைகொட்டிச் சிரித்தார்கள். தனக்குப் பின்னால் வரப்போகும் குற்றவாளிகள் அனைவரும் பொது ஜனங்களின் அநுதாபத்தையும்,

வாழ்த்துப்பாக்களையும் அடைய, தான் மட்டும் ஜனங்களின் அருவருப்போடும், கரகோஷங்களோடும் அநியாயமாகச் சாக நேரிடும் கதியை நினைத்த முத்தரையனுக்கு அளவிறந்த வேதனை உண்டாயிற்று.

''துரோகி முத்தரையன் ஒழிக! துரோகி முத்தரையன் ஒழிக!'' என்ற ஜனங்களின் கூச்சல்களையும், ஏளனச் சிரிப்புகளையும் சகிக்க முடியாத முத்தரையன் ஜனங்கள் இருந்த திசையில் தன் முகத்தைக் காட்டக்கூட நாணியவனாய், பற்களை 'நறநற'வெனக் கடித்தபடி சோழிய அதிகாரிகளும், அவனுடைய மேலதிகாரிகளும் வீற்றிருக்கும் திசைப்பக்கம் திரும்பினான்.

அந்தப் பக்கமும், ''துரோகி முத்தரையன் ஒழிக!'' என்று சோழிய வீரர்கள் கூச்சலிடுவதையும், அதை ஆமோதிப்பவர்கள் போல் சோழிய அதிகாரிகள் மௌனமாக வீற்றிருப்பதையும் காணக் காண முத்தரையனுக்கு வயிற்றெரிச்சல் அதிகமாயிற்று.

மதயானைகளின் முரட்டுக் கால்களை நோக்கி அவன் இழுத்துச் செல்லப்படும்போது எந்தப் பக்கம் திரும்பினாலும் ''துரோகி முத்தரையன் ஒழிக! ஒழிக! ஒழிக!'' என்ற கூச்சல்களே அவனுடைய முகத்தில் வந்து விழுந்து ஓங்காரமாய் எதிரொலித்து. அவனுடைய ராக்ஷச இருதயத்திலிருந்த துவேஷத்தையெல்லாம் ஒன்றாகக் கிளப்பிவிட்டன.

எல்லோருமே அவனை, ''ஒழிக! ஒழிக!'' என்று கூச்சலிடுகிறார்கள். ஆனால் அவன் யாரை ''ஒழிக!'' என்று கூச்சலிடுவது...?

துவேஷங்களிடையே அதிதுவேஷத்துடன் சிரித்த முத்தரையன், ''இராவண சந்நியாசி குலோத்துங்க சோழ மன்னன் ஒழிக! வீரபாண்டியன் மனைவியைச் சிறையெடுத்த அந்த இராவண சந்நியாசியும் அவன் வம்சமும் அடியோடு ஒழிக! ஒழிக!'' என்று பித்தவெறி பிடித்த குரலில் கூவி ''ஹஹ்ஹா!'' என்று பயங்கரமாகச் சிரித்தான்.

இந்த எதிர்பாராத கோஷத்தைக் கேட்டதும் சோழிய அதிகாரிகள் அனைவரும் பேயறைந்தவர்கள்போல் திகைத்து மகா விஷமியான ஜனநாதன் பக்கம் மெல்லக் கடைக்கண்ணால் பார்த்தார்கள்.

அந்தச் சமயம் மதயானைகளின் முன்னாலுள்ள பலிபீடத்தில் இறக்கப்பட்ட முத்தரையன், ''இராவண சந்நியாசி குலோத்துங்க

சோழ மன்னன் ஒழிக! அந்த இராவண சந்நியாசிக்கு அடிவருடும் மாரீசன் ஜனநாதன் ஒழிக!'' என்று உரத்த குரலில் கூவினான்.

''இராவண சந்நியாசி ஒழிக!'' என்ற கோஷத்தைக் கேட்டதும் மீண்டும் முகம் சுளித்த சோழிய அதிகாரிகள், ''மாரீசன் ஜனநாதன் ஒழிக!'' என்ற கோஷத்தைக் கேட்டதும் சற்று திருப்தியடைந்தவர்களாய் ஜனநாதனை ஓரக்கண்ணால் பார்த்து சிரித்தார்கள். ஆனால் அப்போது ஜனநாதன்தான் எல்லோரையும்விட அதிகமாகச் சிரித்தான்.

''சோழ மன்னனுக்கு அடிவருடும் மாரீசன் ஜனநாதன் ஒழிக!'' என்ற துவேஷக்கோஷத்திற்குப் பிரதியாக சோழ மன்னனிடம் அதிகமான செல்வாக்கும், பரிசுகளும் தான் அடைந்துவிட முடியும் என்பதை நினைத்துத்தான் ஜனநாதன் அதிகமாகச் சிரித்தான்!

இதற்குள் பலிபீடத்தின் கழுத்துவரை புதைக்கப்பட்டு விட்ட முத்தரையனின் தலையை உதைத்து உருட்டித் தள்ளுவதற்குத் தயாராய் ஒரு மதயானை தன் காலைத் தூக்கிப் பார்த்தது. இன்னொரு மதயானை அந்தத் தலையைப் பொறுக்கி புலிக்கொடியின் ஈட்டி முனையில் சொருகுவதற்குத் தன் தும்பிக்கையை நீட்டிப் பார்த்தது.

முத்தரையனின் சிவந்த விழிகள் கோரமான மரண பீதியால் பிதுங்கி விடுவதுபோல் சூன்யத்தை வெறித்து நோக்கின. அப்போது பலிபீடத்தினருகிலிருந்த ஒரு சிறு மணியை கொலையாளி ஒருவன் மெல்ல அடித்தான். அதைத் தொடர்ந்து யானைப் பாகர்கள் அங்குசங்களால் தங்கள் யானைகளுக்கு ஏதோ சைகை காட்டினார்கள்.

மறுகணம், ''ஐயோ!'' என்ற பயங்கரமான அலறலுடன் முத்தரையனின் தலை மண்ணிலே உருண்டு விழுந்தது. அந்தத் தலையை மற்றொரு யானை தன் துதிக்கையால் தேங்காயைப் போல தடவியெடுத்து புலிக்கொடியின் ஈட்டியின்மீது 'சதக்'கென்று சொருகியது.

அதே கணம் தண்டனைக் கோட்டத்திலிருந்த ஊர்மிளா 'வீல்' எனக் கத்தி வீரசேகரனின் தோள்மீது சாய்ந்தாள்.

அத்தியாயம் 126

சங்கமம்

கல்லிடைப் பிறந்து போந்து
கடலிடைக் கலந்த நீத்தம்

— கம்ப ராமாயணம்

மங்களமான நேரத்தில், மரண ஓலம் இடுவது போல், காதல் உணர்வில் மெய் மறந்து நின்ற ஊர்மிளா, 'வீல்' என்று கத்திய பின் அப்படியே நிலைகுலைந்து வீரசேகரனின் புஜங்களில் முகம் புதைத்து கண்ணிமைகளை இறுக மூடிக்கொண்டு ஒருவகைக் கற்பனை பீதியால், 'வெடவெட'வென்று நடுங்கிக் கொண்டிருந்தாள்.

மதயானைக்கு முதல் பலியாக முத்தரையன் தலை இடரப்படும்போது, அவன் வேதனைத் தாளாமல் வீறிட்டலறிய மரண ஓலத்தின் பயங்கரந்தான் ஊர்மிளாவை அப்படித் தன்னையறியாமல் 'வீல்'லென்று கத்தும்படி வைத்தது. அந்த கோரக் காட்சியைக் கற்பனை செய்து பார்த்து, அவள் கண்ணிமைகளை மூடிக்கொண்டு இன்னும் 'வெடவெட'வென்று நடுங்கிக் கொண்டேயிருந்தாள்.

உள்ளுணர்வில் பொங்கித் ததும்பும் உண்மையான காதல் மரணத்தைத் துச்சமென மதித்து, உடற்சிறையில் இருந்து ஆத்மக் கிளியை உன்னத அமரநிலையை நோக்கி உல்லாசமாகவும், சுதந்திரமாகவும் பறந்து செல்லவே தூண்டும் என்றாலும், சாவின் இறுதி மூச்சுவரை வீரசேகரன் தனக்குத் துணையாக வருவான் என்பதினால் சாவைத் தழுவுவதற்கு ஊர்மிளா தயாராக இருந்தாள் என்றாலும் வீரசேகரனின் அன்பு முகத்தை உற்றுப் பார்த்துக் கொண்டே சாகலாம் என்பதினால் அவள் அளவில்லாத உற்சாகம் கொண்டிருந்தாள் என்றாலும், சாவதற்கு முன்னாலுள்ள நேரத்தில் கோரமரணத்தைக் கற்பனை செய்து பாப்பதால் ஏற்படும் வேதனை எவரையுமே நடுங்க வைக்கக் கூடியதாகும்!

அவளை ஆதரவாகப் பற்றி நின்ற வீரசேகரன் வாஞ்சையுடன் அவளுடைய கூந்தலை வருடி, பரிவும் பரபரப்பும் நிறைந்த குரலில், ''ஊர்மிளா! ஊர்மிளா! பயப்படாதே! மரணத்தைப் பற்றிச்

சிந்திக்காதே! எந்தக்கோர சப்தத்தையும் காது கொடுத்துக் கேட்காதே! சாவை நோக்கிச் செல்லும்போது மதயானைகளை ஏறிட்டுப் பாராதே! என் முகத்தையே பார்த்துக் கொண்டிரு. நான் உன் காதுக்குள், ''ஊர்மிளா! நான் உன்னைக் காதலிக்கிறேன்! நான் உன்னைக் காதலிக்கிறேன்!'' என்று சொல்லிக் கொண்டே வருவேன். கடைசி நேரத்தில் நாமிருவரும் நம்மையும், நமது காதலையும் பற்றித்தவிர வேறு எதைப் பற்றியும் சிந்திக்கக் கூடாது.

உடற்சிறையை விட்டு நம்மிருவரின் ஆத்மாக்களும் பிரியும்போது ஆனந்தமான காதலில் இரண்டற ஒன்று கலந்து விடவேண்டும்.. ஊர்மிளா! ஊர்மிளா! என்னைப் பார்! கண்களைத் திற! நாம் ஒருவரை ஒருவர் கடைசியாகப் பார்த்துக் கொள்ள இருக்கும் நேரம் கொஞ்சந்தான்!'' என்று அவளை உலுக்கினான்.

நெஞ்சு விம்மியபடி அவன் முகத்தை மெல்ல ஏறிட்டுப் பார்த்த ஊர்மிளா, அப்படியே அவனிருகைகளையும் எடுத்துத் தன்னிரு கண்களிலும் ஒற்றிக்கொண்டு 'பொலபொல'வென்று கண்ணீர் சொரிந்தாள். சிரித்த முகமாய் இருப்பதைவிட சோகமாய் விளங்கும்போதுதான் பனித்துளிகள் நிறைந்த தாமரை போன்ற அவளது முகம் அதிக அழகாகவும், அவளுடைய கண்ணீரில் அதிக ஆனந்தமும் பிரகாசித்தன. அவளுடைய மிருதுவான இருகைகளையும் தன் இருகைகளாலும் எடுத்து இறுகப் பிடித்துக் கொண்ட வீரசேகரனின் கைகள் இலேசாக நடுங்கின.

''நான் பயப்படவில்லை; நான் பயப்படவில்லை!'' என்று கூவிய ஊர்மிளா, கொந்தளிக்கும் கடலில் சிக்கிய ஜீவன் பேராதரவாக ஒரு மரக்கலத்தைப் பற்றிக்கொண்டு சொர்க்கத்தை நோக்கிக் கரையேறத் துடிப்பது போல வீரசேகரனின் கைகளை இறுகப் பிடித்துக்கொண்டு, ''நிஜமாகவே நான் பயப்படவில்லை! நீங்கள் அருகில் இருக்கும்போது எனக்கு சாவைக் கண்டு பயமே உண்டாகாது. உங்கள் முகத்தைப் பார்த்துக் கொண்டே உயிர் துறப்பேன். அது எனக்கு மிகவும் இனிமையாக இருக்கும்!'' என்றாள்.

அந்தச் சமயம் வெளியே முரசுகள் அதிர்ந்தன.

தண்டனைக் கோட்டத்தில் இருவர் இருவராக அணிவகுத்து நிற்கும் குற்றவாளிகளையெல்லாம் மரணப் பொட்டலுக்கு அழைத்துச் செல்ல கொடூரமான கொலையாளிகள் வந்தனர். ஒருகணம் குற்றவாளிகளிடையே பயங்கரமான நிசப்தம் நிலவியது.

மறுகணமே மெல்லிய புலம்பல் ஒலிகளும், முணுமுணுப்புகளும் கிளம்பின.

மதயானைகளை நோக்கிக் குற்றவாளிகள் எல்லோரும் வரிசையாக இழுத்துச் செல்லப்பட்டபோது, சிலர் பயத்தால் நெஞ்சுவெடித்து விடும்போல் அலறி மூர்ச்சித்து விழுந்து விடுவதுபோலத் தடுமாறினர். ஆனால், இருவர் இருவராக ஒருவர் கையை ஒருவர் பிடித்துக் கொண்டு சென்றதினால் கீழே விழுந்துவிடாமல் சமாளித்து கொண்டனர். சிலர் யானைகளை ஏறிட்டுப் பார்க்கவே பயந்தவர்களாய் கண்களை இறுக மூடிக்கொண்டு தங்களைப் படைத்த இறைவனை நினைத்தனர்.

சிலர், ''குலோத்துங்க சோழனின் ஏகாதிபத்திய வெறி ஒழிக! இராவண சந்நியாசி ஒழிக! யதேச்சாதிகாரமுடைய அரசியல் ஒழிக!'' என்பன போன்ற துவேஷ கோஷங்களை எழுப்பிய வண்ணம் சாவை நோக்கிச் சீறிச் சென்றனர்.

சிலர், ''பாண்டியநாடு சுதந்திரம் பெறுக! சமதர்மம் ஓங்குக! வீரபாண்டியரின் இலட்சியம் விண்ணறிய மண்ணறிய வெல்க!'' என்று வீரகோஷங்களை எழுப்பிய வண்ணம் சென்று பயங்கரமான மரணத்தைத் தழுவினர். பெரும்பாலானவர் மரணபீதியையும், வேதனையையும் சமாளிப்பதற்காக வீரகீதம் பாடிக்கொண்டே சென்று மதயானைகளால் தலை இடறப்பட்டு வீழ்ந்தனர்.

மதயானைகளால் உதைத்துத் தள்ளப்படும் குற்றவாளிகளின் தலைகளெல்லாம் பந்துகள்போல் நாலாபுறமும் உருண்டோடி சிதறி விழலாயின.

ஆனால் வீரசேகரனும், ஊர்மிளாவும் மட்டும் எதையும் பொருட்படுத்தாமல், எந்தக் கோரத்தையும் கண்ணால் காணாமல், எந்தப் பயங்கர சப்தத்தையும் காதுகொடுத்துக் கேளாமல், உலக ஸ்மரணையற்ற இருஜீவன்களைப் போலவே மதயானைகளை நோக்கிச் சென்றனர்.

வீரசேகரனின் கைப்பிடிக்குள் மெய்மறந்த ஊர்மிளா, அவனுடைய காதல் ததும்பும் முகத்தையே வைத்தவிழி வாங்காமல் நிமிர்ந்து பார்த்துக்கொண்டே சென்றாள். வீரசேகரனோ அவளுடைய அன்பு முகத்தையே பார்த்தபடி அவளுடைய காதுக்குள், ''ஊர்மிளா! உன்னை நான் காதலிக்கிறேன்! உன்னை நான் காதலிக்கிறேன்!'' என்று சொல்லிச் சொல்லி, உற்சாகத்தைப் பெருக்கியவனாய் சென்றான்.

முரட்டு மதயானைகளின் அருகில் அவ்விரு காதலர்களும் கொண்டுவந்து நிறுத்தப்பட்டதும் முன் யானையின்மீது அங்குசத்தை பிடித்தபடி யமனைப்போல் உட்கார்ந்திருந்த யானைப்பாகன் ''ஹாஹ்ஹா!'' என்று கொடூரமாகச் சிரித்தான்.

அந்தச் சிரிப்பானது, ''என்னைத் தெரிகிறதா வீரசேகரா? நான் தான் ஜடாயு! முன்பொரு சமயம் நீ சந்நியாசி வேஷமிட்டு எங்கள் பாண்டிமாதேவியைத் தந்திரமாகச் சிறைப்பிடித்துச் சென்றபோது வழியில் குறுக்கிட்டேனே அந்த ஜடாயு நான்! அதற்குப் பழிக்குப் பழியாக உன்னைக் கொல்லாமல் விடமாட்டேன் என்று வஞ்சினம் கூறினேனே அந்த ஜடாயு!'' என்று கூறுவது போலிருந்தது.

அதைப் புரிந்துகொண்ட வீரசேகரன் அமைதியாகப் புன்முறுவல் செய்தான். அதிலே ஒரு விரக்தியும் மின்னலிட்டு ஓடி மறைந்தது.

அதன் பின்னர் ஒரு சிறுமணி அடித்ததும் நான்கு கொலையாளிகள் இருகாதலர்களையும் பிடித்து மதயானைக்கு முன்னாலுள்ள பலிபீடத்தின் குழியில் கழுத்தளவுவரை இறக்கி மூடினர்.

இரண்டறக் கலக்கத் துடிப்பதுபோல் அளப்பரும் ஆனந்தத்துடன் ஒன்றையொன்று உற்று நோக்கிக் கொண்டிருந்த இரண்டு காதலர்களின் தலைகளும், மண்தரையில் முளைத்த இரண்டு தங்கத் தாமரைகள் போல் ஒரு தெய்வாம்சம் பொருந்திய களையுடன் ஜொலித்தன.

ஊர்மிளாவின் ஆனந்தக் கண்ணீர் சொரியும் விழிகளிலே லயித்திருந்த வீரசேகரனின் அன்பு விழிகள் இந்த உலகத்தை விட்டுப் பிரியும் முன் கடைசியாக ஒரு முறை பார்க்க விரும்பிய ஒரு நபரைத் தேடி சோழ அதிகாரிகள் இருந்த பக்கம் வட்டமிட்டன.

அவன் விழிகளை எதிர்பார்த்து ஜனநாதன் தூரத்தில் நிற்பதைக் கண்டதும் வீரசேகரனின் மலர்ந்த முகம் மௌனமாக இறுதி விடை பெற்றுக் கொண்டது. ஜனநாதன் தன் நட்பின் இணையற்ற பரிசாக இரண்டு துளி கண்ணீர் வடித்தான்!

அப்போது அவன் அருகில் வந்து நின்ற காவற்படை அதிகாரியான ஏகவாசக வாணகோவரையர் ''என்ன ஜனநாதா! பிறந்த போதும் அழாத கல்நெஞ்சனான உன் முகத்திலுமா கண்ணீர் வருகிறது? அப்படியானால் அதோ சாகப்போகும் வீரசேகரன் அவ்வளவு தூரம் உன் உயிருக்குயிரான நண்பனா? பாவம், அவனைப் பிரிய நேருகிறதே என்றுதானே கண்ணீர் வடிக்கிறாய்?'' என்று சற்று ஏளனம் கலந்த தொனியில் கேட்டார்.

''எனக்காக மட்டும் இரண்டு துளிக் கண்ணீர் வடிக்கவில்லை, உமக்காகவும்தான் வடிக்கிறேன்!'' என்றான் 'வெடுக்'கென்று திரும்பிய ஜனநாதன்.

''எனக்காகவா? வீரசேகரனுக்கும் எனக்கும் என்ன சம்பந்தம்?'' என்று குழம்பியபடி கேட்டார் ஏகவாசகர்.

''ஏகவாசகரே! கைக்குழந்தையாக இருக்கும்போது காணாமற்போன உம்முடைய ஆசைநாயகியின் புத்திரனை இத்தனை காலம் தேடிக் கொண்டிருந்தீரே, அந்தப் புத்திரன் தான் வீரசேகரன். அவனுடைய தலை மண்ணிலே உருண்டதும், அவனுடைய உடலை நீர் தேடியெடுத்துப் பார்த்தால் அவனுடைய வலது முதுகிலே நீர் குறிப்பிடும் மச்சம் இருப்பதைக் காண்பீர்!'' என்றான் ஜனநாதன்.

அதைக்கேட்டதும் ஏகவாசகர் தம் உயிரே கிழிந்து விட்டதுபோல் ஒரு கணம் ஸ்தம்பித்துப்போய் நின்றுவிட்டார்.

அவருடைய பெற்றமனமும் கைக்குழந்தையை வாரி யெடுத்துத் துடித்த வயோதிகக் கைகளும் இப்போது அதிகமாகத் துடித்தன.

''வீரசேகரனை எப்படியாவது காப்பாற்ற முடியாதா'' என்று அவர் பரபரப்படைந்தார்.

அவரை நோக்கி ஜனநாதன் ஆத்திரமும், விரக்தியும் கலந்தகுரலில், ''ஏகவாசகரே! அந்த வீரசேகரன் என் நண்பன் என்று சொல்லி அவனுக்கு மரணதண்டனை நிறைவேற்றும் நாளை தள்ளிப்போட வேண்டுமென்று உம்மிடம் நான் என் தரத்திற்கும் குறைவாக, வெட்கத்தையும் விட்டுக் கெஞ்சிக் கேட்டபோது, நீர் பிடிவாதமாக மறுத்து விட்டீர்! இப்போது அவன் உம்முடைய புத்திரன் என்று அறிந்ததும் அவன் உயிரை எப்படியாவது காப்பாற்ற வேண்டுமென்று பிராணன் போவது போல் துடிதுடிக்கிறீர்! அதற்காக என் உதவியை எதிர்நோக்கி என் காலில் விழுந்து கெஞ்சிக் கேட்கவும் தயாராக இருப்பீர்! ஆனால் ஏகவாசகரே! அவனுக்கு மரணதண்டனை நிறைவேற்ற வேண்டுமென்று நீர் கட்டளையிட்டு அவனைக் கொலையாளிகளிடம் ஒப்படைத்ததுமே உம்முடைய அதிகாரம் முடிந்துவிட்டது. இனி தண்டனையைத் தடுத்து நிறுத்தக்கூடிய அதிகாரம் நம் மன்னர் ஒருவரைத் தவிர வேறு எவருக்கும் இல்லை. தலைநகரிலுள்ள நம் மன்னர்பிரானுக்கு விண்ணப்பித்துக் கொள்வதற்குள் உம் புத்திரனின் தலை இம்மதுரை மண்ணிலே உருண்டுவிடும்!'' என்று பெருமூச்செறிந்தான்.

பேயடித்தவர்போல் நின்ற ஏகவாசகர் பரிதாபகரமாக ஜனநாதன் முகத்தை ஒருமுறை ஏறிட்டுப் பார்த்துவிட்டு தூரத்தில்

மதயானைகளின் காலடியில் தாமரை மொட்டுப் போன்ற ஊர்மிளாவின் முகத்தையே பார்த்துக் கொண்டிருக்கும் வீரசேகரனின் தலையை வெறித்து நோக்கினார்.

தடுமாறும் அவர் மூர்ச்சித்து விழுந்துவிடாதபடி ஜனநாதன் அவரைத் தாங்கிக் கொண்டான்.

"ஏகவாசகரே, என் நண்பன் என்ற முறையில் வீரசேகரனை எப்படியாவது தந்திரமாகக் காப்பாற்றி விட வேண்டுமென்று கடைசிநேரம் வரை எவ்வளவோ முயன்றேன். அவனைப் பெற்றவர் மறுத்தது போதாதென்று அவனும் மறுத்துவிட்டான். தன் காதலி இல்லாமல் தன்னால் இந்த உலகத்தில் உயிர் வாழமுடியாது என்று பிடிவாதமாகச் சொல்லிவிட்டான். மண்ணில் வாழ்வதைவிட தன் காதலியோடு மரணத்தைத் தழுவுவதுதான் தனக்கு மகத்தான இன்பத்தைத் தரக்கூடியது என்று மனப்பூர்வமாக நம்பினான். அவனைப் போன்ற உள்ளுணர்ச்சிகளும் உண்மையான காதலும் உள்ள வாலிபர்கள் இந்த உலகத்தில் ஜனிப்பதே அபூர்வம்." என்ற ஜனநாதன் பெருமூச்சு விட்டபடி "ஏகவாசகரே! வீரசேகரன் நேர்மைத் திறமும், நெஞ்சுரமும் வாய்ந்த சத்புத்திரன், துரோகத்தைப் பற்றி சிந்திக்காத ஒருவன் நம் அரசியல் வட்டாரத்தில் இருப்பானென்றால், அது வீரசேகரன்தான்! அத்தகைய உத்தம புத்திரனை நீரே துரோகி என்று தண்டித்தும் உம் கையாலேயே கொலையாளிகளிடம் அவனை ஒப்படைத்தும் விட்டீர். அவன் சிந்தப்போகும் தூய்மையான ரத்தத் துளிகளுக்காக நான் இருதுளி கண்ணீர் வடிக்கிறேன், ஆனால் உம்முடைய பெற்ற நெஞ்சில் படியும் இரத்தக் கறையைத் துடைக்க நீர் கண்ணீர் வடித்தால் மட்டும் போதாது! தனிமனிதனின் உரிமைகளை மதிக்காமல் வீரசேகரனைப் போன்ற உத்தம புத்திரர்களைக் கொல்லும் சோழர்களின் யதேச்சாதிகார வெறிபிடித்த ஏகாதிபத்தியமுறை அரசியலை துடைத்தெறிந்து கிராம சுய ஆட்சிமுறை அரசியலை நிலை நிறுத்துவதற்காக நான் இலட்சிய வாள் எடுக்கும்போது, நீரும் உம் மகனைக் கொன்ற பேரரசை ஒழித்துப் புதைத்து உம் நெஞ்சிலுள்ள இரத்தக் கறையைத் துடைப்பதற்காக நீரும் துணைவாள் எடுத்து எனக்கு வலதுகரமாக விளங்க வேண்டும்! வாரியணைக்க வேண்டிய உத்தமமான மகனுக்கு மதயானையை விட்டுக் கொல்லும் கோரமான சாவை வழங்கும்படியான அதிகாரத்தை உம் கைகளுக்கு எந்த சோழ ஏகாதிபத்தியம் கொடுத்ததோ அந்த ஏகாதிபத்தியத்தையும் அதன் யதேச்சாதிகாரமுறை அரசியலையும் நான் ஒழிக்கும்போது உம்முடைய கைகளும் ஒத்துழைத்தால்தான் உமது நெஞ்சிலுள்ள இரத்தக்கறை நீங்கும்! தமிழகமும் அதன் மக்களும் உலகம் வியக்க முன்னேற வேண்டும் என்று விரும்பிய

உமது குமாரனின் தேசீய இலட்சியமும், ஆத்ம கோரிக்கையும் நிறைவேறும்! அப்போதுதான் பெற்ற நெஞ்சின் கொலைக் கரத்திற்குப் பரிகாரம் கிடைக்கும்!'' என்றான் ஜனநாதன்.

அவனை ஏறிட்டு நோக்கிய ஏகவாசகர் குழம்பினார். எதிர்காலத்தில் சோழ மன்னர்களின் ஏகாதிபத்திய முறை அரசியலை ஒழிப்பதற்கு அவர் பழிவாங்கும் வலதுகரமாக விளங்குவார் என்பது ஜனநாதனுக்கு உறுதியாகப் பட்டுவிட்டது.

(பிற்காலத்தில் ஜனநாதனும் அவனுடைய சந்ததியாரும் வலதுகரமாக ஏகவாசகரையும் அவரது வாக்கத்தாரையும் துணை பெற்றதினால் சோழ ஏகாதிபத்தியத்தைச் சிதைக்கலானார்கள் என்பது சரித்திரம்.)

மரணப் பொட்டலில் மரணமுரசு முழங்கலாயிற்று.

வீரசேகரனின் தலையை இடறுவதற்காக மதயானை அசைந்தபடி தனது முரட்டுக் காலைத் தூக்கியது. அதனருகிலிருந்த மற்றொரு யானை ஊர்மிளாவின் தலையை இடறுவதற்குச் சித்தமாயிற்று.

அழகான இளங் காதலர்களின் தலைகள் மண்ணில் உருளப்போகும் கோரத்தைக் காண விரும்பாமல் பலர் தங்கள் கண்ணிமைகளை இறுக மூடிக்கொண்டனர்.

ஆனால் வீரசேகரனும், ஊர்மிளாவும் தங்கள் கண்களை அகலத் திறந்து ஒருவர் முகத்தை ஒருவர் பார்த்து லயிக்கும் பரவச நிலையில் ஆனந்தப் புன்முறுவல் பூத்தனர்.

அதே சமயம் ஜனக்கும்பலிடையே வீரசேகரனை வெறித்து நோக்கியபடி பித்துப் பிடித்தவள்போல் நின்று கொண்டிருந்த ஒருத்தி 'வீல்' லென்று கத்தினாள். ராட்சசி போலவும் குமுறினாள். தான் ஆசையாக வளர்த்த காதலன் தன்னைக் காதலிக்காமல் புறக்கணித்த எரிச்சல் ஒருபுறம்; தன் காதலியான ஊர்மிளாவின் முகத்தைப் பார்த்துப் புன்முறுவல் பூத்தபடியே உயிர்விடப் போகிறானே என்ற பொறாமை ஒருபுறம்: கறி உணவிற்காக அருமையாக வளர்த்த பலி ஆட்டைக் கள்ளியொருத்தி கவர்ந்தது மட்டுமல்லாமல் தன் கண் முன்பாகவே அது அழிந்து மறையப் போகிறது என்ற ஏமாற்றமும், வேட்கையின் விஷசுரமும் ஒருபுறம்; வீரசேகரனை வளர்த்த நினைவுகள் விஷ ஆணிகள் போல் குத்தும் வேதனை ஒருபுறம்! இத்தனைக்கும் நடுவில் சிவகாமி உயிர் சுமக்க விரும்பவில்லை. முன்பொரு சமயம் வீரசேகரன் தன்னிடம் கொடுத்திருந்த பாண்டிமாதேவியின் மோதிரத்தை எடுத்து அதிலுள்ள விஷத்தையெல்லாம் மென்று தின்றாள்.

சூர்ப்பனகை போன்ற மோகத்தாலும் விஷ உள்ளத்தாலும் வீரபாண்டியனின் அரசியலைக் கவிழ்த்து எந்தப் பாண்டிமாதேவியைச் சிறையெடுக்க ஆதி காரணமாயிருந்தாளோ அந்தப் பாண்டிமாதேவியின் விஷமோதிரத்தாலேயே அவள் மடிந்து வீழ்ந்தாள்!

ஆனால், "ஆ! ஐயோ!" என்று அவள் கடைசியாக வீறிட்ட அலறல் காதலர்களின் ஆனந்தத்தினிடையே அபஸ்வரமாக வந்து ஒலிக்கவில்லை!

வீரசேகரன் தன் முகத்தையே மெய்மறந்தவளாய் நோக்கும் ஊர்மிளாவின் முகத்தருகில் "ஊர்மிளா! உன்னை நான் காதலிக்கிறேன்!" என்று சொல்லியபடித் தன் உதடுகளைக் குவித்தான்.

அதே கணம் இறுதி முரசுகள் அதிர யானைப் பாகர்கள் சமிக்ஞை காட்ட, இரண்டு யானைகளும் காதலர்களின் தலைகளை இடறி எட்டி உதைத்தன.

ஒரே சமயத்தில் இரண்டு தெய்வீகத் தாமரை மொட்டுக்களைப் போல் மண்ணில் உருண்டோடிய இரண்டு காதலர்களின் தலைகளும் ஒன்றையொன்று முத்தமிட்டபடிக் கிடந்தன. அவற்றின் முகங்களிலே இரண்டறக் கலந்த காதலின் ஆத்மஜோதி நிறைந்திருந்தது!

சற்று நேரத்தில் சூரிய அஸ்தமனத்தை எதிர்நோக்கி சூரிய குலத்தவர்களான சோழர்களின் புலிக்கொடி கீழே இறங்கிக் கொண்டிருந்தது.

உலகெங்கும் படியப்போகும் இருட்குகையிலே, தேகங்களற்ற இரு காதலர்களின் முகங்களில் உறைந்திருக்கும் ஆத்மஜோதி ஒன்றுதான் உலகிற்கு வழி காட்டும் பூரண நிலவாக வளரும் என்று தோன்றியது.

முற்றும்.